நான் சொன்னால் உனக்கு ஏன் கோபம் வர வேண்டும்?

பெரியார் ஈ.வெ.ராமசாமி

தொகுதி - 1

மொழி

1925-1973 வரைக்குமான தந்தை பெரியாரின் பதிவுகள்

தொகுப்பாசிரியர்

பசு.கவுதமன்

நியூ செஞ்சுரி புக் ஹவுஸ் (பி) லிட்.,
41-பி, சிட்கோ இண்டஸ்டிரியல் எஸ்டேட்,
அம்பத்தூர், சென்னை- 600 098.
☎ : 044 - 26251968, 26258410, 26241288

Language: Tamil
Naan Sonnaal Unakku Yen Kobam Vara Vendum?
Volume 1 - **Mozhi**
Author : **Periyar E.V.Ramasamy**
Compiled by : **Pasu.Gowthaman**
Wrapper Drawing : **Trotsky Marudhu**
First Edition: April, 2017
Second Edition: February, 2018
Copyright: Publisher
No. of pages: xliv + 738 = 782
Publisher:
New Century Book House Pvt. Ltd.,
41-B, SIDCO Industrial Estate,
Ambattur, Chennai - 600 098.
Tamilnadu State, India.
Email : info@ncbh.in
Online : www.ncbhpublisher.in

ISBN: 978 - 81 - 2343 - 365 - 3

Code No. A 3666

ஐந்து தொகுதிகள்: ₹ **4800/-**

Branches

Ambattur (H.O.) 044 - 26359906 **Spenzer Plaza (Chennai)** 044-28490027
Trichy 0431-2700885 **Pudukkottai** 04322- 227773 **Tanjore** 04362-231371
Tirunelveli 0462-4210990, 2323990 **Madurai** 0452 2344106, 4374106
Dindigul 0451-2432172 **Coimbatore** 0422-2380554 **Erode** 0424-2256667
Salem 0427-2450817 **Hosur** 04344-245726 **Krishnagiri** 0434-3234387
Ooty 0423 2441743 **Vellore** 0416-2234495 **Villupuram** 04146-227800
Pondicherry 0413-2280101 **Thiruvannamalai** 04175-223449

நான் சொன்னால் உனக்கு ஏன்
கோபம் வர வேண்டும்?

தொகுதி 1 – மொழி

ஆசிரியர்: **பெரியார் ஈ.வெ.ராமசாமி**
தொகுப்பாசிரியர்: **பசு.கவுதமன்**
முகப்புப்பட ஓவியம்: **ட்ராட்ஸ்கி மருது**
முதல் பதிப்பு: ஏப்ரல், 2017
இரண்டாம் பதிப்பு: பிப்ரவரி, 2018

அச்சிட்டோர் : பாவை பிரிண்டர்ஸ் (பி) லிமிடெட்.,
16 (142), ஜானி ஜான் கான் சாலை, இராயப்பேட்டை, சென்னை - 14
☎: 044 - 28482441

கட்டை விரல் கேட்கவில்லை
ஆனாலும் என் ஆசானாய்
அய்யா, ஆசிரியர்,
மானமிகு. கி.வீரமணி அவர்களுக்கு...

iv

பதிப்புரை

பெரியார் தொகுப்பு என்பதாக ஏற்கனவே பல நூல்கள் வெளியாகியிருக்கிற நிலையில் இப்போது முழுமையான பெரியாரியத் தொகுப்பு என்ற அறிவிப்போடு வெளிவரும் இந்நூல் இன்னபிற தொகுப்புகளிலிருந்து வேறுபடும் புள்ளியைச் சுட்ட வேண்டியது அவசியம். அவர் வாழ்ந்த காலத்திலிருந்தே பலவிதமான தலைப்புகளில் வெவ்வேறு பக்க அளவுகளில் வேறு வேறு வகைமைகளில் பெரியார் ஆக்கங்கள் தொகுக்கப்பட்டு வெளிவந்துள்ளன. பெரியார் எழுத்துகளை ஒட்டுதல் வெட்டுதல் போன்ற சேதாரங்களின்றி, அவர் காலத்தில் அச்சில் வெளிவந்தபடியே காலவரிசைப்படி தொகுத்திருப்பதே இத்தொகுப்பின் தனித்த சிறப்பாகும். அதாவது பெரியாரின் தேர்ந்தெடுக்கப்பட்ட சிலவற்றை மட்டும் தங்கள் வசதிக்கேற்றபடித் தொகுப்பாக்காமல் அவர் எழுதிய நான்கைந்து வரிகள் முதற்கொண்டு முழுநீளக் கட்டுரைகளும் அச்சு அசலாக அப்படியே அச்சாக்கம் செய்யப்பட்டுள்ளன.

பெரியாரையும் அவர்தம் சிந்தனைத் தெளிவுகளையும் இயல்பாகப் புரிந்து கொள்வதற்கு காலவரிசைப்படியான இத்தொகுப்பு துணை புரிவதை வாசகர்கள் படித்துணர முடியும். எடுத்துக்காட்டாக, 1930களில் அவர் தொடங்கிய இந்தி எதிர்ப்பு போராட்டக் காலக் கருத்துகளையும் 1960களில் காமராசருக்கு ஆதரவான மனநிலையில் அப்போதைய இந்தி எதிர்ப்புப் போராட்டம் குறித்த மாறுபட்ட கருத்துகளையும் காரணங்களையும் அறிந்துகொள்ள வகை செய்கிறது. அதே போல வெவ்வேறு கால இடைவெளிகளில் 'திருக்குறள்' குறித்து அவர் கொண்டிருந்த அபிப்பிராயங்களையும் கருத்துநிலை மாற்றங்களையும் இத்தொகுப்பு ஆவணப்படுத்தியுள்ளது. மிகச்சிறிய அளவில் பெரியார் எழுதிய நூல் மதிப்புரைகள், அஞ்சலிக்குறிப்புகள், சிறு மற்றும் குறு அறிவிப்புகள், தொண்டர்களிடம் அபிப்ராயம் கேட்டு எழுதிய ஆலோசனைக் கேட்புகள் எனப் பலரும் அறிந்திராத புதிய பல தகவல்கள் இத்தொகுப்பில் சேர்க்கப்பட்டுள்ளமை இந்நூற் சிறப்புகளில் ஒன்றாகும்.

1925 முதல் 1973 வரை பெரியார் எழுதியவற்றை அனைத்து இதழ்களிலிருந்தும் சேகரித்து வாசிப்பு ஒழுங்குக்காக கலை, இலக்கியம், மொழி, பண்பாடு, தத்துவம், சித்திரபுத்திரன் கட்டுரைகள் என ஐந்து பாகங்களாகப் பகுக்கப்பட்டுள்ளன. அய்ந்தாண்டுகளுக்கும் மேலான கடும் உழைப்பில் பெரியார் படைப்புகளைத் தேடிச் சேகரித்து அவற்றைத் தனித்தனியாக இனம் பிரித்து இத்தொகுப்பு நூலைச் சாத்தியமாக்கிய தொகுப்பாசிரியர் தோழர் பசு. கவுதமன் நன்றிக்குரியவர் ஆவார்.

உலகமயமாக்கல், இந்துமதவாத, சாதியவாத சக்திகளின் எழுச்சி போன்ற அரசியல் நெருக்கடிகளிலிருந்து எளிய மனிதர்களை மீட்டெடுக்கும் மார்க்கமாக இன்றைக்கும் விளங்கும் பெரியாரின் சிந்தனைகளைத் தமிழ்ச் சமூகத்திற்குக் கொண்டு சேர்த்திட வேண்டிய தேவையைக் கருத்தில் கொண்டு இந்நூலை செம்மையான முறையில் பதிப்பித்துள்ளோம்.

- பதிப்பகத்தார்

அணிந்துரை
பகுத்தறிவின் எல்லைதான் பொதுவுடைமை

இந்தியாவில் பல இயக்கங்களில் பங்காற்றி, தலைமை தாங்கி நடத்தியவர்கள் சிங்காரவேலர், பெரியார், திரு.வி.க. ஆகியோர் ஆவர். இவர்களுக்குப் பின் குறிப்பிட்டுச் சொல்ல வேண்டியவர் நமது தலைவர் ஜீவானந்தம். இவர்கள் சுதந்திரத்திற்கு முன்னும் பின்னும் சமூக மாற்றத்திற்காகப் போராடியவர்கள். இந்தியாவில் கடந்த காலத்திலும் நிகழ்காலத்திலும் வருங்காலத்திலும் யார் தலைசிறந்த தலைவர்? என்று கேட்டால், சொல்வதற்கு தலைவர்கள் இருவர் உண்டு. அவர்கள் தந்தை பெரியாரும், சிங்காரவேலரும் என்று சொல்லலாம். முந்தைய அறிஞர்களெல்லாம் இதைச் சொன்னார்கள், அதைச் சொன்னார்கள் என்று சொல்லிக் கொண்டிராமல், இவர்கள் சுயமாக யோசித்துச் சொல்லிய சுயசிந்தனையாளர்கள்.

திருவனந்தபுரம் சமஸ்தானத்தில் உள்ள வைக்கம் என்ற ஊரில் நாய்கள் போகலாம், பன்றிகள் போகலாம், ஆனால் மனிதன் போகக் கூடாது என்று இருந்த தெருவில், அந்நிலையை மாற்றுவதற்குப் பெரியார்தான் போனார். வெற்றி பெற்றார். அப்போதுதான், தந்தை பெரியாருக்குத் திரு.வி.க. அவர்கள் வைக்கம் வீரர் என்ற பட்டத்தை அளித்தார். அந்தப் போராட்டத்தில் நம் பெருந்தலைவர் காமராசரும் ஜீவானந்தமும் கலந்துகொண்டார்கள். வைக்கம் போராட்டத்திற்குப் பிறகு, காந்தி சமரசம் செய்து கொள்கிறார் என்பதற்காகப் பெரியார் காங்கிரஸை விட்டு விலக எண்ணினார். சேரன்மாதேவி குருகுலத்திலும் சமத்துவமில்லை என்று பெரியார் போராடினார். அதற்குப் பிறகுதான் காந்தியோடு நேரடியாகப் பெரியாருக்கு முரண்பாடு வந்தது. காங்கிரஸிலிருந்து விலகி, சுயமரியாதை இயக்கம் தொடங்கினார்.

நாடு சுதந்திரம் பெற்ற பிறகு, இந்துக்களும் இசுலாமியர்களும் ஒற்றுமையாக இருக்க வேண்டும் என்று சொல்லியதற்காக, கோட்சே என்னும் ஆர்.எஸ்.எஸ். வெறியரால் காந்தி சுட்டுக் கொல்லப்பட்டார். அப்போது பெரியார், 'இந்த நாட்டில் மத நல்லிணக்கம் நிலவ வேண்டும் என்பதற்காகக் காந்தி சுட்டுக் கொல்லப்பட்டார். ஆகவே இந்தத் தேசத்திற்கு காந்தி தேசம் என்று பெயரிட வேண்டும்' என்று கூறினார்.

செயலில் காட்டுவதற்குச் சிந்திப்பது, சிந்தித்ததைச் செயலில் காட்டுவது என்னும் தனிப்பெரும் தலைவர் தந்தைப் பெரியார். எதையும் முதலில் செய்ய வேண்டும் என்ற ஆர்வம் மிகுந்தவர். அவர்தான் ரஷ்யாவிற்குப் போனார். போய்வந்த பிறகு கம்யூனிஸ்ட் அறிக்கையின் ஒரு பகுதியை வெளியிட்டார். தூக்குமேடை ஏறுவதற்கு முன், பகத்சிங் எழுதிய நான் ஏன் நாத்திகன்? என்ற நூலைப் பெரியார் தமிழில் வெளியிட்டார். நம் தலைவர் ஜீவானந்தம் அவர்கள் தமிழ் படுத்தினார். தமிழ்நாட்டில், முதன்முதலில் ஒரு நூல் வெளியிட்டதற்காகத்

தண்டனை விதிக்கப்பட்டது, பகத்சிங் எழுதிய நூலை வெளியிட்டதற்குத்தான். ஜீவானந்தம் தண்டனை பெற்றார். பெரியாரின் தமையனார் கிருஷ்ணசாமி நாய்க்கர் தண்டனை பெற்றார்.

அன்றாட அரசியல் நிகழ்வுகள் பற்றிய விமர்சனங்கள் வேறு. அடிப்படை உண்மைகள் என்பன வேறு. பெரியார் வாழ்க்கை பற்றி எடுத்துக் கொண்டோமானால், அன்றாட அரசியல் நிகழ்வுகள் பற்றிய விமர்சனங்களில் ஏற்றத் தாழ்வுகள் இருக்கக் கூடும். ஆனால், சமுதாயத்தை எப்படி மாற்றுவது, அடுத்த கட்டத்திற்கு எப்படி எடுத்துச் செல்வது என்ற சிந்தனைத் தெளிவோடு பெரியார் அவர்கள் இருந்தார்கள். உதாரணத்திற்கு ஒரு நிகழ்வு. எங்கள் இயக்கத்தில் ஏ.எஸ்.கே. அய்யங்கார் என்ற தலைவர் இருந்தார். அவர் சிங்காரவேலருக்கு அணுக்கமாக இருப்பார்; பெரியாருக்கு அணுக்கமாக இருப்பார். ஒருமுறை அவர், "என் பெயரிலிருந்து அய்யங்கார் என்ற பட்டத்தை எடுத்துவிடுவதற்காகக் கெஜட்டாரில் ஒரு அறிவிப்பு வெளியிடப் போகிறேன்" என்று பெரியாரிடம் சொன்னார். அதற்குப் பெரியார், "நீ அய்யங்கார் என்று பட்டம் போட்டுக் கொண்டு சாதி ஒழிப்பதை ஆதரிப்பதுதான் எனக்குப் பெருமை" என்று சொன்னார். இப்படிப் பெரியாரால்தான் சொல்லமுடியும். ஆனால் ஏ.எஸ்.கே. அவர்கள், எனக்கு அய்யங்கார் என்று பட்டம் போட்டுக் கொள்வதற்கு வெட்கமாக இருக்கிறது என்று கூறி, நீக்கிவிட்டார்.

எங்கள் கட்சியின் மாணவர் இயக்கத்தில் செயலாற்றும் ஜே.என்.யூ. பல்கலைக்கழக மாணவர் கன்னையா குமார் கூட்டமொன்றில் பேசும்போது, "நாட்டில் சாதிகள் ஒழிந்து சமத்துவம் மலர வேண்டும். அதற்கு பெரியார் சிந்தனையும், அம்பேத்கர் சிந்தனையும், பொது வுடைமைச் சிந்தனையும் ஒன்றுபட வேண்டும்" என்று கூறினார். இன்று நம் நாட்டில் பெரியார் சிந்தனைகள் மீதான ஆர்வம் அதிகரித்துள்ளது. அம்பேத்கர் வடித்த அரசியல் சாசனத்தில் பெரியார்தான் முதல்முதலில் திருத்தம் கொண்டுவந்தார். சமூகரீதியாக, பொருளாதாரரீதியாகப் பின்தங்கியவர்களுக்கு மட்டும் இடஒதுக்கீடு என்றிருந்ததை, இவற்றோடு கல்விரீதியாகப் பின்தங்கியவர்களுக்கும் இடஒதுக்கீடு என்ற திருத்தத்தைப் பெரியார்தான் கொண்டுவந்தார் என்பதை நன்றியோடு இன்று நினைவுகூர வேண்டும். பெரியார் சாதி ஆதிக்கங்கள் ஒழிவதற்குப் போராடியவர். அனைத்துச் சாதி மக்களும் உரிமைகள் பெற வேண்டும் எனப் போராடியவர்.

அந்தக் காலத்தில் முத்துலட்சுமி ரெட்டி என்ற ஒரு பெண்தான் மருத்துவம் படித்தார். இன்று நம் தமிழ்நாட்டில் பெரும்பாலான பெண்கள் மருத்துவம் படிக்கிறார்கள். பொறியியல் படிக்கிறார்கள். இதற்கெல்லாம் காரணம் பெரியார். அவர்தான் சாதி, வருணம், பெண்ணடிமைத் தனம் ஆகியவற்றை எதிர்த்து, கடுமையாகப் போராடி, இன்றைய நிலை உருவாகக் காரணமாக இருந்தார்.

"இனி வரும் உலகம்" என்றொரு சிறுநூல் பெரியார் அவர்கள் எழுதியுள்ளார். அதில் வருங்காலத்தில் நடக்கக்கூடிய மாற்றங்களைப் பற்றியெல்லாம் எழுதியுள்ளார். அவர் எல்லாவற்றையும் ஏன், எதற்கு என்று கேள்வி கேட்டு, பகுத்தறிவுப் பூர்வமாக யோசித்தார். அவர் கம்யூனிஸ்ட் அறிக்கை வெளியிடும்போது, பகுத்தறிவின் எல்லைதான் பொதுவுடைமை என்று எழுதியுள்ளார்.

அந்தக் காலத்தில் சாதியால், வருணாசிரமத்தால் மாற்றங்கள் கூடாது என்று சொன்னவர் களைத் தோற்கடித்துள்ளோம். மாற்றங்கள் நடந்துள்ளன. இன்றும் சாதியால், வருணாசிரமத்தால் மாற்றத்தை எதிர்த்து நிற்கும் சக்திகள் வலுத்து வருகின்றன. பிற்போக்குச் சக்திகள் குதியாட்டம்

போடுகின்றன. இந்தப் பாசிச சக்திகள் சிறந்த பகுத்தறிவுவாத எழுத்தாளர்களான தபோல்கர், கல்புர்க்கி, எங்கள் கட்சியைச் சேர்ந்த கோவிந்த் பன்சாரே போன்றோரைக் கொலை செய்துள்ளார்கள்.

இந்தியாவில் பாசிசம் எங்கிருந்து வருகிறது. பாசிசம், பெரும்பான்மைவாத மதத்திலிருந்து வரும். பெரும்பான்மைவாத மதம் இந்துமதம். சாதிதான், வருணாசிரமம்தான் இந்துமதத்தின் அடிப்படை. அது நாட்டு மக்களை சாதியால், மதத்தால் பிளவுபடுத்துகிறது. எனவே இந்து பாசிச சக்திகளை ஏற்கனவே எதிர்த்துப் போராடிய அனுபவம் வாய்ந்த தலைவர்களின் கருத்துகள் நமக்குத் தேவைப்படுகின்றன. அந்த வகையில் அம்பேத்கர் கருத்துகள் நமக்கு பயனுடையனவாக இருக்கும். நாங்கள் ஏற்கனவே அம்பேத்கர் நூல்கள் அனைத்தையும் தமிழ்ப்படுத்தி வெளியிட்டுள்ளோம். அவற்றின் மறுபதிப்புகளையும் அச்சிட்டு வருகின்றோம். பெரியாரும் நமக்கு உதவிகரமாக இருப்பார். இதைப் போலவே பெரியார் எழுத்துகளை இப்போது வெளியிடுகிறோம்.

இந்தப் பணியைச் சிறப்பான முறையில் நிறைவேற்றியுள்ள நியூ செஞ்சுரி புத்தக நிறுவன மேலாண்மை இயக்குனர் தோழர் சண்முகம் சரவணன், பசு.கவுதமன், நியூ செஞ்சுரி புத்தக நிறுவன ஊழியர்கள் ஆகியோருக்குப் பாராட்டுதல்களைத் தெரிவித்துக் கொள்கிறேன்.

10-04-2017
சென்னை

(ஆர். நல்லகண்ணு)

x

அணிந்துரை

காலத்தின் தேவை பெரியாரின் போதனைகள்

தந்தை பெரியார் மறைந்த பல ஆண்டுகட்குப் பிறகு, மனித குல முன்னேற்றத்தை விரும்பும் அனைவரும் அவரை நினைவு கூர்ந்து, அனைத்து மேடைகளிலும் அவரது பெயரைக் குறிப்பிட்டுப் பேசவேண்டிய அவசியம் ஏற்பட்டிருக்கிறது. நடுநிலையாளர்கள், அவர் செய்து வந்த சுயமரியாதை, சமதர்ம, பகுத்தறிவுப் பிரச்சாரத்தின் தேவையைத் தற்போது உணர்ந்து படிக்க வேண்டிய கட்டாயம் எழுந்துள்ளது.

பல துறைகளில் விஞ்ஞானக் கண்டுபிடிப்பின் உதவிகளால் பொருட் செல்வத்தைப் பெருக்கும் வாய்ப்பு கிட்டியுள்ளது. கல்விக் கூடங்களும், அங்கு படிக்கும் இருபாலரின் எண்ணிக்கையும் பெருகியுள்ளது.

குளத்துத் தவளையாக வாழ்ந்து முடிந்த காலம் மாறி, குவலயத்தைச் சுற்றிவர, தெரிந்து கொள்ள வாய்ப்பும் பெருகியுள்ளது. இருந்தும் முற்போக்குச் சிந்தனையாளர்களையும், ஆர்வலர்களையும் வெட்டிச் சாய்க்கும் சழக்கர்கள் பெருத்துள்ள செய்திகளும் வருகிறது.

தங்கத்தால் கோயில்கள் கட்டப்படுகிற காட்சி, பரம ஏழைகள் நிறைந்த நாட்டில் பரவலாகப் பரவி வருகிறது. கோயில் கட்டிடம் மின்னுகிறது. பாவ புண்ணியத்தில் நம்பிக்கையுள்ள பக்தர்கள் காணிக்கையை முன்னைவிட பல மடங்காகக் கொட்டி வருகிறார்கள்.

மறுபுறம் மனித உயிர் வாழத் தேவைப்படும் உணவு தானியம், காய், கனிகள், மாமிசம், முட்டை, பால், எண்ணெய் வித்துக்களை விளைவித்துக் கொடுத்து வரும் விவசாயிகள் மாண்டு வருகிற செய்தியும், தொடர் போராட்டம் நடத்தி வரும் பரிதாபச் செய்தியும் வந்த வண்ணம் உள்ளது.

தீர்வு காண மனிதநேயமுள்ள பகுத்தறிவாளன் ஆட்சியில் இல்லை. மடாதிபதி, நாடாள முதல்வராக ஆக்கப்பட்டுள்ளான். வந்தவுடன் பசுவைக் காக்க மனிதனைக் கொல்ல குண்டர் படையை ஏவியுள்ளான். பாலியல் குற்றங்களும் அதிகரித்துள்ளன.

இவ்வாறு தோன்றும் ஒவ்வொரு நிகழ்ச்சியும், பெரியாரைத் தேட வைத்துள்ளது.

மனுநீதி சாத்திர, சம்பிரதாயங்கள் இந்திய அரசியல் சட்டவிதிகளை சாகடித்து வருகிறது. முன்பு பௌத்தர்களால் கட்டப்பட்ட நாளந்தா பல்கலைக்கழகத்தை ஆதிசங்கரின் அனுமான் இடித்துத் தகர்த்தது. பொருளியல் மேதை அமர்த்தியா சென், பீகார் அரசின் உதவியுடன் அதை மீண்டும் புதுப்பித்தார். அவர் துரத்தப்பட்டார். அடுத்து சிங்கப்பூர் வெளி விவகார அமைச்சராக இருந்தவர் துணைவேந்தர் பொறுப்பை ஏற்றார். அவரால் சங்கரர் படையின் சாக்கடை நாற்றத்தை சகிக்க முடியாது, வெளியேறி விட்டார்.

தற்போது ஆர்.எஸ்.எஸ். பயிற்சிக் கூடத்தில் பட்டம் பெற்றவர் சமஸ்கிருதப் பாடத்தை கட்டாயப் பாடம் ஆக்கியுள்ளார். ஓம் நமோ நாராயணா என வேதம் ஓதப்படுகிறது.

மத்தியில் பிரதமராக மனிதநேயம், பகுத்தறிவு இல்லாத ஒரு மனிதருக்கு யோகம் கிட்டி யோகா நடத்துகிறான். கோவா, மணிப்பூரி மாநிலங்களில் தேர்தலில் மக்களால் தோற்கடிக்கப்பட்டிருந்தும், மற்ற கட்சிப் பிரதிநிதிகளைக் கடத்தி மந்திரி சபை அமைத்துள்ளான். தற்போது தமிழ்நாட்டுக்குள் நுழைய கன்னக்கோல் எடுத்துள்ளான் - நுழைகிறான்.

எனவே, தடி கொண்டு தடுக்க பெரியாரை நினைவுகூருகிறாம். பெரியார், தன் வாழ்நாள் முழுவதும் எதற்காக மூடநம்பிக்கைகளை எதிர்த்தே அறிவுப் போர் நடத்தி வந்தார் என்பது பலருக்குப் புரியத் தொடங்கியுள்ளது. காலத்தின் தேவை பெரியாரின் போதனைகள்.

பெரியார் எழுதியதைப் படித்து, பேசியதைக் கேட்டு, பேசிய மேடைப் பேச்சு நடையிலேயே அவரது பல்லாண்டுப் பணியில் வெளியான கருத்துக்களை தொகுத்து ஒரு நூலில் அடுக்கி அச்சிட்டு, பண்பட்ட சிந்தனையாளர், எழுத்தாளர் பசு.கவுதமன் நம் மக்களுக்கு வழங்குவது மகிழ்ச்சியைத் தருகிறது.

தமிழ் மக்களுக்குச் செய்யும் நற்சேவை இது. இதற்கு மக்கள் முன்பணம் கட்டி பதிப்பிட வைத்தது, நெருப்புப் பொறி பற்றி எரியத் தொடங்கிவிட்டதைக் காட்டுகிறது. ஒத்துழைப்பு விரிவடைய வேண்டும். மாணவர்கள் படித்தறிய உதவ வேண்டும். இந்நூலைப் பதிப்பிக்கும் என்.சி.பி.எச். நிறுவனத்தாருக்கு வாழ்த்துக்கள்.

10-4-2017
சென்னை

(தா.பாண்டியன்)

நன்றிகளோடு முன்னுரையும்...

2001ன் இறுதி நாட்களில் ஒரு விடியற்காலை. தலைநகர், கடற்கரைசாலையில் இருந்த கண்ணகி சிலையைக் காணவில்லை. அவளைத் தேடி, அப்போதைய ஆட்சியாளரிடம் நியாயம் கேட்க கைகளில் விளக்குகளோடு தமிழறிஞர் பெருமக்களும், 'தமிழ்' அரசியல்வாதிகளும், இலக்கிய படைப்பாளிகளும், தமிழ்த்தேசியர்களும், தமிழ்த் தேசிய மார்க்சியர்களும் புகாரிலிருந்து புறப்பட்டனர். அந்தப் பேரணியில் பங்கேற்ற அன்றைய தமிழ்த் தேசப் பொதுவுடைமைக் கட்சியின் செயலாளர், தோழர் பெ.மணியரசன் அவர்கள் அவருக்கே உரிய "தெளிவாகக் குழப்புகின்ற" என்ற இயல்பில் - சிலம்பில், கண்ணகி மதுரையை எரித்ததும், பெரியார், கள்ளுக்கடை மறியல் நிகழ்வில் தென்னை மரங்களை வெட்டியதையும் ஒப்பிட்டு - இதுபோல தெளிவாகக் குழப்புகின்ற, "கண்ணகி சிலையும் கலை இலக்கியப் பார்வையும்" என்ற ஒரு வெளியீட்டை வெளியிட்டிருந்தார். அதில் அவருக்கு கண்ணகி காணாமல் போனதில் இருந்த கவலையைவிட பெரியாரை விமர்சிக்க வேண்டும், அவருக்கு மொழி குறித்தும், இலக்கியம் குறித்தும், கலை குறித்தும் ஒரு 'எழவும்' தெரியாது. அது மட்டுமல்ல, - இந்தத் "தமிழ் இனத்திற்கு" எல்லா இழப்புகளும் அவரால்தான் ஏற்பட்டது என்று பின்னாளில் சொல்லுவதற்கான மய்யப்புள்ளியை வைக்க - "ஒருங்கிணைக்கப்பட்ட, ஒத்திசைவு கொண்ட இயக்கஇயல் ஆய்வுமுறை இயல்" (Dialectical Methodology) அவரிடம் இல்லை என்ற நீளநீளமான வார்த்தைகளில் பெரியாரை விமர்சிப்பது என்ற பெயரில் அவரைக் கொச்சைப்படுத்துவதிலேயே கவனமாக இருந்தார்.

சங்கராச்சாரி "தமிழை, நீஷ பாஷை" என்பதற்கும், பெரியார் தமிழைக் "காட்டுமிராண்டி மொழி" என்பதற்கும் நிறைய வித்தியாசம் உள்ளது. அது எதிரியின் சாபம்; இது தாயின் கோபம் என்று சொன்ன பெ.ம., அவரிடம் அறிவியல் பார்வை இல்லை, அவருடைய பார்வை பிழையான பார்வை, எனவேதான் கம்பராமாயணம் போன்ற நமது அரிய இலக்கியங்களைக் கொளுத்தியது 'கொடூரமானது' என்று அதில் சொல்கிறார். இவர் மார்க்சியத்தை 'எலும்பும் தோலுமாகவோ' அல்லது 'இரத்தமும் சதையுமாகவோ' படித்ததின் பக்கவிளைவா இது என்று நினைத்தபோது மார்க்சையும், பெரியாரையும் சேர்த்தே இரத்தமும் சதையுமாகப் பார்த்த, படித்த இன்னொரு மார்க்சியர் சொல்கின்றார்.

> "ஒரு மார்க்சியவாதி இந்தியாவில் நிலப்பிரபுத்துவக் கலாச்சாரத்தை எதிர்ப்பதானால் பார்ப்பனியத்தை எதிர்த்தாக வேண்டும். சாதிக்கொடுமைகளைக் கண்டிக்க வேண்டும். இராமாயணம், மகாபாரதம், குறள் போன்ற நூல்களை மக்கள் நோக்கில் விமர்சிக்க வேண்டும். இந்தக் கலாச்சாரப் பணியை பெரியார் போன்றவர்கள் செய்யத் துணிந்தபோது எமது 'மார்க்சியவாதிகள்' எதிர்த்தார்கள். இதற்கெல்லாம் காரணமாக 'மார்க்சிய அறிவின்

தேக்கத்தைத்தான்' சொல்லவேண்டும். இங்கு அறிவு என்பது புத்தகப்படிப்பு முக்கியமல்ல. மார்க்சிய லெனினியப் பார்வையில் 'இந்திய எதார்த்தத்தை' உணர்தலே சரியான படிப்பாகும்..." (சூரியதீபனின், 'இரவுகள் உடையும்' சிறுகதை தொகுப்பு முன்னுரையில் தோழர் மருதமுத்து)

என்ற எண்ணத்தில் பெரியாரைத் தொகுக்கத் துவங்கினேன். அப்படித் தொகுக்கும்போது பெரியார்,

"எனக்கு, 'ஏதாவது எழுதலாமா' என்ற உணர்ச்சி வந்தது. உடனே, 'என்ன எழுதலாம்' என்று யோசித்தேன். காகிதம், பேனா எடுத்து எழுத ஆரம்பித்தேன். 'ஏன் காங்கிரசிலிருந்து விலகினேன்' என்பது பற்றி எழுதத் தோன்றியது.

'ஏன் காங்கிரசிலிருந்து விலகினேன்?' என்று எழுதுகின்ற நான், 'நான், ஏன் காங்கிரசில் சேர்ந்தேன்' என்பதைத் தெரிவிக்க வேண்டியது அவசியமாகும். அதற்குமுன், எனது சரித்திரத்தையும் ஒரு சிறிது எடுத்துக்காட்டுவது அவசியமாகும்."

என்று ஒரு கட்டுரையினைத் தொடங்கியிருந்ததைப் படிக்க வாய்த்தது. எனவே முதலில் 'பெரியாரை, பெரியாராகப் படிக்க வேண்டும்', 'பெரியாரை, பெரியாராகப் படிப்பிக்க வேண்டும்' என்ற எண்ணத்தின் அடிப்படையில் வந்ததுதான் என்னுடைய 'ஈ.வெ.ராமசாமி என்கின்ற நான்' தொகுப்பு. அதனைத் தொடர்ந்து பெரியாருடைய மொழி, கலை, இலக்கியம் பற்றிய பதிவுகளைத் தேடவும், தொகுக்கவும் தொடங்கினேன். இப்படியாக ஒரு தொகுப்பினைக் கொண்டுவர வேண்டும் என்ற தொடக்கப்புள்ளியினை என்னுள் விதைத்த தோழமைக்குரிய தோழர் பெ.மணியரசன் அவர்களுக்கு என் முதல் நன்றி.

அன்புக்குரிய தோழர் சண்முகம் சரவணன் அவர்களோடு ஒருமுறை இது குறித்துப் பேசிக்கொண்டிருந்தபோது, அதை 'என்.சி.பி.எச்.க்காகச் செய்யுங்கள்' என்று உரிமையுடன் கேட்டு விட்டு சில நாட்களுக்குப் பின்னால் "உங்கள் நூலகத்தில்" அறிவிப்பு வெளியிட வேண்டும் தலைப்பைச் சொல்லுங்கள் என்றார். தந்தை பெரியாரவர்களின் "நான் சொன்னால் உனக்கு ஏன் கோபம் வர வேண்டும்?" என்ற தலையங்கம் என் நினைவுக்கு வந்தது. பெரியாரைப் பொருத்தவரை இது அவரின் எல்லாவற்றுக்கும் பொருந்தக்கூடிய வாசகம். 71களின் துவக்கத்தில் தந்தை பெரியார் சிலைகளில் உள்ள கடவுள் மறுப்பு வாசகங்கள் மிகப் பெரிய வாதப் பிரதி வாதங்களுக்கு ஆளாகியிருந்தது. அப்போது உண்மை மாத இதழில் (மார்ச், ஏப்ரல், மே 1971) பெரியாரவர்கள் தொடர்ச்சியாக எழுதிய மூன்று தலையங்கக் கட்டுரைகளின் தலைப்புதான் இது. கடவுளுக்கு மட்டுமல்ல மொழி, கலை, இலக்கியம் என்று சகல துறைகளுக்கும் பொருந்தக்கூடிய கேள்வி இது.

"நான் சொல்லும் வழி தவறு என யாராவது கருதினால் அதற்கு வேறு வழி காட்டட்டும். எனக்கு வேறு வழி காட்டாமலும், என்னுடன் சேராமலும் என்னைக் குறை கூறிக் கொண்டு மட்டுமிருந்தால் அவர்களைக் கோழைகள் என்றுதான் சொல்வேன்" (விடுதலை - பெரியாரின் 105ஆம் ஆண்டு பிறந்தநாள் மலரில்)

"... நான் தவறு செய்யலாம். என் ஆராய்ச்சியும் 'குருடன் யானை கண்ட காட்சிபோல' என்னைத் தவறான வழியில் இழுத்து விட்டிருக்கலாம். அப்படி இருந்தாலும் அதில் அதிசயமிருக்காது. ஆனால், அதைத் திருத்துவது எப்படி? என்னைக் குறை கூறுவதும், என்னைத் தண்டிக்கச் செய்வதும் திருத்துவதாகிவிடுமா? காரியத்தை நிறுத்திவிடுமா...?

எனக்குக் கெட்ட பெயர் வருவது பற்றியோ, எனக்குத் தண்டனை கிடைப்பது பற்றியோ, என் ஆவி பிரிவது பற்றியோ நான் சிறிதாவது இலட்சியம் செய்வதாயிருந்தால் நான் இந்தக் காரியத்தில் பிரவேசித்திருக்க மாட்டேன். இப்படி நடந்து கொண்டவர்கள் கதியும், சரித்திரமும் பெரியோர்களிடம் கேட்டுத் தெரிந்திருக்கிறேன் என்பதோடு, என்னைத் திருத்த அறிவும், ஆராய்ச்சியும், அன்பும்தான் நல்ல வழியேயொழிய, இவை பயன்படாது என்பதைப் பணிவோடு தெரிவித்துக்கொள்கிறேன்...” *(விடுதலை - 30.07.1956)*

என்ற தந்தை பெரியாரவர்களின் வாசகங்களுடன் இந்தத் தலைப்பினைப் பொருத்திப் பார்க்க வேண்டும். இப்படி ஒரு தலைப்பினைத் தெரிவு செய்யக் காரணமாக இருந்த, என்.சி.பி.எச். இன் இன்றைய மேலாண்மை இயக்குநர் தோழர் சண்முகம் சரவணன் அவர்களுக்கு என் நன்றி.

தந்தை பெரியாரின் பேச்சுகளும், எழுத்துகளும் சற்றேறக்குறைய 60, 70 ஆண்டுகால இந்திய, தமிழ்ச் சூழலின் சமூக, அரசியல் வரலாற்றுப் பதிவுகளாகும். அவர் வாழ்ந்த போதும், அதைக் காட்டிலும் அவரின் மறைவுக்குப் பின்னாலும் இன்றுவரை மிகக் காத்திரமான விமர்சனத்திற்கு ஆளான, ஆளாக்கப்பட்டுக் கொண்டுள்ள கலகக்குரல். அப்படியான அவருடைய பேச்சுகளும், எழுத்துகளும் முழுமையாகத் தொகுக்கப்பட்டிருக்கின்றனவா என்றால் இல்லை என்பதுதான் முழு உண்மை.

1934ல் ஈரோடு, பகுத்தறிவு நூற்பதிப்புக் கழகம் பெரியாரின் குடிஅரசு பதிவுகளைத் தொகுத்து, “குடிஅரசு கலம்பகம்” முதல் பாகம் என்ற பெயரில் வெளியிட்டதுதான் முதல் தொகுப்பு நூலாகும். அதற்குப் பின்னால் பெரியாரின் பேச்சுகளும், எழுத்துகளும், இயக்கங்களாலும், பல்வேறு அமைப்புகளாலும், சில தனிநபர்களாலும் தொகுக்கப்பட்டுள்ளது. ஆனால் அவை அனைத்தும் தேர்ந்தெடுக்கப்பட்ட கட்டுரைகளின், பேச்சுகளின் சில, பல பகுதிகள்தானே தவிர முழுமையான, ‘உள்ளது உள்ளபடி’யான பதிவுகளாக - தொகுப்புகளாக இல்லை (2008ல் அச்சாகி நீதிமன்றத் தீர்ப்புக்குப் பின்னால் 2010ல் தோழர் கொளத்தூர் மணி அவர்களைப் பதிப்பாசிரியராகக் கொண்டு பெரியார் திராவிடர் கழகம் வெளியிட்ட 1925களிலிருந்து 1938 வரைக்குமான குடிஅரசு இதழ் தொகுப்புகளும், அதுபோலவே ஆசிரியர் கி.வீரமணி அவர்களைப் பதிப்பாசிரியராகக் கொண்டு 2009யில் பெரியார் சுயமரியாதைப் பிரச்சார நிறுவனம் வெளியிட்ட 1925லிருந்து 1949 வரைக்குமான குடிஅரசு இதழ் தொகுப்புகள் தவிர).

‘ஒட்டுமொத்தமாக எதுவுமே இல்லை’ என்று சொல்லப்பட்டு, தேவைப்பட்டுத் தேடப் பட்ட காலகட்டத்தில் 1974களில் தோழர் வே.ஆனைமுத்து அவர்களின் “பெரியார் ஈ.வெ.ரா. சிந்தனைகள்” என்ற பெரியார் அவர்களின் தேர்ந்தெடுக்கப்பட்ட பேச்சுகளின், எழுத்துகளின் தொகுப்பான மூன்று தொகுதிகளும், தத்துவத்தளத்தில் ‘பெரியாரைத் தேடிய’ ஆய்வாளர் களுக்கும், சிந்தனாவாதிகளுக்கும் ஒரு புதிய கதவைத் திறந்துவிட்டது. ஆனால் எல்லாமுமே பெரியாரை “மேற்கோள்களில்” பொருத்துவதற்கும் அல்லது மேற்கோள்களாகப் பயன்படுத்து வதற்கும், “ கோடிட்ட இடங்களை நிரப்புவதுபோல” வியாக்கியான கர்த்தாக்களுக்கு விடுபட்ட பத்திகளை நிரப்புவதற்கும், விமர்சன வித்தகர்களுக்கு - சொல்லப்பட்ட செய்திக்கு முன்னே இருந்தது என்ன, பின்னே என்ன சொல்லப்பட்டிருந்தது என்பதில் கவலை கொள்ளாமல் எடுத்தாள மட்டுமே பயன்பட்டன, பயன்படுத்தப்படுகின்றன. ஆரோக்கியமான, ஆய்வின் அடிப்படையிலான விமர்சனம் என்பதைக் காட்டிலும் பெரும்பாலும் ‘விதண்டாவாத’ விமர்சனத்திற்குத்தான் அந்தப் பத்திகள் பயன்படுத்தப்படுகின்றன. அதனுடைய வினையாக பெரியார், ஆகப் பலரால் ‘பகுதிநேர ஆசானாக’, ‘பொருள்முதல்வாத நாத்திகராக’, ‘கடவுளை மறுத்த,’ இடஒதுக்கீட்டை ஆதரித்த, பார்ப்பன எதிப்பாளராக மட்டுமே படிக்கப்பட்டார்,

பார்க்கப்பட்டார், சுருக்கப்பட்டுக் கட்டமைக்கப்பட்டார். ஆனால் பெரியார் அவற்றையெல்லாம் கடந்த சுயசிந்தனைத் தொகுதி.

பெரியார், மேற்கத்திய சிந்தனையாளர்களைப் போல நூல்களை மேய்ந்து அறைக்குள் அமர்ந்து செய்திகளைச் சொன்னவரல்ல, தத்துவம் பேசியவரல்ல. அவரின் சிந்தனைகள், கருத்துக்கள் அன்றாடம் பத்திரிகைகளில் தலையங்கம் தொடங்கி ஒற்றைவரி என்று செய்திகளாக, கேள்விகளாக, பதில்களாக, தீர்வுகளாக, பிரகடனங்களாக, முழக்கங்களாக இந்திய, திராவிட (தமிழக) அரசியல் சமூகநிலைமைகளைப் பதிவு செய்த எழுத்துக்கள். அவரின் பேச்சுக்கள் அன்றாடம் பொதுக்கூட்டங்கள், கலந்துரையாடல், போராட்ட நடவடிக்கைகள் என்று மக்கள் திரளுக்கு முன்னால் நிகழ்த்தப்பட்டவைகள். அன்றைய அரசியல் தட்பவெப்பச்சூழல், அவருக்கு முன்னால் பேசியவர்களின் கருத்துக்கள், அவர் ஆற்றிய வினைகள், அதற்கான எதிர்வினைகள், அதனைச் சார்ந்த சிந்தனைகள் என்று இவற்றையெல்லாம் கணக்கில்கொண்டு அவரது பேச்சுக்களையும், எழுத்துக்களையும் தொகுத்துப் பதிவு செய்தால்தான் பெரியாரை முழுமையாக, பெரியாரை - பெரியாராகப் பார்க்க முடியும், படிக்க முடியும், படிப்பிக்க முடியும் என்ற எண்ணத்தில் தொகுப்பிற்காக மீண்டும் புதிதாய் பெரியாரைப் படிக்கத் தொடங்கினேன். அவருக்குள் புதைந்துபோனேன். அவரை வாசிக்க, வாசிக்க - சுவாசிக்கவே ஆளாகிப்போனேன்.

> "அதிக நீளம் என்னும் குறைபாடு இல்லாவிட்டால் ஈரோடு ஸ்ரீமான் ஈ.வெ.இராமசாமி நாயக்கருக்குத் தமிழ்நாட்டுப் பிரசங்கிகளுக்குள்ளே முதன்மை ஸ்தானம் ஒரு கணமும் தயங்காமல் அளித்துவிடுவேன். சாதாரணமாக, இவருடைய பிரசங்கங்கள் மூன்று மணி நேரத்துக்குக் குறைவது கிடையாது. இந்த அம்சத்தில் தென்னாட்டு இராமசாமியார் வடநாட்டு பண்டித மாளவியாவை ஒத்தவராவார். ஆனால் இருவருக்கும் ஒரு பெரிய வித்தியாசம் உண்டு. பண்டிதரின் பிரசங்கத்தை அரைமணி நேரத்திற்குமேல் உட்கார்ந்து என்னால் கேட்கமுடியாது. பஞ்சாப் படுகொலை பற்றிய தீர்மானத்தின் மேல் பேச வேண்டுமென்றால் பண்டிதர், ஸிராஜு¬தௌலா ஆட்சியில் ஆரம்பிப்பார். *1885*ம் வருஷத்தில் காங்கிரஸ் மகாசபை ஸ்தாபிக்கப்பட்ட காலத்திற்கு வருவதற்கு முன் பொழுது விடிந்துவிடும். ஆனால் இராமசாமியார் இவ்வாறு பழங்கதை தொடங்குவதில்லை. எவ்வளவுதான் நீட்டினாலும் அவருடைய பேச்சில் அலுப்புத் தோன்றுவது கிடையாது. அவ்வளவு ஏன்? தமிழ்நாட்டில் இராமசாமியாரின் பிரசங்கம் ஒன்றை மட்டுந்தான் என்னால் மூன்று மணிநேரம் உட்கார்ந்து கேட்க முடியுமென்று தயங்காமல் கூறுவேன். உட்கார்ந்து உட்கார்ந்து இடுப்பு வலி கண்டுவிடும். எழுந்துபோக வேண்டுமென்று கால்கள் கெஞ்சிக் கூத்தாடும். ஆனால் போவதற்கு மனம் மட்டும் வராது.
>
> தாம் மூன்றாம் வகுப்புக்கு மேல் படித்ததில்லையென்பதாக ஸ்ரீமான் நாயக்கரே ஒரு சமயம் கூறினாரென அறிகிறேன். இருக்கலாம். ஆனால், அவர் உலகாநுபவம் என்னும் கலாசாலையில் முற்றுணர்ந்த பேராசிரியர் என்பதில் சந்தேகமில்லை. எங்கிருந்துதான் அவருக்கு அந்தப் பழமொழிகளும், உபமானங்களும், கதைகளும், கற்பனைகளும் கிடைக்கின்றனவோ நான் அறியேன்?"

இது *1931*களில் 'கல்கி'யின் ஆனந்தவிகடன் பதிவு (காலப்பெட்டகம் - விகடன் பிரசுரம்). கல்கியின் இந்த வாசகங்கள் எழுத்துக்கு எழுத்து உண்மை.

பெரியாரைப் படிக்கப் படிக்க ஒரு இலக்கிய ஓடை ஊடுபாய்ந்து கொண்டிருப்பதை உணரமுடியும்.

"இமயமலை வெயிலில் காய்கிறதே என்று குடைபிடிப்பது போல" *(குடி அரசு - 01.05.1927)*

"பன்னாடைக்குப் பிறந்ததெல்லாம் பந்தம் பிடிக்கிறது; பண்டாரத்துக்குப் பிறந்ததெல்லாம் மணியம் பார்க்கிறது" *(விடுதலை - 05.11.1948)*

"வாயில், நாக்கில் - குற்றம் இருந்தாலொழிய வேம்பு இனிக்காது, தேன் கசக்காது. பிறவியில் மாறுதல் இருந்தாலொழிய புலி புல்லைத் தின்னாது, ஆடு மனிதனைக் கடிக்காது. அதுபோலவாக்கும் நம் பார்ப்பனர்களின் தன்மை." *(நீதி கெட்டது யாரால்? 1957)*

இந்த மூன்று மட்டுமல்ல, இது பானைச் சோற்றுப்பதம்! இப்படி அடுக்கிக் கொண்டே போகலாம். அவருடைய எழுத்தும், பேச்சும் பிரமிக்க வைக்கின்றது, திகைக்க வைக்கின்றது. பாவேந்தர் சொன்னதுபோல, "எமை அகத்தும், புறத்தும் திருத்துதற்கே எம் பெருமான் சொன்னதெல்லாம் இமயமலை இல்லையெனச் சொன்னதுபோல எண்ணினோம், பின் தெளிந்தோம்..."

28ஆவது தமிழ் மாகாண காங்கிரசு மாநாடு திருப்பூரில், வாசுதேவ அய்யர் தலைமையில் நடக்கின்றது. அந்த மாநாட்டில் அன்றைய காங்கிரசுக்காரர் ஈ.வெ.இராமசாமி, "காங்கிரசு கட்சி தீண்டாமை ஒழிப்புக்குப் போராட வேண்டும்" என்ற தீர்மானத்தை முன்மொழிகின்றார். தீர்மானம் எதிர்க்கப்பட்டு தள்ளுபடி செய்யப்படுகிறது. அன்று மாலை நடந்த பொதுக் கூட்டத்தில், "இராமாயணம், மநுதர்மம் இரண்டும் வர்ணாசிரமத்தை, தீண்டாமையைக் காப்பாற்றுகின்றது. அவை இரண்டையும் தீயிட்டு எரிக்க வேண்டும்" என்று முழக்கமிடுகின்றார். (திராவிடர் இயக்க வரலாற்றுச் சுவடுகள். தஞ்சை பெ.மருதவாணன் தொகுப்பு - திராவிடர் விடுதலைக் கழக வெளியீடு). பெரியார், சுயமரியாதை இயக்கத்தினைத் துவங்கும் முன்பே மனிதர்களைப் பிரித்து வைக்கின்ற, சமதர்மத்திற்கு எதிரான மநுதர்மத்தை, இலக்கியங்களைக் கொளுத்த வேண்டும் என்று அறைகூவலிடுகின்றார்.

"இராமன் கதை நடந்ததல்ல. சரித்திர சம்பந்தமானதல்ல. நீதிக்கோ, படிப்பினைக்கோ ஏற்றதல்ல. பார்ப்பனர்களுக்குத் திராவிடர்கள் மீது (தென் இந்திய மக்கள் மீது) ஏற்பட்ட துவேசம், பொறாமை, வஞ்சக எண்ணம் ஆகியவை பெற்ற பிள்ளைதான் இராமாயணக் கதை என்று சொல்லுகிறேன். இராமாயணம் முதலிய ஆதாரங்களும், இராமன் முதலிய கடவுள்களுமேதான் டாக்டர் நாயுடுகாரு, சுவாமிகள், நான் உட்பட அனேகக் கோடித் தென் இந்திய பழங்குடி மக்கள் - கீழ்சாதியாய், இழிபிறப்பாய் ஆக்கப்பட்டதோடு, 3000 ஆண்டுகளாக இன்னும் இருக்கச் செய்து வருவதற்குக் காரணமாகும்." *(விடுதலை - 30.07.1956)*

"இராமாயணம் முதலிய புராணங்கள், ஒரு போராட்டம் ஏற்பட்டால் அதில் பார்ப்பனர்கள் எப்படி நடந்து கொள்ளவேண்டும், என்னென்னத் திட்டங்களைக் கையாள வேண்டும் என்று பார்ப்பனர்களுக்குக் கற்றுக் கொடுக்கும் நூல்களாகும். அது பார்ப்பனர்களின் ப்ரொசிஜர் கோட்." *(விடுதலை - 18.10.1958)*

என்று பெரியார் இராமாயணம் தொட்டு தொல்காப்பியம், குறள் போன்ற இலக்கியங்களையும் அதனுள் உள்ள அரசியலையும் பேசுகின்றார், எழுதுகின்றார். அதைப் போலவே அரசியலைப்

பேசுகின்றபோதும், எழுதுகின்றபோதும் அதனுள் உள்ள இலக்கியம், கலை, பண்பாடு, தத்துவம் என்று சகலத்தையும் தொட்டுச் செல்கின்றார். என்னுடைய தொகுப்புப் பணியின்போது எதை எந்தத் தலைப்புக்குள் வைப்பது என்ற குழப்பத்துடனேயே, ஒருவித பயத்துடனேயே தொடர்ந்தேன்.

அப்போது, பாரதிதாசன் பல்கலைக்கழகத்தில் ஒரு நிகழ்வுக்காகச் சென்றிருந்தபோது மதிப்பிற்குரிய பேராசிரியர் பா.மதிவாணன் அவர்களோடு பேசுகின்ற வாய்ப்பில் இந்தத் தகவலை அவரிடம் சொன்னதும், அவர் "இது ஒன்றும் பெரிய செய்தியில்லை. நீங்கள் கலை இலக்கியம் பற்றி லெனின் படித்திருக்கின்றீர்களா" என்றார். "ஆமாம், முன்பு படித்தது" என்றேன். "மீண்டும் ஒருமுறை பாருங்கள்" என்றார். அவர் சொன்னதுபோல மீண்டும் ஒருமுறை அதைப் படித்தபோது நான் சரியாகத்தான் செய்கின்றேன் என்ற விடை எனக்குக் கிடைத்தது. பேரா. பா.மதிவாணன் அவர்களுக்கு நன்றி.

நாடகவியலாளர், பேராசிரியர் மு.இராமசாமி அவர்கள் இரண்டு முறை என் இல்லத்திற்கு வந்து தொகுப்புப் பணிகளைப் பற்றிக் கேட்டறிந்து சில ஆலோசனைகளை வழங்கியதோடு மட்டுமல்ல, பெரியாரின் 'சித்திரபுத்திரன்' பதிவுகளை முழுமையாகத் தொகுக்கத் தூண்டு கோலாக இருந்தார். அவருக்கும் என் நன்றி.

விடுதலை நாளிதழ்கள் ஒருசேர தேவைப்பட்டபோது திராவிடர் கழகத் தலைவரும், விடுதலை ஆசிரியருமான மதிப்புக்குரிய அய்யா ஆசிரியர் கி.வீரமணி அவர்களிடம், பெரியார் பகுத்தறிவு நூலகம் மற்றும் ஆய்வு மய்யத்தினைப் பயன்படுத்திக்கொள்ள அனுமதி கேட்டு கடிதம் எழுதினேன். உடனடியாக அந்த அறிவுச் சுரங்கத்திற்கு அனுமதி வழங்கினார். ஆசிரியர் அவர்களை ஏறத்தாழ 25 ஆண்டுகளுக்குப் பிறகு சந்திக்கின்ற, உரையாடுகின்ற வாய்ப்பு கிடைத்த அந்தத் தருணம் நெகிழ்ச்சியாகவும், மகிழ்ச்சியாகவும் உணர்ந்தேன். அவருக்கும், நூலகத்தில் பிரதி எடுக்கவும், இதழ்களைத் தேடி எடுத்துக் கொடுப்பதிலும் பேருதவி புரிந்த நூலகர் திருமிகு கி.கோவிந்தன் அவர்களுக்கும், திராவிடர் கழகப் பொறுப்பாளரும், சென்னை உயர் நீதிமன்ற வழக்கறிஞருமான மானமிகு சு.குமாரதேவன் அவர்களுக்கும் என் நன்றியினை உரித்தாக்கிக் கொள்கின்றேன்.

தொடர்ச்சியாக என்னுடைய கையெழுத்துப் பிரதிகளைச் சலிக்காமல், பொறுமையுடன் ஒளிஅச்சு செய்து கொடுத்துக் கொண்டுள்ள தஞ்சை, எஸ்.எஸ். கணினி நடுவத்தின் உரிமை யாளர்கள் நட்பிற்குரிய இணையர்கள் திருமிகு கலைவாணன் மற்றும் ஜெயஸ்ரீ கலைவாணன் அவர்களுக்கும், ஒளிஅச்சின் அத்தனை பக்கங்களையும் மின்னஞ்சலில் பெற்று அவற்றை காலவரிசைப்படி ஒழுங்கமைத்துக் கொடுத்த எங்கள் அன்புக்குரிய மருமகன் கிறிஸ்டோபர் டொமினிக் மற்றும் மகள் தென்றலுக்கும் என் அன்பான நன்றிகள்.

அத்தனை பக்கங்களையும் நான் ஒருவனே சரிபார்ப்பது என்பது மிகப்பெரிய சுமை. கண்களுக்கு அயர்ச்சி. ஆனாலும் செய்யவேண்டிய சூழல் - ஏற்கனவே பாதிக்கப்பட்ட கண்கள். அப்போது மேட்டூரிலிருந்து தோழர் கா.கிட்டுவின் குரல், "தோழர் தொகுதிகளை அனுப்புங்கள்." பழம் நழுவி பாலில் விழுந்து, அது நழுவி வாயில் விழுந்தது போல. அத்தனை தொகுதிகளுக்கும் இறுதி மெய்ப்பு பார்த்தது மட்டுமல்லாமல் செய்யப்பட வேண்டியவற்றைப் பட்டியலிட்டு தொகுப்பினைச் செம்மைப்படுத்தி வழங்கினார். அவருக்கு என் நெஞ்சார்ந்த நன்றிகளை உரித்தாக்கிக் கொள்கின்றேன்.

இன்னொரு பெயரையும் இங்கு நான் குறிப்பிட்டேயாக வேண்டும். திராவிடர் விடுதலைக் கழகத்தின் தலைவர், என் தோழமைக்குரிய தா.செ.மணி அவர்கள்தான் அது. மேட்டூரில் தோழர் கிட்டு மெய்ப்பு திருத்தும்போது அத்தனை பக்கங்களையும் படித்துப் பார்த்து, இவை இந்தத் தலைப்பில் பொருந்துமா? இவற்றையெல்லாம் சேர்க்கலாம், சிலவற்றைச் சொல்லி அவற்றைச் சேர்த்திருக்கின்றீர்களா? என்று இப்படியாக நேரிலும், அலைபேசி வழியாகவும் கேட்டு ஆலோசனைகள் வழங்கி இந்தத் தொகுப்பினைச் செழுமைப்படுத்தியதில் அவருக்கும் பங்குண்டு. அவருக்கும் என் நன்றிகள்.

என்னுடைய பெரியாரியப் பணிகளில் பெரிதும் நம்பிக்கை வைத்து, அதன் காரணமாக என்னுடைய பொறுப்பினை நானே உணரும்படி செய்கின்ற மேனாள் சென்னைப் பல்கலைக்கழகத் தமிழ்த்துறைத் தலைவர் மரியாதைக்குரிய முனைவர், பேராசிரியர் வீ.அரசு அவர்களுக்கும் என் நன்றிகள் உரித்தாகுக. என்னைச் செவிமடுத்த தஞ்சைத் தமிழ்ப் பல்கலைக் கழக இலக்கியத்துறைத் தலைவர் முனைவர், பேராசிரியர் இரா.காமராசு, பொறியாளர் செல்வ பாண்டியன், எழுத்தாளர் செ. சண்முகசுந்தரம், என்.சி.பி.எச் யின் பொதுமேலாளர் திரு இரத்தினசபாபதி, மற்றும் மண்டல மேலாளர் திரு குமார் ஆகியோர்களுக்கும் என் நட்புக்குரிய நன்றிகள்.

இந்தத் தொகுதிக்குள் - இந்தத் தலைப்புகளில் இதுதான் பெரியாரின் முழுமையானதா என்றால், இல்லை என்பதை கொஞ்சமும் கூச்சமில்லாமல் ஒத்துக்கொள்வேன். இது 75 அல்லது 80 விழுக்காடுதான். இன்னும் 25 விழுக்காட்டுப் பதிவுகள், பதிவு செய்யப்பட வேண்டும். ஆனால் இது அந்தந்தத் தலைப்புகளில் முழுமையான பேச்சுகள், எழுத்துக்களைக் கொண்டது. பெரியார், ஒரு கட்டுரையில், நடுவில் நான்கு வரி மட்டுமே மொழியைப் பற்றியோ, கலையைப் பற்றியோ அல்லது இலக்கியத்தைப் பற்றியோ எழுதுகின்றார் அல்லது மூன்று மணிநேரப் பேச்சில் ஒரு பத்து நிமிடம் - ஒரு பத்தி அளவுக்கு மட்டுமே பேசியுள்ளார் என்றாலுங்கூட அந்தப் பகுதியை மட்டும் எடுக்காமல் அந்தக் கட்டுரையினை அல்லது பேச்சினை ‘அப்படியே உள்ளது உள்ளபடி’ முழுமையாகப் பதிவு செய்யப்பட்டுள்ளது. அது ஏன் எனில் அந்த நான்கு வரி எதனால், எதற்காகப் பேசப்பட்டது அல்லது எழுதப்பட்டது என்பதையும் சேர்த்தே அறிந்து கொள்ள வேண்டும் என்பதால்.

பெரியாரின் எழுத்துகளிலும், பேச்சிலும் காற்புள்ளி, அரைப்புள்ளிகள் ‘ரொம்ப தூரத்தில்’ இருக்கும். ஒரு முற்றுப்புள்ளிக்கு ஒரு பக்கமே கூட தேவைப்படும். அதுபோலவே அச்சுக் கோர்ப்புப் பிழையைத் தாண்டி இலக்கணப் பிழைகள் அதிகமிருக்கும். ஒருவரியிலேயே, ‘கேட்கிறேன்’ - ‘கேழ்க்கிறேன்’ இருக்கும். ‘காங்கரசு’ - ‘காங்கிரசு’, ‘காங்கிரஸ்’ என்றாகும். “நான் சொல்வது உங்களுக்குப் புரியும்போது அங்கே சின்ன ரா இருந்தாலென்ன, பெரிய றா இருந்தாலென்ன” என்று கேட்கின்ற அவரைப் போலவே அவரது பேச்சும், எழுத்தும் இலக்கணம் மீறிய கவிதைகள்தான். எனவே அவருடைய எந்த வார்த்தைகளையும் இடம் மாற்றி வாக்கியங்களை அமைக்காமல் எது, எது எப்படியோ அப்படியே பதிவு செய்துள்ளேன்.

சில கட்டுரைகள் பெரியார் அவர்களால் தலைப்பு மட்டும் மாற்றப்பட்டு சில பல ஆண்டுகளுக்குப் பின்பு மறுபதிப்பு செய்யப்பட்டு உள்ளது. அப்படியான கட்டுரைகளை நீக்கியுள்ளேன். ஆனால் ஒரு தொகுதியில் உள்ள கட்டுரையினைப் பிறிதொரு தொகுதியில் திரும்பவும் வாசிக்க நேரிடும். எடுத்துக்காட்டாக, சித்திரபுத்திரனின் கட்டுரைகள் இலக்கியம் குறித்தும் மொழி குறித்தும் கலை பண்பாடு பற்றியும் தத்துவம் குறித்தும் பேசும். அப்படியான பதிவுகள். அதனுடைய தேவை அழுத்தம் கருதி மொழியிலோ, இலக்கியத்திலோ அல்லது கலையிலோ அல்லது பண்பாட்டிலோ அல்லது தத்துவத்திலோ மீண்டும் இடம்பெற்றிருக்கும்.

ஒன்றிரண்டு கட்டுரைகளை அப்படி அந்தந்த தொகுதிகளில் மீண்டும் வாசிப்பது சரியாகவும் பொருத்தமாகவும் இருக்கும் என்ற அடிப்படையில் அவ்வாறு தொகுக்கப்பட்டுள்ளது.

பெரியாரவர்களின் பொதுவாழ்க்கை *1914,15*களில் துவங்குகின்றது. அதிலிருந்து *1924* வரைக்குமான பதிவுகள் இன்னும் தேடலுக்குரியனவாக இருப்பதாகவே கருதுகின்றேன். அதைப் போன்றே அவர் சார்ந்த, அவர் இயக்கம் சார்ந்த இதழ்கள், வெளியீடுகள் தவிர்த்து பிற இதழ்களில், வெளியீடுகளிலும் அவர் தேடப்பட வேண்டும். அப்போதுதான் பெரியார் முழுமை பெறுவார். அதுவரைக்கும், அவரே சொல்வதுபோல 'குருடன் யானை கண்ட காட்சி போல'த்தான் பெரியார் இருப்பார்.

1925 களிலிருந்து *1973* வரையிலும் தந்தை பெரியாரவர்கள், மொழி, இலக்கியம், கலை மற்றும் பண்பாடு குறித்து எழுதிய, பேசியவைகளை மூன்று தொகுதிகளாகவும் அவையல்லாமல், தத்துவம் மற்றும் சொற்சித்திரம் - என்ற தலைப்பில் அதே காலகட்டத்தில் அவரது எழுத்துக் களும், பேச்சுக்களும், சித்திரபுத்திரன் - என்ற பெயரில் பெரியாரால் எழுதப்பட்ட அனைத்து கட்டுரைகளும் தனித்தொகுதிகளாகவும் தொகுக்கப்பட்டுள்ளது.

தொகுதி - 1 - மொழி

தமிழ் - ஆங்கிலம் - இந்தி - சமஸ்கிருதம் ஆகிய மொழிகள் குறித்த பெரியார் அவர்களின் பதிவுகள் தனித்தனித் தலைப்புகளில் இல்லாமல் காலவரிசைப்படி தொகுக்கப்பட்டுள்ளது.

தொகுதி - 2 - இலக்கியம்

மநுதர்மம், புராணங்கள், கீதை, இராமாயணம், குறள், சங்க இலக்கியங்கள், பாரதியார், பாரதிதாசன் வரைக்குமான பெரியார் அவர்களின் சமூக, அரசியல் பொதிந்த விமர்சனப்பதிவுகள். இதுவும் தனித்தனித் தலைப்புகளில் இல்லாமல் காலவரிசைப்படி தொகுக்கப்பட்டுள்ளது.

தொகுதி - 3 - கலையும் பண்பாடும்

இசை, நாடகம், சினிமா, இதழியல் ஆகியவற்றில் தந்தை பெரியார் அவர்களின் பதிவுகளும் இவற்றோடு பெரியார் அவர்கள் பிற ஆசிரியர்கள் எழுதிய நூல்களுக்கு வழங்கிய மதிப்புரை, அறிமுக உரை, விமர்சனம் ஆகிய பதிவுகளும்; தமிழர்களின் - திராவிடர்களின் பழக்க, வழக்க, கலாச்சார விழுமியங்களில் உள்ள பண்பாட்டுக் கூறுகளும் அவை பார்ப்பனியத்தால் எவ்வாறு தன்வயப்படுத்தப்பட்டது என்பது பற்றிய பதிவுகளும்.

தொகுதி - 4 - தத்துவம் - சொற்சித்திரம்

இந்தத் தொகுதியில் தத்துவத்திற்கு, மத வர்ணம் பூசப்பட்டது எப்படி என்பது குறித்து பெரியார் பல்வேறு சமயங்களில் எழுதிய, பேசியவைகளையும் அத்துடன் அவரது இரங்கல் செய்திகள், பெட்டிச்செய்திகள், துணுக்குகள், சொற்சித்திரங்களாகத் தொகுக்கப்பட்டுள்ளன.

தொகுதி - 5 - சித்திரபுத்திரன் பதிவுகள்

தந்தை பெரியார் பல்வேறு புனைபெயர்களில் கட்டுரைகளை உரையாடல்களாகவும், நாடக வடிவிலும், கேள்வி பதில் பாணியிலும் எழுதியுள்ளார். அவற்றுள் சித்திரபுத்திரன் என்ற பெயரில் அவர் எழுதியுள்ள எழுத்துக்கள் மிகவும் வீரியமுள்ளவை. அவற்றுள் பலவற்றை ஓரங்க நாடகங்களாகக்கூட மேடையேற்றலாம். அன்றைய அரசியலை,

சமூகச் சூழலை பல்வேறு பாத்திரங்கள் வழியே நக்கலும், நையாண்டியுமாக அவர் பதிவு செய்திருக்கும் விதம் அலாதியானது. அவை முழுவதுமாக இந்தத் தொகுதியில் மீள் பதிவு செய்யப்பட்டுள்ளது.

"ஏன் காலவரிசைப்படி, அதுவும் இந்தத் தலைப்புகளில்?" கேட்டார்கள்.

"கருத்துகள் முரண்படுமல்லவா" சொன்னார்கள்.

இருக்கட்டுமே, 1925களில் பேசியதைத்தான் 1947களிலும் சொல்லவேண்டுமா? அதுதான் வளர்ச்சியா? "ஒரு மனிதன் பிறந்ததிலிருந்து சாகும்வரை திருடனாயிருந்தான் என்று சொல்வதுதான் பெருமையா?" பெரியாரைப் பெரியாராகப் படிக்க வேண்டுமென்றால் மேற் கோள்களுக்குள் மூழ்கக்கூடாது. ஒட்டுமொத்த மனித வளச்சிக்கான கருத்துகளைப் பதிவு செய்தவர். அதற்காகக் களமாடியவர். எதுவெல்லாம் சரி என்று சொல்லப்பட்டு, பொதுப் புத்தியில் ஏற்றப்பட்டதோ அவற்றையெல்லாம் கட்டுடைத்தவர்.

> "எனக்கு மொழிப்பற்று, இனப்பற்று, கடவுள்பற்று, நாட்டுப்பற்று, மதப்பற்று போன்ற வேறு எந்தப் பற்றும் இல்லை. மனிதப்பற்று ஒன்றுதான் உண்டு. அதுவும் வளர்ச்சி நோக்கிய மனிதப்பற்று. எனக்கு வளர்ச்சியே முக்கியம். எனக்கு வேறு எந்த அபிமானமும் கிடையாது. இந்த விசயத்தில் மானாபிமானமும் கிடையாது. மானாபிமானனான குடும்ப வாழ்க்கைக்காரனுக்கு அதாவது தனது சுயநலனுக்குத்தான் அது தேவை. மானம் போனால் எப்படி பிழைக்கிறது என்பவனுக்குத்தான் தேவை.
>
> எனக்கு நான் பிழைக்க வேண்டுமே, என் வாழ்வு வளம் பெறவேண்டுமே, மக்களிடையில் எனக்கு மதிப்பு வேண்டுமே, என் அந்தஸ்து, எனது நிலை, எனது போக்கு வளம் பெற வேண்டுமே, என்னைப் பலர் மதிக்க வேண்டுமே, எனக்குப் பலரின் ஆதரவு வேண்டுமே என்பன போன்ற என், எனக்கு என்கின்ற கவலையுள்ளவனுக்குத்தான் மானாபிமானம், அதுபோலவே தேசாபிமானம், மொழி அபிமானம், இலக்கிய அபிமானம், சமய அபிமானம் முதலிய அபிமானங்கள் வேண்டும். எனக்கு வெறும் மனிதாபிமானம் அதுவும் வளர்ச்சி அபிமானந்தான் முக்கியம். இந்நிலையில் நான் மற்றவர்கள் என்ன சொல்வார்கள், நினைப்பார்கள் என்று நினைத்தால் உண்மையான மனிதாபிமானியாக மாட்டேன். உண்மையான வளர்ச்சி அபிமானியாக மாட்டேன்." *(விடுதலை - 15.10.1962)*

என்று தெளிவாகச் சொல்லிவிட்டுத்தான் தன் கருத்துக்களை பதிவு செய்கின்றார். இன்னும் சொல்கின்றார்,

> "இந்த சொத்துமுறைகள் மாறி பொதுவுடைமை முறை வந்து தாண்டவமாடும்போது - இந்த முறைகூட இருக்காது என்பதோடு இதை ஒரு மூடநம்பிக்கை - காட்டுமிராண்டி காலமுறை என்று சொல்ல வேண்டிவரும் என்பதோடல்லாமல் இன்று உங்களில் பலரால் புரட்சிக்காரன் என்று கூறப்படுகின்ற என்னை ஒரு மூடநம்பிக்கைக்காரனாக - வைதீகப் பிடுங்கல் ராமசாமி என்று ஒருவன் இருந்தான் என்று என்னை உங்கள் பிள்ளைகள் - பேரர்மார்கள் சொல்லும் படியான நிலைகூட வந்துவிடும் என்று நான் சொல்லுவதுண்டு" *(விடுதலை - 16.12.1944)*.

அப்படியான காலம், சூழல், மாற்றம் இங்கே வந்துவிட்டதா? பெரியார் ராமசாமியை - வைதீகப் பிடுங்கல் ராமசாமி என்று சொல்லக்கூடிய மாற்றம் இங்கே வந்துவிட்டதா? அதுவரைக்கும் பெரியார் தேவைப்படுவார். நீங்கள் விரும்பினாலும், விரும்பாவிட்டாலும் பெரியார் உச்சரிக்கப்படுவார். விவாதத்திற்கோ அல்லது தங்களின் "அறிவின் மேதா

விலாசத்தை”க் காட்டிக் கொள்ளவோ எப்படி வேண்டுமானாலும் பேசிவிட்டுப் போகலாம் தான். ஆனால் அது உண்மை அல்ல என்பது பேசுபவர்களுக்கே தெரியும், புரியும். எனவே பெரியாரைப் பெரியாராகப் பார்க்க வேண்டும் - படிக்க வேண்டும் என்ற முனைப்பில் தொகுக்கப்பட்டதுதான் இந்தத் தொகுப்பு.

இந்திய - தமிழ்ச் சூழலில் சாதி, மதம், கடவுள், தேசியம், அரசியல், பொருளாதாரம், மொழி, கலை, இலக்கியம், பண்பாடு, பெண்ணியம், வெங்காயம், ஆக எதுவாயினும் எல்லா வற்றிலும் அடித்தளமாக பார்ப்பனீயம் அமைக்கப்பட்டு அதையே மேல் தளத்திலும் பிரதிபலிக்கச் செய்து பரந்துபட்ட, வெகுஜன பொதுப்புத்தியில் அபிப்பிராயமாக, பார்வையாக மாற்றி நிலை நிறுத்தப்பட்டுவிட்ட உண்மையினை மறைக்காமல் - மறுக்காமல்தான் இங்கே மொழியை - இலக்கியத்தை - கலையை - பண்பாட்டை - தத்துவத்தை - ஏன் பெரியாரையும், சகலத்தையும் விமர்சிக்க வேண்டும். அதுதான் அறிவு நாணயமும் கூட என்பதையும் கணக்கில் கொண்டுதான் இதனைப் படிக்க வேண்டும்.

பெரியாரைத் தெரிந்துகொள்ள இது போதுமா என்றால், ஆம், நான் கடலில் பயணித்தேன், என் கண்களுக்கெட்டியவரை. அந்தத் தூரத்தை, அதன் ஆழத்தை, அதன் அகலத்தை அந்த விஸ்தீரணத்துக்குள் உள்ள விபரங்களைச் சொல்கின்றேன். இன்னும் வேண்டுமா உங்களுக்கு? நான் தொட்ட தொலைவிலிருந்து பயணப்படுங்கள், பார்வையை விரிவாக்குங்கள், அது கடல். ஆழஆழமானது, மூழ்குங்கள், தேடுங்கள். மனிதத்தின் உச்சம் தொடலாம். அதுதான் பெரியார்.

தஞ்சாவூர்
28.12.2016.

பசு.கவுதமன்,
gowthamanpasu@gmail.com
98849 91001.

பெரியாரின் எழுத்தும் பேச்சும்
வெளியீட்டு விவரங்கள்

"நான் சாதாரணமானவன்; என் மனத்தில் பட்டதை எடுத்துச் சொல்லியிருக்கிறேன். இதுதான் உறுதி, இதை நீங்கள் நம்பித்தான் ஆகவேண்டும் என்று சொல்லவில்லை; ஏற்கக் கூடிய கருத்துக்களை உங்கள் அறிவைக் கொண்டு நன்கு ஆய்ந்து ஏற்றுக்கொள்ளுங்கள்; மற்றதைத் தள்ளிவிடுங்கள்.

எந்தக் காரணத்தைக் கொண்டும் மனிதத் தன்மைக்கு மீறிய எந்தக் குணத்தையும் என் மீது சுமத்தி விடாதீர்கள். நான் தெய்வத் தன்மை பொருந்தியவனாகக் கருதப்பட்டுவிட்டால் மக்கள் என் வார்த்தைகளை ஆராய்ந்து பார்க்கமாட்டார்கள்."

('குடிஅரசு', 13.04.1930)

அவர்தாம் பெரியார் - பார்
அன்பு மக்கள் கடலின் மீதில்
அறிவுத் தேக்கம் தங்கத்தேரில்

மக்கள் நெஞ்சில் மலிவுப்பதிப்பு
வஞ்சகர்க்கோ கொடிய நெருப்பு
மிக்க பண்பின் குடியிருப்பு
விடுதலைப் பெரும் படையின் தொகுப்பு!

தில்லி எலிக்கு வான்பருந்து
தெற்குத் தினவின் படைமருந்து
கல்லாருக்கும் கலைவிருந்து
கற்றவர்க்கும் வண்ணச் சிந்து!

சுரண்டுகின்ற வடக்கருக்குச்
சூள் அறுக்கும் பனங்கருக்கு!
மருண்டுவாழும் தமிழருக்கு
வாழவைக்கும் அருட்பெருக்கு!

தொண்டு செய்து பழுத்தபழம்
தூய தாடி மார்பில் விழும்
மண்டைச் சுரப்பை உலகு தொழும்
மனக்குகையில் சிறுத்தை எழும்!

தமிழர் தவம்கொடுத்த நன்கொடை
தன்மானம் பாயும்தலை மேடை
நமக்குத் தாண்டி வந்த வாட்படை
நமை அவரின் போருக்கு ஒப்படை!

- பாவேந்தர்

எண்	ஆண்டு	தலைப்பு	வெளியீடு
1.	1928	வைக்கம் வீரர் சொற்பொழிவு	தென்னிந்திய நலவுரிமைச் சங்கம், காரைக்குடி.
2.	1929	இராமாயண ஆபாசம்	திராவிடன் பதிப்பகம், சென்னை.
3.	1929	முன்னேற்றம் (மதிப்புரை)	திராவிடன் பதிப்பகம், சென்னை.
4.	1930	கர்ப்ப ஆட்சி (முன்னுரையும் முடிவுரையும்)	குடிஅரசுப் பதிப்பகம், ஈரோடு. 1968,85 ல் பெரியார் சுயமரியாதைப் பிரச்சார நிறுவனம், சென்னை.
5.	1931	சீர்திருத்த மாநாட்டு உபந்யாசம்	குடிஅரசுப் பதிப்பகம், ஈரோடு. (2ம் பதிப்பு) 1968ல் பெ.சு.பி.நி. திருச்சி.
6.	1931	கம்யூனிஸ்ட்கட்சி அறிக்கை (முன்னுரை)	குடிஅரசுப் பதிப்பகம், ஈரோடு.
7.	1932	இலங்கை உபந்யாசம்	குடிஅரசுப் பதிப்பகம், ஈரோடு. (42ல் 2ம்பதிப்பு, 78 ல் நான்காம் பதிப்பு) குடிஅரசுப் பதிப்பகம், ஈரோடு.
8.	1932	சத்தியாகிரகமா? சண்டித்தனமா?	குடிஅரசுப் பதிப்பகம், ஈரோடு.
9.	1933	லெனினும் மதமும் (மொழி பெயர்ப்பு: எஸ்.இராமநாதன்) முன்னுரை ஈ.வெ.ரா.,	குடிஅரசுப் பதிப்பகம், ஈரோடு.
10.	1933	பொதுவுடைமை தத்துவங்கள் (முடிவுரை)	குடிஅரசுப் பதிப்பகம், ஈரோடு.
11.	1934	பெண் ஏன் அடிமையானாள்?	பகுத்தறிவு நூற்பதிப்பு கழகம் (முதல் வெளியீடு) ஈரோடு.லிமிடெட்.
12.	1934	தர்ம பரிட்சை அல்லது புராண ஆபாசம்	குடிஅரசுப் பதிப்பகம், ஈரோடு.
13.	1934	சோதிடப்புரட்டு	குடிஅரசுப் பதிப்பகம், ஈரோடு.
14.	1934	குடிஅரசு கலம்பகம் - 1 ம் பாகம்	பகுத்தறிவு நூற்பதிப்பு கழகம் ஈரோடு. லிமிடெட்.
15.	1934	பிரகிருதிவாதம்	பகுத்தறிவு நூற்பதிப்பு கழகம், ஈரோடு. (49ல் 2ம் பதிப்பு) லிமிடெட்.
16.	1934	கைவல்ய சாமியார் கட்டுரை (மதிப்புரை)	குடிஅரசுப் பதிப்பகம், ஈரோடு.
17.	1935	மறுப்புக்கு மறுப்பு (முகவுரை)	குடிஅரசுப் பதிப்பகம், ஈரோடு.
18.	1935	இதுதான் மகாமகம்	குடிஅரசுப் பதிப்பகம், ஈரோடு.
19.	1936	சோதிட ஆராய்ச்சி (ஈ.வே.ரா மற்றும் Dr.R.P. பராஞ்சிபே, M.A., D.Sc., தி.அ. வேங்கிடசாமிப் பாவலர்	குடிஅரசுப் பதிப்பகம், ஈரோடு. (1957-ல் பகுத்தறிவு வெளியீடு)
20.	1937	விவாக விடுதலை (மறுபதிப்பில் முன்னுரை)	குடிஅரசுப் பதிப்பகம், ஈரோடு.
21.	1937	கலைக்கியானம் அல்லது கைவல்யசாமியார் கட்டுரை (2-ம் பாகம்) (முன்னுரை)	குடிஅரசுப் பதிப்பகம், ஈ.ரோடு.
22.	1938	இந்திப்புரட்டு (ஈ.வெ.ராவின் குடிஅரசு கட்டுரைகள் மற்றும் மாஜி சென்னை கவர்னர் கே.வி.ரெட்டிநாயுடு கட்டுரைகள்)	குடிஅரசுப் பதிப்பகம், ஈரோடு.
23.	1939	தமிழ்நாடு தமிழருக்கே	குடிஅரசுப் பதிப்பகம், ஈரோடு.
24.	1940	திருவாரூர் மாநாட்டுத் தலைமையுரை	குடிஅரசுப் பதிப்பகம், ஈரோடு.
25.	1943	இனிவரும் உலகம்	குடிஅரசுப் பதிப்பகம், ஈரோடு. (44ல் 3ம் பதிப்பு, 58ல் 4ம் பதிப்பு)
26.	1943	இதிகாசங்களின் தன்மைகள்	பகுத்தறிவு வெளியீடு, சென்னை.

எண்	ஆண்டு	தலைப்பு	வெளியீடு
27.	1943	இளைஞர்களுக்கு அழைப்பு	குடிஅரசுப் பதிப்பகம், ஈரோடு.
28.	1943	பெரியார் ஈ.வேராவின் திருச்சிப் பிரசங்கம்	குடிஅரசுப் பதிப்பகம், ஈரோடு.
29.	1944	பணம் பிடுங்கிப் பார்ப்பனர் (ஈவேரா மற்றும் திரவியம்)	பகுத்தறிவு பதிப்பகத்தார், ஈரோடு (48ல் 2ம் பதிப்பு)
30.	1944	இராமாயணப் பாத்திரங்கள்	பகுத்தறிவு வெளியீடு, சென்னை.(79ல் 11ம் பதிப்பு)
31.	1944	தமிழிசை, நடிப்புக்கலைகள்	பகுத்தறிவு வெளியீடு, சென்னை.
32.	1944	அறிவின் எல்லை- (பெரியாரின் எழுத்தும் பேச்சும் தொகுப்பு)	குடிஅரசுப் பதிப்பகம், ஈரோடு.
33.	1944	அறிவின் எல்லை- (பெரியாரின் எழுத்தும் பேச்சும் தொகுப்பு)	குடிஅரசுப் பதிப்பகம், ஈரோடு.
34.	1944	கிராம சீர்திருத்தம்	சிந்தனை பண்ணை, தஞ்சை. (79ல் 7ம் பதிப்பு)
35.	1946	உண்மைத்தொழிலாளி யார்? தொழிலாளியின் இலட்சியம் என்ன?	குடிஅரசுப் பதிப்பகம், ஈரோடு.
36.	1946	தொழிலாளர் இயக்கம் தான் திராவிடர் கழகம்	குடிஅரசுப் பதிப்பகம், ஈரோடு.
37.	1946	இன இழிவு நீங்க இஸ்லாமே நன்மருந்து	குடிஅரசுப் பதிப்பகம், ஈரோடு.
38.	1947	தத்துவ விளக்கம்	குடிஅரசுப் பதிப்பகம், ஈரோடு.
39.	1947	பகுத்தறிவுக்கு வேலி போடாதே	கூத்தரசன் பதிப்பகம், சென்னை.
40.	1947	நமக்கு வேண்டியது எது? சுயராஜ்யமா, சமதர்மமா?சுயராஜ்யம் யாருக்கு? (பதிப்புரை)	குடிஅரசுப் பதிப்பகம், ஈரோடு.
41.	1947	வெளியேறு	கூத்தரசன் பதிப்பகம், சென்னை.
42.	1948	விழாவும் நாமும்	ஞாயிறு நூற்பதிப்பகம், சென்னை.
43.	1948	தில்லையில் சொற்பொழிவுகள்	திராவிட மணிப்பதிப்பகம், திருச்சி.
44.	1948	திராவிடர் கழக இலட்சியம்	குடிஅரசுப் பதிப்பகம், ஈரோடு.
45.	1948	திராவிடர் - ஆரியர்: உண்மை	குடிஅரசுப் பதிப்பகம், ஈரோடு 1992 ல் 8ம் பதிப்பு பெ.சு.ம.பி.நி.சென்னை.
46.	1948	இலட்சிய வரலாறு (முன்னுரை)	குடிஅரசுப் பதிப்பகம், ஈரோடு 1992 ல் 8ம் பதிப்பு பெ.சு.ம.பி.நி.சென்னை.
47.	1948	பகுத்தறிவும் திராவிடர் கழகமும்	குடிஅரசுப் பதிப்பகம், ஈரோடு.
48.	1948	திருக்குறளும் பெரியாரும்	வள்ளுவர் பதிப்பகம், பவானி.
49.	1948	திருக்குறளும் மனுதர்மமும்	கலை பதிப்பகம், சென்னை.(1983ல் மறுபதிப்பு)
50.	1948	திருவள்ளுவர் பற்றி பெரியார்	சிந்தனைப் பதிப்பகம், தாராபுரம்.
51.	1948	மொழி-எழுத்து	குடிஅரசுப் பதிப்பகம், ஈரோடு.
52.	1948	மொழியாராய்ச்சி	வள்ளுவர் பதிப்பகம், பவானி.
53.	1948	இந்துமதமும் காந்தியாரும்-பெரியாரும்	வள்ளுவர் பதிப்பகம், பவானி.
54.	1948	இந்தி போர் முரசு	குடிஅரசுப் பதிப்பகம், ஈரோடு.
55.	1948	தூத்துக்குடி மாநாட்டுத் தலைமையுரை	குடிஅரசுப் பதிப்பகம், ஈரோடு.
56.	1948	இந்துமத ஆசார ஆபாசதர்சணி (மதிப்புரை)	அறிவியக்க நூற்பதிப்பகம், சென்னை.
57.	1949	திருக்குறளும் திராவிடர் கழகமும்	குடிஅரசுப் பதிப்பகம், ஈரோடு. (1983ல் மறுபதிப்பு)
58.	1949	மேல்நாடும், கீழ்நாடும்	வள்ளுவர் பதிப்பகம், பவானி (1977ல் பெ.சும.பி.நி.சென்னை)

எண்	ஆண்டு	தலைப்பு	வெளியீடு
59.	1949	பொன் மொழிகள் (காங்கிரஸ் அரசால் தடை செய்யப்பட்டது)	திராவிட மணிப்பதிப்பகம், திருச்சி.
60.	1949	திராவிடர்க்கு மதம் எது?	தி.மா. இராமலிங்கம், திருச்சி.
61.	1950	வகுப்புவாரி உரிமை ஏன்? (கம்யூனல் ஜீ.ஓ)	குடிஅரசுப் பதிப்பகம், ஈரோடு. (1979ல் பெ.சம.பி.நி.சென்னை)
62.	1950	திருமணம் பற்றிப் பேருரை	கி.விசுவநாதன், தம்மம்பட்டி
63.	1951	சிலப்பதிகாரமும் ஆரியக் கற்பனையும் (மதிப்புரை)	பகலவன் பாசறை, சென்னை.
64.	1952	தென்பகுதி இரயில்வேமென் யூனியன் திறப்பு விழாச் சொற்பொழிவு	இரயில்வேமென் யூனியன்
65.	1952	திராவிட விவசாய தொழிலாளர் கழக அமைப்பு நோக்கங்கள் - திராவிடர் கழக மத்திய செயற்குழு	திராவிடன் பிரஸ், சென்னை.
66.	1953	புரட்டு, இமாலயப்புரட்டு	பெரியார் தன்மானப் பிரச்சார நிலையத்தார், திருச்சி, (1979ல் 4ம் பதிப்பு)
67.	1953	போர் சங்கு	விடுதலை வெளியீடு சென்னை.
68.	1954	புரட்சிக்கு அழைப்பு	தமிழன் அச்சகம், ஈரோடு.
69.	1956	யார் துரோகிகள்	பகுத்தறிவு வெளியீடு, சென்னை.
70.	1956	முதலாளி - தொழிலாளி ஒற்றுமைப் பிரச்சனை	குடிஅரசுப் பதிப்பகம், ஈரோடு.
71.	1957	ஆசிரியர் பயிற்சிப்பள்ளித் திறப்பு விழாச் சொற்பொழிவு	தமிழன் அச்சகம், ஈரோடு.
72.	1957	புத்த நெறி	பகுத்தறிவு வெளியீடு, சென்னை. (1970ல் சிந்தனையாளர் கழகம் திருச்சி)
73.	1957	சிந்தனைத் திரட்டு (தொகுப்பு கி.வீரமணி)	சிந்தனைப் பண்ணை, தஞ்சை.
74.	1957	கடவுள்	அறிவுக் கடல் பதிப்பகம், மதுரை.
75.	1957	காந்தியார் படத்தை எரிப்பது ஏன்?	பகுத்தறிவு வெளியீடு, சென்னை
76.	1957	பொன்மொழிகள் எழுத்தும் - பேச்சும்	திராவிடர் கழகம், கல்கத்தா
77.	1957	தஞ்சை திராவிடர் கழக தனிமாநாட்டுத் தலைமையுரை	பகுத்தறிவு வெளியீடு, சென்னை.
78.	1957	புராண ஆபாசங்கள்	குடிஅரசுப் பதிப்பகம், ஈரோடு.(1971ல் 4ம் பதிப்பு)
79.	1957	சிறை புகுமுன் அறிக்கை	விடுதலை வெளியீடு, சென்னை.
80.	1957	அய்க்கோர்ட் அவதூறு வழக்கில் பெரியார் ஸ்டேட்மெண்டும், தீர்ப்பும்	விடுதலை வெளியீடு, சென்னை.
81.	1957	மொழியும் அறிவும்	குடிஅரசுப் பதிப்பகம், ஈரோடு.(62ல் 2ம் பதிப்பு)
82.	1958	சித்திரபுத்திரன் எழுதுகிறார்	பகுத்தறிவு வெளியீடு, சென்னை.
83.	1958	நாடகமும், சினிமாவும் நாட்டை நாசமாக்குகின்றன. (பெரியார் ஈ.வெ.ரா குத்தூசி குருசாமி, NSK., M.R. ராதா கட்டுரைகள்)	விடுதலை வெளியீடு, சென்னை.
84.	1958	வாழ்க்கைத் துணை நலம்	கி.வீரமணி பதிப்பு

எண்	ஆண்டு	தலைப்பு	வெளியீடு
85.	*1958*	வாழ்க்கை ஒப்பந்தம்	விடுதலை வெளியீடு, சென்னை.
86.	*1958*	குறளும் வாழ்வும்	குடிஅரசுப் பதிப்பகம், ஈரோடு. *(1983 ல் மறுபதிப்பு பெ.சு.ம.பி.நி,சென்னை)*
87.	*1958*	யார் இந்தப் பார்ப்பனர்கள் (பெரியார் ஈ.வெ.ரா மற்றும் பிறரின் கருத்துத்தொகுப்பு)	திராவிடர் மாணவர் கழகம், மதுரை
88.	*1958*	மதமும் அரசியலும்	குடிஅரசுப் பதிப்பகம், ஈரோடு.*(1960ல் மறுபதிப்பு)*
89.	*1959*	நீதி கெட்டது யாரால்?	பகுத்தறிவு வெளியீடு, சென்னை.
90.	*1959*	சித்திரபுத்திரன் கட்டுரைகள்	பகுத்தறிவு வெளியீடு, சென்னை.
91.	*1959*	The Ramayana - A True Reading	Rationalist Publication, Madras
92.	*1959*	Philosophy	Karnadaga Diravidan Association
93.	*1959*	முனிசிபல் தேர்தல்	விடுதலை வெளியீடு, சென்னை.
94.	*1959*	எந்த சாதி காப்பாற்றப்பட வேண்டும்	பகுத்தறிவு வெளியீடு, சென்னை.
95.	*1959*	ஜனநாயகம்	பகுத்தறிவு வெளியீடு, சென்னை.
96.	*1960*	கந்தபுராணமும் இராமாயணமும் ஒன்றே (முன்னுரை)	பகுத்தறிவு வெளியீடு, சென்னை. *1961*-ல் *2*ம் பதிப்பு
97.	*1960*	பார்ப்பனர் தொல்லை	குடிஅரசுப் பதிப்பகம், ஈரோடு.
98.	*1960*	அறிவுச்சுடர்	குடிஅரசுப் பதிப்பகம், ஈரோடு பெ.ச.ம.பி.நி.திருச்சி *.4*ம் பதிப்பு *1968*ல்
99.	*1960*	சுதந்திரத் தமிழ்நாடு ஏன்?	குடிஅரசுப் பதிப்பகம், ஈரோடு.
100.	*1960*	வாழ்க்கைத் துணை நலம் 2ம் பாகம்	பகுத்தறிவு வெளியீடு, சென்னை.
101.	*1960*	தாய்ப்பால் பைத்தியம்	பகுத்தறிவு வெளியீடு, சென்னை.
102.	*1960*	காமராசரை ஏன் ஆதரிக்க வேண்டும்	அறிவுக்கடல் பதிப்பகம், மதுரை.
103.	*1960*	சாதி ஒழிப்பு புரட்சி	குடிஅரசுப் பதிப்பகம், ஈரோடு.
104.	*1960*	தமிழும், தமிழ் இலக்கியங்களும்	பகுத்தறிவு வெளியீடு, சென்னை.
105.	*1960*	தமிழருக்குச் சோதனைக்காலம்	பகுத்தறிவு வெளியீடு, சென்னை.
106.	*1960*	முதலாளி ஒழிக	கூத்தரசன் பதிப்பகம், சென்னை.
107.	*1961*	சாதி ஒழிப்பு	குடிஅரசுப் பதிப்பகம், ஈரோடு.
108.	*1961*	அய்க்கோர்ட்டின் நீதிப்போக்கு	குடிஅரசுப் பதிப்பகம், ஈரோடு.
109.	*1961*	ஆச்சாரியார் ஆட்சியின் கொடுமைகள்	குடிஅரசுப் பதிப்பகம், ஈரோடு.
110.	*1961*	தமிழ்நாடா? திராவிடநாடா?	குடிஅரசுப் பதிப்பகம், ஈரோடு.
111.	*1961*	மனுநீதி - ஒரு குலத்துக்கு ஒரு நீதி	குடிஅரசுப் பதிப்பகம், ஈரோடு.
112.	*1961*	பார்ப்பனர்கள்	தென்னார்காடு மாவட்டம் தி.க., சிதம்பரம்.
113.	*1961*	தீண்டாமையை ஒழித்தது யார்?	தென்னார்காடு மாவட்டம் தி.க., சிதம்பரம்.
114.	*1961*	ஆச்சாரியார் ஆத்திரம்	தென்னார்காடு மாவட்டம் தி.க., சிதம்பரம்.
115.	*1961*	நான் காங்கிரசில் சேர்ந்துவிட்டேனா?	தென்னார்காடு மாவட்டம் தி.க., சிதம்பரம்
116.	*1962*	சமுதாய சீர்திருத்தம் - எனது தொண்டு	விடுதலை வெளியீடு, சென்னை. *(1977-ல் மறுபதிப்பு)*
117.	*1962*	கண்ணீர் துளிகளுக்கும், கம்யூனிஸ்டுகளுக்கும் எச்சரிக்கை	அறிவுக்கடல் பதிப்பகம், சென்னை.

எண்	ஆண்டு	தலைப்பு	வெளியீடு
118.	1962	புரட்சி	அறிவுக்கடல் பதிப்பகம், சென்னை.
119.	1962	சுயநலம் - பிறநலம்	அறிவுக்கடல் பதிப்பகம், சென்னை (1971ல் சிந்தனையாளர் கழகம், திருச்சி)
120.	1963	இந்துமதப் பண்டிகைகள்	பெ.சு.ம.பி.நி.சென்னை.
121.	1963	மாறுதலும், பகுத்தறிவும்	பகுத்தறிவு வெளியீடு, ஈரோடு.
122.	1963	புராணம்	குடிஅரசுப் பதிப்பகம், ஈரோடு.
123.	1963	இந்தியும் ஆச்சாரியாரும் (பெரியார் ஈ.வெ.ரா. கி.வீரமணி)	குடிஅரசுப் பதிப்பகம், ஈரோடு.
124.	1963	இராஜாஜி	குடிஅரசுப் பதிப்பகம், ஈரோடு.
125.	1963	மதுவிலக்கின் இரகசியங்கள்	பகுத்தறிவு வெளியீடு, ஈரோடு.
126.	1963	கழகமும் துரோகமும்	பகுத்தறிவு வெளியீடு, ஈரோடு (1998ல் 3ம் பதிப்பு தி.க.)
127.	1964	மனிதனும் மதமும்	பெ.சு.ம.பி.நி.சென்னை (1977ல் மறுபதிப்பு)
128.	1964	பார்ப்பன நீதி	பகுத்தறிவு வெளியீடு, ஈரோடு.
129.	1964	ஏன் இல்லை? எல்லோருக்கும் கல்வி, உணவு, உடை, வீடு	பகுத்தறிவு வெளியீடு, ஈரோடு.
130.	1964	திருந்திய திருமணம்	கீதாரஞ்சன் பிரஸ், நாகர்கோவில்.
131.	1964	இராமாயணக் குறிப்பு	குடிஅரசுப்பதிப்பகம், ஈரோடு.
132.	1964	இதிகாசங்கள் புகட்டும் நீதி	குடிஅரசுப்பதிப்பகம், ஈரோடு.
133.	1965	அறிவு விருந்து	விடுதலை வெளியீடு, சென்னை.
134.	1965	இந்தி எதிர்ப்புக் கிளர்ச்சி - ஓர் நிலைமை விளக்கம்	உண்மை விளக்கப்பதிப்பகம், சென்னை.
135.	1965	கிளர்ச்சிக்குத் தயாராவோம்	விடுதலை வெளியீடு, சென்னை.
136.	1965	இன்றைய ஆட்சி நிலை	விடுதலை வெளியீடு, சென்னை.
137.	1965	வகுப்புவாரிப் பிரதிநிதித்துவம் (பெரியார் ஈ.வெ.ரா, வே. ஆனைமுத்து)	விடுதலை வெளியீடு, சென்னை.
138.	1965	Social Reform of Social Revolution	Viduthai Publication, Madras, Translated by: A.M.Dharmalingam
139.	1966	சமதர்மம்	விடுதலை வெளியீடு, சென்னை
140.	1967	காமராசர் கொலை முயற்சி சரித்திரம் (முகவுரை)	விடுதலை வெளியீடு, சென்னை.
141.	1968	தமிழும், தமிழரும்	சிந்தனை சுடர் வரிசை, சென்னை. (1996ல் 2ண்ம் பதிப்பு)
142.	1968	அறிவு விருந்து 2	பெ.சு.ம.பி.நி. திருச்சி.
143.	1968	உண்மை முன்னேற்றத்தின் வழி	விடுதலை வெளியீடு, சென்னை.
144.	1968	தென்னிந்திய சீர்திருத்தக்காரர்கள் மாநாட்டு உரை	பெ.சு.ம.பி.நி. திருச்சி.
145.	1969	மதச்சார்பின்மையும் நமது அரசும்	பெ.சு.ம.பி.நி. திருச்சி.
146.	1969	கடவுளும் மனிதனும்	சி.பி.சர்வாதிகாரி, இரும்புலிக்குறிச்சி
147.	1969	கடவுள் குழப்பம்	பெ.சு.ம.பி.நி. திருச்சி.

எண்	ஆண்டு	தலைப்பு	வெளியீடு
148.	1970	வானொலியில் பெரியார்	பெ.சு.ம.பி.நி. திருச்சி.
149.	1970	நமது இன்றைய நிலையும், பரிகாரமும்	பெ.சு.ம.பி.நி. திருச்சி.
150.	1970	தி.மு.க. ஆட்சியைப் பாதுகாக்க வேண்டும் ஏன்?	விடுதலை வெளியீடு, சென்னை.
151.	1971	கடவுள் கற்பனையே	பெ.சு.ம.பி.நி. திருச்சி.
152.	1971	பெரியார் பேசுகிறார்	அண்ணா சிந்தனைப் பேரவை, கோவை.
153.	1971	பெரியார் குரல் (தொகுப்பு)	முல்லை பதிப்பகம், சென்னை.
154.	1971	கடவுள் மறுப்புத் தத்துவம்	பெ.சு.ம.பி.நி.சென்னை.
155.	1972	கோவில் பகிஷ்காரம் ஏன்? (பெரியார் ஈ.வெ.ரா, கி.வீரமணி)	பெ.சு.ம.பி.நி.சென்னை (1998ல் 3ம் பதிப்பு)
156.	1972	உயர் எண்ணங்கள்	பெ.சு.ம.பி.நி. சென்னை.
157.	1973	உயர் எண்ணங்கள் - II	பெ.சு.ம.பி.நி. சென்னை.
158.	1974	இந்து மதப்பண்டிகைகள்	பெ.சு.ம.பி.நி. திருச்சி.
159.	1974	நவமணிகள்	பெ.சு.ம.பி.நி. திருச்சி.
160.	1974	மரணசாசனம் இறுதிச் சொற்பொழிவு	பெ.சு.ம.பி.நி. திருச்சி.
161.	1974	அண்ணாகாவியம் (கவிஞர் ஆனந்தம்) கவிதை நூல் பாராட்டுரை (15.12.1972 தேதியியில் கையெழுத்திட்டது)	தம்பி பதிப்பகம் சென்னை-2
162.	1975	சுயமரியாதை இயக்கத்தைத் தோற்றுவித்ததேன்?	பெ.சு.ம.பி.நி. சென்னை.
163.	1975	உயர் எண்ணங்கள்-3	பெ.சு.ம.பி.நி. சென்னை.
164.	1976	சோதிடம்	பெ.சு.ம.பி.நி. சென்னை.
165.	1976	பெரியார் - ஒரு வாழ்க்கை நெறி (தொகுப்பு கவிஞர். கலி. பூங்குன்றன்)	பெ.சு.ம.பி.நி. சென்னை.
166.	1977	நமது குறிக்கோள்	பெ.சு.ம.பி.நி. சென்னை.
167.	1977	பகுத்தறிவுச் சுடரேந்துவீர்	பெ.சு.ம.பி.நி. சென்னை.
168.	1977	மனுநீதி	பெ.சு.ம.பி.நி. சென்னை.
169.	1978	தந்தை பெரியார் அறிவுரை 100	பெ.சு.ம.பி.நி. சென்னை
170.	1978	எழுத்துச் சீர்திருத்தம்	பெ.சு.ம.பி.நி. சென்னை.
171.	1979	பெரியார் பொன்மொழிகள்	அ.இ.அ.தி.மு.க. அரசால் தடைநீக்கப்பட்டு செய்தி மக்கள் தொடர்புத்துறை வெளியீடு
172.	1979	PERIYAR AND HIS IDEOLOGIES	P.S.R.P.I. CHENNAI
173.	1980	COLLECTED WORKS OF THANTHI PERIYAR	"
174.	1981	GOLDEN SYAINGS OF PERIYAR - Tran A.S. VENU	"
175.	1981	MAN AND RELIGION - Tran A.S. VENU	"
176.	1981	MANU - The Code of Injustice to non - brahimins - Tran A.S. VENU	"
177.	1981	GOD AND MAN - Tran A.S. VENU	"
178.	1981	THE WORLD TO COME - Tran A.S. VENU	"

எண்	ஆண்டு	தலைப்பு	வெளியீடு
179.	*1981*	UNTOUCHABILITY - Tran A.S. VENU	”
180.	*1981*	FAMILY PLANING - Tran A.S. VENU	”
181.	*1981*	THE GENESIS OF SALE RESPECT MOVEMENT - Tran A.S. VENU	”
182.	*1983*	அபாயச்சங்கு *(தொகுப்பு வே. ஆனைமுத்து)*	மார்க்சிய பெரியாரிய பொதுவுடமைக்கட்சி சென்னை.
183.	*1983*	சமதர்மம் சமைப்போம் (தொகுப்பு வே.ஆனைமுத்து)	மார்க்சிய பெரியாரிய பொதுவுடமைக்கட்சி சென்னை.
184.	*1983*	சுயமரியாதைத் திருமணம் ஏன்?	தி.க.வெளியீடு, சென்னை.
185.	*1983*	விடுதலைக் கேள்விகள் *(தொகுப்பு)*	பெரியார் பாசறை, பெரம்பலூர்.
186.	*1984*	இந்த சந்தர்ப்பம் மறுபடியும் வராது	பெரியாரியல் குடும்பங்கள் நட்புறவுச் சங்கம், குடந்தை
187.	*1986*	தந்தை பெரியாரின் சிந்தனைகள்	பாரதி பதிப்பகம், சென்னை.
188.	*1987*	தமிழன் தாழ்மைக்குக் காரணம் என்ன?	பெரியாரியக்கம் பகுத்தறிவாளர் கழகம், தஞ்சை
189.	*1987*	ஈ.வே. ராவுக்குத் தோன்றியது (சுயசரிதை)	பெரியாரியக்கம் பகுத்தறிவாளர் கழகம், தஞ்சை.
190.	*1990*	இனத்துரோகி கம்பன்	திராவிடர்கழகம், கோவை. *(பதிப்பு கோவை. கு. இராமகிருட்டிணன்)*
191.	*1992*	PERIYAR WOMEN'S RIGHT - Tran A.S. VENU	எமரால்ட் பதிப்பகம் சென்னை.
192.	*1993*	தந்தை பெரியாரின் இறுதிச் சொற்பொழிவு *(பதிப்பு வே. ஆனைமுத்து)*	மார்க்சிய பெரியாரிய பொதுவுடைமைக்கட்சி, சென்னை.
193.	*1993*	தந்தை பெரியாரே எழுதிய சுயசரிதை	திராவிடர் கழக வெளியீடு
194.	*1997*	பெரியாரின் அயல்நாட்டுப் பயணக் குறிப்புகள் *(தொகுப்பு வே.ஆனைமுத்து)*	பெரியார் நூல் வெளியீட்டகம், சென்னை.
195.	*1998*	தந்தைபெரியார் சிந்தனைக்களஞ்சியம் இரண்டு தொகுதிகள் தொகுப்பாசிரியர், புலவர்.த.கோவிந்தன் டி.லிட்.	கவிதா பப்ளிகேசன்ஸ், சென்னை.
196.	*2001*	வைக்கத்தில் நடந்தது என்ன? (கட்டுரைத் தொகுப்பு)	பகுத்தறிவு வெளியீடு, சென்னை.
197.	*2003*	உண்மை இராமாயணம் (தொகுப்பு வே.ஆனைமுத்து)	மார்க்கிய பெரியாரிய பொதுவுடமைக்கட்சி சென்னை.
198.	*2003*	சங்கராச்சாரியாரும் காந்தியும் (தொகுப்பு வே.ஆனைமுத்து)	,,
199.	*2003*	ராமாயண ஒரு யஹட்டு கதை (மலையாளம்)	,,
200.	*2003*	தந்தை பெரியாரின் இறுதிச் சொற்பொழிவு (பதிப்பு நாத்திகம் பி. இராமசாமி)	நாத்திகம், சென்னை.
201.	*1974*	பெரியார் ஈ.வே.ரா. சிந்தனைகள் தொகுதி *1*	(தொகுப்பு வே. ஆனைமுத்து)
202.	*1974*	பெரியார் ஈ.வே.ரா. சிந்தனைகள் தொகுதி *2*	சிந்தனையாளர் கழகம், திருச்சி.
203.	*1974*	பெரியார் ஈ.வே.ரா. சிந்தனைகள் தொகுதி *3*	,,
204.	*1977*	பெரியார் களஞ்சியம் தொகுதி *- 1*	*(தொகுப்பு கி.வீரமணி)*

எண்	ஆண்டு	தலைப்பு	வெளியீடு
205.	1978	பெரியார் களஞ்சியம் தொகுதி - 2	பெரியார் சுயமரியாதை பிரச்சார நிறுவனம்,
206.	1979	பெரியார் களஞ்சியம் தொகுதி - 3	சென்னை.
207.	1981	பெரியார் களஞ்சியம் தொகுதி - 4	,,
208.	1991	பெரியார் களஞ்சியம் தொகுதி - 5	,,
209.	1991	பெரியார் களஞ்சியம் தொகுதி - 6	,,
210.	2004	பெரியார் களஞ்சியம் தொகுதி - 7	,,
211.	2005	பெரியார் களஞ்சியம் தொகுதி - 8	,,
212.	2005	பெரியார் களஞ்சியம் தொகுதி - 9	,,
213.	2005	பெரியார் களஞ்சியம் தொகுதி - 10	,,
214.	2005	பெரியார் களஞ்சியம் தொகுதி - 11	,,
215.	2005	பெரியார் களஞ்சியம் தொகுதி - 12	,,
216.	2005	பெரியார் களஞ்சியம் தொகுதி - 13	,,
217.	2005	தந்தை பெரியாரின் பொதுவுடைமை	வ.உ.சி. நூலகம், சென்னை
218.	2005	இனி வரும் உலகம் (பிரன்ஞ் மொழியில்)	
219.	2005	பெண் ஏன் அடிமையானாள்? (பிரன்ஞ் மொழியில்)	
220.	2003	குடிஅரசு 1925 - பெரியாரின் எழுத்தும் பேச்சும் தொகுப்பு - 1	பதிப்பாளர் கொளத்தூர். தா.செ.மணி தந்தை பெரியார் திராவிடர் கழகம், சென்னை.
221.	2005	குடிஅரசு 1926 - பெரியாரின் எழுத்தும் பேச்சும் தொகுப்பு - 2	,,
222.	2005	குடிஅரசு 1926 - பெரியாரின் எழுத்தும் பேச்சும் தொகுப்பு - 3	,,
223.		பக்தியின் புரட்டும் பிராத்தனை மோசடியும்	சிந்தனைப் பதிப்பகம், திண்டுக்கல்
224.		அம்பேத்காரும் இந்துமதமும்	(பதிப்பிக்கப்பட்ட ஆண்டு
225.		சபாஷ் அம்பேத்கார்	குறிப்பிடப்படவில்லை)
226.		பெரியாரின் உவமைகள்	,,
227.		கடவுள்	சிந்தனைப் பதிப்பகம், திண்டுக்கல்
228.		என் திருமணம்	(பதிப்பிக்கப்பட்ட ஆண்டு
229.		நீதிக்கட்சிப் பனகல் அரசர் வாழ்வும் தொண்டும்	குறிப்பிடப்படவில்லை) ,,

பெரியாரின் எழுத்துகள் கன்னடத்தில் மொழிபெயர்க்கப்பட்டவை

வெளியீடு: சித்தகாச் சாவடி சிந்தனையாளர் கழகம், கர்நாடகம்.

மொழிபெயர்ப்பு : **வேமண்ணா**

1. தத்துவ விளக்கம்
2. அய்ந்து பதிவிரதைமார்கள்
3. புண்ணியத்தலங்களின் புரட்டு
4. புளியோதரைப் பார்ப்பானின் கடவுள்
5. ஆயுதபூசை அறிவுக்குகந்த பூசையா?
6. பெண்களைப் பற்றி பெரியார்
7. 10 அவதாரங்களின் புரட்டு
8. புளியோதரைப் பார்ப்பானின் வருமானத் தந்திரம்
9. சோசலிசம் பெரியார் பார்வையில்
10. இனிவரும் உலகம்
11. கோவில்கள் தோன்றியது ஏன்?
12. பெரியார் பார்வையில் விபச்சாரம் என்றால் என்ன?
13. விபூதி அணிவதேன்?
14. பெரியார் அவர்களின் பகுத்தறிவுக் கட்டுரை
15. கோவில்கள் தோன்றியது ஏன்? - 2
16. விபூதி அணிவது ஏன்? - 2
17. பெரியார் பார்வையில் விபச்சாரமென்பது என்ன? - 2

---

18. ராமாயண பாத்திரங்கள்

    மொழிபெயர்ப்பு பேரா. நஞ்சுண்டசாமி

---

19. பெரியாரின் எழுத்தும் பேச்சும்

    தொகுப்பு: முனைவர் விருபாக்ஷ பூசார அள்ளி

    வெளியீடு: தலித் அத்யாயன பீடம், கன்னடப் பல்கலைக்கழகம், மைசூர்

பொருளடக்கம்

1.	மொழி - எழுத்து	1
2.	மொழி	17
3.	தமிழிற்குத் துரோகமும் ஹிந்தி பாஷையின் இரகசியமும்	21
4.	திருவாங்கூரில் பத்திரிகைச் சட்டம்	25
5.	தமிழ் சர்வகலாசாலைக் கமிட்டி	26
6.	இது கூட வகுப்பு துவேஷமா?	27
7.	"மத விஷயத்தில் சர்க்காரைப் பிரவேசிக்கச் செய்யாத பார்ப்பனர்கள்" தேவார பாராயணத்திற்கு தடை உத்திரவு (இஞ்சங்ஷன்)	28
8.	தஞ்சை ஜில்லா போர்டை பார்ப்பன அக்கிரஹாரமாக்கச் சூழ்ச்சி	29
9.	தஞ்சை ஜில்லா பிரசாரம்	31
10.	தமிழர்களே உங்களுக்கு புத்தி இல்லையா	33
11.	இந்துமதத் தத்துவம்	36
12.	ஹிந்திப் புரட்டு	38
13.	தமிழர் சங்கம்	40
14.	கண்ணனூர் செவ்வாய் தரும சமாஜத்தின் எட்டாவது ஆண்டுவிழா	41
15.	கதரும் - ஹிந்தியும்	45
16.	நன்னிலம் மகாநாடு	49
17.	எல்லாம் பழய ஆதிக்கம் செலுத்தவே	53
18.	சமஸ்கிருத சனியன்	57
19.	ஹிந்திக் கொள்ளை	59
20.	தமிழர் மகாநாடு	61
21.	கல்வி மந்திரி பிரசங்கம்	66
22.	எது துவேஷம்?	68
23.	தமிழ் அன்பர் மகாநாடு	69
24.	"தமிழ் அன்பர்" மகாநாடு	74

25. இக்காலத்திலுமா பண்டை நாகரீகப் பெருமை?	76
26. சைவ மகாநாடு	79
27. எழுத்தில் சீர்திருத்தம்	80
28. எழுத்துக்கள் மாற்றம்	82
29. தெரிவிப்பு	83
30. எழுத்து வடிவங்கள் திருத்தம்	83
31. தமிழ் எழுத்து சீர்திருத்தம்	84
32. இந்தியாவுக்கு ஆங்கிலம் "வரப்பிரசாதம்"	89
33. போக்கிரித்தனமான புகார்	92
34. பார்ப்பனர் சூழ்ச்சி	100
35. வேண்டுகோள்	105
36. தமிழ்த் திருநாள்	106
37. இத்தொல்லை என்று ஒழியும்?	112
38. இரண்டு அய்யங்கார் மந்திரிகள் கூற்று	114
39. சுயாட்சியா? பழிவாங்கும் ஆட்சியா?	118
40. புரோகித ஆட்சியின் பித்தலாட்டங்கள்	123
41. இந்தியா ஒரு நேஷனா? இந்தியாவுக்குப் பொது பாஷை இருந்ததா?...	128
42. காங்கரஸ் மத ஆதிக்கத்துக்கா? அரசியல் ஆதிக்கத்துக்கா?	138
43. தமிழர்கட்கு 'அறிவிலிகள்' பட்டம் "ஆனந்த விகடன்" ஆசிரியர் நற்சாட்சிப் பத்திரம்	143
44. "விகடன்" விஷமம்	145
45. ஆபத்து! ஆபத்து!! கல்விக்கு ஆபத்து!!!	147
46. இஸ்லாத்தில் உயர்வு தாழ்வில்லை	152
47. தமிழர்கள் இனி என்ன செய்யப் போகிறார்கள்?	157
48. காங்கரஸ் புரட்டு விளக்கம்	160
49. மொண்டிச் சாக்கு	167
50. ஹிந்தி வந்துவிட்டது இனி என்ன? ஒரு கை பார்க்க வேண்டியதுதான்	171
51. நெருக்கடி என்றுமில்லா நெருக்கடி	176
52. தமிழா என்ன செய்யப்போகிறாய் இந்தி வந்து விட்டது!	182
53. தொண்டர்களே - சென்னை செல்க	183
54. போர் மூண்டு விட்டது தமிழர் ஒன்று சேர்க	187
55. தமிழர் போர் மூண்டுவிட்டது எதற்காக?	193
56. ஹிந்திப் போர்	194

57.	பழிக்குப் பழிவாங்கும் பார்ப்பனர் ஆட்சி	196
58.	ஆச்சாரியார் அறிக்கை	200
59.	ஆச்சாரியார் அடக்குமுறைக்கு ஜே!	205
60.	ஹிந்தியும் முஸ்லிம்களும்	210
61.	தமிழ்த்தாயின் மக்களுக்கு ஓர் வேண்டுகோள்	214
62.	நமது விண்ணப்பம்	215
63.	வெளிநாட்டுத் தோழர்களுக்கு வேண்டுகோள்	220
64.	ஆச்சாரியார் ஆட்சி நீடிக்க வேண்டும் அடக்குமுறைகளும் வலுக்க வேண்டும்...	221
65.	ஒரு வருஷ ஆட்சி படலம்	228
66.	சத்தியமூர்த்தி வாய்க்கொழுப்புக்கு ஆப்பு	230
67.	சிறையில் இந்தி எதிர்ப்பாளர் துயரம்	231
68.	இந்தி எதிர்ப்பும் அரசாங்கமும் எதிரிகளும்	235
69.	திருச்சியில் இந்தி எதிர்ப்பு படை வழியனுப்பு உபசாரம் 7000 பேர் கூட்டம்	244
70.	பார்ப்பன ஆட்சி இன்னும் என்ன செய்ய வேண்டும்?	247
71.	ஆச்சாரியார் கடற்கரைப் பேச்சு	253
72.	தமிழ் மக்களே!	263
73.	இந்தி எதிர்ப்பும் பார்ப்பனப் பத்திரிகைகளும்	264
74.	தமிழைக் கட்டாய பாடமாக்காததேன்?	269
75.	கோவை தமிழர் படை பவானியில் மாபெருங் கூட்டம் காங்கரஸ் காலித்தனம்	273
76.	நான் சிறை புகுந்தால்?	276
77.	நமது வேண்டுகோள்	280
78.	இந்தியை இன்று எதிர்க்கவில்லை 12 வருடங்களுக்கு முன்பிருந்தே எதிர்க்கிறோம்	283
79.	பரீக்ஷை பார்க்க தொண்டர்களுக்கு வேண்டுகோள்	284
80.	தமிழ்நாடு தமிழருக்கே	287
81.	இந்தி செத்தது! இனி ஆச்சாரியாரின் அடுத்த ஆட்டம் என்ன?	290
82.	சென்னையில் மாபெருங் கூட்டம்	295
83.	காங்கரஸ் காலித்தனத்துக்கு ஆப்பு	301
84.	தமிழ்க்கொலை	305
85.	ஆச்சாரியார் இதற்கென்ன பதில் சொல்லுவார்?	307
86.	சென்னைக் 'கலவரங்கள்'	310
87.	சென்னையில் தமிழ்நாட்டுப் பெண்கள் மாநாடு	313
88.	சென்னையில் ஈ.வெ.ரா. சிறை சென்ற தாய்மார்களுக்குப் பாராட்டு	317

89.	இந்தி எதிர்ப்பு ஒழிந்து விட்டதா?	322
90.	பெரியார் சென்னைப் பிரசங்கம்	326
91.	பெரியார் சிறைவாசம்	335
92.	சுயமரியாதை இயக்கத் தோழர்களுக்கு	340
93.	பெரியார் ஈ.வெ.ரா. வழக்கு	341
94.	தென் இந்திய நலவுரிமைச் சங்க 14 ஆம் மாநாடு தலைமை உரை	352
95.	அய்யங்கார், "ராவ்சாகிப்"	369
96.	பிராமணர் திராவிடரா?	370
97.	ஆரிய நுழைவும் தமிழ்க் கோயில்களும்	373
98.	"மதராஸ் மெயில்" ஏட்டுக்கு பேட்டி	374
99.	கட்டாய இந்தி ஒழியும்வரை களிப்பு எவ்வாறு உண்டாகும்?	377
100.	தமிழ்க் கலையைக் காப்பது தமிழன் கடமை	379
101.	உண்மை வெளியாய்விட்டது	380
102.	நான் ஏன் தமிழைப் போற்றுகிறேன்?	384
103.	காங்கிரஸ் விஷமப் பிரசாரத்திற்கு பதில்	389
104.	தமிழர்களே! உஷார்! உஷார்!	391
105.	இந்திக் கிளர்ச்சி தற்சமயம் நிறுத்தி வைக்கப்பட வேண்டும்	392
106.	இந்தியை எதிர்ப்பது ஏன்?	393
107.	காங்கிரசை எதிர்க்க கூட்டு இயக்கம்	400
108.	பெரியாருக்கு ஜனாப் ஜின்னா பாராட்டு	401
109.	ஒன்றுபட்டால் உண்டு வாழ்வு	402
110.	கட்டாய இந்தி ரத்து	405
111.	சமஸ்கிருதம் உயிருள்ளதா?	407
112.	சமஸ்கிருதமும் பார்ப்பனர்களும்	411
113.	பார்ப்பனர்களின் கல்வித் திட்டம்	414
114.	தாய்மொழியும் சாஸ்திரியாரும்	416
115.	தேசீயத்தில் சாஸ்திரியார் மோகம்	418
116.	சைவ மடங்களில் பார்ப்பன ஆதிக்கம்	420
117.	தமிழைப் பற்றி தமிழர் - பார்ப்பனர் கருத்துகள்	423
118.	தமிழ்ப் புலவர்களின் தன்மை	425
119.	வடமொழி வேத பாராயணம் தடுக்கப்பட்டது	428
120.	பகுத்தறிவுப் புலவர்கள் மாநாடு	429

121. பகுத்தறிவுப் புலவர்கள் மாநாடு	430
122. தமிழ்மொழி எப்படி உயர்வடையும்?	431
123. அரசியலில் வேண்டாம் அந்நிய மொழி	433
124. மாறுதலுக்கு ஒத்துவராதவன் மானமுடன் வாழ முடியாது	435
125. தமிழ் - தெலுங்கு - மலையாளம் - கன்னடம் யாவும்...	439
126. ஆரியம் வேறு, திராவிடம் வேறே!	444
127. நமது ஆசிரியர்கள்	445
128. வாசகர்களுக்கும் எழுத்தாளர்களுக்கும்	448
129. மொழி ஆராய்ச்சி	450
130. ஒரே நாடு ஒரே மொழி?	454
131. இந்தி நுழைகிறது	458
132. இந்தி வந்துவிட்டது?	462
133. பெரியாரின் சங்கநாதமும் தொண்டர்களின் பேரெழுச்சியும்	467
134. பயமா காரணம்? அல்ல! அல்ல!!	471
135. காங்கிரஸ் நிர்மாணத்திட்டம்?	475
136. திராவிடர் கழகத் தலைவர் பெரியார் ஈ.வெ.ரா. வேண்டுகோள்	480
137. களம் நோக்கி வருக! வருக!!	482
138. நன்றியும், வேண்டுகோளும்!	486
139. போர் வீரர்களுக்கு!	487
140. ஓமந்தூராரும் ஏமாந்தார்!	489
141. ஆகஸ்டு தனம் தோல்வியே தரும்!	493
142. இது மாபெரும் போராட்டம்!	494
143. இந்தி எதிர்ப்புப் போராட்டம் 1	495
144. பெருமக்களுக்கோர் எச்சரிக்கை!	501
145. 07.08.1948ஆம் நாள் பிரதமர் சந்திப்பைப் பற்றி பெரியார்	502
146. இந்தி எதிர்ப்புப் போராட்டம் - 2	503
147. பித்தலாட்ட வார்த்தைகள்	508
148. திராவிட மொழி தமிழே	509
149. மொழியாராய்ச்சி	512
150. நாடெங்கும் அடக்குமுறை எதிர்ப்பு வெற்றிக் கொண்டாட்டம்	522
151. புதிய மந்திரி சபையும் இந்தியும்	523
152. மொழிவாரிப் பிரிவினை	526

153. அரங்கேற்ற நாடகம் ஏன்?	529
154. மந்திரிமார்களுக்கு வேண்டுகோள்	532
155. இந்திக் கமிஷனைப் பகிஷ்கரியுங்கள்! கருப்புக்கொடி காட்டுங்கள்!	535
156. தமிழை அழிக்கவரும் இந்திக்கு இடம் கொடாதீர்கள்!...	538
157. இந்தி கமிஷன் நடைமுறைத் திட்டம்	542
158. திராவிடர் கழகத் தலைவர் பெரியார் ஈ.வெ.ரா. தமது கருத்தை...	544
159. ஆங்கிலமே தொடர்ந்திருந்து வரவேண்டும்...	546
160. ஏன், நான் இந்தி கமிஷனிடம் சாட்சி கூறப்போகவில்லை?	548
161. ஆங்கிலமே பொது	550
162. நீதி மன்றத்திலும் தமிழ்	552
163. "பிராமணாள் சின்னங்களை அகற்றும் வாரம் வரப்போகிறது"	554
164. சமஸ்கிருதம் ஏன்?	555
165. தாய்ப்பால் பைத்தியம்	561
166. தமிழுக்கு மதம் கிடையாது	566
167. என்ன வெங்காய மொழி!	567
168. சாதியும் மதமும் தீராத நோய்களாகும்	568
169. நம்முடைய இலக்கியம் எது? அது சொல்லுவது என்ன?	575
170. தமிழபிமானிகள்!	578
171. தமிழும் ஆங்கிலமும்	582
172. பெண் விடுதலையில் வெள்ளைக்காரன் பங்கு	587
173. புலவர்கள் குறுக்கே படுத்துக்கொண்டு...!	588
174. தொல்லைக்கா மொழி!	589
175. தமிழும் முன்னேற்றமும்	591
176. தமிழ் ஒரு நியூசென்ஸ் - தமிழ்ப் புலவர்கள் சமூக துரோகிகள்	594
177. பண்டிதர்களே என்னைக் காயாதீர்கள்! திருந்துங்கள்!!	597
178. இந்தி திணிப்பதில்லையென அன்றே உறுதி எழுதி வாங்கினோமே!	599
179. இந்தி எதிர்ப்பு புரட்டு	600
180. அடக்குமுறைதான் அராஜகத்திற்கு பரிகாரம்	601
181. 'தமிழ்க் காவலர்'களின் அரசியல் சித்து உண்மை சொரூபம் இதோ!!!	604
182. இன்றைய மாணவர் கலகம் 1857ம் ஆண்டு "சிப்பாய் கலகம்" போன்றதே!	605
183. தூண்டிவிட்டவர்கள் யார்? முகமூடி கிழிகிறது க.து. மூலவரின் எழுத்துக்களே சாட்சியம்!!	609
184. உஷார்! கத்தியையும் பெட்ரோலையும் விட வேறு வகையில்லை!!	610

#		பக்கம்
185.	பொறுத்திருங்கள்! பொறுத்திருங்கள்! உணர்சிவசபட்டு நிதானம் தவற வேண்டாம்!...	612
186.	"உஷார்" என்ற தந்தை பெரியார் அவர்களது அறிக்கை...	613
187.	அழிவைத் தடுக்க அரசுக்குத் துணிவில்லை தூண்டுபவரைத் தடுக்க தயக்கமேன்?	614
188.	தூண்டிவிட்டார்கள் யார்? (2) முகமூடி கிழிகிறது! இதோ ஆச்சாரியார்...	615
189.	இந்தித் திணித்தால் எதிர்ப்பவன் நானாகவே இருப்பேன்!...	616
190.	தந்தை பெரியார் பேருரை	620
191.	இந்தி எதிர்ப்புக் கிளர்ச்சியும் செய்யப்போகும் சட்டமும்	624
192.	சுதந்திராவின் இரு குரல்கள்!	630
193.	சர்க்காருக்கு நல்ல படிப்பினை	631
194.	என்னைப் பற்றி	635
195.	கிளர்ச்சிக்குப் பிறகு?	639
196.	ஓ - தமிழே!	644
197.	வெற்றியா வெட்கக்கேடான தோல்வியா	645
198.	இந்தி ஒழிப்பல்ல; ஆட்சி கவிழ்ப்பே நோக்கம்!	651
199.	1955ம் ஆண்டில் கொடி எரிப்பு போராட்டத்தின் போது...	658
200.	இந்தி இன்று எங்கே திணிக்கப்படுகிறது? அன்று திணித்தவர் ஆச்சாரியாரே!	660
201.	ஏமாறாதீர்கள்! ஏமாறாதீர்கள்!!	664
202.	அராஜகத்தை அடக்க முடியாதது அரசாங்கமாகுமா?	665
203.	வெள்ளையரின் மனித தர்ம ஆட்சி	669
204.	மக்களின் பொறுப்பற்ற தன்மையால் நாசம்	672
205.	தமிழ்	676
206.	"தமிழ்" பற்றிய விடுதலை தலையங்கத்தின் விளக்கம்	680
207.	மொழித் தொல்லை	684
208.	பலே நெடுஞ்செழியன்! பலே பலே நெடுஞ்செழியன்!!	687
209.	சிவசேனை!	688
210.	வணக்கத்தோடு...!	690
211.	தமிழனின் இழிநிலைக்கேற்பவே...!	691
212.	நம் எதிர்காலம்	694
213.	மொழி பக்தர்களே!	697
214.	தமிழ் படித்தால் சாமியாராகிவிடுகிறான்!	701
215.	ஆண்களுக்குரிய அனைத்து உரிமைகளும் பெண்களுக்கு வேண்டும்	703
216.	தமிழன் முன்னேற வழி	705

217. தமிழ் பைத்தியத்தை விட்டொழியுங்கள்	710
218. ஓட்டுக்காக சொல்வது...!	711
219. புலவர்களுக்கு கோபம் வருகிறதே தவிர...!	712
220. ஜாதி தமிழா? தமிழனுக்குண்டானாதா?	714
221. மொழியும் - சாதியும்!	716
222. மனிதனை முட்டாளாக்கவே	717
223. பொறியியல் கல்லூரியில் தமிழ் மன்றம் எதற்காகத் துவக்க வேண்டும்?	719
224. நமது கடமை	724
225. மொழிப்பற்று	727
226. உண்மைகளை எடுத்துச் சொல்ல தயங்கக்கூடாது	728
227. ஹிந்து மதம் - தமிழ்மொழிக்கு, தமிழருக்கானதா?	730
228. மொழி உணர்ச்சி	732
229. தமிழ் காட்டுமிராண்டி மொழி ஏன்? எப்படி?	733

xliv

தொ
கு
தி
1

மொழி

மொழி - எழுத்து

'மொழி' என்பது பற்றிப் பேச, சிறிதும் அதற்கான அறிவோ, ஆராய்ச்சியோ, ஆற்றலோ அற்ற நான் 'மொழி' என்பது குறித்துப் பேசத் துணிந்தது, மொழி தத்துவத்திலுள்ள என்னுடைய ஆசை மிகுதியின் பொருட்டேயாகும். நான் கூறப்போகும் தத்துவங்களை இலக்கண இலக்கிய ஆதாரங்களுடன் விளக்குவ தென்பது எனது தகுதிக்கு மேற்பட்ட காரியம். அதற்கு வேண்டிய இலக்கிய இலக்கணங்களில் பாண்டித்தியமோ, ஆராய்ச்சியோ எனக்கில்லை. ஆராய்ச்சியாளர் மேற்கோள்களையும் என்னால் காட்ட இயலாது. எனக்குத் தோன்றிய, என் அநுபவத்துக்கு எட்டிய விஷயங்களைத் தான் நான் உங்களுக்கு எடுத்துச் சொல்லப் போகிறேன். அவற்றில் பெரும்பாலும், உங்களுக்குக் குற்றமாகப் படலாம். ஆகவே நான் கூறுவதை நீங்களும், உங்கள் அறிவையும், அநுபவத்தையும், மற்றும் இது விஷயத்தில், அநுபவமும் ஆராய்ச்சியும் உள்ள பெரியோர்கள் கருத்தையும் கொண்டு சிந்தித்துப் பார்த்து ஏற்கக் கூடியதை ஏற்றும் ஏற்கக் கூடாததைத் தள்ளியும் தெளிவுபெறவேண்டுகிறேன்.

மொழி

'மொழி' என்றால் என்ன? அது எதற்காகப் பயன்படுகிறது? என்று முதலில் கவனிக்க வேண்டும். ஒருவனுடைய கருத்தை மற்றொருவனுக்குத் தெரிவிக்க மொழி முக்கிய சாதனமாக இருந்து வருகிறது. அது ஒலி மூலமாகவே பெரிதும் இருக்கிறது. மேலும் இச்சாதனம் மனிதர்களுக்கே சிறப்புடையதாக அமைந் திருக்கிறது. மிருகங்களும், பட்சிகளும்கூட சில செய்கைக் குறிப்புகளாலும், சிலவித சப்தங்களாலும் தம் கருத்தை தமக்குள் பரிமாறிக்கொள்கின்றன. ஆனால் அவற்றை மொழி என்று கூறாவிட்டாலும், ஒலிக்குறிப்பு என்று சொல்லலாம். பறவை, மிருகம், சிறுபிராணி ஆகியவை பேசிக்கொள்வது எனக்குத் தெரியும். உதாரணமாகக் கோழியை எடுத்துக்கொள்வோம். தன் குஞ்சுகளைத் தூக்கிக் கொண்டு போகக்கூடிய அடப்பான், கழுகு, கருடன் இவை சமீபத்தில் பறப்பதைக் கண்டதும் தாய்க்கோழியானது ஒரு விதமான ஒலி கொடுக்கிறது. அந்த ஒலியைக் கேட்டதும் குஞ்சுகள் தமக்கேதோ ஆபத்தென்று உணர்ந்து ஓடோடியும் வந்து தாய்க்கோழியின் விரிந்த சிறகுகளின் கீழ் பதுங்கிக்கொள்ளுகின்றன. குரங்கு களையும் நான் கவனித்திருக்கிறேன். தாய்க்குரங்கு தொலைவிலுள்ள தன் குட்டியைத் தானாக அடையக் கூடாதபோது அதைத் தன் அருகில் அழைக்க நினைத்தால், அது சிறிது தன் பற்களைக் காட்டி தன் மேல் உதட்டையும் சேர்த்து ஏதோ முணுமுணுப்பதுபோல் குறிப்பும், சிறிது லேசான சப்தமும் கொடுக்கும்.

1

அதைக் கண்டதும் குட்டியானது நேரே தன் தாயை வந்தடையும். இதுபோலவே தான் ஒரு ஆண் குரங்கின் இப்படிப்பட்ட சைகையால் பெண் குரங்கும் வந்து சேருகிறது. இது போல் காக்கைக்கு நல்ல சோறு வைக்கும் போதும் 'பிதிர்' சோறு வைக்கும் போதும் கவனித்திருக்கிறேன். நல்ல சோறு வைக்கும் போது நாம் கா! கா! வென்று கூப்பிடுகிறோம், முதலில் ஏதோ ஒரு காகம் வருகிறது. சிறிது பயந்துகொண்டே சாதத்தைத் தொட்டுப்பார்த்துவிட்டு தன் இனத்தைக் கூவி அழைக்கிறது. அவையும் சப்தம் கேட்டு வந்து சாதத்தை உண்ணுகின்றன. பிதிர்ச் சோறாயிருந்தால் அக்காகம் வேறு விதமான சப்தம் போட்டதும், மற்ற காகங்களும் அதை ஏதோ ஒரு பொறி என்று நினைத்து அதே ஒலி கொடுத்து, எந்தக் காகமும் அந்தச் சாதத்தை உண்ணாதபடி செய்கின்றன. பிறகு ஒரு காகம் கிட்டவந்து மோர்ந்து பார்த்து ஆபத்து இல்லை என்று தெரிந்தால் மற்றவைகளும் கலந்து சாப்பிடுகின்றன. எறும்புகளைக்கூட கவனித்திருக்கிறேன். எறும்பு சரமாகப் போய்க் கொண்டிருக்கும் போது நாம் ஒன்றிரண்டு எறும்புகளைக் கொன்றுவிட்டு, மற்றொரு எறும்பைச் சிறிது நசுக்கி விட்டால், அது வேகமாகச் சென்று தனக்கு எதிர்ப்படும் எறும்புகளுக் கெல்லாம் அந்த இடத்தில் உள்ள ஆபத்தை எப்படியோ தெரிவிக்கிறது. மற்ற எறும்புகள் யாவும் எவ்வளவோ வேகமாக வந்துகொண்டிருந்தாலும் உடனே வந்த வழியே திரும்பிப்போய் எறும்புக் குழியில் இருக்கும் எறும்புகளுக்கும் தெரிவித்து அடங்கி விடுகின்றன.

இப்படி ஏதோ சில குறிப்புகளின் மூலம் மற்றும் ஜீவராசிகளும் தம் கருத்தை ஒன்றுக்கொன்று பரிமாறிக்கொள்வது தான் தெரிகிறதே ஒழிய, நமக்கிருப்பது போல் அவற்றிற்கு மொழி என்று ஒன்று இருப்பதாகத் தெரியக்காணோம். ஒருவரைப் பார்த்து உங்கள் 'மொழி' என்ன? என்று கேட்பதற்கு நீங்கள் எந்த மொழியில் உங்கள் கருத்தைப் பரிமாறிக் கொள்கிறீர்கள்? என்று தான் பொருள். ஆக மேலே தெரிவித்ததிலிருந்து மொழி என்பது ஒருவருக்கொருவர் தம் கருத்துக்களைப் பரிமாறிக்கொள்ள உபயோகப்படுத்தும் சாதனம் என்று நன்கு விளங்குகிறது.

பல மொழி

மக்களிடையே கருத்துக்களைப் பரிமாறிக்கொள்ளும் சாதனம் மொழி என்றால், அம்மக்களிடையே பல மொழிகள் வழங்கப்படக் காரணம் என்னவென்று நீங்கள் கேட்கலாம். பல மொழிகள் வழங்க வேண்டுமென்று யாரும் விரும்பிய தில்லை என்றும், தற்போது வழங்கப்பட்டு வரும் எம்மொழியும் கற்பனை செய்யப்பட்டதல்லவென்றும், உங்களுக்கு விளக்கிக்காட்ட விரும்புகிறேன்.

தர்மபுரியானும், கொங்குநாட்டுக் கிராமத்தானும், யாழ்ப்பாணத்தானும் இவர்கள் யாவரும் பேசுவது தமிழ் தான். தர்மபுரித்தமிழன், யாழ்ப்பாணத்தான் கூறுவதை இரண்டுமுறை திருப்பிக் கூறினால்தான் தெரிந்துக்கொள்வான். அதேபோல் கொங்குநாட்டுக் கிராமத்தமிழன் தான் கூறுவதை மூன்றுமுறை திருப்பிச் சொன்னால் தான் தர்மபுரியான் அறிந்து கொள்ளமுடிகிறது. உதாரணமாக யாழ்ப்பாணத்தான் "அவர்கள் அப்பொழுதே வந்துவிட்டார்கள்" என்று கூறுவதை, திருநெல்வேலியான் "அவா அப்பமே வந்தா" என்பான், கிராமத்தான் "அவியொ அப்பளையே வந்தாங்கோ" என்பான். இப்படி ஒரே மொழி வெவ்வேறு இடங்களில் வெவ்வேறு விதமாகப் பேசப்படக் காரணமென்ன? அவர்கள் ஒருவருக்கொருவர் சுலபத்தில் கலந்து கொள்ள வசதியான போக்குவரத்துச் சாதனங்கள் இல்லாமையும், அவர்களைப் பிரித்துவைக்கும் மலைகள், ஆறுகள், சமுத்திரங்கள் உள்ளமையும் ஆகிய இவைதான் காரணம்.

நம் நாட்டில் சில மலைவாசிகள் இருக்கிறார்கள், அவர்கள் பேசுவதும் தமிழ் என்கிறார்கள். ஆனால் அவர்கள் கூறுவதை குறிப்புகளின்மூலம் புரிந்து கொள்ள முடிகிறதே தவிர, விளக்கமாகத் தெரிந்து கொள்ளமுடியவில்லை. அவர்கள் ஆயிரம் ஆண்டுகளாக நம் நாட்டில் தான் இருந்து வந்திருக்கிறார்கள். பின் ஏன் அவர்கள் நம்மைப் போல் பேசமுடியவில்லை? அவர்களை நம்மோடு தொடர்பு கொள்ள முடியாமற்செய்த அம்மலைவாசம் தானே காரணம். அவர்களுக்கு வேண்டிய அளவு ஏதோ குறிப்புகள் வைத்துக்கொண்டு அவர்கள் வாழ்க்கை நடத்தினார்கள். நமக்கு வேண்டிய அளவு நாம் ஏதோ குறிப்புகள் வைத்துகொண்டு நாம் வாழ்க்கை நடத்துகிறோம். இதுதானே நமக்குள் உள்ள வித்தியாசம்? நம்முடன் தொடர்பு வைத்துக்கொண்டு அம்மலைவாசிகள் கொஞ்சகாலம் வாழ்ந்தால் நம்மைப்போல் அவர்களும் பேசுவார்கள் அல்லவா?

சீதோஷ்ணமும் ஒலியும்

மற்றும் மொழியானது அந்தந்த நாட்டுச் சீதோஷ்ணத்திற்கேற்பவும், அவரவர்களுக்கு வேண்டிய வாழ்க்கைப் பழக்க, வழக்க, பண்பு, குறிப்புகளுக் கேற்பவும் அமைந்துள்ளன. சில மொழிகள் அதிக சத்தி (Energy) செலவிடாமல் சுலபமாய்ப் பேசக்கூடிய ரீதியிலும், சில அதிக சத்தியைச் செலவிட்டுச் சிரமத்தோடுப் பேசக்கூடிய ரீதியிலும் அமைந்திருக்கக் காண்கிறோம். உதாரணமாக வடமொழியிலுள்ள 'ஹ' போன்ற சப்தங்கள் அடிவயிற்றிலிருந்து ஆள் துளைத்துக் கொண்டு வருவதுபோல் ஒலிக்கிறது. அவர்கள் கொஞ்சிப் பேசிக்கொள்வது கூடச் சில சமயங்களில் ஏதோ சண்டை போட்டுக்கொண்டு கோபமாய்ப் பேசிக்கொள்வது போல் நமக்கு ஒலிக்கிறது. சீதோஷ்ண நிலையானது மக்களின் மொழியை அவ்விதம் மாற்றியமைந்து விடுகிறது. ஒரே மொழியைக் குளிர்ப்பிரதேசத்திலுள்ளவன் ஒருவிதமாயும், உஷ்ணமான பாலைவனத்திலுள்ளவன் ஒருவிதமாயும் பேசுவதைப் பார்க்கலாம்.

உதாரணமாக ஆங்கிலேயனை எடுத்துக்கொள்வோம். அவன் சாதாரணமாகக் குளிர் தேசத்தில் வாழ்பவன். குளிரானது அவனுக்கு ஹா, ஹீ என்கின்ற பெரும் காற்றைத் தள்ளிக்கொண்டு உச்சரிக்க வேண்டிய சப்தத்தை இயற்கையாக உண்டாக்கிச் சுலபமாக அம் மொழியும் ஏன், அதுபோன்று வடமொழியும் பேசமுடிகிறது. ஆனால் என்னதான் அவன் தமிழில் பாண்டித்தியம் பெற்றிருந்தாலும் சுத்தமான தமிழில் இலக்கண குற்றமில்லாமல் பேசினாலும் ழ, ள, இந்த சப்தங்களைச் சரியாக உச்சரிக்க முடிவதில்லை. எங்களூரில் தமிழில் வித்வான் பட்டம் பெற்ற பாதிரியார், பாப்ளி என்று ஒருவர் இருக்கிறார். அவரால் மகாஜனங்கலே! என்றுதான் கூற முடிகிறதே தவிர மகாஜனங்களே! என்று உச்சரிக்க முடியாது. இந்தச் சப்தத்திற்கு அவருக்குப் பழக்கமான அந்தச் சீதோஷ்ணம் சரிப்படாமற்போவது தான் காரணம். அந்தச் சீதோஷ்ண நிலைக்கேற்ப அமைக்கப்பட்ட அவர் நாக்கு இந்தச் சப்தத்தை உச்சரிப்பதற்கேற்ப சுலபத்தில் திரும்ப முடியவில்லை என்பது தான் காரணம்.

நம்மூரிலிருந்து சிலர் வடநாடு சென்று நான்கு, அய்ந்து ஆண்டு சுற்றிவிட்டு பைராகிபோல் வேஷம் போட்டுக்கொண்டு இங்கு வந்து சுற்றுவார்கள். அவர்களின் வடமொழி உச்சரிப்பைக் கவனித்தால் அவர்கள் இவ்வூர்காரர்கள் என்று சுலபமாய்க் கண்டுபிடித்துவிடலாம். நான் சிலரைக் குறிப்பாகக் கண்டுபிடித்து, 'ஏம்பா, இந்த ஊரிலிருந்து போனவன் தானே நீ' என்று கேட்டதுண்டு. அவர்களும் 'ஆமாம் எஜமானே' என்று ஒப்புக்கொண்டிருக்கிறார்கள். இந்நாட்டுச் சீதோஷ்ணத்திற்கு ஏற்பப் பழகிய அமைக்கப்பட்ட நாக்கால் வடமொழி சப்தத்தைச் சரிவர உச்சரிக்க முடிவதில்லை. அந்தந்த நாட்டு மக்கள் அந்தந்த நாட்டு மொழிகளைச் சரிவர

உச்சரிக்க முடிகிறதென்பதும், வேற்று நாட்டு மொழிகளை சரிவர உச்சரிப்பது அனேகருக்குக் கஷ்டமாயிருக்கிறதென்பதும், தம் நாட்டிற்கு ஒப்பான சீதோஷ்ணமுள்ள வேறு ஒரு நாட்டு மொழியைத் தம்மால் சரிவர உச்சரிக்க முடிகிற தென்பதும் எதைக் காட்டுகிறது? அந்தந்த நாட்டின் சீதோஷ்ண நிலைக்கேற்ப அந்தந்த நாட்டு மக்களின் மொழி ஒலி அமைந்திருக்கிறது என்பதைத் தானே காட்டுகிறது. அந்தந்த இடத்திற்கேற்பவும், அந்தந்த சீதோஷ்ண நிலைக்கேற்பவும் மொழிகள் பிரிந்திருக்கின்றன என்பது மேலே கூறியதிலிருந்து பெறப்படுகிறது.

மொழியில் கருத்து விளக்கம்

இனியும் கவனிக்கும் பட்சத்தில் ஒரு மொழியில் சுலபமாக விளக்கக்கூடும் ஒரு கருத்தை, மற்றொரு மொழியில் விளக்குவது வெகு கஷ்டமாயிருக்கும். அதாவது அந்தக் கருத்தை வெளியிடுவதற்கு வேண்டிய வார்த்தைகள் அம்மொழியில் இருக்காது. காரணம் என்ன? அந்த மொழி பேசும் மக்களிடத்து, அந்தக் கருத்து இருந்ததில்லை என்பது தான். அந்தக் கருத்து அவர்களிடத்து ஏற்பட வேண்டிய அவசியமோ, தேவையோ இருந்ததில்லை என்பதுதான் அதற்குக் காரணம்.

எந்த ஒரு மொழியின் சிறப்பும், பெரும்பாலும் அம்மொழியின் மூலம் அறியக் கிடக்கும் கருத்துக்களைப் பொறுத்துதான் இருக்கும். அந்தந்த மொழியிலுள்ள கருத்துக்களைக் கொண்டுதான் பெரும்பாலும் அந்தந்த மொழி பேசும் மக்களின் நாகரீகத்தைக் கூட, அறிவைக்கூட ஒருவாறு அறிந்துகொள்ளமுடிகிறது. உதாரணமாக ஆங்கிலமொழியில் கருதப்பட்டுள்ள சில பிரபலமான புத்தகங்களை வாங்கிப்படித்தால், அவற்றில் காணப்படும் கருத்துக்களைக்கொண்டே அம்மக்களின், நாகரீகத்தின் முன்னேற்றத்தை ஒரு குறிப்பிட்ட அளவுக்கு மேலும் அறிந்து கொள்ள முடிகிறது. ஒரு மொழியை ஏற்பதும் தள்ளுவதும் கூட பெரும்பாலும் அந்தந்த மொழியின் பாற்பட்ட முன்னேற்றக் கருத்துக்களைப் பொருத்துதான் இருக்கிறது.

மொழியின் சிறப்பும் வளர்ச்சியும்

ஒரு மொழியின் சிறப்புக்கும், வளர்ச்சிக்கும் மற்றொரு காரணமும் உண்டு. ஒரு மொழியை எவ்வளவுக்கெவ்வளவு சுலபமாகக் கற்றுக்கொள்ள முடிகிறதோ, அவ்வளவுக்கவ்வளவு அது வளர்ச்சியடைவதும் சுலபமாகிறது. சுலபமாகக் கற்றுக் கொள்ளப்படுவதற்கு எழுத்துக்கள் சுலபத்தில் எழுதக்கூடியனவாகவும் எண்ணிக் கையில் குறைவாகவும் இருக்கவேண்டியது அவசியமாகும். இதுவுமன்னியில் மொழியின் வளர்ச்சிக்கு அரசாங்கத்தின் சலுகையும் ஆதரவும் மிக முக்கியமா யிருக்கிறது. அரசாங்கத்தின் ஆதரவின்றேல் ஒரு மொழி எவ்வளவு சிறப்புடைய தாயினும், அதன் வளர்ச்சி மிகவும் தடைப்பட்டே நிற்கும் என்பது கண்கூடு. ஆங்கில மொழிக்கு நம் நாட்டில் செல்வாக்கு ஏற்படக் காரணமே அது அரசாங்க மொழியாய் இருந்து வருவதுதான். இதுவரை பொதுவாக 'மொழி' என்பது பற்றியும் அதன் அமைப்பு, சிறப்பு, வளர்ச்சி என்ற பலவான தன்மைகளைப் பற்றியும் ஒரு சிறிது ஆராய்ந்து பார்த்தோம். இனி நமது தகைமைசால் தமிழைப் பற்றிச் சற்று விரிவாக ஆராய்ந்து பார்ப்போம்.

தமிழ்மொழி

தமிழ்மொழி என்றால் என்ன? மக்களா? நாடா? மொழியா? நாட்டைப் பொறுத்து மக்களைப் பொறுத்து மொழிக்கு தமிழ் என்கின்ற பேர் வந்ததா? அல்லது மொழியைப் பொறுத்து நாட்டுக்கும் மக்களுக்கும் தமிழகம், தமிழ்நாடு, தமிழர் என்கின்ற பேர் வந்ததா? என்ற கேள்விகள், தமிழைப் பொறுத்தவரை வித்து

முந்தியா? மரம் முந்தியா? என்ற தர்க்கத்தைப் போன்றதாகவே எனக்குத் தோன்றுகிறது. எப்படி இருந்தாலும் தமிழ்நாடு, தமிழ் மக்கள், தமிழ்மொழி என்ற மூன்று பண்டங்கள் இருக்கின்றன. இந்த மூன்றையும் முதல் பொருளாகக் கொண்டு ஆராய்ந்து பார்த்தால் தமிழ், தமிழ்நாடு, தமிழ் மொழி என்கின்ற சொற்களைக் காண்பதற்கு முன்பிருந்தே, இவற்றை காணாதவர்களிடமிருந்து இந்த மூன்றையும் குறிக்கும்படியாக திராவிடம், திராவிடர், திராவிடமொழி என்பதாக சொற்கள் இருந்து வந்ததையும், வருவதையும் பார்க்கிறோம். தமிழ்மொழியும், அதன் சிதைவுகள் என்று சொல்லப்படும் தெலுங்கு, கன்னடம், மலையாளம் ஆகிய மொழிகளும், மக்களும், நாடுகளும்கூட தமிழைச் சேர்ந்ததே என்றும், அந்தக் கருத்தைக் கொண்டே திராவிடம் என்று பொதுவாகச் சொல்லப்படுகிறது என்றும் அகராதிகளும் ஆராய்ச்சி உரைகளும் கூறுகின்றன. நமது நாட்டிலும் இதை வெகுகாலமாகவே ஒப்பிக் கொண்டு வழக்கத்திலும் கொண்டு வந்திருக்கிறோம். வட மொழி ஆதாரங்களான இலக்கியம், இதிகாசம், புராணம் ஆகியவற்றிலும், திராவிடம் என்ற சொற்கள் தமிழ் மொழியையும், நாட்டையும், மக்களையும் குறிக்கப் பழங்காலத்திலிருந்தே பயன்படுத்தப்பட்டிருப்பதைக் காண்கிறோம். தேச சரித்திரங்களிலும் திராவிடர், திராவிடம் என்ற சொற்களை தமிழர், தமிழ்நாடு என்பவற்றிற்குப் பதிலாக உபயோகப்படுத்தப்பட்டு வந்திருக்கிறதையும் நாம் காண்கிறோம். ஆனால் தெலுங்கு நாட்டாராகிய ஆந்திரர்களும், கன்னட நாட்டாராகிய கன்னடியர்களும், மலையாள நாட்டாராகிய மலையாளிகளும் இதை ஒப்புக்கொள்ளத் தயங்குகிறார்கள். தெலுங்கு, கன்னடம், மலையாளம் என்பதுபோல் தமிழும் ஒரு மொழி என்றுதான் சொல்லுகிறார்களே ஒழிய, இவையாவும் தமிழ்தான் என்பதை ஒப்புக்கொள்ள வெட்கப்படுகிறார்கள். சிலர் மறுக்கவும் செய்கிறார்கள். காரணம் அவர்களது மொழிகளில் ஆரியச் சொற்கள் பெரும்பான்மையாகக் கலந்துவிட்டன. ஆதியில் ஒரே கூட்டமாக வாழ்ந்த திராவிட மக்கள், இட நெருக்கத்தால் பல பிரிவுகளாகப் பிரிந்து சென்று ஆங்காங்கு குடிவாழவும், அந்தந்த இடத்தின் சீதோஷ்ண நிலைக்கேற்ப அவர்களது மொழியில் சில நீட்டலும், குறுக்கலும் ஏற்படவும், அக்காலத்திய போக்குவரத்து வசதிக்குறைவு தொடர்பில்லாமற் போனதால் நாளடைவில் அந்தந்த இடத்தில் வடநாட்டிலிருந்து வந்து குடியேறிய ஆரியப் பார்ப்பனர்கள் தமது மொழிக்குக் கடவுள் பேரால் பல மகத்துவங்களை எடுத்துக்கூறி, அந்தந்தப் பிரதேச மக்களைக் கொஞ்சம் கொஞ்சமாக வடமொழியை அதிகமாக உபயோகப்படுத்தும்படி செய்து, அதன்மூலம் தமது கலை ஆச்சார அனுஷ்டானம் ஆகியவைகளைப் புகுத்தி விட்டனர். அந்த வடமொழிக் கலப்பு காரணமாகவும், அந்தக் கலாச்சாரப் பண்புகளினால் ஏற்பட்ட பற்றுதல் காரணமாகவும், அந்தந்த மக்களுக்குத் தமது மொழி தமிழ் அல்லாத வேறு மொழியேயாகும் என்ற கருத்தும் ஏற்பட்டிருக்கிறது.

ஒரு பொருளுக்குப் பல சொல்

ஆனால் என் சிற்றறிவிற்கு, என் அனுபவத்திற்கு, ஆராய்ச்சிக்கு தமிழ், தெலுங்கு, கன்னடம், மலையாளம் ஆகிய நான்கும் தனித்தனி மொழிகளென்றோ அல்லது தமிழ் தவிர மற்ற மூன்றும் தமிழிலிருந்து பிரிந்த மொழிகளென்றோ தோன்றவில்லை. ஒரே மொழி அதாவது தமிழ் தான் நாலு இடங்களில் நாலு விதமாகப் பேசப்பட்டு வருகிறது என்றே நான் அபிப்ராயப்படுகிறேன். உதாரணமாக இங்கு தோட்டத்திற்குப் போகிறேன் என்றால் வயலுக்கு, விளைநிலத்துக்குப் போகிறேன் என்று அர்த்தம். 'கொல்லைக்குப் போகிறேன்' என்றால் கக்கூசுக்குப் போகிறேன் என்று அர்த்தம். சோழநாட்டில் தோட்டத்துக்குப் போவதென்றால் கக்கூசுக்குப் போவதாகவும், கொல்லைக்குப் போவதென்றால் வயலுக்கு

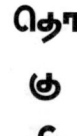

தொகுதி 1 மொழி

போவதாகவும் அர்த்தம் செய்து கொள்ளவார்கள். ஒரே தமிழ்ச் சொல் இரண்டு இடங்களில் வெவ்வேறு பொருளில் வழங்குகிறது. இதே போல் தமிழில் வீடு என்பதை தெலுங்கில் இல் என்றும், கன்னடத்தில் மனை என்றும் மலையாளத்தில் பொறை என்றும் கூறுவார்கள். இந்த நான்கையும் தமிழ் அகராதியில் வீட்டிற்குரிய பல பெயர்களாகக் காணலாம். இதேபோல் நீர் என்று, தண்ணீர் என்று பொருள்படும் தமிழ் வார்த்தைக்கு, கன்னடத்தில் நீரு என்றும், தெலுங்கில் நீள்ளு என்றும், மலையாளத்தில் வெள்ளமென்றும் கூறுவார்கள். மலையாளத்தில் மழை அதிகம், ஆதலால் தண்ணீரை அவர்கள் எப்போதும் பெருத்த அளவில் தான் பார்ப்பார்கள். ஆதலால் தமிழில் பெருந்தண்ணீர்ப் போக்குக்குள்ள பேரை அங்கு நீருக்கு வழங்கு கிறார்கள். இந்த மாதிரி தமிழ் வார்த்தைகள் அந்தந்த இடத்திலுள்ள சீதோஷ்ண நிலைக்கேற்ப பேச்சுப் பழக்கத்துக்கு ஏற்ப, உச்சரிப்பில் சிறிது மாற்றமடைந் திருக்கிறதே தவிர வேறில்லை. இதனால் வெவ்வேறு மொழியாகிவிட முடியுமா? ஒரு பொருளுக்குப் பல சொல் இருந்தால் ஒவ்வொரு சொல்லும் ஒரு மொழியாகி விடுமா?

பார்ப்பனர் பேசுவது

முன்பு சுமார் 50- ஆண்டுகளுக்கு முன்பு நான் மலையாளத்துக்கு வியாபார விஷயமாய்ச் சென்ற போதெல்லாம் நான் சிறிது அழுத்தியும், குறுக்கியும். மடித்தும் பேசிய தமிழை அங்குள்ளவர்கள் புரிந்துகொண்டு தான் இருந்தார்கள். சாதாரணமாக தமிழ் நாட்டுப் பார்ப்பனர்கள் 'எனக்கு' என்பதற்குப் பதிலாக 'நேக்கு' என்றும், 'உனக்கு' என்பதற்குப் பதிலாக 'நோக்கு' என்றும், 'அவர்கள், இவர்கள்' என்பதற்குப் பதிலாக 'அவா' 'இவா' என்றும் தான் பேசி வருகிறார்கள். இந்த 'நோக்கு' 'நேக்கு' 'அவா' 'இவா' என்ற வார்த்தைகளைத் தமிழ் என்று ஒப்புக்கொள்ளும்போது 'நாக்கு' என்கிற தெலுங்கனுடைய வார்த்தையும், 'நனிக்கே' என்கிற கன்னடி யனுடைய வார்த்தையும் மட்டுமா, வெவ்வேறு மொழிகளாக்கப் படவேண்டும்? தமிழை நன்கு அறியாத ஒருவன் தான் இவை எல்லாம் அதாவது தெலுங்கு, மலையாளம், கன்னடம் ஆகியவைகளை எல்லாம் தமிழ் அல்ல என்று கூறுவான்.

"தெலுங்கு, கன்னடம், மலையாளம்" என்பவை எல்லாம் தமிழே

நாலு மொழிகளிலும் தேர்ச்சி பெற்ற பண்டிதர்களைக் கொண்டு, அந்தந்த மொழியிலுள்ள வடமொழி வார்த்தைகள் அத்தனையும் நீக்கி விட்டுப் பார்த்தால், எஞ்சி நிற்கும் வார்த்தைகள் அத்தனையையும் அநேகமாக தமிழ்ச்சொற்களாகவே இருக்குமென்று என்னால் அறுதியிட்டுக் கூறமுடியும். அகராதி கொண்டு மெய்ப்பிக்கவும் முடியும். சமீப காலம் வரையிலும்கூட அவைகளுக்கு எழுத்தோ இலக்கியமோ இருந்ததில்லை. தெலுங்கு வைணவர்கள் சமீபகாலம் வரை தமிழ்ச் சப்தத்தில்தான் நாலாயிரப் பிரபந்தத்தையும், திருப்பாவையையும் தெலுங்கு எழுத்தில் படித்துப் பாடி வந்திருக்கின்றனர், அந்தப் புத்தகங்கள் தெலுங்கெழுத்தில் தமிழ் சப்தத்தில் தான் அச்சிடப்பட்டிருக்கின்றன. கன்னடியர்களுக்கும், மலையாளி களுக்கும் முதல்நூலே கிடையாது. வடநாட்டு ஆதிக்கமும், வடமொழி மோகமும் குறையக் குறைய ஆந்திரர்களும், மலையாளிகளும், கன்னடியர்களும் தம் தாய்மொழி 'தமிழ்' தான் என்பதைக் கொஞ்சம் கொஞ்சமாக உணர்ந்து கொள்வார்கள் என்பதில் எனக்குத் திடமான நம்பிக்கையுண்டு. அந்தந்த மொழி வல்லுநர்கள், பண்டிதர்கள் சிலர் இன்று ஓரளவு இந்த உண்மையை ஒப்புக்கொண்டுள்ளார்கள் என்பது நமக்கு மேலும் நம் கருத்துக்கு வலிமையை ஊட்டுகிறது. இத்தமிழ் மொழியின் வளர்ச்சிக்குப் புத்துயிர் அளித்த ஒரு பெரிய இயக்கத்தை நான் நடத்தினேன். அதாவது தமிழ்மொழி தாய்மொழியாக உள்ள இந்நாட்டில் ஹிந்தியைப் புகுத்தக் கூடாது என்று கிளர்ச்சி செய்தேன்.

இந்தியை ஏன் எதிர்த்தேன்?

அது என் தமிழ்மொழிப் பற்றுதலுக்காக என்று அல்ல, அது என் நாட்டு மொழி என்பதற்கு அல்ல, சிவபெருமானால் பேசப்பட்டது என்பதற்காக அல்ல, அகத்திய முனியால் திருத்தப்பட்டதென்பதற்காக அல்ல, மந்திரசத்தி நிறைந்தது, எலும்புக்கூட்டை பெண்ணாக்கிக் கொடுக்கும் என்பதற்காக அல்ல, பின் எதற்காக? தமிழ் இந்நாட்டுச் சீதோஷ்ண நிலைக்கேற்ப அமைந்துள்ளது. இந்நாட்டு மக்களின் நல்வாழ்க்கைக்கு, பண்புக்கு ஏற்ப அமைந்துள்ளது. மூடநம்பிக்கையை உண்டாக்கும் கருத்துக்கு தமிழ்மொழியில் இடம் இல்லை. இந்திய நாட்டுப் பிற எம்மொழியையும் விட தமிழ் நாகரீகம் பெற்று விளங்குகிறது. தூய தமிழ் பேசுவதால், மற்ற வேற்றுமொழிச் சொற்களை நீக்கிப் பேசுவதால் நம்மிடையேயுள்ள இழிவுகள் நீங்குவதோடு, மேலும்மேலும் நன்மையடைவோம் என்பதோடு, நம் பழக்கவழக்கங்களுக்கேற்ப நம்மொழி அமைந்திருக்கிறது; வேறு மொழியைப் புகுத்திக் கொள்வதன் மூலம் நம் அமைப்புக் கெடுவதோடு அம்மொழியமைப்பிலுள்ள நம் நலனுக்குப் புறம்பான கருத்துக்கள், கேடுபயக்கும் கருத்துக்கள் நம்மிடைப் புகுந்து நம்மை இழிவடையச் செய்கின்றன என்பதால்தான். வடமொழியில் நம்மை மேலும் மேலும் அடிமையாக்கும் தன்மை அமைந்திருப்பதால்தான் அதையும் கூடாதென்கிறேன். நமது மேன்மைக்கு, நமது தகுதிக்கு, நமது முற்போக்குக்கு ஏற்ற மொழி தமிழைவிட, மேலான ஒரு மொழி இந்நாட்டிலில்லை என்பதற்காகவே தமிழை விரும்புகிறேனே தவிர, அது அற்புத அதிசயங்களை விளைவித்ததாகப் புராணங்கள் கூறுகின்றன. அவை மெய்யோ, பொய்யோ, ஆனால் அந்தக் கருத்து நமக்குத் தேவையில்லை. ஏன்? ஆயிரம் முதலையை வைத்துக் கொண்டுதான் பாடிப் பாருங்களேன். அவைகளில் எதுவாவது தான் தின்ற ஒரு மீனையாவது கக்குகிறதா என்று. தாழ்ப்பாளிட்ட சிற்றறையின் முன்னின்றுதான் இலக்கணப் படியே மனம் உருகிப் பாடுங்களேன். சிறிதாவது தாழ்ப்பாள் அசைகிறதா என்று. அற்புத சத்திகள் நிறைந்த மொழி என்று பிடிவாதம் செய்வது அறியாமைதான். அது தமிழ்ப் பண்புகூட அல்ல, தமிழில் அதிசயம், மந்திரம், சக்தி முதலிய சொல்லே இல்லை. இதேபோல் தாய்மொழி என்று பிடிவாதம் செய்வது அறியாமைதான். ஏன்? நம் தாய் நம்மைப் பெற்றெடுத்ததும் நம்மைத் தெலுங்கன் வீட்டிலோ, துருக்கியன் வீட்டிலோ விட்டிருந்தால் நாம் தெலுங்கோ உருது மொழியோ பேசுவோமா? அல்லது நம் தாய் தமிழில் பேசியதன் காரணமாக நம்மை பீறிட்டுக் கொண்டு நம் நாவிலிருந்து தமிழ் தானாக வெளிவருமா? இன்னும் கவனிப்போம். நம் தாய் நாம் குழந்தையாக இருந்தபோது பேசியதென்ன? 'பாய்ச்சி குடிக்கி,' 'சோச்சி தின்னு,' 'மூத்தா போய்,' 'ஆய்க்கு போ' என்றுதானே பேசியிருப்பாள். இப்போது நாம் பாச்சி, சோச்சி, மூத்தா, ஆயி என்றா பேசுகிறோம். இந்தக் காலத்தில் நம் தாய்கள் பேசுகிற மொழியே அதிசய மாயிருக்கும். ஆதலால் தாய்மொழி என்று பிடிவாதம் செய்வதும் அறியாமை என்று தோன்றவில்லையா?

ஆதலால் ஒரு மொழியின் தொடர்பு நமக்கு நல்லதா கெட்டதா என்று சிந்திக்கும்போது நமது இடத்திற்கும், சீதோஷ்ணத்திற்கும் பொருந்தியிருக்கிறதா என்று பார்க்க வேண்டும். பிறகு அம் மொழியிலுள்ள கருத்துக்கள் நம் தன்மானத் தையும், மேன்மையையும், நலத்தையும், தகுதியையும், காக்கக் கூடியதா? அதிகப் படுத்தக் கூடியதா? அவற்றை கெடுக்கக்கூடியதா? என்று சிந்தித்துப் பார்க்க வேண்டும். உதாரணமாக தமிழ்மொழி வடமொழித் தொடர்பால் நமக் கேற்பட்டுள்ள, ஏற்படப்போகும் கெடுதிகளைப் பார்ப்போம்.

தொகுதி 1 மொழி

வடமொழிச் சேர்ப்பும் பிரிப்பும்

நம்மிடையேயுள்ள சாதிப் பிரச்சனையை எடுத்துக் கொள்வோம். 'சாதி' என்ற வடமொழிச் சொல்லை தமிழிலிருந்து எடுத்து விட்டால் அதற்குச் சரியான தமிழ்ச் சொல் ஒன்று கூறுங்களேன். பண்டிதர்கள் தான் கூறட்டுமே. வார்த்தை இல்லையே. ஆதலால் நம் மக்களிடையே ஆதியில் சாதிப் பிரிவினை இல்லை என்பதும், இது வடநாட்டுத் தொடர்பால் தான் ஏற்பட்டது என்பதும் தெரிகிறதா இல்லையா? அந்த வார்த்தையேயில்லா விட்டால் சாதிபேத உணர்ச்சி அற்றுப் போகுமா இல்லையா? கூறுங்களேன். இதேபோல் திவசம், திதி, கல்யாணம், வைகுந்தம், சொர்க்கம், மோட்சம், நரகம், சாலோக, சாரூப, சாமீப சாயுச்சிய என்ற இவ்வார்த்தையும் வடமொழியா? தமிழா? இவ்வார்த்தைகளின் தொடர்பால் நம் புத்தி தெளிந்ததா? இருந்த புத்தியும் போனதா? சிந்தித்துப் பாருங்கள். தாராமுகூர்த்தம், கன்னிகாதானம் என்ற பேர்கள் வந்த பிறகு தானே நம் பெண்கள் கணவனின் கைப்பொம்மைகள் ஆனார்கள். அதன் பிறகு தானே சிறிது சச்சரவு நேர்ந்து தன் வீட்டுக்கு வந்த தன் மகளைப் பார்த்து 'ஆமாம்மா! உன்னைக் கன்னிகாதானம் செய்தாயிற்றே! உன்னை உன் புருஷனுக்குக் கொடுத்து விட்டோமே! இனி உனக்கிடம் அவன் இருப்பிடம் தானம்மா' என்று கூறும் தகப்பன்மார் தோன்றினார்கள். கன்னிகாதானம் என்பதற்கு தமிழ் வார்த்தை ஒன்று கண்டுபிடியுங்களேன். திருவள்ளுவர் வாழ்க்கைத்துணை என்றுதானே கூறுகிறார். அதாவது புருஷனும் மனைவியும் ஸ்நேகிதர்கள், நண்பர்கள் என்று தானே அதற்குப் பொருள். எவ்வளவு கருத்து வேறுபாடு பாருங்கள். 'மோக்ஷம்' என்பதற்குத் தமிழ் வார்த்தை ஏது? மோக்ஷத்தை நாடி எத்தனை தமிழர் காலத்தையும், கருத்தையும், பொருளையும் வீணாக்குகிறார்கள் கவனியுங்கள். மதம் என்பதற்கு தமிழில் மொழியேது. மதம் என்ற வார்த்தையால் ஏற்பட்டது தானே மதவெறி? நெறி, கோள் என்றால் வெறி ஏது?

'பதிவிரதா தன்மை' என்பதற்காவது தமிழில் வார்த்தையுண்டா? பதிவிரதம் என்ற வார்த்தை இருந்தால் சதி விரதம் அல்லது மனைவி விரதம் என்கின்ற வார்த்தையும் இருக்க வேண்டுமே. இதுவும் வடமொழித் தொடர்பால் ஏற்றவினைதான். ஆத்மா என்ற வார்த்தைக்கு தமிழில் மொழியேது? ஆத்மாவால் எவ்வளவு மூட நம்பிக்கைக் களஞ்சியங்கள் நம் புலவர்கள், அறிஞர்களிடையேயும் புகுந்து விட்டன. தமிழ்நாட்டு மக்களின் வழக்கங்கள் யாவும் பெரிதும் ஆண், பெண் இருபாலர்க்கும் சமஉரிமை என்ற அடிப்படையின் மீதும், பகுத்தறிவு என்ற அடிப்படையின் மீதும் அமைந்திருக்கக் காண்கிறோம்.

நம் நாட்டுச் சீதோஷ்ண நிலையைப் பொறுத்தும் கருத்துக்களின் செழுமையைப் பொறுத்தும் நமக்குத் தமிழ் தான் உயர்ந்த மொழியாகும். வடநாட்டானுடைய ஆச்சாரங்கள், தர்மங்கள், ஆசாபாசங்கள் முற்றிலும் நமக்கு மாறுபட்டவை. அவற்றிற்கேற்ப அமைக்கப்பட்டுள்ள அவர்களது மொழியே அவர்களுக்கு உயர்வானதாகவும், நமது மொழி அவர்களுக்குத் தாழ்வானதாகவும் தோற்றுவது சகஜம். ஆனால் நாமும், அவர்கள் நம் மொழியை மட்டமாகக் கருதுகிறார்களே என்பதற்காக நம் மொழியை மட்டம் என்று கருதிவிடலாமா? அப்படிக் கருதி வடமொழியை ஆதரிக்கப் புகுந்துதானே நாம் பல மூடநம்பிக்கைகளுக்கும், பல இழிவுகளுக்கும் ஆட்பட்டுத் தவிக்கிறோம். வடமொழியில் நமக்குப் பெயர் சூத்திரன். நாம் ஏன் சூத்திரர்கள் என்று இன்று கேட்க ஆரம்பித்திருக்கிறோம். இதற்கு நம் தமிழ் மொழியிலிருந்து ஒரே ஒரு ஆதாரமாவது காட்டட்டுமே. ஒன்று கூட இல்லையே. வடமொழியை எடுத்துக் கொள்ளுங்கள். எவ்வளவு ஆதாரங்கள், கடவுள் வாக்குகளே அதற்கு ஆதாரமாய் வந்து விடுமே. இதே போல் மேலே கூறிய எந்த மூடநம்பிக்கைகளுக்கும் தூய தமிழ்மொழி இலக்கியத்திலிருந்து ஒரு ஆதாரங்கூட

காட்ட முடியாதே. தற்போது தமிழில் வந்து புகுந்துகொண்ட வடமொழி வார்த்தைகளை எடுத்துவிட்டால் நம் குறைகள், தொல்லைகள் எவ்வளவு நீங்குமென்பதும், தொடர்பை ஏற்றுக்கொண்டால் எவ்வளவு இழிநிலைக்கு ஆளாக வேண்டியிருக்கிறதென்பதும் புரிகிறதல்லவா?

ஆங்கிலச் சேர்ப்பின் நலம்

வடமொழித் தொடர்பால் ஏற்பட்ட இன்னல்கள் ஒருவாறு மேலே விளக்கப் பட்டது. அதற்கு மாறாக ஆங்கிலமொழித் தொடர்பால் நமக்கேற்பட்டுள்ள நன்மைகளையும் அம்மொழியிலுள்ள கருத்துச் செறிவுகளையும் பாருங்கள். ஆங்கில மொழி நூல்களில் முன்னேற்றக் கருத்துக்கள் மலிந்து கிடக்கின்றன. விஞ்ஞான ஆராய்ச்சி அறிவு நூல்கள் ஏராளமாக ஆங்கிலத்தில் இருக்கின்றன. நமது வாழ்க்கைநிலையை உயர்த்திக்கொள்வதற்கான பல அரிய மார்க்கங்களை ஆங்கில நூல்களிலிருந்தே நாம் பெரும்பாலும் அறிந்து வருகிறோம். சுருங்கக் கூறின் அடிமை வாழ்வே ஆனந்தம் என்று நினைத்திருந்த இவ் இந்தியநாட்டு மக்களுக்கு விடுதலை வேட்கையை ஊட்டியதே ஆங்கிலமொழி அறிவுதான் என்று கூறினால் மிகையாகாது. ராஜா வேண்டாம், குடியரசு என்கின்ற அறிவு, ஆணும், பெண்ணும் சமம் என்கிற அறிவு ஆகிய சகல அரசியல் பொருளாதார முன்னேற்ற அறிவுக் கருத்துக்களையும் ஆங்கிலமொழி தான் நமக்குத்தந்தது. தந்தியையும், மின்சாரத்தையும், படக்காட்சியையும், ஆகாய விமானத்தையும், ரேடியோவையும் எக்ஸ்ரேவையும் அதுதான் அறிமுகப்படுத்தியதே ஒழிய நமது தமிழ்மொழியோ அல்லது அதை அழிக்க வந்த வடமொழியோ அல்ல. வடமொழித் தொடர்பு சாஸ்திரப் புராண இதிகாச மூடநம்பிக்கைகளால் நம் பகுத்தறிவை அடிமைப்படுத்தியது. ஆங்கிலமொழி நம்மை அவ்வடிமைத்தளையிலிருந்து விடுவித்து எதையும் நம் பகுத்தறிவு கொண்டு சிந்தித்துப் பார்க்கும்படி செய்தது. பகுத்தறிவுக்கு ஒவ்வாத, பிரத்தியக்ஷ அநுபவத்திற்கு ஒவ்வாத, சரித்திரகாலத்திற்கு உட்படாத எதையும் ஒதுக்கித் தள்ளும்படி செய்தது ஆங்கிலமொழி தான். அதைப் பேசிய மக்களைத் தமிழைக் காட்டிலும் வெகுவேகமாக அறிவு உலகத்தை நோக்கி அழைத்துச்செல்கிறது. ஆங்கிலேயன் சந்திரகிரகணத்திடமிருந்து ஒலி கேட்கிறான். வடமொழியாளன் இங்கு அதில் ஈரேழு பதினாலு லோகங்களைக் காட்டித் திவச மந்திரம் படிக்கிறான். எவ்வளவு வேற்றுமை பாருங்கள். காரணம் என்ன? நம் மக்களுக்குப் புத்தியில்லையா? அல்லது நம் மூளை களி மண்ணால் செய்யப் பட்டதா? அப்படியொன்றும் இல்லையே. அறிவு வளர்ச்சிக்குப் பெரும்பாலும் சுற்றுச்சார்புதான் காரணம். ஒரே தகப்பனுக்குப் பிறந்த இரண்டு குழந்தைகளில் ஒன்றை இந்நாட்டிலும் ஒன்றை இங்கிலாந்திலும் வளர்த்துப் பாருங்கள் இதனுண்மை விளங்கும். இங்கிலாந்தில் வளர்ந்த மகன் இந்தியாவில் வளர்ந்த மகனைவிட பல மடங்கு அறிவு விசாலம் அடைந்தவனாயிருப்பான் என்பது திண்ணம். அவன் எதையும் விஞ்ஞானக் கண்கொண்டு பார்ப்பான். இவன் எதையும் மதக் கண்கொண்டு பார்ப்பான். அவனவன் வளர்ந்த இடத்தில் உள்ள பழக்க வழக்கங்களை ஒட்டி அவனவனுடைய அறிவுத்தன்மையும் மாறுபட்டிருக்கிறது. உதாரணமாக நமது இரண்டு கைகளை எடுத்துக்கொள்வோம். இரண்டுக்கும் நரம்பு, தசை, எலும்பு, இவற்றின் அமைப்பும் இரத்த ஓட்டமும் ஒரே மாதிரி தன்மையாகத் தான் அமைந்திருக்கின்றன. இவை இரண்டும் ஒரே தாயின் கர்ப்பத்தில் தான் உண்டாயின. இரண்டும் ஒரே தகப்பனுடைய சுக்கிலத்தில் தான் உண்டாகின்றன என்றாலும் ஒரே கையால் தான் எழுத முடிகிறது. மற்றொரு கையால் எழுத முடியவில்லையே. ஏன்? ஒரு கையை எழுத்து வேலைக்கே மற்றும் மேலான செய்திறம் வேலைக்கே பயன்படுத்திவிட்டோம். மற்றொரு கையை கேவலமான

வேலைக்கே, மலம் அலம்பும் வேலைக்கே பயன்படுத்தி வேறுவேலைக்குப் பயன்படுத்தாமல் வலிவற்றதாக ஆக்கிவிட்டோம். எது எந்த வேலைக்காகப் பயன்படுத்தப்பட்டதோ அந்த வேலையில் அது பழக்கப்பட்டு போயிற்று. வலிவற்றதாகவும் ஆகிவிட்டது. ஆகவே எதற்கும் பழக்கம்தான் காரணமே ஒழிய அமைப்பல்ல முக்கிய காரணம்.

மதச் சார்பால் தமிழ் பிற்பட்டது

தமிழும் ஒரு காலத்தில் உயர்ந்த மொழியாகத்தான் இருந்தது. இன்று அது வடமொழிக் கலப்பால் இடதுகை போல் பிற்படுத்தப்பட்டுவிட்டது. இந்நோய்க்கு முக்கிய காரணம் தமிழ்மொழி மதச் சார்புடையோரிடம் சிக்கிக் கொண்டதுதான். தமிழை மதத்திற்கு ஒற்றிவிட்டதும் மதத்தை வெறுக்க ஆரம்பித்தனர். தமிழ் சைவ மொழியாக ஆக்கப்பட்டதால்தான் சைவத்திற்காக வேண்டி வடமொழியும், வடமொழிக் கலைகளும் அதிகமாகத் தமிழ்நாட்டில் புகத்தொடங்கின. தமிழ் மன்னர்கள் ஆரியமதத்தை ஏற்றுக்கொண்டதால், அம் மதக்கருத்துக்களை விளக்கத் தமிழில் சொற்கள் இல்லாதுபோகவே அதிகமாக வடமொழிச் சொற்களைக் கையாள ஆரம்பித்தனர். தமிழிலிருந்து சைவத்தையும், ஆரியத்தையும் போக்கி விட்டால் நம்மையறியாமலே நமக்குப் பழந்தமிழ் கிடைத்துவிடும். மதத்திற்கு ஆதாரமாயிருந்து வருவனவெல்லாம் வடமொழி நூல்களே ஒழிய, தமிழ்மொழி நூல்களில் தற்சமயம் நம்நாட்டில் இருந்துவரும் மதத்திற்கு எவ்வித ஆதாரமும் இல்லையென்பது இங்கு கவனிக்கத்தக்கது.

இம்மதம் ஒழிய, பெரும்பாலும் பழமை விரும்பிகளான பண்டிதர்களே பெருத்த தடையாக இதுகாறும் இருந்து வந்திருக்கிறார்கள். தமிழைக் கெடுத்த வர்கள், தமிழன் அறிவுக்கு முட்டுக்கட்டை போட்டவர்கள் இந்தத் தமிழ்ப் பண்டிதர்களும் அவர்களின் சைவமும்தான். பண்டிதர்கள் பார்ப்பானைப் போல் உச்சிக்குடுமி வைத்துக்கொண்டு பட்டை, விபூதியும் பூசிக்கொண்டு, கவைக்குதவாத கட்டுக்கதைகளை நம் குழந்தைகளுக்குப் போதித்து விட்டனர். திருக்குறள் அறிவைப் பரப்புவதைவிட்டு நம் குழந்தைகளுக்குத் திருவிளையாடற் புராண அறிவையும், தேவார திருவாசக அறிவையும், பாரத ராமாயண அறிவையும் பரப்பி விட்டனர். சிந்திக்கத் தவறினார்கள். சிலப்பதிகாரத்தை தலைசிறந்த நூலென்று இன்றும் போற்றி வருகிறார்கள். அதில் கண்ணகி என்ற மாது மதுரை மாநகர் மீது தனது முலையைத் திருகி எறிகிறாள் கோபாவேசத்தோடு, உடனே மதுரை பற்றிக் கொள்கிறது. இதுதான் அவளுடைய கற்புக்கு எடுத்துக்காட்டு. இன்று எந்த ஒரு பெண்ணாவது அவள், எவ்வளவு தான் கற்புடைய கன்னிகையாயிருந்த போதிலும் இந்தக் காரியத்தைச் செய்ய முடியுமா? எங்காவது இம்மாதிரி காரியம் நடந்திருக்குமா? நடக்குமா? அந்தச் சமயத்திலும் அவள் தீக்கு ஆணையிடுகிறாள் ‘பார்ப்பனரை அழிக்காதே’ என்று. பார்ப்பனரை அழிக்காதே என்று ஆணை யிடுபவள் ஆரியப்பெண்ணாக இருப்பாளா? தமிழ்ப்பெண்ணாக இருப்பாளா? நீங்களே சிந்தித்துப் பாருங்கள்.

அவளது கற்புக்கு மற்றோர் எடுத்துக்காட்டாக சொல்லப்படுவது தன் கணவனான கோவலன் மாதவி என்ற ஒரு தாசியோடு கூடிக்குலாவியிருந்த காலத்து அவன் தன்னைத் தேடி தன் வீடு வராதிருந்தும், அவன் கஷ்டப்படுகிறான் என்றறிந்து அவனுக்காக வேண்டி தனது விலையுயர்ந்த ஆபரணங்களையும், சேலைகளையும் மாதவி வீட்டிற்கு அனுப்பினாள் என்பது. இத்தகைய முட்டாள்தனமான கற்பு எங்காவது சிறந்த வீரத் தமிழ்ப்பண்பாகுமா? தமிழ்ப்பண்பு இத்தகைய கற்பையா தமிழ் மக்களுக்குப் போதித்திருக்கிறது. உண்மைத் தமிழச்சியானால் அவள் ஒன்று

மாதவி வீட்டேகி அந்தக் கோவலனை கட்டி இழுத்து வந்திருக்க வேண்டும்! அல்லது அவனை, அவன் விருப்பப்படியே விட்டுவிட்டுத் தான் வேறொரு ஆடவனை மணந்திருக்க வேண்டும்! அது தனக்கு விருப்பமில்லையானால் சும்மாவாவது இருக்க வேண்டும்! இதையெல்லாம் செய்வதை விட்டு, தன் கணவன் மேலும் ஒரு தாசியோடு கூடிக் குலாவிக் கொண்டிருக்கட்டும் என்று தன் நகையையும், சேலையையும் அந்தக் தாசிக்கு அனுப்பிவைப்பதா தமிழ்ப்பண்பு! இல்லை இல்லை. இது பெண் ஆணுக்கு அடிமை என்ற ஆரியக் கருத்தைத் தமிழர்களிடையே புகுத்த, தமிழன் கையைக்கொண்டே எழுதச் செய்யப்பட்ட ஒரு பித்தலாட்டக் கதை. இதை நம் பண்டிதர்கள் இன்னும் உணராது ஐம்பெருங்காப்பியங்களில் ஒன்றாகச் சிறப்பித்தும் கூறிவருகிறார்கள். சிறப்புவாய்ந்த தனித் தமிழ் நூல்களை யெல்லாம் ஓரளவுக்கு இந்து மகாசமுத்திரமும், பெரும் அளவுக்கு ஆரிய சூழ்ச்சியால் ஏற்பட்ட ஆடிப்பெருக்கின்போது பழம் ஒலைச்சுவடிகளை நதிகளில் இடும் பழக்கமும் கொள்ளை கொண்டுவிட்டன. எஞ்சி நின்ற ஒன்றிரண்டும் ஆரியத்திற்கு எதிர்ப்பாயிருந்தால், அவைகளும் மக்களிடையே செல்வாக்குப் பெறாமல் இருந்துவருகின்றன. இதில் பண்டிதர்கள் கவலை எடுத்துக் கொள்ள வேண்டும். தமிழில் ஆரியம் புகுந்ததால்தான், மற்ற மக்களெல்லாம் காட்டு மிராண்டிகளாக வாழ்ந்த காலத்தில் கப்பலோட்டி வாணியம் நடாத்திய தமிழர் மரபில் இன்று ஒரு நியூட்டன் தோன்ற முடியவில்லை, ஒரு எடிசன் தோன்ற முடிய வில்லை, ஒரு மார்க்கோனி தோன்ற முடியவில்லை என்பதை அறிந்துகொள்ள வேண்டும். பழமையிலுள்ள மோகத்தை முதலில் விட்டொழிக்க வேண்டும். தமிழைப் புதுமொழியாக்கச் சகல முயற்சிகளும் எடுத்துக்கொள்ள வேண்டும். நம் மொழியில் இல்லாத ஒரு கருத்தை, நம் மொழியில் ஏற்க வேண்டிய அவசியம் ஏற்படும் போது அக்கருத்துக்குண்டான வார்த்தைகளைத் தோற்றுவிப்பதில் நாம் மிக ஜாக்கிரதையாகப் பணியாற்றவேண்டும். நாம் கண்டுபிடிக்கும் அல்லது உண்டாக்கும் வார்த்தை, நாம் கூறவேண்டிய கருத்தைத் தெளிவாக விளக்கம் செய்வதாகவும், கலபமாக உச்சரிக்கக்கூடியதாகவும் இருக்க வேண்டும். உதாரணமாக,' 'காப்பி' என்ற வார்த்தையை எடுத்துக் கொள்வோம். இப்போது நம்மில் பெரும்பாலோர்க்கு இந்த பானம் அவசியமாகிவிட்டது. நமது மொழியில் இதற்கு வார்த்தை கிடையாது, இப்போது அதற்கு வேறு வார்த்தை உண்டாக்குவதை விட வழக்கிலிருந்து வரும் அதே வார்த்தையை நாம் தமிழில் ஏற்றுக் கொள்ளலாம். நமக்குத் தேவையான விஞ்ஞானக் கருத்துக்களுக்கு வேறு வார்த்தைகளைக் கண்டுபிடிக்கும்போதும் ஆங்கில வார்த்தைகள் தமிழ்மொழி உச்சரிப்புக்குச் சுலபமாக இருக்குமானால், அவற்றை அப்படியே ஏற்றுக்கொள்வதுதான் நலமாகும். கலைச்சொல் நிர்மாணக் கமிட்டியார் கண்டுபிடித்துள்ள வார்த்தைகளைப் பாருங்கள். Electrolysis, Hydrogen, Disinjectant என்பனவற்றிற்கு முறையே, 'வித்யுக்தியோகம்', 'ஆப்ஜனகம்' 'பூதிநாசினி' என்று புது வார்த்தைகளைத் தோற்றுவித்துள்ளார்கள். ஆங்கில வார்த்தைகளுக்குப் பதிலாக வடமொழி வார்த்தைகளைத் தோற்றுவித்துள்ளனர். இதைவிட சென்னை தமிழ்ச் சங்கத்தார் கண்டுபிடித்துள்ள 'மின் பருக்கை', 'நீரகம்', 'நச்சு நீக்கி' என்ற வார்த்தைகளே சிறந்தனவாக இருக்கின்றன. காரணம் சென்னைத் தமிழ்ச் சங்கத்தாருக்குள்ள தமிழ்ப் பற்று கலைச்சொல் நிர்மாணக் கமிட்டியாருக்கு இல்லாமற் போனதுதான். நமது மேன்மைக்கும், அந்தஸ்துக்கும் ஏற்றதும், நம் சுதந்தர உணர்ச்சியைத் தூண்டக் கூடியதும், நம் இழிவைப் போக்க கூடியதுமான எம் மொழியிலிருந்தும் நம் மொழிக்கு ஆக்கம் தரக் கூடியதும், அவசியமானதும் ஆகிய சொற்களை எடுத்துக் கொள்ளலாம். எம்மொழித் தொடர்பிருந்தாலும் பரவாயில்லை. நமக்கு வடமொழித் தொடர்பு மட்டும் கூடவே கூடாது. தமிழ் ஒன்றுதான் இன்று

வரைக்கும் வடமொழிக் கலப்பை ஒரு அளவுக்கு ஆவது எதிர்த்து வந்திருக்கிறது. வேற்று மொழிக் கலப்பின்றி தனித்துச் சிறப்புடன் வாழக்கூடிய தன்மையைத் தமிழ் பெற்றிருக்கிறதென்று மேனாட்டு மொழி வல்லுநர்களே எடுத்துக்காட்டி யுள்ளார்கள்.

இப்படியாக பல சிறப்புகளைத் தன்னிடத்தே கொண்டுள்ள தமிழ்மொழி இதுகாறும் தக்க ஆதரவின்றி வளர்ச்சி குன்றிக்கிடந்தது. ஹிந்தி எதிர்ப்பு இயக்கம் ஓரளவுக்கு தமிழர்களிடையே ஒரு விழிப்பை, ஒரு புத்துணர்ச்சியை ஊட்டியது என்றாலும் இனியும் தமிழர்களுக்கு முழு விழிப்பு ஏற்பட்டபாடில்லை. இன்றும் கோயில்களில் வடமொழியில் அர்ச்சனை நடைபெற்று வருகிறது. கோர்ட்டிலும் ஆங்கிலம்தான் அதிகமாகக் கையாளப்பட்டு வருகிறது. அடித்தவன் தமிழன், அதிகாரி தமிழன் என்றாலும் ஆங்கிலத்தில்தான் விசாரணை நடந்துவருகிறது. இது பார்ப்பனன் கொள்ளையடிக்க அல்லாமல், வேறு எதற்கு ஆக நடைபெறுகிறது. ஆங்கிலேயன் போய்விட்டான், ஆகவே ஆங்கிலம் போய் தமிழ் வரும் என்று அகமகிழ்வதற்கும் ஆட்சியாளர்கள் இடம்கொடுக்க மறுக்கிறார். காரணம் பார்ப்பனர்களே அதிகமாக வக்கீல்களாக இருப்பதால் இந்தப் புரட்டு தேவையாகிறது. தேசீயப் போர்வையில் ஹிந்தியை நுழைக்க சூது செய்து வருகிறார்கள் அவர்கள். நமது மாகாண மந்திரிகள் தமிழர்களாயிருந்தும் தமிழை ஆதரித்து தம் முடிவைத் தெரிவிக்கத் தயங்குகிறார். ஒருபுறம் வடநாட்டு ஆதிக்கத்தின் சர்வாதிகார உத்திரவும், மற்றோர்புறம் தாய்மொழிப் பற்றும் அவர்களை வாட்டிவருகிறது. என் செய்வதென்று அறியாமல் பதவி மோகத்தால் வாய் பொத்திக் கிடக்கிறார்கள். மேற்கு வங்காளத்தில் உருது மொழி புகுத்தப் படுவதை எதிர்த்துக் கிளர்ச்சி செய்யும் வங்காளிகளை ஆதரிக்கும் தேசீயவாதிகள், நமது ஹிந்தி எதிர்ப்பை ஆதரிக்க மறுப்பது, அதைக் குலைக்கப் பார்ப்பது ஆகிய செயல்களைக் கண்டும் நம் தமிழ்நாட்டுத் தேசீயவாதிகளுக்கு இன்னும் புத்தி வரக்காணோம். எக்காரணங்கொண்டும் ஹிந்தியை இத்தமிழ்நாட்டில் நுழைய விடமாட்டோம் என்று துணிந்து கூறுவதைவிட்டு சிலர் ஹிந்தி நுழைப்புக்கு ஆதரவும் தந்து வருகிறார்கள். இப்படித் தமிழர்களே தமிழைக் கொல்ல ஆதரவாயிருக்கிறார்கள் என்றால் தமிழன் பரிதாபகரமான நிலைக்கு வேறு காரணமும் வேண்டுமா? தமிழ் அபிமானிகள் ஒவ்வொருவரும் ஹிந்தியை எதிர்க்கத் துணிவு கொண்டெழுவார்களாக. கடைசியாக தமிழ்மொழி வளர்ச்சிக்காக அதில் செய்யப்பட வேண்டிய சில சீர்திருத்தங்களைக் குறித்து எனது கருத்துக்களைத் தெரிவித்துக்கொள்ள ஆசைப்படுகிறேன்.

மொழி திருத்தம்

தமிழ் மிகுதியும் நம் முற்போக்குக்கு ஏற்றபடி செம்மைப் படுத்தப்பட வேண்டும். மக்கள் கற்க மேலும் இலகுவாக்கப்பட வேண்டும். பயனுள்ள பரந்த மொழியாக்கப்பட வேண்டும். "இன்றைய தமிழ் மிகவும் பழைய மொழி, வெகுகாலமாகச் சீர்திருத்தம் செய்யப்படாதது, மற்ற மொழிகளைப்போல் திருத்தப்படாதது" என்பதான இவைகள் ஒரு மொழிக்குக் குறைவாகுமே தவிர பெருமையாகாது என்பேன். ஏன்? பழமை எல்லாம் அநேகமாக மாற்றமாகி இருக்கிறது, திருத்தப்பட்டிருக்கிறது. மாற்றுவதும் திருத்துவதும் யாருக்கும் எதற்கும் இழிவாகவோ குற்றமாகவோ ஆகிவிடாது. மேன்மையடையவும் காலத்தோடு கலந்து செல்லவும், எதையும் மாற்றவும், திருத்தவும் வேண்டும். பிடிவாதமாய் பாட்டிக்காலத்திய பண்டைக்காலத்திய பெருமைகளைப் பேசிக்கொண்டிருந்தால், கழிபட்டுப் போவோம், பின்தங்கிப் போவோம், மொழி என்பது உலகப் போட்டிப் போராட்டத்திற்கு ஒரு போர்க்கருவியாகும். போர்க்கருவிகள் காலத்திற்கேற்ப

மாற்றப்பட வேண்டும். அவ்வப்போது கண்டுபிடித்துக் கைக்கொள்ள வேண்டும். நம் பண்டிதர்கள் இந்த இடத்திலும் நம் மொழிக்கு மிக்க அநீதி விளைவித்து விட்டார்கள். தமிழ் சிவனும், சுப்ரமண்யனும் பேசிய மொழி, உண்டாக்கிய மொழி என்று பண்டிதர்கள் கூறுகிறார்கள். அதே சிவனும், சுப்ரமண்யனும் உபயோகித்த போர்க்கருவிகள் இன்று நம் மக்களுக்குப் பயன்படுமா? அவைகளை நாம் இன்று பயன்படுத்துவோமா? அல்லது அவர்களே இன்று போரிட நேர்ந்தால் அவைகளைப் பயன்படுத்துவார்களா? சிந்தித்துப்பாருங்கள். கடவுள் உண்டாக்கினார் என்பது நமக்குத் தோன்றிய இயற்கைத் தத்துவம் ஆகும். இயற்கையின் தத்துவம் நமது அறிவு வளர்ச்சிகளுக்கேற்ப மாறுதல்களுக்கும் செப்பனிடுவதற்கும் வசதி யளிக்கக் கூடியதேயாகும். சிவன் கோலும், மழுவும், கத்தியும், வேலும், ஆலமும் கொண்டுதான் சண்டைபிடித்து இருக்கிறாராம். விஷ்ணு வந்த பிறகே வில் வந்திருக்கிறது. அதன் பிறகே துப்பாக்கியும், அதிலிருந்து பீரங்கியும், மிஷின் பீரங்கியும் ஏற்பட்டு இன்று அணுகுண்டு வரை போர்க்கருவிகள் முன்னேற்றமாகி யிருக்கின்றன. இன்று நாமோ, நம் கடவுள்களோ போரிட நேர்ந்தால் வில்லும் வேலுமா உபயோகிப்போம்? ஆகவே போர் கருவிகள் மாற்றமடைந்திருப்பது போல நமது மொழியும் மாற்றம் அடைய வேண்டாமா? போர் கருவிகளில் மாற்றத்தை அனுமதித்த கடவுள்கள் மொழி மாற்றத்தை மட்டுமா அனுமதிக்கமாட்டார்கள். ஆகவே மாற்றுங்கள், மதியுள்ள கடவுள்களும் மாற்றத்தை வெறுக்கமாட்டார்கள்.

எழுத்து மாற்றம்

ஆகவே பிறர் சுலபமாக தமிழ்மொழியைக் கற்றுகொள்வதற்காகவும், சுலபமாக அச்சுக் கோக்கவும், டைப் அடிக்கவும், தமிழ் எழுத்துக்களில் சில சீர்திருத்தங்கள் செய்யப்படுவது நலம் என்று நினைக்கிறேன்.

தமிழில் எழுத்துக்கள் அதிகம், ஞாபகத்தில் இருத்த வேண்டிய தனி உருவ எழுத்துக்கள் அதிகம். மொத்த எழுத்துக்கள் 216 வேண்டியிருக்கிறது என்றால் இதில் 135 எழுத்து உருவங்கள் தனித்தனி ஞாபகத்தில் வைக்க வேண்டி இருக்கிறது.

தமிழ் எழுத்துக்கள், ஆங்கிலம் ஞாபகத்தில் முதலிய சில அந்நிய மொழி எழுத்துக்களை விட, எழுத்துக் கூட்டுவதற்கு ஒரு கட்டுப்பாட்டுக்கு அடங்கிய நேர்முறையைக் கொண்டதானாலும் எழுத்துக்களைக் கற்கவேண்டியது கஷ்டமாகிறது. ஆங்கிலத்தில் 26 எழுத்துக்கள் உள்ளன. அவைகளில் உயிர் எழுத்துக்கள் 5 அல்லது 6. மெய்யெழுத்துக்கள் 20 என்னலாம். எல்லாம் தனி எழுத்துக்களே. உயிர்மெய் எழுத்துக்கள் அதாவது உயிரும் மெய்யும் கூடிய எழுத்துக்கள் கிடையாது. வெகுசுலபமாக எழுத்துக்களைக் கற்றுக் கொள்ளலாம். ஆனால் இலக்கணமுறை உச்சரிப்புமுறை ஒரு பொது வரையறைக்குக் கட்டுப்பட்டதல்ல. தமிழ் அப்படியல்ல. எழுத்துக் கூட்டுதலும் உச்சரிப்பும் அதன் இலக்கணமும் பெரிதும் இயற்கையையே அடிப்படையாகக் கொண்டதாகும். அப்படிப்பட்ட மொழியை நாம் ஏன் நவீன முயற்சிக்கு ஏற்ற வண்ணம் செப்பனிடக் கூடாது?

சாதாரணமாக தமிழ் உயிர் எழுத்துக்களில் ஐ, ஔ ஆகிய இரண்டு எழுத்துக்களைக் குறைத்து விடலாம். இந்த இரண்டும் தேவையில்லாத எழுத்துக்கள். மேலும் இவை கூட்டேழுத்துக்களே ஒழிய தனி எழுத்துக்கள் அல்ல. இவை இல்லாமல் எந்த தமிழ்ச் சொல்லையும் எழுதலாம், உச்சரிக்கலாம். இவைகளை எடுத்து விட்டால் சொற்களின் உச்சரிப்பிலோ பொருளிலோ இலக்கணத்திலோ எவ்விதக் குறையும், குற்றமும் ஏற்பட்டுவிடும் என்று தோன்றவில்லை. சுமார் 40 வருடங்களுக்கு முன்னால் இருந்தே நான் இதைக்

கவனித்து வந்திருக்கிறேன். இந்தப் படி எழுத்துக் கோர்த்து அச்சடிக்கப்பட்டுள்ள ஒரு குறள் புத்தகத்தையும் நான் 40 வருடத்திற்கு முன்பே பார்த்திருக்கிறேன். இப்படிச் செய்வதில் மொத்தத்தில் 38 எழுத்துக்கள் (அதாவது உயிரெழுத்து ஐ, ஔ ஆகிய 2ம் அவை ஏறும் மெய்யெழுத்துக்களில் 2X18=36ம் ஆக 36+2=38) ஞாபகத்திற்கும் பழக்கத்திற்கும் தேவை இல்லாத எழுத்துக்கள் ஆகிவிடும். (ஐ-அய்;ஔ-அவ் எழுதலாம்) இதை தவிர உயிர்மெய் எழுத்துக்களில் தனிமாற்றம் பெற்றிருக்கிற ணா, றா, னா, ஆகிய மூன்று எழுத்துக்களுக்கும் தனி உருவம் தேவை இல்லாமல் ணா,றா,னா போல் ஆக்கிவிடலாம்.

மற்றும் மெய் எழுத்துக்களில் இகரம், ஈகாரம், உகரம், ஊகாரம் ஆகிய நான்கு குறில் நெடில் எழுத்துக்கள் கொண்ட 4X18=72 தனி உருவ எழுத்துக்களை நீக்கிவிட்டு தனி சிறப்புக் குறிப்பை (அதாவது ககரத்திற்கு ஆகார நெடில் உருவம் காட்ட ஒரு 'ா' (கால்) போட்டுவிடுவது போல், ககரத்திற்கு எகரம் ஏகாரம் காட்ட ஒத்தச் சுழிக்கொம்பு இரட்டை சுழிக்கொம்பு 'ெ,ே' போடுவது போல் மற்ற, இகர ஈகாரத்துக்கும் உகர ஊகாரத்துக்கும் சில குறிப்புகளை உண்டாக்கி, உயிர் 10 மெய் 18 குறில் நெடில் குறிகள் 9 ஆயுதம் 1 ஆகிய 38 - தமிழ் எழுத்துக்களாகச் சுருக்கி விடலாம்.

இதைப் பற்றி மற்றொரு சொற்பெருக்கில் தெளிவாக்க இருக்கிறேன். இந்த மாறுதல்கள் செய்வதால் நாம் மொழிக்கோ, பொருளுக்கோ, இலக்கணத்துக்கோ எவ்வித குறைபாடோ, கேடோ செய்தவர்களாக ஆகமாட்டோம். துருக்கியில் கமால்பாக்ஷா அவர்கள் எழுத்துக்களின் அடிப்படையையே மாற்றிவிட்டார். அதாவது இருந்த எழுத்துக்களையே ஒழித்துவிட்டு வேறுமொழி (ஆங்கில) எழுத்துக்களை எடுத்துக்கொண்டார். அதனால் கற்க மிக வசதியும், இலகுவும் ஏற்பட்டு விட்டது. அய்ரோப்பாவில் நான் சுற்றுப்பயணம் செய்த ரஷ்யா முதல், போர்த்துக்கல் வரை சுமார் 10, 15 நாடுகளிலும் எத்தனையோ மொழிகள் இருந்தது, அந்த மொழிகளுக்கு பெரிதும் ஒரே மாதிரி 26 -முதல் 32 எழுத்துக்கள்தான் பயன் படுத்தப்படுகின்றன. சில புதிய தனி 'ஒலி' கொண்ட மொழிகள் இருக்குமானால் அவற்றிற்கு ஏற்ப 2 - அல்லது 3, புதிய உருவ எழுத்துக்களைச் சேர்த்துக் கொண்டிருக்கிறார்கள். அமெரிக்காவில் சமீப காலத்தில் எழுத்துக் கூட்டும் முறையை மாற்றிக் கொண்டதாகச் சொல்லப்படுகிறது. ஆகவே மேல்நாடுகளில் எழுத்துக்கள், எழுத்துக்கூட்டும் முறைகள் இவைகளில் மாற்றம் செய்தால், இலக்கணத்தில், உச்சரிப்பில், பொருளில் மாற்றம் ஏற்படுவதாயிருந்தாலும் கூட துணிவாக மாற்றிக்கொண்டிருக்கிறார்கள். ஆனால் நான் சொல்லும் மாற்றங்களுக்கு அப்படிப்பட்ட குற்றங்குறைகள் இல்லையென்றே கருதுகிறேன்.

நமது தமிழ்ப்பண்டிதர்கள் இம்மாற்றங்களுக்கு ஒப்புக்கொள்ளவேண்டுமே அதுவன்றோ பெரிய கஷ்டம். மேல்நாடுகளில் பண்டிதர்கள் என்றால் புத்துலகச் சிற்பிகளாயிருப்பார்கள். நம் நாட்டிலோ பண்டிதர்கள் என்றால் பழமைக்கு இழுத்துக்கொண்டு போகும் பாட்டிக் கதை வீரர்களாக இருக்கிறார்கள். பண்டு என்ற சொல்லிலிருந்து, அதாவது பண்டையர்கள் என்பதுதான் பண்டிதர் என்ற சொல்லாகத் திரிந்தது என்று மூலம் கண்டுபிடிக்கத் தக்கவர்களாக இருக்கிறார்கள். எழுத்து, மொழி சீர்திருத்தத்தில் எனக்குத் தெரிய எந்தப் பண்டிதரும் பாடுபட்டிருப்பதாகக் காண முடியவில்லை. காலஞ்சென்ற மாணிக்க நாய்க்கர் அவர்கள் அக்காலத்தில் சிறிது பாடுபட்டார், ஆனால் அவர் சமயத்தை (ஓங்காரத்தை) தலையாக வைத்துக் கொண்டு பாடுபட்டார். ஆதலால் அக்காலத்தில் அவரிடம் எனக்குப் பற்றிருந்தும் எனக்கு ஓங்காரத்தில் இருந்த வெறுப்பு அவரது முயற்சியையும் அறிவுத்

திறனையும் அனுபவிக்க முடியாமற்படி செய்து விட்டது. அவர் இப்போது இருந்தால் எவ்வளவோ செய்திருப்பார்.

அடுத்தபடியாக மெய்யெழுத்துக்களில் 'ந, ங, ஞ' ஆகிய மூன்று எழுத்துக்களையும் எடுத்துவிடலாம். 'ன்+த= ந' 'ன்+க= ங' 'ன்+ச=ஞ' என்று ஆக்கிவிடலாம். எனவே மெய்யெழுத்தில் ந, ங, ஞ ஆகிய மூன்றையும் குறைக்கலாம், இவைத் தனித்தனியாகத் தேவையில்லை என்றே தோன்றுகிறது. உயிரெழுத்துக்களில் 'அய்யும்', 'அவ்வும்' எப்படி கூட்டெழுத்துக்களோ, அப்படி உயிர் மெய்யிலுள்ள கூட்டெழுத்துக்கள் தான் இந்த ந, ங, ஞ என்ற மூன்றும். 'பந்து' என்ற வார்த்தையையும் 'பங்கு' என்ற வார்த்தையையும் 'பஞ்சு' என்ற வார்த்தையையும் எடுத்துக்கொள்வோம். நவையும் ஙவையும், ஞவையும் எடுத்துவிட்டால் 'பன்து' 'பன்கு' 'பன்சு' என்று எழுத வேண்டியிருக்கும். இந்தச் சொற்களின் உச்சரிப்பை முதலில் சொல்லிக் கொடுத்துவிடலாம், அல்லது சாதாரணமாக உச்சரிப்பு பழக்கத்திலேயே இருந்து வரும். பொதுவாகவே 'த' வுக்கு முன் வந்தால் இப்படி உச்சரிக்க வேண்டும். 'க' வுக்கு முன் வந்தால் இப்படி உச்சரிக்க வேண்டும் என்று சொல்லிக்கொடுத்து விட்டால் பிறகு உச்சரிப்பதில் கஷ்டமிருக்காது. ஆங்கிலத்தில் இம்மாதிரி பல உச்சரிப்புகள் இருக்கின்றன. உதாரணமாக, Put *(பி-யு-டி)* புட் என்றும், But *(பி-யு-டி)* பட் என்றும் தான் உச்சரிப்பார்கள். இந்த வார்த்தைகள் முதலில் அறிமுகமாகாதிருந்தால், ஒரேமாதிரி தான் உச்சரிக்க வேண்டியிருக்கும், ஒரு எழுத்துக்குப் பல சப்தங்கள் இருப்பதும் தமிழுக்குப் புதிதல்ல. 'த' என்னும் எழுத்தும், தடி என்ற சொல்லில் ஒரு விதமாகவும், பதம் என்ற சொல்லில் வேறு விதமாகவும் ஒலிக்கவில்லையா?

அதேபோல் 'ன' என்ற எழுத்துக்கே 'ந' சப்தமும், 'ங' சப்தமும் இருந்தால் 'ஞ' சப்தமும் இருந்தால் ஒன்றும் கெட்டுவிடாது. இந்த சீர்த்திருத்தங்களைச் செய்தால் தமிழ் தனி உருவஎழுத்துக்கள் வெகுசொற்பமாகிவிடும். உயிர் எழுத்துக்கள் - 10. நெட்டெழுத்துக்கள் எல்லாவற்றிற்கும், 'ா' *(காலே)* போட்டு விடுவதால் அய்ந்து உருவ எழுத்துக்கள் தான் இருக்கும். அதாவது *(ஆங்கில வவ்வல்கள் போல்)* அ, இ, உ, எ, ஒ. நெட்டெழுத்துக்கள், அா, இா, உா, எா, ஒா என்றே எழுதலாம். மெய்யெழுத்துக்கள் *18*-ல் '*3*' எழுத்துக்கள் *(ந், ங், ஞ்)* எடுக்கப்பட்டால் *15* எழுத்துக்களையும், மேலே புள்ளி வைக்காமல் பக்கத்தில் ஒரே ஒரு கோடு இழுப்பதன் மூலம் காட்டலாம். அதாவது, க|, ச|, -|, ண|, த|,....................ன|, என்றபடி எழுதினால், க்,ச்,.................. என்று அர்த்தப்படுத்திப் படிக்கலாம். ஆக சிறப்புக் குறிகளில்

இந்தக்கோடு			*1*
ஆ		ா	*1*
	இ		*1*
	ஈ		*1*
	உ		*1*
	உா	¬	*1*
	எ	ெ	*1*
	எா	ே	*1*
		குறிகள் - *8*	

ஆக 8 சிறப்புக்குறிகளில், இகர, இாகாரத்திற்கும், உகர ஊகாரத்திற்கும், 4 - குறிகள் புதிதாக தோற்றுவிக்கப்பட வேண்டும். ஒகரத்திற்கும், ஓகாரத்திற்கும் எகர, ஏகார ஆகாரக்குறிப்புகளே பயன்பட்டு விடுவதால் அவற்றிற்காகத் தனிக்குறிப்பு வேண்டியதில்லை. அல்லது ெ,ே என்ற இந்தக் கொம்புகளை வேறு வகையில் மாற்றிப் போட்டுக்கொள்ளலாம். கடைசியாக, ஆய்தம் 1 இருக்கலாம்.

இப்போது,	உயிர்	5
	மெய்	15
	சிறப்புக்குறி	8
	ஆய்தம்	1
		29

29 உருவ எழுத்துக்களிலேயே கூட தமிழ் எழுத்துக்களுக்கு எண்ணிக்கையும் (தமிழ் மொழியை) அடக்கிவிடலாம். அல்லது சிலர் கருதுவதுபோல், 12 - உயிரெழுத்துக்களில் ஐ, ஔ, தவிர மற்ற பத்தில், 'அ' வை அப்படியேயும் ஆவுக்குப் பதிலாக 'ெ', 'ே' என்ற குறிப்புகளையும் வைத்துக் கொண்டு, இ, ஈ, உ, ஒ, ஓ என்ற ஆறு எழுத்துக்களுக்கு, ஆறு புது எழுத்துக்களை உற்பத்தி செய்து கொண்டு, இவற்றையே உயிர்மெய்யாக்க மெய்யோடு சேர்த்துப் படிப்பதனால், அப்போது

உயிர்	10
மெய்	15
ஆய்தம்	1
மெய்குறிப்பு	1

ஆக 27 எழுத்துக்களாகும். இந்த 27 எழுத்துக்களைக் கொண்டே நமது சகல சொற்களையும் அதிசுலபமாக எழுதி விடலாம். பிறமொழிச் சொற்களை நம் மொழியில் எழுதுவதற்கு தேவைப்பட்டால் ஒன்றிரண்டு வேறு எழுத்துக்களையும் உண்டாக்கிக் கொள்ளலாம். அறிஞர்களும் பண்டிதர்களும் தீர்க்கமாய்ச் சிந்தித்து ஒரு முடிவுக்கு வர வேண்டும். எப்படியும் தமிழ்மொழி எழுத்துக்கள் குறைக்கப் பட்டாக வேண்டும்; அச்சுக்கோர்ப்பதற்கும், டைப் அடிப்பதற்கும் ஆங்கிலத்தைப் போல் லகுவாக்கப்படவேண்டும் என்பதும், கற்கும் பிள்ளைகளுக்கும் 3 மாதத்தில் படிக்கத் துவக்கலாம் என்பதும்தான் நமது ஆசை. இப்போது இதோடு முடிக்கின்றேன்.

[இதில் கடைசி 2, 3 பக்கங்கள் நான் சரியாய் புரூப் பார்க்க நேரமில்லாததால் ஏதாவது தவறு இருக்கலாம், அடுத்த பதிப்பில் திருத்துகிறேன். மன்னிக்கவும். இது முடிவல்ல, அறிஞர்களுக்கு விண்ணப்பம் - : ஈ. வெ.ரா]

"மொழி" - "எழுத்து" என்னும் பொருள் குறித்து குடந்தை, அரசியலார் கல்லூரியிலும்; சென்னை, பச்சையப்பன் கல்லூரியிலும் ஆற்றிய விரிவுரையின் தொகுப்பு

- 'மொழி - எழுத்து'
குடிஅரசு பதிப்பகம்,
ஈரோடு - 1948

தொகுதி 1
மொழி

மொழி

மொழி என்பது ஒரு மனிதனுக்கு அவ்வளவு முக்கியமான சாதனம் அல்ல; அது இயற்கை ஆனதும் அல்ல; அதற்கு ஒரு கட்டாயமும் தேவை இல்லை.

மொழி மனிதனுக்கு கருத்துக்களை பரிமாறிக்கொள்ளும் அளவுக்கு விஷயங்களைப் புரிந்துகொள்ள வாய்ப்பளிக்கும் அளவுக்குத் தேவையானதே ஒழிய, பற்றுக் கொள்வதற்கு அவசியமானதுமல்ல.

மொழியானது, சமுதாயத்தில் உள்ள சூழ்நிலைக்கு ஏற்றதே ஒழிய, பொது வாழ்வுக்கு, உணர்ச்சிக்கு ஏற்றதல்ல.

இந்தக் கருத்துக்களை முக்கியமாகக் கொண்டு தான் நாம் நமக்கு எந்த மொழி வேண்டும் என்பது பற்றிச் சிந்திக்க வேண்டியவர்களாய் இருக்கிறோம்.

நமக்கு சொந்தமொழி என்பது பிறந்த "ஜாதி"யின் காரணமாக, எனக்குக் கன்னடம். உங்களுக்குத் தெலுங்கு, மற்றும் பெரும்பாலான மக்களுக்குத் தமிழ். நாட்டுக்கு உரியது அதாவது, பெரும்பாலான மக்கள் பேசுவது தமிழ்.

தமிழ்நாட்டில் இருந்துகொண்டு - தமிழ்நாட்டைப் பற்றி நினைத்துக்கொண்டு தமிழ் நாட்டுக்கு, ஒரு மொழி அரசியலுக்கானாலும், இலக்கியத்திற்கானாலும், போதனைக்கானாலும், ஒரு மொழி வேண்டுமானால் நாம் தெரிந்தெடுக்க வேண்டியது தமிழ் மொழி என்பதாகத்தான் தோன்றும். அது ஓரளவுக்கு நியாயமாகும். ஆனால் நாடு நம்முடைய சொந்தநாடு ஆனாலும், ஆட்சி தமிழர்களல்லாத அன்னியர்களுடைய ஆட்சியாக இருப்பதால், அந்த அன்னியர்கள் பல நாடுகளை ஒன்று சேர்த்து அடக்கி ஆள்பவராக இருப்பதனால் அவர்களுடைய ஆட்சி நிலைப்பிற்கும் வசதிக்கும் ஏற்றபடி ஏதேதோ காரணங்களைச் சொல்லிக்கொண்டு அன்னிய மொழியாகிய இந்திமொழி என்பதுதான் ஆட்சி மொழியாகவும், கல்லூரி போதனாமொழியாகவும், பள்ளிகளில் கட்டாயமொழியாகவும் கூட இருக்கவேண்டும் என்று ஆட்சியாளர்கள் வலியுறுத்தும் படியான நிலைமை நம் நாட்டுக்கு ஏற்பட்டு விட்டது. இது நமக்கு ஒரு மாபெரும் கெட்ட வாய்ப்பும் வெட்கப்படத்தக்கதுமான சம்பவம் ஆகும்.

இந்த நாட்டில் மேற்கண்டபடி இந்தி மொழி கட்டாய மொழியாக ஆக்கப்பட வேண்டும் என்பதற்கு அரசாங்கமும் இந்த நாட்டுப் பார்ப்பனர்களும் அவர்களது அருளால் பிழைக்க வேண்டும் என்கிற நிலையில் உள்ளவர்கள் பெரும்பாலோரும் எந்த அளவுக்கு வேண்டுமானாலும் இந்தியைப் புகுத்தவும், கட்டாயப்படுத்தவும் இவைகளுக்காகப் பல தந்திரமான வழிகோலவும் துணிந்து முன்வந்திருக்கின்றார்கள்.

அதுபோலவே தமிழ்மொழியை அரசியல் மொழியாகவும், கல்லூரி போதனா மொழியாகவும், பள்ளிகளில் கட்டாயமொழியாகவும் இன்னும் இலக்கிய மொழியாகவும் இருக்க வேண்டுமென்று தமிழர்களிடையே அரசியல்வாதிகள் என்போர்களும், பொதுநல சேவை செய்கிறவர்கள் என்பவர்களும், மற்றும் புலவர்கள் என்பவர்களும், இலக்கிய வாழ்வுக்காரர்களும், மொழிப்பற்று என்பதை சமயப்பற்றுப் போல் முக்கியப்பற்று என்று கருதுகிறவர்களும் வலியுறுத்து கிறார்கள். முயற்சிக்கிறார்கள். கிளர்ச்சிவயப்பட்டவர்கள் இதற்காகக் கிளர்ச்சிகளும் செய்கிறார்கள்.

என்னைப் பொறுத்தவரையிலும் இந்த இரண்டு மொழிகள் பற்றியும் கவலையு மில்லை. பிடிவாதமும் இல்லை. இவற்றுள் இந்தி எந்த வகையிலும் கண்டிப்பாக நமக்குத் தேவையில்லை என்பதோடு கண்டிப்பாக நம் நாட்டிற்குள் இந்தியைப் புகவே விடக்கூடாது என்பது எனது கருத்தாகும். எந்தத் துறையில் இந்தி நமது நாட்டிற்குள் புகுந்தாலும் சமஸ்கிருதத்தினால் தமிழர்களும் தமிழ்நாடும் இன்று என்ன நிலைமைக்கு வந்து தொல்லையும், மடமையும் இழிவும் அனுபவிக்கிறார் களோ, சற்றேறக்குறைய அந்த நிலைமைக்குத்தான் கொண்டுபோய்விடும் என்பது எனது துணிபு. இந்தி, தமிழ்நாட்டையும் தமிழனையும் வடநாட்டானுக்கு, பார்ப் பனருக்கு அடிமைப்படுத்துவதுமல்லாமல் வேறு எந்தக் காரியத்திற்கும் பயன் படாது.

இந்தி ஆட்சிமொழியாய் இருக்கிறதே என்றால் நாம் உலகம் உள்ள அளவும் வடநாட்டானுக்கு அடிமையாக இருப்பது என்று முடிவுச் செய்து கொண்டோமா? தமிழ்நாடு ஒரு நாளைக்கும் அன்னியன் ஆதிக்கம் இல்லாத சுதந்திர நாடாக இருக்கக்கூடாது என்பதுதான் தமிழ்நாட்டின் நிலைமையா? அப்படி இல்லை என்றால் இன்றைய அன்னிய நாட்டான் ஆதிக்க ஆட்சியை தற்கால ஆட்சி என்றுதானே சொல்லவேண்டும்?

மற்றும் இந்தி மொழி கலாசாலை போதனைக்கோ, இலக்கிய போதனைக்கோ, ஆட்சிமுறை போதனைக்கோ, வேறு மொழியிலிருந்து இந்திமொழியில் மொழி பெயர்த்து நம் நாட்டிற்குள் புகுத்த வேண்டிய அளவில்தான் இருக்கிறதே தவிர மற்றபடி மூலநிதி (பொக்கிஷம்) என்ன இருக்கிறது? இன்று சட்ட அறிவோ, கலை அறிவோ, பொறிஇயல் அறிவோ, வைத்திய அறிவோ, விஞ்ஞான அறிவோ அளிக்கத்தக்க நேரிடைச் சாதனம் இந்திக்கு என்ன இருக்கிறது?

நிற்க, தமிழை எடுத்துக் கொண்டாலும் இன்று உலக ஞானத்தில் முற்போக்குத் தன்மையில் தமிழுக்கு என்ன சிறப்பு இருக்கிறது? தமிழனுக்கு முதலாவது தெளிவான, நேரான சரித்திரம் இல்லை.

தமிழனுக்கு அதுபோலவே சமய ஞான சாதனமும் இல்லை. இவை மாத்திர மல்லாமல் தமிழனுக்கு ஆரிய ஆதிக்கமும், கலப்புமற்ற இலக்கியமும் இல்லை. அதாவது ஆரியர் வரவுக்கு முந்தியது என்று சொல்லத்தக்க வண்ணம், விவகாரத்திற்கு இடமில்லாத தன்மையில் எதுவும் கிடைப்பது மிக்க அருமையாகத்தான் இருக்கிறது. தமிழ்மொழி வேண்டுமானால் ஆரியத்திற்கு முந்தியது என்று ஒப்புக் கொள்ளலாம். அதுவும் தமிழனுக்கு இன்றளவு என்ன பலனைக் கொடுத் திருக்கிறது? விஞ்ஞானத்திற்குச் சிறிதும் பயன்படத்தக்கதாய் இல்லை. அறிவுக்கும் தக்கபடி பயனளிக்க முடியவில்லை. தமிழ்மொழி ஏற்பட்டு பல ஆயிரக்கணக்கான ஆண்டுகள் ஆகியும் அதைத் தாய்மொழியாகக் கொண்ட தமிழன் இன்றும் இந்த விஞ்ஞான பரவல் காலத்திலும் உலகில் எங்கும் இல்லாத அளவுக்கு மூடநம்பிக்கை (மடமை) உடையவனாகவும் மான உணர்ச்சி என்பது நூற்றுக்கு எழுபத்தைந்து

பாகம் இல்லாதவனுமாக இருந்து வருகிறான். மனிதவாழ்வுக்கு மொழி முக்கிய மென்றால் உலகில் மற்றமொழி நாடுகளைக் காணும்போது தமிழ்நாட்டுக்குத் தமிழ்மொழி என்ன பயன் அளித்திருக்கிறது?

தமிழை வளர்க்க வேண்டும் என்பதெல்லாம் கலைத்துறையிலோ விஞ்ஞானத் துறையிலோ, மற்றும் சில துறைகளிலோ வேறு மொழியிலிருந்து மொழி பெயர்க்கப்பட வேண்டும் என்கின்ற நிலைமைதானே தமிழுக்கும் இருக்கிறது?

ஆயிரக்கணக்கான ஆண்டுகளாகத் தமிழ்மொழியில் ஆகட்டும், பொருளில் ஆகட்டும், எழுத்தில் ஆகட்டும், வேறு துறையில் ஆகட்டும் எவ்வித முன்னேற்றமும் மாறுதலும் அடையவில்லை. உலகத்திலே நீதி சிறந்த இலக்கியம் குறள் தமிழில் உள்ளது. அது துருப்பிடித்துவிட்டது. என் அனுபவத்திற்கு எட்டிய வரையில் உலகத்திலே சிறந்த துறை அறிவு, தமிழில் உள்ளக் கணக்கு முறை (கணித முறை) அதாவது இளஞ்சுவடி என்றும், எண் கணக்கு என்றும் சொல்லக்கூடிய இலக்க முறை, அது குப்பைக்கே போய்விட்டது. இது இரண்டையும் கழித்துவிட்டால் தமிழில் இருந்து தமிழன் தெரிந்துகொள்ளத்தக்கதோ தமிழனுக்கு பயன்படக் கூடியதோ எதுவும் தென்படவில்லை. தமிழும் தமிழனும் பெரும்பாலும் பழங்காலச் சின்னமாகக் காணப்படுகிறது.

தமிழனின் பேச்சுமொழி, தாய்மொழி தமிழ் என்பதைத் தவிர தமிழருக்கு வேறு உலக முக்கியத்துவம் எதுவும் எனக்குத் தென்படவில்லை. மற்றபடி தமிழ் நாட்டுக்கு, தமிழருக்கு வேறு எந்த மொழி தேவையானது, நல்லது, அரசியல், விஞ்ஞானம், இலக்கியம், கலை முதலியவைகளுக்கு ஏற்றது - பயன்படக்கூடியது என்று என்னைக் கேட்டால் எனக்கு ஆங்கிலமொழிதான் சிறந்தது என்று தோன்றுகிறது. இது எனக்கு சுமார் 25 ஆண்டுகளுக்கு முன்னமேயே தோன்றிய எண்ணமாகும்.

நான் 1939ல் (என்பதாக ஞாபகம்) கோவைக்கல்லூரியில் அதன் பிரின்ஸ்பால் திரு. கிருஷ்ணமூர்த்தி அய்யர் (காலஞ்சென்ற அய்க்கோர்ட் ஜட்ஜ் சதாசிவ அய்யர் குமாரர்) தலைமையின் கீழ் கல்லூரி மாணவர்கள் முன்னிலையில் பேசும்போது எடுத்துச் சொல்லியிருக்கிறேன். அந்தச் சமயம் நான் இந்தி எதிர்ப்புக்காக சிறை சென்று சிறையிலிருந்து விடுதலையாகி வந்த பிறகு கல்லூரி மாணவர்களால் அழைக்கப்பட்டு, மொழி என்னும் தலைப்பில் பேசிய பேச்சில் குறிப்பிட்டி ருக்கிறேன். அத்தலைப்பில் “மொழியின் பயன் என்ன?” “பயனுக்கேற்ற மொழி எது?” என்று இரண்டு பிரிவாய் பிரித்துக்கொண்டு பேசியிருக்கிறேன். அப்பேச்சில் ஆங்கில எழுத்துக்களையே தமிழ் எழுத்துக்களுக்கு நெடுங்கணக்காக, அகர வரிசையாக எடுத்துக்கொள்ளலாமென்றும் தமிழ் உச்சரிப்புக்கு ஏற்ற எழுத்து ஆங்கிலத்தில் ஏதாவது ஒன்றிரண்டு குறையுமானால் அதற்கேற்ற தமிழ் எழுத்தையே எடுத்துக் கொள்ளலாமென்றும் சொன்னதோடு மற்றும் ஆங்கிலமே தமிழனின் பேச்சு மொழியாக ஆகும்படியான காலம் ஏற்பட்டால் நான் மிக மிக மகிழ்ச்சியும் திருப்தியும் அடைவேன் என்றும் பேசியிருக்கிறேன்.

சமீபத்தில் 5, 6 மாதங்களுக்கு முன்னால் நுங்கம்பாக்கத்தில் திருவாளர் A. சுப்பையாபிள்ளை அவர்கள் பங்களாவில் இந்தி எதிர்ப்புக் கூட்டம் என்பதாக ஒரு கூட்டம் கூட்டப்பட்ட காலத்தில் எல்லாக் கட்சிக்காரர்களும் வந்திருக்கிறார்கள். அந்தக் கூட்டத்தில் பேசிய திருவாளர் சி. ராஜகோபாலாச்சாரியார் அவர்கள் தமிழ்நாட்டுக்கு ஆங்கிலமே ஆட்சிமொழியாக இருக்கவேண்டும் என்றும் பேசினார். ஆங்கிலமே போதனாமுறையாக இருக்கவேண்டும் என்றும் பேசினார். பிறகு நான் பேசும்போதும் அது போலவே பேசிவிட்டு, ஆங்கிலம் பேச்சு

தொகுதி 1

மொழி

மொழியாக இருந்தாலும் மிகவும் பயன்படும் என்று சொன்னேன். அது சமயம் இப்படி நான் சொல்லுவதில் மொழி வெறியர்கள் சிலர் என்னை நீ யாருக்குப் பிறந்தாய்? என்றுகூடக் கேட்டார்கள், அந்த மொழியைப் பேசவேண்டும் என்று சொல்வதனால் நாம் ஆங்கிலேயனுக்கு பிறப்பதானால் மற்றபடி காப்பி குடிப்பது முதற்கொண்டு ரயில், ரேடியோ, ஆகாயக்கப்பல், டெலிஃபோன், மருந்து முதலியவைகள் ஆங்கிலேயனுடையவை என்று தெரிந்து அனுபவிக்கிற நாம் எத்தனை தடவை ஆங்கிலேயனுக்கு பிறந்தவர்களாவோம் என்பதை சிந்தித்துப் பார்த்தால் மொழி பேசுவதனால் ஆங்கிலேயனுக்கு பிறந்தவனாக மாட்டோம் என்று சொன்னேன். கடைசியாக தமிழின் மூலமோ, தமிழ் இலக்கியத்தின் மூலமோ, தமிழ்ச் சமயம், தமிழ் பண்பாடு மூலமோ நாம் உலக மக்கள் முன்னணியில் ஒரு நாளும் இருக்கமுடியாது. தமிழ் வடமொழியைவிட இந்திமொழியைவிடச் சிறந்தது என்பதிலும், பயன்படத்தக்கது என்பதிலும் எனக்கு அய்யமில்லை என்றாலும் நாம் இன்றைய நிலைமையைவிட வேகமாக முன்னேற வேண்டுமானால் ஆங்கிலம்தான் சிறந்த சாதனம் என்றும், ஆங்கிலமே அரசியல் மொழியாகவும் போதனாமொழியாகவும் இருந்தாக வேண்டுமென்றும், ஆங்கில எழுத்துக்களே தமிழ் நெடுங்கணக்கு எழுத்துக்களாவது அவசியமென்றும், ஆங்கிலமே நம் பேச்சுமொழி ஆவது நலம் பயக்கத்தக்கது என்றும் தெரிவித்துக் கொள்கிறேன்.

(கோவை "கலைக்கதிர்"க்காக 1957ல் எழுதப்பட்ட கட்டுரை)

"மொழியும் அறிவும்" நூலிலிருந்து- 1962

20

தமிழிற்குத் துரோகமும் ஹிந்தி பாஷையின் இரகசியமும்

- சித்திரபுத்திரன்

நமது நாட்டின் க்ஷேமத்திற்காக என்று எந்தக் காரியம் ஆரம்பிக்கப்பட்டாலும், அவற்றை நம் நாட்டுப் பிராமணர்கள் கைப்பற்றிக் கொண்டு அதனால் தாங்கள் பிழைக்கும்படியாகவும், நமக்குப் பெரிய ஆபத்து விளையும்படியாகவே செய்து விடுகிறார்கள். எதுபோலென்றால், நமது சர்க்கார் நமக்குச் சுயராஜ்யம் கொடுப்பதாய் சொல்லி முதல் தடவை, இரண்டாந் தடவையாகக் கொடுக்கப்பட்டு வந்த சீர்திருத்தங்கள் என்பது, நமது நாட்டிற்கு அதிக வரி போடவும், ஜாதிச் சண்டைகளும், பொறாமையும் மேலிட்டு ஒருவரையொருவர் ஏமாற்றுவதன் மூலம் ஒற்றுமைக்குறைவு ஏற்படவும், கைத்தொழில்கள் அற்றுப்போய் நாளுக்கு நாம் மனச்சாக்ஷியையும், கற்பையும் விற்று ஜீவிக்கும்படி ஏழைகள் அதிகமாகவும், அரசாங்கத்தார் உத்தேசம் நிறை வேற்றத்தக்க வண்ணம் நமது நாட்டுப் பணம் கொள்ளைபோகவும், உபயோகப் படுவது போலவும் நமது மக்கள் படிக்க வேண்டும் என்கிற எண்ணத்தின் பேரில் சர்க்காரை பள்ளிக்கூடம் வைக்கும்படி நாம் கேட்டுக்கொள்வதினால் அந்தப் படிப்பு நம்நாட்டுக்கு துரோகம் செய்யத்தக்க அளவுக்கு சர்க்கார் ஆக்ஷிக்கு அனுகூலமாய் இருப்பது போலவும் ஆய்விடுகின்றது. அதுபோலவே நமது தமிழ்நாட்டில் ஹிந்தி பிரசாரமும் பெரும்பாலும் பிராமணர்களுக்கே அனுகூலத்திற்காக செய்யப்பட்டு இருக்கிறது.

மகாத்மா காந்தி அவர்கள் ராஜீய நோக்கத்தை முன்னிட்டு இந்தியா முழுவதுக்கும் ஒரே பாஷையாயிருக்க வேண்டும் என்கிற கருத்துக் கொண்டு ஹிந்தி பாஷைக்காகப் பொதுமக்கள் பணத்தைச் செலவு செய்தும், பொதுஜனங்கள் மகாத்மா சொல்லுகின்றாரே என்கிற பக்தியின் பேரிலும் நம்பி, அதை அமுலுக்குக் கொண்டு வந்ததின் பலன் அதுவும் ஒரு வினையாய் முடிந்து வருகிறது.

இதுவரை ஹிந்திக்காக செலவாயிருக்கும் பணத்தில் பெரும்பாகம் பிராமணரல்லாதாருடையது என்பதில் யாருக்கும் சந்தேகம் இருக்காது. ஹிந்தி படித்தவர்களில் 100-க்கு 97 பேர் பிராமணர்களாகவே இருக்கிறார்கள். தமிழ் நாட்டின் மொத்த தொகையில் 100-க்கு 97 பேர் பிராமணரல்லாதாராய் இருந்தும் 100-க்கு மூன்று வீதம் உள்ள பிராமணர்கள்தான் ஹிந்தி படித்தவர்களில் 100-க்கு 97 பேர்களாயிருக்கின்றார்கள். பிராமணரல்லாதார் 100-க்கு 3 பேராவது ஹிந்தி படித்திருப்பார்களோவென்பது சந்தேகம். இந்த படிப்பின் எண்ணிக்கை எப்படி இருந்தாலும் நமக்கு அதைப் பற்றி அதிகக் கவலை ஒன்றும் இல்லை. ஆனால்

இதில் 100-ல் ஒரு பங்கு கவலை கூட தமிழ்பாஷைக்கு எடுத்துக் கொள்ளுவ தில்லை என்பதையும் ஹிந்தி படித்த பிராமணர்களால் நமக்கு ஏற்படும் கெடுதியையும் நினைக்கும்போது, இதைப் பற்றி வருந்தாமலும், இம்மாதிரி பலன் தரத்தக்க ஹிந்திக்கு நாம் பாடுபட்ட முட்டாள்தனத்திற்கும், நாம் பணம் கொடுத்த பயித்தியக்காரத்தனத்திற்கும் வெட்கப்படாமலிருக்க முடியவில்லை. இந்த ஹிந்தி பாஷையானது, நம் பணத்தில் - நம் பிரயத்தனத்தில் - நமது பல பிராமணர்கள் படித்து வெளிமாநிலங்களுக்குப் போய், ஆங்காங்கு நமக்கு விரோதமாய் பிரசாரம் செய்வதும், நம்மை சூத்திரர்கள், புத்தி இல்லாதவர்கள், முட்டாள்கள் என்றும், தென்னாட்டுப் பிராமணரல்லாதாருக்கு மூளை இல்லை என்று சொல்வதும், வெளிமாகாணங்களில் உள்ள வர்த்தமான பத்திரிகைகளில் போய் அமர்ந்து கொண்டு பிராமணாதிக்கத்தை தேசமெல்லாம் நிலை நிறுத்தவும்: பிராமணரல்லாதாரை அமுக்கப் பிரசாரம் செய்யவும், வெளி மாகாண காங்கிரஸ் முதலிய பொது ஸ்தாபனங் களிலும் இவர்களே தலைவர்களாகவும், அவற்றில் மாதம் 100, 200, 300 வீதம் சம்பளம் பெற்றுப் பிழைப்பதுமான காரியத்திற்கல்லாமல், வேறு வழியில் நமக்கு ஒரு பலனையும் அளிப்பதில்லை. இவ்விஷயத்தைப் பற்றி முன் ஒரு சமயம், ஹிந்தி பிரசாரத்திற்காக நம்மிடம் பணம் பறிக்க நமது பிராமணர்களால் வெளி மாகாணத்திலிருந்து தருவிக்கப்பட்ட ஸ்ரீமான் புருஷோத்தம தாஸ் தாண்டன் என்பவரை நேரில் கண்டு, இவ்விஷயத்தை அவரிடம் ஒருவர் நேரில் தெரிவித்ததில் - அதாவது பணம் மாத்திரம் பிராமணரல்லாதாரிடம் வசூல் செய்கிறீர்களே; இதுவரையில் ஹிந்தி படித்த பிள்ளைகள் எல்லாம் 100-க்கு 95 பிராமணப் பிள்ளைகளேதான் படித்திருக்கின்றன; அதன் உபாத்தியாயர்களும் 100-க்கு 97 பேர் பிராமணர்களாகவே தான் இருக்கின்றார்கள். இதன் காரணமென்ன? சில பிராமணரல்லாத வாலிபர்கள் உபாத்தியாயர்களாகப் பயிற்சி பெற இஷ்டப்பட்டு வந்தவர்களையும், சரியாய் நடத்தாமல் வெளியேற்றப்பட்டதாகவும் என்னிடம் புகார்கள் வந்து கொண்டிருக்கின்ற இந்நிலையில் இதற்காக பிராமணரல்லாதாரை ஹிந்திக்குப் பணம் கேட்பது சரியா என்று சொன்னதற்கு, இவ்வளவையும் கேட்டுக் கொண்டு எல்லாவற்றையும் விசாரித்து தெரியப்படுத்துவதாய் சொல்லப் போனவர் இதுவரை ஒரு சங்கதியும் தெரிவிக்கவில்லை. அல்லாமலும் முன்போலவே காரியங்கள் மாத்திரம் நடந்து வருகின்றது. இதே மாதிரி நமது நாட்டுப் பிராமணர்கள், இந்நாட்டாரைத் தங்களால் ஏய்க்க முடியாது என்று தெரிகிற சமயத்தில் வெளி மாகாணத்தில் இருந்து ஒருவரைக் கூட்டி வந்து ஏமாற்றி தங்கள் காரியத்தைச் சாதித்துக் கொள்வது வழக்கமாக இருந்து வருகின்றது.

உதாரணமாக சுயராஜ்யக் கட்சி என்கிற பிராமணக் கட்சிக்கு நமது நாட்டில் யோக்கிதை இல்லாத காலத்தில் ஸ்ரீமான் தேசபந்து தாஸைக் கூட்டி வந்து செல்வாக்கு சம்பாதித்துக் கொண்டார்கள். இந்து மகாசபை என்கிற பிராமண வர்ணாசிரம தர்ம சபைக்கு நமது நாட்டில் யோக்கியதை சம்பாதிக்க ஸ்ரீமான் லாலா லஜபதிராயைக் கூட்டி வந்து ஏமாற்றினார்கள். காக்கிநாடா காங்கிரஸில் சட்டசபைப் பிரவேசித்திற்கு ஆதரவு கொடுத்ததால் தனக்குக் கொஞ்சம் செல்வாக்குக் குறைந்து போய்விட்டதெனப் பயந்த பிராமணர் ஒருவர் ஸ்ரீமான்கள் பஜாஜையும், பாங்கரையும் தருவித்து ஊர் ஊராய்த் திரிந்து, உபசாரப்பத்திரம் பெற்று ஜனங்களை ஏமாற்றி யோக்கியதையை நிலைநிறுத்தினார். இனி மகாத்மாவையும் கூட்டி வந்து ஏமாற்றப் போகிறார். இம்மாதிரியாகவே இது சமயமும், ஹிந்தியை பொதுபாஷை ஆக்க வேண்டும் என்கிற கவலை உள்ளவர்கள் போல் தேசத்தின் பேரால் ஆங்காங்கு பல பிராமணர்கள் பேசுவதும், அதைச் சர்க்கார் பள்ளிக்கூடம் முதலிய இடங்களில் கட்டாயப் பாடமாக்கப் பிரயத்தனப்படுவதும் யார் நன்மைக்கு? இனி கொஞ்ச

காலத்துக்குள் ஹிந்தி பிரசாரத்தின் பலனை அநுபவிக்கப் போகிறோம். பிராமணரல்லாதாருக்கு ஏற்பட்ட பல ஆபத்துகளில் ஹிந்தியும் ஒன்றாய் முடியும் போலிருக்கிறது. பொதுவாய் ஹிந்தி என்பது வெளிமாகாணங்களில் பிராமண மத பிரசாரம் செய்ய தர்ப்பித்து செய்யும் வித்தையாய் விட்டது. இந்த இரகசியத்தை நமது நாட்டு பாமர ஜனங்கள் அறிவதேயில்லை. இரண்டொருவருக்கு அதன் இரகசியம் தெரிந்தாலும், பிராமணர்களுக்குப் பயந்து கொண்டு தாங்களும் ஒத்துப் பாடிவிடுகின்றனர். யாராவது துணிந்து வெளியில் சொன்னால் இவர்களைத் தேசத்துரோகி என்று சொல்லி விடுவார்கள்.

சமஸ்கிருதம்

இதல்லாமல் நமது நாட்டில் சமஸ்கிருத பாஷைக்காக எவ்வளவு லக்ஷம் ரூபாய் செலவாகிறது! அது அவ்வளவும் யாருடைய பணம்? சமஸ்கிருதத்திற்கென்று தனியாய், எவ்வளவோ பள்ளிக்கூடங்கள் இருக்கின்றன. இதில் படிக்கிறவர்கள் எல்லாம் யார்? இதன் உபாத்தியாயர்கள் யார்? பிராமணரல்லாத உபாத்தியாயரையாவது, பிராமணரல்லாத பிள்ளைகளையாவது இதில் சேர்த்துக்கொள்கின்றார்களா? அரசாங்கத்திலாவது சமஸ்கிருதத்திற்கு இருக்கின்ற யோக்கியதை தமிழுக்கு இருக்கிறதா? இச் சமஸ்கிருதம் பிராமணரல்லாதார் - தாழ்ந்தவர் - சூத்திரர் - பிறபட்டவர் - அடிமைகள் என்பதற்கு ஆதாரமாயிருக்கின்றதே தவிர வேறு எதற்காவது - நாட்டிற்காவது உபயோகப்படுகிறதா?

தமிழ்

ஹிந்தியும், சமஸ்கிருதமும் இப்படியிருக்கத் தமிழைப் பற்றியோவென்றால், தமிழ்நாட்டில் தமிழுக்கென்று தனியாய் எத்தனை பள்ளிக்கூடம் இருக்கிறது. சமஸ்கிருதத்திற்கு இருக்கும் பள்ளிக்கூடம் அளவில் நாலில் ஒரு பங்காவது இருக்கிறதா? பிராமணரல்லாத தமிழ் வித்துவான்கள் பேராவது பொது ஜனங்களுக்குத் தெரியக்கூடியதாய் இருக்கிறதா? பிரம்மஸ்ரீ உ.வே.சாமிநாதய்யர், ஸ்ரீலஸ்ரீ. ராகவய்யங்கார் இன்னும் ஸ்ரீ, ஸ்ரீ, ஸ்ரீ, அய்யர், ஐயங்கார், ஆச்சாரியார், ராவு, சர்மா என்று பிராமணர் பெயர்தான் தமிழ் வித்துவான்கள் லிஸ்டிலும் அடிபடுகிறதே யல்லாமல் பிராமணரல்லாதார் பெயர் தெரிகிறதா? இந்த பிராமணர்கள் தான் பழைய தமிழ்க் காவியங்களின் ஏட்டுப் பிரதிகளைப் பிராமணரல்லாதாரிடம் இருந்து வாங்கி, அதை தங்கள் பிராமண மதத்திற்குத் தகுந்தபடி மொழி பெயர்த்துக் கொண்டு, அதை அச்சடிக்க பிராமணரல்லாதாரிடமே யாசகமாய்ப் பணம் வாங்கி, அச்சுப் போட்டு, புஸ்தகம் 1-க்கு 10, 15 ரூபாய் என்று விற்றுக் கொள்ளை அடித்து லக்ஷக் கணக்காகப் பணம் சேர்த்துக் கொள்ளு கின்றார்கள். நிற்க, சர்க்காரில் தமிழுக்கு ஏதோ பெரிய யோக்யதை கொடுப்பது போல் வேஷம் போட்டு ஒரு தமிழ் அகராதி எழுதக் கமிட்டி ஏற்படுத்தினார்கள். அதில் (தமிழுக்கு வார்த்தைகள் கண்டுபிடித்து அர்த்தமெழுதத் தமிழ் படித்த தமிழர் - பிராமணரல்லாத புலவர்களும், பண்டிதர்களும் எத்தனையோ பெயர் இருக்க அக்கமிட்டிக்கு) நமது சார்பாய் பிராமணர்களே அங்கத்தினர்களாய் நியமிக்கப்பட்டு இருக்கிறார்கள். இதற்காக லக்ஷக்கணக்கான நம் ரூபாய்களை வருஷக்கணக்காய்த் தின்று கொண்டிருக்கிறார்கள். இந்த பிராமணர்களால் ஏற்பட்ட தமிழ் தான் - தமிழ் அகராதிதான் - தமிழ்நாட்டிற்குத் தமிழாய் - தமிழுக்கு ஆதாரமாய் விளங்கப் போகிறது.

இது இப்படியிருக்க, மதுரையம்பதியில் தமிழ்ச்சங்கமென்று ஒரு சங்க மிருக்கிறது. ஆண்டவனே! இதன் கதை வெளியில் சொன்னால் வெட்கக்கேடு. இது பிராமணரல்லாதாரின் பயித்தியக்காரத்தனத்தையும் முட்டாள்தனத்தையும்

நிலைநிறத்தக் கல்லின் மேல் எழுத்துக்கு நேராயிருக்கிறது. அங்குள்ள தமிழ் பரீக்ஷை அதிகாரிகளும், தமிழ்ச் சங்கத்திற்கு வருஷாந்திரப் பிரசிடெண்டுகளும் 100 - க்கு 90 பேர் பிராமணர்கள். அதிலும் "வீடு பிரித்துப் போட்டிருக்கிறார்கள்" என்று சொல்லுவதற்கு "வீடு அவுத்துப் போட்டிருக்கிறது" என்று பேசும்படியான பிராமணர்களை அக்கிராசனராகத் தெரிந்தெடுப்பதும் இச்சங்கத்திற்கு நற்சாக்ஷிப் பத்திரங்களாகும். சமஸ்கிருதச் சங்கத்தில் எங்காவது பிராமணரல்லாதார் பரீக்ஷை அதிகாரியாய் இல்லாவிட்டாலும், அங்கத்தினர்களாவது சேர்த்துக் கொள்ளப் படுகிறதா? இப்பொழுது எங்கேயோ தமிழ் காலேஜ் என்று ஒன்று ஏற்படுத்தி இருக்கின்றார்களாம். அதன் அதிகாரிகளும், படிக்கும் பிள்ளைகளும், அளவுக்கு மிஞ்சி பிராமணர்களே, அதன் செலவுக்கு மாத்திரம் பணம் பிராமணரல்லா தாருடையது. நமது பிள்ளைகளின் படிப்புக்கு அரசாங்கத்தினர் மூலமாய்த் தமிழ்ப் புஸ்தகம் எழுதிக் கொடுப்பவர்களும் பெரும்பாலும் பிராமணர்களே. அவர்கள் தமிழ் புஸ்தகம் என்று பெயர் வைத்து அப்புஸ்தகத்தில் முக்கால் பாகம் சமஸ்கிருத வார்த்தைகளையே நிரப்பி பிராமண வர்ணாசிரமத்தைப் பலப்படுத்துவதற்கான விஷயங்களை நமது சிறு பிள்ளைகளுக்கும் இரத்தத்தில் கலரும்படியான கதை களையும், வாசகங்களையுமே எழுதிப் பணமும் சம்பாதித்துக் கொள்ளுகிறார்கள்.

நம்மில் யாராவது, "தமிழ்ப் புஸ்தகம் என்பது சுத்த தமிழில் எழுத வேண்டாமா? அவற்றிற்கு ஏற்ற தமிழ் வார்த்தைகள் இல்லையா? நமது தமிழ் நாட்டின் பழக்க வழக்கம் நாகரீகம் அதில் இருக்க வேண்டாமா?" என்று கேட்டால் நம்மவர்களுக்குள்ளாகவே பாஷாபிமானம், பாஷாபிமானம் என்று பேசி நம்மை ஏமாற்றுபவரும் பிராமண சிஷ்யர்களுமான சிலர் உடனே பிராமணர்களுக்கு வக்காலத்து வாங்கிக் கொண்டு சமஸ்கிருத வார்த்தைகள் தமிழில் கலந்தால் தமிழுக்கு யோக்கியதை குறைந்து போகாது; அப்படிக் கலருவதுதான் பாஷையின் முன்னேற்றம்; பழையன கழிதலும், புதியன புகுதலும் வழுவல கால வகையினால் என்று சமாதானம் சொல்லுவதோடு இதிலும் ஜாதித் துவேஷம் என்கிறார்கள். அப்படியானால் தமிழ் வார்த்தைகளோடு அடிக்கடி இங்கிலீஷ் முதலிய பாஷை சொற்களை கலந்து பேசுவதில் - எழுதுவதில் என்ன குற்றம்?

நமது வீட்டுப் பெண்களிடம் நாம் "தண்ணீர் கொண்டு வா" என்று சொல்லுவதற்குப் பதிலாக நம்மால் சரியான உச்சரிப்பை உச்சரிக்கவும், தமிழில் எழுதவும், பழக்கமும், சௌகரியமும் இல்லாத சமஸ்கிருத வார்த்தையாகிய "ஜலம் கொண்டு வா, ஜலம் கொண்டு வா" என்று சொல்லுவது குற்றமில்லையானால், அதற்குப் பதிலாக "வாட்டர் கொண்டு வா" என்று ஆங்கிலச் சொல் சொல்லுவதில் தப்பென்ன? தனித்தமிழ் என்கிற பதத்திற்கும், பாஷாபிமானம் என்கிற பதத்திற்கும் பொருள்தான் என்ன? இம்மாதிரி பாஷாபிமானத்திலிருந்தே இவர்களது தேசாபி மானத்தின் யோக்கியதையையும் அறிந்து கொள்ளலாம். பழையன கழிந்து புதியன புகுவதாயிருந்தால் நமக்குக் கவலை இல்லை; புதியவை வந்து பலாத்காரத்தில் புகுந்து கொண்டு பழையவைகளை கழுத்தைப் பிடித்துத் தள்ளுவதனால் அதையும் சகித்துக் கொண்டு அதற்கு வக்காலத்துப் பேசுவது என்பது பாஷை துரோகமும் சமூகத் துரோகமும் ஆவதோடல்லாமல், தமிழ்த்தாயின் கற்பை, தமிழ் துரோகிகளுக்கு சுயநலத்திற்காக விற்றவர்கள் என்று தான் சொல்ல வேண்டும். இம்மாதிரியே மற்றும் நமது அரசியல், மதம், பாஷை, கல்வி, ஆசாரம், நாகரீகம் முதலியவைகளில் பிராமணர்கள் எவ்வளவு தூரம் ஆதிக்கம் பெற்று இருக்கிறார்கள் என்பதும், அவ்வாதிக்கத்திற்கு நம்மவர்களிலேயே எவ்வளவு பேர் நம்மைக் காட்டிக் கொடுத்து வாழ்கிறார்கள் என்பதும், ஒவ்வொரு பிராமணரல்லாதாரும் சுயநலத்தை விட்டு நடுநிலைமையிலிருந்து யோசிப்பார்களானால் விளங்காமற் போகாது.

குடி அரசு - 07.03.1926

திருவாங்கூரில் பத்திரிகைச் சட்டம்

சுதந்திரத்தையும் உரிமையையும் நோக்காகக் கொண்டே பத்திரிகை நடத்தப்படுவதாகும். பத்திரிகை நடத்த வேண்டிய உரிமையையும் சுதந்திரத்தையும் பறித்துவிட்டால் அப்பத்திரிகை நடந்ததென்ன? நடக்காமல் அழிந்ததென்ன? ஆட்சி முறையில் குற்றங் கண்டவிடத்துக் கடிந்தும், குணங்கண்டவிடத்து போற்றியும் வருவதே பத்திரிகையின் இயல்பு.

"இடிப்பாரை இல்லாத வேமரா மன்னன்
கெடுப்பா ரிலானுங் கெடும்"

என்னும் தமிழ் வேதப்படி, குற்றங்கண்ட விடத்தில் இடித்துக்கூறும் அமைச்சன் இல்லாவிட்டால், கெடுப்பான் இல்லாவிட்டால் அரசன் கெடுவான் என்பதைப் போல, குற்றங்கடிந்தும், குணம் புகழ்ந்தும் பேசும் பத்திரிகைகளுக்கு வாய்பூட்டுதல் திருவாங்கூர் சமஸ்தானத்திற்கே அவமானமாகும்.

குடிஅரசு - 30. 05. 1926

தொகுதி 1

மொழி

தமிழ் சர்வகலாசாலைக் கமிட்டி

தமிழ் நாட்டிற்கென ஒரு சர்வகலாசாலை ஏற்படுத்துவான் வேண்டி சின்னாட்களாகப் பல தமிழர் கிளர்ச்சி செய்து வருகின்றார்கள். இக்கிளர்ச்சியை ஒடுக்குவான் வேண்டியும் தமிழ் கலாசாலையே ஏற்படாதிருக்க பார்ப்பனர்கள் செய்துவரும் சூழ்ச்சி முறைகளையும் அனேகர் அறிந்திருக்கலாம். கடைசியில் இக்கிளர்ச்சியை ஒடுக்குவதற்கு வழியில்லாது போய் தமிழ் சர்வகலாசாலை ஏற்படுத்த வேண்டுமென்று ஏற்பட்டுவிட்டது. இதற்கென ஒரு கமிட்டியும் நியமிக்கப்படலாயிற்று.

இக்கமிட்டியும் பெருங் கபடத்துடனேயே நியமிக்கப்பட்டுள்ளதெனக் கூற வேண்டும். ஏனெனில் தமிழ் மொழியின் ஆணி வேர் நுனி வரை நுணுகி ஆராய்ந்து தமிழ்மொழியே உயர் தனிச்செம்மொழியெனக் கொண்டு, தமிழையே உயிரினும் பெரிதாய் ஓம்பி வளர்த்து, அதற்கெனவே அருந்தொண்டாற்றி வரும் திருவாளர்கள் சுவாமி வேதாச்சலனார், ந.மு.வேங்கடசாமி நாட்டார், த.வே.உமாமகேசுவரம்பிள்ளை பா.வே.மாணிக்கநாயக்கர், கா.சுப்பிரமணிய பிள்ளை, மு.சா. பூரணலிங்கம் பிள்ளை முதலியோரை நியமிக்காது, ஆரியத்திற்கும் தமிழுக்கும் உள்ள பதத்தை ஒரு சிறிதும் உணராத பலரையும் தமிழில் பற்றுடைய மிகச் சிலரையும் நியமித்திருக்கிறார்கள். இவ்வாறு அடிப்படையிலே கையை வைத்து நியமிக்கப்பட்ட கமிட்டியால் தமிழ்த் தாய்க்கு எவ்வித ஆக்கமும் அளிக்கப் பெறாதென்பதே நமது கருத்து.

குடி அரசு - 01.08.1926

தொகுதி 1
மொழி

இது கூட வகுப்பு துவேஷமா?

திருநெல்வேலி ஜில்லா தென்காசியிலுள்ள ஒரு சிவன் கோவிலில் சமஸ் கிருதத்தில் வேதபாராயணம் செய்த பிறகு தமிழில் தேவார பாராயணமும் செய்த பிறகு எல்லோருக்கும் விபூதி பிரசாதம் கொடுக்க வேண்டும் என்பதாக கோவில் அதிகாரிகள் ஏற்பாடு செய்தார்களாம். அங்கு வேத பாராயணம் செய்து வந்த பார்ப்பனர்கள் தேவார பாராயணம் செய்த பிறகு விபூதி பிரசாதம் வாங்குவது தங்கள் உயர்வுக்குக் குறைவு தேடினதாக ஆகுமென்று நினைத்து கலகம் செய்து கொண்டிருக்கிறார்கள் என்று செய்தி வந்திருக்கிறதை வேறு இடத்தில் பிரசுரித் திருக்கிறோம். கோவிலில் தேவாரம் படிக்க வேண்டுமென்று சொன்னால் கூட அது நமது பார்ப்பனர்களுக்கு வகுப்புத் துவேஷமாய்ப் படுகிறதாயிருந்தால் பிறகு எங்கு போய்த்தான் பிழைக்கிறது.

தேவாரம் படிக்காததினால் மோக்ஷம் கெட்டுப்போய்விட்டது என்பதாக நாம் பயப்படவில்லை. மக்களிடம் அன்பு செய்வதைத்தான் கடவுள் பக்தி என்று நினைக்கிறோமே அல்லாமல் வேத பாராயணமும் தேவார பாராயணமும்தான் கடவுள் பக்தி என்று நாம் நினைப்பதில்லை. ஆனாலும் தமிழ் மொழி என்றால் இந்தப் பார்ப்பனர்களுக்கு இவ்வளவு ஆத்திரம் வருவானேன் என்பதுதான் நமது கவலையே தவிர வேறில்லை. நமது தென்னாட்டு பிரயாணத்தில் ஒரு சமயம் அங்கு போக நேரிடினும் நேரும்.

குடிஅரசு - 21. 11. 1926

27

தொகுதி 1
மொழி

"மத விஷயத்தில் சர்க்காரைப் பிரவேசிக்கச் செய்யாத பார்ப்பனர்கள்" தேவார பாராயணத்திற்கு தடை உத்திரவு (இஞ்சங்ஷன்)

நமது பார்ப்பனர்கள் தென்காசி கோவிலில் சுவாமியுடனும், தேவாரத்துடனும் ஒத்துழையாமையும் பஹிஷ்காரமும் செய்ய நேர்ந்தது போலவே சங்கரன் கோவிலிலும் செய்ய நேரிட்டுவிட்டால், தங்கள் வரும்படிக்கு ஆபத்து வந்துவிடுமே எனப் பயந்து சங்கரன் கோவில் டிஸ்டிரிக்ட் முனிசீப்பு கோர்ட்டில் வியாஜ்ஜியம் தொடுத்து தங்களுக்கு பிரசாதம் கொடுக்காததற்கு முந்தி தேவாரம் படிக்கக்கூடாது என்று (இஞ்சங்ஷன்) தடை உத்திரவு வாங்கி விட்டார்களாம். கோவில் அதிகாரிகள் அதை அப்பீல் செய்ய பிரயத்தனப்பட்டுக் கொண்டிருக்கிறார்களாம். "இந்துமத சம்பந்தமான விஷயத்தில் சர்க்காரார் மூலமாய் நமது இந்துக்கள் பணங்காசுக்கு வரவு செலவு கேட்பது கூட இந்து மதத்தில் சர்க்காரை பிரவேசிக்க விட்டு விட்டார்கள்" என்று மாய்மாலக் கண்ணீர் விடும் நமது பார்ப்பனர்கள் தேவார பாராயணம் செய்வதை நிறுத்த சர்க்காரிடம் போயிருப்பதும், இந்துக்கள் அல்லாதவர்கள் கூட ஒரு சமயம் இதற்கு தீர்ப்பு எழுதும்படியாகச் செய்வதும், இந்துமதத்தில் சர்க்காரை நுழைய விட்டதல்ல போலும்! ஏன்? பார்ப்பனர் கோர்ட்டுக்கு போனால் மதபக்தி: பார்ப்பனரல்லாதார் கணக்கு கேட்டால் மதத்துரோகம் போலும்.

குடிஅரசு - 05.12.1926

தஞ்சை ஜில்லா போர்டை பார்ப்பன அக்கிரஹாரமாக்கச் சூழ்ச்சி

தஞ்சை ஜில்லா போர்டைப் பற்றிப் பார்ப்பனர்கள் எவ்வளவு தூரம் விஷமப் பிரசாரங்கள் செய்து வருகிறார்கள் என்பது பார்ப்பனப் பத்திரிகைகளைப் பார்ப்பவர்களுக்கு விளங்காமற் போகாது.

ஆனால் அதன் காரணம் என்ன என்பதை வெகு நபர்கள் அறியாமல், விஷமப் பிரசாரங்களை நம்பி ஏமாந்து போவார்கள் என்றே நினைக்கிறோம். தஞ்சை ஜில்லா போர்டுக்கு இப்பொழுது பிரசிடெண்டாய் இருக்கும் ஸ்ரீமான் பன்னீர் செல்வத்திற்கு முன் ஒரு அய்யங்கார் பார்ப்பனர் அதாவது ஸ்ரீமான் வி.கே.ராமாநுஜாச்சாரியார் என்பவர் பிரசிடெண்டாய் இருந்த காலத்தில் தஞ்சை ஜில்லா தாலுகா போர்டுகள் முழுதும் பார்ப்பன ஆதிக்கத்தை ஒழித்து எல்லோருக்கும் பங்கு இருக்கும்படி செய்து பார்ப்பனரல்லாதாருக்கும் சௌகரியமுண்டாகும்படி செய்திருக்கிறார். உதாரணமாக ஒரத்தநாடு சத்திரத்திலுள்ள ஒரு தர்மப் பள்ளிக்கூடமானது (அதாவது சாப்பாடு போட்டு சம்பளமில்லாமல் சொல்லிக் கொடுக்கும் உயர்தரப் பள்ளிக்கூடம்) வெறும் பார்ப்பனப் பிள்ளைகளும் பார்ப்பன உபாத்தியாருமே அடைந்து இருக்கும்படி இருந்தது. இப்பொழுது எல்லா வகுப்புப் பிள்ளைகளும் சாப்பிடும் படியாகவும், உபாத்தியாயர்களாகும்படியாகவும் செய்யப்பட்டிருக்கிறது.

திருவையாற்றில் உள்ள சமஸ்கிருத காலேஜ் என்பது சாப்பாடும் போட்டு சமஸ்கிருதமும் சொல்லிக் கொடுக்கப்பட்டு வந்தது. இது முழுதும் அய்யங்கார் அக்கிரஹாரமாகவும் அய்யங்கார் பிள்ளைகள் சாப்பிடும் தர்ம சத்திரமாகவும் இருந்து வந்தது. இப்போது கொஞ்சம் பாகம் பார்ப்பனரல்லாத பிள்ளைகள் சாப்பிடவும் அய்யங்கார் அல்லாத பார்ப்பன உபாத்தியாயர்கள் பிழைக்கவுமாய் இருக்கிறது. மற்றும் பல பெண் பள்ளிக்கூடங்களும், பல சத்திரங்களும், பல உத்தியோகங்களும், பார்ப்பனரல்லாதாரும் பிழைக்கும்படி செய்யப்பட்டிருப்பதால் பார்ப்பனர்கள் ஒரே கூச்சல் போடுகிறார்கள். இதற்கேற்றாற் போல், ராவணனைக் கொன்று விபீஷணனுக்கு பட்டம் தருவதாய் இராமன் வாக்களித்து ஆட்களைச் சேர்த்துக் கொண்டது போல் இங்கும் சில விபீஷணர்களுக்கு ஜில்லா போர்டு பிரசிடெண்ட் பட்டம் கட்டுவதாய் பார்ப்பனர்கள் வாக்குறுதி கொடுத்து அவர்

களையும் சேர்த்துக் கொண்டு அவர்களது உதவியால் ஸ்ரீமான் பன்னீர்செல்வத்தை ஒழித்து அய்யங்கார் ஆதிக்கத்தில் இருந்ததுபோல் தஞ்சை ஜில்லா போர்டையும் தாலுக்கா போர்டுகளையும் பார்ப்பன அக்கிரஹாரமும் அன்ன சத்திரமும் ஆக்கப் பார்க்கிறார்கள். மந்திரியும் இவர்களால் ஏமாற்றப்பட்டுப்போவார் போலவே காண்கிறது. இதற்கேற்ற விபீஷணர்கள் பலரும் பட்டத்திற்கு எதிர்பார்த்து தலையை நீட்டிக் கொண்டிருப்பதாகவே தெரிகிறது. பாமர ஜனங்கள் பைத்தியக்காரராயிருக்கும் வரை பார்ப்பன ஆதிக்கத்திற்கு யோகம்தான்.

குடிஅரசு - 09. 01. 1927

தொகுதி 1

மொழி

தஞ்சை ஜில்லா பிரசாரம்

சுயமரியாதை அடையவே இப்போது நாம் ஆங்காங்கு பார்ப்பனரல்லாதார் சங்கம் என்பதாகவும், பார்ப்பனரல்லாதார் வாலிபர் சங்கம் என்பதாகவும் ஏற்பாடு செய்து வருகிறோம். வகுப்புப் பெயரால் ஏன் சங்கத்தை நிறுவ வேண்டும் என சிலர் கேட்கலாம். நமது நாட்டில் வகுப்புகள் இருந்து வருவதை யாவரும் மறைக்க முடியாது. ஒவ்வொரு வகுப்பாரும் தங்கள் தங்கள் வகுப்புக்கு என சங்கங்கள் வைத்துக்கொண்டுதான் இருக்கிறார்கள். ஒவ்வொரு வகுப்பாருக்கும் பொதுக் குறைகள் பலவும் மற்ற வகுப்பார்களால் சில குறைகளும் இருந்து கொண்டுதான் வருகிறது. அவற்றை நிவர்த்தித்துக்கொள்ள அந்தந்த வகுப்பார் தனித்தனியாய் முயற்சித்துத் தான் ஆக வேண்டும். நமது குறையை மற்றொரு வகுப்பார் நிவர்த்திப் பார்கள் என்று எண்ணுவதற்கு போதிய நிலைமை இன்னமும் ஏற்படவில்லை. நமது குறையை மற்ற வகுப்பார் நிவர்த்திப்பார்கள் என்று எண்ணுவதற்கு முன் அந்த மற்ற வகுப்பாரால் நாம் கொடுமை செய்யப்படாமலும் குறைகளுண்டு பண்ணப்படாமலும் இருக்கிறோமா என்பதை யோசித்துப் பார்க்க வேண்டும். நமக்கு இருப்பதாய் சொல்லிக் கொள்ளும் குறைகளில் பெரும்பகுதி மற்ற வகுப்பார் களாலேயே இருந்து வருகிறதேயல்லாமல் இயற்கையானதல்ல. ஆதலால் அக் குறைகளை நிவர்த்தித்துக்கொள்ள ஏற்படுத்தும் இயக்கங்கள் வகுப்புப் பெயர்களுடன் தான் ஏற்படுத்தப்படும். இதில் "ஏன் பார்ப்பனர்களை மாத்திரம் விலக்க வேண்டும்" என்பதாக சிலர் கேட்கக்கூடும். நாம் அவர்களை ஒருபோதும் விலக்கவேயில்லை. அவர்களால் நாம் விலக்கப்பட்டிருக்கிறோம். அவர்கள் தங்களை மாத்திரம் உயர்ந்தவர்கள் என்று சொல்லிக்கொண்டு தனியாகப் பிரிந்து மற்றவர்களையெல்லாம் தாழ்ந்தவர்களென்று சொல்லி அநேக முறைகளில் சமத்துவம் அளிக்க மறுத்து நம்மை விலக்கி வைத்துக்கொண்டு வருகிறார்கள். நித்தியப்படி வாழ்வில் இதைப் பார்த்து வருகிறோம். ஆதலால் அக்குறைகளை நிவர்த்தித்துக் கொள்ள வேண்டுமானால் அவர்களை நீக்கித்தான் நாம் சங்கம் ஸ்தாபிக்க முடியும். நமக்கு சமத்துவமளிக்க அவர்கள் சம்மதிப்பார்களேயானால் நமக்கென்று தனியாக பார்ப்பனர் நீக்கிய ஒரு சங்கம் தேவையில்லை. உடனே இவற்றை மூடியும் விடலாம். அவ்வித சமத்துவம் ஏற்படும் வரை இப்படி ஒன்று இருந்துதான் தீரும். அது பார்ப்பனருக்கும் நமக்கும் மாத்திரம் அல்ல. இன்னும் நம்மால் யாருக்காவது சமத்துவமளிக்க இடையூறு ஏற்படுமானால் அவர்களும் நம்மை நீக்கித்தான் சங்கம் ஸ்தாபித்துக் கொள்வார்கள். இவ்வித குறைகள் உள்ள வரை ஒருவரையொருவர் நீக்கி சங்கம் ஸ்தாபித்து நடந்து கொண்டுதான் இருக்கும். இதனாலேயே ஒரு வகுப்பாரிடம் ஒரு வகுப்பாருக்கு துவேஷம் என்று சொல்லிவிட

31

முடியாது. பஞ்சாப் அட்டூழியங்களைப் பற்றி மகாத்மா எடுத்துச் சொல்லி அதற்குப் பரிகாரம் தேடுவதற்காக அரசாங்கத்தாருடன் ஒத்துழையாமை செய்தது அரசாங்கத் துரோகமாகுமா? அல்லது வெள்ளைக்காரரிடம் துவேஷமாகுமா? ஒரு பார்ப்பனர் ஒத்துழையாமையை அரசாங்கத் துரோகம் என்று சொல்லியும் கூட அரசாங்கத்தார் அதை ஒப்புக்கொள்ளாமல் பரிகாரம் தேடிக்கொள்ள நமக்கு உரிமை உண்டு என்று சொல்லிவிட்டார்கள். அப்படிக்கிருக்க நமது சமத்துவத்திற்காக அதுவும் நமது சுயமரியாதையைப் பாதிக்கும் விஷயத்தை ஒழிப்பதற்காகச் செய்யும் பிரயத்தனங்கள் ஒருக்காலும் மற்றொரு வகுப்பாரிடம் துவேஷம் என்று சொல்லவே முடியாது. உதாரணமாக நமது வீட்டில் கொசுக்களின் உபத்திரவம் அதிகம் என்பதாக வைத்துக் கொள்ளுவோம். கொசுக்கடிக்கு பயந்துகொண்டு நாம் கொசுவலை போட்டுப் படுத்துக் கொண்டால் அது கொசுவுக்கு துரோகம் செய்ததாகுமா? கொசுக்கள் எல்லாம் கூடிக்கொண்டு கொசு வாதம், கொசுத் துவேஷம் என்று சத்தம் போட ஆரம்பித்தால் கொசுவுக்குப் பயந்துகொண்டு கொசுவலையை எடுத்தெறிந்துவிட்டு கொசுக்கள் நமது ரத்தத்தை உறிஞ்சி நமக்கு வியாதியை உண்டாக்கும்படி நாம் தடிக்கட்டையாய் படுத்துக் கொள்ளுவதா?

ஒருவர் தன் சொத்தைப் பாதுகாத்துக்கொள்ள நினைத்தால் அச்சொத்தைக் கொள்ளையடிக்க காத்திருப்பவனுக்கு கஷ்டமாகத்தான் தோன்றும். நமது வீட்டில் திருடலாம் என்று நினைத்திருப்பவனுக்கு நாம் கதவை தாழிட்டுக் கொண்டு பத்திரமாய்ப் படுத்திருப்பது துரோகமாய்க்கூட தோன்றலாம். ஒரு சமயம் இதனால் அத்திருடன் குடும்பம் பட்டினி கிடக்கவும் நேரிடலாம். அதற்காக நாம் பயந்து கொண்டோ, பரிதாபப்பட்டுக் கொண்டோ, கதவைத் திறந்து போட்டுக் கொண்டு படுத்துக் கொள்ள வேண்டுமா? கொஞ்ச காலத்திற்கு நாம் பந்தோபஸ்தாயிருந்தோமானால் திருடன் வந்து பார்த்துவிட்டு ஏமாற்றமடைந்து வீட்டுக்குப் போய் பட்டினி கிடப்பானானால் பிறகு தானாகவே இந்தத் தொழில் இனி நமக்கு பிரயோஜனப் படாது என்பதாகக் கருதி வேறு ஏதாவது ஒரு யோக்யமான தொழிலில் ஈடுபட்டு யோக்யமாகப் பிழைக்க கற்றுக்கொள்வான். ஆதலால் நாம் ஜாக்கிரதையாய் இருப்பதன் மூலம் நமது சொத்து பாதுகாக்கப்படுவதன் மூலம், திருடனும் யோக்கியனாவதற்கு மார்க்கம் ஏற்படுகிறது. ஆகையால் இம்மாதிரி சங்கங்கள் ஏற்படுத்துவதையோ, நமது சுயமரியாதையையும் சமத்துவத்தையும் வேறு ஒருவனுக்கு பறிகொடுக்காமல் காப்பாற்ற முயலுவதினாலேயோ எந்த விதத்திலும் யாருக்கும் துரோகம் செய்தவர்களாக மாட்டோம். யாரிடமும் துவேஷமுள்ளவர்களுமாக மாட்டோம். மற்றொருவர் அப்படிச் சொல்லுவார்களே என்று நாம் பயப்பட வேண்டியதில்லை. ஆதலால் ஒவ்வொரு ஊரிலும், ஒவ்வொரு கிராமத்திலும் இவ்வித சங்கங்கள் ஏற்பட்டு மும்முரமாக வேலை செய்ய வேண்டும். வாலிபர்களே பெரும்பாலும் இக் காரியங்களில் ஈடுபட்டு உழைக்க வேண்டும். சுயமரியாதையையும், சமத்துவத்தையும்விட நமக்கு வேறு பெரிய காரியம் வேண்டுவதில்லை. சுயமரியாதையும் சமத்துவமும் அற்ற ஜனசமூகம் அரசியலைப் பற்றி பேசுவதென்றால் அது வெறும் மடமையும், புரட்டும் வயிற்றுப் பிழைப்பு மல்லாமல் வேறல்ல.

குடிஅரசு - 06. 02. 1927

தமிழர்களே உங்களுக்கு புத்தி இல்லையா

தமிழ்நாடும் தமிழ் மக்களும் மனிதத் தன்மையாகிய "சுயமரியாதையை இழந்து மிருகங்களிலும், பூச்சி புழுக்களிலும் கேவலமாய் வாழும் நிலைமை ஏற்பட்டதற்கு முக்கிய காரணங்களில் பார்ப்பன மதமாகிய இந்து மதமும் அம்மத ஆதாரங்களாகிய வேதம், சாஸ்திரம், ஸ்மிருதி, புராணம் முதலிய ஆபாச புரட்டுகளே முக்கிய காரணம்" என்று வெகுநாளாகச் சொல்லி வருகிறோம். அநேக விதங்களில் அறிவைக் கொண்டும் அனுபவங்களைக் கொண்டும் யாவருக்கும் நன்றாய் விளங்கும்படி விவரமாய் எழுதியும் வந்திருக்கின்றோம். இவற்றை மறுத்து இதுவரை யாரும் எவ்வித சமாதானமும் சொல்லாமல் "மதம் போச்சு" "நாஸ்திக மாச்சு" "தெய்வம் போச்சு" என்று பொய் அழுகை அழுகிறார்களேயல்லாமல் சற்றாவது கவனித்துப் பார்த்து இதற்கு என்ன செய்ய வேண்டும் இனி எப்படி நடந்து கொள்ள வேண்டும் என்பதைப் பற்றி ஒரு சிறிதாவது கவலை கொள்ளாமல் இருப்பதுடன் செய்ய முயற்சிப்பவர்களையும் காலை வாரி விட சூழ்ச்சிகள் நடந்த வண்ணமாகவும் எதிர் பிரசாரங்கள் நடந்த வண்ணமாகவும் இருந்து வருகிறது.

அன்றியும் முன்னையை விட பார்ப்பனப் பிரசாரமும் பலமாய் நடந்து வருகின்றது. என்னே! தமிழர்களின் மானங்கெட்ட தன்மை.

தமிழ் மக்களில் பலர் படித்தவர்கள் என்றும், பண்டிதர்களென்றும் வித்துவான்கள் என்றும், ஆராய்ச்சியாளர்கள் என்றும், சீர்திருத்தக்காரர்கள் என்றும் சொல்லிக் கொண்டு வெளியில் புறப்பட்டு புஸ்தகம் எழுதுவது மூலமும், புராண பிரசங்க மூலமும், ஆராய்ச்சி மூலமும் சீர்திருத்தப் பிரசார மூலமும், பத்திரிகையின் மூலமும் தமிழ் பாஷையைப் பரப்புவதென்பதன் மூலமும் மற்றும் பலவழிகளில் பார்ப்பன மதப்பிரசாரங்களையே மேலும் மேலும் செய்கின்றார்களேயொழிய வேறு ஒரு காரியமும் செய்ய அறிவும் ஆற்றலும் இல்லாதவர்களாகவே இருக் கிறார்கள். இந்த உபத்திரவம் போதாமல் இப்பொழுது சினிமாக்களும் நாடகக் காரர்களும் பாராட்டுக்காரர்களும் உபந்நியாசகாரர்களும் இப்பார்ப்பனப் பிரசாரத்தையே கைப்பற்றி தினமும் கோடிக்கணக்கான மக்களுக்கு புராணப் பிரசாரம் செய்து வருகின்றன.

அன்றியும் சமீப காலமாக நமது நாட்டில் உள்ள எல்லா பத்திரிகைகளும் அறிந்தோ அறியாமலோ இதே வேலையையே செய்து வருகின்றன. எந்த வாரப் பத்திரிகையின் முகப்பைப் பார்த்தாலும் ஆரியப் புராணப் புளுகுகளைப்பற்றி வியாக்கியானம் பண்ணுவதும், அதற்கு விசேஷ அர்த்தமும், தத்துவார்த்தமும் சொல்லுவதும் எழுதி வைத்தவர்களைப் புகழ்வதுமாகவே இருக்கின்றன. எந்த தினசரிப் பத்திரிகையைப் பார்த்தாலும் பார்ப்பன மதக் கொள்கைகளை பிரச்சாரம் செய்யத்தக்க வண்ணம் ஆரியக் கதைகளையே விளக்கி வருகின்றது.

ஆனால் ஒவ்வொரு பத்திரிகையும் தன்னை சீர்திருத்தப் பத்திரிகையென்று சொல்லிக்கொண்டேதான் இந்தக் காரியம் செய்கின்றது என்பதைக் கவனிக்கும் போது தான் நமது மனம் பதறுகின்றது.

அன்றியும் இந்தக் கொடுமைக்கு இன்னதுதான் பரிகாரம் என்பது நமக்கு விளங்கவில்லை. தேவஸ்தான மசோதா வந்த காலத்தில் கூட எல்லா பார்ப்பன ரல்லாத பத்திரிகைகளும், பார்ப்பனர்களையும் பார்ப்பன பத்திரிகைகளையும் பின்பற்றி அம்மசோதாவை நிறைவேறச் செய்துவிட்டன. 'திராவிடன்' ஒன்று மாத்திரம் தைரியமாய் உண்மையாய் பிரசாரம் செய்து வந்தது. ஆனாலும் ஒரு பயனும் உண்டாகவில்லை. தவிர தற்சமயம் முக்கிய பிரச்சனையாய் இருக்கும் சுவாமிக்காக தமிழ் பெண்களைப் பொட்டுக்கட்டி விபசாரத்திற்கு அனுகூலமாக்கினதை ஒழிக்கச் செய்யும் பிரயத்தனத்தையும், பக்குவமறியாக் குழந்தைகளை பெண்ஜாதி புருஷர்களாக ஆக்கி குரங்கு குட்டிகள் போல பிள்ளைகள் பெற்று மிருகப் பிராயத்திற்கு போய்க் கொண்டிருக்கும் நிலையைத் தவிர்க்கச் செய்யும் பிரயத்தனங்களையும் அடக்க பார்ப்பனர்கள் செய்யும் இடையூறுகள் ஒன்றல்ல பல. கொஞ்ச காலமாக 'சுதேசமித்திரன்' முதலிய தினசரி பத்திரிகைகளில் இதே விஷயங்கள் வெளியாகின்றன. சங்கராச்சாரியர்களும், பண்டிதர்களும், சாஸ்திரிகளும், வைதீகர்களும் தினம் ஒவ்வொரு இடத்தில் மீட்டிங்குகள் நடந்ததாகப் பேர் செய்து இவ்விரு காரியங்களையும் மறுத்து கண்டித்து தீர்மானங்கள் செய்ததாக எழுதி வருவதும், பொதுமக்கள் ஏமாறும்படி கடவுள் சொன்னதாகவும் தேவர்கள் சொன்னதாகவும் ரிஷிகள் சொன்னதாகவும் அசரீரி சொன்னதாகவும் அநேக விஷயங்களை எடுத்து எழுதுவதுமாய் இருக்கின்றார்களே! இதை யாராவது கவனிக்கிறார்களா? என்று கேட்கின்றோம்.

இது தவிர பள்ளிக்கூட டெக்ஸ்ட் பாடப் புஸ்தகங்கள் என்று அநேக பார்ப்பனர்களும் சுயமரியாதையும் அறிவும் இல்லாத சில பார்ப்பனரல்லாதார்களும், ராமாயணம், பாரதம், பாகவதம், கந்தபுராணம், பெரிய புராணம், அருணாசலப் புராணம், முதலிய குப்பை கூலங்களின் பேரால் சிறுசிறு கதைப்புத்தகமும் எழுதி சிறு குழந்தைகளுக்கு பார்ப்பன விஷத்தை ஊட்டுவதும் சகிக்கக் கூடியதாயில்லை.

எந்தப் புத்தகத்தைப் பார்த்தாலும் ஆரியர் மேலோர் என்பதும், பிராமணன், க்ஷத்திரியன், வைசியன், சூத்திரன் பஞ்சமன் என்பது தென்னாட்டில் ஒரு முரட்டு ஜாதியர் காட்டுமிராண்டிகளாய் இருந்தார்கள். அவர்களைத்தான் வானரங்கள் என்று சொல்லப்படுவது என்றெழுதுவது, ஆரியர் தென்னாட்டிற்கு வந்த பிறகே தமிழ் மக்கள் மனிதத்தன்மையை அடைந்தார்கள் என்று எழுதியதுமான புஸ்தகங்களைப் படிக்கச் செய்வதே இப்போது தேசீயப் படிப்பாக மாறி வருவதும் நினைக்க நினைக்க வயிறெல்லாம் பற்றி எரிகிறது. இன்னும் பல வழிகளில் தமிழர்களை இழிவுப் படுத்தியிருக்கின்றார்கள். அவைகளையெல்லாம் இதில் எழுத மனம் வெட்கப் படுகிறது. இதற்கு என்ன வழி என்று யார் சிந்திக்கிறார்கள். பார்ப்பனர்களுடைய முகக்கோணலை பொறுத்துக்கொள்ள தமிழ் மக்களில் ஆட்கள் இல்லையென்றால் அந்த சமூகம் வாழுவதால் பயன் என்ன? என்று கேட்கின்றோம். பார்ப்பனரல்லாதார் களில் வயிற்றுக்கில்லாத கூலிகளின் செய்கைகளைப்பற்றி நாம் பிரமாதமாய் இதில் எழுத வரவில்லை.

வயிற்றுக்கு தாராளமாய் கிடைக்கத்தக்க தொழிலையும் தனி சம்பாத்தியத் தையும் சொத்துக்களையும் நிலையையும் வைத்துக்கொண்டிருக்கும் ஆசாமிகள் பார்ப்பனப் பிரசாரங்கள் செய்யும் முட்டாள்தனத்திற்கு நாம் என்ன சமாதானம் செய்துகொள்ளக்கூடும். பார்ப்பனரல்லாத அரசர்களில் பெரும்பகுதியார் பார்ப்பனர் களுக்குப் பிள்ளையாய் பிறக்கக் கருதுகிறார்களேயொழிய பார்ப்பன மதக்

கொடுமையில் தமிழ் மக்கள் அனுபவிக்கும் இழிவைப் பற்றி கருதுகிறார்களா என்று பார்த்தால் அதுவும் ஒரு சிறிதும் இல்லை.

பார்ப்பனரல்லாத ஜமீன்தார்கள், பிரபுக்கள் லேவாதேவிக்காரர்கள் வியாபாரிகள் என்போர்களோ ஏழைகளை வதைத்துப் பட்டினி போட்டு ஏமாற்றி கொள்ளையடித்து பல லக்ஷக்கணக்கான சொத்துக்களைச் சேர்த்துக் குட்டிச் சுவர்களாக விளங்கும் கோவில்களைக் கட்டுவதும் அங்கு பார்ப்பனத் திருவிழா செய்வதும் பார்ப்பன மதப்பிரசார பள்ளிக்கூடங்கள் வேத பாடசாலைகள் கட்டுவதும், பார்ப்பனர்கள் சாப்பிட சத்திரங்கள் கட்டுவதுமான கொடுமைகளைச் செய்வதற்காகவே தங்கள் பணங்களை உபயோகிக்கின்றார்கள். பார்ப்பனரல்லாத உத்தியோகஸ்தர்களோ தங்கள் செல்வாக்கு முழுவதையும் பார்ப்பன நன்மைக்கே உபயோகிக்கிறார்கள். இல்லாவிட்டால் அவர்களுடைய உத்தியோகத்திற்கும் வாழ்வுக்கும் ஆபத்தாய் முடிந்துவிடுகின்றது. பார்ப்பனரல்லாத சன்னியாசிகளின் சங்கதி சொல்லவே வேண்டியதில்லை எனலாம். சுருங்கக் கூறினால் இயற்கைக்கு விரோதமான இன்பத்தை அனுபவிப்பதே அவர்களது தபசாகிவிட்டது. இனி மீதி இருக்கும் பாமர மக்களோ மேல்கண்ட பெரிய ஆசாமிகள் என்பவர்கள் நடப்பதைப் பார்த்து அவர்களைப் பின்பற்றி மேலும் மேலும் தங்களை உயர்ந்த ஜாதியான் என்றும் பக்திமான் என்றும் சனாதன இந்து என்றும் சொல்லிக் கொள்வதற்கே ஆசைப்பட்டு விபூதியையும் நாமத்தையும் பூசிக் கொள்ளுவதும் யாத்திரையும் சடங்கும் செய்வதுமான வாழ்கையிலேயே நமது சம்பாதனையை கூடப் போடுவதுமாய் இருக்கின்றார்களே யொழிய ஐயோ பாவம்! மனிதத் தன்மை இன்னது என்பதைப் பற்றி ஒரு சிறு கவலையும் இல்லாதவர்களாய் வாழ்ந்து கொண்டிருக்கின்றார்கள். இந்த நிலையில் தமிழ் மக்களின் சுயமரியாதை எங்கே இருக்கின்றது? எப்பொழுது வரும் என்பதைப்பற்றி சற்று யோசித்துப் பாருங்கள். நேயர்களே!

உங்கள் மனம் பதறவில்லையா? உங்கள் அறிவு வெட்கப்படவில்லையா? நீங்களும் மக்கள் என்று எண்ணிக்கொள்ள உங்கள் எண்ணம் இடம் கொடுக்கின்றதா? உலகத்தில் மானமற்ற மக்கள், ஈனம் உற்ற மக்கள் சுயமரியாதை இன்னதென்று உணராத மக்கள் என்பவர்கள் எங்கிருக்கின்றார்கள்? அவர்கள் யார்? என்பதை சற்று நிதானமாய் தேடிப்பார்த்தால் உங்களைத் தவிர வேறு யாரையாவது கண்டு பிடிப்பீர்களா? போதும் போதும் இனியாவது உங்கள் முயற்சியை சற்று சுயமரியாதைப் பக்கம் திரும்புங்கள். தேசீய நரகத்தில் அழுந்தாதீர்கள். கடைந்தெடுத்த அயோக்கியர் களுக்கும் துரோகிகளுக்கும் ஈனவயிறு பிழைப்புக்காரருக்கும் அறிவிலிகளுக்கும் அதை விட்டுவிடுங்கள். தமிழ்த்தாயின் மானத்தைக் காப்பாற்ற முன்வாருங்கள்.

சமீப காலத்தில் நடைபெற வேண்டிய சுயமரியாதை சத்தியாக்கிரகத்திற்கு வரிந்து கட்டி முன் நில்லுங்கள், உங்கள் விண்ணப்பங்களில் உங்கள் ரத்தத்தைக் கொண்டு கையெழுத்துச் செய்து அனுப்புங்கள். உங்கள் சொத்துக்கள் என்பதில் ஒரு பகுதியை இப்போதே ஒதுக்கி வைத்து விடுங்கள். புரட்டுப்பிரசாரங்களை வெறுத்துத் தள்ளி பாமர மக்களுக்கு உண்மை இன்னது, போலி இன்னது, சத்தியம் இன்னது, பொய் இன்னது என்று உணரும்படி செய்யுங்கள். சுயமரியாதைக்கு உழைக்கும் உண்மைப் பத்திரிகைகளை எல்லாத் தமிழ்மக்களும் படிக்கும்படி செய்யுங்கள். இனி உறங்காதீர்கள்! பார்ப்பனர்களின் மதத்தின் மூலமாவது புராணங்கள் மூலமாகவாவது அதில் உழலும் பண்டிதர்கள் மூலமாகாவது அரசியல் பார்ப்பனரல்லாதார்கள் மூலமாகவாவது தமிழ் மக்கள் தலை எடுக்கக்கூடும் என்றோ அல்லது சுயமரியாதை அடையக்கூடும் என்றோ நினைப்பதை அடியோடு மறந்து விடுங்கள், மறந்துவிடுங்கள்.

குடிஅரசு - 19. 02. 1928

இந்துமதத் தத்துவம்

திருப்பதியில் திருப்பதி தேவஸ்தான பண்டில் நடைபெறும் ஒரு பள்ளிக் கூடத்தில் சமஸ்கிருத வியாகரண வகுப்பில் பார்ப்பனரல்லாத பிள்ளைகளை சேர்த்துக்கொள்ளப்படமாட்டாது என்று பள்ளிக்கூட அதிகாரிகள் மறுத்து விட்டார்களாம்.

மிஸ் மேயோ, இந்திய மக்கள் கல்வியறிவில்லாமல் இருப்பதற்கு பார்ப்பனர்களே காரணம் என்று தமது "இந்தியத் தாய்" என்ற புத்தகத்தில் எழுதியதற்கு "தேசீயத் தலைவர்களான" திரு. சத்தியமூர்த்தி பனக்கால் ராஜாவை சமூகத் துரோகி, தேசத்தைக் காட்டிக் கொடுத்த தேசத்துரோகி என்று பொருள்படக் கூறினார். மற்றொரு "தேசீயத் தலைவர்" மிஸ் மேயோவை "குப்பைக்காரி" என்று கூறினார்.

இவர்கள் திருப்பதி பள்ளிக்கூட நடவடிக்கைகளுக்கு என்ன பதில் சொல்லப்போகிறார்கள் என்று கேட்கின்றோம்.

சமஸ்கிருதம், தேவபாஷை, பொதுபாஷை, மதபாஷை, அறிவு பாஷை என்று சொல்லி அதற்கு பார்ப்பனரல்லாதார் பணத்தில் பள்ளிக்கூடம் ஏற்படுத்துவதும் அதில் பார்ப்பனரல்லாதார் பிள்ளைகள் படிக்க ஆசைப்பட்டால் மறுப்பதுமான அயோக்கியத்தனத்தை ஒழிக்கவோ, கண்டிக்கவோ இதுவரை எந்த தேசீயத் தலைவர்கள் முன்வந்தார்கள் என்று கேட்கின்றோம்.

பார்ப்பனர்களின் புன்சிரிப்புக்கு பயந்து கொண்டு அவர்கள் காலுக்கு முத்தமிட்டு வரும் "தேசீய வீரமுழக்கம்" இப்போது எங்கே போய் ஒளிந்து கொண்டது என்று கேட்கின்றோம்.

செத்த பாம்பை ஆட்டுவது போல் "செத்துச் சுட்டுச் சாம்பலாக்கி ஆற்றில் கரைத்துவிட்டுக் காடாற்றிக் கருமாதியும்" நடந்துவிட்ட சைமன் கமிஷன் பகிஷ்காரத்தைப் பற்றியும் சூழ்ச்சியும் தந்திரமும் பார்ப்பன ஆதிக்கமும் வயிற்றுச் சோற்று தேச பக்தர்களின் பிழைப்புக்கு மார்க்கமும் நிறைந்த தேசீயத் திட்டத்தைப் பற்றியும் கூக்குரலிட்டு கூலி வாங்குகின்றார்களேயொழிய இந்த விஷயத்தில் யாராவது கவலை செலுத்தி வருகிறார்களா என்று கேட்கின்றோம்.

வேதம்தான் "சூத்திரர்கள் என்கின்ற வேசி மகனும் பார்ப்பனர் தாசி மகனுமாகிய" பார்ப்பனரல்லாதார் படிக்கக்கூடாது என்றால் வியாகரணம் என்கின்றதான பொதுவான இலக்கணமும் கூட பார்ப்பனரல்லாதார் படிக்கக்கூடாது

என்று சொல்லுவது எவ்வளவு அயோக்கியத்தனமானது என்பதை நாம் விளக்க வேண்டியதில்லை. எந்தப் படிப்பை பார்ப்பனரல்லாதார் படிக்கக் கூடாதோ அந்தப் படிப்புக்கு பார்ப்பனரல்லாதார் பணத்தை உபயோகப்படுத்தலாமா என்று கேட்பதுடன் சற்றாவது மானமோ, வெட்கமோ, சுயமரியாதையோ, சுத்த ரத்த ஓட்டமோ, உள்ள கூட்டமானால் இந்தக் காரியம் செய்யமுடியுமா என்று கேட்கின்றோம்.

இனியாவது சர்க்காரோ அல்லது இந்து மத பரிபாலன போர்டாரோ அல்லது பொது ஜனங்களோ இந்தக் காரியத்தில் பிரவேசித்து இந்த மாதிரி பொது நன்மைக்கல்லாத தனிப்பட்டவர்களின் நன்மைக்கு ஏற்றதுமான காரியங்களுக்கு பொதுமக்களின் பணத்தை உபயோகப்படுத்தாமல் பார்த்துக் கொள்ளக்கூடுமோ என்று கேட்கின்றதுடன் சுயமரியாதை என்றால் என்ன என்று விழிப்பதுடன் தூங்கிக் கொண்டிருப்பது போன்ற விதண்டாவாதிகளுக்கு இதிலிருந்தாவது சுயமரியாதை என்பது இன்னதென்று புரியுமா என்று கேட்கின்றோம்.

குடி அரசு - 19.08.1928

ஹிந்திப் புரட்டு

சமீபத்தில் சென்னை மாகாணத்திற்கு சென்னைப் பார்ப்பனர்கள் வடநாட்டுத் தலைவர்கள் என்பவர்களை ஹிந்திப் பிரசாரம் என்னும் பேரால் பார்ப்பனப் பிரசாரம் செய்ய அழைத்துவரப் போகின்றதாகத் தெரியவருகின்றது. இந்த வழியில் பார்ப்பனப் பிரசாரம் செய்வதோடு மாத்திரமல்லாமல் பார்ப்பனரல்லாத மூடர்களிடமிருந்து சுமார் ஒரு லக்ஷம் ரூபாயாவது கொள்ளை அடிக்கக் கருதியிருக்கின்றார்கள் என்பதாகத் தெரிய வருகின்றது.

கதரின் பேரால் அடித்த கொள்ளையாகிய ஐந்து லக்ஷம் ரூபாய் இன்னும் ஜீரணம் ஆகாமல் அப்படியே கல்லுப் போல் பார்ப்பனர்கள் வயிற்றில் கிடக்க, சென்ற வருட காங்கிரசின் பேரால் கொள்ளை அடித்த சுமார் 20, 30 ஆயிரம் ரூபாயும் அப்படியே கிடக்க இப்போது இன்னும் ஒரு லக்ஷம் ரூபாய்க்கு திட்டம் போட்டு சில பார்ப்பனர் வெளிக்கிளம்பியிருப்பது பார்ப்பனர்களின் சாமர்த்தியமா அல்லது பார்ப்பனரல்லாதார்களின் முட்டாள்தனமா என்பது நமக்கு பூரணமாய் விளங்கவில்லை யானாலும் ஒருவாறு இது பார்ப்பனரல்லாதார்களின் முட்டாள் தனமான இளிச்சவாய்த்தன்மை என்றே சொல்லவேண்டும். பார்ப்பனர்கள் வந்து எதற்காகப் பணம் வேண்டுமென்று கேட்டாலும் நம்மவர்கள் கொடுக்கத் தயாராயிருக்கின்றார்கள். வருணாசிரம மகாநாடு நடத்த பார்ப்பனர்களுக்கு பணம் கொடுக்கும் பார்ப்பனரல்லாதவர்கள் இந்திக்கு பணம் கொடுப்பது ஒரு அதிசயமல்ல.

எனவே, பணம் கொடுத்தாலும் கொடுக்காவிட்டாலும் இந்தியினுடையவும் இந்தி பிரசாரத்தினுடையவும் புரட்டையாவது பொதுஜனங்கள் அறியட்டுமென்றே இதை எழுதுகின்றோம்.

முதலாவது இந்தி பாஷை என்றால் என்ன? அதற்கும் தமிழ் நாட்டு மக்களுக்கும் என்ன சம்மந்தம்? அதை படித்ததினால் தமிழ்நாட்டு மக்களுக்கு ஏற்படும் பயன் என்ன? என்பது போன்றவைகளை முதலில் கவனிப்போம். பிறகு இந்தி பாஷை என்பதை அகில இந்திய பாஷையாகக் கருதவேண்டும் என்பது பற்றிப் பின்னால் யோசிப்போம்.

இந்தி பாஷை படித்த தமிழ் மக்களுக்கு அதனால் ஏற்படும் பயன் என்ன? இதுவரை தமிழ்நாட்டில் காங்கிரஸ் பணத்திலிருந்தும் மற்றும் பொது மக்களிட மிருந்தும் இந்திக்காக செலவு செய்யப்பட்ட பணத்தில் எவ்வளவு பார்ப்பனரல் லாதார்கள் படித்தார்கள்? அதை எதற்கு உபயோகப்படுத்துகின்றார்கள்?

என்பவைகளும் கவனிக்கத்தக்கவையாகும். இந்திபாஷை என்பது தமிழ் மக்களுக்கு விரோதமான ஆரிய பாஷையாகும். அதிலுள்ள வாசகங்கள் முழுவதும் ஆரியப் புராணங்களும் மூடப்பழக்கவழக்கங்களும் கொண்டதும் பார்ப்பனர்களின் உயர்வுக்கு ஏற்படுத்தப் பட்டதுமாகும். இந்த நாட்டில் இப்போது சமஸ்கிருதம் இருப்பது போலவும் அது உபயோகப்படுவது போலவும் இந்தி ஒரு சிறிதும் தேவையில்லாததாகும். அப்படி இருந்தாலும் அது ஏதாவது வடநாட்டுக்குப் போய் வியாபாரம் செய்யும் வியாபாரிகளுக்காவது உதவுமா? என்று பார்ப்போமானால் அப்படியும் சொல்லுவதற்கில்லாமல் இதுவரை இந்தி படித்தவர்களில் 100க்கு 95 பேர் பார்ப்பனர்களே படித்து அந்தப் படிப்பைக் கொண்டு வடநாட்டுக்கு உத்தியோகத்திற்கோ பிச்சைக்கோ சென்று அதன் மூலம் பார்ப்பனரல்லாதார்களுக்கு துரோகம் செய்யவே உதவப்பட்டு வருகின்றது. அதற்காக சம்பாதித்த பணங்கள் முழுவதும் பார்ப்பன ஆதிக்கத்திலேயே இருந்து வருகின்றது. ஒரு சமயம் பார்ப்பனரல்லாதார்களும் இந்தி படித்திருப்பதாக வைத்துக் கொண்டாலும் இந்த நாட்டில் அவர்களுக்கு அது என்ன பயனைக் கொடுக்கக்கூடும். இதுவரை ஹிந்தி படித்த பார்ப்பனரல்லாதாரில் எவராவது அதனால் இன்ன பிரயோஜனம் அடைந்தார்கள் என்று ஏதாவது ஒரு சின்ன உதாரணமாவது காட்ட முடியுமா?

இந்தியாவுக்கு ஒரு பொது பாஷை வேண்டுமானாலும் அல்லது வியாபாரத்திற்கு ஒரு பொது பாஷை வேண்டுமானாலும் ஆங்கில பாஷையை தெரிந்து எடுத்து அதை எல்லா மக்களிடையிலும் பரப்ப முயற்சிக்க வேண்டுமேயல்லாமல் வேறு பாஷையைப் பற்றி யோசிப்பது முட்டாள்தனமோ அல்லது சூழ்ச்சியோதான் ஆகும். இங்கிலீஷ் உலக பாஷை, உலக வியாபாரப் பாஷை, இந்திய அரசாங்க பாஷை. அது மாத்திரமல்லாமல் மூடப்பழக்க வழக்கமும் பார்ப்பனீயமும் இல்லாமல் அவ்வளவும் அடிப்படையான கலைகளை வசமாக்கிய பாஷையாகும். இவைகள் மாத்திரமல்லாமல் இந்தி, உருது முதலிய பாஷைகளை தாய் பாஷையாகக் கொண்ட துருக்கி பாஷைகூட இங்கிலீஷ் பாஷைக்கும் இங்கிலீஷ் எழுத்துக்குமே மதிப்பு கொடுத்து தனது தாய் பாஷையை மாற்றிவிட்டது. அன்றியும் நமது இங்கிலீஷ் அரசாங்கம் உள்ளவரை-மேல் நாடுகளின் வியாபார சம்மந்தமோ கலை சம்மந்தமோ கல்வி சம்மந்தமோ உள்ள வரை-இங்கிலீஷ் இல்லாமல் முடியவே முடியாது. இப்படியெல்லாம் இருக்க, இதை சற்றும் கவனியாமல் இப்போது தமிழ்நாட்டில் இந்தி பாஷை பரப்ப வந்திருப்பதென்பது தற்காலம் தமிழ்நாட்டில் உள்ள உணர்ச்சியை ஒழிக்கச் செய்யும் சூழ்ச்சியேயாகும். ஆதலால் இதற்கு எந்த பார்ப்பனரல்லாதாராவது பணம் கொடுத்தால் அது பெரிய சமூகத் துரோகமேயாகும்.

குடிஅரசு - 20. 01 .1929

தமிழர் சங்கம்

சென்னையில் சீர்திருத்தத்திற்காகத் தமிழர் சங்கம் என்பதை திருத்தி அமைக்கப்பட்டு இருக்கின்றது. இச்சங்கத்தை ஆதியில் தோற்றுவித்தவர் பச்சையப்பன் கலாசாலைத் தமிழ்ப் பண்டிதர், திரு.மணி திருநாவுக்கரசு முதலியார் ஆவார். இவர் வைச சமயப்பற்றுடையவர், தமிழ்ப் பாஷை, கலை, இலக்கிய, இலக்கணம் ஆகியவைகளில் வல்லவர் எனினும் சமயமும், கலையும், பாஷையும் நாட்டிற்கும் பொதுமக்களுக்கும் பயன்படாமல் ஒரு சிறு துறையாகிய அதுவும் ஜாதி மத சமயத்துறையையே முக்கியமாய் பற்றிக் கொண்டிருப்பதால் நாட்டில் அவர்களின் வளர்ச்சி குன்றிவருவதை அறிந்து, அவைகள் உண்மையில் வளர்ச்சி பெறவும் நாட்டின் பொது நலத்திற்கும் பயன்படவும் ஏற்றவாறு செய்ய எண்ணி அச்சங்கத்தை முன் குறிப்பிட்டபடி சமூக சீர்திருத்தத்துறைக்கு திருத்தி அமைத்து அதற்கு தற்கால தேவைக்கேற்றபடி கொள்கைகளையும் வகுத்து அக்கொள்கைகளைப் பரப்புவதற்கேற்ற நிர்வாக சபையையும் அமைக்கப்பட்டிருக்கின்றதாக அறிந்து மிகவும் மகிழ்ச்சி அடைகின்றோம்.

சங்கத்தின் முக்கியக் கொள்கைகள் தீண்டாமை ஒழிப்பது, மது பானத்தை விலக்கச் செய்வது, சுகாதாரத்தை ஏற்படுத்துவது, தமிழ் மொழியை வளர்ப்பது, வாழ்க்கை சுப, அசுப காரியங்களில் போலிச் சடங்குகளை ஒழித்து சிக்கன முறையில் நடத்தச் செய்வது, கலப்பு மணம், மறுமணம் ஆகியவைகளை ஆதரிப்பது முதலிய சமூக சீர்திருத்தக் காரியங்களைச் செய்வதே முக்கியமாகக் கொண்டது.

நிர்வாகஸ்தர்கள்

திரு. டாக்டர் எம்.மாசிலாமணி முதலியார் போஷகராகவும், திரு.மணி திருநாவுக்கரசு முதலியார் தலைவராகவும், பண்டிதர் எஸ்.எஸ்.ஆனந்தம், உபதலைவராகவும், திருவாளர்கள் ஜகந்நாதப்பிள்ளை, பக்கிரிசாமி செட்டியார் காரியதரிசிகளாகவும் மற்றும் பத்து கனவான்கள் நிர்வாக அங்கத்தினராகவும் தெரிந்தெடுக்கப்பட்டிருக்கின்றனர்.

"சமய"ப் பற்றில் மூழ்கி, "பரலோகத்திற்கும்" "பரலோகக் கடவுளுக்கும்" பாடுபட்ட பெரியார்கள் பிரத்தியட்ச லோகத்திற்கும் பிரத்தியட்ச கடவுள்களுக்கும் பாடுபட முன்வந்ததை நாம் மனதாரப் போற்றி வரவேற்கின்றோம். மற்றும் ஆங்காங்கு சமயத்தின் பேராலும், ஜாதி வகுப்புகளின் பேராலும் அமைக்கப் பட்டிருக்கும் சங்கங்கள் தமிழர் சங்கத்தைப் பின்பற்றி நாட்டிற்குப் பயன்படத்தக்க வண்ணம் திருத்தியமைத்தால் அது மிகவும் போற்றத்தக்கதாகும் என்பதைத் தெரிவித்துக் கொள்ளுகின்றோம்.

குடி அரசு - 07. 07. 1929

கண்ணனூர் செவ்வாய் தரும சமாஜத்தின் எட்டாவது ஆண்டுவிழா

தெய்வம்

இனி அடுத்தாற்போல் திரு. கையாலக்கேல் அவர்கள் பேசிய கடவுள் என்னும் விஷயத்தைப் பற்றி இக்கூட்டத்திற்கு தலைமை வகித்தவன் என்ற முறையில் சில வார்த்தைகள் சொல்ல வேண்டியது அவசியமாகும். திரு. கையாலக்கேல் அவர்கள் கடவுள் என்பதைப் பற்றி பேசியதில் இந்துமதக் கடவுள்களை எடுத்துக்கொண்டு அவைகளின் உருவங்களைப் பற்றியும், பெயர்களைப் பற்றியும், குணங்களைப் பற்றியும், குடும்பங்களைப் பற்றியும், ஒரு கடவுளுக்கும் மற்றொரு கடவுளுக்குமுள்ள சொந்தங்களைப் பற்றியும், அதன் பூசை உத்சவம் முதலியவைகளைப் பற்றியும், அதைச் செய்கிற தரகர்களின் யோக்கியதையைப் பற்றியும், செய்விக்கிற பக்தர்களின் மனோபாவத்தைப் பற்றியும் வெகு விபரமாகவும், ஆரம்பமுதல் கடைசி வரை நீங்கள் எல்லோரும் சிரித்துக் கொண்டே இருக்கும்படியாக அவ்வளவு வேடிக்கையாகவும் பரிகாசமாகவும் பேசினார். அது அவ்வளவையும் விநயமாகவே எடுத்துக் கொண்டு பார்ப்போமானாலும் அவர் சொன்னவற்றுள் ஏதாவது ஒன்றை ஆட்சேபிக்கவோ மறுக்கவோ இடம் இருந்ததா என்பதை நீங்களே யோசித்துப் பாருங்கள். திரு. கையாலக்கேல் அவர்கள் கடவுளைப் பற்றி பேசிய பரிகாசங்களை எல்லாம் வெகுகாலத்திற்கு முன்னிருந்தே நம்மவர்களில் சில பண்டிதர்களும், பக்திமான்களும் பாட்டாகவும் வசனமாகவும் சொல்லியிருக்கிறார்கள். ஆனால் அவைகளையெல்லாம் சிலேடைப்படுத்துவதிலும் தத்துவார்த்த வியாக்கியானஞ் செய்விப்பதிலும் அவைகளை சொன்னவர்களை பெரிய ஞானிகள் என்றும், சித்தர்கள் என்றும் சொல்லுவதின் மூலமும் உண்மையை மக்கள் அறிய முடியாமல் மறைக்கப்பட்டு விட்டது. ஆனால் மனிதனுக்குத் தைரியமும், அறிவும் வரவர இன்னும் அதிகமான துணிவோடும், யுக்தியோடும் தானாகவே உண்மைகள் வெளியாய்க் கொண்டேதான் இருக்கும். திரு. கையாலக்கேல் அவர்கள் இந்துமதக் கடவுளைப் பற்றியே பெரும்பாலும் சொன்னார்களானாலும் உலகத்தில் மற்ற மதக்காரர்களுடைய கடவுள்களைப் பற்றி கவனித்துப் பார்த்தாலும் இவ்வளவு ஆபாசமாக இல்லாவிட்டாலும் யுக்திக்கோ, வாதத்திற்கோ நிற்க முடியாமல் அவைகளும் பெரிதும் பரிகசிக்கத்தக்கதாய் தான் இருக்கின்றது. அதாவது உலக சிருஷ்டிக்கு கடவுளைப் பொறுப்பாக்கி அதனோடு கடவுளைப் பொறுத்துகிறபோது எல்லாக் கடவுள்களின் யோக்கியதைகளும் ஒரே மாதிரியாகத் தானிருக்கின்றன. உதாரணமாக இந்து மதத்தில் உலக சிருஷ்டிக்கும் கடவுளுக்கும் சம்பந்தம்

தொகுதி 1 மொழி

சொல்லுகிற போது கடவுள் முதலில் தண்ணீரை உண்டாக்கி அதன் மீது இருந்து கொண்டு அதில் ஒரு விதையைப் போட்டு அந்த வித்திலிருந்து உலகத்தை உண்டாக்கி அவ்வுலகத்திலிருந்து பிர்மாவை சிருஷ்டித்து, அந்த பிர்மா அந்த உலகத்தை இரண்டாக்கி ஒன்றை சுவர்க்கமாகவும் மற்றொன்றை பூலோகமாகவும் செய்து அந்த பூலோகத்தில் பஞ்ச பூதங்களையுண்டாக்கி பிறகு மனிதர், பட்சி முதலிய ஜாதிகளைச் சிருஷ்டித்து என்று ஆரம்பித்து மற்றும் இவைபோல அடுக்கடுக்காக எப்படி சொல்லிக் கொண்டே போகின்றதோ, அது போலவேதான் கிருஸ்து முதலிய இதர மதங்களிலும், கடவுள் முதல் நாள் ஒன்றை சிருஷ்டித்தார், இரண்டாவது நாள் மற்றொன்றை சிருஷ்டித்தார், மூன்றாவது நாள் வேறொன்றைச் சிருஷ்டித்தார் என்பது போலவே சொல்லிக்கொண்டு போகப்படுகின்றன. ஆகவே அஸ்திவாரத்தில் கடவுள் சிருஷ்டியைப் பற்றிச் சொல்லுகிற விஷயம் எல்லா மதத்திலும் ஒன்றுபோலவேதானிருக்கின்றது. இவை ஏன் இப்படியிருக்கின்றன என்று பார்ப்போமேயானால் கடவுள் உண்டு என்பதற்கு சமாதானம் சொல்லும் போது உலக உற்பத்திக்கு ஒரு ஆதாரம் வேண்டாமா? என்று கேட்டுவிட்டு அதற்காக கடவுள் உலகத்தை உண்டாக்கினார் என்று ஆரம்பித்து, அந்த உண்டாக்கப் பட்டவைகளென்பதை முதலில் இன்னதை உண்டாக்கினார், இன்னார் என்பதாகச் சில மதமும், முதல் நாள் இன்னதை உண்டாக்கினார், இரண்டாவது நாள் இன்னதை உண்டாக்கினார் என்பதாகச் சில மதமும் சொல்லுகின்றன. ஆகவே இந்த இடம் மாத்திரம் எல்லாம் ஒன்று போலாகவே தானிருக்கும். இதில் ஏதாவது தகராறு ஏற்படுமானால் எல்லா மதக் கடவுளுக்கும் ஒரே கதிதான் நேரும்.

கடவுள் ஸ்தாபனத்திற்கு ஒரே மாதிரி அஸ்திவாரம் ஏற்படுவதற்கு காரணம் என்னவென்று பார்ப்போமானால் முதன் முதலாக ஆரியமதத்திலிருந்து சீர்திருத்தமாக கிறிஸ்துவ மதம் ஏற்பட்டதும் அதிலிருந்து சீர்திருத்தமாக மகமதிய மதம் ஏற்பட்டதும், நமக்கு காணப்படுகிறபடியால் எல்லா மதமும் அதையே பின்பற்றிக்கொண்டு வருவதாயிற்றே தவிர வேறில்லை என்றே தோன்றுகிறது.

ஆனால் நாம் ஒரு தமிழர் என்கின்ற முறையில் கடவுள் என்பதைப் பற்றி ஆராய்ச்சி செய்வோமானால் "கடவுள்" என்கின்ற பதமே கட+ உள் = (கடவுள்) என்பதான இரண்டு சொற்கள் சேர்ந்து பகுபதமாக இருக்கின்றதே தவிர வடமொழியினும் ஆங்கில மொழியினும் இருப்பதுபோன்று பகவான், (God) காட், அல்லா என்பது போன்ற ஒரு தனி வார்த்தையோ அல்லது அந்த விதங்களான வாக்கியமோ தமிழில் இல்லை என்பதை உணர வேண்டும். தமிழர்களுக்கு பாஷை தோன்றிய காலத்தில் "கடவுள்" உணர்ச்சி இருந்து இருக்குமானால் அதற்கு ஒரு தனி வார்த்தை இருந்திருக்கும். அது மாத்திரமல்லாமல் ஆங்கில முதலிய பாஷை களில் கடவுள் இல்லை என்று சொல்லப்படுவதை உணர்த்துவதற்கு எப்படி எத்தீசம் - எத்தீஸ்ட்டு நாஸ்திகம் - நாஸ்திகன் என்கின்ற வார்த்தைகள் இருக்கின்றனவோ அவை போலவே தமிழிலும் "கடவுள்" இல்லை என்று சொல்லுவதை உணர்த்து வதற்கு "கடவுள்" இல்லை என்று சொல்லுபவனைக் குறிப்பிடுவதற்கும் அப் பொருள்கள் கொண்ட ஏதாவது ஒரு வார்த்தை இருந்திருக்கும். ஆகவே அவை களிலிருந்தே தமிழர்களுக்கும் (அதாவது தமிழ் நாட்டாருக்கு) கடவுளுக்கும் ஆதியில் எவ்வித சம்பந்தமும் இருந்ததில்லை என்பது ஒருவாறு புலப்படும். இறைவன் என்கின்ற பதத்தை கடவுளுக்குள்ள தமிழ் பதம் என்று பண்டிதர்கள் சொல்லக்கூடுமானாலும் அது அரசனுக்கும் தலைவனுக்கும் ஏற்பட்டதே தவிர கடவுளுக்காக ஏற்பட்ட தனிப்பொருள் அமைந்த சொல் அல்லவென்றே சொல்லுவோம். ஆனால் "கடவுள்" என்பது எப்பொருளுக்கும் தலைவன் என்கின்ற முறையில் வேண்டுமானால் இறைவன் பெரியவன் எனினும் பொருந்தும் என்று அப்புக்கட்டலாமேயொழிய அது அதற்கே ஏற்பட்ட தனி வார்த்தை ஆகாது.

42

நிற்க, தமிழ்நாட்டில் பலர் காலஞ்சென்ற பிதுர்க்களையும் செல்வாக்குள்ள பெரியார்களையும் அன்பினாலும், வீரர்களை கீர்த்தியாலும், வழிபட நினைத்து அவர்களை உருவகப்படுத்த என்று ஒரு கல் நட்டு அக்கல்லை வணங்கி வந்ததாக மாத்திரம் சொல்லப்படுவதை நான் கேட்டிருக்கிறேன். மற்றபடி இப்போதைய கடவுள்களான சிவன், விஷ்ணு, பிர்மா, பிள்ளையார், சுப்ரமணியன் முதலிய கடவுள்களையோ மற்றும் அது சம்பந்தமான குட்டிக்கடவுள்களையோ தமிழ் மக்கள் வணங்கி வந்தார்கள் அல்லது நம்பி இருந்தார்கள் என்றாவது சொல்லுவதற்கு கூட இடமில்லை என்று கருதுகிறேன். இதற்கெனக்கு தோன்றும் ஆதாரம் என்னவென்றால் இப்பொழுதும் உள்ள கருப்பன், காத்தான் முதலிய பேர்கள் கொண்ட "நீச்சக் கடவுள்கள்" தவிர மற்ற "கடவுள்"கள் பெயர்கள் எல்லாம் வடமொழியிலேயே இருக்கின்றதென்பதே போதுமானதாகும்.

ஆனால் வடமொழிப் பெயருள்ள சில "கடவுள்"களின் பெயர்களை தமிழில் மொழிபெயர்த்து அந்த கடவுள்களைத் தமிழில் அழைப்பதைப் பார்க்கின்றோம். என்றாலும் இவை தமிழர்களுக்குள்ளும் ஆதியில் இருந்தது என்பதற்குத் தக்க சமாதானம் சொல்ல யாரும் முன்வருவதை நான் பார்க்கவில்லை. இது மாத்திர மல்லாமல், சைவம், வைணவம் என்று சொல்லப்படும் சமயங்களாகிய தமிழ் மக்களைப் பிடித்த நோய்களான சைவ வைணவ மதக் கடவுள்கள் எல்லாம் வடமொழி பெயர்களை உடையதாகவும் அவைகளின் ஆதாரங்கள் முழுவதும் வடமொழி வேத சாஸ்திரப் புராண இதிகாசங்களாகவும் தானே இருக்கின்றதே அல்லாமல் தமிழ் ஆதாரத்தால் ஏற்பட்டதாகச் சொல்லக் கூடிய கடவுள் ஒன்றையுமே நான் கண்டதும் கேட்டதும் இல்லை. இவைகளுக்கு செய்யப்படும் பூசை முதலியவைகளும் வடமொழி நூல்கள் ஆதாரப்படி வடமொழி பெயர்கள் கொண்ட வஸ்துகளும் செய்கைகளுமாகவே இருப்பதையும் காணலாம். அதாவது அருச்சனை, அபிஷேகம், பலி, கற்பூரம், சாம்பிராணி, காணிக்கை முதலியவை களாகும். தவிரவும் மேற்கண்ட இரண்டு சமயங்களின் பேரால் சொல்லப்படும் நாயன்மார்கள், ஆழ்வார்கள் முதலிய சமயாச்சாரியார்களும் பக்தர்மார்களும் கும்பிட்டதும், தேவாரம், திருவாசகம், திருத்தாண்டகம், பிரபந்தம் முதலாகியவைகள் பாடினதும் மற்ற மக்கள் வாழ்க்கையில் உபயோகப்படுத்துவதும் ஆகிய எல்லா வடமொழிப் பேர் கொண்ட கடவுள்களைப் பற்றியும் அவர்களது செய்கைகளைப் பற்றிச் சொல்லப்பட்ட வடமொழி புராண இதிகாசங்களிலுள்ள கதைகளைப் பற்றியுமே இருக்கின்றனவே அல்லாமல் மற்றபடி அவைகள் தமிழர்களோ அல்லது தமிழ் பண்டிதர்களோ தமிழர்களுக்கு ஆதியில் இருந்தது என்று சொல்லத்தக்கதாக ஒன்றையுமே ஒருவர் வாக்கையுமே நான் பார்த்ததும் இல்லை பிறர் சொல்லக் கேட்டதும் இல்லை. மற்றும் சமயக்குறிகள் என்று சொல்லப்படும் விபூதி, நாமம் முதலிய சின்னங்களின் பெயர்கள்கூட வட மொழியில் உள்ளதே தவிர தமிழில் உள்ளவையல்ல என்பதே எனது அபிப்பிராயம். வேண்டுமானால் அதை தமிழில் விபூதியை திருநீறு என்றும் திருமண் என்றும் சொல்லிக் கொள்ளுகிறோம். ஆனாலும் அது சரியான மொழிபெயர்ப்பல்லவென்று சொல்வதோடு விபூதி, நாமம் என்கின்ற பெயர்கள் எந்தக் கருத்துடன் சொல்லப் படுகின்றனவோ அந்தக் கருத்தும் பொருளும் அவற்றில் இல்லை என்றே சொல்லுவேன். விபூதி என்றும் நாமம் என்றும் சொல்லப்படும் வஸ்துக்கள் சாம்பலும், மண்ணுமாய் இருப்பதால் அந்த பெயரையே அதாவது சாம்பலுக்குள்ள மாறு பெயராகிய நீறு என்றும் மண்ணை மண் என்றும் திரு என்பதை முன்னால் வைத்து திருநீறு, திருநாமம் என்று சொல்லப்படுகின்றதே ஒழிய வேறில்லை என்றே தோன்றுகின்றது.

தொகுதி 1

மொழி

ஆகவே தமிழில் காட், அல்லா, பகவான் என்பவைகளைக் குறிப்பதற்கு ஒரே வார்த்தையாக ஒன்றுமே இல்லை என்பதும் அதன் சின்னங்களையும் குறிப்பிடுவதற்கு தமிழில் வார்த்தைகள் இல்லை என்பதும் அனுபவத்திலுள்ள கடவுள்களும் பெயர்களும் அவற்றின் நடவடிக்கைகளும் கூட தமிழில் இல்லை என்பதும் மற்றபடி இப்போது இருப்பவைகள் எல்லாம் வடமொழியிலிருந்து தமிழர்கள் எடுத்துக் கொண்டு தங்களுடையனவாக்கிக் கொண்ட மயக்கமே என்று எனக்குப் பட்டதை உங்களுக்குச் சொன்னேன். இனி கடவுள் உண்டு - இல்லை என்பதைப் பற்றியாவது பொது ஜனங்களுடைய அபிப்பிராயந்தான் என்ன என்பதைப் பற்றியாவது விசாரிப்போம்.

குடி அரசு - 29.06.1930

கதரும் - ஹிந்தியும்

இந்திய நாட்டின் சுயராஜ்யத்திற்கு கதரும் ஹிந்தியுமே முக்கியமான மந்திரங்களாக பிரசாரம் செய்யப்பட்டு வருகின்றன. சென்ற ஒத்துழையாமையின் போது கதர் கட்டாதவர்களுக்கு ஓட்டுஇல்லாமல் இல்லாதிருந்தது. இப்போது மில் முதலாளிகளின் தாக்ஷண்யத்திற்குக் கட்டுப்பட்டு அந்நிபந்தனை கைவிடப் பட்டுவிட்டாலும், இப்போது வேறு ஒன்று, அதாவது ஹிந்தி படிக்காதவர்களுக்கு பிரதிநிதித்துவமே இல்லை என்கிற கட்டளை ஏற்பட்டு அதனால் தென்னாட்ட வருக்குப் பிரதிநிதித்துவம் கூட இல்லாமல் செய்தாய் விட்டதாக சொல்லப்பட்டாய் விட்டது. கதரைப் போன்ற ஒரு மோசடியான வியாபாரம் வேறு எதுவுமே இல்லை என்றே சொல்லவேண்டும்.

சாதாரணமாக வியாபாரத்தில் அதிக மோசடி செய்கிறவர்கள் மருந்து வியாபாரி களேயாவார்கள். கதரைப் பார்த்த பின்பு (பேடண்ட் மெடிஷன் என்று) உரிமை செய்து கொண்ட மருந்து வியாபாரிகள் மோசடி எத்தனையோ பங்கு நல்லதென்பதோடு அவைகளில் அநேகம் சில சமயங்களில் நல்ல பலனையும் கொடுத்து வருகிறது.

ஆனால் இந்த கதர் ஆரம்பம் முதல் அந்தம் வரை ஏமாற்றமானதாகவே முடிவு பெறுகின்றது. திரு.காந்தியவர்கள் மில்லுகளை ஒப்புக்கொண்டாய்விட்டது. மில்துணிகளை கட்டவேண்டியது அவசியம் என்றும் தீர்மானித்தாய்விட்டது. இப்படி இருக்க இனி கதர் எதற்கு என்பது நமக்கு விளங்கவில்லை. அதுவும் மனதார மோசடியாக ஏன் நடைபெறவேண்டும் என்பதும் நமக்கு விளங்கவில்லை.

சாதாரணமாக பஞ்சு பாரம் ஒன்றுக்கு 360 ரூபாய் விலையிருக்கும் போது கதர் விற்று வந்த விலையையே இன்றும் அதாவது பஞ்சு பாரம் ஒன்றுக்கு 125 ரூபாய் விலையிருக்கும்படியான காலத்திலும் விற்க அனுமதி கொடுத்திருப்பதானது எவ்வளவு அக்கிரமமானது என்பதை வாசகர்கள்தான் உணரவேண்டும். பாரத்துக்கு 100 ரூபாய் இறங்கினால் கதருக்கு ஒரு கெஜத்திற்கு ஒரு அணா குறைந்ததாக பெயர் செய்கின்றார்கள்.

சாதாரணமாக இன்றைய விலைக்கு பஞ்சு ராத்தல் 1க்கு 0-4-0 அணாவே ஆகின்றது. மில்லில் நூற்றால் ராத்தலுக்கு இரண்டணாக் கூலியானால் கையில் நூற்பதால் ராத்தலுக்கு ஐந்தணா கூலியாகிறதானாலும் அதையும் சேர்த்தே ஒரு ராத்தல் நூலுக்கு சேதாரம் உள்பட 0-9-6 அணா விலையேயாகிறது. 10 அணாவென்றே வைத்துக் கொள்வோம் 54 இஞ்சு அகலமுள்ள 10 கெஜம் துணிக்கு 4 ராத்தல் இடை நூல் செல்லும் இதற்கு நெசவு கூலி 10 கெஜத்திற்கு இப்போதும்

ரூ.1-14-0 கொடுப்பதாகவே வைத்துக் கொண்டு பார்த்தாலும் பீசு ஒன்றுக்கு ரூ.4-6-0 ஆகின்றது. அதாவது கெஜம் 1க்கு 7 அணா ஆகும். இந்த விலைப்படி பார்த்தாலும் மில் துணிக்கும் கதருக்கும் 100க்கு 100 பங்கு, அதாவது ஒன்றுக்கு இரண்டாகவே கெஜம் 0-3-6 அணாவுக்கு 7 அணா கொடுக்க வேண்டியதாகின்றது.

ஆனால் இப்போது காங்கிரசால் நற்சாட்சி பத்திரமும் அனுமதி சீட்டும் பெற்ற கடைகளில் 10 கெஜம் பீசு 1க்கு ரூ.6-4-0க்கு விற்கப்படுகின்றது. அதாவது கெஜம் ஒன்றுக்கு 10 அணா வீதம் விற்பதில் அதில் 100க்கு 30 வீதம் அதிகமாக விலை கொடுக்க வேண்டியதாயிருக்கிறது. காங்கிரஸ் சின்னத்திற்காக அர்த்தமில்லாத சுயராஜ்யத்திற்காக ஒன்றுக்கு மூன்றாக பணம் அதிக செலவு செய்வதின் மூலம் இன்று கதர் வியாபாரிகள் கொள்ளை அடிக்கின்றார்கள் என்பதைத் தவிர நாட்டிற்கு விளைந்த நன்மை என்ன என்பது விளங்கவில்லை.

இது ஒருபுறமிருக்க திருப்பூரிலுள்ள கதர் வியாபாரிகள் எல்லாம் இந்த பத்து வருஷ காலத்தில் தங்களின் செல்வ நிலைமை எவ்வளவோ பெருக்கிக் கொண்டு வெறும் ஆட்களெல்லாம் இப்போது கையில் 10 ஆயிரம் முதல் 40, 50 ஆயிரம் ரூபாய் வரையில் தங்கள் செலவு போக மீத்து இருக்கின்றார்கள். கோயில் அர்ச்சகர், சாமி பக்திக்காரர் ஆவதுபோல் கதர் வியாபாரிகள் காந்தி பக்தர்கள் ஆகியிருக்கின்றார்கள்.

அல்லாமலும் குறிப்பாக இந்த வருஷத்தில் மாத்திரம், அதாவது உற்சவ காலங்களிலும் அர்ச்சகர்களுக்கு வரும்படி வருவதுபோல், சத்தியாகிரக காலங்களில் கதர் வியாபாரிகள் ஆளுக்கு 5 ஆயிரம் 10 ஆயிரம் சம்பாதித்து இருக்கின்றார்கள் என்றாலும் இவர்கள் எல்லாம் அநேகமாக சாதாரணமாக வியாபாரிகள் என்றே சொல்லலாம். இப்படியிருக்க இவர்கள் இத்தனை பேர்களுடையவும் வியாபாரத் திற்கும் எத்தனையோ பங்கு மேலாக உற்பத்தி செய்து வட்டியில்லாத முதலை வைத்து வியாபாரம் செய்து வந்த காங்கிரஸ் கதர்போர்டுக்குச் சென்ற வருஷத்தில் இந்தப்படி நூற்றுக்கு 30 வீதம் லாபம் வைத்து விற்று வந்தும் கூட மொத்தத்தில் 15 ஆயிரம் ரூபாய் நஷ்டம் என்று கணக்கு காட்டியிருப்பதாக ஒரு நண்பர் தெரிவித்திருப்பதைப் பார்க்கும்போது காங்கிரசில் கதர் என்பது எவ்வளவு மோசமான துறையாயிருந்து வருகின்றது என்பதை வாசகர்களே யோசித்துப் பார்த்து உண்மை உணர வேண்டுகின்றோம்.

தவிர அந்த இலாகாதான் இன்று தமிழ்நாட்டின் சத்தியாக்கிரகத்திற்கு பெரிதும் உதவி செய்து இருப்பதை பார்க்கும்போது வியாபாரமுறையிலேயே சத்தியாக்கிரகம் நடத்த கதர் இலாகா ஆயுதமாய் இருந்து வருவதும் பார்ப்பனர்கள் காங்கிரஸ்வாதி களாகவும், தேசபக்தர்களாகவும், தியாகிகளாகவும் இருப்பதற்காக கதர் இலாகா இருந்து இம்மாதிரி மக்களைக் கொள்ளை அடித்தும் நஷ்டம் காட்டி வரவேண்டி வருவதும் உண்மை என்பதை இப்பொழுதாவது பொதுஜனங்கள் உணர்வார்கள் என்று நம்புகின்றோம்.

அன்றியும் அரசாங்க உத்தியோகத்தில் வகுப்புவாரிப் பிரதிநிதித்துவம் வந்ததன் மூலமாக ஏதோ ஒரு சில பார்ப்பனருக்கு உத்தியோகம் கிடைக்கவில்லையானாலும் கூட காங்கிரசு, கதர்- ஹிந்தி ஆகிய திட்டங்கள் அக்குறையை பூர்த்தி செய்வதோடு பங்கு கிடைக்கும்படி செய்யவே இவைகள் காப்பாற்றப்பட்டு பார்ப்பனருக்குப் பயனளித்து வருவதை யார் மறுக்கக் கூடும் என்றும் கேட்கின்றோம்.

நிற்க கதரின் புனிதத்தன்மை இங்ஙனமிருக்க இனி ஹிந்தியின் புனிதத் தன்மையை சற்று கவனிப்போம்.

ஹிந்தியென்பது பார்ப்பன ஆதிக்கத்திற்காக ஏற்படுத்தப்பட்ட புரட்டு என்பதைத் தவிர அதில் எந்தவித உண்மைத்தன்மையும் இல்லை என்பதை அறிவுள்ள எவரும் ஆட்ஷேபிக்கமாட்டார்கள் என்றே கருதுகின்றோம். இந்தியா நாட்டில் முப்பதந்தரை கோடி மக்கள் இருந்தாலும் பல பாஷை, பல மதம், பல நாகரிகம், பல நடை உடை பாவனைகளாக இருந்து வருவதை யாவரும் மறுக்க முடியாது. அப்படி இருந்தாலும் மக்களுக்குள் மதத்தின் பேராலும், ஜாதியின் பேராலும், பாஷையின் பேராலும் போட்டிகள் நடந்து வருவதும் மறுக்கக் கூடியவை அல்லவென்றே சொல்லுவோம்.

இந்த நிலைமையிலுமுள்ள சமூகங்கள் பிரிவினைக்கு ஆதாரமாய் இருப்பதை கண்டுபிடித்து அவைகளை ஒழிக்க முயற்சிக்காமல் கண்மூடித்தனமாய் யெல்லோரையும் ஹிந்தி கற்றுகொள்ளவேண்டுமென்று அரசியலின் பேரால் நிர்பந்திப்பது எப்படி ஒழுக்காகும் என்று கேட்கின்றோம். ஹிந்தி என்பது அநேகமாக வடமொழியின் சார்போ, அல்லது திரிபோ ஆகும். இந்த நாட்டில் ஆரியர்கள் தங்கள் ஆதிக்கத்தை நிலைநாட்ட, வடமொழிக்கு உயர்வு கொடுக்க பல வழிகளிலும் சூஷி செய்து உலக வாழ்க்கையில் ஒரு ஒடிந்துபோன குண்டூசிக்கும் பயன்படாத பாஷையாகிய அவ்வடமொழிக்கு எவ்வளவு பணம் செலவழிக்கப்பட்டு வருகின்றது என்பது வெகுநாட்களாக தமிழ்மக்கள் கவனித்துவரும் சங்கதியாகும். இப்போது மறைமுகமாய் வடமொழியை ஆதரிக்கவும் ஆரிய நாகரிகம், சமயக் கொள்கை ஆகியவைகளை நிலைநிறுத்தவும் ஹிந்தியை அரசியல் விசயமாக ஆக்கி அதைக் கதரைப் போல், ஏன் கதரைவிட அதிகமாக ஒவ்வொருவருக்குள்ளும் புகுத்தப் பார்ப்பது எவ்வளவு வஞ்சகமான காரியம் என்பதை நமது சோணகிரிகள் அனேகர் இன்னும் உணரவே இல்லை. தமிழ்ப் பண்டிதர்கள் சாம்பலையும், மண்ணையும் குழைத்து சூடு போட்டதுபோல் மேலெல்லாம் தீட்டிக்கொண்டு, சிவ சிவ சிவ என்பதற்கும், ராம ராம ராம என்பதற்கும் உதவுவார்களே தவிர மற்றபடி நமது மக்கள் மீது அனாவசியமான ஒரு பாஷை சூஷித்திறத்தில் சுமத்தப்படுகின்றதே என்கின்ற அறிவும், கவலையும் சிறிதும் கிடையாது என்றே சொல்ல வேண்டி யிருக்கின்றது. இன்றைய தினம் இந்திய மக்களுக்கு அவரவர்கள் சொந்த பாஷை தவிர வேறு பாஷை தெரிய வேண்டுமானால் அது இங்கிலீஷ் பாஷை என்றே நாம் தைரியமாய் சொல்லுவோம்.

உலகமே தங்கள் கிராமம்தான் என்று எண்ணிக் கொண்டிருந்த காலம் மலையேறி இப்போது நிலப்பரப்பு, நீர்பரப்பு முழுதும் தெரிந்து 200 கோடி மக்களையும் சகோதரர்களாகப் பாவித்து வாழ வேண்டிய நிலை ஏற்பட்டிருக்கும் போது உலக செலாவணி பாஷை ஏதோ அதை மனிதன் அறியாமல் கபீர்தாஸ் இராமாயணத்தை படிக்க வேண்டிய ஹிந்தி பாஷை எதற்கு படிக்க வேண்டும் என்று கேட்கின்றேன்.

தமிழ் மக்களுக்கு சுயமரியாதை என்பது பல துறைகளிலும் வரவேண்டி யிருப்பதை ஹிந்தியின் ஆதிக்கம் இனியும் அதிகமாய் வலியுறுத்துகின்றது என்றே சொல்லுவோம். தமிழ் பாஷையின் பாண்டித்தியம் என்பதே இப்போது அனேகமாய் பார்ப்பனர்களிடமேயிருக்கின்றது. தமிழ் பாஷையின் சங்கத் தலைவர்கள் பார்ப்பனர்களாய் இருக்கின்றார்கள் என்பதோடு இந்தப் பார்ப்பனர்கள் தமிழர்களை ஹிந்தி படிக்கக் கட்டாயப்படுத்துகின்றார்கள் என்றால் தமிழ் பாஷைக் காரர்களின் சுயமரியாதை எவ்வளவு என்பதை தமிழர்களே உணர்வார்களாக.

அரசியல் தத்துவத்தின் பயனாய் தமிழ்நாட்டுப் பார்ப்பனர், பார்ப்பனரல்லாதார் பணத்தில் ஹிந்தி கற்று இந்திய தலைவர்களாகிய வடநாட்டுத் தலைவர்கள்

தொகுதி 1

மொழி

இடமெல்லாம் பார்ப்பனர்களே போய் காரியதரிசிகளாய் அமர்ந்து அவர்களே தென்னாட்டுப் பிரதிநிதிகளாகி அவர்களது ஆதிக்கத்திற்கே இந்திய அரசியலை திருப்பிப் பயன்படுத்திக் கொண்டு வருகின்றார்கள்.

ஆகவே அரசியல் துறையில் இருக்கும் பார்ப்பனரல்லாதாருக்கும் அறிவு இருந்தாலும் அதை பார்ப்பனர்களுக்கு தக்கவிலைக்கு விற்றுவிட்டார்கள் என்றாலும் அரசியலில் இல்லாத பார்ப்பனரல்லாதார்கள் அறிவையாவது தக்கவழியில் உபயோகித்து தகுந்த ஏற்பாடு செய்யவேண்டாமா என்று கேட்கின்றோம்.

குடி அரசு - 10. 05. 1931

நன்நிலம் மகாநாடு

ஹிந்தி கண்டனம்

தஞ்சை ஜில்லா நன்நிலத்தில் இம்மாதம் 7-ந் தேதி கூடிய நன்னிலம் தாலூகா மகாநாட்டில் ஹிந்தி பாஷையைக் கண்டனம் செய்து ஒரு தீர்மானம் செய்யப் பட்டிருக்கின்றது. அத்தீர்மானமாவது:-

> "பழைய புராணக் கதைகளைச் சொல்லுவதைத் தவிர வேறு அறிவு வளர்ச்சிக்கும் மற்ற பொது விஷயங்களுக்கும் உதவாத சமஸ்கிருதம், ஹிந்தி முதலிய பாஷைகளைத் தேசீயத்தின் பேரால் அரசியல் காரணங்களுக்காக வென்று படிக்கச் செய்வதானது பார்ப்பனீயத்திற்கு மறைமுகமாக ஆக்கம் தேடுவதாகுமென்று இம்மகாநாடு கருதுவதோடு, தற்கால விஞ்ஞான அறிவை நமது மக்களிடம் பரப்பவும், நவீனத்தொழில் முறைகளை நமது நாட்டில் ஏற்படுத்தவும், மற்ற தேசங்களில் எழும்பியிருக்கும் சீர்திருத்த முற்போக்கு உணர்ச்சிகளை நமது மக்களிடம் தோற்றுவிக்கவும், உலக பாஷையாக வழங்கிவரும் இங்கிலீஷ் பாஷையையே நமது வாலிபர்கள் கற்க வேண்டுமென்று இம்மகாநாடு தீர்மானிக்கிறது"

என்ற தீர்மானமாகும். இதைப் பற்றி நாம் 1926 ம் வருஷத்திலேயே "குடி அரசு" பத்திரிகையில் "தமிழுக்குத் துரோகமும், ஹிந்தியின் இரகசியமும்" என்பதாக ஒரு வியாசம் எழுதி இருக்கின்றோம். அது மாத்திரமல்லாமல் "இந்து மதப் புராண இதிகாசங்களை உண்மையாய் உணரவேண்டுமானால் - துளசிதாஸ் இராமாயணத்தை நன்றாய் அறிய வேண்டுமானால் ஹிந்தி படிக்கவேண்டும்" என்று சென்னை திருவாளர் கே. பாஷ்யம் அய்யங்கார் என்ற "ஒரு தேசபக்தர்" சென்ற வாரத்தில் கூட பேசியிருக்கின்றார். இதிலிருந்தும் ஒருவாறு ஹிந்தியின் இரகசியம் அறியலாம்.

அன்றியும் ஹிந்தி பாஷையைப் பொது பாஷையாக ஆக்குவது முடியாத காரியமென்றும், அது கூடாத காரியமென்றும் பார்ப்பனீயப் புராணக் கதைகளை பரப்பத்தான் முடியுமென்றும் வங்காளம் மாடர்ன் ரிவ்யூ பத்திராதிபரான பாபு ராமாநந்த சட்டர்ஜி அவர்கள் தமது பத்திரிகையில் எழுதி இருக்கிறார்கள்.

இதிலிருந்தும் ஒருவாறு ஹிந்தியானது பார்ப்பனப் பிரசார பாஷை என்றும், அரசியலுக்கு அது சாத்தியப்படாத பாஷை என்றும் விளங்கும்.

இந்நாட்டில் பார்ப்பனீயம் தாண்டவமாடத் தொடங்கிய காலம் முதல் ஏதாவது ஒரு வகையில் புராணங்களையும், பார்ப்பனீயங்களையும், பரப்பும் நோக்கத் துடனேயே எல்லாப் பாஷைகளும் ஆதிக்கம்பெற்று வந்திருக்கின்றன. உலக

வழக்கில் ஒரு சின்னக்காசுக்கும் பயன்படாத சமஸ்கிருத பாஷைக்கு இன்றைய தினம் இந்நாட்டில் இருக்கும் ஆதிக்கமும், அதற்கெனவே பல ஏற்பாடும், செலவும், மெனக்கேடும் பார்ப்பனீயத்தைப் பரப்பவே செய்யப்பட்டு வருகின்றன. சமஸ்கிருத காலேஜ், சமஸ்கிருதப் பாடசாலை மற்றும் சமஸ்கிருத வளர்ச்சிக்கு ஏற்ற முயற்சிகள் முழுவதும் சமஸ்கிருதம் வாழ்க்கைக்கு சிறிது பாகமும் வேண்டிய அவசியமில்லாத மக்களின் செலவிலேயே நடைபெற்று வருகின்றன. இது இந்த நாட்டு மக்களின் சுய மரியாதையற்ற தன்மைக்கு ஒரு பெரும் உதாரணமாகும். இதை தட்டிப்பேச இன்றைய சட்டசபை, மந்திரிசபை ஆகியவைகளில் ஒரு சிறு மூச்சுவிடவும் ஆள்கள் இல்லை. போதாக்குறைக்கு இன்று ஹிந்தி பாஷை ஒன்று புதிதாக முளைத்து இந்திய மக்கள் மீது ஆதிக்கம் செலுத்த முயற்சிகள் வெகு பலமாய் செய்யப்பட்டு வருகின்றது. இது இந்நாட்டு மக்களுக்கு பாஷை விஷயத்திலும் சுயமரியாதை யில்லையென்பதற்கு ஒரு உதாரணமாகும்.

தமிழ்நாட்டுக்கு ஹிந்தி என்ன அவசியத்திற்கு என்று கேட்க ஒரு தேசபக்தராவது இன்று தேசீய வாழ்வில் இல்லை. தேச பக்த குழாம் பெரிதும் கூலிக்கு மாரடிப்பவர்களாலேயே நிரப்பப்பட்டுவிட்டதால் பார்ப்பனத் தலைவர்களுக்கும் பார்ப்பனர்களால் பிடித்து வைக்கப்பட்ட தலைவர்களுக்கும் அடிமைகளாய் இருந்து அவர்கள் உபதேசித்த தேசீய மந்திரத்தை உருப்போட்டு ஜெபித்து வயிறு வளர்ப்பதைவிட வேறு யோக்கியதை இல்லாமல் போய்விட்டது.

இந்த நாட்டில் இன்றைய தமிழ்பாஷையே தமிழ் மக்களின் சுயமரியாதைக்கும், மனிதத்தன்மைக்கும், சுதந்திரத்திற்கும் நேர்விரோதமாக விருக்கின்றது என்பதைப் பல தடவை சொல்லி வந்திருக்கின்றோம். இன்றைய தமிழ் பாஷையில் பெரிய இலக்கியமாய் பாவிக்கப்படுவதாகிய கம்பராமாயணம் பெரிய புராணம் ஆகிய இவ்விரண்டும் கூட மானமுள்ள, சுயமரியாதை - வீரம் ததும்பிய, இரத்த ஓட்டமுள்ள தமிழ்மக்களால் சுட்டுப்பொசுக்க வேண்டிய புஸ்தகமாகும். தமிழ் மக்கள் என்று சொல்லிக் கொள்ளுகின்றவர்களுக்கு போதிய மான உணர்ச்சி இல்லாததாலேயே அவற்றிற்கு தமிழ்நாட்டில் இன்னமும் இடமிருக்க வேண்டியதாகிவிட்டது. இன்றைய தினம் தமிழ் படித்து தமிழ்பாஷையில் பற்றுகொண்டு தமிழைத் தாய் பாஷையாய்க் கொண்ட ஒருவனாவது தன்னுடைய தமிழ்தாய் வடமொழிப் புருஷனுடன் சோரத்தனம் செய்து கொண்டிருக்கின்றாளா? இல்லையாவென்றும் பிள்ளைகளையெல்லாம் கூட வடமொழிப் புருஷனுக்கு உதவும்படியாகவே அவனைப் போலவே பெற்றுக்கொண்டுமிருக்கின்றாளா? இல்லையாவென்றும், அப்படிச் சோரத்தனம் செய்ததில் முதல்தரப்பிள்ளைகளாயும் சிரஞ்சீவி பிள்ளைகளாயும் இந்தக் கம்பராமாயணமும் பெரியபுராணமும் இருக்கின்றதா இல்லையா? என்றும் கேட்பதோடு இந்த வடமொழிப் புருஷனுக்கு தங்களது தமிழ்த்தாயை கூட்டிவிட்டு பெருமையடைவதன் மூலமே தமிழ் பண்டிதர்கள் இன்று உயிர் வாழ்ந்து ஜீவனம் செய்து வருகின்றார்களா? இல்லையா வென்றும் கேட்கின்றோம்.

தமிழ்த்தாய் தானாகவே சமஸ்கிருதப் புருஷன் மீது ஆசைப்பட்டு "விபசாரம்" செய்வதில் நமக்கு ஆக்ஷேபணை இல்லை. ஆனால் இந்தப் பண்டிதர்கள் தங்கள் வயிற்றுப் பிழைப்புக்கு, தங்கள் சுயநலப் பெருமைக்கு தமிழ்த்தாயை கூட்டி விட்டுப் பிழைப்பதைத்தான் நாம் வெறுக்கின்றோம். அப்படிக் கூட்டிவிடுவதாவது தமிழ்த் தாயின் மக்கள் சமூகத்திற்காவது அவர்களது சுயமரியாதைக்காவது ஆபத்தில்லாமல் இருக்குமானால் நமக்கு ஆக்ஷேபணையில்லை. அப்படிக்கின்றி இன்று நாட்டைப் பாழாக்கிவிட்டது இந்த சமஸ்கிருதப் புருஷனிடம் தமிழ்த்தாயை சம்பந்தப் படுத்தியதே என்று தெரிந்து இருந்தும், மறுபடி இதையே ஆதரித்தால் இதற்கு

எதை ஒப்பிடுவது என்பது நமக்கு விளங்கவில்லை. இது இப்படியிருக்க இப்பொழுது மற்றொரு புருஷனை (ஹிந்திப்பாஷையை) தமிழ்த்தாயிக்கு நமது தேச பக்தர்கள் கண்டுபிடித்து இருப்பது மிகவும் ஆச்சரியமாகவே இருக்கின்றது. இனி தமிழ்த்தாயிக்கு தகுந்த புருஷன் வேண்டுமானால் மானத்துடனும் வீரத்துடனும் அறிவுடனும் பிள்ளைகளைப் பெற்று அவைகளை வைத்துக் காப்பாற்றும் புருஷன்தான் இருக்கவேண்டும். அதுவும் தகுந்தபடியான சுதந்திர காதல் மணமாகத்தான் செய்விக்க வேண்டுமேயொழிய இனியும் இம்மாதிரி வயிற்றுப் பிழைப்பை மாத்திரம் கருதிய சம்மந்தமாகவும், அதுவும் தமிழ்த்தாயிக்கு அல்லாமல் மற்றவர்களுடைய சுயநலத்திற்காகவும் இருக்கும் அடிமை மணமாகவும் இருக்கக்கூடாது என்றே சொல்லுவோம்.

தமிழ்த்தாயிக்கு யோக்கியதை இருந்து அவள் தகுந்த மானமுள்ள மக்களைப் பெற்று இருந்தால் நாட்டு நலனுக்கு ஏற்ற சகல விஷயத்தையும் தமிழிலேயே ஆக்கியிருக்கவேண்டும். நாட்டிற்கு தமிழே போதுமானதாயிருக்க வேண்டும். அப்படி இல்லையானால் தமிழ்த்தாயின் தகுதிக்கும் அவசியத்திற்கும் ஏற்றது எதுவோ அதைக் கொள்ளவேண்டும். இன்றையத் தினம் நாட்டிற்கு கவியழகு, கற்பனையழகு, புராண அழகு, மோட்ச அழகு, பகவான் வாக்கு அழகு, அவதாரப் பெருமை அழகு அல்ல வேண்டியிருப்பது. இவை சோம்பேறிகளுக்கும் மக்கள் கஷ்டத்தை உணராத வன் நெஞ்சகர்களுக்கும் ஊரான் உழைப்பில் வயிறு வளர்க்கும் அயோக்கியர்களுக்கும் அவசியம் உணரமுடியாத அறிவிலிகளுக்குமே இவை வேண்டியதாகும். மற்றபடி மானமுள்ள மக்களுக்கு - பக்ஷாதாபமுள்ள மக்களுக்கு - யோக்கியர்களுக்கு அறிவாளிகளுக்கு இந்தியாவின் 35 கோடி மக்கள் சமத்துவ உணர்ச்சியுடன் இருக்கவும் வயிற்றுப் பிழைப்புக்கு மானத்தை விற்காமல் வாழவும், பணக்காரன், படித்தவன், மேல்ஜாதிக்காரன் என்கின்ற வஞ்சகர்களால் மிதிபட்டு நசுக்கப்படாமல் இருப்பதற்கும் குழந்தைகளுக்கு பூச்சாண்டியையும், காக்கையையும் பிராக்கு காட்டி கையில் இருப்பதை தட்டிப் பிடிங்கிக்கொள்வது போல் மோட்சத்தையும், காவியத்தையும், கவியழகையும், கடவுளையும், கலைகளையும் காட்டித் தட்டிப் பிடுங்கிக் கொள்ளாமல் அவரவர்கள் பாடுபட்டது அவரவர் களுக்காவது உதவவும், "நீ வீதியில் நடக்க வேண்டாம். அருகில் வரவேண்டாம், கண்களில் தென்பட வேண்டாம், படிக்க வேண்டாம் 'சர்வ தயாபரனும் சர்வ கருணாமூர்த்தியும் சர்வ சக்தனும்' ஆகிய 'கடவுளிடம்' கூட பக்கத்தில் நெருங்க வேண்டாம்" என்கின்ற அயோக்கியத்தனம் நீங்கவும் வேண்டியது முக்கியமாய் இருக்கின்றபடியால் அதற்கு எந்த பாஷை வேண்டும்? எந்த பாஷைப் படித்தால் இந்த மாதிரியான அற்ப புத்தி நீங்கும்? என்பதுதான் நமது கேள்வி. ஆகவே இன்றைய இந்தத் தேவைக்கு - இன்று இந்த நாட்டிற்கு ஹிந்தி வேண்டுமா? இங்கிலீஷ் வேண்டுமா? என்பதை மானத்துடன் உள்ளவர்கள் நடுநிலைமையி லிருந்து யோசித்துப் பார்த்து சொல்லட்டும் என்றே வேண்டுகின்றோம். ஹிந்தி பாஷையை படிக்க வேண்டும் என்கின்ற நிர்பந்தத்தை காங்கிரசில் கொண்டு வந்து புகுத்தியதே வருணாச்சிரமத்தை நிலைநிறுத்தவும் அதைக் கட்டாயப்படுத்தி மக்களுக்குள் புகுத்தவுமே செய்த சூக்ஷியான காரியமாகும். இந்த அயோக்கியத் தனத்திற்கு திரு. காந்தி அவர்கள் கண்டிப்பாய் உளவாளி என்றே சொல்லுவோம். இதனால் வாய் வெந்து போவதானாலும் சரி, தலையில் இடி விழுவதானாலும் சரி, முன் காலத்து ரிஷிகளும், முனிவர்களும் நமக்கு எவ்வளவு கொடுமையை விளைவித்தவர்கள் என்பதாக இப்போதைய மானமுள்ள மக்கள் எப்படிக் கருதுகின்றார்களோ அதற்கு ஒரு முந்திரி கூட குறைவல்ல இன்றைய மகாத்மாக்களால் நமக்கு வரும் ஆபத்தும் இழிவும் என்பதில் எமக்குச் சிறிதும் சந்தேகமில்லை. யாருக்காவது சந்தேகம் இருந்தால் சென்ற வாரம்

திரு. காந்தியவர்கள் யங் இந்தியாவில் "வர்ணாச்சிரம தர்மம்" என்கின்ற தலைப்பில் எழுதிய தலையங்கத்தை யுற்று கவனியுங்கள்.

"வர்ணாச்சிரம தர்மங்களில் குறிப்பிட்ட நான்கு தர்மங்களில் எனக்கு நம்பிக்கையுண்டு. இந்தப் பாகுபாடுகள் பரம்பரைத் தொழில் சம்பந்தமாக ஏற்பட்டது."

"பிராமணன் வித்தை கற்றுக்கொடுக்கவும், க்ஷத்திரியன் சக்தியற்றவர்களைப் பகைவரிடமிருந்து காக்கவும், வைசியன் உழவுத்தொழில் செய்யவும், சூத்திரன் உடலால் உழைத்து வேலை செய்யவும் என்று ஏற்பட்டவை களாகும்."

"இந்து மதம் இவற்றை ஜனசமூக வாழ்வில் அங்கீகரித்து கிரமமாக நடத்தையிலும் அனுஷ்டித்து வருகின்றது".

"இந்தப்படியான அவரவருக்கு உரிய காரியத்தை அவரவர் செய்யத் தவறியதால்தான் இப்போது வருண தருமம் அழிந்து பல ஜாதிகள் தோன்றின".

"வகுப்பு ஒற்றுமைக்கும் கலப்பு விவாகம், சமபந்திபோஜனத்திற்கும் யாதொரு சம்பந்தமும் இல்லை என்பது எனது திடமான அபிப்பிராயம்."

"கலப்பு விவாகங்களால் நாட்டில் வகுப்பு ஒற்றுமை ஏற்பட்டு விடுமென்று நான் நம்பவில்லை."

"மனிதர் யாவருமே சமம். ஆனால் இந்த சமம் என்பது ஆத்மாவைப் பொறுத்த வரையில் தானேயொழிய சரீரத்தை பொறுத்தவரை சமமல்ல."

என்ற குறிப்புகளை அதில் எழுதி இருக்கிறார். இந்த மாதிரியான வருண தர்மத்தை நிலை நாட்ட வந்த புருஷனை 'பிராமணர்கள்' மகாத்மா என்று கூறுவதிலும், அவரைப் பின்பற்றுவதிலும், அவர் சொல்லுகிறபடி யெல்லாம் ஹிந்தி படிப்பதிலும், கீதை படிப்பதிலும், ராமராஜ்ஜியம் ஸ்தாபிப்பதற்காக கள்ளுக்கடை, ஜவுளிக்கடை மறியல் செய்வதிலும் யாதொரு அதிசயமும் கொள்ள இடமில்லை. ஆனால் "நாங்களும் சுயமரியாதைக்காரர்கள்தான்" தமிழ் மக்கள் இந்த மாதிரியான வருணாச்சிரமத்திற்குக் கட்டுப் பட்டவர்கள் அல்ல... என்று சொல்லுகின்ற மக்கள் இந்த மகாத்மாவையும், அவர்களை மகாத்மாவாக்கின பார்ப்பனர்களின் வால்களையும் பிடித்துத் தொங்கிக்கொண்டு திரிவதில்தான் நமக்கு அதிசயம் காணப்படுகின்றது.

இதைப் பார்க்கின்றபோது "பசி வந்திடப் பத்தும் பறந்துபோம்" என்று சொன்ன வார்த்தை மிகவும் பொருத்தமும், அருத்தமும் கொண்ட வார்த்தை என்றே தோன்றுகின்றது.

குடி அரசு - 14. 06. 1931

எல்லாம் பழைய ஆதிக்கம் செலுத்தவே

நமது நாட்டில் ஆங்கிலப்படிப்பு பரவ ஆரம்பித்ததன் பலனாகவும், ஏழு ஆண்டுகளாக நமது இயக்கம் யாருக்கும் அஞ்சாமல், எந்த எதிர்ப்புக்கும் பின் வாங்காமல் உண்மைகளை எடுத்துக்கூறிப் பிரசாரம் செய்ததன் பலனாகவும், பார்ப்பனீயத்திற்கும், வருணாச்சிரம தருமங்களுக்கும் ஏற்கனவே ஏற்பட்டிருந்த மதிப்பு கொஞ்சம் கொஞ்சமாகத் தளர்ச்சியடைய ஆரம்பித்துவிட்டது. இதனால் உயர்ந்த ஜாதிக்காரர்கள் என்று சொல்லிக் கொண்டும், பூதேவர்கள் என்று கூறிக் கொண்டும் இருந்த பார்ப்பனர்களுடைய கௌரவமும் குறைய தொடங்கிவிட்டது என்பதும் உண்மையாகும். ஆகையால், அவர்கள் காங்கிரசின் பெயராலும், அரசாங்க உத்தியோகத்தின் செல்வாக்காலும் மற்றும் பல பொது இயக்கங்களின் பெயராலும் தங்களைத் தலைவர்களாகவும், தியாகிகளாகவும், தேசாபிமானிகளாகவும் செய்து கொண்டு பார்ப்பனரல்லாத மக்களை ஏமாற்றி வாழ்ந்து வந்தவர்கள். இப்போது மேற்படி பொதுஇயக்கங்களிலும் பார்ப்பனரல்லாதார் புகுந்து தங்களுக்கும் பங்கு கொடுக்க வேண்டும் என்று போராட ஆரம்பித்தவுடன் வேறு பல பேர்களாலும், பிரசாரங்களாலும் தங்கள் ஆதிக்கத்தை நிலைநாட்ட முயற்சி செய்கின்றார்கள்.

நமது இயக்கமானது பார்ப்பனர்களை நமது மக்கள் உயர்வாக கருதுவதற்குக் காரணமாக இருந்த 'மதம்', 'வேதம்', 'புராணம்', 'ஸ்மிருதி', 'கடவுள்', 'ஆன்மா', 'மோட்சம்', 'நரகம்', 'பாவம்','புண்ணியம்' முதலிய அடிப்படைகளிலேயே கை வைத்து அவைகளை அழிக்கத் தொடங்கியவுடன் அவர்கள் விழித்துக் கொண்டு அந்த அடிப்படைகளை மறுபடியும் புதுப்பித்து அவைகள் மூலம் மீண்டும் பழய ஆதிக்கத்தைப் பெறவே வழி தேடுகிறார்கள். இதற்காகவே பார்ப்பனர்கள் காங்கிரசின் பெயரால், 'மகாத்மா', 'பாரதமாதா', 'அவதாரம்', 'கதர்', 'ஹிந்தி', 'கொடியேற்ற வணக்கம்', 'ஜெயந்தி விழாக்கள்' முதலியவைகளைக் கொண்டு பாமர மக்களின் மனத்தில் பழய வருணாச்சிரம தருமத்தையும், மூட நம்பிக்கைகளையும் உண்டாக்குவதோடு மட்டும் அல்லாமல், 'பிராமண சபை', 'சனாதன தர்ம சபை', 'தருமரக்ஷணசபை', 'வேதோத்தாரணசங்கம்', 'அத்வைத சபை' 'ஹிந்துமத சபா' முதலிய சங்கங்களை அமைத்துக் கொண்டு இவைகள் மூலமாகவும், மக்களுடைய பகுத்தறிவைத் தடுத்து அவர்களை வைதீக மூடநம்பிக்கையுடையவர்களாக்க முயற்சி செய்கிறார்கள். இந்தமாதிரியான வைதீக சபைக்காரர்களுக்கு நாம் நன்றி பாராட்டுகிறோமேயொழிய உண்மையில் அவர்களிடம் துவேஷமோ, கோபமோ அடையவில்லை. ஏனெனில், அவர்கள் பிராமணர்களின் உண்மை மனக்கருத்தை அச்சபைகளிற் செய்யும் பிரசங்கங்களின் மூலமாகவும் தீர்மானங்களின் மூலமாகவும் வெளிப்படுத்துவதால், பிராமணரல்லாதார்

தொகுதி 1 மொழி

ஏமாறாமல் இருக்கவும் பிராமணர்களை நம்பிக் கொண்டிருக்கும் மக்களை எச்சரித்துத் திருத்தவும் முடிகிறது என்கின்ற இந்த காரணத்திற்காகவே நாம் அவர்களுக்கு நன்றி பாராட்டுவதாக கூறுகிறோம். பார்ப்பனர்களுடைய உண்மையான அபிப்பிராயத்தை அறியவேண்டுமானால், சென்ற 23.11.31ல் கும்பகோணத்தில் கூடிய தஞ்சை ஜில்லா பிராமணசபையின் இரண்டாவது வருட கொண்டாட்டத்தின் நிகழ்ச்சிகளைக் கவனித்தால் விளங்காமல் போகாது. அப்பொழுது, பணக்காரர்களாகவும், ஆங்கிலம் படித்தவர்களாகவும், வக்கீல் தொழில் செய்பவர்களாகவும் அரசாங்க உத்தியோகத்திலிருந்து உபகாரச் சம்பளம் பெற்று நீங்கியவர்களாகவும், உபாத்தியாயர்களாகவும், ஒன்றுந்தெரியாத வைதீகர்களாகவும் உள்ள பார்ப்பனர்கள் ஒன்று கூடிப் பேசிய வார்த்தைகளின் சில பகுதிகளைக் கவனிப்போம் (இந்நிகழ்ச்சி சென்ற 26.11.31ந் தேதி வெளியான "தமிழ்நாடு" பத்திரிகையில் காணப்படுகிறது.)

> "நவநாகரீகத்தில் அகப்பட்டுக் கொண்டு ஆயிரக்கணக்கான பிராமணர்கள் தங்கள் தங்கள் தர்மத்தை மறந்து நிற்கிறார்கள். மாமிசம் உண்ணும் பிராமணர் களையும், குடிக்கும் பிராமணர்களையும் நாம் இப்போது பல இடங்களில் காண்கிறோம். எனக்குப் பிரத்தியட்சமாய் தெரிந்ததைத் தான் கூறுகிறேன். டில்லியில் ஒரு விருந்து நடந்தது. அதில் சற்றும் அச்சமில்லாமல் மாமிசம் சாப்பிட்ட பிராமணனை நான் அறிவேன். கவர்னர் முதலிய பிரமுகர்களுக்கு நடத்தும் விருந்துக் கச்சேரிகளில் ஆதிதிராவிடர்களால் பரிமாறப்பட்டு அநேக பிராமணர்கள் சாப்பிடுகிறார்கள். இது என்ன பிராமணீயம் என்று கேட்கிறேன். ஆதிதிராவிடர்களை கோவில்களுக்குள் பிரவேசிக்கக் கூடாதென்று நாம் சொல்லுகிறோம். ஆனால், ஆதி திராவிடர்கள் கையில் போஜனம் செய்யும் பிராமணர்களை நாம் கோயிலுக்குள் நுழையாமல் தடுக்கிறோமா? கடல்கடந்து வரும் பிராமணர்களை நாம் வரவேற்று உபசரிக்கிறோம். வைதீகர்கள் பிள்ளைகள் கூட ஐ.சி.எஸ். முதலான பரீட்சை களுக்குச் சீமைக்கு செல்லுகிறார்கள். அதைப்பற்றி நாம் என்ன செய்கிறோம்?"

என்று தலைமை வகித்த பார்ப்பனர் பேசியிருக்கிறார். இவர் பேசியிருப்பது முழுவதும் உண்மையான விஷயம் என்பதில் யாரும் சந்தேகப் படவேண்டிய தில்லை. இந்த நிலைமையை சீர்திருத்திப் பழைய வைதீக நிலைமைக்கு மறுபடியும் பார்ப்பனர்களைக் கொண்டு வரவேண்டுமே என்னும் உணர்ச்சியோடு அவர் பேசி யிருக்கலாம். அதைப்பற்றி நாம் கவலைப்பட வேண்டியதில்லை. மேற்கூறியபடி 'ஒழுக்கம்' கெட்ட பார்ப்பனர்களும் தங்களைப் பார்ப்பனர்களாகவே மதித்துக் கொண்டு மற்றவர்களை 'சூத்திரர்களாக' மதிக்கும் அகங்கார மனப்பான்மைதான் ஒழிய வேண்டும் என்று நாம் கூறுகிறோம். ஏதோ இவர் இம்மாதிரி பார்ப்பனர்களின் நடத்தையை வெளிப்படையாகக் கூறிவிட்டாரே ஒழிய செய்கையில் மேற் கூறியவாறு 'ஒழுக்கங்கெட்டவர்'களாக உள்ள பார்ப்பனர்களையெல்லாம் பகிஷ்கரிக்க எந்தப் பார்ப்பானும் முன்வர மாட்டான் என்பதை நாம் அறிவோம். நேற்று திருவனந்தபுரத்தில் நடந்த சம்பவத்தைக் கவனித்தாலே இது விளங்கும். திரு.காந்தி, பண்டித ஜவகர்லால்நேரு, லாலா லஜபதிராய் முதலியவர்களைக் கப்பலேறிச் சென்று வந்தவர்கள் என்ற காரணத்திற்காக உள்ளே செல்வதைத் தடுத்த கோயிலில் மகாராஜாவின் உத்தரவு காரணமாக கப்பல் பிரயாணம் செய்த சர்.சி.பி.ராமசாமி அய்யர் அவர்கள் செல்லவில்லையா? அவர் இல்லாமல் வேறு ஒரு பார்ப்பனரல்லாதாருக்காக மகாராஜாவால் தடைநீக்கப்பட்டு அப்பார்ப்பன ரல்லாதாரும் கோயிலுக்குள் போயிருந்தால் திருவாங்கூரில் உள்ள பார்ப்பனர்களும் பிரிட்டிஷ் இந்தியாவில் உள்ள வைதீகர்களும் சும்மா இருந்திருப்பார்களா? திருவாங்கூரில் 'இந்துமதம் அழிந்துவிட்டது' என்று போடும் கூச்சல் ஆகாயத்தைப்

பிளக்கும் அல்லவா? அன்றியும், இதே சர்.சி.பி.ராமசாமி அய்யர் அவர்கள் சட்டமெம்பராய் இருந்த காலத்தில் கும்பகோணத்திற்கு வந்திருந்தபோது 'உலககுரு' என்று பார்ப்பனர்களால் கூறப்படுகின்ற 'சங்கராச்சாரியார்' அவரை 'ஆசீர்வதித்து' பாராட்டினாரே. இதுபோலவே 'சூத்திரர்கள்' என்கின்றவர்களிடத்தில் பேசினால் 'பாவம்' என்ற கொள்கையையுடைய 'சங்கராச்சாரியாரும்' மற்றும் வைதீகப் பார்ப்பனர்களும், உத்தியோகப் பார்ப்பனர்களையும், இங்கிலாந்து சென்று வந்த பார்ப்பனர்களையும், கறி தின்னும் பார்ப்பனர்களையும், குடிக்கும் பார்ப்பனர் களையும், வரவேற்றும், ஆசீர்வதித்தும் அவர்களைப் புகழ்ந்தும், அவர்களுடைய வாக்கு உதவியையும், பொருள் உதவியையும் பெற்றார்கள்-பெறுகிறார்களே இவற்றையெல்லாம் யாராவது கண்டித்தார்களா? இல்லையே. ஆகையால் மேற்கூறிய பார்ப்பனர் அபிப்பிராயத்தை வேறு எந்தப் பார்ப்பனரும் ஒப்புக் கொண்டு நடத்தையில் அனுஷ்டிக்க முன்வர மாட்டார்கள் என்பது நிச்சயம்.

மற்றொரு பார்ப்பனர் 'ஆங்கிலப்படிப்பினால்தான் பார்ப்பனீயம் கெட்டது' என்று பேசியதற்குப் பதிலாக 'நான் ஆங்கிலக்கல்வி கற்றவனே, ஆனால் என்னுடைய மத தர்மங்களில் அக்கல்வி தலையிட்டிருக்கிறதாய் நான் சொல்ல முடியாது. முக்கியமாய் நாம் நம் சிறுவர்களுக்கு சமஸ்கிருதக் கல்வியை புகட்டினால் பல தீமைகள் வராமல் தடுக்கலாம். இது மிகவும் முக்கியமான காரியமாகும்' என்று ஒரு சர்வகலாசாலைப் பட்டம் பெற்ற பார்ப்பனர் பேசியிருக்கிறார். இதிலிருந்து படித்த பார்ப்பனர்களும் உத்தியோகம் செய்யும் பார்ப்பனர்களும் என்னதான் கெட்டாலும் தங்கள் பிராமணீயக் கொள்கைகளைத் தாம் விட்டுவிட்டதாக நினைத்துக் கொள்வதேயில்லையென்பது விளங்கும். அவர்கள் வருணாச்சிரம தர்ம முறைப்படியே தாங்கள் மேலாகவும் மற்றவர்கள் தங்களுக்குக் கீழாகவும் இருக்கவே விரும்புகிறார்கள் என்பதும், அதற்காகவே உழைக்கிறார்கள் என்பதும் உண்மையென்பதில் சந்தேகப்படவேண்டியதில்லை. மற்றும் 'பிராமணீயம் ஒருநாளும் அழியாது அது எந்தக் காலத்திலும் நிலைப் பெற்றிருக்கும் சக்தியை உடையதாகும். சென்ற யுகங்களிலும் அனேக பிராமணர் நாஸ்திக புத்தியை உடையவர்களாய் இருந்தார்கள். இப்பொழுது இது புதிதல்ல'என்று ஒருவரும், 'நீங்கள் இவ்விடத்தில் ஒரு சத்தியம் செய்து கொள்ளவேண்டும். பெண்களை நாம் பள்ளிக்கூடங்களுக்கு அனுப்பக்கூடாது. தகுதியற்ற கல்வியைப் பெண்களுக்கு போதிப்பதனால் தான் நம்முடைய குடும்பங்கள் கெட்டுப்போகின்றன. நம்மை நாம் பலப்படுத்திக் கொள்ள வேண்டும். சாரதா சட்டத்தை எதிர்த்து அதற்கு நாம் கீழ்ப்படியாமல் இருக்கவேண்டும். இந்தியாவுக்கு எதிர்காலத்தில் ஏற்படக்கூடிய அரசாங்கம் நமக்கு அநேக தீங்குகளை செய்யப் போவதும் நிச்சயம். ஆகையால், நாம் முன் ஜாக்கிரதையுடனிருந்து காரியங்களைக் கவனிக்க வேண்டும்'என்று ஒருவரும் பேசியிருக்கின்றனர். இந்தப் பேச்சுக்களிலிருந்தும், இவ்வாறு பார்ப் பனர்கள் பிரச்சாரங்கள் செய்துகொண்டு வருவதிலிருந்து நாம் தெரிந்து கொள்ள வேண்டியது. 'அவர்கள் அனைவரும், மீண்டும் வருணாச்சிரம தரும ராஜியத்தை நிலைநாட்டவே பாடுபடுகிறார்கள்' என்பது தான். இந்த வகையில், பார்ப்பன சபைகளில் உள்ள பார்ப்பனர்களும், காங்கிரசில் உள்ள பார்ப்பனர்களும், அரசாங்கத்தில் உத்தியோகஞ் செய்யும் பார்ப்பனர்களும், மற்றும் எந்த இழிவான நிலையில் உள்ள பார்ப்பனர்களும், தங்கள் ஆதிக்கம் அழியாமல் இருப்பதற்கும், தங்கள் ஆதிக்கம் மறுபடியும் தேசத்தில் நிலைபெற்று பார்ப்பனரல்லாத மக்களை அடிமைப்படுத்துவதற்கும் பல துறைகளிலும் இருந்து உழைக்கிறார்கள் என்ற உண்மையை யாரும் மறுக்க முடியாது. இந்தக் காரணத்திற்காகவேதான் மத சம்பந்தமான 'அவதார புருஷர்கள்' என்று அவர்களாலேயே கொண்டாடப்படுகின்ற

தொகுதி 1 மொழி

'ஆழ்வார்கள்', 'நாயன்மார்கள்', 'பக்தர்கள்' முதலியவர்களிலும் பார்ப்பனர், பார்ப்பனரல்லாதார் என்ற வித்தியாசத்தை மனதிற்கொண்டு பார்ப்பனரல்லாத 'ஆழ்வார்' களுக்கும், 'நாயன்மார்' களுக்கும், 'பக்தர்' களுக்கும் பெருமைகெடாமல் பார்ப்பனர்கள் என்பவர்களுக்கே பெருமை கொடுக்கும் இவர்கள், வருணாச்சிரம தருமத்தைக் குரங்குப்பிடியாக பிடித்திருக்கும் திரு.காந்தியை 'மகாத்மா'வாகவும் 'அவதார' புருஷராகவும் கொண்டாடுகின்றனர். இந்தியாவில் உள்ள மதங்களுக்கும், கலைகளுக்கும், நாகரீகங்களுக்கும் பாதுகாப்பு வேண்டும் எனக் கூறும் காங்கிரசைப் போற்றுகின்றனர். இன்றேல், திரு.காந்தியை மூலையில் தூக்கிப் போட்டுவிட்டு காங்கிரசையும் ஒழித்துவிட அவர்கள் முயற்சி செய்யப் பின் வாங்கமாட்டார்கள் என்பது நிச்சயமான செய்தியாகும்.

மக்களுடைய பகுத்தறிவை வளர்ப்பதற்குரிய நூல்களோ, இலக்கியங்களோ இல்லாததும், வருணாச்சிரம தருமத்தைப் போதிக்கும் துளசிதாஸ் ராமாயணம், பகவத்கீதை, முதலிய நூல்கள் உள்ளதுமாகிய ஹிந்தி மொழியை பிரசாரஞ் செய்கின்றனர். சனாதன தர்மத்தைப் போதிக்கும் சமஸ்கிருதப் படிப்பை விருத்திச்செய்யவேண்டும் என்று பேசுகின்றனர்.

இவ்வாறு செய்வதில் உள்ள தந்திரத்தையும் யோசித்துப் பாருங்கள். ஆங்கிலப் படிப்பினால் விஞ்ஞான அறிவும், பிற நாட்டு நாகரீகங்களும், சுதந்திர உணர்ச்சியும் உண்டான காரணத்தால் தான் இன்று பார்ப்பனரல்லாதார் சுயமரியாதை உணர்ச்சி பெற்றிருக்கிறார்கள் என்ற விஷயம் தெரிந்தே மேற்கூறியவாறு பிரசாரஞ் செய்கின்றனர் என்று கூறுவதில் தவறு என்ன இருக்கின்றது என்று கேட்கிறோம்.

இச்சமயத்தில் மற்றொரு விஷயத்தையும் கூறி வைதீக அரசியல் பார்ப்பனர் களின் சூழ்ச்சியை வெளிப்படுத்த விரும்புகிறோம். சென்ற சில தினங்களுக்கு முன் 'குருவாயூர் கோயில் சத்தியாக்கிரகத்தை கண்டிக்க முன் வந்த திரு.எம்.கே.ஆச்சாரியார், 'கோயில் பிரவேசஞ் செய்ய விரும்புகிறவர்கள், மத பக்தியினால் சுவாமி தெரிசனத்திற்காக கோயிலுக்குள் செல்ல வேண்டும் என்று விரும்பவில்லை. அரசியல் காரியங்களை முன்னிட்டு சமவுரிமை வேண்டும் என்பதற்காகவே கோயிற்பிரவேசம் விரும்புகின்றனர். ஆகையால், அதைத் தடுக்க வேண்டும்' என்ற அபிப்பிராயத்தை வெளியிட்டிருந்தார். இதிலும், எப்படியாவது மததர்மம் அழியாமல் காப்பாற்றப்பட வேண்டும் என்ற அபிப்பிராயம் அடங்கியிருப்பதைக் காணலாம். 'மத தர்மத்தை ஒப்புக்கொள்ளுகிறவர்களுக்கு கோயில் பிரவேசம் அளிக்கலாம்' என்ற அபிப்பிராயத்தையும் அவரே ஒப்புக்கொண்டிருக்கிறார்.

இதிலிருந்து மத தர்மம் ஒப்புக்கொள்ளப்பட்டு விட்டால் எந்த வகையிலும் பிராமணீயம் அழியாமல் நிலைக்கும் என்பதுதான் அவர் கருத்து என்பதை அறியலாம். ஆனால், மத தர்மம் ஒப்புக்கொள்ளப்படும்போது, எல்லா வகுப்பினரும் கோயிலுக்குள் செல்லலாம் என்ற உரிமை எப்படி ஏற்படும் என்பது தான் நமக்கு விளங்கவில்லை. இன்னார் கோயிலுக்குள் போகலாம், இன்னார் கோயிலுக்குள் போகக் கூடாது என்பதற்கும் அந்த பாழும் மத தர்மந்தானே காரணமாய் இருந்து கொண்டிருக்கிறது. ஆகவே, திரு.ஆச்சாரியார் கூறும் மத தர்மத்தையும், பிராமணசபையார் பிரசாரம் செய்யும் மத தர்மத்தையும் எவ்வாறு நாம் ஒப்புக்கொள்ள முடியும்? ஒருபோதும் ஒப்புக்கொள்ளவே முடியாது. அழிக்கப்பட்டே ஆகவேண்டும் என்றே கூறுகின்றோம். ஆகையால், பார்ப்பனர்கள் செய்யும், எல்லாப் பிரசாரங்களும், மதத்தையும், மத தர்மத்தையும், அதன் மூலம் வருணாச்சிரம தருமத்தையும், பார்ப்பனீயத்தையும் காப்பாற்றவே செய்யப்படும் பிரசாரங்களே என்பதை மீண்டும் கூறி எச்சரிக்கை செய்கிறோம்.

குடி அரசு - 29. 11. 1931

சமஸ்கிருத சனியன்

தேசீயத் துரோகி

தேசீயத் துரோகியாகிய நாம் கூறும் விஷயங்கள் முழுவதும், எழுதும் சங்கதிகள் எல்லாம், மக்களுக்கு பயன்படாத பழய காரியங்களில் ஆசையுடையவர்களுக்கு வெறுப்பாகத்தான் இருக்கும். ஆனால் அதைப் பற்றி, அதாவது எவருடைய வெறுப்பைப் பற்றியும் எதிர்ப்பைப் பற்றியும் நாம் கவலைப்படுவது கிடையாது. ஆகவே இப்பொழுது ஒரு தேசீயத்தைக் கண்டிக்கவே இந்த முகவுரையைக் கூறிக் கொண்டு முன்வந்தோம்.

சென்னை மாகாணத்தில் கல்வியிலாக்காவில் சிக்கனம் செய்வதைப் பற்றி ஆலோசனைக் கூறிய சிக்கனக் கமிட்டியார் கூறியிருக்கும் யோசனைகளில் "சென்னைப் பிரசிடென்சிக் கல்லூரியில் உள்ள சமஸ்கிருத ஆனர்ஸ் வகுப்பை எடுத்து விட வேண்டும்" என்பதும் ஒரு யோசனையாகும்.

"உண்மையிலேயே தேச மக்கள் கல்வியினால் அறிவு பெற வேண்டும்; கல்வியினால் பகுத்தறிவு பெற வேண்டும்" என்று விரும்புகின்றவர்கள் சமஸ்கிருதக் கல்வியை எடுத்து விடுவது பற்றிக் கொஞ்சமும் கவலையோ வருத்தமோ அடைய மாட்டார்கள். ஏனென்றால் இன்று இந்து மதம் என்று சொல்லும் ஒரு கொடுமையான மதம் இருப்பதற்கும் இந்த இந்து மதத்திலிருந்து பிறந்த ஜாதிக்கொடுமை, சடங்குக்கொள்ளை, கடவுள் முட்டாள்தனம் ஆகியவைகள் கற்றவர்கள் கூட்டத்திலும், கல்லாதவர்கள் கூட்டத்திலும் தலைவிரித்தாடி அவர்கள் உழைப்பையும், அறிவையும் சுதந்திரத்தையும் கொள்ளை கொண்டிருப்பதற்கும் காரணம் சமஸ்கிருதமேயாகும். இன்று வருணாச்சிரமக்காரர்கள் சனாதன தருமம் காப்பாற்றப்பட வேண்டும் என்று சொல்லுவதற்கும் சுயராஜ்யத்தைவிட சனாதன தருமமும், வருணாச்சிரம தருமமும் காப்பாற்றப்படுவதை முக்கியமானதென்று சொல்லுவதற்கும் சமஸ்கிருதப் பாஷைப் படிப்பும் அதில் உள்ள நூல்களுமே காரணமாகும். தீண்டாதவர்களைத் தெருவில் நடக்கக் கூடாது; கோயிலுக்குள் செல்லக் கூடாது; குளத்தில் குளிக்கக் கூடாது; பள்ளிக்கூடத்தில் சேர்ந்து படிக்கக் கூடாது என்று சொல்லுவதற்கும் காரணம் சமஸ்கிருத நூல்களேயாகும். சாரதா சட்டம் போன்ற சீர்திருத்த சட்டங்களைச் செய்யக்கூடாது என்று சொல்லுவதற்கும், பொட்டுக் கட்டுவதைத் தடுக்கும் சட்டம், பிரஜா உற்பத்தியைக் கட்டுப்படுத்து வதற்கு உதவியளிக்கும் சட்டம், பெண்களின் சொத்துரிமைச் சட்டம், விவாக விடுதலைச் சட்டம் முதலியவைகளை மத விரோதமானவைகள் என்று கூறித் தடுப்பதற்கும் திரு. சிவராஜ், பி.ஏ.,பி.எல்., எம்.எல்.சி., அவர்கள் எங்கும் எதையும்

தொகுதி 1 மொழி

தின்னும் பார்ப்பனர், பார்ப்பனரல்லாதார் கூடிய சென்னை காஸ்மாபாலிட்டன் கிளப்பில் அங்கத்தினராகச் சேர்த்துக்கொள்ள மறுத்ததற்கும் காரணமாயிருப்பவை சமஸ்கிருத நூல்களேயாகும். சீர்திருத்தத்திற்கு விரோதமாகக் கிளர்ச்சி செய்து குறைத்துக் கொண்டு தொண்டை வீங்குகின்ற வருணாச்சிரமக் கூட்டத்தார்கள் எல்லோரும் தங்கள் கொள்கைகளுக்குச் சமஸ்கிருத, வேத, புராண, இதிகாச, ஸ்மிருதிகளையே பிரமாணங்களாகக் காட்டுகின்றனர். அவை என்ன சொல்லு கின்றனவென்று கவனிக்கின்றார்களே ஒழிய தங்கள் அறிவு என்ன சொல்லு கின்றது? உலகப்போக்கு என்ன சொல்லுகின்றது? என்று கொஞ்சங்கூட கவனிக் கின்றார்களில்லை. இவ்வாறு கவனிக்கக்கூடிய அறிவு அவர்களிடம் இல்லாதபடி அவர்கள் மூளையை அந்த சமஸ்கிருதப் பழங்குப்பைகளாகிய சாஸ்திரங்கள் என்பன உறிஞ்சி விட்டன. ஆகையால் இனி வருங்கால இளைஞர்களின் நல்ல தூய்மையான மூளைகளிலாவது கோளாறு ஏற்படாமலிருக்க வேண்டுமானால் - அவர்களிடம் மூட நம்பிக்கைகளும், சுயநலமும் உண்டாகாமல் பகுத்தறிவும், சமதர்ம நோக்கமும் உண்டாக வேண்டுமானால் சமஸ்கிருதக் கல்வியை அடியோடு ஒழிக்க வேண்டியதே முறையாகும்.

ஆனால் நமது நாட்டில் உள்ள சமஸ்கிருதப் புராணக் குப்பைகளாலும் அவைகளைப் பார்த்துச்செய்த தமிழ்ப் புராணக்கூளங்களாலும் குடி கொண்டிருக்கும் மூடநம்பிக்கைகள் போதாதென தேசீய ஆடைகளைப் புனைந்து “ஹிந்தி” என்னும் பாஷையையும் கொண்டு வந்து நுழைத்துக் கொண்டு பார்ப்பனர்கள் நம் மக்களை ஏமாற்றுகிறார்கள். ஹிந்தியைப் பரப்புவதற்காகப் பார்ப்பனர் பிரயாசைப்படுவதற்குக் காரணம் அதன் மூலம் மீண்டும் வருணாச்சிரம தருமத்தையும், புராண நம்பிக்கை, மதநம்பிக்கை பிராமண பக்தி, சடங்கு பக்தி முதலியவைகளை விருத்தி செய்து தங்கள் பழய கௌரவத்தையும், ஏமாற்று வயிற்றுப்பிழைப்பையும் புதுப்பித்துக் கொள்ளலாம் என்பதற்காகவே என்பது சுயமரியாதைக்காரர்களுக்குத் தெரியாத விஷயமல்ல. ஆகையால் இத்தகைய பார்ப்பனர்கள் இந்த ஹிந்தி பாஷை முதலானவைகளுக்கெல்லாம் அடிப்படையாக இருக்கும் சமஸ்கிருதத்தைக் கைவிடச் சம்மதிப்பார்களா? ஒருக்காலும் சம்மதிக்கமாட்டார்கள்.

ஆகையால்தான் பார்ப்பனர்கள் ஊருக்கு ஊர் கூட்டங்கூடி சென்னை அரசாங்கச் சிக்கனக் கமிட்டியார் பிரசிடென்சி கல்லூரியில் உள்ள சமஸ்கிருத ஆனர்ஸ் வகுப்பை எடுக்கும்படி சிபார்சு செய்ததைக் கண்டிக்கிறார்கள். பொருளாதார நிலையைப் பற்றிய கவலையும் அவர்களுக்கில்லை. எந்தப் பொருளாதாரம் எக்கேடு கெட்டாலும் தங்கள் சுயநலத்திற்குத் துணை செய்கின்ற மதமும் அதற்குச் சாதகமாயிருப்பவைகளும் காப்பாற்றப்பட வேண்டும் என்பதே அவர்களின் கொள்கையாக இருந்து வருகின்றது. காப்பிக்கிளப்புப் பார்ப்பான், உத்தியோகப் பார்ப்பான், அரசியல் பார்ப்பான், சட்ட மறுப்புச்செய்து ஜெயிலுக்குப்போகும் பார்ப்பான் உள்பட எல்லோரும் இக்கொள்கையைக் கைவிடாமலே வைத்துக் கொண்டு வேலை செய்து கொண்டிருக்கிறார்கள். ஆகையால் இச்சமயத்தில் நாமும் கிளர்ச்சி செய்ய வேண்டும். பார்ப்பனர்களின் வெறுங்கூச்சல்களுக்குப் பயந்து கொண்டு அரசாங்கத்தார் சிக்கனக்கமிட்டியின் சிபார்சைக் கைவிட்டுவிடக் கூடாதென எச்சரிக்கை செய்ய வேண்டும். சில பார்ப்பனரல்லாத வாலிபர் சங்கங்களிலும் சுயமரியாதைச் சங்கங்களிலும், சிக்கனக் கமிட்டியின் யோசனையைப் பாராட்டியும் இன்னும் சமஸ்கிருத கல்விக்காகக் கொடுக்கும் உபகாரத் தொகையை நிறுத்தும்படியும் தீர்மானங்கள் செய்து அரசாங்கத்திற்கு அனுப்பியிருக்கிறார்கள். இவ்வாறே நாடெங்கும் பல தீர்மானங்கள் செய்து அரசாங்கத்தாரை எச்சரிக்கை செய்ய வேண்டும். அப்பொழுதுதான் சமஸ்கிருதச் சனியன் ஒழியும்.

குடி அரசு - 17. 01. 1932

ஹிந்திக் கொள்ளை

ஒரு தேசத்தில் உள்ள மக்களைச் சுலபமாகவும், சீக்கிரமாகவும், அறிவுடையவர்களாகச் செய்வதற்கு, முதலில் அவர்களுடைய தாய்மொழியின் மூலம் எல்லா விஷயங்களையும் போதிக்கப்படவேண்டும் என்று சொல்லப்பட்டுவருகிறது. இதுதான் பொதுஜனங்களின் மனத்தில் தேசாபிமான உணர்ச்சியை உண்டாக்குவதற்கு அடிப்படையான வேலையென்றும் சொல்லப்படுகிறது. இது போலவே தான் சுதந்தரப்போர் புரிந்த நாட்டினர் செய்து தங்கள் காரியங்களில் வெற்றி பெற்றிருக்கின்றார்கள் என்றும் அறிகின்றோம். ஆனால் நமது தமிழ்நாட்டின் தேசாபிமானமோ இதற்கு முற்றிலும் வேறுபட்டதாகவே இருந்து வருகிறது.

சுயராஜ்யம் வேண்டுமென்று கூச்சலிடுகின்ற தேசத்தலைவர்கள் என்பவர்களில் யாரும் இதுவரையிலும் தாய்மொழியின் வளர்ச்சியில் மனஞ் செலுத்தவும் முயற்சி செய்யவும் முன்வரவே இல்லை. ஆனால் வடநாட்டினர் அரசியல் விஷயத்துடன் ஹிந்தியையும் சேர்த்துக் கொண்டு, அதையே இந்தியா முழுவதுக்கும் பொதுப் பாஷை ஆக்க வேண்டுமென முயற்சி செய்யத்தொடங்கியவுடன் நமது நாட்டுத் தேசாபிமானிகளும் அவர்கள் கொள்கையை ஆதரித்துப் பிரசாரம் பண்ணத் தொடங்கிவிட்டனர். தேசாபிமானியாக வெளிவருகின்ற ஒருவன் "காந்திக்கு ஜே" "காங்கிரசுக்கு ஜே" "கதர் கட்டுங்கள்" என்று சொல்ல வேண்டிய அவசியம் ஏற்பட்டிருப்பது போலவே "இந்தியைப் படியுங்கள்" என்றும் சொல்ல வேண்டிய அவசியமும் இப்பொழுது ஏற்பட்டு விட்டது.

தெலுங்கர்கள், வங்காளிகள் முதலானவர்கள் தங்கள் தாய்பாஷையை மிக உன்னத பதவிக்குக் கொண்டு வந்து வைத்திருக்கின்றனர். அவர்கள் தங்கள் மொழிகளில் மக்களின் அறிவு வளர்ச்சிக்கு ஏற்ற புதிய நூல்களையெல்லாம் ஆக்கி வைத்திருக்கின்றனர். அவைகளைப் படிக்குமாறு மக்களுக்கு ஊக்கமூட்டுகின்றனர். நமது தமிழ் மொழியோவென்றால் ஒன்றுக்கும் பயன்படாத நிலையிலேயே இன்னும் இருந்து வருகிறது. மக்களுடைய அறியாமையைப் போக்கி நவீன அறிவையும், உலகப் பொருள்களின் தன்மைகளை அறிந்து அவைகளைத் தமது வாழ்க்கைக்கு உபயோகப்படுத்திக் கொள்ள அறிவையும் ஊட்டக் கூடிய நூல்களைச் செய்ய முயற்சி எடுத்துக் கொள்ளவே இல்லை.

தமிழ் மொழிக்காக உழைக்கின்றோம் என்று சொல்லிக் கொண்டிருக்கின்ற பண்டிதர்களும், சங்கங்களும் தமிழ்மொழியினால் பொதுஜனங்கள் நன்மையடையத் தகுந்த உருப்படியான வேலைகள் ஒன்றுமே செய்வதில்லை. ராமாயணக் கதையையும், பாரதக் கதையையும் சிலப்பதிகாரம், மணிமேகலை முதலிய

கதைகளையும் வசனமாகவும், பாட்டாகவும், சுருக்காகவும், விரிவாகவும் திருப்பித் திருப்பி எழுதிக்கொண்டிருக்கின்றனர், அல்லது அந்தப் புலவர் எந்தக் காலத்திலிருந்தார். இந்தப் புலவர் எந்தக் காலத்திலிருந்தார் என்று கணக்குப் போட்டுக் கொண்டிருக்கின்றனர். இதுதான் ஆராய்ச்சியென்று சொல்லப்படுகின்றது. இவ்வளவுதான் இவர்கள் தமிழ் பாஷைக்குச் செய்யும் தொண்டு. இதனால் மக்களை இன்னும் மூடநம்பிக்கை உடையவர்களாக்குவதற்கு வழி தேடுகின்றார்களே யொழிய வேறு தேசத்திற்கு என்ன நன்மை செய்கின்றார்கள் என்றுதான் கேட்கின்றோம்.

ஆனால் தேசாபிமானிகளாக வருகின்றவர்களுக்கோ இதில் கூடக் கொஞ்சமும் கவலை இருப்பதில்லை. பொதுவாக நமதுநாட்டு தேசாபிமானிகளுக்கு எந்த வகையிலும் சொந்த அறிவு என்பதே இருப்பதில்லை. வடநாட்டுத் தேசாபிமானிகள் எந்தக் காரியங்களை ஆரம்பிக்கின்றனரோ அதையே பின்பற்றுவது தான் நமது நாட்டு அரசியல்வாதிகளின் போக்காக இருந்து வருகின்றது.

சமூகவியலாகட்டும், மதவியலாகட்டும், அரசியலாகட்டும், பாஷாவியலாகட்டும் மற்ற எந்த இயலாகட்டும் எல்லாவற்றிலும் நமது நாட்டினர் வடநாட்டினர்க்கு அடிமைப்பட்டே வந்து கொண்டிருந்தனர். இதற்கு உதாரணமாக இது வரையிலும் நடந்து வந்திருக்கும் கதர்இயக்கம், காங்கிரஸ் இயக்கம். இந்தியயக்கம் முதலியவைகளை எடுத்துக் கொண்டாலே போதுமானதாகும்.

சமீபத்தில், சென்னையிலுள்ள இந்திப் பிரசார சபைக்கு ஒரு கட்டடம் கட்டும் பொருட்டு நிதி சேகரிப்பதற்காகப் பத்திரிக்கைகளில் ஒரு வேண்டுகோள் வெளி வந்தது. அதில் இந்தியின் அவசியத்தையும், அதற்குக் கட்டடம் கட்ட வேண்டியதன் அவசியத்தையும் வற்புறுத்திப் பொதுஜனங்களைப் பொருளுதவி செய்யுமாறு வேண்டிக்கொண்டு, பலவகையான அரசியல் கட்சிகளைச் சேர்ந்தவர்களும் சட்ட சபை மெம்பர்களும் தாலூக்கா போர்டு, முனிசிபாலிட்டி, ஜில்லா போர்டு முதலிய ஸ்தாபனங்களில் பதவி வகிப்பவர்களுமாகச் சுமார் 50 பேர்களுக்கு மேல் கையொப்பமிட்டிருக்கின்றனர்.

உண்மையிலேயே இவர்கள் இந்தி மொழி தேசீய பாஷையாக வேண்டும். அதன் மூலம் மக்கள் நன்மையடைய வேண்டும் என்ற கருத்துடன் இந்தி மொழிக்கு ஆதரவளிக்க முன்வந்தார்களா என்பதுதான் நமக்குச் சந்தேகம். இவர்கள் தங்கள் சொந்த பாஷையின் வளர்ச்சிக்குக் கடுகளவாவது நன்மை செய்திருப்பார்களானால் இந்தி மொழிக்கு ஆதரவளிக்க முன்வந்ததில் ஏதாவது அர்த்தம் இருக்க முடியும். அப்படியில்லாமல், தமிழ் மக்கள் முன்பின் அறியாததும்; சமஸ்கிருதம் தெரிந்த பார்ப்பனர்களைத் தவிர மற்றவர்களுக்குப் படிக்கக் கஷ்டமாயிருப்பதும், துளசிதாஸ் ராமாயணத்தைத் தவிர வேறு இலக்கியங்களோ அல்லது நவீன கலைகளோ இல்லாததும் ஆகிய ஒரு பிரயோசனமற்ற பாஷையைத் தமிழ் மக்களிடம் பரப்ப முன் வருவார்களா? தங்கள் சொந்த மொழியையே கற்க முடியாமல் வாழுகின்ற பொது ஜனங்கள் இந்தி மொழியை எவ்வளவு தூரம் கற்றுக்கொள்ளப் போகிறார்கள்?

இவையெல்லாம் அந்தப் பிரமுகர்களுக்குத் தெரியாத விஷயம் அல்ல. ஆயினும் ஏன் கையெழுத்திட முன்வந்தார்களென்றால், தங்களைத் தேசாபிமானி என்று காட்டிக் கொள்வதன் மூலம் அடுத்த தேர்தலுக்கு ஆதரவு பெறவே என்பதில் சிறிதும் சந்தேகமே இல்லை. ஆதலால் இதைக் கண்டு யாரும் ஏமாந்து விட வேண்டாமென்று எச்சரிக்கை செய்கின்றோம்.

குடி அரசு - 03 .04. 1932

தமிழர் மகாநாடு

திருச்சி ஜில்லா துறையூரில் சென்ற 6, 7-ம் தேதி சனி, ஞாயிற்றுக் கிழமைகளில் தமிழ்ப் புலவர் மகாநாடு, தமிழ் மாணவர் மகாநாடு, தமிழர் மகாநாடு ஆகிய மகாநாடுகள் கூடி முடிந்தன. இம்மகாநாடு சம்பந்தமான அறிக்கைகள் பத்திரிகைகளிலும், துண்டுப் பிரசுரங்களாகவும் வெளிவந்த காலத்தில் நாம் ஒரு வகையில் மகிழ்ச்சியடைந்ததுண்டு. இதற்குக் காரணம் இம் மகாநாடு, தமிழர் சீர்திருத்தத்தையும், தமிழ்மொழி வளர்ச்சியையும் ஒருங்கே கருதி செல்வர்கள், புலவர்கள், மாணவர்கள், சீர்திருத்தக்காரர்கள், அரசியல்வாதிகள் முதலிய எல்லாத் தமிழர்களும் ஒன்று சேரும் மகாநாடு என்று கருதியதே யாகும்.

நாம் இவ்வாறு அபிப்பிராயப்பட்டது தவறல்ல என்பதற்கு இம் மகாநாட்டு நிர்வாகிகளால் வெளியிடப்பட்டிருக்கும் 9-வது அறிக்கை ஒன்றே போதுமான சாட்சியாகும். அவ்வறிக்கையில்

1. "மக்களுள் வேறுபாடு பிறப்பினால் இல்லை என்பதை உணர்ந்து ஏழை மக்களை நம்மைப் போல் மேன்மையடைவிக்கவும்,

சுதந்தரதாகங் கொண்டுள்ள நம்முடைய நாட்டிற்குக் கல்வியை அடிப் படையாகக் கொண்டாலன்றி அஸ்திவாரமில்லாத, வீடு போலாகுமாதலின், தாய்மொழியைத் தற்காலத்துக்கு ஏற்ற முறையில் பயில்வித்து நம்முடைய நாட்டைச் சீர்திருத்தவும்,

2. சோம்பேரிகள் உண்டு உறங்குவதற்கு இடமாக அமைந்து கிடக்கின்ற பொதுச் சொத்துக்களை நம்முடைய ஏழைமக்களின் கைத்தொழில், கல்வி முதலியவற்றுக்குப் பயன்படுத்த முயற்சிக்கவும்,

3. அறிவு, ஆற்றல், ஆண்மை, கல்வி, செல்வம், கைத்தொழில், வாணிபம் முதலியவற்றில் ஏனைய நாடுகளினின்றும் நம்முடைய தமிழ்நாடு ஒரு சிறிதும் பின்னிட்டதன்று என்பதை மெய்ப்பிக்கவும்"

என்ற பகுதிகள் காணப்பட்டன. இப்பகுதிகளைப் படித்தவர் எவரேனும் இம் மகாநாடுகள் சீர்திருத்தங் கருதிய மகாநாடுகள் அன்றெனக் கருதமுடியுமா? என்று கேட்கிறோம்.

இத்தகைய அறிக்கைகளைக் கண்ட பின்னர்தான் நம்மவர்களில் பலர், அதாவது சுயமரியாதைத் தோழர்களில் பலர் தமிழர் சமூக முன்னேற்றத்திற்கான தீர்மானங்கள் பலவற்றை எழுதி மகாநாட்டின் காரியதரிசிகளுக்கு அனுப்பினார்கள்.

61

ஆனால் மகாநாடு நடைபெறுவதற்கு இரண்டொரு தினங்களுக்கு முன்னர்தான் மகாநாட்டின் வரவேற்புத் தலைவராகிய திரு.த.வெ.உமா மகேஸ்வரம் பிள்ளையவர்கள் "தமிழர் மகாநாடு தமிழ் வளர்ச்சியை மட்டும் கருதிய மகாநாடேயன்றி சீர்திருத்த சம்பந்தமான மகாநாடும் அன்று சமய சம்பந்தமான மகாநாடுமன்று" என்று ஒரு அறிக்கையை வெளியிட்டிருந்தார்கள். தமது வரவேற்புப் பிரசங்கத்திலும்,

> 'தமிழ்வளர்ச்சி இம் மகாநாட்டின் நோக்க மெனின் தமிழ்ப்புலவர் மகாநாடும், தமிழ்மாணவர் மகாநாடும் அதனை நிறைவேற்றக் கூடுமே, தமிழர் மகாநாடு இயற்றத்தகும் கருமம் என்ன? தமிழரில் பெரும்பான்மையோர் தமிழ்ப் புலவரும் அல்லர்; தமிழ் மாணவரும் அல்லர்; தமிழ்க் கலைகளைப் பரவச் செய்ததற்குத் தமிழ்ப் புலவரும், தமிழ் மாணவர்களும் இன்றியமையாத கருவிகள் என்றாலும் மொழிப் பற்றுடைய தமிழர்கள், பொருளையும் தமது செல்வாக்கையும் வரையாது கொடுத்து உதவினாலன்றி தமிழ்ப் புலவர்களும் மாணவர்களும் யாதும் செய்ய இயலாது. இம் முத்திறத்தினரும் ஒன்று சேர்ந்து தமிழ் மொழி வளர்ச்சிக்குரிய வழிகளில், தொண்டாற்ற வேண்டுமெனக் கருதியே மூன்று மகாநாடுகளும் கூட்டப் பெற்றிருக்கின்றன.
>
> இம்மகாநாடுகளின் உண்மை நோக்கங்கள் யாதெனத் தெரியாத படியால் மக்களின் சீர்திருத்தத்தில் கருத்துடைய நண்பர்கள் செய்தித்தாள்களிலும், துண்டுத் தாள்களிலும் தாம் நிறைவேற்ற விரும்பும் முடிவுகளை வெளியிட்டு வருவதைப் பார்த்தேன்'

என்று கூறியுள்ளார். இவ்வாறு இவர் அறிக்கை வெளியிட்டதும் வரவேற்புப் பிரசங்கத்திற் கூறியதும் இதற்கு முன் வெளியிட்ட அறிக்கைகளுக்கு முன்னுக்குப் பின் முரண்பட்ட கூற்று என்றுதான் நாம் கூறுவோம். மகாநாடு நடத்து வதாக முடிவு செய்த ஆரம்ப கால முதல் மகாநாட்டுத் தேதிக்கு இரண்டு மூன்று தினங்களுக்குமுன் வரையில் "தமிழர் மகாநாடு தமிழரின் சீர்திருத்தத்திற்காகவும், தமிழ்மொழி வளர்ச்சிக்காகவும் கூட்டப்படுகிறது" என்று அறிக்கை மேல் அறிக்கைகள் வெளியிட்டவர்கள் மகாநாட்டு நிர்வாகிகளே ஒழிய வேறு யாரும் அல்லர். இவர்களுடைய அறிக்கைகளைக் கண்டுதான் மக்களின் சமூக சீர்திருத்தத்திற்குப் பாடுபடும் அன்பர்கள் பல முடிவுகளை எழுதி அனுப்பினார்கள். திரு. உமா மகேசுவரம் பிள்ளையவர்கள் சில தினங்களுக்குமுன் சீர்திருத்தக்காரர்களின் தீர்மானங்களைக் கண்டு வெருண்டு வெளியிட்ட அறிக்கையையும், தமது வரவேற்புப் பிரசங்கத்தில் கூறிய செய்தியையும், மகாநாடு நடத்த ஆரம்பித்த காலத்திலேயே வெளியிட்டு மகாநாட்டு நிர்வாகிகளின் 9-வது அறிக்கை போன்ற அறிக்கைகளையும் வெளியிடாமல் இருந்திருப்பார்களானால், யாரும் "செய்தித் தாள்களிலும், துண்டுத்தாள்களிலும் தாம் நிறைவேற்ற விரும்பும்" சீர்திருத்த சம்பந்தமான தீர்மானங்களை வெளியிட்டிருக்கமாட்டார்கள் என்பது உறுதி.

இனி, இவர்கள் முதலில் "தமிழர் சீர்திருத்தத்திற்காகவும், தமிழ் மொழி வளர்ச்சிக்காகவும் மகாநாடு கூட்டுகின்றோம்" என்று அறிக்கைகளை, வெளியிட்டு விட்டுக் கடைசியாகச் சீர்திருத்தக்காரர்களின் தீர்மானங்களைக் கண்டபின் "சீர்திருத்த மகாநாடும் அன்று சமயவளர்ச்சி மகாநாடும் அன்று மொழி வளர்ச்சி ஒன்றையே கருதிய மகாநாடு" என்று தீர்மானித்ததற்குக் காரணம் என்னவென்பதைப் பற்றிச் சிறிது ஆராய்வோம்.

இம்மகாநாட்டைக் கூட்ட ஏற்பாடு செய்தவர்கள் அனைவரும் உண்மையான தமிழ்ப் பற்றும் தமிழ் வளர்ச்சியில் நோக்கமும் உடையவர்களாய் இருந்தாலும்

"சைவ சமய பக்தர்கள்" என்பதை யாரும் அறிவார்கள். இவர்கள் "சைவத்தை விட்டால் தமிழ் இல்லை;. தமிழை விட்டால் சைவம் இல்லை" என்னும் கொள்கையினராய் இதுகாறும் இவை இரண்டையும் இரு தோள்களிலும் தூக்கிப் போட்டுக் கொண்டு திரிந்தவர்கள் என்பதையும் யாரும் அறிவார்கள். இத்தகைய வர்கள் சீர்திருத்தத்தின் பெயரால் கூட்டும் மகாநாடு சீர்திருத்தத்தின் பெயராலும் தமிழின் பெயராலும் சைவத்தை வளர்க்க முயலும் மகாநாடாக இருக்கும் என்று கருதியே பல சீர்திருத்தக்காரர்கள் மகாநாட்டினருக்கு எச்சரிக்கை செய்யவும், பல தீர்மானங்களை அனுப்பவும் முன்வந்தார்கள். உண்மையிலேயே இந்த மகா நாட்டினர் சீர்திருத்தத்தில் ஆர்வமுடையவர்களாக இருந்தால் சீர்திருத்தக்காரர்களின் அறிக்கைகளைக் கண்டோ தீர்மானங்களைக் கண்டோ பயப்பட்டிருக்க வேண்டியதில்லை. விவாதத்திற்கு இடமில்லாத சீர்திருத்தத் தீர்மானங்களை யெல்லாம் மகாநாட்டில் நிறைவேற்றியிருக்கலாம். விவாதத்திற்கு இடமான விஷயங்களை மகாநாட்டினரும் கொண்டு வராமலிருந்தால், சீர்திருத்தக்காரர்களும் கொண்டு வராமலிருந்திருப்பார்கள். மகாநாடும் முதலில் எதற்கென்று கூட்டுவதாக அறிக்கைகள் வெளியிடப்பட்டனவோ அதற்கென்று கூட்டப்பட்டதாகவும் தீர்மானங்கள் நிறைவேற்றப்பட்டதாகவும் முடிந்திருக்கும். இவ்வாறு செய்ய மகாநாட்டினர் முன் வராததிலிருந்தே இவர்கள் நோக்கம் வேறு என்பதும், கடைசியில் அது நிறைவேற முடியாமல் போய் விட்டதென்பதும் விளங்கிவிட்டது.

கடைசியாக, மகாநாட்டில் மொழி சம்பந்தமான தீர்மானங்கள் மட்டுமே நிறைவேற்றப்படும் என்ற முடிவுக்கு வந்த பின்னும் அதைப் பற்றிச் சீர்திருத்தக் காரர்கள் ஒன்றும் ஆட்சேபிக்கவேயில்லை. ஆனால் மத சம்பந்தமில்லாமல் மொழி சம்பந்தமாக மாத்திரம் செய்யப்படும் தீர்மானங்களில் தாங்களும் பங்கெடுத்துக் கொள்வதாகவும் சீர்திருத்தக்காரர்கள் ஒப்புக் கொண்டனர்.

திவான் பகதூர் குமாரசாமி ரெட்டியார் கல்வி மந்திரி அவர்கள் தலைமையில் இரண்டாவது நாள் கூடிய தமிழர் மகாநாட்டில் மாத்திரம் தீர்மானங்கள் நிறைவேற்றப்பட்டன. அத்தீர்மானங்கள் யாவும் தமிழ்மொழி சம்பந்தப்பட்டனவே யொழிய மதச் சம்பந்தமானவை அல்ல. சில தீர்மானங்களோடு ஒட்டிக் கொண் டிருந்த மதச் சம்பந்தமான விஷயங்களும் சீர்திருத்தக்காரர்களால் திருத்தப்பட்டு அவைகள் ஏகமனதாக நிறைவேறின.

இவ்வாறு மகாநாடு வெற்றியுடன் முடியும் பொருட்டு, மத சம்பந்தமாகப் பிடிவாதஞ் செய்யாமல் விட்டுக் கொடுத்த மகாநாட்டு நிர்வாகிகளையும், மொழி சம்பந்தப்படாத மற்ற சீர்திருத்தத் தீர்மானங்களை வற்புறுத்தாமல் விட்டுக்கொடுத்த சீர்திருத்தக்காரர்களையும் எல்லோரும் ஏகமனதாக மொழிவளர்ச்சி கருதி மகாநாட்டை அமைதியோடு நடத்தியதற்காக இருபாலரையும் பாராட்டுகின்றோம். இவ்வாறு அமைதியோடு நடைபெறுவதற்கு முக்கியக் காரணமாயிருந்தவர், தமிழர் மகாநாட்டுக்குத் தலைமை வகித்த கல்வி மந்திரி திவான்பகதூர் குமாரசாமி ரெட்டியார் அவர்கள் என்பதை யாரும் மறுக்க முடியாது

மொழி வளர்ச்சி கருதி, பல வேறுபட்ட கொள்கையினரும் ஒன்று சேர்ந்து கூடிய மகாநாடு இது ஒன்றேயாகும். ஆதலால் இதில் நிறைவேற்றப்பட்ட தீர்மானங்கள் வீண்போகாமல் - ஏட்டுச் சுரைக்காயாக இல்லாமல் - பலன் அளிக்குமென்று நம்புகின்றோம். கடைசியாக மற்றுஞ் சில விஷயங்களையும் கூறாமலிருக்க முடியாமைக்காக உண்மையாகவே வருந்துகின்றோம். அவையாவன:-

மகாநாட்டின் நிர்வாகத்தினர்களில் சில சில்லரைப் பேர்வழிகள் நடந்து கொண்ட வெறுக்கத் தகுந்த முறைகளேயாகும். மகாநாட்டிற்குச் சீர்திருத்தக்காரர்

களாகிய சுயமரியாதைத் தோழர்களும் ஏராளமாக வந்திருந்தனர். இவ்வாறு வருவார்கள் என்ற விஷயமும் முன்னரே மகாநாட்டு நிர்வாகிகளுக்குத் தெரியும். அப்படியிருந்தும், சுயமரியாதைத் தோழர்களின் மணம் புண்படும்படியான வாக்கியங்கள் எழுதிய இரண்டொரு "போர்டு"கள் போடப்பட்டிருந்தன. இந்த போர்டுகளை எடுத்துவிட வேண்டுமென்று மகாநாட்டுத் தலைவர்களில் சிலர் சொல்லியும்கூட எடுக்கப்படவில்லை. கடைசியில் இவைகள் சுயமரியாதைக் காரர்களின் முயற்சியினாலேயே மகாநாட்டு நிர்வாகிகளுக்குத் தெரிவித்து எடுக்கப் பட்டன.

மகாநாடு தொடங்கும் பொழுதும், இடையிலும் சமய சம்பந்தமான பாடல்கள் பாடுவது முறையல்லவென்று தெரிவிக்கப்பட்டும், பிடிவாதமாக அப்பாடல் களையே பாட முயற்சித்தது வெறுக்கத் தகுந்த செயலாகுமென்றே கருதுகின்றோம். இப்பிடிவாதம் காரணமாகவே சிறிது குழப்பமும் ஏற்பட்டதாகத் தெரிகிறது.

முதல் நாள் கூட்டத்தில், சுயமரியாதைத் தோழர்களில் சிலர் மேடையின்மேல் உட்கார்ந்திருந்ததைக் கண்டு பொறுக்காமல் இரண்டாம் நாள் மேடையின் மேல் உள்ள நாற்காலிகளின் மேல் பெயர்கள் எழுதிய சீட்டுக்கள் கட்டப்பட்டிருந்தன. ஆனால் அப்பெயர்களில் மகாநாட்டிற்கு வராதவர்கள் பெயர்கள் கூட இருந்த தாகவும், பெயர்கள் எழுதிய சீட்டுப்படி யாரும் உட்காரவில்லை என்பதாகவும் தெரிகிறது. ஆகவே இச்செயல் சுயமரியாதைத் தோழர்கள் எவரும் மேடையின் மேல் உட்காரக்கூடாது என்பதற்காகச் செய்யப்பட்டது என்பது நன்றாக விளங்கி விட்டது.

இன்னும் சுயமரியாதைக்காரர்கள் கலகம் பண்ணினால் அவர்களை அடிப் பதற்காக ஆட்கள் தயாரித்து வைத்திருந்ததாகவும் நம்பிக்கையான இடங்களி லிருந்து கேள்வியுற்றோம்.

மிகவும் கேவலமாக இருந்த மற்றொரு விஷயம் குறிப்பிடத் தகுந்ததாகும். போலீஸ்காரர்களை பிரம்புடன் கொண்டு வந்து வைத்திருந்ததும், அவர்கள் சாதாரணமாக வெளியே செல்ல எழுந்திருப்போரைக் கூட பிரம்பைக் காட்டி, "உட்காரு, வெளியே போ" என்று ஆர்ப்பாட்டம் பண்ணியதும் மிகவும் வெட்கக் கேடான செய்கையாகும். இவ்வளவும் சுயமரியாதைத் தோழர்களுக்குப் பயந்து செய்த காரியம் என்றே சொல்லப்படுகின்றது. இது உண்மையானால் படித்த பண்டிதக் கூட்டத்தாரின் பயங்கொள்ளித்தனத்திற்கும், அறியாமைக்கும் இதைவிட வேறு அத்தாட்சி வேண்டியதில்லை.

சுயமரியாதைக்காரர்கள் கலகக்காரர்கள் அல்லர் என்பதையும் "போலீஸ்" முதலிய எந்த உதவியும் இல்லாமல் 5000, 10000 மக்கள் கூடியிருக்கும் மகாநாடுகள் பலவற்றை அமைதியுடன் நடத்தியவர்கள் நடத்துகிறவர்கள் என்பதையும், நியாயத்தின் பொருட்டு வாதிட எந்தப் போலீசுக்கும் அடியாட்களுக்கும் அஞ்ச மாட்டார்கள் என்பதையும் மகா நாட்டு நிர்வாகிகள் உணராமல் போனதற்காக உண்மையில் நாம் பரிதாபப்படுகின்றோம். தமிழ்மொழி சம்பந்தமாகக் கூடிய ஒரு மகாநாட்டைத் தமிழர்கள் போலீஸ் உதவியைக் கொண்டு நடத்தினார்கள் என்றால் இதைவிட வேறு என்ன அவமானம் வேண்டும்?

இன்னும் சுயமரியாதைத் தோழர்கள் விஷயத்தில் மகாநாட்டு நிர்வாகிகளில் குறுகிய நோக்கமுடைய சில சில்லரைப் பேர்வழிகள் காட்டிய மனோபாவங்களை வெளியிட வெட்கப்படுகிறோம்.

இக்காரியங்களையெல்லாம் வெளியிடுவதன் மூலம் யாரையும் அவமானப் படுத்த வேண்டுமென்றோ, மனம் நோகச்செய்ய வேண்டுமென்றோ நாம் கூறவில்லை. இனிமேலாவது இவர்கள் மகாநாடு கூட்டும் காலங்களில் இவ்வாறு கேவல புத்தியுடன் நடந்து கொள்ளுவோரை மகாநாட்டு நிர்வாகங்களில் சேர்த்துக் கொள்ளாமலிருக்கும் பொருட்டே கூறினோம்.

கடைசியாக சுயமரியாதைத் தோழர்கள் மகாநாட்டில் கலந்து கொண்டிரா விட்டால் இந்தத் தமிழர் மகாநாடு பெரும்பாலும் சைவ சித்தாந்த மகாநாடாகவே முடிந்திருக்கக்கூடும் என்பதில் ஐயமில்லை. சுயமரியாதைத் தோழர்கள் கலந்து கொண்டதனால்தான் இது உண்மையான தமிழ்மொழி வளர்ச்சி மகாநாடாக முடிந்தது என்பது குறிப்பிடத் தகுந்ததாகும்.

இச்சமயத்தில், தமிழ் பண்டிதர்களுக்கும், தமிழபிமானிகளுக்கும் சில வார்த்தைகள் கூற விரும்புகிறோம். சுயமரியாதைத் தோழர்கள், தமிழ் மொழி வளர்ச்சி விஷயத்தில் எந்த வகையிலும் மற்ற பண்டிதர்களுக்கும் தமிழ் அபிமானி களுக்கும் பிற்பட்டவர்கள் அல்லர் என்று தெரிவிக்கின்றோம். இதற்கு சுயமரியாதைத் தோழர்கள் தமிழர் மகாநாட்டிற் கலந்து கொண்டதும், தமிழ் வளர்ச்சிக்கான தீர்மானங்களிலும் முக்கிய பங்கு எடுத்துக் கொண்டதுமே உதாரணமாகும். உண்மையில் "ஹிந்தி" மொழியைக் கண்டிப்பதாக மகாநாட்டில் மெஜாரிட்டியினரால் நிறைவேற்றப்பட்ட தீர்மானம், சுயமரியாதைத் தோழர்கள் இல்லாவிட்டால் தோற்றே போயிருக்கும். "ஹிந்தி" கண்டனத் தீர்மானத்தைச் சிலர் எதிர்த்தபொழுது, அவ்வெதிர்ப்புக்குச் சரியான பதில் இறுத்தி "ஹிந்தி" கூடாது என்பதை பெரிய "மெஜாரிட்டி" யாரை ஒப்புக்கொள்ளச் செய்தவர்கள் சுயமரியாதைத் தோழர்களேயாவார்கள் என்பதை நாம் கூற வேண்டியதில்லை.

ஆனால் மற்ற பண்டிதர்களில் பலர் விரும்புவது போல, புராணங்களை எழுதுவதும், அவைகளைப் பற்றிப் பேசுவதும், தேவார, திருவாசகங்களைப் பாடுவதும்தான் தமிழ் வளர்ச்சி என்று சுயமரியாதைத் தோழர்கள் கருதுவதில்லை.

மக்களுடைய வாழ்க்கைக்குப் பயன்படக்கூடியதும், அறிவையும், திறமையும், தைரியத்தையும் உண்டாக்கக் கூடியதும் ஆகிய சிறந்த கலைகளையெல்லாம் தமிழில் எழுதிப் பரவச் செய்வதன் மூலம், மக்களுடைய அறிவையும், தமிழ் மொழியையும் செம்மை செய்வதே தமிழ் வளர்ச்சி என்று கருதியிருப்பவர்கள் என்று கூறுகிறோம். இதுதான் உண்மையான தமிழ் வளர்ச்சிக்கான வழியுமாகும். ஆகையினால் இனியேனும் "மதம்" என்றும் "சமய உணர்ச்சி" என்றும் "தெய்வீகப்பாடல்கள்" என்று சொல்லுகின்ற பல்லவிகளை விட்டுவிட்டு உண்மையான தமிழ் வளர்ச்சிக்காக உழைக்க வேண்டுகிறோம். இவ்வகைக்கு சுயமரியாதைத் தோழர்களும் மற்றவர்களும் துணை நிற்பார்கள் என்பதில் ஐயமில்லை என்று கடைசியாகத் தெரிவித்துக் கொள்ளுகிறோம்.

குடி அரசு - 14. 08. 1932

கல்வி மந்திரி பிரசங்கம்

சென்ற 4-8-32ல் நடந்த சென்னைச் சர்வகலா சாலைப் பட்டமளிப்பு விழாவின் போது நமது மாகாண கல்வி மந்திரி திவான் பகதூர் எஸ். குமாரசாமி ரெட்டியார் அவர்கள் பட்டதாரிகளுக்குச் செய்தப் பிரசங்கம் மிகவும் சிறந்ததொன்றாகும். அவர் தற்காலக் கல்வியில் உள்ள குற்றங்களையும், கல்வியின் லட்சியம் இன்னதென் பதையும், கல்வி எம்முறையில் போதிக்கப்பட வேண்டுமென்பதையும், எத்தகைய கல்வி அவசியமென்பதையும், கற்றவர்கள் செய்ய வேண்டிய வேலையையும் தெள்ளத்தெளிய விளக்கிக் காட்டியிருக்கிறார்.

கல்வியானது உலக வாழ்க்கைக்குப் பயன்படக் கூடியதாக இருக்க வேண்டும். வெறும் வித்தையை மாத்திரம் கற்றுக் கொடுப்பதனால் தேச மக்களின் துன்பத்தைப் போக்க முடியாது. ஆகையால் தொழில் கல்வியை வளர்ப்பதற்கு முயற்சி செய்ய வேண்டும் என்னும் அபிப்பிராயத்தை வெளியிட்டிருக்கிறார்.

அன்றியும் தற்காலத்தில் உயர்தரக் கல்விக்கு அதிகமாக செலவு செய்வதைக் காட்டிலும், ஆரம்பக் கல்வியின் பொருட்டு அதிக கவனம் செலுத்த வேண்டும்; ஆரம்பக்கல்வியின் மூலம் தேசமக்கள் எல்லோரையும் அறிவுடையராக்க முயல வேண்டும் என்னும் சிறந்த அபிப்பிராயமும் கல்வி மந்திரியின் பிரசங்கத்தில் காணப்படுகிறது.

நமது நாட்டு மாணவர்களுக்குத் தற்சமயம் எல்லா விஷயங்களையும் ஆங்கிலத்தின் மூலமே கற்பிக்கப்படுவதானால் விஷயங்களைத் தெரிந்து கொள்வதற்கு அதிக நாளாகிறது. ஆங்கில பாஷையைத் தவிர மற்ற விஷயங்களைத் தாய்மொழியின் மூலம் கற்பிக்கப்பட்டால் குறைந்த காலத்திலும் சுருங்கிய செலவிலும் கற்கக் கூடும். ஆகையால் இவ்வாறு கற்பிப்பதற்கு முயற்சி செய்ய வேண்டும் என்று சில காலமாகக் கல்வித் துறையில் உழைத்துவருவோர் சிலர் பிரயாசைப்பட்டு வருகின்றனர். நமது கல்வி மந்திரியவர்கள் இவ்வபிப்பிராயத்தை வற்புறுத்தி தாய்மொழிக் கல்வியின் அவசியத்தை எடுத்துக்காட்டிப் பேசியிருப்பது கவனிக்கத்தக்கதாகும்.

தற்பொழுது தேசியவாதிகளில் பலர், ஆங்கில பாஷையின் மீதும் வெறுப்புக் கொண்டு, அதற்குப் பதிலாக 'ஹிந்தி' பாஷையை இந்தியாவிற்குப் பொதுப் பாஷையாக்க வேண்டும் என்று முயற்சி செய்து வருகின்றனர். வட நாட்டார், தங்கள் பாஷையின் மேல் உள்ள அபிமானம் காரணமாக ஆரம்பித்த இம்முயற்சியைத் தென்னாட்டில் உள்ள தமிழ்மொழியின் மேல் வெறுப்புக் கொண்ட பார்ப்பனர்களும்

ஒப்புக் கொண்டு இதன் பொருட்டுப் பெரும் முயற்சி செய்துவருகிறார்கள். ஆனால் நாம் ஆதிமுதல் ‘ஹிந்தி’ பொதுமொழியாவதற்குத் தகுதி உடையதன்று என்று சொல்லிவருகிறோம். ஹிந்திமொழியில் விஞ்ஞானக் கலைகள் ஒன்றேனும் இல்லையென்பதையும், இலக்கியங்கள் இல்லையென்பதையும், தமிழர்க்கு கஷ்டமான மொழி என்பதையும், ஆங்கிலத்தை அன்னிய மொழியென்றால் ஹிந்தியும் அன்னிய மொழிதான் என்பதையும், ஹிந்தியைப் பொதுமொழியாக்க வேண்டுமென்றால் முஸ்லீம்கள் உருதுவைப் பொதுமொழியாக்க வேண்டு மென்கிறார்களாதலால் இதன் மூலம் இந்து - முஸ்லீம் கலகம் நேரும் என்பதையும் அறிந்தவர்கள் நாம் சொல்லுவதை ஒப்புக் கொள்ளாமல் இருக்கமாட்டார்களென்பது நிச்சயம். ஆதலால் தற்காலத்தில் அதிகமான மக்களால் பேசப்படுவதும், உலகம் முழுவதும் பரவியிருப்பதும், எல்லாக் கலைகளும் நிரம்பியிருப்பதும் ஆகிய ஆங்கிலத்தையே பொதுமொழியாக வைக்கவேண்டும் என்றும் கூறிவருகின்றோம். கல்வி மந்திரியவர்களும் ஆங்கிலமே பொதுமொழியாக இருக்க வேண்டும் என்று தமது பிரசங்கத்தில் குறிப்பிட்டிருப்பதை நாம் பாராட்டுகிறோம்.

கல்வியானது, கற்றவர்களுக்குப் பகுத்தறிவை உண்டாக்கக் கூடியதாகவும், பழய குருட்டுப் பழக்க வழக்கங்களைப் போக்கக்கூடியதாகவும் இருக்க வேண்டு மென்றும், இதற்கேற்ற முறையில் கல்வியைத் திருத்தி அமைக்க வேண்டுமென்றும் நாம் கூறிவருகிறோம். இவ்வபிப்பிராயமும் கல்வி மந்திரியின் பிரசங்கத்தில் காணப்படுகின்றது.

கற்றவர்கள் உத்தியோகத்திற்கென்று கற்காமல், அறிவுக்கென்றும், நாட்டின் நன்மைக்கென்றும் கற்று, தேசமக்களைச் சீர்திருத்த வேண்டும் என்னும் அபிப் பிராயத்தையும் வெளியிட்டிருக்கிறார்கள். கற்றவர்களெல்லாம், கிராமப்புனருத்தாரண வேலையில் ஈடுபட்டு கிராமாந்தரங்களையும் அங்குள்ள மக்களையும் சீர்திருத்த முயல வேண்டும் என்றும், இதுவே தேசீய வேலையும், தேசீய நோக்கமும் ஆகும் என்றும் குறிப்பிட்டிருப்பது நமது நாட்டுக் கல்விமான்களால் கவனிக்கக் கூடியதொன்றாகும்.

தற்பொழுது கற்றவர் கூட்டம், தேசமக்களின் முன்னேற்றத்தில் சிறிதும் கவலையில்லாமல் தங்கள் சுயநலம் ஒன்றையே கருதி உத்தியோகம் ஒன்றையே நாடித்திரிந்து கொண்டிருக்கிறது. இதற்குக் காரணம் கல்விமுறை என்பதில் ஐயமில்லை. ஆகையால், இனியாவது கல்விமுறை சீர்திருத்தப்பட்டு நாட்டின் முன்னேற்றத்துக்கு உபயோகத்திற்கு ஏற்ற முறையில் கற்பிக்கப்படுவதற்கு முயற்சி செய்யுமாறு வேண்டுகிறோம். இறுதியாக இத்தகைய சிறந்த அபிப்பிராயங்களைத் தைரியத்தோடு வெளியிட்ட திரு. ரெட்டியார் அவர்களைப் பாராட்டுகிறோம்.

குடி அரசு - 14. 08. 1932

தொகுதி 1

மொழி

எது துவேஷம்?

நவம்பர் 1-11-33ந் தேதி வெளியான சுதேசமித்திரன் பத்திரிகையில் கர்ப்பத்தடை ஆதரிப்புக்கூட்ட நடவடிக்கை வெளியாயிருப்பதில் பார்ப்பனர்கள் பேசியதை விபரமாய் பிரசுரித்துவிட்டு "வரதராஜலு நாயுடு தமிழில் பேசினார்" என்று ஒரு வரியில் முடித்து விட்டது. ஆங்கிலத்தில் பேசிய பார்ப்பனர்களின் பேச்சை தமிழில் மொழிபெயர்த்து விரிவாகப் பிரசுரிப்பதும், தமிழில் பேசிய பார்ப்பனரல்லாதார் பேச்சை ஒரே வரியில் தமிழில் பேசினார் என்று பிரசுரித் திருப்பதையும் கவனித்தால் இந்த பார்ப்பன பத்திரிகையின் துவேஷ மனப்பான்மை நன்கு விளங்குகிறதல்லவா? இங்கிலீஷ் பேச்சுகளையெல்லாம் மொழிபெயர்த்து பிரசுரித்த இந்தப் பத்திரிகை தோழர் வரதராஜலுவின் தமிழ் பேச்சை பூராவாகப் போடாததற்குக் காரணம் என்ன? தமிழ்மொழி மீதுள்ள வெறுப்பா? அல்லது பார்ப்பனரல்லாதார் மீதுள்ள பார்ப்பன துவேஷமா? என்றுதான் கேட்கிறோம். பார்ப்பனப் பத்திரிகைகளை ஆதரிக்கும் தமிழ் வாசகர்கள் அதைச் சிந்தனை செய்வார்களாக.

குடி அரசு - 05. 11. 1933

தமிழ் அன்பர் மகாநாடு

தமிழ் அன்பர் மகாநாடு என்பதாக பார்ப்பன ஆதிக்கத்திற்கு ஆதரவு தேடும் ஒரு மகாநாடு சென்னையில் அடுத்த மாதம் கிருஸ்துமஸ் வாரத்தில் நடக்கப் போவதாக அறிக்கைகள் வெளியாகிக்கொண்டு வருகின்றன.

இம்மகாநாட்டைப் பற்றி சென்றவாரத்திற்கு முந்திய வார இதழில் தோழர் அ. இராகவன் அவர்களால் "தமிழ் அன்பர் மகாநாடு மற்றொரு பார்ப்பன சூக்ஷியே" என்னும் தலைப்பின்கீழ் ஒரு நீண்ட வியாசம் எழுதப்பட்டதை "குடிஅரசு" வாசகர்கள் படித்திருக்கலாம். ஆனால் அவ் வியாசத்தில் கண்ட இரண்டொரு விஷயங்களை மாத்திரம் நாம் ஆதரிக்க முடியவில்லை.

அவற்றுள் முக்கியமான ஒரு விஷயம் என்னவென்றால் "இக் கமிட்டிக்கு கடிதம் எழுதி தமிழர்களுக்காகவும், தமிழுக்காகவும், தைரியமாக அஞ்சாது போரிடும் ஆற்றல்மிக்க தோழர்களான ஈ.வெ.ராமசாமி, நாகர்கோவில் பி.சிதம்பரம், டாக்டர் வரதராஜலு, கா. சுப்பிரமணிபிள்ளை, சாத்தூர் கந்தசாமி முதலியார், சுவாமி வேதாசலம், மதுரை கார்மேகக் கோனார் போன்ற சுமார் 10 பேர்களை சேர்க்கவேண்டும். இன்றேல் அம்மகாநாட்டில் கலந்து கொள்ள மறுக்கவேண்டும்" என்று எழுதப்பட்டிருக்கும் வாசகத்தை நாம் ஏற்றுக்கொள்ள முடியவில்லை. ஏனெனில் மேல்கண்ட இப்பதின்மரை சேர்த்துக் கொண்டதால் மாத்திரம் இம்மகாநாடு தமிழன்பர்கள் மகாநாடு என்பதாக தோழர் அ. ராகவன் கருதும் மாதிரியில் ஆகிவிடுமா என்று கேள்க்கிறோம்.

இம்மகாநாட்டின் சூக்ஷிகளிலெல்லாம் முதன்மையான சூக்ஷி என்ன வென்றால், பார்ப்பனர்கள் தமிழர்கள் என்னும் தலைப்புக்குள் புகுந்து கொண்டு மக்களுக்குள் இருந்துவரும் பார்ப்பனர் பார்ப்பனரல்லாதார் என்கின்ற உணர்ச்சியை நசுக்கி, பழயபடி பார்ப்பன ஆதிக்கம் ஒன்று மாத்திரமே இந்நாட்டில் இருக்கும்படி செய்யவேண்டும் என்பதும் அதற்காக சில பார்ப்பனரல்லாத செல்வவான்களையும், எதையும் விற்று தங்கள் சுய நலத்தையே நாடும் சில பார்ப்பனரல்லாத மக்களையும் சேர்த்துக் கொண்டு பார்ப்பனரல்லாத சமூகம் முழுமையுமே ஏமாற்றிவிடலாம் என்பதேயாகும். இப்படிப்பட்ட சூட்சிக்கூட்டத்தில் மேல் குறிப்பிட்ட ஒரு 10 பேருக்கு இடமிருந்துவிட்டதால் மாத்திரமே அக்கூட்டத்தின் கருத்தை நிறைவேறாமல் செய்துவிடமுடியும் என்று நம்மால் நினைக்கமுடியவில்லை. அன்றியும் இப் பத்துப்பேர்கள் அக்கூட்டத்தில் சேர்க்கப்பட்டு விடுவார்களானால் அம் மகாநாட்டைக் கூட்டினவர்களது கருத்து நிறைவேறுவதற்கு வசதி அதிகப்பட்டது என்று தான் சொல்லவேண்டும். அன்றியும் இந்தப் பத்துபேருக்கு சமானமான வேறு பார்ப்பனரல்லாதார்கள் அக்கூட்டத்தில் இல்லை என்றும் சொல்லிவிட முடியாது.

நமது நாட்டில் தமிழ் கற்றறிந்த பார்ப்பனரல்லாத மக்கள் பெரும்பான்மை யானவர்களுக்கு பகுத்தறிவில்லை என்று நாம் சொல்லுவதற்கு தமிழ் பண்டிதர்கள் மன்னிக்கவேண்டுமென்று கோருகிறோம். ஏனெனில் தமிழ் பாஷையைக் கற்று பண்டிதர்களானவர்கள் 100-க்கு 99 பேர்கள் மதவாதிகளாகவும் மதத்துக்காக தமிழைக் கற்றவர்களாகவும் தமிழில் மதத்தைக் காண்கிறவர்களாகவும் இருந்து வருவதுடன் தங்கள் புத்தியை மதத்துக்கு பறி கொடுத்து மதக்கண்ணால் தமிழைப் பார்க்கின்றவர்களாகவே இருக்கின்றார்கள். தமிழ்நாட்டில் அறிவுக்கு மரியாதை கொடுத்த பண்டிதர் ஒருவரையாவது காண்பது கஷ்டமாகவேயிருக்கின்றது.

ஆனால் பார்ப்பனர்களில் அப்படிக்கில்லை. பார்ப்பான் எவ்வளவு தமிழ் கற்றிருந்தாலும் தன் சுயநலத்தையோ பகுத்தறிவையோ ஒருநாளும் பறிகொடுக்க மாட்டான். அவன் எங்காவது பகுத்தறிவை உபயோகிக்காதவன் போல நடந்து கொண்டாலும் அது தன் சுயநலத்துக்காக பிறத்தியாரை ஏமாற்ற அப்படிக் காட்டிக் கொள்வானே ஒழிய உண்மையில் முட்டாளாக இருப்பது மிக்க அருமை.

மேல்நாடுகளில் பண்டிதர்கள் பெரும்பாலோர்கள் தங்கள் பாண்டித்தியத்தில் சிறிதும் மதத்தைக் கலப்பதுமில்லை, மத நம்பிக்கையைப் பிரயோகிப்பதுமில்லை.

இதற்கு ஒரு காரணம் சொல்லலாம். மேல்நாட்டில் மதத்தைப் படிக்காமல் பண்டிதராகலாம். கீழ் நாட்டிலோ மதத்தைப் படித்தால்தான் பண்டிதராகலாம். ஆதலால் இங்கு பண்டிதர் வேறு, மதம் வேறு என்று சொல்லுவதற்கு இடமே இல்லை. இதனால் தான் நமது நாட்டில் பகுத்தறிவு என்றால் பண்டிதர்களும், பண்டிதைகளும் நடுங்குகின்றார்கள். பகுத்தறிவு என்ற வார்த்தையே பண்டிதர்கள் காதுக்கு "நாராசமாய்" இருந்துவருகின்றது. இந்தக் கூட்ட பண்டிதர்களுக்கு அறிவு உலகில் மதிப்பு ஏற்பட வேண்டும் என்று கருதுவது "சூரியனைக் கையில் பிடிக்க வேண்டும்" என்று சொல்லுவதையே ஒக்கும்.

உதாரணமாக மதத்தையும் மத மேற்கோள்களையும் தள்ளிவைத்து விட்டு ஒரு பதினைந்து நிமிஷம் பேசுங்கள் பார்ப்போம் என்றால் பேசக்கூடிய தமிழ் பண்டிதர்கள் எத்தனை பேர்கள் நம் நாட்டில் கிடைப்பார்கள் என்று பார்த்தால் இவ்வுண்மை விளங்கிவிடும். மதத்தை நீக்கிய-மத சம்மந்தப்படாத தமிழ் புத்தகம் இலக்கிய வடிவத்திலோ இலக்கண வடிவத்திலோ சரித்திர வடிவத்திலோ விஞ்ஞான ஆராய்ச்சி வடிவத்திலோ காண்பதென்பது "குதிரைக் கொம்பாக" இருக்கிறது. இப்படிப்பட்ட நூல்களைப் படித்த பண்டிதர்கள் பரிசுத்த பகுத்தறிவுவாதிகளாக இருப்பார்கள் என்று எப்படி எண்ண முடியும்? பகுத்தறிவுக்காரருக்கு பயந்த சில பண்டிதர்கள் தங்கள் வாய்சாமார்த்தியத்தால் மத சம்மந்தமான சில கோட்பாடு களையும் ஈரருத்தம் உள்ள சில வாக்கியங்களையும் விஞ்ஞான முறைக்கும் பகுத்தறிவுக்கும் பொருத்த முயற்சிக்கிறார்கள் என்றாலும் விஞ்ஞானத்துக்கு மாறு பட்டதையும் பகுத்தறிவுக்கு மாறுபட்டதையும் தள்ளி வைக்க சம்மதிக்கிறார்களா என்றால் அவர்களுக்கு நம்மை வையத்தான் அல்லது நம் மீது குறைகூறத்தான் தெரியுமே ஒழிய தங்கள் நிலைக்கு வெட்கப்படவோ வருந்தவோ சிறிதும் தெரியவே தெரியாது. இந்த நிலையில் தமிழ்க்கல்வி அமைந்துவிட்டதால் இந்தப் படிப்புப்படித்த தமிழ் பண்டிதர்களை பார்ப்பனர்கள் தங்கள் இஷ்டப் படிக்கு ஆட்டிவைத்து தங்கள் காரியங்களைச் சாதித்துக் கொள்ளத் துணிவதில் அதிசயமொன்றுமில்லை. இந்த நிலையுள்ள தமிழ் பண்டிதர்கள் "மயிலைக் கண்ட பச்சோந்தியானது தானாகவே வந்து தனது கண்ணை கொத்திக் கொள்ள வசதி கொடுக்கும்" என்று சொல்லும் வாசகம்போல் தமிழ் பண்டிதர்கள் தாங்களாகவே பார்ப்பனர்களுக்கு அடிமையென்று ஒப்புக் கொள்ளுவதிலும் அதிசயமில்லை.

தமிழ் துறையில் பார்ப்பனர்கள் செய்யும் அட்டூழியங்களை இதுவரை எந்த பார்ப்பனரல்லாத பண்டிதர்களாவது எடுத்துச் சொன்னதே கிடையாது. இங்கிலீஷ் பாஷையில் பார்ப்பனர்களுக்கே எல்லா ஆதிக்கமும் இருந்து வருகிறது. உபாத்தியாயர்கள் பார்ப்பனர்கள், புஸ்தகம் எழுதுகிறவர்கள் பார்ப்பனர்கள், இலாக்கா அதிகாரிகள் பார்ப்பனர்கள், பரிக்ஷகர்கள் பார்ப்பனர்கள் சமஸ்கிருத பாஷையிலோ இதைவிட அதிகமான ஆதிக்கம் புதிதாக வந்து நுழைந்த ஒரு அனாமதேய ஹிந்தி பாஷையிலோ இன்னும் அதிகமான ஆதிக்கம். தமிழ் பாஷையில் பார்ப்பனர்கள் ஆதிக்கத்துடன் பார்ப்பனரல்லாதவர்கள் ஆதிக்கமும் சிறிது உண்டு என்று சொல்லக் கூடுமானால் அந்த சிறிதும் பார்ப்பனர்களின் அடிமைகளான பார்ப்பனரல்லாதார்களாய்த் தான் இருக்க முடியுமே ஒழிய மற்றபடி சுதந்திரப் பார்ப்பனரல்லாதாரை சுலபத்தில் காணமுடியாது. இந்தப்படியான கல்வியின் ஆதிக்கம் பாஷையின் ஆதிக்கம், இலாக்காவின் ஆதிக்கம் அவர்கள் கையில் இருந்து வருகின்றதை இன்னும் அதிகமாய் பலப்படுத்திக் கொள்ளவே இந்த சூட்சி மகாநாடு கூட்டப்படுகின்றது என்பதே நம்முடையவும் அபிப்பிராய மாகும்.

பார்ப்பனரல்லாத தமிழ் பண்டிதர்களையும் தமிழில் ஞானமோ தமிழ் மக்களிடத்தில் அன்போ தமிழ் பாஷைக்கும் தமிழ் மக்களுக்கும் உலகில் சுயமரியாதை இருக்க வேண்டும் என்ற கருத்தோ கொண்ட பார்ப்பனரல்லாத மக்கள் இம்மகாநாடு சம்பந்தத்தில் இருந்து கண்டிப்பாய் விலகிக்கொண்டு இதன் சூட்சியைத் தைரியமாய் வெளியாக்க வேண்டுமென்று நாம் எச்சரிக்கை செய்கின்றோம்.

அரசியலின் மூலம் பெருமை பெற்றுப் பணம், கீர்த்தி, பதவி முதலியன சம்பாதிக்கக் கருதும் ஒரு கூட்ட மக்கள் மனித சமூகத்துக்கு க்ஷயரோகம் போன்றவர்கள். தங்களது மானம்-ஈனம் ஜீவகாருண்யம்-பொதுநன்மை ஆகியவைகளை அடியோடு துறந்து திரிகின்றவர்களானதால், அப்படிப்பட்டவர்கள் பார்ப்பனர்களை விட்டுச் சிறிதும் விலகி நிற்கமுடியாத காரணத்தால் பார்ப்பனர்களுக்கு அடிமையாய் இருந்து அவர்கள் இஷ்டப்படி ஆடட்டும். அதைப் பற்றி நமக்குக் கவலை இல்லை. வெகுசீக்கிரத்தில் அவர்கள் ஒருவர் காதை ஒருவர் பிடித்துக் கொண்டு "உன்னால் நான் கெட்டேன்" "உன்னால் நான் கெட்டேன்" என்று ஒருவரையொருவர் சொல்லிக் கொண்டு தோப்புக்கரணம் போடும் காலம் சீக்கிரம் வரப்போகின்றது.

ஆதலால் அவர்களைப் பற்றி கவனிக்காமல், இந்த மகாநாட்டை காரணமாக வைத்தாவது தமிழ் பண்டிதர்கள் பார்ப்பனர்களை விட்டுவிலகி நிற்பார்களாக. இந்தப் பண்டிதர்கள் சுமார் 40, 50 வருஷங்களுக்கு முன்னால் இருந்தே பார்ப்பனர்களை விட்டுவிலகி இருப்பார்களேயானால் இன்றையத் தமிழின் நிலைமையும் தமிழ் பண்டிதர்கள் நிலைமையும் வேறாக இருந்திருக்கும். இன்று அப்படிக்கில்லாமல் பண்டாரசன்னதிகள் என்பவர்களிடம் கூட பார்ப்பனத் தமிழ் பண்டிதர்களுக்கே மதிப்பு இருக்கிறது. தமிழ்ச் சங்கம் என்பதில் கூட பார்ப்பனர்களுக்கே ஆதிக்கம் இருந்து வந்திருக்கிறது. அது மாத்திரமல்லாமல் பார்ப்பனரல்லாத தமிழ்க் கற்ற வித்துவான்கள் என்பவர்களை பார்ப்பன வித்துவான்கள் அமுக்கி வைக்கவே பார்க்கிறார்கள்.

சமீப காலத்தில் தமிழில் மிக மேன்மையாய் தேறிய ஒரு பார்ப்பனரல்லாதாருக்கு அதாவது சென்னை டி.பி. மீனாக்ஷிசுந்திரம், எம்.ஏ., பி.எல். (இவர் பார்ப்பனருக்கு அனுகூலமாகவும் சுயமரியாதை இயக்கத்துக்கு விரோதமாகவும் வேலை செய்வதற்காக காங்கிரசினால் 2,000 ரூ. கொடுத்து உதவி செய்யப்பட்ட தோழர்

டி.பி. கிருஷ்ணசாமிப் பாவலரது தம்பியாவார்) இவர் கல்வி விஷயத்தில் மிக்க தேர்ச்சியுடையவர். பல விஷயங்களில் பண்டிதர். தமிழை ஒரு சந்தோஷத்திற்காக படித்து இம்மாகாண மாணவர்களில் உயர்தர வகுப்பில் தேறியவர். தமிழில் உயர்தர வகுப்பில் தேறியவருக்கு பரிசளிக்கவென்று திருவாடுதுறை பண்டார சன்னதியவர் களால் ஏற்பாடு செய்யப்பட்ட 1,000 ரூபாய் பரிசை பரிசு முறைப்படிக்கு அடைய தகுதி உடையவர். இப்படிப்பட்ட இவர் பார்ப்பனரல்லாதாராய் இருப்பதால் இவ்வருஷப் பரிசு இவருக்கு வழங்கப்படாமல் போயிற்று. இந்தப் பெருமை தோழர் மகா மகோபாத்தியாயர் வே.சாமிநாதையர் அவர்களுக்கே சேர்ந்தது. பார்ப்பனரல்லாதார் செய்யும் தற்காப்பு காரியங்கள் பார்ப்பன துவேஷமாய் போய்விடுகிறது. பார்ப்பனர் செய்யும் சகலவித கொடுமைகளும் அவர்களை பட்டதாரிகளாகவும் பதவிதாரர்களாகவும் ஆக்கிவிடுகிறது.

இம் மகாநாடு கூடி வெற்றியுடன் நடைபெற்றால் (நடைபெறத்தான் போகிறது) பார்ப்பன ஆதிக்கம் தமிழ்பாஷையை அடிமைப்படுத்தி புஸ்தகமெழுதல் விற்பனை முதலியவைகளைத் தங்கள் சுவாதீனமாகச் செய்து விடும் என்பது உறுதி-உறுதி-உறுதி.

தமிழ் அன்பர் மகாநாடு அறிக்கையின் முதல் வாக்கியத்தில் காணப்படும் விபரம்:

தென் இந்திய மொழிகளிலே உள்ள இலக்கியங்கள் வளம்பெறுவதற்கும், பொது ஜனங்களிடையே கல்வி அறிவு பரவுவதற்கும் உயரிய ஏற்பாடுகளைச் செய்வதற்காக "புத்தக ஆசிரியர்கள், பிரசுரகர்த்தாக்கள், புத்தக வியாபாரிகள், உபாத்தியாயர்கள் புத்தகாலய அதிகாரிகள் முதலியோர்களை சேர்த்து மகாநாடு ஒன்றைக் கூட்டுவிக்க வேண்டுமென்ற புத்தகாலய பிரசுர சங்கம் உத்தேசித் திருக்கிறது" என்று வியக்தமாய் கண்டிருக்கிறது. அதோடு இம் மகாநாட்டைக் கூட்டுகின்றவர்கள் யார்? அக்கமிட்டி அங்கத்தினர்கள் நிர்வாகிகள் யார்? என்பவைகளை தோழர் ராகவன் வியாசத்திலேயே எடுத்துக் காட்டப்பட்டிருக் கின்றன. இம்மகாநாட்டின் முக்கிய தீர்மானமாக புஸ்தகம் எழுதுவது, பிரசுரிப்பது விற்பது ஆகிய காரியங்கள் எப்படியாவது பார்ப்பனர்கள் கையிலும் அவர்களது ஆதிக்கத்திலும் சிக்கும்படியாகவும் அவர்களே நிர்வாகஸ்தார்களாகவும் இருக்கத்தக்க மாதிரிக்கு ஒரு தீர்மானம் செய்து பார்ப்பன வாழ்க்கைக்கு ஒரு பெரும் மான்யமாக செய்யப்படப் போகிறது என்பதில் நமக்கு சிறிதும் சந்தேகமில்லை. இதில் சிறிது சிந்தினதும் வழிந்து ஒழுகினதும் ஏதாவது இருக்குமானால் அது பார்ப்பனரல்லாதவர்களுக்குப் பிச்சையாகக் கிடைத்தாலும் கிடைக்கலாம்.

இப்படிப்பட்ட சிறு பிச்சைக்கு ஆசைப்பட்டு சில பார்ப்பனரல்லாத தமிழ் பண்டிதர்கள் தங்களுடைய பெயரை இம் மாநாட்டுக்கு கொடுத்து பார்ப்பனரல்லாத மக்களை வஞ்சிக்க இடம் கொடுப்பது மிகுதியும் மோசமான காரியம் என்றே சொல்லுவோம். தோழர்கள் டி.கே. சிதம்பரநாத முதலியார், எஸ்.வையாபுரி பிள்ளை போன்றவர்கள் தங்கள் உத்தியோக தாக்ஷண்யத்தால் இதில் கலந்து கொள்ள வேண்டியவர்களானாலும், தோழர்கள் ஆர்.சி. நமசிவாயமுதலியார், திரு.வி.கல்யாண சுந்திர முதலியார் போன்றவர்கள் இதில் எப்படி கலந்திருக்க சகிக்கிறார்கள் என்பது நமக்கு விளங்கவில்லை. இந்த இரு தோழர்களும் தமிழ் பண்டிதர்கள் என்கின்ற முறையில் தங்கள் தலையிலும், மற்ற தமிழ் பண்டிதர்கள் தலையிலும் மண் போட்டவர்களாகப் போகிறார்கள் என்பதே நமதபிப்பிராயம். நிற்க,

இம் மகாநாட்டுக்கு பார்ப்பன ஆதிக்கத்துக்கு பயப்படாத "தமிழன்பர்கள்" யாராவது போவார்களானால் "புத்தகங்கள் பிரசுரிப்பதில் அறிவுக் கல்வி வேறு,

மதக்கல்வி வேறு" என்று பிரித்து தனித்தனியாய் புத்தகம் எழுதப்பட வேண்டும் என்றும், அப்புத்தகம் எழுதும் இலாக்கா அரசாங்கத்திற்கே உட்பட்டிருக்க வேண்டுமே ஒழிய தனிப்பட்ட நபர்களுக்கோ சங்கங்களுக்கோ சற்றும் சம்மந்தம் இருக்கக்கூடாது என்றும் ஒரு தீர்மானம் செய்ய முயற்சிக்க வேண்டும். சர்க்கார் கொடுக்கும் படிப்பு என்பது அறிவுக்கு ஆகவே ஒழிய மதத்துக்காக அல்ல வென்பதை உறுதிப்படுத்த வேண்டும். விஞ்ஞானத்திலும் பகுத்தறிவிலும் யார் மேன்மையுற்றிருக்கின்றார்களோ அவர்கள்தான் அறிவுக்கல்வி புத்தகங்கள் எழுதத் தகுதியுடையவர்கள் என்றும் தீர்மானிக்கப்பட வேண்டும். இப்படிச் செய்ய ஆரம்பித்தால் மகாநாட்டின் யோக்கியதை தானாகவே வெளிபட்டு விடும்.

குடி அரசு - 19. 11. 1933

தொகுதி 1

மொழி

"தமிழ் அன்பர்" மகாநாடு

சென்னையில் நடைபெற இருக்கும் தமிழ் அன்பர் மகாநாட்டைப் பற்றி இரண்டொரு சுயமரியாதை மகாநாடுகளிலும், பல சுயமரியாதை சங்கங்களிலும் அம்மகாநாடானது பார்ப்பனர்கள் தமிழர் மீது ஆட்சி செலுத்தவும் தமிழ்ப் பண்டிதர்களை அடிமை ஆக்கிக்கொள்ளவும் பார்ப்பனரல்லாத உபாத்தியார்களை அடக்கி வைக்கவும் பார்ப்பனர்களில் பலருக்கு உத்தியோகமும் வருவாயும் ஏற்படுத்தவும் செய்யப்படும் ஒரு சூழ்ச்சி என்பதோடு தமிழ் கல்வி என்பதையே தங்கள் இஷ்டப்படி மாணாக்கர்களுக்கு ஊட்டுவதற்கு ஏற்ற தந்திரம் என்றும் பேசி அதை பகிஷ்கரிக்கத் தீர்மானித்திருப்பது யாவரும் அறிந்திருக்கலாம். அந்தப்படியே ஒரு பலமான உணர்ச்சியும் தமிழ் மக்களுக்குள் இருந்து வருவதையும் பார்க்கலாம்.

ஆனால் இதை அறிந்த பார்ப்பனர்கள், கவர்னர் பிரபு தங்கள் மகாநாட்டை ஆசீர்வதித்திருப்பதாவும், யூனிவர்சிட்டியார் தங்களை ஒப்புக்கொண்டு தங்களுக்குப் பணம் கொடுத்திருப்பதாகவும் பார்ப்பனரல்லாத பிரமுகர்கள் தங்களுடன் கலந்திருப்பதாகவும் பிறர் நம்பும்படி எவ்வளவோ தந்திரங்கள் செய்து வருகிறார்கள். பார்ப்பனர் ஆதிக்கத்திற்கு பயந்த சிலர் தங்கள் பெயரைக் கொடுத்திருப்பதுடன், சில பத்திரிகைகளும் அந்த தந்திரங்களுக்கு உதவி செய்து வருகின்றன.

இது நிற்க, அம்மகாநாட்டை பகிஷ்கரிக்கவேண்டுமென்ற தீர்மானம் ஒருபுற மிருக்க. அம்மகாநாட்டில் பிரேரேபிக்க என்று சில தீர்மானங்கள் அனுப்பப் பட்டிருப்பதாய்த் தெரியவருகின்றது. இது அம்மகாநாட்டுக்குச் சென்று அங்கு நமது தீர்மானங்களை செய்ய முயற்சித்துப் பார்ப்பதால் அம்மகாநாட்டை நாம் பகிஷ்கரித்து சரி என்று மக்களுக்கு எடுத்துக்காட்ட செய்த காரியமாயிருக்கலாம். இருந்தாலும் அத் தீர்மானங்கள் ஏற்றுக்கொள்ளப்படமாட்டாது என்பதையும், ஏற்றுக் கொண்டாலும் நிறைவேற்றப்படத்தக்க ஆதரவு கிடைக்காது என்பதையும் இப்போதே நாம் 'ஜோசியம்' சொல்லுவோம்.

ஏனென்றால் அம்மகாநாட்டில் பார்ப்பன சூட்சியே மூளையாய் இருப்பதோடு பணக்காரர்கள் ஆதிக்கமும், பார்ப்பனீயப் பணக்கார அரசாங்க ஆதிக்கமும் அதற்கு அடிமைப்பட்டு உதவியாய் இருப்பதால் சுலபத்தில் நாம் வெற்றி பெற்றுவிட முடியாது. ஆனால் பார்ப்பன சூட்சியையும் பணக்கார ஆணவத்தையும், அவை இரண்டையும் அஸ்திவாரமாய்க் கொண்ட ஆட்சியையும் ஒழிக்க வேண்டுமென்று மக்கள் பலரும் ஒருமனதாய் நினைப்பதற்கு இதுபோன்ற மகாநாடுகளின் நடவடிக்கைகள் அனுகூலமாய் இருக்குமென்பதில் ஐயமில்லை.

இதிலிருந்து ஒரு விஷயம் தெரிந்துகொள்ளவேண்டியது நமக்கு அவசியமா யிருக்கிறது. பார்ப்பனர்களின் இப்படிப்பட்ட நடவடிக்கைகளில் இருந்தாவது இனி பண்டிதர்கள் என்பவர்களுக்கும் பார்ப்பனரல்லாத ஏழை உபாத்தியாயர்கள் என்பவர்களுக்கும் புத்திவருமா? என்பதுதான். அப்படி அவர்களுக்குப் புத்தி வந்ததற்கு அறிகுறி என்னவென்றால் அவர்கள் சமதர்ம இயக்கத்தில் சேர வேண்டியதுதான். சமதர்மப் பத்திரிகைகளையும் புத்தகங்களையும் எழுதிப் பரப்ப வேண்டியதுதான். அதை விட்டு விட்டு இராமாயணத்திற்குத் தத்துவார்த்தம் சொல்லிக்கொண்டிருப்பதில் பயனில்லை என்று தெரிவித்துக்கொள்கிறோம்.

புரட்சி - 10.12.1933

இக்காலத்திலுமா பண்டை நாகரீகப் பெருமை?

பண்டைக்காலத்தில் நமது பாரதநாட்டில் தமிழர்களின் நாகரீகம் எப்படி இருந்தது என்னும் விஷயத்திலும் பாஷையானது எப்படி தனித்து விளங்கி வந்தது? என்னும் விஷயத்திலும் மக்கள் எப்படி வாழ்ந்து வந்தார்கள் என்னும் விஷயத்திலும் இன்னும் பலவாறான விஷயத்திலும் நமது வித்வ சிகாமணிகளும், பண்டித மணிகளும் பேசித் தங்கள் அரிய காலத்தையும், புத்தியையும் செலுத்தி தற்போதைய மக்கள் நிலைமைக்குத் தங்களால் செய்யவேண்டிய கடமைகளைச் செய்தவர்களாக நினைத்துக் காலங்கடத்தி வருகிறார்கள். இது இந்தக் காலத்தில் நம்நாட்டு மக்களுக்கு எவ்வளவு முற்போக்கையுண்டு பண்ணுமென்பதையும் நம் மக்களுக்குத் தற்காலத்தில் எவ்விதமான உணர்ச்சியும், ஊக்கமும், நினைவும் வேண்டியிருக்கிறது? என்பதையும் யோசித்தால் நமக்கு வேண்டியது இதுவா? என்பது விளங்காமல் போகாது.

நம் நாட்டாரும் மற்ற நாட்டாரோடு சம வாழ்வு, சம அந்தஸ்து, சம உரிமை இல்லாமல் உழன்று பசி, தரித்திரம், நோய், அற்பமான வருவாய், சுதந்திரமற்ற அடிமை வாழ்வு முதலிய கொடும் வியாதிகளின் மிகுதியால் அவதிப்பட்டு அல்லலுற்று வாழ்ந்து வரும் இந்நெருக்கடியான சந்தர்ப்பத்தில் என்ன செய்யவேண்டுமென்பதும், இத்தகைய இழிந்த நிலைமைகளுக்கு அடிப்படையான மூலகாரணமென்ன வென்பதைச் சிந்தித்து ஊன்றி யோசிப்பார்களேயானால், இவ்விதமான பண்டைப் பெருமைகளால் வீண் காலக்ஷேபம் செய்யமாட்டார்கள் என்றே நினைக்கிறோம்.

ஏனெனில் தற்சமயம் நமது மக்களுக்கு மற்ற நாட்டு மக்களுக்கு அமைந்துள்ள வாழ்க்கைகளுக்குச் சமமாகவேனும் நமது மக்களின் வாழ்க்கைகள் அமைய வேண்டுமாயின் முதலில் நமக்குள் சமத்துவத்தைப் பரப்பி வரவேண்டியதே இன்றி யமையாததாகுமென்பதை யாவரும் மறுக்கத்தகாதவைகளில் முதன்மையாகு மென்பது நமது உறுதியாகும். அத்தகைய சமத்துவத்திற்கு நமக்குள்ளிருக்கும் ஜாதி, மதம் முதலிய வேறுபாடுகளை வேருடன் கில்லி எறிந்து தீரவேண்டும். இவை களுக்குப் போதிய அறிவு வளர்ச்சிக்கேற்ற விஷயங்களைக் கல்வியின் மூலமாக வாவது அது துரிதத்தில் முடியாமற்போகுமாயினும் பிரசார மூலமாகவேனும் சந்தர்ப்பத்திற்கேற்றபடி சாத்தியமான முறைப்படியாவது நமது மக்களுக்குப் புகட்டி வரவேண்டுமென்பதையாவது யாவரும் செய்து வரவேண்டிய கடமைக்குட்பட்டிருக்க நமது பண்டைத் தமிழிலும், நாகரீகத்திலுமா இன்று நமது ராஜதானியில் சிறு பான்மைத் தொகுதியோரான ஒரு முகமதிய கவர்னரும், மைசூர், திருவாங்கூராகிய இரண்டு பெரிய சுதேச ராஜ்யங்களுக்கு இரு முகமதிய திவான்களும் வாழ்ந்து வருகிறார்கள் என்பதை யோசித்தால் விளங்காமற் போகாது. நமது சமூகம்

பெரும்பான்மையான எண்ணிக்கையிருந்தும் நமக்குள்ள ஜாதி, மத வேறுபாடுகளின் முக்கிய காரணத்தாலன்றோ நமது கவர்ன்மெண்டாரும் நம்மை ஒரு சமூகமென்று அழைக்கவும் கூட மறுத்து நம்மை மகமதியரல்லாதார் என்று ஒரு அனாமதேயப் பேர்வழிகளைப்போல் அழைக்கவும் அந்தப் பெருமை அழியாதிருக்க அவர்கள் சட்டம் முதலிய தேர்தல் தஸ்தாவேஜுகளிலும் அழியாமல் பதித்தும் வைத்திருக் கிறார்கள். நம்மீது நமது கவர்ன்மெண்டாருக்கும் மற்றுமுள்ளவர்களுக்குமுள்ள மதிப்பைக் காட்டுவதற்கு அதுவே போதுமான அத்தாக்ஷியாகும். இப்படி நமது பெரும்பாலான மக்களின் உழைப்பிலும் நமது வரிப்பணத்திலும் ஆதிக்கம் செலுத்தி வருகிற சர்க்காரும் அன்னிய மதத்தினரும் இன்னும் சொல்லப்புக்கால் அந்நிய நாட்டினரும்கூட நம்மைக் கேவலமாக எண்ணி, மதித்து ஏளனம் செய்து புறக்கணித்துவரும் இந்த சமயத்திலும் கூடவா நமது பண்டைத் தமிழும், நாகரீகமும் நம்மை அத்தகைய இழிதன்மையிலிருந்து உத்தரித்து விடப்போகிற தென்பதை மறுமுறையும் சிந்தித்துப்பார்க்க வேண்டுகிறோம். இங்கு மகம்மதியர்களில் ஒருவரை நமது ராஜதானிக்கு கவர்னராகவும், மற்றுமிரு ராஜ்யங்களினுடைய திவான் பதவியைக் காட்டி இருப்பது பொறாமைக்காகக் கூறியதாக பாவிக்காமல் அவர்கள் மதத்தில் பிறவியினால் உயர்வு தாழ்வு இல்லை என்கின்ற கொள்கையின் முதிர்ச்சியால் அத்தகைய பெறுதற்கரிய ஸ்தானங்களை அடைந்தார்கள் என்று அவர்கள் கொள்கைகளைப் பாராட்டவே கூறியதாகுமே ஒழிய வேறுவிதமாக அல்லவென்பதையும் தெரிவித்துக் கொள்ள விரும்புகிறோம்.

நமது பண்டைத் தமிழும் நமது பண்டை நாகரீகமும் சொல்லிக் கொண்டு வருவதின் போக்கைச் சிந்திக்கும்போது பள்ளிப் பிள்ளைகளின் பழய பெருமை களைப் பேசிக்களிக்கும் சம்பிரதாயத்தை ஒக்குமே ஒழிய வேறல்ல. அதாவது ஒரு தனவந்தன் வீட்டுப்பையன் குதிரையின் மீது சவாரி செய்து பள்ளிக்கு வந்து கொண்டிருக்கும்போது, ஒரு கிழிந்ததும் அழுக்கடைந்துள்ளதுமான ஆடையைத் தரித்துக் கொண்டிருக்கும் ஒரு ஏழைப் பையன் ஷி தனவந்தரின் பையனைப் பார்த்துவிட்டு எங்கள் தாத்தாகூட இதைவிட ஒரு உயர்ந்த குதிரை மீதுதான் எப்போதும் சவாரி செய்வாரென்று சொல்லி மகிழ்வதையொக்கும். தாத்தா குதிரை சவாரி செய்த இருப்பிடத்தில் ஏற்படக்கூடிய காய்ப்புகூட இவனிருப்பிடத்தில் உண்டா என்றால் அதுவுமிராது. இம்மாதிரியான பிரயோசனமற்ற விஷயங்களால் மக்களுக்கு ஏற்படும் பயன் யென்னவென்பதே நமது கேள்வி. இந்த வித்வ சிகாமணிகளும் பண்டிதமணிகளும் இப்படியாக பழந்தமிழின் நாகரீகத்தையும் பண்டைத் தமிழின் மாண்பையும் பற்றி ஒரு பக்கம் பேசி வருகையில் மற்றொரு பக்கம் சனாதனிகள் கூட்டம் போட்டுக் கொண்டு ராஜப்பிரதிநிதியவர்களிடம் எங்கள் ஜாதி மத வேறுபாடுகளில் சர்க்கார் தலையிடக் கூடாதென கேட்டுக் கொள்ளப்போவதும் அத்தகையக் கூட்டங்களுக்கு துணைப்படையாக நமது ஜில்லா போர்டு தலைவரும் வைசிராய் சட்டசபை மெம்பருமான ஒரு செல்வாக்குள்ள தமிழ் மக்களின் மாபெரும் தலைவரெனப்படுவோரும் சென்று வந்தவுடன் ஷி சனாதனிகள் கூடி கோவையில் கூட்டிய ஒரு சனாதனிகள் கூட்டத்திற்கும் தாம் வரமுடியாமைக்கு வருந்துவதாகவும் ஷி கூட்டத்தில் தமக்கிருக்கும் ஆர்வத்திற்கும் அபிமானத்திற்கும் அறிகுறியான வாழ்த்துக் கடிதமும் விடுத்திருப்பதும் நடை முறைகளில் காணப்படுகிறது.

மற்றொரு பக்கம் தோழர் காந்தியார் வருணாச்சிரம தர்மத்துக்குள் புகுத்தப் பட்ட ஹரிஜன சேவையின் பேரால் அவர்களை ஷி கட்டுத் திட்டங்களிலிருந்து மீளாதபடி முன்னேற்றப் பணம் திரட்ட திக்விஜயம் செய்து வருவதுமாக நிகழ்ந்து வருகிறது.

இவ்வித நிகழ்ச்சியால் மக்கள் சமத்துவத்திற்கு வழி ஏற்படாதென்றும், ஆகையால் தங்கள் வரவு இத்தருணம் இம்முறையில் நல்வரவாகாது என அதைப் பகிஷ்கரிக்க நாங்கள் உறுதிகொண்டு முன் வந்திருக்கிறோம். அதன் அறிகுறிக்காக எங்கள் கையில் இதோ கருப்புக்கொடி பிடித்துக் கொண்டிருக்கிறோமென்பதை மூடப்பழக்கங்களிலாழ்ந்து உழலும் மக்கள் மனதிற்படும்படியாக நமதியக்கத்தவர்கள் முன்வந்தால், அதுவும்கூட சமாதானக் குறைவை உண்டாக்கும் என்கிற பாணத்தைப் பிரயோகிக்கும்படி சர்க்காரைத் தூண்டிவிட சிற்சில சுயநலக் கூட்டங்களும் அக்கூட்டங்களின் முறைகளால் தாங்களும் முன்னேற முயலும் சில தமிழர்களும் அதில் பங்கெடுத்துக் கொள்ள முயலுகிற இக்காலத்திலும் கூட நாம் மக்களுக்குள் வேற்றுமைகளை உண்டு பண்ணக்கூடிய முறைகளை கண்டிக்காமலிருக்க முடியாதென்பதைச் சொல்லப் பின் வாங்கமாட்டோம்.

ஆகையால் இத்தகைய நெருக்கடியான சந்தர்ப்பத்தில்தான் நமது சுயமரியாதை இயக்கத்தவர்கள் நமது முழு மனதையும், சக்தியையும் காலத்தையும் வினியோகித்து நமது லக்ஷியத்தையும் கொள்கைகளையும் முன்னிலும் பன்மடங்கு அதிகரித்தோங்கி வளர்த்து மக்களுக்குள் பயன்படத்தக்க மாதிரியில் நடைமுறையில் வெற்றிகரமாக நடத்திக் காட்டும் வண்ணம் திட்டங்கள் வகுக்க ஏற்படுத்தப்பட்ட காலத்தில் இடத்துக்கு விஜயம் செய்து ஷி காரியங்களை நடத்தி வைக்க வேணுமாகக் கேட்டுக் கொள்கிறோம்.

புரட்சி - 18. 02. 1934

தொகுதி 1 மொழி

சைவ மகாநாடு

தமிழ் பாஷையின் முன்னேற்றத்திற்கு முட்டுக் கட்டையாயிருந்தவர்களும் தமிழை வளர்த்த சமணர், பௌத்தர் முதலியவர்களைச் சூழ்ச்சியால் கொன்ற சைவர்கள், இல்லை வேளாளர்கள் தமிழர்களின் பேரால் திருநெல்வேலியில் மகாநாடு கூட்டுகிறார்கள். தமிழர்களே! ஏமாந்து விடாதீர்கள்.

புரட்சி - 18. 03. 1934

எழுத்தில் சீர்திருத்தம்

தமிழ்பாஷை எழுத்துக்கள் வெகு காலமாகவே எவ்வித மாறுதலும் இல்லாமல் இருந்து வருகின்றன.

உலகில் உள்ள பாஷைகள் பெரிதும் சப்தம், குறி, வடிவம், எழுத்துக்கள் குறைப்பு, அவசியமான எழுத்துக்கள் சேர்ப்பு ஆகிய காரியங்களால் மாறுதல் அடைந்து கொண்டே வருகின்றன.

கால வர்த்தமானங்களுக்கு ஏற்ப பாஷைகளும், சப்தங்களும், உச்சரிப்புகளும், வடிவங்களும் மாறுவது இயல்பேயாகும்.

வார்த்தைகள் கருத்தை வெளியிடுவதற்கு ஏற்பட்டவைகள் என்பது போலவே எழுத்துக்கள் சப்தத்தை உணர்த்த ஏற்பட்டவைகளேயாகும்.

ஆனால் நம் பண்டிதர்களுக்கு தாராளமாய் அறிவைச் செலுத்த இடமில்லாமல் மதம் பழக்க வழக்கம் ஆகியவைகள் குறுக்கிட்டு விட்டதால் எழுத்துக்களுக்கும், அதன் கோடுகளுக்கும், வடிவங்களுக்கும் தத்துவார்த்தம் கற்பிக்க வேண்டிய அவசியமேற்பட்டு எழுத்துக்களையே தெய்வமாகவும் தெய்வ வடிவமாகவும் கருத வேண்டிய நிலை நம் நாட்டில் ஏற்பட்டு விட்டது.

தற்காலம் எத்தனையோ புதிய வார்த்தைகள் வந்து நமது தமிழ் பாஷையில் புகுந்து கொண்டன. அவைகளை இனி விலக்க முடியவே முடியாது. விலக்குவதும் புத்திசாலித்தனமாகாது. அப்பேர்ப்பட்ட வார்த்தைகளை சரியானபடி உச்சரிக்க நமக்குப் பழக்கத்தில் எழுத்துக்கள் இல்லாமல் பாஷையையும், உச்சரிப்பு அழகையும் கொலை செய்கின்றோம். விஷ்ணு என்பதை விட்டுணு என்றும், விண்டு என்றும் உச்சரிப்பதில் பெருமை அடைகின்றோம். பாஷாபிமானப் பட்டமும் பெறுகின்றோம். அதற்கு இலக்கணம் இருக்கிறது என்கின்றோம். அதோடு சப்தங்கள் மாறிவிடுவதால் கருத்தும், அருத்தமும் மாறுவதில்லை என்றும் கருதுகிறோம். அது போலவே சில எழுத்துக்கள் பழைய பழக்கம் வழக்கம் என்பதற்காக மாற்றக் கூடாது என்று இல்லாமல் சௌகரியத்துக்காக மாற்ற வேண்டியது அவசியம் என்றால் அறிஞர்கள் அதற்கு இடம் கொடுத்துத்தான் ஆகவேண்டும்.

சுமார் 70, 80 வருஷ காலத்துக்கு முந்திய பதிப்புகளிலும், எழுத்துக்களிலும் ஈ என்கின்ற எழுத்தானது இ எழுத்தையே மேலே சுழித்த வட்ட வடிவத்தில் இருந்து வந்திருக்கிறது.

இன்னும் 400, 500 வருஷங்களுக்கு முந்தின கல் எழுத்துக்கள் அனேகம் வேறு வடிவத்தில் இருந்திருக்கிறது. இப்பொழுது அவைகளை மாற்றமடைந்ததற்கு காரணங்கள் கேட்பாரும் இல்லை, சொல்லுவாரும் இல்லை. அதனால் சப்தமோ, அருத்தமோ, பாஷையின் அழகோ கெட்டுப் போனதாகக் குறை கூறுவாரும் காணப்படவில்லை.

அதுபோலவே இப்போதும் சில எழுத்துக்களின் வடிவங்களை மாற்ற வேண்டியதும், சில எழுத்துக்களை குறைக்க வேண்டியதும், சில குறிகளை மாற்ற வேண்டியதும் அவசியம் என்றும் அனுகூலம் என்றும் பட்டால் அதைச் செய்ய வேண்டியது தான் அறிவுடமையே ஒழிய அதன் தத்துவார்த்தத்துக்கு ஆபத்து வருகின்றதே என்பது அறிவுடமையாகாது என்பது நமது கருத்து.

ஆகவே இப்போது, **ணா, றா, னா**, ஆகிய எழுத்துக்களும் **ணை, னை, ளை, லை** ஆகிய எழுத்துக்களும் மற்ற கா, நா, ரா, முதலாகிய எழுத்துக்களைப் போலும் டை, நை, மை, முதலிய எழுத்துக்களைப் போலும் ஆகாரத்துக்கு “ா” குறியையும் ஐகாரத்துக்கு “ை” குறியையும் பெறாமல் தனி வடிவத்தைக் கொண்டு இருப்பதை மாற்றி ணா, றா, னா, ணை, லை, ளை, னை போல உபயோகித்து பிரசுரிக்கலாம் என்று கருதியிருக்கின்றோம். இதன் பயனாய் அச்சு கோர்ப்பதற்கு எழுத்துக் கேசுகளில் (அறைகளில்) 7 கேசுகள் (அறைகள்) குறைகின்றன என்பதோடு பிள்ளைகளுக்கும் இந்த ஏழு எழுத்துக்களுக்கு தனிவடிவம் ஞாபகத்தில் வைத்திருக்க வேண்டிய அவசியம் இல்லாமல் போகும் சவுகரியம் ஏற்படுகின்றது.

இன்னமும் தமிழ் பாஷை எழுத்துகளில் அனேக மாறுதல்கள் செய்ய வேண்டி இருந்தாலும், இப்போதைக்கு இந்த சிறு மாறுதலை அனுபவத்திற்குக் கொண்டு வரலாம் என்று கருதி அந்தப்படியாகவே எழுத்துக்களை உபயோகித்து அடுத்தாப் போல் பிரசுரிக்கப்போகும் “குடிஅரசு” பத்திரிகையைப் பிரசுரிக்கலாம் என்று இருக்கிறோம்.

இதை வாசகர்களும் மற்றும் தமிழ் பாஷை பத்திரிகைக்காரர்களும், தமிழ் பண்டிதர்களும் ஆதரிப்பார்கள் என்றும் எதிர்பார்க்கிறோம்.

பகுத்தறிவு - 30. 12. 1934

எழுத்துக்கள் மாற்றம்

சென்ற வாரம் பகுத்தறிவில் எழுத்தில் சீர்திருத்தம் என்று ஒரு சிறு உபதலையங்கம் எழுதி இருந்ததில் இவ்வார முதல் கொண்டு நமது பத்திரிக்கை பழய பெயராகிய குடிஅரசு என்னும் பெயராலேயே வெளியிடலாம் என்று கருதி அதில் ணா, றா, னா, ணை, னை, ளை, லை என்கின்ற எழுத்துக்களை முறையே ணா றா னா ணை லை ளை னை என்று அச்சில் பிரசுரிக்கப்படும் என்பதாக எழுதி இருந்தோம். அந்தப் படிக்கே விஷயங்களை எழுத்துக் கோர்த்து இருந்தோம். எவ்வளவோ முயற்சி எடுத்தும் குடிஅரசுக்கு இன்று வரை போஸ்டல் உத்திரவு கிடைக்காததால் சனிக்கிழமை இரவு வரை தந்தியை எதிர்பார்த்தும் கடைசியாக இவ்வாரம் பகுத்தறிவு என்னும் பெயராலேயே பிரசுரித்து அனுப்ப நேர்ந்தது. வாசகர்கள் விஷயத்தைப் படிக்கும்போது ணா, றா, னா என்கின்ற எழுத்துக்கள் வரும் போது அவற்றை ணா, றா, னா, என்ற உச்சரிப்புப் போலவும், ணை, லை, ளை, னை என்கின்ற எழுத்துக்கள் வரும்போது ணை, னை, ளை, லை என்ற உச்சரிப்புப் போலவும் உச்சரித்துக் கூட்டி வாசித்துக் கொள்ள வேண்டுமாய் கோருகிறோம்.

இந்தப்படியே சில புஸ்தகங்களும் பிரசுரிக்க இருக்கிறோம் என்பதையும் தெரிவித்துக் கொள்ளுகிறோம்.

பகுத்தறிவு - 06 . 01. 1935

தெரிவிப்பு

எழுத்து வடிவங்கள் திருத்தம்

ணா, றா, னா, ணை, னை, ளை, லை ஆகிய எழுத்துக்களை முறையே ணா, றா, னா, ணை, லை, ளை, னை என்பதாகத் திருத்தி அச்சுக் கோர்த்திருக்கிறோம்.

குடி அரசு - 13. 01. 1935

தொகுதி 1

மொழி

தமிழ் எழுத்து சீர்திருத்தம்

தமிழ் பாஷை எழுத்துக்கள் விஷயமாய் பல சீர்திருத்தங்கள் செய்யப்பட வேண்டும் என்பது அனேகருக்குள் வெகுகாலத்திற்கு முன்பு இருந்தே ஏற்பட்டிருந்த அபிப்பிராயங்களாகும்.

தோழர் குருசாமி அவர்கள் எழுதியது போல் பெருத்த பண்டிதர்களில் கூட பலர் எழுத்துச் சீர்திருத்த விஷயமாய், வெகு காலமாகவே பேசி வந்திருக்கிறார்கள்.

தமிழ் எழுத்துக்களைப் பற்றி அழுக்கு மூட்டைப் பண்டிதர்கள் எவ்வளவு தத்துவார்த்தம் சொன்னாலும் அது எவ்வளவோ விஷயத்தில் சீர்திருத்தமடைய வேண்டும் என்பதில் நமக்குச் சிறிதும் சந்தேகமில்லை.

ஒரு பாஷையோ, ஒரு வடிவமோ அல்லது வேறு பல விஷயமோ எவ்வளவு பழையது, தெய்வீகத் தன்மை கொண்டது என்று சொல்லிக் கொள்ளுகின்றோமோ, அவ்வளவுக்கு அவ்வளவு அவற்றில் சீர்திருத்த வேண்டிய அவசியமிருக்கின்றது என்பது அதன் உண்மைத் தத்துவமாகும்.

உதாரணமாக நெருப்புக்கு சுமார் நூறு ஆயிரம், பதினாயிரம் வருஷங்களுக்கு முந்தி சக்கி முக்கி கல்லுகள் தான் ஏற்படுத்தப்பட்டிருந்தன.

இது ஒரு "கடவுளால்" ஆதியில் பொதிய மலையில் இருந்தோ, கைலாச மலையில் இருந்தோ கண்டுபிடிக்கப்பட்டதாகவோ, உபதேசிக்கப்பட்டதாகவோ இருக்கலாம். ஆனால் இன்று நெருப்புக்கு ஒரு பொத்தானை அழுத்துவதோ, ஒரு முளையை திருப்புவதோ ஆகிய காரியத்தில் வந்து விட்டது.

இதுபோலவே பஞ்ச பூதங்களிலும் அவைகள் உற்பத்தி, சேர்க்கை, அனுபவம் ஆகியவைகளிலும் நாளுக்கு நாள் எவ்வளவு சீர்திருத்தங்கள் செய்யப்பட்டு வருகின்றன என்பதும் இன்னும் எவ்வளவு செய்ய வேண்டியிருக்கின்றன என்று மக்கள் கருதுகிறார்கள் என்பதும் தெரிந்தால் கேவலம் ஒரு புராதன பாஷை எழுத்துக்கள் என்பதில் எவ்வளவு சீர்திருத்தம் அவசியமிருக்கும், அல்லது செய்யக்கூடும் என்பது தானாய் விளங்கும்.

சாதாரணமாய் 500 வருஷத்திற்கு முந்தி இருந்த மக்களின் அறிவுக்கும், அவர்களின் வாழ்க்கை சௌகரியத்துக்கும் இன்று இருக்கும் மக்களின் அறிவுக்கும், வாழ்க்கை அவசியத்துக்கும் எவ்வளவோ மாறுதலும், முற்போக்கும் இருந்து வருகின்றன என்பதை யாரும் மறுக்க முடியாது.

இதனால் பூர்வீக மக்களை மடையர்கள் என்றே சொல்லி ஆக வேண்டும் என்பதாக நாம் சொல்ல வரவில்லை. ஆனால் பூர்வீக மக்கள் என்பவர்கள் விஷயங்களையும், ஞானங்களையும் அல்லது திருத்தங்களையும் எவ்வளவு தூரத்தில் கொண்டுவந்து விட்டுப் போனார்களோ அதிலிருந்தே அதற்குப் பிற்காலத்து மக்கள் அவ் விஷயங்களை ஆரம்பித்து வைக்க ஹேது இருந்ததால் அதைவிட சற்று அதிக முற்போக்கான நிலமைக்கு அவ்விஷயங்களைக் கொண்டு வந்து விட்டுப் போக முடிந்தது.

அதுபோலவே இப்போதும் அதிலிருந்தே ஆரம்பிக்கின்றபடியால் அது இன்னும் விசேஷமான மாறுதல்களாக முடிகின்றது. அது போலவே இன்னும் ஒரு *100* ஆண்டு அல்லது *500* ஆண்டுகள் சென்றால் இன்றைய நிலையில் இருந்து இன்னமும் எவ்வளவோ தூரம் மாற்றமடைந்த முன்னேற்றங்கள் என்பவை ஏற்படலாம். அதனால் இந்த நூற்றாண்டு மக்களை காட்டுமிராண்டிப் பிராயமுள்ள மக்கள் என்றுகூட சொல்லும்படி ஏற்பட்டாலும் ஏற்படலாம். அதற்காக வேண்டி இன்னமும் ஐநூறு வருஷத்திற்குப் பின் எப்படி இருக்க வேண்டிவரும் என்று கருதி இப்பொழுதே கண்டுபிடித்து செய்துவிட முடியாது.

முன்னேற்றம், மாறுதல் என்பவைகள் காலதேச வர்த்தமானத்தையும், அன்று உள்ள அறிவு விருத்தியையும் பொருத்ததே ஒழிய மத வெறியர்கள் சொல்லுவது போன்ற தீர்க்கதரிசனத்தைப் பொருத்ததல்ல என்பதே நமது அபிப்பிராயம். முக்காலத்துக்கு ஏற்ற தீர்க்கதரிசனம் என்பது ஆராய்ச்சி அற்ற அறிவீனர்களின் வசனமேயாகும். "விபூதி வைத்துக் கொள்ளுவதற்கு ஆக கடவுள் மனிதனுக்கு நெற்றியை நீள வசத்தில் மூன்று விரல் உயரத்தில் 6 அங்குல அகலத்தில் ஏற்படுத்தினார்" என்று சொல்லுவது எவ்வளவு தீர்க்க தரிசனமும், தத்துவார்த்தமும் கொண்டதோ அதுபோல் தான் முக்கால தீர்க்கதரிசனமும் ஆகும். ஆதலால் உலக விஷயங்களில் மனித சமூக வாழ்க்கை சம்பந்தப்பட்டவைகளில் தீர்க்கதரிசனத்தையும், தெய்வீகத் தத்துவார்த்தங்களையும் கொண்டு வந்து கலக்கிக்கொண்டு குரங்குப்பிடியாய் பழமையையே கட்டிக்கொண்டு அழுவதினாலோ, அல்லது மாறுதல்கள் வரும் போதெல்லாம் சீறி விழுந்து கோபிப்பதினாலோ யாதொரு பிரயோஜனமும் ஏற்பட்டு விடாது என்பதோடு அது சாத்தியப்படக் கூடியது என்றும் சொல்ல முடியாது.

பழயதை மாற்றக் கூடாது என்பதும், பழயவைகள் எல்லாம் தெய்வாம்சத்தால் ஏற்பட்டதென்பதும், பழய செய்கைகளோ, பழய தத்துவங்களோ, பழய மாதிரிகளோ, பழய உபதேசங்களோ முக்காலத்துக்கும், முடிவு காலம் வரைக்கும் இருப்பதற்கும், பின்பற்றுவதற்கும், தகுதியான தீர்க்க தரிசனத்துடன் தெய்வீகத் தன்மையில் ஏற்பட்டது என்று சொல்லப்படுமானால் அவைகளை மத வெறியர்களுக்கும் பழமையில் பிழைக்கக் காத்துக் கொண்டிருக்கும் சோம்பேறி சுயநலக் கூட்டங்களுக்கும் விட்டுவிட வேண்டுமே ஒழிய அவற்றைப் பொதுஜன சாதாரண நித்திய வாழ்க்கையில் கொண்டு வந்து கலக்கி முற்போக்குக்கும், சௌகரியத்துக்கும் தொல்லை விளைவிக்கக் கூடாது.

எவ்வளவு மதவெறியனும், குரங்குப் பிடிவாதக்காரனும் இன்றைய வாழ்க்கையில் மாற்றமடைந்து கொண்டும் மாற்றத்தை ஏற்றுக் கொண்டும்தான் இங்கு வாழ்ந்து வருகிறானே ஒழிய எவனும் தெய்வீகத்துக்கு மாறுபட்டதென்றோ, தத்துவங்களுக்கு மாறுபட்டதென்றோ கருதி எதையும் விட்டு விட்டு காட்டுக்கு ஓடிப் போகவில்லை. அல்லது தற்கொலை செய்து கொண்டு "ஆண்டவனை" அடைந்து விடவும் இல்லை.

ஆகையால் மாறுதலைக் கண்டு அஞ்சாமல் அறிவுடைமையோடும், ஆண்மையோடும் நின்று விஷயங்களை நன்றாய் ஆராய்ச்சி செய்து காலத்துக்கும், அவசியத்துக்கும் தக்க வண்ணம் தள்ளுவன தள்ளி, கூட்டுவன கூட்டி திருத்தம் செய்ய வேண்டியது பகுத்தறிவு கொண்டவன் என்னும் மனிதனின் இன்றியமையாத கடமையாகும் என்பதை அனேகர் உணர்ந்திருந்தாலும், அதன் பயனாய் இன்றைய தமிழ் எழுத்துக்களில் செய்யப்பட வேண்டிய மாற்றங்கள் பல என்பதைப் பற்றி பலருக்கு அபிப்பிராயம் இருந்தாலும் யெவரும் தைரியமாய் முன்வராமலே இருக்கிறார்கள். "இவ்வளவு பெரிய காரியத்திற்கு பாஷை ஞானம், இலக்கண ஞானம், பொதுக்கல்வி இல்லாத ஒரு சாதாரண மனிதன் முயற்சிக்கலாமா" என்பது ஒரு பெரிய கேள்வியாக இருக்கலாம். அது உண்மையாகவும் இருக்கலாம். ஆனால் தகுந்த புலமையும், பாஷா ஞானமும், இலக்கண அறிவும் உள்ளவர்கள் எவரும் முயற்சிக்காவிட்டால் என் செய்வது? தவம் செய்வதா? அல்லது ஜபம் செய்வதா?

தமிழ் ஏற்பட்டது இன்று நேற்றல்ல. எழுத்துக்கள் ஏற்பட்டது இன்று நேற்றல்ல. ஆனால் எழுத்துக்கள் கல்லிலும், ஓலையிலும் எழுதும் காலம் போய் காகிதத்தில் எழுதவும், அச்சில் வார்த்துக் கோர்க்கவும் ஏற்பட்ட காலம் தொட்டு இன்று வரை அவற்றில் யாதொரு மாற்றமும் ஏற்பட்டதாகத் தெரியவில்லை. ஆதலால் யாராவது ஒருவர் துணிந்து இறங்க வேண்டியதாயிற்று.

புதிய மாறுதல்களால் அதாவது போக்குவரத்து வசதியின் காரணத்தால் ஏற்பட்ட பல தேச மக்கள் கூட்டுறவாலும், பல தேச பாஷை சொற்களும், பல தேசப்பொருள்களும் கலரும்படி ஏற்பட்ட சம்பவங்களாலும், இன்று அனேக வார்த்தைகள் உச்சரிப்புகள் தமிழில் சர்வ சாதாரணமாய் கலந்து விட்டன. அவைகளை உச்சரிக்கும்போதும், எழுதும் போதும் தமிழ் பாஷையும், தமிழ் எழுத்தும் விகாரமாய் வெட்கப்பட வேண்டி இருக்கிற தன்மையில் இருக்கின்றன. (அதற்கு தத்துவார்த்தமும், விதியும் இருக்கலாம்) ஆதலால் சில எழுத்துக்கள் வேறு பாஷைகளில் இருந்து எடுத்துக் கொள்ள வேண்டியதுகூட மிக அவசியமாகும். அதற்கு வெட்கமாய் இருக்கும் பக்ஷம் புதியதாகவாவது எழுத்துக்களை உண்டாக்கிக் கொள்ள வேண்டும்.

இவைகள் ஒருபுறமிருக்க இப்போது உயிர் மெய் எழுத்துக்கள் என்று சொல்லப்படும் 18 எழுத்துக்களிலும் ஒவ்வொன்றுக்கும் உள்ள இகரம், ஈகாரம், உகரம், ஊகாரம் ஆகிய நான்கு சப்தங்கள் கலந்த எழுத்துக்கள் தனித்தனி வடிவம் கொண்டு அதாவது கி, கீ, கு, கூ என்பது மாதிரியே 18 எழுத்துக்களும் தனித்தனி உருவம் பெற்று 18 X 4 = ஆக மொத்தம் 72 எழுத்துக்கள் அதிகமாக அனாவசியமாக இருந்து வருகின்றன.

இந்தத் தனித்தனி வடிவங்கள் எதற்காக இருக்க வேண்டும்? எல்லா உயிர்மெய் எழுத்துக்களுக்கும் ஆ காரம், ஏ காரம் ஆகிய சப்தங்களுக்கு ா, ே ஆகிய குறிப்பு களைச் சேர்த்து எப்படி கா, கே என்று ஆக்கிக் கொள்ளுகின்றோமோ அதுபோலவே மேல்கண்ட கி, கீ, கு, கூ முதலிய சப்தங்களுக்கும் ஒரு தனிப்பட்ட குறிப்பு அடையாளத்தை ஏன் சேர்த்துக் கொள்ளக் கூடாது என்பது மிகவும் யோசிக்கத்தக்க விஷயமாகும்.

உதாரணமாக ஜ, ஷ முதலிய கிரந்த அக்ஷரங்கள் என்று சொல்லப் படுபவைகளுக்கு இன்றும் உ கரம், ஊ காரம் சப்தங்களுக்கு கு, கூ என்கிற மாதிரி தனி எழுத்துக்கள் இல்லாமல், உ கரத்துக்கு ு இந்த மாதிரி குறிப்புகளையும் ஊ காரத்திற்கு ூ இந்த மாதிரி குறிப்புகளையும் சேர்த்து ஜு, ஜூ, ஷு, ஷூ, ஸு, ஸூ, ஹு, ஹூ என்பதாக ஏற்படுத்தி இருக்கிறார்கள். அதுபோல் தமிழ்

எழுத்துக்களிலும் கி, கீ, கு, கூ ஆகியவைகளுக்கு ¬, ൗ என்பது போன்றவை களையோ அல்லது வேறு விதமான குறிப்புகளையோ சேர்த்தால் அச்சில் 72 தனி எழுத்துக்கள் தேவையில்லை என்பதோடு பிள்ளைகள் தமிழ் கற்பதற்கும் 72 எழுத்துக்களைத் தனியாக இந்த ஞாபகம் வைத்துக் கொள்ள வேண்டிய அவசியமில்லாத சௌகரியமும் ஏற்படும்.

மற்றும் எழுத்துக் குறைவால் அச்சில் சௌகரியம் ஏற்படுவது போலவே தமிழ் எழுத்து டைப்ரயிட்டிங்கி என்று அச்சடிக்கும் யந்திரம் செய்வதிலும், மிகுந்த சௌகரியமும், விலை சகாயமாய் செய்யக்கூடிய நிலைமையும் ஏற்படும்.

எழுத்துக்கள் உருவம் மாற்றுவது, குறிப்புகள் ஏற்படுத்துவது, புதிய எழுத்துக்களைச் சேர்ப்பது, என்பது போலவே சில எழுத்துக்களை அதாவது அவசியமில்லாத எழுத்துக்களைக் குறைக்க வேண்டியதும் அவசியமாகும்.

உதாரணமாக உயிரெழுத்துக்கள் என்பவைகளில் ஐ, ஔ என்கின்ற இரண்டு எழுத்துக்களும் தமிழ் பாஷைக்கு அவசியமில்லை என்பதே நமது வெகுநாளைய அபிப்பிராயமாகும். ஐ காரம் வேண்டிய எழுத்துக்களுக்கு ை இந்த அடை யாளத்தைச் சேர்ப்பதற்கு பதிலாக ய் என்ற எழுத்தை பின்னால் சேர்த்துக் கொண்டால் ஐ கார சப்தம் தானாகவே வந்து விடுகின்றது. உதாரணமாக கை என்பதற்குப் பதிலாக கய் என்று எழுதினால் சப்தம் மாறுவதில்லை என்பது விளங்கும்.

அதுபோலவே ஔகாரத்துக்கும், கௌ என்பதற்குப் பதிலாக கவ் என்றோ, கவு என்றோ எழுதினால் சப்தம் மாறுவதில்லை. கௌமதி கவ்மதி, கவுமதி என்கின்ற சப்தங்கள் ஒன்று போலவே உச்சரிப்பதைக் காணலாம்.

இந்த வகையில் ஐ, ஔ இரண்டு எழுத்து உயிரெழுத்திலேயே குறைத்து விட்டால் அதனாலும் பெரிதும் அனுகூலம் உண்டு.

ஆகவே கி, கீ, கு, கூ என்கின்ற சப்தங்களுக்கு தனிக்குறிப்பு வடிவங்கள் ஏற்படுத்துவதன் மூலம் குறிப்புகள் அதிகமானாலும் ஒ, ஔ குறிப்புகள் குறைபடுவதன் மூலம் கிட்டதட்ட சரிபட்டுப் போக இடமேற்படும். கையெழுத்து எழுதுவதற்கும் அசௌகரியமிருக்காது.

தமிழ் எழுத்துக்களில் மேலே குறிப்பிட்ட இந்தப்படியான சீர்திருத்தங்கள் எல்லாம் செய்யப்படுமானால் அப்போது தமிழில் மொத்த எழுத்துக்கள் 46 ம் 7 குறிப்பு எழுத்துக்களும் ஆக 53 எழுத்துக்களில் தமிழ் பாஷை முழுவதும் அடங்கிவிடும்.

அதாவது உயிர் எழுத்து 10, உயிர் மெய் எழுத்து 18, ஒற்றெழுத்து 19 எழுத்துக்களின் குறிப்புகள் (அதாவது, ா, ¬, ൗ, ெ, ே இதுகள் போல்) 7 ஆக மொத்தம் 54 எழுத்துக்களுக்குள் அடங்கி விடும்.

அச்சுக்கும் 54 அரைகள் (கேஸ்கள்) இருந்தால் போதுமானதாகும். பிள்ளைகளுக்கும் இந்த 54 எழுத்துக்கள் ஞாபகமிருந்தால் போதுமானதாகும்.

ஜ, ஸ, ஷ, ஹ, க்ஷ என்கின்ற கிரந்த அக்ஷரங்களான எழுத்துக்களையும் சேர்த்துக் கொள்ள வேண்டுமானால் அதில் குற்றெழுத்து உள்பட ஒரு பத்து எழுத்து அதிகமாகி 64 எழுத்துக்களாகலாம்.

ஆனால் இப்பொழுதோ - 64 எழுத்துக்களுக்குப் பதிலாக சுமார் 150க்கு மேல் 160 எழுத்துக்கள் வரை இருந்து வருகின்றன என்பதும் குறிப்பிடத்தக்கதாகும்.

தொகுதி 1 மொழி

பாஷையின் பெருமையும், எழுத்துக்களின் மேன்மையும் அவை சுலபத்தில் தெரிந்து கொள்ளக்கூடியதாகவும், கற்றுக் கொள்ளக்கூடியதாகவும் இருப்பதைப் பொருத்ததே ஒழிய வேறல்ல. ஆதலால் இந்த மாற்றங்கள் நாளாவட்டத்தில் செய்யக் கூடியது என்று சொல்லுவதானாலும் ணா, ணை முதலிய 7 எழுத்துக்களைப் பொருத்த வரையில் உள்ள மாற்றத்தை வாசகர்கள் இப்போது முதலே அனுமதிப்பார்கள் என்றே கருதுகின்றோம்.

இதுவரை பல தோழர்கள் ஆதரித்ததோடு மற்ற மாறுதல்களையும் எழுதி யிருப்பதும் இப்பொழுதே செய்ய வேண்டுமென்று குறிப்பிட்டிருப்பதும் நமக்கு தைரியத்தைக் கொடுக்கின்றது.

அவர்களுக்கு நமது நன்றியும் பாராட்டுதலும் உரியதாகுக.

குடி அரசு – 20. 01. 1935

இந்தியாவுக்கு ஆங்கிலம் "வரப்பிரசாதம்"

தேசீயவாதிகளுக்குப் புத்தி முளைக்கிறது
ஹிந்தி பக்தர்கள் என்ன செய்யப் போகிறார்கள்
மிஸஸ் சரோஜினி தேவியின் பேச்சு

- தேசீயத் துரோகி

இந்தியாவுக்குப் பொதுப்பாஷையாக ஆங்கிலம் வழங்கி வருகிறது. ஆங்கில அரசாங்கத்தார் செய்த நன்மையில் இதுவொன்று. அவர்கள் நமது நாட்டிற்கு வந்திராவிட்டால் இது பொதுப்பாஷையாக ஆகி இருக்க மாட்டாது. ஆங்கிலங் கற்றதினால் நமது சமுதாயத்திலே சில மாறுபாடுகள் தோன்றின. ஜாதிப்பைத்தியம் - வேற்றுமை கொஞ்சம் அகலத் தொடங்கியது. மூடநம்பிக்கைகளின் பயனாய் வயிறு வளர்க்கும் கூட்டம் தவிர மற்றவர்களிடையில் கொஞ்சம் கொஞ்சம் மூடநம்பிக்கை ஒழிய ஆரம்பித்தன. பழக்க வழக்கங்கள் சிறிது சிறிது மாற ஆரம்பித்தன. சகோதரத்துவத்தைப் பற்றி வாயளவிலாவது பேசும்படியான நிலை ஏற்பட்டது. நடை உடை பாவனைகளிலும் மாறுதல் ஏற்பட்டுக் கொண்டு வந்தது.

அன்றியும் மக்களுக்குள் சுதந்திர உணர்ச்சி தோன்றவும், தாழ்த்தப்பட்டவர்கள் விழித்தெழவும், பெண் மக்கள் கர்ஜனை செய்யவும், பல துறைகளிலும், சீர்திருத்தக் காரர்கள் தோன்றவும், இந்திய சமுதாயத்தையே மாற்றி புதியதொரு சமுதாயமாக ஆக்க வேண்டும் என்ற உணர்ச்சி மக்களுக்கும் எழவும், அதற்காக சிலராவது உழைக்கவும், இதன் பொருட்டு ஆங்காங்கே சில சங்கங்கள் தோன்றவும், புற்றீசல் போல் பத்திரிகைகள் புறப்படவும், இங்கிலீஷ் பாஷையினால் தான் என்றால் நியாயபுத்தி உள்ளவர்கள், மறுக்க மாட்டார்கள். இப்படிப்பட்ட நிலையில் முளைத்ததையா! தேசீயம்; பாழும் தேசீயம்! குறுகிய மனப்பான்மை கொண்ட தேசீயம் - பிற்போக்கான தேசீயம் - சமுதாய மாறுபாட்டை விரும்பாத தேசீயம் தோன்றி, நூறு வருஷ உழைப்பைப் பத்து வருஷத்தில் பாழாக்கிற்று. 50 வருஷத்தில் அடைய வேண்டிய அபிவிருத்தியை 500 வருஷத்திற்குத் தள்ளி வைத்தது. மறைந்து போன வைதீகம் தலையெடுக்க ஆரம்பித்தது. கிராப்பு வைத்திருந்தவர்கள் தேசீயத்தின் பெயரைச் சொல்லி உச்சிக் குடுமி வைத்துக் கொண்டனர். காற்சட்டை மேற்சட்டை அணிந்தவர்கள், முழங்காலுக்கு மேல் துணி கட்டவும் 12 முழத் துணியில் பஞ்சகச்சம் கட்டி மேலாடையின்றி முண்டமாகத் திரிந்தனர். பட்டை நாமத்தையும், சாம்பற் பூச்சையும் விட்டவர்கள் திரும்பவும் அவைகளை குழைத்துத் தீட்டத் தொடங்கினர். மறந்து போன புராணக்கதைகள் திரும்பவும் படிக்கப் பட்டன. இவையெல்லாம் பாழும் தேசீயம் செய்த வேலை. இந்தத் தேசீயத்திற்கு

மூலகர்த்தா யார் என்று சொல்ல வேண்டியதில்லை. அவர்தான் அந்த வைதீக காந்தியார்.

தேசியம் என்றால், அரசியலில் மாத்திரமா தேசீயம்! படிப்பில் தேசீயம்! நடிப்பில் தேசீயம்! பாஷையில் தேசீயம்! ஆடையில் தேசீயம்! எங்கும் தேசீயம் என்பதே பேச்சாக இருந்தது. கூச்சலுக்குத் தகுந்த காரியம் நடக்கவில்லை என்பது உண்மைதான். ஆனாலும் சிலரை ரொம்பவும் பிற்போக்கான மனுஷாளாக - அதாவது, சுமார் நாலாயிரம் - ஐயாயிரம் வருஷங்களுக்கு முந்திய மனுஷர்களாக ஆக்கிவிட்டது. இதில் சந்தேகம் இல்லை.

நாம் ஆரம்பத்திலிருந்து தேசீயத்தைக் கண்டித்து வந்தோம். அது நம்மை மிருகப் பிராயத்திற்குத் திருப்பி இழுத்துக் கொண்டு போகும் என்று சொன்னோம். அதிலும் தேசீயத்தின் சின்னமாகிய கதரை அழுத்தமாகக் கண்டித்தோம். அதனால் சமுதாய நன்மை - சர்வதேச சகோதரத்துவம் பாதிக்கப்படும் என்று கூறினோம். அப்பொழுது இது அனேகருக்கு வெறுப்பாக இருந்தாலும், ஆத்திரமாக இருந்தாலும் இப்பொழுது உண்மை, தேசீயவாதிகள் அனேகருக்குப் புரிந்து விட்டது. ஆயினும் அதை விட்டுவிட தைரியமில்லாமல் கண்டிக்க ஆண்மை யில்லாமல் - கும்பலோடு கோவிந்தா போடுகின்றனர்.

அடுத்த தேசீயப் பாஷையைப் பற்றியது. "ஆங்கில பாஷை தேசீய உணர்ச்சிக்கு ஏற்றதல்ல; அந்நிய பாஷை; அடிமைப் புத்தியை உண்டாக்குவது; ஆகையால் அதை ஒழிக்க வேண்டும்; ஹிந்தியை தேசீயப் பாஷையாக்க வேண்டும்; இந்தியாவுக்கு பொதுமொழியாக இருக்க வேண்டும்" என்று தேசீயவாதிகள் கூச்சல் கிளப்பினார்கள். எங்கும் ஹிந்தியைப் பிரசாரம் பண்ண ஆரம்பித்தார்கள். இப்பொழுதும் நடைபெறுகின்றது; அதுதான் அரசாங்க பாஷையாக வரப் போகிறதென்று கூறிப் பிரசாரம் பண்ணுகிறார்கள்.

நாம் இந்தியைப் பொதுமொழியாக ஒப்புக்கொள்ள மாட்டோமென்றோம். அது பொதுபாஷையாக ஆவதற்கு யோக்கியதை இல்லாதது என்றோம். அதனைப் பொதுமொழியாக ஏற்படுத்தினால் மீண்டும் நாம் பிற்போக்கான வழியில் செல்ல வேண்டியவர்கள் ஆவோம் என்றோம்.

ஆங்கிலத்தில் தான் உலக வாழ்வுக்கு வேண்டிய எல்லாக் கலைகளும் பரவியிருக்கின்றன. இந்தியில் அவ்வாறு இல்லை. ஆங்கிலம் இப்பொழுதே பெரும்பாலும் இந்தியா முழுதும் பரவி இருக்கிறது; இந்தி அப்படி இல்லை. ஆங்கிலம் உலகில் எப்பாகத்திலும் இருந்து வருகிறது; இந்தி அப்படி இல்லை; இந்தியாவில் மாத்திரம் கொஞ்சம் பரவி இருக்கிறது. ஆங்கிலம் உலக பாஷையாக ஆனாலும் ஆகிவிடக் கூடும். இந்தி ஒரு நாளும் அப்படி ஆக முடியவே முடியாது. ஆங்கிலத்தில் மக்களுக்கு வேண்டிய சீர்திருத்த இலக்கியங்கள் நிறைந்திருக்கின்றன. இந்தியில் துளசிதாசர் இராமாயணந்தான் பெரிய இலக்கியமாக இருக்கிறது. ஆங்கிலம் சர்வதேச சகோதரத்துவத்தையும், உலக நாகரீகத்தையும் ஒன்றுபடுத்தும். இந்தி மக்களைப் பிரித்து வைக்கும், மிருக நாகரீகத்தை வலியுறுத்தும். ஆங்கிலம் மெல்லிய ஓசையுடைய பாஷை; மனிதரின் இருதயத்தைப் புண்படுத்தாது; இந்தி கடின சப்தங்களையுடைய முரட்டு மொழி; மனிதர் இருதயத்தைத் தொலைத்துப் புண்ணாக்கி விடும் என்றெல்லாம் கூறினோம். நாம் கூறிய காரணங்களை எவரும் ஆதாரத்துடன் மறுத்துக் கூறவில்லை.

என்ன செய்தார்கள் தெரியுமா? நம் மீது சீறி விழுந்தார்கள்! உறுமினார்கள்! குலைத்தார்கள்! தேசத்துரோகி என்றார்கள்! சண்டாளன் என்றார்கள்! பாவி

என்றார்கள்! அவற்றையெல்லாம் நாம் சிறிதும் லட்சியம் பண்ணவில்லை; இனி பண்ணப் போவதுமில்லை. ஆனால் அப்பொழுதே நமக்குத் தெரியும். அதென்ன வென்றால், இப்பொழுது இவர்களுடைய மூளை மடிப்புகளில் ஓட்டை விழுந்து விட்டன. ஆகையால் என்னென்னவோ சொல்லுகிறார்கள். பிற்காலத்திலாவது, சில வருஷங் கழித்தாவது இவர்களுடைய மூளை சரிப்பட்டு விடும்; அதன் பிறகு அறிவு முளைத்து விடும்; உண்மையை அறிந்து கொள்ளுவார்கள். நமது வழிக்கு திரும்பி விடுவார்கள் என்று எதிர்பார்த்துக் கொண்டுதான் இருந்தோம். உண்மை யாகவே நம்பியும் இருந்தோம். இப்பொழுது அந்த நிலை வந்து கொண்டிருக்கின்றது.

நமது உலக கவியாகிய சரோஜினி அவர்களைப் பற்றி உங்களுக்கு நன்றாகத் தெரியும். பெரும் தேசீயவாதியாக விளங்குகிறார்; காந்தியார் சொல்வதைச் சில சமயங்களில் மறுப்பது போலப் பேசினாலும், மறுபடி உடனே சரணாகதியடைந்து விடக் கூடியவர். அகில இந்தியக் காங்கிரஸ் தலைவர்களில் ஒருவர். பார்ப்பனர் களாலும், தேசீயவாதிகளாலும், ஹிந்திப் பிரச்சாரகர்களாலும் பெரிதும் கொண்டாடப் படுகிறவர். அவர் இப்பொழுது, ஆங்கிலத்திலேயே கல்வி கற்பிக்கப்பட வேண்டும் என்று சொல்லுகிறார். ஆங்கில பாஷையில் கல்வி போதிக்க ஆரம்பித்தது இந்திய மக்களுக்கு ஒரு வரப்பிரசாதத்தை ஒத்ததாகும் என்று சொல்லுகிறார். ஆங்கிலத்தினால் தான் நாம் உண்மைச் சுதந்திரத்தை அறிய முடிந்தது என்கிறார். சமூக வேற்றுமை ஒழிய ஆங்கிலமே சிறந்தது என்று முழங்குகிறார். ஆங்கிலத்தை ஒழித்து விட்டு இந்தி பாஷையைப் படிக்க வேண்டும் என்னும் குறுகிய தேசீயத்தில் தனக்கு நம்பிக்கை இல்லை என்று சொல்லுகிறார். இவ்வளவு ஏன்? அவருடைய - அதாவது அந்தப் பழுத்த - அகில உலக - இந்திய தேசீயவாதியாகிய கவியரசி சரோஜினி தேவியவர்கள் சென்ற 16.02.1935ல் லாகூரில் நடைபெற்ற பாஞ்சால மாணவர் மகாநாட்டில் இரண்டாம் நாள் தலைமை வகித்த போது பேசியுள்ள பேச்சைப் படித்துப் பாருங்கள்! நாம் சொல்லுவது விளங்கும். அந்தப் பேச்சாவது:-

> "ஆங்கிலப் பாஷையைப் போதிக்க ஏற்பாடு செய்ததானது இந்திய மக்களுக்குச் சிறந்த வரப்பிரசாதத்தைப் போன்றதாகும். ஆங்கிலத்தைப் போதிக்க ஏற்பாடு செய்த மெக்காலே (Macaulay) என்பவர் நமக்கு பெரிய நன்மையைச் செய்திருக்கிறார். ஆங்கிலத்தினாலேயே சுதந்திரத்தின் உண்மை லட்சியம் என்ன என்பதை நாம் அறிந்து கொண்டோம். சமூக வித்தியாசங்கள் ஒழிவதற்கு ஆங்கிலம் பொதுப்பாஷையாக இருப்பதுதான் ஏற்றதாகும். பிஷாவாரிலிருந்து கன்னியாகுமரி வரையிலும் நாம் நமது அபிப்பிராயங்களை வெளியிடுவதற்கு பொதுப்பாஷையாகிய ஆங்கிலமே துணையாக இருக் கின்றது. குறுகிய தேசீயத்தில் எனக்கு நம்பிக்கையில்லை. குறுகிய தேசீய மானது நமது முன்னேற்ற வழிகளுக்குத் தடையாக இருக்கும். இவ் விஷயத்தில் அரசாங்கத்தார் மேல் குற்றஞ் சொல்ல முடியாது. இந்தியர்கள் ஆங்கில பாஷையையே விரும்புகின்றனர். அதனை நிராகரிக்க விரும்ப வில்லை".

என்பது அந்தப் படே அம்மாளின் பேச்சு. இனி அந்த அம்மாளை இந்தி பக்தர்கள் என்ன சொல்லி அழைக்கப் போகிறார்கள்? நாம் அந்த நாள் முதல், இந்த நாள் வரையில் சொல்லிக் கொண்டிருக்கும் விஷயம் புரிகிறதா? இனியாவது புரியுமா?

குடிஅரசு - 24. 02. 1935

போக்கிரித்தனமான புகார்

சென்ற வாரம் நமது "குடிஅரசு" பத்திரிகையின் தலையங்கத்தில் தோழர் சுந்தராம்பாள் அம்மாள் விஷயமாகப் பார்ப்பனர்கள் பொறாமை கொண்டு தம் பத்திரிகைகளில் செய்து வரும் விஷமத்தனமான பிரசாரத்தைப் பற்றி எழுதி யிருந்தோம்.

இவ்வாரம் பார்ப்பனர்களுடையவும், பார்ப்பனப் பத்திரிகைகளினுடையவும், போக்கிரித்தனமான புகார்களைப் பற்றி எழுத வேண்டிய அவசியம் ஏற்பட்டதற்கு மிகுதியும் வருந்துகின்றோம்.

நம் நாட்டு பார்ப்பனர்களை நாம் பகைக்கவோ, வெறுக்கவோ, சிறிதுகூட ஆசைப்படுவது கிடையாது என்பதோடு, எப்படியாவது அவர்களுடன் கலந்து ஐக்கியப்பட்டு தொண்டாற்ற ஏதாவது ஒரு சந்தர்ப்பம் கிடைக்காதா என்றே சிறப்பாக சிறிது காலமாய் கவலைப்பட்டுக் கொண்டிருக்கிறோம்.

இந்நிலையில் பார்ப்பன விஷமம் எல்லைக்கடங்காது, மேலும் மேலும் பெருகிக் கொண்டே போவதுடன் இந்நாட்டில் இனி தமிழ் மக்கள் வாழ்வதா? அல்லது பார்ப்பனர் வாழ்வதா? என்கின்ற இரண்டிலொன்றைக் கரைகாண பார்ப்பனர் ஒருங்கே கூடி முனைந்து விட்டார்கள். அது பற்றி எதையுஞ் செய்யத் துணிந்து விட்டார்கள் என்றே சொல்ல வேண்டியிருக்கிறது.

நாடகக் கலையில் ஒரு தமிழ் மாது பெரும் புகழ் பெறக்கூடாது என்று எப்படி விஷமப் பிரசாரம் செய்தார்களோ, அதுபோலவே இந்த வாரத்தில் தமிழ் கலையில் ஒரு தமிழ் பெரியார் பேரும், புகழும் பெறுவதற்கு இடையூறாய் தங்கள் விஷத்தைக் கக்க ஆரம்பித்து விட்டார்கள்.

தென்னாட்டுக் கலாவல்லவருள் தலைசிறந்து விளங்கும் சுவாமி வேதாசல மென்னும் மறைமலை அடிகள் அவர்களை தமிழ் உலகமும், சிறப்பாக சைவ உலகமும் நன்கறிந்திருக்கும் என்பதில் யாருக்கும் ஐயமிருக்காது.

சுவாமிகள் ஒரு பெரும் ஆஸ்திகர் என்பதோடு தமிழ் பாஷையில் இணை யில்லாத பண்டிதர் என்பதும் தமிழ் பாஷையுடையவும், தமிழ்பாஷையின் வளர்ச்சியின் எதிரிகளும் அறிந்ததே யாகும். அதோடு மாத்திரமல்லாமல் சுவாமிகள் சுயமரியாதைக் கொள்கைக்கு மாறானவர் என்பதோடு சுயமரியாதைக் கொள்கை யானது, மக்களுக்குக் கேடு விளைவிக்கத் தக்கது என்கின்ற அபிப்பிராயமும் உடையவர்.

அன்றியும் சுவாமிகளின் தோளானது ஒரு முப்பிரி நூலைச் சுமந்து யிருக்கு மானால் இத்தென்னாட்டுப் பார்ப்பனர்கள் இன்று அவரை அகஸ்தியராக்கி யிருப்பார்கள். ஏனெனில் அவரினின்று எத்தனையோ மடங்கு தாழ்ந்த ஞானமுடை யவர்கள் பருத்தி நூலைத் தாங்கிய பண்பினாலேயே மகாமஹோபாத்தியாயரானதோடு மாத்திரமல்லாமல் தமிழ் "கடவுளான சுப்பிரமணியனுக்கு" ஒப்பாகப் பேசியும், எழுதியும் விளம்பரப்படுத்தி இருக்கிறார்கள்.

உதாரணமாக இன்று தமிழ்பாஷையின் பேரால் பெருநிதி திரட்டிக் கொண்ட வரும் பெரும் புகழ் அமைத்துக் கொண்டவரும் தமிழுக்குத் தாயகமெனவும் விளம்பரப்படுத்தப்பட்டு மகாமஹோபாத்தியாயர் எனப் பட்டம் சூட்டப் பெற்றவருமான தோழர் உ.வே.சாமிநாதையர் அவர்களை ஒரு தட்டில் வைத்து சுவாமி வேதாச்சலமவர்களை மற்றொரு தட்டில் வைத்து நிறுக்கப்படுமானால், எத்தனை சுவாமிநாதய்யர்களைப் போட்டால் சுவாமி வேதாச்சலம் வீற்றிருக்கும் தட்டை அசைக்க முடியும் என்பதை, ஒவ்வொரு நேர்மையான மகனும் தன் தன் நெஞ்சில் கையை வைத்து உண்மை உணர்வோடு பார்ப்பானானால் நன்றாய் விளங்கிவிடும்.

தோழர் சுவாமிநாதய்யர் அவர்கள் வெகுகாலமாக பல தமிழ்ப் பெரியாரும், தமிழ் அபிமானிகளும் சேர்த்து வைத்திருந்த தமிழ் இலக்கியச் சுவடிகளையும், அவற்றிற்கு அவ்வப்போது பல அறிஞர்களும், பண்டிதர்களும் குறித்து வைத்து இருந்த உரைகளையும், கருத்துகளையும் கைப்பற்றி அவற்றில் பார்ப்பனரல் லாதாருக்கு அனுகூலமாகவும், பார்ப்பனர்களுக்கு பிரதிகூலமாகவும் இருந்த கூற்றுகளை மாற்றியமைத்து ஆற்றிய நூல்கள் போலவே எல்லாவற்றையும் பார்ப்பனீயத்துக்கு அரணாக்கிப் பதிப்பித்துப் பயன் பெற்றார் என்பதல்லாமல் தன் சொந்த மனோதர்மத்தில் யாவருக்கும் பயன்படும்படி பார்ப்பன முறையில் ஏதாவது புத்தகமோ, வியாசமோ எழுதி இருக்கின்றாரா என்று பார்த்தால் நாம் கூறுவதில் உண்மை இருக்கின்றதா? இல்லையா? என்பது செவ்வன விளங்கும்.

சுவாமி வேதாச்சலமவர்கள் அவ்வாறின்றி எத்தனையோ நூல்கள் தாமாகவே இயற்றியதுடன் தமதாராய்ச்சித் திறத்தால் எவ்வளவோ அரிய விஷயங்கள் கண்டு பிடித்து சகல மக்களும் பயன்படத்தக்க பல அரிய கருத்துக்களையும் வெளியிட்டு வந்திருக்கிறார் என்பதை தமிழின் "கூற்றுவர்"களும் உணருவார்கள்.

இப்படிப்பட்ட சுவாமி வேதாச்சலமவர்களைப் பற்றி நமது பார்ப்பனர்கள் விஷமப் பிரசாரம் செய்ய இப்போது ஏன் புறப்பட்டார்கள் என்பது சிலருக்கு அதிசயமாகத் தோன்றலாம்; ஆனால் நமக்கு அது அதிசயமாய்த் தோன்றவில்லை. ஏனெனில் இதற்கு முன்னாலேயே செய்திருக்க வேண்டியவர்கள் இத்தனை நாள் எப்படி சுவாமி வேதாச்சலத்தைப் பற்றி விஷமப் பிரசாரம் செய்யாதிருந்தார்கள் என்பதுதான் ஒருவருக்கு ஆச்சரியமாகத் தோன்றலாம்.

இரண்டைப் பற்றியும் ஆச்சரியப்பட வேண்டியதில்லை என்பதே நமதபிப்பிராயம். ஏனெனில் மறைமலையடிகளைப் பற்றி நம் பார்ப்பனர்கள் முன்னும் விஷமப் பிரசாரம் செய்துதான் வந்திருக்கிறார்கள், இப்போதும் செய்துதான் வருகிறார்கள், இனியும் செய்யத்தான் போகிறார்கள்.

எப்பொழுது அவர் சுவாமி வேதாச்சலமானாரோ அப்போது முதலும், எப்பொழுது சுவாமி வேதாச்சலமவர்கள் சுவாமி வேதாச்சலமென்னும் மறைமலை அடிகள் என்பதாக ஆனாரோ அப்பொழுது அதைவிட அதிகமாகவும் அவரைப் பற்றி விஷமப் பிரசாரம் செய்து கொண்டேதான் இருக்கிறார்கள்.

நமது பார்ப்பனர்களுக்கு ஒருவன் விரோதியாக வேண்டுமானால் தமிழ் பாஷையில் இணையில்லாப் பற்றும், இணையில்லா ஞானமும் இருந்து வருவது ஒன்றே போதுமானதாகும்.

அப்படிக்கிருக்க நமது சுவாமி வேதாச்சாலமவர்களை பார்ப்பனர் எப்படி வெறுக்காமலும், பழித்துக் கூறாமலும் இருக்க முடியும்.

இப்பொழுது சுவாமி வேதாசலம் அவர்களைப் பற்றி பார்ப்பனக் குழாத்திலும் அவர்களது பத்திரிகைகளிலும் நடந்து வரும் பிரசாரத்தை நாம் விஷமப் பிரசாரம் என்று மாத்திரம் சொல்வதல்லாமல் அதை ஒரு போக்கிரித்தனமான புகார் பிரசாரம் என்று சொல்ல வேண்டியிருக்கிறது.

ஏனெனில் சுவாமிகள் எழுதிய அறிவுரைக் கொத்து என்னும் ஒரு சிறிய நூலில், “தமிழ் நாட்டவரும் மேல் நாட்டவரும்” என்ற தலைப்பின் கீழ் எழுதியுள்ள ஒரு கட்டுரையைக் குறிப்பாக கொண்டு அது தேசநலனுக்கும் மக்கள் நலனுக்கும் கேடானது என்பதாகச் சொல்லி அவரது பெயருக்கு இழுக்கு உண்டாகும்படியாக பிரசாரம் செய்கின்றார்கள்.

இரண்டு வாரகாலமாக இந்தப்பிரசாரம் பத்திரிகைகளில் அடிபடுவதோடு பல பார்ப்பனப் பத்திரிகைகள் இவ்விஷயத்திற்கு ஆக தலையங்கமும் உப தலையங்கமும் எழுதுவதோடு வழக்கம் போல் ஆங்காங்கு கூட்டம் போட்டு கண்டித்ததாக சூட்சிச் செய்திகளும் பிரசுரமாகின்றன. அவற்றுள் ஒரு பத்திரிகை “விஷமத்தனமான புத்தகம்” என்கின்ற தலைப்பிலும், மற்றொரு பத்திரிகை மறைமலை அடிகள் சுயமரியாதைக் கட்சியில் சேர்ந்துவிட்டார் என்பது ஆகவும், மற்றும் பல தங்களுக்கு தோன்றிய விதமாகவும் எழுதி அப்புத்தகத்தை பள்ளிகளில் பாடமாக வைத்தது பிசகு என்றும் அதை எடுத்து விட வேண்டும் என்றும் எழுதி இருக்கின்றன.

இந்தக் கூற்றுகளை வேண்டுமென்றே செய்யப்படும் போக்கிரித்தனமான விஷமக் கூற்று என்று சொல்லி தீர வேண்டிய நிலையில் இருக்கிறோம்.

ஏனெனில் சுவாமி வேதாசலம் அவர்களால் எழுதப்பட்ட அறிவுரைக் கொத்து என்னும் புத்தகத்தில் தமிழ் மக்களை இழிவுபடுத்தியும் அடிமைப்புத்தி ஏற்படும் படியும் துவேஷம் ஏற்படும்படியும் கட்டுரை எழுதி தமிழ் மக்களை கேவலப்படுத்தி இருப்பதாக எழுதி ஓலமிடுகின்றன. அதில் என்ன எழுதப் பட்டிருக்கிறது, எதற்காக இப்படி ஓலமிட வேண்டியதாயிற்று என்பதற்கு உதாரணம் காட்டும் போது ஒரு பத்திரிகையானது,

1. “தமிழருக்கு சுய அறிவு கிடையாது”
2. “ஒற்றுமைக் குணம் கிடையாது”
3. “கல்வியில் விருப்பம் கிடையாது”
4. “மேல்நாட்டார் இங்கு வருமுன் உயர்ந்த பள்ளிக்கூடம் கிடையாது”
5. “தமிழர்கள் கைக்கூலி (லஞ்சம்) கொடுக்கிறார்கள்”
6. “உத்தியோகம் பெற எதையும் செய்கிறார்கள்”
   அப்படி என்றால் என்ன? என்றும் கேட்கின்றது.
7. “பணம் சேர்ப்பதற்கே கல்வி கற்கிறார்கள்”

என்ற வாக்கியங்களை எடுத்துக் காட்டி இவை அடிமைப்புத்தியையும் துவேஷத்தையும் விளைவிக்கும் என்று சொல்லி இப்புத்தகத்தை பள்ளிப் பிள்ளைகள் படிக்கும்படியாக அனுமதிக்கக் கூடாது என்று எழுதியிருக்கின்றது.

இவற்றிற்கு சமாதானம் கூறியே இப்பத்திரிகைகளின் போக்கை போக்கிரித்தனமான புகார் கூறும் குணமுடையவை என்று எடுத்துக் கூற ஆசைப்படுகின்றோம்.

1. தமிழருக்கு சுய அறிவு கிடையாது என்பதில் ஏதாவது குற்றமிருக்கிறதா என்று கேட்கின்றோம்.

கோடிக்கணக்கான தமிழ்நாட்டுத் தமிழ் மக்களில் நூற்றுக்கு 10 அல்லது 5 வீதமான மக்களுக்கு ஆவது சுயபுத்தி இருக்கின்றது என்று யாராவது கூற முடியுமா என்று பந்தயம் கட்டிக் கேட்கின்றோம். ஒருவர் இருவருக்கு சுயபுத்தி இருப்பதாக வைத்துக் கொண்டாலும் அது அச்சமூகம் முழுமைக்கும் இருப்பதாகக் கொள்ளக் கூடியதாகிவிடுமா என்று கேட்கின்றோம்.

தமிழனுக்குப் புத்தியிருந்தால் அவன் "மோக்ஷ"மடைய மலத்தையும் மூத்திரத்தையும் சாப்பிடுவானா?

தமிழனுக்குப் புத்தியிருந்தால் அவன் தன் மகளைச் சாமி பேரால் பொட்டுக்கட்டி பார்ப்பனனுக்கு மாத்திரம் குறைந்த விகிதத்துக்கு கலவிக்கு விடுவானா?

தமிழனுக்குப் புத்தியிருந்தால் பார்ப்பான் காலில் பவுன் பவுனாக நாணையம் கொட்டிக் கொடுத்து அவன் காலைக் கழுவின தண்ணீரைக் குடிப்பானா?

தமிழனுக்குப் புத்தியிருந்தால் காப்பிக் கடையில் எச்சைக் கிண்ணம் கழுவும் பார்ப்பானையும், கூட்டிக்கொடுக்கும் பார்ப்பானையும் சுவாமி என்று கூப்பிடுவானா?

தமிழனுக்குப் புத்தியிருந்தால் கடுகளவாவது சுயபுத்தியிருந்தால் அரிசி, பருப்பு, காய்கறியை பார்பானுக்குப் படைத்து விழுந்து கும்பிட்டு "இவற்றை இறந்து போன என் பெற்றோர்களுக்குக் கொண்டு போய் சேர்த்து அவர்களை மோக்ஷத்திற்கு அனுப்புங்கள்" என்று சொல்லுவானா?

தமிழனுக்குப் புத்தியிருந்தால் தன்னை சூத்திரன் என்றும், தீண்டப்படாதவன் என்றும் அழைக்கிற, கருதுகிற பார்ப்பானை, சகோதரன் என்றும் ஒரு தாய் வயிற்றுப் பிள்ளை என்றும் ஒரு தேச மக்கள் என்றும் கருதி அவனோடு நட்புக் கொள்வானா?

தமிழனுக்குப் புத்தி இருந்தால் தன்னைத் தொட்டால் பாவம், தன் பாஷையைக் கேட்டால் தோஷம், தன்னைக் கோவிலுக்குள் கடவுள் இருக்கும் அறையில் அனுமதித்தால் தோஷம் என்று சொல்லும் பார்ப்பானுடன் கூடிக்கொண்டு தமிழ் மக்கள் கழகத்தைக் கெடுக்கவும் அவர்கள் முன்னேற்றத்தைத் தடுக்கவுமான தொண்டைச் செய்து ஒற்றுப் பார்ப்பானிடம் பிச்சை வாங்கிப் பிழைப்பானா?

தமிழ் மக்களுக்குப் புத்தியிருந்தால் கெஜம் 3 அணாவுக்கு விற்கும் அருமையான, நயமான துணியை வாங்கிக் கட்டுவதை விட்டு விட்டு கெஜம் 6, 7 அணாப் போட்டு ஆபாசத்துணியை தேசாபிமானம் என்னும் பேரால் வாங்கிக் கட்டிக் கொண்டுத் திரிவானா?

மோக்ஷத்திற்கு போக மலமூத்திரங்களை உண்பதற்கும் சுயராஜ்ஜியம் பெற கோணி ரட்டைக் கட்டுவதற்கும் என்ன வித்தியாசம் என்பதைக்கூட உணராமல் இருப்பானா என்று கேட்பதோடு தமிழ் மக்களுக்கு பெரும்பான்மையானவர் களுக்குப் புத்தியும் இல்லை, சுயமரியாதையும் இல்லை என்பதற்கு இன்னும் இது

போன்ற எத்தனை ஆயிரம் எடுத்துக்காட்டுகள் வேண்டுமானாலும் இருக்கின்றது என்று கூறத் தயாராய் இருக்கிறோம்.

2. தமிழ் மக்களுக்குள் ஒற்றுமைக் குணம் கிடையாது என்பது பொய்யா என்று கேட்கின்றோம்.

தமிழ் மக்கள் தங்களைப் பார்ப்பனரால் 1008 ஜாதியாராகப் பிரிக்கப்பட்டு அவர்கள் முன்னோர்களால் செய்த புராண சரித்திர ஆதாரத்தோடு ஒவ்வொரு வருக்கும் கீழ் மேல் நிலை கற்பிக்கப்பட்டு ஒருவருக்கொருவர் உண்பனை, தின்பனை, கொடுப்பனை, கொள்வனை, கூடி உறவாடுவன முதலிய ஐக்கிய பாவமற்றவைகளைச் செய்து கொண்டு ஒருவன் உண்பதை ஒருவன் பார்க்கக்கூட கூடாது என்கின்ற நியதி ஏற்படுத்தி ஒவ்வொருவன் தொழிலையும் ஜாதியையும் இழிவாக்கி ஒருவனிடம் ஒருவனுக்கு சரித்திரப்பூர்வமாகவே துவேஷமும் வெறுப்பும் உண்டாகும்படி செய்து மக்களைப் பிரித்து வைத்து ஒரு சிறு சோம்பேறிக் கூட்டத்தார் நோகாமல் பாடுபடாமல் வயிர் வளர்க்க வேண்டி சதாகாலமும் எல்லாத் தமிழ் மக்களும் ஒருவரோடு ஒருவர் விருப்பற்று துவேஷத்துடன் இருக்கும்படி செய்து இருப்பது பொய்யென்று யாராவது சொல்ல முடியுமா என்று பந்தயம் கட்டிக் கேட்கின்றோம்.

3. தமிழ் மக்களுக்கு கல்வியில் விருப்பம் கிடையாது என்பது முழுதும் உண்மையற்றது என்று சொல்ல முடியுமா என்று கேட்கின்றோம்.

இந்நாட்டுத் தமிழ் மக்களில் எத்தனை பேர் கல்வி கற்றுஇருக்கிறார்கள்? ஆரிய மக்களில் எத்தனை பேர் கல்வி கற்று இருக்கிறார்கள் என்கின்ற கணக்கைப் பார்த்தால் சுவாமிகளின் வாக்கு எத்தனை பரிசுத்தமானது என்பது விளங்கும். இன்று பள்ளி உபாத்தியாயர்கள் பெரிதும் பார்ப்பனர்களானதினாலும் பார்ப்பனர்களே தமிழ் மக்கள் பலருக்குக் குலகுருவாய் இருப்பதாலும் இவ்விரு கூட்டத்தாரும் பார்ப்பனரல்லாத மக்களைப் பார்த்து "உங்களுக்கு படிப்பு எதற்கு, நீங்கள் மாடு கன்று மேய்த்து ஏர் உழுபவர்கள் தானே, அன்றியும் உங்களுக்கு படிப்பு வருமா, உங்களுக்கு நாக்குத் திரும்புமா" என்றெல்லாம் கேட்டு அவர்களது தன்னம்பிக்கையைக் கெடுத்து உச்சாஹத்தைத் தடுத்து மனச்சோர்வை உண்டாக்கி மாடு மேய்ப்பதில், வண்டி ஓட்டுவதில், மோகத்தை உண்டாக்கி தமிழ் மக்களுக்கு கல்வி ஆசை யில்லாமலும் கல்வி கற்க முடியாமலும் செய்ததை எந்த ஒரு யோக்கியமான பார்ப்பனராவது மறுக்க முடியுமா என்று கேட்கின்றோம்.

மற்றும் பார்ப்பனரல்லாத மக்கள் சூத்திரராகவும், கீழ் ஜாதியாராகவும் கற்பிக்கப்பட்டு விட்டதாலும், பார்ப்பனரல்லாதாருக்கு கல்வி கற்பிக்கப்படாது என்றும், கல்வி கற்பதும் கூடாததென்றும், மனுதர்ம நூல் முதலியவைகளில் இருப்பதால் அதனாலும் பார்ப்பனரல்லாதார் கல்வி கற்கவும் ஆசைப்படவும் முடியாமல் போனதோடு மற்றும் பார்ப்பனரல்லாத மக்கள் பெரிதும் 5 வயது முதலே பாடுபட்டால்தான் அவர்களது குடும்பம் வாழ முடியும் என்கின்ற மாதிரியில் வாழ்க்கை ஏற்படுத்தப்பட்டு விட்டதாலும், தமிழ் மக்களுக்கு கல்வி ஏற்படவும் ஆசை உண்டாகவும் இடமில்லாமல் போய்விட்டது என்பது பொய்யா மெய்யா என்று கேள்க்கின்றோம்.

சமஸ்கிருத நீதி நூல் ஒன்றில் "குளித்த குதிரை, மதம் பிடித்த யானை, படித்த சூத்திரன் இம்மூன்றையும் கிட்ட சேர்க்கலாகாது" என்று ரிஷிகள் வாக்கே இருக்க, இந்நிலையில் எந்த பார்ப்பனரல்லாதாரையாவது படிக்க பார்ப்பனர்கள் வசதி செய்து கொடுத்திருப்பார்களா என்றும் கேட்கின்றோம்.

4. மேல் நாட்டார் இங்கு வருமுன் உயர்ந்த பள்ளிக்கூடம் இங்கு கிடையாது என்பது.

இப்படி எழுதின அப்பத்திரிகையாவது ஆங்கிலேயர் வருவதற்கு முன்னோ, அல்லது ஆரிய அரசர்கள் காலத்திலோ ஏதாவது பள்ளிக்கூடங்கள் இருந்ததாக இரண்டு ஒரு பள்ளிக்கூடத்தின் பெயர்களையாவது குறிப்பிட்டதா அல்லது இனியாவது குறிப்பிட முடியுமா? என்று கேள்க்கின்றோம். இதைப் பற்றி மிஸ் மேயோ அம்மையாரே எழுதி இருக்கிறார்கள். பார்ப்பனரல்லாத மக்கள் படிக்கக் கூடாது என்றும், படித்தால் நாக்கை அறுக்கவும், கேட்டால்கூட காதில் ஈயத்தைக் காச்சி ஊற்றவும் ஏற்படுத்தி இருக்கும் சாஸ்திர தர்மம் யாரும் அறியார்கள் என்று நினைத்துக் கொண்டு இப்பத்திரிகை மனப்பால் குடிக்கின்றதா என்று கேட்கின்றோம்.

முதலாவது ஆங்கிலேயர்களுக்கு முன் புஸ்தகம், காகிதம், சிலேட்டு ஏதாவது இருந்தது என்று யாராவது சொல்ல முடியுமா? படிக்கும் விஷயம் தான் ஏதாவது இருந்ததா?

குறள், தொல்காப்பியம் என்பது போல் ஏதோ சில நூல்கள் இருக்கின்றதே அது எப்படி வந்தது என்று சொல்லுகின்றது அப்பத்திரிகை.

இது மனதறிந்த அக்கிரமமான சமாதானம். ஏனெனில் தொல்காப்பியம், குறள் படித்தவர்கள் லட்சத்தில் ஒருவர் இருப்பார்கள். அதுவும் பள்ளிக்கூடத்தில் படிக்காமல் யாரோ ஒருவர் மூலம் ஒருவர் பாட்டாகக் கேட்டு நெட்டுருப் பண்ணி வைத்திருந்தால் அவர்கள் பெரிய வித்வான்களாக ஆகிவிடுவார்கள். அவ்வளவு தான் படிப்பே ஒழிய பள்ளிக்கூடம் வைத்து பிள்ளைகள் அங்கு போய் எழுதுவது, படிப்பது என்பவைகள் தாராளமாய் இருந்ததாக எந்த ஆதாரத்திலும் எவராலும் சொல்லப்படவே இல்லை. அதனாலேயே தான் பார்ப்பனர்கள் தவிர மற்றவர்கள் தாராளமாய் 10000-க்கு ஒருவர் இருவர் படித்ததாகவும் காணப்படவில்லை.

5. தமிழர்கள் கைக்கூலி கொடுக்கிறார்கள் என்பது?

பார்ப்பனர்கள் அதிகாரம் வகிக்க ஆரம்பித்து முதல் கொண்டே இந்நாட்டில் லஞ்சம் எவ்வளவு தாராளமாகக் கடையில் கத்தரிக்காய், பீடி, சிகரெட் வாங்குவது போல் எவ்வளவு மலிவாக இருந்து வருகின்றது என்பதை நாம் எடுத்துச் சொல்லவும் வேண்டுமா?

பார்ப்பனர்களே அதிகாரிகளானதாலும், பார்ப்பனர்களே வக்கீல்கள், குமாஸ்தாக்கள் ஆனதினாலும், லஞ்சம் எவ்வளவானாலும் பெரிதும் எப்படியாவது பார்ப்பனர்களுக்கே போய்ச் சேரக்கூடியதாய் இருந்தாலும் லஞ்சத்தைத் தாராளப் படுத்தவும் அவசியமாய் செல்வாக்குப் படுத்தவும் ஏற்பட்டதோடு அது மக்களைக் கவர்ந்தும் விட்டது.

லஞ்ச விஷயத்தைப் பற்றி சுவாமிகள் மாத்திரமல்ல, நாம் மாத்திரமல்ல, அனேக பெரியார்கள், அதிகாரிகள், ஐரோப்பிய உத்தியோகஸ்தர்கள் என்பவர்களெல்லாம் வண்டி வண்டியாய் சொல்லி இருக்கிறார்கள்.

மற்றும் ஹைக்கோர்ட்டு முதல் அரசாங்க தலைமை ஸ்தாபனங்கள் முதல் ரயில்வே, காபீஸ்ட் இலாக்கா, பஞ்சாயத்து கோர்ட், கிராமக் கோர்ட்டு உள்பட அவற்றிற்குள் நுழைகின்றவர்கள் ஒவ்வொருவரும் 100க்கு 90க்கு மேம்பட்டவர்கள் லஞ்சம் கொடுத்து காரியத்தைச் சாதிக்கும் வக்கீல்களையே தேடிப் பிடிக்கிறார்கள் என்பதும் அதற்குண்டான சகல வழிகளையும் வக்கீல்களும், அவர்களது

சிப்பந்திகளும் கற்றுக்கொடுத்து அவர்களை நடத்துகிறார்கள் என்பதும் ஒரு சிறிதாவது மறுக்கக் கூடியதா என்று கேட்கின்றோம்.

6. உத்தியோகம் பெற எதையும் செய்கிறார்கள் என்பதை உண்மை அல்ல வென்று சொல்ல முடியுமா என்று கேட்கின்றோம்.

இந்த விஷயம் வெளிப்படையான இரகசியமாகும். கொஞ்சகாலத்துக்கு முன் திருச்சியில் ஒரு சின்ன அதிகாரி ஒரு பெரிய அதிகாரி ஒருவருக்கு தன் மனைவியை அனுப்பியதில் அப்பெரிய அதிகாரி அப்பெண்ணின் மார்பின் முனையைக் கடித்து விட்ட சேதி யாரும் அறியாததா. மற்றும் கும்பகோணத்தில் ஒரு உயர்தர அதிகாரிக்கு ஒரு கீழ்த்தர அதிகாரி தன் சகோதரியை அனுப்பி அந்தம்மாள் அவரோடு கூடவே இருந்து கொண்டு வர மாட்டேன் என்று சொன்னது யாரும் அறியாததா.

மற்றும் சில ஜில்லா பெரிய அதிகாரிகள் செல்லுமிடங்களுக்கெல்லாம் ஒரு குறிப்பிட்ட சின்ன அதிகாரியை தன்னுடைய சாமான்கள் போலவே கூட அழைத்துக் கொண்டு போவது என்பதும், அதனால் அந்த சின்ன அதிகாரி தனது யோக்கியதைக்கு மீறின பதவிகள் பெறுவதும் கோவை ஜில்லாவில் பல தடவை நடந்த சம்பவங்களாகும்.

மற்றும் வேறு எத்தனையோ விதங்களில் இம்மாதிரியான பிரஸ்தாபங்கள் சர்வ சாதாரணமாகவே பலவிடங்களிலும் வழங்கி வருவதானது யாரும் அறியாதது என்று சொல்லிவிட முடியுமா?

7. பணம் சேர்ப்பதற்கே கல்வி கற்கின்றார்கள் என்பது.

இதைக்கூட தப்பு என்று சொல்ல வந்ததானது வேண்டுமென்றே செய்யப்படும் போக்கிரித்தனமான புகார் என்பதற்கு வெளிப்படையான உதாரணமாகும்.

இன்றைய கல்வி, அறிவுக்குப் பயன்படாததென்றும் வயிற்றுப்பிழைப்பிற்கு அதுவும் அடிமை பிழைப்பு பிழைத்து வயிறு பிழைப்பதற்கு என்றும் சொல்லாதவர்கள் யாருமே இல்லை. அப்படிப்பட்டவர்களும், அவர்களது பிள்ளை குட்டிகளும் மறுபடியும் அக்கல்வியையே கற்கின்றார்கள் என்றால் வேறு எதற்காக அவர்கள் கற்கிறார்கள் என்பதை அப் பத்திரிகையாவது கூறி இருக்க வேண்டாமா?

இன்று கல்வி கற்றவர்கள் என்கின்ற கூட்டத்தில் சேர்ந்த எவராவது அக்கல்வியை பணம் சம்பாதிப்பதைவிட வேறு காரியத்துக்கு உபயோகப்படுத்துகிறார்களா? அல்லது கற்ற B.A., M.A., டாக்டர்கள் என்பவர்களுக்காவது அறிவு ஏற்பட்டிருக்கிறது என்று சொல்லமுடியுமா? எத்தனை டாக்டர்கள் தூரமான தன் பெண்ணை தெருவில் தள்ளி கதவைச் சாத்துகிறதைப் பார்க்கிறோம். எத்தனை பூகோள சாஸ்திரிகள் கிரகணத்துக்கு சமுத்திரக்கரையில் மூக்கைப் பிடித்து உட்கார்ந்திருப்பதைப் பார்க்கிறோம்.

எத்தனை பிரபல நியாயவாதிகள், தர்க்கவாதிகள் தாங்கள் மோட்சம் போக கல்லைக் கும்பிடுவதைப் பார்க்கின்றோம். இவர்கள் எல்லாம் புத்திக்காக படித்தவர்களா பணம் சம்பாதிக்கப் படித்தவர்களா என்று கேட்கின்றோம்.

உரலை நினைத்து அவலை இடிப்பது போல் பார்ப்பனப் பத்திரிகைகள் வேறு ஏதோ காரணம் வைத்துக் கொண்டு இந்தப் போக்கிரித்தனமான வேலையில் பிரவேசித்து இருக்கின்றன.

அவர்களது சூட்சித்திறமும், விஷமத்திறமும் இப்புத்தகத்தைப் படிக்கக் கூடாது என்று செய்வதில் வெற்றி அளித்துவிடலாம். அல்லது சில வாக்கியங்களை எடுத்துவிட வேண்டுமென்று செய்தாலும் செய்து விடலாம்.

தொகுதி 1
மொழி

பிறகு பாட புத்தக விஷயத்தில் எப்படிப்பட்ட கொள்கை அனுசரிக்க வேண்டும் என்பதில் என்ன செய்ய வேண்டும் என்பது நமக்குத் தெரியும்.

தமிழ் மக்களும், தமிழ் பண்டிதர்களும் தமிழ் ரத்தமோடும் தமிழ் அபிமானிகளும் இத்தகைய சீர்கேட்டை நிவர்த்தித்து சரியான நடைமுறையில் நடத்த அமைக்கப்பட்ட அதிகார வர்க்கங்களும் அவைகளை நிர்வகிக்கும் மந்திரி வர்க்கங்களும் பின்னால் என்ன செய்வார்கள், அல்லது அவர்கள் என்ன கதி அடைவார்கள் என்பதைப் பார்க்கவே காத்திருக்கிறோம்.

இதற்கு ஆக ஆங்காங்குள்ள தமிழ் மக்கள் கிளர்ச்சி செய்து இதன் காரணமாகவாவது பாட புத்தக அமைப்புக்கு ஒரு நல்ல காலம் வரட்டும் என்று ஆசைப்படுகின்றோம். பார்ப்பனர்களில் ஒருவருக்கு ஒரு விஷயம் பட்டால் அது கம்பியில்லாத தந்தி போல் ஒவ்வொரு பார்ப்பனர் உள்ளத்திலும் படிகின்றது.

பார்ப்பனரல்லாதாரோ சிலர் இதன் மூலம் வயிறு கழுவ பார்ப்பனருக்கு அடிமையாகிறார்கள்.

வெட்கம்! வெட்கம்!!

எதற்கென்று அழுவது!!!

குடி அரசு - 01. 03. 1935

பார்ப்பனர் சூழ்ச்சி

சாமிநாதய்யர் ஜெயசிந்தி

ஜாதி அகங்காரத்திலும், தாங்கள்தான் எல்லோரையும்விட புத்திசாலிகள் என்னும் ஆணவத்திலும், தாங்கள்தான் எந்தக் காரியங்களையும் சாமர்த்தியமாகச் செய்து முடிக்கக் கூடியவர்கள் என்கின்ற மமதையிலும் பார்ப்பனர்களுக்கு ஈடாக இல்லை என்பது நாம் வெகுகாலமாக அநுபவத்தில் அறிந்து பொதுஜனங்களுக்குக் கூறி வரும் விஷயமாகும்.

இந்த அகங்கார புத்தி கொண்டே பார்ப்பனர்கள் இன்று அரசியல் துறை, சமுதாயத் துறை, சமயத் துறை, பாஷைத் துறை, சங்கீதத் துறை, நாடகத் துறை, வைத்தியத் துறை, பத்திரிகைத் துறை, உத்தியோகத் துறை, வியாபாரத் துறை, காப்பி கிளப்புத் துறை ஆகிய எல்லாத் துறைகளிலும் புகுந்து அவைகளில் பார்ப்பனரல்லாதாரை முன்னேற விடாமல் அமிழ்த்தி வருகிறார்கள். இவ்வுண்மை பார்ப்பனர்களாலும், பார்ப்பனர்களின் செல்வாக்காலும் நடத்தப்படும் பத்திரிகைகளில் இன்று நடைபெறும் கட்டுப்பாடான பிரசாரத்தைக் கவனித்து வரும் சுயமரியாதையும், ரோஷமும், பகுத்தறிவும் உள்ள பார்ப்பனரல்லாதாருக்கு விளங்காமற் போகாது.

உதாரணமாக, அரசியல் துறையை எடுத்துக் கொண்டால் தோழர்கள் ராஜகோபாலாச்சாரியார், சத்தியமூர்த்தி சாஸ்திரியார், பாஷியம் அய்யங்கார் போன்ற பார்ப்பனர்களுக்குத் தேசீயப் பத்திரிகைகளின் மூலம் கொடுக்கப்படும் விளம்பரத்தில் நூற்றில் ஒரு பங்காவது அவர்களுடைய சொற்களின்படி, அவர்களுடைய நோக்கத்திற்கு விரோதமில்லாமல், போடு தோப்புக்கரணம் என்றால் இதோ எண்ணிக் கொள்ளுங்கள் என்று சொல்லும் மாதிரியில் நடந்து வரும் பார்ப்பனரல்லாத தோழர்களான முத்துரங்க முதலியார், பக்தவச்சலம், அவனாசிலிங்கம், குமாரசாமிராஜா, சாமி வெங்கடாசலம் போன்றவர்களுக்கு கொடுக்கப்படுகின்றதா என்று பாருங்கள்.

சமயத் துறையில் எடுத்துக் கொண்டால், பார்ப்பனர்களுடைய செல்வாக்கை நிலைநிறுத்துவதற்குப் பாடுபடும் விளம்பரத்தில் ஆயிரத்தில் ஒரு பங்காவது மற்ற பார்ப்பனரல்லாத மடாதிபதிகளுக்கு அவர்களுடைய பொருளைப் பறித்து உயிர் வாழுகின்ற பார்ப்பனர்களாலோ, அவர்களுடைய பத்திரிகைகளாலோ கொடுக்கப்படுகின்றதா என்று பாருங்கள்!

வக்கீல்களில் எடுத்துக் கொண்டால், தோழர்களான எஸ். சீனிவாசய்யங்கார், ஜெயராமய்யர், வெங்கட்டராம சாஸ்திரியார், அல்லாடி கிருஷ்ணசாமி அய்யர்,

ரங்காச்சாரியார் போன்றவர்களுக்குக் கொடுக்கப்படும் விளம்பரத்தில் பதினாயிரத்தில் ஒரு மடங்காவது தோழர்கள் எதிராஜுலு, எஸ். முத்தைய முதலியார், வெங்ககட்டரமணராவ் நாயுடு, ஜியார்ஜ் ஜோசப் போன்ற பார்ப்பனரல்லாத வக்கீல்களுக்குக் கொடுக்கப்படுகிறதா என்று பாருங்கள்.

இதுபோலவே உத்தியோகங்களிலும் சர்.கே. சீனிவாச அய்யங்கார், வீ. கிருஷ்ணசாமி அய்யங்கார், சர்.சி.பி. ராமசாமி அய்யர் போன்றவர்கள் இருந்த காலத்தில் பார்ப்பனர்கள் என்பதற்காக எவ்வளவு பிரபலப்படுத்தினார்கள் என்பதையும், பிறகு அந்த ஸ்தானங்களில் பார்ப்பனரல்லாதவர்கள் வந்தவுடன் அவர்களை எவ்வளவு தூற்றுகிறார்கள் என்பதையும் தேசீயத்தைக் கொண்டாடும் பத்திரிகைகளைக் கவனிப்போர் தெரிந்து கொள்ளலாம்.

இன்னும் சங்கீத விஷயத்தை எடுத்துக் கொண்டால் அவ்வகையில் தமிழ் நாட்டிலும் ஒரு பார்ப்பனரல்லாதார் கெட்டிக்காரர்களாக இல்லை என்று பாமரர்கள் நினைக்கும் படியும், சங்கீதத்திற்கென்று பார்ப்பனர்களே பிறந்திருக்கிறார்கள் என்று நினைக்கும் மாதிரியிலும், இன்று பார்ப்பனப் பத்திரிகைகள் பிரசாரம் பண்ணி வருவதை யாரும் அறியாமல் இல்லை. கழுதைக்கும் கேடு கெட்ட முறையில் பாட்டுப் பாடும் பிச்சைக்காரப் பார்ப்பனர்களையெல்லாம் பெரிய சங்கீத சாகித்ய சிகாமணிகள் என்றும், சங்கீத கலா விற்பன்னர்களென்றும், சங்கீத சரப பூஜியர்கள் என்றும், சங்கீத வித்வ ரத்நாகர பூஷணர்கள் என்றும் விளம்பரம் பண்ணி, அவர்களுடைய படம் போட்டு, அவர்களைப் பற்றிப் புத்தகங்கள் பிரசுரித்து, அவர்களுக்குப் பண முடிப்பும் கொடுத்து பிரபலப்படுத்தி வைப்பதையும் பார்த்துக் கொண்டுதான் இருக்கிறோம்.

உண்மையான நல்ல சங்கீத ஞானமுள்ள பார்ப்பனர்களையெல்லாம் எடுத்து விழுங்கி ஏப்பம்விடத் தகுந்த திறமையுடைய பார்ப்பனரல்லாத சங்கீத வித்வான்கள் எவ்வளவோ பேர் இருந்தும் அவர்களுடைய பெயர்கள்கூட பொதுஜனங்களுக்குத் தெரியாமல் இருக்கும்படியும், பார்ப்பனர்களுக்கே பேரும் புகழும் சம்பாதனையும் ஏற்படும்படியும் இந்த பார்ப்பனர்கள் கட்டுப்பாடாகத் தங்கள் பத்திரிகைகளில் பிரசாரம் பண்ணி வருவதை நாம் அறிந்தே வருகின்றோம்.

இன்று தமிழ் பாஷை விஷயத்தில் உழைப்பவர்களும், அதில் தேர்ந்த விற்பன்னர்களும் பார்ப்பனரல்லாத மக்களிலேயே ஏராளமாக நிரம்பி இருக்கின்றார்கள் என்பது யாருக்கும் தெரியாததல்ல. தோழர்களான சுவாமி வேதாசலம், எஸ்.சோமசுந்தர பாரதியார், திரு.வி.கலியாணசுந்தர முதலியார், கா.நமசிவாய முதலியார் போன்ற எவ்வளவோ சிறந்த புலவர்கள் இருந்தும் அவர்களையெல்லாம் இந்தப் பார்ப்பனர்கள் மனதினால் நினைப்பதுகூடப் பாவமென்று நினைத்துக் கொண்டிருக்கிறார்கள். ஆனால் தோழர்கள் உ.வே. சாமிநாதய்யர், ராகவையங்கார், ராமாநுஜாச்சாரியார் போன்ற பார்ப்பனர்களுக்கே தமிழ் பாஷையின் பெயரினால் பெரிய விளம்பரமும் அவர்களால்தான் தமிழ் பாஷையே நிலைத்திருக்கிறது என்ற பிரசாரமும் செய்து வருகிறார்கள்.

சில வருஷங்களுக்கு முன், சமஸ்கிருதத்தில் உள்ள வியாச பாரதத்தை தமிழில் மொழி பெயர்த்தார் என்பதைச் சாக்கிட்டு கும்பகோணம் பண்டிதரான ராமாநுஜாச்சாரியார் அவர்களுக்குப் பத்திரிகைகளின் மூலம் பெரிய விளம்பரமும் பண முடிப்பும் சேகரித்துக் கொடுத்தார்கள். ஜனங்களுக்கு மூடநம்பிக்கைகளையும் வருணாச்சிரம தருமங்களையும் சாதி வித்தியாசத்தையும் போதிக்கும் பாரதத்தை வெளியிட்டதற்காக இவ்வளவு பிரமாதப்படுத்திய இந்தப் பார்ப்பனர்களின் நோக்கம் என்னவாயிருக்க வேண்டும் என்பதே நீங்களே முடிவு செய்து கொள்ளுங்கள்.

இந்த வாரத்தில் சென்னையில், மகா மகோபாத்தியாயர் டாக்டர் உ.வே. சாமிநாத ஐயர் அவர்களின் எண்பத்தோராம் வருஷம் பிறந்த நாட் கொண்டாட்டம் சம்மந்தமாகப் பார்ப்பனர்கள் கட்டுப்பாடாகச் செய்த விளம்பரத்தையும், பிரசாரத்தையும், முயற்சியையும் கவனித்தால் இதன் உண்மை கடுகளவு புத்தியுள்ள பார்ப்பனரல்லாதாரும் மானமிருந்தால் தெரிந்து கொள்வார்கள் என்பதற்குச் சந்தேகமில்லை.

டாக்டர் சாமிநாத அய்யர் அவர்கள், அவருக்கு முன்னிருந்த சில புலவர் களாலும், சென்னைச் சர்வகலா சங்கத்தாராலும், சில புத்தகங்களின் மூல பாடங்களும், சில புத்தகங்களின் ஒவ்வொரு பகுதியும் உரைகளும் வெளியிடப் பட்டிருந்த சங்க இலக்கியங்களையும், முழுப்பாகமும் வெளிப்படாமலேயிருந்த சில புத்தகங்களையும், பெரும்பாலும் பார்ப்பனரல்லாதாரின் துணை கொண்டு தேடிப்பிடித்து ராமநாதபுரம் அரசர், திருவாடுதுறை மடத்தார் போன்றவர்களின் உதவி பெற்று அவைகளை அச்சிட்டு வெளிப்படுத்தி, அதன் மூலம் பிரயாசைப் பட்டதற்கு ஏற்ற பொருள் லாபமும் பெற்றிருந்தாலுங்கூட விடா முயற்சியுடன் தமிழ்ப் புத்தகங்களை, அதிலும் பழய சங்க இலக்கியங்கள் என்பன பலவற்றை ஒழுங்கான முறையில் சீர்திருத்தி வெளியிட்டமைக்காகத் தமிழபிமானிகள் அவருக்கு நன்றி பாராட்ட வேண்டும் என்பதை நாமும் மனப்பூர்வமாக ஆதரிக்கின்றோம்.

ஆனால் நேற்று தோழர் ராஜகோபாலாச்சாரியார் போன்ற அரசியல் பார்ப்பனர் முதல் தமிழ் என்னும் வார்த்தையை உச்சரித்தாலே "சூத்திர பாஷை"யைச் சொன்ன பாவம் வந்துவிடும் என்று நினைத்துக் கொண்டிருக்கிற உஞ்சிவிருத்திக்கார வைதீகப் பார்ப்பனர் வரை எல்லோரும், டாக்டர் அய்யர் அவர்களைப் பற்றி வானமளாவப் புகழ்ந்து, மகா மகோபாத்தியாயர், தக்ஷிணாத்ய கலாநிதி, டாக்டர் என ஏற்கனவே அவருக்குக் கிடைத்திருக்கும் பட்டங்களைப் பாராட்டியதோடு, "தமிழ் வியாசர்" என்னும் புதியதொரு பட்டத்தையும் சூட்டுவதாகப் பத்திரிகை களில் விளம்பரம் பண்ணினார்கள். இவருடைய புகழ்ச்சிக் கொண்டாட்டத்தை முன்னிட்டு பத்திரிகைகளில் அநுபந்தங்களும், புகழ் மாலைகளும் வெளியிட்டார்கள். சென்னையில் உள்ள பார்ப்பனப் பத்திரிகைகளும், பார்ப்பனர்களின் வால்பிடித்துத் திரியும் தேசீயக் கூச்சல் போடும் பத்திரிகைகளும் நாலைந்து தினங்கள் சர்வம் சாமிநாதய்யர் மயமாகவே விளங்கும்படி செய்தார்கள். இவ்வாறு செய்தமைக்காக நாம் பொறாமையோ, துவேஷமோ, வயிற்றெரிச்சலோ ஒரு சிறிதும் அடைய வில்லை. பார்ப்பனர்களால் "சூத்திர பாஷை" என்று அலட்சியம் செய்யப்படுகின்ற தமிழ் பாஷையின் மூலம் ஒரு பிராமணர் கௌரவிக்கப்பட்டதற்காகச் சந்தோஷமே அடைகிறோம்.

பார்ப்பனர்கள், டாக்டர் சாமிநாதய்யர் விஷயத்தில் இவ்வளவு பிரயாசை எடுத்துக் கொண்டதன் அந்தரங்க நோக்கம் என்ன என்பதை பார்ப்பனரல்லாதார் நன்றாகத் தெரிந்துகொள்ளும்படி வெளிப்படுத்த விரும்பியே இவ்விஷயங்களை எழுத முன்வந்தோம்.

உண்மையில் இந்தப் பார்ப்பனர்கள் தமிழ் பாஷையின் மேலும், தமிழ் அபிவிருத்தியிலும், ஆசையுடையவர்களானால் இந்த டாக்டர் அய்யர் அவர்களை இன்று பார்ப்பனர்கள் கவுரவம் பண்ணுவதற்குக் காரணமாக இருந்த அவருடைய ஆசிரியரான காலஞ்சென்ற மகாவித்துவான் மீனாட்சி சுந்தரம் பிள்ளை அவர்களைப் பற்றியோ, கும்பகோணம் காலேஜில் தமிழாசிரியராக இருந்த காலஞ்சென்ற தியாகராஜச் செட்டியார் அவர்களைப் பற்றியோ குறிப்பிடாமல் இருந்திருக்க முடியாது. ஆனால் இவர்களைப் பற்றிப் பொதுஜனங்கள் தெரிந்து கொள்ளும்படி

செய்யவோ, இவர்கள் அய்யர் அவர்களுக்குச் செய்த நன்றியை எடுத்துக்காட்டவோ எந்தப் பார்ப்பனரும், எந்தப் பார்ப்பனப் பத்திரிகையும் முன்வரவில்லை.

அன்றியும் தமிழைப் படிப்பாரும், ஆதரிப்பாரும், படிப்பாருக்கு உதவி யளிப்பாரும், இல்லாதிருந்த காலத்தில் மதுரையில் தமிழ்ச்சங்கத்தை ஏற்படுத்தி, அதன் பயனையும் பெரும்பாலும் பார்ப்பனர்களே அடையும்படி செய்து அச்சங்கத்தின் வளர்ச்சிக்காகவே தேவர் அவர்களைப் பற்றி மனதினாலாவது இந்தப் பார்ப்பனர்கள் நினைத்ததுண்டா?

தொல்காப்பியம் போன்ற தமிழ் இலக்கணங்களையும், மற்றும் பல இலக்கியங்களையும் மிகுந்த பிரயாசையுடன் தேடி வெளியிட்ட காலஞ்சென்ற சி.வை. தாமோதரம் பிள்ளை அவர்களைப் பற்றி இந்தப் பார்ப்பனர்கள் ஒரு வார்த்தையேனும் பேசுவதுண்டா?

தற்பொழுது கரந்தை தமிழ்ச்சங்கத்தை வைத்து நிர்வகித்து பெரும்பாலும் தனது வாழ்நாளை அதற்காகவே அர்ப்பணம் பண்ணி வரும் தோழர் உமாமகேசுவரன் பிள்ளை அவர்களின் முயற்சிகளுக்கு இந்தப் பார்ப்பனர்கள் துணை செய்யா விட்டாலும்கூட பாதகஞ் செய்யாமல் இருக்க வேண்டும் என்றாவது நினைக்கிறதுண்டா?

உண்மையில் பார்ப்பனர்களுக்கு கொஞ்சமாவது தமிழ் மொழிக்கும் தமிழ் அபிவிருத்திக்குப் பாடுபட்டவர்களுக்கும், பாடுபடுகின்றவர்களுக்கும் பெருமை கொடுக்க வேண்டும் என்ற எண்ணம் இருக்கிறதா? அல்லது யாராயிருந்தாலும் பார்ப்பனர்களுக்கே பெருமையும் விளம்பரமும் கொடுக்க வேண்டும் என்ற எண்ணம் இருக்கிறதா என்பதை இது வரையிலும் சொல்லி வந்ததைக் கொண்டும் மேலே நாம் எடுத்துக் காட்டியவர்களின் ஊழியத்தைச் சிறிதாவது பாராட்டுவதற்கு முயற்சி எடுக்காததைக் கொண்டும் அறிந்திருக்கலாம்.

இன்னும் பார்ப்பனர்கள், தங்களுடைய விளம்பரத்திற்காக பார்ப்பனரல்லாதாரை உபயோகித்துக் கொள்ளுவதிலும் வெகு தந்திரமாகவே நடந்து கொள்ளுகிறார்கள் என்பதையும் டாக்டர் சாமிநாதய்யரின் பாராட்டுக் கூட்டத்திலிருந்தே தெரிந்து கொள்ளலாம். அய்யரவர்களுக்குக் கொடுப்பதற்காகச் சேகரித்த பண முடிப்புக்கு உதவினவர்களில் நூற்றுக்கு தொண்ணூறுபேர் பார்ப்பனர்களாகவேயிருந்தும் இந்த காரியத்தை ஒரு பார்ப்பனரல்லாதார் தலைமையிலும் ஒரு முஸ்லீம் தலைமையிலுமே நடத்தியிருக்கிறார்கள். மந்திரி கனம் பி.டி. ராஜனவர்கள் பாராட்டுக் கமிட்டித் தலைவராகவும், சர். மகமது உஸ்மான் அவர்கள் பாராட்டுப் பொதுக்கூட்டத் தலைவராகவும் இருக்கும்படி செய்திருக்கிறார்கள் எல்லாக் காரியங்களையும் பார்ப்பனர்களே செய்துவிட்டு இந்த இரண்டு பேரை தலைவர்களாக இருப்பதற்கு மாத்திரம் கலந்து கொண்டதன் நோக்கம், தமிழ்நாட்டிலுள்ள முஸ்லீம்கள், பார்ப்பனரல்லாதார்கள் ஆகிய எல்லோரும், டாக்டர் அய்யர் அவர்களைவிடத் தமிழில் பெரியவர்கள் யாரும் இல்லை என்பதை ஒப்புக் கொள்ளுகிறார்கள் என்பதற்காகவே தான் என்று சொல்வது குற்றமாகுமா?

இந்த மாதிரியே எந்தத் துறையில் எடுத்துக் கொண்டாலும், பார்ப்பனர்களே விளம்பரமும், அதன் மூலம் ஆதிக்கமும், அதன் மூலம் பண லாபமும் பெற்று வருவதையும் எந்தத் துறையிலும் பார்ப்பனரல்லாதார் இழிவுபடுத்தப்பட்டும், அழுத்தப்பட்டும் மதிப்புக் குலைந்து வருவதையும், இவைகளுக்கெல்லாம் தேசீயப் பார்ப்பனர்களே முக்கிய காரணமாயிருந்து வருவதையும் பலகாலமாகப் பார்த்துக் கொண்டேதான் வருகிறோம். பார்ப்பனர்களின் கட்டுப்பாடான சூழ்ச்சியும், செய்கையும் இப்படியிருக்க, இன்னும் பார்ப்பனரல்லாதார்கள் மான ஈனமின்றிப்

தொகுதி 1 மொழி

பார்ப்பனர்களுக்குத் தடுக்குப் போட்டுக் கொண்டும், அவர்கள் சொல்லுக்கு தாளம் போட்டுக் கொண்டும் அவர்கள் வால் பிடித்துத் திரிந்து கொண்டும் இருப்பார்களானால் பார்ப்பனரல்லாதார் சமூகம் எவ்வளவு காலம் ஏமாந்து கிடப்பது, என்ன கெதியடைவது என்று கேட்கின்றோம்.

சில வருஷங்களாக அரசாங்கத்தின் அதிகாரப் பதவிகளில் பார்ப்பனரல்லாதார் இடம் பெற்று வருவதானாலும், பார்ப்பனருக்கு முன் போல அப்பதவிகளில் ஏக போக உரிமை பெறுவதற்கு இடமில்லாமற் போனதாலும் உத்தியோகப் பார்ப்பனர், அரசியல் பார்ப்பனர், வைதீகப் பார்ப்பனர், சீர்திருத்தக்காரப் பார்ப்பனர், உஞ்சி விருத்திப் பார்ப்பனர், பத்திரிகைப் பார்ப்பனர் ஆகிய எல்லாப் பார்ப்பனர்களும் இப்பொழுது ஒன்று சேர்ந்து பார்ப்பனரல்லாதாரை ஒரு துறையிலும் தலையெடுக்க வொட்டாமல் செய்ய முயற்சிக்கிறார்கள். இதற்காகவே அவர்கள் காங்கிரஸ் போர்வை, தேசீயப் போர்வை, தீண்டாமை விலக்குப் போர்வை, கிராமப் பிரச்சாரப் போர்வை, சங்கீதப் போர்வை, ஹிந்திப் பிரச்சாரப் போர்வை, தமிழ் பாஷைப் போர்வை முதலிய பலவகையான போர்வைகளைப் போர்த்திக் கொண்டு சூழ்ச்சிப் பிரசாரம் பண்ணப் புறப்பட்டிருக்கிறார்கள். ஆதலால் பார்ப்பனரல்லாதார் சமூகமானது மானத்தோடும் சுதந்திரத்தோடும் சுயமரியாதையோடும் வாழ வேண்டுமென்று கருதுகின்ற சுத்த ரத்தமும், பகுத்தறிவும் உள்ள பார்ப்பனரல்லாதார் ஒவ்வொருவரும் இந்தப் பார்ப்பனர்களுடைய சூழ்ச்சிக்கு கொஞ்சமும் ஏமாறாமல் எச்சரிக்கையாய் இருக்கும்படி கேட்டுக்கொள்கிறோம்.

குடிஅரசு - 10. 03. 1935

104

வேண்டுகோள்

தோழர் சாமி வேதாசலம் அவர்கள் எழுதிய "அறிவுக்கொத்து" என்னும் நூலை சென்னை சர்வகலாசாலை இண்டர்மிடியேட் வகுப்பு மாணவர்களுக்குப் பாடப் புத்தகமாக வைத்திருப்பது கண்டு பார்ப்பனர்கள் அற்பத்தன கிளர்ச்சிகளும், விஷமப் பிரசாரங்களும் செய்து கொண்டு வருகிறார்கள். அதற்குக் காரணம் அந்நூலில் "தமிழ்நாட்டவரும் மேல் நாட்டவரும்" என்ற கட்டுரையில் பார்ப்பனர்களுடைய குற்றங் குறைகளைப் பற்றிக் கூறியிருப்பதாகும். ஆனால் அக்கட்டுரையில் பெரும் பான்மையான ஏழை மக்களின் வறுமையையும், அறியாமையையும் நீங்குவதற்கு வேண்டியன செய்யாமல் வாளாவிருப்பது கண்டு, கண்டித்து எழுதப்பட்டிருக்கிறது.

ஆதலால் ஒவ்வொரு ஊரிலுள்ள சுயமரியாதைச் சங்கங்களும் பார்ப்பனரல்லாத சங்கங்களும் பார்ப்பனர்களுடைய விஷமப் பிரசாரத்தைக் கண்டித்து சர்க்காருக்குத் தீர்மானங்கள் அனுப்பும்படி வேண்டுகிறோம்

குடி அரசு - 11. 08. 1935

தமிழ்த் திருநாள்

கடவுள் வணக்கம் இல்லை!
மதத்தில் இருந்து தமிழ் விலகினாலொழிய தமிழுக்கும்
தமிழருக்கும் சுயமரியாதை உண்டாகாது!
புராணங்களில் இருந்து தமிழுக்கு இலக்கியம் எடுப்பது
மலத்திலிருந்து அரிசி பொறுக்கும் மாதிரி!
திரு.வி.கல்யாணசுந்தர முதலியாரும் கா.நமச்சிவாய
முதலியாரும் தென்னாட்டின் இன்றைய தமிழ்ப்
பெருமைக்குக் காரணஸ்தராவார்கள்!

அன்புள்ள தலைவர் அவர்களே! தோழர்களே! நீங்கள் இவ்வளவு பெரிய கரகோஷமும் ஆரவாரமும் செய்து என்னை இப்பொழுது வரவேற்ற மாதிரி எனது உபன்யாச முடிவில் எனக்கு மகிழ்ச்சியான வழியனுப்பு செய்யமாட்டீர்கள் என்றே நினைக்கிறேன். ஏனெனில் தமிழ் பாஷைக்கு வாழ்த்துக்கூறும் வேலை இலேசானதல்ல. அதிலும் என் போன்ற, அதாவது தமிழ் பாஷைக்கு வல்லின இடையின எழுத்து பேதமும், பிரயோகமும் பாஷையின் இலக்கண இலக்கியமும் அறியாதவனும், தமிழ் பாஷையையே கெடுத்து கொலை செய்து வருபவன் என்கின்ற பழியைப் பெற்றவனுமான நான் தமிழ் வாழ்த்துக்கு தகுதி உடையவனாவேனா என்று பாருங்கள்.

அன்றியும் தமிழைப் பற்றி அபிப்பிராயங்களிலும் பண்டிதர்களுக்கும் எனக்கும் எவ்வளவோ துறையில் நேர்மாறான கருத்துக்கள் இருந்து வருவதும் எவரும் அறியாததல்ல.

இவைகள் எல்லாம் ஒருபுறம் இருந்தாலும் வாழ்த்துதல் என்பதையும் நான் இவ்வளவு சாதாரணமாய்க் கருதுபவனுமல்ல. வாழ்த்துதல் என்றால் பார்ப்பனர்கள் ஏதோ மஞ்சளையும் அரிசியையும் கலந்து பொறுப்பும் பொருளும் இல்லாத ஒன்றின் பெயரைச் சொல்லி வாழ்த்தி (ஆசீர்வாதம் செய்து) விட்டு ஏதோ பெற்று வயிறு வளர்ப்பது மாதிரி, வாழ்த்தை அவ்வளவு ஏமாற்றமாக நினைப்பவன் அல்ல. ஆனால் வாழ்த்துதலின் அவசியத்தையும், அதன் பெருமையையும் நான் உணர்ந்தவனேயாவேன். தகுதியும் பொறுப்பும் உடையவர்களே வாழ்த்த வேண்டும். வாழ்த்துபவர்கள் தங்களுக்கு பொறுப்பு இருப்பதை உணர்ந்தவர்களாயிருக்க வேண்டும். தமிழை வாழ்த்திவிட்டு தமிழுக்கு இடுக்கண் ஏற்படும் போது கவலை அற்றவரும் எவ்வித உதவியும், ஆதரவும் அளிக்கத் தகுதி அற்றவர்களும் வாழ்த்திப்

பயன் என்ன? ஆகையால் இங்கு வாழ்த்துதலுக்கு தகுதியைக் கருதாமல் மூப்பையும் நரையையும் கருதியே கட்டளை இடப்பட்டுவிட்டேன் என்பதாகக் கருதுகிறேன்.

தமிழில் எந்த அளவும் பள்ளியில் பயின்றவனல்ல. தமிழைப்பற்றி தமிழ் மக்கள் நலம், தமிழ் மக்கள் தன் மதிப்பு என்பதல்லாமல் வெறும் பாஷையைப் பற்றியே நான் எவ்வித பிடிவாதம் கொண்டவனுமல்ல. தமிழுக்கு ஆக என்று எவ்வித தொண்டு புரிந்தவனுமல்ல.

தமிழுக்கு வாழ்த்துக்கூற தலைவரும், எனது நண்பருமான தோழர் திரு.வி. கல்யாணசுந்திர முதலியார் அவர்களும், தமிழ்ச்சங்க அமைச்சர் தோழர் கா. நமச்சிவாய முதலியாரும் மற்றும் அவர்கள் போன்ற பெரியார்களே உண்மையில் தகுதி உள்ளவர்கள்.

தலைவர் கல்யாணசுந்திர முதலியார் அவர்களின் தமிழ்த் தொண்டை நானே நன்றாய் அறிந்தவன். அவரது தமிழ்த்தொண்டுக்கு எடுத்துக்காட்டு வேண்டுமானால் நானேயாவேன். நான் தமிழ் பேசுவதும் எழுதுவதும் தமிழைக் கொலை புரியும் மாதிரியானாலும் நான் பல பத்திரிகைகள் நடத்துவதும், சுமார் 50, 60 புத்தகங்கள் வெளியிட்டதும் தலைவர் கல்யாணசுந்திர முதலியார் அவர்கள் தமிழ் பாஷையில் தேசபக்தன், நவசக்தி முதலிய பத்திரிகைகளின் தொண்டேயாகும். திரு.வி.க. முதலியார் அவர்களது தேசபக்தன் பத்திரிகைக்குப் பிறகே தமிழ் அரசியல் மேடைகளைக் கைப்பற்றிற்று என்று சொல்லுவேன். அரசியல் தலைவர்களையும் தமிழ் அடிமை கொண்டதற்குக் காரணமும் அவர்களது பத்திரிக்கைகளேயாகும்.

அப்பத்திரிகைகள் என்னைவிட மோசமானவர்களையும், தமிழ் பாஷையில் அரசியலை உணரவும், தமிழ் பேசவும் செய்துவிட்டதால் தமிழ் பாஷையைக் காதில் கேட்டால் தோஷம் எனக் கருதும் ஜாதியாரும் தமிழில் கலந்து கொள்ளவும், தமிழை வேஷத்துக்காவது மதிக்கவும் செய்துவிட்டது.

பெரியார் நமச்சிவாய முதலியார் அவர்களது உழைப்பும் தமிழுக்கு மிகப் பெரியதொன்றும் தமிழர் மறக்க முடியாததுமான தொண்டாகும். பெரியார் நமச்சிவாய முதலியார் அவர்களின் துணிந்த முயற்சி இல்லாதிருக்குமானால் இன்று தமிழ்ப் பாட புத்தகங்கள் பெரிதும் ஆரியமத உபாக்கியானங்களாகவும், ஆரியமும் தமிழும் விபசாரித்தனம் செய்து பெற்ற பிள்ளைகள் போலவும் காணப்படும். ஆதலால் தான் தமிழுக்கு வாழ்த்துக்கூற, அப் பெரியார்களும் அவர்கள் போன்றார்களுமே தக்கார் என்று உரைத்தேன்.

தோழர்களே! எனக்கிட்ட கட்டளையில் ஏதேனும் ஒரு சிறு பாகமாவது நிறைவேற்றப்பட வேண்டுமானால் தமிழைப் பற்றிய எனது உள்ளக் கிடக்கையை உண்மையாய் எடுத்துரைத்தாக வேண்டும். ஆதலால் ஏதோ நான் சொல்வது பற்றி நீங்கள் தவறாகக் கருதாமல் என் கபடமற்ற தன்மையை அங்கீகரித்து உங்களுக்கு சரி என்று பட்டதை மாத்திரம் ஏற்று மற்றதை தள்ளி விடுங்கள். அதற்கு ஆக என் மீது கோபமுறாதீர்கள்.

தமிழும் மதமும்

முதலாவதாக தமிழ் முன்னேற்றமடைந்து உலக பாஷை வரிசையில் அதுவும் ஒரு பாஷையாக இருக்கவேண்டுமானால் தமிழையும், மதத்தையும் பிரித்துவிட வேண்டும். தமிழுக்கும் கடவுளுக்கும் உள்ள சம்மந்தத்தையும் கொஞ்சமாவது தள்ளி வைக்கவேண்டும்.

மத சம்மந்தமற்ற ஒருவனுக்கு தமிழில் இலக்கியம் காண்பது மிகமிக அரிதாகவே இருக்கிறது. தமிழ் இலக்கணம்கூட மதத்தோடு பொருத்தப்பட்டே இருக்கிறது.

மதமும் இலக்கணமும்

உதாரணமாக "மக்கள் தேவர் நரகர் உயர்திணை" என்றால் என்ன? நரகர்கள் யார்? தேவர்கள் யார்? இலக்கணத்திலேயே மதத்தைப் போதிக்கும் சூழ்ச்சிதானே இது?

இனி பள்ளிக்கூடங்களில் பிள்ளைகளுக்குத் தமிழ் இலக்கியத்துக்குப் புத்தகங்கள் எவை? கம்ப ராமாயணம், பாரதம், பாகவதம், பெரிய புராணம், தேவாரம், திருவாய் மொழி போன்ற மத தத்துவங்களையும், ஆரிய மத தத்துவம் என்னும் ஒரு தனிப்பட்ட வகுப்பின் உயர்வைப் போதித்து மக்களை மானமற்றவர்களாக்கும் ஆபாசக் களஞ்சியங்களும் அல்லாமல் வேறு இலக்கியங்கள் மிதந்து காணப் படுகின்றனவா? இன்றையப் பண்டிதர்களுக்கு உலக ஞானத்தைவிடப் புராண ஞானங்கள் தானே அதிகமாயிருக்கின்றன?

மேல்நாட்டு இலக்கியம்

மேல்நாட்டுப் புலவர்கள் மேல்நாட்டு இலக்கியங்கள் ஆகியவைகளுக்கு இருக்கும் பெருமையும், அறிவும் நம் தமிழ்ப்புலவர்களுக்கு இருக்கின்றது என்று சொல்ல முடியுமா? ஷேக்ஸ்பியர் வேண்டுமா? இங்கிலாந்து வேண்டுமா? என்றால் இங்கிலீஷ் மகனே ஷேக்ஸ்பியர் வேண்டும் என்பானாம். நாம் எதைக் கேட்பது?

இந்தியா வேண்டுமா? கம்பராமாயணம் வேண்டுமா என்றால் உண்மைத் தமிழ் மகன் என்ன சொல்லுவான்? இரண்டு சனியனும் வேண்டாம் என்று தானே சொல்லுவான். மேல் நாட்டில்தான் அறிவாளிகள் உண்டு என்றும், கீழ்நாட்டில் அறிவாளிகள் இல்லை என்றும் நான் சொல்ல வரவில்லை.

மேல்நாட்டு அறிவாளிகள் தாங்கள் செய்த இலக்கியங்களை மத சம்மந்த மன்னியில் கடவுள் சம்மந்தமன்னியில் பெரிதும் செய்து வைத்தார்கள். அதனால் நூற்றுக்கணக்காக மேல்நாட்டு இலக்கியங்களும் பண்டிதர்களும் போற்றப்படு கிறார்கள்.

கீழ்நாட்டில் குறிப்பாக இந்தியாவில் எத்தனை இலக்கியம் உலகத்தால் மதிக்கப் படுகின்றன? எத்தனை பண்டிதர்கள் உலகத்தால் போற்றப்படுகிறார்கள்? டாக்கூர் அவர்கள் கவிக்கு ஆக போற்றப்படலாம். ஆகவே மதம் கடவுள் சம்பந்தமற்ற இலக்கியம், யாவருக்கும் பொதுவான இயற்கை ஞானத்தைப் பற்றிய இலக்கியம், யாவரும் மறுக்க முடியாத விஞ்ஞானத்தைப் பற்றிய இலக்கியம் ஆகியவைகள் மூலம் தான் ஒரு பாஷையும் அதன் இலக்கியங்களும் மேன்மையும் முடியும் என்பது மாத்திரமல்லாமல் அதைக் கையாளும் மக்களும் ஞானமுடையவர்களாவார்கள்.

மலத்தில் அரிசி பொறுக்கலாமா?

கம்பராமாயணம் அரிய இலக்கியமாய் இருக்கிறதாகச் சொல்லுகிறார்கள். இருந்து என்ன பயன். ஒருவன் எவ்வளவுதான் பட்டினி கிடந்தாலும் மலத்தில் இருந்து அரிசி பொறுக்குவானா? அதுபோல் தானே கம்பராமாயண இலக்கியம் இருக்கிறது. அது தமிழ் மக்களை எவ்வளவு இழிவாக குறிப்பிடப்பட்டிருக்கிறது. தமிழரின் சரித்திரகால எதிரிகளை எவ்வளவு மேன்மையாக குறிப்பிடப்பட்டிருக்கிறது. சுயமரியாதையை விரும்புகிறவன் எப்படி கம்பராமாயண இலக்கியத்தை படிப்பான். இன்று கம்பராமாயணத்தால் தமிழ் மக்களுக்கு இலக்கியம் பரவிற்றா இழிவு பரவிற்றா என்று நடுநிலையில் இருந்து யோசித்துப் பாருங்கள்.

கடவுளால் பாஷை உயராது

தமிழ் பாஷையின் பெருமை பரமசிவனுடைய டமாரத்தில் இருந்துவந்த தென்றோ, பரமசிவன் பார்வதியிடம் பேசிய பாஷை என்றோ சொல்லி

108

விடுவதாலும் தொண்டர் நாதனை தூதிடை விடுத்ததாலும், முதலை உண்ட பாலனை அழைத்ததாலும், எலும்பை பெண்ணாக்கினதாலும், மறைக்கதவைத் திறந்ததாலும் தமிழ் மேன்மையுற்றதாகிவிடாது. இந்த ஆபாசக்கதைகள் தமிழ் வளர்ச்சியையும் மேன்மையையும் குறைக்கத்தான் பயன்படும்.

பரமசிவனுக்குகந்த பாஷை தமிழ் என்றால் வைணவனும் துருக்கனும் தமிழைப் படிப்பதே பாவமல்லவா? அன்றியும் அந்தப்படியிருந்தால் பார்ப்பான் தமிழ்மொழியை சூத்திரபாஷை என்றும், அதைக் காதில் கேட்பதே பாவம் என்றும் சொல்லுவானா? என்று யோசித்துப் பாருங்கள்.

இந்திப் புரட்டு

இன்று, தமிழ்நாட்டில் வந்து தமிழ் கற்று வயிறு வளர்ப்பவர்களாகிய பார்ப்பனர்களே இந்தி பாஷை இந்திய பாஷை ஆக வேண்டுமென்று முயற்சித்து வெற்றி பெற்று வருகிறார்கள். கோர்ட் பாஷை, அரசாங்க பாஷை ஆகியவை எல்லாம் இந்திமயமாக வேண்டும் என்கிறார்கள். காரணம் கேட்டால் இந்தி பாஷையில் துளசிதாஸ் ராமாயணம் நன்றாய் விளங்குமென்கிறார்கள்.

தமிழ்ப் பண்டிதர்களுக்கு இதைப் பற்றிச் சிறிதும் கவலை இருந்தது என்று சொல்ல முடியவில்லை; தமிழ்ப்பண்டிதர்கள் இந்த அரசியல்வாதிகளின் கூச்சலுக்கும் பார்ப்பனர்கள் ஆதிக்கத்துக்கும் பயந்து கொண்டு வாயை மூடிக்கொண்டு இருக்கிறார்கள்.

செத்த பாம்பு

பார்ப்பனர்கள் செத்த பாம்பான சமஸ்கிருதத்தை எடுத்து வைத்துக் கொண்டு எவ்வளவு ஆர்ப்பாட்டம் செய்கிறார்கள். பொதுப்பணம் சமஸ்கிருதத்தின் பேரால் எவ்வளவு செலவாகின்றது? பொதுஜனங்களின் வரிப்பணம் சமஸ்கிருதத்துக்கு ஆக ஏன் ஒரு பைசாவாவது செலவாக வேண்டும். தமிழ் மக்கள் யாரும் இதைப் பற்றி கவனிப்பதில்லை. தமிழ் தமிழ் என்று எங்கோ ஒரு மூலையில் இரண்டு பண்டிதர்கள் தான் சத்தம் போடுகிறார்கள். ஆனால் சமஸ்கிருதத்துக்கும் இந்திக்கும் கேப்னெட் மெம்பர்கள் ஐகோர்ட் ஜட்ஜிகள் முதல் எல்லா பார்ப்பன அதிகாரிகளும் பாடுபடுகிறார்கள். நம்ம பெரிய அதிகாரிகளுக்கோ, பெரிய செல்வாக்கும் செல்வமும் உள்ளவர்களுக்கோ தமிழைப் பற்றி கவலையும் இல்லை; தமிழைப் பற்றி அதிகம் பேருக்கு ஒன்றும் தெரியவும் தெரியாது.

தமிழபிமானம் தேசத்துரோகம்

தமிழினிடத்தில் ஒருவன் அபிமானியாக இருந்தாலே அவன் தேசத்துரோகி, வகுப்புவாதி, பிராமணத்துவேஷி என்றெல்லாம் ஆய்விடுகிறான். ஆதலால் மீட்டிங்கிக்கு வரக்கூட நமது மந்திரிகள் பயப்படுகிறார்கள்.

தமிழின் பரிதாபநிலைக்கு இதைவிட வேறு என்ன வேண்டும். தமிழ் பாஷையில், எழுத்தில் ஒரு சிறு மாற்றமோ முற்போக்கோ செய்யக்கூட ஒரு தமிழ் அபிமானியும் முயற்சிப்பதில்லை. யாராவது முயற்சித்தாலும் ஆதரவளிப்பது மில்லை. தற்கால நிலைக்கு தமிழ் போதியதாகவும், சௌகரியமுள்ளதாகவும் ஆக்க யார் முயற்சித்தார்கள்.

மாறுதல் அவசியம்

மேல்நாட்டு பாஷைகள் எவ்வளவு மாற்றமடைந்து வருகின்றன. எழுத்துக் களில் எவ்வளவு மாறுதல் செய்து வருகிறார்கள். ரஷ்யாவில் சில பழைய எழுத்துக் களை எடுத்துவிட்டார்கள். புதிய எழுத்துக்கள் சேர்த்தார்கள். அமெரிக்காவில்

எழுத்து கூட்டுவதாகிய இஸ்பெல்லிங் (spelling) முறையை மாற்றி விட்டார்கள். துருக்கியில் துருக்கி பாஷைக்கு உண்டான எழுத்துக்களையே அடியோடு எடுத்துவிட்டு ஆங்கில எழுத்துக்களை யேற்படுத்திக்கொண்டார்கள்.

தமிழர்கள் தமிழுக்கு ஆக நமக்கு விவரம் தெரிந்த காலமாய் என்ன காரியம் செய்தார்கள். காலத்துக்கு ஏற்ற மாறுதலுக்கு ஒத்துவராதவன் வெற்றிகரமாய் வாழமுடியாது; மாறுதலுக்கு மனிதன் ஆயத்தமாய் இருக்கவேண்டும். முன்னேற்றம் என்பதே மாறுதல் என்பதை உணர்ந்த மனிதனே உலகப்போட்டிக்கு தகுதியுடையவனாவான்.

தமிழ் எழுத்துக்களில் ஒரு சில மாற்றம் செய்தேன். அநேக பண்டிதர்கள் எனக்கு நன்றி செலுத்தி என்னைப் பாராட்டினார்களேயல்லாமல் ஒருவராவது அம்முயற்சிக்கு ஆதரவளித்தவர்கள் அல்ல. இவ்வளவு பெரிய காரியத்தைச் செய்ய நான் தகுதியற்றவன் என்பதை நான் ஒப்புக்கொள்ளுகிறேன்.

ஆனால் தகுதி உள்ளவர்கள் எவரும் வெளிவராவிட்டால் நான் என் செய்வது? என்னைக் குறைகூறவோ திருத்தவோ முயற்சிப்பதின் மூலமாகவாவது இதற்கு ஒரு வழி பிறக்காதா என்றுதான் துணிந்தேன். இதுவரை யாரும் அதை லக்ஷியம் செய்யவில்லை.

ஆனாலும் நான் அம்முறையிலேயே இரண்டு மூன்று பத்திரிகைகள் நடத்துகிறேன். அம்முறையிலேயே 10, 20 புத்தகங்களும் வெளியிட்டிருக்கிறேன். இன்னம் எவ்வளவோ செய்ய வேண்டி இருக்கிறது.

பார்ப்பன ஆதிக்கம்

இவைகளையெல்லாம் பார்ப்பனர்களே செய்வதாகப் பாசாங்கு செய்து பார்ப்பனர்கள் தமிழின் மீது ஆதிக்கம் செலுத்தப் பார்த்தார்கள். அநேக பண்டிதர்கள் அவர்களுக்கு ஆதரவும் அளித்தார்கள். கடைசியில் டாக்டர் மாசிலாமணி முதலியார் போன்றவர்களே அம்முயற்சியைப் பாழாக்கி அதைக் காப்பாற்றினார்கள்.

தலைவர் திரு.வி.க. அவர்களும் சிறிது நமக்கு உதவி செய்தார்கள் என்றாலும் வெளியில் வந்து செய்திருந்தால் அதில் நாம் ஆதிக்கம் பெற்று இருக்கலாம்.

எங்கும் திருநாள்

எப்படி ஆனாலும் தமிழ் பாஷை உணர்ச்சி தமிழ் மக்களுக்கு இன்றியமையாதது. அதன் மூலம் தமிழ் மக்கள் ஒன்று சேர வசதி உண்டு. தலைவர் திரு.வி.க. அவர்களும் அமைச்சர் கா. நமச்சிவாய முதலியார் அவர்களும், இத்திருநாளை இம்மாதிரி ஒழிந்த நேரத் திருநாளாக இல்லாமல் தமிழ்மக்களுக்கு ஒரு புது எழுச்சியையும், ஊக்கத்தையும், உண்டாக்கும் திருநாளாகச் செய்ய வேண்டும். வருஷம் ஒவ்வொரு ஊரில் தலைமைத் திருநாள் நடைபெறச் செய்யவேண்டும். தீபாவளி போன்ற மூடநம்பிக்கையும், சுயமரியாதை அற்றதும், ஆபாசமானதுமான பண்டிகைகள் கொண்டாடுவதைவிட இப்படி தமிழ்த் திருநாள் என்று தமிழ் மக்கள் கூட்டுறவுக்கும், மகிழ்ச்சிக்கும், கொண்டாட்டத்துக்கும் அனுகூலமாகத் திருநாள்களை பரப்பவேண்டும். நமது பெண்களுக்குப் பகுத்தறிவும், சுயமரியாதையும் இருந்தாலும் ஒரு திருநாள் வேண்டி இருக்கிறதால் தீபாவளியையும், மாரிபண்டிகையையும் கொண்டாட ஆசைப்படுகிறார்கள். ஆதலால் தக்கது செய்ய வேண்டுகிறேன்.

கடைசியாக, தோழர்களே தமிழ் முன்னேறும் என்பது பற்றி எனக்கு அறிகுறிகள் தென்பட்டுவிட்டன. அதென்னவென்றால் என்னை இங்கு உள்ளே விட உங்களுக்கு தைரியம் ஏற்பட்டுவிட்டது ஒன்றே போதுமான ஆதாரமாகும்.

அன்றியும் இந்தப் பெருமை என்னையும் ஒருபடி உயர்த்திவிட்டது. என்னவென்றால் தமிழ்ப் பண்டிதர்கள் கூட்டத்தில் கலந்துகொள்ளும் படியான பெருமை ஏற்பட்டுவிட்டதல்லவா? நான் எவ்வளவு தமிழ் அறியாதவனாய் இருந்தாலும் தமிழில் எனக்கு உள்ள ஆசை உங்கள் யாரையும்விட குறைந்ததல்ல என்பதை தெரிவித்துக் கொண்டு, அந்த ஆசையின் மயக்கத்தால் நான் பேசியவற்றுள் ஏதும் குற்றம் குறைகள் இருப்பின் அவற்றை மன்னித்துக் களைந்துவிட்டு சரி என்று பட்டவையை மாத்திரம் ஏற்று அதற்காவன செய்ய வேண்டிக்கொண்டு விடைபெற்றுக்கொள்ளுகிறேன்.

குடி அரசு - 26.01.1936

இத்தொல்லை என்று ஒழியும்?

இந்தி

பார்ப்பனர்களால் நடத்தப்படும் பொது ஸ்தாபனங்களில் உள்ள ஒழுக்கங்களோ சொல்லத் தேவையில்லை. உதாரணமாக இந்திபாஷை படிப்பு என்று பார்ப்பனரல்லாதாரிடம் லக்ஷக்கணக்காய் காந்தி வசூல் செய்து கொடுக்கும் பணத்தில் பார்ப்பனர்களையே சிப்பந்திகளாய் வைத்து வேலை செய்வதும் அந்தப்படி சென்னையில் நடத்திவந்த ஒரு இந்திய ஸ்தாபனத்தில் பல பெண்கள் படிக்க வந்து கொண்டிருந்ததில் அந்த ஸ்தாபனத் தலைவர் ஒருவர் அப்பெண்ணைக் கலவி செய்து வயிற்றை நிரப்பி அது கர்ப்பவதி ஆகிவிட்டது. கடசியாக தலைவர் செய்த காரியம் என்று வெளியாகி தலைவரை நீக்கி விட்டு காந்தியார் கண்டித்து ஒரு வியாசம் எழுதி மழுப்பிவிட்டார். கலவி நடத்திய ஒரு பெண்ணுக்கு கர்ப்ப மானதினால் அது கண்டு பிடிக்கப்பட்டது. கர்ப்பமாக்காமல் இன்னம் எத்தனை பெண்களை கலவி செய்திருப்பார் என்று யோசித்துப் பார்த்தால் இவர்களது நாணயமும் இவர்கள் ஸ்தாபனத்தில் சம்மந்தம் வைத்துக் கொள்வதின் யோக்கியதையும் விளங்கும். இன்னமும் கதர் ஸ்தாபனத்தில் நடக்கும் அக்கிரமம் எவ்வளவு என்று யாரையாவது நிர்ணயிக்க முடிகிறதா? பார்ப்பனர்கள் ஆதிக்கம் வைத்து நடத்திய காலத்தில் ஷு ஒன்றுக்கு 30 ஆயிரம், 40 ஆயிரம் ஆக லக்ஷக்கணக்கில் நஷ்டம் வந்திருக்கிறது. பெரும்பாகம் வேலையற்ற பார்ப்பனர்களுக்கு உத்தியோகம் கொடுப்பது, அவர்கள் தாறுமாறாய் நிர்வாகம் நடத்துவது, பெரும் சம்பளம் அனுபவிப்பது ஆகிய அக்கிரமங்களேயாகும். பொது ஜனங்கள் 3 அணாகூட பெறாத துணிக்கு 9 அணா 10 அணா கொடுத்து வாங்கி நஷ்டமடைகின்றது ஒரு புறமிருக்க, கதர் கொள்முதல் முதலில் லக்ஷம் இரண்டு லக்ஷம் நஷ்டமாவது என்றால் இவர்கள் நிர்வாகத்தின் யோக்கியதையை என்னென்று சொல்லமுடியும். இந்த யோக்கியதையும் ஒழுக்கமும் நாணயமும் திறமையுமுள்ளவர்கள் பார்ப்பனரல்லாதார்களை குறைகூறுவதும் பொதுவாழ்வில் இருந்து ஒழிக்கப் பார்ப்பதுமான குறும்புகளும் விஷமங்களும் செய்து வருவது சகிக்கக் கூடியதா என்று கேட்கிறோம். இதே மாதிரியே இப்பார்ப்பனர் எந்த ஜில்லா போர்ட் முனிசிபாலிட்டி ஆகியவைகளில் இருந்தாலும் சதா நசுங்குச் சேட்டைகள் செய்து நிர்வாகத்துக்கு தொல்லை கொடுப்பதும் துன்பம் விளைவிப்பதுமாகவே செய்து வருகிறார்கள்.

உத்தியோகத்தில் மேல்பதவியில் இருந்தாலும் கீழ்பதவியில் இருப்பவர்களுக்கு தொல்லை கொடுத்து இம்சிக்கிறார்கள்.

தபால் - ரயில் பார்சல், கோர்ட்டு முதலிய சர்க்கார் ஸ்தாபனங்களில் உள்ள பார்ப்பனர்களும் அவர்களுக்கு திருப்தி இல்லாத காரியங்களிலும் திருப்தி இல்லாதவர்கள் விஷயத்திலும் எவ்வளவு தொல்லை கொடுக்க வேண்டுமோ அவ்வளவு தொல்லை விளைவித்து காரியங்களை கெடுத்து வருகிறார்கள்.

இவற்றையெல்லாம் கவனிக்கும்போது வகுப்புவாரிப் பிரதிநிதித்துவப்படி பதவிகள் இருந்தால் ஒழிய இக்கொடுமை ஒழியாதென்றே முடிவு கட்ட வேண்டியதாக இருக்கிறது.

குடி அரசு - 02. 05. 1937

தொகுதி 1 மொழி

தொகுதி 1

மொழி

இரண்டு அய்யங்கார் மந்திரிகள் கூற்று

பார்ப்பனச் சூழ்ச்சி

அப்படிப்பட்ட ஒரு நிலைமை நாட்டில் உண்டாகாமல் இருப்பதற்கு ஆகவும் உள்ள நிலைமையையும் கெடுப்பதற்கு ஆகவுமே இன்று அரசியலின் பேரால் பார்ப்பனர்கள் முயற்சிக்கிறார்கள். அதற்கே தோழர் காந்தியாரையும் சில சமூகத்துரோகிகளையும் பார்ப்பனர்கள் பயன்படுத்திக் கொள்ளுகிறார்கள். அதுதான் இன்றைய காங்கரஸ் சூழ்ச்சியாகவும் மாகாண ஆட்சியாகவும் சுயராஜ்ய முயற்சியாகவும் இருந்து வருகிறது.

காங்கிரசின் பேரால் அரசியல் ஆதிக்கம் பெற்றுத் தலைமை ஸ்தானத்தில் பார்ப்பனர்கள் அமர்த்தவும் அவர்களது கண்ணோட்டம் எங்கே போயிற்று என்பதையும் விழிகளுக்குள் அடைந்து கிடந்து வெளிப்பட்ட ஆசை என்ன என்பதையும் தமிழ் மக்களை சற்று சிந்தித்து பார்க்கும்படி வேண்டுகிறோம்.

தோழர் ஆச்சாரியார் பட்டத்துக்கு வந்த 10 நாளில் இந்தியா பூராவும், தமிழ்நாடும் சமஸ்கிருதம் படிக்க வேண்டும் என்றார்.

இதை காங்கிரசிலுள்ள ஒரு தமிழ் மகனாவது கண்டிக்கவே இல்லை. ஒரு தமிழ்ப் பண்டிதனாவது ஆட்சேபிக்கவே இல்லை.

தமிழ்நாட்டில் தமிழ் மக்கள் எதற்கு ஆக சமஸ்கிருதம் படிக்க வேண்டும் என்பதைப் பற்றிக் கூட எந்தத் தமிழனும் சிந்தித்ததாகவும் தெரியவில்லை.

தங்கள் பெண்ஜாதியின் துகிலை சபையில் ஒருவன் பலாத்காரமாய் அவிழ்ப்பதை பார்த்துக்கொண்டிருந்ததாகக் கூறும் காட்டுமிராண்டித்தனமான கதைக்கு நிகராகவே இருக்கிறது இந்த சம்பவம்.

உண்மைத் தமிழருண்டா?

ஒரு பார்ப்பனர் தமிழ்மக்கள் பேரால் ஆட்சி பெற்று அரசியல் தலைமைப் பதவியில் இருந்து கொண்டு தமிழ் மக்களைப் பார்த்து "நீங்கள் எல்லோரும் சமஸ்கிருதம் படிக்க வேண்டும்" என்று சொன்னால் அவரது நெஞ்சுத் துணிவு எவ்வளவாய் இருக்க வேண்டும்? இதையும் மக்கள் பொறுத்துக் கொண்டிருப்பது என்று சொன்னால் இந்நாட்டில் உண்மைத் தமிழ்மக்கள் யாராவது இருக்கிறார்கள் என்று சொல்ல முடியுமா? "தோலைக் கடித்து துருத்தியைக் கடித்து மனிதனைக் கடிக்க வந்து விட்டது" என்ற பழமொழிப்படி "ஜாதிப் பேச்சு கூடாது" "வகுப்பு பேச்சு கூடாது" "பாஷைப் பேச்சு கூடாது" என்றெல்லாம் ஞானோபதேசம் செய்துவிட்டு அந்தப்படி யாராவது பேசினால் அது துவேஷப் பேச்சாகுமென்றும்

114

பேசுபவர்கள்மீது நடவடிக்கை எடுத்துக்கொள்ள வேண்டும் என்றும் சொல்லிவிட்டு இப்போது தைரியமாய் தலைமை அதிகாரி பதவியில் இருந்து கொண்டு "எல்லோரும் சமஸ்கிருதம் படிக்க வேண்டும்" என்று ஆக்கினை இடுகிறார். இதன் அவசியத்துக்கு காரணம் என்னவென்றால் சமஸ்கிருதம் படிப்பதன் மூலம்தான் மக்கள் புராண கால ஒழுக்கத்துக்கு போகமுடியும் என்று விளக்கிக் கூறுகிறார். தமிழ்மக்கள் எல்லோரும் ஹிந்தி படிக்க வேண்டும் என்று இவர்களால் சூழ்ச்சி செய்யப்பட்ட காலத்திலேயே நாம் இதை எடுத்துக் காட்டினோம். ஹிந்தி என்பதும் சமஸ்கிருத பாஷையே யாகும். இதை சுமார் 75 வருஷங்களுக்கு முன்பாகவே சரித்திர புத்தகம் எழுதிய பாதிரிகள் வெளியிட்டிருக்கிறார்கள்.

அதாவது ஒரு பிரஞ்சு இந்திய பூமி சாஸ்திர புத்தகத்தில் இந்தியாவைப் பற்றி 70 வருஷத்துக்கு முன் எழுதும் போது,

ஸம்ஸ்கிருத யோக்கியதை

"இந்தியாவானது முற்காலத்தில் அநேகவிதமான கலைகளுக்கும் அற்புதமான அறிவு பெருக்கத்துக்கும் இருப்பிடமாய் இருந்தது. நல்ல கல்வி சாஸ்திரங்கள் இருந்து வந்தன.

ஆனால் பிற்காலத்தில் பிராமணர் மதம் வந்து புகுந்தது. நிச்சயமுள்ள கல்வி அறிவு சஸ்திரங்களுக்கும் உண்மை சம்பவங்களுக்கும் பதிலாக கட்டுக் கதைகளையும் மட்டுக்கடங்கா அபத்தங்களையும் புனைந்த சஸ்திரங்களை புராணங்களை சமஸ்கிருதமாகிய ஹிந்திபாஷையில் ஏற்படுத்தி இந்த தேச மக்களை அஞ்ஞான - அறியாமை அந்தகாரத்தில் அமிழ்த்தினார்கள்.

ஆதலால் அது முதல் இதுவரை நல்லொழுக்கத்திலும், வித்தை, அறிவு, கல்வி, சாஸ்திரங்களிலும் யாதோர் விருத்தியும் காணாமல் தாழ்வும், அதிக மூடத்தனமுள்ள அபத்தங்களின் நிலைமையும் மாத்திரமே காணப்படுகிறது.

ஆகவே மேல்கண்ட அஞ்ஞானமும் மௌடீகத்தனமும் மக்களுக்குள் வளர்ந்து வருவதற்கு ஆதாரமான புராணம், இதிகாசம், விதி நூல் ஆகியவைகளைக் கொண்ட சமஸ்கிருதத்தை இந்த 20-வது நூற்றாண்டில் பகுத்தறிவும் சிந்தனா சக்தியும் உள்ள மனிதன் படிக்க வேண்டுமென்று ஆட்சிதலைவர் ஆக்கினை இடுவாரானால் மக்களை பழயகால காட்டுமிராண்டித்தனமான வாழ்க்கைக்கு போகும்படி விரட்டி அடிக்கிறார் என்று தானே அருத்தம்?

சமஸ்கிருத பாஷையின் முக்கிய தத்துவம் வருணாச்சிரம தர்மமாகும். அதாவது வருணாச்சிரம தர்மத்துக்கு ஏற்ற கதை புராணம், சரித்திரம் "வேதவாக்கு" விதிநூல் ஆகியவைகளேயாகும். வருணாச்சிரம தர்மத்தின் முக்கியத் தத்துவம் பார்ப்பான் பிராமண ஜாதியை சேர்ந்தவன். மற்றவர்கள் சூத்திர (அடிமை) ஜாதியைச் சேர்ந்தவர்கள். முன்னையவனுக்கு பின்னையவனுடைய சொத்து, பெண்டு பிள்ளை, சரீரம் ஆகியவை கட்டுப்பட்டவைகளாகும் என்பதுதான். ஆகவே இந்த நிலையை மறுபடியும் ஏற்படுத்தப் பார்ப்பனர்கள் முயற்சியேதான் "தமிழ் மக்கள் சமஸ்கிருதம் படிக்க வேண்டும்" என்று ஆக்கினை இடுவதாகும்.

முஸ்லீம் ஆதிக்கத்துக்கு உலை

ஹிந்தி பாஷையை வளர்த்ததின் மூலம் ஒரு அளவுக்கு முஸ்லீம் ஆதிக்கத் தையும் ஒழிக்க ஏற்பாடு செய்தாய்விட்டது என்பதை மந்திரியாயிருந்த தோழர் கலிபுல்லா சாஹிப் அவர்கள் வெகு நன்றாய் விளக்கி இருக்கிறார்.

ஆகவே இக்காரியங்களை பார்ப்பனர்கள் செய்வதானது இதுவரை குறிப்பாக இந்த 20 வருஷ காலமாக பார்ப்பனரல்லாத சமூக தலைவர்களும் சுமார் 35 வருஷங் களாக முஸ்லீம் தலைவர்களும் சமூக முன்னேற்றத்தில் செய்து வந்திருக்கும் அரிய

வேலையையும் அதன் பயனையும் பாழ்படுத்தவும் இடித்தெறியவும் செய்யப்படும் சூழ்ச்சியேயாகும்.

மற்றொரு அய்யங்கார் சூழ்ச்சி

இந்த நம் அபிப்பிராயத்தை உறுதிப்படுத்த மற்றொரு அய்யங்கார் பார்ப்பன மந்திரி தோழர் டி.எஸ்.எஸ். ராஜன் அவர்கள் மற்றொரு மாணவர்கள் கூட்டத்தில் வெளியிட்டிருக்கும் அபிப்பிராயத்தைக் கொண்டு உணரலாம். அதாவது,

"இந்த மாகாணத்தில் துரதிஷ்டவசமாக பொது வாழ்வில் வகுப்புவாத முறை வளர்ந்து வருகிறது. அவர்கள் அதிகாரத்தில் இருந்த பொழுது ஜாதியையே ஒழிக்க வேண்டுமென்று பேசிக்கொண்டு ஜாதியை சட்டபூர்வமாக நிரந்திர மாக்கி இருக்கிறார்கள். இருந்தாலும் நாம் இனி பயப்பட வேண்டிய தில்லை"

என்று சென்ற ஜூலை மாதம் 31ந் தேதி வைத்திய மாணவர்கள் வகுப்பில் பேசி இருக்கிறார். இது "இந்து" பத்திரிகையில் காணப்படுகிறது. (மேற்கண்ட வாசகத்தில் அவர்கள் என்பது ஜஸ்டிஸ் கட்சியைக் குறிக்கிறது. ப-ர்)

இவரது ஆணவத்தைப் பாருங்கள், வகுப்பு வாரி முறையைப் பற்றி இனி பயப்பட வேண்டியதில்லையாம். அப்படி என்றால் என்ன? அதை தாங்கள் அடியோடு அழித்து விடப் போகிறோம் என்பதுதானே? எதற்கு ஆக அதை அழிப்பது? வகுப்புவாத முறையை ஜஸ்டிஸ் கட்சியார் ஒழிக்க வேண்டுமென்று சொல்லிக்கொண்டு அதை ஒழிப்பதற்கு அனுகூலமாக வகுப்புவாதம் உள்ள வரை வகுப்பு உரிமை கொடுத்து வந்தால் எதற்கு ஆக ஆதியில் வகுப்புவாதம் (யாரால் கற்பிக்கப்பட்டிருந்தாலும்) ஏற்பட்டதோ அந்த காரியம் அழிவதன் மூலம் வகுப்பு இல்லாமல் போய்விடும் என்று கருதியே வகுப்புரிமை அளித்திருக்கிறார்கள். தோழர் ராஜன் அய்யங்கார் சொல்வதையே ஒப்புக்கொள்வதானாலும் அதாவது ஜஸ்டிஸ் கக்ஷியார் வகுப்பு முறை அல்லது ஜாதி முறையை சட்ட பூர்வமாக நிலைக்கச் செய்துவிட்டார்கள் என்றே வைத்துக் கொள்வதானாலும் வேத சாஸ்திர வகுப்பு வாதத்தை ஒழிக்க வழியுண்டா?

இப்பார்ப்பனர்கள் அதாவது தோழர்கள் ராஜன் அய்யங்கார், ராஜகோபாலாச் சாரியார், சத்தியமூர்த்தி சாஸ்திரியார் ஆகியவர்களின் முன்னோர்கள் இதே ஜாதி முறையை - வகுப்புமுறையை வருணமுறையை மதத்தில் வேதத்தில் சாஸ்திரத்தில் புராணத்தில் ஏன்? "கடவுள்" வாக்கில் "கடவுள் சிருஷ்டியில்" உற்பத்தி செய்து நிரந்தரமாக்கி இருக்கிறார்களே இதற்கு என்ன சொல்லுகிறார்கள் என்று கேட்கிறோம். ஜஸ்டிஸ் கக்ஷியார் செய்த சட்டத்தை நாளைக்கு ஒரு அன்னக் காவடியோ தகரப்போகணியோ சட்டசபை அதிகார ஆசனத்தில் உட்கார்ந்து அழித்துவிடலாம். அதில் ஒன்றும் பிரமாதமில்லை. ஆனால் இந்த அய்யங்கார், ஆச்சாரியார், சாஸ்திரியார் கூட்டம் செய்த வேத சாஸ்திர கடவுள் வாக்கு ஆகியவைகள் மூலம் செய்யப்பட்ட கொடுமையான ஜாதிமுறையை எப்படி ஒழிப்பது? எந்தக் காலத்துக்கு யாரால் அழிப்பது? என்று கேட்கிறோம்.

ஹிந்தியை சமஸ்கிருதத்தைப் பாராட்டுவதேன்?

இவைகளை மேலும்மேலும் நிலைநிறுத்தத்தானே தோழர் ஆச்சாரியார் சமஸ்கிருதத்தையும் ஹிந்தியையும் படியுங்கள் என்று இன்று மாணவர்களுக்கு ஆக்கினையிடுகிறார். இந்தப் பார்ப்பனர்கள் "மனித வாழ்வில் ஒரே ஒரு ஜாதிதான் இக "பர"ங்களில் சுகமாகவும், சுதந்திரமாகவும் வாழ முடியும்" என்றும் அந்த ஒரு ஜாதிக்குத்தான் சுதந்திரமுண்டு என்றும் மற்ற ஜாதிகள் அந்த ஒரு ஜாதிக்கு அடிமையாய்த் தான் இருக்க வேண்டும் என்றும் இருந்து வந்த கொடுமையை

ஜஸ்டிஸ் கட்சி ஒழிக்கத்தான் வகுப்பு உரிமை அதாவது சகல வகுப்புக்கும் சம உரிமை உண்டு என்பதை அமுலில் கொண்டு வரச்செய்ததே தவிர மற்றபடி ஜஸ்டிஸ்காரர் செய்த வகுப்பு முறையிலோ வகுப்பு உரிமை முறையிலோ எந்த ஜாதியையும் மேல் என்றோ கீழ் என்றோ எந்த ஜாதிக்கும் எந்த ஜாதியும் அடிமை என்றோ சட்டம் செய்யவில்லை. ஆகவே - ஜஸ்டிஸ்காரர் செய்த சட்டத்தைப் பற்றி பயப்படப்போவதில்லையென்றும் அதை அழிக்கவே தாங்கள் கங்கணங்கட்டிக் கொண்டு வந்திருப்பதாகவும் வீரப் பிரதாபம் கூறும் டாக்டர் ராஜன் அய்யங்கார் அவர்கள் வகுப்புரிமை, வகுப்புப் பிரிவு ஆகிய முறையைப் பற்றி உண்மையில் வருந்துபவராயிருந்தால் அவர் ஒரு காரியம் செய்வாரா என்று கேட்கின்றோம்.

எல்லாரும் அர்ச்சகராக இருக்கச் சட்டம் செய்வாரா?

அதாவது அவரது பதவி ஆதிக்கத்திலுள்ள வகுப்பு முறை சுதந்திரத்தை ஒழிக்கிறாரா என்று கேட்கின்றோம். என்ன வென்றால் இன்று கனம் டாக்டர் ராஜன் அய்யங்கார் தேவஸ்தான இலாக்கா மந்திரியாயிருக்கிறார். அவர் ஆதீனத்தில்தான் இந்நாட்டுக் கோவில்களின் "தலையெழுத்து" பூராவும் இருக்கின்றன. சட்டசபையும் கனம் டாக்டர் ராஜன் காலாட்டினால் மற்றவர்கள் தலையை ஆட்டும்படியான மெஜாரிட்டியாய் இருக்கிறது. சர்க்காரோ, காங்கரசே சர்க்கார் - சர்க்காரே காங்கரஸ் என்று கனம் ராஜனே சொல்லிக் கொள்ளும்படியான நிலைமையில் இருக்கிறது. இந்நிலையில் இந்த கோவில்களுக்கெல்லாம் பார்ப்பானே மணி அடிக்கவேண்டும், பார்ப்பானே சோறு பொங்கவேண்டும், பார்ப்பானே வேதம் ஓத வேண்டும் என்பவை ஆன - பார்ப்பானே செய்யவேண்டும் என்கின்ற காரியங்களை மாற்றி "வகுப்பு வாதம் புரிகின்ற" ஜஸ்டிஸ் கக்ஷியார் உள்பட தனித்தொகுதி கேட்பதும் இந்து மதத்தை விட்டுப்போவதும் ஆபத்து என்று கூறி தடுக்கப்படும் ஷெடியூல் வகுப்பார் அணி உள்ள எல்லா இந்துக்களும் செய்யலாம் என்று ஒரு சட்டமோ உத்திரவோ செய்து வகுப்புவாத ஆதிக்கத்தை ஒழிப்பாரா? என்று வணக்கமாய் கேட்கின்றோம்.

இதாவது நாளைக்கு செய்யட்டும். இன்றைக்கு எல்லா இந்துக்களும் வகுப்பு ஜாதி என்கின்ற வித்தியாச முறை இல்லாமல் "சர்வ சக்தியும், சர்வ வியாபகமும், சர்வ தயாபரமும் உள்ளவரான பகவானை தரிசிக்க சர்வ சுதந்திரமாய் அனுமதிக்கப்படும்" என்று உத்திரவு போடட்டுமே என்று தான் கேட்கிறோம்.

ஹோட்டல்களின் "பஞ்சம" போர்டை ஒழிப்பாரா?

இதாவது கொஞ்சம் தாமதிக்கட்டும். அதைவிட அவசரமாக இனிமேல் எந்தப் பார்ப்பானும் ஓட்டல்களிலோ, காப்பிக் கடைகளிலோ பிராமணாள் காப்பிக் கடை - பிராமணாள் ஓட்டல் - பிராமணாளுக்கு மாத்திரம் - பிராமணாளுக்கு இங்கே சூத்திராளுக்கு இங்கே - பஞ்சமன் நாய் பெரு வியாதிக்காரர்கள் ஆகியவர்கள் பிரவேசிக்கக் கூடாது - என்பன போன்ற போர்டு - போடக்கூடாது என்று உத்திரவுகள் போடட்டுமே பார்ப்போம். எனவே இத்தியாதி காரியங்கள் செய்ய அதிகாரமும் அவசியமும் சௌகரியமும் இருந்தும் இவற்றை செய்யாமல் வகுப்பு ஆதிக்கக் கொடுமையையும் வகுப்பு முறை துன்பங்களையும் வைத்துக்கொண்டு "ஜஸ்டிஸ் கக்ஷி வகுப்பு வகுப்புவாத முறை ஏற்படுத்தி விட்டது. நான் அதை ஒழிக்கப்போகின்றேன். பயப்பட வேண்டாம்" என்றால் என்ன அர்த்தமென்று கேட்கின்றோம். ஆகவே இந்த மாதிரிப் பேச்சுக்கள் எல்லாம் நாம் எதிர்பார்த்த படியே கொடுங்கோன்மை ஆட்சிமுறைப் பேச்சென்றே வருத்தத்துடன் கூற வேண்டியிருக்கிறது.

குடி அரசு - 08. 08. 1937

தொகுதி 1

மொழி

சுயாட்சியா? பழிவாங்கும் ஆட்சியா?

அக்கிரகாரச் சனியன்கள் பிரிட்டிஷ் சர்க்காரை சரணாகதி அடைந்து மந்திரி ஸ்தானத்தில் அமர்ந்து ஆட்சி செலுத்த ஆரம்பித்தது முதல் ஒவ்வொரு துறையிலும் பழி வாங்கும் குணத்தையும் அக்கிரகார ஆதிக்கத்தை என்றென்றும் நிலைநிறுத்தும் கவலையையும் கொண்டு சூழ்ச்சி ஆட்சி நடத்தப்பட்டு வருகின்றது.

அரசியல் துறையில் இச்சரணாகதி கூட்டங்கள் எவ்வித கொள்கைகள் கையாண்ட போதிலும் நமக்கு கவலையில்லை. வெள்ளைக்காரர்கள் விஷயத்தில் எவ்வளவு சீக்கிரமாக விரட்டி அடிக்க முயற்சித்தாலும் நாம் குறுக்கே நிற்கப்போவதில்லை.

ஆனால் பொய் பித்தலாட்டங்கள் பேசி பாமர மக்கள் ஏய்த்து பிரிட்டீஷாருக்கு அடிமை முறிச்சீட்டு எழுதிக் கொடுத்து பிரிட்டிஷ் ஆட்சியை உலகமுள்ளளவும் காப்பாற்றித் தருவதாய் பிரமாண வாக்குக்கொடுத்து பதவியில் உட்கார்ந்து கொண்டு தமிழ் மக்களை பூண்டோடு அழிக்கத்தக்க சூழ்ச்சி ஆட்சி நடத்துவதை யார்தான்- எந்த உண்மைத்தமிழ் மகன்தான் சகித்துக்கொண்டிருக்க முடியும்? பிரிட்டிஷ் ஆட்சி முறையைப் பற்றி நாம் குறை கூற வரவில்லை. ஏனெனில் அவர்களது ராஜ தர்மம் எல்லாம் எப்படியாவது இந்தியாவில் பிரிட்டிஷ் (யூனியன் ஜாக்) கொடி பறக்க வேண்டும் என்பதே ஒழிய, மற்றபடி நீதி, ஒழுங்கு, யோக்கியம், நாணயம் என்பவைகள் ஆகியவற்றிற்குப் பொருள் அவர்கள் அகராதியில் வேறு மாதிரியாகவும் நம் அகராதியில் வேறு மாதிரியாகவும் இருந்து வருகிறது.

ஆகவே இன்று நமக்கு தொல்லையாயும் நம் சுயமரியாதை வாழ்வுக்கு ஈனமாகவும் இருந்துவரும் ஆட்சி பார்ப்பன ஆட்சியேயாகும். பிரிட்டீஷ் ஆட்சிக்கு எப்படியாவது பிரிட்டீஷ் கொடி பறக்க வேண்டியதுதான் அதன் முக்கிய கொள்கையோ, அதே போல் பார்ப்பன ஆட்சிக்கும் எப்படியாவது பார்ப்பனரல்லாத மக்களை அழுத்தி அழித்து பார்ப்பன ஆட்சியை (மனுநீதி கொடுங்கோல் ஆட்சியை) நிலை நிறுத்தவேண்டும் என்பதேயாகும்.

இந்த ஒரு காரணத்துக்கு ஆகவே நாம் பார்ப்பனியம் நம் நாட்டில் மாத்திர மல்லாமல் இந்தியாவை விட்டே உலகத்தை விட்டே அடியோடு ஒழியும் படியாக அழிக்கப்பட வேண்டும் என்பதாகப் போராடி வருகிறோம். இந்தப் போராட்டம் நமக்கு ஆக மாத்திரமே அல்ல; அதாவது பார்ப்பனரல்லாதார் சமூகத்துக்கு மாத்திரமே அல்ல; உலக முற்போக்குக்கும் மனித சமூக முன்னேற்ற உயர்வுக்குமே என்று கருதி நடத்தி வருகிறோம்.

118

மந்திரி சபை அமைப்பைப் பற்றி முன்னமேயே பல விஷயங்கள் எழுதி இருக்கிறோம். மற்றும் பல பத்திரிகைகள் மூலமும் பல அறிஞர்கள் பிரமுகர்கள் மூலமும் வெளியாகி இருக்கின்றன. அவற்றைப் பற்றிய மற்றும் அநேக ரகசியங்கள் இருக்கின்றன. அவை ஒருபுறமிருக்கட்டும். இப்போது அம்மந்திரி ஆட்சியின் யோக்கியதைப்பற்றியே இதில் கூறுகிறோம். அக்கிரகார மந்திரி ஆட்சியை தோழர் சேலம் பாரிஸ்டர் எஸ்.வி. ராமசாமி சரியான உபமானத்துடன் வருணித்துக் காட்டினார். அதாவது இன்றைய மந்திரி ஆட்சியை ஒரு பிளேக்கு வியாதிக்கு ஒப்பிட்டார். அதுபோலவே அக்கிரகார சரணாகதி மந்திரி ஆட்சி இந்த நாட்டு முன்னேற்றத்துக்கும் சமூக வுயர் வாழ்வுக்கும் பிளேக்கு வியாதிபோன்று நாசத்தைக் கொடுக்கக் கூடியதாகவே இருந்து வருகிறது.

அக்கிரகார ஆட்சி இன்று நம் மக்களின் அறிவு சுதந்திரம், பொருளாதாரம், நாகரிகம் ஆகிய மூன்று நான்கு முக்கிய காரியங்களிலும் வெளிப்படையாய் தைரியமாய் பழிவாங்கும் தன்மையோடு கை வைத்து காரியங்களைக் காட்டு மிருகத்தனமாய் நடத்த ஆரம்பித்து விட்டது. மனித சமூக அறிவைப் பாழ்படுத்த வேண்டியதற்கு ஆகவே ஹிந்தி பாஷையைத் தமிழ் மக்கள் படித்தாக வேண்டும் என்று கட்டாயப்படுத்தும் கல்வியும், உண்மையான சுதந்திரத்தை ஒழிப்பதற்கே பிரதிநிதித்துவ தேர்தல் முறையில் வர்ணப்பெட்டி முறைகளைப் புகுத்தவும், பொருளாதார முன்னேற்றமும் நாகரிகமும் பாழ்படவே கதரைப் பிரதானப் படுத்தவுமான காரியங்களில் இறங்கிவிட்டது.

கல்வி விஷயத்தில் நம் நாட்டு மக்களுக்கு இரண்டு முக்கிய விஷயம் கையாளப்பட வேண்டியது அவசியம் என்பதை எவரும் மறுக்க முடியாது. ஒன்று கல்வியால் மக்களுக்குப் பகுத்தறிவும் சுயமரியாதை உணர்ச்சியும் ஏற்பட வேண்டும். மற்றொன்று மேன்மையான வாழ்வுக்குத் தொழில் செய்யவோ அலுவல் பார்க்கவோ பயன்படவேண்டும்.

நம் நாட்டைப் பொறுத்தவரை இவ்விரண்டு காரியங்களுக்கும் அனுகூலமான கல்விக்கு ஏற்ற பாஷை தமிழும் ஆங்கிலமுமே ஆகும். பிரிட்டிஷ் ஆட்சி இந்த நாட்டில் ஏற்பட்டிருந்தும் 200 வருஷகாலமாக அந்த ஆட்சி நடந்தும் கூட பார்ப்பன ஆதிக்கத்தின் பயனால் இந்த இரண்டு பாஷைகளிலும் பொதுமக்களுக்கு சராசரி 100க்கு 10 பேருக்குகூட எழுத்து வாசனையே இல்லாமல் போய் விட்டது. தமிழ் நாட்டில் தாய் பாஷையான தமிழ் எழுதப் படிக்கத் தெரியாத மக்களே இன்று 100க்கு 90 பேர்கள் இருக்கிறார்கள். ஆங்கிலம் கற்ற மக்கள் இன்று 100க்கு 2 பேரோ 3 பேரோ இருக்கக் கூடுமானால் அதிலும் உள்ளதில் முக்கால்வாசிப் பேர்கள் பார்ப்பனர்களே யாவார்கள். தமிழ் பாஷையோ 100க்கு 100 பேர்கள் பார்ப்பனர்கள் தான் கற்றிருப்பார்கள். ஆகவே அறிவுப்பழக்கம், சமூகக் கட்டுப்பாடு, பொது வாழ்வு ஆதிக்கம் ஆகிய காரியங்களிலும் மேன்மையான வாழ்க்கை நிலை உயர்விலும் பார்ப்பனர்களே முன்நிற்கிறார்கள். மற்றவர்கள் எவ்வளவுதான் மேன்மையான குணமுடையவர்களாய் இருந்தாலும் இன்றும் கீழ் மக்கள் கூட்டத்திலேயே சேர்க்கப்படுகிறது. இனியும் சுமார் 25-வருஷத்துக்கு வெறும் தமிழும் ஆங்கிலமும் மாத்திரமே அதாவது அறிவுக்கும் வாழ்க்கைக்கும் ஏற்ற கல்விக்கு உற்ற பாஷை மாத்திரமே கட்டாயமாய் கற்பிப்பது என்று வைத்தாலும் இன்றுள்ள நிலை ஒரு கால்வாசியாவது மாற்றமடையும் என்று சொல்ல முடியாது. 100க்கு 25, 30 பேர்களாவது அறிவும் மேன்மையான வாழ்வும் வாழத்தகுதி உடையவர்களாக ஆகி விடுவார்கள் என்றும் சொல்லி விட முடியாது. இப்படிப்பட்ட நிலையில் அதுவும் ஏதோ ஒரு வழியில் பொது உணர்ச்சி ஏற்பட்டு

எல்லா மக்களும் படிக்கவேண்டும் என்றும் எல்லா மக்களுக்கும் படிப்பு சௌகரியம் ஏற்படுத்த வேண்டும் என்றும் உணர்ச்சி பரவி இருக்கிற இந்தக் காலத்தில் அதைப் பாழ்படுத்துவதற்கு பாமரமக்கள் கல்வியில் - மானத்தில் மனிதத் தன்மையில் வேரைப் பறித்து நெருப்பு வைப்பதற்கு ஆக இன்று பார்ப்பன ஆட்சியானது பிள்ளைகளின் சிறு பிராயத்தில் இருந்தே ஹிந்தியைப் புகுத்த வேண்டுமென்றும் அதுவும் கட்டாயமாக வைக்கப்பட்டு படிப்பிக்க வேண்டும் என்றும் நிர்ப்பந்தப்படுத்தும் படியான ஒரு கல்விமுறையை ஏற்படுத்துவதென்றால் இதில் யோக்கியமோ நாணயமான கல்விமுறை அபிப்பிராயமோ இருக்கிறதென்று யாராவது சொல்ல முடியுமா? என்று கேட்கிறோம்.

தமிழும் இங்கிலீஷும் ஆகிய இரண்டு பாஷைகள் மாத்திரம் இருந்தே இன்று பள்ளியில் படிக்கும் மாணவர்களில் அதிலும் பார்ப்பனரல்லாத மாணவர்களில் 100க்கு 25 பேர் கூட தேர்ச்சி பெற முடிவதில்லை என்பது புள்ளி விவரங்களிலிருந்து அறியலாம். அப்படி இருக்க, அதாவது 8 முதல் 12 வயது வரை உள்ள குழந்தைப் பிராயத்தில் உள்ள பிள்ளைகளை 3 பாஷையில் தேர்ச்சி பெற வேண்டுமென்று நிர்ப்பந்தப்படுத்துவது என்றால் இது மக்களை படிக்கச் செய்யாமல் - படித்து தேர்ச்சி பெற்றவர்கள் என்று செய்யச் செய்யாமல் பாழாக்கி குட்டிச்சுவராக்கும் சூழ்ச்சித் திறமா யோக்கியமான கல்வி புகட்டும் திறமா என்று கேட்கின்றோம்.

ஹிந்தி கட்டாயப் பாடமாக ஆகும் பட்சத்தில் கண்டிப்பாக பார்ப்பனரல்லாத பிள்ளைகள் 100க்கு 90க்கு மேல் தேர்ச்சியில் தவறிவிடுவதோடு பார்ப்பனப் பிள்ளைகள் 100க்கு 100 பிரைஸ் விழுந்து தேர்ச்சி பெற உதவியாயிருக்கும். ஆகவே பார்ப்பனரல்லாத பிள்ளைகளை மேல் படிப்பில்லாமல் அழுத்தத்தான் இது (ஹிந்தி) ஒரு நல்ல சாதனமாகுமே தவிர இந்தி மனித வாழ்க்கைக்கோ அறிவுக்கோ தமிழர்களுக்கு எந்த விதத்திலும் இன்றியமையாததாகாது.

கட்டாயப் படிப்பு என்பது நாட்டின் சமூகத்தின் பொதுக்காரியமாகும். அதற்கு ஆக செலவு செய்யும் நேரம், பணம், ஊக்கம் ஆகியவைகள் நாட்டின் பொது சொத்தாகும். அப்படிப்பட்டதைக் கொண்டு போய் பாழான - பார்ப்பன சூழ்ச்சியான - முட்டாள் தனத்துக்கு வித்தான காரியத்துக்கு பயன்படுத்துவது என்றால் யார்தான் சம்மதிக்க முடியும்?

"ஹிந்தி படித்தால் துளசிதாஸ் ராமாயணம் படிக்கலாம்" என்கிறார் நமது அக்ரகார பிரதம மந்திரி. "ஹிந்தி படித்தால் வட நாட்டில் சுற்றுப் பிரயாணம் செய்யலாம்" என்கிறார் நமது விபீஷணாள்வாரான கல்வி மந்திரி.

துளசிதாஸ் ராமாயணம் நமக்கு எதற்கு? சோற்றுக்கு வழியில்லாத மக்களுக்கு வடநாட்டுச் சுற்றுப் பிரயாணம் எதற்கு?

கம்பராமாயணம் படித்து முட்டாள்களாகி, துரோகிகளாகி, சுயமரியாதை இழந்து எதிரிகளின் கால் அலம்பிக் குடித்து வயிறு வளர்க்கும் ஈன மக்கள் போதாது என்று கருதியா நமது அக்ரகார மந்திரி துளசிதாஸ் ராமாயணம் படிக்கச் சொல்லுகிறார் என்று யோசிக்க வேண்டியிருக்கிறது. கம்பராமாயணத்தின் கருப் பொருள் கண்டுபிடித்துப் படித்த மக்களில் 100க்கு 5 பேருக்காவது சுயமரியாதையையோ, சமூகப் பற்றோ, தாய் மொழிப்பற்றோ இருக்கிறது என்று யாராவது சொல்ல முடியுமா? என்று கேட்கின்றோம். ஆரிய ராமாயணத்தை நெருப்பிலிட்டுக் கொளுத்த வேண்டும், என்று ஆதியில் நாம் சொன்ன காலத்தில் "ராமாயணக் கதை ஆபாசமானது, வெறுக்கத் தகுந்தது, கீழ் மக்கள் இயற்கையையும் கெட்ட குணங்களையும் சித்திரிப்பது என்றும் ஆனால் கம்பன் கவித்திறம், தமிழின் கலைத்திறம் முதலியவை

கம்பராமாயணத்தில் மலத்தில் கிடக்கும் முத்துப் போல் பொதிந்து கிடப்பதால் அதை எரிக்கக் கூடாது" என்றும் சொன்ன கம்பராமாயணக் கருப்பொருள் பண்டிதர்கள் இன்று பக்கா பட்டரான ஆச்சாரியார் துளசிதாஸ் ராமாயணம் படிப்பதற்கு ஆக ஹிந்தியை குழந்தைகளுக்கு கட்டாய பாடமாக்க வேண்டும் என்று சொல்லி அதற்கு வேண்டிய காரியங்கள் செய்து வரும் போது "மனைவியை மற்றொருவன் சேலையை அவிழ்த்துப் பலாத்காரம் செய்வதைப் பார்த்துக் கொண்டிருந்த வீரர்கள் கதை" போல் இன்று வாய் திறவாமல் அடிமையாய் துரோகியாய் தமிழ் மாதுக்கு மாதுரு துரோகியாய் வீற்றிருக்கும் காரணம் என்ன என்று கேட்கிறோம்.

தொகுதி 1
மொழி

தமிழ் பாஷையில் உள்ள புராணங்களின் ஆபாசங்களையும் சூழ்ச்சிகளையும் ஜனங்கள் சுலபமாய் அறிந்து ஆரிய மதத்திலிருந்து மக்கள் விலகி அதை இழிவு படுத்தி வருகிறார்கள் என்பதை உணர்ந்தே தமிழை ஒழிக்கவும் ஹிந்தியை பரப்பவும் பார்ப்பன ஆட்சி முயலுகின்றது. அதை நம் மக்கள் சிறிதும் அறியவில்லை. ஆரிய புராணங்களை ஆரிய கடவுள்களின் தன்மைகளை மனிதன் படித்தால் அவன் மனிதன் என்று சொல்லக்கூடிய நிலையை அடைய முடியுமா என்று கேட்கின்றோம். சிறு வயதிலேயே குழந்தைகளின் பகுத்தறிவையும் ஆராய்ச்சி உணர்ச்சியையும் பாழ்படுத்த அதன் எதிரியை ரத்தத்தில் செலுத்துவதுபோல் அல்லவா ஹிந்தி படிப்பதின் பலன் ஏற்படக்கூடும்? இன்று மனிதனுக்கு அறிவோ தொழில் திறமையோ ஏற்பட வேண்டுமானால் ஆங்கில பாஷை மூலம் தான் கற்க வசதி இருக்கிறது. நமது தமிழ் பண்டிதர் கம்பராமாயணத்தில் கருப்பொருள் தேடவும், திருவிளையாடல் புராணத்துக்கு 77ஆவது உரை எழுதவும்தான் தகுதியுடையவர் களாகவும், கவலையுடையவர்களாகவும் இருக்கின்றார்களே ஒழிய, பகுத்தறிவு அடையத்தக்கதாகவோ, மானத்துடன் பிழைப்புக்கு ஏற்றதொரு தொழில் கற்றுக் கொள்ளத் தக்கதாகவோ இன்று ஒரு புத்தகமும் ஒருவராலும் எழுதப்பட்டதாக இல்லை. சாமி வேதாசலமென்னும் மறைமலைஅடிகள் இந்த கருத்தை மனதில் கொண்ட "பாவத்துக்கு" சற்றேறக்குறைய 100க்கு 75 தமிழ்ப் பண்டிதர்கள் அடிகளை காட்டிக் கொடுத்து வயிறு வளர்க்க முற்பட்டார்கள் என்றால் தமிழ்ப் படிப்பதினாலாவது தமிழ் தாய் பக்தியினாலாவது மனிதனுக்கு சுயமரியாதை உணர்ச்சியும் பகுத்தறிவு உணர்ச்சியும் வருமா என்று சந்தேகப்பட வேண்டி யிருக்கிறது. இன்று தமிழ்நாட்டில் ஒரு ஆரியப் பார்ப்பனர்- நாட்டை மனு ஆட்சிக்கு கீழ் கொண்டு வரும் முயற்சிக்கு சூழ்ச்சி கர்த்தர் - தமிழ் பாஷையை எப்படி பரப்புவது, எப்படி மேன்மைப் படுத்துவது என்பதை விட்டு விட்டு குழந்தைகளுக்கு கட்டாயமாக ஹிந்தி கற்பிக்க வேண்டும், துளசிதாஸ் ராமாயணம் மற்ற புராணம் ஆகியவைகள் மூலம் படிக்க வேண்டும் என்று சொல்லுவது என்றால் இந்த நாட்டில் உண்மைத் தமிழ் ரத்தம் ஓடும் மக்கள் ஒருவர் இருவராவது இருக்கிறார்களா என்றே சந்தேகப்பட வேண்டியிருக்கிறது.

இந்த சரணாகதி மந்திரிகள் வாழ்வு இன்னும் எத்தனை நாள் என்பது ஒவ்வொரு வரும் அறிந்ததேயாகும். உள்ளுக்குள்ளாகவே கரையான் அரிப்பது போல் ஆளுக்காள் குழி தோண்டும் புகை புகைந்து கொண்டு இருக்கிறது ஒரு பக்கம், பொது ஜனங்கள் இவர்களுக்கு ஓட்டுக் கொடுத்த முட்டாள்தனத்தை நினைத்து நினைத்து வருந்திக் கொண்டு அடியோடு கவிழ்க்க சமயம் பார்த்து இருப்பது ஒருபக்கம், தாங்களாகவே விட்டு விட்டு ஓடித் தீர வேண்டிய நிர்ப்பந்தம் அவர்களை அறியாமலே வளர்ந்து வருவது ஒருபக்கம், மற்றொரு பக்கம் இன்னம் சில கழுத்தறுப்புகள் கத்தி ஏந்திக் கொண்டிருக்கின்றன.

தொகுதி 1 மொழி

இந்த சந்தர்ப்பத்தில் வேகின்ற வீட்டில் பிடுங்கின வரையில் லாபம் என்பதுபோல் வட மொழியைப் புகுத்தி விட்டுப்போக துணிவு கொண்டிருப்பதற்கு எப்படி இடம் கொடுக்க முடியும் என்று கேட்கிறோம். ஆகையால் ஆங்காங்குள்ள தமிழ் மக்கள் பொதுக் கூட்டம் போட்டு இந்த சூழ்ச்சியைக் கண்டித்துத் தீர்மானம் போட்டு மேன்மை தங்கிய கவர்னருக்கும் தமிழ் - வேளாள மந்திரி கனம் டாக்டர் சுப்ராயன் அவர்களுக்கும் ஆரிய மந்திரி கனம் ஆச்சாரியாருக்கும் பத்திரிகை களுக்கும் தெரியப்படுத்த வேண்டும்.

விடுதலைப் பத்திரிகை மற்றும் ஒரு யோசனை சொல்லி இருக்கிறது. அதன்படி திருநெல்வேலியிலிருந்து ஒரு "ஜாதா" அதாவது தமிழ் பாஷை அபிமானம் கொண்ட மக்கள் முறையீட்டுக் கூட்டம் ஒன்று தொடங்கி நேரடியாக சென்னை வரையில் கால்நடையாய் நடந்து வழியில் ஆங்காங்கு கூட்டம் போட்டு தீர்மானமும் செய்து மக்களுக்கு ஹிந்திப் புரட்டையும் சூழ்ச்சியையும் விளக்கிக் கொண்டு போய் சரணாகதி மந்திரிகளுக்கு தெரிவித்துத் தமிழைக் காப்பாற்றவும் அபரிமிதமான சூழ்ச்சியை அழிக்கவும் முயற்சிக்க வேண்டியது முக்கிய கடமையாகும். இந்த சமயம் தமிழ் மக்கள் தூங்கி இருப்பார்களேயானால் தமிழ் மக்கள் பின்னால் உண்மையிலேயே சூத்திரர்களாகவே ஆகிவிட வேண்டி வரும். இதில் காங்கிரஸ் ஜஸ்டிஸ் சுயமரியாதை என்கின்ற பிரிவுகளோ, ஆஸ்திகம் நாஸ்திகம் என்கின்ற உணர்ச்சிகளோ சைவம் வைணவம் என்கின்ற சமய பேதமோ வேண்டியதில்லை என்பதோடு ஆரியரல்லாத தமிழ் மக்கள் யாவரும் ஒன்றுகூடி முயற்சித்து வேலை செய்ய வேண்டியது அவசியமும் அவசரமுமான காரியம் என்பதை கவலையோடு தெரிவித்துக் கொள்கிறோம்.

மற்ற விஷயங்களான கதர், எலக்‌ஷன் விஷயங்களைப் பற்றி பின்னால் எழுதுவோம்.

குடி அரசு - 22. 08. 1937

புரோகித ஆட்சியின் பித்தலாட்டங்கள்

பன்னெடுங்காலமாய் நம் தமிழ் மக்கள் சமுதாயத்திலும் அரசியலிலும் பார்ப்பனர்க்கடிமைப்பட்டு மானமிழந்து அடிமைகளாய் வாழ்ந்து வந்த இழிவும் கொடுமையும் நீங்க சுமார் இருபது வருஷ காலமாக பார்ப்பனரல்லாதார் இயக்கமும் சுயமரியாதை இயக்கமும் தோன்றி பார்ப்பன அரசியல் ஆதிக்கத்தை ஒழிக்க பார்ப்பனரல்லாதார் இயக்கமும் சமுதாய ஆதிக்கத்தை ஒழிக்க சுயமரியாதை இயக்கமும் தனித்து நின்றும் அவசியத்துக்கு ஏற்றாற்போல் ஒத்துழைத்தும் பாடுபட்டு வந்ததும் அதன் பயனாய் ஒரு அளவு அவ்வாதிக்கங்களின் வேகம் குறைந்து பார்ப்பனரல்லாத மக்களுக்கு விடுதலையும் சுயமரியாதை உணர்ச்சியும் ஏற்பட்டு வந்திருப்பதையும் எந்த உண்மைத் தமிழ் மகனும் மறக்கவோ மறைக்கவோ முடியாது.

இப்படிப்பட்ட முன்னேற்றகரமான ஒரு நல்நிலை முயற்சியை பார்ப்பனரல்லாத தமிழ் மக்களிலேயே ஈனத்தன்மையுள்ள ஒரு சிலர் தங்கள் வயிற்றுப்பாட்டுக்கும் சுய நலத்துக்குமாக எதிர்த்து எதிரிகளுக்கு "அநுமாராய்" இருந்து காட்டிக்கொடுத்து தொல்லை விளைவித்து பாமர மக்களை பார்ப்பனர் ஏய்க்கப் பங்காளிகளாய் இருந்து பழைய புரோகித ஆதிக்கம் ஏற்பட உதவி புரிந்து இன்று இந்நாட்டில் பச்சைப்புரோகித ஆட்சியை ஏற்படுத்தி விட்டார்கள்.

இவ்வாட்சி (இப்புரோகித ஆட்சி) ஏற்படுவதற்கு பார்ப்பனர்கள் ஆசைப் பட்டார்கள் என்றாலும் எவ்வளவோ கட்டுபாடாக சகல துறைப் பார்ப்பனர்களும் ஒன்று சேர்ந்து ஒரே மூச்சாகப் பாடுபட்டார்கள் என்றாலும் குலத்தைக் காட்டிக் கொடுக்கும் கோடாரிக் காம்புகளான சில பார்ப்பனரல்லாத இழி மக்கள் உதவியும் ஒற்றர்கள் தொழிலும் செய்யாமல் இருந்திருந்தால் மாண்டு மடிந்துபோன புரோகித ஆட்சி எக்காரணம் கொண்டும் மறுபடியும் தலை தூக்கி இருக்காது. எப்படியோ இன்று புரோகித ஆட்சி உச்சநிலையில் இருக்கிறது. அது எவ்வித அஸ்திவாரமும் இல்லாது சேற்றில் நட்ட கம்பம்போல் இருந்தாலும் ஒரு சிறு புயல் காற்றுக்கும் சிறு வெள்ளத்துக்கும் கூட தாக்குப் பிடிக்க யோக்கியதை இல்லாத மாதிரியில் ஊன்றப்பட்டிருந்தாலும் இன்று அதன் ஆர்ப்பாட்டமும் தொல்லையும் அதன் நாசத் தொழிலும் கொஞ்ச நஞ்சம் என்று சொல்லுவதற்கு இல்லை.

எந்தச் சூழ்ச்சி செய்தாவது எப்படிப்பட்ட மோசமான காரியத்தில் இறங்கி யாவது தமிழ் மக்களை நசுக்கி பழய மனு ஆட்சிச் சூத்திரர்களாகவும் சண்டாளர் களாகவும் ஆக்கிவிட வேண்டும் என்கின்ற உறுதியை இன்றைய புரோகித ஆட்சி கைக்கொண்டு விட்டது.

தக்க செல்வநிலை உள்ள பல தமிழ் மக்கள் புரோகிதர்கள் காலுக்குள் நுழைந்து தங்களைக் காப்பாற்றிக்கொள்ள புரோகிதர்கள் பாதங்களில் தஞ்சமடைந்து விட்டார்கள். தமிழ் - ஆங்கிலக் கல்வியுள்ள பல தமிழ் மக்கள் தங்கள் தன்மானத்தையும் தமிழ் உணர்ச்சியையும் புரோகிதர் ஆட்சிக்குப் பயந்து நடுங்கி பாதகாணிக்கையாக வைத்து படுகிடையாய்ப் பணிந்து வயிறு வளர்க்கிறார்கள்.

இந்நிலை புரோகித ஆட்சிக்கு மேலும் மேலும் எரிகின்ற நெருப்புக்கு எண்ணெய் விட்டுக் கொடுப்பதுபோன்ற உற்சாகத்தைக் கொடுத்து ஐந்து வருஷ காலத்தில் தமிழர்கள் விழிப்பை அழித்து அடிமை உணர்ச்சியை உண்டாக்கி விடலாம் என்று கருதி திட்டம் போட்ட புரோகித ஆட்சி இன்று 5 மாதங்களில் அழித்து அடிமை கொண்டுவிடலாம் என்கின்ற தைரியம் கொள்ளும்படி செய்து விட்டது. இன்று தமிழ் நாட்டில் பல வியாபாரிகளும், பல மிராசுதாரர்களும், பல மிட்டாதார் ஜமீன்தார் என்பவர்களும் போட்டி போட்டுக்கொண்டு புரோகித ஆட்சியை தஞ்சமடைவதானது பொதுவாகவே தமிழ் மக்கள் இயற்கையிலேயே மானமற்ற இழிதகமையுடையவர்கள் என்றும் காட்டிக் கொடுத்து உயிர் வாழ்பவர்கள் என்றும் புரோகிதக் கூட்டத்தார் எழுதி வைத்த புராணங்களும் சாஸ்திர கதைகளும் உண்மையாய் இருக்குமா என்று கூட பலரை நினைக்கும்படி செய்துவிட்டது.

இன்றைய புரோகித ஆட்சிக் கொடுமையை பிரிட்டிஷ் ஆட்சியின் நம் நாட்டுப் பிரதிநிதிகளிடம் முறையிட்டால் "நீங்கள் இதற்கு மேல் வேறு எதற்குத் தகுதி உடையவர்கள்?" என்று வெகு துணிவாய்க் கேட்கிறார்களாம். இதை குற்றம் என்று சொல்ல நம்மிடம் பலமான ஆதாரம் இப்படிச் சொல்லுவதைத் தடுக்க உறுதியான வீரமும் இருக்கிறதா? என்று பார்க்கவேண்டி இருக்கிறது.

"ஆட்சி முறையை திருத்தி அமைக்கின்றோம்; அந்நிய ஆங்கில ஆட்சியை அடியோடு ஒழிக்கின்றோம்; மக்கள் வரிச்சுமையை நீக்குகின்றோம்" என்று பாமர மக்களை ஏமாற்றி பதவிக்கு வந்த புரோகித கூட்டத்தார் சதையற்ற எலும்புத் துண்டுகள் சிலவற்றை நம் துரோகிகள் சிலருக்கு போட்டு சுவாதீனம் செய்து கொண்டு "அந்நிய ஆங்கில ஆட்சியை அடியோடு ஒழிக்கின்றோம் என்று சொன்னதின் கருத்து தமிழ் மக்களின் தமிழ் உணர்ச்சியையும் தன் மானத்தையும் அடியோடு அழித்து ஆரிய பாஷையை புகுத்தி அதன் மூலம் புரோகித ஆதிக்கத்தை நிலை நிறுத்துவது தான்" என்று இன்று பச்சையாகச் சொல்ல ஆரம்பித்து விட்டார்கள். இன்று தமிழ் மக்களை தாங்களும் மனிதர்கள் தான் என்று நினைக்கும்படி செய்ததும் தங்களை புரோகித கூட்டத்தார் அடிமை கொண்டு அந்நிய ஆட்சிக்குப் பலி கொடுத்து ஆதிக்கம் செய்கிறார்கள் என்றதை உணர்த்தியதும் தமிழ் பாஷையால் அறிந்த தமிழ் மக்களின் பண்டைய தனி நிலை உணர்ச்சியேயாகும்.

இந்த உணர்ச்சி தமிழ் மக்களுக்கு ஏற்பட்ட பிறகே தமிழர்கள் புரோகித ஆட்சியின் சூழ்ச்சியையும் அதன் கொடுமையையும் உணரத் தலைப்பட்டார்கள். இந்த உண்மையை உணர்ந்தால்தான் புரோகித ஆட்சி இன்று தமிழை ஒழித்து ஆரியக் கலையையும் உயர்வு கற்பித்தலையும் தமிழர்களுக்குள் புகுத்தி பாழ்படுத்தி புரோகித ஆட்சிப் பிரதமர் துணிவோடு புறப்பட்டு விட்டார்.

இன்றைக்கு சுமார் 4, 5 மாதத்துக்கு முன் சென்னையில் நடந்த ஹிந்தி சம்மேளனம் என்பதில் தோழர் காந்தியார் அவர்கள் தன் வாயினாலேயே தமிழ் பாஷையின் எழுத்துக்கள் தமிழ் எழுத்துகளாக இருப்பதை மாற்றி தேவநாகரி (ஆரிய பாஷை - சமஸ்கிருத பாஷை) எழுத்தாக ஏற்படுத்த வேண்டும் என்று

தொகுதி 1
மொழி

சொல்லிவிட்டுப் போனது யாவருக்கும் ஞாபகமிருக்கும். அதுபோலவே காங்கரஸ் தலைவர் தோழர் ஜவஹர்லால் அவர்கள் தமிழ்நாட்டுக்கு வந்து பதினாயிரக் கணக்கான தமிழ் மக்கள் முன்னிலையிலேயே “தமிழ் கடபடா பாஷை” என்று பரிகாசம் செய்து அது தனக்கு பிடிக்கவில்லை என்கின்ற அதிருப்தியை காட்டிவிட்டு போனார். இந்த இரண்டும் “யானை வரும் பின்னே மணி ஓசை வரும் முன்னே” என்பதுபோல் இன்றைய புரோகித ஆட்சிப் பிரதமருடைய உள் கருத்தையும் செய்யக் காத்திருக்கும் தீவிர முயற்சியையும் தெள்ளத்தெளிய விளக்கியவை என்பது புலனாகிறது..

புரோகித ஆட்சியானது ஹிந்தி பாஷையை தமிழ் மக்கள் கட்டாயம் படித்தாக வேண்டும் என்று சொல்வதானது ஒரு வெடியில் இரண்டு ஜீவன்களைக் கொல்லும் தந்திரமாக இருப்பதை தமிழ் மக்கள் உணர வேண்டும். என்னவெனில் ஒன்று தமிழ் மக்கள் தாங்கள் தமிழர்கள், தங்கள் காலில் நிற்கும் மனிதத்தன்மை வாய்ந்த தனி மக்கள், மற்றெந்த மக்களுக்கும் சரிசமமானவர் என்கின்ற உணர்ச்சி அற்று ஆரிய முறைக்கு அடிமையாகி புரோகித ஆட்சிக்கு ஆளாக இருப்பது.

இரண்டு இன்றைய தமிழ் மக்களின் பெருங்கூப்பாடாகவும் பெரு முயற்சியாகவும் இருந்து வருவதுதான். அதாவது அரசியல் ஆட்சி முறையில் பங்கு பெறவும் பிரதிநிதித்துவம் பெறவும் அருகதையான கல்வித்தகுதியை ஒழித்து பார்ப்பான் பாதம் தாங்கும் பணியே தமிழ் மக்களுக்குத் தர்மமாகும் என்பதைக் காரிய மூலமாக பிரத்தியக்ஷத்தில் நிலைநிறுத்துவது என்பதாகும்.

புரோகிதம் என்பது எப்படி மனிதனின் அறிவைப் பாழ்ப்படுத்தி மிருகத் தன்மையாக்குவதற்கு பயன்படுகிறதோ அது போலவே புரோகித ஆட்சியும் மனிதன் அறிவுத் தன்மையையும் ஆண்மைத் தன்மையையும் அடக்கி ஒழித்து அரசியலில் அடிமையாக்குவது என்பதை விளக்கி விட்டது. இன்று தமிழ்நாட்டில் சிற்சில இடங்களில் மாத்திரமே உள்ள சிற்சில தமிழ் மக்கள் இந்த உண்மையை உணர்ந்து சிறிது கவனிக்கிறார்கள். தமிழ் மக்களுக்கு வந்துள்ள இவ்வளவு பெரிய ஆபத்துக் காலத்தில் தமிழ் மக்கள் இதனை அலக்ஷ்யமாக கருதிக் கொண்டு வேடிக்கை பார்த்துக்கொண்டு இருக்கிறார்கள் என்றால் தமிழ் மக்கள் இழிநிலைக்கு வேறு என்ன உதாரணம் வேண்டும் என்று கேட்கின்றோம்.

கொஞ்ச காலத்துக்கு முன்பு புரோகிதக் கூட்டத்தார் சென்னையில் தமிழ் அன்பர்கள் மகாநாடு என்று ஒரு மகாநாடு கூட்டி அதில் தமிழ் பாஷையின் ஆதிக்கம் பூராவும் தங்கள் கையிலேயே இருக்க வேண்டும் என்கின்ற சூழ்ச்சியை மனதில் கொண்டு ஒரு பெரிய முயற்சி செய்ததும் அதை மற்ற எல்லாத் தமிழர்களும் தமிழ்ப் பண்டிதர்கள் என்கின்ற மாம்ச பிண்டங்கள் சிலரும் பார்த்துக் கொண்டு மௌனம் சாதித்ததும் சிலர் ஆதரவளித்ததும் தமிழ் செல்வர்கள் பலர் சற்றும் மனித உணர்ச்சி யின்றி பொருளுதவி செய்ததும் அறியாதார் யார்? அப்படிப்பட்ட ஒரு பெரிய தமிழ் துரோகத்தை - தமிழ்க் கொலையை சுயமரியாதைக்காரர்கள் மாத்திரமே உணர்ந்து பெரும் ஆத்திரம் கொண்டு பெரும் பணம் செலவு செய்து அம் மகாநாட்டுக்கு பிரதிநிதிகளாகப் போய் அப்புரோகிதக் கூட்டச் சூழ்ச்சி எண்ணத்தில் நெருப்பை வைத்து பொசுக்கிவிட்டு வந்தார்கள். அம்மகாநாடும், அம் மகாநாட்டு தீர்மானங்களும், கமிட்டிகளும், கமிட்டி வேலைகளும் பார்ப்பனர் மனக்கோட்டையும் அக்கூட்டத்தி லேயே அழிந்து நாசமாயின. அன்று நாசமான எண்ணம் இன்று மறுபடியும் தலை தூக்கி அரசியல் ஆதிக்கத்தோடு அதிகாரத்தின் உதவியால் ஹிந்தியை கட்டாய பாடமாக்க வேண்டும் என்கின்ற ஆக்கினை மூலம் தாண்டவமாடத் தலைப்பட்டு விட்டது.

இந்த நாட்டை யாரோ ஆளட்டும், அல்லது ராமாயணக் கதைபோல் 1 ஜதை செருப்புகள் அரியாசனத்தில் இருந்து ஆக்கினை செய்யட்டும். நமக்கு ஆளைப் பற்றியோ வகுப்பைப் பற்றியோ நாட்டைப் பற்றியோ நிறத்தைப் பற்றியோ கவலை இல்லை.

"ஆங்கிலேய ஆட்சி இங்கிலாந்து நன்மைக்கு ஆக ஆங்கிலேயர் உயர்வுக்கு ஆக இந்நாட்டில் ஆட்சி புரிகிறதால் அவ்வாட்சியை அடியோடு விரட்டி அடித்துத் தீர வேண்டும்" என்று சொல்லப்படுமானால் புரோகிதக் கூட்ட ஆட்சியானது புரோகித வகுப்பு நன்மைக்கும் ஆதிக்கத்துக்குமாக இந்நாட்டில் ஆட்சிபுரிவதோடு ஆங்கிலேய ஆட்சியை விட கொடுமையாக அதாவது ஆங்கிலேயர் தங்கள் மத உணர்ச்சியை பெருக்கவோ தங்கள் வகுப்பை உயர் வகுப்பு என்று நிலை நிறுத்தவோ ஒரு நிர்ப்பந்தமும் செய்யவில்லை என்கின்ற கொள்கைக்கு விரோதமாக புரோகித ஆட்சி வந்த மூன்றாம் நாளே புரோகித மத உணர்ச்சிக்கும் புரோகித ஜாதிக்கும் நாட்டை அடிமைப்படுத்துவதற்கும் கட்டாயப்படுத்தி அதிகாரத்தை துஷ்பிரோயாகம் செய்யுமானால் ஆங்கில ஆட்சியை ஒழிக்க வேண்டும் என்று நினைப்பதற்கு முன்னால் எவ்வளவு சீக்கிரத்தில் இப்புரோகித ஆட்சியை பூண்டற்றுப் போகும்படி செய்ய ஒவ்வொரு உண்மைத் தமிழ் மகனும் உடனே துணிந்து முயல வேண்டாமா என்று கேட்கின்றோம். நாம் இதை சுயமரியாதை உணர்ச்சியோடே எழுதுகிறோம்.

ஆகவே ஆங்காங்கு உள்ள வாலிபர்கள் உண்மைத் தமிழ் வாலிபர்கள் புரோகித ஆட்சி ஒழிப்புச் சங்கம் ஏற்படுத்த வேண்டும். புரோகித மறுப்புச் சங்கங்கள் போலவே புரோகித ஆட்சி மறுப்புச் சங்கங்கள் தோற்றுவிக்க வேண்டும். இந்தப் புரோகித ஆட்சி ஒழியும் வரை வேறு காரியத்தில் ஈடுபடுவதில்லை என்று மார்பைக் கீறி ரத்தமெடுத்து ஈட்டி முனையில் தொட்டு சங்க அங்கத்தினர் பத்திரத்தில் கையெழுத்திட விட வேண்டும். அதையே முதல் லக்ஷ்யமாகவும் நடு லக்ஷ்யமாகவும் கடை லக்ஷ்யமாகவும் கொள்ள வேண்டும். இம்மாதிரியான ஒரு பெரு முயற்சியில் ஈடுபட்டு உறுதிகொண்டு உழைக்காவிட்டால் வெகு சீக்கிரத்தில் தமிழர் என்ற ஒரு சமூகம் நாட்டில் இல்லாது சண்டாளர் என்றோ, இழி மக்கள் என்றோ, பிறவி அடிமைகள் (சூத்திரர்) என்றோ கல்லின்மேல் எழுதப் பெறும்படியான ஒரு பரிதாபத்திற்குரிய சமூகமாய் நெடுங்காலம் வாழவேண்டி வந்து விடும். இப்படி வாழுவதைவிட இன்றும் நாளையும் நமக்கு வேறு கதி இல்லை என்றால் பாஷாணத்தைச் சாப்பிட்டுவிட்டு மடிவதே மேல் என்று கூறுவோம். அடிமை நிலையில், தேவடியாள் நிலையில், விபசாரி மக்கள் நிலையில் பார்ப்பனர்களுக்கு மனைவியாவது மோட்சம் என்றும் பார்ப்பனருக்கு பிள்ளையாய் பிறப்பது கிரேயசு என்றும் பார்ப்பனர் பாத தூளியும் தீர்த்தமுமே நம்மை உஜ்ஜீவிக்கும் மார்க்கம், பார்ப்பான் காலை அலம்பி புரோக்ஷணம் செய்து கொண்டாலொழிய, தீர்த்தமாக உட்கொண்டாலொழிய சுவர்க்கம் இல்லை, ஆத்மாவுக்கு விடுதலை இல்லை என்ற நிலையில் இருந்த இன்றைய தமிழ்ச் செல்வர்களை - தமிழ்ப் பண்டிதர்களை - தமிழ்ப் பெரியார்களை இன்று மனிதத் தன்மையை உணர்ந்து "தேவடியாள் மகனும்" ஏன் "குச்சிக்காரி" மகனும் "சக்கிலி" மகனும் "பறையன்" மகனும் "சங்கராச்சாரிக்கும் ஆச்சாரியார் சாமிக்கும்" சமமாக வீற்றிருந்து "உன் ரத்தத்துக்கும் என் ரத்தத்துக்கும் உள்ள வித்தியாசம் என்ன?" என்று கேட்கும் தன்மையை உண்டாக்கியது தமிழ் உணர்ச்சியும் சுயமரியாதைக் கிளர்ச்சியும் என்பதை இன்றைய வாலிப ஒவ்வொரு தமிழ் மகனும் மனதில் இருத்தி இத்தொண்டில் ஈடுபட வேண்டும் என்று வலியுறுத்துவோம்.

தமிழ் வாலிபர்களே - சுத்தத் தமிழ் ரத்தம் ஓடும் வீரத் தமிழர்களே! புரோகிதக் கூட்டத்திற்கு குற்றேவல் புரிந்து வயிறு கழுவும் ஈனர்கள் தங்களையும்

வீரத்தமிழர்கள் என்று சொல்லிக் கொண்டு மானமில்லாமல் ஈனமில்லாமல் உங்களை ஏய்க்க வருவார்கள்; நம்மையும் நம் பணிகளையும் திரித்துக் கூறி ஏமாற்ற வருவார்கள். ஏமாந்து விடாதீர்கள். பதவிக்கும் அற்ப சுயநலத்துக்கும் ஆசைப்பட்ட தமிழ்ச் செல்வர்கள், கல்வியாளர்கள் புரோகிதக் கூட்டத்துக்கு பயந்து மானத்தை விற்று மனிதத் தன்மையைப் பறிகொடுத்து புரோகிதர்களுக்கு பின் தாளம் போடுவார்கள். அவர்களைப் பார்த்தும் ஏமாந்து போகாதீர்கள். இன்று நம் வேலையும் தமிழ் மக்கள் வேலையும் சமுதாயத்துறை வேலையாகும், புரோகித ஆட்சி ஒழிப்பு வேலையாகும் என்பதை உணருங்கள்.

குடி அரசு – 12. 09. 1937

தொகுதி 1 மொழி

தொகுதி

1

மொழி

இந்தியா ஒரு நேஷனா?
இந்தியாவுக்குப் பொது பாஷை இருந்ததா?
ஹிந்தி புகுத்தல் அரசியல் சூழ்ச்சியே
இந்தியா பல மதம் பல வகுப்புடைய நாடு

தலைவர்களே! தோழர்களே!

ஹிந்தியை நம் நாட்டில் பொது பாஷை ஆக்கப்பட வேண்டுமென்பவர்கள் அதற்கு ஆதாரமாக சொல்லி வரும் காரணங்கள் என்ன என்பதை நான் முதலில் குறிப்பிட்டு விட்டு அவற்றிற்கு சமாதானம் சொல்லி பிறகு அதன் கர்த்தாக்களின் உள் எண்ணத்தையும் அதனால் நமக்கு நேரக்கூடிய கெடுதியையும் எனக்குப் பட்டவரை எடுத்துச் சொல்லுகிறேன்.

ஹிந்தி பொது பாஷையாகவும் பள்ளிக் குழந்தைகளுக்கு கட்டாய பாடமாகவும் வைக்கப்பட வேண்டியது அவசியம் என்று இப்போது எனக்கு முன் பேசிய இருவர்களுக்கு உள்ள சுதந்தரம் எனக்கும் உண்டு என்கின்ற முறையிலேயே நான் பேசுகிறேன். முதலில் பேசிய தோழர் கே.பி. பிள்ளை அவர்கள் "ஹிந்தி அரசியலில் பட்டதல்ல வென்றும் அரசியல் பேச்சு இந்த விவாதத்தில் கலக்க வேண்டியதில்லை" என்றும் பேசிவிட்டு உடனேயே,

"நமக்கு சுயராஜ்யம் வேண்டும், அதற்கு ஒரு பொது பாஷை அவசியம். நம் தாய்நாடு இந்தியா, இந்தியாவுக்கு தாய்மொழி ஹிந்தி, இந்தியா ஒரு நேஷன், நேஷனல் பாஷை ஹிந்தி, நேஷனல் என்பதே அதன் மதம் பாஷை ஆகியவற்றைப் பொறுத்தது. வகுப்பு மத உணர்ச்சி கூடாது. அது மிக அற்ப விஷயம். இங்கிலீஷோ தமிழோ பொதுப்பாஷையாக ஆக முடியாது. மதராஸ் மாத்திரம் தனித்திருக்க முடியாது. மதராஸ் ஒரு நேஷன் அல்ல. இங்கிலீஷை புறக்கணிக்கவும் இப்பொழுது முடியாது. இந்தியாவை ரஷ்யாவாக்க முடியாது"

என்றெல்லாம் சொன்னார். மற்றும் சில விஷயங்களும் சொல்லி கடைசியாக ஹிந்தியை கட்டாய பாடமாக்க வேண்டும் என்று கூறினார்கள்.

நான் அவற்றிற்கு தனித் தனியாக சமாதானம் கூறிவிட்டு கடைசியாக என் அபிப்பிராயம் கூறுகிறேன்.

இந்த விஷயத்தில் தோழர் கே.பி. பிள்ளை அரசியல் இல்லை என்றும் அரசியலை இதில் கலக்கக் கூடாது என்றும் சொல்லிவிட்டு உடனே நாம் சுயராஜ்யத்துக்கு

பாடுபடுகிறோம் ஆகையால் அதற்கு ஒரு பொது பாஷை வேண்டாமா என்றார். ஆகவே அவருடைய முதல் காரணமே அரசியலுக்கு ஆகவே ஹிந்தி வேண்டும் என்பதாகிறது.

சுயராஜ்யம் என்றால் என்ன?

சுயராஜ்யத்துக்கு ஹிந்தி வேண்டுமா வேண்டாமா என்பதைப் பற்றிப் பின்னால் பேசிக் கொள்ளலாம். தோழர் கே.பி. பிள்ளை தயவு செய்து சுயராஜ்யம் என்றால் என்ன என்று விளக்குவாரா? புரோகிதன் வயிற்றுப் பிழைப்புக்கு மோக்ஷம் என்று அவனுக்கும் புரியாமல் நமக்கும் புரியாமல் வேண்டுமென்றே அர்த்தமும் கருத்தும் அற்ற சொல்லைக் கற்பித்து நம்மை ஏய்த்து வருவது போலவே புரோகிதத்தால் பிழைக்க வகை இழந்த மற்றொரு கூட்டத்தார் சுயராஜ்யம் என்கின்ற சொல்லைக் கற்பித்து மக்களை ஏய்க்கிறார்கள். மதத்தால் மடையர்களாக்கப்பட்ட ஒரு கூட்டம் நம் பாமர மக்கள் அதை நம்பி ஏமாறுவதும் மற்றொரு வயிற்றுப் பிழைப்புக்கு வேறு நல்ல வகையற்ற ஒரு கூட்டம் நம் மக்கள் அதைப் பிரசாரம் செய்து வயிறு வளர்ப்பதுமல்லாமல் சுயராஜ்யத்துக்கு அருத்தமென்னவென்று இப்போது கேட்கிறேன். பெரியதொரு அரசியல் ஞானியென்று இந்தியா முழுவதும் பெயரெடுத்த தோழர் விஜயராகவாச்சாரியார் சமீபத்தில்தான் இதே கேள்வி கேட்டிருக்கிறார். அதுவும் "காந்தியோ நேருவோ அவங்கப்பனோ யாருமே இக்கேள்விக்கு இதுவரை பதில் சொல்லவில்லை" என்று சொல்லியிருக்கிறார்.

ஜவஹர் தகிடுதத்தம்

காங்கிரஸ் பிரசிடெண்டு தோழர் ஜவஹர்லால்கூட சுயராஜ்யத்துக்கு ஒரு குறிப்பிட்ட அருத்தம் சொல்லவே இல்லை. ஆனால் அவர் சுயராஜ்யம் என்றால் ஒரு சமயத்தில் ஏகாதிபத்திய எதிர்ப்பு என்பார். மற்றொரு சமயம் பிரிட்டிஷ் ஆட்சியை ஒழிப்பது என்பார். மற்றொரு சமயம் இந்தியாவை அந்நியர் ஆளப்படாது என்பார். மற்றொரு சமயம் ஜனநாயகம் என்பார். மற்றொரு சமயம் தொழிலாளர் ஆட்சி என்பார். மற்றொரு சமயம் குடியானவர் ஆட்சி என்பார். மற்றொரு சமயம் சமதர்மம் என்பார். மற்றொரு சமயம் பூரண சுயேச்சை என்பார். மற்றொரு சமயம் பட்டினியும் வேலையில்லாத் திண்டாட்டமும் ஒழிவதே என்பார். மற்றொரு சமயம் உலகப் பொதுஉடமை என்பார். இப்படி இன்னமும் எவ்வளவோ விதமாக வாயில் வந்தபடி சமயத்துக்குத் தக்கபடி பேசுவார்.

காந்தி பாஷ்யம்

தோழர் காந்தியாரோ சுயராஜ்யத்துக்கு அருத்தம் ஒரு சமயத்தில் ராமராஜ்யம் என்பார். மற்றொரு சமயம் வருணாச்சிரம முறையை சரிவர அமைப்பதே என்பார். மற்றொரு சமயம் என் சுயராஜ்யத்தில் ராஜாக்களுக்கும் ஜமீன்தார்களுக்கும் இடம் உண்டு என்பார். மற்றொரு சமயம் அவரவர் சுதர்மத் தொழிலைச் செய்யச் செய்வதே என்பார். மற்றொரு சமயம் ராட்டினமே சுயராஜ்யம் என்பார். மற்றொரு சமயம் எல்லோரும் கதர் கட்டுவதே சுயராஜ்யம் என்பார். கடைசியாக சென்ற மாதத்தில் "பிரிட்டனுக்கும் இந்தியாவுக்கும் கடுகளவு மனக்கசப்பு ஏற்பட்டாலும் என் உயிரைக் கொடுத்தாவது அம்மனக்கசப்பை ஒழிப்பேன்" என்றார்.

இன்னமும் என்ன என்னமோ இந்த 20 வருஷ காலமாக பேசி வந்திருக்கிறார். மற்றபடியான "நமதருமை பாரதமாதாவின் புதல்வர்கள்" ஆன தேசபக்தர்களும் தேசிய வீரர்களும் "சுயராஜ்யத்துக்கு ஆக உடல் பொருள் ஆவியை தத்தம் செய்த"வர்களுமான குட்டித் தலைவர்களும் தொண்டர்களும் போன மாதத்தில் தான் இந்திய சக்கரவர்த்தியான பிரிட்டிஷ் அரசர்க்கும் அவரது சந்ததிக்கும் அவரது

ஆக்கினைக்கும் ஆட்சிக்கும் சட்டதிட்டங்களுக்கும் பக்தியாயும் விசுவாசமாயும் இருந்து கீழ்ப்படிந்து நடப்பதாக சத்தியம் செய்துகொடுத்து சர்க்கஸ் வளையத்துக்குள் ஆட்டம் போடும் சிங்கங்கள் போல் இருந்து கொண்டு அந்நிய ஆட்சி ஏஜன்டுக்கு அடங்கி நடந்து வருகிறார்கள்.

ஆகவே சுயராஜ்யம் என்றால் என்ன என்று தோழர் கே.பி.பிள்ளை இப்பொழுதாவது சொல்லட்டும் என்று கேட்கின்றேன். அன்றியும் அடுத்தபடியாக பிரிட்டிஷ் ஆட்சியையே ஒழித்துவிடுவதாலேயே சுயராஜ்யம் ஏற்பட்டுவிடும் என்று சொல்லிவிட முடியுமா? பிரஞ்சுக்காரர்கள் இந்தியாவில் ஒரு பாகம் ஆளுகிறார்கள். போர்த்துகேசியர்கள் ஒரு பாகம் ஆளுகிறார்கள். இவர்களுக்கு ஒவ்வொரு தனி தேசங்களும் இருக்கின்றன. இத்தனை பேரும் ஒன்று சேர்ந்து ஒரு கை பார்க்காமல் ராட்டின ஆயுதத்தைக் கண்டு பயந்து கொண்டு இந்தியாவை விட்டுவிட்டு ஓடிவிடுவார்களா?

உலகப் போக்கைப் பாருங்கள்

இப்போது புகைந்து கொண்டு இருக்கும் யுத்தம் கிளம்பி முன் நடந்த உலக யுத்தமாக நடக்குமேயானால் நாம் (இந்தியா) யார் கைக்கு போவோம் என்றோ நம்மை (இந்தியாவை) எத்தனை பங்காகப் போட்டு யார் யார் எந்த எந்த மாகாணத்தை பங்குபோட்டு எடுத்து கொள்வார்கள் என்றோ சொல்லிவிடமுடியுமா? இன்று ஸ்பெயின், சைனா படும் பாட்டையும், அபிசீனியா பட்ட பாட்டையும் துருக்கி, ஈஜிபட்டு முதலியவை மகா யுத்தத்திற்குப் பிறகு பட்ட பாட்டையும் பார்க்கும்போது இந்தியா ஒரு தேசமாகுமா அதற்கு சுயராஜ்யம் வருமா? என்பது விளங்கும்.

பொது பாஷை அவசியமா?

தவிர சுயராஜ்யத்துக்கு பொது பாஷை ஒன்று வேண்டும் என்கின்ற அவசியம் என்ன?

ரஷ்யா பொதுவுடமைத் தேசம். அங்கு இன்னும் பொது பாஷை இல்லை. நம் நாடு என்பது அதாவது இந்தியாவானது அந்நிய ஆட்சிக்கு முன் ராமர் ஆட்சி என்று சொன்ன காலத்திலும் 56 தேசத்துக்கும் ஒரே சக்கரவர்த்தி இருந்ததாக சொல்லப்பட்ட காலத்திலும் பொது பாஷை என்று ஒன்று இருந்ததாக ஆதாரமோ சரித்திரமோ ஒன்றும் காணவில்லை.

தாய் நாடு எது?

அதற்கடுத்தாப்போல் இந்தியா நம் தாய் நாடு என்று சொல்வதற்குத்தான் ஆதாரம் என்ன இருக்கிறது? இந்தியா என்கின்ற பெயர் இந்த நாட்டுக்கு எப்போது ஏற்பட்டது? இதற்கு எல்லை என்ன? பர்மா போன வருஷம் பிரிந்துவிட்டது. அதற்கு முன் லங்கை பிரிந்து விட்டது. அதற்கு முன் மலேயா பிரிந்துவிட்டது. அதற்கு முன் நேப்பாளம், புத்தான் பிரிந்து விட்டது. அதற்குமுன் காந்தாரம் காபூல் (ஆப்கானிஸ்தானம்) பிரிந்து விட்டது. அதற்கு முன் பர்ஷியா, ரஷ்யா பிரிந்து விட்டது. இப்படியே எவ்வளவோ பிரிந்து எவ்வளவோ சேர்ந்து இருக்கிறது. இந்த நிலையில் தாய்நாடு எது? தகப்பன் நாடு எது? புராண காலத்தில் 56 நாடுகள் இருந்ததே, அப்போது ஒரு நாட்டுக்காரன் ஒரு நாட்டை தாய் நாடு என்று கருதினானா?

இப்போதும் நேற்று சட்டசபையில் ஆந்திரர்கள் தங்களை தமிழ்நாட்டிலிருந்து பிரித்து தனி மாகாணமாக்க வேண்டுமென்கிறார்கள். மாகாண சுதந்தரம் கொடுத்து மாகாணத்திற்கு மாகாணம் சர்வ சுதந்திரமாய் தன் தன் காலிலேயே நிற்கும்படியான நிலைமை ஏற்பட்டு ஐரோப்பா தேசத்தைப் போல் பாஷை வாரியாக தனித்தனி

நாடாகப் பிரிந்து கொண்டால் இந்தியா எப்படி எல்லோருக்கும் தாய் நாடாகும்? நேபாள் நம் ஒரு ஜில்லா போல் உள்ள விஸ்தீரணம். அவர்கள் இந்தியாவை தாய் நாடென்பார்களா? சையாமில் பெரிதும் இந்த மதம் தான். அவர்கள் இந்தியாவைத் தாய் நாடென்பார்களா?

ஐரோப்பா நிலைமை என்ன?

ஐரோப்பாவில் நார்வே, ஸ்வீடன், டென்மார்க்கு, ஹாலண்ட், பெல்ஜியம், போர்த்துக்கல், கிரீஸ் ஆகிய நாடுகள் நமது நான்கு ஜில்லா, மூன்று ஜில்லா, இரண்டு ஜில்லா போன்ற விஸ்தீரணமுள்ளவை. இவர்கள் எல்லோரும் தங்கள் தங்கள் நாட்டைத் தாய் நாடு என்பார்களே ஒழிய ஐரோப்பாவை தாய் நாடென்பார்களா? ஆகவே தமிழ் நாட்டவர்கள் திராவிட மக்கள் எந்தக் காரணம் கொண்டு இந்தியாவை தாய் நாடென்று கூற வேண்டுமென்பதும் எதற்காக இந்தியா பூராவும் எப்போதும் ஒரு குடையின் கீழ் இருக்க வேண்டும் என்று ஆசைப்பட வேண்டும் என்பதும் எனக்கு விளங்கவில்லை. முதலாவது பாரத நாடு என்பதையும், நாம் எல்லாம் பாரதர்கள் என்பதையும் கூட நான் ஒப்புக்கொள்ளமுடியாது.

அடுத்தாற்போல் தோழர் பிள்ளை இந்தியாவுக்கு தாய் மொழி ஹிந்திதான் வெகுகாலமாக இருந்து வந்தது என்கிறார்.

இந்தியாவுக்கு பொது பாஷை இருந்ததா?

ஹிந்தி பாஷை தமிழ் நாட்டில் எப்போது இருந்தது? பம்பாயில் எப்போது இருந்தது? வங்காளத்தில் எப்போது இருந்தது? இந்தியா 56 தேசமாய் இருந்தபோது 56 பாஷையின் பேரால்தானே தேசமாய் இருந்தது? அப்போதும் மொத்தத்தில் 56 பாஷைகள் இருந்திருக்கும். நாளாக நாளாக ஒரு தேசத்தார் மற்றொரு தேசத்தின் மீது ஆதிக்கம் செலுத்தும் போதும் ஒரு வகுப்பார் மற்றொரு வகுப்பார் மீது ஆதிக்கம் செலுத்தும்போதும் தான் அந்நிய பாஷை புகுத்தப்பட்டு விடுகிறது. அந்த முறையிலேயே இன்று ஹிந்தியை தமிழ்நாட்டில் புகுத்தப்பார்ப்பது தமிழனல்லாத அந்நிய வகுப்பான் இன்று தமிழ்நாட்டில் ஆதிக்கம் பெற்றுவிட்டதினாலேயே ஒழிய வேறில்லை.

தோழர் பிள்ளை இந்தியா ஒரு நேஷன் என்கிறார். நேஷன் என்று ஒரு தேசத்தையோ தேச மக்களையோ சேர்த்துச் சொல்வது அதன் மதம் பாஷை ஆகியவற்றைப் பொறுத்தது என்றும் சொல்லுகிறார்.

இந்தியா நேஷனா?

அப்படியானால் இந்தியா ஒரு நேஷனா? அதற்கு பாஷை எது? மதம் எது? இந்தியாவில் எத்தனை மதம்? எத்தனை எத்தனை ஆச்சார அனுஷ்டானம்? முதலாவது இந்து மதம் என்பதை தமிழர்கள் ஒப்புக்கொள்ளுகிறார்களா? தோழர் கே.பி.பிள்ளை தன்னை இந்து என்று சொல்லுவாரானால் இந்து மத ஆதாரமாகிய வேதத்தையும் மனு தர்ம சாஸ்திரத்தையும் கீதையையும் ஒப்புக்கொள்ளுகிறாரா? அதன்படி நடக்க இன்று சம்மதிக்கிறாரா? மற்றவன் நடக்கவாவது இவர் அனுமதிக்கிறாரா? இந்து மதத்தில் கே.பி. பிள்ளையின் இடம் எது? இந்து மதத்தால்தான் இந்தியா நேஷன் ஆயிற்று என்றால் அதாவது நேஷனுக்கு மதமே பிரதானம் என்றால் இஸ்லாமியருக்கும் கிறிஸ்தவருக்கும் பௌத்தருக்கும் பார்சிகளுக்கும் இந்தியா நேஷனாகுமா? எதைக்கொண்டு அவர்கள் இந்தியாவை நேஷன் என்பது? பாஷையைக் கொண்டு நேஷன் பிரிப்பது என்றால் மாகாணம் ஒன்றுக்கு நான்கைந்து நேஷன் ஆகிவிடாதா?

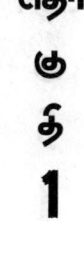

தொ
கு
தி
1
மொழி

தோழர் கே.பி. பிள்ளை அவர்கள் பொது விஷயங்களில் வகுப்பு மத விஷயங்கள் புகுத்தக்கூடாது என்கிறார். அன்றியும் அது மிகவும் அற்பமான விஷயம் என்கிறார். யாருக்கு அற்பம் என்று கேட்கிறேன். நாஸ்திகனுக்கு அல்லவா மதம் வகுப்பு அற்பமாகும், அது கூடாததுமாகும்.

தலைவர்கள் கூற்று

இந்திய தலைவர் தோழர் காந்தியார் "இந்துமதத்துக்கு ஆக உயிர் வாழ்கிறேன், எனது மூச்சுகளே இந்து மதம், நானே இந்து மதமாய் இருக்கிறேன்" என்றார். முஸ்லீம் தலைவர்கள் தோழர்கள் மகமதலி ஷவ்கத்தலி ஜின்னா ஆகியவர்கள் "நாங்கள் முதலில் முஸ்லீம் இரண்டாவது முஸ்லீம் மூன்றாவது முஸ்லீம் அப்புறம் தான் இந்தியன்" என்கிறார்கள். தோழர் ஜவஹர்லால் மதத்தையும் மத ஆதாரங்களையும் மத பழக்க வழக்கங்களையும் காப்பாற்றிக் கொடுப்பதாக உத்தரவாதம் செய்து தலைவர் பதவி பெற்று இருக்கிறார். தோழர் சத்தியமூர்த்தியார் "நான் ஜெயிலுக்குப் போனாலும் போவேனே ஒழிய நரகத்துக்கு (இந்து மதத்துக்கு விரோதமாக) போக மாட்டேன்" என்று சொல்லி இருக்கிறார்.

மிகவும் அநித்தியமான இந்த அற்ப இக (உலக) வாழ்வு என்பதற்கு ஆக நித்தியமான பர (மேல்லோக) வாழ்க்கையைக் கெடுத்துக்கொண்டு வகுப்பும் மதமும் அற்பமானது என்று எந்த யோக்கியமான ஆஸ்திகன் தான் சொல்ல முடியும். மதம் வகுப்பு அற்பம் என்று கருதி இருந்தால் ஜின்னாவுக்கும் ஜவஹர்லாலுக்கும் காந்திக்கும் ஷவ்கதலிக்கும் ராஜகோபாலாச்சாரிக்கும் நமக்கும் தகராறு ஏன்? இவர்கள் அயோக்கியர்களா? சுயநலக்காரர்களா? பொது வாழ்க்கையில் வயிறு வளர்ப்பவர்களா? வேறு வகையில் யோக்கியதை அற்றவர்களா? என்று யோசித்துப் பாருங்கள்.

ராமாநந்த சட்டர்ஜி சாட்சியம்

தவிர தோழர் பிள்ளை பொது பாஷை ஹிந்திதான் இருக்க வேண்டும் என்கிறார். அதுதான் அதிகம் மக்களால் பேசப்படுகிறது என்கிறார். மாடர்ன் ரிவியூ எடிட்டர் ராமானந்த சட்டர்ஜீ அவர்கள் காட்டி இருக்கும் கணக்குப்படி ஹிந்தி பாஷை மெஜாரட்டி ஜனங்களாலோ அல்லது மற்ற பாஷை பேசுகிற தனித்தனி மக்களை விட அதிகமான மக்களாலோ பேசுகிறதில்லை என்று நன்றாய் விளங்குகிறது. அந்த பாஷையைப் பற்றியும் நல்ல அபிப்பிராயம் வட நாட்டாரே பலர் சொல்லுவதில்லை. அவை எப்படியோ இருக்கட்டும்.

ஒரு பொது பாஷை தெரிந்தெடுக்க மெஜாரிட்டி பலமே போதுமானதாகுமா? பாஷை எதற்கு ஆக வேண்டும்? பேசுவதற்கு மாத்திரம்தானா? புதிதாக ஒரு பாஷையை தெரிந்தெடுப்பதினால் அந்த பாஷை பழையது என்றோ வெகுபேர் பேசுகிறார்கள் என்றோ காரணம் சொல்லி தெரிந்தெடுப்பது அறிவுடைமையாகாது. அந்த பாஷையால் தேச மக்களுக்கு ஏற்படும் பயன் என்ன என்று பார்க்க வேண்டும். புது அறிவு உண்டாகுமா? ஆராய்ச்சிக்கு பயன்படுமா? முற்போக்குக்கும் நாகரிகத்துக்கும் பயன்படுமா? சீர்திருத்தத்திற்கு ஏற்றதா? என்றெல்லாம் பார்க்க வேண்டாமா? இவர்கள் சொல்லும் ஹிந்தி எதற்காக பயன்படும் தோழர் ராஜ கோபாலாச்சாரியாரும் அதாவது ஹிந்தியை பொதுபாஷை ஆக்க வேண்டும் என்று சொல்லுகிறவரும் அவரது சகாக்களும் "ஹிந்தி துளசிதாஸ் ராமாயணம் படிக்கலாம், சமஸ்கிருதம் சுலபத்தில் தெரிந்து கொள்ளலாம். இந்து மத சாஸ்திரம் உணரலாம்" என்றெல்லாம் சொல்லுகிறார். ஆகவே ஹிந்தி மூலம் மோட்சத்துக்கு போவதற்கு அனுகூலமாக ஆத்மார்த்த விஷயங்கள் என்பதற்கு அனுகூலமாக காரணம் சொல்லு கிறார்களே ஒழிய இந்த உலக வழிக்கு ஆன காரியம் எதுவும் ஹிந்தியில் இருப்பதாக

சொல்லவே இல்லை. ராமாயணத்திலும் பாரதத்திலும் ஆகாய விமானம் இருக்கிறது. ஆனால் அது மந்திர சக்தியில் ஓடி இருக்கிறது. இங்கிலீஷில் ஆகாய விமானம் இருக்கிறது. அது யந்திர சக்தியில் ஓடுகிறது. நமக்கு எது மந்திர சக்தியா? யந்திர சக்தியா?

இங்கிலீஷ் செய்த நன்மைகள்

இங்கிலீஷ் நம்மில் சராசரி 100க்கு ஒருவர் இருவரே படித்திருக்கலாம் என்றாலும் அது 35 கோடி மக்களையும் நடத்துகிறது. இந்நாட்டு மனிதன் இன்று அடைந்துள்ள மேல் நிலைக்கு இங்கிலீஷே காரணம். தோழர் கே.பி.பிள்ளை பேசிய நேஷன், தாய்நாடு, சுயராஜ்யம், பொது பாஷை என்கின்ற உணர்ச்சியை - எண்ணத்தை இங்கிலீஷ் பாஷையே கொடுத்தது. அரசனுக்கு குடிகள் கட்டுப்பட்டு நடக்க வேண்டும் என்றும் அரசனே கடவுள் என்றும் கருதி இருந்த ஹிந்தி இந்தியனை அரசன் குடிகளுக்கு கட்டுப்பட்டு நடக்க வேண்டும் என்றும் அரசன் குடிகளின் சேவகன் என்றும் இங்கிலீஷ் இந்தியாதான் கற்றுக் கொடுத்தது இன்று உலகப் பொது பாஷையாக இங்கிலீஷ் தான் கருதப்படுகிறது. அது பகுஜனங்களால் பேசப்படுகின்றது.

இந்தியா சுதந்திரம் பெற்று விட்டாலும் உலக சம்மந்தம் இல்லாமல் இந்தியா வாழ்ந்து விட முடியாது. வருங்கால உலகம் தேசத்துக்கு தேசம் நாட்டுக்கு நாடு இப்போது உள்ள தூரத்தில் இருக்காது, கூப்பிடு தூரத்தில் இருக்கப் போகிறது. ஹிந்திக்கு ஆகட்டும் வேறு இந்திய பாஷைக்கு ஆகட்டும் இனி அடுப்பங் கரையிலும் படுக்கை அறையிலும் கூட வேலை இருக்காது.

தொழிலாளிக்கும் தொழில் கருவியும் யந்திரமும் இங்கிலீஷ் பாஷையில்தான் இருக்கப் போகிறது. விவசாயிக்கும் அதுபோலவே. வியாபாரிகளுக்கும் அதுபோலவே. அரசியல்காரனுக்கும் அதுபோலவே தான். மோக்ஷம் போகத்துக்கு மாத்திரம் தான் ஹிந்தி உதவக்கூடும். ஆனால் மோக்ஷமும் வெகு சீக்கிரத்தில் மறைந்து விடப் போகிறது.

மற்றும் தோழர் கே.பி. பிள்ளை என்னை பொதுஉடைமைக்காரன் என்கின்ற முறையில் பேசுவதாக நினைத்துக்கொண்டு இந்தியாவை ரஷ்யா என்று எண்ணிக் கொண்டு பேசக்கூடாது என்று குத்தலாகப் பேசினார். இந்தியா ஏன் ரஷ்யாவாகக் கூடாது? இந்தியா ராமராஜ்யமாக ஆகும் என்று தோழர் கே.பி. பிள்ளை கருதுகிற போது இந்தியா ரஷ்யா ஆகும் என்று ஏன் நான் கருதக் கூடாது? ரஷ்யாவுக்கும் இந்தியாவுக்கும் அதிகத் தூரமில்லை. 250 மைல்தான். வகுப்பும் மதமும் வெகு அற்பமானவை என்று உண்மையிலேயே இந்தியர்கள் கருதக்கூடிய நாள் வந்தால் அன்றே இந்தியா ரஷ்யா ஆகிவிடும். அது கூடாது என்பதற்கு ஆக செய்யப்படும் சூழ்ச்சிகளில் ஒன்று தான் ஹிந்தி முயற்சி என்று உறுதியாய்ச் சொல்லுவேன்.

மதராஸ் ஒரு நேஷனா?

மதராஸ் ஒரு நேஷன் அல்லவென்றும் அது தனித்து இருக்க முடியாது என்றும் தோழர் கே.பி.பிள்ளை சொன்னார். மதராஸ் ஒரு தனி நேஷனாய் இருந்தது. இன்றும் இருக்கிறது. அதுதான் திராவிடம். அதனுடைய நாகரிகம் ஆச்சார அனுஷ்டானம் வேறு. வங்காளம் பம்பாய் வேறு. இங்கிலீஷ் ஆட்சியால் இங்கிலீஷ் பாஷையால்தான் ஒன்றுக்கொன்று நேச பாவமான அறிமுகமாவது ஆகி இருக்கிறது. இங்கிலீஷ் ஆட்சியும் பாஷையும் ஒழிந்து ஹிந்தி ஆட்சியும் பாஷையும் வந்தால் அன்றே மதராசானது ஜர்மனி, இட்டாலி, பிரஞ்சு முதலிய ஏதோ ஒரு நேஷனுடன் கலந்துவிடும்.

தோழர்களே! இதுவரை நான் கே.பி. பிள்ளை பேசியதற்குச் சமாதானம் சொன்னேன். இவற்றிற்கு தோழர் கே.பி. பிள்ளை தமது மறுமொழியில் சமாதானம் கூறுவார் என்று எதிர்பார்க்கிறேன்.

இனி பொதுவாக சில வார்த்தைகள் சொல்ல ஆசைப்படுகிறேன்.

இந்தியா பல மதம், பல வகுப்பு, பல தனிப்பட்ட லட்சியம் கொண்ட கோரிக்கைகள் உள்ள நாடு. இது உலகில் உள்ள மற்ற நாடுகளைப் போல் மதம், அரசியல், சமூக வாழ்க்கை முதலியவைகளில் ஒரே மாதிரி லட்சியமுடையதல்ல. கண்டிப்பாய் இந்து முஸ்லீம் லட்சியமும் பார்ப்பனர் பார்ப்பனரல்லாதார் லட்சியமும் கீழ் ஜாதி மேல் ஜாதியார் லட்சியமும் வேறு வேறாகவே இருந்து வருகிறது. செல்வாக்கில்லாத லட்சியமுடையவர்களை செல்வாக்குள்ள லட்சிய முடையவர்கள் இழித்தும் பழித்தும் கூறி கேவலப்படுத்துவதாலோ கட்டுப்பாடாக உண்மையை மறைத்து பிரசாரம் செய்வதாலோ கூலிகளை ஏவிவிட்டு காலித்தனமாக நடக்கச் செய்வதாலோ எல்லோருடைய லட்சியமும் ஒன்று என்று சொல்லிவிட முடியாது.

உதாரணமாக இன்று பார்ப்பனர்கள் தங்கள் சமூகத்துக்கு என்று அனுபவித்து வரும் எந்த உரிமை - லட்சியத்தை விட்டுக்கொடுக்கத் தயாராயிருக்கிறார்கள்?

அதுபோலவே முஸ்லீம்களும் தங்கள் சமூகத்துக்கு அல்லது மார்க்கத்துக்கு என்று அனுபவித்துவரும் எந்த உரிமை உணர்ச்சியை விட்டுக் கொடுக்க தயாராய் இருக்கிறார்கள்? அதுபோலவே பார்ப்பனரல்லாதாரோ அல்லது கீழ் ஜாதியார் என்பவர்களோ அனுபவித்து வரும் இழிவுகளையும் கொடுமைகளையும் நீக்க எந்த அளவுக்கு பார்ப்பனர்களும் மேல் ஜாதியாரும் சம்மதிக்கிறார்கள்?

மேல்நாட்டு நிலைமை

மேல் நாட்டில் இம்மாதிரியான சமூக, வகுப்பு, மார்க்கத் தொல்லை கிடையாது. குறிப்பாக நம் தென்னாட்டில் பார்ப்பனர் - பார்ப்பனர் அல்லாதார் என்கின்ற தொல்லை பல 1000க்கணக்கான வருஷங்களாய் இருந்து வந்திருக்கிறது. இன்றும் சுமார் 20 வருஷகாலமாய் பச்சையாய் வெளிப்படையாய் அரசியலிலும் உத்தியோக இயலிலும் சமுதாய இயலிலும் தலைவிரித்து ஆடி வருகிறது. ஏன் இதைச் சொல்லுகிறேன் என்றால் இன்றைய தினம் நாம் இங்கு வாதம் செய்யும் ஹிந்தி அதில் பட்டதினாலேயாகும். ஹிந்தி பாஷையும் அதன் கலைகளும் தமிழ் நாட்டு மக்களுக்குக் குறிப்பாகப் பார்ப்பனரல்லாத ஏனைய மக்களுக்கு நேர் மாறானதாக இருக்கின்றன. இதை நான் இன்று சொல்லவில்லை.

சுயமரியாதையுடையவன் ஹிந்தியை ஆதரியான்

1921ம் வருஷம் நான் பெரிய தேசபத்தனாய், தேசீய வீரனாய் இருந்து சிறை சென்று வந்த உடனே திருப்பூரில் கூட்டப்பட்ட தமிழ் மாகாண மகாநாட்டில் நான் சொல்லி இருக்கிறேன். அதாவது இன்று ஹிந்தியை தமிழ் மக்களுக்குள் புகுத்தி ஆக வேண்டும் என்றும் பலாத்காரம் செய்யும் தோழர் ராஜகோபாலாச்சாரியார் என்ன காரணத்துக்காக ஆக தமிழ் மக்கள் ஹிந்தி படிக்க வேண்டுமென்று சொன்னாரோ அந்தக் காரணமாகிய ராமாயணத்தைப் படிப்பதையும் மனுதர்மத்தை உணர்வதையும் குற்றம் என்று சொன்னதோடு அவைகளை நெருப்பில் போட்டு பொசுக்க வேண்டும் என்றும் சொல்லி இருக்கிறேன். அன்று சொன்னதைப் பற்றி கவலை இல்லை. இன்று சொல்லுகிறேன். துளசிதாஸ் ராமாயணமானாலும் சரி, வால்மீகி ராமாயணமானாலும் சரி, கம்பராமாயணமானாலும் சரி ஏதாவது ஒரு ராமாயணத்தை தோழர் கே.பி. பிள்ளை ஒப்புக்கொள்ளுகிறாரா? அதில் உள்ள

தனது நிலையை ஏற்றுக்கொள்ளத் தயாராய் இருக்கிறாரா? அல்லது இங்குள்ள யாராவது ராமாயணத்திலும் மனுதர்மத்திலும் மற்றும் ஹிந்தி புராண சாஸ்திரங்களிலும் உங்களுக்கு உள்ள நிலையை ஏற்றுக் கொள்ளுகிறீர்களா? என்று கேட்கின்றேன். நான் அந்த தனிப்பட்ட புஸ்தகங்களில் உள்ள விஷயங்களைப் பற்றிக் கூட இப்பொழுது கேட்கவில்லை. இந்து மதம் என்பதில் இங்கு கூடியுள்ள உங்களுக்கு உள்ள நிலையை நீங்கள் ஒப்புக்கொள்ளுகிறீர்களா? அப்படி இருக்க ராமாயணமும் புராணங்களும் இந்து மத சாஸ்திரங்களும் படிக்க ஹிந்தி உதவும் என்றால் சுயமரியாதை உள்ள எவனாவது ஹிந்தி படிப்பதை ஒப்புக்கொள்ள முடியுமா?

வடநாட்டுத் தென்னாட்டு விஷயம் ஒன்றா?

மற்றும் வடநாடும் தென்னாடும் ஒரே லட்சியமுடையதாகுமா என்று உங்களைக் கேட்கின்றேன்.

வடநாட்டாரால் இதுவரை தென்னாட்டாருக்கு ஏற்பட்ட நன்மை என்ன என்று யாராவது விரல்விட்டுச் சொல்லட்டும். நம் மக்கள் ஏமாற்றப்பட நமக்கு யோக்கியதை தெரியாத வடநாட்டாரைப் பிடித்து வந்து காட்டி வஞ்சித்ததல்லாமல் தென்னாட்டுச் சமூக சமய பொருளாதார அரசியல் முதலிய விஷயங்களுக்கு வடநாடு எதில் பயன்பட்டது? நம் நாட்டுக்கு அழைத்து வரும்போது வட நாட்டவர்களை இந்திரன், சந்திரன், வீரன், சூரன், தியாகி, சத்தியவான், மகான் என்று விளம்பரம் செய்கிறார்கள். அவர்களைப் பற்றி அந்த உள்ளூர்காரர்களைக் கேட்டால் அவர்களுக்கு மிஞ்சிய மோசமானவர்கள் எந்நாட்டிலுமில்லை என்கிறார்கள்.

வடநாட்டுச் சம்பந்தம் வேண்டாம்

ஆகவே நாம் ஏமாறுவதற்குத்தான் வட நாடு உபயோகப்படுகிறது. இன்றைய அரசியலைப் பார்க்கின்ற போது எக்காரணம் கொண்டாவது எப்பாடு பட்டாவது நம் நாட்டை வடநாட்டுச் சம்பந்தத்திலிருந்து தனியாய் பிரித்துக் கொண்டால் ஒழிய நமக்கு விடுதலையோ மானமோ ஏற்படப் போவதில்லை. இன்று சிறிதாவது நமக்கு சுயமரியாதை உணர்ச்சியும் சுதந்தர உணர்ச்சியும் இருக்கிறதென்றால் அது நமது தனிப்பட்ட தமிழ் நிலை உணர்ச்சியாலேயும் ஹிந்தி படிக்காததாலேயும் தான் என்று வலிமையாய்க் கூறுவேன். நமது ரத்தத்தில் அடிமை உணர்ச்சியைப் பாய்ச்சவே இன்று பார்ப்பன ஆதிக்கம் நம்முள் பலாத்காரமாய் ஹிந்தியைப் புகுத்துவதாகும். ஹிந்தியில் அரசியல் சுதந்தர ஞானம் கிடையாது. ஹிந்தியில் பொருளாதார ஞானம் கிடையாது. ஹிந்தியில் சமுதாய சமத்துவம் இருப்பதாய்ச் சொல்லப்படுமானால் அவை இவையேயாகும். அதாவது:-

> “ஒரு நாட்டு மக்களை ஆள வேண்டுமானால் அவர்களுக்கு கல்வி வாசனையும் அறிவுச் சுதந்தரமும் இல்லாமல் மடையர்களாக வைத்திரு”
>
> “ஒரு நாட்டு மக்களை என்றும் அடக்கி ஆளவேண்டுமானால் அவர்களுக்குப் பொருளாதார உரிமை இல்லாமல் சாமி, பூதம், பிசாசு என்கின்றதான மூட நம்பிக்கையைப் புகுத்தி பயப்படுத்தி அவர்களது பொருள்களை கொள்ளையடி”
>
> “ஒரு நாட்டு மக்களை அடக்கி மிருகங்களிலும் கேவலமாய் என்றென்றும் அடிமைப் படுத்தி ஆதிக்கம் செலுத்த வேண்டுமானால் அந்நாட்டு மக்களை ஆயிரம் சமூகமாக ஆக்கி ஒன்றுக்கொன்று உயர்வு தாழ்வு கற்பித்துச் சின்னா பின்னப்படுத்தி வை”

என்பதல்லாமல் வேறு என்ன இருக்கிறது? நான் சாணக்கிய அரசியல் தந்திரம் முதல் ஹிந்தியில் உள்ள பல அரசியல் நீதி சாஸ்திரங்களைப் பற்றியே தான் தெரிந்த

வரை பேசுகிறேன். ஊரார் உழைப்பில் ஒரு சிறு சமூகம் உண்டு வாழ்வதற்கு உரியதே ஹிந்தி கலைகளாகும்.

ஹிந்தி தமிழருக்கு விஷம்

மற்றும் பாருங்கள். நம் நாட்டில் மொத்தத்தில் இன்று 100க்கு 9 பேர்களே படித்தவர்கள். இவர்களில் பார்ப்பனர்கள் 100க்கு 3 பேராய் இருந்தாலும் அவர்கள் சமூகம் பூராவும் 100க்கு 100 பேர் படித்திருக்கிறார்கள். ஆங்கிலம் கற்றவர்கள் அவர்களில் 100க்கு 50 பேர் இருக்கலாம். நம்மில் தமிழ் படித்தவர்களே 100க்கு 5, 6 பேர்தான் இருப்பார்கள். அதிலும் கிராமவாசிகளில் 100க்கு 2, 3 பேர்கள் தான் இருப்பார்கள். சில சமூகங்களில் ஒருவர் இருவரே இருப்பார்கள். பார்ப்பனர் களுக்கோ ஹிந்தி வெகு சுலபமான பாஷை. ஏனெனில் பாரம்பரிய பாஷை. நமக்கு அது சுலபத்தில் நுழையாத பாஷை. பார்ப்பனர் 100க்கு 77 பேர் ஹிந்தியில் பாஸ் செய்தால் நம்மில் 100க்கு 15 பேர்கள் கூட பாஸ் செய்ய முடியாது. உத்தியோகத்துக்கு ஹிந்தி ஒரு யோக்கியதையாய் வைத்து விட்டால் நம்மவர்களுக்குப் பழையபடி பங்கா இழுப்பதும் பில்லை போட்டுக் கொள்ளுவதுமான சேவக வேலைதான் கிடைக்கும். உதாரணமாக அரசியலில் பார்ப்பனரல்லாதார் இயக்கம் ஏற்படும் முன்பு சில படிப்புகளுக்கு டாக்டர் முதலிய பரீக்ஷைக்கு சமஸ்கிருதம் படித்திருக்க வேண்டுமென்று பார்ப்பனர்களால் சூழ்ச்சி செய்யப்பட்டு இருந்தது. அதனாலேயே பார்ப்பனரும் மலையாளிகளுமே பெரும்பான்மையாய் டாக்டர்களானார்கள். ஜஸ்டிஸ் கட்சி வந்த பிறகு பனகாலரசர் காலத்தில் சமஸ்கிருதம் படித்திருக்க வேண்டும் என்கின்ற நிபந்தனை எடுக்கப்பட்டு விட்டது. அதற்கப்புறமே பார்ப்பனரல்லாத தமிழ் மக்கள் பலர் டாக்டர்களாக முடிந்தது. அதுபோல் தான் ஹிந்தி உத்தியோக யோக்கிதையாகவும் வைத்துவிட்டால் பழையபடி நாம் கல்வியில் இன்னும் அதிகமான பிற்பட்ட வகுப்புக்காரர்களாக ஆகிவிடுவோம். கல்வி இலாகாவில் தமிழ் எவ்வளவு கேவலமாய் மதிக்கப்படுகிறது என்று பாருங்கள். சமஸ்கிருதம் எவ்வளவு உயர்வாய் மதிக்கப்படுகிறது என்று பாருங்கள்.

தற்கால தமிழ் நிலை

மாகாண கல்லூரியில் சமஸ்கிருத போதகருக்கு ரூ 350 முதல் 500. தமிழ் போதகருக்கு அதில் பகுதி கூட இல்லை.

தமிழைத் தமிழ்நாட்டில் இதுவரை கட்டாய பாடமாக்கவில்லை. ஹிந்தி பிறக்கும் போதே கட்டாய பாடமாக்க பலாத்காரம் செய்யப்படுகிறது. “அதிகாரி வீட்டுக் கோழி முட்டை அம்மிக் கல்லை உடைக்கும்” என்று ஒருவர் சொன்னார். அதுபோல் ஆதிக்கத்தில் உள்ளவர்கள் பாஷை ஆனதால் ஹிந்தி தமிழை ஒழிக்க கட்டாய பாடமாக்கப் போகிறார்கள். ஒரு சமயம் “10 ரூபாய் கேட்டால் 5 ரூபாயாவது வராதா?” என்கின்றது போல் எண்ணிக்கொண்டு தோழர் ஆச்சாரியார் கட்டாய பாடமென்றால் “இஷ்ட பாடமாகவாவது வைத்துத் தொலையுங்கள்” என்று தமிழ் மண்டுகள் சொல்லாதா என்றே இந்த யுக்தி செய்திருந்தாலும் செய்திருக்கலாம். எந்த பாடமாகவும் ஹிந்தி நமக்கு எதற்கு? அதற்கு ஆக செலவிடும் நேரம் பணம், ஊக்கம் எல்லாம் தேசிய நஷ்டமல்லவா என்று கேட்கின்றேன். இந்த நாட்டில் ஹிந்தி பாடமாக வைக்கப்பட்டால் தமிழர்கள் ஒழிந்தார்கள்- சுயமரியாதைக்கு குழி தோண்டப்பட்டது என்று தான் அர்த்தம். ஜஸ்டிஸ் கட்சி தலைவர்களுக்கு இதைப்பற்றி அதிக கவலை இல்லை. அவர்களில் பலர் ராமாயணத்தை பூஜிப்பவர்கள். அதைப்பற்றி நாம் இப்போது கவலைப் பட வேண்டாம். நம் தமிழ் மக்கள் இதை நன்றாய் உணரவேண்டும். அதாவது இது ஒரு நெருக்கடியான சமயம். இதில் ஏமாந்து விட்டோமேயானால் தமிழன் தாசி

மகனாக தானே ஆகிவிடுவான். இப்பொழுதாவது அதற்கு என்று ஒரு ஜாதியும் ஒரு நாடும் மாத்திரமிருக்கிறது. ஹிந்தி புகுந்து விட்டால் தமிழர்கள் பூராவும் பெண்கள் தாசிகளாகவும் ஆண்கள் தாசி மக்களாகவும் தாசர்களாகவும் ஆகிவிட வேண்டியது தான். அந்த நிலை ஏற்பட்ட பிறகு நாம் இருப்பதை விட இறப்பதே மேல்.

கட்சி உணர்ச்சி வேண்டாம்

கட்சி உணர்ச்சியை இதில் விட்டு விடுங்கள். மனித சமூக சுதந்தரத்தையும் சுயமரியாதையையும் கவனியுங்கள். பார்ப்பனரல்லாத பத்திராதிபர்கள் பலர் இந்தச் சமயத்தில் தான் பார்ப்பனர்களுக்கு நல்ல பிள்ளைகளாகவும் ஹிந்தி பிரசாரம் செய்யவும் சமூக சீர்திருத்தம் என்னும் பேரால் பணம் சம்பாதிக்கவும் அலைகிறார்கள். இந்த மானங்கெட்ட மக்களை உடைய நாடு எப்படி சுதந்திரமோ சுயமரியாதையோ அடைய முடியும். இவர்களை பார்ப்பனர்கள் தேவடியாள் மக்கள் என்று ஏன் சொல்ல மாட்டார்கள்?

தோழர்களே!

இன்று என் அபிப்பிராயத்தை நான் தெரிவித்தேன். அடுத்தாப் போல் பேசப் போகும் தோழர் கே.பி. பிள்ளை அவர்கள் இவற்றிற்கு சமாதானம் சொல்லுவார். பொறுமையாய் இருந்து கேட்போமாக.

கே.பி. பிள்ளை சமாதானம்

இவற்றிற்கு சமாதானம் சொல்ல வந்த தோழர் கே.பி. பிள்ளை அவர்கள் எழுந்து தனிப்பட்ட எந்த விஷயத்திற்கும் பதில் சொல்லாமல் தோழர் ஈ.வெ.ரா. எதற்கும் எதிர் பேசும் சுபாவமுடையவராக இருக்கிறார் என்றும் அது கூடாது என்றும் மதத்திலும் கடவுளிடத்திலும் நம்பிக்கை இருப்பவர்களுக்கு இம்மாதிரி தொட்டதை யெல்லாம் எதிர்த்து பேசும் புத்தியும் சுபாவமும் இருக்காது என்றும் நாம் சுயராஜ்யம் அடைய வேண்டியதுதான் முக்கிய காரியமே ஒழிய மற்றவைகளை கவனிக்கக் கூடாது என்றும் ஆதலால் ஹிந்தி அத்தியாவசியமென்றும் பேசி உட்கார்ந்துவிட்டார்.

தலைவர் முடிவுரை

கடைசியாக தலைவர் தோழர் எ. ரத்தின சபாபதி அவர்கள் முடிவுரையாகப் பேசும் போது தோழர் ஈ.வெ.ரா பேசியவற்றிற்கு பதில் சொல்லுவதைக் கேட்க தான் வெகு ஆவலாய் இருந்ததாகவும் பதிலளிக்க எழுந்தவர் ஒன்றுக்கு கூட பதில் சொல்லாமல் ஆஸ்திக நாஸ்திகம் பேசி மழுப்பி விட்டதாகவும் இந்த இடத்தில் ஆஸ்திக நாஸ்திக பேச்சே கிளம்ப இடமில்லையென்றும் ஹிந்தியை ஆஸ்திகத் தோடு பொருத்திப் பேசுவது அதன் பலவீனத்தைத்தான் காட்டிற்றே ஒழிய வேறில்லை என்றும் தமிழர்கள் ஹிந்திக்கு பயப்படும் காரணம் சரி என்பதை இந்த ஆஸ்திக வாதம் நிரூபித்து விட்டது என்றும் ஹிந்தியில் ஆரியர் தமிழர் என்கின்ற போரும் ஆரிய மதம் தமிழ் மதம் என்கின்ற போரும் தான் புகுந்திருக்கின்றதே தவிர பொது நோக்கு ஒன்றும் இல்லை என்பது நிரூபிக்கப்பட்டு விட்டதென்றும் பேசினார்.

குடி அரசு - 26. 09. 1937

காங்கரஸ் மத ஆதிக்கத்துக்கா? அரசியல் ஆதிக்கத்துக்கா?

அந்நியர்களை இந்தியாவிலிருந்து விரட்டி அடித்து விடுகிறோம் என்று வீரம் பேசி மக்களை ஏய்த்து அதிகாரப் பதவி பெற்ற மற்றொரு அந்நியராகிய பார்ப்பனர் அரசியல் ஆதிக்கம் என்பது பிரிட்டிஷ் ஆட்சிக்கு சரணாகதி அடைந்து பார்ப்பன மத ஆதிக்கத்தை பலப்படுத்திக் கொள்ளுவதுதான் என்பதை கொஞ்சமும் நெஞ்சும் குடலும் அஞ்சாமல் தைரியமாய் காட்டிக்கொண்டு வருகிறார்கள்.

எவ்வித அதிருப்தியையும் எதிர்ப்பையும் லக்ஷியம் செய்யாமல் பொது ஜன அபிப்பிராயத்தை சிறிதும் மதிக்காமல் மாகாண கவர்னரும் சர்க்கார் பெரிய அதிகாரிகளும் பெரிதும் முறையே தம் கைவசத்திலும் தம் இனத்தார்களாகவும் இருக்கிறார்கள் என்கின்ற ஆணவத்தில் “அப்படித்தான் செய்வேன்” “என் இஷ்டம்” “பேசாதே” “உட்கார்” என்கின்ற இராணுவ அதிகார ஆணவத்தில் காரியத்தை நடத்துகிறார்கள்.

இன்று நம் சட்டசபையில் இருக்கும் பார்ப்பனரல்லாத அங்கத்தினர்கள் சொரணை இழந்து சுதந்தரமிழந்து மானம் கெட்டு “வார்த்ததை வாரம்மா வள்ளித்தாயே” என்று சிறிதும் உயிரற்ற நடைப்பிணம் போல் இருந்து கொண்டு ஆரிய ஆட்சிச் சூழ்ச்சிக்கு ஆதரவாய் இருந்து வருகிறார்.

குறிப்பாக சரியான பொருத்தமாக சொல்ல வேண்டுமானால் இன்றைய பார்ப்பன ஆட்சி ஒரு பெரும் ஏதேச்சாதிகார அடக்குமுறை ஆட்சி போலவேதான் காணப்படுகிறது. தப்பாகவோ, சரியாகவோ ஒரு தடவை ஏதாவது ஒரு அபிப்பிராயம் ஆச்சாரியார் அவர்கள் வாயிலிருந்து வந்து விட்டால் அது எப்படிப்பட்ட அக்கிரமமானதும், கேடானதுமாக இருந்தாலும் சற்றும் புனராலோசனை செய்ய முடியாது என்ற ஆணவத்துடனே காரியங்கள் நடத்துகிறார்.

இதைப் பார்க்கின்றபோது பார்ப்பனர் ஆட்சி அவ்வளவு அக்கிரமமும் ஆணவமுமாக நடத்தக் கூடிய பலமுடையதா? அல்லது பார்ப்பனரல்லாத நம் தமிழ் மக்கள் அவ்வளவு கோழைத்தனமும் இழிதன்மையுமுடைய பூச்சித்தன்மை மக்களா? என்றுதான் குழப்பமடைய வேண்டியதாயிருக்கின்றது.

ஏன் என்றால் காங்கரசின் பேரால் இன்று கனம் ஆச்சாரியாருக்கு பின்னால் நின்று கொண்டிருக்கும் உண்மைத் தமிழர்கள் என்றும் பரிசுத்த தமிழ் மக்கள் என்றும் பரம்பரை வீரக்குலத்தில் பிறந்தவர்கள் என்றும் வீரமும் பெருமையும்

பேசிக் கொண்டிருக்கும் தோழர்கள் T.A. ராமலிங்கம் செட்டியார், T.R. தேவர், நாடிமுத்து பிள்ளை, கனம் சுப்பராயன் முதலிய "குல நலமும்" செல்வமும் சிறப்பும் பெற்ற தமிழ் மக்கள் இந்த சர்வாதிகார இராணுவ ஆட்சியை எப்படிப் பார்த்துக் கொண்டிருக்கிறார்கள் என்றுதான் கேட்க வேண்டியிருக்கிறது. இவர்களுக்கு சொந்த புத்தி இல்லையா? மான உணர்ச்சி இல்லையா? இந்த சட்டசபை மெம்பர் பதவி இவர்களுக்கு 5 வருஷ காலம் இருப்பதற்குள் இவர்கள் பின் சந்ததிக்கும் வழி வழி வம்சத்திற்கும் பேரவமானமான கெட்ட பெயரும் மாசும் நிலைத்துவிடுமே என்கின்ற அறிவு சிறிதாவது இல்லையா? மாதம் 75 ரூபாய்க் காசு இல்லாமல் பிழைக்க முடியாத கூட்டத்தில் இவர்களும் சேர்ந்தவர்களா? என்று கேட்க வேண்டி இருக்கிறது. ஆச்சாரியார் கொடுங்கோன்மை ஆட்சி செய்கிறார் என்றால் ஆச்சாரியாருக்கு பின்னால் இருந்து தாங்கிக்கொண்டிருக்கும் இந்த அம்மாஞ்சிகள் என்ன செய்கிறார்கள் என்று யாரும் கேட்கமாட்டார்களா?

பொப்பிலி ராஜா அவர்களை ஆணவக்காரர் என்றும் மக்களை மதியாதவ ரென்றும் கிள்ளுக்கீரை மாதிரி பேசிய இந்த வீரர்களும் சூரர்களும் அவருக்கு மேல் சாதித்து விடுவதாக வாயளந்தவர்களும் வம்பளந்தவர்களும் இன்று நீலக்கண் பூதத்துக்கு தொங்குசலாம் போடுகிறார்களே மானமில்லையா என்றும் கேட்க வேண்டி இருக்கிறது. இவர்களை கனம் ஆச்சாரியார் மதிக்கிறாரா மனிதர்கள் என்றாவது கருதி இருக்கிறாரா என்றும் சந்தேகப்பட வேண்டி இருக்கிறது.

அய்யகோ! சாணியை மிதிக்க அசூயைப் பட்டு எட்டிக் குதித்து மலக்குழியில் விழுந்து அபிஷேகம் செய்துகொண்ட பரிசுத்தவான்களே! தமிழ்மக்கள் வீரத்துக்கும் சுதந்தர உணர்ச்சிக்கும் உங்களை உதாரணம் சொல்லுவதானால் பார்ப்பனர்கள் தமிழர்களை அனுமார் என்றும் சூத்திரர் என்றும் சண்டையில் முதுகுகொடுத் தோடிய சிறைப்படுத்திய அடிமை என்றும் தாசி மகன் என்றும் வைப்பாட்டி மக்கள் என்றும் வேதத்திலும் மனுதர்ம சாஸ்திரத்திலும் கல்லின் மேல் எழுத்துப் போல் எழுதி வைத்துக் கொண்டதை எப்படி ஒழிக்க முடியும்?

தோழர்களே! தேசத்தின் பேரால் தேசமக்களின் பிரதிநிதித்துவத்தின் பேரால் உங்களுடைய தலைவர் என்னும் பேரால் இந்த தன்னரசு ஆட்சியை நடத்துவதை நீங்கள் சம்மதிக்கிறீர்களா என்று அவர்களைக் கேட்க வேண்டி இருக்கிறது.

தமிழுக்கு அத்தாரிட்டி நான் தான் என்றும் தமிழைக் காப்பவன் நான் என்றும் தமிழ்ச் சங்கங்களில் உரிமை கொண்ட தமிழறிஞரே! தோழர் T.A. ராமலிங்கம் செட்டியார் அவர்களே! ஹிந்தி தமிழ் மக்களுக்கு கட்டாய பாடமாக்க வேண்டும் என்று ஒரு பார்ப்பனர் சொல்லும் போதும் முரசடிக்கும் போதும் நீங்கள் என்ன செய்கிறீர்கள் என்று கேட்க வேண்டியிருக்கிறது.

உம் அருமை வாழ்க்கைத் துணைவியை இழந்தீர். உம் அருமைச் செல்வமான மகனை இழந்தீர். ஹிந்தி சட்டசபை மெம்பர் பதவியை துச்சமாய்க் கருதி உமது கருத்தை வெளியிட உமக்கு தைரியமில்லையல்லவா? ஹிந்தி கட்டாயமாகக் கூடாது என்று சொன்னால் உமக்கு என்ன ஆபத்து வந்துவிடும்? என்றும் அப்படியே தேவரே! பொப்பிலி அரசரை வைவதற்கு உமது நாக்கு எவ்வளவு சுலபமாகச் சுழன்றது? அதைப் பார்த்த பார்ப்பனர் உமது வீரத்தை எவ்வளவு மெச்சி உமது குறுகக் கத்தரித்த குடுமிக்கு பூச் சுத்தினார்கள்? இன்று உம்மை பாதாளத்தில் அழுத்திவிட்டு உம்மீது போட பாராங்கல்லையும் தூக்கிக்கொண்டு இருக்கின்ற போதும் உமக்கு மான உணர்ச்சியும் சுதந்தர உணர்ச்சியும் வரவில்லையானால் இனி எப்போது தான் அதைப் பார்க்கும் பேறு நமக்கு கிடைக்கப் போகிறது? தோழர்களே! இது என்ன ஊரா பாழா? கேள்வி கேப்பாடு இல்லாத கத்தரிக்காய்ப்

பட்டணமா என்று கூட உங்களால் யோசிக்க முடியவில்லையா? கனம் ஆச்சாரியார் செய்வது, நாளைக்கு பிறகு நீங்கள் யார் முகத்தில் விழிக்கப் போகிறீர்கள்? என்றும் கேட்க வேண்டியிருக்கிறது.

இந்த மந்திரிகள் பதவி இனி எத்தனை நாளைக்கு நிற்கப் போகிறது? ஒரு மயிர்க்கால் அளவுதான் ஒட்டிக்கொண்டிருக்கிறது. எந்த வினாடியில் அறுந்து விழுகப்போகிறதோ தெரியவில்லை. இந்த அற்ப ஆயுளுக்கு இவ்வளவு பெரிய மானத்தை விற்பதா என்று யோசித்துப்பாருங்கள் என்றும் அழுகினதின் மேல் நாய் மலம் இட்டதுபோல் ஹிந்தியை புகுத்தித் தான் தீருவேன் என்றது மாத்திரமல்லாமல் தேசிய கீதம் என்று வந்தே மாதர பாட்டைச் சொல்லி அரசியல் கூட்டத்தில் பிரார்த்தனை செய்வது யோக்கியமா என்று சிந்தித்துப் பார்த்தீர்களா? என்றும் அவர்களை கேட்க மனம் துடிக்கிறது.

வந்தேமாதரப் பாட்டு

நிற்க, வந்தேமாதரப் பாட்டு ஆரியர் மதத்தைக் காப்பதாக கூறும் கருத்தடங்கியதே தவிர பொதுவாக தேச ஆட்சியையோ சுதந்தரத்தையோ சமத்துவத்தையோ பொறுத்தது என்று யாராவது சொல்ல முடியுமா?

அப்பாட்டு ஏற்பட்ட சந்தர்ப்பம் எது என்றால் வங்காளத்தில் முஸ்லீம்கள் வகுப்புவாரிப் பிரதிநிதித்துவ கிளர்ச்சி செய்த போது அதை ஒழிக்க முஸ்லீம்களை நசுக்க மக்களுக்கு முஸ்லீம்கள் மீது விரோதமான உணர்ச்சி ஏற்படும்படியாகப் பாடின பாட்டாகும்.

அதாவது அப்பாட்டு ஆநந்த மடம் என்கின்ற ஒரு நாவலில் வருகிறது. இதைப் பற்றி 4-9-37 "விடுதலை" தலையங்கத்தில் விவரமாய் எழுதப்பட்டிருக்கிறது.

அப்படி இருக்க அப்பாடலை சட்டசபை கூடும் போதெல்லாம் தினம் தினம் பாடுவது என்றால் அதன் கருத்து என்ன? இந்நாட்டில் பார்ப்பனரல்லாதார் தங்கள் சமூகத்தைக் காப்பாற்றிக் கொள்ள உரிமை கேட்பதற்காக அச்சமூகமே என்றென்றும் மானமும் சுதந்தரமும் இல்லாமல் அடிமைப்பட்டுக்கிடக்க இன்று பார்ப்பனர் சூழ்ச்சி செய்வது போலவே முஸ்லீம்களையும் ஒழிக்கச் செய்யும் சூழ்ச்சி தானே அப்பாட்டை அரசியல் மன்றத்தில் பாட வேண்டும் என்று ஏற்பாடு செய்வது? அப்படி இல்லை என்று யாராவது சொல்லுவதானால் முஸ்லீம்கள் பெரும் பான்மையாய் அப்பாட்டு பாடக்கூடாது என்று கட்டுப்பாடாய் சொல்லும்போதும் காங்கரஸ் தலைவர் தோழர் ஜவஹர்லால் நேரு அவர்கள் முஸ்லீம்கள் விழித்துக்கொண்டதை அறிந்து அப்பாட்டை தேசீயப் பாட்டாகக் கொள்ளக் கூடாது என்று சொன்ன பிறகும் அப்பாட்டை அரசியல் மன்றத்தில் பாடுவதென்றால் இன்றைய அரசியல் மன்றம் அரசியல் மன்றமா? ஆரிய இயல் ஆதிக்க மன்றமா? என்று கேட்கின்றோம்.

23.9.37ந் தேதி சென்னை அரசியல் மன்றமாகிய சட்டசபையில் சபை ஆரம்பமான உடன் அந்த வந்தே மாதரப் பாட்டைப் பாடும்போது முஸ்லீமான தோழர் லால்ஜான் சாயபு அவர்கள் இப்பாட்டு தேசியப் பாட்டாகுமா என்று ஒரு ஒழுங்குப் பிரச்சினை கிளப்பியதற்கு ஆக அவருடைய கதி மன்னிப்புக் கேட்டுக் கொள்ள வேண்டிய அளவுக்கு வந்து விட்டது. கடசியாக தோழர் மாஜி மேயர் அமீத்கான் சாயபு அவர்கள் உதவிக்கு வந்த உடன் தோழர் ராஜகோபாலாச்சாரியார் தந்திரமாய் அடக்கி "மன்னிப்புக் கேட்க வேண்டியதில்லை. ஒழுங்குப் பிரச்சினையை வாபீஸ் வாங்கிக் கொண்டால் போதும்" என்று சொல்ல, கடசியாக தோழர் லால்ஜான் சாயபு பாடு "உடும்பு வேண்டாம் கையை விட்டால் போதும்"

என்ற நிலைக்கு வந்து அப்பிரச்சினையை வாபீஸ் வாங்கிக் கொண்டு "நான் தப்பித்தேன் எங்கள் அப்பன் தப்பித்தார்" என்று ஓடி விட்டார். ஆகவே பார்ப்பன ஆதிக்கம் தலைவிரித்து ஆடுகின்றது என்பதற்கு வேறு என்ன உதாரணம் வேண்டும்? வந்தேமாதரப் பாட்டை தமிழர்கள் கேட்பதும் அது பாடும் போது எழுந்து நிற்பதும் ஒரு பெரிய மானக்கேடான காரியமாகும். சட்டசபையில் உள்ள தமிழர்தான் ஒரு சமயம் மனுதர்மத்துக்கு இசையக் கூடிய யோக்கியதையை அடைந்து விட்டார்களோ என்றாலும் முஸ்லீம் அவர்களும் கிறிஸ்தவ சூரர்களும் எப்படி கேட்டுக் கொண்டிருக்கிறார்கள் என்பதும் அப்பாட்டு பாடும்போது எப்படி எழுந்து நிற்கிறார்கள் என்பதும் நமக்கு சிறிதும் விளங்கவில்லை. சிற்சில சமயங்களில் "குடி அரசு" மதக் கொள்கை பற்றியும் தெய்வக்கொள்கை பற்றியும் எழுதும்போதும் சுயமரியாதை இயக்கத்தில் பேசும் போதும் சில முஸ்லீம்களுக்கும் சில கிறிஸ்தவர்களுக்கும் பொத்துக் கொண்டு வந்துவிடுகிறது மத அபிமானம்.

இன்று பார்ப்பனர்கள் இவர்களது மத அஸ்திவாரத்தில் கையை வைத்து ஆட்டி "எழுந்து நில்" "தலை வணங்கு" "இல்லாவிட்டால் வெளியில் போனதற்கு மன்னிப்புக் கேள்" என்று உதைக்கும் போது எங்கும் எதுவும் பொத்துக்கொள்ளாத மாதிரியில் அவர்களது தோல் அவ்வளவு மந்தமாகி விடுகிறது. மதத்துக்கு ஆக உயிர் விடுவதும் மதமே பிரதானம் என்பதும் இச்சமயத்தில் இக்கூட்டத்தாருக்கு எங்கு போய்விடுகிறது?

உண்மையிலேயே இந்த நாட்டை மாத்திரமல்லாமல் இந்த உலகத்தையே இப்படிப் பிரித்து வைத்து மனிதனுக்கு மனிதனை வைரியாக்கி மக்களை என்றும் திருப்தியில்லாமலும் கவலையுடனும் தொல்லையடையச் செய்வதற்குக் காரணம் இவ்வளவு மதங்கள் இருப்பதுதான் என்பது நமது அபிப்பிராயம்.

இவை - இவ்வளவு மதங்களும் ஒன்றுபட்டு பகுத்தறிவுக்கு ஏற்றதாயும் சிறிதும் மூடநம்பிக்கைக்கு இடம் கொடாததாயும் மக்களை அன்பு நிலையில் அந்நியோன்யமாய் சகல துறையிலும் சமத்துவமாகவும் மானத்துடனும் நடத்துவதாகவும் உள்ள ஒரு மதமோ கொள்கையோ ஒன்று இருந்தால் அதை நாம் ஆக்ஷேபிக்கப் போவதில்லை. அதில் கடவுள் இருந்தாலும் சரி, கல் இருந்தாலும் சரி, அப்படி இல்லாத வரை அதற்கு மாறான சகல மதங்களையும் கொள்கைகளையும் ஒழிக்க வேண்டுமென்பதுதான் நமதபிப்பிராயம். ஆனால் கொஞ்சமாவது சுதந்தர உணர்ச்சியோ சமத்துவ உணர்ச்சியோ, பகுத்தறிவு உணர்ச்சியோ இருப்பதாய்ச் சொல்லிக் கொள்ளும் மதங்களைக்கூட சிறிதும் தலையெடுக்க விடாமல் அழுத்தி அடியோடு முட்டாள்தனமானதும் சூழ்ச்சி நிரம்பியதும் சிறிதும் சம நோக்குக்கு இடமில்லாததுமான ஒரு மதம் ஆதிக்கம் செலுத்த ஆட்டம் போடுமானால் மற்ற மக்களுக்கு வீரமோ மானமோ இருக்கின்றதா என்றுதான் கேட்க வேண்டி இருக்கிறது.

பெரும்பாலான கிறிஸ்தவர்கள் சமீபத்தில் இந்துக்களாய் இருந்து காரியத்துக்கு கிறிஸ்தவர்கள் ஆனதால் அவர்களுக்கு மதம் வேஷத்துக்கும் உத்தியோகம் கேட்பதற்கும் ஆகிய காரியத்துக்குத்தான் அதிகம் வேண்டியிருக்கும். அப்படிப் பட்டவர்கள் சமயம் நேர்ந்த போது மதத்தைவிட தேசம் பெரிது என்று சொல்லி தப்பித்துக்கொள்வார்கள். ஓட்டு வேண்டியபோது தேசத்தைவிட மதம் பெரிது என்று அடக்குமுறைக்கு விண்ணப்பம் போடுவார்கள். ஆனால் முஸ்லீம்கள் மதத்துக்காக வாழ்கின்றோம் என்றும் தங்கள் மதமே உண்மையான பகுத்தறிவு மதம் என்றும் கூப்பாடு போடுகிறவர்கள். விக்கிரக வணக்கப் பாட்டுக்கு - முஸ்லீம் சமூக உணர்ச்சிக்கும் சமூக வாழ்வுக்கும் விரோதமான பாட்டுக்கு எப்படி எழுந்து நின்று காது கொடுத்து தலை வணங்குகிறார்கள் என்பது நமக்கு விளங்கவில்லை.

தொகுதி 1 மொழி

ஆகவே பொது ஜனங்கள் பார்ப்பனரல்லாத தமிழ் மக்களும் முஸ்லீம்களும் கிறிஸ்தவர்களும் ஹிந்தி எதிர்ப்புக்கும் வந்தேமாதரப் பாட்டு பிரார்த்தனை பஹிஷ்காரத்துக்கும் தொண்டாற்றி துணை புரிந்து வெற்றி பெற முயல வேண்டும் என்று ஆசைப்படுகிறோம்.

அப்படிச் செய்ய நமக்கு உரிமை உண்டு என்றும் தெரிவித்துக் கொள்ளுகிறோம். ஏனெனில் ஆரியக்கடவுள்கள் கோவில்களில் தமிழர்களின் பிரார்த்தனையை தமிழ் பாட்டுகளில் சொல்லும்போது அதாவது தேவாரம் முதலியவை பாடும்போது பார்ப்பனர்கள் அதன் கருத்தைக்கூட கவனியாமல் சூத்திர பாஷையை காதில் கேட்பதே பாவம் என்று கருதி அவற்றைத் தடுக்க கோர்ட்டுகளுக்குப் போய் நியாயம் பெற ஆசைப்படும் போது தங்களது பாஷையை மற்றவர்களுக்கு கட்டாயமாக புகுத்தவும் மற்றவர்கள் பாஷை, மற்றவர்கள் மத ஆதிக்கப் பாட்டு ஆகிய பிரார்த்தனைக்கு எழுந்து நின்று தலை வணங்கவும் நிர்ப்பந்தம் ஏற்பட்டால் மற்றவர்களுக்குள்ள மான உணர்ச்சியை காட்டிக்கொள்ளுவதில் ஒன்றும் பாவம் இல்லை.

குடி அரசு - 26. 09. 1937

தமிழர்கட்கு 'அறிவிலிகள்' பட்டம் "ஆனந்த விகடன்" ஆசிரியர் நற்சாட்சிப் பத்திரம்

- ஊர் வம்பு

சேலம் ஜில்லாவில் மதுவிலக்குப் பிரசாரம் செய்ய பிரதம மந்திரி ஆச்சாரியாருடன் "ஆனந்த விகடன்" ஆசிரியர் தோழர் ரா.கிருஷ்ணமூர்த்தியும் அழைக்கப்பட்டிருந்தாராம். ஓமலூர் பொதுக்கூட்டத்தில் பிரதம மந்திரி ஆச்சாரியார் ஹிந்தியை எதிர்ப்பவர்கட்குப் புத்தியில்லை. அவர்கள் எல்லோரும் அறிவிலிகள் என்று பேசினாராம். அதே கூட்டத்தில் பிரதம மந்திரி ஆச்சாரியார் பேசிய பிறகு 'ஆனந்த விகடன்' ஆசிரியர் தோழர் ரா.கிருஷ்ணமூர்த்தியும் காங்கரஸ் மந்திரிகளின் ஆட்சி முறையைப் புகழ்ந்து புகழ்மாலை பாடிவிட்டு ஹிந்தியைப்பற்றி பேச ஆரம்பித்து, தமிழர்கட்கு ஒரு நற்சாட்சிப் பத்திரம் வழங்கியிருக்கின்றார். பிரதம மந்திரி ஆச்சாரியாரின் ஆணவமும் அகம்பாவமும் நிறைந்த சர்வாதிகாரப் பேச்சைப் பின்பற்றியே "ஆனந்தவிகடன்" ஆசிரியரும் வாய்க்கொழுப்பாகப் பேசத் துணிந்து விட்டார். தோலைக் கடித்து துருத்தியைக் கடித்து, ஆட்டைக் கடித்து மாட்டைக் கடித்து கடைசியாக மனிதரையே கடிக்கத் தொடங்கிய கதையை மெய்ப்பிக்கின்றார் "ஆனந்த விகடன்" ஆசிரியர். 'தினமணி' அக்டோபர் 6-ந் தேதி பத்திரிகையில் 4-ம் பக்கத்தில் 4-வது கலத்தில் "ஹிந்தி வந்தே தீரும்" என்ற தலைப்பில் 'ஆனந்த விகடன்' ஆசிரியர் தோழர் ரா. கிருஷ்ணமூர்த்தி பேசியதாக வெளிவந்திருக்கும் செய்தியாவது:-

"ஹிந்தியைக் கட்டாய பாடமாக்குவதால் தமிழுக்கு ஆபத்து வந்து விடுமென்று சிலர் (தமிழர்கள்) கூக்குரல் போடுவதைப்பற்றி பிரதம மந்திரி இக்கூட்டத்தில் பிரஸ்தாபித்தார்".

"இதுவரையில் (தமிழர்களுக்கு) இவர்களுக்கு கொஞ்சம் அறிவு இருக்கிற தென்று நினைத்தேன். ஆனால் அவர்கள் அறிவிலிகள் என்பது இப்பொழுது நன்றாகத் தெரிகிறது".

"அவர்கள் பத்திரிகைகளில் எவ்வளவு எழுதினாலும், எத்தனை தந்திகள் அனுப்பினாலும் ஹிந்தி கட்டாய பாடமாக ஏற்பட்டுத்தான் தீரும். அதைப் பற்றி சந்தேகமே இல்லை" என்று சொல்லியிருக்கிறார்.

இது ஹிந்தியைக் கட்டாய பாடமாக வைக்கக்கூடாது என்று எதிர்த்துக் கிளர்ச்சி செய்யும் தமிழர்கட்கு "ஆனந்த விகடன்" ஆசிரியர் வழங்கும் நற்சாட்சிப் பத்திரம். பிரதம மந்திரி ஆச்சாரியார் பேச்சுக்கு பக்கபலமளிப்பதாக எண்ணம்போலும். தமிழ்நாட்டில் வந்து குடிபுகுந்த ஆரியக் கூட்டத்தார் அன்று தமிழர்களை சூத்திரர்கள் என்று சாஸ்திரம் எழுதிவைத்தார்களோ அன்று "வேசி மகன்" என்றும்

"அடிமை" என்றும் ஆணவமாக அதற்குப் பொருளும் எழுதிவைத்தார்கள். இன்று, தேசியத்தின் பெயராலும் காந்தி, கதர், காங்கரஸ் பெயராலும் பொது மக்களை வஞ்சிக்கும் இந்த ஆரியக் கூட்டம் தமிழர்களை அறிவிலிகள் என்று அதேபோல் வாய்க்கொழுப்பாக பேசுவதற்கு துணிந்து விட்டது. ஆச்சாரியார் பிரதம மந்திரியார் என்ற மமதையில் பேசுகின்றார். தோழர் ரா. கிருஷ்ணமூர்த்தி "ஆனந்த விகடன்" ஆசிரியர் என்ற அகம்பாவத்தில் பேசுகின்றார்.

ஆரியர்கள் (பார்ப்பனர்கள்) வாழ்க்கையை உயர்த்தவும் ஆரியர்கள் நாகரிகத்தைப் புகட்டவும் பாடுபடுகின்றார்கள். ஆரியர்கள் ஆதிக்கம் சமூகம், அரசியல், பொருளாதாரம். நாடகம், சினிமா, பரத நாட்டியம், சங்கீதம் ஆகிய எல்லாத் துறைகளிலும் உயர்த்துவதற்கு உழைக்கின்றார்கள். தமிழர்கள் வாழ்க்கையைச் சிதைக்கவும் தமிழர்களை அடக்கி ஒடுக்கி ஆதிக்கம் செலுத்திவரவும் அன்று முதல் இன்று வரை முயன்று வருகிறார்கள். ஆரியர்கள் சூழ்ச்சி நிறைந்த காங்கரசையும் அவர்களால் நடத்தப்படும் "ஆனந்த விகடன்" போன்ற ஆரியப் பத்திரிகைகளையும் தமிழர்கள் ஆதரித்து உதவி புரிந்ததற்குப் பிரதிபலன் "ஹிந்தியை எதிர்ப்பவர்கள் - தமிழர்கள் அறிவிலிகள்" என்று ஆனந்த விகடன் ஆசிரியர் இன்று அகம்பாவமாகவும் வாய்க்கொழுப்பாகவும் பேசுகிறார்.

ஆரியர்களின் சூழ்ச்சியும் நயவஞ்சகமும் உண்ட வீட்டிற்கே தீங்கு பயக்கும் துரோகச் செயலும், தான் உழையாமல் பிறர் உழைப்பைத் திருடி ஆடம்பரமாக வாழும் பித்தலாட்டச் செயல்களையும் தமிழர்கள் வீணாக நம்பிக் கெட்டுப் போனார்கள். இன்று தமிழர்கள் அறிவிலிகள் என்று "ஆனந்த விகடன்" ஆசிரியர் கூறும் நிலைக்கு ஆளானார்கள். தமிழர்கட்கு உண்மை வீரம் ஆண்மையிருந்தால் இந்த "ஆனந்த விகடன்" ஆசிரியர் பேசிய அகம்பாவப் பேச்சை வன்மையாகக் கண்டித்து மன்னிப்புக் கேட்கச் செய்ய வேண்டும். இவர்களைத் தூண்டிவிட்டு தமிழர்களை வாய்க் கொழுப்பாகப் பேசும்படி செய்யும் பிரதம மந்திரி ஆச்சாரியார் பதவியும் ஆதிக்கமும் வீழ்த்தப்பட வேண்டும். ஆச்சாரியார் ஆரியர்கள் ஆதிக்கத்திற்கும் முன்னேற்றத்திற்கும் பாடுபடுகின்றார். இவைகட்காகவேதான் "ஆனந்த விகடன்" "தினமணி" "மித்திரன்" "ஹிந்து" பத்திரிகைகள் உயிர் வாழ்கின்றன. பொது மக்களின் பொருள்களை போட்டிப் பரிசுகள் என்ற பெயரால் கொள்ளையடிக்கும் தேசிய விகடப் பத்திரிகைகள் முதலில் தங்களை சீர்திருத்திக் கொள்ளுவதில்லை. உயர்ந்த மதுபானங்களை அருந்தும் கதர் வேட பக்தர்களும், குதிரைப் பந்தயங்களிலும், சூதாட்டங்களிலும் பொதுமக்களை ஏமாற்றி வஞ்சித்த பொருளை இழப்பதிலும் தாசிகள் மையலில் தடுமாறி அலைவதிலும் தேர்ச்சி பெற்ற தேசபக்தர்களும் காந்தியின் பெயரைக் கூறிக் கொண்டு பொதுமக்களை ஏமாற்றவும் தமிழர்களை இழிவுபடுத்திக் கூறவும் துணிந்து விட்டார்கள்.

தமிழர்களை அறிவிலிகள் என்று கூறும் "ஆனந்த விகடன்" ஆசிரியருக்குத் தமிழர்கள் நல்ல புத்தி புகட்ட வேண்டும். இனி (ஆரியர்கள் ஆதிக்கத்திற்காகப் பாடுபடும்) "ஆனந்த விகடன்" பத்திரிகையைப் படித்து அறிவிலிகளான தமிழர்கள் இனிமேலும் படித்து அறிவிலிகள் ஆகப் போகிறார்களா? அல்லது அதை பஹிஷ்கரித்து அறிவாளிகள் ஆகப் போகிறார்களா? என்பதுதான் இப்பொழுது அறிவாளிகளான தமிழர்கள் முன்நிற்கும் பிரச்சினை. "ஆனந்த விகடன்" பத்திரிகையை ஆதரிப்பதும் அவர்கள் போட்டிப் பரிசுகளில் பொருள் இழப்பதும் இனி தமிழர்கள் அழிவுக்கே காரணமாகும் என்பதை இனியாவது உணருவார்களா? தமிழர்கள் "ஆனந்த விகடன்" படிப்பது தற்கொலை செய்து கொள்வதற்கொப்பாகி விட்டது என்பது இப்போது ருஜுவாயிற்று.

குடி அரசு - 10. 10. 1937

"விகடன்" விஷமம்

17.10.37ந் தேதி "விகட"னின் தலையங்கத்தில் "வாழிய செந்தமிழ்" என்னும் தலைப்பில் ஒரு வியாசம் காணப்படுகிறது.

அதில் ஹிந்தியை முதல், இரண்டாவது, மூன்றாவது பாரம் வரைக்கும் வைக்கப் போகிறபடியால் அதற்கு மேல் சமஸ்கிருதம் இஷ்டபாடமாக வைக்கலாம் என்றும்,

இங்கிலீஷைப் பற்றி கவலைப்பட வேண்டியதில்லை என்றும், சீநிவாச சாஸ்திரியார் ஒருவரேதான் இங்கிலீஷ்காரரைப் போல பேசத் தெரிந்தவர் என்றும்,

ஆதலால் இங்கிலீஷ் அப்படி பேசத்தெரிய முயற்சி செய்வது பயன்படாது என்றும்,

இங்கிலீஷையும் தமிழிலேயே சொல்லிக்கொடுக்க வேண்டும் என்றும்,

தமிழ் கற்றுக்கொடுக்க தோழர் உ.வே. சாமிநாதய்யர்தான் தகுதியானவரெல்லாம் அவர்தான் தற்கால கொள்கையை தமிழில் புகுத்தாமல் நூலிலுள்ள இன்பத்தை மாத்திரம் நுகரும்படி செய்வார் என்றும்,

சமஸ்கிருதமே உலகத்து நாகரீகத்துக்கு எல்லாம் அடிப்படையான பாஷை என்றும், அதை படிக்க பள்ளிக்கூடங்களில் வசதியும் தூண்டுதலும் வேண்டுமென்றும்,

டாக்டர் சுப்பராயன் கல்வி மந்திரியாய் இருந்து இதை உணர்ந்து இருப்பது பாக்கியம் என்றும் மற்றும் பல விஷயங்களும் "வாழிய செந்தமிழ்" என்னும் தலைப்பில் இருக்கின்றன.

இந்த தலையங்கத்தை கசக்கிப் பிழிந்தால் இங்கிலீஷுக்கு சாஸ்திரியாரே கெட்டிக்காரர், தமிழுக்கு சாமிநாதய்யரே கெட்டிக்காரர், பாஷைகளில் சமஸ்கிருதமே சிறந்தது என்பதும் ஹிந்தி கட்டாயம் 3-ம் பாரம் வரை படித்தாக வேண்டும்; பிறகு சமஸ்கிருதம் சுலபமாய் வந்துவிடும்; தமிழ் கற்றுக்கொடுக்கும் போது தமிழர்களின் நிலை, கொள்கை ஆகியவைகளைப் புகுத்தக்கூடாது; இங்கிலீஷ் பிரதானமல்ல; அது படித்ததால் பல கேடுகள் வந்து விட்டன என்பதும் இந்த அபிப்பிராயத்துக்கு மரியாதை கொடுத்து தக்கது செய்ய டாக்டர் சுப்பராயன் கல்வி மந்திரியாய் இருக்க ஒப்புக்கொண்டது தமிழ்நாட்டின் பாக்கியம் என்பதுந்தான் சாரமாகும்.

இதற்கு பெயர்தான் வாழிய செந்தமிழாம். இந்த விஷயங்களை எழுது கிறவர்கள் புத்திசாலிகளா அல்லது இதையும் படிக்க இருக்கும் மக்கள் மடையர்களா என்பதுதான் தமிழர்கள் கவனிக்க வேண்டிய பிரச்சினையாகும்.

டாக்டர் சுப்பராயன் அவர்களுக்கு மந்திரி வேலை கொடுத்து விட்டு அவரிடம் என்ன வேலை வேண்டுமானாலும் வாங்கலாம், அவர் எதற்கும் தமது கையெழுத்தைக் கூட யார் வேண்டுமானாலும் போட்டுக் கொள்ளவும் அனுமதித்துவிடுவார்.

சாஸ்திரியாருக்கு இவ்வளவு விளம்பரம் கொடுத்திருப்பது எதற்கு? பத்திரிக்கைகள் தோழர் சாஸ்திரியார் பிரிட்டிஷாரின் கூலிப் பிரசாரகராய் உலகம் சுற்றி பிரிட்டிஷை புகழ்ந்து பிரசாரம் செய்து பட்டம் பணம் சம்பாதித்துக் கொண்ட தல்லாமல் இதுவரை இந்தியாவுக்கு அவரால் ஏற்பட்ட நன்மை இன்னது என்று யாராவது சொல்லமுடியுமா? அல்லது எந்த பார்ப்பனப் பத்திரிகையாவது ருஜு செய்ய முடியுமா?

தோழர் உ.வே. சாமிநாதய்யர் அவர்கள் தமிழ் பழைய ஏட்டுப் பிரதிகளைக் கைப்பற்றி தமிழ் உணர்ச்சி இல்லாமல் வடமொழி கருத்துக்களையும் ஆரியர் கொள்கைகளையும் உட்புகுத்தி புத்தக ரூபமாக்கி புத்தகம் அச்சுப்போட தமிழர்களிடம் பணம் பெற்று புத்தகம் விற்ற பணத்தை தனது முதலாக்கி பணக் காரராகி பட்டம் பரிவட்டம் பெற்றதல்லாமல் தமிழுக்கு அவரால் ஏற்படுத்தப்பட்ட இலக்கியம் இன்னது, இலக்கணம் இன்னது அல்லது வெளிப்படையாய்க் கட்டிய சொந்த கருத்து அமைந்த நூல் இன்னது என்று ஏதாவது எடுத்துக் காட்ட முடியுமா?

மற்றும் சமஸ்கிருதம் இவ்வளவு உயர்ந்தது என்று சொல்லுகிற இப்பார்ப்பனர்கள் அப்பாஷை இலக்கிய இலக்கணங்களால் காட்டுமிராண்டித்தன காலத்திய (Fairy Tales) கற்பனைக் கதைகளும் பார்ப்பனர்களே கடவுள் - கடவுளே பார்ப்பனர்கள் என்கின்ற வஞ்சக விஷம உணர்ச்சிகளும் மக்கள் அறிவை அடக்கி காட்டுமிராண்டித்தனத்துக்கு கொண்டு போகும் அடிமைப் புத்தி கற்பிப்பும் அல்லாமல், சமஸ்கிருதத்தில் அரசியல், சமூக இயல், பொருளியல், கல்வி இயல், அறிவியல், ஒழுக்க இயல் ஆகியவற்றிற்கு யோக்கியமான நாகரிகமான கருத்துக்களோ பயன்படக்கூடிய பொருள்களோ ஏதாவது இருக்கிறது என்பதாக யாராவது சொல்ல முடியுமா?

ஆகவே இவ்வளவு மோசமாயும் நம் சமூகத்துக்கே கேடாகவும் இருக்கும் விஷயத்தை எடுத்துக் கொண்டு "விகடன்" கையாளும் மாதிரியைப் பார்த்தால் பார்ப்பன பிரசார சூழ்ச்சி அதில் எவ்வளவு இருக்கிறது என்பது நன்றாய் மக்களுக்கு விளங்கிடும்.

கடைசியாக பார்ப்பனரின் கருத்து மக்கள் இங்கிலீஷ் படித்தே சுதந்தரமும் பகுத்தறிவும் சுயமரியாதையும் பெறும் உணர்ச்சி பெற்று விடுவதால், அதை ஒழித்துவிட்டு ஹிந்தியையும் சமஸ்கிருதத்தையும் புகுத்தி தமிழுக்கும் தாங்களே வாத்தியார்களாகி விட்டால் தமிழர்களை பழையபடி சூத்திரர்களாக்கி தாசி மக்களாக்கி விடலாம் என்கின்ற எண்ணமும் சூழ்ச்சியும் அல்லாமல் வேறு இல்லை என்பதும் விளங்கிவிடும்.

குடி அரசு - 17 .10. 1937

ஆபத்து! ஆபத்து!! கல்விக்கு ஆபத்து!!!

காங்கரசின் சுயராஜ்யமென்பதற்கோ பூரண விடுதலை என்பதற்கோ அருத்தம் ராமராஜ்யம் என்றும் சுயராஜ்யம் கிடைத்துவிட்டது என்றால் ராமராஜ்யக் கொள்கைப்படியே ஆட்சி நடைபெறும்படி செய்வதுதான் என்றும் காங்கரசில் நாலணா மெம்பராகக்கூட இல்லாத காங்கரஸ் சர்வாதிகாரியான காந்தியார் முதல் காங்கரசின் பேரால் ஏதேச்சாதிகாரம் செலுத்தும் கனம் சி.ஆர். ஆச்சாரியார் முதலிய சகல பார்ப்பனர்களும் சொல்லி வருவது யாவருமே அறிந்ததாகும். அந்த ராமராஜ்யக் கொள்கையினிடத்தில் மக்களுக்கு மரியாதையும் பெருமையும் ஆசையும் வருவதற்கு ஆக ராமாயணத்தை ஆரிய முறைப்படி படிப்பதற்கு ஆக ஹிந்தியை படிக்கும்படி குழந்தைகளை கட்டாயப்படுத்துவதும் அதை ஆக்ஷேபித்து தமிழ் மக்கள் கிளர்ச்சி செய்து வருவதும் வாசகர்கள் உணர்ந்ததேயாகும்.

பொதுவாக ராமராஜ்யம் என்றால் மனுதர்ம ஆட்சி என்பதும், மனுதர்ம ஆட்சி என்பது வருணாச்சிரம ஆட்சி என்பதும், நாம் சொல்லாமலே வாசகர்கள் அறிந்த விஷயமாகும்.

தோழர் காந்தியார் அவர்களும் அநேக தடவைகளில் தான் ஒரு பரிசுத்த வருணாச்சிரமவாதி என்றும் வருணாச்சிரம ஆட்சியை ஏற்படுத்தவே சுயராஜ்யம் கோருகிறேன் என்றும் பல தடவை வடநாட்டுப் பிரசங்கங்களில் வெளிப்படையாகச் சொல்லி வந்திருக்கிறார்.

இந்த நிலையில் காங்கரசானது எப்படியோ சூழ்ச்சிகளும் புரட்டு பித்தலாட்டங்களும் செய்து ஆட்சி நிர்வாகத்தை கைப்பற்றிய உடன் இப்போது மேலே நாம் கூறியது போலவே வர்ணாச்சிரம ஆட்சியை ஏற்படுத்தவும் வர்ணாச்சிரம முறையை நிலைநிறுத்தவும் காந்தியாரும் பார்ப்பனரும் பச்சையாகவே பாடுபட்டு வருகிறார்கள். இக்கொடுமைக்கு தமிழ்நாட்டில் சில பார்ப்பனரல்லாதார் அதிலும் மனு ஆட்சி முறைப்படி எந்தக் கூட்டத்தார் சூத்திரர்கள் என்றும் சண்டாளர்கள் என்றும் வேசி மக்கள், விபசாரி மக்கள் என்றும் இதுவரை அழைக்கப்பட்டு வந்ததோடு இனியும் அழைக்கப்பட ஆளாகப் போகிறார்களோ அந்த மக்களில் சிலரே இப்போது உதவி புரிந்தும் காட்டிக்கொடுத்தும் வயிறு வளர்க்கிறார்கள் - பதவி அடைகிறார்கள் என்பனவற்றை எடுத்துக்காட்டவே இதை எழுதுகிறோம்.

மனு ஆட்சியில் பார்ப்பனரல்லாதார்கள் ("சூத்திரர்கள்") படிக்கக்கூடாது என்பது முக்கிய தத்துவமாகும். "படித்த சூத்திரனையும் குளித்த குதிரையையும் பக்கத்தில் வைத்திருப்பது ஆபத்து" என்பது மனு முதலிய சாஸ்திர வாக்கியம்.

"சூத்திர"னிடத்தில் பணம் இருக்க இடம் கொடுத்தால் அது பிராமணனுக்கு ஆபத்து" என்பது மனுதர்மம்.

"சூத்திரனுக்கு" கல்வி கற்றுக்கொடுத்த பிராமணன் நரகத்துக்கு போவான்" என்பதும் மனு வாக்கியம்.

"சூத்திரன்" ஆட்சி புரிகின்ற நாட்டில் "பிராமணன்" குடி இருக்கக்கூடாது" என்பதும் சாஸ்திர வாக்கியம்.

எனவே இந்தக் காரணத்தினாலேதான் அந்நிய நாட்டினரிடம் "இந்து சாஸ்திரங்களுக்கு விரோதமாய் நடப்பதில்லை - அவற்றில் கை வைப்பதில்லை" என்று வாக்குறுதி பெற்றுக்கொண்டு இந்தியாவுக்கு அடிக்கடி அந்நிய ஆட்சியை பார்ப்பனர்கள் அழைத்து வந்திருக்கிறார்கள் என்பதற்கும் சரித்திர ஆதாரமும் பிரத்தியக்ஷ நடவடிக்கை அனுபவமும் இருந்து வருகிறது.

இப்போதைய ஆங்கிலேய ஆட்சியானது முஸ்லீம்கள் ஆட்சியைவிட வெகு தூரத்துக்கு வருணாச்சிரமம் கெடும்படி செய்து வந்திருக்கிறது என்பதை யாரும் ஒப்புக்கொள்ளுவார்கள்.

சண்டாளர்கள் என்னும் தாழ்த்தப்பட்ட மக்களையும் சூத்திரர் வேசி மக்கள் என்னும் பார்ப்பனரல்லாத இந்திய மக்களையும் முஸ்லீம்கள் மதம் மாற்றப் படுவதன் மூலமே மனிதத்தன்மை உண்டாக்கி வந்தார்கள். அதனாலேயே இன்று இந்தியாவில் 8 கோடி மக்கள் சமுதாய சுயமரியாதையுடன் வாழச்செய்ய முடிந்தது.

ஆங்கிலேய ஆட்சியோ மதம் மாறவேண்டிய அவசியமில்லாமலே ஒரு அளவுக்கு சமுதாய சுயமரியாதை உண்டாகும்படி செய்து வந்திருக்கிறது. இதனாலேயே வருணாச்சிரம காந்தியாரும் பார்ப்பனர்களும் பார்ப்பரல்லாத கூலிகளைக் கொண்டே சிறிது காலமாய் ஆங்கிலேயருக்கு தொல்லை கொடுத்து வந்தார்கள். எப்படியோ இப்போது ஆட்சியில் ஆதிக்கம் செலுத்தத்தக்க யோக்கியதையை இந்த வருணாச்சிரமிகள் அடைந்து பழையபடியே ஆங்கிலேயருக்கு தாசத்துவம் பாடவும் ஆங்கில அதிகாரிகளுக்கும் தலைவர்களுக்கும் அடிபணிந்து புகழ்பாடி அவர்கள் நிலைக்க சிபார்சு பேசவுமான யோக்கியதைக்கு வந்து விட்டார்கள். அரசியலின் பேரணி செய்யப்படும் ஒவ்வொரு காரியத்தையும் ஆங்கில அதிகாரிகளைக் கலந்து ஆங்கில ஆட்சிக்கும் ஆங்கில அதிகாரிகளுக்கும் இதனால் யாதொரு கெடுதியும் குறைவும் இல்லை என்று மெய்ப்பித்துக் காட்டிய பிறகே செய்ய ஆரம்பிக்கிறார்கள். அந்த முறையிலேயே ஹிந்தியை நம் மக்களுக்குள் புகுத்த வேண்டுமென்று தொல்லை கொடுப்பதுடன் இப்போது பொதுக் கல்வி விஷயத்திலும் பார்ப்பனரல்லாத சமூகத்தாருக்குக் கொடுமை செய்யத் துணிந்து விட்டார்கள். அதாவது இந்தியாவில் பார்ப்பனரல்லாத ஏனைய மக்கள் அறிவுக் கல்வி பெறாமல் இருக்கத்தக்க சூழ்ச்சி இப்போது காந்தியாரால் செய்யப்படுகிறது.

அவை என்னவென்றால்,

1. பிள்ளைகளுக்கு 7 வயது முதல் 14 வயது வரை இலவச கட்டாயப் படிப்புப் படிப்பிக்க வேண்டும்.

2. இந்த 7 வருஷமும் தாய் பாஷையிலேயே பாடங்கள் கற்பிக்கப்பட வேண்டும்.

3. பாடங்கள் என்பது ஏதேனும் ஒரு கைத்தொழிலை அனுசரித்ததாகவே இருக்க வேண்டும்.

4. அந்தக் கைத்தொழிலைப் பழகுவதன் மூலமே வரும்படி ஏற்படும்படி செய்து அந்த வரும்படியிலேயே பள்ளிக்கூடம் நடைபெற வேண்டும்.

5. இந்த மாதிரி பள்ளிக்கூடம் பூராவும் சர்க்காரே நடத்த வேண்டும்.

என்று காந்தியார் கல்வித்திட்டம் வகுத்து இருக்கிறார். காந்தியாரின் கல்வித் திட்டம் என்றால் காங்கரஸ் கல்வித் திட்டம் என்று பெயர். காங்கரஸ் கல்வித் திட்டம் என்றால் இந்திய அரசாங்கத்தின் கல்வித்திட்டம் என்று பெயர்.

ஆகவே இனி நமது மக்களின் கல்வித் திட்டம் மேல் குறிப்பிட்டது என்று ஏற்பட்டு விட்டது.

காந்தியார் வாயிலிருந்து வந்து விட்டதால் இனி இதை எந்த காங்கரஸ்வாதியும் குறைகூற மாட்டான். குறைகூறினால் தேசத்துரோகியாகிவிடுவான். அதுமாத்திர மல்லாமல் குறைகூறுபவன் மந்திரியாய் இருந்தால் மாதம் 800 ரூபாய் சம்பள வரும்படி வாயிலும் பிரயாணத்திட்டத்தில் மாதம் 300 ரூபாய்க்கு குறையாத பிரயாண வரும்படி வாயிலும் ஒரு கூடை மண்ணு விழுந்துவிடும். சட்டசபை காரிய தரிசியாய் இருந்து குறைகூறினாலோ கிட்டத்தட்ட இதில் பகுதித்தொகை அளவு கிடைக்கும் வரும்படி வாயிலும் மந்திரிகளுக்கு யாருக்காவது ஏதாவது காரியம் சிபார்சு செய்வதால் கிடைக்கும் வரும்படி வாயிலும் மண்ணு விழுந்துவிடும்.

சட்டசபை மெம்பராக இருந்து குறைகூறி விட்டாலோ அவர்களுக்கும் மாதம் 75 ரூபாய் வரும்படி வாயிலும் மாதம் சுமார் 100 ரூபாய்க்குக் குறையாத பிரயாணப்படி வரும்படி வாயிலும் சிபார்சு செய்வதில் ஏதாவது கிடைக்கக்கூடிய வரும்படி வாயிலும் மண்ணு விழுந்துவிடுவதோடு பலருக்கு சாப்பாட்டுக்கே ஆபத்து ஆகிவிடும். இவர்கள் சங்கதியே இப்படி இருந்தால் இனி காங்கரஸ் பக்தர்கள், தொண்டர்கள் ஆன பிரசாரகர்கள் சங்கதி கேட்க வேண்டுமா, அல்லது நாம்தான் சொல்ல வேண்டுமா என்று கேட்கின்றோம்.

ஆகவே இந்த திட்டத்தை அமலுக்கு கொண்டு வந்துவிடலாம் என்று தான் காந்தியாரும், கனம் ஆச்சாரியார், தோழர் சத்தியமூர்த்தியார் ஆகியவர்கள் கோஷ்டியாரும் உறுதியுடன் இருப்பார்கள். கவர்னர், கவர்னர் ஜனரல் ஆகிய பிரபுக்களும் நாம் எவ்வளவுதான் கூப்பாடு போட்டாலும் 1000 கணக்காய் ஜெயிலுக்குப் போகவும் 100 கணக்காய் கவர்னர்கள் மோட்டார் வண்டிகளின் சக்கரத்தில் சிக்கி உயிர்விடும்படியாகவும் போலீஸ் அடிபடும்படியாகவும் ஏற்பட்டால் ஒழிய அவர்கள் "புதிய அரசியல் திட்டத்தில் இதுவிஷயம் மந்திரிகளைச் சேர்த்து விட்டதாலும் மந்திரிகள் இதனால் கல்வி கெட்டுப் போகாது என்று உறுதி கூறி இருப்பதாலும் இந்த விஷயத்தில் வேறு ஒன்றும் செய்வதற் கில்லை என்று மேன்மை தங்கிய வைஸ்ராய் பிரபுவும், அதற்கடுத்தாப்போல் மேன்மைதங்கிய கவர்னர் பிரபுவும் அபிப்பிராயப்படுகின்றனர்" என்று பதில் அனுப்பிவிடுவார்கள். இதற்கு மேல் நாம் சீமைக்கு எட்டும்படி கூப்பாடு போட்டாலும் இந்தியா மந்திரி வைஸ்ராய் பிரபுவை டெலிபோனில் கேட்கும்போது வைஸ்ராய் பிரபு "காங்கரஸ்காரரின் இந்தக் கல்வித் திட்டத்தினால் கண்டிப்பாய் நமக்கு ஒன்றும் கெடுதி வராது; அவர்கள் எப்படியோ உதைத்துக் கொள்ளட்டும்; இது சமயம் காங்கரஸ்காரர்கள் நமக்கு நிபந்தனை இல்லாத அடிமைகளாய் இருக்க பிரமாண வாக்கு கொடுத்து விட்டார்கள். ஆதலால் இதைப் பற்றி நாம் கவனிக்கவேண்டியதில்லை" என்று சொல்லிவிடுவார். அதைக் கேட்டுக் கொண்ட பின் "இந்த விஷயத்தில் இந்தியா மந்திரி ஒன்றும் செய்வதற்கில்லை" என்று சொல்லி விடுவார்.

பிறகு நமக்கு இந்த வருணாச்சிரம கொடுங்கோன்மை ராஜ்ஜிய பாரத்தை ஒழிக்கவும், ஆங்கிலேய ஆட்சி முறையின் பொறுப்பற்ற தன்மையை ஒழிக்கவும் முஸ்லீம்களானால் ஒழிய வேறு வழி இல்லை என்கின்ற நிலைதான் ஏற்படக்கூடும்.

இனி இந்த காங்கரஸ் கல்வி திட்டத்தின் சூழ்ச்சியை சற்று கவனித்து பார்ப்போம்.

இந்த கல்வி திட்டத்தைப் பற்றி பொதுவாக அபிப்பிராயம் சொல்ல வேண்டுமானால் இது மக்களை அறிவுக்கல்வி படிக்க வொட்டாமல் செய்து விடும். இதனை மக்களுக்கு கைத்தொழில் சொல்லிக்கொடுக்கும் ஒரு தொழிற்சாலை என்று தான் சொல்லவேண்டும். தொழில் பள்ளிக்கூடம் என்று கூட சொல்ல முடியாது. ஏனெனில் இந்த தொழில் மூலம் (வாத்தியாருக்கு சம்பளம் முதலிய) வரும்படியும் எதிர்பார்ப்பதால் இதை ஒரு அரைகுறையான தொழிற்சாலை என்றுதான் சொல்ல வேண்டும்.

திட்ட ஆராய்ச்சி

பிள்ளைகள் 7 வயது முதல் 14 வரை கட்டாயமாக படிப்பிக்க வேண்டு மென்றால் 7 வயது வரை பையன்களுக்கு வேலை என்ன? பார்ப்பனப் பிள்ளைகள் நாலரை வயது 5 வயதிலேயே பிரைவேட்டாகப் படிக்க வைத்து 7 - வது வயதில் முதல் அல்லது 2-வது பாரத்தில் சேர்க்கப்பட்டு விடுகிறார்கள். அதனாலேயே அவர்கள் 14 அல்லது 15-வது வயதில் எஸ்.எஸ்.எல்.சி. அல்லது மெட்ரிக் குலேஷன் படிக்கவோ பாஸ் செய்யவோ முடிகின்றது. நம்முடைய பிள்ளைகளுக்கு 6, 7 - வது வயதில் "எழுத்தாணிப்பால்" கொடுத்து "சரஸ்வதி பூஜை" செய்து "அக்ஷராப்பியாசம்" ஆரம்பித்தால் முதல் பாரத்துக்கு வர 5 வருஷமும் முதல் பாரத்தில் இருந்து மெட்ரிக்குலேஷன் பரீட்சைக்கு போக ஆறு வருஷமும் ஆக 11 வருஷமும் ஆகிறது. பரீட்சைகளில் ஏதாவது ஒன்று இரண்டு வருஷம் தவறிவிட நேர்ந்தால் மெட்ரிக்குலேஷனுக்கு போவதற்குள் கையில் ஒன்று இரண்டு குழந்தைகளோ அல்லது உடம்பில் வியாதியோ ஏற்பட்டு மைனர் விளையாட்டில் திரும்பி விடுகிறான். ஏற்கனவே நமது பிள்ளைகள் படிப்பு இதனாலேயே கெட்டு மொத்த எண்ணிக்கையில் விகிதாச்சாரம் குறைந்து இருக்கிறது. இந்த நிலைமையில் இனி "7 முதல் 14 - வயது வரை தொழிலின் மூலம் பள்ளிக்கூட நிர்வாகத்துக்கும், வாத்தியார் சம்பளத்துக்கும் போதிய வரும்படி கிடைக்கும்படியான கல்வி" தாய் பாஷையில் கற்பது என்றால் பையனுக்கு உலக ஞானமோ வாழ்க்கை அறிவோ அடைய வேண்டிய காலம் எது? அதற்கு ஏற்ற கல்வி எங்கே? என்று கேட்கிறோம்.

அப்புறம் 1, 2, 3 - வது பாரங்களில் ஹிந்தி கட்டாய பாடமாக்குவது என்பது எந்தப் பிள்ளைகளுக்கு? எந்த வயதில்? என்றும் கேட்கவேண்டி யிருக்கிறது. மற்றும் இந்தத் திட்டப்படி 14 வயது ஆனபிறகு அப்புறம் பையனுக்கு வேலை என்ன? என்பது விளங்கவில்லை. இனி இங்கிலீஷ் படிப்பது எப்போது?

பிள்ளைகள் பூராவுக்கும் பள்ளிக்கூடத்தில் படிக்கும் கைத்தொழில் அவர்களது வாழ்க்கைக்கு பயன்படுமா? இந்தியாவில் இம்மாதிரி கைத்தொழிலுக்கு இனியும் எத்தனை காலத்துக்கு அவசியம் இருந்து வரமுடியும்? இருந்துவர இடம் கொடுப்பது? உலகத்தில் கைநெசவு என்பதுகூட இந்தியாவில் தான் இருக்கிறது. மற்ற நாடுகள் எல்லாம் யந்திரத்தில்தான் துணிகளை நெய்கின்றன.

விவசாயமும் யந்திரத்தால் உழுது யந்திரத்தால் விதைத்து யந்திரத்தால் நீர் பாய்ச்சி யந்திரத்தால் அறுப்பு அறுத்து பண்டமாக்கி யந்திரமூலமே இடையாக்கி யந்திரமூலமே பணம் வருகின்றன. விவசாயமும் நெசவுமே யந்திரத்தின் மூலம்

என்று ஆகிவிட்டால் மற்றபடி கையில் செய்யும் கைத்தொழில் என்ன இருக்கிறது? நெல் குத்துவதும் கருப்பட்டி காய்ச்சுவதும் பால் கறந்து வெண்ணெய் எடுப்பதா? சோப்பு, சீப்பு, கண்ணாடி, வாசனை எண்ணெய் செய்வதா? அல்லது மேஜை நாற்காலி, தட்டுமுட்டு சாமான் பாத்திரம் பண்டம் செய்வதா? கட்டை வண்டி, மோட்டார் சைக்கிள், ரயில், ஆகாய விமானம் செய்வதா? அல்லது கல் உடைத்து ரோடுப் போடுவதா? பாலம் கட்டுவதா? காடு வெட்டித் திருத்துவதா? வாய்க்கால் வெட்டித் தண்ணீர் விடுவதா? இவை எல்லாமுமே யந்திரங்களினால் செய்யப் படுகின்றன. கக்கூசு எடுக்கும் வேலையும் (Flushout) தானாய் கழுவிக்கொண்டு போகும் முறை வரப்போவதால் ஆளுக்கு வேலையில்லாமல் போகப்போகின்றது. தச்சு வேலை, கொல்லு வேலை, கொல்லத்து வேலை ஆகியவைகளும் பெரிதும் இனி மனிதன் தன் கைப்பட செய்ய வேண்டிய அவசியமில்லாத முறையில் நடைபெறப் போகின்றன. கொல்லத்துக்காரனுக்கு வேலை இல்லாத மாதிரி கற்கள், பலகைகள், சிமிட் அட்டைகள் யந்திரங்களில் செய்யப்பட்டு ஒரு நாளில் 5 வீடு 10 வீடு கட்டும்படியான வேலைத் திறங்கள் யந்திரங்களில் செய்யப்படுகின்றன.

இந்த நிலையில் இருக்கின்ற உலகத்தில் இன்று காந்தியாரின் கல்வித் திட்டம் என்று சொல்லப்படும் காங்கரஸ் கல்வித்திட்டம் இந்தியாவில் ஏற்படுத்தப்படு மானால் மேலே கூறப்பட்ட யந்திர சம்மந்தமான காரியங்கள் எதுவும் இந்தியாவுக்குள் நடைபெறக்கூடாது என்றும் மீறி நடத்தப்பட்டால் அதை ராஜ துவேஷமாகக் கொள்ளப்படும் என்றும் சட்டம் போட்டு அக்காரியங்கள் தடுக்கப்பட்டுவிட்டால் மாத்திரமேதான் இது பயனுள்ளதாக ஆகலாம். அல்லாதவரை பார்ப்பனர்களே உயர்ந்த ஜாதியாராகவும் அரசியல், மத இயல், பொருளாதார இயல், சமூக இயல் ஆகியவைகளில் ஆதிக்கம் செலுத்தி பாடு படாமல் வயிறு வளர்க்கவும் மற்ற சமூகம் அவர்களது வைப்பாட்டி பிள்ளைகளாய், அடிமைகளாய் வாழவும் தான் இக்கல்வித்திட்டம் பயன்படும் என்று கண்டிப்பாய்க் கூறவேண்டி இருக்கிறது.

தவிர பிள்ளைகள் கற்றுக்கொள்ளும் முறையில் செய்யப்படும் தொழில்கள் மூலம் ஏற்பட்ட சாமான்களை பொது ஜனங்களும் சர்க்காராரும் வாங்குவதன் மூலம் பள்ளிக்கூட நடப்புக்கு பணம் சம்பாதித்துக்கொள்ள வேண்டுமென்றால் இதன் முடிவும் துணி விஷயத்தில் எப்படி கதர் துணிக்கு ஒன்றுக்கு மூன்றாய் நான்காய் கிரையம் போட்டு ஆபாச வலுவற்ற முரட்டுத் துணியை வாங்கி மக்கள் பயன் படுத்திக்கொள்ள வேண்டியவர்களானார்களோ அதுபோல் தான் மற்ற சாமான்கள் வகையிலும் ஒன்றுக்கு மூன்றாய் விலை கொடுத்து ஆபாச - பலமற்ற கெட்ட அல்லது முரட்டுக் கதர் சாமான்களை வாங்கி பயன்படுத்தித் தீர வேண்டிய நிலைமை ஏற்படும். ஏனெனில் இந்த மாதிரி குழந்தைகளால் வேலை பழகுவதற்கென்று செய்யப்படும் சாமான்களின் யோக்கியதை மற்றபடி வேறு எப்படி இருக்க முடியும்? வேண்டுமானால் விவசாயம் பழகுவதில் செய்யும் காரியத்தால் ஒரு சமயம் கத்திரிக்காய் புடலங்காய் நல்லதாக கிடைக்கலாம். அது எவ்வளவு பேருக்கு கிடைக்கும்? அதில் எவ்வளவு வரும்படி வர முடியும். அப்படி இருந்தாலும் அந்த வேலையை 7 முதல் 14 வயது வரை எல்லாப் பிள்ளைகளும் படிப்பது என்று வைத்துவிட்டால் அது அறிவுக்கு பயன்படுமா? மற்ற சமயத்தில் இது படிக்க முடியாதா? ஆகவே காந்தியார் கல்வித்திட்டம் என்பது மனுதர்மத்தில் "சூத்திரனுக்கு ஏற்பட்ட வேலைத் திட்டத்தை அமலுக்கு கொண்டு வருவதற்கு ஆக செய்யப்படும் சூழ்ச்சியே ஒழிய மற்றபடி அது ஒரு நாளும் யோக்கியமான நாணயமான கல்வித் திட்டமாகாது என்பது நமதபிப்பிராயம். ஆகவே இதை பொதுமக்கள் உணர்ந்து இந்த சூழ்ச்சியில் இருந்து தப்ப முயற்சிக்க வேண்டும்.

குடி அரசு - 21. 11. 1937

இஸ்லாத்தில் உயர்வு தாழ்வில்லை

வகுப்பு நீதிக்கு வழிகாட்டியவர்கள் முஸ்லீம்களே
முஸ்லீமும் ஜஸ்டிஸ் சு.ம.வும் ஒன்றுபட வேண்டும்
ஹிந்திக்கு என்ன அவசியம்?

அன்புள்ள தோழர்களே! வட ஆற்காடு ஜில்லா 2வது சுயமரியாதை மகாநாட்டுக்கு வந்த சந்தர்ப்பத்தில் தாங்கள் என்னை அன்புடன் வரவழைத்து தங்கள் லீக்கின் சார்பாக வரவேற்புப் பத்திரமளித்து கவுரவித்ததிற்கு மிகுதியும் மகிழ்ச்சியடைகிறேன்.

நான் இதுவரை என்னுடைய இந்த 20 வருஷ பொதுவாழ்வில் காங்கரஸ், சுயமரியாதை, பொதுஉடமை, சமதர்மம், ஜஸ்டிஸ் முதலிய இயக்கங்களாலும் மற்றும் பலவித சீர்திருத்த சங்கங்களாலும், முஸ்லீம்கள் சங்கங்களாலும் இந்தியா, கொளும்பு, மலாய், ஐரோப்பா, ரஷ்யா முதலிய தேசங்களிலுள்ள பலவித சங்கங்களாலும் சுமார் ஆயிரக்கணக்கான வரவேற்புப்பத்திரங்கள் பெற்றிருந்தாலும் இந்திய முஸ்லீம் லீக்கில் பெறும் உபசாரப் பத்திரமென்பதில் இதுவே முதலாவதாகும்.

உண்மையிலேயே இவ்வரவேற்புப் பத்திரத்தினால் நான் மிகுதியும் மகிழ்ச்சியடைகிறேன்.

ஆனாலும் இவ்வரவேற்புப் பத்திரத்தில் என்னைப் பற்றி குறிப்பிட்டிருக்கும் புகழ்ச்சிகள் முழுவதையும் நான் ஏற்றுக்கொள்ள முடியாது என்பதை தெரிவித்துக் கொள்ளுகிறேன். என்றாலும் இதிலிருந்து நான் முஸ்லீம் சமூக நம்பிக்கைக்கு பாத்திரமாயிருக்கிறேன் என்பதை உணர்ந்து பெருமை கொள்ளுகிறேன்.

முஸ்லீம்களுக்கு ஆக என்று தாங்கள் புகழ்ந்திருக்கிற அளவுக்கு நான் அவ்வளவு காரியம் செய்து விடவில்லை.

இஸ்லாத்தில் பிறவி உயர்வு தாழ்வில்லை

சமூக சம்மந்தமாக முஸ்லீம்கள் அனுசரித்து வரும் சில கொள்கைகளை நான் ஆதரிக்கிறேன். முக்கியமாக உங்கள் மார்க்கத்தில் மனிதன் பிறவியில் உயர்வு தாழ்வு இல்லை என்பதும் மக்களுக்குள் ஜாதிபேதப் பிரிவு இல்லை என்பதும் சமூக காரியங்களில் உள்ள ஒற்றுமையும் மனிதாபிமானமுள்ள எந்த மனிதனும் ஒப்புக்கொள்ளவேண்டிய விஷயமாகும்.

இந்து மதத்தின் யோக்கியதையும் கிறிஸ்து மதத்தின் யோக்கியதையும் முறையே ஆதாரத்திலும் அனுபவத்திலும் அப்படி இல்லை. இதை நான் அடிக்கடி மக்களுக்கு எடுத்துக்காட்டி வந்திருக்கிறேன். மற்ற மதக்காரர்கள் இதற்காக பொறாமையும் கோபமும் அடைகிறார்களே தவிர தங்களைத் திருத்திக் கொள்ள யாரும் எந்த மாந்தரும் முன் வருவதில்லை.

தவிர அரசியல் விஷயத்திலும் நான் பெரிதும் முஸ்லிம்களுடைய ஆதரவை எதிர்பார்த்தவனாய் இருக்கிறேன்.

ஏனெனில் கல்வியிலும் சமூகத்துறையிலும் பொருளாதாரத்திலும் அரசியலிலும் பிற்படுத்தப்பட்டு தாழ்த்தப்பட்டு கிடந்த மக்கள் முன்னேற்றமடைய முயற்சிக்க வழி காட்டியவர்கள் முதல் முதல் முஸ்லீம்களேயாகும். எனது தோழர் கலிபுல்லா சாயபு அவர்கள் சுயமரியாதை இயக்கத்துக்கு 1500 வருஷத்துக்கு முன்பே வழிகாட்டியது இஸ்லாம் மார்க்கமே என்றார். ஆனால் நான் ஜஸ்டிஸ் இயக்கத்துக்கு கூட 35 வருஷத்துக்கு முன்னமேயே வகுப்புவாரி பிரதிநிதித் துவத்துக்கு வழிகாட்டியவர்கள் முஸ்லீம்களேயாகும். அதாவது முஸ்லீம் லீக்கே யாகும் என்று சொல்லுவேன்.

முஸ்லீமும் ஜஸ்டிஸ், சு.ம.வும் ஒன்றுபடவேண்டும்

ஏனெனில் முஸ்லீம்கள்தான் முதன் முதல் காங்கரசின் சூழ்ச்சியை உணர்ந்து பிற்படுத்தப்பட்ட வகுப்புகள் முற்போக்கடைய வகுப்பு நீதி, வகுப்பு உரிமை, வகுப்பு பிரதிநிதித்துவம் வழங்க வேண்டுமென்று வாதாடி 1910லேயே தனித்தொகுதி மூலம் உரிமைபெற்று 1916-ல் காங்கரசையும் ஒப்புக்கொள்ளும்படி செய்தவர்கள் ஆவார்கள். ஆதலால் இன்று வகுப்பு நீதியையும் வகுப்புரிமையையும் மக்களுக்கு முதல் முதல் இவ்வளவு ஞாபகப்படுத்திக் கொடுத்தவர்களே முஸ்லீம்கள் என்கிறேன். அந்த ஒரு காரணத்தாலேயே ஜஸ்டிஸ் கட்சிக்காரரும் சுயமரியாதைக்காரரும் முஸ்லீம்களை ஆதரித்தும் அண்டியும் நின்று தொண்டாற்ற வேண்டுமென்று மக்களுக்கு போதித்து வருகிறேன்.

சில தேசீயப் புலிகள் என்னும் காங்கரஸ் "வீரர்கள்" நான் இம்மாதிரி பேசுவது பற்றி மனதில் சங்கடப்படலாம். என்னையும் கேவலமாக எண்ணலாம். நான் இதை கொஞ்சமும் லக்ஷியம் செய்வதில்லை. மேலும் அதை ஒரு கவுரவமாகவே மதிக்கிறேன். ஆனால் பார்ப்பனர்கள் வால் பிடித்துக்கொண்டு பார்ப்பனர்களைப் புகழ்ந்துகொண்டு பார்ப்பனருக்கு இடம்கொடுத்து தமது சமூகத்தைக் காட்டிக் கொடுத்து வயிறு வளர்க்கும் ஈனர்களைக் கண்டுதான் நான் வெட்கமடைகிறேன்.

நமக்கும் பார்ப்பனர்களுக்கும் என்ன சம்மந்தம்? பிச்சைக்கு வந்தவன் பெண்டுக்கு மாப்பிள்ளையானான் என்பதுபோல எந்த நாட்டிலிருந்தோ இந்த நாட்டுக்கு பிழைக்க வந்தவன் மத ஆதிக்கம், ஜாதி மேன்மை, பொருளாதார ஆதிக்கம், "மோக்ஷ" ஆதிக்கம், அரசியல் ஆதிக்கம் ஆகியவைகளை பெற்றுக் கொண்டு தங்களை கடவுள்கள் என்றும் நம்மை அவர்களது அடிமைகள் வைப்பாட்டி மக்கள் என்றும் ஆதாரப்பூர்வமாய் சொல்லி அனுபவபூர்வமாய் அடக்கி ஆண்டு வருபவனை மானமில்லாமல் சாமி என்று கும்பிட்டுக்கொண்டு அவர்கள் கால் அலம்பிய தண்ணீரை மோக்ஷ சாதனம் என்று குடித்துக்கொண்டு அதைவிட நம்மை சகோதரர்களாய் தங்களுக்கு சமமான மனிதர்களாய் கருதும் முஸ்லீம்களிடம் சமத்துவமாய் அளவளாவுவதில் இருக்கும் குற்றம் என்ன என்று அவர்களைக் கேட்கிறேன்.

பழைய நிலையை நினைத்து பாருங்கள்

இந்த நாட்டிலுள்ள முஸ்லீம்கள் 100க்கு 95 பேர்கள் நமது ரத்த கலப்பு உள்ளவர்களேயாவார்கள். எப்படி எனில் ஆரியக் கொடுமைக்கு முன் அவர்களும் நாமும் இந்நாட்டு பழங்குடி மக்களேயாவோம். ஆரியக் கொடுமை தாங்க மாட்டாமல் அவர்களது சுயமரியாதையைக் காப்பாற்றி கொள்ள இஸ்லாமானவர்கள் அநேகர் உண்டு. ஆனால் ஆரியர்கள் அப்படி இல்லை. நம்மையும் இழி ஜாதியாக்கி விட்டு நமது பெண்களையும் பெண்டாள வேத சாஸ்திரங்களை எழுதிவைத்துக் கொண்டவர்கள். மலையாளத்தைப் பார்த்து அதிலிருந்து ஜஸ்டிஸ் சுயமரியாதை இயக்கங்களுக்கு முன்பு தமிழர்கள் நிலை எப்படி இருந்திருக்கும் என்று நினைத்து அதிலிருந்தும் உணர்ந்து பாருங்கள். 50, 60 வயது வந்த தமிழர்களை கேட்டுப் பாருங்கள்.

ஆகவே ஒரு உண்மைத் தமிழ் மகன் பார்ப்பான் பின் திரிவதைவிட ஒரு முஸ்லீம் பின் திரிபவன் எவ்வளவோ பெரிய சுயமரியாதைக்காரன்தான் என்பது எனது அபிப்பிராயம். இதை ஏன் சொல்லுகிறேனென்றால் எனக்கு பல பேர் மொட்டைக் கடிதங்கள் எழுதுகிறார்கள். வெளிப்படையாக குறை கூறுகிறார்கள். அதற்காகவே இதை சொல்லுகிறேன்.

இன்று பார்ப்பனரல்லாத மக்கள் பார்ப்பன சூழ்ச்சியில் இருந்தும் பார்ப்பன ஆதிக்கத்திலிருந்தும் விடுபட வேண்டுமானால் அதிலும் இன்று பார்ப்பன சரணாகதி மந்திரிகளின் கொடுங்கோன்மை ஆட்சி முறையிலிருந்தும் அவர்களது ஒற்றரான காந்தியாரின் விஷமத்தனமான கெடுதிகளிலிருந்தும் தப்பவேண்டுமானால் நமக்குக் கண்டிப்பாக முஸ்லீம்களின் உதவி தேவை இருக்கிறது. முஸ்லீம்களும் இன்று நம் நிலையில் தான் இருந்து கொண்டு பல சங்கடங்களை அனுபவித்துக்கொண்டு நம் ஒத்துழைப்பை நாடுகிறார்கள். பார்ப்பன மந்திரி ஆட்சியானது முஸ்லீம் சமூகத்துக்கும் நம் சமூகத்துக்கும் சேர்ந்தேதான் ஒரே குழி வெட்டுகிறது.

ஹிந்திக்கு என்ன அவசியம்

அப்படிக்கில்லாமலா 100க்கு 92 பேர்கள் அவரவர்கள் தாய் பாஷையைக்கூட எழுதப் படிக்கத் தெரியாமலும் கையொப்பமிடவும், கணக்குப் போடவும் தெரியாமலும் இருக்கும்போது ஆயிரத்து ஐநூறு மைலுக்கு அப்பால் இருக்கிற ஹிந்தி பாஷையை அதுவும் கட்டாயப் பாடமாக அதுவும் நம் மக்களை குழந்தைப் பருவத்தில் இருந்தே படித்தாக வேண்டும் என்றும் அது படித்தால்தான் மேல் வகுப்புக்கு அனுப்ப முடியும், உத்தியோகம் கொடுக்க முடியும் என்று சொல்ல தைரியமும் துணிவும் ஏற்பட்டிருக்க முடியுமா?

ஒரு ஆரியப் பார்ப்பனர் தமிழ் மக்களை வந்து நீ ஹிந்தி படிக்கிறாயா இல்லையா? கட்டாயம் படித்துதான் ஆகவேண்டும் என்று ஆக்கினை இடுவது என்றால் அவர் தமிழர்களுக்கும் முஸ்லீம்களுக்கும் மானமும் வீரமும் கடுகளவாவது இருக்கக் கூடும் என்று கருதி இருப்பாரானால் அப்படி ஆக்கினை அவர் வாயிலிருந்து புறப்பட்டிருக்குமா என்று கேட்கின்றேன்.

தமிழனுக்கு என்ன மீதி இருக்கிறது?

தமிழன் அறிவு மதத்தால் சுரண்டப்பட்டு விட்டது. தமிழனின் செல்வம் மோக்ஷத்தின் பேராலும், பாவமன்னிப்பின் பேராலும், புண்ணியத்தின் பேராலும் சுரண்டப்பட்டு விட்டது. இவற்றை சமாளித்து கொஞ்சம் நஞ்சம் பணமும் புத்தியும் உள்ள தமிழ் மக்கள் பார்ப்பனக் கோர்ட்டாலும் பார்ப்பன உத்தியோகத்தாலும் பார்ப்பன வக்கீலாலும் பார்ப்பன புரோகிதத்தாலும் வேறு பல இழிவான காரியங் களாலும் சுரண்டப்பட்டாய்விட்டது.

இனி தமிழனுக்கு என்ன மீதி இருக்கிறது என்று கேட்கின்றேன். ஜஸ்டிஸ்காரர்களும் சுயமரியாதைக்காரர்களும் எவ்வளவோ பாடுபட்டு பார்ப்பனீயத்தை அடக்கினார்கள். இப்போது குலத்தை கெடுக்கும் கோடாலிக் காம்புகள் போல் மானமற்ற சுரணையற்ற வாழ்க்கைக்கு வேறு வகையற்ற சில தமிழர்களும் பேராசை பிடித்த சமூகத் துரோகிகளும் பார்ப்பனர்களுக்கு அடிமையாகி அனுமாராகி தங்கள் சமூகத்தைக் காட்டிக்கொடுத்து பார்ப்பன ஆதிக்கம் மறுபடியும் துளிரும்படி செய்து வருகிறார்கள். வெட்கம்! வெட்கம்! என்றுதான் சொல்லவேண்டியிருக்கிறது.

ஒரு பெரிய ஆச்சரியம்

மொத்தத்தில் நம் மக்கள் 100க்கு 95 தற்குறி எனலாம். இப்படிப்பட்ட பாமரக் கூட்டம் 100க்கு 100 படித்த மக்களால் ஏமாற்றப்படாமலோ, அடிமை கொள்ளப் படாமலோ இருப்பது எப்படி சாத்தியமாகும்? ஆகவே சில தமிழர் பார்ப்பனர் களுக்கு அடிமையாகி சமூகத்தைக் காட்டிக் கொடுத்து வாழும் ஆச்சரியத்தைவிட, பல தமிழ் மக்கள் எப்படி இன்னமும் பார்ப்பனர்களுக்கு அடிமையாகாமல் எதிர்த்து நிற்கிறார் என்பதே இப்போதைய ஒரு பெரும் ஆச்சரியமாகும்.

முஸ்லிம்கள் நிலைமையும் நம் நிலையைப் போன்றதே. ஆனதினால்தான் இப்போது முஸ்லீமானவர்களுக்கும் தமிழாதிகளுக்கும் ஒரு இயற்கை உறவு ஏற்படுகிறது.

இன்று பார்ப்பனர் ஆதிக்கத்துக்கு எமனாய் இருப்பது தென்னாட்டில் சுயமரியாதை இயக்கமும் வடநாட்டில் முஸ்லிம் லீக்குமே ஆகும். இந்த இரண்டையும் எப்படியாவது ஒழித்துவிட வேண்டுமென்பது பார்ப்பனர் விரத மெடுத்துக் கொண்டிருக்கும் காரியமாகும். "ஜின்னாவுக்கு தாடி இல்லாததினால் அவர் முஸ்லிம் அல்ல" என்று ஒரு முஸ்லீமை விட்டே சொல்லச் சொல்லு கிறார்கள். அது போலவே கடவுள்கள் புரட்டையும் கோவில் குளங்களின் பேரால் நடக்கும் கொள்ளையையும் எடுத்துச் சொல்லுவதால் நான் நாஸ்திகன் என்றும் தமிழன் அல்ல என்றும் சில அன்னக்காவடிகளை விட்டு சொல்லும்படி செய்து வருகிறார்கள். இவற்றைக் கண்டு அறிவுள்ள மனிதன் எவனும் மலைத்துவிட மாட்டான். ஆனாலும் முஸ்லீம்களில்கூட சிலர் சுயமரியாதை இயக்கம் நாஸ்திக இயக்கம் என்று புலப்படுவதாக தெரிகிறது. அப்படிப்பட்டவர்களில் பலர் தங்களுக்கு ஒன்றும் பயமில்லாவிட்டாலும் மற்றவர்கள் தங்களை ஏதாவது சொல்லி விடுவார்களோ என்று பயந்து பந்தோபஸ்துக்கு ஆக இந்த அணையைக் கட்டிக் கொள்கிறார்கள் என்றே நினைக்கிறேன். சுயமரியாதை இயக்கத்தை ஆதரிக்கவோ தழுவவோ வரும் முஸ்லீம்களுக்கும் மற்றவர்களுக்கும் இயக்கத்தின் பேரால் நான் ஒன்று சொல்லுகிறேன். அதாவது, சுயமரியாதை இயக்கத்துக்கு என்று வகுத்திருக்கும் கொள்கைகளில் நாஸ்திகம் ஒரு கொள்கையாகவோ நிபந்தனையாகவோ குறிப்பிட்டிருக்கவில்லை என்பதேயாகும்.

சுயமரியாதைக் கொள்கைகள்

சுயமரியாதை இயக்கத்தில் சகல மதக்காரருக்கும் சகல அபிப்பிராயக் காரருக்கும் இடமுண்டு. அதன் கொள்கை இவ்வளவுதான்.

"மனித சமூகத்தில் உள்ள குருட்டுப் பழக்க வழக்கங்களையும் மூட நம்பிக்கைகளையும், விளக்கமறியாச் சடங்குகளையும், அவற்றிற்காகச் செய்யப்படும் செலவுகளையும் ஒழித்தல்.

தொகுதி 1 மொழி

"ஜாதி, மதம், வகுப்பு ஆகியவைகளின் பேரால் ஏற்பட்டுள்ள பேதங்களையும் சமூகத்துறையிலும் பொருளாதாரத் துறையிலும் இருந்துவரும் உயர்வு தாழ்வுகளையும் அகற்றி மக்கள் யாவரும் ஒரே சமூகமாகவும் சகோதரத்துவமாகவும் சமமாகவும் வாழும்படி செய்தல்.

பகுத்தறிவுக்கும் சுயமரியாதைக்கும் கட்டுப்பட்டு நடக்கும்படி மக்களுக்கு சுயமரியாதை உணர்ச்சியை உண்டாக்குதல்"

(என்று சுயமரியாதை இயக்க அங்கத்தினர் சேர்க்கும் ரசீதின் பின்புறமுள்ளதை படித்துக் காட்டப்பட்டது) இதை நடத்தி வைக்க வேண்டிய காரியத்துக்கும் ஆஸ்திக நாஸ்திகத்துக்கும் என்ன சம்பந்த மிருக்கிறது?

ஆஸ்திக நாஸ்திகம் அவரவருடைய அபிப்பிராயமும் ஆராய்ச்சித் திறமுமாகும். இன்று முஸ்லீமும் தமிழனும் ஒத்துழைத்து சாதிக்க வேண்டிய காரியத்துக்கும் ஆஸ்திக நாஸ்திக பிரச்சினைக்கும் எவ்வித சம்மந்தமும் தொடர்பும் இல்லை என்பதே எனது அபிப்பிராயம். ஆதலால் இந்த நெருக்கடியான சமயத்தில் நம் இரு சமூகமும் தோளோடு தோள் புனைந்து வேலை செய்ய வேண்டும். தோழர் கலிபுல்லா சாயபு அவர்கள் வெகு நாளாகவே சுயமரியாதை இயக்கத்துக்கு ஆதரவு அளித்து வந்திருக்கிறார். அவர் இந்த மகாநாட்டுக்கு தலைமை வகிக்க ஒப்புக் கொண்டதானது இயக்கத்துக்கே ஒரு பெரிய ஆஸ்தி சேகரித்தது போல் ஆகும். அவர் சு.ம. இயக்கத்தைப் பற்றி பேசிய பல புகழ் வார்த்தைகளுக்கும் மற்றும் முஸ்லீம் தோழர்கள் புகழ்ந்து கூறியதற்கும் இயக்கச் சார்பாக நான் நன்றியறிதலை தெரிவித்துக் கொள்ளுகிறேன்.

குடி அரசு – 05. 12. 1937

தொகுதி 1 மொழி

தமிழர்கள் இனி என்ன செய்யப் போகிறார்கள்?

சரணாகதி மந்திரிசபை தமிழ்நாட்டிலே, ஹிந்தியைக் கட்டாயப் பாடமாக்கத் துணிந்து திட்டம் போட்டனர். சூழ்ச்சி, சுயநலம், விஷமம், வர்ணாச்சிரமமாகிய விஷங் கலந்த இத்திட்டத்தைத் தமிழர் உண்டு மாள்வரோ என நாம் பயந்தோம். அக்கிரகார மந்திரிசபையின் அக்கிரமப் போக்கால், தமிழர் சமூகம் நசிக்காதிருக்க வேண்டுமே என கவலை கொண்டோம். இத்திட்டம் அர்த்தமற்ற, அவசியமற்ற மோசமான மனு ஆட்சித் திட்டம் என்றோம். நம்மைப் போன்றே தமிழ் உலகும் கருதிற்று. தமிழர்கள் சீறி எழுந்தனர். எங்கும் ஒரு கொதிப்பு ஏற்பட்டது. தமிழ் நாடு கொந்தளித்தது. பலமான கிளர்ச்சி ஆரம்பித்தது. ஆயிரக்கணக்கான மக்கள் அடங்கிய கூட்டங்கள் கூடி பிரதி தினமும் ஹிந்தி கண்டனத் தீர்மானங்கள் நிறைவேற்றப்பெற்றன. "தமிழ்மொழி அழிக்கப்படுவதைக் கண்டும் நாங்கள் உயிரோடு இரோம்" என்ற முழக்கம் மூலைமுடுக்குகளிலும் எழும்பிற்று. தமிழர் கழகங்களென்ன, பாதுகாப்பு சங்கங்களென்ன, ஹிந்தி எதிர்ப்பு சபைகள் எத்துணை, இவ்வளவும் தமிழ்நாட்டிலே தோன்றின. பண்டிதர்கள் பதறினார்கள். மாஜி கவர்னர்களும், மாஜி மந்திரிகளும், காங்கரஸ் மீது காதல் கொண்டோரும், பிரபலஸ்தர்களும், வாலிபர்களும், பொதுமக்களிடை நிரந்தரமான தொடர்பைக் கொண்டுள்ள சு.ம. இயக்கத் தலைவரும், தோழர்களும் இத்திட்டத்தை கண்டித்துப் பலத்த பிரசாரத்தை இடைவிடாது தென்னாடு பூராவும் நடத்தினார்கள். இக்கிளர்ச்சியின் உருவாகவே பல பிரத்யேக மகாநாடுகள் நடைபெற்றன.

கிளர்ச்சி, கண்டனம் ஆகியவற்றைக் கண்ட மந்திரி கனம் சுப்பராயனே கோவையில் "ஹிந்தி எதிர்ப்புக் கிளர்ச்சி மிக மும்முரமாக இருப்பதாக" ஒப்புக் கொண்டார். அதிகார அகம்பாவத்தில் அமிழ்ந்து கிடக்கும் ஆச்சாரியார் இந்த பலத்த கிளர்ச்சிக்கு விடுத்த பதில் "தமிழர்கள் அறிவிலிகள் - குரங்குகள்" என்பதேயாகும். காங்கரஸ் திட்டமல்லாத தேர்தல் வாக்குறுதியில் காணப்படாத இத்திட்டத்தை மக்கள் விருப்பத்திற்கு மாறாக கொண்டு வரும் ஆச்சாரியாரின் சர்வாதிகாரத்தைக் கண்டித்து, திருச்சியில் தமிழ் மாகாண மகாநாடும் நடைபெற்றது, அதிலே மாஜி மந்திரிகளும், மற்றும் பொதுஜன அபிப்பிராயத்தை சிருஷ்டிக்கும் பிரபலஸ்தர்களும் பொது மக்களுமாக 5000 பேர்கள் கலந்து கொண்டனர்.

அது சமயம் அங்கு தோழர் ஈ.வெ.ரா. அவர்கள் சொன்னதாவது "இந்த ஹிந்தி பாடத்திட்டத்தை, மந்திரிமாரும் கவர்னரும் கலந்தே ஏற்பாடு செய்திருப்பதாய் தெரிகிறது என்றும் ஆதலால் கவர்னர் இதற்கு "ததாஸ்து" கூறத் தயாராகவே இருக்கிறார் என்றும் மற்றும் அவர் தமது அரசாங்கத்திற்குப் பழுது ஏதும் ஏற்படாத

157

வகையிலே மந்திரிகள் காட்டிய இடத்தில் கையொப்பம் செய்துகொண்டு சரணாகதி மந்திரிகளை பிரிட்டிஷ் ஏகாதிபத்திய இயந்திரத்தில் கை வைக்காதிருக்கப் பார்ப்பதிலே கவலை கொண்டு தமக்கும் தம் வர்க்கத்தவருக்கும் மந்திரிகளால் துதிபாடச் செய்து மகிழ்ந்து இருக்கும்போது தமிழர் தலையில் ஆச்சாரியார் கை வைத்தாலும் அல்லது குரல் வளையைப் பிடித்து அழுத்தினாலும் அதற்காக, கவர்னர் சிறிதும் கவலைப்படவோ, அல்லது தமிழுக்காக பரிந்து பேசவோ, தமிழர் உரிமைகளைக் காப்பாற்றவோ முன்வரமாட்டார்" என்று கூறினார். ஆச்சாரியாரை சட்டாம் பிள்ளையாகக் கொண்டு காங்கரஸ் ஜோதியில் கவர்னர் கலந்து விட்டார். ஆகவே அவரிடத்து நமக்கு நம்பிக்கை இல்லை என்று கூறி தீர்மானமும் கொண்டு வந்தார். மகாநாட்டிலே சிலருக்கு இதனால் பயமும் கிலேசமும் ஏற்பட்டது. "நமது சத்தம் கவர்னர் செவிக்கு இன்னும் எட்டவில்லை. அது வரை நாம் பொறுப்போம்? என்றனர். தமிழருக்குத் தீங்கிழைக்கும் ஆச்சாரியாரின் போக்கை கவர்னருக்கு எடுத்துக் காட்டினால் அவர் நியாயம் வழங்குவார் என எண்ணி கவர்னரைக் கண்டு விஷயத்தை விளக்க, ஒரு தூதுக் கோஷ்டியை அனுப்புவோம்" என்றனர். அதிலே தோழர் ஈ.வெ.ரா. கலந்து கொள்ள முடியாதென்பதை அப்போதே தெரிவித்தார். ஏன்? தமிழர் தூது கோஷ்டியை கவர்னர் மதிக்க மாட்டார் என்று தெரிந்தேதான். ஆச்சாரியாரின் ஹிந்தி திட்டத்திலே கவர்னர் குறுக்கிடமாட்டார்.

ஏனெனில், பிரிட்டிஷ் சர்க்காரை பொறுத்த வரையில் அந்தத் திட்டத்தால் ஒரு விதமான நஷ்டமும் இல்லை. மக்கள் மூடர்களானால் பார்ப்பனர்களுக்கு எவ்வளவு லாபமோ அவ்வளவு பங்கு பிரிட்டிஷாருக்கும் உண்டு அல்லவா? ஆகவே இந்த கவர்னர் மீது தமிழருக்கு நம்பிக்கை இருக்கக் காரணமேயில்லை என்றார். அவர் எண்ணியபடியே இன்று விஷயம் நடந்தது. இரண்டு மாஜி மந்திரிகளும், மற்றும் பல பிரபலஸ்தர்களும் கொண்ட தூது கோஷ்டியை பார்க்க முடியாதென கவர்னர் தெரிவித்துவிட்டார். தமது மொழி, வாழ்வு இவற்றிற்கு ஆபத்து வருகிறது, அதனைத் தடுக்க வேண்டும் என்று தெரிவித்துக் கொள்வதற்காக தமிழ் மாகாண மகாநாட்டுத் தூது கோஷ்டியார் பேட்டி கேட்டனர். இந்த மாகாண கவர்னர் கையை விரித்து விட்டார். தமிழர்கள் விஷயத்திலே மேன்மை தங்கிய கவர்னர் கொண்டுள்ள கருணை விளங்கிவிட்டது.

இந்த மாகாணத்திலே சட்டத்தை, சாந்தத்தை, சமாதானத்தைக் குலைத்து சண்டித்தனமும், காலித்தனமும் செய்து அரசாங்கத்திற்குத் தொல்லையும் அல்லலும் தந்து வந்தவர்களுடன் கைகோர்த்து விருந்துண்டு குஷாலாக வாழ்ந்துவரும் கவர்னருக்கு சாந்தமும் சமாதானமும் நிலவ வேண்டும் - சட்டங்கள் சரியாகத் துலங்க வேண்டும் என்று பாடுபட்டவர்களும் வீண் கிளர்ச்சிக்காரர்களின் கை வலுக்காதிருக்க வேண்டி, வேலை செய்து வந்தவர்களும் இன்று கவர்னருக்கு அலட்சியமாகக் காணப்படுவதை நோக்கினால் - அவர்களுக்குப் பாதுகாப்பு அளிக்கவும் ஒரு பேட்டி அளிக்கவுங்கூட மனமில்லை என்று கவர்னர் இருப்பதைப் பார்த்தால் உண்மையிலேயே சாந்தத்தை குலைத்து சட்டத்தை மீறி சர்க்காருக்குத் தொல்லை கொடுத்தால்தான் நியாயம் கொடுக்கப்படும் என்று கவர்னர் எண்ணு கிறாரென்றே தெரிகிறது. நேற்றுவரை சட்டத்தை உடைத்து, சண்டித்தனம் செய்த வர்கள், இன்று சரணாகதி சட்டாம் பிள்ளைகளானதால், கவர்னர் தமிழர் கொதிப் பையோ, கிளர்ச்சியையோ, லட்சியப் படுத்தமாட்டேன் என்று இறுமாப்பான பதிலளிக்கத் துணிந்துவிட்டார் போலும். சட்டத்தை மீறி சதாகாலமும் சர்க்காருக்குத் தொல்லை கொடுப்பவர்களுடன், கூடிக் குலாவும் கவர்னர், தமது பதிலால் சாந்தத்தை விரும்பும் பெரும் பகுதியினரை சட்டத்தை மீறி சர்க்காருக்குத் தொல்லை கொடுக்கும் வேலையில் இறங்கவேண்டிய நிர்ப்பந்தத்திற்குக் கொண்டு

வருகிறார், தூண்டுகிறார் என்றே எண்ணுகிறோம். தமிழர்கள் தமது கிளர்ச்சியைக் கூடுமான வரையில் நல்ல முறையிலேயே நடத்திக் காட்டினார்கள். தமிழர்கள் தமது அதிருப்தியையும் தெரிவித்து விட்டனர். இவ்வளவிற்குப் பிறகும், தமிழர்களுக்குக் கவர்னர் தந்த பதில் "தூதுக் கோஷ்டியைப் பார்க்க முடியாது" என்பதுதான். தமிழர்களே! இதுதான் உங்கள் நிலைமை. தமிழர்களைப் பற்றி கவர்னர் கொண்டுள்ள எண்ணமும், தமிழர்களிடம் நடந்து கொள்ளும் போக்கும் இதுதான். இனி தமிழர்களே என்ன செய்யப் போகிறீர்கள் என்று கேட்கின்றோம்.

குடி அரசு - 23. 01. 1938

காங்கரஸ் புரட்டு விளக்கம்

காங்கரசில் நான் என்ன செய்ய முடியும்?

இப்பவும் காங்கரசில் நான் இல்லை என்று குறை கூறுகிறார்கள். நான் அங்கிருந்தால் தான் என்னவாகிவிடும்? நான் காங்கரசிலிருந்தால் தோழர் ராஜ கோபாலாச்சாரியாருக்குக் கஷ்டம் குறைந்துபோகும். எல்லோராலும் வெறுக்கப் படுகிற ஹிந்தியை என் வாயைக் கொண்டே "ஹிந்தி நல்லது. இந்தியாவெங்கும் அது பொதுப்பாஷையாகத்தானிருக்க வேண்டும்" என்று சொல்லச் செய்து விடுவார். அதற்கு நான் சம்மதித்தால்தான் எனது காங்கரஸ் பக்தி பயன்படும். இதைத் தவிர வேறு என்ன நல்ல காரியம் நடக்கக் கூடும்? சுதந்தரமாகவும் சுயமரியாதையாகவும் ஏதாகிலும் செய்ய முடியுமா? அங்கிருக்கும் மற்ற பார்ப்பனரல்லாதார் யோக்கியதை எப்படி இருக்கிறது? இப்போதைய தொண்டிலும் அவர்கள் என்னை குற்றம் சொல்லவில்லை, என் சொந்த நாணயத்திலும் குற்றம் சொல்ல அவர்களுக்கு முடிவதில்லை. நாங்களும் தவறாக நடந்து கொள்வதில்லை. அதனாலேயேதான் "சுயமரியாதைக்காரர்கள் எல்லாம் நல்லவர்கள் என்றும் அவர்கள் நம் பக்கத்தில் இருந்தாலும் நன்றாக தொண்டு செய்வார்கள் என்றும் அவர்களும் காங்கரஸிற்கு வரவேண்டுமென்றும் பல தடவை ஆச்சாரியார், சத்தியமூர்த்தியார் மற்றும் பல காங்கரஸ்காரர் கூப்பிட்டிருக்கிறார்கள். பார்ப்பனர் உயர்வுக்கு ஆபத்து வரும் சந்தர்ப்பங்களில் மாத்திரம் என்னைப் பற்றி ஏதாவது தாறுமாறாக பேசுவதைத் தவிர வேறெதுவும் சொல்ல மாட்டார்."

"உலகம் புகழ்கின்ற" காந்தியாரையும், "எல்லோராலும் புகழப்படுகின்ற" காங்கரசையும் நான் குற்றம் சொல்வதன் காரணமென்ன? காங்கரஸை விட்டு வெளியே வந்தது முதல் காந்தியாரானவர் மக்களின் சுதந்திரத்திற்கு விரோதி என்றே சொல்லி வருகிறேன். நம்மிடமெல்லாம் சொன்னபடி வாக்குறுதி கொடுத்தபடி நடக்காததால்தான், காந்தியையும் காங்கரஸையும் எதிர்ப்பேன் என்பதாகச் சொல்லி விட்டுத்தான் காங்கரசிலிருந்து வெளியே வந்தேன். அப்போது என்கூட வெளியே வந்தவர்களில் ஒருவர்தான் இன்றைய விளம்பர மந்திரி தோழர் ராமநாதன்.

காங்கரசிடம் என்ன அபிப்பிராய பேதம்?

காங்கரசுக்கும் நமக்கும் ஏற்பட்ட அபிப்பிராய பேதம்தான் என்ன? தோழர் காந்தியார் 1920ல் காங்கரஸிலே அதிகாரத்தின் உச்சநிலைக்கு வந்தபோது "மக்கள் பட்டத்தை விரும்பக்கூடாது. உத்தியோகத்தை விரும்பக் கூடாது. நாட்டைக் குட்டிச்சுவராக்கி வருகிற பல சமூகங்களின் வேற்றுமைகளை ஒழித்து, இந்துக் களுக்கும் முஸ்லீம்களுக்கும் ஒற்றுமையை உண்டாக்குவது, தீண்டாமை என்னும்

சாபத்தை இந்தியாவிலிருந்தே விரட்டுவது. இதல்லாமல் சுயராஜ்யம் வராது. அப்படி வந்தாலும் நான் அதை ஏற்றுக்கொள்ளவும் மாட்டேன்" என்று சொன்னார். இந்தப் பணியானது இந்த நாட்டிற்கு மகா உத்தமமானது என்று கருதித்தான் நாம் காங்கரஸில் சேர்ந்தோம். இதல்லாமல் வேறெந்த பிரதி பிரயோஜனத்தையும் உத்தேசித்தல்ல. அப்படி நான் காங்கரசில் சேரும்போது வெறும் அன்னக் காவடியாகவோ வெறும் ஆளாகவோ வரவில்லை. நான் அப்போது வகித்திருந்த ஈரோடு முனிசிபாலிட்டி சேர்மன் பதவியை ராஜிநாமா செய்து காங்கரஸ் பாரத்தில் கையெழுத்திட்டேன். தேதி வேண்டுமென்றாலும் தோழர் ராஜகோபாலாச்சாரியார் காங்கரஸில் சேர சேர்மென் ராஜிநாமா கொடுப்பதற்கு ஒரு 10 நாள் பின்பு இருக்கலாம். சர்க்காரால் அப்போது ஏற்படுத்தி இருந்த வருமான வரி இன்கம்டாக்ஸ் அப்பீல் கமிட்டி ஒன்றுக்கு என்னையும் தோழர்கள் தியாகராய செட்டியார், ஜமால் மகமது இவர்களையும் தினம் 100 ரூ படி, இரட்டை முதல் கிளாஸ் பிரயாணச் செலவு கொடுத்து நியமித்தார்கள்.

இவைகளெல்லாம் ஒரே கால் கடுதாசியில் ராஜிநாமா செய்து விட்டேன். பின்னர் சண்டை ஏன் என்றால் பிறருடைய உழைப்பின் மீது, வயிறு வளர்த்து பிறர் மேல் ஆதிக்கம் செலுத்தி ஒரு சாராருக்கு ஆதரவு அளிக்கவே காங்கரஸ் ஸ்தாபனம் இருக்கிறதென்பதாக நான் கருதியதால் அதை விட்டு வெளியே வந்துவிட்டேன். இப்படியிருந்தால் பல சமூகங்களும் எப்படி ஒன்றுபடுவது. ஒருவர்க்கொருவர் நேசம் எப்படி உண்டாவது என்பதாக கருதும்போது அதை விட்டுவிட்டு வருவதை தவிர வேறு வழியில்லை எனக் கண்டே வெளியே வந்தேன்.

காங்கரஸ் தோல்வி

காங்கரஸ் தான் ஏற்படுத்திக்கொண்ட ஒவ்வொரு திட்டங்களையும் சரிவர நிறைவேற்ற முடியாமல் மாற்றிக்கொண்டே வந்திருக்கிறது. ஒவ்வொரு திட்டங்களிலும் முன்னுக்குப்பின் முரணாகவே நடத்திருக்கிறது.

இத்துடனல்லாமல் காங்கரஸ் காரியத்தில் நடத்த எடுத்த திட்டங்களிலெல்லாம் தோல்வியே அடைந்திருக்கிறது. சுயராஜ்யத்துக்கு முன் இந்து முஸ்லிம் ஒற்றுமை ஏற்படுத்த வேண்டுமென்றவர்கள் அதை ஏற்படுத்தினார்களா? தீண்டாமை இருக்கக் கூடாதென்றவர்கள் அதை இல்லாமல் செய்தார்களா? இதே வீரர்கள் அதுவும் ஏக இந்தியாவின் ஏக பிரதிநிதியாகிய தோழர் காந்தியார் லண்டன் வட்ட மேஜை மகாநாட்டில் போய் இது விஷயத்தில் சரியான குட்டிக்கரணம் போட்டார். அதாவது "இந்து முஸ்லீம் ஒற்றுமையும் தீண்டாமை ஒழிவும் எல்லாம் சுயராஜ்யம் வந்த பிறகு பார்த்துக்கொள்ளலாம்" என்று சொல்லிவிட்டார். இதை நான் சொல்ல வில்லை. அப்போது சீமையில் இருந்து வந்த பத்திரிகைகளை பார்த்தீர்களானால் உங்களுக்கு தெரியவரும். எந்த தீண்டாதார்களை தீண்டாதார் பிரதிநிதி என்று அழைத்து கையெழுத்து வாங்கினாரோ அவர்களையே சர்க்கார் கூலி, சர்க்கார் அடிமைகள் என்றெல்லாம் முன்னும் பின்னும் சொன்னார். இவைகளை நீங்கள் இன்று பார்த்துக்கொள்ள வேண்டுமானாலும் சர்க்கார் ரிக்கார்டுகளில் பார்த்துக் கொள்ளலாம்.

கதர்

காங்கரஸ் எடுத்த திட்டங்களெல்லாம் தவறாகவும் தோல்வியாகவும் முடிந்தன என்று சொன்னேன். சாதாரணமாக கதர் திட்டத்தைத்தான் எடுத்துக்கொள்ளுங்கள். அது வருஷத்திற்கு ஒரு லக்ஷமோ இரண்டு லக்ஷமோ நஷ்ட பண்டு இல்லாமல் நடக்க மாட்டேன் என்கின்றது. 1920-ம் வருஷத்திலிருந்து 1938 வரை இந்த கதர்

திட்டத்திற்கு ஒரு கோடி ரூ. செலவாயிருக்கலாம். இப்படி செலவு செய்தும் இன்றும் ஒரு ரூ. துணிக்கு இரண்டரை ரூ. கொடுக்க வேண்டியிருக்கிறது. அதுவும் கோணிச்சாக்கு மாதிரி இருக்கிறது. இப்படியிருந்தாலும் 1000க்கு ஒருவர் கூட கதர் கட்டுவது கஷ்டமாகயிருக்கிறது. இப்போதும் காங்கரசிலும் ஸ்தாபனங்களிலும் அங்கத்தினராகவோ அணி தலைவராகவோ இருக்க வேண்டியவர்கட்கு கதர் நிபந்தனை இருப்பதாலும் அவர்களே சர்க்காரை நிர்வகிப்பதாலும் ஏதோ ஒருவர் இருவர் கதர் கட்டுவது தெரிகிறது. ஆனால் உண்மையில் கதருக்கு செல்வாக்கில்லை. அது அரசியல் வேஷமாக ஆகிவிட்டது. காங்கரஸ் மறைந்தால் அதுவும் மறைந்து விடும். தீண்டாமை ஒழிப்பு விஷயமும் இன்று தீண்டாதார் தலைவர்கள் எல்லாம் தாங்கள் புனாவில் ஏமாந்தோம், அவ்வொப்பந்தம் ஒழிபட வேண்டுமென்று சொல்லிவிட்டார்கள்.

இந்து முஸ்லீம்

இந்து-முஸ்லீம் பிரச்சினை சம்பந்தமாய் ஒற்றுமை வேண்டுமென்று கத்தியவர்கள், இப்போது வேற்றுமையைக் கிளப்பிவிட்டு கலகம் உண்டாக்கி விட்ட விஷயம் நீங்கள் அறிந்ததே. அத்துடன் ஜவஹர்லால் அவர்களும் "சுயராஜ்யம் வருவது இன்னும் 100 வருஷம் தடைபட்டால் கூட பரவாயில்லை. ஆனால் வகுப்புவாதிகளுக்கு (அதாவது முஸ்லிம்களுக்கு) கொஞ்சம் கூட இடம் கொடுக்கவே மாட்டேன்" என்று சொன்னதினால் இந்து முஸ்லிம் நிலைமை இன்னும் மிகவும் மோசமாகப் போய்விட்டது.

ஆனால் காங்கரசிடம் வகுப்புவாதம் இல்லை என்று சொல்லிவிட முடியுமா? வகுப்புவாதம் வேண்டாம், வேண்டாம் என்று கூச்சல் போடும் கனம் ராஜ கோபாலாச்சாரியார், தோழர் சத்தியமூர்த்தி போன்றவர்களிடம் உண்மையிலேயே வகுப்புவாதம் குடி கொண்டிருக்கிறதா? இல்லையா? என்கிற விஷயங்களைப் பற்றி நான் சொல்லுவதற்கு முன் காங்கரஸ்காரரே சொல்லுவதைக் கேளுங்கள். உதாரணமாக தோழர் சத்தியமூர்த்தி கார்ப்பரேஷன் கூட்டத்தில் பேசும்போது "ஜஸ்டிஸ் கட்சியையும் பொப்பிலியையும் கூட ஒழித்து விட்டேன். ஆனால் இங்கே காங்கரஸ் கட்சிக்குள்ளேயே அநேக பொப்பிலிகள் வகுப்புவாதிகள் தோன்றி விட்டார்கள்" என்று சொன்னார். இதல்லாமல் அய்யர்-அய்யங்கார் சண்டை இன்னும் ஓய்ந்த பாடில்லை. நாம் சிரிப்போமே என்றே யாருக்கும் தெரியாமல் வீட்டில் அடித்துக் கொள்கிறார்கள்.

வாக்குறுதி துரோகம்

மற்றும் தேர்தலில் ஓட்டர்களுக்கு அவர்கள் சொன்னதை ஏதாவது நிறைவேற்றினார்களா? வெற்றி வெற்றி வெற்றி என்றார்களே தவிர எதில் வெற்றி அடைந்தார்கள்? நாட்டிற்கு ஏதாவது நல்ல திட்டம் போட்டு அதில் வெற்றி அடைந்தார்களா? இல்லை. பின் எதில் வெற்றியடைந்தார்கள் என்றால் பார்ப்பனரல்லாதார் முயற்சியை ஒழித்து அவர்களுடைய முன்னேற்றத்தின் பல அம்சங்களை ஒழித்து பார்ப்பனர்களுடைய முன்னேற்றத்திற்கான திட்டங்களில் வெற்றியடையப் பார்க்கிறார்கள். இதைத்தவிர வேறென்ன சொல்லக்கூடும்?

கனம் ராஜகோபாலாச்சாரியார் கொள்கை என்ன? காங்கரஸ் கொள்கை என்ன? நிர்மாணத் திட்டம் என்ன? பஹிஷ்கார கூப்பாடு என்ன? இதைப் பற்றியெல்லாம் ஒன்றும் கேள்வி முறையில்லை. சட்டசபையில் உட்கார்ந்ததும் முதல் முதலாக வந்தேமாதரப் பாட்டைக் கொண்டு வந்து பாடி விட்டார்கள். இதிலே சகலருக்கும் அபிப்பிராய பேதமேற்பட்டது. முஸ்லீம்களுக்கு மாத்திரம் ஆத்திரம் என்று நினைக்காதீர்கள். பார்ப்பனரல்லாதாரும் தங்கள் தவறை சீக்கிரம் உணர்வார்கள்.

நேற்று மன்னார்குடியில் ஜனாப் கலீபுல்லா அவர்கள் வந்தே மாதரப் பாடலின் புரட்டை நன்கு விளக்கினார். அது எடுக்கப்பட்ட ஆனந்தமடம் நாவலிலிருந்து எடுத்த விபரத்தையும் சொன்னார். இப்போது அந்தப் பாட்டு தேசீயப் பாட்டு அல்ல வென்றும் பிரார்த்தனை என்றும் தோழர் சாம்பமூர்த்தியே சொல்லுகிறார். மற்றும் இந்த கடன் மறுப்பு வீரர்கள் வந்தே மாதரப் பாட்டு பாடியவுடன் 1½ கோடி ரூபாய் கடன் வாங்கினார்களே இதில் ஏதாவது யோக்கியதையோ நாணயமோ உண்டு என்று சொல்ல முடியுமா? சர்க்கார் ஏற்கனவே வாங்கிய தேசீயக் கடனாகிய 1000 கோடி ரூபாயையும் ஒரேயடியாக கொடுக்க முடியாதென்று சொல்லி விடுவோம் என்கிறார்களே இதைப் பற்றி இங்கிலாந்தில் கூட கூச்சல் எழுந்தபோது இந்தியா கவர்ன்மெண்டார் வாங்கிய கடனுக்கு தகுந்த டிபாசிட்டை பாங்கிலே கட்ட முயற்சித்தார்கள். சர்க்காருக்கு கடன் கொடுத்த தோழர் சேலம் ஸி. விஜயராகவாச்சாரியார் போன்றவர்களும் ஒரேயடியாய் கூப்பாடு போட்டார்கள். அதற்கு காந்தியார் நாங்கள் "ஒரேயடியாக சொல்லவில்லை. ஆனால் நாங்கள் ஒரு கமிட்டி நியமிக்கிறோம். அதில் வெள்ளையர்கட்கும் பிரதிநிதித்துவம் கொடுக்கிறோம். கடனில் லாபம் வரும் காரியத்திற்காக வாங்கியது எது பட்டாளத்துக்கும் அநாவசிய காரியங்கட்கும் வாங்கியது எது என்று விசாரித்து முடிவு செய்வோம்" என்றார். அப்போதும் இப்போதைய நமது சென்னை பிரதம மந்திரியார் ஒரேயடியாக எந்தக் கடனையும் ஒத்துக்கொள்ள முடியாது என்று சொல்லிவிட்டார்கள். அப்படிச் சொன்ன ஆச்சாரியார் அவர்களே இப்போது பதவி கிடைத்தும் 1½ கோடி ரூபாய் கடன் வாங்கினார்கள். போதாக்குறைக்கு இக்கடனுக்கு கவர்னர் அனுமதி கொடுத்த கையெழுத்திட்டதை பற்றி மிகவும் பெருமையடித்துக் கொள்கிறார்கள். கவர்னர் இதற்கு கையெழுத்துப் போட்டதின் காரணம் என்ன என்பது யாருக்காவது தெரியுமா? கடன் விண்ணப்பம் வந்தபோதே அதிலே பழைய கடன் அந்தக் கடனின் வட்டி இப்போதைய கடன் கிடைத்தால் அதன் விவரம், அதற்கு வட்டி ஆக கூடுதல் கணக்குகள் எல்லாம் வெளிவந்தன. இந்தக் கடனுக்கு இவர்களை சரியாக சிண்டை பிடித்துக்கொள்ள சந்தர்ப்பம் ஏற்பட்டதைப் பற்றித்தான் மகிழ்ச்சியாக கவர்னர் கையெழுத்திட்டாரே தவிர வேறல்ல (பலத்த கரகோஷம்) கடன் வாங்க வேண்டிய அவசியம் ஏற்படலாம். ஆனால் ஒரு அரசாங்கம் கடன் வாங்குவதென்றால் மேட்டூர் திட்டம், ரயில்வே திட்டம் முதலிய பெரிய வட்டி கட்டி, வரும்படி வரும் திட்டங்களுக்கு வாங்க வேண்டியதுதான். இது அறிவாளிகள் செய்யக்கூடிய விஷயம். ஆனால் நமது கனம் ராஜகோபாலாச்சாரியாரோ சுகாதாரம், கிராமப்புனருத்தாரணம் முதலிய தினசரி நடப்பு, வாழ்விற்கே கடன் வாங்கி யிருக்கிறார் என்றால் இந்தத் திட்டங்களினால் ஏதாவது வருமானம் வருமா? சுகாதாரத்துக்கும் கிராமப்புனருத்தாரணத்துக்கும் கடன் வாங்கினால் இது வரவுக்கு மிஞ்சின செலவல்லவா? எப்படி இக்கடனை திருப்பிக்கொடுப்பது அல்லது இந்த சாக்கை வைத்துக்கொண்டு நிறைய கடன் ஏற்படுத்திவிட்டு வெளியே ஓடவா? மேட்டூருக்கு வாங்கின கடனுக்கே தஞ்சை ஜில்லா மிராசுதாரர்கள் வட்டி கட்டும்படி வரி கொடுக்க முடியாமல் மண்டையை உடைத்துக் கொள்கிறார்கள். வரிச்சுமை தாங்கவில்லை என்கிறார்கள். இதற்கு இதுவரை ஒரு பரிகாரமும் காணோம்.

கல்வி

நமது நாட்டில் படித்தவர்கள் எண்ணிக்கையோ 100க்கு 8 ஆகத்தான் இருக்கிறது. பழைய காலத்து அரசர்களோ ஆரிய ஆதிக்கத்திற்கே அடிமையாய் இருந்ததால் ஆரியர்கள் தவிர மற்றவர்கள் படிக்கக் கூடாது என்கிற ஆரியக் கொள்கையை அப்படியே காப்பாற்றிக் கொடுத்தவர்கள். அதனால் கல்வி பயிலுவதற்கு ஆரியர்களைத் தவிர மற்றவர்களுக்கு சிரத்தையேயில்லை.

கடவுள்களே அரசாண்ட காலம் என்னும் ராமன் கிருஷ்ணன் காலத்திலும், அதன் பிறகு அரசாண்ட சேர, சோழ, பாண்டியர்கள் காலத்திலும் அதன் பிறகு பிரிந்து கிடந்த 56 தேச ஆட்சி இருந்த காலம் வரை பார்ப்பனர் தவிர மற்றவர்களுக்குக் கல்வியில்லை. வேதத்தை உச்சரித்தால் நாக்கையறுக்க வேண்டும், கேட்டால் காதில் ஈயத்தை காய்ச்சி ஊற்றவேண்டும், மனதில் இருத்தினால் நெஞ்சை பிளக்கவேண்டும் என்பன போன்ற கொடிய தண்டனைகள் விதிக்கப் பட்டன. இதை மேயோ அம்மையார் எழுதியதற்கு, அந்த அம்மையார் மீது நம் பார்ப்பனர்கள் பாய்ந்தார்கள். நமது தேசிய வீரர்கள் இதற்கு சமாதானம் சொல்ல வந்த தேசீய தியாகிகள் "படிக்கக் கூடாதென்கின்ற விதியானது வேதப்படிப்புக்கே தவிர வேறல்ல" வென்றார்கள். இதற்கு மறுபடியும் மறுப்பு சொன்னபோது "வேதத்தை படிக்காமல் அதன் புரட்டுகளையும், யோக்கியதைகளையும் எப்படி சொல்வது? அதிலும் அப்போது வேதத்தை தவிர புஸ்தகம் தான் ஏது?" என்றெல்லாம் கேட்டபோது ஒன்றும் பதில் இல்லை. வெள்ளைக்காரர்கள் ஆட்சி வந்த பிறகுதான் படிக்கக் கூடாதென்ற சமூகங்கள் படிக்க முன் வந்தது; இப்படி படிக்க முன் வந்ததன் பயனாக தாழ்த்தப்பட்டவர்களாக இதுவரை இருந்தவர்களும் பிற்போக்காகவும், கொடுமைப்பட்டவர்களாகவும், இருந்து வருகிறவர்களும் படிக்க முன் வந்து உத்தியோகத்துக்கு போட்டிபோட ஆரம்பித்துவிட்டார்கள். இதைப் பார்த்த காங்கரஸ்காரர்கள் இதன் தலையில் கைவைக்க யுக்தி செய்து தந்திரமாக வார்தா கல்வித் திட்டத்தைக் கொண்டு வந்து திணிக்கப் பார்க்கிறார்கள். கல்லாமையைக் கொல்லவோ, அல்லது தற்குறிகளே யில்லாமல் செய்யவோ, இவர்கள் ஒரு திட்டத்தையும் கொண்டு வருவதாக காணோம். இப்போதுள்ள மந்திரிகளும் காலேஜ்களை ஒழிக்க வேண்டும், உயர்தர பாடசாலைகளை மூட வேண்டும், 60 பிள்ளைகளுக்கு குறைந்த பள்ளிக்கூடங்களை எடுத்துவிடவேண்டும். கட்டாய இலவசப்படிப்பு வேண்டியதில்லை, கல்வி மான்யம் குறைக்க வேண்டும் என்றெல்லாம் சொல்லி வருகிறார்கள். ஆகவே இப்போதுள்ள காங்கரஸ் சர்க்கார் எந்த விதத்தில் நம்மை முன்னேற்றுவதற்கு உதவி செய்திருக்கிறது?

ஹிந்தி

இந்த லக்ஷணத்தில் ஹிந்தி திட்டம் எதற்காக? சுத்த தமிழ் - நல்ல அழகிய தமிழ் - பிறவி தமிழ் - தினமும் பேசும் பாஷை நமக்கு சௌகரியமாக இருக்கும் போது அதிலும் படித்த மக்கள் 100க்கு 8-பேரேதான் இருக்கின்ற நிலையில் ஹிந்தியும் வந்தால் என்னவாகும்? ல, ழ, ள எழுத்துக்களுக்கு வித்தியாசமே நம்ம ஆட்களுக்கு இன்னமும் சரியாக தெரியவில்லை. பள்ளிக்கு படிக்க வரும் நம் பிள்ளைகளைப் பார்த்து "உனக்கு படிப்பு வராது வீட்டுக்கு போய் வண்டியோட்டு கிறவன் மகனாயிருந்தால் வண்டியோட்டு, உழுகிறவன் மகனாயிருந்தால் உழு" என்றெல்லாம் சொல்லி விரட்டி விட்டு இப்போது மாத்திரம் இந்த ஹிந்திக் கல்வியை கொண்டு வந்து அதையும் சேர்த்து அதையும் கட்டாயமாகப் படிக்கும்படி சொன்னால் எப்படி நம் பிள்ளைகளால் படிக்க முடியும்? ஏழையைக் கெடுக்க ஒரு யானையைக் கொடு என்று சொல்லுவார்கள். அதுபோல் படிப்பில் மிக ஏழையாய் இருக்கும் நம் மக்களுக்கு யானை போன்ற ஹிந்தி உயர்வாயிருந்தாலும் அது இதுவரை தாழ்த்தப்பட்ட மக்களுக்கு வருமா? அவர்கள் வாயில் நுழையுமா? ஒரு எழுத்துக்கு 4-சப்தமிருக்கிறது. உச்சரிப்பு கடினம். எழுத்துக்கள் அதிகம். 12 வயதிலிருந்து 14 வயதுக்குள் நம் பிள்ளைகள் இரண்டு அந்நிய பாஷையைப் படிக்க முடியுமா? அதில் போதுமான மார்க் வாங்க முடியுமா? இந்த ஹிந்தி படித்து நன்றாய் தேர்ச்சி பெறுகிற அந்தக் காலத்திற்குள்ளே ஒருவன் பி.ஏ. ஒரு பட்டதாரியாக வந்து விடலாம்.

ஆங்கிலம்

இந்த இந்தி திட்டத்தைக் கொண்டு வருகிற சந்தர்ப்பத்திலே காரணம் சொல்லும்போது, "ஆங்கிலமானது அடிமைப் படிப்பு அதனால்தான் அதை ஒழித்து ஹிந்தியை புனருத்தாரணம் செய்கிறதாக" சொல்கிறார்கள் நமது காங்கரஸ்காரர்கள். தோழர் காந்தியார் முதற்கொண்டு மூர்த்தியார் வரை இப்போது ஆங்கிலம் அடிமைப் படிப்பு அடிமைப்படிப்பு என்று ஓலமிடுகிறார்கள். ஆனால் நாம் அந்தமாதிரி கருதி இருக்க முடியுமா? ஓட்டல்காரன் ஆங்கிலத்தில் பேசுகிறான், குச்சுக்காரத் தெருவில் கூட ஆங்கிலமே வழங்கப்படுகிறது. நாம் பார்ப்பனர்களுக்கும் நாம் உத்தியோகத்தில் போட்டி போட நினைக்காத வரை ஆங்கிலம் நல்ல பாஷையாய் இருந்து வந்தது. நாம் எப்போது போட்டி போட ஆரம்பித்தோமோ அன்றே அவர்கள் ஆங்கிலம் அடிமை பாஷை, நீச பாஷை என்று சொல்ல ஆரம்பித்து விட்டார்கள். தோழர் காந்தியாருக்கு இங்கிலீஷ் தெரியாமல் இருந்தால் மகாத்மா பட்டமேது? அவர் சொல்லிக் கொண்டிருக்கிற துளசிதாஸ் இராமாயணம் படித்ததால் வந்த கவுரவமா? (சிரிப்பு) தோழர் ராஜகோபாலாச்சாரியாருக்குத்தான் இவ்வளவு கவுரவமேது? இவ்வளவு சூழ்ச்சிக் குணம் ஏது? இதெல்லாம் இங்கிலீஷ் தெரியாமலிருந்து வந்ததா? இது மற்றவர்கள் தலையில் கையை வைப்பதற்குச் செய்யப்படும் சூழ்ச்சிப் பிரசாரமா, அல்லவா என்று யோசித்துப் பாருங்கள். முஸ்லீம்களும், தமிழர்களும் பங்கு கேட்கிறவரை இங்கிலீஷுக்கு ஒரு அனர்த்தத்தையும் காணோம். இங்கிலீஷைப் பற்றி காங்கரஸ் தலைவர்கள் எவ்வளவு புகழ்ந்திருக்கிறார்கள். செத்த தலைவர்களை விட்டு விட்டாலும், தோழர் மாளவியா இந்த ஆங்கிலக் கல்விக்காக பிரிட்டிஷ்காரர்களுக்கு நன்றி செலுத்தியிருக்கிறார். காங்கரஸ் பிரபல தலைவரான தோழர் தாதாபாய், சுரேந்திரநாத் பானர்ஜி, தோழர் சர்.சி. சங்கரன் நாயர் முதலியவர்கள் பல தடவைகளில் "எல்லாத் துறைகளிலும் நாம் முன்னேறியதற்கு காரணம் காருண்யமுள்ள இந்த வெள்ளைக்காரர்களின் கல்வியினால்தான்" என்று சொல்லியிருக்கிறார்கள். தமிழ்நாட்டிலேயே உங்கள் தஞ்சாவூர் ஜில்லாவில்தான் எந்த ஜில்லாவிலுமில்லாத அளவு பார்ப்பனர்கள் உயர்ந்த படிப்பு படித்து உங்கள் தலையை நன்றாய் அமுத்திவிட்டார்கள். இதற்குக் காரணம் இந்த ஜில்லாவி லிருக்கிற 2 காலேஜுகள் தான். சர்.சி.பி. ராமசாமி அய்யர், மணி ஐயர், முத்துஸாமி அய்யர், கிருஷ்ணசாமி அய்யர், சீநிவாச சாஸ்திரி, வெங்கட்ட ராம சாஸ்திரி முதலிய உங்கள் ஜில்லாக்காரர்கள் ஆங்கிலம் படித்த போது அது தேசீய பாஷையாய் இருந்தது. ஆனால் அதே படிப்பை நாம் படிக்கும்போது அது அடிமைப்படிப்பாம்; நீச பாஷையாம். பார்ப்பனர்கள் தவிர மற்றவர்கள் படிக்கக் கூடாமலிருந்ததனாலும், அவர்களுக்கே மைசூர், திருவாங்கூர் போன்ற இடங்களிலும் பணத்தை கொடுத்து கல்வியும் கொடுத்ததாலும், தப்பித்தவறி நம்ம ஆட்கள் படிக்கப் போனால் அவர்களை பார்ப்பனர்கள் "உனக்கு படிப்பு எங்கேயடா வரப்போகிறது. எங்காகிலும் மூட்டைத் தூக்கு போடா" என்பன போன்ற வார்த்தைகளால் தாழ்த்தி வந்ததாலும் நம்முடைய பெரிய செல்வசீமான்களும் நம் சமூகத்தைப் பற்றிய கவலையேயில்லாமல் பார்ப்பனர்களுக்கே தங்கள் செல்வங்களை தானம் செய்ததாலும் பார்ப்பனர்கள் சமூகம் 100க்கு 100 பேர் படிக்க முடிந்திருக்கிறது. புரோகிதர் மகன் ஐ.சி.எஸ். படிக்க முடிந்திருக்கிறது. இல்லாவிட்டால் அவர்கள் சமூகம் ஐ.சி.எஸ். வர்க்கத்தில் 100க்கு 58 பேர் எப்படி இருக்க முடிந்தது? பார்ப் பனர்கள் என்ன அவ்வளவு பணக்காரர்களா? பார்ப்பனரல்லாதார் என்ன அவ்வளவு அன்னக்காவடிகளா? ஜஸ்டிஸ் கட்சிக்காரர்கள் தாங்கள் பதவியில் இருந்த போது எல்லா சமூகமும் படிக்கும்படியான வசதி செய்தார்கள். தோழர் நாடிமுத்து இந்தியை எதிர்க்கிறார், ராமலிங்கம் செட்டியார் ஆக்ஷேபிக்கிறார், தோழர் உ.வே. சாமிநாதய்யரும் ஆக்ஷேபிக்கிறார். இதையெல்லாவற்றையும் புறக்கணித்துவிட்டு

தொகுதி 1

மொழி

ராஜகோபாலாச்சாரியார் இந்த ஹிந்தி விஷயத்தில் இவ்வளவு பிடிவாதம் காட்டுவானேன்? இந்த காலத்தில் புராண நம்பிக்கை, வேத நம்பிக்கை, கடவுள் நம்பிக்கை முதலியன குறைந்துவிட்டன. ஆகையால் அதைப் புனருத்தாரணம் செய்ய ஹிந்தி உதவும் என்று கனம் ராஜகோபாலாச்சாரியார் கருதியே தான் இப்படி செய்கிறார். அல்லது ஹிந்தி பொது பாஷையென்றால் பொது பாஷை இல்லாத தேசம் எது கெட்டு விட்டது? இந்த ஹிந்திப் பிரசாரத்திற்கு வட நாட்டிலேயிருந்து ஆட்களை இறக்குமதி செய்கிறார்கள். தோழர் காந்தியாருக்கு தமிழ்நாட்டிலே என்ன தெரியும்? என்ன செய்தார்? நமக்கும் அவருக்கும் என்ன சம்பந்தம்?

குடி அரசு - 06. 02. 1938

166

மொண்டிச் சாக்கு

கல்வி மந்திரி பூச்சாண்டி

இதை ஏன் எழுதுகிறோமென்றால், நமது தோழர் கனம் டாக்டர் சுப்பராயன் அவர்கள் சமீபத்தில் ஓமலூருக்குச் சென்றிருந்த பொழுது அங்கு ஏதோ காலித்தனம் நடந்ததில் டாக்டர் சுப்பராயன் அவர்கள் அதைக் கண்டிக்கும் முறையில்

> "இந்த மாதிரி கலாட்டாவும் காலித்தனமும் நடக்கக் காரணம் எனது நண்பர் ஈரோடு ஈ.வெ.ராமசாமி நாயக்கர்தான்; அவரது தூண்டுதலால்தான், நான் செல்லுமிடங்களிலெல்லாம் இப்படியே கலாட்டா நடக்கின்றது. இனி இதை அரை க்ஷணமும் பொறுக்கமாட்டேன். இதை அடக்க போலீசையும், ராணுவத்தையும் தாராளமாய் உபயோகித்து அவரை நசுக்கிவிட்டு வேறு வேலை பார்க்கிறேன்"

என்று சொன்னாராம். இவர் இப்படிப் பேசியதை நிருபர்கள் நமக்கு எழுதி இருப்பதோடு, பக்கத்தில் இருந்த ஒரு பார்ப்பனரும் இது உண்மை என்றும் டாக்டர் சுப்பராயன் அவர்கள் மிக்க ஆவேசத்தோடும், கோபத்தோடும் இப்படிப் பேசினது உண்டு என்றும், ஈரோட்டுக்கு வந்து சொன்னதோடு தனது அபிப்பிராயம் அப்படி இல்லாவிட்டாலும் தோழர் ஈ.வெ. ராமசாமி முஸ்லிம்களுக்கு இவ்வளவு இடம் கொடுத்ததால் இப்படி ஏற்படுகிறது என்று அபிப்பிராயப்படுவதாகச் சொல்லிப் போனார்.

ராமசாமிக்குப் பெருமையே!

இந்த சம்பவம் உண்மையாயிருந்தாலும், உண்மையற்றதாயிருந்தாலும், டாக்டர் அவர்கள் கருதியது சரியாயிருந்தாலும் தவறாய் இருந்தாலும், ஏதோ சமாளிப் பதற்காக வீரம் பேசுவதற்கும் வைவதற்கும் ஒரு ஆள் வேண்டுமே என்று தோழர் ராமசாமி பெயரை டாக்டர் அவர்கள் பயன்படுத்திக் கொண்டிருந்தாலும், எப்படி ஆன போதிலும் டாக்டர் சுப்பராயன் அவர்கள் அவ்வளவு பெரிய கூட்டத்திலும் மற்றும் அவர்கள் செல்லுமிடங்களிலும் இம்மாதிரி பேசி வருவதன் மூலம் தோழர் ராமசாமி மீது சிலருக்காவது வெறுப்போ 'துவேஷமோ' ஆத்திரமோ ஏற்படக் கூடுமாயினும் பொதுவில் இது தோழர் ராமசாமிக்கு ஒரு பெருமையை அளித்தது போலவேதான் என நாம் கருதுகிறோம். ஏனெனில் தோழர் ராமசாமிக்கு, தமிழ்நாடு பூராவும் அவ்வளவு பெரிய செல்வாக்கு இருப்பதாகவும், அவர் தூண்டி விடுவதால் டாக்டர் போன்ற பெரியார்கள் கூட்டங்களில் அவராலும், அவரது அரசாங்கத்தின் கீழ் உள்ள போலீசாராலும், அவரது தலைமையின் கீழ் உள்ள தேசிய வீரர்களாலும் சமாளிக்க முடியாத குழப்பம் செய்ய சக்தி ஏற்பட்டிருப்பதாக டாக்டர் அவர்களே ஒப்புக்கொண்டு இதை அடக்க ராணுவத்தைப் பயன்படுத்தப் போவதாகச்

சொல்லுவதென்றால் அது உண்மையில் "ஒரு சாதாரண, பொது ஜனங்களிடம் செல்வாக்கில்லாத, தேச நலத்துக்கு விரோதமாகப் பாடுபடுகிற ஒரு வகுப்புவாத சுயநலக்காரர்" என்பவருக்கு உண்மையிலேயே ஒரு பெருமை அல்லவா என்று கேட்கின்றோம்.

ஆச்சாரியார் கவுரவம்

இதுபோலவே தோழர் கனம் ராஜகோபாலாச்சாரியார் அவர்களும் ஒரு நெருக்கடியான சந்தர்ப்பத்தில் இருந்து தப்பித்துக் கொள்வதற்காக வேண்டி ஒரு "சாதாரணமாக குறிப்பிடவோ, லட்சியம் செய்யவோ தகுதி இல்லாத ஒரு பிற்போக்கான மனிதன் என்பவனுக்கு" பிரதானம் கொடுக்கிறோமே என்று கூடக் கருதாமல்

> "ஹிந்தி எதிர்ப்பு என்பது ஒரு தனிப்பட்ட நபராகிய எனது நண்பர் ஈரோடு ஈ.வெ. ராமசாமியால் நடத்தப்படுகிறதே தவிர இது பொதுஜன எதிர்ப்பல்ல"

என்று சட்டசபைக் கூட்டத்தில் சொல்லி சமாளித்துக் கொண்டார். இதுவும் உண்மை எப்படி இருந்தாலும் இப்படிச் சொன்னது தோழர் ராமசாமிக்கு கனம் ஆச்சாரியார் கொடுத்த கவுரவமேயாகும்.

ஆனால் இந்த இரண்டு தோழர்களும் இப்படி சொல்லிவிட்டதாலேயே இவர்கள் சமாளித்துக் கொள்ளலாம் என்றோ அல்லது இந்த நொண்டிச் சாக்கைக் கொண்டே தங்களுடைய உத்தேசங்களை நிறைவேற்றிக் கொள்ளலாம் என்றோ கருதுவார்களானால் கண்டிப்பாக இரு பெரியார்களும் ஏமாற்றமடைவார்கள் என்று உறுதியாகக் கூறுவோம்.

ஒரு சவால்

சாதாரணமாக காங்கரஸ்காரர்கள் தமிழ்நாட்டில் அஹிம்சை, சமாதானம், நீதி என்கின்ற பெயரால் என்றைய தினம் ஒத்துழையாமை என்று ஒரு கிளர்ச்சி நடத்தினார்களோ அன்று முதல் ஏற்பட்ட காலித்தனத்திற்கு தோழர் ராமசாமி பொறுப்பாளி என்று சொல்லுவது எப்படிப் பொருந்தும் என்பது நமக்கு விளங்கவில்லை. 15 - வருஷ காலமாக நடந்து வரும் "குடிஅரசு" பத்திரிக்கையிலாவது அல்லது தோழர் ராமசாமியால் இந்த 20-வருஷ காலமாக நடத்தப்பட்டு வரும் பல ஆயிரக் கணக்கான பொதுக்கூட்டங்களிலாவது பலாத்காரத்தை தூண்டக் கூடியதாகவோ பலாத்காரத்துக்கு இடம் கொடுக்கக் கூடியதாகவோ ஒரு எழுத்தோ ஒரு வார்த்தையோ இருந்தது என்று யாராவது எடுத்துக் காட்டமுடியுமா என்று கேட்கின்றோம்.

நஷ்டம் யாருக்கு?

தோழர் ராமசாமி அவர்கள் சாதாரண பேச்சிலும் கூட உதைத்தல், அடித்தல் என்கின்ற பதங்களை உபயோகித்தார் என்பதாக யாராலுமே சொல்ல முடியாது. பொதுக் கூட்டங்களில் கலவரம் செய்வதில் யார் ஜெயித்தாலும் தோழர் ராமசாமிக்குத் தான் நஷ்டம். என்னவென்றால் தோழர் ராமசாமி எப்போதும் எதிர்ப்புக் கட்சியில் இருப்பவர். எதிர் கட்சியின் வண்டவாளங்களை எடுத்துச் சொல்லி பாமர மக்களைத் திருத்த வேண்டுமென்று கருதி இருப்பவர். அப்படிப்பட்டவர் கூட்டத்தில் குழப்பத்திற்கு இடம் கொடுத்தால் அவரது கருத்து நிறைவேறுவதுதான் குந்தகப்பட்டுப் போகுமே யொழிய, லாபம் ஒன்றும் ஏற்படப்போவதில்லை. எதிர்க் கட்சியாராகிய காங்கரஸ்காரர்கள் பிரசாரம் நடப்பதை நிறுத்துவதிலும் அவருக்கு ஒன்றும் பயனில்லை. ஏனெனில் எதிர்கட்சியின் பிரசாரம், புராண பிரசங்கமும் காந்திப்புராண பிரசாரமுமாகும். மக்களுக்கு புரியாத சங்கதியாகிய சுயராஜ்யம்,

வெள்ளைக்காரனை விரட்டல் போன்ற நம்பப் பார்வதி பதே மாதிரியான அளப்புகள் தானே தவிர அவர்களிடம் சரக்கு வேறு இல்லை என்பது யாவரும் அறிந்ததாகும். இந்த அளப்புகளும் 8 நாளில் புரட்டு, ஏமாற்றல் என்பது விளங்கி விடக்கூடியதாகவே இருந்து வருவதால் அதைப் பற்றி அவர் கவலைப்படுவ தில்லை.

ஆதலால் கூட்டங்களில் நடக்கும் குழப்பங்களுக்கும், நாட்டில் நடக்கும் கிளர்ச்சிகளுக்கும் தோழர் ஈ.வெ. ராமசாமி காரணம் என்றும், ராணுவத்தை உபயோகித்து அதை அடக்க வேண்டும் என்றும் ஒரு கவுரவமான பதவியில் இருந்து பேசுவது என்றால் அவர் அப்பதவிக்கு லாயக்கில்லை என்பதற்கும், அவருக்கும் போதிய ஞானமில்லை என்பதற்கும் இந்தக் காரணமே போதும் என்போம்.

அன்றியும் டாக்டர் சுப்பராயன் அவர்கள் மிரட்டலுக்கும் உருட்டலுக்கும் ராமசாமி பயப்படக் கூடியவராகவோ, பின் வாங்கிக்கொண்டு ஓடுபவராகவோ இருப்பாரானால் அவர் இன்று ஒரு மந்திரியாகவும் அவருடைய டிரைவர் ஒரு மந்திரி அதுவும் போலீஸ் இலாக்காவை நிர்வகிக்கும் மந்திரியாகவும் இருந் திருப்பார். அவரிடம் அந்தக் கோழைத்தனமும் சுயநலத்தன்மையும் இல்லாத தாலேயே அவ்வளவு சிறிய மனிதரை இன்று இவ்வளவு பெரியார்கள் ராணுவத்தை பயன்படுத்தி அடக்கப் போகிறேன் என்று சபதங் கூறவும் அவரை எப்படி ஒழிப்பது என்பதற்கு சர்க்கார் கோட்டையில் (Fort St, George)ல் 10-மந்திரிகள் கூடி சதா சதியாலோசனை செய்யவுமான முயற்சிகள் நடைபெற வேண்டியதாகிவிட்டன.

ராமசாமி பூச்சாண்டிக்குப் பயப்படார்

தோழர் ராமசாமி இந்தப் பூச்சாண்டிக்குப் பயப்பட்டவரல்ல. எதிர்த்தால் எதிர்ப்பவன் பலமும் எதிர்க்கப்படுகிறவனுக்கே வந்துசேரும் என்கின்ற ஒரு கட்டுக்கதை தோழர் ராமசாமி விஷயத்தில் மெய்க்கதையே ஆகிவிடும் என்கின்ற உறுதியின் பேரிலேயே அவரது ரதத்தை ஒண்டியாக இருந்து ஓட்டிக்கொண்டிருக் கிறார். காலிதனத்துக்கும், குழப்பத்துக்கும் உண்மையில் தோழர் ராமசாமி ஒரு பயங்காளியே ஆவார். ஆனால் ஏற்பட்டு விட்டால் அது கண்ணியமான முடிவு அடைவதில் ஒரு கை பார்க்காமல் திரும்புகிற - ஓட்டமெடுக்கும் - காரியம் அவரது அகராதியிலேயே கிடையாது.

ராணுவப் போலீஸ் வரட்டுமே!

ஆகவே டாக்டர் சுப்பராயன் அவர்கள் அறிவுடையவரானால் காலி தனத்துக்கும், குழப்பத்துக்கும் காரணம் என்னவென்பதையும் இதுதவிர ஜஸ்டிஸ் மந்திரிகளிடம் செலாவணியாய்க் கொண்டிருந்த காரணம் இந்த தேசாபிமான மந்திரிகளிடம் செலாவணி ஆவதற்குக் காரணம் என்ன என்பதையும் கவனித்துப் பார்த்துத் திருத்திக் கொள்ளட்டும். அல்லது அதைப்பற்றிக் கவலை இல்லா விட்டால், உண்மையில் அவருக்கு ஆண்மை இருந்தால் அவரது போலீசையும், அவரது ராணுவத்தையும் பயன்படுத்திப் பார்க்கட்டும். இரண்டையும் வரவேற்கிறோம். ராணுவ இரத்தம் யார் சரீரத்தில் ஓடுகிறது என்பதைப் பரீட்சிக்க டாக்டர் அவர்களிடம் ஏதாவது கருவி இருக்குமானால் பரீட்சித்துப் பார்த்து பிறகு ராணுவத்தைப் பற்றி நினைக்கட்டும் என்றுகூட வாய்தா கொடுக்கத் தயாராயிருக்கிறோம்.

ஒரு வேண்டுகோள்

பொதுவாக ஒரு வேண்டுகோள் என்னவென்றால் சுயமரியாதைக்காரர்களோ, அல்லது முஸ்லிம்லீக்காரர்களோ தங்களுடைய பிரதிநிதிகள் என்பவர்கள்

அல்லாதவர்கள் என்பதாக யாரையாவது கருதி அத்தாட்சி (காட்ட வேண்டிய அவசியமில்லை) காட்ட வேண்டுமென்று கருதினால் காட்டட்டும். ஆனால் கலவரம், குழப்பம், காலித்தனம் அல்லது அப்படிப்பட்டவர்கள் கூட்டத்தில் ஏதாவது ஒரு சிறிய அசௌகரியம், குறுக்கிடல், கேள்வி கேட்டல் முதலாகிய காரியங்களைக் கண்டிப்பாக செய்யக்கூடாது என்று வணக்கமாக கேட்டுக் கொள்கிறோம்.

அநேகமாக அவர்கள் எதிரிகள் கூட்டத்துக்கு போகக் கூடாது என்பதே நமது பிரார்த்தனை. விஷயம் அறிய உண்மையில் ஆசையிருந்தால் கூடிய மட்டும் அடையாளம் தெரியாமல் இருந்துவிட்டு வந்துவிடவேண்டும் என்றே வணக்கமாக கேட்டுக் கொள்கிறோம். இது தோழர் டாக்டர் சுப்பராயன் மிரட்டுவதற்காக பயந்து கொண்டு சொல்வது அல்ல நாம் இந்த 15, 20 வருஷங்களாக கையாண்டு வந்த கொள்கையே இது. ஆதலாலும் இதை கண்டிப்பாக அனுசரிக்க வேண்டும் என்று வலியுறுத்துகின்றோம்.

முஸ்லிம் தோழர்களுக்கு தனியாக ஒரு வார்த்தை என்னவென்றால் நமது பிரசாரம் இன்னும் தீவிரமாக நடைபெற வேண்டுமானால் எதிரி கூட்டமானாலும் சரி கண்டிப்பாக கலவரத்துக்கு இடமில்லாத முறையில் நடத்தும் படியாக நாம் பார்த்துக் கொள்ள வேண்டும் என்பதேயாகும்.

மற்றபடி டாக்டர் சுப்பராயன் அவர்கள் பூச்சாண்டியை எதிர்பார்க்கிறோம் என்பதையும் மறுமுறையும் காட்டி இதை முடிக்கிறோம்.

குடி அரசு - 24. 04. 1938

தொகுதி 1
மொழி

ஹிந்தி வந்துவிட்டது இனி என்ன? ஒரு கை பார்க்க வேண்டியதுதான்

தமிழ்நாட்டில் தமிழ் மக்களுக்கு ஹிந்தி பாஷையை கட்டாய பாடமாக கற்பிக்க வேண்டுமென்று பார்ப்பன மந்திரி தோழர் ராஜகோபாலாச்சாரியார் பிடிவாதமாக முடிவு செய்துவிட்டார். தமிழ் மக்கள் எவ்வளவோ தூரம் முயன்றும், எத்தனையோ கூட்டங்கள் மூலம் தங்களது அதிருப்தியையும், ஆத்திரத்தையும் காட்டியும் கனம் ஆச்சாரியார் சிறிதும் லட்சியம் செய்யவில்லை. உண்மையில் தமிழ் மக்களுக்கு ஹிந்தி நஞ்சு என்பதை எடுத்துக்காட்ட தமிழ் மக்கள் எடுத்துக் கொண்ட முயற்சி கொஞ்ச நஞ்சமல்ல. இன்று கனம் ஆச்சாரியார் மாத்திரமல்லாமல் கல்வி மந்திரியார் உள்பட மற்ற மந்திரிகளும் அவர்களது காரியதரிசிகளும் தமிழ் நாட்டில் பொதுக் கூட்டங்களில் தலை காட்ட முடியாத நிலை ஏற்பட்டிருப்பதற்குக் காரணம் இந்த ஹிந்தியை கட்டாயமாக நுழைக்க முயற்சித்ததுதான் என்பதை மனப்பூர்த்தியாக ஆச்சாரியார் உணர்ந்தும் அறைக்குள்ளாகவே இருந்து கொண்டாவது ஹிந்தியை புகுத்திவிட்டுத்தான் மறுகாரியம் பார்ப்பது என்கின்ற வாதம் பூண்டு விட்டார். எனவே இனி கேட்டுக் கொள்ளுவதாலோ கெஞ்சிக் கொள்ளுவதாலோ சமாதானமான முறையில் வேறு ஏதாவது முயற்சி செய்வதாலோ எவ்வித பயனும் ஏற்படப் போவதில்லை என்கின்ற நிலைமை காணப்படுகிறது.

முயற்சி எல்லாம் பாழாய் விட்டது

இம்மாதிரி காரியங்களுக்குப் பரிகாரம் தேட இந்த முறை ஒருபுறமிருக்க வேறு ஒரு வழியிலும் முயன்று பார்க்கலாம் என்கின்ற எண்ணத்தினால் சர்க்கார் தலைமை அதிகாரி என்பவரான கவர்னர் பிரபுவையும் அணுகத் துணிந்து அவருக்கும் இது சம்மந்தமான குறைகளை எடுத்துக்காட்டியாய் விட்டது. கவர்னர் பிரபுவும் தன்னால் ஆவதொன்றுமில்லையென்று கையை விரித்துவிட்டார். நேரில் சென்று குறைகளை சொல்லிக் கொள்ள பல பெரியார்கள் முன்வந்து விண்ணப்பித்துக் கொண்டும் கூட அதற்கும் முடியாது என்று முடிவு கூறிவிட்டார்.

இனிச் செய்ய வேண்டியது என்ன?

இனி தமிழ் மக்கள் செய்ய வேண்டியது என்ன என்பதுதான் இப்போது முக்கிய பிரச்சினையாயிருக்கிறது. இதைப் பற்றி யோசிப்பதற்குமுன், இந்நாட்டு மாபெரும் சமூகமும் பழம்பெரும் குடிகளுமாகிய, இந்தியாவிலேயே இணையிலா வீரமும் மானமும் பெற்றுள்ள தமிழ் மக்களுக்கு பார்ப்பனர்களால் இக்கதி நேரக் காரணம் என்ன? இத் தமிழ் மக்களின் கூப்பாடும் அழுகையும் கேள்வி கேப்பாரற்றுப்

போனதற்குக் காரணம் என்ன? கவர்னர் பிரபுவும், இத்தமிழ் மக்களின் குறைகளை இவ்வளவு துச்சமாய் கருதி நேரில் வந்து கண்டு கொள்ளக் கூட தரிசனம் அளிக்காமல் அலட்சியப்படுத்தக் காரணம் என்ன? என்பன போன்ற விஷயங்களை மனதில் இருத்தி அவற்றிற்கு சமாதானம் தெரிந்த பிறகே மேலால் என்ன செய்வது என்பதைப் பற்றி யோசித்தால் ஏதாவது ஒரு சரியான வழி கிடைக்கலாம் என்று கருதுகிறோம். அதல்லாமல் வெறும் கோபத்திலோ ஆளுக்கு ஒரு யோசனை சொல்லுவதினாலோ ஆத்திரப்படுபவர்கள் அத்தனை பேரும் தனித்தனி வழியில் தங்கள் கடமை ஆற்ற எண்ணுவதினாலோ ஒரு வித பரிகாரமும் ஏற்பட்டு விடாதென்றே கருதுகிறோம்.

அலக்ஷியத்துக்குக் காரணம்

தமிழ் மக்களை இன்று பார்ப்பனர்களும், கவர்னர் பிரபுவும் மதிக்காமல் அலட்சியமாய்க் கருதி இழிவுபடுத்தி வருவதற்குக் காரணம் மக்களில் எவரும் இதுவரை தனக்கு மானமோ அவமானமோ இருப்பதாக காட்டிக்கொள்ளவே இல்லை. தமிழனுக்குள் ஒற்றுமை இல்லை; தமிழனுக்கு பொதுநல உணர்ச்சி இல்லை; தமிழன் ஒரு வேளை கூழுக்கு மானத்தை விற்பான்; தமிழன் கூலிக்கு மாரடிக்க அருகனே ஒழிய தலைப் பதவிக்கு அருகனல்ல. எதையும் விற்று தனது தனிவாழ்வுக்கு வழி தேடுவான் என்று பார்ப்பனரும், பிறநாட்டு மக்களும் கருதும் படியாகவே பெரும்பாலோர் நடந்து வருகிறார்கள்; நடந்தும் வந்திருக்கிறார்கள். தமிழன் பெருமைக்கு இன்று ஏதாவது சான்று வேண்டுமானால், புராணங்களில் இருந்தும் பழம் பெரும் காவியங்களிலிருந்தும் தாள் ஆதாரங்கள் காட்டலாமே ஒழிய பிரத்தியக்ஷ அல்லது சமீப சரித்திர சான்றுகள் ஒன்றையும் காணோம். தமிழ் மக்கள் புராண காலம் தொட்டு சூத்திரமாக மதிக்கப்பட்டு அந்தச் சூத்திரப் பட்டம் தமிழ் மக்களாலேயே ஏற்கப்பட்டு சில தமிழ் மக்களால் தாங்கள் மாத்திரம் சற்சூத்திரரானால் போதும் என்று தனி முயற்சிகள் செய்யப்பட்டு வந்திருக்கின்றன என்றுதான் சொல்ல இடமிருக்கிறது.

50 வருஷகால வாழ்வு

இவை தவிர நாமறிய இந்த 50 வருஷகால வாழ்வில் தமிழ்நாட்டில் ஒரு தமிழ் மகனாவது பிரபலஸ்தனாக இருந்து தமிழ்நாட்டை நடத்தினான், தமிழ் மக்களை நடத்தினான் என்று சொல்லத்தக்க ஆதாரமும் இல்லை.

தமிழ்நாட்டு ராஜாக்கள், ஜமீன்தார்கள், பெருத்த செல்வந்தர்கள் ஆகியவர் களின் சமீபகால சரித்திரமும் வாழ்க்கைக் குறிப்புகளும் தற்கால நிலையும் அவர்களது தன்மையும் ஆகியவற்றை கவனிப்போமேயானால் அது மிக மிகக் கேவலம் என்று தான் சொல்லத்தக்க வண்ணம் ஆதாரங்கள் கிடைக்குமே தவிர வீரனென்றோ மானியென்றோ தமிழ்நாட்டிற்கோ, தமிழ் மக்களுக்கோ, உழைத்தவர் உதவினவர் என்றோ, தமிழ் மக்களை நடத்தினவர் நடத்தத் தகுதி உடையவர் என்றோ சொல்ல எதையும் காண முடியாது என்றுதான் சொல்ல வேண்டி இருக்கிறது.

இன்று தானாகட்டும் தமிழ்நாட்டில் மானமுள்ள பொது நல உணர்ச்சியுள்ள தனி சுயநலமற்ற ஒரு தமிழ் மன்னனோ, தமிழ் ஜமீன்தாரனோ, தமிழ் செல்வ வானோ யார் இருக்கிறார்கள் என்பது நமக்கு விளங்கவில்லை. இதுதான் போகட்டு மென்றாலோ இன்று தமிழ் மக்களுக்கு பூர்வகாலந் தொட்டு, வேத புராண சரித்திர காலந்தொட்டு எதிரியாய் - பிறவி வைரியாய் இருந்து தமிழ் மக்களை தாழ்த்தி, அழுத்தி, இழிவுபடுத்தி வரும் பார்ப்பனருக்கு அடிமையாய் ஒற்றனாய் காட்டிக் கொடுத்து ஈன வயிறு வளர்க்கும் இழி குணம் இல்லாத தமிழ் மக்கள் எத்தனை பேர்கள் இருக்கிறார்கள் என்று கணக்கிட முடியுமா?

மாபெரும் விரோதி

ஆகவே இவையும் இவை போன்ற இன்னும் பல காரணங்களும் ஏராளமாய் இருக்கும்போது தமிழ் மக்கள் மானம், கல்வி, கலை, வீரம், அறிவு ஆகியவை களுக்கு மாபெரும் விரோதியாய் ‘எம’னாய் ‘உளைமாந்தையாய்’ இருக்கும் ஹிந்தி பாஷையை பார்ப்பனர்கள் கட்டாயமாக தமிழ் மக்களுக்குள் செலுத்தும் அடாத கொடுங்கோன்மை காரியத்தை எப்படி தடுக்கமுடியும் என்று கேட்கின்றோம்.

கனம் ஆச்சாரியார் பார்ப்பனராய் இருந்தாலும், ஹிந்தியை ஒரு தமிழ் மகனை அதுவும் இந்நாட்டுப் பழங்குடி - பெருங்குடி மக்கள் சமூகத்தைச் சேர்ந்த, குறிப்பிட்டுச் சொல்ல வேண்டுமானால் வேளாள வகுப்பைச் சேர்ந்த ஒரு தனித்தமிழ் மகனாகும் தோழர் டாக்டர் சுப்பராயனைக் கொண்டு அவர் கையில் கூரிய வேலைக் கொடுத்தல்லவா தமிழ் மக்கள் கண்களைக் குத்தும்படி கட்டளையிடுகிறார்.

ஆச்சாரியார் மூர்க்க பலம்

மற்றும் கனம் ஆச்சாரியார், என்றும் பார்ப்பனர் தனித்த முறையில் தமிழ்மக்கள் சமூகத்தையே என்றும் தங்களுக்கு அடிமையாக இருக்கும்படி சூத்திரர்களாக ஆக்க ஹிந்தியைப் பலவந்தமாக நுழைக்கிறார் என்றாலும் அவரது அரசியல் சபையில் “ஆம், ஆம்” “நன்று, நன்று” “நடத்து நடத்து” என்று சொல்லி கைதூக்கித் தலை யாட்ட எத்தனை தமிழ் மக்கள் கைகூப்பி சிரம் வணங்கக் காத்திருக்கிறார்கள்? இவர்கள் சமூகத்தைச் சேர்ந்த நாம் எந்த முறையில் தமிழ்மக்களுக்கு பிடித்தமில்லாத - தமிழ்மக்களுக்குக் கேடு சூழும்படியான ஹிந்தியை கனம் ஆச்சாரியார் (பார்ப்பனர்கள்) மூர்க்க பலத்தில் புகுத்துகிறார் என்று சொல்லுவது என்று கேட்கிறோம்.

ஆகவே, தமிழ் மக்களின் பழம் பெருமைகளும், பாட்டிக் கதைகளும் எவ்வளவு மேன்மையாக இருந்தபோதிலும், தமிழ் மக்களின் இன்றைய நிலைமை பூர்வ பெருமைக்கேற்றதாக இல்லை என்பதோடு தமிழ் மக்கள் பார்ப்பனக் கொடுமையிலிருந்து அதி இலேசாக தப்புவதற்குத் தகுதியான நிலையிலும் இல்லை என்பதை எடுத்துக்காட்டுவதற்கு ஆகவே இவற்றைக் குறிப்பிட்டோம்.

இதனால் எந்த தமிழ் மகனும் பயந்துவிட வேண்டியதில்லை. அவநம்பிக்கை கொண்டுவிட வேண்டியதில்லை. அதற்குப் பதிலாக ஹிந்தியை தடுப்பதற்காக நாம் செய்யப் போகும் காரியங்களை திட்டப்படுத்துவதற்கு முன் நம் நிலையை நன்றாக உணர்ந்து அதற்கு ஏற்றபடி அதாவது மாற்றான் வலியையும் நம் வலியையும் அளவு கண்டு மேலால் சிந்திக்க வேண்டும் என்பதை வலியுறுத்த இவற்றைக் குறிப்பிட்டோமே ஒழிய நம்மை நாமே இழிவுபடுத்திக் கொள்ளவல்ல. இனி நாம் செய்ய வேண்டியது என்ன?

நாம் வேண்டுபவர்

உண்மை தமிழ் ரத்தம் அதாவது சிறிதும் கலப்பற்ற சுத்த தமிழ் ரத்தம் ஓடும் வாலிபர்களே ஹிந்தி எதிர்ப்பு இயக்கத்துக்கு வேண்டும்.

எப்படிப்பட்ட பார்ப்பன தந்திரத்துக்கும் இணங்க முடியாத பெரியவர்களே நமக்கு வேண்டும்.

பார்ப்பன தயவு இல்லாது வாழ முடியாது என்கின்ற தமிழ்மகன் முடி புனைந்த மன்னனாயிருந்தாலும் அவனிடம் காசு பெறலாமே ஒழிய அவனது நிழலும் இம்முயற்சியில் பட இடம் கொடுக்கக் கூடாது.

இரண்டிலொன்று அதாவது இந்தி பலாத்காரத்தை ஒழித்தாலொழிய தனது சொந்த வாழ்வை கவனிப்பதில்லை என்கின்ற முடிவுக்காரர்கள் மாத்திரமே எதிர்ப்பு முயற்சி நிர்வாகத்தில் அங்கத்தினராய் இருக்க வேண்டும்.

அடுத்தபடியாக பொருளாதார விஷயத்தில் போதுமான பொருள் உதவி கிடைக்கலாம் என்றாலும் ஒரு சமயம் கிடைக்காமல் போய்விட்டாலும் கிடைத்ததைக் கொண்டு கிடைக்காவிட்டால் பிச்சை எடுத்தாவது பசியை ஆற்றிக் கொண்டு உழைப்பதற்கு உறுதி செய்து கொண்டவர்களே செயலில் கலந்து கொள்ள வேண்டும்.

ஏற்படுத்திக் கொள்ளும் திட்டங்களுக்கு கட்டுப்பட்டு ஒரு கை முறையாய் பின்பற்றி ஒழுங்காகவும், ஒழுக்கமாகவும் நடந்து வருவதாக ஒவ்வொரு இளைஞனும் உறுதி செய்து கொள்ள வேண்டும். அதன் பிறகேதான் இம்மாபெரும் முயற்சிக்கு ஏதாவது திட்டம் வகுப்பது பயன்படத் தக்கதாகும்.

அப்படிக்கு இன்றி ஆளுக்கொரு உபாயம் (ஆளுக்கு ஒரு அபிப்பிராயம்) ஆளுக்கு ஒரு அறிக்கை என்பது போன்ற காரியங்கள் நடைபெறுமானால் ஆய்ந்தோய்ந்து செய்யப்படாத காரியம் போல் முடியவேண்டியதாகிவிடும்.

காலம் அடுத்து விட்டது

கோடை விடுமுறை முடிந்த உடன் ஹிந்தி கட்டாய பாடமுறை அமுலுக்கு வரப்போகிறது. ஆகையால் அதிக சாவகாசம் இல்லை என்பதை ஒவ்வொருவரும் உணர வேண்டும். சகல பொறுப்புகளும் மானமுள்ள பரிசுத்த இளைஞர் கையில் இருக்கிறது என்பதையும் அவர்கள் சரியாய் நடத்தப்பட வேண்டும் என்பதையும் யாவரும் உணர வேண்டும்.

தோழர்கள் எஸ்.எஸ்.பாரதியார், உமாமகேசுவரம் பிள்ளை, கி.ஆ.பெ. விசுவநாதம், வள்ளல் சிவஞான தேசிகர் போன்றவர்கள் கீழிறங்கி வந்து வினைஞர்களாகி மற்ற வாலிபர்களுக்கு வழிகாட்டிகளாகச் செல்ல வேண்டும்.

சிறை புகுவது அற்ப விஷயம்

தாங்கள் முடிக்க எண்ணும் கருமத்திற்கு சிறை செல்லுவது என்பது மிக சாதாரண காரியம் ஆகும். அதுவே கடைசிக்காரியமாகவும் கருதிவிடக் கூடாது. ஆச்சாரியார் அதை சுலபத்தில் கையாள சம்மதிக்க மாட்டார். ஆதலால் சிறை செல்லத் தயாராய் இருந்தால் போராதா என்று எண்ணிவிடக் கூடாது. சிறை செல்லுவது ஒரு அற்பக் காரியமேயாகும். அதில் யாதொரு கஷ்டமோ நஷ்டமோ கிடையாது. அதை 3-ந் தரக்காரர்களுக்கு விட்டுவிட வேண்டும். பிரமுகர்களும், பொறுப்பாளிகளும் அடிபடவும், உயிர் விடவும் தயாராய் இருக்க வேண்டும். ஏனெனில் நாம் போராடக் கருதுவது நெஞ்சிரக்கமற்ற மறத்தன்மை கொண்ட மக்களோடு என்பதை ஒவ்வொரு வினைஞரும் ஞாபகத்தில் வைக்க காரியத்தையும் செய்யத் துணிபவர்களும், சூழ்ச்சியில் திறமை உடையவர்களுமான மகா கொடியவர்களுடன் என்பதையும் ஒவ்வொரு எதிர்ப்பாளனும் மனதில் இருத்த வேண்டும்.

இந்த நிலைமைகளை நன்றாக உணர்ந்து இதற்கேற்றபடி நமது திட்டங்களை வகுத்துக் கொண்டு கருமத்தில் இறங்கி விடுவோமேயானால் நமக்கு வெற்றி நிச்சயம் என்பதில் சிறிதும் ஐயமில்லை என்பது நமது அபிப்பிராயம். தமிழ் இளைஞர்களுக்கு ஒரு விண்ணப்பம்.

இளைஞர்களுக்கு வேண்டுகோள்

இளைஞர்களே! இதுவரை உங்களில் சுமார் 200, 300 பேர்கள் வரை ஹிந்தி எதிர்ப்புப் போருக்கு "நான் தயார்" "நான் தயார்" "நானும் என் மனைவியும் தயார்" "உண்ணாவிரதத்துக்கு தயார்" "உயிர் விடத் தயார்" என்பதாக தெரிவித்துக் கொண்டிருக்கிறீர்கள். அவரவர்கள் கஷ்ட ஜீவனம் நடத்தவும், அடிபடவும் ராப்பட்டினி பகல் பட்டினி கிடக்கவும், தலைவழி நடக்கவும் தயார் செய்து

கொள்ளுங்கள். போர் முனை சிப்பாய் போல் ஆக்கினைக்கு அடிபணியவும் தயார் செய்து கொள்ளுங்கள்.

பெரியோர்களுக்கு விண்ணப்பம்

பெரியோர்களே! முன்மாதிரி காட்ட வாருங்கள். உங்களுடைய உள்ளங்களுக்கு புதிய அங்கியை மாட்டிக் கொள்ளுங்கள். தனியுரிமை வாழ்க்கைக்கு கருதப்படும் மானம் அபிமானம் வேறு பொதுநல தொண்டுக்கு கருதப்படும் மானம், அபிமானம் வேறு என்பதை மனதிலிருத்தி அதற்குத் தகுந்தபடி உங்களது மானம், அபிமானம் ஆகியவற்றை மாற்றி அவைகளை உயிராய் கருதுங்கள். உங்கள் மார்பைப் பார்க்காதீர்கள், அடிச்சுவட்டைப் பாருங்கள், வீர இளைஞருக்கு நீங்கள் வழி காட்டுகிறவர்கள் என்பதை ஒவ்வொரு அடி வைக்கும்போதும் ஞாபகத்தில் வையுங்கள்.

செல்வர்களுக்கு ஒரு வார்த்தை

தமிழ்ச் செல்வர்களே! உங்களுக்கு ஒரு விண்ணப்பம். உங்கள் பழைய நடத்தைகளை மறந்து விடுகிறோம். இப்போது தமிழர் இருப்பதா இறப்பதா என்கின்ற நிலை ஏற்பட்டிருக்கின்றது. இந்நிலைக்கு நீங்களும் பங்காளிகள் என்று நாம் சொல்வதால் நீங்கள் முனிவு கொள்ளாதீர்கள். நடந்தது நடந்து விட்டது. அதை பரிகரிக்க உங்களால் செய்யக் கூடியது நீங்கள் மானத்திலும் உயிரிலும் பெரிதாக மதிக்கும் உங்கள் செல்வத்தை தாராளமாக இக்கருமத்திற்கு உதவி, பெரிய வீரராகுங்கள். இவ்விஷயத்தில் உங்கள் கை நீளுவதற்கேற்ற பயனை அடைவீர்கள்.

பொது மக்களுக்கு மாபெரும் விண்ணப்பம்

பொதுத் தமிழ் மக்களுக்கு மாபெரும் விண்ணப்பம் தமிழ்த் தோழர்களே இந்த 50 வருட காலத்தில் தமிழ் மக்களுக்கு இப்படிப்பட்ட ஒரு நெருக்கடி ஏற்பட்டதில்லை. இன்று நடப்பது பிரிட்டிஷ் ஆட்சியல்ல. வருணாச்சிரம புரோகித ஆட்சியாகும். அதன் ஒவ்வொரு மூச்சும் தமிழ் மக்களை விலங்குகளாக்குவதற்காக விடப்படும் மூச்சாகும். விலங்குகளாக வாழ்வதை விட மடிவது மேலான காரியம். ஏதோ விளக்கமுடியாத பல காரணங்களால் தமிழ் மக்களில் பலர் புரோகித ஆட்சிக்கு அடிமைப்பட்டு கிடந்தாலும் அதைப்பற்றி கவலைப்படாமல் அவர்களும் நாமும் நம் பின் சந்ததியும் மனிதர்களாக வாழ முயற்சிக்க வேண்டியது நமது கடமை என்பதை உணருங்கள். இதை ஒரு கட்சி போராக, முயற்சியாக கருதுங்கள். உங்கள் சௌகரியங்களுக்கு அடங்கின சகல பரிசுத்தமான ஆதரவுகளையும் அளியுங்கள். உங்களது வாலிப இளைஞர்களை போருக்குக் கச்சை கட்டி விரட்டி அடியுங்கள்.

மடாதிபதிகளுக்கு மன்னிப்பு

தமிழ் மடாதிபதிகள் என்பவர்களே, நீங்கள் இதுவரை நடந்து கொண்டதையும் மறந்து விடுகிறோம். இந்த சமயத்தில் தைரியமாய் முன்வந்து உங்களாலான காசு உதவுவதோடு உங்களிடம் பக்தி, விசுவாசம் காட்டுபவர்களை எங்களிடம் விரட்டி விடுங்கள். தமிழ்நாட்டில் மானமுள்ள சுத்தத் தமிழ் மக்கள் எத்தனை பேர் இருக்கிறார்கள் என்பதை உலகம் உணர இதைவிட வேறு தக்க சமயம் இனி சுலபத்தில் கிடைக்காது, கிடைக்காது. ஆகவே பொதுமக்களே, இளைஞர்களே தயாராகுங்கள். முன் வாருங்கள், ஒரு கை பாருங்கள்.

குடி அரசு - 08. 05. 1938

நெருக்கடி என்றுமில்லா நெருக்கடி

நம்நாட்டுப் பார்ப்பனீயமானது "தோலைக் கடித்து, துருத்தியைக் கடித்து இப்போது மனிதனைக் கடிக்க வந்துவிட்டது" என்பது போல் உத்தியோக வேட்டை ஆடி, பிறகு நம் பிரமுகர்களையும் நமது ஸ்தாபனங்களையும் ஒழிக்க முயற்சி யெடுத்து வெற்றி பெற்று பதவியும் ஆதிக்கமும் பெற்றவுடன் இனி என்றென்றும் தமிழ் மக்கள் சமூகமே தலையெடுக்க வொண்ணாதபடி செய்வதற்கு பல வஞ்சகமும் சூழ்ச்சியும் நிறைந்த முறைகளை திரை மறைவில் கையாடி வந்து இன்று வெளிப் படையாகவே வெளிவந்து ஹிந்தி என்ற கத்தியுடனும், வார்தா கல்வித்திட்டம் என்ற சூலாயுதத்துடனும் நின்றுகொண்டு தமிழர்களை வெட்டியும் குத்தியும் கொன்று புதைக்க முனைந்து விட்டது.

பார்ப்பனீயப் போராட்டம்

தமிழ் மக்களில் எவருடைய ஆக்ஷேபணையையும் எப்படிப்பட்டவர்களுடைய கூக்குரலையும், யாருடைய அழுகையையும் லக்ஷியம் செய்யாமல் ஒரே அடியாய் "சம்ஹாரம் செய்து விட்டுத்தான் அமருவேன்" என்ற ஆணவத்துடன் அது (பார்ப்பனீயம்) தலைவிரித்தாடுகிறது. தமிழனுக்கு இன்று கதி இல்லை, நாதி இல்லை, நடுத்தெருவில் பெண்டு பிள்ளைகளுடன் இழுத்துப் போட்டு உதை உதை என்று உதைத்தாலும், அடி அடியென்று அடித்தாலும், பெண்டு பிள்ளைகளை நிர்வாணத்துடன் புரட்டிப் புரட்டி மானபங்கப்படுத்தினாலும் ஏன் என்று கேட்க ஆளில்லாமல் போய்விட்டது என்று கருதும்படியான சந்தர்ப்பமும் ஏற்பட்டு விட்டது.

தமிழ்ப் பிரதிநிதிகள் துரோகம்

தமிழன் பிரதிநிதி, தமிழ்நாட்டின் பிரதிநிதி என்று வேஷம் போட்டு வெளிவந்து தமிழ் மக்களை ஏமாற்றி காசு, பணம், பதவி, பட்டம் பெற்று பெரிய மனிதனான மக்களில் பெரும்பாலோர் இன்று தம் சமூகத்தை காட்டிக் கொடுத்து வயிறு வளர்க்கவும், உயிர் வாழவுமான இழிநிலைக்கு வந்து விட்டார்கள். தாம் தமிழர் தமிழ் மக்கள் சந்ததி என்கின்ற சாக்கை சொல்லி உத்தியோகம் பெற்று பணம் தேடி அதனால் தங்களது பிள்ளைக்கும் குட்டிகளுக்கும் உத்தியோகமும், மேன்மையும் தேடிக்கொண்ட தமிழ் மக்கள் இன்று தமிழ் மக்களுக்கு வந்துள்ள இம்மாபெரும் நெருக்கடியைப் பார்த்துக் கொண்டு அறியாதவர் போல் மாய்மாலம் செய்து எதிரிகளின் கால் பெருவிரலை சூப்பிக்கொண்டு தனது வாழ்வில் சுயநல வேலையில் ஒரு இம்மியளவும் குறையாமல் பார்த்துக் கொள்ளும் வேலையில் ஈடுபட்டிருக்கிறார்கள்.

எதிரிகளுக்கு உதவி

அரசியல் மன்றங்களுக்கும் மற்றும் பிரதிநிதி ஸ்தாபனங்களுக்கும் தமிழன் பேரால் தமிழ் மக்கள் பிரதிநிதியாய் ஆவதற்குத் தன்னை உண்மைத் தமிழ் மகன் என்று சொல்லிக் கொண்டு தமிழர்களின் வாக்குகளைப் பெற்று பிரதிநிதி ஸ்தானம் அடைந்த தமிழ் மக்கள் இன்று தாம் தமிழ் மக்கள் என்பதை மறந்ததோடு மாத்திரமல்லாமல் தமிழர்களின் எதிரிகளிடம் சரண் புகுந்து அவ்வெதிரிகள் தமிழ் மக்களுக்குச் செய்யும் கொடிய வஞ்சகங்களை அலட்சியமாய்க் கருதி அவர்களுக்கு உதவி செய்து தன் சமூகத்தையே ஒழிக்க கத்தி தீட்டிக் கொடுப்பதான இணையில்லா இழிதொழில் செய்து வயிறு வளர்த்து வாழ வேண்டியவர்களாக ஆகிவிட்டார்கள் என்றால், தமிழ் மக்கள் இது சமயம் சக்தியற்று நாதி அற்றுக் கிடக்கிறார்கள் என்பதற்கு இதைவிட என்ன எடுத்துக்காட்டு வேண்டும் என்று கேட்கின்றோம்.

மாஜி மந்திரிகள் என்ன செய்கிறார்கள்?

வெளிப்படையாகவே பேச ஆசைப்படுகிறோம். இன்று தமிழ் மக்களுக்கு இந்தியாவிலும், வார்தா கல்வித்திட்டத்தாலும் ஆபத்து இல்லை, கேடில்லை, தமிழன் மனிதத் தன்மையோடு வாழுவதற்கு தடையில்லை என்று எந்த தமிழ் மாஜி மந்திரியாவது கருதுகிறாரா? இல்லையே. எல்லா மாஜி மந்திரிகளும் ஒரு முகமாக இந்தியும் வார்தா கல்வித் திட்டமும் தமிழனுக்கு கேடு என்றும் தமிழன் தன்மானத்துக்கு தடையென்றும் வெளிப்படையாக ஒப்புக்கொண்டாய் விட்டது. இந்நிலையில் அந்த மாஜி மந்திரிகள் அக் கொடுமையிலிருந்து தமிழ் மக்களைக் காப்பாற்ற என்ன முயற்சி செய்தார்கள்? செய்கிறார்கள்? செய்ய முன் வருகிறார்கள்? என்று கேட்கின்றோம்.

தமிழ் உத்தியோகஸ்தர்கள் செய்வதென்ன?

மற்றொரு சமயம் தனித்தனியாக இவர்களது சதிகளையும் வஞ்சகங்களையும் சுயநல வேட்டைகளையும் எடுத்துக் காட்டுவோம். இனி அடுத்தாப்போல் தமிழன் என்ற காரணத்தால் உத்தியோகம் பெற்று மேற்பதவி அடைந்து பெரிய பட்டம் பெற்ற தமிழனும் இன்று பெரும் பதவியில் இருக்கும் தமிழனும் இந்நெருக்கடிக்கு என்ன உதவி செய்கிறார் என்று ஒவ்வொரு பெரிய (தமிழ்) உத்தியோகஸ்தனையும் பற்றி நினைத்துப் பாருங்கள். அதைப்பற்றியும் பின்னால் எழுதுவோம்.

இன்று இரு சட்டசபையிலும் தமிழனுக்கு பிரதிநிதியாய் பார்ப்பானுக்கு காங்கரசுக்கு எதிர்க்கட்சியில் இருப்பதாய் சொல்லிக் கொள்ளும் தமிழர்களின் யோக்கியதைதான் என்ன? அதையும் பற்றி பின்னால் குறிப்பிடுவோம்.

காங்கரஸ் தமிழர்கள் நிலை என்ன?

"மற்றும் தேசத்துக்கு விடுதலை சம்பாதிக்கும் கட்சி காங்கரஸ்தான்" என்று சொல்லிக் கொண்டு பார்ப்பனர்களுடன் சேர்ந்து கொண்டு தமிழ் மக்கள் ஸ்தாபனத்தையே சீர் குலையச்செய்ய சம்மதித்து பார்ப்பனர்களை தஞ்சமடைந்து வயிறுவளர்க்கும் தமிழ் மக்கள் தானாகட்டும் தமிழனுக்கு ஏற்பட்ட இந்த மிகமிக நெருக்கடியான சமயத்தில் என்ன செய்கிறார்கள் என்று பாருங்கள். தோழர் டி.ஏ. ராமலிங்க செட்டியார் முதற்கொண்டு ஒவ்வொருவருடைய யோக்கியதையை முதலில் எடுத்துக்கொள்ளுவோம். இவர்கள் தான் என்ன செய்கிறார்கள்? தோழர் செட்டியார் தன்னை தமிழ் மகன் என்றும் தான் தமிழபிமானி என்றும் சொல்லிக் கொண்டு எவ்வளவு பெருமை பெற்றார் என்றெல்லாம் பார்ப்போமானால் தமிழனின் நிர்க்கதி விளங்கவில்லையா என்று கேட்கின்றோம். ஏன் இதை குறிப்பிடுகிறோம். ஏன் நமது பலவீனத்தையும் குறைகளையும் குற்றங்களையும்

எடுத்துக்காட்டுகிறோம் என்று சிலர் கருதக்கூடும். ஏனெனில் நம் காலிலேயே நாம் நிற்க வேண்டியவர்களாக இருக்கிறோம் என்பதை ஞாபகமூட்டவும் பாமர மக்களும் நம் வீர வாலிபர்களும், நேரடியில் அப்பெரியார்கள், பிரமுகர்கள் என்பவர்களை எதிர்பாராமல் இந் நெருக்கடியில் இருந்து மீள்வதற்கு முயற்சி செய்ய வேண்டும் என்பதைத் தெரிவிக்கவுமே இதை எழுதுகிறோம்.

தமிழன் செய்ய வேண்டியதென்ன?

தமிழன் என்கின்ற உண்மை உணர்ச்சி யார் யாருக்கு இருக்கிறதோ அவர்கள் ஒவ்வொருவரும் இந்நெருக்கடி தீரத் தங்களால் என்ன செய்யமுடியும் என்பதைப் பற்றி தீவிர யோசனை செய்ய வேண்டும். ஹிந்தியை ஒழிப்பதற்கு மாத்திரமல்ல நாம் செய்யப் போகும் போராட்டம் என்பதையும் தாங்கள் யோசனை செய்வதற்கு முன் மனதிலிருத்திக் கொள்ள வேண்டும். பார்ப்பனீயக் கொடுமையில் இருந்து நாமும், நம் பின் சந்ததிகளும் தப்புவதற்கு ஆக செய்ய வேண்டிய அரிய முயற்சி களைப் பற்றி யோசிக்கிறோம் என்பதை ஒவ்வொரு தமிழ்மகனும் கருதி சிந்திக்க வேண்டும் என்று வலியுறுத்த ஆசைப்படுகிறோம். அப்படி சிந்திக்கும்போது ஒவ்வொரு தமிழ்மகனும் தனது தன்மானத்தையும் ஞாபகப்படுத்திக்கொள்ள வேண்டும் என்று வற்புறுத்துகிறோம்.

பார்ப்பனர் தமிழரை அடிமையாக்குவதெப்படி?

அதாவது 100-க்கு 3 பேராயுள்ள ஒரு சமூகம் அதாவது பார்ப்பன சமூகமோ, ஆரிய சமூகமோ, வைதீக சமூகமோ அல்லது பிச்சையெடுத்து வயிறு வளர்க்கும் புரோகித சமூகமோ எதுவானாலும் சரி அந்தச் சிறு சமூகம் இவ்வளவு பெரிய மாபெரும் சமூகமாகிய பழம் பெரும் குடிகளாகிய தமிழ் மக்களை சமுதாயத்தில், பொருளாதாரத்தில் ஆத்மார்த்தம் என்பதில் இவ்வளவு கீழாக இழிவாக தாழ்மையாக அழுத்தி வைத்து ஆதிக்கம் செலுத்த முடிகின்றது என்பதைச் சிந்திக்க வேண்டும். இக்கூட்டம் 100க்கு மூன்றே எண்ணிக்கை கொண்டதாக இருந்தாலும் இந்த 100க்கு மூன்றும் கெட்டியாகவும் - கட்டுப்பாடாகவும் - தன் சமூக நலனுக்கு உயிரைத் தவிர வேறு எதையும் தியாகம் செய்து பாடுபட வேண்டும் என்கின்ற ஒரே கொள்கையை உண்மையாய் கடைப்பிடித்து கட்டுப்பாடாய் உழைக்கும் சமூகமாய் இருந்து வருவதினாலேயே 100க்கு 97 கொண்ட சமூகத்தின் மீது ஆதிக்கம் செலுத்தி வருகிறது.

தமிழன் நிலைமை

தமிழன் எண்ணிக்கையில் 100க்கு தொண்ணூறாய் இருந்தாலும் என்ன பயன்? அவன் பொருளாதாரத் துறையில் சர்வத்தையும் பார்ப்பானுக்கு அழுது விட்டு "மோக்ஷத்தில் இடம்" தேடிக்கொள்ள கற்பிக்கப்பட்டவனாகி விட்டான். சமுதாயத் துறையில் பார்ப்பானுக்கு தொண்டு செய்து தன்னையே பார்ப்பானுக்கு அற்பணமாக்கி பார்ப்பான் கால் கழுவிய நீரை தீர்த்தமாக உட்கொண்டு அதன் மூலம் தான் தினந்தோறும் செய்யும் "பாவத்துக்கு" மன்னிப்புத் தேடிக் கொள்ள வேண்டியவனாக ஆகிவிட்டான்.

பார்ப்பனர் உயர்வுக்குக் காரணம்

அரசியல் துறையிலும் பார்ப்பானையே தலைவனாக்கி பார்ப்பானுக்கு ஊழியனாக இருந்து பார்ப்பானை தலைமை மந்திரியாக்கி அவன் மூலம் ஆட்சி "விடுதலை" பெற அடிமைத்தொழில் செய்ய வேண்டியவனாக ஆகிவிட்டான். இப்படிப்பட்ட இந்த கேவல நிலையிலும் ஒரு தமிழனுக்கு தோன்றும் எண்ணம் மற்றொரு தமிழனுக்கு பிடிக்காது, ஒரு தமிழன் மேல் நிலையில்

இருப்பது மற்றொரு தமிழனுக்கு சகிக்காது. எந்த நிலைமையிலும் ஒருவனுக் கொருவன் ஏறுமாறு நடத்தையை கொண்டவனாக இருக்கிறான். ஆனால் பார்ப்பானோ, ஆரியனோ, புரோகிதனோ அப்படியில்லை. தென்கோடி கன்னியாகுமரியில் உள்ள "ஒரு ஒழுக்கங் கெட்ட" பார்ப்பானுக்கு தன் சமூக பாதுகாப்பு விஷயமாய், மற்ற சமூக மக்களை அடக்கி ஒடுக்கி ஆதிக்கம் செலுத்தும் விஷயமாய் "ஒரு அபிப்பிராயம் தோன்றுமேயானால் அதே சமயத்தில் வடகோடி இமயமலை உச்சியில் இருக்கும் ஒரு "தவசிரேஷ்ட" பார்ப்பானுக்கு அதே அபிப்பிராயம் தோன்றி செயலில் இறங்கி விடுவான். இந்த ஒரு குணமே பார்ப்பனர் எண்ணிக்கையில் உழைப்பில் முறையே எவ்வளவு சிறிய தொகை யாகவும் சோம்பேறிகளாகவும் இருந்தாலும் அவர்கள் பாடுபடாமல் மேன்மையான நிலையில் இருந்து கொண்டு மற்ற சமூகங்களின் மீது ஆதிக்கம் செலுத்தவும் மற்ற சமூகங்களை என்றென்றும் தலையெடுக்க வொட்டாமல் செய்து அழுத்தி வைக்கவும் முடிகின்றது.

ஹிந்திப்போர் நோக்கம்

இதிலிருந்து தமிழ் மக்கள் தப்பவேண்டும் என்பதை குறிக்கோளாகக் கொண்டே இந்த ஹிந்திப் போரை நடத்த வேண்டுமேயொழிய கேவலம் ஹிந்தி ஒழிந்தால் மாத்திரம் போதும் என்கின்ற அற்ப ஆசையால் அல்ல என்பதை ஒவ்வொரு தமிழ் மகனும் உணரவேண்டும் என்று ஆசைப்படுகிறோம்.

ஹிந்திப் போரானது பார்ப்பன ஆதிக்கத்தை ஒழிக்க தமிழனின் தன்மானத்தைக் காக்க கிடைத்த ஒரு ஒப்பற்ற ஆயுதம் என்பதாகக் கருதி ஒவ்வொரு தமிழனும் அதில் பங்கு கொண்டு அந்த ஆயுதத்தை பயன்படுத்திக் கொள்ள வேண்டுமென்று ஆசைப்படுகிறோம்.

1922-ல் ஆச்சாரியார்

இன்று இந்நாட்டு அரசியல் தலைவராகவும், அரசாங்க முதல் மந்திரியாகவும், சமுதாயத்தில் மேல்ஜாதிக்காரர் என்பவராகவும் இருக்கிற நமது தோழர் கனம் ஆச்சாரியார் அவர்கள் ஒரு காலத்தில் அதாவது **1922**ம் வருஷத்தில் திருப்பூரிலும், தர்மபுரியிலும் சொன்ன சில அகம்பாவமான வார்த்தைகளை இன்று தமிழ் மக்களுக்கு எடுத்துக் காட்டுகிறோம் (இவை முன்னமும் இரண்டொரு சமயம் எடுத்துக் காட்டிய விஷயங்களேயாகும்).

அதாவது **1922**-ல் திருப்பூர் தமிழ்நாடு மாகாண மகாநாட்டில் கோவில் பிரவேச சம்மந்தமாக வந்த தீர்மான விவாத விஷயமாகவும் தோழர் வரதராஜுலு நாயுடு அவர்கள் தலைமையில் நடத்த தர்மபுரி தாலூகா அரசியல் மகாநாட்டில் கோவில் பிரவேச விஷயமாய் வந்த தீர்மான சம்மந்தமாகவும் நடந்த வாதப் பிரதிவாதங்களில் பார்ப்பனீயத்தைத் தாக்கிப் பேசிய விஷயங்களைப் பற்றி அங்கேயே பின்னால் சாவகாசமாக நடந்த சம்பாஷணைகளின் போது ஆச்சாரியார் அவர்கள் சொன்ன வார்த்தைகளை ஞாபகமிருக்கும் வரை அப்படியே எடுத்துக்காட்ட ஆசைப் படுகிறோம். அதாவது "பார்ப்பன ஆதிக்கம் நீங்கள் கருதுகிறபடி அவ்வளவு சுலபத்தில் ஒழிக்கக்கூடியதல்ல. அதை ஒழிக்க சரித்திர காலங்களில் புத்தரால் ஒரு கை பார்த்தாய்விட்டது, புராண காலங்களில் மகாவலிமை பெற்ற பல அரசர் களாலும் ஒரு கை பார்த்தாய்விட்டது. இவ்வளவையும் சமாளித்துக்கொண்டு நீங்கள் ஒழிக்க கருதும் பார்ப்பன ஆதிக்கம் இன்று உயிர் வாழ்கின்றது. அப்படிப் பட்டதை நீங்கள் ஒழிக்க வேண்டுமென்று கருதினால் அது ஆகக்கூடிய காரியமா" என சொன்னதோடு "அப்படி பார்ப்பனராதிக்கத்தை அழிக்கும் வேலையில் ஈடுபடுகிறவர்கள் தங்களைத்தான் ஒழித்துக் கொள்வார்கள்" என்றும் சொன்னார்.

இவ்வளவு வலிமையுடன் அவர் பேசிய காரணம் பார்ப்பன சூழ்ச்சிக்கு இருக்கும் சக்தியையும் (தமிழ் மக்களுக்குள் இருக்கும் தன்மானமற்ற தன்மையையும்) தமிழ் மக்களுக்கு மதத்தின் பேரால் பார்ப்பனீயம் ஊட்டி இருக்கும் அடிமைத் தன்மையையும் நன்றாய் உணர்ந்து பார்த்துக் கூறியதேயாகும்.

தமிழர் விடுதலை பெற வேண்டுமானால்?

இந்த ஹிந்தி எதிர்ப்பின் மூலம் தமிழ் மக்கள் வெற்றி பெற வேண்டுமானால் அவன் சரீரத்தில் ஓடும் பார்ப்பன மத உணர்ச்சி ரத்தம் அவ்வளவும் வெளியாக்கப் பட்டு புதிய சுதந்திர அறிவு ரத்தம் பாய்ச்சப்பட்டு ஆகவேண்டும்.

ஏனெனில் பார்ப்பனீயம் இன்று ஹிந்தியை தமிழ் மக்களுக்குள் கட்டாயமாக புகுத்த வேண்டும் என்கின்ற மூர்க்கப் பிடிவாதத்தைக் கொண்டிருப்பதின் உண்மைக் கருத்து என்னவென்றால் அரசியலுக்கு அல்ல, பொருளியலுக்காகவல்ல அல்லது பார்ப்பனர்களுக்கு வேலையில்லாத திண்டாட்டத்தை ஒழிப்பதற்கு என்பதற்காக அல்ல இவைகளுக்காக என்று சொல்லுவதும் நம்மை கருதும்படி செய்வதும் நம்மை ஏமாறச் செய்வதற்காகவே யாகும்.

ஹிந்தி புரட்டின் அந்தரங்க நோக்கம்

மற்றபடி உண்மையான காரணம் என்னவென்றால் இன்று தமிழ் மக்கள் பெரும்பாலோருக்குள் ஏற்பட்ட சுயமரியாதை உணர்ச்சியால் ஆட்டம் கொடுத்து இருக்கும் பார்ப்பனீய மத உணர்ச்சியை தமிழ் மக்களுக்குள் மறுபடியும் சரியானபடி புகுத்தி அதை கெட்டிப் படுத்தி பார்ப்பனீயத்துக்கு தமிழ் மக்களை புராண காலம் போல நிரந்தரமாய் அடிமையாக்குவதற்காகவேயாகும். அதனால்தான் சோழ வந்தான் ஹிந்தி எதிர்ப்பு மகாநாட்டில் அதன் தலைவர் “ஹிந்தியை கட்டாய பாடமாக ஆக்கப்படுவதை ஒழித்தால் போதாது. ஹிந்தியை கட்டாய பாடமாக்க வேண்டும் என்பதற்கு உள்ள உள் காரணங்களை ஒழிக்க வேண்டும்” என்று கூறியிருக்கிறார்.

அரிய சந்தர்ப்பம்

ஆதலால் தமிழ்மக்களுக்கு ஹிந்திப் போர் ஒரு கிடைத்தற்கரிய பாக்கியம் என்றே ஒவ்வொரு தமிழ் மகனும் கருத வேண்டும் என்று ஆசைப்படுகிறோம். இது போன்ற ஒரு பயனளிக்கத்தக்க போராட்டம் இனி சுலபத்தில் ஏற்படும் என்று எந்த தமிழ் மகனும் லேசில் கருதமுடியாது என்பதோடு இது அவ்வளவு சுலபமானதும் அவ்வளவு பெரிய பயனை அளிக்கக்கூடியதுமான ஒரு அரும்பெரும் போராட்டமாகும். அதிக காலம் நீடிக்காது அதிக துன்பமும் தொல்லையும் இருக்காது. அதிக பண நட்டமும் கூட இருக்காது என்று சொல்லத் தகுந்த ஒரு போர் என்றே சொல்லுவோம். ஆகவே இப்படிப்பட்ட ஒரு அருமையான சந்தர்ப்பத்தை எந்த தமிழ் மகனும் இழந்துவிடாமல் ஆங்காங்கு உள்ள தமிழ் மக்கள் ஆங்காங்கு அதாவது எந்த எந்த ஊர்களில் உள்ள பள்ளிக் கூடங்களில் ஹிந்தி புகுத்தப்படுகிறதோ ஆங்காங்குள்ள தமிழ் மக்கள் இப்போதே ஹிந்தி எதிர்ப்பு கமிட்டி போட்டு அங்கத்தினர்களைச் சேர்த்து வைத்துக்கொண்டு ஹிந்தி எதிர்ப்புத் தலைமைக் கமிட்டியாரிடமிருந்து என்ன கட்டளை வருகிறதோ என்று எதிர்பார்த்துக் கொண்டு சகல தியாகத்துக்கும் தயாராய் இருக்க வேண்டுகிறோம்.

சென்னை எதிர்ப்பு

சென்னையில் ஒரு தோழர் உண்ணாவிரதம் என்னும் பட்டினி நோன்பு இருக்கிறார். மற்றும் பல தோழர்கள் கிளர்ச்சிக் கூட்டம் முதலியன போட்டு பேசி கிளர்ச்சி ஊர்வலம் முதலியன செய்கிறார்கள் - கூடிய சீக்கிரத்தில் இவைகள்

இன்னும் ஒவ்வொரு துறையிலும் பெருகலாம். நடைமுறைக்காகவும் கிளர்ச்சிக் காகவும் என்று பல தக்க வழிகளை கமிட்டியார் ஆராய்ந்தெடுப்பார்கள். அனேகமாக சென்னை காரியங்கள் தோழர் சி.டி. நாயகம் அவர்களது ஆலோசனையிலும் மேற்பார்வையிலும் நடைபெறக் கூடும்.

இம்மாதம் முடிவுக்குள் ஹிந்தி எதிர்ப்பு கமிட்டி கூட்ட தோழர் விசுவநாதம் அவர்கள் நாள் குறிப்பார். அதற்குள் இன்னும் அனேக தொண்டர்கள் பதிவு செய்து கொள்ள ஆசைப்படுகிறோம். பெண்மணிகளும் தாராளமாய் வேண்டும்.

பண உதவி

பண விஷயத்தில் ஒவ்வொரு தமிழ் மகனும் தாராள நோக்கம் கொண்டு பணத்தை காரியதரிசி விசுவநாதம் அவர்களுக்கு அனுப்பி கொடுக்கவேண்டும். பொதுவாக காரியங்கள் ஒரு கை முறையாக நடத்தப்பட வேண்டும் என்பது நமது ஆசை. தனித்தனியாக பணம் வசூலிப்பது தனித்தனியாக அறிக்கைகள் விடுவது தனித்தனியாக காரியங்கள் துவக்கப்படுவது முதலிய காரியங்கள் அவ்வளவு வலுவைக் கொடுக்கும் என்று கருத முடியவில்லை.

எதிர்ப்பு முறை

ஒவ்வொரு ஊரிலும் ஹிந்தி எதிர்ப்பு சங்கம் இருக்க வேண்டும். அவை தலைமை சங்கத்துடன் சம்மந்தம் வைத்துக் கொள்ள வேண்டும். தீவிர செயல்கள் ஆற்றுவதற்கு துணிவும் சக்தியும் உள்ள அங்கத்தினர்கள் அக்கமிட்டிகளில் பதிவு செய்து கொள்ள வேண்டும். கமிட்டிகள் பேரால் தொகை வசூலித்து பத்திரப்படுத்தி சிக்கனமாய் செலவழிக்கவேண்டும். தொண்டர்களையும் அவர்கள் ஆற்றும் செயல்களையும் அவர்கள் மற்ற ஜனங்களிடம் நடந்து கொள்ளும் நடத்தைகளையும் பொதுஜனங்கள் கண்ணியமாகவும் பச்சாதாபப் படும்படியாகவும் அன்பும் ஆதரவும் காட்டும்படியாகவும் நடந்து கொள்ளவேண்டும் என்று ஆவலோடு எதிர்பார்த்து வணக்கத்தோடு கேட்டுக் கொள்ளுகிறோம். தயார்! தயார்!! போர் நெருங்கி விட்டது!!! வெற்றி நிச்சயம்!!!!

குடி அரசு - 15. 05. 1938

தொகுதி 1

மொழி

தமிழா என்ன செய்யப்போகிறாய்
இந்தி வந்து விட்டது!

பார்ப்பன ஆதிக்கத்தை நிலைநிறுத்த - தமிழனின் தன்மானத்தை அழித்து தமிழனை ஆரியருக்கு என்றென்றும் நிலையான அடிமையாக்க ஹிந்தி தமிழ் மக்களுக்கு கட்டாயப் படிப்பாக ஏற்படுத்தப்பட்டாய் விட்டது.

யாரால்? ஆரியரால்
எப்படி? தமிழ் மக்களின் ஒன்றுபட்ட கூக்குரலைச்
சிறிதும் மதியாமல்
தமிழா இனி என்ன செய்யப்போகிறாய்?
தலை வணங்கி வரவேற்கப் போகிறாயா?
எதிர்த்து நின்று விரட்டி அடிக்கப்போகிறாயா?
இதில்தான் தமிழன் இருப்பதா இறப்பதா என்கின்ற முடிவு இருக்கிறது.
தலை வணங்குவதானால் காங்கரசில் இரு. எதிர்த்து நிற்பதானால்
உன் பெயரை எதிர்ப்புக் கமிட்டிக்குக் கொடு.

குடி அரசு - 15. 05. 1938

182

தொகுதி 1 மொழி

தொண்டர்களே - சென்னை செல்க

அக்கிரகார சரணாகதி மந்திரிகளின் ஆட்சியை முடிவுக்கு கொண்டு வர வேண்டிய அவசியம் நெருங்கி விட்டது. தமிழ்நாட்டில் ஒரு சிறு அளவுக்கு இந்தி எதிர்ப்புக் கிளர்ச்சி ஆரம்பித்த உடன் அதை ஒடுக்குவதற்கு அவசியமான அடக்குமுறைகளைக் கையாள முதல் மந்திரி தோழர் கனம் ஆச்சாரியார், காரியக் கமிட்டியார் அதிகாரம் பெற்று வந்துவிட்டாராம். மற்றும் எப்படிப்பட்ட கிளர்ச்சியாய் இருந்தாலும் அதற்கு வகுப்புவாதம் என்கின்ற பெயரைக் கொடுத்து அடக்கி விட அனுமதி பெற்று வந்திருக்கிறார் என்றும் சொல்லப்படுகிறது. மேலும் இதே சாக்கில் தன்னை ஆதரிக்காத பத்திரிக்கைகளையும் தங்களது உண்மையான நடத்தைகளையும் யோக்கியதைகளையும் உள் எண்ணங்களையும் வெளியிடும் பத்திரிகைகளையும் ஒழிப்பதற்கும் அனுமதி பெற்று வந்து விட்டார்களாம்.

தலைவர்கள் யோக்கியதை

இந்த "அனுமதி"களின் யோக்கியதை நாமறியாததல்ல. காங்கரஸ் தலைவரின் யோக்கியதையையும், காரியக்கமிட்டியாரின் யோக்கியதையையும், காங்கரசின் சர்வாதிகாரியான காந்தியாரின் யோக்கியதையையும் பற்றி தனித்தனியாகவும், சேர்த்தும் பல தடவை எழுதியும் சொல்லியும் வந்திருக்கிறோம். கனம் ராஜ கோபாலாச்சாரியாரின் யோக்கியதையை அறிந்தவர்கள் காந்தியாரின் யோக்கியதையை தனியாக அறிவதற்கு முயற்சிக்க வேண்டிய அவசியம் இருக்காது. நம் நாட்டு தோழர்கள் சத்தியமூர்த்தி, வரதாச்சாரி, சந்தானம் ஆகியவர்கள் யோக்கியதையை உணர்ந்தவர்களுக்கு தோழர்கள் பண்டித நேரு, போஸ் போன்றவர்களின் யோக்கியதையை அறிய முயற்சிக்க வேண்டியதில்லை. அது போலவே தோழர்கள் முத்துரங்க முதலியார் பக்தவச்சலம் முதலியவர்களை உணர்ந்தவர்கள் தோழர் பஜாஜ் படேல் பிரசாத் முதலியவர்களின் யோக்கியதைகளை உணரக் கவலையெடுத்துக் கொள்ள வேண்டியதில்லை. இதுபோலவே மற்றும் தோழர்கள் குப்புசாமி, அண்ணாமலை, சுப்பையா, உபயதுல்லா, சுப்பிரமணியம், காமராஜ், முத்துச்சாமி முதலிய தோழர்களை உணர்ந்தவர்கள் வடநாட்டு மற்ற காரியக்கமிட்டி மெம்பர்களையும் மற்ற தலைவர்களையும் பற்றி அறிய நினைக்க வேண்டியதில்லை.

இதில் ஏதாவது வித்தியாசம் இருக்காதா என்றால் மேலே குறிப்பிட்ட நம்நாட்டுத் தோழர்களுக்கு நம்மைப் பற்றியும், நம் நாட்டைப் பற்றியும், இங்கு பார்ப்பனர்கள் நம்மை எப்படிக் கொடுமைப்படுத்துகிறார்கள் என்பது பற்றியும் நன்றாகத் தெரியும். ஆனால் மேலே குறிப்பிட்ட வடநாட்டுத் தலைவர்கள் என்பவர்களுக்கு நம்மைப் பற்றியும் பார்ப்பனர்கள் நம்மை எப்படி நடத்துகிறார்கள் என்பதைப் பற்றியும் நன்றாய்த் தெரியாது.

183

தென்னாட்டைப் போன்றதே வடநாடும்

என்றாலும் நம் நாட்டு பார்ப்பனர்களின் நாணயத்திற்கும் யோக்கியப் பொறுப்புக்கும் நடத்தைக்கும் வடநாட்டு பார்ப்பனர்களின் நாணயத்துக்கும், யோக்கியதைக்கும், நடத்தைக்கும் சிறிது கூட வித்தியாசம் காணமுடியாது என்பதில் யாருக்கும் சந்தேகம் வேண்டியதில்லை.

என்றாலும் நம் நாட்டு பார்ப்பனர்களின் குணம் அறிந்த அனேக பார்ப்பனரல்லாத தோழர்கள் வடநாட்டுப் பார்ப்பனரிடம் சற்று யோக்கியதையும், மரியாதையும் வைத்து இருப்பதாகக் காணப்படுவதற்குக் காரணம் வடநாட்டுப் பார்ப்பனர்களைப் பற்றி நம் நாட்டுப் பார்ப்பனரும் அவர்களது பத்திரிக்கைகளும் செய்யும் பித்தலாட்டப் பிரசாரமும் நம்மவர்களைக் கூலிக்காரராகப் பிடித்து கூலி கொடுத்து கவி பாடும்படி செய்யும் பிரசாரமும் நம் நாட்டார்களைவிட வடநாட்டவர்கள் யோக்கியர்கள் என்றும் மாபெரும் தியாகிகள் என்றும் கருதும்படியாக ஆக்கிவிடுகிறது. இதைத் தவிர வடநாட்டுக்கும், தென்னாட்டுக்கும் பெரிய வித்தியாசம் இருப்பதாக கூறுவதற்கில்லை. இப்படிப்பட்டவர்களைக் கொண்டு கூட்டிய கூட்டத்தில் ஆச்சாரியார் அடக்குமுறைக்கு "அனுமதி" பெற்று வந்து விட்டார் என்றால் அது ஏதோ ஒரு மகா பிரமாதமென்றோ அல்லது அந்தப்படி செய்து தீர வேண்டிய அவசியத்தைக் காட்டுகிறதென்றோ மலைக்கத்தக்க காரியம் என்றோ நாம் கருதவில்லை.

காரியக் கமிட்டி நாணயம்

தோழர் கனம் ஆச்சாரியார் தோழர் திருச்சி ராஜன் அவர்களுக்கு மந்திரி வேலை கொடுத்ததை ஏற்றுக்கொண்ட காரியக் கமிட்டிக்கு எவ்வளவு நீதியும் நேர்மையும் இருக்கும் என்று நாம் யோசிக்க வேண்டிய அவசியமில்லை. அது போலவே சட்டசபை மெம்பர்கள் சர்க்கார் கோட்டைக்குள் போய் பொய்ச் சத்தியம் செய்வதால் பாதகமில்லை என்று உபதேசம் செய்த தோழர் பண்டிதருக்கு எவ்வளவு ஒழுக்கமும் ஞானமும் இருக்கும் என்பதைப் பற்றி நாம் கேட்க வேண்டியதில்லை. அதுபோலவே காங்கரஸ் விஷயத்திலோ சட்டசபை மெம்பர்கள் என்ன செய்ய வேண்டியது என்கின்ற விஷயத்திலேயோ பிரவேசிப்பது என்பது ஒரு சத்தியக் கிரகியாகிய எனக்கு சிறிதும் நாணயமுடையதாகத் தோன்றவில்லை என்று சொன்ன காந்தியார், அப்படிச் சொன்ன 8 நாட்களுக்குள் சட்டசபை மெம்பர்களுக்கு கட்டளையும் உபதேசமும் விடுத்தாரானால் காந்தியாருக்கு எவ்வளவு யோக்கியதை இருக்கும் என்பது பற்றியும் அறிய யாரும் பிரமாதமாகப் பாடுபட வேண்டியதில்லை. தற்கால காங்கரஸ் தலைவரான தோழர் போஸ் அவர்கள் கொஞ்ச காலத்துக்கு முன்பு பச்சையாய் காங்கரஸ் மக்களை ஏய்க்கும் ஸ்தாபனமென்றும் காங்கரஸ் கொள்கை எப்படி மக்களை ஏய்ப்பது என்கிற சூழ்ச்சிதான் என்றும் காங்கரஸ் தலைவர்கள் மக்களைக் காட்டிக் கொடுத்து பதவி வேட்டையாடும் சுயநலமிகள் என்றும் கூறியவர் இப்போது தலைவரானவுடன் காங்கரஸ்தான் "கதிமோக்ஷம் அளிக்கவல்லது" என்று சொன்னால் அவரது யோக்கியதையைப் பற்றி நாம் சந்தேகப்பட இடமுண்டா, இல்லையா? என்று கேட்கின்றோம். இவர்களுடைய இந்த யோக்கியதைகள் ஒரு சமயம் சொந்த யோக்கியதையாய் இல்லாமல் அரசியல் யோக்கியதையாக இருக்கலாம் என்று சொல்வதானால் அதை நாம் ஒப்புக்கொள்ளத் தடையில்லை. ஆனால் நாமும் இவர்களுடைய அரசியல் யோக்கியதையைப் பற்றியே தான் கூறுகிறோமே யல்லாமல், சொந்த யோக்கியதையைப் பற்றிக் கூற வரவில்லை. அது நமது வேலையும் அல்ல.

ஆச்சாரியாருக்கு சக்தியிருந்தால்

அப்படிப்பட்ட அரசியல் யோக்கியதை உடையவர்கள் கூட்டத்தில் "அடக்கு முறை கையாள வேண்டியது அவசிய"மென்று தீர்மானம் செய்துவிட்டதினாலேயே

அதற்கு அவசியமும், நீதியும் இருக்கிறது என்பதாக ஆகிவிடாது. ஆனால் அடக்கு முறை நடத்த வேண்டும் என்பது கனம் ஆச்சாரியாரின் ஆசை என்பதும், அதையும் செய்து பார்த்து விட ஆச்சாரியார் துணிந்து விட்டார் என்பதும் விளங்கிவிட்டது. மற்றும் அவருக்கு சக்தி இருந்து காரியமும் நடைபெறுவதாய் இருந்தால் ஒரே மூச்சில் தமிழர்களை அனுமார்களாக்கி தாம் ஒரு ராமனாக அவருக்கு ஆசை இருக்கலாம் என்பது தமிழர்கள் பூராவும் சதா சர்வகாலம் ராம பஜனையும், ராமபக்தியும், ராமர் தொண்டும் செய்யும்படி செய்துவிடுவார் என்பதும் தெரிந்து விட்டது. அதற்கு யோக்கியதை இல்லாததால் தான் இப்போது ஹிந்தியை புகுத்தி தமிழர்களை ராம பக்தராக்கப் பார்க்கிறார். அதை எதிர்ப்பவர்களை அடக்கப் பார்க்கிறார். இந்த அடக்குமுறையையும் தமிழ் மக்கள் எதிர்பார்த்துத்தான் ஒரு கை பார்க்கிறது என்கின்ற துணிவின்மீது இத் தொண்டில் இறங்கி இருக்கிறார்களே ஒழிய ஆச்சாரியார் பூச்சாண்டிக்கும் காரியக் கமிட்டியின் மிரட்டலுக்கும் பயந்து ஓடுகிற நிலையில் இங்கு எந்த தமிழனும் இன்று ஹிந்தி எதிர்ப்பு கிளர்ச்சியில் இறங்கவில்லை என்பதை காரியக் கமிட்டியும் ஆச்சாரியாரும் உணர வேண்டுமாய் ஆசைப்படுகிறோம். காரியக் கமிட்டியார் பொறுப்புடையவர்களானால் காரியக் கமிட்டிக்கு ஏதாவது கடுகளவு பொறுப்பாகிலும் கவலையாகிலும் இருக்குமானால் ஆச்சாரியார் அடக்குமுறைக்கு அனுமதி கேட்டவுடன் அப்படிப்பட்ட அனுமதி கேட்டும் காரியம் எதற்கு என்றும் அதற்கு அவசியம் என்ன என்றும் அறிய கவலை எடுத்து விஷயங்களை நன்றாய் உணர்ந்து பிறகு பரிகாரம் தேடி இருப்பார்கள். இந்தியாவில் அதிகாரவர்க்க ஆட்சி இருக்கிற காலத்தில் வகுப்பு துவேஷமும் வகுப்பு கலகமும் ஏற்படும்படியான காரியங்கள் நடக்கலாம் என்று சொல்லு வார்கள். ஆனால் இப்போது காங்கரஸ்காரர்களுடைய அதுவும் மாகாண ஆட்சி சுதந்திரத்துடன் கூடிய ஆட்சி நடக்கும்போது ஏன் வகுப்பு துவேஷமான காரியம் அவர்கள் எல்லைக்குள் நடக்க வேண்டும் என்று யோசிக்க வேண்டாமா என்று கேட்கின்றோம்.

வகுப்பு துவேஷத்துக்கு காரணஸ்தர் யார்?

ஆச்சாரியரைப் பற்றிக்கூட கவனியாமல் காரியக் கமிட்டியார் நடந்து கொள்ளும் யோக்கியதையை பார்த்தாலே கண்டிப்பாக வகுப்பு கலகங்களும் வகுப்பு துவேஷங்களும் ஒவ்வொரு இடங்களிலும் வலிய ஏற்படும்படியாக அவர்களே செய்து வருகிறார்கள் என்று சொல்ல வேண்டி இருக்கிறது.

உதாரணமாக சென்ற 16ந் தேதி பம்பாயில் கூடிய அதே காரியக் கமிட்டியில் வந்தேமாதரப் பாட்டு விஷயமாயும் கொடி விஷயமாயும் ஒரு தீர்மானம் செய்திருக்கிறார்கள். அதாவது:

"பள்ளிக்கூடங்களில் வந்தேமாதரப் பாட்டு பாடக் கூடாதென்றும் தேசியக் கொடியை பள்ளிக்கூடங்களில் கட்டக் கூடாதென்றும் கமிட்டி முடிவு செய்திருக்கிறது"

என்று 17-ந் தேதி சுதேசமித்திரன், இந்து முதலிய பத்திரிகைகளில் இருக்கிறது. ஆனால் அந்த தீர்மானத்திற்கு பிறகு,

"இவ் விஷயத்தில் மாகாண கவர்ன்மெண்டுகள் தலையிட வேண்டியதில்லை யென்றும் பள்ளிக்கூடங்களினுடையவும் ஸ்தல ஸ்தாபனங்களுடையவும் உள் நிர்வாகத்தில் மாகாண கவர்ன்மெண்டுகள் தலையிடக் கூடாது என்றும் கமிட்டி அபிப்பிராயப்படுகிறது"

என்றும் தீர்மானித்து இருக்கிறார்கள். இதுவும் 17-ந் தேதி சு.மி.ல் இருக்கிறது. இதன் கருத்து என்ன என்று கேட்கிறோம்.

பள்ளிக்கூடங்களில் வந்தேமாதரப் பாட்டு பாடக்கூடாது, தேசியக்கொடி கட்டக்கூடாது. ஆனால் பள்ளிக்கூட அதிகாரிகள் ஸ்தல ஸ்தாபனங்கள் பாடினால் கொடி கட்டினால் யாரும் கேட்கக்கூடாது என்றுதான் அர்த்தமா அல்லவா என்று கேட்கிறோம்.

காரியக் கமிட்டித் தீர்மானம்

வந்தேமாதரம் பாடும்போது குழப்பமும், காலித்தனங்களும் செய்யவும் கொடி கட்டும்போது மற்றொருவர் ஏறி தடுத்து பிய்த்து கிழிக்கவும் இத்தீர்மானம் இடம் கொடுக்கிறதா இல்லையா என்று கேட்கிறோம். ஏமாந்த சோணகிரிகள் இருக்கிற இடத்தில் காரியம் நடக்கட்டும் என்கின்ற கேவல உணர்ச்சியினாலேயே இத்தீர்மானம் செய்யப்பட்டிருப்பதாய்க் கருத வேண்டியிருக்கிறது.

இதுபோலவே கனம் ஆச்சாரியார் தனது சட்டசபை மெஜாரிட்டி பலத்தினால் என்ன கொடுமை வேண்டுமானாலும் செய்யலாம் என்பதற்காகவே காரியக்கமிட்டி ஆச்சாரியாருக்கு அடக்குமுறைக்கு உத்திரவு கொடுத்திருப்பதாகவே தெரிகிறது. என்றாலும், ஒரு கை பார்க்கும் எண்ணத்தில்தான் தமிழ் மக்கள் இதில் பிரவேசிக்கிறார்களே ஒழிய அடக்குமுறை வராது என்று கருதி யாரும் பிரவேசிக்கவில்லை என்பதை தெரிவித்துக் கொள்கிறோம்.

தவிர சென்னையில் இந்த ஹிந்தி எதிர்ப்பு கிளர்ச்சி விஷயமாய் தோழர் ஸ்டாலின் ஜகதீசன் அவர்கள் 1- ந் தேதியில் இருந்து உண்ணாவிரதமிருக்கிறார். மற்றும் தோழர் பல்லடம் பொன்னுசாமி அவர்கள் முதல் மந்திரி வீட்டு வாசலில் உண்ணாவிரதமிருக்கப் போனவரை சிலர் நிர்வாகக் கமிட்டி கூட்டம் கூடி திட்டம் தீர்மானிக்கும்வரை பொறுத்திருக்கும்படி நிறுத்தி இருக்கிறார்களாம். எப்படியும் தோழர் பொன்னுசாமி ஜூன் மாதம் முதல் தேதியில் இருந்து முதல் மந்திரி வீட்டின் முன் பட்டினி கிடந்து சாவதாக உறுதி கொண்டு இருக்கிறார் எனத் தெரிகிறது. இனி கல்வி மந்திரி வீட்டின் முன் மற்றொரு தோழர் பட்டினி கிடந்து சாகப் போகிறாராம். பல தோழர்கள் தடுத்தும் தோழர் ஸ்டாலின் ஜகதீசன் இணங்காமல் சாகப்போகிறார். இன்னும் பலர் இக்காரியத்தில் பிரவேசிக்கலாம் என்றாலும் எதிர்ப்பு கிளர்ச்சியின் திட்டம் இது மாத்திரமல்ல என்பதோடு அதில் இது முக்கியமானதல்ல என்பதையும் தெரிவித்துக் கொள்ளுகிறோம். எதிர்ப்பு கமிட்டியார் பல திட்டங்கள் வகுப்பார்கள். பல இடங்களில் கிளர்ச்சி நடக்க வேண்டி இருக்கும். ஆதலால் இப்பொழுது முன் வந்துள்ள தொண்டர்கள் போல் இன்னும் பலர் வேண்டியிருக்கிறது.

வெளிநாட்டு நண்பர்கள் பலர் தங்கள் அனுதாபத்தை தெரிவித்து நம்மை ஊக்கி வருகிறார்கள். ஆனாலும் காரியத்திற்கு பொருளாதார உதவியும் வேண்டியிருப்பதால் இந்தியாவுக்கு வெளியிலும் நம் மாகாணத்துக்கு வெளியிலும் உள்ள தமிழ் மக்கள் தமிழ் அபிமானிகள் தகுந்த பொருளுதவி செய்ய வேண்டுமாய் வேண்டிக் கொள்ளுகிறோம்.பொருளுதவி செய்பவர்கள் இந்தி எதிர்ப்புக் கிளர்ச்சிக் காரியதரிசியான தோழர் கே.ஏ.பி. விஸ்வநாதம் அவர்கள் திருச்சி என்ற விலாசத்துக்கு அனுப்பிக் கொடுக்கக் கோருகிறோம். தொண்டர்கள் முன்வர வேண்டுமாய் கோருகிறோம். இதன் அவசியத்தைப் பற்றி முன்பு இரண்டு தடவை எழுதி இருக்கிறோம். இனி மேலால் எழுத சௌகரியப்படுமா? அதுவரை நம் பத்திரிகைகளை விட்டு வைத்திருப்பார்களா? என்பன சந்தேகமாய் இருக்கிறதால் வெளிநாட்டு உள்நாட்டுத் தோழர்கள் இதை அலட்சியமாய்க் கருதாமல் சற்றுமான உணர்ச்சியோடு கருதுமாறு வேண்டுகிறோம்.

குடி அரசு - 22. 05. 1938

போர் மூண்டு விட்டது தமிழர் ஒன்று சேர்க

ஆரிய சூழ்ச்சிக்கும், தமிழர் (திராவிடர்) வீரத்திற்கும் போர் மூண்டு விட்டது. மூளாமல் தடுக்க தமிழ் மக்கள் எடுத்துக் கொண்ட முயற்சிகள் எல்லாம் பயனற்றதாகி விட்டன.

தமிழர்கட்குள் ஒற்றுமை இல்லை என்றும், தமிழர்களை காட்டிக் கொடுத்து தமிழர்களை அழிக்க தமிழ் மக்களில் தங்களுக்கு வேண்டிய "அநுமார், சுக்கிரீவன், விபீஷணன்" போன்ற இழிமக்கள் கிடைத்திருக்கிறார்கள். இன்னும் கிடைப்பார்கள் என்றும் கருதியிருக்கும் இறுமாப்பால் "நான் செய்வதைச் செய்கிறேன். உன்னால் ஆனதைப் பார்" என்று சூழ்ச்சியில் வல்ல நமது ஆச்சாரியார் போர்க்கோலம் கொண்டு விட்டார். பிரிட்டிஷ் ஆட்சியும் தனது சுயநலத்தையும், தமிழ் மக்களின் கதியற்ற நிலைமையையும் கருதி தமிழர் மானத்தைச் சூறையாட ஆச்சாரியாருக்கு அனுமதிச்சீட்டு அளித்துவிட்டது. ஆதலால் எண்ணிக்கையில் பெருத்து ஒற்றுமை யின்றிச் சிதறி வலிமையில் சிறுத்துக் கிடக்கும் தமிழ் மக்களுக்கு போக்கிடம் இல்லாமல் இன்று நலிய வேண்டிய நிலைமை ஏற்பட்டு விட்டது.

தமிழ்நாட்டில் பள்ளிகள் குறைக்கப்படுகின்றன. வைத்தியர்களின் பொறுப்புகள் அகற்றப்படுகின்றன. போக்குவரவு சாதன வசதிகள் குறைக்கப்படுகின்றன. கிராம நீர்நிலை சுகாதாரம் முதலிய சவுகரியங்கள் அலட்சியப் படுத்தப்படுகின்றன. இவற்றிற்குக் காரணம் ஆச்சாரியார் ஆட்சிக்கு பொருளாதார சவுகரியம் இல்லையாம். ஒரு ஜில்லாவில் மதுவிலக்குச் செய்யப்பட்டது என்கின்ற சாக்கை வைத்து தமிழ்நாடு முழுவதிலும் இக்கொடுமைகள் செய்யப்படுகின்றன. தமிழ் நாட்டின் பேரால் இரண்டு வருஷ வரவு செலவு திட்டத்தில் 3 ¼ கோடி ரூபாய் அரசாங்க நிருவாகத்திற்கு என்று ஆச்சாரியார் ஆட்சி கடன் வாங்கியும்கூட பள்ளியைக் குறைத்து, பாதையைக் குறைத்து, பண்டிதத்தை குறைத்து, பாங்கைக் குறைத்து, குடி தண்ணீர் வசதியைக் குறைத்துதான் நிர்வாகம் செய்ய வேண்டிய நிலையில் இருந்து வருகிறது. இக் கொடுமையைத் தமிழ் மக்கள் இன்னும் சரியானபடி உணரவில்லை.

ஹிந்தி பலாத்காரம்

இவை எப்படியோ போகட்டும் என்றாலும் ஹிந்தி பாஷை என்ற ஒரு பாஷையை ஆச்சாரியார் ஆட்சியானது தமிழ் மக்களுக்குள் கட்டாயமாகப் புகுத்த சபதம் செய்து கொண்டதானது பொறுக்க முடியாத கொடுமையாக இருந்து வருகிறது. தமிழ்நாட்டில் தமிழ் மக்களுக்கு இன்று 100க்கு 90 பேர்களுக்கு மேல்

தொகுதி 1 மொழி

தங்கள் தாய் மொழியில் (தமிழில்) கூட கையெழுத்துப் போடத் தெரியாத அவ்வளவு தற்குறி - பாமரத் தன்மை இருந்து வருகிறது. இதில் ஒரு விகிதத்தையாவது குறைக்க ஆச்சாரியார் ஆட்சி இதுவரை ஒரு சிறு முயற்சியும் எடுத்துக் கொண்டதாகச் சொல்ல எவ்வித ஆதாரத்தையும் காண முடியவில்லை. இந்நிலையில் உள்ள தமிழ் மக்களுக்கு மற்ற ஒரு அந்நிய பாஷையைக் கொண்டு வந்து "வலுவில் புகுத்தித்தான் தீருவேன்" என்று ஆச்சாரியார் ஆட்சி சொல்லுமேயானால் இதில் ஏதாவது சூழ்ச்சியோ வஞ்சகமோ இல்லாமல் சிறிதாவது யோக்கியப் பொறுப்பு இருக்க முடியுமா என்று கேட்க வேண்டியிருக்கிறது. உலகிலேயே இந்தியா தேசம் கல்வி, அறிவற்ற நாடு என்கின்ற தன்மையில் இருக்கும்போதும் குறிப்பாக தமிழ்நாடு மிக்க பாமர மக்களைக் கொண்டதாக இருக்கும்போதும் அதிலும் பழங்குடி மக்களாகிய தமிழர்களில் சராசரி 100க்கு 95 பேர்கள் தற்குறிகளாகவும், பெண்கள் 100க்கு 99 பேர் தற்குறிகளாகவும் இருக்கும் போதும் படிப்பில்லாதவர்களுக்கு படிப்பைக் கொடுக்க வழிகோலாமல் படித்து இருக்கும் மக்களுக்கே மற்றும் ஒரு பாஷை படிப்பிக்க முயற்சிப்பதும், பணம், ஊக்கம், நேரம் ஆகியவைகளை பாழாக்க முயற்சிப்பதும் எப்படி யோக்கியமானதும் நல்லெண்ணமுடையதுமான காரியமாகுமென்று மறுபடியும் கேட்கின்றோம்.

மனு முறைக்குச் சூழ்ச்சி

கல்விக்காக மக்களிடம் இருந்து வசூலிக்கும் வரி கல்வி இல்லாதவர்களுக்கு கல்வி கற்பிக்கவா அல்லது கற்றவர்களுக்கு மற்றுமொரு பாஷை கற்பிக்கவா என்று கேட்கின்றோம். இவைகளைப் பார்க்கும்போதும் தோழர் காந்தியார் முதலிய பல அரசியல் தலைவர்கள்.

"இந்தியா சுயராஜ்ஜியம் பெறுவது என்றால் வருணாச்சிரம தர்மமாகிய மனுதர்ம ஆட்சி முறையை நிறுவுவதுதான்."

என்று சொல்லி வந்ததை இப்போது எப்படியோ சமயம் கிடைத்த உடன் மனுதர்ம ஆட்சி ஏற்படுத்த காந்தியாரின் பிரதம சிஷ்யர் என்ற உரிமை பாராட்டிக் கொள்ளும் ஆச்சாரியாரின் ஆட்சி மூர்க்க முயற்சியில் இறங்கிவிட்டது. இந்த வருணாச்சிரம மனுதர்ம ஆட்சி நிறுவப்பட்டால் இந்நாட்டுத் தமிழ் மக்களுடைய சுதந்திரம், வீரம், தன்மானம் ஆகியவை அடியோடு புதைக்கப்பட்டது என்பதுதான் கருத்தாகும்.

ஹிந்தி வடமொழி பாஷையை தழுவியது என்பதோடு ஹிந்தி பாஷையின் எழுத்துக்கள் அநேகமாக வட மொழிக்கு ஏற்பட்ட எழுத்துக்களேயாகும். சப்தமும் பெரிதும் அதுவேயாகும். அப்பாஷையில் படிக்க வேண்டிய விஷயங்களும், படிக்க நேரும் விஷயங்களும் மனுதர்மத்தை ஆதரிக்க தூண்டும் விஷயங்களும் மனுதர்மப்படி நடக்கச் செய்யும் விஷயங்களுமேயாகும். தமிழ்நாடும் சிறப்பாக தமிழ் மக்களும் இன்றுள்ள இந்த இழிநிலைக்கு அதாவது தன்மானமற்று, எதிரியைப் பணிந்தும், சார்ந்தும், வாழ்வு நடத்தும் மனப்பான்மை கொண்டு வாழ வேண்டிய நிலையில் இருப்பதற்குக் காரணம் ஆரிய சூழ்ச்சியால் மனுதர்ம முறையை ஒப்புக்கொண்டு இதுவரை வாழ்ந்து வந்ததேயாகும்.

ஏதோ இடைக்காலங்களில் அவ்வப்போது ஒன்றிரண்டு தமிழர்கள் தங்கள் நாட்டின் பழைய நிலைமையும், சமூகத்தின் பழந்தன்மையும், தங்கள் கலைகளின் உயர்வையும் ஓர் சிறிதாவது உணர்ந்து செய்து வந்த உண்மைத் தொண்டுகளினால் 'தமிழர் ஆரியருக்கு அடிமைகளல்ல ஆரியருக்குத் தொண்டு செய்ய பிறந்தவரல்ல, ஆரியரின் போகப் பெண்டிர்களின் மக்களல்ல - சூத்திரர்களல்ல' என்று தலை

நிமிர்ந்து பேசவும், பறைசாற்றவும் தமிழ்மக்களுக்கு உணர்த்தவுமான நிலை சற்று ஏற்பட்டும், மறைந்தும் மறுபடியும் தலைதூக்கியும் இப்படியே நடந்து வந்திருக்கிறது.

சைவரால் ஏற்பட்ட இழிவு

பொதுவாக தமிழ் மக்களை இம்மாதிரியான ஆரியப் படுகுழியில் தள்ளி என்றும் தலைதூக்காமல் இருக்கத்தக்க வண்ணம் ஆரியருக்குத் துணைபுரிந்து வந்தவர்கள் - வருகிறவர்கள் சைவர்களேயாகும். அவர்களும், அவர்களது சைவ சமூகமே தமிழ்நாட்டில் ஆரியத்தை வளர்த்து ஆரியர்களுக்குத் தமிழர்களை அடிமையாக்கிற்று. இன்றும் பெரும்பாலும் சைவனேதான் ஆரியற்கு அனுமார், சுக்ரீவர்களாகவும், விபீஷணர்களாகவும் இருந்து வருகிறார்கள். இம்மாதிரி ஆரிய அடிமைச் சமய உணர்ச்சி ஏற்படாதிருந்திருக்குமானால் இன்று ஆரியருக்கு எந்நாட்டையும் விட இத் தமிழ்நாட்டில் மாத்திரம் இத்தனை சிறப்பும் மூர்க்க உணர்ச்சியும் ஏற்பட்டிருக்க முடியாதென்றே சொல்லலாம்.

எனவே ஆரியர்கள் நம் நாட்டில் சமயத்தின் பேரால் பெற்ற செல்வாக்கால் தான் சமூகத்தில் மேம்பாடடைந்தார்கள். சமூகத்தில் அடைந்த மேம்பாட்டால்தான் இன்று அரசியலில் ஆதிக்கம் பெற்றார்கள். அந்த அரசியல் ஆதிக்கத்தால்தான் நம்மை மநுமுறைக்கு தள்ளுகிறார்கள். அப்படிப்பட்ட அவ்வாதிக்கத்திற்கு இன்றும் சைவர்களே பெரிதும் அனுமார்களாய் இருக்கிறார்கள் என்றால் சைவர்கள் தங்கள் அறிவற்ற செயலுக்கு பிராய்ச்சித்தம் செய்து கொள்ள வேண்டாமா என்று கேட்கிறோம். உண்மைச் சைவர்களுக்கு கடுகளவாவது தன்மான உணர்ச்சி ஏற்பட்டு தங்களுடைய சற்சூத்திர தத்துவத்தை சிறிதாவது பின் வாங்கிக்கொள்ள அறிவு கொள்ளுவார்களேயானால் ஆச்சாரியாரின் மூர்க்க ஆட்சி அன்றோடு அழியத் தொடங்கி விடும் என்பதில் யாதொரு சந்தேகமும் கொள்ள இடமில்லை என்று உறுதி கூறலாம். அந்த உணர்ச்சி சைவர்களுக்கு சுலபத்தில் ஏற்படாது என்கின்ற தைரியத்தாலேயே இன்று ஆச்சாரியார் இவ்வளவு துணிச்சலுடனும், மூர்க்க உணர்ச்சியுடனும் காரியாதிகள் செய்ய முடிகின்றன.

ஹரிஜனப் பட்டம் ஏன்?

உதாரணமாக தாழ்த்தப்பட்ட மக்களுக்கு "ஹரிஜனங்கள்" என்று பெயரிடவும், அது இன்று அரசியல் ஆதாரத்திலும் இடம் பெறவுமான அகந்தை ஏற்பட இடம் கொடுத்தவர்கள் சைவர்களேயாவார்கள்.

மற்றும் சமீபத்தில் தமிழ் மக்களின் மரியாதைக் குறிப்புக்காக பொதுவாக மகாராஜ ராஜஸ்ரீ என்று இருந்ததை மாற்றி ஸ்ரீ என்று வைணவ குறிப்பை தமிழ்நாட்டில் அரசியல் ஆதாரத்தில் வைத்துக் கொண்டதுமான காரியங்கள் இன்று ஏன் என்று கூட கேட்பாரற்றுக் கிடப்பதற்கு யார் பொறுப்பாளி என்று பார்த்தால் விளங்காமல் போகாது.

மற்றும் வெகுகாலமாகவே தமிழ்நாட்டில் ஆரிய ஆதிக்கத்தை ஒழிக்கச் செய்த முயற்சிகளுக்கெல்லாம் சைவர்களே குறுக்கே விழுந்து ஆரியத்துக்கு ஆக்கம் தேடிக் கொடுத்து வந்திருப்பதற்கு பல உதாரணங்கள் கூறலாம்.

இன்று சைவர்களின் தெய்வங்கள், வழிபாடு, பூசை முறைகள் மற்றும் புராணம் சரித்திரம் கதைகள் பெரும்பாலும் ஆரியத்தை ஒட்டியதாகவே இருந்து வருவதற்குச் சைவர்கள் இசைந்து கொண்டு ஏதோ சில தனிப்பட்ட தங்கள் தனிக்காரியங்களுக்குத் தடை ஏற்படும் போது மாத்திரம் ஆரியன் கண்டாய் - தமிழன் கண்டாய் என்று கூறிக் கொண்டு வருகிறார்கள்.

இக்காரியங்கள் மற்ற வேறு வகைகளில் தொல்லை கொடுத்து மக்களை இழிவுபடுத்துவது ஒருபுறமிருந்தாலும் இன்று அரசியலில் ஆதிக்கம் பெற்றுத் தமிழர்களின் தன்மானம் சரித்திரத்திலும் சித்திரத்திலும் இடம்பெற இடமில்லாத மாதிரியில் அழிவுறச் செய்து வருவதை ஒழிக்கவாவது சைவர்கள் துணை புரியக் கூடாதா என்றுதான் கதருகிறோம்.

ஹிந்தி இஷ்டப் பாடமாகவாவது ஏன்?

ஹிந்தி பாஷை கட்டாய பாடமாகக் கூடாது என்பதுதான் இன்று தமிழ் மக்களின் பிரார்த்தனையாக இருக்கிறதே தவிர மற்றபடி ஹிந்தி பாஷை தமிழர்கள் பள்ளியில் இஷ்டப் பாடமாகவாவது ஏன் நுழைய வேண்டும்? என்று கேட்பதற்கு இதுவரை எந்தத் தமிழனும் முன்வரவில்லை. இங்கிலீஷ் ஏன் வந்தது, தமிழன் பள்ளியில் எப்படி நுழைந்தது என்று சிலர் கேட்கலாம். இங்கிலீஷை கொண்டு வந்தவர்கள் ஆரியர்கள். இங்கிலீஷை பரப்பினவர்கள் ஆரியர்கள். இங்கிலீஷால் பயனடைந்தவர்கள் ஆரியர்கள். இங்கிலீஷைப் புகுத்த உத்திரவு போட்டது பிரிட்டிஷார். ஆதலால் இங்கிலீஷ் தமிழர்கள் பள்ளியில் புகுந்ததற்கு தமிழர்கள் சிறிதும் பொறுப்பாளிகள் அல்ல. இங்கிலீஷின் உதவியில் ஆட்சி ஆதிக்கத்தைக் கைப்பற்றிய ஆரியர்கள் தங்களைத் தமிழ் மக்கள் பிரதிநிதிகள் என்று சொல்லிக் கொண்டு எதற்காக மற்றொரு அன்னிய பாஷையாகிய ஹிந்தியை தமிழ்நாட்டில் தமிழ் மக்களுக்கு பள்ளிகளில் புகுத்த வேண்டும். அதுவும் ஏன் கட்டாயப்படுத்த வேண்டும்? என்பதுதான் நமது கேள்வியாகும்.

எவ்வளவோ அதிருப்தியையும், எதிர்ப்பையும், கெஞ்சுதல்களையும், பிரார்த்தனைகளையும் சிறிதும் லட்சியம் செய்யாது ஹிந்தியைத் தமிழன் பள்ளியில் தமிழன் வரிப்பணத்தில் தமிழன் சம்மதமின்றி புகுத்த உத்தரவு போட்டாய்விட்டது.

இனி என்ன செய்வது? முஸ்லிம்களைப் பாருங்கள்

இனி என்ன செய்வது என்பதுதான் நாம் பெரிதும் கவனிக்க வேண்டியதாகும். தமிழர்களில் ஒற்றுமையும் ஒன்றுபட்ட முயற்சியும் இன்மையே இன்றைய ஹிந்தி பலாத்காரத்திற்கும் ஆதாரமாகும். ஏன் என்றால் முஸ்லிம்கள் ஒற்றுமையும் ஒன்றுபட்ட முயற்சியும் ஆச்சாரியாரின் அகம்பாவத்தையும் ஆணவத்தையும் சிதறடித்து விடவில்லையா என்று பாருங்கள்.

“வந்தே மாதரம்” எங்கே?

வந்தேமாதரப் பாட்டு ஹிந்தி போல் புதிதாகக் கொண்டுவந்து நுழைக்கப் பட்டதல்ல. இந்திய தேசீயம் என்பதில் இரண்டறக் கலந்ததாகும் என்று சொல்லப் பட்டது. வந்தேமாதரப் பாட்டை நிறுத்துவது என்பது பாரதமாதாவைக் கொலை செய்வதாகும் என்றும் சொல்லப்பட்டது. வந்தே மாதரப் பாட்டுக்கு எதிர்ப்பாய் மார்ச்சு 5-ந் தேதி சத்தியாக்கிரகம் செய்யப்படும் என்று பிப்ரவரி மாதம் 7-ந் தேதி சென்னை மெயிலில் ஒரு ஒத்தை முஸ்லிம் வாலிபர் தோழர் எஸ்.எஸ். பாமனி சாயபு தெரியப்படுத்தியவுடன் ஆச்சாரியார் மார்ச் 1-ந் தேதியிலேயே வந்தேமாதரப் பாட்டை நிறுத்திவிட்டதாக விளம்பரப்படுத்தி விட்டார்.

மற்றும் “ஹிந்து - முஸ்லிம் ஒற்றுமையை பூரண சுயராஜ்ஜியம் பெறுவதற்கு முன் முடியாது” என்று காந்தியார் வட்டமேஜை மகாநாட்டில் சொன்னார்.

மற்றும் “முஸ்லிம் லீக்கை ஒரு ஸ்தாபனமாக ஒப்புக் கொள்ளமுடியாது” என்று தோழர் ஜவாஹர்லால் சொன்னார்.

வெற்றி பெற்ற மமதையில் அவரே “வேறு கட்சிகளுடன் சமாதானம் செய்து கொண்டு சுயராஜ்ஜியம் பெறுவதைவிட சுயராஜ்ஜியம் தூரமாகிவிட்டாலும் குற்றமில்லை” என்று சொன்னார். அதே நேருவே “ஜனாப் ஜின்னா

முஸ்லிம்களுக்குத் தலைவரல்ல" என்று சொன்னார். முஸ்லிம்களின் ஒற்றுமையாலும் ஒன்றுபட்ட முயற்சியாலும் இன்று அவ்வளவு வீரர்களும் அவர்களது வீரமும் ஜனாப் ஜின்னா வீட்டு வாயிலில் அடிபணிந்து விடவில்லையா என்று கேட்கின்றோம். ஆனால் அதே வீரர்களால் இன்று தமிழன் வீரத்தை மடத்தனம் என்று சொல்லப்படுகிறது.

தமிழன் கிளர்ச்சியை அடக்க அடக்குமுறை கோரப்படுகிறது. தமிழன் எதிர்ப்பை சாராயப்புட்டி போட்டு குடிவெறி என்று காட்டப்படுகிறது. தமிழன் பட்டினி கிடந்து உயிர்விடுவது மூர்க்கத்தனமென்றும் போக்கிரித்தனமென்றும் கூறப்படுகிறது. அதுவும் தோழர் காந்தியாலும், கனம் ஆச்சாரியாராலும் சொல்லப்படுகின்றது என்றால் தமிழர்கள் இனியும் உயிர்வாழ வேண்டுமா என்று கேட்பதோடு தமிழனுக்கு மானமுண்டு என்று சொல்லிக்கொண்டு வெளியில் தலைகாட்ட இடமுண்டா என்று கேட்க வேண்டியிருக்கிறது.

காந்தி பட்டினி மர்மம்

தோழர் காந்தியார் ஜெயிலில் அடைபட்டபோது மனப்பூர்த்தியாக வேண்டுமென்றே ஜெயிலில் இருந்து வெளிவர ஒருதடவை பட்டினி இருந்தார். அதாவது தனக்கு "ஹரிஜன சேவை செய்ய வசதி அளிக்க வேண்டும்" என்று பட்டினி இருந்தார். சர்க்கார் எவ்வளவோ வசதி அளிப்பதாக வாக்குறுதி கொடுத்தும் "காலை முதல் இரவுவரை தன்னிடம் யார் வேண்டுமானாலும் எப்போது வேண்டுமானாலும் வந்து போக வசதி இருக்கும்படி ஜெயில் கதவுகள் திறந்திருக்க வேண்டும்" என்று பட்டினி இருந்தார். அந்தப் பட்டினியால் சர்க்கார் காந்தியாரை வெளியில் விட்டு விட்டார்கள். இந்த பட்டினி காந்தியார் தன்னை பரிசுத்தம் செய்து கொள்வதற்காக இருந்தாரா? ஒரு குறிப்பிட்ட காரியத்தை அடைய எதிரிகள் இடமிருந்து இஷ்டமில்லாததை பலாத்காரமாய் தட்டிப் பறிக்க பட்டினி இருந்தாரா? என்று யோசித்துப் பார்க்க விரும்புகிறோம்.

மற்றும் வட்டமேஜை மகாநாடு நடத்தையில் தாழ்த்தப்பட்ட மக்கள் சர்க்காரிடம் இருந்து பெற்று வந்த ஒரு சுதந்திரத்தைப் பறிக்க சாகும் வரை பட்டினி என்று பட்டினி கிடந்தார். அதனால் தாழ்த்தப்பட்ட மக்கள் வெகுநாளாக தவமிருந்து பெற்ற தனித்தொகுதி உரிமை ஒரு வாரத்தில் பிடுங்கப்பட்டுப் போயிற்று. இதனால் காந்தியார் தன்னைச் சுத்தம் செய்து கொள்ள பட்டினி இருந்தாரா அல்லது ஒரு சமூகத்தாரின் உயிர் போன்ற உரிமையை பலாத்காரமாகப் பிடுங்கிக் கொள்ளப் பட்டினி கிடந்தாரா என்று யோசிக்கும்படி வேண்டுகிறோம்.

மற்றும் இந்த 5, 6 வருஷ காலமாக இந்திய நாட்டில் எத்தனை பேர்கள் பட்டினி கிடந்திருக்கிறார்கள். அவர்களில் அனேகரை காந்தியாரே கேட்டுக் கொண்டு பட்டினியை நிறுத்தும்படி செய்திருக்கிறார். இவர்களை எல்லாம் பார்த்து அவர்களது பட்டினி பலாத்காரமானது என்ற காரணத்தைச் சொல்லிதான் நிறுத்தச் சொன்னாரா? என்று கேட்கிறோம்.

இவற்றை ஏன் குறிப்பிடுகிறோம் என்றால் இன்று 30 நாட்களாக ஹிந்தி கூடாது என்று சென்னையில் பட்டினி கிடக்கும் தோழர் ஸ்டாலின் ஜெகதீசன் அவர்களது பட்டினியைப் பற்றி தோழர் காந்தியார் "இந்த பட்டினியானது வடிகட்டின பலாத்காரம்" என்றும் "அதற்குச் சிறிதும் இணங்கக் கூடாது" என்றும் தந்தி கொடுத்திருக்கிறார் என்றால் சுதேசமித்திரனும் இதை ஆதரித்து இந்த மாதிரி பட்டினிக்கு இணங்கக் கூடாது என்று எழுதுவது என்றால் மற்றும் சில பார்ப்பனப் பத்திரிக்கைகளும் பார்ப்பனரல்லாத மானங்கெட்ட கூலிப்பத்திரிக்கைகளும் "இந்தப்

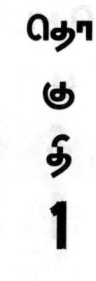

பூச்சாண்டிக்கு எல்லாம் பயப்பட முடியாது" என்று எழுதுவது என்றால் தோழர் ஆச்சாரியாரும் காந்தியார் பட்டினி தன்னைப் பரிசுத்தம் செய்துகொள்ளத்தக்கது என்றும் மற்றவர்கள் பட்டினி கலவரத்தை உண்டாக்கத்தக்கது என்றும் சொல்லு வதால் இதைக் குறிப்பிட்டோம் என்பதோடு இவர்களுடைய அகம்பாவமும் அயோக்கியத்தனமும் எப்படிப்பட்டது என்பதையும் தமிழர்கள் எப்படி நடந்தால் இவர்களுக்கு புத்தி கற்பிக்க முடியும் என்பதையும் ஒவ்வொரு தமிழ் மகனையும் சிந்தித்துப் பார்த்துச் செயலில் இறக்கும்படி வேண்டிக் கொள்வதற்காகவும் எழுதுகிறோம்.

ராஜி முயற்சி

மற்றும் சில தமிழ் மக்கள் ஆச்சாரியாருக்கும், தோழர் ஸ்டாலின் ஜெகதீசனுக்கும் ராஜி செய்ய முயற்சிப்பதாக வெளிவந்து ராஜி நிபந்தனையாக "ஹிந்தியை கட்டாய பாடமாக வைக்கப்படுமே ஒழிய அதில் பரீட்சை வைக்காமலே மற்ற படிப்புகளில் மாத்திரம் தேறி இருந்தால் மேல் வகுப்புக்கு அனுப்பப்படும்" என்று ஆச்சாரியார் ஒப்புக்கொள்வதாகச் சொல்லி ராஜி பேசுகிறார்கள். ஹிந்தியை பரீட்சை வைப்பதில்லை என்று கல்வி மந்திரி டாக்டர் சுப்பராயன் அவர்கள் 3 மாதத்திற்கு முன்பே ஈரோட்டில் சொல்லிவிட்டார். இதில் ஆச்சாரியார் தயவு என்ன வேண்டியிருக்கிறது என்பது விளங்கவில்லை. என்னவானாலும் ஆச்சாரியார் பிடிவாதம் சிறிதும் குறையவில்லை என்றுதான் முடிவு செய்ய வேண்டியிருக்கிறது. இப்பிடிவாதத்தை தமிழர்கள் ஒற்றுமையாலும் ஒன்றுபட்ட முயற்சியாலும் தான் ஒழிக்க வேண்டியிருக்கிறது.

இதற்காகவே 28.5.38ல் திருச்சியில் ஒரு கமிட்டிக் கூட்டம் கூட்டப்பட்டது. அதில் ஹிந்தியை ஒழிக்கப் போர் தொடுக்க பல முறைகள் வகுக்கப்பட்டிருக் கின்றன.

பலாத்காரப் புரளி

அம்முறைகளுக்குத் தமிழ் மக்கள் ஆதரவளித்து போரில் இறங்கி வெற்றி பெறச் செய்ய வேண்டியது தமிழர்களின் நீங்காக் கடமையாகும் என்பதை ஒவ்வொரு தமிழரும் உணர வேண்டும் என்பதாக வேண்டிக் கொள்ளுகிறோம். போரில் காந்தியார் மிரட்டும் பலாத்காரத்தைப் பற்றி எவரும் கவலைப்படக் கூடாது. பலாத்காரத்துக்கு இந்த உலகில் காந்தியார் மாத்திரமே பாஷியக்காரரென்று கருதும் முட்டாள் கோஷ்டியில் நாம் சேர்ந்தவரல்ல. உண்மையில் பலாத்காரம் என்றால் சரீரத்திற்கு நோவுண்டாகும்படி செய்வதும் மனிதனுடைய சரீர பலத்தை மற்றொரு மனித சரீரத்தின் மீது பிரயோகிப்பதையுமே நாம் பலாத்காரம் என்று கருதுகிறோம். அப்பேர்ப்பட்ட பலாத்காரம் நமக்கு சுமார் 20 - வருஷமாகவே கூடாத - கண்டிப்பாய் கூடாத காரியமாய் இருந்து வருகிறது. நாம் வகுக்கும் எந்த போர் முறையிலும் இம்மாதிரி பலாத்காரத்தை அறவே வெறுத்தும் நீக்கியும் வந்திருக்கிறோம். ஆதலால் திருச்சி போர் முறையானது இப்படிப்பட்ட பலாத்காரமில்லாமல் மற்றபடி எப்படிப்பட்ட முறையானாலும் அதற்கு தமிழ் மக்கள் இசைந்து ஆதரவளிக்க வேண்டுமென்று கேட்டுக்கொண்டு இதை முடிக்கிறோம்.

குடி அரசு - 29. 05. 1938

தொகுதி 1
மொழி

தமிழர் போர் மூண்டுவிட்டது எதற்காக?

தமிழுக்காக, தமிழர் தன்மானத்துக்காக தமிழர் அறிவு, கலை, வீரம் ஆகியவற்றிற்காக,

எனவே
தமிழா உன் கடமை என்ன?

மாதம் 75 ரூபாய் காசுக்கு எதிரியின் காலை நக்குவதா? அற்ப பதவிக்காக சகலத்தையும் உதிர்த்து தமிழை, தமிழனை, தமிழ்நாட்டை காட்டிக்கொடுத்துவிட்டு வளையல் போட்டுக்கொண்டு முக்காடிட்டு மூலையில் குந்தி இருப்பதா? சீச்சீ இது சிற்றினப் பிழைப்பல்லவா?

மற்றென்ன உன் கடமை?
எதிரியின் கூட்டுறவை ஒழி.
வீரத்துடன் வெளியில் வந்து மார்தட்டு.
கிளர்ச்சிப் போரில் முன்னணியில் நில்லு.
எதிரி வெட்கப்பட, அறிவு பெற, ஓடி ஒழிய
உன் உயிர்விடத் தயாராகு.
இவை உன்னால் ஆகாவிட்டால்
காசு கொடுத்து ஆதரித்து நீ தமிழன்
என்பதையாவது காட்டிக்கொள்.

குடி அரசு - 29. 05. 1938

தொகுதி 1

மொழி

ஹிந்திப் போர்

ஹிந்திப்போர் ஆரம்பமாகி விட்டது. ஹிந்தி எதிர்ப்பாளர் மூவர் சிறைப் படுத்தப்பட்டு அவர்கள் மீது வழக்கும் தொடரப்பட்டு விட்டது. இருவர் ஜாமீனில் விடப்பட்டிருக்கின்றனர். இவைகள் எல்லாம் எதிர்பார்க்கப்பட்டவைகளே. சென்னை மாகாணத் தமிழர் மகாநாட்டு நிருவாகக் கமிட்டியார் இவைகளை யெல்லாம் எதிர்பார்த்தே முடிவு செய்திருக்கிறார்கள். நிர்வாகக் கமிட்டியார் நியமனம் செய்த சென்னை சர்வாதிகாரி தோழர் ஸி.டி. நாயகத்துக்குப் பதிலாக யார் சர்வாதிகாரியாக நியமிக்கப்படுவார் என்றும் மேற்கொண்டு என்ன நடக்குமென்றும் தெரியவில்லை. இதற்கிடையில், காங்கரஸ் தலைவர் தோழர் சுபாஷ் சந்திர போஸ் ஹிந்தி எதிர்ப்புத் தகவல்களைப் பூரணமாகத் தமக்கு தெரிவிக்க வேண்டுமென்று, ஹிந்தி எதிர்ப்பு சர்வாதிகாரி தோழர் ஸி.டி. நாயகத்தை எழுத்து மூலம் கேட்டுக் கொண்டதாகவும் அதற்கு தோழர் ஸி.டி. நாயகம் ஏற்கனவே பதிலனுப்பிவிட்டதாகவும் காங்கரஸ் பத்திரிக்கைகளில் ஒரு செய்தி வெளி வந்திருக்கிறது. தோழர் ஸி.டி. நாயகம் தோழர் சுபாஷ் போசுக்கு அனுப்பிய பதிலில் காங்கரஸ் தலைவர் சென்னைக்கு வந்து ஹிந்தி எதிர்ப்பின் வன்மையை நேரில் உணர வேண்டுமென்றும், இது விஷயமாக ஒரு முடிவு ஏற்படும்வரை ஹிந்தி கட்டாய பாட விஷயமாக எதுவும் செய்யக்கூடாதென்று கனம் ராஜ கோபாலாச்சாரியாரைக் கேட்டுக் கொள்ள வேண்டும் என்றும் குறிப்பிட்டிருப்பதாக காங்கரஸ் பத்திரிகைகள் கூறுகின்றன. ஆனால் இது விஷயமாக நமக்கு இன்று வரை ஹிந்தி எதிர்ப்புச் சர்வாதிகாரியிடமிருந்து எத்தகைய தகவலும் கிடைக்க வில்லை. எனவே பிரஸ்தாப விஷயமாக நாம் எதுவும் கூறமுடியவில்லை. தோழர் சுபாஷ்போஸ் மெய்யாகவே தோழர் ஸி.டி. நாயகத்துக்குக் கடிதம் எழுதியிருந்தால் சென்னை காங்கரஸ் சர்க்கார் ஹிந்தி எதிர்ப்பாளர் மீது நடவடிக்கை எடுத்திருப் பார்களா என்ற சந்தேகமும் நமக்கு உண்டாகிறது. காங்கரஸ் ராஜ்ஜியத்திலே சர்வ ஜனங்களுக்கும் பூரணமான பிரஜா சுதந்திரங்கள் - இருந்து வரும் என காங்கரஸ்காரர்கள் விளம்பரம் செய்தனர்; செய்கின்றனர். ஆனால் அவர்களது பிரஜா சுதந்தரம் எத்தன்மையது என்பதை சென்னை மெயிலைப் போலவே நம்மாலும் உணர முடியவில்லை. ஒருக்கால் அவர்கள் கூறும் பிரஜா சுதந்தரம் காங்கரஸ் காரருக்கு மட்டும்தான் உண்டா? சமீபத்தில் சென்னையில் கிராம்பு மறியல் நடைபெற்றது. மாகாண காங்கரஸ் தலைவர் ஆதரவிலேயே அந்த மறியல் போர் நடைபெற்றது. விவசாய மந்திரி கனம் முனிசாமிப் பிள்ளையும் அந்த மறியல் போரைக் கண்ணுற்றார்.

ஆனால் அந்த மறியல் மீது எத்தகைய நடவடிக்கையும் எடுக்கப்படவில்லை. ஆகவே காங்கரஸ் சர்க்கார் பிரஜா சுதந்தரத்துக்கு வழங்கியிருக்கும் பொருள் நமக்கு மர்மமாகவே இருக்கிறது. ஹிந்தி எதிர்ப்புப் போர் அனாவசியமாகவும்,

அக்கிரமமாகவும் தொடங்கப்பட்டதல்ல. காங்கரஸ் மந்திரிகள் பின்பற்ற வேண்டிய கொள்கைகளை காங்கரஸ் காரியக்கமிட்டியே நிர்ணயம் செய்யுமெனச் சொல்லப் படுகிறது. பொதுபாஷை ஒரு அகில இந்தியப் பிரச்சினை. சென்னை மாகாணத்துக்கு மட்டும் உரித்தானதல்ல. தேசீய பொதுபாஷையைப்பற்றி அகில இந்திய காங்கரஸ் கமிட்டியார் இதுகாறும் முடிவு செய்யவே இல்லை. ஹரிபுரா காங்கரசிலும்கூட தேசீய பொதுபாஷை விஷயம் பரிசீலனை செய்யப்படவில்லை. சென்ற பொதுத் தேர்தலுக்கு முன், தேசீய பொதுபாஷையைப் பற்றி காங்கரஸ்காரர் ஒரு வார்த்தை யாவது பேசவுமில்லை. எனவே திடும் பிரவேசமாய் ஹிந்தியை தமிழ்நாட்டில் புகுத்தப் போவது நேர்மையே அல்ல. இது பல ஹிந்தி எதிர்ப்பு மகாநாட்டு முடிவுகள் மூலம் சென்னை காங்கரஸ் சர்க்காருக்கு தெரியப்படுத்தப்பட்டிருக்கிறது. ஹிந்திக்கு தென்னாட்டில் இருந்து வரும் எதிர்ப்பின் வன்மை காங்கரஸ் சர்க்காருக்குத் தெரியாததுமல்ல. ஹிந்தி கட்டாயப் பாட விஷயமாக சென்னை முதல் மந்திரி கனம் ராஜகோபாலாச்சாரியாரும், கல்வி மந்திரி கனம் டாக்டர் சுப்பராயனும் தம் அபிப்பிராயங்களை மாற்றிக் கொண்டு வந்திருப்பதே ஹிந்தி எதிர்ப்பின் வன்மையை சென்னை காங்கரஸ் மந்திரிகள் உணர்ந்திருக்கிறார்கள் என்பதற்கு அத்தாட்சி. ஈரோடு பொதுக் கூட்டத்தில் கல்வி மந்திரி டாக்டர் சுப்பராயன் பேசுகையில் ஹிந்தியில் பரீட்சை நடத்தப் போவதில்லையென்று கூறினார். சென்னை மாகாணம் முழுவதும் ஹிந்தியைக் கட்டாய பாடமாக்கப் போவதாகக் கூறிய கனம் முதன்மந்திரி 125 பள்ளிக்கூடங்களிலே பரீக்ஷார்த்தமாக ஹிந்தியைக் கட்டாய பாடமாக்கப் போவதாகவும் ஹிந்திப் பரீட்சையில் மார்க்கு வாங்காதவர்களும் மற்றப் பாடங்களில் போதிய அளவுக்கு மார்க்கு வாங்கியிருந்தால் மேல் வகுப்புக்கு மாற்றப்படுவார்கள் என்றும் இப்பொழுது கூறுகிறார். கல்வி மந்திரி ஹிந்தியில் பரீட்சையே நடத்தப்படமாட்டாது என்று கூறியிருக்கையில் ஹிந்திப் பரீட்சையில் மார்க்கு வாங்காதவர்களும் மேல் வகுப்புக்கு மாற்றப்படுவார்கள் என கனம் முதன்மந்திரியார் கூறுவதின் மர்மம் என்ன? இதனால் ஹிந்தி விஷயமாக பிரதம மந்திரிக்கோ, கல்விமந்திரிக்கோ திடமான கொள்கை இல்லை என்பது விளங்க வில்லையா? சென்னை மாகாண மாணவ மாணவிகளின் க்ஷேமத்தைப் பாதிக்கக் கூடிய கல்வி விஷயத்தில் இம்மாதிரி வழவழாக் கொள்கையைக் காங்கரஸ் மந்திரிகள் பின்பற்றுவது நேர்மையாகுமா? தென்னாட்டு மக்களில் 100க்கு 93 பேர் எழுத்து வாசனை இல்லாதவர்கள் என்று சொல்லப்படுகிறது. தாய்மொழிப் பயிற்சி யிலேயே சென்னை மாகாணம் இவ்வளவு மோசமாக இருந்து வருகையில் ஹிந்தி கட்டாய பாடத்தைச் சென்னை மாகாண சிறுவர், சிறுமியர் தலையில் ஏற்றுவது என்ன நீதி? சென்னை மாகாணக் கல்வியின்மையைப் போக்க சென்னை பிரதம மந்திரி ஏன் முயற்சி செய்யவில்லை? கல்வியின்மையைப் போக்க வேண்டிய தல்லவா பொறுப்புடைய ஒரு மந்திரியின் முதல் வேலை. ஐக்கிய மாகாணத்திலே கல்வியின்மையைப் போக்க 10 - லக்ஷம் ரூபாய் ஒதுக்கிவைத்து வேலைகள் நடைபெற்று வருவதை சென்னைப் பிரதம மந்திரி அறியாரே? கல்வி விஷயத்தில் ஐக்கிய மாகாண மந்திரி ஒரு விதமாகவும், சென்னை மாகாண மந்திரி வேறு விதமாகவும் நடப்பது காங்கரஸ் கொள்கைக்குப் பொருத்தமாக இருக்கிறதா? முக்கியமான விஷயங்களில் காங்கரஸ் மாகாணங்கள் எல்லாம் ஒரே மாதிரிக் கொள்கையையே பின்பற்றும் எனக் கூறப்படுவது சென்னை மாகாணத்துக்கு மட்டும் பொருந்தாதா? எப்படிப் பார்த்தாலும் சரி, சென்னை முதல் மந்திரியார் போக்கு ஆதரிக்கக் கூடியதே அல்ல. ஆகவே சென்னை மாகாண தமிழர் மகாநாட்டு நிருவாகக் கமிட்டியார் முடிவுகளை நிறைவேற்றி வைப்பதைத் தவிரத் தமிழர் களுக்கு வேறு வழியில்லை. ஆகவே நிர்வாகக் கமிட்டியார் கட்டளைப்படி நடக்க தென்னாட்டார் தயாராக இருக்க வேண்டுமென்று கேட்டுக் கொள்ளுகிறோம்.

குடி அரசு - 05. 06. 1938

பழிக்குப் பழிவாங்கும் பார்ப்பனர் ஆட்சி

- பார்ப்பனனல்லாதான்

தமிழ்நாட்டு அரசர்கள் பல தடவைகள் வடநாட்டுப் பார்ப்பன அரசர்களின் மேல் படை எடுத்துப் பார்ப்பன அரசர்களை முறியடித்து வெற்றிமாலை சூடி இருக்கின்றார்கள். இது கலிங்கத்துப்பரணி போன்ற பழந்தமிழ் நூல்களை ஆராய்ந்தால் தெள்ளிதின் விளங்கும். நந்தமிழர் தமிழ் நூல்களில் நல்ல தேர்ச்சி பெறாமலும், சிறிது தேர்ச்சிப் பெற்றாலும் பிராமண - புராண மூடபக்தியின் மிகுதியால் பகுத்தறிவு கொண்டு ஆராயாமலும் தளரவிட்டதினால் தான், உலகம் புகழ்ந்த நந்தமிழ் நாடு பலமின்றிப் பாழ்த்து வருகின்றது. பார்ப்பன அரசர்களை நம் அத்தமிழ் நாட்டரசர்கள் பல தடவைகளில் போரில் வென்று விறற்கொடி ஏற்றி இருக்கின்றார்கள். உதாரணமாக:-

ஒரு சமயம் வடநாடுகளில் ஒன்றில் ஏதோ ஒரு விசேட சந்தர்ப்பத்தில் பல பார்ப்பன அரசர்கள் சேர்ந்திருந்தார்கள். அவர்களில் பிரபலஸ்தர்கள் கனகன், விஜயன் என்னும் இருவர். இவர்கள் எல்லோரும் உண்டுகளித்து உல்லாசமாக உரையாடிக் கொண்டிருக்கும்போது, தென்னிந்திய தண்டமிழ் அரசர்களைப் பற்றியும் பேச ஆரம்பித்தார்கள். அவர்களிலொருவன், தமிழரசர்களின் வீரப் பிரதாபங்களையும், போர்த்திறமைகளையும் பற்றிப் புகழ்ந்து பேசினான். உடனே கனகனுக்கும், விஜயனுக்கும் கோபம் வந்துவிட்டது. அவர்கள் "முன் நம் ஆரிய அரசர்கள் மூடத்தனத்தினால் தோற்றுவிட்டார்கள். இப்பொழுது அந்த தமிழரசர்கள் படை எடுத்து வந்தால் அவர்களைப் புறமுதுகிட்டோடும்படி நாங்கள் அடித்து விடுவோம்" என்று வீர வார்த்தை ததும்பப் பேசினார்கள். இந்த வார்த்தைகளைத் தமிழ்நாட்டிலிருந்து காசி முதலிய வடநாட்டு க்ஷேத்ர யாத்திரை சென்றிருந்த ஒருவன் கேட்டுக் கொண்டிருந்து திருப்பி வந்து சேர ராஜனிடம் செப்பினான். உடனே சேர ராஜனுக்குக் கோபம் பிறந்து கண்கள் சிவக்க சின வார்த்தைகளால் சீறினான். இதைக் கண்ட அமைச்சன் (பார்ப்பனன்) தன் இனத்தாருக்கு ஆபத்து வந்ததென்றறிந்து அரசனைச் சமாதானப்படுத்த எண்ணி "அரசே! அவர்கள் தங்களைச் சொல்லவில்லை. முன் படை எடுத்துச் சென்று அவர்களை வாட்டிய பாண்டிய நாட்டரசனைத்தான் சொன்னார்கள்" என்று வினயமாகப் புகன்றான். அரசன் முன்னிலும் மிக்க சினங்கொண்டு "பாண்டியனை சொன்னாலென்ன, என்னைச் சொன்னாலென்ன? நாங்கள் தமிழ் நாட்டரசர்கள்தானே. இன்று பாண்டியனைச் சொன்னதுபோலத்தானே நாளை என்னையும் சொல்லுவார்கள். ஆகையால் நான் அவர்களை சும்மா விடமாட்டேன். அவர்களின் மேல் படை எடுத்துச் சென்று, பொருது வெற்றி பெற்று அவர்களைச் சிறைப்பிடித்து, அவர்களை இமயமலைக்கு

அழைத்துச் சென்று அதிலிருந்து ஒரு கல்லை எடுத்து அவர்கள் தலைமீது வைத்துக்கொண்டு வந்து, கங்கை காவேரி நதிகளில் நீராட்டி அக்கல்லில் (கண்ணகி) காளி விக்கிரகம் செய்வேன். இல்லையேல் நான் வீரத்தமிழனல்ல. இது சத்தியம்" என்று தோட்கள் துடிக்க வீரம் பேசி, உடனே சண்டைக்குப் புறப்படும்படி சேனைகட்குத் தரவிட்டான். இதுவல்லவோ தமிழ்நாட்டின் தருமநெறி! (துஷ்ட நிக்ரக சௌகரியம் சிஷ்ட பரிபாலன யோக்யம்) தமிழர்களின் ஒற்றுமை! உடனே சதுர்விதசேனை களோடும் புறப்பட்டு வடநாடு சென்று போர்புரிந்து ஆரிய அரசர்களை எல்லாம் வென்று, கனகன், விஜயன் ஆகியவர்களைச் சிறைபிடித்து, இமயமலை சென்று அதைக் கடந்து அப்புறம் சென்று போர்புரிந்து வெற்றி பெற முடியாமையால், அம்மலையின் ஓர் பாறையில் தனது புலிக்கொடியைச் செதுக்கிவிட்டு, ஒரு கல்லை எடுத்து அப்பார்ப்பன அரசர்களின் தலைமேல் வைத்து சேரநாட்டிற்கு (மலையாளம்) சுமந்து வரும்படிச் செய்து அக்கல்லில் தான் (கண்ணகி) காளிவிக்கிரகம் செய்தான். இச்சரித்திர சம்பவம் வீரத்தமிழர்களின் போர்த்திறமையையும் நாகரிகத்தையும், ஒற்றுமையையும் நன்றாய் விளக்குகின்றதன்றோ? இவ்விதமாக குமரி முதல் இமயம் வரை வியாபித்திருந்த தமிழர்களின் இராஜ்யம், பாஷை, நாகரிகம் முதலியவைகள் எப்படி அழிந்தன என்பது சிந்திக்கற் பாலதன்றோ? அதுதான் ஆரியர்களின் வஞ்சகம்.

மேலே சொல்லப்பட்ட தமிழர்களின் வீரத்தை அடக்க வேண்டுமென்று ஆரியர்கள் பலவித சூழ்ச்சிகள் செய்து தமிழர்களின் விரிந்த இராஜ்ஜியத்தையும், சிறந்த கலைகளையும், மேலான நாகரிகத்தையும் சிறுகச் சிறுகக் கெடுத்து விட்டார்கள் என்பது ஆழ்ந்து சிந்தித்தால் விளங்காமல் போகாது. இந்து மதம் என்பது பார்ப்பனர்கள் மற்றவர்களை அடக்கி ஆளவும் தாங்கள் எப்பொழுதும் சுகஜீவிகளாக இருக்கவும் பார்ப்பனர்களால் ஏற்படுத்தப்பட்ட ஒரு பிரித்தாளும் சூழ்ச்சி நிறைந்த மதம் என்பது பல மேதாவிகளால் ஒப்புக்கொள்ளப் பட்டதாகும்.

ஹிந்தி பாஷை

இது இறந்துபோன சமஸ்கிருதமாகிய பார்ப்பன பாஷையை மீண்டும் உயிர்ப் பிக்கவும் ஆரியக் கலைகளாகிய அடிமை கற்பிக்கும் கலைகளைக் கற்பித்து, சிறிது சுயமரியாதையடைந்த மக்களை மறுபடியும் அடிமைகளாக்கவும், மூடப்புராண பக்திகளால் இந்தியர்களை அந்நியருங் கண்டு நகைக்கக் கூடியவாறு மடையர் களாக்கவும் ஹிந்தி யென்னும் இலக்கணமில்லா பாஷையை முரட்டு சப்தமுள்ள பாஷையை பார்ப்பனர்கள் வலியப் புகுத்துகின்றார்கள். தேசத்துக்கொரு பாஷை வேண்டுமென்றால் அது அடிமை கற்பிக்கும் பாஷையாகத்தான் இருக்கவேண்டுமா? பல ஜாதிகளைச் சொல்லி மனிதர்களைப் பிரித்துவைக்கும் பாஷையாகத்தான் இருக்கவேண்டுமா? சில லட்ச ஜனங்கள் பேசும் ஹிந்தி பாஷையை பல கோடி மக்கள் பழக வேண்டுமென்று சொல்லுவானேன்? அதிலும் நம் தண்டமிழ் நாட்டினரை நிர்ப்பந்தப்படுத்துவானேன்? தமிழரசர்கள் ஆரியர்களின் இராஜ்ஜியம், பாஷை முதலியவற்றை அழித்தார்கள் என்னும் வஞ்சந் தீர்க்கவா? தமிழன்பர்களே! இதைச் சிந்தித்துப் பாருங்கள்.

ராம ராஜ்ஜியம்

இப்பொழுது காங்கரஸ் தலைவர்கள் சுயராஜ்யம் என்றால் ராம ராஜ்ஜியந்தான் என்று சொல்லுவது எல்லோருக்கும் தெரிந்ததே. இராமராஜ்ஜியம் என்றால் பார்ப்பன ஜாதிக்கு மிக்க அனுகூலமான சட்டங்களால் ஏற்படுத்தப்பட்ட இராஜாங்க முறையுள்ள இராஜ்ஜியம் என்பது இராமாயணத்தை பகுத்தறிவோடு நடுநின்று

படிப்போர்க்கு நன்றாய் விளங்கும். எப்படி எனில், பார்ப்பனரல்லாதான் (சம்புகன்) ஒருவன் தவம் செய்துகொண்டிருந்தான். அது பார்ப்பனர்களுக்குப் பிடிக்கவில்லை. உடனே இராமனை இழிவாகப் பேசி அந்த தவசிரேஷ்டன் மேல் ஏவ, இராமன் அந்த பார்ப்பனனல்லாதானைக் கொன்றுவிட்டான். இவ்விதமான பார்ப்பனர் களுக்கு அனுகூலமான இராமராஜ்ய நீதிமுறைகளைக் கொண்ட சுயராஜ்ஜியம் அமைக்க வேண்டுமாம். இப்படிப்பட்ட சுயராஜ்ஜியமும் பார்ப்பனர் களுக்குத் தானே அனுகூலம். ஜாதிப்பிரிவினை போதிக்கும் இராமராஜ்யம் இந்துமத ராஜ்ஜியம் என்பதில் என்ன சந்தேகம். ஹிந்து மதத்தை ஏற்படுத்தியவர்கள் பார்ப்பனர்கள். ஆகையால் இராஜாங்கமும் பார்ப்பனர்களுடையதே!

அரசர்

மேற்கூறிய காரணங்களால் மக்கள் ஹிந்து மதத்திற்கும், ஹிந்தி பாஷைக்கும், இராமராஜ்ஜியத்திற்கும் அடிமைப்பட்டு மூடபக்தி கொண்டவுடன் ஆரியன் (பார்ப்பனன்) தான் அரசனாவான் என்பதில் என்ன சந்தேகம்? வேண்டுமானால் இப்பொழுதிருக்கும் காங்கரஸ் சபையின் போக்கைப் பாருங்கள். பதவி பெற்ற ஏழு மாகாணங்களில் ஆறு மாகாணங்களில் ஆரியர்கள் முதன் மந்திரிகள். சுய ராஜ்ஜியமாகிய ராமராஜ்ஜியம் வந்துவிட்டால் இந்தியாவிலிருக்கும் மாகாணங்கள் முழுவதிலும் ஆரியர்களின் ஆதிக்கம் வலுத்துவிடும் என்பதிலேதாவது சந்தேக முண்டா? ஆரியர்களின் ஆதிக்கம் வலுத்தவுடன் ஆரியன் தான் அரசனாகவோ, பிரசிடெண்டாகவோ, சர்வாதிகாரியாகவோ வருவான் என்பதில் எட்டுணையும் சந்தேகமில்லை. அப்படி வந்தவுடன் பழைய மனுதர்மச் சட்டம்தான் ராஜாங்க சட்டமாகும் என்பதில் ஏதேனும் சந்தேகம் உண்டா? சென்னை கார்பொரேஷனில் தலைமை உபாத்தியாயர்களின் நியமனத்தையும், மாட்டு வைத்திய இலாகா உத்தியோக நியமனத்தையும் பாருங்கள் - பார்ப்பன அதிகாரத்தை.

இவைகளை எல்லாம் சிந்தித்துப் பார்த்தால், பார்ப்பனர்கள் இழந்துபோன தங்கள் இராஜ்யம், மதம், பாஷை முதலியவைகளை மறுபடியும் பெற சூழ்ச்சி செய்கின்றார்கள் என்பது நன்றாய் விளங்காமற் போகாது. இதற்கெல்லாம் அஸ்திவாரம் பாஷை. பாஷை ஆரியமாக இருந்தால் மற்ற நடைமுறைகளும் அதைத் தழுவித்தானே இருக்கும். ஆகவே, பார்ப்பனர்கள் இழந்துபோன தங்கள் இராஜ்யம், மதம், பாஷை முதலியவைகளை மறுபடியும் அடைய வேண்டி ஹிந்தி பாஷையைக் கட்டாயமாகப் புகுத்துவதால், தமிழர் மேலும் பார்ப்பனரல்லாத மற்ற இந்தியர் மேலும் ஆதிக்கம் செலுத்தி பழிக்குப்பழி வாங்க பார்ப்பனர்கள் ஹிந்தி பாஷை மூலம் அஸ்திவாரம் போடுகின்றார்கள் என்பது நன்றாய் விளங்குகின்றதன்றோ. பார்ப்பனரல்லாத இந்தியர்களே! தண்டமிழர்களே! நீங்கள் என்ன செய்யப் போகின்றீர்கள்?

எந்தத் தென்னாட்டு காங்கரஸ்காரர் வடநாடு சென்று காங்கரஸுக்குப் பணம் வசூலித்திருக்கிறார்கள். வடநாட்டுக்காரர்கள் தானே தென்னாட்டில் வந்து பணம் வசூலித்துக் கொண்டு செல்லுகின்றார்கள். (தென்நாட்டுத் தரகர்களாகிய) கனம் ஆச்சாரியார், மகாகனம் சீனிவாச சாஸ்திரியார், தோழர் சத்தியமூர்த்தி, தோழர் சீனிவாச ஐயங்கார் போன்றவர்கள் வடநாட்டார்களை வரவழைத்து, தென் நாட்டிலுள்ள ஏமாந்த பணக்காரர்களாகிய நம்மனோரைக் காட்டிக்கொடுத்துப் பணம் பறித்துச் சென்று விடுகின்றார்கள். தென்நாட்டுப் பிரமுகர்கள் வடநாடு சென்று பணம் வசூலிக்க லாயக்கற்றவர்களா? வடநாட்டில் மேடைப்பிரசங்கஞ் செய்ய ஆற்றலற்றவர்களா? ஏன் இவர்களை அடக்கியே வைத்திருக்கின்றார்கள்? "கழுதைக்கு உள் ஏறி காட்டக்கூடாது" என்பதற்கிணங்க இவர்களுக்கு

வடநாட்டுக்கு வழிகாட்டிவிட்டால் பிறகு பார்ப்பனர்களுக்கு மதிப்பிருக்கா தென்பதினாலா? இதை எல்லாம் காங்கரஸிலிருக்கும் நம் பார்ப்பனரல்லாத சகோதரர்கள் சிந்தித்துப் பார்க்க வேண்டாமா? சில காலம் காங்கரஸ் கட்சியில் சேர்ந்து தேச விடுதலைக்காக உடல், பொருள், ஆவியாலும் உழைத்து பார்ப்பன தந்திர-வஞ்சக உண்மை அறியும் சமயத்தில் பார்ப்பனரல்லாதாரைக் காங்கரஸிலிருந்து விரட்டி விடுகின்றார்கள். இவ்விதம் விரட்டி அடிக்கப்படும் உண்மைத் தியாகிகளில் சாமி வெங்கடாஜலம் செட்டியாரும் ஒருவர். சாமி வெங்கடாசலம் செட்டியாருக்கு சத்தியமூர்த்தி கொடுத்திருக்கும் சவுக்கடி அதிக சுருக்கென்றிருக்கின்றது. உண்மை யிலேயே இவர் கதியைப் பற்றி மிக வருந்த வேண்டியது தான். மெச்சத்தக்கத் தியாகம், நீண்ட அரசியல் அனுபவம், தாய்நாட்டு விடுதலையே தன் மானமாகக் கொண்ட இத்தகைய பெரியார்களின் கதியே இப்படியென்றால் மற்ற பார்ப்பனரல்லாதாரின் கதி காங்கரஸ் கட்டுப்பாட்டில் என்னாகும் என்பதை நினைக்க பயங்கரமாயிருக்கின்றதல்லவா? ஆகையால் பார்ப்பனரல்லாத தோழர்களே! தமிழர்களே! பழிக்குப்பழி வாங்கும் பார்ப்பன ஆட்சியை சிந்தித்துப் பாருங்கள்! வீறு கொண்டெழுங்கள்! தண்டமிழைக் காப்பாற்றுங்கள்!

குடி அரசு - 05. 06. 1938

ஆச்சாரியார் அறிக்கை

ஹிந்தி எதிர்ப்புக் கிளர்ச்சியைப் பற்றி கனம் ராஜகோபாலாச்சாரியார் அவர்கள் அசோசியேட்டட் பிரஸ் நிருபருக்கு பேட்டி அளித்து பேசியதில் இப்போது உள்ள ஹிந்தி எதிர்ப்புக் கிளர்ச்சியில் இருந்து தாம் செய்து கொள்ள வேண்டிய முடிவானது "தமிழ் இருப்பதா ஒழிவதா என்பது அல்ல"வென்றும், ஜனங்களால் தேர்ந் தெடுக்கப்பட்டவர்களான தமக்கு இந்நாட்டு மக்களுக்கு தாராளமான முறையில் (தன் இஷ்டப்படி) கல்வி போதிக்க அதிகாரம் இருக்கிறதா இல்லையா என்பதை இரண்டில் ஒன்று பார்த்து விட வேண்டும் என்றும், இந்நாட்டை ஜனங்களால் தெரிந்தெடுக்கப்பட்ட தான் (சி.ஆர். ஆச்சாரியார், ப-ர்) ஆளுவதா அல்லது சிலருடைய மிரட்டுதலுக்குப் பயந்து விட்டு விட்டுப் போய்விடுவதா என்பதையும் ஒரு கை பார்த்துவிடப் போவதாகவும் சொல்லி வீர கர்ஜனை புரிந்து இதை பத்திரிக்கைகளில் விளம்பரம் செய்யச் செய்திருக்கிறார்.

நமது கவலை என்ன?

ஆகவே இதிலிருந்து இன்றைய தினம் கனம் ஆச்சாரியார் அவர்களுக்கு ஹிந்தியைக் கட்டாய பாடமாக ஆக்கும் காரியம் அவ்வளவு முக்கியமானதல்ல வென்பதும், தனக்குள்ள அதிகாரம், பலம், சுதந்திரம் எவ்வளவு என்பதை முடிவு செய்வதற்காகவே இந்த ஹிந்தி பிரச்சினையை கைக் கொண்டிருப்பதாகவும் நன்றாய் விளங்குகிறது.

ஆனால் நமது கவலையும் கருத்தும் அதுவல்ல. ஆச்சாரியாருக்கு சர்வ வல்லமை இருப்பதும் அவர் நினைத்த காரியத்தைச் சாதிக்கக் கூடிய ஆற்றலும் இருப்பதும் நமக்கு நன்றாய்த் தெரியும். எப்படியெனில் அவர் கையில் போதுமான அளவுக்கு மேற்பட்ட தமிழ் அடிமை மக்கள் தாராளமாய் இருக்கிறார்கள். அதாவது கனம் தோழர்கள் டாக்டர் சுப்பராயன், ராமநாதன், சுப்பய்யா, சுப்பிரமணியம், அண்ணாமலை போன்ற ஆள்கள் ஆச்சாரியார் என்ன சொன்னாலும் ஆதரிக்கவும், கை தூக்கவும் (His Master's Voice) ஹிஸ் மாஸ்டர்ஸ் வாய்ஸ் என்பதுபோல் ஆச்சாரியார் சொன்னதையும் உள்ளத்தில் நினைப்பதையும் அப்படியே உருக்குலையாமல் தங்கள் வாயினால் தங்கள் பொறுப்பில் என்று சொல்லவும் 100-க் கணக்கான மக்கள் இருக்கும்போது அவர் இரண்டிலொன்று பார்த்துவிடுகிறேன் என்று சொல்லுவதில் ஆச்சரியமில்லை. ஆனால் கனம் ஆச்சாரியார் தனது வலிமை எவ்வளவு என்பதை தெரிந்து கொள்ள ஹிந்தி பிரச்சினையை விட்டு விட்டு வேறு பிரச்சினையை கைக் கொள்வாரானால் நமக்குச் சிறிதும் கவலை இல்லை என்பதோடு ஆச்சாரியாருக்கு

சர்வசக்தியும் வல்லமையும் இருப்பதாக ஒப்புக்கொள்ள நமக்கு ஆக்ஷேபணை யுமில்லை. அப்படிக்கு இல்லாமல் ஒரு சமூகத்தையே அடியோடு நாசம் செய்து அழிக்கும் காரியத்தில் இறங்கிவிட்டு அதை செய்து முடிக்க எனக்குச் சக்தி இருக்கிறதா இல்லையா என்று பார்த்து விடுகிறேன் என்று சபதம் கூறுவாரே யானால், அது மிகவும் கவலையையும், துன்பத்தையும், தொல்லையையும் கொடுக்கக் கூடிய காரியமாகத்தான் முடியுமே ஒழிய வீரப்பிரதாபத்தின் பரீக்ஷைக்கு அளவு கருவியாக இருக்க முடியாதென்றே கருதுகிறோம்.

ஆச்சாரியார் நாட்டு மக்களால் தேர்ந்தெடுக்கப்பட்டவரா?

ஆச்சாரியார் பிரதம மந்திரியானாலும் ஒப்பற்ற ஒரே தனி மந்திரியானாலும் அல்லது சர்வாதிகாரமுள்ள தன்னாட்சி உள்ள ஏகபோக சக்கரவர்த்தியேயானாலும் அவர் இந்நாட்டுப் பெரும்பான்மை மக்களான (100க்கு 97 பேர்களான) பழங்குடி மக்களுக்கு அன்னியப்பட்ட ஒரு பார்ப்பனர் - அதுவும் ஆரியப் பார்ப்பனர் என்பதையும் அதிலும் ஆரிய மதம், ஆரியக்கலை, ஆரியப் பழக்கவழக்கம் ஆகியவைகளில் குரங்குப் பிடிவாதமுள்ள ஒரு வகுப்பைச் சேர்ந்த - ஒரு கருத்தை - கொள்கையைக் கொண்ட ஒரு அன்னிய மனிதன் என்பதை அவர் மறந்து விடக்கூடாது என்பதை அவருக்கு ஞாபகப்படுத்துகிறோம். மற்றும் இந்நாட்டு ஜனங்களால் ஆச்சாரியார் மாத்திரம் தெரிந்தெடுக்கப்பட்டு விடவில்லை என்றும் ஆச்சாரியாரே சென்ற வருடத்தில் தனக்கு மந்திரி வேலை கிடைக்காமல் போய் விட்ட காரணத்தால் ஏற்பட்ட கோபத்தில் இந்நாட்டு மக்களால் தெரிந்தெடுக்கப் பட்டவர்களையே கழுதைகள், கழுதைகளுக்கு சமானமானவர்கள் என்று சிலரைக் குறிப்பிட்டுச் சொன்னதை ஆச்சாரியாரே மறந்திருக்க மாட்டார் என்றும் கருது கிறோம். ஆகையால் இந்நாட்டு மக்களால் தெரிந்தெடுக்கப்பட்டு விட்டதாலேயே அவர்கள் எல்லாம் அதிகாரம் செய்யச் சொல்லுகிறதா இல்லையா என்று இரண்டி லொன்றைப் பார்த்துவிட தகுதி உடையவர்கள் என்று சொல்லிவிட முடியாது. அதிலும் ஆச்சாரியார் போன்றவர்கள் தங்களை இந்நாட்டு மக்களால் தெரிந் தெடுக்கப்பட்டவர்கள் என்று பாத்தியம் கொண்டாடுவது சிறிதும் பொருத்த மற்றதேயாகும். ஏனெனில் ஆச்சாரியாரை தமிழ் மக்களோ, பொதுமக்களோ தெரிந்து எடுத்துவிடவில்லை. அவர், பார்ப்பனர்களே 100 - க்கு 75 பேர்கள் கொண்ட பட்டதாரிகள் தொகுதியில் தெரிந்தெடுக்கப்பட்டவர். ஆச்சாரியாருக்கு அடிபணிந்து கைதூக்கி, வாய் உதடாய் இருந்து வாழும் பெரும்பான்மைத் தமிழ் மக்களும் மனிதர்கள் என்கின்ற முறையில் தேர்ந்தெடுக்கப்பட்டவர்களும் அல்ல. மற்றென்ன வென்றால் “கூனாய் இருந்தாலும், குருடாயிருந்தாலும், மரக்கட்டையானாலும், கழுதையானாலும், மஞ்சள் பெட்டிக்கு ஓட்டுப் போடுங்கள்” என்ற பிரசாரத்திற்கு ஆளாகி மத உணர்ச்சியில் மஞ்சள் பெட்டியை தெரிந்தெடுத்த முறையில் தெரிந் தெடுக்கப்பட்டவர்களாவார்கள். இந்த நிலையில் எப்படி தனது பதவியை ஜனங்களால் தெரிந்தெடுக்கப்பட்ட மனிதனின் பதவி என்று சொல்லிக் கொள்ளக் கூடும் என்று கேட்கின்றோம். அப்படியேதான் ஆகட்டும் ஜனங்களால் தேர்ந் தெடுக்கப்பட்டதாலேயே அவர்களது ஆக்கினைகளுக்கெல்லாம் மக்கள் கீழ்ப்படிய வேண்டியது கண்டிப்பு என்றும் அவசியம் என்றும் ஆச்சாரியார் சொல்லுகிறாரா என்பதை அறிய ஆசைப்படுகிறோம்.

அப்படியானால் ஆச்சாரியார் ஆட்சிக்கு முன் ஜனங்களால் தெரிந்தெடுக்கப் பட்ட மந்திரிகள் நடத்தி வந்த காரியங்களையெல்லாம் ஆச்சாரியார் தலை வணங்கி ஏற்று அதன்படி நடந்து வந்தாரா என்று கேட்கின்றோம்.

தேர்ந்தெடுக்கப்பட்ட பழைய மந்திரிகளுக்கு ஆச்சாரியார் கீழ்ப்படிந்தாரா?

ஆச்சாரியார் பதவி ஏற்ற பின்பாவது தாம் ஜனங்களால் தெரிந்தெடுக்கப்பட்டவரானதால் தமது ஆக்கினை செல்லுகிறதா இல்லையா என்பதை "வந்தேமாதரப் பாட்டில்" ஏன் ஒரு கை பார்க்கவில்லை என்று கேட்கின்றோம்.

மற்றும் கனம் ஆச்சாரியார் ஜனங்களால் தெரிந்தெடுக்கப்பட்டவர் என்கின்ற விஷயத்தில் சந்தேகமற உறுதி கொண்டு தமது அதிகாரம் செல்லுகிறதா இல்லையா? என்பதை உண்மையில் அறிய ஆசைப்பட ஒரு ஆண்மை உள்ள வீரரானால் சென்னை மாகாணம் பூராவும் ஹிந்தியை புகுத்த முடிவு கொண்ட அவர் 125 பள்ளிக்கூடத்துக்கு மாத்திரம் குறைத்து கொள்வானேன்? கட்டாய பாடம் என்று சொன்னவர் பரீக்ஷை இல்லை என்று சொல்வானேன்? முஸ்லிம்கள் உருதுவில் படிக்கலாம் என்று சொல்லுவானேன்? ஹிந்தி என்கின்ற உச்சரிப்பை மாற்றி ஹிந்துஸ்தானி என்று உச்சரிப்பானேன்? கூடுமானவரை தங்களுக்கு ஆதிக்கமுள்ள பள்ளிகளை மாத்திரம் பொறுக்கி எடுத்து அதில் வைக்கச் சொல்லுவானேன்? எல்லோருக்குமாக என்று ஆரம்பித்த ஹிந்தி 1, 2, 3 பாரங்களுக்கு மாத்திரம் என்று மாற்றப்படுவானேன்?

தேசியத்துக்காக ஹிந்தி படிக்கவேண்டும் என்று சொன்ன ஆச்சாரியார் கல்விமுறை பூர்த்தி அடைய ஹிந்தி அவசியம் என்று சொல்லுவானேன்?

முன்பு ஹிந்தியை நாகரி லிபியில் படித்தாக வேண்டும் என்று சொன்ன ஆச்சாரியார் பின்பு முஸ்லிம்கள் உருதுவிலும், ஹிந்துக்கள் நாகரியிலும் படிக்க வேண்டும் என்று சொல்லுவானேன்?

பிறகு இன்று 9-ம் தேதி அசோசியேட் பிரஸ் நிருபருக்கு அளித்த அதே பேட்டியில் எந்த மாணவரும் "எந்த எழுத்தில் வேண்டுமானாலும் அதாவது நாகரியிலோ, உருதுவிலோ கற்கலாம்" என்று சொல்லுவானேன் என்பவைகளையெல்லாம் பார்த்தால் ஆச்சாரியார் தமக்கு அதிகாரம் இருக்கிறதா இல்லையா என்கிறதை பார்த்து விடுவதற்காக ஹிந்தி பிரச்சினை வைத்திருக்கிறாரா அல்லது நடந்த வரையில் மக்கள் ஏமாந்த வரையில் பார்ப்போம் என்று கருதி எப்படியாவது ஹிந்தியை இன்று புகுத்திவிட்டால் மற்ற காரியத்தை நாளை சிறிது சிறிதாக சரிப்படுத்திக் கொள்ளலாம் என்று பார்க்கிறாரா என்று கேட்கின்றோம். கடைசியாக, தாம் ஆட்சி நடத்துவதா விட்டுவிட்டுப் போய்விடுவதா என்பதைப் பார்த்து விடுவதாக வீரம் கூறுகிறார்.

ஆட்சிமுறையை சீர்திருத்த சட்டத்தை அழித்துவிட்டுப் போவதாக வாக்களித்து ஓட்டுப்பெற்று பதவி பெற்ற ஆச்சாரியார், ஆட்சி நடத்த முடிகிறதா இல்லையா சீர்திருத்த சட்டப்படி அதிகாரம் செய்ய முடிகிறதா இல்லையா என்பதை ஓட்டர்களிடம் ஒரு கை பார்ப்பதாகக் கூறும் இவர் உண்மையில் ஒரு வீரராக இருக்க முடியுமா? அல்லது கோழை வஞ்சகராக இருக்க முடியுமா என்பதை வாசகர்களையே யோசித்துப் பார்த்து முடிவு செய்துகொள்ளும்படி விட்டுவிடுகிறோம்.

ஆச்சாரியார் வீரப்பிரதாபம் ஒருபுறமிருக்கட்டும்

ஆச்சாரியாரின் வீரப்பிரதாபம் ஒருபுறமிருக்கட்டும். அவரது நல்லெண்ணத்தையும் நாணயத்தையும் பற்றி யோசிப்போம். மெயில் பத்திரிகை குறிப்பிட்டதுபோல் தாய்ப்பாஷை தெரியாத மக்கள் 100-க்கு 93 பேர் இருக்கிற தமிழ்நாட்டில் அந்த பாஷையை, தமிழை, எல்லோருக்கும் கட்டாய இலவச பாஷையாக ஆச்சாரியார் ஆக்காமல் ஒருசில குழந்தைகளுக்கு அன்னிய - ஆரிய பாஷையைப் பணம் கொடுத்து கட்டாயமாக படிக்கும்படி செய்வதின் கருத்து என்ன என்று கேட்கின்றோம்.

நாடு பூராவும் ஒரு பாஷையைப் பொது பாஷையாக சிலர் கற்றாக வேண்டுமென்றால் அந்நாட்டுமக்களின் தாய்பாஷை என்ன கதி அடைந்து அதை எல்லோரும் படிக்க என்ன ஏற்பாடு செய்யப்பட்டிருக்கிறது என்று யோசித்துப்பார்த்தால் ஆச்சாரியார் தமிழ் மக்களுக்கு அவர்களது தாய்பாஷையைக் கற்றுக்கொடுக்கவோ காப்பாற்றவோ தனக்கு அதிகமான கவலை இருக்கிறது என்று சொல்லுவதில் யோக்கியமோ ஒழுக்கமோ இருக்கிறதா என்று யோசித்துப் பார்க்க வேண்டுகிறோம். தமிழ் பாஷையை ஆரியப் பார்ப்பனர்கள் கற்றுக் கொடுத்ததாலேயே இன்று 100-க்கு 33 வார்த்தைகள் ஆரிய பாஷையை கலக்காமல் பேச முடியவில்லை என்றால் இனி ஆரிய பாஷையை கட்டாயமாக ஆரிய உபாத்தியாயர்களே கற்றுக் கொடுப்பதானால் அதன் மூலம் தமிழ் பாஷையில் இனியும் ஒரு 33 விகிதம் ஆரிய பாஷை தமிழ் பேச்சில் கலந்து விடாதா என்று கேட்கின்றோம்.

இன்று 100க்கு ஒருவர் இருவர் ஆங்கிலம் படித்திருப்பதாலேயே தமிழ் பாஷை கிராமங்களில் கூட 100-க்கு 10, 15 ஆங்கில வார்த்தை கலக்காமல் பேசமுடியவில்லை என்றால் இந்த எல்லா பாஷைகளும் இனியும் குழப்பப்படுமானால் தமிழில் என்ன மீதியாகும் என்று கேட்கின்றோம்.

இந்த நிலையில் கனம் ஆச்சாரியார் ஹிந்தியை கட்டாயமாய் 10, 11, 12 வயது குழந்தைகளுக்குப் புகுத்தினால் தமிழ் சிறிதும் கெடாது என்கிறாரே, இது தெரியாமல் பேசுகிறாரே அல்லது தெரிந்தே மக்களை வஞ்சிக்க பேசுகிறாரே என்று கேட்கின்றோம்.

பாஷைத் தொல்லை ஒருபுறமிருக்கட்டும்

பாஷைத் தொல்லை ஒருபுறம் இருக்கட்டும். தமிழ் மக்கள் ஹிந்தி கட்டாய பாட விஷயத்தில் தங்களுடைய அதிருப்தியை காட்டிக் கொண்டால் அவர்களை அடக்குமுறை கொண்டு அடக்குவானேன் என்று கேட்கின்றோம். கனம் ஆச்சாரியார் ஹிந்தியை தோழர் ராமசாமி ஒருவர்தான் எதிர்க்கிறார் என்று சட்டசபையில் சொன்னார். ஆகவே ஆச்சாரியார் ஹிந்தியை பொதுமக்கள் எதிர்க்கிறார்கள் என்பது தெரியவில்லை என்றே வைத்துக் கொள்ளுவோம். அதை அவர் அறியும்படி செய்ய அதாவது தோழர் ராமசாமியைத் தவிர வேறு 'சிலராவது' எதிர்க்கிறார்கள் என்பதை ஆச்சாரியார் அறிய வேண்டும் என்பதற்காக மக்கள் முயற்சி செய்தால் அது சட்ட விரோதமா? என்று கேட்கிறோம். அதுவும் யாருக்கும் எவ்வித அசௌகரியம் விளைவிக்காமல் முனிசிபாலிட்டி ரோட்டில் டிச்சி ஓரத்தில் பேசாமல் உட்கார்ந்திருந்தோ நின்றுகொண்டிருந்தோ விளக்குவது சட்டவிரோதமா என்று கேட்கின்றோம்.

இதுவரை இக்காரியத்துக்காக சுமார் 30 பேர்களுக்கு மேல் கைதி செய்யப்பட்டிருக்கிறார்கள் என்றால் ஆச்சாரியார் ஆட்சி பிரஜா உரிமை, சாவதானமான கிளர்ச்சி உரிமை உடைய ஜனநாயக ஆட்சியா என்று கேட்கக் கடமைப்பட்டிருக்கிறோம். தெருவில் ஓரத்தில் பேசாமல் நின்று இருப்பது சட்டவிரோதமானால், போனவாரத்தில் காங்கரஸ்காரர்கள் கிறாம்பு பகிஷ்காரம் என்னும் பேரால் வண்டியின் சக்கரத்தடியில் படுத்து மறித்தும் கடைகளின் முன் நின்று கிராம்பு வாங்குபவர்களை வாங்க வொட்டாமல் தடுத்து மறியல் செய்ததும் சட்டத்துக்கு கட்டுப்பட்ட காரியமா என்று கேட்கின்றோம்.

எனவே இப்படிப்பட்ட ஆச்சாரியார் ஆட்சியானது ஜனங்களால் தெரிந்தெடுக்கப்பட்டது என்கின்ற காரணத்தாலேயே எதுவும் செய்து விடலாம் என்றும் செய்ய முடிகிறதா இல்லையா என்றும் ஒரு கை பார்த்துவிடப் போவதாகவும்

பூச்சாண்டி காட்டினால் இதை எந்தத் தமிழ் மகன் லட்சியம் செய்வான் என்று கேட்கின்றோம்.

ஆச்சாரியாருக்கு உள்ள வீரமும் உறுதியும் இரண்டிலொன்று பார்த்துவிடும் சூரத்தன்மையும் அதைத் தடுக்க முடியுமா முடியாதா? என்று பார்த்துவிட தமிழ் மக்களுக்கும் உண்டு என்பதை ஆச்சாரியார் உணர வேண்டுமாய் வணக்கமாய் வேண்டிக்கொள்ளுகிறோம்.

அது மாத்திரமல்ல. இந்தப் பிரச்சினையின் மூலம் இந்த நாட்டு வாழ்க்கை முறை தமிழ் முறையா ஆரிய முறையா என்பதை ஒரு கை பார்த்து விடுவதென்றே முடிவு செய்து கொண்டிருக்கிறோம் என்பதையும் கனம் ஆச்சாரியார் அவர்கள் அறிய வேண்டும் என்று பிரார்த்தித்துக் கொள்ளுகிறோம்.

குடி அரசு - 12. 06. 1938

ஆச்சாரியார் அடக்குமுறைக்கு ஜே!

இன்று இந்தியாவில் 7 மாகாணங்களில் நடப்பது காங்கரஸ் ஆட்சி. காங்கரசே சர்க்காராகவும் சட்டமாகவும் இருந்து, பெரும்பாலான ஓட்டுகளைக் கொண்டு வெற்றிபெற்ற பாத்தியதையால் நடத்தும் ஜனநாயக ஆட்சி, மற்றும் சுயராஜ்யத்தில் ஒரு சிறு பங்கு கிடைத்திருப்பதாகக் கருதி அரசியல் சட்டதிட்டங்களுக்கு உட்பட்டு தங்களுக்கு இருக்கும் அதிகாரம் பூராவையும் செலுத்த பிரிட்டிஷாரிடம் அனுமதியும் "வாக்குறுதி"யும் பெற்று 100 - க்கு 85 வீதம் உள்ள மெஜாரிட்டி பலத்தில் நடத்தும் ஏகபோக ஆட்சியுமாகும். இப்படிப்பட்ட ஆட்சியில் காங்கரஸ்காரர்கள் செய்வது என்ன?

கொடுத்த கடன் செல்லாது, வாங்கின கடன் கொடுக்க வேண்டியதில்லை.

மனப்பூர்வமாக சம்மதித்து எழுதிக் கொடுத்தபடி நடக்க வேண்டியதில்லை. நடக்கும்படி கட்டாயப்படுத்த எவருக்கும் உரிமையில்லை.

என்று சட்டம் செய்தாய்விட்டது. சமதர்மவாதிகள் பொதுஉடமை உணர்ச்சி யாளர்கள் இதை ஆதரிக்கலாம். ஆனால் இந்த தனிஉடமை ராஜ்யத்தில் கொடுக்கல் வாங்கல் நடக்க வேண்டுமே, அதற்கு சர்க்கார் என்ன வழி செய்தார்கள்? இதன் மூலம் பணக்காரன் என்றும் பணக்காரனாய் இருக்கவும் ஏழை என்றும் ஏழையாய் இருக்கவும் உதவிபுரியும் (வருணாச்சிரம தர்மத்தைப் போல்) ஒரு பொருளாச்சிரம தர்மத்தை உண்டாக்கி விட்டார்கள்.

ஏழைகள் தலைதூக்க முடியுமா?

கொடுக்கல் வாங்கல் இல்லையானால் ஏழைகள் எப்படி முன்னேற்றமடைய முடியும்? கூலிக்காரனாய் இருக்கும் ஒரு குடியானவன் முன்னுக்கு வந்து அவன் ஒரு சிறு விவசாயி ஆகி பாடுபட்டு விவசாயம் செய்து அதிலிருந்து சிறிது மீத்தி அதைக்கொண்டு அரை ஏக்கராகவோ ஒரு ஏக்கராகவோ பூமி வாங்கி பிறகு அவன் ஒரு சொந்தப்பூமியுள்ள குடியானவன் ஆக வேண்டுமானால் அவனுக்கு ஒரு பத்து, ஐந்து ரூபாயாவது கடன் கிடைக்கும்படியான சவுகரியம் இருந்தால்தான் முடியும். ஆனால் காங்கரஸ்காரர்கள் இப்போது செய்திருக்கும் கடன் குறைப்பு சட்டத்தால் அதற்குச் சிறிதும் வழியில்லாமல் போய்விட்டது.

குறைந்த வட்டியானது கிடைக்கட்டும் என்று கடன் கொடுக்கவும் எவருக்கும் தைரியமில்லாமல் போய்விட்டது. ஏனெனில் இனி இவர்கள் (இந்த காங்கரஸ் காரர்கள்) நாளைக்கு என்ன சட்டம் செய்வார்களோ என்று பயந்து கையில் சிக்கிய பொருளைச் சர்க்கார் பாங்கியில் போடவோ புதைத்து வைக்கவோ தூண்டும்படி

செய்துவிட்டது. இதனால் முதலாளிகளுக்குக் கஷ்டம் இல்லை என்றாலும் ஏழை விவசாயிகள் கூலி விவசாயிகள் நசுக்கப்பட்டார்கள் ஒழிக்கப்பட்டார்கள் என்பது தான் பலன்.

மதுவிலக்குப் பலன்

மற்றும் சேலத்தில் (மாத்திரம்) மதுவை நிறுத்தினார்கள் என்ற பெயரை உண்டாக்கிக்கொண்டு அந்தச் சாக்கை வைத்துப் பல நூற்றுக்கணக்கான பள்ளிக் கூடங்களை மூடச்செய்தார்கள். பள்ளிக்கூட உதவித் தொகைகளை நிறுத்தினார்கள். போக்குவரத்து வசதி - கிராமக் குடிதண்ணீர் வசதி - சுகாதார வசதி - வைத்திய வசதி ஆகியவைகளான உயிர் போன்ற ஜன வாழ்க்கை உரிமைகளையெல்லாம் ஒழித்து வருகிறார்கள்.

இவ்வளவு கஷ்டம் அனுபவித்தும் குடி ஒழிந்தபாடில்லாமல் ஒரு ஜில்லா குடி நிறுத்தத்துக்காக மற்ற 25 ஜில்லாக்களும், அந்த ஜில்லா நிருவாகத்துக்கும் குடி நிறுத்த மேற்பார்வைக்கும் வரி (செலவுக்குப் பணம்) கொடுக்கும்படியாகவும் சேலம் ஜில்லாவிலுள்ள குடிகாரர்கள் அதிகச் செலவு செய்து வெளி-எல்லை ஜில்லாக்களுக்குப் போய் குடித்துவிட்டு வரும்படியாகவும் இதனால் பல குடும்பங்கள் அரைக் கஞ்சி கால் கஞ்சியாவது குடித்து வந்த குடும்பங்கள் கூட்டோடு பிச்சை எடுக்கக் கிராமங்களுக்குப் போகும்படியாகவும் ஆகிவிட்டது.

இந்த இரண்டு காரியங்களையும் பற்றி கனம் ஆச்சாரியார் உண்மைக்கு மாறாக பிரசாரம் செய்யப் பல சூழ்ச்சி ஏற்பாடுகள் செய்து மக்களை ஏய்த்து வருகிறார். இது எப்படியோ போய்த் தொலையட்டும்.

ஹிந்தி பேரால் அடக்குமுறை

ஹிந்தி பாஷை என்னும் ஆரிய பாஷையை தமிழ் மக்களுக்கு கட்டாயமாகப் புகுத்தியே தீருவேன் என்கின்ற மூர்க்கத்தனத்தில் இறங்கி அதற்காக இன்று தன்னுடைய கடைசி அடக்குமுறை ஆயுதத்தைப் பிரயோகித்து விட்டார்.

ஆச்சாரியாரின் புத்தி நுட்பத்தையும் சூழ்ச்சித் திறனையும் அறிந்தவர்கள் ஆச்சாரியார் இவ்வளவு சீக்கிரத்தில் இந்த நிலைக்கு வந்து விடுவார் என்றும், மற்றவர்கள் மீது இவர் குறை சொன்ன காரியங்களை எல்லாம் இவ்வளவு சீக்கிரத்தில் இவரே செய்து தீர வேண்டிய நிலைமைக்கு வந்துவிடுவார் என்றும் கருதி இருக்க மாட்டார்கள். ஆனால் மணல் வீடு - பொய்க்கோட்டை எவ்வளவு நாளைக்கு நிற்கும்? ஆச்சாரியார் மக்களுக்கு - நாட்டுக்கு நன்மை செய்யக் கவலையுடையவரானால் - செய்ய வேண்டும் என்கின்ற நல்ல எண்ணம் உடையவரானால் - அவரது நல்வாழ்வு இன்னம் கொஞ்ச நாளைக்காவது இருக்க வேண்டாமா? என்கின்ற கவலையோடு யோசித்துப் பார்த்து எதையும் செய்ய முன் வந்திருப்பார். அவர் எப்படியோ புரட்டு பித்தலாட்டம், தகிடுதத்தம் செய்தாவது பதவியைப் பெற்று மூன்று நாள் பதவியில் இருப்பதானாலும் அதற்குள் தமிழர்கள் வாழ்வுக்கு எவ்வளவு கேடு செய்யலாமோ அவ்வளவையும் செய்து ஆரியப்பார்ப்பனர் வாழ்வை வருண தர்மப்படி மேன்மையாக்கிவிட்டுப் போய்விடலாம் என்கின்ற முடிவில் இருக்கிறவர். ஆகவே அப்படிப்பட்டவர் இன்று எப்படியோ விழித்துக் கொண்டிருக்கும் தமிழ் மக்களை எப்படி ஏய்க்க முடியும்? அடக்குமுறையும் தடியடியும் கொடுங்கோல் ஆட்சியும் இல்லாமல் அவர் இனி அரை நாழிகையாவது எப்படி ஆதிக்கம் செலுத்த முடியும்? ஆதலால் இவ்வளவு சீக்கிரத்தில் அவரது ஆட்சி இந்தக் கதி அடைந்து விட்டது என்பதில் ஆச்சரிய மில்லை.

ஆச்சாரியாருக்கு சில கேள்விகள்

ஆச்சாரியார் தமிழ்நாட்டு ஆட்சியில் தலைமை மந்திரி ஸ்தானம் வகிப்பவர். போலீசு இலாகாவும் உள்நாடு இலாகாவும் பொருளாதார இலாகாவும் தனக்கே என்று தன் கையில் வைத்துக்கொண்டிருக்கிறவர். மற்ற இலாக்காக்களையும் தன் காலடியில் வைத்து மிதித்துக்கொண்டு, தனது அடிமை போன்றவர்களைக் கொண்டு நடத்தி வரும் ஏகபோக சர்வாதிகாரியாக இருப்பவர். இப்படிப்பட்ட இவர் இம் மாதம் 16-ந் தேதி சென்னை கடற்கரையில் ஒரு பொதுக்கூட்டம் கூட்டி அதில் தாம் பேசப்போவதாக விளம்பரம் செய்து, உள்ளூர் பொதுஜனங்கள் எல்லோரையும் வரும்படி அழைத்த கூட்டத்திற்குத் தாம் வருவதற்கு முன்பே 100 குதிரைப் படையையும் 600, 700 போலீஸ் படையையும் வரவழைத்து வைத்துக் கொண்டு பின்புறமாக இரகசியமாக மாளிகைபோல் கட்டப்பட்ட மேடையில் தோன்றி பேச ஆரம்பிப்பாரானால் அதுவும் பேசுவதற்கு முன்பே கூட்டத்தில் குதிரைப்படையை விரட்டி கூட்டத்தைக் கலைத்து பொது ஜனங்களை ஓட ஓட போலீசாரால் குறுந்தடி கொண்டு அடித்துத் துரத்தி விட்டு தனக்கு வேண்டிய ஒரு சிலரை வெறும் பார்ப்பனராக மாத்திரம் வைத்துக்கொண்டு கூட்டம் நடத்திவிட்டு கூட்டத்தை முறைப்படி கூட முடிக்காமல் வளையம் போட்ட போலீஸ் காவலுடனே கார் ஏறி ஓடுவாரானால் பொதுஜன நன்மதிப்புப் பெற்ற ஜனநாயக மந்திரி என்று தம்மை இன்னமும் சொல்லிக் கொள்ள ஆசைப்படுகிறாரா என்று கேட்கிறோம்.

அதுதான் போகட்டும். தாமும் தமது பிரதம சிஷ்யரும் தம்மை விளம்பரப் படுத்தும் விளம்பரம் மந்திரியுமான கனம் ராமநாதன் அவர்களும் செல்லுமிடங் களிலெல்லாம் எதிர்ப்பும் பகிஷ்காரமும் குழப்பமும் கூட்டங்களிலெல்லாம் மண்மாரியும், செருப்புமாரியும், வசைமாரியும் கடுமழை போல் பெய்யும்போதும் கனம் ஆச்சாரியார் தம்மை இன்னமும் பொது ஜனங்களால் தெரிந்தெடுக்கப்பட்டவர் என்றும், தம்மை இன்னமும் பொது ஜனங்கள் ஆதரிக்கிறார்கள் என்றும், பொது ஜன நம்பிக்கைக்குத் தாம் பாத்திரமானவர் என்றும் சொல்லிக்கொள்ள ஆசைப் படுகிறாரா என்று கேட்கின்றோம்.

பொது ஜனங்கள் பதில்

ஆச்சாரியார் ஹிந்தியைக் கட்டாய பாடமாக்குவேன் என்றார். பொதுஜனங்கள் கூடாது என்று கிளர்ச்சி செய்தார்கள். ஆச்சாரியார் இதைப் பொது ஜன கிளர்ச்சி அல்ல என்றும் இது ஒரு தனி மனிதன் (ராமசாமி) கிளர்ச்சி என்றும் சொல்லி ஏய்க்கப் பார்த்தார்.

பொது ஜனங்கள் இதற்கு பதில் சொல்லுவதற்காக இது ஒரு மனிதன் (ராமசாமி) கிளர்ச்சி அல்ல, பொது ஜனங்கள் கிளர்ச்சி என்று காட்டுவதற்காக ஆச்சாரியார் முன் தங்களைக் காட்டிக் கொள்ளுகிறார்கள்.

இதற்கு ஆச்சாரியார் செய்ய வேண்டிய பதில் ஹிந்திக்கிளர்ச்சி பொது ஜனக்கிளர்ச்சி என்பதை ஒப்புக்கொண்டேன் என்று யோக்கியமாய் ஒப்புக்கொள்ள வேண்டியதேயாகும். அதை விடுத்து தடியடியும், குதிரைக் குளம்பு மிதியும், அக்கிரம அநியாய சட்டப்பிரயோகமும் செய்து சிறைத் தண்டனையும் சொத்துப் பறிமுதலும் ஆகிய அடக்குமுறைகளால் இக்கிளர்ச்சியை ஒழித்துவிடப் பார்த்தால், இதை பொறுத்துக் கொண்டிருப்பது ஹிந்தியை கட்டாய பாடமாய் நுழைப்பதால் ஏற்படும் கெடுதியை - ஆபத்தைவிட இது ஒரு பெரும் ஆபத்து அல்லவா என்று கேட்கின்றோம்.

ஹிந்தி எதிர்ப்புக்காக இது வரை 100 பேர்கள் கைது செய்யப்பட்டிருக்கிறார்கள். ஏற்கனவே சிறு சட்டங்களால் தண்டிக்கப்பட்டவர்கள் சுமார் 10, 15 பேர்கள் போக இப்போது அடக்குமுறைச் சட்டத்தின்படி 10, 15 பேர்கள் 3 மாத காலத்துக்கு கடின காவலும் 4 மாத காலத்துக்குக் கடின காவலுமாய்த் தண்டிக்கப்பட்டாய் விட்டது.

சிறை புகுவோர் நோக்கம்

பாக்கிப் பேர்களும், இனியும் கைது செய்யப்படப் போகும் ஆயிரக்கணக்கான பேர்களும் இதுபோலவே இன்னம் அதிகமாகவும் தண்டிக்கப்படலாம். "தூண்டுபவர்கள்" என்கின்ற பேரால் பலர் வருஷக் கணக்கில் தண்டிக்கப்படலாம். அதனால் எதுவும் முழுகிப் போய்விடும் என்று நாம் கருதவில்லை. "தமிழ் மக்கள் கோழைகள் - ஜெயில் என்கின்ற தியாகத்துக்குப் பயந்தவர்கள்" என்று காங்கரஸ் பார்ப்பனர்களும் அவர்களது கூலிகளும் குலாம்களும் கூப்பாடு போட்டுக் கொண்டிருந்தது வடிகட்டின அயோக்கியத்தனமான கூப்பாடு என்பதாக மெய்பிக்க ஒரு நல்ல சந்தர்ப்பமாகவும் ஏற்பட்டதென்றே நாம் மகிழ்ச்சி அடைகின்றோம். ஆனால் அதற்காக வேண்டி பலாத்காரம் செய்ய வேண்டுமென்றோ மற்ற மக்களுக்குச் சட்ட விரோதமான முறையில் மனத்தாங்கல் ஏற்படும்படியான காரியங்கள் செய்ய வேண்டுமென்றோ யார் மீதும் யாருக்கும் அனாவசியமான வெறுப்பும் துவேஷமும் ஏற்படும்படி நடக்க வேண்டும் என்றோ நாம் சிறிதும் கருத மாட்டோம் என்பதோடு அந்தப்படி யாரும் நடக்கக் கூடாது என்றும் மிகக் கண்டிப்பாய் கூறுவோம்.

ஆனால் இந்த சர்க்கார் அல்லது காங்கரசு, அல்லது ஆச்சாரியார் எந்த அளவுக்குப் பொது ஜனங்களை அனுசரித்து - அடக்குமுறை இல்லாமல் யோக்கியமான முறையில் அன்பு கொண்டு நல்ல எண்ணத்துடன் நன்மையான காரியம் செய்து ஆட்சி புரிகிறார்கள் என்பதையும், இதற்கு முன் இருந்தவர்கள் எந்த முறையில் இவருக்கு ஒழிக்கப்பட - அழிக்கப்பட - புதைக்கப்பட வேண்டியவர்கள் ஆனார்கள் என்பதையும் பொது ஜனங்கள் உணருவதற்கேற்றபடி உண்மையை வெளிப்படுத்துவதற்குத் தகுந்தபடி நம்மாலான காரியங்களைச் செய்து தீருவதுடன் ஒவ்வொரு தமிழ்மகனும் தன்னாலான காரியத்தைச் செய்ய வேண்டியது அவரவர் கடமை என்று சொல்ல பின் வாங்க மாட்டோம்.

எதிர்ப்பாளர் செய்த குற்றம்

இதுவரை நடந்த கேசு விசாரணையில் ஆச்சாரியார் பக்கம், அதாவது சர்க்கார் பக்கம் ஒவ்வொரு கேசுக்கும் இரண்டு சாட்சிகள் விசாரிக்கப்பட்டிருக்கின்றனர். அவர்கள் சர்க்கார் ஆள்களே. அதாவது ஆச்சாரியார் தான் நினைத்த உடன் ஒரு மூட்டைப் பூச்சியை நசுக்குவது போல் நசுக்கிவிடத்தக்க மாதிரியில் தன் கீழ் உள்ள (போலீஸ்) இலாகாவில் சிக்குண்ட ஒரு போலீஸ் அதிகாரியும், ஒரு கான்ஸ்டபிளுமேயாகும். அவர்கள் சொன்ன விஷயங்களோ "இவன் (இந்தத் தொண்டன்) தமிழ் வாழ்க! என்ற அட்டைக் கொடியை கையில் வைத்துக்கொண்டு ஆச்சாரியார் வீட்டுக்குப் பக்கத்தில் நின்று தமிழ் வாழ்க ஹிந்தி ஒழிக என்று கூச்சல் போட்டான்" என்று தான் சொன்னார்கள். அதுவே அந்தச் சட்டப்படி குற்றமாகிறதாம்.

அதற்கு 3 மாத 4 மாத கடின காவல் தண்டனையாம். சாட்சிகள் உண்மையையே சொல்லி இருக்கலாம். நீதிபதி சட்டப்படி சரியாய் நடந்திருக்கலாம் என்றே வைத்துக் கொள்ளுவோம். ஆனால் இந்தக் காரியம் தர்ம நியாயமானதா என்று கேட்கிறோம். அடக்குமுறையை ஒழித்து பிரஜா உரிமையைக் காப்பாற்ற வந்த தர்மராஜ்ய பிரபாகரர்களாகியவர்களின் ராமராஜ்ஜிய தர்பார் இது தானா என்று கேட்கிறோம்.

"சைமன் கமிஷன் ஒழிக" "சைமனே திரும்பிப் போ" என்று ஊர் முழுவதும் கூத்தாடினார்கள். சைமன் கமிஷன் முன்னேற வொட்டாமல் முன் நின்று தடுத்தார்கள். இன்னும் இப்படி எத்தனையோ செய்தார்கள். இவை பிரஜா உரிமை இல்லாத அடக்குமுறை ஆட்சியில் நடக்க இடம் கொடுக்கப்பட்டவையாகும்.

கிராம்பு பகிஷ்காரம்

ஆச்சாரியாரின் தர்ம ராஜ்யத்தில் சென்ற மாதத்தில் நடந்த கிராம்பு பகிஷ்காரம், கிராம்பு வண்டி சக்கரத்தின் கீழ் படுத்துக் கொண்டு வண்டியைப் போகவொட்டாமல் தடுத்து, கிராம்பு வாங்குகிறவனை வாங்க வொட்டாமல் தடுத்தது, ஆகிய காரியங்கள் இந்தச் சர்க்காரில் இந்தச் சட்டத்தின் கீழ் வருவதில்லை என்றால் - இதை இந்தப் போலீசார் தடுக்க நடவடிக்கை எடுத்துக் கொள்ளவில்லை என்றால் - ஆச்சாரியாரின் நல்ல ஆட்சிக்கும் பண்டித ஜவஹர்லால் பிரஜா உரிமைக்கும் இதைவிட வேறு என்ன அத்தாட்சி வேண்டும் என்று கேட்கின்றோம். ஆகவே இக்கொடுமைகளை ஒழித்துத் தமிழ் மக்களின் தன்மானத்தைக் காப்பாற்ற நீண்ட போர் தொடுக்க வேண்டிய நிலை ஏற்பட்டு விட்டது. பதினாயிரம் பேராவது சிறை செல்லாமல் தமிழ் மக்களுக்குச் செய்யப்படும் மாபெரும் கேடுகளும் அக்கிரம சட்டங்களும் அநியாய அடக்குமுறைகளும் ஒரு நாளும் ஒழியாது என்பதாகவே கருத வேண்டியதாய் விட்டது. சிறை செல்லத் தொண்டர்கள் பஞ்சமில்லை என்றே தெரிகிறது. மற்றபடி பணம் தான் அவசியமாகத் தேவைப்படுகிறது. தகுதியுடைய கனவான்கள் ஆயிரக்கணக்காய் அனுப்பிக் கொடுக்க வேண்டும். வெளிநாட்டிலும் உள்நாட்டிலும் ஒவ்வொரு ஊரிலும் உள்ள தோழர்கள் பணம் வசூலித்து கமிட்டிக் காரியதரிசி தோழர் கே.எ.பி.விசுவநாதம் அவர்களுக்கு அனுப்ப வேண்டும். தமிழ் மக்களுக்கு இது ஒரு நல்ல சந்தர்ப்பம்.

குடி அரசு - 26.06.1938

தொகுதி 1 மொழி

தொகுதி 1
மொழி

ஹிந்தியும் முஸ்லிம்களும்

ஹிந்தி எதிர்ப்பு கிளர்ச்சியில் முஸ்லிம்கள் சம்மந்தம் வைத்துக் கொள்ளக் கூடாது என்று காங்கரஸ் பத்திரிகைகள் முஸ்லிம்களுக்கு உபதேசம் செய்யப் புறப்பட்டு விட்டன. இந்த பத்திரிகைகளுக்கு திடீரென்று இந்த ஞானம் உதயமானது நமக்கு ஆச்சரியத்தை விளைவிக்கவில்லை.

ஏனெனில் காங்கரஸ் பார்ப்பன ஆதிக்கமுள்ள ஸ்தாபனம் என்பதும் இந்நாட்டில் பார்ப்பனர்களுக்கு பார்ப்பனர் அல்லாத மக்கள் மீது இவ்வளவு ஆதிக்கம் அதாவது பார்ப்பனர்கள் 100-க்கு 3 பேர்களாயிருந்தும் பாக்கி உள்ள மக்களை விட தாங்கள் பெரிய ஜாதி என்றும், மற்ற ஜாதி மக்கள் மோக்ஷத்திற்கு போவதற்குத் தாங்களே தான் வழிகாட்டிகள் என்றும், தங்கள் மூலமே தான் எவரும் மோஷத்திற்குப் போகமுடியும் என்றும் மற்றும் எவன் எப்படிப்பட்ட பாதகமான பாவகாரியங்களைச் செய்தாலும் தங்கள் மூலமாக மன்னிப்புக் கேட்டு கொண்டால்தான் மன்னிக்கப்படும் என்றும் சொல்லிக் கொண்டு - உலக மக்கள் பாவத்தை அகலச் செய்ய கடவுளால் அனுப்பப்பட்டவர்கள் என்று உரிமை பாராட்டிக் கொண்டு சரீரத்தால் பாடுபடாமல் வயிறு வளர்த்துக் கொண்டிருப்பதற்கு காரணம் தாங்கள் தவிர மற்ற மக்களை ஆயிரக்கணக்கான பிரிவுகளாகவும், நூற்றுக்கணக்கான உயர்வு, தாழ்வு படிகளாகவும் பிரித்து வைத்து அவற்றை வெகு பத்திரமாகக் காப்பாற்றி வருவதையே மத தருமமாகக் கொண்டு அதைப் பலப்படுத்தி பரிபாலிப்பதே கடவுள் தன்மையாக பிரசாரம் செய்து வருவதனால் அவர்களுக்கு மற்றவர்கள் மீது சுலபத்தில் ஆதிக்கம் செலுத்த முடிகிறது. இதை ஒழிக்க வேண்டுமென்று பாடுபடுபவர்களில் முன்னணியில் நிற்பவர்கள் சுயமரியாதைக்காரர்களாய் இருப்பதால் பார்ப்பனர்களுக்கும் அவர்கள் அடிமைகளான பார்ப்பனரல்லாத சில காங்கரஸ்காரர்களுக்கும் சுயமரியாதைக்காரர் "ராட்சதர்" களாக "அசுரர்" களாக "அரக்கர்" களாக காணப்படுகிறார்கள். அதனாலேதான், சுயமரியாதைக்காரர்களோடு, மற்ற யாராவது கிறிஸ்தவர்களோ, முஸ்லிம்களோ, ஆதி திராவிடர்களோ சேருகிறார்கள் என்றால் பார்ப்பனர்களுக்கும் அவர்களது அடிமைகளுக்கும் ஆத்திரம் பொங்கி அறிவில்லாமல் மானமில்லாமல் உளறி தங்களின் முட்டாள்தனத்தையும் அயோக்கியத்தனத்தையும் இழிபிறப்பையும் காட்டிக் கொள்ளுவதில் ஆச்சரியமில்லை.

சு.ம.காரர் ஹிந்தியை எதிர்க்கக் காரணம்

சுயமரியாதைக்காரர்களும் ஹிந்தியை எதிர்க்கிறார்கள் என்பது இன்று உலகறிந்த விஷயம். அதை அவர்கள் மறைக்கவில்லை. அவர்கள் ஹிந்தியை எதிர்ப்பதற்கு

முக்கிய காரணம் என்னவெனில் ஆங்கிலப்படிப்பினாலும் சுயமரியாதைக்காரர்கள் பிரசாரத்தினாலும் ஆடிப்போய் நெக்குவிட்ட பார்ப்பனீயத்தை மறுபடியும் பலப்படுத்தி நிலைநிறுத்தி பார்ப்பனர்கள் "ராமராஜ்ய" காலத்து பூதேவர்கள் தன்மையை அடைவதற்காக வருணாச்சிரம முறையை பார்ப்பனரல்லாத சிறுவர்களுக்குள் புகுத்தச் செய்யப்படும் சூழ்ச்சி என்றும் மற்றும் பார்ப்பனரல்லாத குழந்தைகள் பொது ஞானக் கல்வியில் முன்னேற்றமடையாமல் "சூத்திரத்" தொழிலுக்கே அவர்கள் லாயக்காக வேண்டும் என்பதற்காகவே பார்ப்பன மந்திரியால் கட்டாயமாகப் புகுத்தப்படுகிறது என்றும் உண்மையாய் மனதாலும் வாக்காலும் மெய்யாலும் உணருவதால்தான் ஹிந்தியை எதிர்க்கிறார்கள்.

இந்தக் கருத்தை முஸ்லிம் சமூக தலைவராகிய தோழர் ஜனாப் ஜின்னா அவர்களும் சொல்லி இருக்கிறார். அதாவது "காங்கரஸ்காரர்கள் பள்ளிக் கூடங்களில் ஹிந்தியை கட்டாயமாகப் புகுத்துவதானது முஸ்லிம் ஆண் பெண் குழந்தைகளுக்கு ஆரிய மதத்துவத்தை கட்டாயமாகப் புகுத்துவதாகும்" என்று சொல்லி இருக்கிறார்.

கிறிஸ்தவர், ஆதி திராவிடர் எதிர்க்கவில்லையா?

அதுபோலவே ஆதிதிராவிட சமூகத்தலைவர்களான தோழர்கள் திவான்பகதூர் ஆர். சீனிவாசன் எம்.எல். சி., மாஜி மந்திரி ராவ்பகதூர் எம்.சி. ராஜா எம்.எல்.ஏ., ராவ்சாகிப், என்.சிவராஜ் பி.ஏ., பி.எல்., எம்.எல்.ஏ., முதலியவர்களும் "காங்கரஸ் காரர்கள் ஹிந்தியைக் கட்டாயமாகப் புகுத்துவதின் இரகசியம் ஆதி திராவிட குழந்தைகளின் கல்வியை தடுப்பதேயாகும்" என்றும் கிறிஸ்தவ சமூகத்தின் தலைவர்களான தோழர்கள் ஜார்ஜ் ஜோசப், சர்.எ.டி. பன்னீர் செல்வம், ரெவரெண்ட் அருள் தங்கையா, ரத்தினசாமி முதலியவர்களும் அது போலவே கட்டாய ஹிந்தியைக் கண்டித்தும் எதிர்த்துப் பேசியும் அதிருப்தி காட்டியும் இருக்கிறார்கள்.

பார்ப்பனர், மடாதிபதிகள் எதிர்க்கவில்லையா?

மற்றபடி பார்ப்பனரல்லாதார்களிலும் காங்கரசில் இருப்பவர்கள் முதற்கொண்டு மற்றும் ஒவ்வொரு கட்சியில் துறையில் இருப்பவர்களும் ஏகோபித்து எதிர்த்து அதிருப்தியைக் காட்டிவருகிறார்கள். பல பார்ப்பன பெரியார்களும் பார்ப்பன பண்டிதர்களும் எதிர்த்துப் பேசித் தங்கள் அதிருப்தியைக் காட்டி வருகிறார்கள். பல மடாதிபதிகளும் சன்யாசிகளும்கூட எதிர்க்கிறார்கள்.

இப்படிப்பட்ட நிலையில் ஹிந்தி எதிர்ப்புக்காரர்கள் சுயமரியாதைக்காரர்கள் ஆனதால் அவர்களுடன் முஸ்லிம்கள் சேரக்கூடாது என்றும், மற்றவர்கள் சேரக் கூடாது என்றும் சில பார்ப்பனக் கூலிப் பத்திரிக்கைகள் எழுதுவதின் அருத்தம் என்ன? என்பதும் அதற்கு யோக்கியமான காரணங்கள் காட்டாமல் சு.ம.காரர்கள் சாமி இல்லை மதம் இல்லை என்று சொல்லுகிறவர்களாச்சுதே அவர்களுடன் சேரலாமா என்றெல்லாம் அயோக்கியத்தனமான காரணம் சொல்லுவதின் கருத்து என்ன? நமக்கு விளங்கவில்லை. இந்துக்களை பல ஜாதியாய்ப் பிரித்து சின்னா பின்னமாக்கியது போல் முஸ்லிம்களையும் இந்துக்களுடன் சேராமல் பிரித்து தனிக் கூட்டமாக ஆக்கி அதிலும் சில கூலிகளைப் பிடித்து கலகமுண்டாக்கி கட்சி பிரித்து சிதறடித்து முஸ்லிம்களையும் ஆதிதிராவிடர்கள் போல் - மிலேச்ச ஜாதியாய் நடத்தலாம் என்கின்ற கருத்து அல்லாமல் வேறு என்ன இருக்க முடியும் என்பது நமக்கு விளங்கவில்லை.

நவாப் ஹக்கீம் சாயபு சொன்னதென்ன?

தமிழ்நாட்டில் கொடை வள்ளலாயும் உண்மையிலேயே நூற்றுக்குத் தொண்ணுற்றொன்பது இந்து முஸ்லிம் மக்களின் உள்ளத்தைக் கவர்ந்திருந்த

உத்தமரான காலம் சென்ற சொளகார் நவாப் அப்துல் ஹக்கீம் சாயபு அவர்கள் தோழர் பிரதம மந்திரி கனம் ஆச்சாரியார் பேசும் கூட்டத்திலேயே தைரியமாய் எழுந்து "ஆச்சாரியாரை ஹிந்தியை கட்டாய பாடமாக வைக்கக் கூடாது" என்று தியாகராய நகர் கூட்டத்தில் கேட்டுக் கொண்டு இருக்கிறார். இந்த சேதி காங்கரஸ் - பார்ப்பன பத்திரிக்கைகளிலேயே பிரசுரமாகி இருக்கிறது.

மற்றும் தமிழ் நாட்டில் முஸ்லிம் லீக் மாகாண தலைவரான தோழர் ஜமால் மகம்மது சாயபு அவர்கள் திருச்சியில் ஒரு ஆண்டு விழாவில் தலைமை வகித்துப் பேசிய தலைமைப் பிரசங்கத்தில் "ஆச்சாரியார் ஹிந்தியை கட்டாய பாடமாக ஆக்க மாட்டார்" என்று முஸ்லிம்களுக்கு உறுதி கூறினார். இவை தவிர இன்று தமிழ் நாடு முழுவதும் சுற்றுப் பிரயாணம் செய்து வீர கர்ஜனை புரிந்து வெற்றிக் கொடி நாட்டிவரும் தமிழ் நாட்டு முஸ்லிம் லீக்கின் உண்மையான தலைவரும் செல்வாக்குள்ளவருமான தோழர் பி. கலிபுல்லா சாயபு எம்.ஏ.பி.எல்., எம்.எல்.ஏ., மாஜி மந்திரி அவர்கள் ஹிந்தி எதிர்ப்பைத் தமிழ் நாட்டில் முதல் முதல் ஆரம்பித்தவர் என்பதோடு இன்றும் முஸ்லிம்களைத் தட்டி எழுப்பி ஹிந்தியை இஷ்டப்பாடமாகக் கூட வைக்க இடங்கொடுக்க கூடாது என்று சங்க நாதம் முழக்கி வருவது எவரும் அறியாததல்ல. ஆகவே முஸ்லிம்கள் ஹிந்தியை வெறுக்கிறார்கள் - எதிர்க்கிறார்கள் என்பதற்குக் காங்கரஸ்காரரர்கள் இனி யாருடைய அத்தாட்சி வேண்டுமென்கின்றார்கள் என்பது நமக்கு விளங்கவில்லை.

முஸ்லிகளுக்குப் புகலிடம் எங்கே?

தமிழ்நாட்டில் காங்கரஸ்காரர் ஆகட்டும் பார்ப்பனர்கள் ஆகட்டும் முஸ்லிம்களின் பிரதிநிதியாக யார் இருக்கிறார்கள் என்று சொல்லட்டுமே பார்ப்போம். தோழர்கள் ஜனாப் உபயதுல்லா சாயபு அவர்களும் ராமாயண சாயபு என்று மறுபேர் வழங்கப்படும் ஜனாப் அல்ஹாஜ் தாவூத்ஷா சாயபுமல்லாமல் வேறு யார் இருக்கிறார்கள் என்பதோடு, இவர்கள் தவிர வேறு எந்த தெரிந்த முஸ்லிம் இருக்கிறார்கள் என்று கேட்கின்றோம். ஆகவே இந்நாட்டு முஸ்லிம்கள் தங்களின் ஏகோபித்த ஹிந்தி எதிர்ப்பைக் காட்டிக்கொள்ள இந்தக் காங்கரஸ் எச்சிலைப் பத்திரிகைகள் வேறு ஏதாவது ஒரு வழி காட்டிவிட்டு சுயமரியாதைக் காரர்களுடனோ அல்லது வேறு ஏதாவது இந்தி எதிர்ப்புக் கட்சியுடனோ சேராதீர்கள் என்று முஸ்லிம்களுக்கு ஞானோபதேசம் செய்ய முன்வந்திருந்தால், அதை ஒரு அளவுக்காவது நாணையமுடையது - யோக்கியமுடையது என்று சொல்லலாம். அப்படிக்கில்லாமல் ஹிந்தி தெய்வீக பாஷை - தேசீய பாஷை - சுயராஜ்யத்துக்கு (ராமராஜ்யத்துக்கு) அவசியமான பாஷை - வெள்ளைக்காரர்கள் இந்தியாவை விட்டு ஓட்டப்பட்டு விட்டால் பிறகு ஆளப்படவேண்டிய - பாஷை - சர்க்கார் உத்தியோகம் வேண்டுமானால் யோக்கியதாம்சம் காட்டப்படவேண்டிய பாஷை- துளசிதாஸ் ராமாயணம் தெரிந்து கொள்ளக் கூடிய பாஷை - சமஸ்கிருத சாஸ்திரங்கள், புராணங்கள் தெரிந்து கொள்ள சவுகரியமான பாஷை - கல்வி பூர்த்தியாகக் கட்டாயமாக படித்தாக வேண்டிய பாஷை - மெஜாரிட்டி ஓட்டில் வெற்றி பெற்று பதவியேற்று சர்க்கார் ஆட்சியில் இருக்கும் ஒருவன் தான் நினைத்தபடி செய்ய முடிகின்றதா இல்லையா என்பதற்கு அறிகுறியாய் பரீக்ஷை பார்க்க வைத்திருக்கும் பாஷை - 10, 11, 12 வயதில் 1, 2, 3வது பாரத்தில் மாத்திரம் படித்து பாஸ் பண்ணாமல் மார்க்கு வாங்காமல் 13வது வயதில் 4வது பாரத்தில் அடியோடு விட்டுவிட வேண்டிய பாஷை. ஹிந்தி கட்டாயமென்பது பேச்சில் தான் கட்டாயமே ஒழிய காரியத்தில் ஒன்றும் கட்டாயமில்லை என்று மழுப்பும் பாஷை - முதலில் ஹிந்தி என்று சொல்லிவிட்டு முஸ்லிம் எதிர்ப்பு வலுத்தவுடன் ஹிந்துஸ்தானி என்று பெயர் கொடுத்து ஏமாற்றும் பாஷை - இந்தியா

பூராவுக்கும் ஒரு தேசீய பாஷை வேண்டும். ஆனால் முஸ்லிம்கள் உருது எழுத்திலும் இந்துக்கள் சமஸ்திருத எழுத்திலும் படிக்கலாம். அதிலும் இரண்டு பேரும் ஒரே புராணக் கதை பாடத்தின் மூலம்தான் படிக்க வேண்டும் என்று சொல்லும் பாஷை. ஆகையால் இப்படிப்பட்ட பாஷையை கட்டாயமாகப் படிக்க வைத்தே தீருவேன், இதனால் என்ன ஆகிவிட்டாலும் சரி என்று மார்தட்ட ஆரம்பித்தால் முஸ்லிம் களுக்கு போக்கிடம் எங்கு என்று கேட்கின்றோம்.

நாஸ்தீக ராமநாதன் மட்டும் இனிப்பானேன்?

சுயமரியாதைக்காரர்கள் கடவுள் கூடாது மதம் கூடாது என்று சொல்லுகிறார்கள் என்று சிலர் சொல்லுவதாலேயே அவர்களுடன் யாரும் சேரக்கூடாதா என்று கேட்கின்றோம். சுயமரியாதைச் சங்கத்தில் காரியதரிசியாயிருந்து சாமிக்கூடாது மதம் கூடாது என்று பிரசாரம் செய்து வந்தவரும் இன்றும் முழு நாஸ்திகராயும் மதமற்றவராயும் இருக்கிறேன் என்று சொல்லிக் கொள்ளுவது மாத்திரமல்லாமல் மனித சமூகத்துக்கு ஒழுக்கமும் கட்டுப்பாடும் கூடத் தேவை இல்லை என்கின்ற கொள்கை உடையவராய் இருந்தவரை தங்கள் கட்சியில் சேர்த்து எல்லா சமய சமூகத்தாருக்கும் பொதுவான அரசியலில் மந்திரியாக்கி முழு ஆஸ்த்திகர் என்று சொல்லிக் கொள்ளும் ஆச்சாரியார் தம்மை விளம்பரம் செய்ய விளம்பர அதிகாரம் கொடுத்து தனக்கு முன்னோடும் பிள்ளையாய் செல்லும் இடங்களுக்கெல்லாம் அழைத்துப்போய் முன்னிறுத்தி பின்னின்று வாழ்கின்றாரோ இது குற்றமில்லையா என்று கேட்கின்றோம். ஆகவே இப்படிப்பட்டவர்களையெல்லாம் இந்த காங்கரஸ் எச்சிலைப் பத்திரிகைகள் படம் போட்டு, புகழ்ந்து, கவிபாடி அவரது சேதிகளை பிரசுரிக்கின்றனவே இவைகளுக்கு மானமோ ஈன உணர்ச்சியோ, நற்குடிப்பிறப்போ இருக்கின்றனவா என்று கேட்கின்றோம்.

ஜவஹர்லால் ஆஸ்திகரா?

சாமி இல்லை, சத்தியம் இல்லை என்று சொல்லி கோர்ட்டில் சத்தியம் செய்யக்கூட மறுத்த தோழர் ஜவஹர்லால் அவர்களை ஆஸ்திக உருவரும் "தினம் கடவுளுடன் பேசும் பக்த"ருமான தோழர் காந்தியார் (ஆச்சாரியார் கனம் ராமநாதனைப் பாவிப்பது போல்) பாவித்து பயன்படுத்திக் கொண்டிருப்பதோடு அவரை காங்கரசுக்கே தலைவராக்கி தலைமையில் உள்ள காங்கரசில் பல மௌலானாக்கள், மௌல்விகள், பல அஜாத்துக்கள், ஆலி ஜனாப்கள், அல் ஆஜ்ஜுக்கள் தலைவணங்கி பின்பற்றுபவர்களாக இருந்தார்களே இருக்கிறார்களே இதில் ஒன்றும் மானங்கெட்டுப் போகவில்லையா? ஒழுக்கம் கெட்டுப் போகவில்லையா? நாணையம் கெட்டுப் போகவில்லையா? கடவுள் மதபக்தி கெட்டுப் போகவில்லையா என்று கேட்கின்றோம். இன்னும் பல முஸ்லிம் வாலிபர்கள் காங்கரசிலுள்ள பொது உடமை - சமதர்ம நாஸ்திகர்களுக்கு சிஷ்யர்களாக சகாவாக பின்பற்றுபவர்களாக இருக்கிறார்களே இவர்களால் அச்சமூகத்துக்கு ஆபத்து வந்துவிட்டதாக இந்த எச்சிலைப் பத்திரிகை எப்போதாவது எடுத்துக் காட்டிற்றா என்று கேட்கின்றோம்.

எனவே இந்த எச்சிலைப் பத்திரிகை முஸ்லிம்களை எவ்வளவு பயித்தியக் காரர்கள் என்று கருதியிருந்தால் இவ்வளவு தைரியமாக முஸ்லிம்களுக்கு ஞானோபதேசம் செய்ய முன் வந்திருக்கும் என்பதை ஒவ்வொரு முஸ்லிம் தோழரும் யோசித்துப் பார்க்க வேண்டுமென்று விரும்புகிறோம்.

குடி அரசு - 26. 06. 1938

தமிழ்த்தாயின் மக்களுக்கு ஓர் வேண்டுகோள்

தமிழ்த்தாயின் புதல்விகளே! புதல்வர்களே!!

அக்ரகார முதல் மந்திரி கனம் ஆச்சாரியார் 'தீட்டின மரத்திலே கூர்மை பார்ப்பது போல்' தமிழ் மக்களிடத்திலே தமது கூர்மையைக் காண்பிக்கிறார். தமிழ் மக்களால் ஓட்டுப்பெற்று முதல் மந்திரி பதவிக்கு வந்த கனம் ஆச்சாரியார், தமிழ் மக்களுக்கே துரோகம் செய்யத் துணிந்துவிட்டார். தேர்தல் காலத்தில் வாக்குக் கொடுத்ததும், தமிழ் மக்களால் மிக்க வேண்டப்படுவதுமான ஆலயப் பிரவேச மசோதாவை மூலையில் தள்ளிவிட்டு தமிழர்களால் வெறுக்கப்படுவதும் வேண்டப்படாததுமான அந்நிய பாஷையாகிய ஹிந்தியை தமிழ் மக்களிடத்தில் புகுத்தத் துணிந்திருப்பது கனம் ஆச்சாரியாரின் எதேச்சதிகாரமா? முதல் மந்திரி பதவி உத்தியோக மமதையா? பார்ப்பனத் தந்திரமா? அல்லது பார்ப்பனர்களின் வயிற்றுப் பிழைப்புக்கு வழி தேடுவதின் நோக்கமா? என்று கேட்கிறேன். இந்த அற்ப அதிகாரத்திலேயே இவ்விதமான எதேச்சதிகாரம் தாண்டவமாடினால், பூரண சுயராஜ்யம் கிடைத்துவிட்டால் என்னவாகுமோ? அம்மமம!! மயிர் கூச்சுறுகின்றதே!!!

தமிழ்நாட்டு வீரர்களே திரண்டெழுந்து ஆச்சாரியாரின் ஹிந்தி பாஷையை எதிர்த்து சத்தியாக்கிரகம் செய்யுங்கள்.

தமிழ்நாட்டு தாய்மார்களே, தகப்பன்மார்களே! உங்களது பிள்ளைகளை ஹிந்தி கட்டாயபாட பள்ளிக்கூடங்களுக்கு அனுப்பாதீர்கள். மாணவர்களே ஹிந்தி கட்டாயபாட பள்ளிக்கூடங்களிலிருந்து வெளியேறிச் சத்தியாக்கிரகம் செய்யுங்கள்.

கனம் ஆச்சாரியார் ஹிந்தி பாஷையாகிய ஈட்டியைக் கையிலேந்தித் தமிழ்த்தாயை கொலை செய்யத் துணிந்து நிற்கிறார். கனம் ஆச்சாரியாரின் ஈட்டியைப் பார்க்க நமது தமிழ்த்தாயின் அழுகுரல் வீறிட்டு எழுகிறது. தமிழ் மக்களே நமது தாயை இந்த அலங்கோல நிலையில் பார்க்க மனம் சகிக்கின்றதா? இச்சமயத்தை நீங்கள் தவறவிட்டால் தமிழ்த்தாயின் நிலமை பரிதாபகரமாக முடியுமென்பது நிச்சயம். ஆகையினால் தமிழ் வீரர்களே இந்தச் க்ஷணமே யுத்தசன்னதமாகி தமிழ்த்தாயைக் காக்க முனைந்து வாருங்கள். கனம் ஆச்சாரியாரின் எதேச்சதிகாரத்தை உடைத்தெறியுங்கள்.

தமிழ்த் தாயின் அருந்தவ மக்களே, கனம் ஆச்சாரியார் தமிழ் மக்களை ஹிந்தி பாஷைக்கு அடிமையாக்க, கையில் மாயவலையுடன் சுற்றுப்பிரயாணம் வருவார். தமிழர்களே உஷாராயிருந்து கனம் ஆச்சாரியாரின் மாயவலையில் சிக்காமல் கனம் ஆச்சாரியாரை புறமுதுகு காட்டி ஓடும்படி செய்வீர்களாக. ஹிந்தி வீழ்க "தமிழ் வாழ்க"

குடி அரசு - 26. 06. 1938

நமது விண்ணப்பம்

இந்தி எதிர்ப்புக் கிளர்ச்சியை ஒடுக்குவதற்காக வேண்டி "நமது" சுயராஜ்ஜிய சர்க்கார் இதுவரை 120 பேர்களை அரஸ்ட் (கைது) செய்து சுமார் 40 பேர்கள் வரை கிரிமினல் அமெண்ட்மெண்ட் ஆக்ட் 7-1-ஏ படி 4-மாதம், 6-மாதம் கடின காவல் சிட்சை கொடுத்துத் தண்டித்து கேப்பைக்கூழும், களியும் போட்டு மொட்டை அடித்து ஜெயில் உடை கொடுத்து குல்லாய் போட்டு வேலை வாங்கி வருகிறார்கள்.

மற்றும் தோழர்கள் சி.டி.நாயகம் (மாஜி டிப்டி ரிஜிஸ்ட்ரார்), ஈழத்து சிவானந்த அடிகள் பி.ஏ. (ஒரு சந்யாசி), கே. எம். பாலசுப்பிரமணியம் பி.ஏ.பி.எல்., ஷண்முகாநந்த சுவாமி (ஒரு சந்யாசி), சி.என். அண்ணாதுரை எம்.ஏ. (ரிவோல்ட் பத்திராதிபர்), சுவாமி அருணகிரிநாதர் (ஒரு மடாதிபதி) முதலாகிய முக்கியஸ்தர்களை 3-வருஷம் வரை தண்டிக்கும்படியான இண்டியன் பினல் கோட் சட்டம் 117 பிரிவுப்படி கைது செய்து சிறைப்படுத்தி வைத்திருக்கிறார்கள். சிலர் ஜாமீனில் இருக்கிறார்கள் என்றாலும் இனியும் இந்த இரண்டு சட்டப்படியும் தினமும் 3 பேர், 4 பேர் வீதம் கைது செய்யப்பட்டுக் கொண்டும் தினமும் 10 பேர், 15 பேர் வீதம் தண்டிக்கப்பட்டுக் கொண்டும் வருகிறார்கள். "இந்த சுயராஜ்ய சர்க்கார் இந்தக் காரியங்கள் மாத்திரம் தான் செய்து வருகிறார்கள். இதற்கு மேல் என்ன செய்துவிடுவார்கள்?" என்று மக்கள் கருதி மேலும் மேலும் கைதியாக ஆயிரக்கணக்கான பேர்கள் முன்வந்து விடுவார்கள் போலிருக்கிறதே என்று கருதி "நமது" தோழர் சத்தியமூர்த்தியார் அவர்கள் தமது அருப்புக்கோட்டை அரசியல் மகாநாடு தலைமைப் பிரசங்கத்தில் "இந்தியை எதிர்த்து கிளர்ச்சி செய்பவர்கள் பெரிய ராஜத்துரோகிகளாவார்கள் என்றும் அவர்கள்மீது ஆயுள் பரியந்தம் அல்லது தூக்குப் போடும்படியான குற்றப்படி நடவடிக்கை எடுக்க வேண்டும் என்றும் மிக "தயாள" குணத்தோடு "இளகிய" மனம் கொண்டு பேசியிருக்கிறார். இதை மெயில் பத்திரிகை மாத்திரமே கண்டித்து தலையங்கம் எழுதி இருக்கிறது.

மெயில் விளாசல்

அதாவது தோழர் சத்தியமூர்த்தியாரே! நீர் இந்தியை எதிர்க்கிறவர்களுடைய தலைகளையெல்லாம் வெட்டவேண்டும் என்று சொல்லுகிறீர்களே! அப்படியானால் சென்னை கடற்கரையில் தோழர் ஈ.வெ.ராமசாமி பேசும்போது 50000 ஐம்பது ஆயிரம் ஜனங்கள் கேட்டுக் கொண்டிருந்ததோடு தோழர் திருச்சி கே.ஏ.பி. விஸ்வநாதம் அவர்கள் சர்க்காரை கண்டித்து தீர்மானம் பிரேரேபித்ததற்கு அந்த 50000 பேர்களும் ஏகமனதாய் ஓட்டுக்கொடுத்திருக்கிறார்களே! ஆதலால் இந்த 50000 பேர்களுடைய தலைகளையும் தானே வெட்ட வேண்டும்! இதுதானா உமது சுயராஜ்யம்? இது

தானா காந்தியார் கூறும் "அன்பினால் ஆளப்படும்" "ராஜ்ய பாரம்?" என்று கேட்டிருக்கிறதே தவிர மற்ற எந்த பார்ப்பனப் பத்திரிகையும் எந்த காங்கிரஸ் பத்திரிகையும் அதைப் பற்றி ஒரு வார்த்தைகூட பேசவில்லை என்பது மாத்திரமல்லாமல் அதைப் பற்றி இதுவரை எந்த காங்கிரஸ் தலைவர் என்பவர்களும் ஒரு வார்த்தைகூட பேசவில்லை என்றால் இன்றைய சுயராஜ்யத்தில் தமிழ்மக்களின் தலை - உயிர் எவ்வளவு அற்பமாய் மதிக்கப்படுகின்றது என்பதற்கு வேறு அத்தாட்சி வேண்டுமா என்று கேட்கின்றோம்.

ஆச்சாரியாருக்கு மூர்த்தியார் உதவி

உண்மையில் தோழர் சத்தியமூர்த்திக்கும் கனம் ஆச்சாரியாருக்கும் ஒருவருக் கொருவர் தனிமையில் கண்டால் வெட்டிக் கொள்ளும்படியான ஆத்திரமும் குரோதமும் இருந்து வருவது யாவரும் அறிந்ததாகும். அதாவது சத்தியமூர்த்தியாருக்குக் கிடைக்க வேண்டிய மந்திரி பதவியை தோழர் ஆச்சாரியார் திடீரென்று திருச்சி டாக்டர் ராஜனுக்குக் கொடுத்துவிட்டதால் அன்று முதல் இன்றுவரை ஆச்சாரியாரை வைத வண்ணமாகவும் அவர்மீது எதிர்ப்புப் பிரசாரம் செய்த வண்ணமாகவும் இருந்து வருகிறார். அப்படிப்பட்டவர் ஆச்சாரியாரின் இந்தி கட்டாய நுழைப்பும் எதிர்ப்பும் பார்ப்பனர் பார்ப்பனர் அல்லாதார் என்ற விஷயமாக இருந்து வருகிறது என்று தெரிந்தவுடன் இந்தியை எதிர்ப்பவர்களை ஆச்சாரியார் 6 மாதமும், 3 வருஷமும் தண்டித்தால் போதும் என்று சொன்னால் தோழர் சத்தியமூர்த்தியார் இந்தியை எதிர்ப்பவர்களை ஆயுள் பரியந்தம் தண்டிக்க வேண்டும் அல்லது தலையை வெட்ட வேண்டும் (தூக்கில் போட வேண்டும்) என்று பகிரங்கமாக ஒரு பொது மேடையில் பேசி ஆச்சாரியாருக்கு உதவி செய்கிறார்.

வேறு உதாரணம் வேண்டுமா?

100 க்கு 3 பேராய் உள்ள பார்ப்பனர்கள் மற்ற 100க்கு 97 பேர்களாக உள்ள மக்களை எப்படி அடக்கி ஒடுக்கி அடிமைப்படுத்தி ஆதிக்கம் செலுத்துகிறார்கள் என்பதற்கு இந்த ஒரு உதாரணம் போதாதா என்று கேட்கிறோம். பார்ப்பனர்கள் தங்கள் சமூக நலனுக்காக என்றாலும் தங்கள் சமூக நலனுக்குக் குறைவு வருகிறது என்றாலும் உடனே கன்யாகுமரி முதல் இமயமலை வரை உள்ள சகல மாதிரியான பார்ப்பனரும் ஒன்று சேர்ந்து ஒரே அபிப்பிராயம் கொண்டு விடுகிறார்கள். அவர்களில் யார் எவ்வளவு கொடுமையும் குற்றமும் செய்தாலும் ஒருவரை யொருவர் சிறிதும் விட்டுக்கொடுக்காமல் ஆதரிக்கிறார்கள். எதிரிகள் மீது ஒரே மூச்சில் விஷமப் பிரசாரம் செய்து ஒழிக்க எக்கருமத்தையும் கையாளுகிறார்கள். ஆனால் பார்ப்பனரல்லாதாராகிய குறிப்பாக தமிழ்நாட்டுத் தமிழ் மக்களோ இப்படிப்பட்ட சமயத்தில்தான் விபீஷணர்களாக மாறுகிறார்கள் என்பதற்கு இப்படிப்பட்ட கட்டுப்பாடாக வன்மனமாக தமிழ் மக்களை அடக்கி ஆதிக்கம் பெறுவதற்கென்றே ஏற்படுத்திக் கொள்ளப்பட்ட பார்ப்பன ஆட்சிக்கு நமது தோழர் ராமநாதன் அவர்கள் மாட்டு வண்டி ஓட்டப்படவும் எதிரிகளை நல்லவர்களாகவும் நம் மக்களை அயோக்கியர்களாகவும் விளம்பரம் செய்யும் கேவலத் தொழிலுக்கு ஆளாகவும் துணிந்து விட்டார் என்றால் தமிழ் மக்கள் நிலைக்கு வேறு உதாரணம் வேண்டுமா என்று கேட்கின்றோம்.

நமது மகிழ்ச்சி

இவைகளைப் பற்றி எல்லாம் உண்மையிலேயே நாம் சிறிதும் கவலைப்பட வில்லை. மிக்க உற்சாகமே கொண்டிருக்கின்றோம். எப்படியெனில், வெந்ததைத் தின்று வாயில் வந்ததைப் பேசிவிட்டு வீணே முதுமைக்கும் நோய்க்கும் ஆளாகி நமக்கு இஷ்டமில்லாமல் சாவதைவிட இப்படிப்பட்ட ஏதாவது ஒரு சிறிய

காரியத்திற்காகவாவது அல்லது இம்மாதிரியான ஒரு சிறிய நன்மை உடைய காரியத்திற்காகவாவது வாழ்ந்து மறைவது அறிவுடைய காரியம் என்பதாக கருதி இருப்பதால் அதை நாம் வெகுநாளாக எதிர்பார்த்த காரியம் கை கூடிற்றென்ற மகிழ்ச்சியிலேயே இருக்கிறோம். அவ்வளவு மாத்திரம்தானா? அல்ல! அல்ல!! இந்நாட்டு உண்மை தமிழ் மக்களுக்கு அவர்களுடைய வீரத்தையும் தன் மானத்தையும் காட்டுவதற்கும் அவர்களது வாழ்வும் செல்வமும் உயிரும் நற்கருமத்துக்குப் பயன்படுத்துவதற்குமான ஒரு கிடைத்தற்கரிய அரும் சமயம் கிடைத்திருக்கிறதென்றும் மகிழ்ச்சி அடைகிறோம்.

ஒரு கேள்வி

தமிழர்களே! நீங்கள் எத்தனை மேதாவிகளானாலும் அறிவாளிகளானாலும் செல்வவான்களானாலும் மற்றும் யாராய் இருந்தாலும் நீங்கள் ஒவ்வொருவரும் ஏதோ ஒரு நாளில் முடிவெய்தப்போவது திண்ணம். ஆனால் இந்த அறிவையும் மேதாவித் தன்மையையும் செல்வத்தையும் மற்றதையும் இப்பொழுது எதற்கு செலவழிக்கிறீர்கள்? பொய்ப்புகழ் தேடுவதிலும் பின்னால் என்ன ஆகப் போகிறதோ என்றுகூட அறிய முடியாத காரியத்திற்காக பொருளைத் தேடிப் பெருக்கி வைப்பதிலும் பயன்படுத்துகிறீர்கள். இம்முயற்சியில் நீங்கள் எவ்வளவு ஏமாற்றம் அடைகிறீர்கள்? எவ்வளவு சங்கடம், கவலை, மனவேதனை, சரீரப்பிரயாசை அடைகிறார்கள்? இவை மாத்திரமா? இந்தக் காரியங்களுக்கு நீங்களே உங்கள் வாழ்வில் மனமார எவ்வளவு பொய் வஞ்சகம் பித்தலாட்டம் பழிவாங்கும் உணர்ச்சி ஆகிய காரியங்களில் ஈடுபட வேண்டியவர்களாக ஆகின்றீர்கள் என்பவற்றையும் நினைத்துப் பாருங்கள். ஆகவே மானம், வீரம், அறிவு பெற்ற மனிதன் தன் வகுப்பை மற்றொரு வஞ்சக அறிவு பெற்ற வகுப்பு சூறையாட அனுமதித்துக் கொண்டிருந்து விட்டு மறைவது அறிவுடைமையா? என்பதை யோசித்துப் பாருங்கள்.

தமிழ் மக்களுக்கு ஏற்பட்டுள்ள இக்கொடிய நிலை இன்று நேற்று ஏற்பட்டதல்ல. இதை ஒழிக்க அழிக்க தமிழ் மக்கள் எடுத்துக்கொண்ட முயற்சிகளும் இன்று நேற்று ஆரம்பிக்கப்பட்டவையல்ல. ஆயிரக்கணக்கான வருஷங்களாக இருக்கலாம் என்று சொல்லலாம். ஆனாலும் இன்றுதான் எதிரிகளின் கொடுமைகள் பாமர மக்களுக்கும் விளங்கும்படி வெளிச்சம் ஏற்பட்டு வருகிறது. மனிதன் மானத்துக்கும் அறிவுக்கும் வாழ வேண்டியவன் என்பது இன்றுதான் மக்களுக்கு விளக்கி வைக்க முடிகிறது. ஆதலால் இச்சமயம் செய்யப்படும் எவ்வித முயற்சியும் பயன்படக் கூடியதாகும் என்பதை தெரிவித்துக் கொள்கிறோம்.

நமது தற்காலத் தேவை

இன்று இக்கொடுமையில் இருந்து தப்புவதற்கு தமிழ் மக்களுக்கு வேண்டியது முதலாவது ஒற்றுமையாகும். நிலைகுலைந்த தமிழ் மக்கள் முதலில் நிலை பெற வேண்டும்; ஒன்றுசேர வேண்டும்; சில்லறை அபிப்பிராய பேதங்களை அசூயை பொறாமையை விட்டு உடன்பிறப்பு (சகோதர) உணர்ச்சி கொள்ள வேண்டும். தங்கள் தங்கள் வாழ்க்கையில் எந்த பாகத்தை இந்த அருமையான முக்கியமான காரியத்துக்கு உதவலாம் என்று கவலை கொள்ள வேண்டும். தங்களிடம் சவுகரியமாக உள்ள செல்வத்தில் சிக்கன உணர்ச்சி இல்லாமல் எவ்வளவு அளிக்கலாம் என்பதை தாராளத்தன்மையோடு யோசித்து உதவ முன்வர வேண்டும். எதிரிகளின் கொடுங்கோன்மையை ஒழிக்க தங்கள் தங்களைப் பொறுத்தவரை எவ்வளவு தூரம் தியாகத்தை செய்யலாம் என்று நன்றாய் யோசித்து முடிவுக்கு வந்து வெளியில் புறப்பட்டு விட வேண்டும். இத்யாதி காரியங்கள் செய்யாவிட்டால் இந்த 50 அல்லது 100 ஆண்டுகளுக்குள் தமிழ்மக்கள் அடைந்துள்ள சுதந்திரம்,

மானம், சமத்துவம் எல்லாம் நாசமாகி பழய (வருண தர்ம) நிலைக்குப் போய் சேர்ந்துவிடுவோம் என்பதை நன்றாக உணருங்கள்.

இது எவர்மீதும் கொண்ட விரோதமல்ல, குரோதமல்ல, ஹிம்சையல்ல, பலாத்காரமல்ல. நமது உரிமையை நாம் பெற காப்பாற்றிக் கொள்ள முயற்சிக்கின்றோம். இம்முயற்சியிலும் யாரிடமும் துவேஷமும் காட்டுவதில்லை. யாரிடமும் பலாத்கார செய்கைக்கோ ஹிம்சையைத் தரும் செய்கைக்கோ நாம் செல்வதில்லை - செல்லும்படியாகவும் யாரையும் தூண்டவும் வரவில்லை. அன்றியும் அப்படிப்பட்ட காரியம் செய்யக்கூடாதென்றும் வன்மையாகக் கூறுகிறோம்.

பணம்! பணம்!

தமிழ் மக்களே! இப்போது இந்த முயற்சிக்கு அவசரமாக அவசியமாக வேண்டியது பணம் - பணம் - பணமேயாகும். பணம் இல்லாவிட்டால் இம்முயற்சி உடனே செத்து மடிந்து நசுக்கப்பட்டு மறைந்தே போகும். பிறகு என்ன ஆகும் என்பதை நாம் சொல்ல வேண்டியதில்லை. ஒரு லட்ச ரூபாய் இருந்தால்தான் நாம் உண்மையில் ஒரு அளவு இக்கொடுமையிலிருந்து மீளலாம். கொடுமை என்றால் விளையாட்டுக் கொடுமையா? தமிழ்நாட்டில் உள்ள தமிழ் வீரர்கள் செல்வர்கள் மேதாவிகள் எல்லோரும் அடங்கி ஒடுங்கி நடை பிணங்களாக நடந்து திரியும்படி செய்யப்பட்டுவிட்ட கொடுமையாகும்.

உதாரணம் காட்டுகிறோம் பாருங்கள். தென்கோடியில் இருந்து எடுத்துக் கொள்ளுங்கள். திருநெல்வேலி ஜில்லாவில் தோழர்கள் மேடை தளவாய் குடும்பம், ஈஸ்வரம் பிள்ளை குடும்பம், சிவ சின்னக் கண்ணுபிள்ளை குடும்பம் முதலிய 20, 30, 50 லட்சம் செல்வமும் பாரிஸ்டர் பி.ஏ.பி.எல். முதலிய கல்வியும் பரம்பரை பெருமையும் மிட்டாவும் உள்ள குடும்பத்தார்கள் இன்று எவ்வளவு அடிமை நிலையில் அஞ்ஞாதவாசமாய் (தங்களைக் காட்டிக் கொள்ள முடியாத) நிலையில் இருக்கிறார்கள். ராமநாதபுரம் ஜில்லாவில் ராமனாதபுரம் ராஜா எங்கே? சிவகங்கை ஜமீன் எங்கே? சேத்தூர் எங்கே? எட்டயபுரம் எங்கே? கோடீஸ்வரர்களான செட்டி மக்கள் எங்கே? பல லக்ஷாதிகார வியாபாரிகளான நாடார் குல பெரியார்களெங்கே? இவர்கள் நிலை இன்று எவ்வளவு அடிமைத்தனமாகவும், பரிதாபகரமானதாகவும் இருக்கிறது பாருங்கள். மற்றும் மதுரை ஜில்லாவில் உத்தமபாளையம் குடும்பம் எங்கே? போடி ஜமீன் எங்கே? பெரியகுளம் எங்கே? சுப்பஞ்செட்டியார் குடும்பம் எங்கே? மற்ற பல மிராசுதார்களும் வியாபாரிகளும் பி.ஏ.பி.எல்., எம்.ஏ.க்களும் எங்கே? விலாசம்கூட அறியக்கூடாத அளவு மறைந்து கிடக்கிறார்களே? அது திருச்சி ஜில்லாவில் காட்டுப்புத்தூர், மீனாம்பள்ளி, உறையூர் ஜமீன்கள் கடவூர் சமஸ்தானங்கள் எங்கே? மற்ற பிரபல மிராசுகள் எங்கே? பத்து லக்ஷக் கணக்கான செல்வம் படைத்த சௌகார்கள் எங்கே? தஞ்சை ஜில்லாவில் உடையார் எங்கே? வடபாதி மங்கலம் எங்கே? சீர்காழியார் எங்கே? இவர்கள் போன்ற மற்ற மேதாவிகளும் எங்கே? அது போலவே மற்ற சகல தமிழ் ஜில்லாக்களிலும் மற்றும் ஆந்திர, மலையாள ஜில்லாக்களில் உள்ள மேதாவிகளும், செல்வவான்களும், ஜமீன்களும், ராஜதந்திர நிபுணர்களும் அடக்கப்பட்டு விட்டனரே! இவை எதனால்? இந்த நாடு ஏதாவது பொது உடமை-அல்லது சமதர்ம நாடாக ஆகிவிட்டதா? சர்வாதிகார கொடுங்கோன்மை நாடாக திகழ்கின்றதா? அதாவது "இந்தி படிக்க மாட்டேன்" என்றால் ஒருவர் 6-மீ கடின காவல் போடச் சொல்லுகிறார். ஒருவர் 3-ரூ போடச் சொல்லுகிறார். ஒருவர் தலையை வெட்டு என்கிறார். தொழிலாளிகள் தெருவில் திண்டாடி சோற்றிற்கு இல்லாமல் சொத்துப் பொத்தென்று மடிந்து விழுகிறார்களே! பசிக்குதே என்றால் ஒருவர் ஜெயில் என்கிறார். தட்டிக்கேட்டால்

மற்றவர் சுடு என்கிறார். நாட்டு முன்னேற்றமோ ஆகாயக் கப்பலில் இருந்து கட்டை வண்டிக்கு வந்துவிட்டது. பார்ச்மெண்டு பேப்பரில் இருந்து பன ஓலைக்கு வந்துவிட்டது. சல்லா வேஷ்டியிலிருந்து கோணிரட்டுக்கு வந்துவிட்டது.

ஜாதி வித்தியாசமோ கூட இருந்து சாப்பிட்டதற்கு கட்டிவைத்து உதைத்து மொட்டை அடித்து சாணிப்பால் உத்சவம் நடந்ததாக கூப்பாடுகள் வானத்தைப் பிளக்கின்றது. உத்தியோகமும் அதிகாரமும் ஒரு தனிச் சாதிக்குத்தான் உண்டே ஒழிய மற்றவர்கள் நினைக்கவே தகுதியற்றவர்களாக ஆக்கப்பட்டுவிட்டார்கள்.

சமத்துவமோ சர்வகுண்டி தீர்த்தம்போல் வழங்கும் காப்பிக்கடையில் கூட சமத்துவம் கிடையாது. அங்கும் "பிராமணன், சூத்திரன்" பலகை தொங்கிக் கொண்டு "பஞ்சமரும் பெரும் வியாதிக்காரனும் நாயும் உள்ளே பிரவேசிக்கக்கூடாது" என்கின்ற அறிவிப்புப் பலகை வெளியில் வைக்கப்பட்டும் இருக்கிறது.

சமதர்ம ராஜ்யம் வந்துவிட்டதா?

மற்றும் பணக்கார ராஜ்யம் ஒழிந்து ஏழைகள் ராஜ்யமாக ஆக்கப்பட்டு விட்டதோ என்று சொல்லப்படுமானால் அப்படியும் இல்லாமல் காலிகள் குண்டர்கள் இழிகுண இழி பிறப்பு மக்கள் என்று கல்லுப் போல் ருஜுவு செய்யக் கூடிய மக்கள் பலரை சேர்த்துக்கொண்டு அவர்களது ஆதரவில் யோக்கியர்கள், தகுதியுடைய மேதாவிகள், கண்ணியமுள்ள நாணயஸ்தர்கள் துரத்தி அடிக்கப்பட்டு விட்டார்கள். இவைகளை ஏன் சொல்லுகிறோமென்றால் இந்த நாட்டில் செல்வ வான்கள், மேதாவிகள், அறிவாளிகள், ஒடுக்கப்பட்டார்கள் ஒழிக்கப்பட்டார்கள் என்று சொல்லுவதால் சிலர் "சமதர்மம் ஏற்பட்டுவிட்டது" என்று சொல்லி ஏமாற்ற வருவார்களோ என்னவோ என்று கருதி அந்த யோக்கியதையையும் மக்கள் உணரட்டும் என்பதற்கு எடுத்துக் காட்டுகிறோம்.

"இந்தக் காரியங்களை"ப் பற்றி எவ்வளவுதான் உணர்ந்தாலும் நம் நாட்டு செல்வவான்களில் பலருக்கு சுலபத்தில் மான உணர்ச்சி வராது என்பது நமக்கு தெரியும். ஏன் என்றால் இவ்வளவு இழிநிலை தங்களுக்கு ஏற்பட்டும் இன்னமும் பல செல்வவான்கள் எதிரிகளின் காலை "மோக்ஷ"த்திற்கு ஆகவும் பதவி வாழ்வுக்காகவும் நக்கிக் கொண்டு திரிகிறார்கள். நக்க தூது அனுப்புகிறார்கள்.

தமிழ் வக்கீல்களோ அவர்கள் பலருடைய அகராதியில் மானம் மனிதத்தனம் என்கின்ற வார்த்தைகளே கிடையாது என்று சொல்லலாம்.

ஆதலால் சாதாரண நடுநிலையிலுள்ள தமிழ் மக்களே தங்கள் சமூகத்துக்கு நேர்ந்த இந்த ஆபத்திலிருந்து தப்புவிக்க உதவி செய்யவேண்டியவர்களாக இருக்கிறார்கள்.

இந்நாட்டு தமிழ் வாலிபர்களே அடக்குமுறை ஆயுதத்தை மழுங்கச் செய்ய வேண்டியவர்களாக இருக்கிறார்கள்.

இந்நாட்டுத் தமிழ் பெண்மணிகளே இவ்விரு கூட்டத்திற்கும் உற்சாக மூட்டக்கூடியவர்களாக இருக்கிறார்கள்.

வெளி நாட்டிலுள்ள "இந்து" முஸ்லிம் தமிழ் மக்களே இம்முயற்சிக்கு உதவி அளித்து இந்நாட்டு பணக்காரர்களுக்கு புத்தியும் மானமும் ஏற்படுத்தி தாராளமாய் உதவச் செய்ய வேண்டியவர்களாய் இருக்கிறார்கள்.

ஆதலால் மேற்கூறிய ஒவ்வொரு தமிழ் மகனும் தமிழ் மக்களும் இது சமயம் தைரியமாய் வெளிவந்து தன் தன் கடமையைச் செய்து தமிழ்நாட்டை உலகத்தில் இல்லாவிட்டாலும் பூகோள படத்திலாவது உருவிருக்கச் செய்வார்களாக.

குடி அரசு - 03. 07. 1938

தொகுதி 1

மொழி

வெளிநாட்டுத் தோழர்களுக்கு வேண்டுகோள்

அன்புள்ள தோழர்களே!

இன்று நமது தமிழ் மொழியையும், தமிழர் நாகரீகத்தையும் கொலை செய்து தமிழர்களை, ஆரியர்களுக்கும் ஆரிய நாகரீகத்திற்கும் அடிமைப்படுத்தி பழைய மனுதர்ம முறைக்குக் கொண்டுவர இந்தி மொழியை கட்டாயமாகப் புகுத்த சென்னை மாகாண முதல் மந்திரி கனம் ஆச்சாரியார் முயற்சித்து விட்டார்.

இதைக் கண்டித்து சென்னை மாகாணம் முழுதும் பெருத்த கிளர்ச்சி நடைபெற்று வருகிறது. இது சம்மந்தமாக சுமார் 114 பேர்கள் வரை கைது செய்யப்பட்டிருக்கிறார்கள். சுமார் 41 பேர்கள் வரை தண்டிக்கப்பட்டிருக்கிறார்கள். இன்னும் பலரை கைது செய்யலாம்.

ஆகையால் வெளிநாட்டிலுள்ள தமிழ்நாட்டுத் தோழர்களே இந்தப் போரைத் தொடர்ந்து செய்ய வேண்டும். அப்படி தொடர்ந்து செய்ய வேண்டுமானால் அதிகமான பணம் வேண்டும். ஆகையால் நீங்கள் உங்களாலான பண உதவி செய்யும்படி கேட்டுக் கொள்ளுகிறோம்.

குடி அரசு - 03. 07. 1938

தொகுதி 1 மொழி

ஆச்சாரியார் ஆட்சி நீடிக்க வேண்டும்
அடக்குமுறைகளும் வலுக்க வேண்டும்
அப்பொழுதுதான் மக்கள் உண்மையை உணர்வார்கள்

தலைவரவர்களே!

தோழர்களே!

இன்று இந்த சென்னை கடற்கரையில் இவ்வளவு பிரம்மாண்டமான கூட்டத்தில் நான் பேச நேர்ந்ததைப்பற்றி மிகவும் மகிழ்ச்சியடைகிறேன்.

இந்தக் கூட்டமானது எனது நண்பர் கனம் ஆச்சாரியார் அவர்கள் தமிழ் மக்கள் மீது பலாத்காரமாய் சுமத்தும் பார்ப்பன பாஷையாகிய ஹிந்தியைத் தடுப்பதற்காக கூட்டப்பட்ட ஹிந்தி எதிர்ப்புக் கூட்டமாகும் என்பது நீங்கள் அறிந்ததேயாகும். இது தோழர் ஆச்சாரியார் சென்ற வாரத்தில் இதே கடற்கரையில் ஹிந்தி ஆதரித்து பேசுவதற்காக என்று கூட்டப்பட்ட கூட்டத்தில் அதன் தலைவர் தோழர் முத்துரங்க முதலியார் அவர்கள் கூட்டத்திற்கு வந்திருந்த மக்களை எழுந்து போகும்படி சொன்னது போல் அதாவது "இக்கூட்டம் ஹிந்தியை ஆதரிக்கின்றவர்களுக்கு மட்டுமேயன்றி ஆதரிக்காதவர்களுக்கு இங்கு வேலையில்லை" என்று சொல்லி போலீஸ் குதிரைப் படையை விட்டு கூட்டத்தைக் கலைத்தும் போலீஸ் தடியைக் கொண்டு கூட்டத்தை விரட்டியும் அடித்தது போல் இக்கூட்டம் ஒரு சாராருக்கு மாத்திரம் ஏற்பட்டதல்ல. இக்கூட்டம் ஹிந்தியை எதிர்ப்பதற்கு உண்டான காரணங்களைச் சொல்லவே கூட்டப்பட்டதானாலும் அன்றைய தினம் அந்த (ஆச்சாரியார்) கூட்டத்தில் பேசியவைகளுக்கு பதில் சொல்லவும் ஹிந்தியை எதிர்ப்பவர்களும் ஆதரிப்பவர்களும் நடுநிலைக்காரர்களும் யாவரும் வந்து கேட்கவும் தங்கள் அபிப்பிராயங்களைக் கொடுக்கவும் போடப்பட்ட பொதுக்கூட்டமாகும்.

போலீசாருக்கு பாராட்டு

நாங்கள் இக்கூட்டத்திற்கு உண்மையிலேயே போலீஸ் உதவியையோ குதிரைப் படை உதவியையோ கோரவில்லை என்றாலும் இது மகா பிரம்மாண்டமான கூட்டமாயிருப்பதால் போலீசார் தங்கள் கடமையைச் செய்ய ஒரு சிலர் இங்கு நிற்பதைப் பார்க்கிறேன். அதற்காக நான் நன்றி செலுத்துகிறேன். என்றாலும் சென்னை பார்ப்பனப் பத்திரிகைகளும் அவர்களது கூலிப்பத்திரிகைகளும் முதல் மந்திரியார் (ஆச்சாரியார்) கூட்டம் போலீஸ் பந்தோபஸ்தில் நடக்க வேண்டி

221

இருந்ததே என்கின்ற அவமானத்தையும், கேவல நிலையையும் போக்கிக் கொள்ள ஒரு நொண்டிச்சாக்கு தேடிக்கொள்வதற்காக நமது (இந்த) கூட்டமும் "போலீஸ் பந்தோபஸ்தில் நடந்தது" என்று எழுதுவதற்கு இதைப் பயன்படுத்திக் கொள்ளும் என்பதையும் சொல்லாமல் இருக்க முடியவில்லை. போலீஸ் பந்தோபஸ்து இருப்பதை நான் எப்போதும் குற்றங் கூறுவதில்லை. போலீஸ்காரர்கள் நம் உண்மையான காவல்காரர்கள்.

நம் பணத்தைக் கொண்டே அவர்கள் ஏற்படுத்தப் பட்டிருக்கிறார்கள். ஆதலால் நாம் வெட்கப்பட வேண்டியதில்லை. ஆனால் கனம் ஆச்சாரியாரின் வாழ்க்கைக்கு இன்று அவ்வளவு போலீஸ் காவல் தேவை இருப்பதானது அவரது வாழ்க்கை மிகக் கொடியது என்பதையாவது அல்லது அவர் பொதுமக்கள் வெறுப்புக்கும், ஆத்திரத்துக்கும், அதிர்ப்திக்கும் ஆளாகி வாழ்கிறார் என்பதையாவது காட்டுகிறது.

அன்றியும் தன்னைப் பொதுஜன சேவகன் என்றும் ஜனநாயக முறைப்படி தான் பதவி பெற்றவன் என்றும், தனது எல்லா அக்கிரமமும் ஏதேச்சதிகாரமும் கொண்ட காரியங்களுக்கு அடிக்கடி சமாதானம் சொல்லி ஏய்க்கப் பார்க்கும் அந்த ஒழுக்கம் கெட்ட காரியத்துக்கு இது ஒரு சரியான புத்தி கற்பிப்புமாகும்.

இன்றா நாங்கள் இந்தியை எதிர்க்கிறோம்

தோழர்களே! இன்றைய தினம் நமது மாகாணத்தில் உள்ள ஹிந்தி எதிர்ப்புக்கு காரணஸ்தர்களில் நானும் இன்று இக்கூட்டத்திற்குத் தலைமை வகித்திருக்கும் தோழர் கலீபுல்லா சாயபுவும் முக்கியஸ்தர்கள் என்றும் நாங்கள் ஏதோ வேறு காரணம் கொண்டு இந்த எதிர்ப்புப்பிரசாரம் செய்கின்றோமென்றும் ஆச்சாரியாரும் அவரது சிஷ்யகோடிகளும் பத்திரிகைகளும் கூப்பாடு போட்டு மக்களை ஏய்க்கப் பார்க்கின்றார்கள். நான் ஹிந்தியை *1924, 1925*ம் வருஷத்திலேயே எதிர்த்திருக்கிறேன். அதற்கு ஆதாரம் "குடி அரசு" பத்திரிகையில் பார்க்கலாம். அப்போது ஆச்சாரியார் எனக்கு முக்கிய நண்பராகவும் தலைவராகவும் கூட இருந்தார் என்று சொல்லலாம். தோழர் கலீபுல்லா சாயபு அவர்கள் ஆச்சாரியார் மந்திரி ஆவதற்கு முன்பே ஹிந்தி கட்டாயமாகும் முன்பே ஹிந்தி இஷ்டபாடமாகக்கூட இருக்கக் கூடாது என்று பிரசாரம் செய்து பண்டித ஜவஹர்லாலுடன் வாக்குவாதம் செய்து கொண்டிருந்தவர். இன்றைய ஹிந்தி எதிர்ப்புத் தோழர்களில் மற்றும் அநேகரும் வெகுநாளாகவே தமிழ்நாட்டிற்கு ஹிந்தி ஏன் என்று கண்டித்து வந்திருக்கின்றார்கள்.

இந்தி பார்ப்பன பாஷை

இந்தி என்றால் பார்ப்பன பாஷை என்றுதான் அருத்தம். இதற்கு வேறு எந்த அருத்தமும் இல்லை. உங்களுக்கு யாருக்காவது சந்தேகமிருந்தால் வீட்டிற்குப் போய் டிக்ஷனரி (அகராதி)யை எடுத்துப் பாருங்கள். பார்ப்பன பாஷையை பார்ப்பனரல்லாதாருக்கு கட்டாயமாகப் புகுத்தினால் பார்ப்பனரல்லாதாருக்கு வீரமும், மானமும், அறிவும் இருந்தால் ஒப்புக்கொள்ள முடியுமா என்பதை நீங்களே யோசித்துப் பாருங்கள்.

இந்தி பாஷையைப் பற்றியும் அதன் யோக்கியதையைப் பற்றியும் அதனால் தமிழ் மக்களுக்கு ஏற்படும் கெடுதியைப் பற்றியும் ஆச்சாரியார் இதைக் கட்டாயமாய்ப் புகுத்தும் சூழ்ச்சியைப் பற்றியும் இந்தி எதிர்ப்பு மேடைகளில் வண்டி வண்டியாய் பேசப்பட்டிருக்கின்றன. இதற்கு ஆச்சாரியாரோ மற்ற அவரது கூலிகளோ பத்திரிகைகளோ ஏதாவது சமாதானம் சொன்னார்களா? சொல்லுகிறார்களா என்று யோசித்துப் பாருங்கள். நாம் சொல்லும் காரணங்களைக் கூட சென்னை பத்திரிகைகள் பல வெளியிடும் கண்ணியமான குணமில்லாமல் இழிதன்மையில்

நடந்து கொள்ளுகின்றன. ஆகவே இந்த ஒரு காரணமே ஹிந்தியை அயோக்கியத் தனமாகவும் அக்கிரமமாகவும் வஞ்சகபுத்தியோடும் நம் குழந்தைகளுக்கு ஒரு கூட்டத்தார் புகுத்தப் பார்க்கிறார்கள் என்பதற்குப் போதாதா என்று கேட்கின்றேன்.

இந்தி ஒழிந்துவிட்டது

தோழர்களே! இந்தி கெட்ட பாஷை - சூழ்ச்சி பாஷை என்பதையும் இந்தியைப் புகுத்தப் பார்ப்பது அக்கிரமமென்றும் நாம் ருஜூ செய்து விட்டோம். அந்த ருஜூவை ஆச்சாரியாரும் ஏற்றுக்கொண்டதோடு இந்தியைக் கையும் விட்டு விட்டார் என்கின்ற அளவில் நாம் வெற்றியும் பெற்றுவிட்டோம். நமது கிளர்ச்சி வெற்றியளித்துவிட்டதென்கின்ற நற்செய்தியை இன்று உங்களுக்குத் தெரிவிக்கிறேன். எப்படியென்று கேட்பீர்கள். கவனமாய் கேளுங்கள். ஆச்சாரியார் இந்தியைக் கைவிட்டு ஒருமாத காலமாகி விட்டது. அவர் இப்போது எங்கும் இந்தி என்று பேசுவதில்லை. பத்திரிக்கைகளும் இந்தி என்று எழுதக் கூடாதென்பதாக பத்திரிகைகளைக் கேட்டுக்கொண்டார். ஆனால் அதற்கு வேறு பெயர் கொடுத்து இந்துஸ்தானி என்று பேசுகிறார். அவரை ஆதரிக்கும் பத்திரிகைகளும் அப்படியே எழுதுகின்றன.

எனது கவலை

ஆச்சாரியார் உண்மையில் நம் மக்களை சம்ஸ்கிருதம் படிப்பிக்கச் செய்ய வேண்டும் என்று தான் முதன் முதல் கருதினார். ஆனால் அதற்கு தமிழ்நாட்டில் ஏற்கனவே உள்ள எதிர்ப்பைக் கண்டு பயந்து அதற்கு மறுபெயர் கொடுத்து ஹிந்தி என்றார். அதை எதிர்த்து தமிழ் மக்கள் கிளர்ச்சி செய்தவுடன் அதை விட்டு விட்டு இப்போது இந்துஸ்தானி என்கிறார். இதையும் அதே மூச்சில் எதிர்த்தோமானால் அதையும் கைவிட்டு விடுவார் என்பது உறுதி. சூழ்ச்சிக்காரர்களுக்கு மானமும் வீரமும் நேர்மையும் இருக்காது. அவை இருந்தால் சூழ்ச்சி செய்ய அவசியமும் இருக்காது. ஆதலால் நாம் ஹிந்தி போய்விட்டதே என்று எதிர்ப்பைக் கைவிட்டு விடக்கூடாது. ஹிந்துஸ்தானியை ஆச்சாரியார் கைவிட்டு விட்டதாகச் சொன்னாலும் நம்பி விடக்கூடாது. நமது எதிர்ப்பு தொடர்ந்து இருக்க வேண்டும். நம்மை அறியாமல் நமக்கு எவ்வளவோ கேடுகள் செய்யப்பட்டு வருகின்றன. இவையெல்லாம் மக்களுக்கு சரியாய் விளங்க வேண்டுமானால் ஆச்சாரியார் இன்னம் ஒன்று இரண்டு வருஷத்துக்காவது பதவியில் இருந்து ஹிந்தியையும் அல்லது ஹிந்துஸ்தானியையும் மாற்றாமல் பிடிவாதமாய் இருக்க வேண்டும் என்று நான் ஆசைப்படுகிறேன். வந்தேமாதரப் பாட்டை நிறுத்தி விட்டதுடன் முஸ்லிம் களுக்கு காங்கரசின் முழு சூழ்ச்சியும் தெரியும்படியான அளவுக்கு நடைபெற வேண்டிய பிரசாரம் நின்று விட்டது. முஸ்லிம்களின் கொதிப்பு ஒரு அளவுக்குக் குறைந்து விட்டது. ஆதலால் ஹிந்திச் சூழ்ச்சியை ஆச்சாரியார் நிறுத்தி விட்டால் நம் மக்கள் கிளர்ச்சி அடங்கி விடுமே என்று உண்மையிலேயே நான் கவலைப்பட வேண்டியவனாக இருக்கிறேன்.

பட்டினியில் எனக்கு நம்பிக்கையில்லை

மற்றும் தோழர் ஜெகதீசனின் பட்டினியைப் பற்றி சிலர் பேசினார்கள். இம்மாதிரி பட்டினியைப் பற்றி எனது அபிப்பிராயம் உங்களுக்கு ஏற்கனவே தெரிந்திருக்கும். பட்டினியில் எந்த விதமான ஆத்மார்த்தம் என்பதோ தெய்வீகம் என்பதோ ஆன தத்துவம் இருக்கிறது என்பதை நான் என்றும் நம்பினதில்லை.

அதனால் எதிரியை மனம் இளகச்செய்து விடலாம் என்பதிலும் எனக்கு நம்பிக்கை இல்லை. எவ்வித பட்டினியையும் நான் ஆதரித்து அதனால் எந்தக் காரியத்தையும் சாதித்துக் கொள்ளலாம் என்பதாக நான் ஆசைப்பட்டதில்லை.

தோழர் ஸ்டாலின் தான் தப்பு என்று காரியத்தை ஒழிக்க சரி என்று பட்ட காரியத்தைச் செய்ய வேண்டுமென்று கருதி அதற்காக ஜீவன்களுக்கு மிக்க அருமையான உயிரைக் கொடுக்க முன் வந்த வீரத்தை மதிக்க வேண்டியது என்பதை மறுக்க முடியாது. அன்றியும் தோழர் ஸ்டாலினின் பட்டினியானது காந்தியாரின் பட்டினித் தத்துவத்தை வெளியாக்கவும் தோழர் காந்தியாரின் இனி இம்மாதிரி பட்டினி காரணங்களால் மக்கள் ஏமாந்து போய்விட மாட்டார்கள் என்பதையும் விளக்கவும் அதாவது தோழர் ஸ்டாலின் பட்டினியை காந்தியாரும் காந்தி பக்தர்களும் எப்படி கருதுகிறார்களோ அதுபோலவே இனிமேல் ஏதாவது ஒரு காரியத்துக்கு காந்தியாரும் மற்றவர்களும் பட்டினி இருந்தால் அப்படியே கருதும்படி செய்யவும் இப்பட்டினி பயன்படுவதால் இது ஒரு நல்ல சம்பவம் என்று சொல்ல பின்வாங்கவில்லை.

காந்தியார் விஷமத்தனம்

ஆனால் காந்தியார் தான் பட்டினி இருந்த காலத்தில் அதற்கு அவர் சொல்லிக்கொண்ட காரணங்களும் அதற்காக மற்ற மக்கள் கீழ்ப்படிய வேண்டுமென்று கட்டாயப்படுத்திய செய்கைகளும் உலகம் அறிந்திருந்தும் தோழர் ஸ்டாலின் பட்டினியைப்பற்றி மிக்க விஷமத்தனமாக கொடுத்த அபிப்பிராயத்தை கண்டிக்காமல் இருக்க முடியவில்லை. இதிலிருந்தாவது பொது ஜனங்களுக்கு காந்தியாரின் உண்மையான நிலை தெரிய சந்தர்ப்பம் ஏற்பட்டதே என்பதற்காகவும் இந்த பட்டினி வரவேற்கத் தக்கதாகின்றது என்கின்றேன்.

மக்கள் உலகில் இறப்பது இயற்கையானாலும் ஒவ்வொரு மனிதனும் கட்டாயம் இறந்தே தீர வேண்டியது முடிவே ஆனாலும் தானாகவே பட்டினி கிடப்பதன் மூலம் சாகத் துணிவது என்பது பொதுமக்கள் கவனத்தை இழுக்க மிக்க பயன்படத்தக்கதாய் இருக்கிறது என்பதை எவரும் மறுக்க முடியாது.

இப்படிப்பட்ட நிலையில் இக்காரியத்துக்காக மனிதத் தன்மைப்படி பரிதாபப்படாவிட்டாலும் இதை குறை கூறுவதும் குற்றம் சொல்வதும் சிறிதும் யோக்கியமான காரியம் ஆகாது என்பதை நான் எடுத்துச் சொல்ல வேண்டியதில்லை.

இதுதானா ராமராஜ்யம்?

ஹிந்தி கட்டாயத்திலிருந்து மக்களை மீள்விப்பதற்காக முயற்சித்த பலர் இதுவரை 100 பேர்கள் வரை சிறைப்படுத்தப் பட்டிருக்கிறார்கள். பலர் 3 மாதம் 4 மாதம் கடின காவல் தண்டனை கொடுக்கப்பட்டிருக்கிறார்கள். சிலர் மீது 2 வருஷம் 3 வருஷம் தண்டிக்கக்கூடிய சட்டப்படி குற்றம் சாட்டியிருக்கிறார்கள். இதுதானா ராமராஜ்யம் அல்லது தர்மராஜ்யம் என்று கேட்கின்றேன். இந்த அக்கிரமத்தை சகிக்காமல் பார்ப்பனர்களிலேயே பலர் வெளிப்படையாய் ஆச்சாரியார் மீதும் அவரது ஆட்சி மீதும் குறைகூற வந்துவிட்டார்கள்.

பம்பாய் சோஷியல் ரிபார்மர் பத்திரிகை பார்ப்பனர்களால் மிகவும் விளம்பரப்படுத்தப்பட்ட பத்திரிகையாகும். அதன் பத்திராதிபரும் இந்திய பிரதான புருஷர்களில் ஒருவராய் கருதச் செய்யப்பட்டவருமான தோழர் நடராஜ அய்யர் அவர்கள் தனது பத்திரிகையில் "ஆச்சாரியார் ஹிந்திக் கிளர்ச்சியை நிறுத்த இவ்வளவு பெரிய அடக்குமுறையை ஆரம்பிக்கும்படியான அளவுக்கு ஆத்திரம் கொண்ட ஒரு காரணமே! இந்திக்கு சரியான எதிர்ப்பு இருக்கிறது என்பதை ருஜுப்படுத்திவிட்டது. இதனால் பார்ப்பனர் - பார்ப்பனரல்லாதார் துவேஷத்தைக் கிளப்புகிறார்." ஆதலால் இனி இதை கைவிட்டுவிட வேண்டியது தான் என்பது ஆக எழுதியிருக்கிறார்.

விசுவநாத சாஸ்திரியார் கண்டனம்

நமது மாகாண ஐகோர்ட் ஜட்ஜாயிருந்த தோழர் விஸ்வநாத சாஸ்திரியார் ஹிந்தி கிளர்ச்சியை அடக்க ஆச்சாரியார் கையாண்ட முறை அக்கிரமமானதென்றும் "ஒரு காலத்தில் பொதுஜன பிரதிநிதிகள் என்கின்ற முறையில் ஆச்சாரியாராலேயே கண்டிக்கப்பட்ட சட்டத்தை தாங்கள் பதவிக்கு வந்த உடன் பொது ஜனங்கள் மீது பிரயோகிப்பது மாமியாள் உடைத்தால் மணசட்டி மருமகள் உடைத்தால் பொன்சட்டி என்று கூறுகிற ஆதிக்கத்தைப் போலிருக்கிறது" என்றும் கண்டித்து 'மெயில்' பத்திரிகையில் எழுதி இருக்கிறார். மற்றும் ஆச்சாரியார் ஆட்சியில் ஜெயிலில் செய்யப்படுகிற கொடுமை காதில் கேட்க முடியவில்லை.

பலாத்காரம் வேண்டாம்

இவ்வளவோடு இல்லாமல் காங்கரஸ்காரர்கள் கூலிக்கு சில ஆள்களைப் பிடித்து அனுப்பி ஹிந்தி கிளர்ச்சி பேரால் வேண்டுமென்றே சிறைபிடிக்கச் செய்து ஜெயிலுக்கு அனுப்பி மன்னிப்பும் நல்ல நடவடிக்கை ஜாமீனும் எழுதிக்கொடுத்து விட்டு வெளியில் அழைத்து வருவதன் மூலம் அந்த முயற்சியை கேவலமானதாக செய்யப் பார்க்கிறார்கள். இந்த வேலையில் இரண்டொரு காங்கரசின் பேரால் வயிறு வளர்க்கும் ஆள்கள் மிகத் தீவிரமாய் ஈடுபட்டிருக்கிறார்கள். இதுவரை சிறை சென்ற 100 பேர்களில் காங்கரஸ்காரர்களால் அனுப்பப்பட்டவர்களும் 10 பேர்களுக்கு மேல் இருக்கும் என்று சொல்லப்படுகிறது. மற்ற தொண்டர்களையும் பல விதமாக நிர்ப்பந்தப்படுத்துவதாகவும் தெரிய வருகிறது. எந்தக் காரியம் எப்படி யிருந்தாலும் எந்தக் காரணத்தைக் கொண்டும் பலாத்காரம் ஏற்படக்கூடாது என்பதும் செய்யக்கூடாது என்பதும் எனது கொள்கை. இதை ஹிந்தி தொண்டர்களுக்கு மிக வற்புறுத்திக் கூறுகிறேன். பலாத்காரம் ஏற்பட்டால் நான் பிரிந்து கொள்ளுவேன் என்பதையும் கூறி விடுகிறேன்.

காந்தீயத்தின் பலன்

ஆச்சாரியார் ஹிந்தியைக் கட்டாய பாடமாகப் புகுத்தி ஆணவமாகப் பேசிக் கொண்டு வர ஆரம்பித்த பின்பு அவருக்குச் செல்லுமிடங்களில் எல்லாம் பகிஷ்காரம் இருந்து வருகிறதை பார்ப்பனப் பத்திரிகைகளிலேயே பார்க்கிறேன். இவற்றிற்குக் காரணம் தன்னுடைய அடாத செய்கை என்பதை மறைத்துக் கொண்டு யாரோ சில துவேஷக்காரர்கள் இப்படிச் செய்கிறார்கள் என்று சொல்லி மக்களை ஏமாற்றப் பார்ப்பது தன்னையே ஏமாற்றிக் கொள்ளத்தான் பயன்படப் போகிறது. சிற்சில இடங்களில் கூட்டங்களில் ஏற்பட்ட கலவரங்களையும் செருப்பு முதலியன வீசி எறியப்பட்டன என்பதையும் நான் பலமாக வெறுக்கிறேன். அது கண்டிக்கப்பட வேண்டியதேயாகும். ஆனால் முற்பகல் செய்யின் பிற்பகல் விளையும் என்பது போல் காந்தீயம் மக்களுக்குக் கற்றுக் கொடுத்த பாடமும் அதனால் காங்கரஸ் காரர்கள் மற்ற தலைவர்களுக்கும் மந்திரிகளுக்கும் நடத்தின மரியாதையும் இன்று காங்கரஸ் மந்திரிகள் அடைகிறார்கள். விளைவின் பயன் மிக வலிமை உடைய தல்லவா? இது இன்னும் எங்கு கொண்டுபோய் விடுமோ என நான் பயப்படாமல் இருக்க முடியவில்லை.

நிற்க,

தோழர்களே!

எனக்குப் பிறகு பலர் பேச வேண்டியவர்கள் இருப்பதால் நான் அன்றைய கடற்கரை கூட்டத்தில் தோழர்கள் முத்துரங்க முதலியார், ஆச்சாரியார், சந்தான அய்யங்கார் ஆகியவர்கள் பேசிய பேச்சுக்களுக்கு மாத்திரம் பதில் சொல்லிவிட்டு நிறுத்திக் கொள்கிறேன்.

ஆதரிப்பவர்களுக்குப் பந்தோபஸ்து ஏன்?

தோழர்களே!

1. அன்று தோழர் முத்துரங்க முதலியார் அக்கூட்டம் ஹிந்தி ஆதரிப்பவர்களுக்கு மாத்திரம் கூட்டப்பட்டது என்று சொன்னார். ஆதரிப்பவர்களுக்கு மாத்திரமென்றால் அவர்களுக்கு ஆக ஒரு கூட்டம் கூட்டுவானேன்? அதை கடற்கரையில் கூட்டி அவ்வளவு பந்தோபஸ்து வைப்பானேன்? பத்திரிகைகளில் அக்கூட்டத்தைப் பற்றி விளம்பரம் செய்து திரளான ஜனங்கள் வரும்படி வேண்டுகோள் விடுவானேன்? அவ்வேண்டுகோள்களிலும் பதினாயிரக்கணக்கான துண்டுப் பிரசுரங்களிலும் ஆதரிப்பவர்கள் மாத்திரம் வரலாம் என்று ஏன் போடவில்லை என்பவைகளைக் கவனித்தால் ஹிந்தி எதிர்ப்புக்கு ஆச்சாரியாரிடம் சரியான சமாதானம் இல்லை என்பதும் பொதுஜனங்கள் இஷ்டத்திற்கு விரோதமாய் சுயநலம் கொண்டோ ஏதோச்சாதிகாரம் கொண்டோ ஹிந்தியைப் புகுத்துகிறார்கள் என்பது விளங்கவில்லையா என்று கேட்கின்றேன்.

ஸர்.கே.வி. ரெட்டி எதிர்ப்பு ஆந்திர நாட்டுக்கும் உரியதே

2. சர். கே.வி. ரெட்டியாரும், சர். கிருஷ்ணன் நாயரும், தோழர் கலீபுல்லாவும் தங்கள் நாட்டில் ஹிந்தி எதிர்ப்பு செய்யாமல் தமிழ்நாட்டில் செய்கிறதால் அதற்கு ஏதோ உள் காரணம் இருப்பதாக தோழர் முதலியார் சொன்னாராம். சர்.கே.வி. ரெட்டி நாயுடு பேசுவதும் எழுதுவதும் எல்லா நாட்டுக்கும் சேர்ந்துதானே ஒழிய ஆந்திரர்களை விலக்கவில்லை. சென்னையே ஆந்திராவின் ஒரு பாகம் கொண்டது என்பது முதலியாருக்குத் தெரியாதா? இதனால் ஆந்திராவில் இக்கிளர்ச்சி இல்லை என்று முதலியார் சொல்லுகிறாரா? ஆந்திராவுக்கு கனம் ரெட்டி நாயுடு போகவில்லை என்றதால் அவர் ஹிந்தி கூடாது என்கின்றதற்கு கூறும் காரணங்கள் செல்லுபடி அற்றதாகி விடுமா? இதிலிருந்தே தோழர் முத்துரங்க முதலியாருக்கு ஹிந்தியை ஆதரிக்கத் தகுதியான காரணம் இல்லை என்பது விளங்குகிறது.

ஸர். கிருஷ்ணன் நாயர் எதிர்ப்பை மலையாளிகள் மறுக்க வில்லையே?

மற்றும் சர். கிருஷ்ணன் நாயர் அவர்கள் ஹிந்தியை எதிர்த்து மலையாள நாட்டிலிருந்துதான் அறிக்கை விட்டார். அதை எந்த மலையாளியும் மறுக்கவில்லை.

தோழர் கலீபுல்லா சாயபு "தனது நாட்டுக்குப் போய் ஏன் பிரசாரம் செய்ய வில்லை" என்று முதலியார் சொல்லுவதிலிருந்து தோழர் முதலியாருக்கு தோழர் கலீபுல்லா சாயபு எந்த நாட்டுக்காரர் எந்த நாட்டில் கிளர்ச்சி செய்கிறார் என்பது கூட தெரியவில்லை என்று புலப்படுகிறது.

இழிவான சமாதானம்

மறைமலை அடிகளும் தோழர் சோமசுந்தர பாரதியாரும் செய்யும் கிளர்ச்சிக்கு காரணம் ஆரிய துவேஷம் என்று சொன்னாராம். கனம் ஆச்சாரியாரும் ஹிந்தியை எதிர்ப்பவர்களைப் பற்றி இப்படியே சொல்லுகிறார். தமிழுக்கு ஆரிய பாஷையைப் புகுத்துவதும் அது கூடாதென்றால் ஆரிய துவேஷம் என்று சொல்லி தப்பித்துக் கொள்ளப் பார்ப்பதும் என்றால் இது மிக இழிவான சமாதானம் என்று தான் சொல்லுவேன். தோழர் மறைமலை அடிகளும் பாரதியாரும் வெகுகாலமாய் ஆட்சேபித்து வந்திருக்கிறார்கள். இதைக் கண்டித்து பல புஸ்தகங்கள் போட்டு இருக்கிறார்கள். அன்றியும் இந்த நாட்டு தமிழ் மக்களுக்கு ஆரிய துவேஷம் இருப்பது ஒரு அதிசயமா என்று கேட்கின்றேன். ஆரிய மதப்படி தமிழ் மக்கள் எவ்வளவு இழிவானவர்களாக கருதப்படக்கூடியவர்கள் என்பதை நினைத்துப் பாருங்கள். ஒரு சமூகத்தை ஒரு சமூகம் கீழ் ஜாதியென்றும் தங்களுக்கு (ஆரியருக்கு)

பாடுபட்டுப் போட்டு வாழவேண்டியவர்கள் என்றும் சொல்லப்படுமானால் கருதப்படுமானால் சமூகத்துக்கு சமூகம் துவேஷமில்லாமல் இருக்க முடியுமா என்று பாருங்கள். தமிழ்மக்களுக்கு ஆரியபாஷை கட்டாயமாய் கற்றுக் கொடுத்தல் கூட துவேஷப்படாமல் இருக்கமுடியுமா என்று நீங்களே யோசித்துப் பாருங்கள். வெள்ளைக்காரர் மீது பார்ப்பனர்கள் குறை கூறி அவர்களை ஓட்ட வேண்டுமென்று கூறியது குற்றமில்லை, துவேஷமில்லை என்று கற்றுக் கொடுத்த இவர்கள் கொடுமையைப் பார்த்து இவர்கள் செய்கையைக் கண்டிப்பது துவேஷமா என்று கேட்கிறேன். இன்று பார்ப்பனர்கள் நடத்தும் ராஜ்யபாரம் வெள்ளைக்காரர் ராஜ்யபாரத்தைவிட ஆயிரம் மடங்கு கொடுமையானதாகவும், எதேச்சதிகாரமாகவும் இருக்கிறதே இதை நாம் சகித்துக் கொண்டிருக்க வேண்டியதுதான் நம் கதியா என்று நான் கேட்கிறேன்.

மனதறிந்த பித்தலாட்டம்

மற்றும் ஆச்சாரியார் ஹிந்தி புகுத்துவதால் தமிழ் கெடாது என்று மனதறிந்த பித்தலாட்டம் பேசுகிறார். இன்று தமிழ் எங்கே இருக்கிறது? தமிழ் பழக்க வழக்கம் சுதந்திரம் மானம் ஆகியவைகளை உணர்த்தும் தமிழ் வார்த்தைகள் எங்கே? ஒரு தமிழ்மகன் தன் மகளுக்கோ மகனுக்கோ கல்யாணம் செய்ய வேண்டுமானால் தமிழ்சொல் எங்கே? தமிழ் கருத்தினால் வாழ்க்கைத் துணைநலம் என்பான். ஆனால் ஆரிய கருத்தில் பேசும்போது கல்யாணம் விவாகம் கன்னியாதானம் என்கிறான். வார்த்தை வரும்போது கருத்தும் மாறிவிடுகிறது. இதற்குத் தகுந்தபடி புரோகிதம் சடங்கு செலவு பார்ப்பான் பிழைக்க வழி ஏற்படுவதல்லாமல் வாழ்க்கைத்துணை என்பதில் சம உரிமையும் கன்னியாதானம் என்பதில் ஆண்டான் அடிமை தன்மையும் புகுத்தப்பட்டு விடுகிறது. இம்மாதிரியே ஆரியக்கலப்பால் தமிழின் தன்மை, உரிமை, நேர்மை எல்லாம் கெட்டு ஆரியருக்கு தமிழன் அடிமை என்பதுதான் மிஞ்சி விடுகிறது. அப்படியிருக்கும்போது இனியும் ஆரிய பாஷையை கட்டாயமாக்கினால் என்ன ஆகும்? ஆகையால் ஹிந்தியை ஆச்சாரியார் புகுத்துவது மத உணர்ச்சி யாலேயே ஒழிய கல்வி உணர்ச்சியால் அல்ல என்பதை நீங்கள் உணர வேண்டும் என்று கேட்டுக் கொள்ளுகிறேன்.

குடி அரசு - 10. 07. 1938

ஒரு வருஷ ஆட்சி படலம்

இந்தி

இந்தி பாஷையைப் புகுத்துவது தவறு என்று மக்கள் கூப்பாடு போடுவதை உணர்ந்து முதல் மந்திரியாரே அதை மாற்றிக் கொண்டார். அதாவது "நான் கட்டாயமாகப் புகுத்தப் போவது இந்தி அல்ல ஹிந்துஸ்தானி" என்று சொல்லிவிட்டார். இதைப் பற்றி காங்கரசையே ஆதரிக்கும் மெயில் பத்திரிகை இந்தி என்றால் என்ன? ஹிந்துஸ்தானி என்றால் என்ன? உருது என்றால் என்ன? சமஸ்கிருதம் என்றால் என்ன? இவைகளில் முதல் மந்திரி புகுத்தப் போவது எது? அதற்கு இலக்கியம் என்ன? இலக்கணம் என்ன? எழுத்து என்ன? என்றெல்லாம் கேட்டிருப்பதோடு தனக்கும் தெரியவில்லை என்றும் புகுத்துபவர்களுக்கும் தெரியவில்லை என்றும் புகுத்தப்படுபவர்களுக்கும் தெரியவில்லை என்றும் கிண்டல் செய்து குருடும் குருடும் சேர்ந்து குருட்டாட்டம் ஆடுவது போல் இருப்பதாக பரிகாசம் செய்கிறது. ஆச்சாரியாரும் இந்தி உத்திரவை மாற்றி ஆக வேண்டிய நிலைமைக்கு வந்துவிட்டார் என்றாலும் மானம் அவர் கையைப் பிடித்துக் கொள்ளுகிறது.

இந்திப் போர் எப்படி இருந்தாலும் ஒரு பாஷைக் கிளர்ச்சியை அடக்குவதற்கு கிளர்ச்சிக்காரர்களை அடக்குமுறை சட்டங்களால் அதுவும் பிரதம மந்திரியால் வெகு அற்பமான விஷயம் என்று கருதப்பட்ட ஒரு சிறு கிளர்ச்சிக்காகதானே அதை பல வழிகள் மாற்றிக்கொண்டிருந்தும்கூட காங்கரஸ்காரர்களாலேயே மிகவும் அநீதியானதும் மனித சமூகத்தார் மானத்துக்கு கேடானதுமான சட்டம் என்று பழி கூறி அதை ஒழிப்பதற்காகவே அங்ஙனம் ஏற்பதாகச் சொல்லி ஓட்டுப் பெற்றவர்கள். பதவிக்கு வந்த உடன் அதே சட்டங்களைக் கொண்டு சுமார் 200 பேர்கள் வரை 6 மீ வரையும் ஒரு வருஷம் வரையும் கடுங்காவல் தண்டனையும் தண்டிக்கப் படவேண்டியவர்களாக ஆக்கப்பட்டு விட்டார்கள் என்றால் இவர்களுடைய "நல்ல ஆட்சி"க்கு இனி வேறு என்ன உதாரணம் வேண்டும் என்று கேட்கின்றோம்.

அதுவும் கொலைகாரர்களும், கொள்ளைக்காரர்களும், வெடிகுண்டுக்காரர்களும் மன்னிக்கப்பட்டு நிபந்தனை இல்லாமல் ஜெயிலில் இருந்து விடுதலை செய்யுங் காலையில் "என் தாய் பாஷையை நேசிக்கிறேன்" என்ற பாவத்துக்கு ஆக இரண்டு வருடம் என்றால் அதுவும் சன்யாசிக்கு - மடாதிபதி - தமிழ் பண்டிதருக்கு இரண்டு வருஷம் கடின காவல் என்றால் இந்த ஆட்சியின் ஒரு வருஷகால நிகழ்ச்சிக்கு பட்டியலோ ஜாப்தா - பாலன்ஸ் ஷீட்டோ இருக்க வேண்டுமா என்று கேட்கின்றோம்.

இவைகள் எல்லாம் எப்படியோ தொலைந்து போகட்டும், ஒரு சாமியார் ஒரு வருஷம் சிறையில் அவதிப்பட்டதால் உலகம் முழுகிப் போகும் என்று நாம் கவலைப்படவில்லை. 200 பேர் அல்ல 2000 பேர் சிறை சென்று துன்பப்பட்டதால் ஜன சமூகத்திற்கு ஏதும் கேடு வந்து விடுமோ என்று நாம் கவலைப்படவில்லை. ஆனால் இன்றைய ஆட்சியானது பல நூற்றாண்டுகளுக்கு முன்,

முன்னோர் வாக்கு

ஒரு கவி அரசி "நூலாலே (பூணூல் ஆட்சியாலே) நாடு கெடும்" என்றும் ஒரு கவி அரசர் "முப்புரி நூல் பாப்புப் பெருத்து... துரைத்தனம் பாழ்த்ததுவே" பாப்பு (பார்ப்பனர்) பெருத்தல்லோ... ராஜ்யம் பாழ்பட்டதுவே என்றும் பாடியதை மெய்ப்பிக்க முதல் மந்திரியாரின் இந்த ஒரு வருஷ ஆட்சி உருவாரமாய் நிற்பதற்கு மகிழ்ச்சி அடைகிறோம். மேலே நாம் எடுத்துக்காட்டியுள்ள காரியங்களையும் அபிப்பிராயங்களையும் உறுதிப் படுத்த கனம் முதன் மந்திரியார் அவர்களே நமக்கு தேவைக்கு மேற்பட்ட ஆமோதிப்பை அளித்துவிட்டார்கள்.

"அதாவது அரசியலில் எனக்கு அனுபோகமில்லை. எதிர்ப்புகளைச் சமாளிக்க எனக்கு சக்தி இல்லை. அரசியல் ஞானம் எனக்கு போதாது. வக்கீல் தன்மையிலும் காசு பெற்ற பக்கமே வாதம் பேசிப்பேசி பழகிவிட்டபடியால் உண்மை கண்டு பிடிக்கவும் நடுநிலைமையாய் நடக்கவும் எனக்கு முடிவதில்லை. அரசியல் இவ்வளவு கஷ்டமாய் இருக்கும் என்று நான் அறியாமல் போய்விட்டேன். பிடிவாதமாக நான் நினைப்பதே சரியென பேசத்தான் தெரிகிறதே தவிர ஒத்துப் போகவும் நியாயம் உணரவும் என்னால் முடிவதில்லை"

என்று கள்ளிக் கோட்டை, மங்களூர், அனந்தப்பூர் முதலிய ஜில்லாக்களின் சுற்றுப் பிரயாணத்தில் பேசி இருக்கிறார்.

இவை மாத்திரமல்லாமல் இந்த பதவியை விட்டுவிட்டு ஓடுவதற்கு சமயம் தேடுவதாகவும் ஜாடைமாடையாய் அடிக்கடி கூறுகிறார். ஆகவே காங்கரஸ் ஆட்சியின் - ஆச்சாரியார் ஆட்சியின் ஒரு வருஷ ஆட்சியின் பலாபலத்தின் வரவு செலவு திட்டத்திற்கு வேறு என்ன ஜாப்தா வேண்டும் என்று மறுபடியும் கேள்க்கின்றோம்.

குடி அரசு - 17.07.1938

சத்தியமூர்த்தி வாய்க்கொழுப்புக்கு ஆப்பு

ஆச்சாரியார் மந்திரிசபையின் ஆச்சரியமான போக்கைப் பற்றியும், கட்டாய இந்தியின் தீங்கைப் பற்றியும், இந்தியால் தமிழ் மொழிக்கும் தமிழ்க் கலைக்கும், தமிழ் மக்கட்கும் நேரும் இன்னல்களைப் பற்றியும், அடக்குமுறையைப் பற்றியும், பிராஜஉரிமை, பேச்சுரிமை ஆகியவைகளைப்பற்றியும், கிரிமினல் அமென்மெண்ட் ஆக்டின் தன்மையைப் பற்றியும், காங்கரஸ் கட்சிக்கும் பார்ப்பனீயத்திற்கும் உள்ள ஒற்றுமையைப் பற்றியும், தேசீயப்போர்வையில் வகுப்புவாத ஆட்சி நடத்துவது பற்றியும், தர்மபுரி, கிருஷ்ணகிரி, வேலூர், மதராஸ் ஆகிய விடங்களில் பள்ளிக் கூடங்களை மூடிவரும் கொடுஞ் செயல்களைப் பற்றியும், புதிய கடன் *3 ½* கோடிக்கும், அதிக வரி *13*க்கும் பள்ளிக்கூடங்களை மூடி வேறு வேலையிருக்க முடியுமா? என்பது பற்றியும் மக்கள் கண்ணை மூடி காங்கரசை ஆதரித்ததினாலேயே கட்டாய இந்தி வந்து புகுந்தது என்றும் பொது ஜனங்கள் எதையும் நன்கு ஆலோசித்து உணர்ந்து செய்ய வேண்டும் *(என்றும் சுமார் 1 ½* மணி நேரம் இடி முழக்க முழக்கினார்.)

குடி அரசு - 17. 07. 1938

சிறையில் இந்தி எதிர்ப்பாளர் துயரம்

சட்டமறுப்புக் காலத்திலே கிரிமினல் திருத்தச் சட்டங்களை நிறைவேற்றிய போது இந்திய தேசீயவாதிகள் எல்லாம் ஒரு முகமாக எதிர்த்தனர். அச்சட்டங்களை நிறைவேற்றிய பிரிட்டிஷ் சர்க்கார் மீது ஓயாது வசை புராணம் பாடினர். தேர்தல் காலத்திலே அடக்குமுறைச் சட்டங்களை ஒழிப்பதை ஒரு முக்கிய பிரச்சினையாக மதித்துக் காங்கிரஸ்காரர் பதவியேற்றால் அடக்குமுறைச் சட்டங்களை ஒழிப்பதாகவும் வாக்குறுதியளித்து பாமர மக்களின் வோட்டுகளைப் பறித்தனர். காங்கரஸ்காரர் செய்த விஷமப் பிரசாரத்தின் பயனாகவும் காங்கரஸ்காரர் பதவிக்கு வந்தால் மண்ணுலகமே பொன்னுலகமாகிவிடுமென பாமர மக்கள் முட்டாள்தனமாக நம்பியதின் பயனாகவும் இப்பொழுது 7 - மாகாணங்களிலே காங்கரஸ் மந்திரி சபைகள் ஏற்பட்டிருக்கின்றன. ஆனால் எல்லைப்புற மாகாணத்தைத் தவிர வேறு எந்த காங்கரஸ் மாகாணத்திலும் அடக்குமுறைச் சட்டங்களை ஒழிக்க முயற்சி செய்யப்படவே இல்லை. மாறாக காங்கரஸ்காரரால் வெறுக்கப்பட்ட ஸி.ஐ.டிகளும், 144 தடையுத்தரவுகளும் இன்றியமையாத தேவையென்றும் அவைகளின் உதவியின்றி எந்தச் சர்க்காரும் இயங்க முடியாதென்றும் காங்கரஸ் மந்திரிகளே பகிரங்கமாகக் கூற முன்வந்துவிட்டார்கள்.

காங்கரஸ் மந்திரிகள் கட்டளைப்படி ராஜத்துரோக குற்றஞ்சாட்டி வழக்குகள் தொடரப்பட்டு தண்டனைகளும் வழங்கப்படுகின்றன. சென்னை மாகாணத்திலே இந்தி எதிர்ப்பாளர்மீது அடக்குமுறைச் சட்டங்கள் பிரயோகம் செய்யப்பட்டு 3 முதல் 6 மாதங்கள் வரை கடுங்காவல் தண்டனைகளும் வழங்கப்படுகின்றன.

அவர்கள் செய்த குற்றம்?

இந்தி எதிர்ப்பாளர் செய்த குற்றம் என்ன? முதல் மந்திரியார் வீட்டு முன்னும் ஒரு பள்ளிக்கூடத்தின் முன்னும் நின்றுகொண்டு "இந்தி வீழ்க! தமிழ் வாழ்க!" என்று கத்தினார்களாம். இதுதான் அவர்கள் பேரில் கூறப்படும் குற்றச்சாட்டு. மற்றபடி பலாத்காரம் செய்ததாகவோ இடைஞ்சல் உண்டு பண்ணியதாகவோ காலாடித்தனம் செய்ததாகவோ இதுவரைத் தொண்டர்கள் மீது தொடரப்பட்ட வழக்குகளில் எவரும் சாட்சியம் கூறவில்லை; பொதுஜனங்களும் புகார் செய்யவில்லை. சென்னையில் காங்கரஸ் தலைவர்கள் மேல் பார்வையில் போலீஸ் பந்தோபஸ்தில் சமீபத்தில் நடைபெற்ற கிராம்பு மறியலின் போது காங்கரஸ் தொண்டர்களால் கிராம்பு வியாபாரிகளுக்கும் பொது ஜனங்களுக்கும் உண்டான இடைஞ்சல்கூட இந்த இந்தி எதிர்ப்புத் தொண்டர்களால் எவருக்கும் உண்டாக வில்லை. மாஜி காங்கரஸ் தலைவர் பண்டித ஜவஹர்லால் தோற்றுவித்த பிரஜா உரிமைப் பாதுகாப்புச் சங்கத்தார் கொள்கைப்படி, சர்க்கார் முறை ஜனங்களுக்குத்

திருப்திகரமானதா யில்லாதிருந்தால் சாந்தமான முறையில் மறியல் செய்ய எல்லாருக்கும் உரிமையுண்டாம். நமக்கு இதுவரைக் கிடைத்துள்ள செய்திகளினால் அந்த சாந்தமான முறைப்படியே - சாத்வீக முறைப்படியே இந்தி எதிர்ப்பாளர் மறியல் செய்து வருவதாய்த் தெரிகிறது.

பம்பாய்ச் சங்கத்தார் கண்டனம்

இம்மாதிரி சாத்வீக மறியல் செய்து வரும் இந்தி எதிர்ப்பாளர்மீது அடக்கு முறைச் சட்டங்களைப் பிரயோகம் செய்வது அடாத செயலென பம்பாய் பிரஜா உரிமைப் பாதுகாப்புச் சங்கத்தாரும் கண்டனத் தீர்மானம் நிறைவேற்றியிருக் கிறார்கள். ஆனால் தேசீயவாதிகள் மீது அன்னிய சர்க்கார் அடக்குமுறைச் சட்டங்களைப் பிரயோகம் செய்வதற்கும் பொதுஜனங்களால் தேர்ந்தெடுக்கப்பட்ட சர்க்கார் அச்சட்டங்களைப் பிரயோகம் செய்வதற்கும் வித்தியாசம் உண்டெனச் சில குறுகிய புத்தியுடைய காங்கரஸ் பக்தர்கள் கூறுகிறார்கள். இது திருடன் நம்மீது துப்பாக்கிப் பிரயோகம் செய்வதற்கும் நண்பர்கள் நம்மீது துப்பாக்கிப் பிரயோகம் செய்வதற்கும் வித்தியாசம் உண்டெனக் கூறுவதற்கு ஒப்பாகவே இருக்கிறது. சட்டமறுப்புக் காலத்திலே அந்நிய சர்க்கார் அடக்குமுறைச் சட்டங்களின்படி அளித்த தண்டனைகள் எவ்வளவு கொடுமையாக காங்கரஸ்காரருக்குத் தோற்றப் பட்டதோ அவ்வளவு கொடுமையாகவே இந்தியர்களால் தேர்ந்தெடுக்கப்பட்ட சர்க்கார் அளிக்கும் தண்டனைகளும் தோற்றப்படுகின்றன. அடக்குமுறைச் சட்டக் கொடுமைகளை அனுபவித்தறிந்த காங்கரஸ்காரர் தமது ஆட்சியிலே அதே சட்டங்களை எதிரிகள் மீது பிரயோகம் செய்வது நீசத்தனமாகும்.

காங்கரஸ்காரர் அதிர்ஷ்டம்

காங்கரஸ்காரர்களுக்கு ஏராளமான பத்திரிகைகளும் ஏஜண்டுகளும் இருந்ததினால் காங்கரஸ்காரர் சிறைகளில் அனுபவிக்கும் கஷ்டங்கள் ஒன்று பத்தாகப் பெருக்கி விளம்பரம் செய்யப்பட்டன. அந்த வசதிகள் இந்தி எதிர்ப் பாளருக்கு இல்லாததினால் அவர்கள் அனுபவிக்கும் சிறை கஷ்டங்களைப் பொது ஜனங்கள் அறியமுடியவில்லை. சிறையிலே இந்தி எதிர்ப்புக்கைதிகள் சரியாக நடத்தப்படாததினால் அநேகருக்கு வயிற்றுக் கடுப்பு முதலிய நோயுண்டாயிருப்ப தாயும், ஒருவருக்கு டபிள்நியூமோனியா நோயுண்டாகி ஆஸ்பத்திரிச் சிகிச்சையில் இருந்து வருவதாயும் தெரிகிறது. தென்னாட்டார் பொதுவாக உண்பது அரிசிச் சாதமே. இந்தி எதிர்ப்பில் கலந்து கொண்டவர்களெல்லாம் அரிசிச் சாதமுண்டு பழகியவர்களே. கேப்பைக்களி தமது உடம்புக்கு ஒத்துக் கொள்ளாதென்றும் அரிசிச் சாதம் போட உத்தரவளிக்க வேண்டுமென்றும் அவர்கள் செய்து கொண்ட விண்ணப்பம் அதிகாரிகளால் கவனிக்கப்படவில்லையெனச் சொல்லப்படுகிறது. பத்து மந்திரிகளும், பத்து பார்லிமெண்டரி காரியதரிசிகளும் இருந்தும் இவர்களில் ஒருவராவது இந்தி எதிர்ப்புக் கைதிகளை பார்த்ததாகவோ அவர்களது குறைகளைப் பரிகரித்ததாகவோ தெரியவில்லை. ஜனங்களால் தேர்ந்தெடுக்கப்பட்ட சர்க்கார் நிர்வாகத்திலே - நம்ப ஆட்சி அமலில் இருக்கும் இந்நாளிலே- காந்தியாரின் அன்பு ராஜ்யம் நடைபெறுவதாகக் கூறப்படும் இக்காலத்திலே - சாத்வீக மறியல் நடத்திய தொண்டர்களை இம்மாதிரி கொடுமைப்படுத்துவது நீதியாகுமா? தருமமாகுமா? அஹிம்ஸாவாதிகளான காங்கரஸ்காரர் ராஜ்யத்தில் இம்மாதிரி கொடுமைகள் நடப்பது அஹிம்சாவாதிகளுக்குப் பெருமையளிக்கக் கூடியதாக இருக்குமா?

கைது செய்யாததினால் வந்த மோசம் என்ன?

கொள்ளையடித்ததற்காகவும் கொலைபுரிய முயன்றதற்காகவும் மற்றும் பல கிரிமினல் குற்றங்கள் செய்ததற்காகவும் தண்டிக்கப்பட்டுச் சிறைவாசம் செய்தவர்கள் விடுதலை பெற்றுவரும் இக்காலத்திலே சாத்வீக மறியல் செய்பவர்கள் இம்மாதிரிக் கொடுமைகளுக்கும் ஹிம்ஸைகளுக்கும் ஆளாவதென்றால் இதற்கு ஜவாப்தாரியாயுள்ள

சர்க்கார் என்றோ பொறுப்புடைய சர்க்கார் என்றோ ஜனங்களால் தேர்ந்தெடுக்கப் பட்ட சர்க்காரென்றோ அன்பு ராஜ்யம் நடத்தும் சர்க்கார் என்றோ கூற முடியுமா! சென்ற இரண்டு மூன்று தினங்களாக பிரதம மந்திரி வீட்டு முன் மறியல் செய்வோர் கைது செய்யப்படவில்லையெனத் தெரிய வருகிறது. வாஸ்தவத்தில் அவர்கள் செய்யும் மறியல் தூரக்ரகமானதாயிருந்தால் - பலாத்காரமுடையதாயிருந்தால் இந்த இரண்டு மூன்று நாட்களில் ஏதாவது அசம்பாவிதங்கள் உண்டாயிருக்க வேண்டாமா? அவர்களைச் சிறைப்படுத்தாததினால் எவ்வித அசம்பாவிதங்களும் உண்டாக வில்லையென்றே தெரிய வருகிறது. ஆகவே சாத்வீக மறியல் செய்யும் அவர்களை கைது செய்வதும் தண்டிப்பதும் பழிக்குப்பழி வாங்கும் நோக்கத்துடனேயே அன்றி அவர்களால் ஆபத்துண்டாவதினால் அல்ல என்பது விளங்கவில்லையா? இந்தி எதிர்ப்பாளருக்குத் தாம் பயப்படப்போவதில்லையென்று அவர்கள் சிறை புகுந்தால் மோரும் சாதமும் அளித்துக் காப்பாற்ற தயார் என்றும் பொதுக்கூட்டங்களில் ஜம்பம் பேசிய சிறை மந்திரி கனம் ராமன்மேனோன் என்ன செய்கிறார்? இந்தி எதிர்ப்புக் கைதிகளின் நிலைமையை ஒரு நாளாவது அவர் நேரில் சென்று விசாரித்தாரா?

ஹம்பக் பேச்சு

காங்கரஸ்காரர் உயிருக்கும் உடலுக்குந்தான் மதிப்புண்டு; ஏனையோர் உயிருக்கும் உடலுக்கும் மதிப்பில்லையென்பது சிறை மந்திரியார் கருத்தா? இந்தி எதிர்ப்பாளர் சிறையில் கொடுந்துன்பம் அனுபவித்து வருகையில் காங்கரஸ்காரர் அஹிம்சையைப் பற்றியும் அன்பு ராஜ்யத்தைப் பற்றியும் பேசுவது ஹம்பக் பேச்சுத்தானே! பிரிட்டிஷ் சர்க்கார் மேற்பார்வையில் நடக்கும் மாகாண சுயஆட்சியிலேயே சர்க்கார் கொள்கையைக் கண்டிப்பவர்களுக்கு இக்கதியானால் பிரிட்டிஷ் தொடர்பற்ற பூரண சுயராஜ்யத்திலே - ராம ராஜ்யத்திலே - அன்பு ராஜ்யத்திலே சர்க்கார் கொள்கையை எதிர்ப்பவர்கள் கதி என்னாகும்? காங்கரஸ் காரரின் மாகாண சுய ஆட்சி அநுபவங்களை முன்னிறுத்திப் பார்க்கும் எவனாவது காங்கரசின் பூரண சுயராஜ்யத்திலே பேச்சுச் சுதந்தரமும், எழுத்துச் சுதந்திரமும், அபிப்ராய சுதந்தரமும், உடல் பொருள் ஆவிப் பாதுகாப்பும் கிடைக்கும் என நம்புவானா? வரப்போகும் காங்கரஸ்காரரின் பூரண சுயராஜ்யத்திலே ஒடுக்கப் பட்டவர்கள் நிலைமை என்னாகும்? மைனாரட்டிகள் நிலைமை என்னாகும்?

கராச்சித் தீர்மானப்படியுள்ள பிரஜாஉரிமைகள் எங்கே? மாகாண சுயஆட்சியை காங்கரஸ்காரர் கைப்பற்றியதும் அந்த கராச்சித்திட்டப் பிரஜா உரிமைகள் செத்துப் போய்விட்டனவா? காங்கரஸ்காரருக்கு மட்டுந்தான் அந்த பிரஜா உரிமையுண்டா? பார்ப்பன அடிமைகளுக்குத்தான் அந்தப் பிரஜா உரிமைகள் உண்டா? அப்படி யானால் காங்கரஸ்காரர் கோரும் சுயராஜ்யம் காங்கரஸ்காரருக்கு மட்டும் அல்ல வென்றும் சர்வ ஜனங்களுக்கும் அந்த உரிமை யுண்டென்றும் காங்கரஸ் நண்பர்களும், காங்கரஸ் எதிரிகளும் சமமான உரிமைகள் அனுபவிப்பார்கள் என்றும் கூறப்படுவதற்குப் பொருள் உண்டா? மதிப்புண்டா? காங்கரஸ்காரர் மெய்யாகவே நாணயமுடையவர்களானால் - யோக்கியப் பொறுப்புடையவர்களானால் - நேர்மையுடையவர்களானால் - அடக்குமுறைச் சட்டங்களை இதற்குள் ஒழித்திருக்க வேண்டாமா?

அடக்குமுறைச் சட்டங்கள் ஏன் ஒழியவில்லை?

அடக்குமுறைச் சட்டங்களை ஒழிக்க மசோதா கொண்டு வந்தால் கவர்னர் அனுமதிப்பாரோ மாட்டாரோ என்ற பீதியினால் அவைகளை ரத்து செய்ய சென்னைப் பிரதம மந்திரியார் ஒருகால் முயற்சி செய்யாதிருந்தாலும் அதை உபயோகப்படுத்தாமல் துருப்பிடித்துத் தன்படியே ஒழியும்படியாவது விட்டு விடக்கூடாதா? சட்டங்கள் எவ்வளவு கொடியனவாயிருந்தாலும் அவைகளைக்

கையாளப்பட்டவர்கள் நேர்மையுடையவர்களாயும் நீதி போதமுடையவர்களாயும் இருந்தால் அச்சட்டங்களினால் மக்களுக்குத் தீமையுண்டாகாது. சட்டங்களைக் கையாளுகிறவர்கள் பழிக்குப்பழி வாங்கும் இயல்புடையவர்களாயிருந்தால் குற்றமற்ற சட்டங்களாலும்கூட பொதுஜனங்களுக்குத் துன்பங்கள் உண்டாகும். தோழர் டி.டி.கிருஷ்ணமாச்சாரியார் கொண்டு வரப்போகும் அடக்குமுறையொழிப்பு மசோதாவைப் பற்றி அபிப்பிராயம் கூறிய அசம்பிளி உபதலைவர் அம்மையார் ருக்மணி லக்ஷ்மீபதி பேச்சு சுதந்தரத்துக்கும் செயலாற்றும் சுதந்தரத்துக்கும் இடையூறாக இருக்கும் கிரிமினல் திருத்தச் சட்டம் ஒழிய வேண்டியதுதான் என்று சொன்னாராம். தோழர் கிருஷ்ணமாச்சாரியார் கொண்டு வரப்போகும் மசோதாவை எந்த காங்கரஸ் சர்க்காரும் ஆட்சேபிக்க முடியாது.

முதல் வெற்றி

வாஸ்தவத்தில் இந்த மசோதாவை காங்கரஸ் சர்க்காரே கொண்டு வந்திருக்க வேண்டும் என தோழர் ராமதாஸ் பந்துலு கூறினாராம். சென்னை காங்கரஸ் சர்க்கார் சுயமதிப்பைக் காப்பாற்றும் பொருட்டாவது கிரிமினல் திருத்தச் சட்டத்தை ஒழிக்கக் கடமைப்பட்டிருக்கிறார்கள் என சென்னை மாஜி ஹைக்கோர்ட்டு நீதிபதி தோழர் வி.வி. ஸ்ரீநிவாஸய்யங்கார் அபிப்பிராயப்பட்டாராம். இந்தி எதிர்ப்பு இயக்கத்தின் கடைசி முடிவு எப்படியானாலும் சரி காங்கரஸ்காரரின் சுயரூபத்தையும் பழிக்குப்பழி வாங்கும் நீச குணத்தையும் சிவில் உரிமைகளைக் காப்பாற்றுவதில் அவர்களுக்கு இருந்து வரும் ஆர்வத்தையும் வெட்ட வெளிச்சமாக்க ஒரு சந்தர்ப்பத்தை உண்டு பண்ணிக் கொண்டது அவ்வியக்கத்துக்கு ஒரு முதல் வெற்றியே. அடக்குமுறைச் சட்டங்களை ஒழிப்பதை தமது வேலைத் திட்டத்தில் ஒரு முக்கிய அம்சமாகக் கொண்டிருக்கும் காங்கரஸ்காரர் நடத்தும் ஆட்சியிலே அந்தச் சட்டத்தை ஒழிக்கும் ஒரு மசோதாவை அக்கட்சியைச் சேராத ஒருவர் கொண்டுவரச் சந்தர்ப்பமளித்த காங்கரஸ்காரர் யோக்கியதையை நாட்டு மக்கள் அறிய ஒரு தருணம் வாய்த்தது நமக்குப் பெரும் மகிழ்ச்சியளிக்கிறது. தோழர் கிருஷ்ணமாச்சாரியார் முயற்சி காங்கரஸ் மந்திரிகளுக்கு ஒரு சவுக்கடியென்றே சொல்ல வேண்டும். இந்த மசோதா விஷயத்தில் காங்கரஸ் சர்க்கார் எப்படி நடந்து கொள்கிறார்கள் என்று பார்ப்போம்.

பாஷ்யம் முயற்சி

மற்றும் சென்னைப் பிரஜா உரிமைப் பாதுகாப்புச் சங்கத் தலைவர் தோழர் கெ.பாஷ்யம் அய்யங்கார் பிரஜா உரிமைகளைப் பற்றியும் இந்தி எதிர்ப்பாளர் மீது கிரிமினல் திருத்தச் சட்டத்தைப் பிரயோகம் செய்வது பற்றியும் யோசிக்க சென்னைப் பிரஜா உரிமை பாதுகாப்புச் சங்கக் கூட்டம் ஒன்றை விரைவில் கூட்டப் போவதாக சொல்லப்படுகிறது. இந்தி எதிர்ப்பாளர் மீது கிரிமினல் திருத்தச் சட்டத்தைப் பிரயோகம் செய்வது தப்பென பம்பாய் பிரஜா உரிமை சங்கம் ஏற்கனவே அபிப்பிராயம் கூறியிருக்கிறது. அதை ஆட்சேபித்த ஒரு காங்கரஸ் பத்திரிகை சாத்வீக மறியல் செய்வதுதான் பிரஜா உரிமையென்றும் இந்தி எதிர்ப்பு பலாத்காரமானதும் துராக்ரகமானதுமாக இருப்பதினால் இந்தி எதிர்ப்பாளர் மீது கிரிமினல் திருத்தச் சட்டத்தை பிரயோகம் செய்வது சரிதானென்றும் அபிப்பிராயம் கூறியிருக்கிறது. தோழர் பாஷ்யம் அய்யங்கார் பிரஜா உரிமைப் பாதுகாப்புச் சங்கத்தைக் கூட்டப் போகும் நோக்கம் என்ன? பம்பாய் சங்க அபிப்பிராயத்தை ஆதரிக்கவா? சென்னை காங்கரஸ் பத்திரிகை அபிப்பிராயத்தை ஆதரிக்கவா? தோழர் கெ.பாஷ்யம் அய்யங்கார் மந்திரி கட்சியைச் சேர்ந்தவராயிருப்பதினால் பம்பாய்ச் சங்க அபிப்பிராயத்தைக் கண்டிக்கும் பொருட்டு சென்னை சங்கத்தைக் கூட்டுகிறாரோ என்ற சந்தேகம் பலருக்கு ஏற்படலாம். ஆகவே சங்கம் கூட்டி முடிவு செய்யும் வரை நாம் காத்திருந்து பார்ப்போமாக!

குடி அரசு - 24. 07. 1938

இந்தி எதிர்ப்பும் அரசாங்கமும் எதிரிகளும்

இந்தி எதிர்ப்புக் கிளர்ச்சிக்காக இதுவரை 197-பேர்கள் சிறைபிடிக்கப் பட்டிருக்கிறார்கள். நூற்று இருபது பேர்கள் வரை தண்டிக்கப்பட்டிருக்கிறார்கள். இவர்களில் பலருக்கு 4 - மாதம், 5-மாதம், 6-மாதம் கடின காவலும், ஒரு மடாதிபதி சந்யாசிக்கு 2-வருஷ கடின காவலும், மற்றொரு பி.ஏ. படித்த யாழ்ப்பாணத்து சன்யாசியாருக்கு 18 மாதம் கடுங்காவல் தண்டனையும் அளித்திருப்பதோடு இவர்கள் எல்லோருக்கும் ஜெயிலில் C (சி) கிளாஸ் உணவும் தகுதியும்தான் கொடுக்கப்பட வேண்டுமென்றும் தீர்ப்பளித்து அந்தப்படியே அவர்கள் அத்தனை பேரையும் மொட்டை அடித்து கிரிமினல் கைதிகள் உடுப்புக்கொடுத்து மிகக் கொடூர வாழ்வு வாழும்படி நடத்தப்பட்டு வருகிறார்கள்.

சிறை சென்ற தொண்டர்களில் பலர் பெருத்த செல்வவான்களின் பிள்ளைகள் சிலர் மாதம் 100, 200 - ரூபாய் சம்பாதிக்கக் கூடியவர்கள். சில தொண்டர்களின் பெற்றோர்கள் சென்னை வந்து தொண்டர்களுக்குப் பல வித உபசாரங்கள் சொல்லி காங்கரஸ்காரர்கள் தயவு பிடித்து அழைத்துப் போக முயற்சித்தும் தொண்டர்கள் மறுத்து விட்டார்கள். இரண்டொரு லட்சாதிபதிகள் பிள்ளைகளும் இருக்கிறார்கள்.

ஒரு முக்கிய விஷயம்

ஒரு விஷயத்தை வாசகர்கள் நினைவில் இருத்த விரும்புகிறோம். அதாவது இந்தி எதிர்ப்பு கமிட்டியார் தங்கள் கிளர்ச்சிகளை சட்டத்திற்கு உட்பட்டு நடத்த வேண்டும் என்றும், எவ்வித நிலைமையிலும் சட்டம் மீறுதல் கூடாது என்றும், சர்க்கார் உத்திரவுகளைக் கூட மீறி ஒன்றும் செய்யக்கூடாது என்றும் தீர்மானித்திருப் பதுடன் இம்முடிவை இந்தி எதிர்ப்பு கிளர்ச்சி சங்கத்தை சேர்ந்தவர்கள் உணர்ந்து வெகு கண்டிப்பாய் நடக்க வேண்டும் என்றும் தெரிவித்து இருக்கும் போதே பதட்டமுள்ள - சர்க்கார் அக்கிரமத்தை சகிக்க முடியாத - பல தோழர்கள் சிறைபிடிக்க இணங்கி இருக்கிறார்கள் என்றாலும் இவர்களில் எவரும் சட்டத்தை மீறத் தீர்மானித்து சிறை சென்றவர்கள் என்று சொல்லிவிட முடியாது.

மறியலுக்குக் காரணம்

உண்மையிலேயே யாரும் சத்தியாக்கிரகம் செய்ய வேண்டுமென்று கருதிக்கூட சிறை செல்லவில்லை. நடந்த காரியம் என்னவென்றால் இந்தி எதிர்ப்புக் கிளர்ச்சி யானது ஒரு தோழர் "ராமசாமி நாயக்க"ராலும் மற்றொரு காங்கரஸ் - ஆரிய விரோதியாலும் நடக்கின்றதே ஒழிய பொதுஜனங்களின் எதிர்ப்பல்ல என்று கனம் ஆச்சாரியார் வெளியிலும், சட்டசபையிலும் கூறிய கூற்று தவறு என்று

நிரூபிப்பதற்காக "நாங்களும் எதிர்க்கின்றோம்" "நாங்களும் எதிர்க்கின்றோம்" என்பதைக் காட்ட வேண்டி பல தோழர்கள் முயற்சித்தார்கள். அம்முயற்சியில் ஒன்றுதான் ஆச்சாரியார் வீட்டுக்குப் பக்கத்தில் ஆச்சாரியார் கண்ணில் படும்படி நின்றதாகும். அதுவும்கூட அப்படிநின்ற தோழர்கள் "தமிழ் வாழ்க - இந்தி ஒழிக" என்று சொல்லிக்கொண்டு நின்றதாகும். இதைத் தவிர அத்தொண்டர்கள் எந்த அடாத காரியத்தையும் செய்யாது யாருக்கும் எவ்வித அசௌகரியத்தையும் தொந்தரவையும் கொடுக்காது இருக்கும்போது (கொடுத்ததாக போலீசார் சாக்ஷியத்திலும் மற்றும் அவர்கள் கொடுத்த சார்ஜி ஷீட் பிராதிலும் கூட காண முடியவில்லை) அந்தப்படி நடந்துகொண்டவர்களைத்தான் ஆச்சாரியார் சர்க்கார் கைது செய்து 200-பேர்கள் வரை கணக்கு காட்டி இருக்கிறார்கள்.

மந்திரிமார் ஏளனம்

ஆனால் இந்தி எதிர்ப்பு கிளர்ச்சி கமிட்டியார் "நியாயமான முறையில் சமாதானத்துக்குப் பங்கமில்லாமல் செய்யப்படும் கிளர்ச்சியை சட்டம் மீறியது என்று சொன்னாலும் லட்சியம் செய்ய வேண்டியதில்லை" என்று தீர்மானித்திருப்பார் களேயானால் கூட இதுவரை 2000 பேர்களாவது சிறைபிடிக்கப்பட்டிருப்பார்கள் என்பதில் நமக்கு சிறிதும் சந்தேகமில்லை. அந்த நிலையை ஏற்படுத்தாமல் இனியும் பார்ப்போம் இனியும் பார்ப்போம் என்று இந்தி எதிர்ப்புக் கமிட்டி பொறுமை காட்டி வருவதை மந்திரிகள் யோக்கியப் பொறுப்பற்ற முறையில் கருதி ஏளனம் செய்து வருகிறார்கள்.

"இந்தி எதிர்ப்புத் தலைவர்கள் ஏன் இன்னும் சிறைக்கு வரவில்லை?" என்று கூட்டங்களிலும் மேடைகளிலும் இருந்து கேட்பதோடு தனிப் பேச்சு வார்த்தை களிலும் பேசி பரிகாசம் செய்கிறார்கள். மந்திரிகள் என்னவோ சொல்லட்டும், அதைப்பற்றி கவலை இல்லை. அது பிரிட்டிஷ் அரசாங்கத்தோடு இரண்டறக் கலந்து விட்ட கூட்டமாகும்.

ஆனால் அற்பக்கூலிகளும் இதைப் பின்பற்றி சில அயோக்கிய காலிப் பத்திரிகைகளும் ஏளனம் செய்கின்றன.

அற்பர்கள் புரளி

மக்களுக்கு வாழ்க்கையின் கொடுமையால் மானம் ஈனம் இல்லாமல் போவது இயல்பு. ஆனால் புத்தி கூட இல்லாமல் போகுமா என்பது ஆச்சரியமாக இருக்கிறது. இந்தி எதிர்ப்புக் கமிட்டி தலைவர்கள் சட்டத்தையும் சர்க்கார் உத்திரவையும் லட்சியம் செய்யாமல் சிறை செல்லும்படி அபிப்பிராயப்பட்டு விட்டார்களா, தீர்மானம் போட்டு அனுமதித்துவிட்டார்களா என்றுகூட கவனிக்காத இந்த அற்பர்கள் அயோக்கியர்கள் தங்களிடம் பத்திரிகை இருப்பதாலும் தங்களுக்கு வாய் இருப்பதாலும் அவைகளை ஒழுங்காக உபயோகப்படுத்தாமல் துஷ்ப்பிரயோகப் படுத்துகிறார்களே! இந்த இழிபிறப்பாளருக்கு புத்தி வரும்படியான வார்த்தைகள் கிடைக்காமல் வெகு கஷ்டப்பட்டுக் கொண்டு இதை எழுத வேண்டியிருக்கிறது.

இந்திக் கிளர்ச்சி நடப்பதேன்?

இன்றைய நிலைமை இந்நாட்டு தமிழ் மக்களுக்குப் பேராபத்தாய் வெகு நெருக்கடியாய் இருக்கிறது என்று கருதியே இந்தி எதிர்ப்பையும் மற்றும் பல காரியங்களையும் செய்ய பல சுயநலமற்ற மக்கள் கிளர்ச்சி துவக்கி இருக்கிறார்களே தவிர இதனால் எவ்வித கூலியும் பெறுவதற்கல்ல. இம்முயற்சியில் அவர்கள் படும்பாடும் அடையும் கஷ்டமும் கொஞ்சநஞ்சமல்ல. அவர்களுக்கு ஒவ்வொரு நிமிஷமும் ஏற்படும் ஆபத்தும் கவலையும் அபாயகரமானதாக இருந்து வருகிறது.

இவ்வளவு கஷ்டத்தில் அவர்கள் வேலை செய்து வரும்போது தங்களது மான ஈனத்தை காசுக்கு விற்று வயிறு வளர்க்கும், பதவி பெற்று வாழும் அற்பர்கள் இதை பரிகசிக்கவோ உண்மைக்கு விரோதமாக பேசவோ எழுதவோ என்ன யோக்கியதை என்று கேட்காமல் இருக்கவும் இந்த அயோக்கியர்களை பொதுமக்கள் அறிந்துகொள்ளும்படி வெளிப்படுத்தாமல் இருக்கவும் பொது நலத்தை உத்தேசித்து நம்மால் முடியவில்லை. ஆதலால் இதை விளக்குகிறோம். சர்க்காரை நடத்துகிறார்கள் என்கின்ற முறையில் மந்திரிகள் ஏதாவது பேசலாம். அவர்கள் சில சமயங்களில் வக்கீல்களைப் போலும் வியாபாரிகளைப் போலும் தாசி வேசிகளைப் போலும் உண்மைக்கு மாறாகவும் உணர்ச்சிக்கு மாறாகவும் பேசலாம், நடக்கலாம்.

பொதுஜனங்களுக்கு வேண்டுகோள்

ஆனால் மற்றவர்கள் அதிலும் பொதுநல சேவை பத்திரிகைகள், பொதுநல சேவை பிரசாரகர்கள் என்று சொல்லிக்கொண்டு இம்மாதிரி அற்பத்தனமாக அயோக்கியத் தனமாக நடந்து பொதுஜன சமூகத்துக்கு கேடு உண்டாகும்படியான காரியத்தைச் செய்து வாழப் பார்ப்பதை எப்படி சற்றாவது மதித்துக் கொண்டிருப்பது என்பது நமக்கு விளங்கவில்லை. ஆகையால் பொதுஜனங்கள் இவ்விஷயங்களில் உண்மைகளை அறிய கவலை எடுத்துக்கொள்ள வேண்டும் என்று வேண்டிக் கொள்ளுகிறோம்.

தவிர இவ்வியக்கத்துக்கு பணம் வசூல் செய்வதைப் பற்றியும் ஈனத்தனமாக சிலர் பேசிவருவதாக அறிகிறோம். "சில தலைவர்கள் தங்களுக்கு வீடு கட்டிக் கொள் வதற்காக இந்தி வசூல் பணம் பயன்படுத்தப்படுகிறது" என்று பேசினார்களாம். இது எவ்வளவு கண்டிக்கப்படத்தக்கது என்பதை வாசகர்கள் தான் முடிவு செய்ய வேண்டும்.

காங்கரஸ் வீரர்களுக்கு ஒரு கேள்வி

காங்கரஸ்காரர்கள் பலர் காங்கரசில் வந்து சேரும் போது எச்சிலை நக்கிப் பிழைக்கும் யோக்கியதையிலும் - காமுகனுக்கும் காமக்கிழத்திக்கும் தரகாய் இருந்து வயிறு வளர்த்துக் கொண்டும் இருந்தவர்கள் இன்று பல ஆயிரக்கணக்கான ரூபாய்களுக்கு உடைமஸ்தர்களாய் இருக்கக் காரணம் என்ன? அவர்களது வரவு செலவு என்ன? தொழில் வரி வருமான வரி என்ன? என்று கணக்குச் சொல்ல முடியுமா என்று கேட்கிறோம். இந்நிலையுள்ள அயோக்கிய கூட்டத்தார் மற்றவர்களைப் பார்த்து அதுவும் பொதுநல சேவைக்கு வந்தபின்பு தங்களுடைய ஏராளமான வருவாய்களை இழந்து பல லக்ஷக்கணக்கான ரூபாய்களையும் இழந்து பல நல்ல வீடுகள் மொத்தத்தில் மாதம் 1000, 1500 ரூ. வாடகை வந்த வீடுகள் குட்டிச் சுவராக நிற்க விட்டு விட்டும், பல பதினாயிரக்கணக்கான கடன் கொடுத்த ரூபாய்களை வசூலிக்காமல் (கடன் நிவாரண சட்டத்தால் அல்ல) விட்டு விட்டும் மற்றும் ஒருவர் தனது பல ஆயிரக்கணக்கான ஏக்கர் பூமிகளின் சொந்த விவசாயத்தை பாழாக்கிக் கொண்டும் மற்ற ஒருவர் தனது ரூ 4000, 5000 லாபம் வரும் வியாபாரத்தை லட்சியம் செய்யாமல் இருந்து கொண்டும் எந்தப் பதவியையும் எந்த லாபத்தையும் ஆசைப்படாமல் தமிழ் மக்கள் நலத்தையே கருதி பல கஷ்ட நஷ்டங்களுக்குக்கிடையில் தங்கள் சொந்தச் செலவில் தொண்டாற்றி வருகிறவர்களை சிறிதும் நன்றி கெட்ட மிருகக்குழந்தைகள் போல் கேவலமாக இழிவாக பேசி விஷமப் பிரசாரம் செய்வதென்றால் இதை எப்படி சகிக்க முடியும் என்று கேட்கிறோம்.

ஸ்டாலின் கதை

அடுத்தாற்போல் ஸ்டாலின் ஜகதீசன் என்பவருடைய விரதத்தைப் பற்றி செய்யும் கிண்டல் இயக்கத் தலைவர்களையும் சேர்த்து விஷமப் பிரசாரம் செய்யப்படுகின்றன. இயக்கத் தலைவர்களின் நாணயத்தை பாதிக்கும்படியும் ஜகதீசனை ஆதரிக்கும் காங்கரஸ் பத்திரிகைகள் எழுதுகின்றன.

ஜகதீசனின் "விரதம்" உண்மையற்ற பித்தலாட்ட விரதமாய் முடிந்தது என்பதில் தலைவர்களுக்கு சிறிதும் சந்தேகமில்லை. அவ் "விரதம்" அந்தப்படி முடிய மந்திரிகள், போலீசு, சி.ஐ.டி.க்கள் மற்றும் மந்திரிக்கு வேண்டிய சில நண்பர்கள் இவ்விரதத்தை அழித்து மந்திரிக்கு நன்மை செய்து கிப்பாத்தும் பலனும் அடையக் கருதிய சில இயக்கத் தோழர்கள் முதலியோர் எடுத்துக்கொண்டு வரும் முயற்சியைப் பற்றி தோழர் ஈ.வெ.ராமசாமி அவர்கள் சி.ஐ.டி. சுருக்கெழுத்து நிருபர் முன்னிலையில் அவரை குறித்துக் கொள்ளும்படி வேண்டிக் கொண்டு நெடுநாளாகவே பல கூட்டங்களில் பேசி இருக்கிறார். இந்த ஒரு மாத காலத்திய சி.ஐ.டி சுருக்கெழுத்து ரிபோர்ட்டுகளில் அவற்றைக் காணலாம். ஜகதீசனுக்கும் இவ்விஷயம் தெரிவித்து கண்டிக்கப்பட்டிருக்கிறது. அவர் தான் அப்படி இல்லை என்றும் அந்த பிரஸ்தாபம் பொய்யென்றும் மற்றும் எங்கள் தகப்பனார் குதிருக்குள் இல்லை என்ற மாதிரி சமாதானம் எழுதியிருக்கிறார்.

ஸ்டாலின் ஈரோட்டுக்கு வந்தது

உண்மையைச் சொல்ல வேண்டுமானால் சுமார் 3 மீத்துக்கு முன் ஜகதீசன் ஈரோட்டிற்கு வந்து தான் உண்ணாவிரதமிருக்கப் போகிறேன் என்று தோழர் ஈ.வெ.ராமசாமியிடம் தெரிவித்தபோது அவருக்கு சரியாக முகங்கொடுத்துப் பேசாமல் தனக்கு அக்காரியங்களில் நம்பிக்கை இல்லை என்றும் அதை ஆதரிக்க முடியாதென்றும் தோழர் ஈ.வெ.ரா. அவர்கள் கூறி அலட்சியப்படுத்தி அனுப்பி விட்டார்.

பிறகு அவர் தோழர் ஈ.வெ.ரா. பேரைச் சொல்லிக் கொண்டு சென்னை சென்று அங்குள்ளவர்களை ஏய்த்து எப்படியோ தோழர் சி.டி. நாயகம் அவர்கள் வீட்டில் இடம் தேடிக் கொண்டார்.

அங்கு உண்ணாவிரதம் ஆரம்பித்ததாய் வந்த சேதிகளை "விடுதலை" பத்திரிகையில் போட முதலில் அனுமதிக்கப்படவில்லை. சென்னையில் இருந்து பல தோழர்கள் சிபார்சு செய்தார்கள். பல பொதுக்கூட்டங்களில் தோழர் ஈ.வெ.ராமசாமியை ஏன் போடவில்லை என்று கேள்வி கேட்டார்கள். அக்கேள்விகளுக்கு பதில் சொல்லுகையில் ஸ்டாலினைப் பற்றி தனக்கு தெரியாதென்றும், அவரைத் தான் நம்பவில்லை என்றும் சொல்லி இருக்கிறார். அதோடு அந்த உண்ணாவிரதப் புரளி சென்னையில் உள்ள பல மூடநம்பிக்கைக்காரர்களால் இந்தி எதிர்ப்புக் கூட்டங் களிலும், பிரசாரத்திலும் கலக்கப்பட்டுவிட்டதால் அதன் பயனாய் இந்தி எதிர்ப்பு தோழர்களுக்குள் அபிப்பிராய பேதம் வரும்போல் இருந்ததால் ஸ்டாலின் கபட நாடகத்துக்கு அனுமதி கிடைத்துக் கொண்டேதான் வந்திருப்பதாய் தெரிகிறது.

"விடுதலை"யும் உண்ணாவிரதமும்

ஸ்டாலின் "உண்ணாவிரதம் ஆரம்பித்தது" மே- மீ 1-ந் தேதி. அதை "விடுதலை" 10 நாள் வரை பிரதானப்படுத்தவோ விளம்பரப்படுத்தவோ இஷ்டப்படவில்லை. ஏதோ நிருபர் சேதியாக ஒன்று இரண்டு செய்தி போடப்பட்டது. பல இந்தி எதிர்ப்பு தொண்டர்களின் வற்புறுத்தலின் மீது 10-ந் தேதி கோடு கட்டி போட்ட பிறகும் மறுபடியும் அதற்கு பிரதானம் கொடுக்கக்கூடாது என்று நிறுத்தப்பட்டுவிட்டது.

பிறகு 17-ந் தேதி மறுபடியும் பலர் வேண்டுகோள் பேரில் போடப்பட்டு வந்தது. மறுபடியும் அதை சிறு சேதியாய் போடப்பட்டது. இதற்காக சென்னை தோழர்களுடன் சதா தகரார் செய்து கொண்டு போடாமல் நிறுத்துவதும் மறுபடியும் சேதியாக போடுவதும் இப்படியாக இருந்து வந்ததும் விடுதலையை பார்ப்பவருக்கு விளங்கும். கடைசியாக நமது நிருபர் சென்னைக்கு சென்று நேரில் பார்த்து பலரை விசாரித்து உண்மையாக பட்டினி கிடக்கிறார் என்றும் (அவர் ஏதாவது சாப்பிடுவதாய் இருந்தால் குளிக்கும் போதோ அல்லது வெளியில் போகும் போதோதான் இருக்கலாம் என்றும்) தண்ணீரும் எலுமிச்சம்பழ சாறும் மாத்திரம் சாப்பிடுவதாய் நம்பிக்கை உள்ள இடத்தில் இருந்து தெரிந்து வந்தார். அப்படி இருந்தும் இந்தி எதிர்ப்பு கமிட்டியார் அதை ஆதரிப்பதில்லை என்று திருச்சி கமிட்டி கூட்டத்தில் தீர்மானம் செய்து இருக்கிறார்கள்.

ஜகதீசன் காங்கரஸ் ஒற்றர்

தோழர் ஈ.வெ.ராமசாமி திருபுவனம் மகாநாட்டில் ஒரு கேள்விக்குப் பதிலளிக்கையில் அதை யாரும் நம்பாதீர்கள் என்றும் ஜகதீசன் காங்கரஸ்காரர்களால் அனுப்பப்பட்ட ஒற்றராக இருந்தாலும் இருக்கலாம் என்றும் பேசி பதில் அளித்து இருக்கிறார். அதுவும் சி.ஐ.டி. ரிப்போர்ட்டரும் மெயில் ரிப்போர்ட்டரும் குறித்திருப்பார்கள்.

கடற்கரைக் கூட்ட நிகழ்ச்சி

பிறகு சென்னை திருவல்லிக்கேணி பீச் கூட்டத்தில் தோழர் ஈ.வெ.ரா. பேசும்போதும் இம்மாதிரி பட்டினியில் தமக்கு நம்பிக்கை இல்லை என்றும், தான் இதை இயக்கத்திற்கு சம்மந்தப்படுத்தி காரியம் சாதித்துக் கொள்ள விரும்பவில்லை என்றும் சொல்லி இருக்கிறார். அதன் மீது பலர் அவர் இருந்தால் சரியான பட்டினியாகவாவது இருக்கட்டும், இல்லாவிட்டால் வெளியில் அனுப்பிவிடவேண்டும் என்று அபிப்பிராயப்பட்டு அவரை அதிகமாக காவல் செய்ய ஏற்பாடு செய்தவுடன் அவர் வேறு இடத்திற்கு போக ஆசைப்பட்டுவிட்டார். அந்த சாக்கில் அவரை எப்படியாவது விரதத்தை குலைக்கச் செய்ய வேண்டும், சாப்பிட வைக்கவேண்டும் என்று கவலை கொண்ட தோழர் மீனாம்பாள் சிவராஜ் அவர்கள் வீட்டுக்கு அனுப்பிவிடப்பட்டு விட்டது.

ஜூன் 28-ந் தேதி செய்தி

அன்றைய தினமே அதாவது ஜூன் 28-ந் தேதி "விடுதலை"யில் ஒரு தந்தி சேதி பிரசுரிக்கப்பட்டிருக்கிறது. அதன் கடைசி பாகத்தில் இந்த கருத்தும் காட்டப்பட்டிருக்கிறது. என்னவென்றால் "ஸ்டாலின் ஜெகதீசன் ராயப்பேட்டைக்கு கொண்டு போகப்பட்டு விட்டார். தோழர் சிவராஜ் உண்ணாவிரதத்தை நிறுத்த முயற்சிக்கிறார். அது வெற்றி பெற வேண்டுமென்று மகாஜனங்கள் பிரார்த்தனை செய்கிறார்கள்" என்று குறிப்பிடப்பட்டிருக்கிறது.

பிறகு அடுத்தநாளே அந்த வீட்டிற்கு பல ஸி.ஐ.டி. போலீசார், போலீசு டிப்டி கமிஷனர், கனம் ஆச்சாரியார் நண்பர்கள் பலர் சென்று இருக்கிறார்கள். மற்றும் ஆச்சாரியார் சார்பாக ஸ்டாலினிடம் வியாபாரம் பேசுவதாகவும் தெரியவந்தது. இதைப் பற்றி அப்போதே தோழர் ஈ.வெ.ரா. ஜகதீசனைக் கண்டித்ததோடு அவரது சம்மந்தம் யாரும் வைத்துக்கொள்ளக் கூடாதென்று சொல்லிவிட்டார். இதை அறிந்த ஜகதீசன் ஈ.வெ.ரா.வுக்கு ஆச்சாரியார் பெயர் போட்டு ஒரு சமாதானக் கடிதம் எழுதி இருக்கிறார். அதன் பின் பத்திரிக்கைக்கு பிரசுரிக்கும்படி வந்த செய்தியில் காங்கரசார் ஜகதீசனை சுவாதீனம் செய்து கொண்டார்கள் என்றும் நமக்கு

விரோதமாய் அவரை பயன்படுத்தப்போகிறார்கள் என்றும் சேதிகள் வந்தன. இந்த சமயத்தில் இது நம்பத் தகுந்த மாதிரியில் ஜகதீசன் பலருக்கு ரூபாய்க்கு ஆகவும் நகைகள் மோதிரங்களுக்கு ஆகவும் பலவித உடுப்பு கண்ணாடி வகையராக்களுக்கு ஆகவும் கடிதம் எழுதிய வண்ணமாக இருந்ததாகவும் பல ஊர்களில் இருந்து அவை வந்ததாகவும் இந்தி எதிர்ப்பு தலைவர்களில் சிலரே ஏமாந்து மோதிரம், பணம், உடுப்பு, கண்ணாடி, தங்க சங்கிலி முதலியவைகள் சன்மானமளித்ததாகவும் தெரிய வந்தது. இந்த சமயத்திலும் ஸ்டாலின் தான் பட்டினி கிடப்பதாகவும் நாளை அல்லது மறுநாள் தன் உயிர் பிரிந்துவிடும் என்றும், தான் செய்த சகல குற்றங் களையும் மன்னித்து தனக்கு தரிசனம் கொடுக்கும் படியும் தோழர் ஈ.வெ.ரா.வுக்கு கடிதம் அனுப்பிக்கொண்டே இருந்தார். இவைகளுக்கு பதிலாக நடந்த விஷயங் களை வெளிப்படுத்தப் போவதாகவும் மரியாதையாய் சென்னையை விட்டுப் போய்விடுவது மேல் என்றும் தோழர் ஈ.வெ.ரா. சொல்லியனுப்பிய பிறகே அவர் சென்னையை விட்டு ஓட நேர்ந்தது. இவைகளை வெளியிட வேண்டிய அவசியமேற்பட்டது, ஸ்டாலின் இப்போது சில இந்தி எதிர்ப்பு தலைவர்கள் மீது குறைகள் கூறிவருவதும், காங்கரஸ்காரர்களும் இவரை கையாளாகக் கொண்டு இழிதகமை விஷமப் பிரசாரம் செய்ய அவரை விலைக்கு வாங்கப் போவதாக அறிவதாலும், மற்றும் இரண்டொரு காரியங்களாலுமேயாகும். (அவற்றைப் பின்னால் அவசியம் நேர்ந்தால் ஆதாரங் களோடு வெளியிடக் கருதி இருக்கிறோம்.)

அரஸ்ட்டு நிறுத்தப்பட்டது

பட்டினி எப்படியோ போகட்டும். இந்தி எதிர்ப்பு அரஸ்டுகளில் இப்போது ஒன்று நிறுத்தப்பட்டு விட்டது. இதன் பெருமையை ஜகதீசன் அடைவதில் நமக்கு ஆக்ஷேபணை இல்லை.

அதாவது கனம் ஆச்சாரியார் வீட்டுக்கு பக்கத்தில் நிற்கும் தொண்டர்களை இந்த 10-நாளாக கைதி செய்வதில்லை. சும்மா வாய் மிரட்டலோடு விட்டுவிடுகிறார்கள். ஆனாலும் தொண்டர்கள் தினப்படி நின்று கொண்டுதான் வருவதாகத் தெரிகிறது. உண்மையிலேயே ஆச்சாரியார் இவர்களை கைதி செய்ய வேண்டாம் என்று சொல்லி எதிரிகளை அன்பினால் வெல்லக் கருதி இருந்தாலும் அல்லது போலீஸ் இலாகாவே இது குற்றமாகாது என்று தெரிந்து அரஸ்டு செய்வதை கைவிட்டு இருந்தாலும் அல்லது காங்கரஸ் ஆட்சிக்கு வெளியில் ஏற்பட்ட கெட்ட பெயருக்கு பயந்து கொண்டு கைவிடப்பட்டிருந்தாலும் அல்லது தொண்டர்கள் மீது கருணை காட்டி அவர்களை சும்மா விட்டுவிடுவதானாலும் எப்படியானாலும் சரி இதற்காக சம்பந்தப்பட்டவர்களுக்கு நன்றி செலுத்துகிறோம். சர்க்கார் நடத்தையையோ ஆச்சாரியார் நடத்தையையோ கோழைத்தனம் என்றோ அல்லது அவர்கள் முட்டாள்தனத்தை திருத்திக் கொண்டார்கள் என்றோ, தோற்றுவிட்டார்கள் என்றோ சொல்லவரவில்லை. மற்றவர்கள் எப்படி நினைத்தாலும் நம்மைப் பொறுத்தவரை ஆச்சாரியாரை மனமார பாராட்டுகிறோம்.

சர்க்காருக்கு மரியாதையிருந்தால்!

ஆனால் இதே காரியத்துக்காக என்று இது வரை 150-க்கு மேற்பட்ட தொண்டர்களை கைதி செய்து, கடுந் தண்டனை விதித்து, களி போட்டு கொடுமை படுத்தி வரும் காரியம் இனியும் நியாயமானதா என்றுதான் கேட்கின்றோம்.

இந்த 150- பேர்களைப் பொறுத்தவரையாவது இத்தொண்டர்கள் செய்து வந்த காரியம் துர்ஆக்கிரகமா, சத்தியாக்கிரகமா என்று கேட்கின்றோம்.

இத்தொண்டர்கள் நடத்தைக்கு காரணபூதர்கள் என்று கைதி செய்யப்பட்டு ஒன்றரை வருஷம் இரண்டு வருஷம் கடுந்தண்டனை விதிக்கப்பட்ட சந்யாசிகள், மடாதிபதிகள் நடத்தையை இனியும் துராக்கிரகத்துக்கு தூண்டினவர்கள் நடத்தையாகும் என்று இனியும் காங்கரசோ, ஆச்சாரியாரோ, சர்க்காரோ, காங்கரஸ் பத்திரிக்கைகாரர்களோ கருதுகிறார்களா என்று கேட்கின்றோம்.

விவகார முறையில் பார்க்கும்போது இந்த 150 பேர்களையும் சர்க்கார் மரியாதையாக வெளியில் அனுப்பிவிட்ட பிறகே கைது செய்வதை நிறுத்தி இருக்க வேண்டியது அவர்கள் கடமை என்று கூறுவோம்.

ஏனெனில் சர்க்கார் பயந்து கொண்டு அரஸ்டை நிறுத்திவிட்டார்கள் என்றோ அன்பு காரணமாக நிறுத்திவிட்டார்கள் என்றோ கூற முடியாது. எப்படி எனில் "கடைசி வரை இரண்டிலொரு காரியம் பார்த்துவிடுகிறேன்" என்று கூறிய முதல் மந்திரியார் போலீசும் பட்டாளமும் தாம் சொல்லுவது போல் நடக்கத் தகுந்த அதிகாரமும் சக்தியும் கொண்ட மந்திரியார் இந்த இரு இளைஞர்களை பிடிக்க பயந்து விட்டார்கள் என்று எந்த மடையனும் கருதமாட்டான். மற்றும் சன்யாசிகள் உள்பட 150-பேர்களை சிறையிலடைத்து கொடுமைக்குள்ளாக்கும் ஆச்சாரியார் இரு வாலிபர்களுக்கு அன்பு காட்டினார் என்று எந்த "மகாத்மாவும்" கருத முடியாது.

மற்றும் மன்னிப்பு கேட்காதவர் மீதும் குற்றத்தை நிறுத்திக் கொள்ளாதவர்கள் மீதும் எந்த வீரரும், கோழையும் கூட அன்பு காட்ட முன்வர மாட்டார் என்பது யாவரும் உணர்ந்ததேயாகும்.

நடு நிலைமையில் இருந்து பார்த்தால் இக்காரியம் அதாவது 150- தொண்டர்கள் செய்த காரியம் குற்றமற்றது என்றும் சிறைப்பிடித்து கடின தண்டனை கொடுக்கத் தக்க காரியமல்லவென்றும் கருதி இருக்கலாம் என்றுதான் கருத வேண்டும். ஏனெனில் இந்தி எதிர்ப்பை ஆதரிக்காத அறிஞர்களும் காங்கரஸ் பத்திரிகைகளில் சிலவும் நடுநிலை மக்கள் பலரும் இப்படித்தான் சொல்லி வந்தார்கள். தோழர் கனம் ஆச்சாரியார் இதற்கு செவி சாய்த்திருக்கலாம். அல்லது ஊர் பழிக்கு பின் வாங்கியிருக்கலாம்.

மற்றும் கவர்னர் பிரபு வெகு அவசரமாக கனம் ஆச்சாரியாருக்கு சம்மன் அனுப்பி வரவழைத்து மேட்டுப்பாளையம் சத்திரத்தில் பேசினார் என்று ஒரு சேதி வந்தது. ஒரு சமயம் இது அதன் விளைவாய் இருந்தாலும் இருக்கலாம் அல்லது காங்கரஸ் தலைவர் சுபாஷ் பாபு அவர்கள் கனம் ஆச்சாரியாரிடம் சமாதானம் கேட்டதாக சொல்லிக் கொள்ளப்படுகிறது, அதன் விளைவோ என்னவோ என்பதும் தெரியவில்லை. எப்படி இருந்தாலும் அந்த நூற்றி ஐம்பது பேரையும் முதலில் கண்ணியமாக வெளியில் அனுப்பிவிட்டு பிறகு கைது செய்யப்படுவதை நிறுத்துவதுதான் ஆச்சாரியாருக்கு புத்திசாலித்தனமான காரியம் என்று கூறாமல் இருக்க முடியவில்லை.

ஆச்சாரியாருக்கு வேண்டுகோள்

இதைப் பற்றி நமக்கு கவலை இல்லை. ஏனெனில் ஆச்சாரியார் கைது செய்வதை மத்தியில் நிறுத்தி சிறையில் உள்ளவர்களை விட்டுவிடுவார்கள் என்று கருதி கொண்டு யாரும் சிறைக்கு செல்லவில்லை. அவர்களில் அனேகர் வெளியே விடப்பட்டாலும் மறுபடியும் இந்தி ஒழியும் வரை சிறை செல்லக்கூடியவர்கள் என்றே தெரியவருகிறது.

ஒன்று கடைசியாக ஆச்சாரியாரை நட்புமுறையில் கேட்டுக் கொள்ளுகிறோம். ஆச்சாரியார் இது விஷயத்தில் எப்படி நினைத்துக் கொண்டாலும் சரி இந்தியோ

இந்துஸ்தானியோ கட்டாய பாடம் என்கின்ற முறையை நிறுத்திக் கொண்டால் ஒழிய "மாற்றிக்கொண்டால்" ஒழிய கிளர்ச்சி நிறுத்தப்படமாட்டாது. சில கூலிகளும் காலிகளும் எச்சிலைப் பத்திரிகைகளும் எவ்வளவு கேவலமாகவும் இழிவாகவும் விஷமத்தனமாகவும் பிரசாரம் செய்தாலும் எதிர்ப்புக் காரியம் நிற்காது. இதில் இறங்கிவிட்ட பிறகு இனி எந்தவிதமான விஷமப் பிரசாரத்துக்கும் பயந்து (பொய் மானம் காப்பாற்றிக்கொள்ள கருதி யாரும் பின் வாங்கப் போவதில்லை. ஏனெனில் உண்மையில் இது அரசியல் போராட்டமல்ல, வகுப்புப் போராட்டம்) இதில் இறங்கியவர்கள் இரண்டிலொன்றுதான் முடிவு பெறுவார்களே தவிர மத்திய வாழ்வில் திருப்தி அடைய மாட்டார்கள். ஆதலால் மெய்யான மானம் போவ தானாலும் சரி இந்த முயற்சியில் இந்தி கிளர்ச்சிக்காரர்கள் பின்வாங்கப் போவ தில்லை. இதற்கு வள்ளுவர் வாக்கே ஆதாரம். ஆச்சாரியார் குறளை மொழிபெயர்த்து குறளை தனது பேச்சுக்கு அடிக்கடி ஆதாரம் காட்டி வருபவர். ஆகவே, அக் குறளையே ஆச்சாரியார் இனி ஒரு தரம் படித்துப் பார்க்கட்டும்.

அதாவது 103-வது அதிகாரம் குடி செயல் வகை 1028-ம் குறள்.

"குடி செய்வார்க்கில்லைப் பருவமடி செய்து
மானங் கருதக் கெடும்"

என்பதாகும்.

இதன் பொருள்:-

ஒருவன் தான் பிறந்த குடியை உயரச் செய்யவோ காப்பாற்றவோ முயற்சிப்பானேயாகில் அவன் ஒரு காலத்தையோ தக்க சமயத்தையோ எதிர்பார்த்துக்கொண்டிருக்கக் கூடாது என்பதோடு, இம்முயற்சியில் சிறிதும் சோம்பல் கொள்ளக்கூடாது, தனது மானத்தையும் கூட லக்ஷியம் செய்யக்கூடாது என்பதோடு அந்தப்படி எவனாவது இந்த விஷயத்தில் மாத்திரம் மானாபிமானம் பார்த்துக்கொண்டு சிறிதாவது தயங்குவானேயானால் அக்குடி அடியோடு கெடும் என்பது பொருளாகும்.

ஆச்சாரியார் வெற்றி பெற்றாலும்?

ஆகவே இந்தி கிளர்ச்சியை அடக்கவேண்டிய அவசியம் இன்றைய தினம் ஆச்சாரியாருக்கு அவரது குடியை (குலத்தை) உயரச் செய்வதற்கு இல்லை என்றால் மற்றபடி ஒரு வீம்பு காரணமாயாவது அவசியப்படலாம். அப்படியானால் இந்த வீம்பை காப்பாற்றிக்கொள்ள ஆச்சாரியார் இனியும் அனேகம் தப்புகளும், முட்டாள் தனமான காரியங்களும் செய்ய வேண்டி ஏற்படும் என்பதை அவருக்கு எச்சரிக்கை செய்து அறிவுறுத்துகிறோம். இந்த வீம்பில் ஆச்சாரியார் வெற்றி பெற்றாலும் அவ்வெற்றிக்கு செயலாற்றுவதின் பயனாய் வெற்றிப் புகழைவிட பல மடங்கு அதிகமான அளவு குறைபாடும், இகழ்தலும் அடைய வேண்டியவராவார் என்று உறுதி கூறுகிறோம். பொறுப்பற்ற - கீழ்மக்களின் பத்திரிகை உதவியும் நாவன்மையும் கீழ்மக்களையும் பாமர மக்களையும் மாத்திரம் தான் ஏமாறச் செய்யுமே ஒழிய மேன்மக்களையும் அறிவுடையோரையும் ஒன்றும் செய்துவிடாது. அவை மேலும் மேலும் உண்மை விளங்கவே பயன்படும். ஆதலால் அன்பர் கனம் ஆச்சாரியார் அவர்கள் நன்றாய் சிந்தித்துப் பார்த்து கட்டாய இந்தி முறையை மாற்றிக் கொள்வதே சாலவும் சிறந்த கருமம் என்பதை வணக்கத்துடன் அறிவித்துக் கொள்கிறோம். ஆச்சாரியாருக்கு பதவி மாத்திரம் அல்லாமல் உதவிக்கு பெரும் படைகள் இருக்கின்றன. அவை ஆச்சாரியார் என்ன சொன்னாலும் செய்தாலும் "ஆமாம் சாமி" கூறி கூலி அடையக் காத்திருப்பவைகளேயாகும் - ஆச்சாரியார்

சற்று இளைத்துப் போனார் - களைத்துப் போனார் என்றவுடன் விட்டுவிட்டு ஓடக்கூடியவர்களுமே யாகும். ஆச்சாரியார் வெற்றி பெற்று அடிமை கொண்டு விட்டதாக காட்டிவரும் அரசாங்கம், ஆச்சாரியாரை காலை வாரிவிட சமயம் பார்த்துக்கொண்டிருக்கும் அரசாங்கம் என்பதையும் ஆச்சாரியார் ஞாபகத்தில் வைத்துக்கொள்வாராக.

எதிர்ப்பாளர் நிலைமை

ஆனால் இந்தி எதிர்ப்புக்காரர்களோ தனித்தனியே தங்களையே நம்பி இருப்பவர்கள். அப்படிப்பட்டவர்கள் தோல்வி அவர்கள் முடிந்த பிறகு தான் காண்பார்கள். இவை தர்ம உபதேசமல்ல. அன்பு அறிக்கை என்பதாய் கொள்ள வேண்டுமென்று கேட்டுகொள்ளுகிறோம்.

தமிழ் மக்களே!

இனித்தான் போராட்டம் இருக்கிறது. வார்தா காரியக்கமிட்டி தீர்மானப்படி காங்கரஸ் தலைவர் முடிவு நாளை மறுநாள் வெளியாகிவிடும். நம் பிரமுகர்கள் வழக்கும் நான்கு நாளையில் முடிந்துவிடும். அப்புறம் நாம் என்ன செய்வது? ஓடி ஒளிவதா அல்லது அடக்குமுறை ஆயுதத்தை மழுங்கச் செய்து பிடுங்கி எறிவதா என்கின்ற முடிவுக்கு வர வேண்டியதுதான்.

எதிரிகளும் அவர்கள் கூலிகளும் கூப்பாடு போடுவதை லக்ஷியம் செய்யாதீர்கள்.

குடி அரசு - 31.07.1938

திருச்சியில் இந்தி எதிர்ப்பு படை வழியனுப்பு உபசாரம் 7000 பேர் கூட்டம்

தோழர்களே!

இன்றைய கூட்டம் இந்தி எதிர்ப்புப் பிரசாரத்துக்கு ஆக செல்லும் படையை வழியனுப்புவதற்காக என்றே கூட்டப்பட்டது என்பது அழைப்பு விளம்பரத்தில் இருக்கிறது. இப்படிப்பட்ட கூட்டத்தில் வந்து சிலர் குழப்பம் விளைவிக்க நினைத்தது சுத்த முட்டாள்தனமாகும். இந்த கூட்டத்தில் இரண்டொருவர் "காந்திக்கு ஜே" போடுவதும் "இந்தி வாழ்க" என்று கத்துவதும் மண்ணை வாரி இறைத்து வேஷ்டியை வீசி மக்களை எழுந்து போகும்படி காலித்தனம் செய்வதும் மிகவும் கண்டிக்கத்தக்கதாகும். கூட்டத்தை கலிபுல்லா சாயபு மிக்க வலுவுடன் அடக்கி இராவிட்டால் இன்று பலர் உதைபட்டு துன்பப்பட்டு இருப்பார்கள். போலீசும் இல்லாத இந்த சமயத்தில் காலிகளுக்கு இக்கூட்டத்தார் புத்தி கற்பிக்க ஆரம்பித்து இருந்தால் என்ன நிலை ஏற்பட்டு இருக்கும்? கூட்டத்தில் இந்தியை ஆதரிக்கிறவர்கள் எவ்வளவு பேர் என்று தோழர் கலீபுல்லா சாயபு கேட்டபோது கை தூக்கிய எண்ணிக்கையிலிருந்தே இத் தொல்லைக்காரர்களின் யோக்கியதை நன்றாய் விளங்கி இருக்கும். அவர்களும் பெரிதும் பார்ப்பனர்களாகத்தான் இருந்திருப்பதாய் தெரிகிறது. இம்மாதிரி காலித்தனத்தால் இன்னும் எவ்வளவு நாள்களுக்கு இப்பார்ப்பனர் வெற்றிபெற முடியும்?

நாங்கள் உண்மையிலேயே இந்தியை எதிர்ப்பவர்கள். இந்தி பார்ப்பன ஆதிக்கத்துக்கு ஆக புகுத்தப்படுவது என்பதை இக்கூட்டத்தில் உள்ள பார்ப்பனர்களே மெய்யாக்கிவிட்டார்கள். தமிழ் மக்கள் வயிறு எரிந்து மனம் நொந்து கிடக்கும் காலத்தில் அதுவும் பிரிந்து ஆதரவற்றுக் கிடக்கும் இந்நாளில் ஏதோ சில கூலிகள் தங்கள் வசத்தில் இருப்பதாகக் கருதி எங்கள் முயற்சிகளை இப்படி அடக்கப் பார்ப்பது தர்மமா என்று கேட்கின்றேன்.

எதிரிகள் சூழ்ச்சி

எங்களுடைய சேதிகளை பொதுப்பத்திரிக்கை எனச் சொல்லும் பார்ப்பனப் பத்திரிகைகள் கேலி செய்து கிண்டல் செய்து மறைத்துதிரித்து கூறுகின்றன. சில அடியோடு அடக்கிவிடுகின்றன. எங்கள் ஒற்றுமையை கலைக்க சூட்சி செய் கின்றன. மக்கள் அநீதியாக சிறைபிடித்து கொடுமைப்படுத்தப்படுகிறார்கள்.

எங்களுக்குள்ளாகவே துரோகிகள் கற்பிக்கப்படுகிறார்கள். கீழ் மக்களை சுவாதீனம் செய்து அவர்கள் மூலமாக நம் இயக்கத்தை ஒழிக்க முயற்சி செய்யப் படுகின்றது.

இந்தி எதிர்ப்பு ஜஸ்டிஸ் கட்சியின் மற்றொரு அவதாரம் என்றும் பழி சுமத்தப் படுகிறது.

ஜஸ்டிஸ் கட்சிக்கு சட்டசபையில் உள்ள இரண்டு தலைவர்களும் பார்ப்பன தாசர்களாய் இருக்கும்போது இது எப்படி ஜஸ்டிஸ் கட்சி காரியமாக இருக்க முடியும். இந்தி எதிர்ப்பு பார்ப்பன துவேஷத்துக்கு ஒரு கருவி என்று சொல்லப் படுகிறது. தோழர்கள் டி.ஆர்.வெங்கிட்ட ராமசாஸ்திரி, கே.நடராஜன், வி.எஸ்.சீனிவாச சாஸ்திரி, சி.வி. விஸ்வநாத சாஸ்திரி, உ.வே. சாமிநாதய்யர், பரவஸ்து ஆச்சாரியார், கே.பாஷ்யம் அய்யங்கார், வி.பாஷ்யம் அய்யங்கார், வி.வி.சீனிவாசய்யங்கார் குனச்ரு, டில்லி நிர்வாகசபை வர்த்தக மெம்பர் சர்.மகம்மது யாகூப் இவர்கள் எல்லோரும் ஜஸ்டிஸ் கட்சிக்காரர்களா?

“சென்டினல்” “அமிர்த பஜார்” “மாடர்ன் ரிவ்யூ” “சோஷியல் ரிபார்மர்” “லீடர்” “சர் வெண்ட் ஆப் இந்தியா” முதலாகிய பத்திரிகைகள் ஜஸ்டிஸ் பத்திரிகைகளா? அல்லது பம்பாயிலும், சென்னையிலும் உள்ள பிரஜா உரிமைச் சங்கங்கள் ஜஸ்டிஸ் கிளைச் சங்கங்களா? அடக்குமுறையை ஒன்று இரண்டு தடவையாவது கண்டித்து எழுதிய “சுதேசமித்திரன்” ஜஸ்டிஸ் பத்திரிகையா? இப்படியெல்லாம் இருக்க தமிழ் மக்கள் கண்களில் மண்ணைப் போட்டு அவர்களை அடிமை கொள்ளச் செய்யும் இம்மாதிரியான சூழ்ச்சியும் கொடுமையும் நியாயமா? என்று உங்களைக் கேட்கிறேன்.

சில்லறை சேஷ்டை செய்வது நியாயமா?

நாங்கள் சொல்லுவதும் செய்வதும் தப்பானால் நாளை இங்குக் கூட்டம் போட்டு பாருங்கள், உங்கள் பத்திரிகையில் எழுதுங்கள், மற்றபடி பொய்யாகவாவது கூட்டத்தில் கலகமும் குழப்பமும் ஏற்பட்டது என்று எழுதுவதற்கு ஆகவே இங்கு விஜயம் செய்திருக்கும் சில அயோக்கிய நிருபர்களுக்குச் சேதி கொடுக்க வேண்டும் என்று கருதி சில்லறை சேஷ்டைகள் செய்வது நியாயமா? என்று கேட்கிறேன்.

இன்றைய ஆட்சியில் தங்கள் அபிப்பிராயம் சொல்லக்கூடவா இடமில்லை? இந்த கூட்டத்தில் “காந்திக்கு ஜே” ஏன் போட வேண்டும்? இவர்கள் காந்தியை யோக்கியர் என்று எண்ணிக் கொண்டிருப்பவர்களா அல்லது தங்களையாவது காந்தி சிஷ்யர்கள் என்று எண்ணிக்கொண்டிருப்பவர்களா? நான் பார்த்தேன் ஒருவன் மண்ணை வாரி இரைத்துக்கொண்டு “காந்திக்கு ஜே” போட்டான். முதுகில் இரண்டு அப்பளம் விழுந்தவுடன் அறுத்துவிட்ட கழுதைகள் போல் பலர் ஓட்டமெடுத்தார்கள். இந்த சமயம் நான் பயந்துவிட்டேன். போலீசும் தென்படவில்லை. நமக்கோ நம் ஆள்களுக்கோ பந்தோபஸ்தில்லை என்று நான் கவலைப்படவில்லை, ஆத்திரத் தோடு கைகலக்க ஏற்பட்டால் எதிரிகள் கதி என்னவாகும். அப்புறம் இந்தி எதிர்ப்பு காரர்கள் பலாத்காரம் செய்கிறார்கள் என்று சொல்லுவதா? எவ்வளவு கஷ்டப்பட்டு பலாத்காரம் ஏற்பட இருந்ததை இப்போது அடக்க வேண்டியதாயிற்று. போலீசார் கூட்டத்திற்கு காவல் அளிக்க வேண்டியதில்லை என்றாலும் காலிகளுக்காவது காவல் அளிக்க வேண்டாமா? இன்று இவ்வூர் போலீசு தண்டாரோ அடிக்கக் கூட அனுமதி கொடுக்கவில்லை. நோட்டீசு அச்சடிக்க அச்சாபீசுகள் பயப்படுகின்றன.

இந்த கிளர்ச்சிக்கு பணம் வசூல் செய்வதை தடுக்க பல போக்கிரித்தனமான அற்பத்தனமான பிரசாரங்கள் செய்யப்படுகின்றன. இந்த நிலையில் நாங்கள் என்ன செய்வது?

தொண்டர்களுக்கு தண்டனையா?

தொண்டர்களை சிறைபிடிப்பதையும், தண்டிப்பதையும், அவர்களை நடத்துவதையும் சற்று பாருங்கள். 150 பேர்களை சிறை பிடித்து தண்டித்து விட்டு

இப்போது அந்த காரியத்துக்கு சிறை பிடிப்பது நிறுத்தப்பட்டுப் போய்விட்டது என்றால் இதுவரை பிடித்தது ஒழுங்கா, நியாயமா? நீங்களே யோசித்துப் பாருங்கள்.

இந்தி எதிர்ப்புக் கிளர்ச்சியைப் பற்றி காங்கரஸ் காரியக் கமிட்டி "தப்பு அபிப்பிராயத்தின் மீது அக்கிளர்ச்சி நடப்பதால் அதை விளக்க காங்கரஸ் தலைவருக்கு அதிகாரமளித்திருக்கிறது" என்று தீர்மானித்திருக்கிறது.

அப்படியானால் அபிப்பிராய பேதத்தினால் நடத்தும் காரியத்துக்கு 6 மீ, ஒரு வருஷம், இரண்டு வருஷம் கடின காவலா என்று கேட்கின்றேன். இதுதான் ஜனநாயகமா? இதுதான் அபிப்பிராய சுதந்தரமுள்ள பிரஜாஉரிமை ஆட்சியா? நீங்களே யோசித்துப் பாருங்கள்.

இந்த அரசாங்கம் இந்தி எதிர்ப்புக் கமிட்டியை சட்டம் மீறுவதற்கும் ஆயிரக்கணக்கான மக்களை சட்டம் மீறித் தீர வேண்டுமென்று கட்டாயப்படுத்தவும் தூண்டச் செய்கிறது. இதில் சர்க்காருக்கு என்ன லாபம் கிடைக்கப்போகிறது என்று கேட்கிறேன்.

அரசாங்கத்திற்கும் சட்டத்திற்கும் பணிந்து போவது அவமானம் என்று மக்கள் கருதும்படி செய்கின்றது.

நாம் என்ன செய்வது, கிளர்ச்சி கூட செய்யக்கூடாதா? தோழர் சத்திய மூர்த்தியார் இந்திக் கிளர்ச்சிக்காரரை ராஜத்துரோக சட்டப்படி வழக்குத் தொடுத்து தூக்கில் போடும்படி சர்க்காருக்கு யோசனை கூறுகிறார். இப்போது நடத்தும் சட்டமே கொடுங்கோலாட்சி என்று அறிஞர்கள் கூறுகிறார்கள்.

ஆகவே காங்கரஸ் ஆட்சியின் யோக்கியதையும் அதைக் கையாளும் பார்ப்பனர்கள் யோக்கியதையும் நீங்களே முடிவு செய்து கொள்ளுங்கள் என்பது ஆக விட்டு படை தொண்டர்களுக்கு ஈ.வெ.ரா. செய்த உபதேசமாவது:-

தொண்டர்களுக்கு உபதேசம்

இப்படையை நடத்துகிறவர்கள் பொறுப்புள்ள பெரியார்கள். இவர்கள் நடத்தையில் படை வெற்றிகரமாய் முடிவுபெறும் என்றே கருதுகிறேன். ஒற்றுமை, சிக்கனம், சமரச எண்ணம் ஆகியவை தலைவர்களுக்கு வேண்டும். தொண்டர்களுக்குப் பொறுமை, சகிப்புத் தன்மை கிடைத்ததைக் கொண்டு திருப்தி அடையும் தன்மை ஆகியவை வேண்டும்.

எதிரிகள் பல சூழ்ச்சி செய்வார்கள். சிறியதைப் பெரியதாக்கி பழி கூற பல எதிரிகள் இருக்கிறார்கள். எதிரியிடம் கூலி வாங்கிக் கொண்டு நம்மைக் காட்டிக் கொடுத்துப் பிழைக்கும் பல ஈனர்கள் நமக்குள்ளாகவே இருந்து குடி கெடுத்து வருகிறார்கள். இந்நிலையில் இயக்கத்துக்கு கேடு வராமல் பார்த்துக் கொள்ள வேண்டியது மிகவும் முக்கியமாகும். எவ்வளவு பழி சுமத்தினாலும் எவ்வளவு இழிவு படுத்தினாலும் இவற்றை எவ்வளவு பேர் நம்பினாலும் நான் மாத்திரம் களைத்துப் பின் வாங்குகிறவனல்ல. எனக்கு எனது லக்ஷியம் தவிர வேறு ஒன்றுமே இல்லை. அதற்கு ஆகவே உயிர் உள்ள அளவும் பாடுபட்டுத்தான் சாவேன். யார் என்ன சொன்னாலும் வெட்கப்படப் போவதில்லை. யார் என்ன மோசம் செய்தாலும் சரி, துரோகம் செய்தாலும் சரி, வாழ்நாள் முடிகிறவரை கிடைத்த ஆயுதத்தைக் கொண்டு காரியம் செய்கிறதென்ற முடிவில் தான் இருக்கின்றேன். ஆகவே தோழர்களே! இம்மாபெரும் லக்ஷயத்திற்கு தொண்டாற்றும் வேலை யாவரும் தங்கள் வாழ்வுக்கு பயன்படுத்திக்கொண்டு காரியத்தை கெடுக்காமல் லக்ஷயத்துக்கு தங்களால் கூடுமானவரை தொண்டாற்ற வேண்டுமென்று கேட்டுக்கொள்கிறேன்.

குடி அரசு - 07. 08. 1938

தொகுதி 1 மொழி

பார்ப்பன ஆட்சி இன்னும் என்ன செய்ய வேண்டும்?

"தோலைக் கடித்து துருத்தியைக் கடித்து, மனிதனைக் கடிக்க ஆரம்பித்து விட்டது" என்று ஒரு பழமொழி சொல்லுவார்கள். அது போல் பார்ப்பனீயம் அதாவது பார்ப்பன ஆட்சி, அங்கு கை வைத்து இங்கு கை வைத்து அடிமடியில் கையைப் போட்டுவிட்டது என்று சொல்ல வேண்டியதாகிவிட்டது.

காங்கரசைப் பற்றியும், காந்தியைப் பற்றியும் நாம் எதிர்த்தும் மக்களை ஜாக்கிரதையாய் இருக்க வேண்டுமென்று எச்சரித்து வந்ததுமானது, அரசியல் ஆதிக்கம் நமக்கு கூடாதென்றோ வெள்ளையர், அன்னியர் இந்நாட்டை விட்டு போகக் கூடாதென்றோ அல்ல என்பதை அவ்வப்போது தெரிவித்து வந்திருக்கின்றோம்.

காந்தியையும் காங்கரஸையும் எதிர்ப்பதேன்?

ஆனால் மற்றென்ன காரணம் என்றால் இந்நாட்டுக்கு வெளிநாட்டிலிருந்து வயிறு பிழைக்க வந்து இந்நாட்டு ஆதி மக்களை பல வழிகளிலும் ஏய்த்தும், கொடுமைப்படுத்தியும் வெற்றி கொண்டு, அடிமைப்படுத்தி ஆதிக்கம் செலுத்தி ஆட்சி புரிந்த 3 - வகையாரில் அதாவது ஆரியர், முஸ்லீம்கள், ஐரோப்பியர் ஆகியவர்களில் ஆரியர்களே மிக மிக கொடுமை செய்து மக்களை காட்டுமிராண்டிகளாக்கி மதத்திலும், சமுதாயத்திலும், அரசியலிலும் அடிமை கொண்டு ஆட்சி புரிகின்றவர்கள். ஆதலால் எந்தக் காரணம் கொண்டும் அதாவது ஐரோப்பியரே இன்னமும் ஆயிரம் வருஷம் ஆட்சி புரிவதாய் இருந்தாலும் முஸ்லிம்களே இன்னம் பதினாயிரம் வருஷம் ஆட்சி புரிவதானாலும் ஆரியப் பூண்டின் ஆதிக்கம் மாத்திரம் கூடவே கூடாது என்று கருதி காங்கரசும், காந்தியும் ஆரிய ஆதிக்கத்துக்கு ஆயுதமாகவும், கூலியாகவும் இருந்து வருவதால் ஆரிய ஆதிக்கம் ஒழிவதற்கு இவ்விரண்டும் அதாவது காங்கரசும், காந்தியும் அடியோடு ஒழிய வேண்டும் என்று சொல்லி எதிர்த்து வந்தோம்.

ஆரியர் பிறவிக் குணம்

ஆரியர்களின் பிறவிக்குணம், ஜாதிக்குணம் இவ்விரண்டும் ஆரியரல்லாதவர்களை ஒழிப்பது அல்லது அடிமைகொண்டு அவர்கள் உழைப்பில் வாழ்வது என்பதேயாகும். இதற்கு உதாரணம் வேண்டுமானால் ஜர்மெனியரை - ஹிட்லரைப் பார்த்தால் விளங்கும். ஆரியரல்லாதவர்கள் ஒழியவேண்டும் என்பதே ஹிட்லருடையவும், நாசி ஸ்தானத்தினுடையவும் கொள்கையாகும். நம் நாட்டு காங்கரசு கொள்கையும், ஆரியர் கூலியாக உபயோகப்படுத்தும் காந்தியின் கொள்கையும் அதுவேயாகும். அதாவது "காங்கரசு மனுதர்மம், வருணாச்சிரம

247

முறை ஆகியவைகளின்படி இந்தியா புதுப்பிக்கப்படவேண்டு"மென்று சொல்லப் படுவதே இந்த நமது கூற்றை மெய்ப்பிக்கும். மற்றும் ஆரியருடைய எந்த ஆதாரங்களை எடுத்துப் பார்த்தாலும் ஆரியரல்லாதார் நாடு மிலேச்ச நாடு, ஆரியரல்லாதார் பாஷை மிலேச்சபாஷை, ஆரியரல்லாதார் மிலேச்சர், அசுரர், ராக்கதர் என்பதாகக் காணக்கிடப்பதை இன்றும் பார்க்கலாம்.

இவை இந்நாட்டு ஆதிகுடிகளுக்கும் ஆரியர் கொள்கைகளை ஒப்புக்கொள்ளாத முஸ்லிம்களுக்கும் அவர்களது பாஷைக்கும் அவர்களது தேசத்துக்கும் தான் பொருந்தக்கூடியதாய் இருக்கிறதே தவிர மற்ற ஜர்மனியர் போன்றவர்களுக்கு பொருத்தப்படுவதில்லை.

ஆரிய சம்பந்தமுடையதெல்லாம் நமக்கு எமனே

ஆகவே இந்த கொள்கைகள் கொண்ட ஆரியர்கள் நமது நாட்டுக்கும் நம் நாட்டு பழங்குடி சமூக மக்களுக்கும் ஆரியம், ஆரியபாஷை, அவர்களது மத உபதேசங்கள் முதலியவை நமன் என்றும் கூடாது என்றும் கூறி வருகிறோம்.

இதில் நம்மவர்களான அதாவது ஆரியரல்லாதாரான சிலருக்குப் பல காரணங் களால் இக் கொள்கை பிடிக்காததாகக் காணப்படலாம். அவர்கள் "ஆரியரும் நாமும் இந்நாட்டு மக்கள்" என்றும் "உடன் பிறந்த முறை கொண்டவர்கள்" என்றும் நமக்கு உபதேசம் செய்ய வரலாம். இதை அறியாமை என்றும் அல்லாவிட்டால் கூழுக்குப் பாடும் கூலிக் கவி என்றும் சொல்லாமல் இருக்க முடியவில்லை.

ஏனெனில் இன்று நம் பிள்ளைகளுக்கு பள்ளிக்கூடங்களிலும் உயர்தரக் கல்லூரிகளிலும் படிக்கக் கொடுத்திருக்கும் இந்துதேச சரித்திரம் என்னும் புத்தகத்தில் ஆரியர்கள் என்பவர்கள் யார் என்னும் தலைப்பின் கீழும் இந்நாட்டின் மீது படையெடுத்து வந்து இந்நாட்டுப் பழங்குடி மக்களை அடக்கி ஒடுக்கி வெற்றி பெற்று அடிமை கொண்டு ஆட்சி புரிந்தவர்கள் யார், யார் என்பதின் தலைப்பின் கீழும் உள்ள சேதிகளைப் பார்த்தால் நன்றாய் விளங்கும்.

ஆரியர் குடிபுகுந்த கதை

ஆரியர்கள் இந்த நாட்டுக்கு மத்திய ஆசியாவில் இருந்து ஆடுமாடுகள் மேய்த்துக் கொண்டு கணவாய் வழியாக வந்தவர்கள் என்றும் ஆரியர் என்றால் உழவர்கள் - பயிரிடுவோர்கள் என்று அர்த்தமென்றும், அவர்கள் வருவதற்கு முன் இந்த நாட்டில் வடக்கில் தஸ்யூக்கள் என்பவர்களும் தெற்கில் திராவிடர்கள் என்பவர்களும் ஆதிகுடிகளாய் இருந்தார்கள் என்றும் இந்த இரு சமூகத்தாரை விட ஆரியர்கள் தந்திரசாலிகளாகவும், பலசாலிகளாகவும் இருந்ததால் இவர்கள்மீது படையெடுத்து அடக்கி ஒடுக்கி ஆதிக்கம் கொண்டார்கள் என்றும் பார்ப்பனர்களால் எழுதப்பட்ட சரித்திரங்களிலேயே இருந்து வருகிறது. மேலே குறிப்பிட்டபடி அதை இன்றும் பள்ளிப் பிள்ளைகள் படிக்கிறார்கள்.

வேதத்தில் காணப்படுவதென்ன?

மற்றும் இதை மெய்ப்பிக்க ஆரியர்களின் வேதம் என்று சொல்லப்படும் ஏடுகளைப் பார்த்தாலும் அவற்றுள்ளும் ஆரியர்கள் ஆடுமாடுகளை மேய்த்துப் பயிரிட்டதையும் அதற்கு அனுகூலமானவற்றை கடவுளாக கற்பித்துக்கொண்டு அக்கடவுள்களை மழை பெய்யவும், வெள்ளாமை விளையவும் பிரார்த்தனை செய்வதும், அவர்களுக்கு அக்காலத்தில் எதிரிகளாகக் காணப்பட்ட தஸ்யூக்கள் என்பவர்களையும், திராவிடர்களையும் கண்டபடியெல்லாம் வைது சபித்தும் இவர்கள் அடியோடு அழிந்தொழிய வேண்டுமென்று தங்கள் ஜாதிக்கடவுளாகக் கற்பித்துக்கொண்ட இந்திரன் முதலியவர்களை பிரார்த்திப்பதுமான பல பாசுரங்களைக் காணலாம். இன்றும் ஆரியர்களின் வேதமாக மாத்திரம் அல்லாமல்

இந்தியாவில் உள்ள முஸ்லிம்கள் ஒழிந்த, கிறிஸ்தவர்கள் ஒழிந்த மற்ற எல்லா மக்களுக்குமே மத வேதம், புராணம், இதிகாசம் என்று சொல்லப்படும் எல்லா ஆதாரங்களிலும் நூல்களிலும் இவற்றைக் காணலாம்.

ஆனால் இவைகளை சரித்திர மூலமாகவும் பழந்தமிழ் நூல்கள் மூலமாகவும், வடநூல் படித்ததின் மூலமாகவும் படித்தறிந்த சில தமிழ் மக்கள் தங்கள் இழி பிறப்பினாலும் தங்களுக்கு மானத்துடன் பிழைக்க வேறு வழியில்லாத இழி தன்மையினாலும் இவைகளை மறைத்துக்கொண்டு ஆரியர்க்கடிமையாக வாழ்ந்து காலம் கழிக்க ஒருப்பட்டிருக்கிறார்கள்.

இவை எப்படி இருந்தாலும் இந்த ஆரிய ஆட்சி அல்லது ஆதிக்கம் இந்நாட்டு பழங்குடி மக்களுக்கு முஸ்லிம் ஆட்சி செய்ததாய்ச் சொல்லுவதைவிட ஐரோப்பிய ஆங்கில ஆட்சி செய்ததாய்ச் சொல்லுவதைவிட மிக மிகக் கொடுமை செய்து வந்திருக்கிறது என்பதல்லாமல் இன்னமும் சகிக்க முடியாத துன்பங்களடையும்படி வதைத்து வருகின்றது என்று சொல்லவேண்டியிருக்கிறது.

ஆரிய அடிமைகள்

நம் நாட்டைப் பொறுத்தவரை ஆரிய ஆதிக்கத்தில் திராவிட மேன்மக்களுக்கு சிறிதும் இடமில்லை. வீணர்கள், ஈனர்கள் ஆரியர்களுக்கு கையாளாக ஆனதினால் அவர்களே இன்று பிரகாசிக்கிறார்கள். இப்படிப்பட்டவர்களையே பயன்படுத்திக் கொண்டு தமிழ் மக்களை அடியோடு நசுக்க அதாவது ஆரிய ஆட்சி ஒழிந்து முஸ்லிம்களாலும், ஆங்கிலேயர்களாலும் தமிழ் மக்கள் பெற்ற சமுதாய (பொருளாதார) கல்வி விடுதலையை அடியோடு ஒழித்து மறுபடியும் பழயபடியான அடிமைகளாக்கவே முயற்சிக்கிறார்கள்.

ஆரிய நீதி

ஆரிய ஆட்சியில் மனுதர்ம சாஸ்திரப்படி - வருணாச்சிரம தர்ம முறைப்படி ஆரியரல்லாதவன் கல்வி கற்கக்கூடாது. பொருள் (பணம்) வைத்திருக்கக் கூடாது, சமுதாயத்தில் ஆரியருக்கு சமமாய் இருக்கக்கூடாது. அதாவது கீழ் ஜாதியானாகவும், சூத்திரனாகவும், சண்டாளனாகவும் இருக்க வேண்டும் என்பதாகும்.

இந்த முறை வெகுகாலம் இந்தியாவில் ஆரியர்களால் கையாளப்பட்டு வந்திருக்கிறது என்பதற்கு ஆரியர்களின் புராண இதிகாசங்களின் சாட்சியங்கள் மாத்திரமல்லாமல் இன்றும் கூட இந்த முறை இருந்து வருகிறதை திராவிடர்கள் - தமிழர்கள் சூத்திரர்களாகவும், சண்டாள ஜாதியாகவும் கூப்பிடப்பட்டும் பல விஷயங்களில் நடத்தப்பட்டும் பொது ஓட்டல், சத்திரம், கோவில், இந்து லா சட்டம் ஆகியவைகளில் பேதம் காட்டி தாழ்மைப்படுத்தப்பட்டும் வருவதைப் பார்க்கலாம்.

காந்தியார் உபதேசம்

அவ்வளவோடு மாத்திரமல்லாமல் தோழர் காந்தியார் ஆரியரல்லாதவர்களைப் பார்த்து “நீங்கள் பாடுபட்டு மற்ற மக்களுக்கு உழைத்துப் போட வேண்டுமே ஒழிய உங்கள் பெட்டிகளில் சிறிய வெள்ளி நாணையம்கூட இருக்கக்கூடாது” என்று சொல்லி வருவதும் “பழய வருணாச்சிரம முறையை அமைக்கவே சுயராஜ்யம் கேட்கிறோம்” என்று சொல்வதும் “வருண முறைப்படி அவனவன் தகப்பன் செய்த தொழிலை தான் அவனவன் மகன் செய்ய வேண்டும்” என்று சொல்லுவதும் “அதற்காகவே தான் வார்தா திட்டம் வகுத்திருக்கிறேன்” என்பதும் அதை அனுசரித்தே இன்று மதுவிலக்கு என்கின்ற சாக்கை வைத்து கிராமப் பள்ளிக் கூடங்களை மூடிவிட்டு “ஊர்ச் சாவடியில், கிணற்று மேட்டில் நத்தத்தில் - அட்டையில் வாசகம் எழுதிக் கட்டச் செய்து அதை தெருவில் போகிறவர்கள்

வருகிறவர்களைக் கொண்டு கேட்டுத் தெரிந்து கொள்வதின் மூலம் பிள்ளைகள் படிக்க வேண்டும் என்று சொல்லுவதும் ஆகும்.

ஆங்கிலம் செய்த நன்மை

"ஆங்கிலத்தினால்தான் மக்களுக்கு அறிவும் சுதந்திர உணர்ச்சியும் விஞ்ஞான வளர்ச்சியும் ஏற்பட்டது" என்று அனேக இந்திய கல்விமான்களும் தேசியவாதிகள் எனப் பெயர் பெற்ற பெரியார்களும் பல காங்கரஸ் மகாசபை தலைவர்களும் உலகம் மதிக்கும் இந்தியக் கல்வியாளர்களும் சொல்லி இருக்க, இன்றும் சொல்லிக் கொண்டிருக்க அவைகளை ஆணவமாய் அலட்சியம் செய்துவிட்டு வேறு பாஷையை அதாவது மேற்குறிப்பிட்ட எந்தக் காரியங்களுக்கும் பயன்படாததும் ஆரிய ஆதிக்கத்தை மாத்திரம் வலியுறுத்துவதுமான ஆரிய பாஷையை (இந்தியை) கற்கும்படி இளங் குழந்தைகளை கட்டாயப்படுத்துவது, அது கூடாது என்பவர்கள் எவ்வளவு பெரிய மதிப்பு வாய்ந்தவர்களாய் இருந்தாலும் சிறைபிடித்து கடின காவல் கொடுத்து வருஷக்கணக்காய் தண்டித்து துன்புறுத்துவதும் ஆகிய காரியங்கள் இவைகளை மெய்ப்பிக்கிறதா இல்லையா என்று யோசித்துப் பார்க்க வேண்டுகிறோம்.

தமிழனை ஒடுக்கும் சூழ்ச்சி

மற்றும் ஆங்கில ஆதிக்கத்தில் அரசியலிலும் சமுதாய இயலிலும் பெற்ற சில சம சந்தர்ப்பங்களையும் அழித்து மற்றும் ஆரியரல்லாதவர்கள் என்றென்றும் தலையெடுக்கவே முடியாதபடி கொடுமை செய்வது எவ்வளவு கொடுங்கோன்மை யானது என்பதையும் யோசிக்க வேண்டுகிறோம். ஆங்கில ஆட்சியும் ஆதிக்கமும் உள்ள காலத்தில் ஆரியரல்லாதவர்களுக்கு படிப்புக்கு சௌகரியம் செய்து கொண்டது, இன்று மறுபடியும் பார்ப்பனர் தவிர மற்றவர்கள் படிக்க முடியாத மாதிரி செய்யக் கருதி அந்த சவுகரியங்கள் எல்லாம் அழிக்கப்பட்டுவிட்டன.

எப்படியெனில் முதலாவது பார்ப்பனரல்லாத உபாத்தியாயர்கள் இருந்த இடம் பார்ப்பனர்களாலேயே பூர்த்தி செய்யப்பட்டு வருகிறது.

இரண்டாவது கல்லூரிகளில் பார்ப்பனரல்லாதார் பிள்ளைகளும் அளவுக் கிரமப்படி சேர்த்துக் கொள்வதற்காக செய்யப்பட்ட முறை ஒழிக்கப்பட்டு விட்டது.

மூன்றாவது பார்ப்பனரல்லாத பிள்ளைகள் சுலபத்தில் படிக்க முடியாதபடி சமஸ்கிருதத்தை (இந்தியை) சிறுவயதிலேயே கட்டாயமாக்கப்பட்டுவிட்டது.

நான்காவது சென்னை தவிர வெளியில் பட்டணங்களில் பெரிய கிராமங்களில் இருந்து வருகிற மத்தியதரப் பள்ளிக் கூடங்கள் மூடப்பட சூழ்ச்சி செய்யப்பட்டு வருகிறது. அதாவது மேல் படிப்புகளுக்கு சம்பளம் உயர்த்தப்படுகிறது. இன்னும் பல இரகசிய ஏற்பாடுகள் செய்யப்படுகிறது. (அதாவது வார்தா திட்டம் முதலியன)

உத்தியோகங்களுக்கு முட்டுக்கட்டை

உத்தியோக விஷயத்தில் பார்ப்பனரல்லாதார் எண்ணிக்கைக்கு கிரமமாய் கிடைக்க வேண்டிய அளவுக்கு 3-ல் ஒரு பங்கோ 4-ல் ஒரு பங்கோ ஆவது கிடைக்கும்படி செய்திருந்த சில முறைகள் அடியோடு ஒழித்து பார்ப்பனர் தவிர மற்றவர்கள் உத்தியோகம் என்று நினைப்பதற்கு கூட யோக்கியதை இல்லாமல் செய்யப்பட்டு வருகிறது. சில செய்தும் ஆய்விட்டன.

அதாவது சர்க்கார் வக்கீல் என்னும் பொறுப்பு வாய்ந்த (பப்ளிக் பிராஸிகூட்டர்) உத்தியோகம் வக்கீல்களின் ஓட்டின்மீது தெரிந்தெடுக்கும்படியான தேர்தல் முறையில் விட்டாய் விட்டது. அத்தேர்தல் முறைப்படி பார்ப்பனரல்லாதாருக்கு அந்த ஸ்தானம் கிடைக்கவே எவ்விதத்திலும் முடியாது.

அல்லாதார் கதி என்னாகும்?

மற்றும் இந்த முறைப்படியே அதாவது வக்கீல் ஓட்டின் மீதே மேஜிஸ்ட்ரேட், பிராசிக்கூஷன், இன்ஸ்பெக்டர்கள் ஆகிய உத்தியோகஸ்தர்கள் தெரிந்தெடுக்கப் படுவார்களாம். ஒரு பிராசிகூட்டிவ் இன்ஸ்பெக்டர் கூட பார்ப்பனராக தெரிந் தெடுக்கப்பட்டாய் விட்டது. ஆகவே கிரிமினல் பவர் என்னும், மக்களை விரட்டி, அடக்கி, தண்டித்து துன்பப்படுத்தும் அதிகாரம் அடியோடு பார்ப்பனர்கள் கையிலேயே இருக்கும்படி செய்துகொள்ளப்பட்டு விட்டால் இனி பார்ப்பனரல்லாதார் சுதந்திரமும் சுயமரியாதை உணர்ச்சியும் உள்ளவர்கள், யோக்கியர்கள், அப்பாவிகள் ஆகியவர்கள் கதி என்னவாகும் என்று சொல்ல வேண்டியதில்லை.

மற்றபடி சர்க்காரை கொடுக்கப்படும் உத்தியோகங்களிலும் பழைய முறைகள் கூட அழிக்கப்பட்டு விட்டன. பள்ளிக்கூடத் தலைமை உபாத்தியாயர் வேலை 10-காலியானதற்கு 10-ம் பார்ப்பனருக்கே கொடுக்கப்பட்டுவிட்டன.

மிருக வைத்தியர் வேலை 26-க்கு 19 பார்ப்பனருக்கே கொடுக்கப்பட்டாய் விட்டன.

சப் ரிஜிஸ்டரார் பதவியில் இருந்து ஜில்லா ரிஜிஸ்டரார் பதவிக்கு உயர்த்தும் வேலை 15-ல் 11 - பார்ப்பனர்களுக்கு கொடுக்கப்பட்டு விட்டன.

ஒரு பார்ப்பனரல்லாதார் ஹைகோர்ட் ஜட்ஜ் வேலை காலியானதும் உடனே ஒரு பார்ப்பனருக்கு கொடுக்கப்பட்டு விட்டது.

புது நியமனங்கள் எல்லாம் பார்ப்பனருக்கே

மற்றும் இப்போது செய்யப்படும் புதிய நியமனங்கள் எல்லாம் பார்ப்பனர் களுக்கே கொடுக்கப்பட்டு வருகின்றன என்பதோடு மாத்திரம் அல்லாமல் கலெக்டர் முதலிய மேல் வேலைக்குப் போகத் தகுதியுள்ள பெரிய உத்தியோகஸ்தர் விஷயங்களிலும் தயாராய் அடுத்தபடி லிஸ்ட்டிலுள்ள பார்ப்பனரல்லாதார்களை மட்டம் தட்டி விட்டு அவருக்கும் கீழிருக்கும் பார்ப்பனர்கள் உயர்த்தப்படுகிறார்கள்.

பார்ப்பனரல்லாதார் உணர்ச்சி இருக்கும் இடங்களில் உள்ள பார்ப்பனரல்லாத உத்தியோகஸ்தர்களை மாற்றிவிட்டு பார்ப்பனர்களாகப் போட்டு விடப்படுகிறது.

இவை தவிர இன்னமும் காங்கரஸில் வெறும் சாதாரண காலியாகவும் கூலியாகவும் இருந்த பார்ப்பனர்களுக்கு இன்று பெரிய பொறுப்புள்ள உத்தியோகங்கள் கொடுக்கப்படுகின்றன.

விசுவ பிராமணர் துன்பம்

சமுதாயத் துறையிலோ "பிராமணர்" வேறு பிராமணரல்லாதார் வேறு. அதாவது ஆரியர் தவிர வேறு யாரும் பிராமணர் என்ற தலைப்பில் வரக் கூடாது என்று கருதி இதுவரை சில சமூகங்களுக்கு இருந்து வந்த பிராமணப் பட்டமும் பிரம்ம ஸ்ரீ பட்டமும் ஆச்சாரியார் பட்டமும் சட்டபூர்வமாய் எடுக்கப்பட்டுவிட்டது. சமுதாயத் துறையில் இனியும் எவ்வளவோ சூழ்ச்சிகள் செய்ய யோசிக்கப்பட்டு வருகின்றன.

இவ்வளவும் போதாமல் பார்ப்பனரல்லாத பிரமுகர்கள் பேரால் இருந்துவரும் தெருவு, பார்க்கு, பள்ளிக்கூடம் முதலிய ஸ்தாபனங்களுக்கும் அப்பெயர்களை மாற்றி ஆரியப் பெயர்கள் கொடுக்கப்பட்டு வருகின்றன. சில நாளைக்கு முன்பு திருநெல்வேலியில் தோழர் ரங்கநாத முதலியார் பேரில் இருந்த ஒரு தெருவுக்கு அப்பெயரை மாற்றி சன்னதி தெருவென்று பெயர் வைக்கப்பட்டு பழைய பெயர் பணச் செலவு செய்து அழிக்கப்பட்டு விட்டது.

தெருப்பெயரிலும் கோபமா?

அது நிலைத்த உடனே சென்னையில் பார்ப்பனரல்லாத சமூகத்தின் ஒரு பிரபலஸ்தர் அச் சமூகத்துக்கு ஆக உழைத்தவரென்று பெரிதும் பாராட்டப் பெற்றவரான காலம் சென்ற தணிகாசலம் செட்டியார் பேரால் இருந்த ஒரு தெருவுக்கு அப்பெயர் எடுக்கப்பட்டு ஒரு பார்ப்பனர் பெயர் அதாவது ரங்கசாமி அய்யங்கார் தெரு என்று பெயர் இடப்பட்டு விட்டது. இது சாதாரண சங்கதி என்று சொல்லிவிட முடியாது. செட்டியாருடைய பெயர் மறைந்துவிட்டதே என்பதற்கு ஆக நாம் இதை பெரிதாக்க வரவில்லை. இதன் கருத்து என்ன என்பதை பொதுமக்கள் உணரவேண்டுமென்பதே நமது நோக்கம். சீனிவாசபுரம், தாசில் சீனிவாசபுரம், முனிசீப்பு சினிவாசபுரம், சிவசாமிபுரம், ராஜகோபாலபுரம் என்பது போன்ற புரங்களும் ராமதாஸ் வீதி, பிரகாசம் வீதி, சுப்பய்யர் வீதி, வரதய்யர் வீதி என்பது போன்ற 100 - கணக்கான அய்யர், அய்யங்கார், ஆச்சாரியார், சாஸ்திரி வீதிகள் இருக்க ஒரு பார்ப்பனரல்லாத பிரபலஸ்தருடைய - அதுவும் சாகும் வரை 30 ஆ காலம் கவுன்சிலராய் இருந்தவரின் பெயர் ஒரு வீதிக்கு இருந்ததை மாற்றி அதற்கு பதிலாக ஒரு பார்ப்பனர் பெயரை கொடுப்பது என்றால் அதுவும் "ஜனநாயகத்தின் பேரால் அமைக்கப்பட்ட ஒரு ஸ்தாபனத்தின் மெஜாரட்டி ஓட்டைக் கொண்டு செய்யப்படுகின்ற காரியம்" என்பதே இப்படி இருக்கும்படியாய் இருந்தால் இனி அவர்களது ஆட்சியுள்ள ஸ்தாபனங்களில் நம் மக்கள் கதி என்ன ஆகும் என்று சொல்ல வேண்டுமா என்று கேட்கின்றோம். இந்தக் காரியம் இதுவரை பார்ப்பனர்கள் செய்து வந்த கொடுமைகளில் எல்லாம் மிக மிக கொடுமையான காரியம் என்றுதான் சொல்ல வேண்டும். இனி இந்த பார்ப்பன ஆதிக்கத்தால் என்ன ஆபத்து நாம் எதிர்பார்க்க வேண்டியது பாக்கி இருக்கிறது என்று கேட்கின்றோம்.

பார்ப்பனரல்லாதாருக்கு சுயமரியாதை இருந்தால்

பூரண சுயராஜ்யம் என்பது பூரண பார்ப்பன ராஜ்யமாகத்தான் ஆகிவிட்டது.

கார்ப்பரேஷனில் காங்கரஸ் கட்சியில் பார்ப்பனரல்லாத கவுன்சிலர்கள் பலர் இருந்தும் அத்தனை பேரும் இந்த சண்டாளத்தனமான காரியத்துக்கு ஓட்டுக் கொடுத் திருக்கிறார்கள் என்று சொல்லப்பட்டால் உண்மையிலேயே பார்ப்பனரல்லாதார் சமூகத்துக்கு சுயமரியாதை இருக்கிறதா என்று பார்ப்பனர்களே கேட்க மாட்டார்களா என்று வெட்கப்படுகின்றோம்.

தோழர்கள் சாமி வெங்கடாசாலம் செட்டியார், முத்து லட்சுமி ரெட்டி அம்மையார் ஆகியவர்கள் இத்தீர்மானத்தில் பங்கு கொள்ளக்கூடாது என்றுதான் கவுன்சிலர்கள் பதவியிலிருந்து ராஜிநாமாக் கொடுத்துவிட்டார்கள் என்றும் சொல்லப் படுகின்றது. காங்கிரசின் பேரால் கார்ப்பரேஷனில் உள்ள பார்ப்பனரல்லாத மற்ற மெம்பர்களும் மானமிருந்தால் ராஜிநாமா செய்திருக்க வேண்டாமா என்றுதானே மற்றவர்கள் கேள்ப்பார்கள். எனவே கார்ப்பரேஷனின் இத்தீர்மானத்தால் ஒரு வீதிக்கிருந்த தனிகாசலம் செட்டியாரின் பெயரை எடுத்துவிட்ட அவமானத்தைவிட பார்ப்பனரல்லாதார் சமூகத்துக்கு மானமே இல்லையே என்று அன்னியர் கருதும்படி ஆகிவிட்டதே என்கின்ற துக்கம்தான் நம்மை வாட்டுகின்றது என்பதைத் தெரிவித்துக் கொள்ளாமல் இருக்க முடியவில்லை.

குடி அரசு - 07. 08. 1938

தொகுதி 1
மொழி

ஆச்சாரியார் கடற்கரைப் பேச்சு

தற்காலம் நமது நாட்டில் நடைபெறும் புரோகித ஆட்சியானது தனது தகுதியற்ற தன்மையையும், சக்தியற்ற தன்மையையும் வெளிப்படுத்திவிட்டது.

சென்ற வாரம் சென்னை கடற்கரையில் பிரதம மந்திரி கனம் ஆச்சாரியார் தலைமையில் நடந்த ஒரு பொதுக்கூட்டத்தில் ஆச்சாரியாரும், மற்றொரு அய்யங்கார் பார்ப்பன மந்திரியான கனம் டாக்டர் ராஜனும் முக்கிய பேச்சாளர்களாக விளங்கி இருக்கிறார்கள்.

அதுபோலவே வெள்ளிக்கிழமை நடந்த சென்னை சட்டசபை நடவடிக்கையிலும் கனம் ஆச்சாரியாரும், ஆந்திரப் பார்ப்பனரான கனம் பிரகாசமும் முக்கிய பேச்சாளராக இருந்திருக்கிறார்கள். இவர்களது இரண்டு இடத்துப் பேச்சுகளிலும் கடற்கரைப் பேச்சைவிட சட்டசபைப் பேச்சு சற்று பிகுவாகவும், முறுக்காகவுமே இருந்திருக்கிறது. அதைப் பற்றி பின்னால் கவனிப்போம்.

என்றாலும் பார்ப்பன ஜாதிக்கு ஆட்சி தகாது என்பதும், அதற்கு ஆட்சி தெரியாது என்பதும் இந்த இரண்டு இடத்து 4 பேச்சுகளிலும் நன்றாய் விளங்கி விட்டது. கடற்கரை கூட்டத்தில் முதலில் பேசிய கனம் டாக்டர் ராஜன் முழுதும் நடுக்கத்துடன் உண்மைக்கு விரோதமாக, பித்தலாட்ட பாஷையில் கூட்டத்தாரை ஏமாற்றி சமாளித்துப் போகிற தன்மையிலேயே உப்புமில்லாமல், உறைப்பு மில்லாமல் சப்பையாக ஏதோ சில வார்த்தைகளைக் கொட்டிவிட்டு தந்திரமாக தப்பித்துக்கொண்டார். அவர் பேசியதில் உள்ள ஆபாசங்களை வாசகர்கள் கவனிக்க வேண்டுமென்றே ஆகஸ்ட் மீ 15 தேதி, "சுதேசமித்தர"னில் உள்ளபடியே எடுத்து எழுதி விளக்குகிறோம்.

1. "தமிழ்த்தாயின் வயிற்றில் பிறந்த தமிழ் மக்களாகிய நாம் தமிழ்த்தாயின் உண்மை புதல்வர்கள் என்று எவ்விதம் காட்டுவது என்பதற்கு இப்பொழுது சந்தர்ப்பமேற்பட்டிருக்கிறது." வாஸ்தவத்திலேயே கனம் டாக்டர் ராஜன் தன்னைத் தமிழ்த்தாயின் புதல்வன் என்று எண்ணிக்கொண்டிருக்கிறாரா? அவர் உண்மை யாகவே தமிழனா? தமிழனுக்குப் பூணூலும் உச்சிக்குடுமையும் உண்டா? அப்படித் தான் அவர் தமிழனாக இருப்பதாக வாதத்துக்காக ஒப்புக்கொண்டபோதிலும் இந்தி படித்தால் தான் மற்றவர்களும் தமிழர்கள் என்று காட்டிக் கொள்ள முடியுமா? உண்மைத் தமிழனுக்கு இந்தி தான் அடையாளமா என்று கேட்கிறோம்?

2. "தமிழ்நாட்டை தமிழ் நாடாக்க செய்யும் சக்தியை நீங்கள் எங்களுக்கு அளிக்கிறீர்களா?". தமிழ்நாட்டைத் தமிழ்நாடாக்குவதற்கு இந்தியைக் கட்டாயமாகப்

253

புகுத்துவதினால் தான் முடியுமா? அல்லது தமிழை எல்லோரும் கட்டாயமாய் படிக்கும்படி செய்வதால் தான் முடியுமா? எனவே இதில் எவ்வளவு சூதும், பித்தலாட்டமும் இருக்கிறது என்பதைப் பாருங்கள்.

3. "தமிழ்த்தாயைத் தட்டி எழுப்பின கூட்டம் எது?" "தமிழ்த்தாயை தூக்கத்தில் இருந்து எழுப்பினது யார்?". தமிழ்த்தாயை இவர்கள் தட்டி எழுப்புகிறார்களா? இந்தியைப் புகுத்துவதன் மூலம் கொலை செய்து குழியில் போட்டு புதைக்கிறார்களா?

4. "இப்பொழுது தமிழின் பெயரால் கிளர்ச்சி செய்பவர்கள் ஆங்கிலத்தில் பேசுகிறார்கள். பேச்சு வன்மையில்லாமல் மேடைகளில் ஏறிப்பேச முன் வருகிறார்கள். இவர்களை நீங்கள் மறந்து விடாதீர்கள்." தமிழின் பேரால் கிளர்ச்சி செய்பவர்கள் இங்கிலீஷில் பேசுவதால் முழுகிப்போன காரியம் என்ன? தமிழ் சுத்தமாக பேசத்தெரியாத காரணத்தாலேயே ஒருவருக்கு தமிழைக் காக்க கவலை உண்டாகாதா? இதற்கு ஆக அவரை பொதுஜனங்கள் ஞாபகத்தில் வைத்து என்ன செய்யவேண்டும்? அசட்டுத்தனமான கோள் சொல்லும் புத்திதானே இந்தப் பேச்சு. பேசத் தெரியாமல் சிலர் மேடை ஏறுகிறார்கள் என்பது இம்மாதிரி முட்டாள் தனமாகவும் விஷமத்தனமாகவும் பேசுவதைவிட பேசத் தெரியாதது பல பங்கு மேலானதாகும்.

5. "சரஸ்வதி கடாக்ஷம் தமிழ் நாட்டினருக்கே ஒதுக்கி வைக்கப்பட்டிருக்கிறது." தமிழர்களுக்கு "சரஸ்வதி கடாக்ஷ" மிருப்பதால்தான் தமிழர் 100-க்கு 95-பேர் தற்குறிகளாவும், பார்ப்பான் (ஆரியன்) 100-க்கு 100-பேர் படித்தவர்களாகவும் இருக்கிறார்கள் போலும்.

6. "தமிழ் உயிருள்ள பாஷை ஆனதால் சமஸ்கிருதத்தை கபளீகரம் செய்து அந்த பாஷையின் சொற்களையும் நாகரிகத்தையும் தன்னுடையதாக்கித் தனி மணம் வீசித் திகழ்கின்றது."

இப்பேச்சுத்தான் சத்தியமான பேச்சு எனலாம். தமிழில் சமஸ்கிருதம் பூராவும் புகுந்து சமஸ்கிருதமயமாகி! சமஸ்கிருத (ஆரிய) நாகரிகத்தையும் தன்னுடைய தாக்கிக் கொண்டது. இதை நாம் ஒப்புக்கொள்ளுகிறோம். இதற்காகத்தான் இந்தியை (சமஸ்கிருதத்தை) வேண்டவே வேண்டாம் என்கிறோம். ஏன் என்றால் இந்தி கட்டாயமாய் வந்தால் கொஞ்ச நஞ்சம் இருக்கும் தமிழும் சமஸ்கிருதமாகி தமிழ் நாகரிகமே - தமிழனே இல்லாமல் போய்விடும். பிறகு சூத்திரன் தான் இருப்பான்.

ஆகவே கனம் டாக்டர் சொன்னதிலிருந்தாவது நாம் இவ்வளவு நாளாக சொல்லி வந்தது அதாவது இந்தி வந்தால் தமிழ் உருக்குலைந்து விடும் என்று சொல்லி வந்தது தமிழர்களுக்கு புரிந்ததா என்று கேள்க்கிறோம்.

7. "ஒரு உண்மைத் தமிழன் மற்றொரு பாஷையைக் கண்டு அஞ்சினால் தமிழரைப் போன்ற கோழைகள் யாரும் இருக்கமாட்டார்கள்." தமிழர்களை பார்ப்பனர்கள் கோழையென்றாலும் சரி கழிசடைகள் என்றாலும் சரி இந்தியைப் படிக்கச் செய்யாமல் இருந்தால் போதும். இது விஷயத்தில் பார்ப்பனர்களே வீரர்களாக இருக்கட்டும்.

8. "தர்மம் குன்றியதால் ஒரு சிலர் இந்தி கிளர்ச்சியில் ஈடுபட்டிருக்கிறார்கள்."

இந்தி படிப்பது தர்மம், இந்தி வேண்டாமென்பது அதர்மம் என்பது பார்ப்பன அகராதிப்படியே ஒழிய அறிவுப்படி அல்ல. பார்ப்பான் சொல்வது எல்லாம் தர்மம் என்பதும், தேசியம் என்பதும், மற்றவை அதர்மம் என்பதும், தேசத் துரோகம்

என்பதும் நாம் இந்த 20 வருஷமாய் கேட்டுக்கேட்டு காது செவிடுபட்டிருக்கிறது. ஆதலால் கனம் டாக்டர் ராஜன் பேசுவது ஒன்றும் புதிதல்ல. அதற்காக யாரும் பயப்பட வேண்டியதில்லை.

9. "இந்தியா முற்போக்கடைய வேண்டுமானால் இந்திய நாகரிகத்தில் பங்கெடுத்துக்கொள்ள வேண்டும்." இந்தியா முற்போக்கடைய இந்திய நாகரீகத்தில் பங்கெடுத்துக் கொள்ள வேண்டுமென்பதில் ஒரு இரகசியம் வெளியாகிவிட்டது. அதாவது இந்தி படித்தால் இந்திய நாகரிகம் பிடிபடும் என்பது. இந்திய நாகரிகம் என்றால் ஆரிய நாகரிகம் தானே. (வேறு தமிழ் நாகரீகம் ஏற்கனவே தமிழர்களிடம் உள்ளதாகும்) ஆதலால் ஆரிய நாகரிகத்தை தமிழனுக்குள், தமிழ்நாட்டிற்குள் புகுத்தவே இந்தி கட்டாயமாக பார்ப்பன ஆட்சி புகுத்துகின்றது என்று நாம் கூப்பாடு போட்டு வருவது இப்போதாவது தமிழ் மக்களுக்குப் புரிந்திருக்கும் என்று கருதுகிறோம்.

10. "தமிழ்நாட்டுக் கல்வியையும், திருக்குறளையும், கம்பராமாயணத்தையும் வட இந்தியாவில் பரப்ப வேண்டுமானால் இந்தி கற்க வேண்டியது மிக அவசியம்." குறளையும், கம்பராமாயணத்தையும், தமிழ் கலையையும் வட இந்தியாவில் பரப்ப தமிழன் இந்தி படிக்க வேண்டும் என்று சொல்லுவதில் எவ்வளவு அசட்டுத்தனமும், மனந்துணிந்த பித்தலாட்டமும் இருக்கிறது என்பதை வாசகர்கள் அறியவேண்டும். இந்தி படித்தால் துளசிதாஸ் இராமாயணமும், மற்ற இந்தி (சமஸ்கிருத)க் கலையையும் நாகரிகமும்தான் தமிழன் படிக்க முடியுமே ஒழிய வட நாட்டான் குறளையோ, கம்ப ராமாயணத்தையோ எப்படி படிக்க முடியும்? தமிழ் நாகரிகத்தை வடக்கத்தியானுக்கு எப்படி புகுத்த முடியும் என்பது விளங்கவில்லை. குறளும், கம்பராமாயணமும் மொழிபெயர்க்கும் நூல்கள் அல்ல. பாஷையுடைய, இலக்கியத்தினுடைய ருசியை அனுபவிப்பதாகும். கருத்தை மொழிபெயர்க்கலாமானாலும், மொழிபெயர்க்க வேண்டுமானாலும் அந்த கருத்தை வடநாட்டானுக்குப் புகுத்த வேண்டுமானாலும் 2 கோடி தமிழ் மக்கள் இந்தி படிக்க வேண்டிய அவசியம் என்ன என்று கேள்க்கிறோம். ஆகவே கனம் டாக்டர் ராஜன் அவர்கள் கடற்கரையில் பேசிய பேச்சுகளில் தமிழ் மக்கள் இந்தி கட்டாயமாய் படிக்க வேண்டும் என்பதற்கு நியாயமான - யோக்கியமான ஆதாரமோ, சமாதானமோ ஏதாவது இருக்கிறதா என்பது யோசிக்கத்தக்கதாகும். ஆகவே கனம் டாக்டர் ராஜன் அய்யங்கார் பேசிய இப்பேச்சுகளில் எந்த வரியிலாவது, எந்த எழுத்திலாவது உண்மையோ, நாணையமோ, நியாயமோ, சரியான சமாதானமோ இருக்கிறதா என்பதை வாசகர்கள் கவனித்து பார்க்க வேண்டுகிறோம்.

இனி ஆச்சாரியார் சேதியைப் பார்ப்போம் பொய் பாவனை

மகா புத்திசாலி என்று கருதப்படுகிற நமது கனம் சி.ராஜகோபாலாச்சாரியார் அவர்கள் அன்று பேசிய பேச்சுகளிலாவது அறிவு உடமையோ, நியாயவாதத் தன்மையோ சிறிதாவது இருக்கிறதா என்பதை கவனிப்போம்.

15-ந் தேதி "சுதேசமித்திர"னில் உள்ளதையே குறிப்பிடுகிறோம்.

அ. "இந்தி எதிர்ப்பு இயக்கம் இந்தி எதிர்ப்பு இயக்கமும் அல்ல, தமிழ் இயக்கமும் அல்ல. இது பெரும்பான்மையோர் சக்திக்கும் சிறுபான்மையோர் சக்திக்கும் போட்டி" என்கிறார்.

உண்மைதான், இதில் சிறிதும் தவறில்லை. 100-க்கு 97-பேர்களாய் இருக்கும் பெரும்பான்மைத் தமிழ் மக்கள் சக்திக்கும், 100-க்கு மூன்று பேராய் இருக்கும் பார்ப்பனர் சக்திக்கும் ஒரு போட்டி மாத்திரமல்ல போராட்டமேயாகும்.

தொகுதி 1
மொழி

இந்தப் போராட்டம் ஆச்சாரியாருக்கு மிக்க சுகமானதாயிருக்கிறதாம்.

இருக்கலாம்தான். எப்படியெனில் கைதூக்கி முண்டங்கள் தனது காலடியில் மிதிபட்டுக் கிடக்கின்றன என்கின்ற ஆணவத்தால்தான்.

ஆனால் அப்படிப்பட்ட முண்டங்கள் இந்தி எதிர்ப்பாளருக்கு இல்லா விட்டாலும் இந்தி எதிர்ப்பாளர் ஒவ்வொருவரும் தன்னைப் பற்றிய நம்பிக்கை உடையவர்கள், மற்றும் சுதந்திரத் தமிழ் மக்களின் சுயமரியாதையில் நம்பிக்கை உள்ளவர்கள். ஆதலால் இப்போராட்டத்தை ஆச்சாரியார் வெளிப்பேச்சில் சுகமானது என்று சொன்னாலும் உள்ளுக்குள் நடுக்கமும், தாங்கமுடியாத தொல்லையும் கஷ்டமுமானதாக இருக்கிறது என்று கருதி திண்டாடுகிறார் என்பது நமக்கு தெரியும். அவரது பேச்சுகளினாலேயே அவற்றை விளக்கப் போகிறோம். ஆனால் இப்போராட்டம் இந்தி எதிர்ப்பாளர்களுக்கு கிடைக்க முடியாத ஒரு மாபெரும் புதையலெனவே கருதுகிறார்கள் என்பதுறுதி. "இப்போராட்டம்" இனியும் கொஞ்ச காலத்துக்கு ஆவது தொடர்ந்து நடக்க வேண்டும் என்பதே நமது ஆசை. அல்லது சீக்கிரத்தில் முடிக்கும்படியான இதினும் கடினமான முயற்சிகளை அதாவது ஆச்சாரியார் கையாள வேண்டுமென்பது நமது அவா. ஏனெனில் இந்திக் கிளர்ச்சியை அடக்க ஆச்சாரியார் கருதும் கடின முறைகள் நெருப்பை அவிக்க பெட்ரோல் எண்ணை விடுவது போல் பயன் தரும் என்பதில் நமக்கு சந்தேகமில்லை.

பொய் சமாதானம்

ஆ. "தேர்தலில் தோற்றவர்கள் காங்கரசுக்குள்ளாகவே கலகம் வரும் என்று பார்த்தார்கள்." "அதில்லாமல் போனதால் இந்தியை பிடித்துக் கொண்டார்கள்" என்கிறார். தேர்தலில் தோற்றவர்கள் யார்? ஒருவராவது இந்திக் கிளர்ச்சியில் இருக்கிறார்கள் என்று ஆச்சாரியார் மெய்ப்பிப்பாரா? ஊர் ஜனங்களை ஏமாற்ற வேறு ஞாயமான சமாதானம் சொல்ல வகையில்லாதபோது தப்பு வழியில் செல்லும் வக்கீல் புத்தியைக் காட்டுகிற ஒரு இழிவான செய்கையே அல்லாமல் இதில் மெய்யோ ஒழுக்கமோ இருக்கிறதாக கடுகளவு அறிவுள்ளவனாவது கூற முடியுமா என்று கேள்க்கின்றோம்.

தமிழர்கள் இந்தியை எதிர்ப்பது

இந்தியைத் தமிழ் மக்கள் 10, 12 வருஷ காலமாக எதிர்த்து வருகிறார்கள். 1926-ம் வருஷம் "குடிஅரசு" பத்திரிகையில் இந்தி பார்ப்பன சூழ்ச்சி என்றும் பார்ப்பன ஆதிக்கத்தைப் புகுத்த அரசியலின் பெயரால் செய்யப்படும் பித்தலாட்டம் என்றும் எழுதப்பட்டிருக்கிறது. மறைமலை அடிகள் 10 வருஷங்களுக்கு முன்பே மறுப்பு எழுதி இருக்கிறார். "மார்டன் ரிவ்யூ" போன்ற பிரபல நடுநிலை அறிவு பத்திரிக்கைகள் இந்தியை பொது பாஷையாக ஆக்கக்கூடாது என்று சுமார் 15 வருஷங்களுக்கு முன்பே எழுதி இருக்கின்றன. இந்தி வந்தால் தமிழ் எப்படிக் கெடும், தமிழர் நாகரீகம் கலை எப்படி கெடும், ஆரிய ஆதிக்கம் எப்படி ஏற்படும் என்பனவாகிய விஷயங்கள் இந்தி எதிர்ப்பாளர்களால் புட்டுப்புட்டு தக்க ஆதாரங் களுடன் பல பெரியார்கள் - தேர்தலில் தோல்வி அடையாதவர்கள் - காங்கிரசினிடத்தில் துவேஷம் இல்லாதவர்கள் - வருணாச்சிரமத்தில் வெறுப்பில்லாதவர்கள் - ஆரியத் துவேஷம் வகுப்புவாதம் இல்லாதவர்கள் ஆகியவர்கள் எடுத்துக்காட்டி வரும்போது இத்தனைக்கும் சமாதானம் "தேர்தலில் தோற்றவர்கள் கிளர்ச்சிதான் இந்தி எதிர்ப்பு" என்று சொல்லுவதாலேயே இந்தி புகுத்துகிறவர்களுக்கு யோக்கியமான

நாணையமான சமாதானம் இல்லை என்பதும் எதிர்ப்பவர்கள் சொல்லும் மறுப்புகள் எல்லாம் உண்மையும், ஆணித்தரமுமானதென்பதும் விளங்கவில்லையா? என்று கேள்க்கிறோம்.

பச்சை வக்கீல் புத்தி

தோழர்கள் பன்னீர்செல்வம், கலீபுல்லா சாயபு, சர்.கே.வி. ரெட்டிநாயுடு போன்றவர்களை இந்தி எதிர்ப்பாளர்களும் இந்தி எதிர்ப்பு கமிட்டியாரும் கூப்பிட்டால் அதுவும் 4 - தரம் கூப்பிட்டால் ஒரு தரம் அதுவும் எதிர்ப்பாளர்கள் வைவார்களே என்று பயந்துகொண்டு ஏதோ ஒன்று இரண்டு கூட்டங்களில் பேசுவதல்லாமல் அவர்கள் இதில் எந்த அளவுக்கு சிரத்தை காட்டுகிறார்கள்? இன்று வரை இந்தச் சட்டசபை அங்கத்தினர் யாராவது 1 - தம்பிடி இந்த இயக்கத்துக்கு உதவி இருப்பார்களா? கனம் ஆச்சாரியார் இதெல்லாம் மனப்பூர்வமாய் அறிந்தே (தான் அனந்தப்பூரில் சொன்னதுபோல்) பச்சை வக்கீல் புத்தியில் சமாதானம் சொல்ல இந்த இழி முறையை கையாளுவேரேயானால் அவரை யோக்கியரென்றோ, அல்லது "மனப்பூர்வமாக இந்தி கிளர்ச்சியை எதிர்ப்பதும் அடக்குவதும் வெகு சுலபமான காரியம்" என்று கருதி இருக்கிறார் என்றோ எந்த மடையன் நம்புவான் என்று கேட்கின்றோம். அடுத்த மூச்சில் அவரது யோக்கியதை வெளியாகிவிட்டது. அதாவது

இ. "முடிவேற்படும் வரைதான் கட்சி நடத்தலாம். முடிவேற்பட்ட பிறகு ராஜா எடுத்துக்கொள்ள வேண்டும். அப்படிக்கில்லாமல் அரசாங்கத்தை நடத்த முடியாமல் கஷ்டங்களையும், தடைகளையும் ஏற்படுத்துவது நியாயமல்ல" என்கிறார்.

இது புறமுதுகிட்டு ஓடும் ஒரு பிறவிக்கோழையின் கூற்றாகும். "ஒருவன் நான் ஜெயித்துவிட்டேன் இனி நீ அடங்க வேண்டும்" என்றால் வெற்றியை வைத்துக் காப்பாற்ற யோக்கியதை இல்லை என்றோ, அல்லது யோக்கியமான முறையில் வெற்றி பெறவில்லை என்றோதான் பொருள் கூற வேண்டும். அது எப்படியோ போகட்டும். இந்தி எதிர்ப்பானது கனம் ஆச்சாரியாருக்கு அரசாங்கத்தை நடத்த முடியாத அளவுக்கு கஷ்டங்களையும், முட்டுக்கட்டைகளையும் விளைவித்து விட்டது என்பதிலேயே ஆச்சாரியாரின் வீரமும் தீரமும் விளங்கி விடவில்லையா என்று கேட்கின்றோம். இந்தி எதிர்ப்புக்காரர்களால் அரசாங்க நடைமுறைக்கு எந்த விதத்தில் கஷ்டமும், நஷ்டமும் ஏற்படுகின்றது என்பது நமக்கு விளங்கவில்லை.

வந்தே மாதரத்திண் கதி?

வந்தே மாதரம் பாடியதை முஸ்லிம்கள் கூடாதென்றார்கள். ஆச்சாரியார் அரசாங்கம் வாயும், பவனமும் அடைத்துக் கொண்டு பாட்டை நிறுத்திக்கொண்டது. இது ஆச்சாரியார் வீரத்துக்கு மாத்திரம் தோல்வியல்ல. மற்றும் எவ்வளவோ காரியத்துக்கு இந்தியா பூராவுக்கும் தோல்வியும் இழிவுமாகும். மேலும் தேசியக் கொடி "கட்டப்பட்ட"தானது யூனியன் ஜாக் கண்டவுடன் அவிழ்க்கப்பட்டு விட்டது. தேசியக் கொடி பெயரால் அடியோடு எடுக்கப்பட்டு வர்ணக் கொடியாகி விட்டது. இதில் ஆச்சாரியாருக்கும், காங்கரசுக்கும், தேசியத்துக்கும் சிறிதும் அவமானமோ, தோல்வியோ, இழிவோ, கேவலமோ இல்லை என்று ஆச்சாரியார் கருதுகிறார். அவரது தோல் இது விஷயத்தில் அவ்வளவு மொத்தையாக இருக்கலாம்.

மற்றும் விசுவப் பிராமணர்களிடம் காட்டப்பட்ட வகுப்பு உணர்ச்சி உடனே கண்டிக்கப்பட்டு சரணாகதி அடைந்துவிட்டது. இதிலும் ஆச்சாரியாருக்கு அவமான மில்லாமலிருக்கலாம். இவைகளினால் எல்லாம் அவரது வீரமும், தீரமும் சிறிதும் மங்கவில்லையென்றே வைத்துக்கொள்வோம்.

தணிகாசலம் செட்டியார் ரோட்டு

மற்றும் தணிகாசலம் செட்டியார் ரோட்டுக்கு ரங்கசாமி அய்யங்கார் ரோட்டு என்று பெயர் வைக்கப்பட்ட வகுப்புவாத உணர்ச்சியானது தோழர் ஓ.கந்தசாமி செட்டியார் ஒரு "வெடிகுண்டு" போட்டவுடன் உடனே கொல்லப்பட்டு விட்டது. இதிலும் ஆச்சாரியாருக்கோ, காங்கரசுக்கோ, தேசியத்துக்கோ சிறிதும் அவமானமோ, இழிவோ, கேவலமோ, சிரிப்புக்கு இடமோ, காறி உமிழ சவுகரியமோ ஏற்பட்டு விடவில்லை. இவைகள் சம்மந்தமாக நடந்த கிளர்ச்சிகளும், ஆச்சாரியாரின் அரசாங்கத்தை நடத்த கஷ்டமாகவோ, முட்டுக்கட்டையாகவோ இருக்கச் செய்யவில்லை. ஆதலால் அவற்றிற்கு உடனே தலைவணங்கி விட்டார். இப்போது தமிழர்களுக்கும், ஆரியருக்கும் என்று வெளிப்படையாக நடக்கும் இந்த இந்தி எதிர்ப்புத்தான் ஆச்சாரியாரின் ஆட்சிக்கு முட்டுக்கட்டை போடுகிறது போலும்.

ஈ. "காங்கரசைப் பார்த்து இந்தி எதிர்ப்பாளர்கள் சத்தியாக்கிரகம் செய்கிறார்கள். சத்தியாக்கிரகத்தில் காங்கரஸ் வெற்றி பெற்றது. இந்தி எதிர்ப்பாளர்களுக்கு தாங்கள் வெற்றி பெறவில்லையே என்கின்ற கோபம்" என்று அசட்டு பேச்சு பேசுகிறார்.

சத்தியாக்கிரகத்தாலா காங்கரஸ் வெற்றி பெற்றது?

காங்கரஸ் இன்று வரை எந்த சத்தியாக்கிரகத்திலாவது வெற்றி பெற்றது என்று யாராவது ருஜு செய்ய முடியுமா? காங்கரஸ் சத்தியாக்கிரக கைதிகள் காரியம் வெற்றி பெற்று விடுதலையாகவில்லை. அதற்கு பதிலாக மன்னிப்பு கேட்டுக் கொண்டே வெளியானார்கள். ஆனால் இந்தி எதிர்ப்புக்காரர்கள் சத்தியாக்கிரகம் என்று எதையும் செய்யவே இல்லை. செய்வதுமில்லை. அவர்களுக்கு சத்தியாக் கிரகம் என்பது முழுப்புரட்டு, பித்தலாட்டம் என்பதும் அது ஒரு சண்டித்தனமே என்பதும் நன்றாய் தெரியும். மற்றென்ன செய்கிறார்கள் என்றால் "இந்தியை எதிர்ப்பவர் ஒரு ராமசாமிதானேயொழிய பொதுஜனங்கள் அல்ல" என்று கனம் ஆச்சாரியார் சட்டசபையில் சமாதானம் சொல்லி தப்பித்துக் கொண்ட சூழ்ச்சியை விளக்கவே ராமசாமி மாத்திரமல்ல நாங்கள் வெகுபேர் இருக்கிறோம் என்பதை ஆச்சாரியாருக்குக் காட்டவே பொது ஜனங்கள் அடையாளம் காட்டுகிறார்கள். அவர்களைப் பிடித்துத்தான் காங்கரஸ்காரர்கள் 6 மீ தண்டிக்கிறார்கள். இவ்வளவே தவிர இதில் சத்தியாக்கிரகம் என்ன அழுகின்றது என்று கேட்கின்றோம். இந்த லக்ஷணத்தில் சத்தியாக்கிரகம் தங்களுக்குதான் பலிக்குமாம். மற்றவர்களுக்கு பலிக்காதாம். இது "நாங்கள் தான் அயோக்கியர்களே தவிர எங்களுக்கு தான் ஏமாற்ற தெரியுமே தவிர மற்றவர்கள் யோக்கியர்கள் அவர்களுக்கு ஏமாற்ற தெரியாது" என்று காங்கரஸ்காரர் முட்டாள் வீரம் பேசுவது போல் இருக்கிறது.

உ. மற்றும் ஆச்சாரியார் (மெயில் பத்திரிகையில் காணப்படுகிறபடி)

"ரஷியாவுக்குச் சென்றுவிட்டு வந்து நாஸ்திகம் பேசி பொதுஉடமை பிரசாரம் செய்யும் பொது உடமைவாதி ஒருவர் இந்தியை எதிர்ப்பது ஆச்சரியமாய் இருக்கிறது" என்று பேசி இருக்கிறார்.

இதற்கு முன் கூட்டப்பட்ட சட்டசபையில் கனம் ஆச்சாரியார் "எனது நண்பர் ராமசாமி நாயக்கர் தான் இந்தியை எதிர்க்கிறாரே ஒழிய பொதுஜனங்கள் எதிர்க்க வில்லை" என்றார். 15-தேதி கடற்கரை கூட்டத்தில் "மற்றவர்கள் எதிர்ப்பதுதான் சரி ரஷ்யாவுக்கு போய் வந்தவர் (ராமசாமி) கூட எதிர்ப்பது ஆச்சரியமாய் இருக்கிறது" என்றால் இதில் இருக்கும் அறிவுடைமையையோ, நாணையத்தையோ முன்னுக்குப் பின் முரண் இல்லாத தன்மையையோ இருக்கிறதா என்று பொதுமக்கள் சிந்தித்துப் பார்க்க ஆசைப்படுகிறோம். அந்தக் காலத்தில் அதாவது

சட்ட சபையில் "ராமசாமி தான் எதிர்க்கிறார்" என்ற காலத்தில் ஆச்சாரியாருக்கு ஆச்சரியம் தோன்றவில்லை. அப்போது ராமசாமி எதிர்ப்பது சாதாரணமாய், நியாயமாய் தோன்றி இருக்கிறது. ஏன் எனில் "காங்கரஸ் எதிரியும் ஆரியர் எதிரியுமான ராமசாமி" காங்கரசுகாரரும், ஆரியருமான கனம் ஆச்சாரியார் சூழ்ச்சியை எதிர்க்க வேண்டியதுதான் போலும். ஆனால் இப்போது கடற்கரை கூட்டத்தில் அதே ராமசாமிக்கு ரஷ்யா, நாஸ்திகம், பொது உடமை என்கின்ற அடைமொழி கொடுத்து அவர் எதிர்ப்பதில் ஆச்சரியப்படுவது என்பது எப்படி பொருந்துகிறது என்பது நமக்கு விளங்கவில்லை. ரஷ்யா போய் வந்தவனும், நாஸ்திகனும் பொது உடமைவாதியுமாய் ஒருவன் இருந்தால் ஆச்சாரியார் சொல்லுவது எதையும் எதிர்க்கக்கூடாது என்பது சட்டமா "வேதமா" என்று கேட்கின்றோம்.

ஒரு சமயம் தோழர் ராமசாமியை போலவே "ரஷ்யா போய்வந்த நாஸ்திகன் பொதுஉடமைவாதி"யான தோழர் விளம்பர மந்திரி கனம் ராமநாதன் போல் ராமசாமி இல்லையே என்று கருதி இப்படிச் சொன்னாரா அல்லது ஒருவனை பொதுஉடமைக்காரன், நாஸ்திகன் என்று சொன்னால் பொதுஜனங்கள் ஆளுக்கொரு கல் எடுத்துப் போட்டு ராமசாமியை அடக்கிவிடுவார்கள் என்று கருதி ஒரு சுருக்க வழி கண்டுபிடித்தாரோ என்னவோ தெரியவில்லை. இதிலிருந்து ஆச்சாரியாரின் ஜீவசுபாவம் எப்படிப்பட்டது என்பது பொதுமக்களுக்கு விளங்காமல் போகாது.

ஒழுக்கமும் தைரியமும் இருந்தால்?

ஊ. "இந்தி இயக்கமும், சத்தியாக்கிரகமும் ஜனங்களை ஏமாற்றும் வரை, தைரியம் ஒழுக்கம் முதலியவைகளுடன் காங்கரஸ் ஆட்சி நடத்தினால் காங்கரஸ் ஆட்சி அசையாது. சந்தேகப்படாதீர்கள் நம்புங்கள்" என்று பேசி இருக்கிறார்.

இது ஒரு சமயம் இந்தி எதிர்ப்பால் ஆச்சாரியார் ஆட்சி கவிழ்ந்து விடுமோ என்று பொதுஜனங்கள் நினைத்துவிட்டால் என்ன ஆவது என்கிற பயத்தால் உளறியதாகும். ஆனால் காங்கரசிடமோ, ஆச்சாரியார் இடமோ அது மாத்திரம் கிடையாது. அதாவது "தைரியமும் ஒழுக்கமும்" மாத்திரம் கிடையாது. தைரியமிருந்தால் - ஒழுக்க மிருந்தால் "வந்தே மாதரமே" ஒழிந்திருக்காது. மற்றும் இந்தி 3 வகுப்புக்கு மாத்திர மாகி 125 பள்ளிக் கூடத்திற்கு மாத்திரம் ஆகி பரீட்சையில் தேற வேண்டிய தில்லையாகி படிக்காவிட்டாலும் மேல் வகுப்புக்கு போகலாமாகி இரண்டு பாஷை எழுத்தில் படிக்கலாமாகி 200 வார்த்தை கற்றால் போதுமானதாகி கடைசியாக இந்துஸ்தானியாக ஆகி தப்பபிப்பிராயப்பட்டு இந்தியை தமிழர்கள் எதிர்க்கிறார்கள் என்றாகி காங்கரஸ் காரியக்கமிட்டி சிபார்சும் காங்கரஸ் தலைவர் ஆதரவும் காந்தியாரின் "ஸ்ரீ முகங்"களும் வந்திருக்க வேண்டிய அவசியமே ஏற்பட்டிருக்காது.

கடைசியாக தனது நடுக்கத்தையும் கக்கிவிட்டதோடு கடைசி ஆயுதத்தையும், இந்தி எதிர்ப்புக்காரர்கள் மீது வீசிவிட்டார். அதாவது,

மானமுள்ளவர் கூறும் சமாதானமா?

எ. "நாம் வெறுத்த கிரிமினல் சட்டத்தை நாம் பிரயோகப்படுத்துவது தப்பென்கிறார்கள் சிலர். அது தப்பாகாது. புதிய இந்திய சீர்திருத்தச் சட்டத்தை நாம் வேண்டாமென்றுதான் சொன்னோம். ஆனால் புதிய சட்டப்படி நாம் இன்று (மந்திரியாய்) இருந்து அந்த சட்டப்படி ஆட்சி புரியவில்லையா?" என்கிறார்.

ஆகவே இது எவ்வளவு - வெட்கம் கெட்ட மானம் கெட்டதனம் என்பதை நாம் எடுத்துக்காட்ட வேண்டியதில்லை. "புதிய அரசியல் சட்டத்தை ஒழிக்கிறோமென்ற வர்கள் இன்று எப்படி நடத்திக் கொடுக்கிறீர்கள்" என்று கேட்கப்பட்ட கேள்விக்கு நாளது வரையிலும் ஒருவரும் பதில் சொல்லவில்லை. அதுபோலவே "நாமினேஷனே

கூடாது என்று சொன்ன நீங்கள் டாக்டர் ராஜனுக்கு எப்படி நாமினேஷன் செய்து மந்திரியாக்கினீர்கள்" என்பதற்கும் நாளது வரை பதில் இல்லை.

"கிரிமினல் சீர்திருத்த சட்டத்தை வெறுத்த நீங்கள் இப்போது ஏன் நீங்களே அச்சட்டத்தை உபயோகப்படுத்துகிறீர்கள்" என்றால் "மந்திரி வேலை ஏற்று அரசியலை நடத்திக் கொடுப்பது போலும். நாமிநேஷன் செய்து மந்திரியாக்கினது போலும்" என்று சமாதானம் சொல்லப்பட்டால் இந்த சமாதானம் மானமுள்ள மக்கள் சொல்லுவார்களா? அறிவுள்ள மக்கள் ஏற்பார்களா என்பது யோசிக்கத் தக்கதாகும்.

"கிரிமினல் சீர்திருத்தச் சட்டத்தை உபயோகிப்பதற்கு இதைத்தவிர வேறு பதில் இல்லை என்பது இப்போதாவது பொது ஜனங்களுக்கு விளங்கி இருக்குமென்று கருதுகிறோம். மற்றொரு "புத்திசாலி"த்தனமான சமாதானமும் சொல்லி இருக்கிறார்." அது என்னவென்றால்,

"பணம் ஆள் சேகரித்து ஈசல் புற்றிலிருந்து ஈசல் புறப்படுவதுபோல் புறப்பட்டு வந்து தினமும் நியூசென்சாக இருந்தால் என்ன செய்வது, கிடைத்ததை எடுத்து உபயோகிக்க வேண்டியதுதானே" என்றும் "திடீரென்று வீட்டுக்குள் திருடன் வந்து விட்டால் கைக்கு அகப்பட்டதை எடுத்து அடிக்க வேண்டியதுதானே" என்றும் பேசியிருக்கிறார். இவர்தான் மகாதீரராம், மகாவீரராம். கடைசி வரை பார்க்கப் போகிறாராம்.

இந்தப் பேச்சில் இவரது பயங்காளித்தனமும், புறமுதுகிட்டோடப் போகும் கோழைக் குறியும் எவ்வளவு புதைந்திருக்கிறது என்பதைத் தெரிந்துகொள்ள எவ்வளவு வசதி கிடைத்துவிட்டது என்பதை வாசகர்கள் உணரவேண்டுகிறோம்.

கடைசி ஆயுதம்

3 மாத காலமாய் 250 தொண்டர்கள் தான் ஆச்சாரியார் வீட்டுக்குப் பக்கத்திலும், பள்ளிக்கூடத்தின் பக்கத்திலும் நின்று இருக்கிறார்கள். அதுவும் பெரிதும் ஒரு ஜில்லாக்காரர்கள்தான். அதுவும் தமிழ் வாழ்க இந்தி ஒழிக என்ற "கூச்சல்" உடன்தான். இந்த நிலையே ஆச்சாரியாருக்கு ஈசல் புற்றுப் போல் காணப்பட்டு அதை சமாளிக்க வேறு வழியில்லாமல் நேர் நிதானம் இல்லாமல் கடைசி ஆயுதத்தை எடுத்து அதாவது கைக்கு கிடைத்ததை எடுத்து அடித்து பார்த்துவிட்டார் என்றால் அந்த ஆயுதம் பயன்படுத்தியும் 2 மீ காலமாகி இனியும் முன்போலவே ஒரு சிறிதும் மாற்றமில்லாமல் நடந்துவருகிறது என்றால் இப்பொழுதே ஆச்சாரியார் ஆயுதமில்லாத ஆளாக ஆகி விட்டாரா இல்லையா என்று கேட்கின்றோம். இவரின் கையில் கிடைத்த கடைசி ஆயுதத்தால் கூட திடீரென்று வந்த திருடன் ஓடி விடவில்லை என்றால் திருடனிடம் அகப்பட்டு திக்குமுக்காடி விழிக்கிறார் என்றுதானே அர்த்தம்.

இவரது வெறுக்கப்பட்ட வெகு கொடுமையான ஆயுதமே இந்த இயக்கத்தை அடக்க இந்தி எதிர்ப்புத் திருடர்களை விரட்டப் போதுமானதாக இல்லாத மாதிரியில் இயக்கம் வலுத்திருக்கிறது என்பதையாவது ஆச்சாரியார் இப்பொழுது ஒப்புக்கொண்டவராகி விட்டாரா இல்லையா என்று கேட்கின்றோம்.

ஆச்சாரியார் பந்தய விளையாட்டில் பேஸ்த்து (நாணையத் தவறுதல்காரர்) ஆகிவிட்டார். அதாவது சீட்டாட்டத்தில் எப்படிப்பட்ட ஆட்டமானாலும் அதற்கு ஒரு முறை-விதி உண்டு.

அப்படிக்கில்லாமல் கையில் மேல் சீட்டு இல்லாததால் கீழ் சீட்டைப் போட்டால் தோற்றுப் போகுமே என்று கருதி ஜாதிச் சீட்டு இருந்தும் துருப்பைப் போட்டு வெட்டினால் அப்படிச் செய்தவனை பேஸ்து என்பார்கள்.

அதுபோலவே கனம் ஆச்சாரியாருக்கு நேர் வழியில் தோல்வி ஏற்படும் என்ற பயமும் தப்பு வழியில் வெற்றி பெற ஆசையும் வந்துவிட்டது. விதிமுறைகள் எல்லாம் தடுமாறிவிட்டது. ஆனதினாலேயே அவருக்கு இந்தி எதிர்ப்பு இயக்கம் ஈசல் புற்றிலிருந்து ஈசல் புறப்படுகிற மாதிரியாக ஆகிவிட்டது. கையில் கிடைத்ததை எடுத்து போட்டுக்கொள்ள வேண்டியதாகிவிட்டது

ஆச்சாரியார் பேஸ்து

ஆகவே ஆச்சாரியார் பேஸ்தாகிவிட்டார். கூடிய சீக்கிரம் மூன்றாம் பேஸத்தாகி பிரித்துக் கொடுத்துவிட்டு அடங்கப்போகிறார். சாகப் போகிறவன் ஜன்னியில் திமிருவது போல் முடுக்குகிறார் - உளறுகிறார் - விறைக்கிறார் என்ன என்னமோ செய்கிறார். நாடு சிரிப்பதும், காறி உமிழ்வதும் அவருக்குத் தெரியவில்லை. தன்னுடைய சகாக்களையும் கூலிகளையும் ஒரு பெரும்பலமாக நினைத்திருக்கிறார். நியாயம் ஒழுங்கு சமாதானம் அவர் கண்முன் தென்படவே மாட்டேன் என்கின்றன.

அப்படிக்கில்லையானால் கடற்கரையில் 14-ந்தேதி 2- மணி நேரம் பேச்சில் 10 பேர்கள் பேசியதில் இந்தியை தமிழ் மக்களுக்குள் கட்டாயமாய் புகுத்துவதற்கும், தமிழ் மக்கள் கூடாது என்று சொன்ன காரணங்களுக்கும் சொல்லப்பட்ட சமாதானங்கள் என்ன?

“தேசியத்துக்கு இந்தி அவசியம்” மெஜாரிட்டி பலம் உள்ள நான் நினைத்ததை செய்ய முடியுமா இல்லையா என்று பார்த்துவிடுகிறேன்” “கிடைத்த ஆயுதத்தைக் கொண்டு அடித்தேன்” “இனியும் எந்த ஆயுதத்தையும் உபயோகிக்க பின்வாங்க மாட்டேன்” “கையில் கிடைத்ததையெல்லாம் எடுத்து பயன்படுத்தப்போகிறேன்” என்றுதான் டயர் மாதிரி சமாதானம் சொல்லப்பட்டதே தவிர வேறு சமாதானம் என்ன? இந்த லக்ஷணத்தில் “பத்திரிகைகளில் இஷ்டப்படி எழுதுவதையும், வாசலில் இஷ்டப்படி கத்துவதையும், இஷ்டப்படி சத்தம் போடுவதையும் அடக்க எனக்குத் தெரியும். ஜாமீன் வாங்கி பேசவிடாமலும் செய்வதோடு இன்னமும் எவ்வளவோ செய்யவும் எனக்குத் தெரியும். ஆனால் தொந்திரவு செய்யக்கூடாது என்று இருக்கிறேன். அன்றியும் இப்படியெல்லாம் செய்வது அடக்குமுறையாகும். அது என் மனோ தர்மத்துக்கு அபராதம்” என்று பேசி தனது பெருந்தன்மையைக் காட்டிக்கொண்டார்.

நமது நன்றி!

வாசகர்களே! இதில் ஏதாவது புத்திசாலித்தனமிருக்கிறதா? என்று பாருங்கள். “எழுத்து வாசனையில்லாத யாதொரு பாவமும் அறியாத யாராவது சில பிள்ளைகளை சிலர் பின்னால் இருந்து அனுப்பி வருகிறார்கள் அவர்களை அடக்க வேண்டும்” என்று வீரப்பிரதாபம் பேசும் ஆச்சாரியார், அப்படிப்பட்ட யாதொரு பாவமும் அறியாத பிள்ளைகளை அடக்க “கையில் அகப்பட்டதை எடுத்து அடித்து ஒழிக்க வேண்டியதுதான்” என்று சொல்லுகிறவர் மற்ற சாதாரண காரியங்களை செய்வதுதான் அடக்குமுறை யென்றும் இம்மாதிரி தண்டிப்பது ஆபத்துக்கு ஏற்றதென்றும் சொல்லுவது எப்படி புத்திசாலித்தனமாகு மென்பது நமக்கு விளங்கவில்லை. ஆனாலும் அந்த அளவுக்கு அதுவரை நன்றி செலுத்துகிறோம், பாராட்டுகிறோம்.

தொகுதி 1 மொழி

"பேய்க்கும் அதன் பங்கைக்கொடு" என்று பழமொழி சொல்லுவார்கள். அதற்கிணங்க நன்றி செலுத்துகிறோம்.

சிறை நடத்தையைப் பற்றி கனம் ஆச்சாரியார் கூறியிருப்பதைப் பாருங்கள்.

"நாம் (காங்கரஸ்காரர்கள்) சிறை செல்லும்போது இருந்த மாதிரிதான் இப்பொழுதும் இருக்கிறது. அதைவிட தாழ்வுமில்லை உயர்வுமில்லை." என்று சொல்லுகிறார். முன் இருந்த சிறை நிர்வாகம் அன்னிய ஆட்சி நம்மை சுரண்டிக்கொண்டு போகவந்த கொடுங்கோலாட்சி, அஹிம்சை சமாதானம் பொறுமை மனிதத் தன்மையில் நம்பிக்கை ஆகியவை இல்லாத மிருக ஆட்சி என்று காங்கரஸ்காரர்கள் சொன்னார்கள். காந்தியாரும் சொல்லி இருக்கிறார். "இன்றைய ஆட்சி நம்ம ஆட்சி, ஜனப் பிரதி ஆட்சி, சுயராஜ்ய சர்க்கார், பொதுஜன மெஜாரிட்டியின் பேரில் நடக்கும் வெகுஜன ஆட்சி" என்று அதே காங்கரஸ்காரர்களால் சொல்லப்படுகிறது. அப்படி இருக்க "சிறைக்கூடம் முன் இருந்த கொடுமைகளுக்கு குறைவில்லாமல் நடத்தப்படுகிறது என்பதை நம்புங்கள்" என்றால் வெள்ளையர்கள் சுரண்டுகிறார்கள் அன்னியர்கள் கொடுங்கோலர்கள் ஆட்சியைவிட பார்ப்பன ஆட்சி புரோகித ஆட்சி எந்த விதத்தில் மேலானதென்று சொல்லிக்கொள்ள உரிமை உண்டு என்று கேட்கின்றோம்.

ஆகவே தோழர்கள் ஆச்சாரியார், டாக்டர் ராஜன் ஆகியவர்களின் கடற்கரைப் பேச்சிலிருந்து பார்ப்பனரல்லாதாராகிய தமிழ் மக்களாகிய நாம் கற்றுக்கொள்ள வேண்டிய சங்கதி என்ன என்பதை இந்த வியாசத்தை ஒரு தடவைக்கு இருமுறை படித்து ஆராய்ந்து பார்த்து தமிழ் மக்கள் இந்தி எதிர்ப்பு கிளர்ச்சி செய்வது சரியா, தப்பா என்பதை உணர்ந்து பார்த்து சரி என்று பட்டால் உடனே உங்களுடைய பங்கை செலுத்துங்கள். உங்கள் கடமையை செய்யுங்கள் என்று கேட்டுக்கொண்டு இதை முடிக்கின்றோம்.

குடி அரசு - 21. 08. 1938

262

தொகுதி 1
மொழி

தமிழ் மக்களே!

பார்ப்பனர் ஆட்சி இந்தி என்றும், இந்துஸ்தானி என்றும் சொல்லிக்கொண்டு வடமொழியை (ஆரிய மொழியை) தமிழர்களுக்குள் வலுக்கட்டாயமாக நுழைப்பதின் கருத்து என்ன என்பது உங்களுக்குத் தெரியுமா?

தெரியாவிட்டால் மலையாளத்தைப் பாருங்கள். மலையாளத்தில் வடமொழியும் வடமொழி நூலும் புகுந்து ஆதிக்கம் பெற்ற பின்னரே மலையாளப் பெண்கள் அதிலும் மேல் ஜாதி உயர் குடும்பப் பெண்களை பார்ப்பனர்கள் வைப்பாட்டிகளாக அனுபவிக்க முடிந்தது. இன்றும் சில பெண்கள் பார்ப்பானுக்கு வைப்பாட்டிகளாக இருக்கவே விரும்புகிறார்கள்.

சில மலையாளிகள் தங்களை மலையாளித் தகப்பன் மகன் என்று சொல்லிக் கொள்வதைவிட மலையாளப் பார்ப்பானின் மகன் என்று சொல்லிக்கொள்வதில் பெருமை அடைகிறார்கள்.

நாம் எதற்காக இதை எடுத்துக்காட்டுகிறோம் என்றால் இந்தி - வடமொழி இந்நாட்டில் ஆதிக்கம் பெற்றால் தமிழ் மக்களை இந்த நிலைக்குத்தான் கொண்டு வந்து விடும் என்பதை எடுத்துக்காட்டவேயாகும்.

இப்பொழுது சூத்திரன் என்றால் யார்?

சூத்திரச்சி என்றால் யார்?

வடமொழி நூலும், பாஷையும் இங்கு ஆதிக்கமில்லாமல் இருந்தால் தமிழ் மக்களில் ஒரு சாரார் தம் பெண்களை வெளிப்படையாக விபசாரத்திற்காக விட்டுப் பிழப்பை நடத்துவார்களா? வடமொழி தெய்வங்கள் நம் நாட்டில் ஆதிக்கம் பெறாமல் இருந்தால் தெய்வங்களின் பேரால் நம்மில் ஒரு சாராரின் பெண்களை விபசாரத்திற்கு விடுவோமா?

ஆகவே வடமொழி கட்டாயமாய் புகுத்துவது என்பது தமிழர்களை ஆரியர்களுக்கடிமையாக்கவே தமிழர்கள் பெண்கள் ஈன நிலையை அடையவே. ஆகவே இப்படிப்பட்ட காங்கரசுக்கு ஓட்டுக்கொடுக்கப் போகிறீர்களா?

குடி அரசு - 21. 08. 1938

இந்தி எதிர்ப்பும் பார்ப்பனப் பத்திரிகைகளும்

இந்தி எதிர்ப்பு விஷயமாய் சென்னை மாகாணத்தில் இருந்து வரும் கிளர்ச்சியைப் பற்றியும், அது விஷயமாய் சர்க்கார் கையாளும் கொடுங்கோன்மை அடக்குமுறையைப் பற்றியும் அந்த அடக்குமுறையை சரியென்று சொல்லி பொது ஜனங்களை சமாதானப்படுத்த அரசாங்கத்தார் சொல்லும் காரணங்களாகிய அதாவது "இந்தி எதிர்ப்பில் அரசாங்கத்துக்கு பல தொல்லைகள் ஏற்படுகிறது" என்பதைப் பற்றியும் மற்றும் "இந்தி எதிர்ப்பு காரியங்கள் அரசாங்கத்தார் சகிக்கமுடியவில்லை" என்றும் "அது அரசாங்கமே நடைபெற வொட்டாமல் சங்கடத்தை விளைவிக்கக் கூடியதாய் இருக்கிறது" என்று திணறுவதாகக் காட்டிக் கொள்வதைப் பற்றியும் இந்தி எதிர்ப்புக்காரர்களுக்கு தாராளமான பணம் இருப்பதாகவும், கட்டுப்பாடாக இயக்கம் நடத்தப்படுவதாகவும் அதனால் தொண்டர்கள் ஈசல் புற்றிலிருந்து ஈசல் புறப்படுவது போல் புறப்பட்டு திக்குமுக்காடச் செய்வதால் கடுமையான அடக்கு முறைகளைக் கையாள வேண்டி இருந்தது என்று சொல்லுவதுடன் ஒரு பெரிய மெஜாரிட்டியில் தேர்ந்தெடுக்கப்பட்ட மந்திரிகள் தங்கள் இஷ்டப்படி காரியம் செய்யாமல் தடுக்கும்படியான பெரிய கிளர்ச்சியாய் போய் விட்டதால் இப்போது இதை அடக்க தங்களுக்கு இருக்கிற அதிகாரமும் சட்டப் பாதுகாப்பும் போதவில்லை என்று தாங்கள் கருதுவதாகவும் சொல்லி ஆதலால் இதைவிட அதாவது இப்போது இந்தி எதிர்ப்புக் கிளர்ச்சியை ஒடுக்குவதற்காகப் பயன்படுத்தும் சட்டத்தைவிட அடக்குமுறை கொள்கைகளைவிட இன்னமும் கொடுமையான சட்டங்களை கூடிய சீக்கிரம் செய்ய வேண்டி இருக்கிறது என்றும் மந்திரிகள் பதறித் துடிதுடிப்பதுவும் ஆகிய பேச்சுக்களும் காரியங்களும் மந்திரிகள் கடற்கரையில் பேசின பேச்சின் மூலமும், சட்டசபை பேச்சின் மூலமும் - வாசகர்கள் பொதுஜனங்கள், மெயில், இந்து, மித்திரன் பத்திரிகைகளின் மூலமே பார்த்திருக்கலாம்.

கூலிப் பத்திரிகைகள் விஷமம்

குறிப்பாக கடற்கரையில் அய்யங்கார் ஆச்சாரியார் ஆகிய இரு பார்ப்பன மந்திரிகள் பேசிய பேச்சுக்களில் சிலவற்றை எடுத்து அப்படியே போட்டு ஒவ்வொன்றுக்கும் தனித்தனி விளக்கமும், சமாதானமும் சென்றவார "குடிஅரசு" தலையங்கத்தில் பிரசுரித்திருந்ததை வாசகர்கள் அறிந்திருக்கலாம்.

அவ்வளவு தூரம் அவற்றை தெளிவாக எடுத்துப்போட்டு அதுவும் பச்சை பார்ப்பன, அதிலும் அய்யங்கார் ஆதிக்க பத்திரிகையாகிய "சுதேசமித்திர"னில் இருந்தது போலவே தேதி, பக்கம், கலம் முதலியவைகளையும் குறிப்புக்காட்டி எடுத்துப் போட்டு விளக்கிய பிறகும், சில பார்ப்பன கூலிப் பத்திரிகைகளும்,

எச்சிக்கலை காலிப் பத்திரிகைகளும் மக்களை ஏமாற்றி பார்ப்பனரல்லாத பொதுமக்கள் கண்களில் மிளகாய்ப் பொடியை போட்டு தங்கள் ஜாதி சோம்பேறி வாழ்வுக்கும், ஊரார் உழைப்பை நோகாமல் பயன்படுத்தி ஏமாற்றி வாழும் இழி வாழ்வுக்கும் அனுகூலமாக சூழ்ச்சியும், பித்தலாட்டமும் செய்து மானம் கெட்டாவது, ஈனத்தனத்தை லட்சியம் செய்யாமலாவது வாழக் கருதும் சில பத்திரிகைகள் "இந்தி எதிர்ப்பு இயக்கம் செத்துப்போய்விட்டது. அதற்கு கருமாதி ஆகிவிட்டது. சமாதிகட்டி பாறாங்கல்லைத் தூக்கிவைத்தாய் விட்டது" என்று ஜாடைமாடையாயும், வெளிப்படையாயும் எழுதி வருகின்றன.

இதிலிருந்தே அந்த ஜாதியோ, அல்லது அந்த ஜாதிப் பத்திரிகையோ யோக்கியமாய், நாணயமாய், மனிதத் தன்மையாய், இந்த நாட்டில் வாழ முடியாத கேடான நிலைமைக்கு வந்துவிட்டது என்பது கடுகளவு அறிவுள்ளவர்களுக்கும் பச்சையாய் விளங்கிவிடும் என்றே சொல்லலாம்.

ஆண்மையுள்ளவர்கள் சுத்த ரத்த ஓட்டமுள்ள மனிதத் தன்மையுள்ளவர்கள் ஒரு காரியத்தையோ, அல்லது தங்களுக்கு இஷ்டமில்லாததோ, அன்றி தங்களுக்கு கேட்டைத் தருவதோ ஆன ஒரு இயக்கத்தையே எதிர்ப்பதாய் இருந்தால் நேரிய முறையில், வீரத் தன்மையில் எதிர்க்கவேண்டும்.

ஈனத்தனமான முயற்சிகள்

அல்லது சரியான, நாணையமான சமாதானத்தைச் சொல்லி முறியடிக்க வேண்டும். அதை விட்டுவிட்டு ஈனத்தனமான முறையில் இழிதன்மையான பொய்யையும், பித்தலாட்டத்தையும் பேசியும், எழுதியும் தகாத கேவலமான மாதிரி சூழ்ச்சிகள் செய்தும் ஒழிக்கப் பார்ப்பது எப்படி யோக்கியமானது என்று சொல்ல முடியும்?

"இந்தி எதிர்ப்பு இயக்கம் செத்துவிட்டது" என்று விஷமத்தனமான முறையில் ஒரு பக்கம் அயோக்கியப் பிரசாரம் செய்வதும், மற்றொரு பக்கம் ஈசல் புற்றுப்போல் புல புலெனப் புறப்பட்டால் நான் என்ன செய்வது என்று கோழைப் பேச்சு பேசி கொடுமையான காரியத்தைச் செய்ய முயற்சிப்பதும், கோர்ட் என்று சொல்லப்படும் நீதிஸ்தலங்களில் உண்மையான தொண்டர்களை தாறுமாறான கேள்விகள் கேட்டு யோக்கியமற்ற முறையில் நீதி செலுத்துவதும் நீதிபதி என்பவர்களே அதிகப் பிரசங்கித்தனமான முறையில் "ஈ.வெ.ராமசாமி தானே உங்களை அனுப்புகிறார்?" என்று கேட்டு ஒப்புக்கொள்ளச் செய்ய முயற்சிப்பதும் எச்சிலை சோம்பேறிப் பையன் களைப் பிடித்து கூலி கொடுத்து இந்தியை எதிர்ப்பது போல் வஞ்சக வேஷம் போடச் செய்து இந்தி எதிர்ப்புக் கூட்டத்திற்குள் புகுத்தி மறியல் செய்யச் செய்து போலீசாரை பிடித்துப் போகச் சொல்லி கோர்ட்டுக்கும், ஜெயிலுக்கும் போன பின்பு ஈ.வெ.ராமசாமிதான் தன்னை அனுப்பினான் என்று வாக்குமூலம் கொடுக்கும்படியும் மாய்மால அழுகை அழுகும்படியும் சொல்லிக் கொடுத்து இயக்கத்தை பரிகாசம் செய்ய முயற்சிப்பதுமான பல இழிவான காரியங்கள் செய்து கொண்டும் மற்றொரு பக்கம் செல்வாக்குள்ள முக்கியஸ்தர்களை கெஞ்சிக் கூத்தாடி எப்படியாவது இயக்கத்தை நிறுத்த முயற்சிப்பதுமான காரியங்கள் செய்யப்பட்டு வருவது யாருக்குத் தெரியாது என்று கேட்கின்றோம். இவற்றுள் எதையாவது யோக்கியமான காங்கரஸ்காரர், காங்கரஸ் பத்திரிகையோ மறுக்க முடியுமா என்று கேட்கின்றோம்.

மற்றும் காங்கரஸ் பத்திரிகைகள் கையாளும் முறைகளில் ஒரு விஷமத் தனமான இழிமுறைப் பத்திரிகையின் செயலையும் குறிப்பிட விரும்புகிறோம்.

ஆச்சாரியார் பொய்ப் பிரசாரம்

அதாவது கனம் பொப்பிலி அரசர் சென்னை வந்து சேர்ந்தவுடன் பொப்பிலி அரசர் கனம் பிரதம மந்திரி ராஜகோபாலாச்சாரியாரை சந்தித்ததாகவும், இந்தி எதிர்ப்பை பொப்பிலி ராஜா அவர்கள் ஆதரிக்கவில்லை என்றும், இந்தி எதிர்ப்பை நிறுத்திவிடப் போவதாக ஜஸ்டிஸ் கட்சி நிர்வாகக் கூட்டத்தில் பிரசுரிக்கப் போவதாகவும் சிறிதும் மானம், வெட்கம், நாணையம், ஒழுக்கம் இல்லாமல் எழுதி இயக்கத்தின் வேகத்தை குறைக்க முயற்சித்து இருக்கிறது. அதன் உண்மை என்ன என்று விசாரிக்கப் புகுந்தால் கனம் பிரதம மந்திரியே பொப்பிலி ராஜா வீட்டிற்கு போய் அவரிடம் உண்மைக்கு மாறான அநேக விஷயங்களை எடுத்துச் சொல்லி இந்தி எதிர்ப்பு முறையின் மீது ராஜன் அவர்கள் அதிருப்திப்படச் செய்ய முயற்சித்ததாகவும் அதற்கு ராஜன் அவர்கள் அம்முறைகள் உண்மையானால் அது கைவிடப்பட வேண்டியது தான் என்று அபிப்பிராயப்பட்டதாகவும் தான் நடந்திருக்கிறது.

அப்படி இருந்தாலும் கனம் பொப்பிலி ராஜா பத்திரிகைகளில் வெளியிட்ட சேதிகளில் கனம் ஆச்சாரியார் தன்னை சந்தித்தபோது பல பொது வாழ்க்கை விஷயங் களைப் பற்றித்தான் பேசப்பட்டதே ஒழிய மற்றபடி சென்னை பத்திரிகைகளில் எழுதப்பட்ட விஷயம் அபாண்டமானது என்று கண்டிருக்கிறது.

மனந் துணிந்த கற்பனை

எனவே பத்திரிகைகளின் விஷமப்பிரசாரம் எவ்வளவு தூரம் மனந் துணிந்த கற்பனை - பித்தலாட்ட நடவடிக்கை கொண்டவைகளாக இருக்கின்றன என்பதற்காக இந்த விஷயத்தை குறிப்பிடுகிறோம்.

மற்றும் கனம் பிரதம மந்திரி ஆச்சாரியார் அவர்கள் சென்னை கவர்னர் பிரபு வீட்டிற்கும், சென்னை வெள்ளை அதிகாரிகள் வீட்டிற்கும், தமிழ் பிரமுகர்கள் வீட்டிற்கும் சென்று இந்தி எதிர்ப்பு முறைகளைப் பற்றி எவ்வளவு துணிவாக உண்மைக்கு விரோதமான பேச்சுகளை கட்டுப்பாடாகச் சொல்லி அவர்களுக்கு இந்தி எதிர்ப்பு இயக்கத்தின் மீதும், எதிர்ப்பாளர்கள் மீதும் வெறுப்பும், துவேஷமும் உண்டாகும்படி செய்து வருகிறார் என்பதற்கு சில விஷயங்களைக் குறிப்பிட வேண்டி இருக்கிறது.

பிரதம மந்திரியார் மாயக் கண்ணீர்

அதாவது கனம் ஆச்சாரியார் அவர்கள் இந்தி எதிர்ப்பைப் பற்றி தனக்கு கவலையில்லை என்றும் எதிர்ப்பாளர்கள் தன்னைப் பற்றியும் தம் பெண்டு பிள்ளைகளைப் பற்றியும் ஆபாசமான வார்த்தைகளை, அசிங்கமான வார்த்தைகளை காதால் கேட்க, வாயால் உச்சரிக்க முடியாத அவ்வளவு கடூரமான வார்த்தைகளைப் பேசுவது தன்னால் சகிக்க முடியவில்லை என்றும், உங்கள் வீட்டு பெண்டு பிள்ளைகள் வேறு, என் வீட்டு பெண்டு பிள்ளைகள் வேறா என்று கண்ணில் தண்ணீர் விட்டு அழுது கொண்டு பேசுகிறார் என்றும் நம்பத்தகுந்த இடத்தில் இருந்து சேதி வந்திருக்கிறது.

அதாவது இன்று ஆச்சாரியார் வகிக்கும் ஸ்தானத்துக்கு எந்த விதத்திலும் கீழானதல்லாத ஸ்தானம் வகித்தவர்களே பல பெரியார்கள் தங்களிடம் இப்படிச் சொன்னதாக சொல்லுகிறார்கள். கனம் ஆச்சாரியார் அவர்கள் அவர்களிடம் (பல பெரிய மனிதர்களிடம்) சொன்னது மாத்திரமல்லாமல் சட்டசபையிலும் பொதுக் கூட்டத்திலும் கூட இப்படிச் சொல்லி இருக்கிறார்.

இதுதானா நேரான போர் முறை? என்று கேட்க வேண்டியிருக்கிறது.

சாட்சிகள் சொன்னதென்ன?

ஏறக்குறைய சுமார் 100 தொண்டர்களின் கேசுகள் நீதி ஸ்தலத்தில் விசாரணை ஆகும்போது நேரில் இருந்தவர்களும் மற்றும் பக்கத்தில் இருந்த தக்க பொறுப் புள்ளவர்களும் இன்றும் எந்த இடத்தில் வேண்டுமானாலும் வந்து சொல்லத் தயாராய் இருக்கிறார்கள். என்னவென்றால் கோர்ட்டு விசாரணையில் தொண்டர்கள் மீது குற்றம் கூறி சாக்ஷிகள் போலீசுகாரர்கள் சொன்னதெல்லாம், இத்தொண்டர் பிரதம மந்திரியார் வீட்டுக்குப் பக்கம் நின்று கொண்டு இந்தி ஒழிக! தமிழ் வாழ்க! என்று சொன்னார்கள் என்றும், கத்தினார்கள் என்றும், கூப்பாடு போட்டார்கள் என்றும் தான் பெரிதும் சொல்லி இருக்கிறார்கள். இதற்கு மேல் சுமார் 100 தொண்டர்கள் வழக்கு நடந்து தண்டிக்கப்பட்ட பிறகே ஆச்சாரியார் ஆட்சி ஒழிய-பார்ப்பன ஆட்சி ஒழிய என்று சொன்னதாக சாக்ஷிகள் சொன்னார்கள். பிறகு அடக்குமுறை வலுவடைந்த பிறகு ஆச்சாரியாரும், அவர்கூட பத்திரிகைகளும் ஆளுகளும் ஆணவமாகவும் திமிறாகவும் பேசவும் எழுதவும் செய்தபிறகு பூணூல் ஆட்சி ஒழிக உச்சிக் குடுமி ஆட்சி ஒழிக என்று கூப்பாடு போட்டார்கள் என்று சொல்லப்படுகிறது. இவைகளை உண்மை என்றே வைத்துக் கொண்டாலும், இது எப்படி பெண்டு பிள்ளைகளை பற்றி இழிவாக, ஆபாசமாக, அசிங்கமாக பேசியதாக சொல்ல முடியும்?

நம்புவதைச் சொல்வது தப்பா?

பார்ப்பன ஆட்சி என்பதும், பூணூல், உச்சிக்குடுமி ஆட்சி என்பதும் ஒரே கருத்தைத்தான் குறிப்பதாகும். அதாவது இன்று நடைபெறுகிற ஆட்சி முறை பார்ப்பன சமூகத்துக்கு மாத்திரம் பயன்படத்தக்கதாகவும் மற்ற சமூகத்துக்கு கேட்டை விளைவிப்பதாகவும், பார்ப்பன ஆதிக்க ஆட்சியாகவும் இருக்கிறது என்று சரியாகவோ தப்பாகவோ உணருகிற ஒருவன் அதைச் சொன்னால் தப்பு என்ன என்று கேட்கின்றோம்.

இதே பார்ப்பனர்கள் கனம் ஆச்சாரியார், அய்யங்கார், அய்யர்கள் உள்பட காங்கரஸ்காரர்கள் வெள்ளையர் ஆட்சி ஒழிக என்று சொல்லவில்லையா? ஜமீன்தார்கள் சரிகைக் குல்லாய்க்காரர்கள் ஆட்சி ஒழிக என்று கூப்பாடு போடவில்லையா? பனகால் ராக்ஷத ஆட்சி ஒழிக! பொப்பிலி அரக்கர் ஆட்சி ஒழிக என்று கூப்பாடு போடவில்லையா? அப்போது கனம் ஆச்சாரியார் காதை மூடிக்கொண்டாரா என்று கேட்கின்றோம்.

காங்கரஸ்காரர் சொன்னவைதானே

மற்றும் பனகால் ராஜா தேர்தலில் தோற்றுவிட்டதாகக் கருதி பனகால் டெட் (Dead) பனகால் செத்தான் என்று பார்ப்பனர்கள் வீட்டுக்கு வீடு புகையிலை வழங்கவில்லையா? தெருவில் சங்கு ஊதச் செய்து பனகால் சங்கதி சங்கூதிப் போச்சுது என்று சொன்னதோடு இவைகள் காங்கரஸ் பத்திரிகைகளில் கூட கொட்டை எழுத்துக்களில் போடப்படவில்லையா என்று கேட்கின்றோம். முஸ்லிம்கள் இந்துஆட்சி ஒழிய வேண்டும் என்று சொல்லவில்லையா? வில்லிங்டன் ஆட்சிக்கு சாவுமணி அடித்தாய்விட்டது என்று சொல்லவில்லையா? என்ன வார்த்தைகள் இது வரை காங்கரஸ்காரரும் பார்ப்பனப் பையன்களும் சொல்லாததைவிட இந்தி எதிர்ப்புக்காரர்கள் சொன்னார்கள் என்று கேட்கின்றோம்.

மற்றும் வெள்ளையர் ஆட்சி ஒழிக! பணக்கார ஆட்சி ஒழிக!! ஜமீன் ஆட்சி ஒழிக!!! முதலாளி ஆட்சி ஒழிக!!!! என்று கூப்பாடு போட உரிமை இருக்கும்போது இந்த நான்கு கூட்டத்தை விட நாட்டு மக்களுக்கு கேட்டையும், தொல்லையையும்,

தொகுதி 1

மொழி

இழிவையும், சுரண்டுதலையும் உண்டாக்கும் சோம்பேறி விஷம சூழ்ச்சிக்கார பார்ப்பன ஆட்சி ஒழியவேண்டும் என்று சொல்ல மனிதனுக்கு உரிமை இல்லையா என்று கேட்கின்றோம்.

வெள்ளை ஆட்சி ஒழிக, சரிகைத் தலப்பா ஆட்சி ஒழிக என்று சொல்ல மனிதனுக்கு உரிமை இருக்கும்போது பார்ப்பன ஆட்சி ஒழிக! உச்சிக்குடுமி ஆட்சி ஒழிக!! பூணூல் ஆட்சி ஒழிக!!! என்று சொல்ல மனிதனுக்கு உரிமை இல்லையா என்று கேட்கின்றோம்.

பெண்களை அவமானப்படுத்தியவர் யார்?

பெண்டு பிள்ளைகளைப் பற்றி பேசுவது என்பது குற்றம்தான், கூடாதது தான். ஆச்சாரியார் பெண்டு பிள்ளைகளைப் பற்றி மாத்திரம் அல்ல விவசாரத்தையும், குச்சிக்காரத் தொழிலையும் குலத்தொழிலாய் குடும்பத் தொழிலாய் கொண்டிருக்கும் பெண்டு பிள்ளைகளைப் பற்றி பேசினாலும் குற்றம் என்றுதான் சொல்லுகிறோம். அவர்கள் பெண்டு பிள்ளை வேறு, இவர்களுக்கு வரும் அவமானம் இழிவு வேறு என்று நாம் கருதவில்லை, கருதுவதுமில்லை என்று உறுதி கூறுகிறோம். அப்படிப் பட்ட பேச்சு பேசியவனையும், கூப்பாடு போட்டவனையும் எப்படி தண்டிப் பதிலும், எவ்வித அடக்குமுறை கையாளுவதிலும் நமக்கு சிறிதும் ஆட்சேபணை இல்லை. ஆனால் அப்படி இது வரை யார் சொன்னார்கள். அது எங்கே பதிவு செய்யப்பட்டது. அது உண்மையானால் அதற்கு தனிப்பட்ட நடவடிக்கை ஏன் எடுத்துக்கொள்ளவில்லை என்பதை வெளிப்படுத்த வேண்டாமா என்று கேட்கின்றோம். அதற்கு யார் பொறுப்பாளி என்று கண்டுபிடிக்க என்ன முயற்சி செய்யப்பட்டது என்று கேட்கின்றோம்.

கட்டுக் கதை

இவைகளுக்குச் சரியான சமாதானம் இல்லை என்றால் இந்த பேச்சு கற்பனைப் பேச்சு என்றும் கனம் ஆச்சாரியார் தாம் செய்யும் அடாத காரியத்துக்கு நேரடியாக சமாதானம் சொல்ல முடியாமல் பொய் மாமாலப் புரட்டு செய்து பழிவாங்கப் பார்க்கிறார் என்று தானே சொல்ல வேண்டும். ஒரு மாஜி கவர்னரும் இந்த விஷமப் புரட்டுக்கு உதவியாய் தன் பங்காசாரம் தானும் இப்படித்தான் இந்தி எதிர்ப்புக் காரர்கள் மீது பழிசுமத்தி வருகிறார் என்றும் கேள்விப்படுகிறோம். கனம் கவர்னர் பிரபு அவர்களும் இதை நம்புவதாகவும் கேள்விப்படுகிறோம்.

ஆதலால் இந்த விஷயம் அதாவது மந்திரிகள் குறிப்பாக பிரதம மந்திரிகள் பெண்டு பிள்ளைகளைப் பற்றி தொண்டர்கள் கேவலமாகப் பேசியது என்பது கட்டுக்கதை, ஜோடிப்பானது. நியாயமான ஒரு கிளர்ச்சிக்கு அதன் எதிரிகள் நேரிட்டு சமாதானம் சொல்லவோ, முகம் கொடுக்கவோ சக்தி இல்லாமல் அதன்மீது எவ்வளவு நெஞ்சுத் துணிவுடன் பழிசுமத்தி அதை ஒழிக்கப் பார்க்கிறார்கள் என்பதை இதிலிருந்தாவது பொதுஜனங்கள் உணர வேண்டுகிறோம்.

குடி அரசு - 28. 08. 1938

தமிழைக் கட்டாய பாடமாக்காததேன்?

- உண்மை கண்டோன்

இப்போது நடந்த சென்னை சட்டசபைக் கூட்டத்துக்கு சில நாட்களுக்கு முன் காங்கரஸ் கட்சிக் கூட்டம் நடந்தது. அதில் பல ரசமான விவாதங்கள் நடந்தன. அதுசமயம் காங்கரஸ் தலைவர்களின் அந்தரங்க மனப்பான்மை வெளியாயிற்று. சட்ட சபைக் காங்கரஸ் மெம்பர்களுக்குள்ளேயே சிறு பரபரப்பு ஏற்பட்டிருக்கிறது.

தாய்ப்பாஷை யபிமானமும், தேசீய வேட்கையுமுடைய எம்.எல்.ஏ. ஒருவர் காங்கரஸ் தலைவர்களைக் கண்டு நாம் சென்ற வருஷ ஆகஸ்டு மாதத்தில் நடந்த கமிட்டி கூட்டத்திலேயே இந்தியைக் கட்டாய பாடமாக வைக்கும்போது தாய்ப் பாஷையையும் கட்டாயமாக்க வேண்டும் என்று தீர்மானித்திருக்கிறோமே இப்போது தாய்ப் பாஷையைக் கட்டாயப்படுத்தாமல் இந்தியைக் கட்டாய பாடமாக்கியதால் தானே இவ்வளவு எதிர்ப்பு உண்டாகி விட்டது; தாய்பாஷையும் கட்டாய பாடமாகப் பத்தாம் வகுப்பு வரையில் இருக்க வேண்டுமென்று உத்தரவு செய்து விடுங்கள் என்று கேட்டார். உடனே, தலைவர் அவரை ஏற இறங்கப் பார்த்து உண்மையாகவா இப்படி கேட்கிறீர் என்று கேட்டு "தாய்ப் பாஷையை - தமிழைக் கட்டாயமாக்கினால் எப்படி இந்தி எதிர்ப்பு அடங்கிவிடும்?" என்றார். அதற்கு அவர் "இந்தியை எதிர்ப்பவர்களில் பெரும்பாலார் தமிழுக்கு ஆபத்து வந்ததென்று கருதுகிறவர்களே. இந்தியென்பது சமஸ்கிருதத்தின் கலப்புப்பிள்ளை என்று தெரிந்திருக்கிறது. இப்பொழுது தாய்ப்பாஷையின் ஸ்தானத்தில் சமஸ்கிருதம் இருக்கிறது. மாணவர்கள் தமிழோ சமஸ்கிருதமோ எதையேனும் ஒன்று எடுத்துக் கொள்ள வேண்டுமே தவிர தாய்ப் பாஷையைக் கட்டாயம் படிக்க வேண்டுமென்ற நியதி கிடையாது. இந்தி கட்டாய பாடமானால் - இந்திக்கு செல்வாக்கு அதிகப் பட்டால் - பெரும்பாலார் இந்தியைச் சுலபமாய்க் கற்றுக்கொள்வதற்காக சமஸ்கிருதத்தைத் தான் எடுத்துக்கொள்வர். அதனால் தமிழ் செல்வாக்கு குறைந்து பெரிய ஆபத்துக்குள்ளாகி விடுமல்லவா" என்று கூறினார்.

தாய்மொழி அபிவிருத்தி வேண்டாமா?

தலைவர் "இதர பாடங்களைத் தமிழில் கட்டாயமாகச் சொல்லித்தர வேண்டு மென்று ஏற்பாடாகியிருக்கிறதே. அதனால் எப்படி தமிழ் கெட்டுவிடும்?" என்றார். உடனே மற்றவர் "இதர பாடங்கள் தமிழில் கற்பிக்கிறேன் என்பது உங்கள் ஏற்பாடல்லவே. ஏற்கெனவே தீர்மானித்திருக்கிற விஷயமாயிற்றே. மேலும் அவை யாவும் பாஷா பாடமல்ல. அவற்றால் மாணவர்களுக்கு பாஷாஞானம் உண்டாகாதே. சிறுவர்களுக்கு போதுமான பாஷா ஞானமே இல்லாதபோது பாஷா

பாடமல்லாத பாடங்களைத் தமிழில் படித்தால் பாஷாஞானம் உண்டாகுமென்று சொல்லுவது தப்பல்லவா? எத்தனை பாஷைகளைப் படித்தாலும் ஒருவன் தன் தாய் பாஷையில் நல்ல அபிவிருத்தி பெறுவது தானே முக்கியமாகும். தமிழ் எப்படியும் கட்டாய பாடமாக வைக்கவேண்டியது அவசியம் தானே. ஆகையால் தமிழை உடனே கட்டாய பாடமாக வைக்கவேண்டும்” என்று வாதித்தார்.

தலைவர் “சரி, நீங்கள் சொல்வது சரிதான். ஆனால் இப்போது ஆந்திரர்கள் ஆந்திர மாகாணத்துக்குப் போராடுகிறார்கள். தமிழர்கள் தமிழ் கட்டாய பாடமாக வேண்டும் என்று வாதாடுவார்களானால் காங்கரஸ் பலவீனமாய் விடுமே. பிறகு எதிரிகள் கைகொட்டி சிரிப்பார்கள்” என்றார். இப்படி இவர்கள் பேச்சில் பல ரசமான மர்மங்கள் வெளியாயின.

சட்டசபைக் காங்கரஸ் மெம்பர்கள் கருத்து?

1. தமிழைக் கட்டாயமாக்கினால் காங்கரஸ் பலவீனப்படும். இதன் மர்மம் என்ன? தாய் பாஷையில் ஜனங்களுக்கு மூடத்தனம் நிரம்பியிருக்க வேண்டும் என்பது காங்கரசின் முழுக் கொள்கை போல் இருக்கிறதல்லவா? தமிழர்கள் தமிழைக் கட்டாயமாக்க வேண்டும் என்று போராடினால் உடனே பிராமணர்கள் சமஸ்கிருதம் வேண்டும் என்பர். அதனால் காங்கரசுக்குள் தமிழ்க் கட்சி, சமஸ்கிருதக்கட்சி எனக் கட்சிகள் தோன்றிவிடும். அது காங்கரசுக்குப் பலவீனமாகும். ஆகவே காங்கரசுதான் முக்கியமே தவிர, நமது சட்ட சபை மெம்பர்களுக்குத் தங்கள் தாய்பாஷை, தேசமக்களின் ஞானம் என்ற இவற்றில் முக்கிய கருத்தில்லையென்று படுகிறதல்லவா?

2. இப்போதுதான் தமிழர் சிலர் தமிழ் படித்து வித்வான்களாக வந்திருக்கின்றனர். இவர்களால்தான் பார்ப்பனரல்லாதார் கட்சி வளம் பெறுகிறது. இவர்கள்தான் தமிழர் நாகரிகம், ஆரிய நாகரிகம் என்று பிரித்துப் பார்ப்பனர்களைத் தூஷிக்கின்றனர். இந்த நிலையில் தமிழ் கட்டாயமாய் விட்டால் தமிழர், வங்காளிகளைப் போல ஓங்கி உயர்ந்து விடுவர். பிறகு பார்ப்பனர் தலைகுனிந்து வணங்கிப்போக வேண்டிவரும். இது இரண்டாவது மர்மம். இதனால், காங்கரசில் இருக்கும் பார்ப்பனர்கள் யாவரும் ஒருமுகமாய் தமிழ் கட்டாயமாகக் கூடாது என்பதன் நோக்கம் தமிழர்களை தமிழறியாத மூடர்களாக்கி விடவேண்டுமென்பது எனத் தெரிகிறதல்லவா?

சட்ட சபைத் தமிழன் அறியவேண்டியது

3. தமிழ் கட்டாயமாய் விட்டால், சமஸ்கிருதத்துக்கு இடமில்லாமல் போய்விடும். சமஸ்கிருதம் படிப்பவர் இல்லாமல் போய்விடுவர். ஏற்கனவே அது பேசுவாரற்று செத்துப்போய் கிடக்கிறது. இதற்கு ஆக்கம் தேடவேண்டுமானால், தாய் பாஷையை - தமிழை - கட்டாயமாக்கக் கூடாதாம், சமஸ்கிருதம் தலையெடுத்தால் தமிழ் நாட்டில் பிரமத்துவேஷம் நீங்கிவிடுமாம்! எப்படியென்றால், இந்தியென்பது சமஸ்கிருதத்தின் வேறொரு தோற்றமே. கட்டாய இந்தி ஒரு பக்கம் நிற்க, தாய் பாஷையின் ஸ்தானத்தில் சமஸ்கிருதம் வீற்றிருக்க பாஷா பாடமல்லாத இதர பாடங்களை 100-க்கு 80 சமஸ்கிருத பதம் கலந்த மிலேச்ச தமிழில் கட்டாயமாகக் கற்பிக்கத் தொடங்கினால், சுத்த தமிழ் என்பது மாண்டுமறையும். அதனால் தான் இப்போது வந்திருக்கும் கணக்கு, விஞ்ஞானம், சரித்திரம், பூகோளம் முதலிய பாடபுத்தகங்கள் 100-க்கு 80, 85 வீதம் சமஸ்கிருத பதம் செறிந்த மிலேச்சத் தமிழில் எழுதப்பட்டிருக்கின்றன. பிறகு, தமிழர்கள் “தூய தமிழ்” “செந்தமிழ் மணம்;” “தமிழ் நாகரிகம்” என்றெல்லாம் பேசமாட்டார்கள். “இப்படி நாலாவகையிலும் சமஸ்கிருதத்துக்கு வழி செய்து விட்டால், பிரமத்துவேஷமே

தலைகாட்டாமல் போய்விடும்" என்று காங்கரஸ் பார்ப்பனர் கருதுகின்றார்களென்று தெரிகிறது. வடநாட்டுக் காங்கரஸ் தலைவர்கள் பாஷையெல்லாம் சமஸ்கிருதத்தின் வழிவந்தவை, அதனால் அவர்கள் சமஸ்கிருதம் தமிழ் நாட்டில் ஆதிக்கம் பெறுவது நல்லதென்று கருதுகிறார்கள். மேலும் அவர்களுக்குத் தென்னாட்டுப் பார்ப்பனரின் சூழ்ச்சிவகையும், தமிழின் தனிப்பட்ட சிறப்பும் தெரியாது. மேலும், அவர்களுக்கு போதுமான பாஷா ஞானமும் கிடையாது. இவைகளைச் சட்ட சபையிலிருக்கும் தமிழன் நன்றாய் அறிய வேண்டும்.

தமிழா மயங்காதே

ஆகவே ஏ, சட்டசபைத் தமிழா! நீ சர்வமுட்டாள் அல்ல. தாய் நாட்டுக்குத் துரோகம் செய்யும் தறிதலையல்ல. தாய் பாஷையைக் கட்டாயமாக்கக் கூடாதென்று கருதித்திரியும் சண்டாளனல்ல. நீ தமிழன்; உன் தந்தை தமிழன்; உன் தாய் தமிழ் மகள்; உற்றார் தமிழர், உறவினர் தமிழர். உனது முறுக்கேறிய நரம்புகளில் ஓடுவது வீரத்தமிழர் குருதி. கட்டாய இந்தியால், உன் தமிழ் நாலா வகையிலும் நசுக்கப்படுகிறது. பாஷா பாடங்களைத் தமிழில் கற்பிப்பதால் தமிழ் விருத்தியாய் விடும் என்று கருதி மயங்காதே! தனராசி எண், ரிணராசி எண், வியாசார்த்தம், அனுபூரகம், குணரங்கம் என்றெல்லாம் உன் தமிழ் பாஷையில் நீ கேட்டதுண்டா? இவையெல்லாம் உன் தாயை, உன் தமிழைக் கொல்லுவதற்குப் பார்ப்பனர் விடும் அம்புகள் என்று நினைக்கின்றாயா? நீ காந்தியைக் கும்பிடு; உன் சி. ஆரைக் கட்டிக் கொண்டு அழு; உன் காங்கரஸை மோக்ஷ சாதனம் என்று பின்பற்று; ஆனால், அவர்கள் பேச்சு வழி நின்று உன் தாயை - உன் தமிழை - இம்சிக்காமல், தமிழைக் கட்டாய பாடமாக்க வேண்டுமென்று இப்போதே தீர்மானிப்பாயாக. இல்லையானால், தமிழைக் கட்டாயமாக்க வேண்டுமென்று முயலாயானால், நீ உன் நாட்டுக்குத் துரோகியாவாய்; உன் நாட்டு மொழிக்குத் துரோகியாவாய்; உன் நாட்டின் கலைக்கு விரோதியாவாய். நீ மானமுள்ள தமிழனானால், மதி மிகுந்த தமிழனானால் உன் பெற்றோரின் தமிழ் ரத்தம் உன் உடலில், நரம்பில், உதிரத்தில் தோய்ந்திருக்குமானால், இப்பொழுதே - ஏன் இன்றே - எங்கள் நாட்டில் எங்கள் தாய்மொழி கட்டாயமாக்கப்பட வேண்டுமென்று ஒரு தீர்மானம் அனுப்புவாயாக.

உங்கள் தலைவர் சி.ஆர். அவர்கள் தமிழினிடத்தும், தமிழ் பிள்ளைகளிடத்தும் மிகுந்த அன்புடையவர் என்று சொல்லுகிறாரே, அவரே தமிழன் என்று சொல்லிக் கொள்ளுகிறாரே, உண்மையில் அவர் தமிழனானால் தமிழ் மொழி விருத்தியாக வேண்டுமென்ற எண்ணமுடையவரானால், தமிழை - தாய் பாஷையை - இந்தியைச் சொன்னதைப் போலக் கட்டாய பாடமாக்க வேண்டுமென்று ஏற்பாடு செய்திருக்க மாட்டாரா? தமிழை ஒவ்வொருவரும் கட்டாயம் படித்தால்தானே தமிழ் கலைச் சொற்களையுண்டு பண்ண முடியும். "தமிழைக் கட்டாயமாக்க மாட்டோம், எங்கள் சமஸ்கிருதம் இல்லாமல் போகும். உங்கள் தமிழ் கெட்டாலென்ன" என்று கருதும் பார்ப்பன மனப்பான்மை எங்கே அவரை விட்டது? தமிழில் ஆபாசமான நடையில் சில கதைகள் எழுதிவிட்டு, "எனக்குத் தமிழில் எவ்வளவு ஆசையிருக்கிறது தெரியுமா" என்கிறார். இவற்றைக் கேட்டு வாய் பிளக்கும் மூடமக்களைப் போல, நீங்களும் உங்கள் தமிழைக் கட்டாயமாக்க முயற்சி செய்யாமல் இருப்பது உங்கள் தகுதிக்கு அடுக்குமா? நீங்கள் தன் உணர்ச்சியில்லாத விலங்குகளா? தாய் பாஷையில் அபிமானமில்லாத தசைப்பிண்டங்களா?

துரோகியாகப் போகிறாயா?

காற்றுள்ளபோதே தூற்றிக்கொள் என்பது ஒத்து 100-க்கு 95 பேர் தமிழ் தெரியாமல் இருக்கும்போதே சமஸ்கிருதத்தை தாய் பாஷையாகவும், இந்தியைக்

கட்டாய பாஷையாகவும், ஆங்கிலத்தை ராஜாங்க பாஷையாகவும் வைத்து, தமிழ்ப் பதங்களை எல்லாம் போக்கி, சமஸ்கிருதமாக்கி, தமிழன் மானத்தை தமிழன் பிதிரார்ஜித பாஷையை, தமிழன்னையைக் கெடுப்பதற்காக உங்கள் சி.ஆர். உள்ளிட்ட பார்ப்பனர்கள் தந்திரமாய் வேலை செய்யும்போது, தமிழனாகிய நீ! தமிழைக் கட்டாய பாடமாக்கி, தமிழன் ஒவ்வொருவனும் தமிழை நன்றாகக் கற்றிருக்க வேண்டுமென்று முயற்சி செய்யாத நீ! தமிழ் கெட்டாலும் கெடட்டும், தமிழர்கள் மானமழிந்தாலும் அழியட்டும், நான் காங்கரஸ் செய்யும் எல்லா அயோக்கியத்தனத்துக்கும் உள்ளாகியிருப்பதே போல, என் தாய் பாஷையை என் அருமைத் தலைவர் சி.ஆர். அவர்களும் அருமைத் தோழர்களான பார்ப்பனர்களும் கூடிக் கொலை செய்வதற்குத் துணையிருப்பேன் என்று நினைக்கிறாயா? தேசத்தின் பெயரையோ சமூகத்தின் பேரையோ, அரசியல் கொள்கையின் பெயரையோ சொல்லிச் சிறை சென்றவர் எல்லா நாட்டிலும் உண்டு. நீ, விரும்பும் இந்தி பேசும் நாட்டிலும் உண்டு. தான் பேசும் பாஷை குறித்து சிறை புகுந்த தீரம் தமிழனுக்கு உண்டு! தாய் பாஷைக்காகச் சிறை புகுந்தான், புகுகிறான், புகுவான்; தடியடி பட்டான், படுகிறான், படுவான்; சகல துன்பங்களையும் அனுபவிப்பான், அவன் பேசும் தமிழை தாய் பாஷையாக உடைய நீ இப்படித் தாய் பாஷையை கட்டாயமாக்கக் கூடாது என முயலும் துரோகியாகப் போகிறாயா? போவாயானால் ஏ,துரோகி உன் சட்டசபை வாழ்வுக்குச் சாவுமணி அடிக்கப்பட்டதென்று எண்ணிக்கொள்.

குடி அரசு - 04. 09. 1938

கோவை தமிழர் படை
பவானியில் மாபெருங் கூட்டம்
காங்கரஸ் காலித்தனம்

இன்று இங்கு தமிழர் படை வந்திருக்கிறது என்றும், அந்தப்படை வரவேற்புக் கூட்டத்தில் கலந்து கொள்வதற்கே தான் வந்திருப்பதாகவும், இந்த ஊருக்கு தான் 10, 12 வருடத்திற்கு முன் வந்து பேசி இருப்பதாகவும், இன்று தமிழர் படை செல்வதின் நோக்கத்தைப்பற்றிப் பேசப்போவதாகவும் கூறினார்.

இது சமயம் பார்ப்பனரால் தூண்டப்பட்ட ஒரு பார்ப்பனரல்லாத கூலி "வந்தே மாதரம்" என்று கூறினார். அதற்குத் தோழர் ஈ.வெ.ரா. அவர்கள் "இப்போது வந்துதான் ஏமாற்றுகிறீர்களே இன்னுமா ஏமாற்ற வேண்டும்?" என்று கூறிவிட்டு தான் கூறுவதில் ஏதாவது ஆட்சேபணை இருந்தால் நாளைக் கூட்டம் போட்டு பதில் கூறுங்கள். இல்லாவிட்டால் பேசுவதில் ஏதாவது சந்தேகமேற்பட்டால் சந்தேகங் களை தலைவர் மூலம் எழுதிக்கொடுத்தால் பதில் சொல்வதாகவும், வீணில் கூட்டத்தில் கலகம் செய்து காலித்தனம் செய்தால் நான் பயந்து விட்டு ஓடி விடப் போவதில்லையென்றும், தான் இந்த ஊரில் பழகினவரென்றும் தன்னை பயமுறுத்தினால் பயந்துவிடமாட்டாரென்றும், இவர்கள் கலகம் செய்வதால் இவர்கள் சூழ்ச்சிகளை வெளியிலெடுத்துக் கூறத் தனக்கு நல்ல சந்தர்ப்பம் ஏற்பட்டு விட்டதென்றும் கூறி பேச்சு சுதந்திரம் வேண்டும் என்று கூறும் இவர்கள், ஒருவர் தனது அபிப்பிராயத்தைக் கூற விடாமல் விஷமத்தனம் செய்தால் ஜனங்கள் இவர்கள் வண்டவாளத்தை அறிந்து கொள்ளுவார்களென்ற அச்சமா என்றும் காங்கரஸ் காரர்கள் சட்டசபைக்குப் போவதற்கு ஓட்டு கேட்கும் போது புதிய சீர்திருத்தத்தை உடைக்கப் போவதாகவும், வரி குறைக்கப் போவதாகவும் ஓட்டுக் கேட்டார்கள் என்றும், இன்று மாதிரி அந்த புதிய சீர்திருத்தத்தை உடைத்தார்களா? வரியைக் குறைத்தார்களா? எந்தச் சட்டத்தை உடைக்கிறேன் என்று கூறினார்களோ அந்த சட்டத்தின் கீழே இன்று அரசாட்சி செய்கிறார்கள் என்றும், வரியைக் குறைப்போம் என்றவர்கள் இன்று புதிய வரிகளைப் போடுகிறார்கள் என்றும், நாங்கள் வந்தால் வெள்ளைக்காரனைத் துரத்துவோம் என்றவர்கள் இன்று வெள்ளைக்காரனை ரோஜாப்புச் செடியென்றும், அவர்கள் ஞானாசிரியர்களென்றும் கூறி அவர்கள் காலில் விழுந்து கொண்டிருக்கிறார்களென்றும்தான் காங்கரசை பார்ப்பன சபை என்று கூறி வருவதாகவும் அதனால் தன்னை வகுப்புவாதி என்று சில பார்ப்பனக் கூலிகளும், பார்ப்பனர்களும் கூறுகிறார்கள் என்றும் குறிப்பிட்டார்.

மேலும் குறிப்பிட்டதாவது:-

இன்று சட்டசபையில் பாமர மக்களை ஏமாற்றி மெஜாரட்டியாக காங்கரஸ் காரர்கள் வந்தார்கள். வந்ததும் பத்து மந்திரிகளில் 4 ½ மந்திரிகள் பார்ப்பனர்கள். அதில் பொறுப்பான உத்தியோகம் பார்ப்பனர்களுக்கே கொடுக்கப்பட்டிருக்கிற தென்றும், உபயோகமில்லாத உத்தியோகங்களே பார்ப்பனரல்லாதார்களுக்குக் கொடுக்கப்பட்டிருக்கிறதென்றும், முதல் மந்திரி பதவியும் ஒரு பார்ப்பனருக்கே கொடுக்கப்பட்டிருக்கிறதாகவும், அதுவும் போலீசும், பண இலாகாவும் அவருக்கே கொடுக்கப்பட்டிருக்கிறதென்றும் பேசிக்கொண்டு வரும்போது பார்ப்பனர்களால் தூண்டப்பட்ட சிலர் கீழ்க்கண்ட கேள்விகளைக் கேட்டார்கள். தோழர் ஈ.வெ.ரா. அவர்கள் ஆணித்தரமான பதில் கூறினார்.

அவை வருமாறு:-

கேள்விகள்

1. உங்களுடைய ஜஸ்டிஸ் கட்சியாரின் 20 வருட ஆட்சியில் ஏன் சமஸ்கிருத பாஷையை எடுக்கக்கூடாது? அது பார்ப்பனருடைய ஆட்சிக்கு ஆதரவா?
2. 1914-ம் வருடம் ஹிந்தி வேண்டுமென்று பேசினது உண்டா இல்லையா?
3. தாங்கள் காங்கரசில் சேர்ந்து உழைத்தது உண்டா இல்லையா?
4. தங்களால் "விடுதலை"யில் புகழப்பட்ட ஸ்டாலின் ஜகதீசனின் நிலைமை என்ன? அவர் இப்போது எங்கே இருக்கிறார்?
5. தாங்கள் ஏன் காங்கரசை விட்டு விலகி விட்டீர்?
6. தமிழை ஆதரிக்கும் தங்கள் "விடுதலை"ப் பத்திரிகை ஏன் "விடுதலை" என்று இந்த 'லை' போட வேண்டும்?
7. ஆரியர்கள் யார்? இவர்கள் விருந்தாந்தம் என்ன? தாங்கள் அந்த வர்க்கத்தைச் சேர்ந்தவரா அல்லவா?

ஈ.வெ.ரா. பதில்

1. ஜஸ்டிஸ் கட்சியார் ஆட்சியிலிருக்கும்போது அந்தச் சட்டப்படி அவர்கள் ஒன்றும் செய்ய முடியாதென்றும், அவர்கள் கவர்னர் சொல்லுகின்றபடி தான் நிர்வாகம் நடத்த முடியும் என்றும், அப்பொழுதும் தங்களால் ஆனதை மக்களுக்கு செய்தார்களென்றும் கூறிவிட்டு, இன்று அரசாட்சி செய்யும் காங்கரஸ் மந்திரிகள் அவர்கள் வெறுத்த புதிய சட்டத்தின் கீழ் அரசாட்சி செய்கிறார்களென்றும் அவர்களுக்கு முன்னிருந்ததைவிட, எவ்வளவோ அதிகாரம் இருக்கிறது என்றும் இந்தக் கேள்வி கேட்டதிலிருந்து கேட்டவருக்கோ கேட்கும்படி தூண்டியவர்களுக்கோ அரசியல் ஞானம் இல்லை என்று தெரிகிறது.
2. 1914 ஆ எனக்கும் அரசியலுக்கும் சம்மந்தமில்லை. இருந்தாலும் இஷ்ட முள்ளவர்கள் எந்த மொழியையும் படிக்கட்டும். அதை விட்டுவிட்டு கட்டாயம் என்று சொல்லி சிறுவர்களைக் கெடுப்பதையே எதிர்க்கிறேன்.
3. ஆம்.
4. தோழர் ஸ்டாலின் ஜெகதீசனை இப்போதைய சர்க்கார் விலைக்கு வாங்கிக் கொண்டார்கள். அதனால் தான் அவனை விரட்டி அடிக்கப்பட்டு விட்டது.

இப்பொழுது கல்லு பிள்ளையார் போல் தமது சொந்த ஊரில் சுகவாசியாக இருக்கிறார்.

5. காங்கரசில் அயோக்கியர்களும், புரட்டர்களும், ஏமாற்றுக்காரர்களும், சூழ்ச்சிக்காரர்களும் இருந்து கொண்டு மக்களை ஏமாற்றி வருவதால் அதை விட்டு விலகினேன்.

6. அது மாணவர்கள் நன்மைக்கும், தமிழ்ப் பண்டிதர்கள் சௌகரியத்திற்குமே தான்.

7. ஆரியர்கள் என்பவர்கள் ஆடு மாடு மேய்த்துக் கொண்டிருப்பவர்களென்றும், அவர்கள் மத்திய ஆசியாவிலிருந்து இங்கு பிழைக்க வந்தவர்களென்றும் பல சரித்திரங்களிலிருக்கிறது. அதுதவிர இது பற்றிப் பள்ளியில் மாணவர்களுக்கும் பாடப் புத்தகங்கள் இருக்கின்றன.

குடி அரசு - 11. 09. 1938

நான் சிறை புகுந்தால்?

அன்புமிக்க சுயமரியாதைத் தோழர்களே! இந்தி எதிர்ப்புத் தோழர்களே!!

நான் இன்று சென்னைக்கு செல்லுகிறேன். பார்ப்பன ஆட்சி அடக்குமுறையின் பயனாய் அநேகமாக 11-ந் தேதி கைது செய்யப்பட்டு விடுவேன்.

எனக்கு சுமார் மூன்று நான்கு வாரங்களுக்கு முன்பே வாரண்டு பிறப்பிக்கப் பட்டுவிட்டது என்றும் என்னை சென்னைக்கு வெளியில் பிடித்தால் கிளர்ச்சி பலப்பட்டுவிடுமோ என சர்க்கார் யோசித்து நான் சென்னைக்கு வந்தவுடன் கைதியாக்கிவிட வேண்டுமென்று காத்திருக்கிறார்கள் என்றும் கொஞ்ச நாளைக்கு முன்பே கேள்விப்பட்டேன். என்றாலும் கொஞ்ச நாள் வரையில் நான் சென்னைக்கு வருவேன் என்று சர்க்கார் காத்திருந்து பார்த்துவிட்டு அப்புறம் சென்னைக்கு வெளியில் வந்து என்னை கைதியாக்குவார்கள் என்று கருதி நானும் கொஞ்சநாள் தயாராக காத்திருந்து பார்த்தேன். ஆனால் என்ன காரணத்தினாலோ சர்க்கார் அந்தப்படி செய்ய துணிவு கொள்ளவில்லை என்பது எனக்கு தெரிந்துவிட்டது.

சர்க்கார் மனோபாவம்

சர்க்கார் தங்களுடைய அபிப்பிராயத்துக்கு மாறுபட்டவர்கள் எவ்வித எதிர்ப்பு கிளர்ச்சியும் செய்யக்கூடாது என்கின்ற கடுமையான மனோபாவத்துடன் இருக்கிறார்கள் என்பதற்கும் மீறி யாராவது ஏதாவது செய்தால் அதைக் கொடுமையான அடக்குமுறைகளைக் கையாண்டு எப்படியாவது அடக்கிவிட வேண்டும் என்கிற துணிவு கொண்டு விட்டார்கள் என்பதற்கும் போதுமான ருஜுவு சர்க்கார் இதுவரை பல பிரபலஸ்தர்கள் தலைவர்கள் உள்பட மூன்று மாத காலமாக சுமார் 300 பேர்கள்வரை கைதியாக்கி கடினமாக தண்டித்ததிலிருந்தும் மற்றும் சர்க்கார் மந்திரிகள் கடற்கரை கூட்டங்கள் வெளிப் பொதுக்கூட்டங்கள் காங்கரஸ் மகாநாடு கூட்டங்கள் சட்டசபை மீட்டிங்குகள் முதலியவைகளில் பேசிய பேச்சுக்களில் இருந்தும் நன்றாய் விளங்கிவிட்டதுடன் மேலும் இந்த முறை களினால் அதாவது இப்போது சர்க்கார் கையாண்டு வரும் அடக்குமுறையினால் எதிர்ப்பு கிளர்ச்சி நசுக்கப்படவில்லையானால் இன்னமும் கொடுமையான - கடுமையான அடக்குமுறைகளை உண்டாக்கியாவது அழித்துத் தீருவது என்கின்ற முடிவுக்கு சர்க்கார் வந்திருப்பதாக சொல்லிக் கொள்ளுவதிலிருந்தும் தெளிவாகி விட்டது.

இனியும் தெளிவாக வேண்டுமானால் சர்க்கார் உத்திரவை எதிர்ப்பவர்கள் மீது (TREASON) ராஜ துரோக சதிக்குற்றச்சாட்டு செய்து ஆயுள் காலம் அல்லது

தூக்கு தண்டனை வரை கையாட வேண்டும் என்று தோழர் சத்தியமூர்த்தியார் கனம் ஆச்சாரியாருக்கு புத்தி கூறியதிலிருந்தும் அதற்கு ஏற்ற மாதிரியான மந்திரிசபை நடவடிக்கைகளை காங்கரஸ்காரர்கள் முழுமனதுடன் ஆதரிக்கிறார்கள் என்பதிலிருந்தும் பார்த்துக் கொள்ளலாம்.

எனது கடமை

எனவே இது சமயம் என்னுடைய கடமை என்னவெனில் இந்தி கட்டாய கற்பிப்பை ஒழிக்கச் செய்வதற்கு முன்பு நான் வெகுகாலமாகவே சொல்லிக் கொண்டு வந்தது போலும் வருவது போலும் காங்கரஸ் பார்ப்பன ஆட்சி என்றும் அது வருணாச்சிரம தர்மத்தை அமலுக்கு கொண்டு வந்து நிலை நிறுத்துவதற்கு ஆகவே பாடுபடுகிறது என்றும் இப்படிப்பட்ட ஆட்சியில் மனிதன் வாழ்வதைவிட கொடும்புலி வாழும் காட்டு வாழ்வே மேல் என்றும் நான் கருதுவதை சரியென்று பொது ஜனங்கள் கருதுவதற்கு வேண்டிய ஆதரவுகளை காட்டிவிட வேண்டியது முக்கியமான காரியம் என்று கருதுகிறேன். ஆதலால் அதற்கு ஏற்ற காரியங்களை பார்ப்பன மந்திரிகள் ஆட்சியானது செய்யும்படி செய்ய கிடைத்த சந்தர்ப்பத்தை விட்டுவிட மனமில்லை. அதற்கு ஆகவே எந்த விதத்திலும் சிறிதும் பலாத்காரம் இல்லாததும் நியாயமான மனப்பான்மை உள்ள உண்மையாளர்களின் மனம் சிறிதும் நோகாததுமான முறையில் வெகு ஜாக்கிரதையுடனே செய்யப்பட்டு வருகிற இந்த இந்தி எதிர்ப்புக் கிளர்ச்சியில் பங்கெடுத்துக் கொண்டிருக்கிறேன்.

எனது விண்ணப்பம்

மற்றும் எந்த விதமான சட்டத்தையும் எந்த விதமான அடக்குமுறை உத்திரவையும் மீறாத முறையிலேயே இதுவரை கிளர்ச்சி நடந்து வரவும் என்னாலான துணைபுரிந்தும் வந்திருக்கின்றேன் என்பதோடு நானோ மற்றும் இந்தி எதிர்ப்புக் கமிட்டியோ இந்தி எதிர்ப்பு சம்மந்தமான தனிப்பட்ட நபரோ கண்டிப்பாக அஹிம்சையுடனும் பலாத்காரம் இல்லாமலும், துவேஷம் மனக்கசப்பு இல்லாமலுமே பேச்சு காரியம் முதலியவைகளில் மிக்க கவனம் செலுத்தி வந்திருக்கிறோமாதலால் இனியும் அப்படியே நடந்துவர வேண்டும் என்றும் கண்டிப்பாக தெரிவித்துக் கொள்வதுடன் ஒவ்வொருவரும் அதை மனமொழி மெய்களால் கண்டிப்பாய் அனுசரிக்க வேண்டுமென்றும் கேட்டுக்கொள்ளுகிறேன்.

சுயமரியாதைக்காரர் கடமை

சுயமரியாதை இயக்கத்தைச் சேர்ந்தவர்களுக்கு ஒரு வார்த்தை. மக்களுக்கு சுயமரியாதை உணர்ச்சியை ஊட்ட இதைவிட நல்ல சமயம் கிடைப்பதரிதாதலால் அவர்கள் எல்லோரும் இந்த இந்தி எதிர்ப்புக் கிளர்ச்சியை சாந்தமும் சமாதானமுமான முறையில் நடத்தி கொடுமையான அடக்குமுறைக்கு மகிழ்ச்சியோடு ஆளாகி பார்ப்பன ஆட்சியின் யோக்கியதையை வெளியாக்கி விட வேண்டியது அவர்களது உண்மையான கடமையாகும்.

ஏனெனில் இப்படிச் செய்வதன் மூலம் நாம் ஏன் பார்ப்பனீயம் கூடாது என்கிறோமென்பது இதன்மூலம் விளக்கப்பட்டுவிடும்.

இந்தி எதிர்ப்பு இயக்க நிலை

இந்தி எதிர்ப்பு இயக்கம் அதன் எதிரிகளுடைய சூழ்ச்சி-விஷம- நாணையமற்ற - இழிவான பல எதிர்ப்புகளைத் தாண்டி இதுவும் ஒரு பொதுஜன இயக்கம் தான் என்று இந்தியா முழுமையும் வெளிநாடும் மதிக்கப்படத்தக்க நிலைக்கு வந்து விட்டது. அன்றியும் சர்க்கார் தங்களுடைய வெறுக்கத் தகுந்த கடைசி ஆயுதத்தைப் பிரயோகப்படுத்த வேண்டிய அவசியத்திற்குக் கொண்டு வந்துவிட்டது.

தமிழ்நாடோ சென்னை மாகாணமோ மாத்திரமல்லாமல் இந்தியா பூராவும் சென்னை சர்க்காரை எள்ளி நகையாட வேண்டிய நிலைமைக்குக் கொண்டு வந்து விட்டது. இந்தியா பூராவிலும் உள்ள அரசியல் தலைவர்கள் பிரதான புருஷர்கள் கவனிக்கப்படத்தக்க பத்திரிகைகள் எல்லாம் ஒரே அபிப்பிராயமாக இந்தி எதிர்ப்புக்குத் தலை கொடுக்க முடியாமல் சென்னை சர்க்கார் கையாளும் முறையைப் பற்றி கவனித்துக் கண்டிக்கும்படியான நிலைமையை உண்டாக்கிவிட்டது. இது வரை காங்கரஸ்காரர்கள் பிரிட்டிஷ் ஆட்சியையும், ஜஸ்டிஸ் மந்திரி ஆட்சியையும் பற்றி என்னென்ன குற்றம் குறை கூறி வந்தார்களோ அவற்றையெல்லாம் இன்றைய காங்கரஸ் சர்க்கார் செய்து தீரவேண்டிய அவசியத்திற்கும், அப்படி செய்யப்பட்ட காரியங்களுக்கு அந்தக்கால ஆட்சி என்ன சமாதானம் சொல்லிற்றோ அதே சமாதானத்தை தேடிக் கண்டுபிடித்து சொல்லித் தீரவேண்டிய நிலைமைக்கும் கொண்டு வந்துவிட்டுவிட்டது.

கவலை வேண்டாம்

ஆதலால் நமது கிளர்ச்சி பயன் கொடுக்கவில்லை என்பதாக நாம் சிறிதும் நினைக்க வேண்டியதில்லை. மற்றும் இது வெற்றி பெறுமா தோல்வியுறுமா என்பதாகவும் நாம் சிறிதும் கவலைப்பட வேண்டியதில்லை. நம் கடமையைச் செய்கிறோமா, செய்தோமா இல்லையா என்பதேதான் நாம் இனி யோசிக்கப்படத் தக்கதாகும்.

நாம் பெற்ற வெற்றி

காங்கரஸ் சுமார் 18 வருஷ காலமாக செய்துவந்த எதிர்ப்புக் கிளர்ச்சிகள் ஒன்றிலாவது வெற்றிபெற்றது என்பதாக காங்கரசே சொல்லும்படியான காரியம் ஒன்றுமே இல்லை. காங்கரசானது எதிர்ப்பின் பேரால் சட்டம் சமாதானம் நல்ல ஆட்சி முதலியவைகளுக்கு விரோதமாக செய்து வந்த காரியங்களில் நாம் நூற்றிலொரு பங்குகூட இன்னம் செய்யவில்லை. கோடிக்கணக்கான ரூபாய் வசூல் செய்து அவற்றை சரியான கணக்கு காட்ட முடியாதபடி செலவு செய்தும் லக்ஷக் கணக்கான பேர்கள் சிறை சென்றும் பலர் அடிபட்டும் சிலர் மடிந்தும்கூட ஒரு காரியத்திலாவது எவ்வித வெற்றியும் பெறாமல் நிபந்தனை கொடுத்து ஜெயிலில் இருந்து வெளிவந்து தேர்தலில் ஓட்டுப் பெற மாத்திரம் பயன்பட்டது என்றால் இப்போது நாம் செய்த கிளர்ச்சிக்கும் சிறை சென்ற தொண்டர்களுக்கும், பொது ஜனங்களால் கொடுக்கப்பட்ட பணத்துக்கும் செலவிடப்பட்ட முறைக்கும் மற்றும் அனுபவித்த கஷ்ட நஷ்டத்திற்கும் இதைவிட என்ன அதிகமான வெற்றியை எதிர்பார்க்க முடியும்?

சிறை நோக்கிச் செல்கின்றேன்

எனவே காங்கரசின் கிளர்ச்சி, தியாகம், போர் முதலானவைகள் எல்லாம் ஓட்டுப்பெறவே ஒழிய எதிரியிடம் காரியம் வெற்றி பெறுவதற்கு அல்ல என்பது நமக்கு பட்டாங்கமாய் தெரிந்துவிட்டதால் நமது எதிர்ப்பும், கிளர்ச்சியும், தியாகமும், கோரும் காரியம் வெற்றி பெறுவதற்கு பயன்படாவிட்டாலும் பாமர மக்கள் இனிமேலாவது ஏமாறாமல் உண்மை கண்டு மனம் திரும்பவாவது பயன்பட்டால் அதுவே போதுமானதாகும். ஏதோ ஒரு வழியில் இப்படிப்பட்ட ஒரு காரியத்தை அதிகமாய் கஷ்ட நஷ்டமில்லாமல் சாவதானமாய் சந்தோஷமாய் சுளுவில் நடத்திக் கொண்டிருக்க இந்த சர்க்கார் இடம் கொடுத்துக் கொண்டிருப்பதே நமக்கு ஒரு எதிர்பாராத வெற்றி என்று கருதவேண்டும்.

இந்தி கட்டாய முறையை ஒழிக்க சர்க்கார் கண்ணியமான முறையில் ஒப்புக் கொள்ளாவிட்டாலும் நமது கிளர்ச்சியானது முறையே நடந்து கொண்டிருப்பதால் சர்க்காரை அறியாமலே அந்த நமது இலட்சியம் கைகூடும்படியான நிலைமை ஏற்பட்டுவிடும் என்பதில் எனக்கு நம்பிக்கை இருக்கிறது. அதோடு பொது ஜனங்களது அபிப்பிராயமும் ஆதரவும் நமக்கு சாதகமாய் இருக்கும் என்பதிலும் எனக்கு நம்பிக்கை இருக்கிறது என்பதோடு இந்தி எதிர்ப்புக்காரரும், சுயமரியாதைக்காரரும், ஜஸ்டிஸ்காரரும், முஸ்லிம் லீக்குகாரரும் மற்றும் காங்கரஸ் நடப்பும் போக்கும் பிடியாதவர்களும் ஒன்று சேர்ந்து காரியம் செய்யவும் இந்த இந்தி எதிர்ப்பு கிளர்ச்சி ஒரு பெரும் சாதனமாகும் என்பதை தெரிவித்துக் கொண்டு இன்று சிறை வாயிலை எதிர்நோக்கி சென்னை செல்லுகின்றேன்.

குடி அரசு - 11. 09. 1938

279

நமது வேண்டுகோள்

தேச விடுதலைக்காக காங்கரசில் சேர்ந்து உழைத்த அனுபவத்தினால் இந்திய விடுதலைக்கு வெள்ளைக்கார ஆட்சியைவிட பார்ப்பனீயக் கொடுமையே பெரிய தடையாக இருக்கிறதென்றும் காங்கரசில் இருந்து கொண்டு அந்தப் பார்ப்பனீயக் கொடுமையை ஒழிக்க முடியாதென்றும் உணர்ந்த தோழர் ஈ.வெ.ரா. காங்கரசி லிருந்து விலகி சுயமரியாதை இயக்கம் கண்டு அவரது சக்திக்கும் புத்திக்கும் இயன்ற படி உழைத்து வரவே பார்ப்பனீயத்துக்குப் பார்ப்பன மதமும் பார்ப்பனர் சிருஷ்டித்த கடவுள்களும் பெருந்துணையாயிருப்பதினால் பார்ப்பன மதமும் பார்ப்பனர் சிருஷ்டித்த கடவுள்களும் ஒழிந்தால்தான் பார்ப்பனீயம் அழியுமெனக் கண்டு பார்ப்பன மதத்தையும் பார்ப்பனர் சிருஷ்டித்த கடவுள்களையும் தாக்கி வரலானார். அதனால் தென்னாட்டுப் பார்ப்பன சமூகம் முழுதும் அவருக்கு எதிரியாயிற்று. எல்லாத்துறைகளிலும் பார்ப்பனர் ஆதிக்கமே இருந்து வந்ததினால் பலவழியிலும் தோழர் ஈ.வெ.ரா. ஹிம்சிக்கப்பட்டார். டாக்டர் வரதராஜீலு நாயுடு அவர்களை அரசியல் விதவையாக்கி மூலையில் உட்கார வைத்துவிட்டது போல்-தோழர் திரு.வி.கலியாணசுந்தர முதலியார் அவரது தமிழ் உணர்ச்சி முழுமையையும் அடக்கிக் கொண்டு மறைமுகமாகவாவது பார்ப்பனீயத்துக்கு ஆதரவளிக்கும்படி செய்து விட்டது போல் - தோழர் ஈ.வெ.ராமசாமியை அரசியல் சமூக விதவை யாக்கவும் அது சாத்தியமில்லையானால் பார்ப்பனீயத்துக்கு புகழ் பாடும்படி செய்யவும் தென்னாட்டு பார்ப்பன உலகம் பெரிதும் முயன்று பார்த்தது.

ஈ.வெ.ரா. மீது பழி

தோழர் ஈ.வெ.ரா.வை நாஸ்திகன் என்றும் தேசத்துரோகியென்றும் பிராமணத் துரோகியென்றும், சர்க்கார் தாசன் என்றும் இகழ்ந்து கூறி அவர் மீது பொது ஜனங்களுக்கு-முக்கியமாக மத நம்பிக்கையுடையவர்களுக்கு வெறுப்பும் துவேஷமும் உண்டாகும்படி செய்து ஓரளவு வெற்றியும் பெற்றது. ஆனால் தோழர் ஈ.வெ.ரா. வெளியுதவியை நம்பாது தமது சுயபலத்தையும் நாணயத்தையும் நேர்மையையுமே முக்கியமாக நம்பியிருந்ததினால் அவரை எவராலும் அசைக்க முடியவில்லை. ஆகவே பெரிய நெருக்கடிக்கிடையில் - விபீஷணர்களான நம்மவர்களின் தொல்லைகளையும் ஒருவாறு தாங்கிக்கொண்டு கருமமே கண்ணாய் உழைத்து வரும் காலையில் ஏழு மாகாணங்களில் காங்கரஸ் ஆட்சி ஆரம்பமாயிற்று. அதிர்ஷ்டவசமாகவோ, துரதிர்ஷ்டமாகவோ சென்னை மாகாணத்துக்கு தோழர் ஈ.வெ.ரா.வின் பழைய நண்பரான தோழர் ராஜகோபாலாச்சாரியார் முதன் மந்திரியானார். 'பாம்பறியும் பாம்பின் கால்' என்றபடி, தோழர் ஆச்சாரியாருடன்

வெகுநாள் பழகிய தோழர் ஈ.வெ.ரா.வுக்கு ஆச்சாரியாரின் தனிக்குணம் நன்கு தெரியுமாகையினால் அவரது ஆட்சியிலே பார்ப்பனீயத்தை நிலைநாட்டவும் தமிழர்களை ஒடுக்கவும் அவரால் சாத்தியமான காரியங்களையெல்லாம் செய்து விடுவார் என உறுதியாக நம்பி அவரது ஆட்சிப் போக்கை வெகு நுட்பமாக கவனித்துக் கொண்டிருந்தார். ஆச்சாரியாரின் மதுவிலக்குத் திட்டமும் விவசாயிகள் கடன் நிவாரணச் சட்டமும் ஆச்சாரியாரின் அந்தரங்க நோக்கத்தை தோழர் ஈ.வெ.ரா.வுக்கு பளிச்சென்று காட்டிக் கொடுத்தது. பார்ப்பனரல்லாதாரை அடி முட்டாளாக்குவதும் பார்ப்பன அடிமைகளாக்குவதுமே ஆச்சாரியாரின் அந்தச் சீர்திருத்தச் சட்டங்களின் அடிப்படையான நோக்கம் என்பதை உணர்ந்த தோழர் ஈ.வெ.ரா. அவ்விரண்டையும் கண்டித்து விடுதலையிலும் குடிஅரசிலும் பத்தி பத்தியாய் எழுதத் தொடங்கினார். தென்னாடு முழுவதும் சுற்றுப் பிரயாணம் செய்து நூற்றுக்கணக்கான பொதுக்கூட்டங்களிலும் கண்டித்துப் பேசினார். தமிழ்மக்கள் ஆச்சாரியார் சூழ்ச்சிகளை ஓரளவு உணர்ந்து வரும்போது 125 பள்ளிக் கூடங்களில் இந்தி கட்டாயப் பாடத்தை புகுத்த தோழர் ஆச்சாரியார் ஏற்பாடு செய்தார். வருணாச்சிரமக் கொடுமைகளிலிருந்து தமிழர்களை மீட்பதற்கு சுமார் 1 வியாழ வட்ட காலமாக அரும்பாடுபட்டுவரும் தோழர் ஈ.வெ.ரா. தமிழர்களை மீண்டும் ஆரியத்துக்கு அடிமைப்படுத்த இந்தி கட்டாய பாடத்தின் பேரால் - தேசீயப் பொதுமொழியின் பேரால் அடிகோலி வருவதைக் கண்டு தம் முழு சக்தியையும் பிரயோகித்து தோழர் ஆச்சாரியாரை எதிர்ப்பதென முடிவு செய்தார்.

இந்தி கட்டாயப் புரட்டை உணர்ந்தவர் தோழர் ஈ.வெ.ரா. மட்டுமல்ல. சிவமதவாதியான மறைமலையடிகளும், காங்கரஸ்வாதியான தோழர் சோமசுந்தர பாரதியாரும், ஜஸ்டிஸ்வாதியான ஸர்.கெ.வி. ரெட்டி நாயுடு, ஸர்.எம்.கிருஷ்ணன் நாயர், மிதவாதியான தோழர் டி.ஆர். வெங்கட்ராம சாஸ்திரியார், வர்ணாச்சிரம தர்மியான தோழர் சாரநாதய்யங்கார் போன்ற இன்னும் பற்பல தென்னாட்டுத் தலைவர்களும் உணர்ந்து தத்தம் அபிப்பிராயங்களை வெளியிடலாயினர்.

இந்தி எதிர்ப்புக் கமிட்டி

அதன் பயனாக திருச்சியில் தமிழர் மகாநாடு கூட்டப்பட்டதையும் இந்தி எதிர்ப்புக் கமிட்டி ஸ்தாபிக்கப்பட்டதையும் அனைவரும் அறிவர். நாளடைவில் இந்தி எதிர்ப்பு இயக்கம் வலுப்பெற்று வருவது கண்டு, திகைப்படைந்த தோழர் ஆச்சாரியார் இந்தி எதிர்ப்பு இயக்கத்தைத் தமிழர்கள் எல்லாம் ஆதரிக்கவில்லை யென்றும் ஆரிய விரோதியான ஒரு நண்பருடையவும் காங்கரஸ் விரோதியான ஒரு நண்பருடையவும் சூழ்ச்சியே இந்தி எதிர்ப்பு புரளியென்றும் சட்டசபையிலும் பொதுக் கூட்டங்களிலும் பேசத் தொடங்கினார். அதைப் பார்த்து ஆத்திரமடைந்த தமிழர்கள் சிலர் இந்தியை எதிர்ப்பவர்கள் ஆரிய விரோதியும் காங்கரஸ் விரோதியும் அல்லவெனக் காட்ட நேரடியாக தமது எதிர்ப்பை காட்ட முன்வந்தனர். அதன் பயனாக இன்று வரை 310-பேர் சிறை புகுந்திருக்கின்றனர். பலர் வழக்கு விசாரணையிலிருந்து வருகிறது. காங்கரஸ்காரரர் வெறுத்த கிரிமினல் திருத்தச் சட்டமும் சென்னை மாகாணத்திலேதான் தாண்டவமாடுகிறது. வடநாட்டு காங்கரஸ் பத்திரிகைகள் எல்லாம் கனம் ஆச்சாரியாரைத் தாக்குகின்றன. தென்னாட்டுக்கு விஜயம் செய்ய இருந்த காங்கரஸ் தலைவர் தோழர் சுபாஷ் சந்திரபோசும் தென்னாட்டில் தலைநீட்ட அஞ்சி தமது பிரயாணத்தை ஒத்திப் போட்டுக் கொண்டே இருக்கிறார். சென்னை மாநகரம் முழுதும் காங்கரஸை எதிர்த்து நிற்கின்றது. இந்தத் தொல்லைகளை எல்லாம் ஒழித்துத் தாம் நிம்மதியாகத் தூங்க வேண்டுமானால் தோழர் ஈ.வெ.ராவை சிறையில் போட்டாக வேண்டுமென்று ஆச்சாரியார் எண்ணி அவரை கைது செய்ய முடிவு

செய்துவிட்டதாகவும் சொல்லப்படுகிறது. ஆகவே சிறை புகத் துணிந்து இன்று தோழர் ஈ.வெ.ரா. சென்னைக்குச் சென்றுவிட்டார்.

தமிழர்கள் கடமை

மற்ற விஷயங்கள் எல்லாம் வேறிடத்து வெளிவரும் அவரது அறிக்கை விரித்துக் கூறும். இந்நிலையில் தமிழர்கள் கடமை என்ன? சுயமரியாதைக்காரர்கள் கடமை என்ன? தோழர் ஈ.வெ.ரா. அறிக்கையை கருத்திருத்திப் படித்துப் பார்ப்பவர்களுக்கெல்லாம் இந்த நெருக்கடியான சமயத்திலே அவர்கள் செய்ய வேண்டியது என்ன என்பது விளங்கா தொழியாது. பார்ப்பனரல்லாத தமிழர்களுக்கும் கிறிஸ்தவர்களுக்கும் முஸ்லீம்களுக்கும் ஒடுக்கப்பட்டவர்களுக்கும் காங்கரஸ் கொள்கை பிடியாமல் விலகியவர்களுக்கும் காங்கரஸிலிருந்து விரட்டப்பட்டவர்களுக்கும் கருவியாக விடுதலை, குடி அரசு, பகுத்தறிவு ஆகிய மூன்று பத்திரிகைகளுமே இருந்து வருகின்றன. அம்மூன்று பத்திரிகைகளும் தென்னாட்டுக்கு ஆற்றிவரும் தொண்டை நாமே விரித்துக் கூறுவது தற்புகழ்ச்சியாக முடியுமென அஞ்சுகிறோம். தோழர் ஈ.வெ.ராவின் ஊழியத்துக்கு நன்றி செலுத்தக் கடமைப்பட்டவர்களுக்கு அவரது பத்திரிகைகள் தளர்ச்சியடையாமல் காப்பாற்றுவதைவிட நன்றி காட்டும் மார்க்கம் வேறே இல்லை. ஆகவே அவரது பத்திரிகைகளை ஆதரிப்பதுடன் மேற்கொண்டு அவர் அவ்வப்போது வெளியிடும் கட்டளைகளைச் சிரமேற்றாங்கி கடனாற்றவும் தமிழர்கள் சித்தமாக இருக்க வேண்டுமெனக் கேட்டுக்கொள்கிறோம்.

குடி அரசு - 11. 09. 1938

282

இந்தியை இன்று எதிர்க்கவில்லை 12 வருடங்களுக்கு முன்பிருந்தே எதிர்க்கிறோம்

சுயமரியாதை இயக்கம் ஆரம்பித்த அதாவது 1923-ம் வருடத்திலிருந்தே இந்தியைக் கண்டித்து வந்திருக்கிறது. அந்த இயக்கத்தின் சார்பில் கூடுகிற ஒவ்வொரு மகாநாடுகளிலும் இந்தியைக் கண்டித்து தீர்மானங்கள் நிறைவேற்றியும் பட்டிருக்கின்றன.

உதாரணமாக 1931 வருடம் ஜுன் மாதம் 7-ந் தேதி கூடிய நன்னிலம் தாலூகா சுயமரியாதை மகாநாட்டில் இந்தியை கண்டித்து ஒரு தீர்மானம் நிறைவேற்றப் பட்டிருக்கிறது.

அந்த தீர்மானத்தை தோழர் சாமி சிதம்பரனார் அவர்கள் பிரேரேபித்தார். தோழர் கு. ராமநாதன் (இப்பொழுது விளம்பர மந்திரியாக இருப்பவர்) அவர்கள் ஆமோதித்து அதனால் ஏற்படும் தீமைகளைப் பற்றிப்பேசி இருக்கிறார்.

அந்தத் தீர்மானத்தின் பேரில் 1931-ம் வருடம் ஜுன் மாதம் 14-ந் தேதி "குடி அரசு" பத்திரிகை ஒரு நீண்ட தலையங்கம் எழுதி இருக்கிறது. அந்தத் தலையங்கத்தில் பெரிதும், அந்தத் தீர்மானத்தை பிரேரேபித்தவரும் ஆமோதித்தவரும் பேசிய பேச்சுக்களையே குறிப்பிடப்பட்டிருக்கிறது.

அது பின்னர் பிரசுரிக்கப்படும்.

அந்த மகாநாட்டில் நிறைவேறிய தீர்மானம் வருமாறு:-

"பழைய புராணக் கதைகளைச் சொல்லுவதைத் தவிர வேறு அறிவை வளர்க்கும் விஷயங்களுக்குதவாத சமஸ்கிருதம், ஹிந்தி முதலிய பாஷைகளை நமது மக்கள் படிக்கும்படி செய்வது பார்ப்பனீயத்திற்கு மறைமுகமாக ஆக்கந் தேடுவதாகுமென்று இம்மகாநாடு கருதுவதோடு,தற்கால விஞ்ஞான அறிவை நமது மக்களிடை பரப்பவும், நவீன தொழில்முறைகளை நமது நாட்டில் ஏற்படுத்தவும், மற்ற தேசங்களில் எழும்பியிருக்கும் சீர்திருத்த உணர்ச்சியை நமது மக்களிடை தோற்றுவிக்கவும், உலக பாஷையாக வழங்கிவரும் இங்கிலீஷ் பாஷையையே நமது வாலிபர்கள் கற்க வேண்டுமென்று இம்மகாநாடு தீர்மானிக்கிறது."

பிரேரேபித்தவர்,
சாமி சிதம்பரனார்.

ஆமோதித்தவர்,
எஸ். இராமநாதன்.

குடி அரசு - 11. 09. 1938

ஈ.வெ.ரா. அறிக்கை

பரீக்ஷை பார்க்க தொண்டர்களுக்கு வேண்டுகோள்

இதுவரை எந்த பத்திரிகைகளுக்கும், இந்தி எதிர்ப்பு கிளர்ச்சி சம்பந்தமாக நான் ஒரு அறிக்கையும் விடுக்கவில்லை.

ஆனால், இப்பொழுது இந்தி எதிர்ப்பு இயக்கத்தை குறித்து எனது அபிப் பிராயத்தை வெளியிட வேண்டும் என நான் கருதுகிறேன். அதோடு கனம் பிரதம மந்திரி தோழர் சி.ராஜகோபாலாச்சாரியார் இந்தி எதிர்ப்பாளர்களை குண்டர்கள் என்றும் குண்டர்கள் கிளர்ச்சி என்றும் கூறியிருப்பதற்கும் இச்சமயத்தில் பதில் எழுத வேண்டுமென்று கருதுகின்றேன்.

சென்ற வாரம் பொப்பிலிராஜா சாஹிப் இந்தி எதிர்ப்புக் கிளர்ச்சியைக் குறித்து ஒரு அறிக்கை வெளியிட்டிருந்தார். அது மிக்க பெருந்தன்மையாகவும் அவரது பரம்பரைக்கு ஏற்றதாகவும் இருந்தது என்பதுடன் அதில் நிலைமையை நன்கு ஆராய்ந்து விளக்கப்பட்டுமிருந்தது. மேலும் அதில் இந்தி பிரச்சினையை குறித்து பொதுஜன வாக்கு எடுக்க வேண்டும் என்றும் இரு கட்சியினரும் இதற்கு கட்டுப்பட வேண்டுமென்றும் காட்டப்பட்டிருந்தது.

அது ஒரு நேர்மையான யோசனைதான். அதை எவரும் மறுக்கவும் மாட்டார்கள். காங்கரசுக்காரர்களும் காந்தியாரும் இந்த பொதுஜன வாக்கை மதித்து வந்திருக்கிறார்கள்.

ஆனால் இது சமயம் மாத்திரம் கனம் ராஜகோபாலாச்சாரியார் இந்த யோசனையைக் கண்டு ஆத்திரங் கொண்டுவிட்டார். வேறு பதில் சொல்ல வகையில்லாததால் இந்த இயக்கத்தில் சம்பந்தப்பட்டவர்களை வாயில் வந்தபடி கன்னா பின்னா என்று வசைமாரி பொழிய ஆரம்பித்துவிட்டார். இதன்மூலம் ஆச்சாரியாரின் உண்மை நிறம் விளங்கிட்டதுடன் இந்தி எதிர்ப்பாளர் மீது கிரிமினல் திருத்தச் சட்டத்தை பிரயோகிப்பது காங்கரஸ் மந்திரிகளுக்கு எவ்வளவு முரணான காரியம் என்பதையும் ராஜா அவர்கள் சுட்டிக்காட்டியிருக்கிறார்.

இந்தி எதிர்ப்பாளர் மீது காங்கரஸ் மந்திரிகள் "கொடிய" கிரிமினல் திருத்தச் சட்டத்தை பிரயோகிப்பதை ராஜா சாஹிப் மட்டுமல்ல, தோழர் ஆச்சாரியாரின் அந்தரங்க நண்பர்களும் கண்டித்திருக்கிறார்கள்.

தோழர் ஆச்சாரியார் கிரிமினல் திருத்தச் சட்டத்தை உபயோகிப்பதை அவரது நண்பர்கள் மட்டுமல்ல வடநாட்டு காங்கரஸ் பத்திரிகைகள் எல்லாமும் கண்டித்திருக்கின்றன.

அப்படியிருந்தும் “ராஜாவுடன் ராஜீய விஷயங்களைக் குறித்தோ நிர்வாக விஷயங்களைக் குறித்தோ வாதஞ்செய்ய விரும்பவில்லை” என தோழர் ஆச்சாரியார் கூறுகிறார். வாதத்துக்கு ஆதாரமிருந்தால் ஆச்சாரியார் அப்படிச் சொல்லி மறைந்து கொண்டிருப்பாரா? தோழர் ஆச்சாரியாருடன் ராஜா விஷயங்களைக் குறித்தோ நிர்வாக விஷயங்களை குறித்தோ வாதஞ் செய்ய ராஜா சாஹிப் ஆவல் கொண்டிருக்கிறார் என நான் கருதவில்லை.

அன்று எந்தச் சட்டத்தை தோழர் ஆச்சாரியாரும் அவரது சகாக்களும் கண்டித்தார்களோ இன்னும் அவரது சகாக்கள் கண்டித்து வருகிறார்களோ அதே சட்டத்தை தோழர் ஆச்சாரியார் உபயோகித்து வரும் மதியீனத்தைத்தான் ராஜாசாஹிப் விளக்கியிருக்கிறார்.

கிரிமினல் திருத்தச் சட்டத்தை உபயோகிப்பதற்குத் தகுந்த காரணங்கள் நாளதுவரை தோழர் ஆச்சாரியார் விளக்காமல் பொருத்தமற்ற கதைகளையும் பழமொழிகளையும் உதாரணங்களையும் சொல்லிக் கொண்டு தமது தப்பிதத்தை மறைத்துக் கொண்டு ராஜா சாஹிப்பின் நண்பர்களையும், இந்தி எதிர்ப்புக் கிளர்ச்சிக்காரர்களையும் குறைகூறிக் கொண்டு அவர்கள் மீது பழி சுமத்தி வருகிறார்.

இதுவரை அவர் தமது செய்கைக்கு சமாதானமாக கூறுவது இந்தி எதிர்ப்புக் கிளர்ச்சிக்காரர்கள் வாயில் வந்தபடி ஆபாசமான வார்த்தைகளை உபயோகிக் கிறார்கள் என்றும் அதை தடுப்பதற்காகத்தான் இந்தச் சட்டத்தை உபயோகிப்ப தாகவும் கூறியிருக்கிறார்.

இதைத்தான் அவர் திருப்பித் திருப்பிச் சொல்லி வருகிறார். வடநாட்டுத் தலைவர்களும் இதை நம்பியிருப்பதாகவும் தெரிய வருகிறது.

தோழர் காந்தியார்கூட இந்தி எதிர்ப்பாளர் ஆபாசமான வார்த்தைகளை உபயோகித்து வருவதாக கருதுகிறாராம். இதற்குக் காரணம் தோழர் ஆச்சாரியார் விடாமல் அதையே சொல்லிக் கொண்டு வருவது என்பதேயாகும்.

எனது நண்பர் தோழர் ஆச்சாரியார் சொல்வது உண்மையாயிருந்தால் தூஷணையான வார்த்தைகளை உபயோகிப்பவர்கள் மீது ஏன் அதற்கேற்ற நடவடிக்கை எடுக்கக்கூடாது என்று கேட்கிறேன்.

இதுவரை கிரிமினல் திருத்தச் சட்டப்படி சுமார் 300 பேர்கள் தண்டிக்கப் பட்டிருக்கின்றனர். இவர்களில் எவரும் ஆபாசமான வார்த்தைகளை உபயோகித்தனர் என்று குற்றம் சாட்டப்படவில்லையே.

இந்தி எதிர்ப்புத் தொண்டர்கள் தோழர் ஆச்சாரியார் வீட்டுமுன் கூச்சல் போடும் போது போலீஸ்காரர்கள் பிரசன்னமாயிருக்கிறார்கள். அவர்கள் இம்மாதிரி ஆபாச வார்த்தைகளைச் சொல்லியிருந்தால் அப்போலீஸ்காரர்களை சாட்சியாக கொண்டு வந்திருக்கலாம். ஏன் தோழர் ஆச்சாரியார் இந்த அற்ப விஷயத்தை செய்யவில்லை? இதைச் செய்யமாட்டாத இவர் இந்தி எதிர்ப்பாளர்கள் காலித்தனமாக நடந்து கொள்ளுகிறார்கள், அதை அடக்க கிரிமினல் திருத்தச் சட்டத்தை உபயோகிக்கிறேன் என்று சொல்லுவது உண்மையாகுமா?

இக்காரியத்தை நோக்கும்போது எனக்கு ஒன்று ஞாபகத்துக்கு வருகிறது. அதாவது ஆங்கிலத்தில் “Give the dog a bad name and hang it” என்று ஒரு பழமொழி உண்டு. அதாவது நாயைக் கொல்ல வேண்டுமானால் அதற்கு முதலில் கெட்ட பெயரை உண்டு பண்ணி அப்புறம் அதைக் கொன்றுவிடு என்பதாகும். அதுபோலவே ஒரு இயக்கத்தையோ, ஒரு முயற்சியையோ அழிக்க வேண்டு மானால் அதற்கு ஒரு கெட்ட பெயரையோ அல்லது அதன் மீது ஒரு பொய் பழியையோ உண்டு பண்ணி பிரசாரம் செய்து அழித்துவிடுவது என்பதாகும்.

"நடு இரவில் வீட்டில் திருடன் புகுந்துவிட்டால் கைக்குக் கிடைத்த ஆயுதத்தைக் கொண்டு தானே திருடனைத் தாக்க வேண்டு"மென திருவல்லிக்கேணி கடற்கரையில் தோழர் ஆச்சாரியார் பேசுகையில் தனது அடக்குமுறைக்கு சமாதானம் கூறியிருக்கிறார். இந்த ஒரு கூற்றே தோழர் ஆச்சாரியார் மனக் கருத்தை பளிங்கு போல் விளக்கி விட்டது.

இந்தி எதிர்ப்புக் கிளர்ச்சி வலுவடைந்து வருவதைக் கண்டு தோழர் ஆச்சாரியார் உடல் தளதளர்த்து - விடவிடத்து விட்டார் என்பதில் சந்தேகமில்லை. இந்தி எதிர்ப்புக்கு நாட்டில் எவ்வளவு செல்வாக்கிருக்கிறது என்பதை திருவல்லிக்கேணி கடற்கரை கூட்டங்கள் நன்கு விளக்கி விட்டன.

ஆதலால் தோழர் ஆச்சாரியார், இந்தி எதிர்ப்பாளர் ஆபாச வார்த்தைகளைச் சொல்லி வருகிறார்கள் என்று சாக்கு சொல்லிவரும் வாதத்தை ஒழிப்பதற்காக, இனிமேல் இந்தி எதிர்ப்புத் தொண்டர்கள், பொது ஜனங்களுக்கு உண்மையை அறியச் செய்ய வேண்டியது அவசியமாகும். எப்படி என்றால் மறியல் என்றால் அது எப்படி நடக்கிறது,

அங்கு என்னென்ன நடக்கிறது, தொண்டர்கள் என்ன சொல்லுகிறார்கள்? என்பன போன்ற விஷயங்கள் பொது ஜனங்கள் அறியமுடியாதபடி ஒரு மூலையில் குடி இருக்கும் தோழர் ஆச்சாரியார் வீட்டுக்குப் பக்கத்தில் தொண்டர்கள் நிற்பதால் அவர்கள் என்ன வேண்டுமானாலும் கற்பித்துக் கொள்ள சவுகரியமாகிவிடுகிறது. ஆதலால் அதை நிறுத்தி வைக்க வேண்டுமென்று தொண்டர்களைக் கேட்டுக் கொள்கிறேன்.

"தமிழ் வாழ்க" "இந்தி வீழ்க" என்ற கோஷங்களைத் தவிர வேறு கோஷங் களை இந்தி எதிர்ப்பு வாலிபத் தொண்டர்கள் செய்யமாட்டார்கள் என்பதும் செய்ய வில்லை என்பதும் எனக்கு நன்கு தெரியும். சமாதானமாகவும், ஒழுங்காகவும் நடந்துகொள்வார்கள் என்பதும் எனக்குத் தெரியும். என்றாலும் இது எல்லோரும் அறியும்படி இப்போது நடந்து வருவதை போலவே இனிமேலும் பள்ளிக்கூடத்தின் முன் மட்டும் நடத்திப் பார்ப்பது நலமாகும். இதன் பேரிலாவது தோழர் ஆச்சாரியார் இந்த பழிகூறாமலும் கிரிமினல் திருத்தச் சட்டத்தைக் கொண்டு அடக்கப் பார்க்காமலுமிருக்கிறாரா என்று பார்ப்போம்.

தோழர் காந்தியார் கூட அந்த சட்டத்தின் கொடுமையான பகுதிகள் தாமதமன்னியில் ஒழிக்கப்பட வேண்டுமென தமது அறிக்கையில் குறிப்பிட்டிருக் கிறார்.

இப்பொழுது இங்கு தோன்றியுள்ள பிரச்சினை இக்கிரிமினல் திருத்தச் சட்டம் இந்தி எதிர்ப்பாளர் மீது மட்டுந்தான் பிரயோகிக்கப்படுமா, மற்ற விஷயங்களிலும் பிரயோகிக்கப்படுமா என்பதாகும். ஏனெனில் ஜான்சிபார் கிராம்பை பகிஷ்கரித்து கடைக்காரர்கள் முன் மறியல் செய்த காங்கரஸ்காரர்கள் மீதும் அதற்கு ஆதரவளித்து கட்டளை இட்ட தலைவர்கள் மீதும் ஏன் இந்தச் சட்டம் பிரயோகிக்கப் படவில்லை.

ஒரு வேளை தோழர் ஆச்சாரியாருக்கு ஆளுக்கொரு நீதி காட்டும் குணம் இருக்கிறது போலும்.

ஆகவே தோழர் ஆச்சாரியார் வீட்டு முன் மறியல் செய்வதை நிறுத்தி வைத்து பார்க்க வேண்டுமென்று இந்தி எதிர்ப்புத் தொண்டர்களை மீண்டும் கேட்டுக் கொள்கிறேன்.

குடி அரசு - 18. 09. 1938

தமிழ்நாடு தமிழருக்கே

காங்கரஸ் லக்ஷ்யம் "சுயராஜ்யம்" என முதன் முதல் கூறியது காலஞ் சென்ற தாதாபாய் நவரோஜி. அது போல "தமிழ்நாடு தமிழருக்கே" என தமிழர்களின் பிரதிநிதிகளான மூன்று பெரியார்கள் சென்ற 11-ந்தேதி சென்னை திருவல்லிக்கேணி கடற்கரையில் ஒன்றரை லக்ஷம் தமிழர்கள் முன்னிலையில் கூறிவிட்டார்கள். அக்கூட்டத்துக்குத் தலைமை வகித்த மறைமலை அடிகள் மதவாதிகள் பிரதிநிதி, அக்கூட்டத்தில் பேசிய தோழர் பாரதியார் காங்கரஸ்காரர் பிரதிநிதி, அன்று பேசிய ஈ.வெ. ராமசாமிப் பெரியார் பகுத்தறிவுவாதிகள் பிரதிநிதி. ஆகவே தமிழ்நாட்டின் அபிப்பிராயம் அக்கூட்டத்திலே பூரணமாகப் பிரதிபலித்தது என தைரியமாகக் கூறி விடலாம். தமிழ் நாட்டார் மதவாதிகள், பகுத்தறிவுவாதிகள், காங்கரஸ்வாதிகள் என்ற மூன்று பெரும் பிரிவில் அடங்கி விடுவர். அந்த மூன்று பிரிவார் அபிப்பிராயத் தையே அந்த மூன்று பெரியார்களும் தமிழர்களுக்கு அன்று பகிரங்கமாகத் தெரிவித்திருக்கிறார்கள். இதனால் இப்பொழுது தோன்றியிருக்கும் தமிழர் இயக்கம் எந்தக் கட்சிக்கும் உரியதல்லவென்பதும் ஜாதி மத நிற கட்சி வித்தியாசமின்றி தமிழர்கள் அனைவருக்கும் சொந்தமானது என்பதும் விளங்கிவிட்டது. இனி "தமிழ்நாடு தமிழருக்கு" என்பதே தமிழர்களின் மூல மந்திரமாக இருக்க வேண்டும். "தமிழ்நாடு தமிழருக்கு" என்னும் பொன் மொழியைத் தமிழர்கள் சதா ஞாபகத்தில் வைத்துத் தமிழர் இயக்கத்தை வலுப்படுத்த முயல வேண்டும். "தமிழ்நாடு தமிழருக்கே" என்ற பொன்மொழியே பெரிய எழுத்தில் அச்சிட்டு ஒவ்வொரு தமிழனும் தன் வீட்டுச் சுவரில் ஒட்டி வைக்க வேண்டும். அச்சுக்கூடச் சொந்தக்காரரான தமிழர்கள் எல்லாம் "தமிழ்நாடு தமிழருக்கே" என்ற பொன்மொழியை அழகிய எழுத்தில் அச்சிட்டு தமிழ் மக்களுக்கெல்லாம் இலவசமாக வழங்க வேண்டும். "தமிழ்நாடு தமிழருக்கே" என்ற பொன்மொழியை தமிழ்நாடு முழுதும் ஒலிக்க வேண்டும். உண்ணும் போதும், உறங்கும் போதும், நடக்கும் போதும், வேலை செய்யும்போதும், "தமிழ்நாடு தமிழருக்கே" என்ற ஞாபகமே தமிழருக்கு இருக்க வேண்டும். தமது மரபுக்கு ஆபத்துண்டாகும் காலத்துத் தமிழர்கள் கட்சி பேதங் களையும், அபிப்பிராய பேதங்களையும் மறந்து ஒன்றுபடத் தவறமாட்டார்கள் என்பது சந்தேகமற விளங்கிவிட்டது. பல பிரிவினராய்ப் பிரிந்து நின்ற தமிழர்கள் ஒன்றுபட ஒரு தருணமளித்த கனம் ராஜகோபாலாச்சாரியாருக்கு தமிழர்கள் எல்லாம் நன்றி செலுத்த வேண்டியதுதான். பன்னூற்றாண்டு காலம் ஆரியருக்கு அடிமைப்பட்டுக் கிடந்த தமிழர்கள் ஆங்கிலக் கல்வியால் அறிவு விளக்கம் பெற்று ஆரியப் பீடையிலிருந்து ஒருவாறு விடுபட்டு வருகையில் தேசீயத்தின் பெயரால் மீண்டும் தமிழர்களை ஆரியர்களுக்கு அடிமைப்படுத்தச் சூழ்ச்சி வேலைகள்

நடைபெறுகின்றன. அச் சூழ்ச்சி வெற்றிபெறத் தமிழர்கள் சம்மதிக்கவே கூடாது. ஆரிய நாகரிகத்தை எதிர்த்துப் போராடிய சித்தர் இயக்கத்தை சூழ்ச்சிக்காரப் பார்ப்பனர்கள் தமது பார்ப்பன மதம் மூலம் அடக்கி விட்டனர். அப்பால் ஆரிய நாகரிகத்தை ஒழிக்கப்போராடி வெற்றி பெற்றுவரும் சுயமரியாதை இயக்கத்தை தேசீயத்தின் பேரால் ஒழிக்க காங்கரஸ் பார்ப்பனர் முயல்கின்றனர். இச்சூழ்ச்சியை உணராது காங்கரஸ் தமிழர்களும் பார்ப்பனர்களுக்கு உடந்தையாக இருந்து கொண்டு உதவிபுரிந்து வருகிறார்கள். காங்கரஸ்வாதியான பாரதியைப் பார்த்தாவது அவர்கள் நல்லறிவு பெறுவார்களாக.

தோழர் ஈ.வெ.ரா. 11ந்தேதி சென்னைக் கூட்டத்தில் கூறியது போல் தமிழ் நாட்டைத் தனியாகப் பிரிக்கத் தமிழர்கள் கிளர்ச்சி செய்ய வேண்டும். இந்தி எதிர்ப்பு இயக்கம் தமிழ் மாகாணப் பிரிவினை இயக்கத்துக்கு முதல்படியே. தமிழ்நாடு தனியாகப் பிரிக்கப்பட்டால் தமிழர் மொழியும் இலக்கண இலக்கியங்களும் கலைகளும் நாகரிகமும் விருத்தியடையும். தமிழ்மொழி வளரும் தன்மையுடைய சீரியமொழி - ஜீவமொழி. எல்லாக் கலைகளையும் எல்லா அறிவுகளையும் தன்னுள் அடக்கிக்கொள்ள தமிழுக்கு சக்தியுண்டு. தமிழர் கலைகளையும் மத அறிவையும் வடமொழியில் சேர்த்தே ஆரியப் பார்ப்பனர் வடமொழியை வளப்படுத்திக் கொண்டனர். இதனை ஒரு பார்ப்பனரான காலஞ்சென்ற பண்டித வி.கெ. சூரிய நாராயண சாஸ்திரியாரே ஒப்புக்கொண்டிருக்கிறார். தமிழர்களுக்கு இப்பொழுது முக்கியமாக வேண்டப்படுவது மேனாட்டு விஞ்ஞான அறிவு. மேனாட்டு விஞ்ஞான நூல்களை - தமிழில் - நல்ல சுத்தத் தமிழில் மொழிபெயர்த்தாக வேண்டும். மொழிபெயர்க்குங்கால் சொற் பஞ்சம் ஏற்படுமோ என அஞ்சத் தேவை யில்லை. இன்றியமையாத இடங்களில் ஆங்கிலப் பதங்களையும் தாராளமாக வழங்கலாம். பிலாஸபி, லாஜிக், பிசிக்ஸ், கெமிஸ்டிரி முதலிய ஆங்கில அறிவு நூல்களில் வழங்கப்படும் சொற்கள் எல்லாம் ஆங்கில பதங்கள் அல்ல. கிரிக், லத்தீன், பிரஞ்சு, ஜெர்மன், ஸமஸ்கிருதம் முதலிய பதங்களை ஆங்கிலப் பேராசிரியர்கள் தாராளமாகக் கையாண்டிருக்கின்றனர். அம்முறை எம்மொழிக்கும் இழுக்காகாது. தமிழ் மொழியைப் பல வழிகளிலும் வளப்படுத்துவதே நமது முழு நோக்கமாக இருக்க வேண்டும். தமிழ் மொழி அவ்வுயரிய நிலையை அடைய வேண்டுமானால் அது ராஜாங்க பாஷையாகித் தீரவேண்டும். தமிழ் மாகாணம் தனியாகப் பிரிக்கப்பட்டால்தான் தமிழ் ராஜாங்க பாஷையாக முடியும். ஆகவே தமிழ் மாகாணப் பிரிவினை விஷயத்தில் தமிழர்கள் முக்கியமாக கவனம் செலுத்த வேண்டும் எனக் கேட்டுக்கொள்கிறோம்.

காங்கரஸ் கொள்கைப்படி பாஷா வாரியாக மாகாணங்கள் பிரிக்கப்பட்டால் எல்லா மாகாணங்களுக்கும் பொதுவான ஒரு பொதுமொழி வேண்டியது அவசியமே. அதற்கு ஏற்றமொழி இப்பொழுது இந்தியப் பொதுமொழியாக இருக்கும் ஆங்கிலமே. ஆங்கிலம் இந்தியப் பொதுமொழியாக மட்டுமன்றி உலகப் பொதுமொழியாகவும் இருக்கிறது. மக்களுக்கு சுதந்தர உணர்ச்சியையும், நல்லறிவையும் புகட்டக் கூடியது ஆங்கிலமே. மறைமலையடிகள் 11-ந்தேதிக் கூட்டத்தில் கூறியதுபோல இந்தியர்களை மனிதராக்கியது ஆங்கிலமே. இந்தியர்களுக்கு சுதந்தர உணர்ச்சியைக் கொடுத்ததும் ஆங்கிலமே. இந்தியர்களைப் பகுத்தறிவாளராக்கியதும் ஆங்கிலமே. இந்திய மொழிகளுக்குப் புத்துயிரளித்ததும் ஆங்கிலமே. இந்திய மொழிகள் புதுமுறையில் உருப்பெற்று வருவதற்குப் பெரிதும் உதவி புரிந்தது ஆங்கிலமே. நேருணர்ச்சியுடைய மொழிவல்லாரெல்லாம் இதனை ஒப்புக்கொள்வர். ஆங்கிலம் இந்தியர்களுக்கு அடிமை மனப்பான்மையை உண்டுபண்ணி விட்டதென காங்கரஸ் காரர் கூறுவது மிகவும் நன்றிகெட்ட பேச்சாகும். இந்தியால் இந்தியாவில் ஒற்றுமை

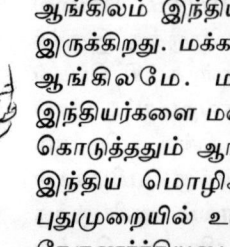

ஏற்படுமெனக் கூறுவது குறும்புத்தனம் - போக்கிரித்தனமானதாகும். இந்தியின் யோக்கியதைகளை விளக்கிப் பலர் "விடுதலை"யில் எழுதியிருப்பதினால் நாமும் மீண்டும் எழுத விரும்பவில்லை. ஆங்கிலத்தினால் நாம் பெற்ற நலங்களை யெல்லாம் ஒழித்து தமிழரை வட நாட்டாருக்கும் ஆரிய நாகரிகத்துக்கும் அடிமைப் படுத்தவே காங்கரஸ் பார்ப்பனர்கள் முயல்கின்றார்கள். ஆகவே தமிழ் மாகாணத்தை தனியாகப் பிரித்து தமிழை ராஜாங்க பாஷையாக்குவதையும் ஆங்கிலத்தை இந்தியப் பொதுமொழியாக்குவதையும் லக்ஷயமாகக் கொண்டு தமிழர் இயக்கம் உழைக்க வேண்டுமென்பது நமது பேரவா.

விடுதலை - 19. 09 .1938
குடி அரசு - 25. 09. 1938

இந்தி செத்தது!
இனி ஆச்சாரியாரின் அடுத்த ஆட்டம் என்ன?

நம் சரணாகதி மந்திரிகள் தமிழ் மக்களுக்குள் ஆரியக்கலை ஆரிய நாகரிகம் ஆகியவைகளைப் புகுத்தி வருணாச்சிரம தர்மத்தை புதுப்பித்து நிலைநிறுத்தச் செய்யும் சூழ்ச்சியான இந்தி கட்டாயமாய் கற்பிக்கும் திட்டத்தை எதிர்த்து தமிழ் மக்கள் போர்புரிந்து வருவதும் அதற்காக இதுவரை சுமார் 360 பேர்கள் பார்ப்பன ஆட்சிக் கொடுமைக்கும் வன்நெஞ்ச அடக்குமுறைக்கும் ஆளாகி பலர் வருஷக் கணக்கான கடின காவல் தண்டனை அடைந்து சிறையில் வதிந்து வருவதும் வாசகர்கள் அறிந்ததாகும்.

நம் சரணாகதி மந்திரிகள் ஆங்கிலேயரிடம் சரணாகதி அடைந்து தன்மானமற்று பெற்ற பதவியை நாட்டு நலனுக்கோ மனித வர்க்க உயர்வுக்கோ கால நாகரிகத்துக்கோ பயன்படுத்தாமல் வஞ்சம் தீர்க்கவும் தம் வகுப்புக்கு நிலையான ஆதிக்கமும் அதிகாரமும் ஏற்படுத்தச் செய்யவும் மற்ற வகுப்பார் என்றென்றும் தலையெடுக்க வகையில்லாமல் அழுத்தி வைக்கவும் முரட்டுத்தனமாய் பயன்படுத்தி வருவதும் "உள்ளங்கை நெல்லிக்கனி" என்பது போல் யாவருக்கும் விளங்கக் கூடிய காரியமேயாகும். சரணாகதி மந்திரிகள் பதவியேற்ற 15 மாத காலத்துக்குள் பார்ப்பனரல்லாதார் பவிசையும் உரிமையையும் பாதிக்கும்படி பல கெடுதிகள் செய்து வந்திருப்பதோடு பார்ப்பனரல்லாத பெரும் பெரும் உத்தியோகஸ்தர்கள் பலரையும் வெகு இழிவாகவும் கொடுமையாகவும் நடத்தி அவர்களில் பலரைத் தலையெடுக்க ஒட்டாமல் அழுத்தியும் தாழ்த்தியும் நீக்கியும் தண்டித்தும் செய்துவரும் இம்சைகள் தினமும் பார்ப்பனப் பத்திரிகைகளிலேயே பரக்கக் காண்கின்றோம்.

காங்கரஸ் மந்திரிகள் சூழ்ச்சி முறை

மற்றும் இம்மந்திரிகள் பதவியேற்றதும் சர்க்கார் உத்தியோக நியமன வினியோக முறையில் கண் வைத்து அவை சிறுகச் சிறுக மாற்றப்பட்டும் கைவிடப்பட்டும் வருவதோடு பார்ப்பனரல்லாதார்களில் உத்தியோகங்களுக்கு கொஞ்ச நாளைக்குள் ஆள்களே கிடைக்க முடியாதபடியான சூழ்ச்சிமுறைகளும் கையாளப்பட்டு வருவதோடு அதற்கேற்றபடி கல்வி முறையே திருத்தப்பட்டும் குறைக்கப்பட்டும் பல பள்ளிக்கூடங்கள் கலாசாலைகள் எடுக்கப்பட்டும் வருவதும் வெள்ளையாக அறிந்து வருகிறோம். இன்னும் பல கேடுகளும் செய்யப்பட்டு வருகின்றன.

இவைகளின் பரிகாரத்திற்காக என்று பார்ப்பனரல்லாதார் என்ன முயற்சிகளை கையாண்டபோதிலும் சரணாகதி மந்திரிகளுக்கு அடிமைகள் ஏராளமாய் இருப்பதாலும் மந்திரி ஜாதியைச் சேர்ந்த பத்திரிகைகளும் அடிமைப் பத்திரிகைகளும் ஏராளமாய் இருப்பதாலும் இவைகளைக் கொண்டு வெகு இழிவான முறையில் விஷமப் பிரசாரம் செய்யப்பட்டு கெட்ட பெயர்கள் கொடுத்து அழிக்கவும் அடக்கவுமான காரியம் கையாளப்பட்டு வருகின்றது.

இந்தி எதிர்ப்புக் கிளர்ச்சி செய்தது?

எனவே இன்று நடைபெறும் இந்தி எதிர்ப்புக் கிளர்ச்சியானது இந்த விஷயங் களையெல்லாம் பாமர மக்களுக்கு ஒரு சிறு அளவாவது விளக்கவும் சற்றாவது கண் திறக்கச் செய்யவும் ஒரு சாதனமாய் இருந்து வருவதால் அது சம்மந்தமான காரியங்களில் நாமும் ஒரு அளவு தகவல் வைத்துக்கொண்டு நாமறிந்தவரை சரியான முறையில் அவ்விஷயங்களை பொது மக்களுக்கு எடுத்துக்காட்டும் தொண்டாற்றி வருகிறோம்.

இந்தி எதிர்ப்புக்கிளர்ச்சி சேதி இந்தியா பூராவும் பரவியாய்விட்ட விஷயமாகும். அக்கிளர்ச்சியை அடக்க காங்கரஸ் பேராலும், காந்தீயத்தின் பேராலும், சுயராஜ்யத்தின் பேராலும் சரணாகதி மந்திரிகள் செய்துவரும் அடக்குமுறை கொடுமைகள் இந்தியா பூராவும் வெறுத்துக் கண்டித்து இகழ்ந்து உமிழ்ந்துவரும் காரியமாகும். இந்நிலையில் இதை சமாளித்த சரணாகதி மந்திரிகளுக்கு தங்களது பலவித சூழ்ச்சிகளும் பலிக்காமல் போனதால் இனி புதிய வழியில் அதாவது கட்டுப்பாடாக அயோக்கியப் பிரசாரம் செய்து அழித்துவிடத் துணிந்து கொண்டிருக்கிறார்கள். அவர்கள் இதுவரை செய்து வந்த நேர்மையற்ற காரியங்கள் என்னவெனில்,

நேர்மையற்ற காரியங்கள்

இந்தி எதிர்ப்பானது,

1. ஈ.வெ. ராமசாமியின் தொல்லை.
2. தோற்றவர்கள் பிரசாரம்.
3. ஜஸ்டிஸ் கட்சிப் பிரசாரம்.
4. மந்திரிகளை கவிழ்க்க சூழ்ச்சி.
5. பார்ப்பன துவேஷ பிரசாரம்.
6. பணம் சம்பாதிக்க வழி.

என்பன போன்ற பல பெயர்களைச் சொல்லி அடக்கிவிடப் பார்த்தார்கள்.

பிறகு இந்தி எதிர்ப்புக் காரியத்தில் ஈடுபட்டு இருக்கிறவர்களை விலைக்கு வாங்கப் பார்த்தார்கள்.

இந்தி எதிர்ப்பு காரியங்களுக்கு உதவி செய்கிறவர்களை மிரட்டி அடக்கப் பார்த்தார்கள்.

இந்தி எதிர்ப்பு கிளர்ச்சிக்கு ஆக சிறை சென்றவர்களைப் பணம் கொடுத்தும் ஆசை வார்த்தை காட்டியும் மன்னிப்புக்கொள்ள முயற்சித்தார்கள்.

இந்தி எதிர்ப்பு வேலையில் ஈடுபட்ட ஆள்களுக்குப் பணம் காசு கொடுத்து இயக்கத்தையும் இயக்கப் பெரியார்களையும் நிந்தித்தும் பழித்தும் எழுதி கையெழுத்து வாங்கிப் பிரசுரிக்க முயற்சித்தார்கள்.

பட்டினி விரதமிருப்பதாகச் சொல்லிக் கொண்டவர்களை விலைக்கு வாங்கி அவைகள் நிறுத்தப்பட்டதாகச் செய்தி விடுவதின் மூலம் இயக்கத்தின் வேகம் குன்றிவிடச் செய்ய முயற்சித்தார்கள்.

கடைசியாக இயக்கத்தின் மீதும் தொண்டர்கள் மீதும் பெரிய மனிதர்கள் என்பவர்களுக்கு அசிங்கம் ஏற்படச் செய்துவிடலாம் என்று கருதி "தொண்டர்கள் மந்திரிகள் வீட்டு பெண்டு பிள்ளைகளைப் பற்றி ஆபாசமாக அசிங்கமான வார்த்தைகளை பிரயோகிக்கிறார்கள்" என்று பெரிய மனிதர்கள் என்பவர்கள் வீடுதோறும் சென்று முதல் மந்திரி விஷமப் பிரசாரம் செய்து வந்தார்கள்.

கடைசி முயற்சி

இப்போது கடைசியாக "இயக்கம் செத்து விட்டது, மறியல் நின்று விட்டது, பொது மக்கள் கைவிட்டு விட்டார்கள், செலவுக்கு பணம் இல்லாமல் திண்டாடு கிறார்கள், மறியலுக்கு ஆள் கிடைக்கவில்லை - அடக்கு முறை பயன்பட்டு விட்டது, ஆச்சாரியார் ஜெயித்து விட்டார்" என்றெல்லாம் எழுதியும் பேசியும் வருகிறார்கள்.

அதிலும் முதல் மந்திரி வீட்டின் முன் நிற்பது இம்மாதிரி விஷமப் பிரசாரத்திற்கு இடமாகின்றதென்று கருதி தொண்டர்களே முதல் மந்திரி வீட்டுக்குப் பக்கத்திற்கு போகாமல் இருந்தால் நலம் என்று தோழர் ஈ.வெ. ராமசாமி முதலியவர்கள் கேட்டுக் கொண்டதற்கு தொண்டர்கள் இணங்கியதாக காட்டிக்கொண்டதாலேயே முதல் மந்திரியார் உட்பட சிலர் இயக்கம் செத்துப்போய் விட்டது என்றும் அதனாலேயே தன் வீட்டின் பக்கத்திற்கு வந்தவர்கள் இப்போது வருவதில்லை என்றும் அடக்குமுறை பலித்துவிட்டது என்றும் பெருமை பேசிக் கொள்கிறார்கள். பொது ஜனங்கள் இடமும் சொல்லுகிறார்கள் என்றும் தெரிகிறது.

இவர்கள் இவ்வளவு செய்தும் இயக்கமானது அடிக்கும் பந்து கிளம்புவது போல் நாளுக்கு நாள் வலுத்து வருகிறதே ஒழிய எங்கும் இளைக்கவில்லை. மற்றும் எதிரிகளின் விஷமச் செயல்கள் எல்லாம் வெளியாகிக் கொண்டும் வருகிறது. தோழர்கள் ஸ்டாலின், சைமன் ராமசாமி இவர்கள் பேரால் கூலி கொடுத்து வெளியாக்கப்பட்ட பார்ப்பனப் பத்திரிகை ஸ்டேட்மெண்டுகள் பார்ப்பனர்கள் யோக்கியதையையும் மந்திரிகள் யோக்கியதையையும் பார்ப்பனப் பத்திரிகைகள் யோக்கியதையையும் வெளியாகும்படி அத்தோழர்களாலேயே மறுப்பு ஸ்டேட்மெண்டுகள் வழங்கப்பட்டு எதிரிகளை அவமானப்படும்படி செய்து விட்டது. எல்லாவற்றையும் விடக் குறிப்பிடத்தக்க சேதி என்னவென்றால் ஸ்டாலின் ஜகதீசன் பட்டினி விரதமென்பது பொய் - வேஷ விரதம் என்பதாக மக்கள் உண்மையிலேயே கருதிய பிறகும் இந்தி எதிர்ப்பு இயக்கம் சிறிதும் தளராமல் அதற்குமுன் வளர்ந்துவந்த வேகத்தைவிட 2 பங்கு 3 பங்கு வேகத்தில் முன்னேறி வந்துகொண்டிருக்கிறது என்பதாகும்.

சென்னையில் ஆதரவு

உதாரணமாகத் தோழர் ஸ்டாலின் ஜெகதீசன் பட்டினியோடு இருந்த காலத்தில் தானும் ஆஜராகி இருந்த இந்தி எதிர்ப்பு பீச்சு மீட்டிங்கில் 50000 பேர் கூட்டமென்றால் இரவு 11மணி வரை அக்கூட்டம் நடந்தது என்றால் அவ்விரதம் வேஷ விரதம் என்று விளங்கிய பின்பு போடப்பட்ட பீச்சு கூட்டங்களுக்கு 70000 மக்களும் ஒரு லட்சத்து ஐம்பது ஆயிரம் ஜனங்களும் வந்து கூடுவதும் நடு ஜாமம் 1 மணிவரை கூட்டங்கள் நடப்பதும் பல ஆயிரக்கணக் கணக்கான பெண்கள் வந்து கடைசிவரை காத்திருப்பதும் இந்தியையும், அடக்குமுறையையும், நீதிபதிகள் யோக்கியமற்ற

நடவடிக்கைகளையும் கண்டிக்கும் தீர்மானங்கள் ஒரு ஆள் எதிர்ப்புக் கூட இல்லாமல் ஏகோபித்த ஓட்டுகளால் நிறைவேறுவதுமாய் இருப்பதே போதுமான உதாரணமாகும். மற்றும் இந்தி எதிர்ப்பு இயக்கம் "செத்துப்போய்விட்டது" என்று எவ்வளவோ அயோக்கிய முறையில் பார்ப்பனர்களும் அவர்களது பத்திரிகைகளும் அடிமைகளும் விஷமப்பிரசாரம் செய்து வந்தும் வெளி இடங்களில் கூட ஸ்தல ஸ்தாபன - யூனியன் - தேர்தல்களில் காங்கரசுக்கு நிறுத்த ஆள் இல்லாமலும் நிறுத்திய இடங்களில் படுதோல்விகளும் கிடைத்து வரும் சேதி பார்ப்பன - காங்கரசு பத்திரிகைகளிலேயே தெரியும்போது இவ்விஷமப் பிரசாரம் சிறிதும் பயன்படவில்லை என்பதற்கு இனி வேறு என்ன உதாரணம் வேண்டும்?

முக்கியமான விஷயம்

இவைகளையெல்லாம் விட கவனிக்கத் தக்க ஒரு முக்கிய விஷயமென்னவென்றால் கனம் ஆச்சாரியார் செய்த இந்தி கட்டாய முறையையும் அதற்கு ஆக ஏற்பட்ட அடக்குமுறையையும் பிறகு இந்தியல்ல இந்துஸ்தானி என்று மாற்றிக் கொண்ட பித்தலாட்ட முறையையும் அகில இந்திய காங்கிரஸ் கமிட்டியில் அரங்கேத்திக்கொண்டுவர சென்னை மந்திரிகளுடன் ஆச்சாரியார் டில்லிக்குச் சென்று பலமான படுபாதாள தோல்வி அடைந்து வந்த ஒரு காரியமட்டுமே இந்தி எதிர்ப்பு செத்துவிட்டதா அல்லது எங்கும் பரவி இந்தியைக் கொன்றுவிட்டதா என்பதை விளக்கும் காரியமாகும்.

அ.இ.கா. கமிட்டித் தீர்ப்பு

அ.இ.கா. கமிட்டியில் இந்தி குழிதோண்டி புதைக்கப்பட்டாய்விட்டது.

அதாவது "இந்தி வகுப்புக் கலவரத்தை உண்டாக்குவதாலும் கஷ்டமான வார்த்தைகள் கொண்டதாலும் பொது ஜனங்கள் எதிர்ப்பதாலும் இந்தி கற்பிக்கும் முயற்சியைக் கைவிட்டுவிட வேண்டும்" என்று தோழர் அஷரப் கொண்டுவந்து பேசி அது காரியக்கமிட்டியிலும் ஒப்புக்கொள்ளப்பட்டு விட்டது. அந்தப்படியே இந்தியை கைவிட்டதற்கு அறிகுறியாக இனிமேல் இந்துஸ்தானியில் காரியம் நடக்க வேண்டுமென்று ஒரு "பழைய தீர்மானத்தை" பொது ஜனங்கள் நினைவுக்கு கொண்டுவந்தும் விட்டது.

ஆச்சாரியாருக்கு மற்றும் ஒரு பெரிய தோல்வி என்னவென்றால் "காங்கரஸ் காரர்கள் (மந்திரிகள் அல்ல) இந்துஸ்தானி பாஷை பரவச்செய்ய வேண்டியது" என்று கொண்டுவரப்பப்பட்ட தீர்மானம் அ.இ.கா. கமிட்டியில் அடியோடு தள்ளப்பட்டு தோற்றுப்போய்விட்டது.

இதற்காக காரியக்கமிட்டி வருந்துவதாகக்கூட ஒரு தீர்மானம் நிறைவேற்றி அழுது இருக்கிறது.

இந்த சேதி 27-9-38 "இந்து" "மெயில்" பத்திரிகைகளில் இருக்கிறது. ஆகவே இனி ஆச்சாரியார் எந்த முகத்தைக் கொண்டு இந்தியோ இந்துஸ்தானியோ கட்டாய பாடமாகக் கற்பிக்கிறார் என்பது விளங்கவில்லை.

எது செத்து விட்டது?

இதிலிருந்து பொது ஜனங்கள் இந்தியும் - இந்துஸ்தானியும் செத்து விட்டதா இந்தி எதிர்ப்பு இயக்கம் செத்துவிட்டதா என்பதை யோசித்துப் பார்க்க விரும்புகிறோம். "இந்தி கூடாதெ"ன்றும் "இந்திப் பிரசாரத்தில் இருந்து காங்கரஸ்காரர்கள் விலகிக் கொள்ள வேண்டும்" என்றும் அ.இ.கா. கமிட்டித் தீர்மானித்த பிறகு இந்திப் பிரசார சபாவுக்கும் அதன் பேரால் வயிறு வளர்க்கும்

பார்ப்பனருக்கும் இந்தி புத்தகம் அச்சுப் போட்டுப் பிழைக்கும் பார்ப்பனருக்கும் இனிப் பொதுப் பணம் அழுவது யோக்கியமா நாணயமா என்று கேட்கின்றோம்.

எனவே இந்தியை எதிர்ப்பதோ இந்தி ஒழிக என்று சொல்லுவதோ இனி எந்த விதத்திலும் காங்கரஸ் துரோகமே ஆகாது என்பதை இனியாவது காங்கரஸ் பக்தர்கள் உணர்வார்களாக. இந்தி வகுப்பு வாதத்துக்கு ஆதாரமாயிருக்கிறது என்றும் கஷ்டமான வார்த்தைகள்கொண்ட பாஷை என்றும் அதை விட்டுவிட வேண்டும் என்றும் கா. கமிட்டி தீர்மானித்த பிறகாகவாவது காங்கரஸ் பக்தர்கள் இனி 'இந்தி வாழ்க' என்று கத்தமாட்டார்கள் என்று நினைக்கிறோம்.

பொது ஜனங்கள் ஒரு விஷயம் நினவில் இறுத்த வேண்டிக்கொண்டு இதை முடிக்கின்றோம். அதாவது தோழர் ஈ.வெ. ராமசாமி அவர்கள் இந்தி கட்டாய நுழைவால் என்ன என்ன கெடுதி ஏற்படும் என்று சொல்லி வந்தார்களோ அவையும் இந்தி கட்டாயம் எடுபட்டால் மாத்திரம் போராது இந்தி பிரசாரமே ஒழிய வேண்டுமென்று எதிர்ப்பாளர் பலர் சொல்லி வந்ததும் இன்று அ.இ.கா. கமிட்டி மூலமே மெய்யாக ஆகி விட்டது என்பதோடு இந்தி நுழைக்கும் மனப்பான்மையும் வெளியாகிவிட்டது என்பதாகும்

ஆகவே இனி கனம் ஆச்சாரியாரின் அடுத்த ஆட்டம் என்ன என்பதை கவனிப்போம்.

கடைசியாக ஒரு மகிழ்ச்சியான சேதி என்னவென்றால் இந்தியை எதிர்த்து சிறை சென்று 4 மாத தண்டனை காலம் கழிந்து விடுதலையான தோழர் ராமச்சந்திரன் இன்று மறுபடியும் இந்தியை எதிர்த்து சிறை சென்று 4 மாத கடின காவல் தண்டனையை தமிழ் வாழ்க! இந்தி ஒழிக! என்னும் கோஷத்துடன் மகிழ்ச்சியோடு ஏற்று சிறைசென்று இருக்கிறார் என்பதாகும்.

விடுதலை - 04. 10. 1938
குடி அரசு - 09. 10. 1938

சென்னையில் மாபெருங் கூட்டம்

தலைவரவர்களே! தோழர்களே! வடசென்னைத் தமிழர் முன்னேற்றக் கழகக் காரியதரிசி தோழர் செ.சி.ந. காசிராஜன் அவர்கள் முயற்சியினால் கூட்டப்பட்ட இம்மாபெருங் கூட்டத்தில், நானும் பேசக் கட்டளை இடப்பட்டது குறித்து மிகுந்த மகிழ்ச்சியடைகின்றேன். இந்தி எதிர்ப்பிற்கு நாட்டில் அதிக ஆதரவு கிடைத்துவரும் இக்காலத்தில், இந்தி எதிர்ப்பைப் பற்றி நான் அதிகம் பேசத் தேவையில்லை. இந்தி எதிர்ப்பு செத்துவிட்டதென்று பார்ப்பன பத்திரிகைகளும், சில கூலிப் பத்திரிகைகளும், செய்துவரும் பொய்ப்பிரசாரத்தைக் கண்டு வெளி ஜில்லாவாசிகள் சிறிது ஏமாந்தாலும், சென்னையிலுள்ள நீங்கள் ஏமாற மாட்டீர்களென நினைக்கிறேன். (கைதட்டல்) ஏனெனில் தினம் ஐந்துபேர் நான்குபேர் இரண்டுபேர் இந்தி எதிர்ப்புக்காகச் சிறை செல்வதை நீங்கள் நேரில் பார்த்து வருகிறீர்கள்.

ஆனால், இந்தி எதிர்ப்புச் செய்திகளை வெளிப்படுத்திவரும் "விடுதலை" யை ஒழித்தாலொழிய நாம் முன்னேற முடியாதென நினைத்து அதன் ஆசிரியரையும் வெளியிடுவோரையும் கைது செய்தனர் இன்றைய பார்ப்பன மந்திரிகள் (வெட்கம் என்ற கூச்சல்). இன்னும் நாம் பணிவதா? அன்றி யாரைக் கைது செய்யலாம், நாடு கடத்தலாம் எனப் பலவாறு நினைத்துத் திண்டாடி ஒரு முடிவுக்கு வராது இந்தி எதிர்ப்புச் செத்துவிட்டது என்று மட்டும் கூறுகிறார்கள்.

நாங்கள், இந்தி எதிர்ப்புச் சாகவில்லை; மாறாக நாள்தோறும் வளருகிறது என்று கூறுகிறோம். மேலும் இந்தியினால் உண்டாகும் கெடுதிகளைப் பற்றி நான் இனி இந்தியா பூராவுக்கும் ஒன்றும் சொல்லவேண்டியதில்லை. ஏன்? "இந்தியினால் கலவரமேற்படுகின்றது. வகுப்புணர்ச்சி உண்டாகின்றது. இந்தியைப் பொதுமக்கள் ஆதரிக்கவில்லை" என அகில இந்திய காங்கரஸ் கமிட்டியே முடிவு செய்துவிட்டது (கைதட்டல்). இந்தியுடன் இந்துஸ்தானியையும் சேர்த்துக்கொண்டு வரப்பட்ட தீர்மானம் அ.இ.கா.க.யில் தோற்கடிக்கப்பட்டது. ஆனால் இதனால் இந்தி-உருது சச்சரவு உண்டாகின்றதென அங்கு பேசப்பட்டிருக்கின்றது. இங்கு வந்திருந்தால் தமிழ் விவகாரத்தையும் அத்துடன் சேர்த்திருப்பார்கள். ஆனால் இந்தியில் காரியக் கமிட்டி நடவடிக்கைகள் நடைபெறவேண்டுமென்றும், அதற்கு ஒரு கமிட்டியை நியமித்தும் ஒரு தீர்மானம் கொண்டு வந்தனர். தோழர் அபுல்கலாம் ஆசாத் அதை ஒப்புக்கொண்டு, முன்பே ஒரு கமிட்டி இருப்பதால் கமிட்டி என்ற பாகத்தை மட்டும் நீக்கிவிட்டு அசல் தீர்மானத்தை நிறைவேற்றியிருக்கின்றனர். இதற்கு அர்த்த மென்னவென்றால், காங்கரஸ் கமிட்டி நடவடிக்கைகள் பல பாஷைகளில் நடைபெற நேரிடுமாதலால் அதை விளக்க அதனை இந்தியில் நடத்த வேண்டுமெனத்

தீர்மானித்திருக்கின்றனர். இதனை உணராது காரியக் கமிட்டி ஏமாந்ததெனக் கூறுகின்றனர் நமது ஆச்சாரி வர்க்கத்தார். என்னே அவர்களின் வியாக்யானம்.

இந்த தீர்மானத்தைப் பற்றி நாளதுவரை ஒரு காங்கரஸ் பத்திரிகையும் எழுதவில்லை. வேண்டுமென்றே மறைத்துவிட்டனர். எனவே காங்கரஸ் காரியக் கமிட்டியே இந்தி வேண்டாமென்று தீர்மானித்திருக்கையில், இந்தி எதிர்ப்பு தேசத்துரோகமா? இதைக் கூறும் நாங்கள் தேசத் துரோகிகளா? இதை மறைத்து வரும் அவர்கள் தேசீயவாதிகளா? நீங்களே கூறுங்கள்.

நிற்க எனது மதிப்பிற்குரிய நண்பர் இராஜகோபாலாச் சாரியார் (சபையில் சிரிப்பு),

நாட்டைக் கெடுத்தவன் யார்?

"இந்தி எதிர்ப்பு எனது நண்பன் ராமசாமியின் வேலை" என்று சட்ட சபையிலேயே கூறியிருக்கிறார். ஆனால் இந்தியை காங்கரஸ் கொண்டு வந்ததா? ஆச்சாரியார் கொண்டு வந்தாரா? தமிழர் நலங்கருதி இதை நான் எதிர்க்க வேண்டாமா? எதிர்க்க உரிமையில்லையா? நாங்கள் என்ன ஆடுமாடு மேய்த்துக் கொண்டு இங்கு வந்தவர்களா? ஊராரை ஏமாற்றினவர்களா? சோம்பேறி வாழ்க்கை யுடையவர்களா? எங்களுக்கு மட்டும் தேசாபிமானம் கிடையாதா? தேசாபிமானம் என்பது ஆச்சாரியாருக்கும் அவரது கூட்டத்தாருக்கும் காபிரைட் உரிமையா? (கைதட்டல்) அவர்கள் கூறுவதுபோல் நாங்கள் ஏன் தேசத்தை விற்று வயிறு வளர்க்க வேண்டும்? இதற்காக நான் மற்றவர்களை வையவில்லை. வையுமாறு உங்களையும் ஏவவில்லை. ஆனால் எங்களை தேசத்துரோகி, நாட்டைக் கெடுத்தவன் என்று கூறினால் நாங்கள் பொறுப்போமோ? இந்நிலையில் அவர்கட்கும் நமக்கும் உள்ள சம்பந்தத்தை எடுத்துக் கூறுவது எனது கடமை யல்லவா? நான் கேட்கிறேன் அவர்களுக்கு இங்கு என்ன வேலை? (வெட்கம் என்ற கூச்சல்) வயலை உழுதார்களா? நெல்லை அறுத்தார்களா? அல்லது வீடுகளைக் கட்டினார்களா? நாட்டை சீர்படுத்தினார்களா? என்ன காரியத்தைச் செய்தார்கள் அந்த சோம்பேறிகள்! (வெட்கம்! வெட்கம்! என்ற பலத்த கூச்சல்)

இனி ஏமாற்ற முடியாது

ஆதி முதல் தமிழர்களை ஏமாற்றி வயிறு வளர்த்த இவர்கள், தேசத்திற்காக உடல் பொருள்களைத் தத்தம் செய்த எங்களை தேசத் துரோகிகள் என்று கூறத் துணிவு கொண்டு விட்டார்களே! இவர்கட்கு கஞ்சி வார்த்தது - வார்ப்பது யார்? இந்நிலையில் அம் என்றால் சிறைவாசம்; உம் என்றால் வனவாசம்! யார் அப்பன் வீட்டுச் சொத்து? இதில் உனக்கு என்ன சம்பந்தம்? உனக்கு என்ன யோகியதை உண்டு? அன்று மோட்சத்தின் பேரால் எங்களை ஏமாற்றியது போல இன்று தேசீயத்தின் பேரால் எங்களைத் தூக்கிலிடு என்று கூறுகிறாய்! நீ துரோகியா? நாங்கள் துரோகிகளா? இன்று கூறுகின்றேன் தேசவிடுதலைக்காக உண்மையில் உயிரைக் கொடுக்க தயாராயிருக்கிறேன் (ஈ.வெ.ரா. வாழ்க என்ற கூச்சல்).

வெள்ளையன் சுரண்டுகிறான், அதை எனக்குக் கொடு என்பவன் தேசீய வாதியா? வட நாட்டுக்காரன் எங்களை கொள்ளை அடிக்கிறானே; மார்வாடிகள் கொடுமை செய்கிறார்களே; அவர்களை என்ன செய்தாய்? அவர்களிடம் பங்கல்லவோ கேட்கின்றாய்! பிர்லா, பஜாஜ் இவர்களிடம் ரகசியமாக லஞ்சம் பெற்றுக் கொண்டு எங்களை மோசம் செய்து வஞ்சிக்கின்றாயே. இந்நிலையில் நீங்களல்லவோ எட்டு பங்கு குலாம்கள் (கைதட்டல்). காங்கரசின் பேரால் ஆட்சி செய்ய உங்கட்கு வெட்கமில்லையா?

தேர்தல் வாக்குறுதி எங்கே?

இப்பதவி உங்களுக்கு எப்படி வந்தது? தேர்தல் காலத்துக்குரிய வாக்குறுதிகள், பேசிய வீரங்கள் என்ன? ஆப்பக்காரியிடம் சென்று நீ ஏன் இந்த அனலில் உட்கார்ந்து கொண்டு கஷ்டப்படுகிறாய் மஞ்சள் பெட்டியில் ஓட்டைப்போடு, கடையிலிருந்து அரிசி பருப்பு முதலியவைகளை சும்மா அள்ளி வரலாம் என்றாய். அவசரமாக ரயிலுக்கு போவோனிடம் சென்று நீ ஏன் இவ்வாறு ஓடுகிறாய், காங்கரசை ஆதரி. நினைத்த இடத்தில் கையைக் காட்டினால் வண்டி நின்றுவிடும் என்று கூறினாய்; வயலில் உழுபவனிடம் சென்று நீ ஏன் இவ்வாறு மழையிலும், வெய்யிலிலும் துன்புறுகின்றாய் மஞ்சள் பெட்டியை நிரப்பு நெல் வீடு தேடிவரும் என்று அறைந்தாய்; மழை வேண்டுபவனிடம் சென்று மஞ்சள் பெட்டியை மனதில் நினைத்தால் மழை வரும் என்று மார்தட்டிக் கூறினாய்; அறிவாளியிடம் சென்று எங்களை தேர்ந்தெடுங்கள் வெள்ளையரை விரட்டலாம், போலீசிடத்துச் சலாம் வாங்கலாம் என்று சாற்றினாய்.

ஆனால் இன்று அவைகளையெல்லாம் மறந்து கவர்னரை 'வழிகாட்டி', நண்பன், ஞானாசிரியன்' என்று கூறினால் எங்கள் வயிறு எரியாதா? செய்வதைச் செய்துவிட்டு எங்களை வீணே ஏன் வையவேண்டும்? எல்லாரையும் ஏமாற்றி என்றென்றைக்கும் தலைதூக்காமற் செய்யும் கழுத்தறுக்கும் வேலையை இன்று செய்கின்றாய். இதைக் கூறினால் - கண்டித்தால்-சிறைவாசமா? நாடு கடத்தலா?

ஏகாதிபத்திய ஒழிப்பு எங்கே?

அன்று ஜவஹர்லால் மொண்டியானாலும் முடமானாலும் ஆளைக் கவனிக்காது காங்கரசை ஆதரி என்றும் காங்கரசை மந்திரி பதவியை ஏற்காதென்றும் கூறினார். மஞ்சள் பெட்டி நிரம்பியவுடன் மாகாண சுயாட்சியை உடைத்தார்களா? அன்று கூறியது போல் எப்படி உள்ளே புகவேண்டுமென்று தானே நினைத்தார்கள். அன்று வீரம் பேசிவிட்டு பூணூலைப் பிடித்துக் கொண்டு இராஜ விசுவாசப் பிரமாணம் செய்ய வெட்கமில்லையா? (கைதட்டல்) உங்கள் ஏகாதிபத்திய ஒழிப்பு எங்கே?

கட்டுப்பாடு, ஒழுங்கு நடவடிக்கை என்பதன் மூலம் பல மந்திரிகளையும் முனிசிபல் கௌன்சிலர்களையும் ஜில்லாபோர்டு மெம்பர்களையும் ஒழித்து வருகின்றனர். ஆனால் அதிலும் நியாயம் உண்டா? இன்று சுகாதார மந்திரியாக விருக்கும் டாக்டர் ராஜன் எந்தவிதத்தில் காங்கரஸ்காரர்? எந்தத் தொகுதியில் அபேட்சகராக நின்றார்? அவர் திருச்சி நகர சபையில் காங்கரஸ் அபேட்சகராக நின்ற ஒரு தமிழரை எதிர்த்து ஒழித்தார். அதனால் எல்லா இந்திய கா. கமிட்டியில் தண்டிக்கப்பட்டார். இதைக் கண்டு கனம் ஆச்சாரியாரும் அன்று துறவு பூண்டாரே! ஆனால் பதவி கிடைத்தவுடன் வலியச் சென்று அவரை அழைத்து வந்து நியமனம் மூலம் சுகாதார மந்திரி ஆக்கினார் தோழர் ஆச்சாரியார். இது என்ன வருணாச்சிரம தர்மமா? காங்கரஸ் நியாயமா? சற்று சிந்தியுங்கள். ஆச்சாரியார் நியாய புத்தியுடைய வரானால், டாக்டர் ராஜனை ஏதேனும் ஒரு தொகுதி மூலம் சட்டசபை உறுப்பின ராக்கியிருக்கலாம். அல்லது அவரிடம் மன்னிப்பு வாங்கியிருக்கலாம். அன்றி அ.இ.கா.விடம் கூறி அவரை மன்னித்துவிட்டதாக அறிவித்திருக்கச் செய்யலாம். இவை ஒன்றினையும் செய்யாத இவர் செய்கை ஒழுங்கானதா? நாணயமானதா? பார்ப்பனர்க்கு ஒரு நீதி; அல்லாதாருக்கொரு நீதியா? இந்த நிலையில் அவர்கள் நம்மை மிரட்டுவதற்குக் காரணம் நமது இளிச்சவாய்த்தனமே ஒழிய வேறில்லை.

நிற்க இக்கூட்டம் எலக்ஷனுக்காகக் கூட்டப்பட்டதென யாராவது சொன்னாராம். நான் அப்படி வரவில்லை. இன்ன பெட்டியில்தான் போடுங்கள் என்று கூறவில்லை.

எனது கூற்று

ஆனால் யோக்யர்கட்குப் போடுங்கள் என்றுதான் கூறுகின்றேன் (பலத்த கை தட்டல்). நாணையமுள்ள ஏழைகளிடத்து அன்புள்ள தன்னலமற்றவர்கட்குப் போடுங்கள். இதைக் கூறும் என்னைத் தேர்தல் பிரசாரகன் என்று கூறினாலும் நான் கவலை கொள்ளப்போவதில்லை. ஏனெனில் நான் மொண்டியானாலும் முடமானாலும் போடு என்று கூறவில்லை. கழுதைகளை நிறுத்தினாலும் கவலை கொள்ளாது போடுங்கள் என்று கூறவில்லை. ஏனெனில் சர்க்கார், எலக்ஷனில் நிற்க மனிதனுக்குத்தான் உரிமை உண்டு என்று சட்டஞ் செய்துள்ளனர். எனவே, காங்கரஸ்காரர் கூற்று சட்டப்படி தப்பாகும். ஆதலின் தகுதியுள்ளவர்களுக்குப் போடுங்கள் என்று கூறுகின்றேன். காங்கரஸ்காரன் கழுவினால் தான் கக்கூஸ் நாற்றம் போகுமா? வீதி சுத்தமாகுமா? இல்லையே. அப்படிச் சொன்னால் அவன் கன்னத்தில் அன்றோ அறைய வேண்டும் (கைதட்டல்). ஒரு கட்சிதான் முனிசிபாலிட்டியை நடத்த வேண்டுமென்பது சட்டமல்ல. அது முன்புள்ள சர்க்கார் சட்டப்படி தான் நடக்க வேண்டும். ஆதலின் ஒரு கட்சியார்தான் வரவேண்டுமென்று கூறுவது பித்தலாட்டமாகும்.

எங்கு வாழ்கிறது

ஆனால் நீங்கள் ஒன்றை மட்டும் கூர்ந்து கவனிக்க வேண்டும். அபேட்சகராக நிற்பவன், சோற்றுக்கு வகையுடையவனா என்று பாருங்கள் (பலத்த கைதட்டல், சிரிப்பு). ஏன் சிரிக்கின்றீர்கள்? அவன் என்ன சாணியைத் தின்பானா? சோற்றைத் தானே தின்பான்! சோற்றுக்கில்லாதவனை நீங்கள் தேர்ந்தெடுத்து அனுப்பினால், அவன் திருடவும் பார்ப்பான்; லஞ்சம் வாங்கவும் பார்ப்பான்; எதற்கும் பார்ப்பான் (பலத்த சிரிப்பு).

காங்கரஸ் கை வைத்த இடமெல்லாம் நாசமாகிவிட்டது. திருநெல்வேலி முதல் சென்னை வரை பாருங்களேன். ஊழல் எங்கில்லை? லஞ்சப் பேச்சில்லாத இடம் எது? கங்கையுடன் சேர்ந்த சாக்கடையும் புனிதமடைவதுபோல 4 அணா கொடுத்துக் காங்கரசில் சேர்ந்தால் அவன் புனிதமான தேசியவாதி ஆகிவிடுவான்! என்று அன்று ஆச்சாரியார் கூறினார். ஆனால் இன்று பலர் துரோகம் செய்தாரென்றும், கட்டுப்பாட்டை மீறினாரென்றும் தள்ளப்பட்டு விட்டார்களே. எங்கே அவர்கள் புனிதத் தன்மை? தள்ளப்பட்டவர்கள் யார்? பெரும்பாலும் தமிழர்கள்தானே! காரியம் கை கூடிய பின்னர் யார் எக்கேடு கெட்டாலென்ன என்றால், எதற்காக ஒரு கட்சியைப் பற்றிப் பேசவேண்டும்? லஞ்சம் ஒழிவதற்காகக் காங்கரசிற்கு ஓட்டளியுங்கள் என்று கூறினார்களே எங்கே லஞ்சம் ஒழிந்தது? வடநாடு பூராவும் லஞ்சத் தாண்டவம். சேலத்தில் லஞ்சம். சென்னையில் எம்.எஸ்.சுப்பிரமணிய அய்யர் லஞ்சப்படலம் சிரிப்பாய்ச் சிரிக்கின்றது. சரோஜினி அம்மையார், படேல் முதலியவர்கள் மீது லஞ்சக் குற்றத்தை மாஜி மந்திரி டாக்டர் காரே சுமத்துகிறாரே, இது காரியக் கமிட்டிக்கும் வந்ததே. ஆனால் இதனை விசாரித்த நீதிபதி, இது ஆதாரமில்லாமல் வரவில்லை, ஆனால் சரியாக ருஜூ ஆகவில்லை என்று கூறியிருக் கின்றாரே (கைதட்டல்) பதவி வகிக்கப் பார்ப்பனர்கட்கு யோக்கியதை இல்லை என்று நான் என்றும் கூறியது கிடையாது. ஆனால் ஆச்சாரியாரவர்கள் மற்றவர்களை விட எங்கட்குத்தான் யோக்கியதை அதிகம் என கூறுகின்றாரே. இதுபோல மற்றவர்கள் கூறுவது தப்பா? தமிழர்கள் அதில் நிழலுக்கு கூட ஒண்டக் கூடாதா?

பெரிய அதிகாரங்களெல்லாம் பார்ப்பனர்கட்குக் கொடுக்கப்படுகின்றன. பார்ப்பனர்கட்காகப் புதிதாக உண்டாக்கப்படுகின்றன. ஆனால் பார்ப்பனரல்லாதார் அநாவசியமாகத் தள்ளப்படுகின்றனர். இவைகள் மனப்பூர்வமாக - பச்சையாக

இன்று நடைபெறுகின்றனவே. மாகாண அதிகாரிகள் சஸ்பெண்டு டிஸ்மிஸ் செய்யப்படுகின்றனர். ஆனால் ஜஸ்டிஸ் ஆட்சி நடக்கும் காலத்தில் இவைகள் நடக்கவில்லையே.

வார்தா திட்டம்

இனி தமிழர்கள் சூத்திரத் தன்மையை விட்டுத் தலையெடுக்க முடியாதபடிச் செய்யும் சூழ்ச்சிகளில் காந்தியாரின் வார்தாத் திட்டமும் ஒன்று. தகப்பன் செய்த தொழிலை மகன் செய்யவேண்டுமாம். இது நடக்கக் கூடியதா! ஆனால் நம் தாய்மார் மஞ்சள் சீலையைக் கட்டிக் கொண்டு மூட பக்தியால் மஞ்சள் பெட்டியை நிரப்பினர். காந்தியோ முழங்கால் வரை வேட்டி உடுத்தி, பழம், ஆட்டுப்பால் உண்டு மக்களிடத்து ஒரு மூடநம்பிக்கையுண்டு பண்ணி மக்களை ஏமாற்றி ஓட்டுப் பெறுகின்றார்.

இதை நோக்க, காங்கரஸ்காரர்களில் காந்தி தலைமைக் கொள்ளைக்காரனால் ஒரு பங்கு கஷ்டம் என்று கூறுவேன் (வெட்கம் என்ற கூச்சல்).

இந்த நாடு விடுதலை பெற்றால் என்னைவிட ஆனந்தமடைகிறவர்கள் வேறு யாவருமில்லை. ஆனால் வெள்ளைக்காரனால் ஒரு பங்கு கஷ்டம். உங்களாலோ 999 பங்கு தமிழர்கட்குத் துன்பம் உண்டாகிறது. இந்நாட்டிற்கு வெள்ளையரைக் கொண்டு வந்தது யார்? நீ உள்ளவரை அவர்கள் நாட்டை விட்டு போக மாட்டார்களோ!

எதிரியை விரட்டக் கோட்டை வாயிலில் துளசியைத் தெளித்த நாயக்க அரசனைப்போல தோழர்கள் முத்துரெங்கம், சத்தியமூர்த்தி, ஆச்சாரியார் ஆகியோர் ராட்டினத்தையும் தக்கிழியையும் எடுத்துச் சுற்றினால், நம்மீது எதிரிகள் போடும் குண்டு போய்விடுமென்று இன்னமும் கூறுகிறார்களே! (கைதட்டல்) 20 வருஷமாகச் சுற்றினோமே ஒரு வெள்ளையன் போனானா? ஒரு வெள்ளைக்காரனுக்கு தலைவலி கூட வரவில்லையே! புராணகாலத்து விஷ்ணு சக்கரம் போலல்லவா இன்று ராட்டினத்தைக் காட்டி ஏமாற்றுகின்றனர்.

இனி கதருக்காக 2 லக்ஷம் ஒதுக்கியுள்ளார் கனம் ஆச்சாரியார். உண்மையில் இது கதருக்கா? அன்றி காங்கரஸ் பிரசாரம் செய்வதற்கா? மேலும் 30 ரூபாய் சம்பளம் பெறும் உபாத்தியாயர், உபாத்தியாயர்களும் 15 ரூபாய் பங்கா இழுப்பவரும் கதர் உடுத்த வேண்டும். இல்லையேல் வேலை போய்விடும் என்கின்றனர். பெரிய உத்தியோகஸ்தர்கள் கதர் உடுத்த வேண்டுமென்று உத்தரவிட பயமா?

அன்று ஜஸ்டிஸ்காரர்கள் மூன்று மந்திரியை நான்கு பேராக்க வேண்டுமென்று கூறிய காலத்து கூச்சல் போட்டார்கள். இன்று கைதூக்கும் 240 பேர்கட்கு 75 ரூபாய் தலைக்கு மந்திரிகள் 10. அதற்கு விரல்கள் 10. சம்பளம் 500 ரூபாய், வீட்டு வாடகை கார் அலவன்ஸ் 300 ரூபாய். ஆனால் எல்லா மந்திரிகளும் சர்க்கார் காரில் பிரயாணம் செய்கின்றனர். ஆனால் ஆச்சாரியார் வசிப்பது 45 ரூபாய் வாடகையுள்ள வீடுதானே. அவர் நாணையமுள்ளவரானால் மீதி 105-ரூபாயைத் திருப்பிக்கொடுத்துவிட வேண்டாமா?

இன்று சிறையில் நடப்பதென்ன?

நிற்க இந்தி வீழ்க! தமிழ் வாழ்க!! என்று சாத்வீக முறையில் கூறுபவர்கட்குச் சிறை, மொட்டை, களி போடுதல், நெல் குத்தச்சொல்லல் இவைகளா தண்டனை? முன்பு வெடிகுண்டு போட்டவர்கட்கும் பலாத்காரம் செய்தவர்கட்கும் பி. கிளாஸ் வேண்டுமென்று கூச்சல் போட்டனர். விடுதலை செய்ய வேண்டுமென்றனர்.

இன்றும் காந்தியார் பலாத்காரக் கைதிகளை வங்காளத்தில் விடுதலை செய்ய வேண்டுமென்று கூறுகிறார்.

ஆனால், நேற்று சென்னையில் ஒரு மாஜிஸ்டிரேட், தொண்டர்களைக் கைது செய்து வந்த போலீசாரைப் பார்த்து இவர்கள் (தொண்டர்கள்) இந்தி வீழ்க! தமிழ் வாழ்க! என்று தான் கூறினார்களா? வேறேதேனும் கூறினார்களா என்று கேட்ட போது வேறு ஒன்றும் கூறவில்லை என்று கூறியுள்ளனர் போலீசார். இதற்கு 4 மாதம் விதிக்கின்றார் உடனே மாஜிஸ்டிரேட். இதுதானா காங்கரஸ் நீதி? நாங்கள் பிரிட்டிஷ் அரசாங்கத்தை எதிர்க்கவில்லை. ராஜத்துரோகியுமல்ல. நாங்கள் ராஜாவைப் பார்த்தது கூட இல்லை. ஆனால் மந்திரிகள் தவறு செய்தால் அதைக் கண்டிக்கிறோம். இது தவறானதா?

இனி கனம் ஆச்சாரியார் பெண் பிள்ளைகளை இழுத்துக் கேவலமாகப் பேசுகின்றனர் தொண்டர்கள் என்று கூறுகின்றார். அப்படி அவர்கள் பேசினார்கள் என்பதற்கு என்ன சான்று?

அப்படி அவர்கள் கூறியிருந்தாலும் அவர்களை ஒடுக்க கிரிமினல் சட்டத்தைத் தானா உபயோகிக்க வேண்டும்? இந்தி எதிர்ப்பாளர்களை சோற்று ஆட்கள் என்று கூறுகின்றனர். யார் சோற்றாட்கள்? அன்று காங்கரஸ் பெரியார்கட்கு - சோற்றுக்கு இந்தக் கைதானே 'செக்' எழுதிக் கொடுத்தது நான் காங்கரசின் தலைவர் காரிய தரிசியாயிருந்த காலத்தில். ஆனால் அது என் பணம் அல்ல. காங்கரஸ் பணந்தான்.

பார்ப்பனப் பத்திரிகையாக ஒரு கேலிப் பத்திரிகை இந்தி எதிர்ப்புத் தொண்டர் களைப் பிச்சைக்காரர்களாகவும் தலைவர்களை 'வாங்கித் தா' என்று கேட்பவர்கள் போலும் படம் போட்டுக் காட்டுகிறது. நமது கஷ்டத்தை ஆதரவற்ற தன்மையை - அவன் கேலி செய்கிறான். நமக்கு ஆண்மை யிருந்தால் நாம் ஒற்றுமையுடையவர் களாயிருந்தால் அவனுக்கு இங்ஙனம் படம் போட்டுப் பரிகசிக்கத் தைரியம் வருமா? நமக்குப் புத்தி இல்லை என்பது அவனுக்குத் தெரியும், நம்மில் சிலருக்கு சில எலும்புகளைப் போட்டு நம்மைப் பிரித்து ஏமாற்றுகிறார்கள். இவைகளை அலசிப் பார்த்து நியாயத்தைக் கடைப்பிடியுங்கள். மேலும் கூட்டங்களில் நாம் நியாயமாகச் சொல்லும் சொற்களை எழுதிக் கொள்வதில்லை. நாம் எங்கு தவறுகிறோம் என்பதை மட்டும் எழுதிக் கொண்டு மேலதிகாரிகளிடம் தெரிவித்து நம்மைக் கைது செய்யத் தூண்டுகின்றனரெனத் தெரிகிறது. இது ஆண்மையா, பேடித்தனமா என்பதை நீங்களே முடிவு செய்து கொள்ளுங்கள் (பேடித்தனம் என்ற கூச்சல்).

இறுதியாகக் கூறுகின்றேன். தோழர்களே! இவைகள் ஒழிய வேண்டுமானால் பார்ப்பனப் பூண்டு இந்நாட்டைவிட்டு அடியோடு ஒழிய வேண்டுமென்று கூறுவதுடன் எனது பேச்சை முடித்துக்கொள்ளுகிறேன்.

குடிஅரசு - 16. 10. 1938

காங்கரஸ் காலித்தனத்துக்கு ஆப்பு

அன்பார்ந்த தலைவர் அவர்களே! தோழர்களே!

இது இந்தியை எதிர்ப்பதற்காகப் போடப்பட்ட கூட்டமாகும். நாங்கள் இந்தியை எதிர்ப்பதற்குக் கூறும் காரணங்களைக் கேட்டு சிந்தித்துச் சரியென்று பட்டால் ஏற்றுக்கொள்ளுங்கள். பிடிக்காதவர்கள் இங்கு நாளை ஒரு கூட்டம் போட்டு ஆதாரமிருந்தால் நேர்மையான காரணங்களைக் கூறி மறுக்கட்டும். அதைவிட்டுப் பொறுப்பற்ற வகையில் காலித்தனமாக குழப்பம் விளைவிக்க முயலுவது இழிவான காரியமாகும். இதுதான் காங்கரஸ்காரர்களின் சமாதானம் என்றால் அதையும் சமாளிக்க தயாராயிருக்கிறோம். காங்கரஸ் அஹிம்சை என்று கூறிக்கொண்டு காலித்தனத்தைக் கையாளுகின்றது. ஆனால் தாங்கள் அஹிம்சை வாதிகள் என்று சொல்லி மக்களை ஏமாற்றுகின்றனர்.

யார் தேசத் துரோகி?

அதே மாதிரி தாங்கள்தான் வெள்ளையர்களை இந்நாட்டை விட்டு விரட்டப் போகின்றவர்கள் என்று மக்களிடம் கூறுகின்றனர். ஆனால் வெள்ளைக்காரர்களிடம் சென்று உங்களை இந்நாட்டில் என்றென்றும் நிலைத்திருப்பதற்கு உதவி செய் கிறோம், எங்களுக்கென்ன செய்கிறீர்கள் என வெள்ளையரிடம் ரகசிய ஒப்பந்தம் பேசுகின்றனர். ஆதியில் அன்னிய ஆட்சியை இந்நாட்டிற்கு கொண்டு வந்தது யார்? இதே பார்ப்பனர்கள்தான். இப்பார்ப்பனர்கள் இந்நாட்டுக்குச் செய்ததென்ன? வாய்க் கால்கள் வெட்டினார்களா? சாலைகள் போட்டார்களா? வீடுகள் கட்டினார்களா? இவர்கள் வெட்டிப் புரட்டியதென்ன? இவர்கள் நம் நாட்டிற்குத் தந்ததெல்லாம் தர்ப்பைப் புல்லும் கோவில் மணியும் தவிர வேறென்ன? இத்தகைய யோக்கியர்கள் இவர்களின் சூழ்ச்சிகளை விளக்கித் தங்கள் நாட்டு மக்களுக்காகப் பாடுபடுவோரை தேசத்துரோகிகள் என்று கூறுகின்றனர். எங்கள் நாட்டு மக்களுக்கு உழைப்பதற்கு எங்களுக்கில்லாத கவலை இந்தியாவுக்கு வெளியிலிருந்து ஆடுமாடு மேய்த்துப் பிழைக்க வந்தவர்கள் என்று சரித்திரம் கொண்ட இப்பார்ப்பனர்களுக்கு எங்கிருந்து வந்தது என்று கேட்கின்றேன். எங்களைத் தேசத் துரோகிகள் என்று கூறும் இவர்களுக்கும் இந்த தேசத்துக்கும் என்ன சம்பந்தம்? வெள்ளைக்காரர்களுக்கு நாங்கள் இந்தத் தேசத்தை காட்டிக் கொடுக்கிறோம் என்கிறார்கள். வெள்ளையர்கள் எங்கள் சொந்தக்காரர்களா? அல்லது அவர்களுக்கும் எங்களுக்கும் இரத்தக் கலப்பு இருக்கிறதென்று சரித்திரம் எழுதி வைத்துக்கொண்டிருக்கிறோமா? பார்ப்பனர்கள் தான் தங்களை வெள்ளையரின் தாயாதிகள் என்று எழுதி வைத்துக் கொண்டிருக் கின்றனர்.

நான் அன்று காங்கரசிலிருந்த பொழுதும் என்னை சி.ஐ.டி.க்காரர்கள் கவனித்து வந்தனர். காங்கரசை விட்டு வெளியேறிய பிறகும் எனக்குத் தானே 'ஷேடோ' போட்டு பலமுறை ராஜத்துவேசத்துக்கு தண்டித்தனர். இப்பொழுதும் எங்களைத் தான் வெள்ளைக்காரன் தங்களுக்கு விரோதியன்று கருதியிருக்கிறானே ஒழிய பார்ப்பனர்களையல்ல. இன்று சகல வெள்ளையரும் - கவர்னர் முதல் - பார்ப்பனருடன் கொஞ்சுகிறார்கள், குலாவுகிறார்கள். இன்று ஒரு பார்ப்பானுக்கும் சி.ஐ.டி. கிடையாது. எனவே வெள்ளைக்காரருக்கு நல்ல பிள்ளைகள் யார், அவர்களது கூலிகள் யார், தேசத்துரோகிகள் யார், மக்களை காட்டிக் கொடுத்து மந்திரியானது யார் என்பதை நீங்களே முடிவு கட்டிக் கொள்ளுங்கள். வெள்ளையரை விரட்டு வதற்கு உங்களிடம் சொல்லி ஓட்டு வாங்கின பார்ப்பனர் இன்று வெள்ளையரோடு விருந்துண்கிறார்கள். வெள்ளையருக்கு விருந்தளிக்கிறார்கள். இந்த லக்ஷணத்தில் வெள்ளையரை விரட்ட மந்திரியாயிருக்கிறோம் என்று இன்னும் அவர்கள் பேசுகிறார்களே!

யார் கொள்ளையடிக்கிறார்கள்?

வெள்ளையர் நம் நாட்டைக் கொள்ளையடிக்கிறார்கள் என்று கூறுகிறார்கள். அதற்காக இதுவரை இவர்கள் என்ன செய்தார்கள்?

வடநாட்டான் தமிழர்களைக் கொள்ளையடிப்பதையும் நம்மை வட நாட்டாருக்கு அடிமைப்படுத்த முயற்சிப்பதையும் மறைத்து நம் கவனத்தை வேறு வழியில் திருப்புவதற்காக அவர்கள் வெள்ளையர் கொள்ளை பல்லவி பாடுவதாகும். மற்றும் நம்மை வடநாட்டார்க்கு அடிமைப்படுத்தவும் நம்மை அவர்களை இன்னமும் நன்றாய் சுரண்டுவதற்காகவும் தான் வடநாட்டான் பாஷையாகிய இந்தியை நம்மீது இன்று காங்கரஸ் பார்ப்பனர் வலிந்து சுமத்துகின்றார்கள். இதற்காக வடநாட்டார்களான தோழர்கள் பிர்லா, பஜாஜ் போன்றவர்களிடமிருந்து நம் நாட்டுப் பார்ப்பனர்கள் பெருந்தொகை பெறு கின்றனர்.

வடநாட்டார்கள் தமிழர்களைச் சுரண்டுவதையும் தமிழர்களின் நெசவு முதலிய கைத்தொழில்களை வேரறுப்பதையும் மறைப்பதற்காக "வெள்ளைக்காரன் அன்னியன்; அவன் நம் நாட்டைக் கொள்ளையடிக்கிறான்" என்று வெள்ளைக்காரன் மேல் நமக்கு துவேஷத்தை உண்டுபண்ணி அவன் துணியை வெளுக்க, கசக்கச் செய்து ஆமதாபாத்காரன் துணியை வாங்கச் செய்து சேலம், கோயமுத்தூர் நெசவாளிகள் தலையில் கைவைக்கிறார்கள். இந்நாட்டு தொழிலாளி மக்கள் லக்ஷக்கணக்கில் பட்டினி கிடக்க தாங்கள் உடல் நோவாது உண்டு, நம்மை வடநாட்டாருக்கு அடிமைப்படுத்தி நம் தொழிலையும் செல்வத்தையும் அவர் அனுபவிக்கச் செய்து நம் தொழிலாளர்களையும் முதலாளிகளையும் ஓட்டாண்டி யாக்குகிறார்கள்.

இன்று தமிழ்நாட்டில் பெரும்பாலான நெசவுக்காரர் பிச்சை எடுக்கும்படியான நிலையில் இருப்பதற்குக் காரணம் காங்கரசுக்கு லஞ்சம் கொடுத்து ஆமதாபாத் முதலாளி அடிக்கும் கொள்ளைதான்.

இந்திக் கொடுமை

இந்த லக்ஷணத்தில் நம்மீது உள்ள அன்பால் இந்தியைக் கட்டாய பாடமாக வைத்திருப்பதாக கனம் ஆச்சாரியார் கூறுகிறார். தமிழர்களின் மீது இவர்களுக்கு உண்மையாக அன்பிருக்குமானால் இந்த நாட்டு தொழிலாளிகளான உண்மைத் தமிழர்கள் 100 க்கு 97 பேர் தற்குறிகளாக இருப்பதை அறிந்தும், காங்கரஸ் மந்திரிகள்

தமிழ் பள்ளிக்கூடங்களை மூடச் செய்து இந்தி பள்ளிக்கூடங்களைத் திறப்பார்களா? தமிழை ஒவ்வொருவரும் கட்டாயமாய் படிக்க வேண்டுமென்று சொல்லாமல் இந்தியை கட்டாய பாடமாகக் கற்பிப்பார்களா? ஜஸ்டிஸ்காரர்கள் தமிழ் கட்டாயமாகவும் இலவசமாகவும் கற்றுக் கொடுக்க சட்டமும், திட்டமும் வகுத்தார்கள்; பணமும் ஒதுக்கி வைத்தார்கள். காங்கரஸ்காரர் அதை ஒழித்துவிட இன்று இந்திக்குச் சட்டமும், திட்டமும் வகுத்திருக்கிறார்கள். இவர்கள் தமிழர்களா, தமிழ் அன்பர்களா - தமிழ்நாட்டுப் பற்றுடையவர்களா?

தமிழர்களின் வரிப்பணத்தைக் கொண்டு தமிழர் மொழிக்கும், தமிழர் கலை, நாகரிகம் முதலியவைகளையும் கெடுக்கக்கூடிய வடநாட்டு பாஷையை தமிழர்கள் மீது வலுக்கட்டாயமாகச் சுமத்துவதென்றால் இதைவிட வேறு அக்ரமம் வேண்டுமா? தமிழர்களின் வரிப்பணத்தை தமிழர்களின் நன்மைக்காக உபயோகப்படுத்தாமல் தமிழர்களைக் கெடுப்பதற்கும் அடிமைப்படுத்தப்படுவதற்குமான பாஷைக்கு உபயோகப்படுவதுதான் கனம் ஆச்சாரியார் தமிழர்கள் மீதும் தமிழ்நாடு மீதும் தமிழ்பாஷை மீதும் கொண்டுள்ள அன்புக்கு அறிகுறியா?

பார்ப்பனர்கள் தமிழர்களை அடிமைப்படுத்த செய்துவரும் சூழ்ச்சிகளை விளக்கி மக்களுக்கு எடுத்துச் சொன்னால் அது சட்ட விரோதமாம். அதற்குப் பெயர் ராஜத்துவேஷமாம் - வகுப்புத் துவேஷமாம். சொல்லுகிறவர்கள் மீது நாடு கடத்தக் கூடிய சட்டங்களையும் தண்டனைகளையும் இந்த அஹிம்சா தர்ம காந்தி - ராமராஜ்ய சர்க்கார் பிரயோகம் செய்கிறது. இது வெகு நீதியாம்! இக்காரியங்கள் எல்லாம் தமிழர்களின் சுதந்தர உணர்ச்சியை அடக்கச் செய்யும் கொடுங்கோன்மை அல்லவா? இதற்காக நான் அஞ்சவுமில்லை ஆச்சரியப்படவும் இல்லை.

தமிழும் ஆரியமும் ஒன்றா?

ஆனால் ஒரு சில தமிழர் தங்களை தமிழ் ரத்தம் ஓடும் தமிழர் என்று சொல்லிக் கொண்டு திராவிடர் வேறு தமிழ் வேறு என்றும், திராவிடமும் ஆரியமும் ஒன்று என்றும், கன்னடமும், தெலுங்கும், மலையாளமும் தமிழ் அல்ல என்றும், கன்னடியரும், தெலுங்கரும், மலையாளிகளும் தமிழர்கள் அல்லவென்றும் குலைக்கிறார்களே! இவர்கள் கலப்படமற்ற தமிழர்களா? என்பது தான் எனக்கு ஆச்சரியமாய் இருக்கிறது. இவர்களுடைய இந்த உணர்ச்சிதான் சில தமிழ் பெண்களைப் பொட்டுக் கட்டிவிடச் செய்ததோ என்று கருதுகிறேன். இந்த நபர்கள் இனி எந்த இழிவான காரியத்தைத்தான் செய்ய அஞ்சுவார்கள்.

இவர்களை தமிழர்கள் என்று எந்த மடையன்தான் நினைக்க முடியும்? ஆரியருடன் திராவிடர்கள் கலந்து விட்டார்கள் என்றும் தமிழர்களும் கலந்து விட்டார்கள் என்றும் இவர்கள் சொல்லுவதற்குக் காரணம் இதுதான் போலும். இதுதான் ராமாராஜ்யத்தில் தமிழனுக்கு ஏற்படும் புதிய புத்திபோலும். இந்த மாதிரி தமிழ் மக்களைப் பார்த்துத்தான் நம் பழந்தமிழ்ப் பெரியார்கள் பார்ப்பனர் ஆண்டால் நாடு உருப்படாதென்று ஆயிரக்கணக்கான வருஷங்களுக்கு முன் கூறியிருக்கிறார்கள் போலும்.

"நூலெனிலோ கோல் சாயும் (நூல் - பூணூலணிந்த பார்ப்பான் பூமி ஆளுவானேயானால் கோல் சாயும்) செங்கோல் முறை கெட்டுப்போம்" என்றும், "பாப்புப் பெருக்கல்லோ நாயக்கர் ராஜ்யம் பாழ்த்ததுவே" என மற்றோர் தமிழ் பெரியாரும் சொல்லியிருக்கிறார்களாக்கும். இவர்கள் கூறியது முற்றிலும் உண்மையென்பதை இன்று ஆச்சாரியாரின் ஆட்சி மெய்ப்பிக்கின்றது. பார்ப்பன ஆட்சியில் இனி உண்மைத் தமிழர்கள் மானத்தோடு, சுதந்திரத்தோடு வாழ

தொகுதி 1 மொழி

முடியாதென்பதையும் ஆரிய ரத்தமும் திராவிட ரத்தமும் ஒன்றாக கலந்துவிட்டது என்று கருதுகிற - கலக்கச் சம்மதிக்கிற தமிழர்தான் வாழ முடியும் என்பதையும் ஆச்சாரியாரின் அடக்குமுறைப் பிரயோகங்கள் வெளிப்படுத்துகின்றன.

எனவே தமிழர்கள் இனி சும்மாயிருப்பதில் பயனில்லை. பார்ப்பானுக்கு தமிழ்நாட்டை தமிழ் மக்களைக் காட்டிக் கொடுத்து இம்மாதிரி ஈன வாழ்வு வாழ்ந்துகொண்டு கன்னடியனுக்கு ஆந்திராவுக்கு இந்த நாட்டில் என்ன வேலை என்று கேட்கும் அற்பர்கள் அயோக்கியர்கள் இழி பிறப்புக்காரர்களை லட்சியம் செய்வதில் பயனில்லை. தமிழர்களுக்குத் தனி மாகாணம் வேண்டும். ஆரியனும் நாமும் ஒன்றுதான் என்று கருதும் ஈனத்தமிழனுக்கும் வடநாட்டாருக்கும் நமக்கும் எத்தகைய தொடர்பும் இருக்கக்கூடாது. வேண்டுமானால் நமது விருந்தினர்களாக நட்பினர்களாக வாழட்டும்; நமக்கு எஜமானர்களாக - தமிழ்நாட்டின் தலைவிதியை நிர்ணயிப்பவர்களாக வடநாட்டாரும் ஆரியபுத்திரர்களும் இருப்பதை ஒழிக்க வேண்டும். தன் வீட்டுக்கு தானே எஜமானனாய் இருக்க வேண்டுமென்பது சில தமிழருக்கு அவமானமாய் - கேலியாய் இருக்கிறதாம். ஆரிய சாவகாசம் இந்த தமிழனுக்கு எவ்வளவு மானங்கெட்ட நிலையை உண்டாக்கிவிட்டது பாருங்கள். தமிழ்நாடு தமிழ் மக்களுக்கே என்ற உரிமையிருக்க வேண்டும். ஆரியரோ ஒரு அய்யர் - அய்யங்கார் - ஆச்சாரி - சாஸ்திரி - சர்மாவோ அல்லது ஒரு வடநாட்டாரான ஒரு காந்தி - படேல் - நேரு-போஸ்-பிரசாத் போன்றார்க்கோ தமிழ்நாட்டுக்கும், தமிழர்களுக்கும் ஆவனவற்றையும் - அல்லாதவற்றையும் பற்றிப் பேச என்ன உரிமை இருக்கிறது என்று கேட்கின்றேன்.

நம் விஷயத்தில் அவர்கள் அனாவசியமாகத் தலையிடுவதை ஆண்மையுள்ள தமிழன் எவனும் இனி பொறுத்துக் கொண்டிருக்க முடியாது. தமிழனை சூத்திரன் என்றும், தாசி மகன் என்றும் எழுதி வைத்துக் கொண்டிருக்கும் வேத புத்தகத்தை கிழித்து நெருப்பில் போட்டு சாம்பலாக்கச் சம்மதிக்க இஷ்டப்படாத காந்திகளும், ஆச்சாரிகளும், சத்தியமூர்த்திகளும் தமிழனைப் பற்றியோ தமிழரைப் பற்றியோ பேச உரிமை உண்டா? இவர்களுக்கு பேச உரிமையளித்திருக்கும் தமிழன் உண்மை கலப்படமற்ற தமிழனாவானா என்று கேட்கிறேன். வெள்ளையர் இந்த நிமிஷமே ஒழியட்டும் எனக்கு கவலை இல்லை. ஆனால் தமிழன் சூத்திரன், தமிழ்ப் பெண் சூத்திரச்சி தாசி மக்கள் என்கிற வருணாச்சிரமத்தையும் ராமராஜ்யத்தையும் நிலைநிறுத்தும் காந்திகளும் ஆச்சாரிகளும் அதற்கு முன்பே ஒழிய வேண்டாமா? எனக் கேட்கிறேன்.

எனவே வடநாட்டாரும் ஆரியர்களும் சோம்பேறி பார்ப்பனர்களும் நமக்குக் கட்டளையிட்டு அதன்படி தான் அவர்கள் தலைமையில் தான் நாம் வாழ வேண்டும் என்றால் அதைவிட தமிழன் உயிர் விடுவதே மேல். வடநாட்டார் நம்மீது ஆதிக்கஞ் செலுத்துவதை தடுக்க வேண்டுமானால் வடநாட்டார், சுரண்டுவதைத் தடுக்க வேண்டுமானால் தமிழ்நாடு தனி மாகாணமாகப் பிரித்து ஆக வேண்டும். இதற்கு நாம் விடாது போரிட வேண்டும். தமிழ்நாடு தமிழருக்கே என்று கிளர்ச்சிகளும் கூப்பாடுகளும் மூலை முடுக்குகளிலும் தோன்றவேண்டும். உண்மைத் தமிழர்கள் அனைவரும் வீறுகொண்டெழுந்து போரிட வேண்டும். அப்பொழுதுதான் தமிழர்கள் தமிழர்களாக மானமுள்ள மனிதர்களாக வாழ முடியும்.

குடிஅரசு - 30. 10. 1938

தமிழ்க்கொலை

தற்காலத்தில் பள்ளிக்கூடங்களில் வைக்கப்பட்டிருக்கும் பாடப் புத்தகங்களிலுள்ள குற்றங்குறைகளை எழுத வேண்டுமானால் அதற்கே ஒரு தனிப் புத்தகம் எழுதலாம். அந்த வேலை மணற்சோற்றில் கல் ஆராய்வது போன்றது.

315 கோடி!

1. சென்னை ராஜதானிக் கல்லூரியில் ஆசிரியராயிருக்கும் ஒரு வித்வான் எழுதிய தமிழக வாசகம் நான்காம் புத்தகத்தில் இந்தியாவின் ஜனத்தொகை சுமார் 315 கோடியென்று முட்டையெழுத்துக்களில் அச்சிடப்பட்டிருக்கிறது.

2. "செஞ்சி நகரக் கோட்டைச் சிறப்பு" என்பது ஒரு பாடத்தின் பெயர்.

3. "தஞ்சையில் விஜயராகவரிடம் வேலை பார்த்து வந்த இராயசம் வெங்கண்ணா என்ற ஒரு கணக்குப்பிள்ளை ஒருவர் இருந்தார்" என்பது ஓர் அழகான வாக்கியம்.

4. அநுமானும் சீதையும் என்ற ஒரு பாடத்தில் அநுமான் அசோகவனத்தில் சீதையைக் கண்டு.

   "தாயே..... தங்களை இராணிமரிடம் எடுத்துப் போக நான் விரும்புகிறேன். ஓர் இமைப்பொழுதில் நான் அவரிருக்கும் இடம் செல்வேன். தங்கட்குச் சிறு துயரம் நேராது" என்று சொல்வதாகக் கூறப்பட்டிருக்கிறது.

   சிறு துயரம் நேராது என்பது சென்னை ராஜதானிக் கல்லூரியில் தமிழாசிரியராயிருக்கும் ஒரு வித்வானின் எழுத்து!

5. மீன்கள் என்ற பாடத்தில் 'ஒரு வகை மீன் கப்பல்களின் ஓரங்களிலும் திமிங்கிலம் முதலிய கடற் பிராணிகளிண் உடல்களிலும் ஒட்டிக்கொண்டு அவற்றுடன் வெகுதூரம் போகக்கூடிய உடலமைப்பைப் பெற்றிருக்கிறது. அவற்றிற்கு உரிஞ்சு மீன்கள் என்று பெயர்' என்று சொல்லுகிறார். இதுவும் வித்வான் வாக்கு.

6. இதிலுள்ள அச்சுப் பிழைகளுக்கும், வல்லின மெல்லினத் தவறுகளுக்கும், விட்டுப்போன ஒற்றெழுத்துக்களுக்கும் வேண்டாத ஒற்றுகளுக்கும் கணக்கில்லை.

"சென்னை நகர பூகோள சாஸ்திரமும் பிற நாட்டு மக்கள் வாழ்க்கையும்" என்பது மற்றொரு புத்தகம். இது பி.ஏ. எல்.டி. பட்டம் பெற்ற, ஆணோ, பெண்ணோ என்று ஐயுறக் கூடியவாறு தமது பெயரை அமைத்துக்கொண்டிருக்கிற ஓர் அறிஞரால் எழுதப்பட்டிருக்கிறது. இதில் வடிக்கட்டும் என்பது போல வேண்டாத ஒற்றுகள் சில இடங்களில் போடப்பட்டிருக்கின்றன. அச்சுப் பிழைகளுக்குக் கணக்கில்லை. ப், க், த் முதலிய ஒற்றெழுத்துக்கள் வர வேண்டிய இடங்களிலெல்லாம் ஒரே அடியாக விட்டுவிட்டார். சிக்கனம் போலும்!

தற்காலத்தில் பொது நலத்தையும் கல்வி நலத்தையும் கருதாமல் சுயநலம் கருதி வைக்கப்படும் பள்ளிக்கூடப் புத்தகங்களையெல்லாம் ஆராய்ந்தால், அது ஒரு பரிதாபமான ஆராய்ச்சியாயிருக்கும். இத்தகைய புத்தகங்களை எழுதுகிற ஆசிரியர்களுக்கும், வித்வான்களுக்கும், அவற்றை வெளியிடுகிற புத்தக வியாபாரிகளுக்கும் அவர்கள் உடம்புகளில் தகுதியான இடங்களில் நல்ல புளியம் விளாரால் முறையே ஒரு டசன், அரை டசன் அடிகள் தக்கவர்களைக் கொண்டு கொடுக்க வேண்டுமென்பது நமது தாழ்மையான அபிப்பிராயம். இத்தகைய புத்தகங்களை அங்கீகாரம் செய்யும் டெக்ஸ்ட் புக் கமிட்டியார் என்பவர்களுக்கு என்ன தண்டனை விதிக்க வேண்டும் என்பதைப் பொதுமக்கள் முடிவு செய்ய வேண்டும்.

குடி அரசு - 13. 11. 1938

ஆச்சாரியார் இதற்கென்ன பதில் சொல்லுவார்?

சென்னையில் இந்தி எதிர்ப்புக் கிளர்ச்சி செய்து சிறைப்பட்ட பெண்களது வழக்கு விசாரணையில் முடிவு சொன்ன நீதிபதி அவர்கள் எழுதிய தீர்ப்பு "விடுதலை"யில் பிரசுரிக்கப்பட்டிருப்பதை வாசகர்கள் படித்திருக்கலாம். அதில் அவர் குறிப்பிட்டிருப்பதாவது:-

"கிளர்ச்சி செய்த பெண்களில் இருவர் கவுரவமான பெண்கள்; மற்றும் சிலர் வயதானவர்கள். ஆதலால் அவர்கள் சொல்லுவதை நான் நம்புகிறேன். அதாவது அவர்கள் "ராஜகோபாலாச்சாரியார் ஒழிக" என்றும் "பார்ப்பனர் ஒழிக" என்றும் சொல்லி இருக்கமாட்டார்கள் என்றே கருதுகிறேன். அன்றியும் "இந்தி ஒழிக" "தமிழ் வாழ்க" என்று கோஷிப்பதாலும் குற்றமில்லை என்றும் அந்த வார்த்தைகள் குற்றமானவை அல்ல என்றும் ஒப்புக்கொள்ளுகிறேன்" என்பதாகும்.

இதிலிருந்து நீதிபதி அவர்கள் போலீசாரை நம்பவில்லை என்பதும் போலீசார் சொன்ன சாக்ஷியம் உண்மை அல்ல என்பதும் நன்றாய்க் காணக்கிடக்கின்றது. இந்தப் போலீசார்தான் இதுவரை அனேகத் தொண்டர்கள் மீது இதே மாதிரி சாக்ஷி சொல்லி தண்டிக்கச் செய்திருக்கிறார்கள் என்பதை பொதுமக்கள் உணர்வார்களாக.

அதோடு மாத்திரமல்லாமல் சில பார்ப்பனப் பத்திரிகைகளும் அவர்கள்தம் அடிமைகளும் இந்தி எதிர்ப்புக்காரர்கள் யோக்கியமான முறையில் கிளர்ச்சி செய்யவில்லை என்றும் கெட்ட வார்த்தைகள் சொல்லி பிறர் மனதை நோவச் செய்கிறார்கள் என்றும் துராக்கிரகம் செய்கிறார்கள் என்றும் சொன்னதும் சொல்லி வருவதும் முழுப்பொய் என்பதும் அயோக்கியத்தனமாகவும் அற்பத்தனமாகவும் வேண்டுமென்றே செய்யும் விஷமப்பிரசாரமே ஒழிய சிறிதும் உண்மையல்ல என்றும் கருத இடம் தருகிறது.

இவை மாத்திரமல்லாமல் வாக்குச் சுதந்திரமும் நியாயமான கிளர்ச்சி சுதந்திரமும் மக்களுக்கு அளித்திருப்பதாய் கூறும் காங்கரஸ்காரர்கள் யோக்கியதையும் அவர்களது ஆட்சி யோக்கியதையும் எப்படிப்பட்டது என்பதும் நன்றாய் விளங்குகிறது.

கவுரவமான பெண்கள் வயது முதிர்ந்த பெண்கள், தெருவில் நின்று "இந்தி ஒழிக" "தமிழ் வாழ்க" என்று சொல்வது கிரிமினல் அமெண்டுமெண்ட் ஆக்ட்டுப்படி எப்படிக் குற்றமாகிறது என்பதை பொதுமக்கள் தான் யோசித்து முடிவு செய்ய வேண்டும். இந்தக் காரியங்களைச் செய்யும்படித் தூண்டுவது தானாகட்டும் எப்படி உடந்தைக் குற்றமாகின்றது என்பதும் நமக்கு விளங்கவில்லை.

ஆகவே காங்கரஸ் ஆதிக்கமானது தனது அபிப்பிராயத்துக்கு மாறுபட்டவர்கள், அதை எந்த விதமான முகாந்திரத்தைக் கொண்டும் வெளியிடக் கூடாது என்பதும் காங்கரசுக்கு விரோதமாக யாரும் நினைக்கவும் பேசவும் கூடாது என்பதுமான காட்டுராஜா ஆதிக்கம் செலுத்துகிறது என்று தான் சொல்ல வேண்டியிருக்கிறது.

தோழர் கனம் ராஜகோபாலாச்சாரியார் அவர்கள் மேல் குறிப்பிட்ட நீதிபதி தீர்ப்புக்கு என்ன பதில் சொல்லுகிறார் என்று கேட்கின்றோம்.

நீதிபதி அவர்கள் "கிளர்ச்சி செய்தவர்கள் கவுரவமானவர்கள்; அவர்கள் கோஷம் செய்த வார்த்தைகளும் குற்றமானவை அல்ல" என்று சொல்லிவிட்டார்.

மேலும் பள்ளிக்கூடத்திற்கு சென்ற பிள்ளைகளையும் செல்லாமல் தடுக்க வில்லை என்றும் விசாரணையில் தெரியவருகிறது. சாட்சி சொல்லுவது என்ன வெனில் இவர்கள் கூட்டத்தால் பிள்ளைகள் பள்ளிக் கூடத்திற்குள் போக முடிய வில்லை என்றும் உள்ளே இருக்கிற பிள்ளைகள் இந்த சத்தம் கேட்டு வெளியில் வருகிறார்கள் என்றும் சொல்லி இருக்கிறார். இதைப்பற்றி ஒரு பையனாவது ஒரு உபாத்தியாயராவது சாக்ஷி சொல்லவே இல்லை. அப்படியே இருப்பதாகவே வைத்துக்கொண்டாலும் அதற்கும் கிரிமினல் அமெண்டுமெண்ட் ஆக்ட்டுக்கும் என்ன சம்மந்தம் என்றும் பிரிட்டிஷ் சர்க்கார் தங்கள் ஏகபோக ஆட்சியில் இந்த மாதிரியான காரியங்களுக்காக இந்த ஆக்டை உபயோகித்தார்களா என்றும் யோசித்துப்பார்த்தால் காங்கரஸ் ஆட்சியின் யோக்கியதை யாருக்கும் புலப்படாமல் போகாது. தவிரவும் நீதிபதி அவர்கள் தீர்ப்பில், மறியல் செய்த பெண்மணிகள் கவுரவமானவர்கள் டாக்டர்கள் என்று எழுதியிருந்தும்கூட போலீசார் அவர்களுக்கு அன்று பகல் முழுதும் பட்டினி போட்டு இங்குமங்குமாய் இழுத்தடித்திருக்கிறார்கள் என்றால் காங்கரசின் நீதி எங்கே என்று கேட்கின்றோம்.

காங்கரஸ்காரர்கள் இக்கிளர்ச்சியை அழிப்பதற்காக இதுவரை எத்தனையோ வித சூழ்ச்சிகள் செய்து பார்த்துவிட்டார்கள். இனிமேற்கொண்டு பெண்கள் இதில் கலந்து கொள்ளாமல் இருப்பதற்காக ஏதேதோ சூழ்ச்சி செய்வதாகவும் அதற்கு சில பெண்களை விலைக்கு வாங்குவதாகவோ வாங்கி இருப்பதாகவோ நம்பத் தகுந்த இடத்திலிருந்து சேதிகள் வருகின்றன. இது உண்மையானால் ஒரு உண்மையான இயக்கத்தின் கிளர்ச்சியை ஒடுக்க இம்மாதிரி இழிவான முயற்சிகளைக் கையாளுகின்ற ஒரு இயக்கமும் அதன் தலைவர்களும் யோக்கியமானவர்கள் என்று சொல்ல முடியுமா என்று கேட்க வேண்டியிருக்கிறது.

காங்கரஸ் பத்திரிகைகள் மிக்க இழிவான முறையில் இவ்வுண்மைகளையும் கிளர்ச்சியின் உண்மையான நடவடிக்கைகளையும் மறைக்கவும் திரித்துக் கூறவும் விஷமத்தனம் செய்யவுமான காரியங்கள் சிறிதும் கைகூசாமல் மான வெட்கமின்றி செய்து வருகின்றன. பாமர மக்கள் இப்பத்திரிகைகளின் உண்மை யோக்கியதையை உணர முடியாத நிலையில் இருப்பதால் இப்பத்திரிகைகளின் அட்டூழியங்கள் செலாவணியாகிக் கொண்டு வருகின்றன.

ஆதலால் இனிமேல் மக்களுக்கோ நாட்டுக்கோ ஒழுக்கத்துக்கோ நீதிக்கோ செய்ய வேண்டிய அருந்தொண்டு என்னவென்றால் இவ்வற்ப அயோக்கியப் பத்திரிகைகள் ஒழிக்கப்பட வேண்டியதே முதல் கடமையாகும் என்றுகூட கருத வேண்டியதாய் இருக்கிறது.

பொதுவாகச் சொல்ல வேண்டுமானால் சில சூழ்ச்சிப் பத்திரிகைகளுக்கும் சில துரோகக் கூலிப் பத்திரிகைகளுக்கும் நாட்டில் செல்வாக்கேற்பட்டதன் பயனே நாட்டில் இவ்வளவு அக்கிரமங்களும் அநீதிகளும் கொடுமைகளும் ஏற்படவும்

அதுபோன்றவைகளுக்கு அதற்கேற்றதுமான மக்கள் ஏற்படவும் இடமேற்பட்ட தென்பதே நமதபிப்பிராயமாகும்.

கூலிப் பத்திரிகைகளும் மலிந்துவிட்டன. என்ன எழுதியாவது எந்த இழிவான காரியம் செய்தாவது வயிறு வளர்க்கலாம் உயிர் வாழலாம் என்ற இழிகுண மக்களே பெரிதும் பத்திரிகையாளுபவர்களாக ஆகிவிட்டார்கள். இந்த நாட்டின் ஈனநிலைக்கு இவர்கள் இருப்பதே ஒரு மாபெரும் உதாரணமாகும். இதைப் பொதுமக்கள் உணருங் காலம் வரும் போதுதான் மக்களுக்கு மானமுண்டு, மான உணர்ச்சி உண்டு என்று சொல்லக்கூடும் என்பதே நமதபிப்பிராயமாகும்.

ஆகவே மக்கள் உண்மையை உணர வேண்டுமானால் பார்ப்பனரல்லாதாராலும் பார்ப்பனக் கூலிகளுமல்லாதவர்களுமானவர்களாலும் நடத்தப்படும் பத்திரிக்கை களைப் பார்த்தால் தான் உண்மையை உள்ளபடி அறியலாம் என்று சொல்ல வேண்டி யிருக்கிறது.

இந்தி எதிர்ப்பு விஷயத்திலும் அதன் கிளர்ச்சி விஷயத்திலும் காங்கரஸ் பத்திரிகைகள் செய்த கொடுமைகள் கொஞ்ச நஞ்சமல்ல என்று சொல்லுவோம். இவைகள் என்ன செய்தும் இந்தி எதிர்ப்பு தினத்துக்கு தினம் மேலோங்கிக் கொண்டு வருவதுடன் அது கூடிய சீக்கிரத்தில் இன்னமும் புதிய புதிய முறையில் கிளம்பப் போகிறது என்பதை இப்பொழுதே "ஜோசியம்" கூறுகிறோம்.

குடி அரசு – 20. 11. 1938

309

தொகுதி 1

மொழி

சென்னைக் 'கலவரங்கள்'

கட்டாய இந்தியினால் தமிழர்களுக்கும் தமிழுக்கும் ஆபத்து உண்டாகுமெனத் தமிழர்கள் நம்புகிறார்கள். கட்டாய இந்தியினால் தமிழர்களுக்கு ஏற்படும் தீமைகளை மறைமலையடிகளும் தோழர் சோமசுந்தர பாரதியாரும், சிறு சுவடி மூலமும், பகிரங்கக் கடிதம் மூலமும் காங்கரஸ் மந்திரி சபையாருக்கு அறிவுறுத்தியுமிருக்கிறார்கள். திருச்சி, காஞ்சீவரம், சோழவந்தான் முதலிய இடங்களில் கூடிய தமிழர் மகாநாட்டிலும் கட்டாய இந்தியால் தமிழ்நாட்டுக்கு ஏற்படும் இடையூறுகள் விளக்கப்பட்டு கண்டனத் தீர்மானங்களும் நிறைவேற்றப் பட்டிருக்கின்றன. மற்றும் தமிழ்நாட்டில் பெரும்பாலான இடங்களில் பொதுக் கூட்டங் கூட்டி கட்டாய இந்தி கண்டிக்கப்பட்டிருக்கின்றது. சென்னைக் கடற்கரையில் கூடிய மூன்று பிரம்மாண்டமான இந்தி எதிர்ப்புக் கூட்டங்களிலும் கட்டாய இந்தி கண்டிக்கப்பட்டிருக்கின்றது. இவ்வாறெல்லாம் தமிழர்கள் கட்டாய இந்தியை பகிரங்கமாக எதிர்த்தும் கனம் ஆச்சாரியார்கள் மனமிளகாததினால் ஆவேசங் கொண்ட தமிழர்கள் நேரடியாக வேலை செய்யத் தொடங்கினார்கள். உடனே அவர்கள் மீது கிரிமினல் திருத்தச் சட்டப்படி வழக்குத் தொடரப்பட்டு இன்றுவரை 446 பேர் சிறை புகுந்திருக்கிறார்கள். ஆண்கள் சிறை புகுந்தும் பலன் ஏற்படாததினால் இப்பொழுது பெண்களும் சிறைபுக முன்வந்திருக்கிறார்கள். சென்னையில் நடை பெற்ற தமிழ்நாட்டுப் பெண்கள் மாநாட்டுக்குப் பிறகு சென்னைப் பெண்ணுலகம் விழித்தெழுந்திருக்கிறது. திங்கள் கிழமை தோறும் கட்டாய இந்தியை எதிர்த்து மறியல் செய்து சிறை புகுவதென சென்னை மாதர்கள் முடிவு செய்திருப்பதாயும் தெரியவருகிறது. இவ்வண்ணம் நாளுக்கு நாள் வலுப்பெற்று வரும் இந்தி எதிர்ப்புச் செத்துவிட்டதென தேசியப் பத்திரிகைகள் பொய்ப் பிரசாரம் செய்து வருகின்றன. இந்தி எதிர்ப்புக் கூட்ட நடவடிக்கைகளை தேசியப் பத்திரிகைகள் பிரசுரம் செய்வதே இல்லை. ஒருகால் பிரசுரம் செய்தாலும் திருத்திச் சுருக்கி மழுக்கிப் பிரசுரிப்பதே வாடிக்கையாகவும் இருந்து வருகிறது. இந்தத் திருப்பணியில் முன்னணியில் நிற்பது "தமிழர் நன்மைக்காக தமிழரால் நடத்தப்படும்" தமிழ் தினசரியான "தினமணியே." இந்தி எதிர்ப்பாளரைக் கேலி செய்வதிலும் விகடப் படங்கள் பிரசுரித்து இழிவுபடுத்துவதிலும் தலைசிறந்து விளங்குவது "ஆனந்த விகடன்". காங்கிரஸ் பத்திரிகைகளும் தேசியப் பத்திரிகைகளும் இந்தி எதிர்ப் பாளரைத் தாக்கி வந்தாலும் "தினமணி"யையும் "ஆனந்த விகடனையும்" போல் விஷமத்தனமாகவும் இழிவாகவும் எந்தப் பத்திரிகையும் தாக்குவதில்லை. "தினமணி" ஆசிரியர் சட்டசபை மெம்பர். கனம் ஆச்சாரியார் தயவினால் மாதம் தோறும் 75 ரூபாய் சம்பளம் பெறுபவர். 'ஆனந்த விகடன்' ஆசிரியர் கனம்

310

ஆச்சாரியாரின் பிரதம அரசியல் சிஷ்யர். கனம் ஆச்சாரியாரின் கட்டுரைகள் மூலமும் ஆதரவு மூலமும் 'ஆனந்த விகடனை' விளம்பரப்படுத்துவதில் மிக்க ஆர்வ முடையவர். ஆகவே இவ்விரு பத்திரிகாசிரியர்களும் இந்தி எதிர்ப்பாளரை எப் பொழுதும் கட்டுப்பாடாகத் தாக்கி எழுதி வருவது ஆச்சரியமல்ல. கட்சிப் பிரதி கட்சி ஏற்பட்டுவிட்டால் ஒரு கட்சியார் மற்ற கட்சியாரைத் தாக்குவதும் தூற்றுவதும் இயல்பே. எனினும் அதற்கும் ஒரு எல்லையுண்டு. இந்தி எதிர்ப்பாளரை அடக்கும் பொறுப்பை சுயமாகவே மேற்போட்டுக் கொண்ட 'தினமணி' இந்தி எதிர்ப்பு ஆரம்பமானது முதற்கொண்டே இந்தி எதிர்ப்பாளரை ஒடுக்க சர்க்காரைத் தூண்டிக் கொண்டே வந்திருக்கிறது. சில இடங்களில் நடைபெற்ற கூட்டங்களில் உண்டான கலவரங்களுக்கு இந்தி எதிர்ப்பாளரே காரணம் என்று ஒரு கதை கட்டிவிட்டு தற்காப்புக்காக எவரையும் கொல்லலாமென்றும் அவ்வாறு கொலை புரிவது குற்றமாகாதென யாரோ ஒரு நீதிபதி தீர்ப்பு கூறியதாகவும் "தினமணி" எடுத்துக் காட்டி இந்தி எதிர்ப்பாளரை கொல்லவும் பாமர மக்களுக்கு மறைமுகமாக உபதேசம் செய்தது. மற்றும் ஒருமுறை, யாரோ காங்கரஸ் தலைவர்களுக்கு பயமுறுத்தல் கடிதங்கள் அனுப்பியிருப்பதாயும் அவர்கள் இந்தி எதிர்ப்பாளராகத் தான் இருக்க வேண்டுமென்றும் இந்தி எதிர்ப்பாளரை அடக்க சர்க்கார் தீவிரமான முறைகளைக் கையாள வேண்டுமென்றும் "தினமணி" எழுதியது. "தினமணி"யின் சொக்காரப் பத்திரிகையான "இந்தியன் எக்ஸ்பிரஸ்" கட்டாய இந்தியை ஆதரித்தாலும் இந்தி எதிர்ப்பாளர்மீது அநாவசியமாக கிரிமினல் திருத்தச் சட்டத்தைப் பிரயோகஞ் செய்வதைக் கண்டித்திருக்கையில் "தினமணி" கிரிமினல் திருத்தச் சட்டப் பிரயோகம் ஞாயமானதென்றும் எழுதியிருக்கிறது. "தினமணி" என்ன எழுதியும், சர்க்கார் எவ்வளவு கொடிய அடக்குமுறைகளைக் கையாண்டும் இந்தி எதிர்ப்பு ஒழிய வில்லை. மாறாக நாளுக்கு நாள் வளர்ந்தோங்கியே வருகிறது. போதாக்குறைக்கு சென்னைப் பெண்களும் இந்திப் போரில் இறங்கிவிட்டார்கள். இந்நிலைமையை "தினமணி"யும் ஏனைய காங்கரஸ் பத்திரிகைகளும் எவ்வாறு பொறுத்துக் கொண்டிருக்கும்?

ஆகவே இந்தி எதிர்ப்பை அடக்க காங்கரஸ் பத்திரிகைகள் இப்பொழுது ஒரு புதிய முறையைக் கையாளத் தொடங்கியிருப்பதாய் தோன்றுகிறது. இம்மாதம் 21ந் தேதி இந்தி எதிர்ப்பாளர் திரளாகச் சேர்ந்து "தினமணி" "ஆனந்த விகடன்" காரியாலயங்களைத் தாக்கி மிகுந்த சேதம் உண்டாக்கி விட்டதாக சென்னை தினசரிகளில் செய்திகள் வெளிவந்திருப்பதை அன்பர்கள் படித்திருக்கலாம். இந்தச் செய்திகளை மிகைப்படுத்திக் கூறி இந்தி எதிர்ப்பாளர் தலைகளை வாங்க தீவிரப் பிரசாரம் செய்யத் தொடங்கியிருப்பது "தினமணி"யே. பிரஸ்தாப கலவரத்தைப் பற்றி சென்னை காங்கரஸ் பத்திரிகைகளில் வெளி வந்திருக்கும் செய்திகள் பரஸ்பரம் முரணாக இருப்பதினால் வெளியூரிலிருக்கும் நம்மால் எது சரி எது தப்பு எனக் கூற முடியவில்லை. கலவரம் நடந்தது உண்மையெனவே வைத்துக்கொண்டாலும் கலவரத்துக்குக் காரணஸ்தராயிருந்தவர்கள் இந்தி எதிர்ப்பாளரா இதரர்களா என்பதையே நாம் முக்கியமாக கவனிக்க வேண்டும். ஆனால் இந்தி எதிர்ப்பாளர் இதுவரை பலாத்காரச் செயலில் இறங்கியதாக நமக்குத் தெரியவில்லை. மறியல் செய்ததற்காக தண்டிக்கப்பட்டவர்களும் பலாத்காரம் செய்ததாகவோ கலவரம் செய்ததாகவோ குற்றம் சாட்டப்படவில்லை. நாமறிந்த வரையில் பொதுக் கூட்டங்களில் கலவரம் செய்வதும் கல், மண், செருப்புகள் எறிவதும் காங்கரஸ்காரர் 'காபிரைட்' ஆகவே இருந்து வருகிறது. இதரர்கள் கூட்டங்களில் காங்கரஸ்காரர் கலவரம் செய்தால் அதற்குப் பொது ஜனங்கள் கோபம் எனத் தலைப்புக் கொடுத்து காங்கரஸ் பத்திரிகைகள் கலவரம் செய்தவர்களைத் தட்டிக்

கொடுப்பதும் மேலும் கலவரம் செய்யத் தூண்டுவதும் வாடிக்கையாக இருந்து வருகிறது. நமக்குக் கிடைத்த சில கடிதங்களினாலும் தோழர் பாசுதேவ் வெளியிட்டிருக்கும் ஒரு அறிக்கையினாலும் ‘ஜனவாணி’ தெலுங்கு தினசரியில் வெளிவந்துள்ள செய்தியினாலும் தினமணி காரியாலயத்தாரும் “தினமணி” காரியாலயத்தின் பக்கமுள்ள ஒரு வீட்டாரும் ஜனக்கூட்டத்தின் மீது முறையே ஈயத் துண்டுகளையும், கற்களையும், செருப்புகளையும் வீசியதினாலும் அழுக்குத் தண்ணீரை ஊற்றியதனாலுமே பொதுஜனங்கள் கோபங்கொண்டு பதிலுக்குப் பதில் கற்களை வீசியதாகவும் தெரிய வருகிறது. ஆகவே “தினமணி” காரியாலயத்தாரே வேண்டுமென்று தெருவில் சென்ற பொது ஜனங்களை வலியச் சண்டைக்கு இழுத்து இந்தி எதிர்ப்பாளர் மீது வீண் பழி சுமத்த முயன்றிருப்பதாகத் தோற்றுகிறது. இந்தி எதிர்ப்பாளர் மீது ஆதி முதற்கொண்டே வன்மம் வைத்து எழுதி வரும் “தினமணி” இந்த சம்பவத்தை ஆதாரமாக வைத்துக்கொண்டு கொடிய அடக்குமுறைகளைக் கையாளுமாறு சர்க்காரை வேண்டி வருவது வியப்பல்ல. இந்தி எதிர்ப்பாளரை காலாடி பாஷையில் திட்டுவதும் காலிகள் என்றழைப்பதும் ‘தினமணி’யின் வாடிக்கையாகிவிட்டது. இந்தி எதிர்ப்பாளரான ஸர்.கே.வி. ரெட்டி, மறைமலையடிகள், ஸி.டி.நாயகம், மாஜி மந்திரி முத்தைய முதலியார், சிவராஜ தம்பதிகள், ஸர்.ஏ.டி.பன்னீர்செல்வம், உமாமகேசுவரம் பிள்ளை, ராவ்சாகேப், ஐ.குமாரசாமி பிள்ளை, எஸ்.சோமசுந்தர பாரதியார், கா. சுப்பிரமணியபிள்ளை, சர்.பி.டி.ராஜன், டபிள்யூ.பி.ஏ. சௌந்தர பாண்டியன், கெ.ஏ.பி.விஸ்வநாதம், தளவாய் குமாரசாமி முதலியார், சாமி ஷண்முகானந்தா, ஈழத்து சிவானந்தா அடிகள், சாமி அருணகிரிநாதர், சி.என்.அண்ணாத்துரை, எம்.ஏ. போன்றவர்கள் காலிகளா என “தினமணி”யைக் கேட்கிறோம். இவர்கள் எல்லாம் காலிகள் ஆனால் ஏனை யோக்கியர்கள் எல்லாம் ஒழிய வேண்டியதுதான். அந்த யோக்கியர்கள் ஒழிந்து போவதைப் பார்த்து எவரும் சங்கடப்படமாட்டார்கள். இந்த “கலவரத்தை” ஒரு ஆதாரமாக வைத்துக் கொண்டு இந்தி எதிர்ப்பாளாரை அடக்கிவிடலாமென “தினமணி” எண்ணினால் அது ஏமாந்து போவது உறுதியென இப்பொழுதே “தினமணி”க்கு எச்சரிக்கை செய்கிறோம்.

குடி அரசு - 27. 11. 1938

சென்னையில் தமிழ்நாட்டுப் பெண்கள் மாநாடு

தலைவரவர்களே! தாய்மார்களே!

இத்தமிழ் நாட்டுப் பெண்கள் மாநாட்டில், உங்கள் முன்னால் பேச சந்தர்ப்பம் கிடைத்தது பற்றி உண்மையிலேயே பெரு மகிழ்ச்சியடைகிறேன். சமுத்திரம் போல் பெண்கள் கூடியுள்ள இக்கூட்டத்தைப் பார்க்க என் மனமே ஒருவித நிலைகொள்ளா மகிழ்ச்சியடைகிறது.

சென்னையைப் பற்றி

இவ்வளவு பெரிய ஒரு பெண்கள் கூட்டம் சென்னையில் கூடும் என நான் நினைக்கவில்லை. சென்னையைப் பற்றி நான் சில சமயங்களில் பரிகாசமாய் நினைப்பதுண்டு. என்னவென்றால் சென்னை மூடநம்பிக்கைக்கு இருப்பிடமானது என்று நான் சொல்லுவதுண்டு. இதை நான் அடிக்கடி பத்திரிகையிலும் எழுதி வந்திருக்கிறேன். சென்னையிலுள்ள எனது சில தோழர்களுக்கு நீங்கள் மூடநம்பிக்கையை விடுங்கள் பகுத்தறிவுடன் வாழுங்கள் என்று கூறுகின்ற காலத்து அவர்கள் நீங்கள் சொல்வதெல்லாம் சரி என்றும் அவற்றை அப்படியே ஒப்புக் கொள்வதாகவும் ஆனால் தங்கள் வீட்டிலுள்ள பெண்கள் ஒப்புக் கொள்ளமாட்டேன் என்கிறார்களே என்றும் உங்களை இழித்துக் கூற உங்கள் மீது பழியைப் போட்டதை நான் பல தடவை கேட்டிருக்கிறேன். ஆனதால்தான் வெளிஜில்லாக்களைப் போல் சென்னையில் பகுத்தறிவியக்கக் கொள்கைகள் அவ்வளவு அதிகமாக பரவ வில்லையோ என்றும் கருதுவதுண்டு. ஆனால் இன்று இப்பெண்கள் மாநாட்டையும் இங்குள்ள உணர்ச்சியையும் ஊக்கத்தையும் இங்கு நடந்த உபன்யாசங்களையும் தீர்மானங்களையும் பார்க்கும்போது எனக்கு ஒரு புதிய எண்ணம் தோன்றுகிறது. அதாவது சென்னை பெண்மக்கள் ஆண்மக்களை விட எந்த வகையிலும் பின்னடைந்தவர்களல்ல என்பதைக் காட்டுகிறது.

ஆச்சாரியாருக்கு நன்றி

இங்கு நான் அநேக வயது சென்ற பெண்களைக் காண்கின்றேன். அவர்களது ஊக்கம் எனக்குப் பெரியதொரு வெளிச்சத்தையும் தைரியத்தையும் கொடுக்கிறது. சென்னை தாய்மார்களுக்கு இப்படிப்பட்ட உணர்ச்சி ஏற்பட்டதற்கு முக்கிய ஆதாரம் எனது பழம்பெரும் தோழராகிய கனம் ஆச்சாரியாருடைய பெருங்கருணையே தான். இதற்காக அவருக்கு என் உள்ளம் நிறைந்த நன்றி செலுத்துகிறேன். பின்னும் இக்கிளர்ச்சியும் உணர்ச்சியும் மேலும் மேலும் வளர வேண்டுமானால் இன்றைய அடக்குமுறை ஆட்சியை இதுபோலவே குறைந்தது இன்னும் ஒரு வருஷத்திற்காவது

நடத்தி உதவ வேண்டுமென்று எனது அருமைத் தோழர் ஆச்சாரியாரை மற்றுமொரு முறை வணக்கமாக கேட்டுக் கொள்ளுகிறேன். உண்மையில் இன்றைய தமிழ் நாட்டுப் பெண்கள் மாநாட்டில் பெண்கள் பிரதிநிதித்துவம் வழிந்தோடுகின்றது. அநேக பிரபல பெண்கள் கூடியிருக்கிறீர்கள். பல அருமையான தீர்மானங்களையும் செய்தீர்கள்.

சூழ்ச்சி மகாநாடு

ஆனால் நான்கு நாட்களுக்கு முன்பு உலகந்தெரியாத சில பெண்கள் கூடிக் கொண்டு இந்திய மாதர் சங்கம் என்னும் பேரால் ஒரு அறையில் உட்கார்ந்து கொண்டு இந்நாட்டு மக்களபிப்பிராயத்துக்கு நேர்மாறாக இந்தியை ஆதரித்துத் தீர்மானங்கள் நிறைவேற்றியிருக்கின்றனர் என்பதாகத் தெரிகிறது. இதற்கு நமது எதிரிகள் பத்திரிகைகள் பிரமாதமாகப் பெருக்கி விளம்பரப்படுத்தியிருக்கின்றன. அது எதற்காக செய்யப்பட்டது என்றால் இம்மாநாடு கூடப்போவது தெரிந்து இம் மாநாட்டுத் தீர்மானங்களை அசட்டை செய்யச் செய்வதற்காகவும், இங்கு செய்யப் படும் தீர்மானங்கள் சரியான பிரதிநிதித்துவம் பெற்றதல்லவென்று கருதும்படி செய்வதற்காகவும், நமது சுயமரியாதைக்குக் கேடு சூழவும் கூட்டப்பட்ட ஒரு சூழ்ச்சி மாநாடு ஆகும். நம்மிடையில் (தமிழர்களிடத்து) ஒற்றுமை இல்லாததால் அவர்கள் யாரோ அகவிலை அறியாத இரண்டு பெண்களைக் கொண்டு நம்மைக் கேலி செய்யவும், தாழ்வாக நினைக்கவும் இடம் உண்டாக்கப் பார்க்கிறார்கள். வடமொழிச் சார்புடையது - ஆரியக்கலைகளுக்காக இருக்கிறது என்றும் அவர் களாலேயே ஒப்புக்கொள்ளப்பட்ட இந்தி என்கின்ற ஒரு மொழியை நம் குழந்தை களுக்குப் புகட்டி நம் மக்கள்தம் மானத்தை மாசுப்படுத்தும் ஒரு சூழ்ச்சியை எதிர்ப் பதற்காக நாம் இங்கு கூடினோம். நம்மில் பல கருத்துக்காரர்களிருக்கலாம். சைவ வைணவ மதக்காரர்களிருக்கலாம், முஸ்லிம் கிறிஸ்தவர்கள் இருக்கலாம், மேல்சாதி கீழ் சாதிக்காரர்கள் என்பவர்களிருக்கலாம், எந்த மதத்தையும், சாதியையும் நம்பாதவர்களுமிருக்கலாம். எனவே நம்மில் ஒருவருக்கும் தீங்கு வராத நிலையில் ஒரு குறிப்பிட்ட கொள்கைக்காக நாம் ஒன்று சேர்ந்து பாடுபட வேண்டுவது இன்றியமையாததாகும். நம் தாய்மொழி மீதுள்ள பற்று காரணமாகவே நம் மானத்துக்கு ஏற்க கலைகள், உணர்ச்சிகள் காரணமாகவே நாம் இன்று ஒன்று கூடியுள்ளோம். உண்மையிலேயே ஒருவனுக்கு நாட்டுப்பற்று உண்டானால் - மொழிப்பற்று உண்மையில் ஏற்படுமானால் அதனை கனம் ஆச்சாரியார் அடக்க நினைப்பாரானால் அது ஒரு நாளும் முடியாத காரியமாகும். அதற்கு மாறாக பற்றும், உணர்ச்சியும் வளரத்தான் செய்யும். மேலும் அவர் கடினமான அடக்குமுறைகளைக் கையாளுவாரானால் அதனால் தமிழர்கள் மனங் கொதிப்படையுமானால் அது எங்குபோய் நிற்கும் என்பதைச் சொல்வதற்கில்லை. அது தமிழர்களிடத்திலும் ஏன் ஹிட்லருணர்ச்சியை உண்டாக்காது எனக் கேட்கிறேன். எதற்காக இந்த அடக்குமுறை?

பெண்கள் பாராட்டு

இன்று 400 பேர் சிறைசென்றதைப் பாராட்டி நீங்கள் தீர்மானம் நிறைவேற்றிய போது உண்மையிலேயே எனக்கு பரிகாசமாயிருந்தது. ஆண்கள் சிறை செல்வதில் அதிசயம் ஒன்றும் இல்லையே! ஆண்கள் சென்றதைப் பற்றி நீங்கள் பாராட்டி விட்டால் நீங்கள் வீரப் பெண்மணிகள் என்று அர்த்தமா? நீங்கள் 400 பேர் சிறை சென்று அதை ஆண்கள் அல்லவா பாராட்ட வேண்டும்? நீங்கள் ஏன் செல்லக் கூடாது? இது கனம் ஆச்சாரியார் கோவில் பிரவேச விஷயத்தில் திருவிதாங்கூர் ராஜாவை பாராட்டிவிட்டு தோழர் எம்.சி.ராஜாவை ஏமாற்றி விட்டது போலல்லவா

இருக்கிறது (சிரிப்பு). இன்று ஒரு அம்மையார் என்னிடம் வந்து தான் சிறைக்கு போகத் தயார் என்றார். அந்த பேச்சு எனக்கு மகிழ்ச்சியாயிருந்தது.

ஆனால் அது நாளைக்குத் தெரியப்போகிறது. அக்காலம் அதாவது தமிழ் பெண்களை சிறை செய்யும் காலம் வந்தால் தான் நமக்கு நன்மையுண்டாகும். மாநாட்டுத் திறப்பாளர் முற்காலப் பெண்களின் வீரத்தைப் பற்றிப் பெருமையாகப் பேசினார். நான் கூட அப்போது அக்காலத்தில் ஒரு பெண்ணாய்ப் பிறந்திருப் போமோ என்று கூட நினைத்தேன். அவ்வளவு பெருமையாய்ப் பேசினார். ஆனால் பழம் பெருமைப் பேசிப் பயனென்ன? இது பார்ப்பனர் பேசுவதுபோல் தான் இருக்கிறது. இன்றைய பெண்களைப் பற்றியும் அவர்கள் கடமையைப் பற்றியும் பேசினால்தானே நீங்கள் உரிமை பெறலாம் - நன்மையடையலாம். பெரியவர்கள் தேடிவைத்த சொத்தைக்கொண்டு எவ்வளவு நாளைக்குப் பிழைக்கலாம்? நமது வாழ்வுக்கு வகை என்ன? இவைகட்கெல்லாம் - பெண்கள் முன்னேற்றத்திற்கும் வீரத்திற்கும் - இம்மாநாடு ஒரு வழிகாட்டி விட்டது.

பார்ப்பனர்கள் ஊர் பெயர் தெரியாத பெண்களைப் பிடித்துத் தங்களைப் பற்றியே தங்களுக்கு தெரியாத பெண்களைப் பிடித்தும் படம்போட்டு விளம்பரப் படுத்தி பட்டம் பதவி வாங்கிக்கொடுக்கின்றனர். உண்மையாக எத்தகைய கஷ்டங் களையும் அனுபவிக்கத் தயாராக உள்ள நாட்டு நலனுக்குப் பாடுபடக்கூடிய பல பெண்கள் நம்மில் இருக்கின்றார்கள். ஆனால் நம் ஆண்கள் அவர்களை வெளியில் விடாது வீட்டிற்குள்ளேயே அடைத்து வைக்கின்றனர். நமது நண்பர்கள் கனம் ராமநாதனுக்கும் கனம் சுப்பராயனுக்கும் பல ஊர்களில் எத்தனையோ பார்ப்பனப் பெண்கள் கார் ஓட்டினர். அதற்காக எந்தப் பெண்ணை அவர்கள் தள்ளிவிட்டனர்? யார் மீது அவர்கள் குறைகூறினார்கள்? பெண்களாகிய நீங்கள் தலைநிமிர்ந்து “எங்கள் உரிமையில் தலையிட்டால் நாங்கள் சும்மாயிரோம்” என்றால் என்ன? இதைவிட்டு அல்லிராணி, கண்ணகி, மாதவி முதலிய நமது பாட்டிமார்களைப் பற்றிப் பெருமை பேசுவதில் என்ன பலன் இருக்கிறது? ஆணுடன் பெண்களும் ஒத்துழைத்துப் போராட முன் வரவேண்டும். போராட்டத்தில் ஆணுக்கு ஒரு வேலை பெண்ணுக்கு ஒரு வேலை என்று இல்லை. இருவரும் சமமே. ஆகவே ஆண்களைப் போல் பெண்களும் தமிழ் போராட்டத்தில் இறங்கினால் கூடிய சீக்கிரம் தமிழ்நாடு தமிழனுக்கே ஆகிவிடும்.

கணவர்களைத் திருத்துங்கள்

நீங்கள் எல்லோரும் சேர்ந்து ஏன் சிறையை நிரப்பக்கூடாது? சிறை என்றால் பயமா? அதற்காக யாரயாவது அடிக்கவோ வையவோ வேண்டுவதில்லை. எந்தச் சட்டத்தையும் மீற வேண்டியதில்லை. காங்கரஸ் பேரால் சட்டம் மீறியவர்கள் பிரதிநிதிகளாக சட்டப் பாதுகாப்பாளர்களாகி விட்டார்கள். ராஜத்துவேஷம் எனது மதம் என்றவர்கள் மகாத்மாக்களாகி விட்டார்கள். நாம் அப்படிக் கூடச் செய்ய வேண்டியதில்லை. தமிழ் வாழ்க! என்றால் சிறைபிடிப்பார்கள். இந்தி வீழ்க! தமிழ் வாழ்க! என்றால் போதும். உடனே ஆச்சாரியார் சிறைக்கு வா என அழைத்துக் கொள்வார் (கை தட்டல்). எனக்கு ஒரு பயம்! என்னவென்றால் எங்கே அவர் பின்வாங்கி விடுவாரோ என்று. முதலில் நான்கு பேர் போனால் பின்னால் அவர் பிடிக்கிறாரா என்று பார்த்து பிறகு 8, 10, 100, 1000 என்று போக வேண்டும். நமக்கு ஏற்படும் வேதனைக்கோ, தொல்லைக்கோ எல்லையில்லை. இந்நிலையில் நீங்கள் சொல்வதைக் கேட்காது - நாட்டுக்குப் பாடுபடாது ஆண்கள் உங்கள் கிட்ட வருவார் களானால் ரோஷம் இருக்கும் இடம்பார்த்து அவர்களைக் குத்த வேண்டும். வீட்டிற்குள்ளே அனுமதிக்கக் கூடாது. கதவை மூடிவிட வேண்டும். இதே போல்

அநேக நாடுகளில் பெண்கள் தங்கள் கணவர்களை இடித்துத் திருத்தியதாகச் சரித்திரம் கூறுகின்றது. அநேக ஆண்கள் நீங்கள் சிறைக்குப் போவதைக் காண பயப்படுகிறார்களாம். அவர்களைத் திருத்தவேண்டுமானால் நீங்கள் ஏதாவதொரு ஊருக்குப் போவதாக வீட்டில் சொல்லிவிட்டு அவர்கட்குத் தெரியாது சிறைக்குப் போய்விட வேண்டும். அப்படிச் செய்தால் அவர்களும் பின் வந்து விடுவார்கள். நம்மில் ஜாதி மத உயர்வுகளையும் சுயநலத்தையும் மறக்க வேண்டும்.

இங்கு ஒரு தோழர் (பெயர் கூற ஆசைப்படவில்லை) ராமசாமி நாஸ்திகன் அவரோடு சேரலாமா என்று ஒருவரிடம் கூறினாராம். ராமசாமி எப்படிப் பட்டவனாயிருந்தாலென்ன? அவன் கூறுவது சரியா, தப்பா என்பதைத் தானே நீங்கள் ஆலோசிக்க வேண்டும். இப்பொழுது இங்கு நான் ஒரு கடை வைத்தால் நாஸ்திகன் என்று சாமான் வாங்க மாட்டீர்களா? அன்றி நான் ஏறின ரயில் வண்டியில் ஏறமாட்டீர்களா? அல்லது உங்கள் வண்டியில் தான் எனக்கு இடம் கொடுக்க மாட்டீர்களா? நான் நாஸ்திகனா அல்லவா என்று உங்களிடம் விளக்க வேண்டியதில்லை. ஏனெனில் இது சில காங்கரஸ் பார்ப்பனர்களின் சூழ்ச்சி, அதைக் கேட்டு சில சோணகிரிகள் ஏமாறலாம்.

இழி குணமில்லை

இன்று தேசியமகாசபை என்று கூறப்படும் காங்கரஸ் தலைவராக ராஷ்டிராபதி என்னும் பேரால் தோழர் ஜவஹர்லால் தலைவராயிருந்தார். அவர் தன்னை நாஸ்திகன் என்று சொல்லிக் கொள்கிற முறையில் எனக்குச் சத்தியத்தில் - கடவுள் மீது நம்பிக்கையில்லையென்பதாகக் கூறி கோர்ட்டில் சத்தியப்பிரமாணம் கூற மறுத்திருக்கிறார். இன்று அவருடைய வீரத்தைப்பற்றி சூரர் தீரர் என்று பாராட்டு கின்றீர்களே ஒழிய எந்தப் பார்ப்பனராவது பண்டித ஜவஹர்லால் நாஸ்திகர் என்பதற்காக அவரை வெறுத்தார்களா? ஆனால் எங்களிடத்து இவ்விழிகுணம் கிடையாது.

ஜஸ்டிஸ், சுயமரியாதை முதலிய கட்சிகளிருந்தாலும் நாம் என்ன செய்தால் வாழ முடியும் என்பதை யோசிக்க வேண்டும். "காடு வா வா என்கிறது, வீடு போ போ" என்கிறது. எனக்கு மட்டிலும் இதிலென்ன அத்துனை அக்கறை? சென்ற 25 ஆண்டுகளாகப் பார்க்கிறேன். பார்ப்பனர்கள் நாடோறும் நம்மைப் பற்றி கேவலமாக - அகங்காரமாகப் பேசுகிறார்கள் - எழுதுகிறார்கள். ஒரு குரங்குப் பத்திரிகை தோழர் ஷண்முகம் செட்டியாரைப் பற்றி செக்கு போட்டு செக்கு ஆட்டுகிற மாதிரி படம் போட்டு இழிவுபடுத்திற்று.

நம்மைக் கழுதை என்றும், நாய் என்றும் வயிற்றுச் சோற்றுக்காரர்களென்றும் கூறி வருகிறது. இதைப் பார்த்து உங்கள் ரத்தங்கொதிப்பதில்லை; கண் சிவப்ப தில்லை. இந்நிலையில் வீணே "தமிழ்நாடு தமிழனுக்கு" என்று கூற உங்கட்கு யோக்கியதை உண்டா? தமிழ்மொழி, கலை, நாகரிகம் காப்பாற்றப்பட நாடு வளர வேண்டுமானால் பெண்மணிகளாகிய நீங்கள் துணிந்து முன்வர வேண்டும். இதைக் கருதியே இம்மாநாட்டைக்கூட்டினீர்கள். பல தீர்மானங்கள் நிறைவேற்றினீர்கள். பெண்கள் உண்மையில் வீரமுடையவர்கள்தான். நினைத்ததை முடிக்கும் ஆற்றலுடையவர்கள் தான் என்பதை செயலில் காட்ட வேண்டும். ஆனால் சிறைக்குச் செல்லும் ஆண்களை மட்டும் பாராட்டுவதுடண் நில்லாது நீங்கள் செல் வதைப் பார்த்து ஆண்கள் பாராட்ட வேண்டிய நிலையை உண்டாக்க வேண்டும். இதற்குச் சிறிதும் பின்னிடலாகாது (நீண்ட கைதட்டல்).

குடி அரசு - 27. 11. 1938

சென்னையில் ஈ.வெ.ரா.
சிறை சென்ற தாய்மார்களுக்குப் பாராட்டு

தாய்மார்களே! தோழர்களே!

அருமைச் சிறுவன் - லூர்துசாமியும், சகோதரி பார்வதியம்மையாரும் பேசிய பேச்சு என் மனதை உருக்கிவிட்டது. அதனால் நான் பேசக் கருதியிருந்ததை மறந்தேன். நிற்க, காலை நடைபெற்ற சம்பவம் நடக்குமென்று நான் நினைக்க வில்லை. இரண்டு குழந்தைகளுடன் சென்ற 5 தாய்மார்கட்கும், 2 தொண்டர்கட்கும் 6 - வாரம் தண்டனை விதிக்கப்பட்டது. இன்று ஒரு முத்துக்குமாரசாமிப் பாவலருக்கு 18 - மாதம் கடுங்காவல் தண்டனை விதிக்கப்பட்டது. எனவே இந்த நாள் மிக வன்மத்துடன் மனதில் வைக்கவேண்டிய நாளாகும். உண்மையுடன் சிறை செல்பவருக்கு அங்கு ஒருவித கஷ்டமுமில்லை. கஷ்டமென்று நினைப் பவருக்கு வெளியில் கூடக் கஷ்டமாய்த்தானிருக்கும். என் அனுபவத்தில் 5,6 முறை சிறை சென்றிருக்கின்றேன். 18 ஆண்டுகளுக்கு முன் நான் சிறைசென்ற காலத்து மூத்திரம் கழிப்பது, தண்ணீர் குடிப்பது எல்லாம் ஒரே சட்டியில் தான். அவ்வளவு கொடுமையாவிருந்தது; கேள்வி முறையில்லை. ஆனால் இன்றைய சிறையோ பெரிதும் மாற்றமடைந்துள்ளது. காங்கரஸ்காரர் சிறை சென்ற காலத்துப் பெருங் கூச்சலிட்டு, வேண்டிய வசதிகள் செய்துவிட்டார்கள். அங்குள்ள சில அதிகாரிகள் ஒருவித வன்மத்துடன் பார்த்தால் சிறிது கஷ்டம். உண்மையாகவே நடப்பார் களானால் சிறை செல்பவர்கட்கு ஒருவிதத் தொல்லையுமில்லை. சிறையில் வார்டர்கள் நேசிக்கிறார்கள். சில அதிகாரிகள் மட்டும் வகுப்பு கருதி நம்மை வெறுக்கின்றார்களெனக் கேள்விப்படுகின்றேன்.

கடின மனம் மாறும் விதம்

வீட்டில் ராஜாவாயிருந்தாலும் தினம் ஒரு குறிப்பிட்ட நேரத்தில் உணவு கிடைப்பதில்லை. சிறையில் ஏழையானாலும் நேரத்தில் உணவு, மணியடித்த சாப்பாடு (கைதட்டல்). அப்படிக் கஷ்டமென்றே வைத்துக் கொள்வோம். சாப்பாட்டை நினைத்தா சிறைக்குப் போகின்றோம்? காரியத்தின் மேலுள்ள ஊக்கம் உணர்ச்சி அல்லவோ நம்மைப்பிடித்துத் தள்ளுகிறது. யார் மேலும் கோபத்தாலோ அன்றி விரோதத்தாலோ நாம் சிறை செல்லவில்லை. தமிழர்கட்கு ஒரு சமூகத்தாரால் செய்யப் படும் இன்னல்களை தொல்லைகளை ஒழிக்கவே செல்ல நேரிடுகிறது. நீங்கள் இந்தியை எதிர்ப்பது உண்மையானால் ஆயிரக்கணக்காகச் சிறை செல்லவேண்டும். இந்நிலையில் கவர்னர் கெட்டவருமல்ல; அவ்வளவு முட்டாளுமல்ல. அவருக்கு

இன்னும் தமிழர்கள் இந்தியை உண்மையில் எதிர்க்கின்றார்களா என்பது சந்தேகமாகவிருக்கின்றது. எனவே அவருக்கு நன்றாகத் தெரிவிப்பதற்காக, பல்லாயிரக் கணக்கானவர்கள் சிறை செல்ல வேண்டும். பட்டினி கிடக்கச் செல்ல வேண்டும். ஒரு சிறிதும் நன்மை கேட்கக்கூடாது. இந்த உணர்ச்சி தமிழர்கட்கிருந்தால் அவர்களது கடின மனம் மாறும். தோழர் ஆச்சாரியார் புத்திசாலி. அவர் மனத்தில் இன்னும் படவில்லை. அவர் கூறுகின்ற மாதிரி நீங்களும் சில சமயங்களில் உணர்ச்சி மிகுதியில் நானே தான் என்று கூச்சல் போட்டு விடுகின்றீர்கள். இந்தி எதிர்ப்பை விட்டு ராமசாமி ஓடினாலும் நாங்கள் விடப்போவதில்லை என்று காட்டினீர்களானால் அவர் இந்தியை விட்டுவிடுவார்.

ஆச்சாரியாருக்கு நடுக்கம்

இன்று பெண்கள் 5 பேர் கைது செய்யப்பட்டார்கள் என்பதைக் கேட்டவுடன் ஆச்சாரியாருக்கு நடுக்கமேற்பட்டிருக்கும். மேலும் அவர்கள் உற்சாகத்துடன் சிறைக்குச் சென்றனர் என்பதைக் கேட்க அளவுக்கு மீறி நடுங்கி இருப்பார். இன்று கோர்ட்டில் தாய்மார்கள் இந்தி ஒழிய வேண்டும் அல்லது நாங்கள் ஒழியவேண்டும் என வீரத்துடன் பதில் கொடுத்தார்கள். ஆனால் ஆச்சாரியார் இனி வேறு பெண்களில்லை எனச் சமாதானப் பட்டிருப்பார். யாராவது துர்மந்திரிகளும் அவ்வளவு தான் இனிப் பெண்கள் வரமாட்டார்கள் என்று கூறியிருப்பார்கள். இல்லாவிட்டால், நான் பழகியவரை ஆச்சாரியார் இப்படிக் கவலையில்லாதிருக்க மாட்டார். மேலும் 2,3 சாமியார்கள் தான் இருக்கிறார்கள்; சிலர் தான் எதிர்க்கின்றார்கள் என்று அவர் கருதக்கூடாது. அதற்காவன நீங்கள் செய்ய வேண்டும். தோழர் பொன்னம்பலம் அவர்கள் கூறியதுபோல் ஒன்றரை ஆண்டில் 4 ½ கோடி கடன் வாங்கிவிட்டனர். அதைப்பார்த்து கவர்னருக்கு இப்பொழுது தான் சிறிது தலைவலிக்க ஆரம்பித்திருக்கின்றது. இது 2 நாளில் நின்றுவிடும் என ஆச்சாரியார் நினைக்கின்றார்.

நாட்டில் இந்நிலையை அவர் உண்டாக்கி இருக்காவிட்டால் இவர்கள் - எனது தாய்மார்கள் முன் வந்திருப்பார்களா? தாய்மார்கள் வந்து எங்கட்குப் புத்தி கற்பிக்க - ஊக்கமூட்ட வேண்டுமென்றால் இது யாருடைய தர்மம்? தோழர் ஆச்சாரியார் அளித்தது தானே! அவர் அன்புடன் நல்கியது தானே. உண்மையோடுழைப்பதன் மூலம் வெற்றியடைந்து, இனி தமிழர்களிடத்து 'வால் நீட்டக்கூடாது' என்ற எண்ணத்தை அவர்கள் அடையுமாறு செய்ய வேண்டும். தமிழர்கள்-தமிழ்ப் பெண்கள் - சரியாகக் கவனிக்கவில்லை என்றுதான் அவர் கொடுமை செய்து வந்தார். இப்பொழுது சற்று யோக்கியமாக நடந்து வருகிறார். தமிழர்கள் வெறுப்பிற்கு பயந்து பல் பிடுங்கப்பட்ட பாம்பைப் போல் இரகசியங்களில் காரியங்கள் செய்து வருகிறார். இன்றைய தாய்மார்களைப் போல் நாமும் நடந்தால் நமது தொல்லைகள் நீங்கும். சிறை செல்லச் சிறிதும் பயப்படக் கூடாது. இத்தகைய நிலையில் பெண்களைச் சிறையிட்ட அரசு எங்கும் கிடையாது. அரசாங்கத்திற்கு விரோதமாக ஏதாவது குற்றம் செய்தால், சட்டத்தை மீறினால் தண்டனை உண்டு. ஆனால் இன்றைய ராமராஜ்யத்தில் தாய்மொழியிடத்து அன்பு கொண்டால் போதும் உடனே சிறைத் தண்டனை. நமக்குப் பல காலமாகத் தொல்லை கொடுத்து வருவதோடில்லாது வீணே இன்று சிறை என்றால் என்ன நினைப்பது?

தமிழன் வாழ்வு அவருக்கு பொறுக்கவில்லை

நேற்றுவரை சட்டம் மீறலைத் தவறெனக் கண்டித்து வந்தேன். பொதுமக்கள் மனதை அவ்வாறு வளர்க்கக்கூடாது என்று நினைத்து வந்தேன். இனி நீங்கள் சிறைக்கூடத்தை மாமனார் வீடு போலவும் படுக்கையறை போலவும் எண்ணிச்

செல்லுங்கள். நீங்கள் வேறு ஒன்றும் செய்ய வேண்டுவதில்லை. ஒருவரை வையவோ அன்றி அடிக்கவோ வேண்டுவதில்லை. 'தமிழ்வாழ்க' என்றால் போதும் உடனே 'தம்பீ! வா' வென ஆச்சாரியார் அழைத்துக் கொள்ளுவார். நான் பிழைக்க வேண்டும் என்று நினைத்தால் போதும்; எதிரிகள் சாகவேண்டுமென நினைக்கவேண்டாம்.

தமிழன் வாழ்வு அவர்கட்குப் பொறுக்கவில்லை. என்றென்றும் நம்மை அடக்கி அடிமைப்படுத்தி ஆளவே விரும்புகின்றார்களென்று சென்ற 20 ஆண்டு களாகச் சொல்லி வருகின்றேன். பானகல் அரசர் வெற்றி பெற்ற காலத்துப் 'பானகல் இறந்தார்' என ஒரு செய்தியைப் பரப்பிப் புகையிலை வழங்கினர். ஜஸ்டிஸ் மந்திரி களை இராட்சதர்களென்றும் அரக்கர்கள் என்றும் இராவணர் என்றும் கூறினர். ஆனால் இன்று 'உச்சிக்குடுமி ஒழிக' எனத் தொண்டர்கள் கூறினார்களென்று ஆச்சாரியார் தனது உச்சிக்குடுமியைத் தொட்டுப் பார்த்துக் கொள்ளுகிறார். உச்சிக் குடுமி ஒழிக என்றால் என்ன? உச்சிக் குடுமித்தன்மை தானே ஒழிய வேண்டு மென்பது. இதற்கு இவ்வளவு ரோஷம் வருவானேன்? சிறிதாவது ஞானம் வேண்டாமா? அன்று 'சரிகைக்குல்லாய் ஒழிக' என்று இவர்கள் சொல்ல வில்லையா? 2000-தர்ப்பையோ அன்றி உச்சிக்குடுமியோ ஒழிக என்றாலும் ஒரு அரக்கன் ஒழிய என்றதற்குச் சரியாகாதே! (கைதட்டல்) பிறன் மனைவியைத் தூக்கிக் கொண்டு போய் விட்டான் இராவணன் என்று கதை எழுதி வைத்து, அந்தப் பெயரால் தமிழர்களை அழைக்கும் போது உச்சிக்குடுமி, டவாலி, தர்ப்பை ஒழிக என்றால் என்ன? அத்தன்மைகள் ஒழிய வேண்டும் என்பதுதானே பொருள்.

விநோத சாட்சியம்

இன்று காலை, கோர்ட்டு நடவடிக்கைகளை நேரில் கவனித்தேன். ஒரு சாட்சியம் கூறும் சப்இன்ஸ்பெக்டர் தாய்மார்கள் கூறாதவற்றைச் சேர்த்துக் கூறுகின்றார். அவரது மயிர் காம்பிலுள்ள ஒவ்வொரு துளி ரத்தமும் நம்முடைய உழைப்பினால் கிடைத்த பணத்தினால் ஊறியது என்பதை நினைக்கவில்லை. அவர் என்ன செய்வார்? மேலே உள்ளவர்களின் தயவுக்காகக் கிளிப்பிள்ளை போல் கூறுகிறார். அதுபற்றி நமக்குக் கவலையில்லை. இதுதானா சத்திய ஆட்சி, ராமராஜ்ய ஆட்சி, காந்தியின் அஹீம்சா ஆட்சி எனக் கேட்கின்றேன். எனக்குச் சத்தியத்தில் சிறிதும் நம்பிக்கையில்லை. ஆனால் உண்மைக்கு மதிப்புக் கொடுக்கின்றேன். சத்தியம் என்று நினைத்தால் பழுக்கக் காய்ந்த கொழுவை உருவலாம் என்றும், பண்டைப் பெண்கள் மணலைச் சோறு ஆக்கியிருக்கின்றனர் என்றும் கூறுவதில் எனக்கு நம்பிக்கையில்லை. அதே கொழுவை இன்று சத்தியத்தில் நம்பிக்கையுள்ள சத்தியமூர்த்தியாலும் உருவமுடியாது. அல்லது காந்தியாலும் முடியாது (கைதட்டல்). எனவே எனக்கு அதில் சிறிதும் நம்பிக்கையில்லை. இன்று தாய்மார்கள் எந்தப் பையனை அல்லது உபாத்தியாயாரைக் காலைக் கட்டிப் பள்ளிக்கூடத்திற்குப் போகக் கூடாதெனத் தடுத்தனர்.

ஆனால் சென்ற ஆண்டு காங்கரஸ்காரர்கள் கிராம்பு மறியலில், கப்பலை விட்டு மூட்டைகளை இறக்கக் கூடாதெனத் தடுத்தனர். மூட்டை ஏற்றிய வண்டியை ஓட்ட விடாது சக்கரத்தின் கீழ் படுத்துத் தடுத்தனர். கடையில் விற்கக்கூடாதென்றும், வாங்க வருபவர்களையும் தடுத்தனர். இதற்குக் காங்கரஸ் மந்திரிகள் உத்தரவு கொடுத்தனர். தொண்டர்களைப் பாராட்டினர். அதைவிட 'இந்தி ஒழிக' என்று கூறுவது தவறானதா? இந்தி உண்மையில் ஒழிந்துவிட்டது. செத்த பாம்பை ஆச்சாரியார் ஆட்டுகிறார். இந்தி எதிர்ப்பாளர்கள் என்ன செய்தார்கள்? அவர்களுக்கு 18 மாதம், 2 வருஷம் தண்டனை விதிக்கப்படுகின்றது.

மனம் மாறாவிட்டால்...?

உண்மையில் சொல்லுகிறேன் தினம் 5 பேர் வீதம் பெண்கள் ஒரு மாதம் தொடர்ச்சியாகச் சென்றால் கட்டாயம் ஆச்சாரியார் நிலை மாறும். மாறாவிட்டால் தமிழர்கள் இரத்தம் கொதிக்கும்; உணர்ச்சி பெருகும், உதாரணமாகச் சென்ற வாரம் நான் திருவிதாங்கூர் சென்றிருந்த போது அங்கு நடைபெற்ற அடக்குமுறை காரணமாக தோழர் சி.பி. ராமசாமி அய்யர் எதேச்சையாக வெளியில் வர முடியவில்லை. பொதுமக்கள் மனத்தில் உண்டாயிருக்கும் கொதிப்பு கண்டு பயப்படுகிறார். இதைச் சமாளிக்க, சிறையிட்டவர்களையெல்லாம் வெளியில் திறந்து விட்டார். மக்கள் மீண்டும் அந்தக் காரியத்தைச் செய்ய ஆரம்பித்து விட்டனர். மீண்டும் ஒரு வக்கில் அம்மையார் கைது செய்யப்பட்டிருக்கின்றார். இதைப்பற்றி தோழர் ராமசாமி அய்யரின் அடக்குமுறையைப் பற்றி எந்தப் பார்ப்பனப் பத்திரிகையாவது கண்டித்தெழுதிற்றா?

கவர்னருக்கு பயந்து தேசியக் கொடி, மூவர்ணக் கொடியாயிற்று. இன்று காந்தியார் அக்கொடியைக் கண்ட இடத்தில் கட்ட வேண்டாம்; யூனியன் ஜாக் இருந்தால் அவிழ்த்து விடுங்கள் எனக் கூறுகிறார். ஆனால் காங்கரஸ்காரர்கள் மட்டும் இன்னும் அதைத் தேசியக்கொடியென்றே பொய் சொல்லி வருகின்றனர். முஸ்லிம்கள் எதிர்ப்பிற்கு பயந்து வந்தேமாதரம் கைவிடப்பட்டது. விசுவ பிராமணருக்குப் பயந்து விசுவகர்மா உத்தரவு நீக்கப்பட்டது. பேரிச்செட்டிகளுக்குப் பயந்து, தணிகாசலம் ரோடின் பெயர் மாற்றம் தள்ளப்பட்டது. வக்கீல்கள் எல்லாம் சேரவே பப்ளிக் பிராசிகூடர் நியமன உத்தரவு பின் வாங்கிக் கொள்ளப்பட்டது.

1500 ரூபாய் சம்பளம் வாங்கியவர்கள் மாகாண அதிகாரியைத் தள்ளி வைத்தனர். நமக்கு உண்மையான உணர்ச்சியிருக்கின்றதென்று தெரிந்தால் எப்படி நடந்து கொள்ள வேண்டுமென்பது அவர்கட்கு தெரியும். சந்தர்ப்பத்திற்குத் தகுந்தாற் போல் நடந்து கொள்வார்கள். எதற்கும் அவர்கள் பார்ப்பார்களல்லா! (கைதட்டல்)

ஒரு கதை

நிற்க, சென்னைத் தோழர்கள் சென்னையைப் பார்த்துக் கொண்டால் நான் வெளி ஜில்லாக்களில் வேலை செய்ய வசதியாயிருக்கும். இதற்கு ஒரு இடந்தானா வேண்டும்? எங்கள் ஊரில் ஒரு முதியவரிருந்தார். "தேங்காய் மூடி" என்று அவரை ஒருவர் அழைத்தால் போதும் உடனே கோபம் வந்து விடும். அவர் ஓடுமிடமெல்லாம் துரத்தி வருவார். எனது சிறுவயதில் இது எங்கட்கு ஒரு வேடிக்கையாக இருந்தது. அதே போல் இன்று இந்தி ஒழிக என்று எங்கு யார் சொன்னாலும் போதும் ஆச்சாரியார் அங்கு உடனே ஓடிவருவார். ஏன் இனி தேங்காய்மூடி என்றாலே போதும் அவர் நிச்சயம் வருவார் (கைதட்டல்). ஏன் அவர் ஒரு பைத்தியக்காரர். உங்களைப் போன்ற இளைஞர்களும், தாய்மார்களும் சென்னையை பார்க்கிறேன் என்று வாக்குறுதி அளித்தால் நான் அடிக்கடி இங்கு வரவேண்டியதுமில்லை. வெளியில் 5, 6 ஜில்லாக்களில் வேலை செய்வேன். இப்படி 100க்கணக்காய் இருக்கின்றது தேங்காய் மூடிக்கதை. நமது நண்பர் இராமநாதன் ஆச்சாரியார் பக்கத்திலிருந்து கொண்டு "நெருப்பு சிலீரென்றுருக்கிறது" என்று கூறிவருகின்றார். அவருக்கும் சுட்டால் தெரியும். இன்று சென்ற தாய்மார்களைப் போல் நாளையும் தொடர்ந்து நடக்குமென்று நம்புகிறேன். தொண்டர்களும் கருத்து வேற்றுமையை விளக்கிக் கூறி வந்தால் இரண்டு கட்சிகளிலும் சேராது பொதுவிலிருக்கின்றவர்களும் இதிலீடுபடுவார்கள். நாம் சொல்லும் காரணங்களைப் பார்த்து நம்மிடத்துக் குற்றமில்லை என்றால், தானே வருகின்றார்கள். 75 ரூபாய் வாங்கும் சில பெரியார்களுக்குக் கூட இன்றைய நிகழ்ச்சியால் மனமிளக்கம் ஏற்பட்டிருக்கும்.

தூங்கினால் தலையெடுக்க முடியாது

ஒரு எம்.எல்.சி. கூறினார். ஆச்சாரியைவிட டாக்டர் ராஜன் செய்வது பிடிக்கவில்லையென்று. நம்மைப்பற்றியும், நம் தாய்மார்களைப் பற்றியும் பல பத்திரிகைகள் கேவலமாக எழுதி வருவது எனக்குத் தெரியும். கொச்சி திவான் தோழர் ஷண்முகம் செட்டியார் யாராலும் செய்ய முடியாத பொறுப்பாட்சியை வழங்கி இந்தச் சமஸ்தானங்கட்கு வழிகாட்டினார். இதைச் செய்ய மற்ற திவான்கள் பயப்படுகிறார்கள். செட்டியார் சிறந்த அரசியல் அறிவாளி. அவரைப் பற்றி ஒரு சமயம் ஒரு குரங்குப் பத்திரிகை அவர் சாதியை இழித்து 'செக்கு'ப் படம் போட்டு கேலி செய்திருந்தது. ஆனால் இன்று திருவிதாங்கூரில் ஒரு அய்யர் அமளிப்படுத்து கின்றார். பார்ப்பனப் பத்திரிகைகள் அதைப்பற்றி ஒரு வார்த்தைகூட எழுதாமல் செக்கோவைப் பற்றியும், ஸ்பெயின், சீனாவைப் பற்றியும் உருகித் தலையங்கம் எழுதுகின்றன. இந்தச் சமயம் தூங்கிவிட்டார்களானால் இனி என்றென்றைக்கும் தலையெடுக்க முடியாது. தமிழர்களைப் பற்றிப் பேச சட்டசபையில் ஸர். பன்னீர் செல்வம் 6 தடவை எழுந்தார். ஆனால் அவரைப் பேச விடாது அடக்கி விட்டனர்.

நிற்க, இன்று "விடுதலை" மேல் தொடுக்கப்பட்டிருக்கும் வழக்கில் வாதாட பிரத்யேகமாக பல ஆயிரக்கணக்கான செலவில் தோழர் எத்திராஜைக் கோவைக்கு அனுப்பியிருக்கின்றனர். ஏன் கோவையில் தகுந்த வக்கீலில்லையா? "விடுதலை"யை எப்படியாவது அழித்துவிட வேண்டுமென்றுதானே எண்ணம்? எனவே இன்று "விடுதலை" மயிர்ப்பாலத்தின் மேல் தொங்கிக் கொண்டிருக்கிறது. இவ்வழக்கில் நம்மவர் தோல்வியடைந்தால் நம் பின் சந்ததியின் கதி என்னாவது? தனிப்பட்ட முறையில் எங்கட்கு என்ன வேண்டும்? எங்கள் வாழ்க்கையை ஊரிலிருந்தே எங்களால் நடத்த முடியாதா? அல்லது தோழர் ராமநாதனைப்போல் ஆச்சாரி யாரிடம் நான் சென்றால் எனக்கு ஒரு மந்திரி பதவி கிடைக்காதா? எனது காரோட்டிக்கு ஒரு மந்திரி பதவி கொடு என்றால் ஆச்சாரியார் கொடுக்க மாட்டாரா?

ஆகவே நாமனைவரும் ஒற்றுமையுடன் பாடுபட்டால் தான் வெற்றியடைய முடியும். நம்மை சூத்திரன் என்றும் தாசி மகனென்றும் பல விதத்தில் இழித்துக் கூறிவரும் அவர்களை இன்றும் 'சாமி இட்லி கொண்டு வா' என்று தானே கேட்கின்றோம். நாட்டை யாராண்டாலும் நமக்குக் கவலையில்லை நமக்கு வேண்டியது நன்மையே. எனவே நான் கூறியுள்ளவைகளை ஆராய்ந்து பாருங்கள். இன்று சென்னையை ஏன் தமிழ்நாட்டையே சிறப்பித்த - தமிழ்ப்பெண்களின் வீரத்தை இந்தியா முழுவதும் அறியச் செய்த தாய்மார்களைத் தொடர்ந்து அவர்களுக்குக் கௌரவமளிக்க வேண்டுகிறேன்.

குடி அரசு - 27. 11. 1938

இந்தி எதிர்ப்பு ஒழிந்து விட்டதா?

சென்னை மாகாணத்தில் 125 பள்ளிக்கூடங்களில் இந்தியைக் கட்டாயப் பாடமாக்கப் போவதாக கனம் ஆச்சாரியார் கூறியது முதற்கொண்டு நாளிது வரை தமிழர்கள் எல்லாம் கட்டாய இந்தியை ஒருமுகமாக எதிர்த்து வருவதை சென்னை மாகாணத்தார் நன்கறிவார்கள்.

முதன்முதல் "பொதுமொழி தேவையா?" என்ற சிறு நூலை மறைமலையடிகள் வெளியிட்டார். அப்பால் இந்தி கட்டாய பாடத்தைக் கண்டித்து தோழர் சோமசுந்தர பாரதியார் சென்னை முதன்மந்திரிக்கு ஒரு பகிரங்கக் கடிதம் அனுப்பினார். திருநெல்வேலி தமிழ்ப்பாதுகாப்புச் சங்கத்தாரும் கட்டாய இந்தியைக் கண்டித்துப் பல துண்டுப் பிரசுரங்கள் வெளியிட்டனர். இப்பிரசுரங்கள் எல்லாம் பதினாயிரக் கணக்கில் அச்சிடப்பட்டு தமிழ்நாடு முழுதும் வினியோகம் செய்யப்பட்டன. தமிழ் நாட்டார் அவைகளைப் படித்துக் கட்டாய இந்திச் சூழ்ச்சியை நன்குணர்ந்தனர். 26-12-37-ல் திருச்சியில் கூடிய சென்னை மாகாண 3-வது தமிழர் மகாநாட்டில் கட்டாய இந்தி வன்மையாகக் கண்டிக்கப்பட்டதுடன் இந்தி எதிர்ப்புக் கமிட்டியும் ஸ்தாபிக்கப்பட்டது. இம்மகாநாட்டில் காங்கரஸ்வாதிகளும் ஜஸ்டிஸ்வாதிகளும், சுயமரியாதைக் கட்சியாரும், எக்கட்சியிலும் சேராத தமிழர்களும் மனமுவந்து தாராளமாகக் கலந்து கொண்டனர். இந்தி எதிர்ப்புக்கு ஒரு உருவம் கொடுத்தது திருச்சியில் நடைபெற்ற சென்னை மாகாணத் தமிழர் மகாநாடே. அப்பால், காஞ்சீபுரத்தில் ராவ்பகதூர் ஸர்.கெ.வி.ரெட்டி தலைமையில் கூடிய இந்தி எதிர்ப்பாளர் மகாநாடும் கட்டாய இந்தியைக் கண்டித்தது. அதுகாலை மகாநாட்டுத் தலைவர் ஸர்.கெ.வி.ரெட்டி நாயுடு நிகழ்த்திய தலைமைப் பிரசங்கமும் மகாநாட்டுத் திறப்பாளர் காலஞ் சென்ற திவான் பகதூர் ஸர்.எம்.கிருஷ்ணன் நாயர் அவர்கள் நிகழ்த்திய திறப்புவிழா பிரசங்கமும் இந்தியாவுக்கு ஒரு பொதுமொழி தேவையில்லையென்றும், தேவையானால் இங்கிலீஷே பொதுமொழியாக இருக்க வேண்டுமென்றும் இந்தியப் பொதுமொழியாக இருக்க இந்திக்கு எத்தகைய யோக்யதையுமில்லையென்றும் தமிழ்நாட்டு மக்களுக்கு நன்கு அறிவுறுத்தினார். அதே சமயத்தில் வடஆற்காடு ஜில்லா திருவத்திபுரத்தில் தோழர் சோமசுந்தர பாரதியார் தலைமையில் கூடிய தமிழர் மகாநாட்டு மூலமும் கட்டாய இந்தியின் யோக்கி யதையைத் தமிழ் நாட்டார் அறிந்தனர். விருதுநகரில் ஸர்.ஏ.டி.பன்னீர்செல்வம் தலைமையில் கூடிய ராமநாதபுரம் ஜில்லா தமிழர் மகாநாட்டிலும் சோழவந்தானில் பேடைதளவாய் குமாரசாமி முதலியார் தலைமையில் கூடிய மதுரை ஜில்லா மகாநாட்டிலும் பள்ளியக்கரகாரம், சாக்கோட்டை, சேலம், ஓமலூர், நாமக்கல், ராசிபுரம், திருப்பத்தூர் முதலிய இடங்களில் கூடிய சுயமரியாதை மகாநாடுகளிலும்

கட்டாய இந்தி வன்மையாகக் கண்டிக்கப்பட்டிருக்கின்றது. இம்மாநாடுகளில் எல்லாம் பதினாயிரக்கணக்கில் தமிழர்கள் பங்கு கொண்டுமிருக்கின்றனர். இம்மகாநாடுகளைத் தவிர தமிழ்நாட்டின் முக்கிய நகரங்களில் எல்லாம் ஆயிரக்கணக்கான கண்டனக் கூட்டங்கள் கூடிக் கட்டாய இந்தி கண்டிக்கப்பட்டும் இருக்கின்றது. திருச்சியில் கூடிய சென்னை மாகாணத் தமிழர் மகாநாட்டின் போது நியமிக்கப்பட்ட இந்தி எதிர்ப்புக் காரியக் கமிட்டியார் *1-6-38* முதல் *12-6-38* வரை தமிழ்நாட்டின் முக்கிய பட்டணங்களுக்கெல்லாம் சென்று இந்தி எதிர்ப்புப் பிரசாரம் செய்து இந்தி எதிர்ப்புக் கமிட்டிகள் ஏற்படுத்தி தமிழ் மக்களைத் தட்டியெழுப்பி கட்டாய இந்தியினால் தமிழர்களுக்கு ஏற்படக்கூடிய ஆபத்துகளை விளக்கிக் கூறியுமிருக்கின்றனர். *1938* ஜனவரி *4*-ந்தேதி இந்தி எதிர்ப்பு முதல் சர்வாதிகாரி தோழர் ஸி.டி.நாயகமும், இந்தி எதிர்ப்புத் தொண்டர் தோழர் பல்லடம் பொன்னு சாமியும் முதன் முதல் கைது செய்யப்பட்டது முதற்கொண்டு இந்தி எதிர்ப்பு இயக்கம் பஞ்சாப் மெயில் வேகத்தில் முன்னேறி வருகிறது. சென்னை திருவல்லிக்கேணி கடற்கரையில் கூடிய மூன்று பிரம்மாண்டமான இந்தி எதிர்ப்புக் கூட்டங்கள் இந்தி எதிர்ப்பின் வன்மையை எதிரிகளுக்கு நன்கு விளக்கிக் காட்டியும் உள்ளன. மறியல் செய்தவர்களை ஒடுக்க சர்க்கார் கொடிய அடக்குமுறைகளைக் கையாண்டு வந்தும் இந்தி எதிர்ப்பாளர் சலிப்படையவோ, பீதியடையவோ செய்ய வில்லை. சர்க்கார் அடக்குமுறை வலுத்ததின் பயனாய் தமிழ்நாட்டு மாதர்களும் விழித்தெழுந்தனர். சென்னையிலே தமிழ்நாட்டுப் பெண்கள் மகாநாட்டைக் கூட்டி வெற்றிகரமாக நடத்தினர். இப்பொழுது மறியல் போரிலும் தமிழ்நாட்டுத் தாய்மார்கள் ஈடுபட்டுவிட்டனர். இன்றுவரை *481* பேர்கள் சிறை புகுந்து மிருக்கின்றனர். இவ்வண்ணம் இந்தி எதிர்ப்பு இயக்கம் நாளுக்கு நாள் வளர்ச்சி யடைந்து வந்தாலும் காங்கரஸ் பத்திரிகைகள் இந்தி எதிர்ப்பு இயக்கம் செத்து விட்டதென பொய் விளம்பரம் செய்யத் தயங்கவில்லை. திருச்சி முதல் சென்னை வரை கால்நடையாகச் சென்று பிரசாரம் செய்து சென்னையில் ஒரு பிரமாண்டமான பொதுக்கூட்டமும் நடத்தி வெற்றிக்கொடி நாட்டிய தமிழர் படையைப் பற்றி காங்கரஸ் பத்திரிகைகள் கேவலமாகவே எழுதி வந்தன. கோவைத் தமிழர் படை, மதுரைத் தமிழர்படை வரலாறுகளையும் காங்கரஸ் பத்திரிகைகள் அமுக்கின. சென்னையில் நடைபெற்ற *3*-பிரமாண்டக் கூட்ட நடவடிக்கைகளையும் சிதைத்துச் சுருக்கிப் பிரசுரம் செய்தன.

இந்தி எதிர்ப்பு இயக்கம் தமிழர்களுக்கெல்லாம் பொதுவான இயக்கம் என்பதையுணராமல் கனம் ஆச்சாரியாருங்கூட இந்தி எதிர்ப்பு இயக்கம் ஒரு ஆரிய நாகரிக விரோதியுடையவும் ஒரு காங்கரஸ் எதிரியுடையவும் புரளியென அசெம்பிளியிலே வாய் கூசாது கூறினார். இதனால் தமிழர்கள் ஆத்திரங் கொண்டனர். கட்சிபேதம், ஜாதிபேதம்,மதபேதம் பணிபாராட்டாமல் தமிழர்களான இந்துக்களும் முஸ்லிம்களும் கிறிஸ்தவர்களும் சேர்ந்து கட்டாய இந்தியைக் கட்டுப்பாடாக - ஒரு முகமாக எதிர்த்து வருகையில் இந்தி எதிர்ப்பு இரண்டு விஷமிகளின் புரளியென கனம் ஆச்சாரியார் கூறியது தமிழர்களையெல்லாம் தட்டியெழுப்பியது. இந்தி எதிர்ப்பு இயக்கம் தமிழராய்ப் பிறந்தவர்களுக்கெல்லாம் பொதுவானதெனக் காட்டும் பொருட்டு மறியல் செய்து சிறைபுகவும் தமிழர்கள் துணிவு கொண்டனர். மறியல் செய்வதையும் சிறை புகுவதையும் இந்தி எதிர்ப்புக் கமிட்டியார் ஒரு வேலைத் திட்டமாக இதுவரை ஒப்புக்கொள்ளாதிருந்தும் மறியல் போர் முட்டின்றி நடைபெற்று வருவதற்கு தமிழ் மக்களின் பேராதரவு இந்தி எதிர்ப்பு இயக்கத்திற்கு இருந்து வருவதே காரணம். சென்னையில் இதுவரை நடைபெற்ற மூன்று பிரம்மாண்டமான கூட்டங்களையும் எத்தனையோ ஊர்வலங்களையும்

இப்பொழுது முனிசிபல் டிவிஷன் தோறும் வாரம் தவறாமல் நடைபெற்றுவரும் ஊர்வலங்களையும் நாள் தவறாமல் நடைபெற்று வரும் இந்தி எதிர்ப்புக் கூட்டங்களையும் சென்னை மக்களைத் தட்டி எழுப்பிய மாதர் ஊர்வலங்களையும் கண்ணாரக் கண்டும் அல்லது காதாரக் கேட்டும் இந்தி எதிர்ப்பு இயக்கம் செத்து விட்டதென வீண் புரளி செய்யும் காங்கரஸ் காலிப் பத்திரிகைகளின் அற்ப புத்தியை என்னவென்று சொல்வது. ஆயிரக்கணக்கான மக்கள் கூடும் இந்தி எதிர்ப்புக் கூட்டங்களை காலிகள் கூட்டமென்றும் கூலிகள் கூட்டம் என்றும் எழுதும் காங்கரஸ்காரரை அற்பப் புத்திகள் என்று கூறுவதா? வீணர்கள் என்று கூறுவதா? பொய்யர்கள் என்று கூறுவதா? இவர்கள் வேண்டுமென்றே இந்தி எதிர்ப்பு இயக்கத்தை இழித்து பழித்துக் கூறினாலும் இந்தி எதிர்ப்புக் கூட்டங்களையும் ஊர்வலங்களையும் நேரில் காணும் பொதுஜனங்கள் உண்மையை அறியாமலா இருக்கப்போகிறார்கள். இந்தி எதிர்ப்பு இயக்கம் செத்திருந்தால் சென்னை கார்ப்பரேஷன் தேர்தலில் காங்கிரசுக்குப் படுதோல்வி ஏற்பட்டிருக்குமா? காங்கரஸ் எதிரிகள் வெற்றி பெற்றிருப்பார்களா? கட்டாய இந்தியை தமிழர்கள் எதிர்க்க வில்லையானால் காங்கரஸ் மந்திரிகள் ஆதரவு சென்னைக் கடற்கரையில் கூடிய இந்தி ஆதரிப்புக் கூட்டங்கள் குழப்பத்தில் முடிந்திருக்குமா? காங்கரஸ் மந்திரிகள் ஆதரவில் கூடிய இந்தி ஆதரிப்புக் கூட்டங்கள் அரை மணி முக்கால்மணி நேரத்துக்குள் முடிந்திருக்கையில் இந்தி எதிர்ப்பாளர் கூட்டிய மூன்று பிரம்மாண்டமான பொதுக்கூட்டங்கள் நள்ளிரவு வரை அமைதியாக நடந்திருக்கக் காரணம் என்ன? பொதுஜன ஆதரவு இந்தி எதிர்ப்பாளருக்கு இருந்து வருவதினாற்றானே இந்தி எதிர்ப்புக் கூட்டங்கள் நள்ளிரவு வரை அமைதியாக நடைபெற்றன. மாகாணம் முழுவதும் சுற்றுப் பிரயாணம் செய்து வெள்ளோட்டம் பார்த்த கனம் ஆச்சாரியார் "எவ்வளவோ பெரிய சட்டங்கள் இயற்றியிருக்கிறேனே இவ்வளவு எதிர்ப்பிலேயே இந்த அற்ப கட்டாய இந்திக்கா இவ்வளவு எதிர்ப்பு!" என மனமுடைந்து கூறினா ரென்றால் இந்தி எதிர்ப்பின் வன்மைக்கு அது ஒரு சான்றாகாதா! இந்நிலையிலும் இப்பொழுதும் இந்தி எதிர்ப்பு இயக்கம் ஒழிந்துவிட்டது, செத்துவிட்டது எனக் கூறும் காங்கரஸ் காலிப்பத்திரிகைகள் இந்தி எதிர்ப்பாளர் மீது வழக்குத் தொடருகிறவர்களும் இந்தி எதிர்ப்பாளரை தண்டிப்பவர்களும் கூறுகிறவைகளை யாவது நம்புமா? இந்தி எதிர்ப்பு இயக்கம் நாளுக்கு நாள் வலுப்பெற்று வருவதைக் கண்ட பிராக்சிக்யூட்டிங் இன்ஸ்பெக்டர் தோழர் அமிர்தலிங்கம் பிள்ளை இந்தி எதிர்ப்பாளருக்கு கடினமான தண்டனையளிக்க வேண்டுமென்று வேண்டிக் கொண்டாராம். டிசம்பர் 1-ந் தேதி மறியல் செய்த 11 தொண்டர்களை தண்டித்த நான்காவது மாகாண மாஜிஸ்டிரேட்டு தோழர் மாதவராவ், பிராசிக்கூட்டிட்டிங் இன்ஸ்பெக்டர் சொன்னதை ஒப்புக்கொண்டு "மறியல் கட்டுப்பாடாக வன்மையாக நடந்து வருகிறதென்பது தெளிவாகிவிட்டது. ஆகவே தொண்டர்களுக்கு கடினமான தண்டனை யளித்தால் தான் மறியல் போரை ஒடுக்கமுடியும்" எனக் கூறி தலைநாள் வரை 2 வாரம் 4 வாரம் தண்டனை யளித்து வந்த அவர் 6-மாத கடுங்காவல் தண்டனையும் 500-ரூபாய் அபராதமும் அளித்தாராம். இதற்கு காங்கரஸ் காலிப்பத்திரிகைகள் என்ன சமாதானம் சொல்லப்போகின்றன? மற்றும் பெரியார் ஈ.வெ.ராமசாமி மீது தொடரப்பட்டிருக்கும் வழக்கு 5-ந் தேதி விசாரணைக்கு வருகிறது. அன்று அவர் எதிர் வழக்காடாமல் சிறை புகுவது உறுதி. அவர் சிறை புகுந்தால் அதிகப் பேர் பிரதி தினமும் மறியல் செய்து சிறைபுக நேருமாகையினால் எதிர்காலத்து மறியல் செய்ய முன் வருவோர் அச்சமடையும் பொருட்டு நீண்ட கால தண்டனைகளும் அபராதமும் விதிக்கப்படுகிறதென்றும் சொல்லப்படுகிறது. பெரியார் ஈ.வெ.ரா.வை வரப்போகும் ஜஸ்டிஸ் கட்சி மகாநாட்டுக்கு தலைவராக

தேர்ந்தெடுக்கப் போவதை முன்னாடியே உணர்ந்த சர்க்கார் அவர் ஜஸ்டிஸ் கட்சி மகாநாட்டுக்குத் தலைமை வகிக்காமல் தடுக்கும் பொருட்டே இப்பொழுது அவர் மீது வழக்குத் தொடர்ந் திருக்கின்றனரென்றும் சொல்லப்படுகிறது. அவ்வதந்திகள் மெய்யோ, பொய்யோ எப்படி இருந்தாலும் சரி, இந்த தண்டனைகளாலும் பெரியார் தண்டிக்கப் படுவதினாலும் இந்தி எதிர்ப்பு இயக்கம் ஒடுங்காது. ஈ.வெ.ரா.வையும் அவரது தமையனாரையும் சிறைப்படுத்துவதால் கிளர்ச்சி அடங்கிவிடாது என்பது மட்டும் நிச்சயம். சாகத் துணிந்தவர்களுக்கு சமுத்திரம் முழங்கால் என்பதை யாரோ அறியார்!

குடி அரசு – 04. 12. 1938

தொகுதி 1

மொழி

பெரியார் சென்னைப் பிரசங்கம்

பெருமை மிக்க தலைவரவர்களே! தாய்மார்களே! தோழர்களே! இன்றைய கூட்டத்தை, நாளை நான் எனது அருமை நண்பர் ஆச்சாரியாரின் விருந்தினராகப் போகப் போகின்றேனெனக் கருதி, என்னை உங்கள் எல்லோருக்கும் காட்டுவிக்க இவ்வளவு அவசரத்தில் கூட்டினார்கள் போலும். நானும் நாளை எனது சீட்டுக் கிழிந்து விடுமென்று கருதினேன். ஆனால், 1-ந் தேதி விசாரணை போட்ட பழைய சம்மன் ரத்தாகி 5-ந்தேதி வாய்தா போட்டு இன்று புதிய சம்மன் என்னிடம் கொடுக்கப்பட்டது. எனவே எனது வழக்கு நாளைக்கல்ல; 5-ந்தேதியாகும். நானும் அதற்குள் ஊருக்குச் சென்று வரவும், 4-ந்தேதி காரைக்குடியில் நடைபெறும் தமிழர் மகாநாட்டிற்குச் சென்று வரவும் ஏற்பாடு செய்துள்ளேன். தலைவரும் காரைக்குடிக்கு வருவார். எனவே மீண்டும் ஒன்றிரண்டு அல்லது மூன்று வருடங்களுக்குச் சென்னையில் இது எனது கடைசிப் பேச்சாக இருக்கலாம். மீண்டும் வருவேன் என்ற தைரியத்தில்தான் செல்லுகின்றேன்.

கெமால் செய்த நன்மைகள்

உலகத்திற்கே-மனித சமூகத்திற்கே வழிகாட்டியாயிருந்த இரண்டு பெரியார் கட்கு இங்கு அனுதாபத் தீர்மானம் நிறைவேற்றப்பட்டது. இத்தீர்மானங்களின் நோக்கம் அவர்களின் பெருமை பேசவல்ல. அவர்களை உதாரண புருஷர்களாகக் கொண்டு நீங்களும் நடக்க வேண்டுமென்பதற்காகவே. அவர்களைப் பற்றியும் அதிகம் கூற வேண்டுவதில்லை. கெமால் பாஷா அவர்கள் ஒரு பெரிய விஷயத்தை வழிகாட்டியாகக் காட்டிச் சென்றார். அதாவது தேச விடுதலை, மக்களின் சமூக சுதந்திரத்தைப் பொறுத்திருக்கின்றது என்பதை நன்றாகக் காட்டிச் சென்றார். அரசியலுடன் மதக் கொள்கைகளை கலக்கக்கூடாது என்றும் மதத்தைவிட மானம் பெரிது எனக் காட்ட வேலை செய்தார். ஆனால் ஒரு சிலர் நம்நாட்டில் அரசியலில் மதத்தைப் புகுத்தி, அதை வளர்ப்பதையே தேசிய விடுதலை என்று கூறி மக்களை ஏமாற்றி வருகின்றனர். ஆனால் வீரர் கெமால் அவர்கள் நாட்டின் விடுதலை தனியெனக் கருதி அதனின்றும் மதத்தைச் சடங்கை கத்தரித்தார். அரசியலில் மதம் குறுக்கிடக் கூடாது என்றார். 1921-ல் காங்கரஸ் கிலாபத் இயக்கத்துடன் ஒட்டி யிருந்தது. அன்று முஸ்லிம்களைக் கிளப்பி அதனால் பயன்பெறக் கூப்பாடு போட்டனர். ஆனால் கெமால் அவர்கள் வந்தவுடன் அதுவேறு விஷயமென்று - தொட்டதற்கெல்லாம் மதம் என்பதைத் தனிப்படுத்தினார். மேலும், மதத்தில் பிரவேசித்துப் பல சீர்திருத்தங்கள் செய்தார். மத உணர்ச்சி மிகுந்துள்ள முஸ்லிம்கள் சிலர் இவரைக் குறை கூறினர். ஆனால் கெமால் அவர்கள் அவைகளைச் சிறிதும் லட்சியம் செய்யாது, அவர்களே பின்னால் உணர்வார்கள் என்று கருதி தன்னிஷ்டம்

326

போல் சீர்த்திருத்தங்களைத் துணிந்து செய்தார். உலகத்தில் துருக்கி ஒரு நோயாளி நாடு என்று அழைக்கப்பட்டு வந்த பெயரை நீக்கினார். என்னைப் போலொத்தவன் சில சீர்திருத்தங்கள் செய்ய வேண்டுமென்று சொன்னால், உடனே ஒரு சிலர் கடவுள் போச்சு, மதம் போச்சு என்று கூச்சலிட்டு, வீட்டிலுள்ள கிழங்களை உசுப்படுத்தி விடுகின்றனர். அவர்களும் உண்மை அறியாது நம் வேலைகளில் குறுக்கிடுகின்றனர். அது கூடாதென்பதற்காகவே கெமால் அவர்களின் செய்கைகளை எடுத்துக் காட்டுகின்றேன். கெமால் துருக்கியில் படுதா முறையை ஒழித்தார். அதைப்பற்றிப் பலர் பல வித அபிப்பிராயங்கள் கூறுவர். என்னைப் பொறுத்த வரை நமது பெண்களுக்கு நாம் என்ன சுதந்தரம் கொடுத்திருக்கின்றோம் என்பதைக் கவனிக்காது முஸ்லிம்களின் படுதா முறையைக் குறை கூறமுடியாது என்பேன். நமது பெண் களுக்குச் சொத்துரிமை உண்டா? படிப்புச் சுதந்திரம் உண்டா? விதவை மணம் உண்டா? ஆனால் முஸ்லிம்கள் தங்கள் பெண்களுக்கு சொத்து, கல்வி, விதவை மணம் முதலிய சுதந்தரங்கள் கொடுத்திருக்கின்றனர். நாம் அந்த நிலைமைக்கு வந்த பிறகு படுதா முறையைப் பற்றி பேசலாம். இதேபோல் பலவிதக் குறைகள் நம்மிடத்திருக்கும்போது, அவர்களின் படுதா முறையைக் குறைகூறும் நிலைக்கு இன்னும் நாம் வந்துவிடவில்லை.

அலி சகோதரர்கள் பெருமை

இரண்டாவதாக ஷவுக்கத் அலி அவர்களின் மரணத்திற்காக அனுதாபம் கூறப்பட்டது. அவரும் மக்களுக்கு ஒரு வழிகாட்டியாயிருந்தவர். இந்த நாட்டில் பார்ப்பனர்களால், எவனொருவன் உண்மையாளனாகவும் தனது சமூக நலனுக்காக எவ்வித துன்பத்தையும் அனுபவிக்கத் தயாராயிருக்கின்றானோ அவன் உடனே 'தேசத் துரோகி' என அழைக்கப்படுகிறான். எவன் தங்கள் சமூக உயர்வைக் குறித்து பேசுகிறானோ அவனும் தேசத்துரோகியாகின்றான். ஆனால் தேசத்துரோகப் பட்டத்தைச் சிறிதும் பொருட்படுத்தாது தனது மதம், கலை, பழக்கவழக்கம், நாகரிகமே முதலாவதானது; மற்றவை இரண்டாவது என்று கூறியவர் நமது ஷவுக்கத் அலி. நாட்டில் இன்று தங்கள் நாட்டு சமூக முன்னோர் பெருமை தனது வகுப்பு மானம் இவைகளைக் கருதுபவன் தேசத் தலைவர் பட்டத்தைவிட்டு வெளியே வரவேண்டும். ஒருசமயம் காந்தியாரிடத்து ஷவுக்கத் அலி அவர்கள் முதலில் நான் ஒரு முஸ்லிம், இரண்டாவதும் முஸ்லிம், மூன்றாவதே இந்தியன் எனக் கூறினார். ஆனால் இன்று தமிழனை ஒருவன் நீ யாரென்று கேட்டால் "நான் முதலில் தேச பக்தன், இரண்டாவது தேசியவாதி, மூன்றாவது தமிழனோ என்னமோ அதை எங்கள் ஐயாவை (அப்பாவை)க் கேட்டுத்தான் சொல்ல வேண்டும்" என்பார். இத்தகைய அடிமை மனப்பான்மையும், சுயநல எண்ணமும், பொறுப்பற்ற தன்மையும்தான் நமது அடிமைத்தனத்திற்குக் காரணம். அலி சகோதரர்கட்கு இந்துக்களும், காந்தியாரும், மற்றவர்களும் கொடுத்த பெருமை எவ்வளவு என்பது உங்களுக்குத் தெரியும். அலி சகோதரர்கள் இருவரையும் இரண்டு சிங்கங்களாகப் போட்டு நடுவில் காந்தியை நிறுத்தி சிங்கங்களின் கழுத்திலுள்ள சங்கிலிகளைக் காந்தியார் கையில் கொடுத்துப் படம் போட்டுப் புகழ்ந்தனர். அதாவது அலி சகோதரர்கள் இருவரும் சிங்கங்களென்றும், அவர் பிரிட்டிஷ்காரர் மீது பாய்ந்து விடாது காந்தியார் உத்தரவை எதிர்நோக்கி நிற்கின்றனர் என்றும் காந்தியார் சங்கிலியை விட்டால் வெள்ளையர் மீது பாய்ந்து கிழித்து விடுவார்கள் என்றும் விளம்பரம் செய்து தேசிய வியாபாரம் செய்து வந்தனர். அவர்களும் காந்தியாரை பாபுஜீ - தந்தையே என அழைத்து உண்மையுடன் காந்தியார் கொள்கை நாட்டில் பரவ, இரு தூண்கள் போல் இருந்து வேலை செய்து வந்தனர். சிறிது நாட்களுக்கெல்லாம் உள்ளேயிருந்த மர்மம் சுயராஜ்யப் புரட்டு (நேரு திட்டப் புரட்டு) தெரிந்தவுடன் நாங்கள் முதல், இரண்டாவது முஸ்லிம், மூன்றாவதுதான்

இந்தியன் எனக் காந்தியாரிடம் கூறி வெளியே வந்தார்கள். ஒருவனுக்கு எவ்வளவு தான் தேசபக்தியிருந்தாலும் தனது சமூக விஷயத்தில் ஏமாந்து விடக்கூடாது. சமூகப் பிரிவு, மதப்பிரிவு ஒழிந்து விட்டால் பிறகு பார்ப்போம். இதுவரை இரு பெரியார்களின் சரித்திரத்தையும் பெருமைக்காகக் கூறவில்லை. அவர்களை நாமும் பின்பற்றி நமது உண்மை சமய சமூக முன்னேற்றத்திற்காகப் பாடுபட வேண்டு மென்பதை எடுத்துக்காட்டவேயாகும்.

ஜஸ்டிஸ் கட்சித் தலைமைப் பதவி

இவை கிடக்க சென்ற வாரம் முதல் காங்கரஸ் பத்திரிகைகளிடையே ஒரு பெரிய பிரசாரம் நடந்து வருகின்றது. அடுத்த டிசம்பர் கடைசி வாரத்தில் சென்னையில் நடைபெறும் ஜஸ்டிஸ் மகாநாட்டிற்கு நான் தலைமை வகிக்க வேண்டுமென்று பல தோழர்கள் முயற்சி செய்து வருகின்றதாகத் தெரிகிறது. நான் அத்தலைமைப் பதவிக்குத் தகுதியுடையவனல்ல. ஆனால் தகுதியுடையவனாக்க தோழர்கள் முயலுகின்றார்கள் போலும். இதைக் கேட்டவுடனேயே எதிரிகள் ஜஸ்டிஸ் கட்சி 500 கஜ ஆழத்தில் புதைக்கப்பட்டுவிட்டது, அதற்குச் சமாதியும் கட்டியாய்விட்டது என்று கூறி வந்தவர்களுக்கு இப்பொழுது ஒரு மகாநாடு நடப்பதையும் அதற்கு ஒரு தலைவராகப் போடுவதையும் பார்த்தால் சிறிது நடுக்கமாகத்தான் இருக்கும். ஆதலால் அவர்கள் கொஞ்ச நஞ்சம் மீதியிருக்கும் கட்சியை ஒரு நாஸ்திகனைத் தலைவனாகப் போட்டு ஒழிக்கப் போகின்றார்கள் என்று கூறி ஏளனம் செய்வதில் அதிசயமில்லை. நம்மவர்களும் அவர்கள் பேச்சை நம்பி ஏமாந்துவிடுவார்கள் என்று எண்ணக்கூடும். சாமி அருணகிரிநாதர் கூறியதுபோல் ஒண்ட வந்தவர்கள் நம்மைத் துரத்தத்தானே நினைப்பார்கள். மதப்பூச்சாண்டி காட்டி ஏய்க்கின்றனர். அப்பூச்சாண்டியைத் திருப்பிக் கேட்க நம் மக்கள் துணிவதில்லை. ஆனால் ராஷ்டரபதியென்றும் தேசிய வீரரென்றும் கூறப்படும் தோழர் ஜவஹர்லால் எல்லா இந்திய காங்கரஸின் பல வருஷ தலைவராயிருக்கும் போதே கோர்ட்டில் சத்தியப் பிரமாணம் கூறுவதை மறுத்தும், தனக்குக் கடவுள் நம்பிக்கையில்லை என்றும் கூறினார். அன்று தேசீயப் பத்திரிகைகளெல்லாம் அவர் வீரத்தைப் புகழ்ந்தனவே! அதற்காக அவர் மீது யார் கோபிப்பது? எந்த காந்தி தபஸ் செய்யச் சென்றார்? எந்த ஆஸ்திக வீரர் காங்கரசை விட்டு ராஜினாமாச் செய்தார்?

குறைகூறக் காரணம் என்ன?

நமது சமூகம் சிறிதும் தலையெடுக்கவிடாது செய்யவே இவ்வாறு அவர்கள் யாரையும் குறைகூறி கட்டுப்பாடாக வேலை செய்கின்றனர். எப்படி இருந்தாலும் ஜஸ்டிஸ் மகாநாடு நடைபெறும் வரை நான் வெளியில் இருக்கமாட்டேன் என்றே கருதுகின்றேன். நான் தலைமை வகிக்க நேராது என்றே கருதுகிறேன். என் வழக்கில் நான் வாதாட சட்டமிருக்கலாம். காரண காரியங்களிருக்கலாம். ஆனால் இந்தக் காங்கரஸ் அரசாங்கத்தில் அது செல்லுமா என்பதுதான் கேள்வி. எனவே வழக்கில் நான் எதிர்வாதம் செய்யப்போவதில்லை. சீக்கிரம் முடியுங்கள் என்றே கூறுவேன். முடிந்துவிடுமென்றே கருதுகின்றேன். ஆதலால் நான் தலைமை வகித்து விடுவேன் என்கின்ற கவலை அவர்களுக்கு வேண்டியதில்லை.

எனவே, நான் வெளியில் இருந்தாலும், இல்லாவிட்டாலும் நீங்கள் பார்ப்பனரல்லாத அந்த இயக்கத்துக்கு வேண்டிய உதவி செய்து பெருவாரியாக மெம்பர்கள் சேர்ந்து மகாநாட்டைச் சிறப்பாக நடத்தி தென்னிந்திய நல உரிமைச் சங்கம் இன்னும் உயிருடன் இருக்கிறது என்பதை எதிரிகளுக்கு அறிவியுங்கள். முன்னிலும் அதிக ஒற்றுமையாக ஊக்கமாக வலுவாக இருக்கிறது என்பதை உணர்த்துங்கள். 'ஜஸ்டிஸ்' என்ற பத்திரிகையின் பெயர் பின்னர் கட்சிக்கே வந்துவிட்டது. தென்னிந்திய நல உரிமைச் சங்கம் என்பதே இதன் பெயராகும்.

தென்னிந்திய மக்களின் நலத்திற்காக உரிமைக்காகப் பாடுபடும் கட்சி இக்கட்சி பார்ப்பனரல்லாதார் நன்மைக்காகவே ஏற்பட்டதாகும். ஆதியில் பார்ப்பனர்களைச் சேர்த்துக்கொள்ளக்கூடாது என்ற விதியிருந்தது. பின்னர் இக்கட்சிக் கொள்கையை பின்பற்றும் - தென்னிந்திய மக்கள் நன்மையை நாடும் பார்ப்பனரையும் சேர்த்துக் கொள்ளலாம் எனத் திருத்தப்பட்டது. ஆனால் இவ்வியக்கத்தில் எல்லாப் பார்ப்பனர்க்கும் இடமில்லை.

நாம் இந்நிலைக்கு ஏன் வந்தோம்?

பார்ப்பனர்கள் இக்கட்சியை தேசத்துரோகக் கட்சி வெள்ளையனுக்குக் காட்டிக் கொடுக்கும் கட்சி எனக் கூறினர். இரண்டையும் கேட்டு ஒரு முடிவுக்கு வரத் தகுந்த பலமில்லா உள்ளமுடையவர்களாய் நம் தமிழர்களிருந்ததால்தான் நாம் இந்நிலைக்கு வர நேர்ந்தது. நமது பார்ப்பனரல்லாத மக்கள் சென்ற தேர்தலில் மிகுந்த கஷ்டப்பட்டனர். இன்று தங்கள் தவறையுணர்ந்து குறைகளை நீக்க நினைக்கையில் நம்மிலிருந்து விலகிய பலர் அனுதாபம் காட்டுகின்றனர். அதன் நுனியைப் பற்றி மேலே செல்வோமேயானால் இழந்தவைகளை மீண்டும் பெறலாம். எனவே இதில் எல்லோரும் பூரண பங்கு கொள்ளவேண்டும். தகுந்த திட்டங்கள் வகுத்துத் தொண்டு செய்வதன் மூலம் தமிழனாக வாழ முற்படுங்கள்.

நான் ஒன்று சொல்லுகின்றேன் கோபிக்காதீர்கள். காலஞ் சென்ற அறிஞர் பா.வே. மாணிக்க நாயகர் அவர்கள் ஒரு சமயத்தில் நம்மை நாய்கள் என்றும், பார்ப்பனர்களைப் பூனைகள் என்றும் கூறினார். தமிழர்களை இழிவாகக் கருதி நாய் என்று கூறவில்லை. நாய் செய்நன்றி உடையது. அன்பு விசுவாசம் உடையது. பூனையோ திருட்டுப் புத்தி உள்ளது (கைத்தட்டல்). ஆனால் நாய்க்கு இன்னொரு குணமுண்டு. அதாவது தன்னினத்துடன் ஒற்றுமையாக இருப்பதில்லை. தமிழர்களும் மற்றவரிடத்து நம்பிக்கைக்குப் பாத்திரமாகவும், அன்பு, பக்தி, விசுவாசம் பாதுகாப்பாளராக இருப்பார்கள். தங்களுக்குள் ஒற்றுமையாக மட்டுமிருப்பதில்லை. நம்மிடத்தோ அந்தப் பூனை திருட்டுக் குணம் மட்டும் கிடையாது. நம்மில் - ஒருவருக்கொருவர் பகையை விட வேண்டும். பொறாமையை விட வேண்டும். தன்னலம் விடவேண்டும். பார்ப்பனரிடத்து நாய்க்குணம் கிடையாது. காரியம் வருமானால் தங்களுக்குள்ளிருக்கும் சொந்தப் பகையை மறந்து ஒன்றுபட்டு தங்களுக்கு வேலை செய்வார்கள். எனவே நமது வேற்றுமைகள் நீங்கி எல்லோரும் ஒரு தாய் வயிற்றுப் பிள்ளைகள் என்று கருதித் தன்மானத்துடன் வாழத் தொடங்கும் அன்றுதான் நாம் தமிழ் வீரராவோம். தமிழ் மன்னருமாவோம் (கைதட்டல்). ஒருவன் செல்வாக்காக வாழ்வதைப் பார்த்துப் பொறாமை கொள்பவன் தமிழ்நாடு தமிழருக்கே என்று எவ்வாறு கூற முடியும்? தமிழ்நாடு பார்ப்பனருக்கே என்றுதான் அவன் கூறவேண்டும்.

1938-ம் வருட தென்னிந்திய நல உரிமைச் சங்க மகாநாட்டிற்குப் பிறகு சென்னை மாகாணம் தமிழ்நாடு பெருமை பெற்றதென்றால் அது தமிழர்களின் ஒற்றுமையால் என்றிருக்க வேண்டும். மானத்தைக் கருதுங்கள். சுயநலம், பெருமை, பதவி ஆசை முதலியவைகளைக் கைவிடுங்கள்.

இன்று இவர்கள் செய்வது என்ன?

ஜஸ்டிஸ் மந்திரிகள் ஆட்சி காலத்துப் பார்ப்பனர்கள் எவ்வளவு குறை கூறினார்கள்? ஜஸ்டிஸ் ஆட்சியைவிட வெள்ளையர் ஆட்சியே மேலென்று வெள்ளையரைச் சொந்தம் பாராட்டினர். ஆம், உண்மைதான். நம்மை எப்படி அவர்கள் சொந்தம் பாராட்ட முடியும்? வெள்ளையராட்சிதான் மேலென்று ஆச்சாரியார் *10* தடவை கூறினார். பிரகாசம் *100* முறை கூறினார். சத்தியமூர்த்தியோ *1000* முறை கூறினார். அன்று நம்மை அவர்கள் எவ்வளவு இழிவாகப் பேசி வந்தாலும் இன்று பதவி வகிக்கும் அவர்களால் என்ன செய்ய முடிந்தது? அன்று

மங்களூரில் ஒரு வெள்ளை நீதிபதி அபராதம் கட்ட வகையில்லை என்று கூறிய பெண்ணிடம் தாலியின் நிலையை அறியாது கழுத்தில் அதோ தங்கமிருக்கின்றதே என்று கூறியது தான் தாமதம், உடனே பார்ப்பனர்கள் தாலி அறுத்துவிட்டான் என்று கூச்சலிட ஆரம்பித்தனர். அந்நீதிபதியின் வெறும் வாய்வார்த்தையால் ஜஸ்டிஸ் கட்சி தாலியறுத்தது என்ற வரை சென்று கடைசியில் ஸர்.ஏ.ராமசாமி முதலியார் தாலி அறுத்தார் என்றாகிவிட்டது. ராமசாமி முதலியார் தேர்தலில் தாலியறுத்தவருக்கு ஓட்டா என்று சில தாலி கட்டிய அம்மாமார்கள் கூறிச் சத்தியமூர்த்திக்கு ஓட்டுக்கேட்டனர். அத்தகையவர்கள் இன்று என்ன செய்தார்கள் தெரியுமா? 75 வயது பாட்டியைச் சிறையிலிட்டனர். அந்த அம்மையார் பள்ளிக்கூடத்தின் முன் நின்றதும், ஒரு சப்இன்ஸ்பெக்டர் முன்வந்து "அம்மா உங்களை அரஸ்டு செய்திருக்கிறேன்" என்றாராம். உடனே "வாடா என் கண்மணியே, இதற்குத்தானே நெடுநாளாக காத்திருந்தேன்!" என்று கூறி கைசடக்கெடுத்து திருஷ்டி கழித்தாராம் அந்த மூதாட்டியார். இதை ஒரு நண்பர் சொன்னார். இதற்குப் பிரதிப் பிரயோஜனம் சிறைதானா? எந்த அரசியல் - தேசியவாதியாகிலும் என்னிடம் முன் வந்து ஆம் என்று கூறட்டுமே பார்ப்போம்.

பேச்சுரிமை எங்கே?

லண்டனில் பெண்கள் சட்டசபை மெம்பர்களின் வீட்டுக் கண்ணாடிச் சன்னல்களை உடைப்பார்கள், வின்சென்ட் சர்ச்சிலை ஒரு அம்மையார் ஒரு சமயம் சவுக்கால் (சாட்டை) அடித்தார். அதற்காக சர்க்கார் ஏதாவது நடவடிக்கை எடுத்துக் கொண்டார்களா? கொஞ்சநாளைக்கு முன்பு வைக்கத்தில் பெண்கள் 6-மாதம் தொடர்ந்து சத்தியாக்கிரகம் செய்தனர். அதனால் பல நாள் கோயில் பூசைகள் தடைபட்டன. அதற்காக அப்பெண்களை ஒரு போலீஸார் கூடத் தொடவில்லை. தண்டிக்கவும் இல்லை. இது ஒரு அற்ப காரியம். இந்தி ஒழிக என்றார்களாம். இதற்கா சிறைவாசம். யார் ஜெயிப்பது பார்ப்போம் என்று வெட்கமில்லாது கூறுகின்றாய் (வெட்கம், கூச்சல்). அதை என்னிடத்துச் சொல். அல்லது மீசையிருக்கும் தலைவரிடத்தில் சவால் போடு. அப்பொழுது உண்மையில் உனக்கு ஆண்மையுண்டென எண்ணுவேன். அதைவிட்டு அன்புப் பெண்ணிடத்தா உன்வீரம் காட்டுவது? 75 வயது பாட்டி இடத்தா? எங்களைச் சிறையிலடைத்துச் செக்கிழுக்கவும், இரும்பு உலக்கை பிடித்து நெல் குத்தவும் சொல். பெண்ணையா இவ்வாறு துன்பத்திற்காளாக்குவது? அவர்கள் என்னதான் குற்றம் செய்தார்கள்? இந்தி வேண்டாம் தமிழ்தான் வேண்டுமென்றனர். இதைச் சொல்ல ஒரு பெண்ணிற்கு இந்நாட்டில் உரிமையில்லையா? எங்கே நீங்கள் கூறிய பேச்சுரிமைகள்? 5 ஆயிற்று 8 ஆயிற்று. இந்த வாரம் 4 பெண்கள் சிறை சென்றனர். அடுத்த வாரமும் இதோ இங்கிருக்கும் அம்மையாருடன் இன்னும் சிலபேர் சிறைக்கு வரத் தயாராக விருக்கின்றனராம்.

அதுதான் போகட்டும். இக்காங்கரஸ்காரர் எல்லா இந்திய காங்கரசின் தீர்மானத்திற்காவது மதிப்புக் கொடுத்தார்களா? இந்திப் பிரச்சனை வகுப்புக் கலவரத்தை உண்டாக்குகின்றது. அபிப்பிராய பேதங்களைத் திருத்துங்கள் என்று கூறினார்களே அதைக் கவனித்தார்களா?

காங்கரஸ் மந்திரிகள் இந்நிலையில் மேலும் சிறையிலடைப்போமென்றால் நான் ஆச்சாரியார் மேல் குறை கூறுவதா? அல்லது உங்கள் மேல் குறை கூறுவதா? நீங்கள் அன்றே சரியாக நடந்திருந்தால் இந்த நிலைமை வந்திருக்காதல்லவா?

"ஆனந்த விகடன்" சென்ற வாரத்திற்கு முதல் வாரத்தில் ஆச்சாரியார் பிடிவாதக்காரரல்ல பொதுமக்கள் அபிப்பிராயத்திற்கு மதிப்புக் கொடுப்பவரே. அதற்காகத் தன்னுடைய கருத்தை மாற்றிக் கொள்ளவும் பின்வாங்க மாட்டார். தேசியக் கொடியைக் கைவிடவில்லையா? பப்ளிக் பிராஸிகூடர் தீர்மானத்தைக்

கைவிடவில்லையா? ரோட்டுப் பெயர் மாற்றத்தைக் கைவிடவில்லையா? தாழ்த்தப் பட்டோர் ஸ்காலர்ஷிப் பிடித்தத்தைக் கைவிடவில்லையா? (இன்னும் இதுபோன்ற 20 விஷயங்களை காட்டுகிறது) இந்திக் கட்டாய பாட விஷயத்தில் மட்டும் ஆச்சாரியார் ஏன் அவ்வளவு பிடிவாதம் காட்டவேண்டும்? இந்தியைப் பலரும் வரவேற்கின்றனர். ஒரு சிலர்தான் மறுக்கின்றனர் என்று கருதித் தானே" என எழுதுகின்றது. ஆதலால் இக்கிளர்ச்சி - இந்தி எதிர்ப்பு பொதுமக்கள் கிளர்ச்சிதான் என்பதை நீங்கள் ஆச்சாரியாருக்குக் காட்ட வேண்டும். ஆனால் சென்ற வாரம் சென்னை தேசியப் பத்திரிகைகள் இந்த எதிர்ப்புக்காரரை காலிகள் என்றும், துரோகிகள் என்றும் எழுதியிருந்தன. அதே பத்திரிகைகள் இந்தி எதிர்ப்புக் கூட்டத்திற்கு 30000 பேர் வந்திருந்தனரென எழுதியிருந்தன. உத்தியோகத்தைப் பற்றிக் கவலையில்லை. இதைக் கண்டு நான் மிகுந்த ஆச்சரியப்பட்டேன். ஏனெனில் 30000 பேர் காலிகளில் 3 பேர் நல்லவர்களாக அவர்கள் கண்களுக்குப் பட்டன போலும். ஒரு மூட்டைக் கல்லில் 3 அரிசியிருந்தால் அரிசியைத் தானே வெளியில் எடுத்து எறிய வேண்டும். நமது ஒற்றுமையின்மையை அப்பத்திரிகைகள் நன்றாக அறிந்திருக்கின்றன. அதனால்தான் வாய் கூசாது அவ்வாறு கூறுகின்றன. உத்தியோகத்தைப் பற்றி - மந்திரி பதவியைப் பற்றி நமக்குக் கவலை வேண்டாம். அவர்களே ஆளட்டும் அல்லது வெள்ளையரோ வேறு யாரோ ஆளட்டும். ராமன் காலத்தைப் போல 1 ஜதை செருப்பு வேண்டுமானாலும் நாட்டை ஆளட்டும் (கைதட்டல்). இஷ்டப்பட்டவர்கள் ஆட்சியை நடத்தட்டும். நாம் ஒழுங்காக அவர்களிடம் வேலை வாங்குவோம். எங்களால்தான் அக்குதிரை மீது சவாரி செய்ய முடியும், அவ்வண்டியை நாங்கள் தான் ஓட்டமுடியும் என்று ஆச்சாரியார் கூறுகின்றார். ஆனால் வண்டியைக் குடையடிக்கவிடாது பார்க்க வேண்டிய பொறுப்பு நம்மைச் சேர்ந்தது. அந்தப் பாத்தியம் நமக்குத்தான். சரியாகக் குடையடிக்காது ஓட்ட முடியவில்லையென்றால் கீழே இறங்கி ஓட்டட்டும். நாம் வண்டி ஓட்ட வேண்டாம். வண்டியைக் கவிழ்க்காது சந்து பொந்தில் ஓட்டிச் சென்று நம்மைக் கொள்ளையடிக்காது பார்த்துக் கொள்ள வேண்டாமா? யோக்கியமாக வேலை வாங்க வேண்டாமா? நாம் மந்திரி பதவியைப் பெற விரும்புகிறோமென்று ஆச்சாரியார் கூறுவார். வண்டியினுள் இருக்கும் நான்கு பேரும் நான்கு பக்கமாக திரும்பிக் கொண்டால் நிச்சயம் வண்டியைக் குடையடித்து விடுவார்.

அன்று நடந்தது என்ன?

நான் சிறைக்குப் போவதற்கு முன்பு முதலில் மோசம் செய்தது சென்னை என்றே கூறுவேன். பெரியார் தியாகராயச் செட்டியாரையும், டாக்டர் நாயரையும் அந்தக்காலத்து என்ன பாடுபடுத்தினர்! தொண்டர்கள் தங்கள் வீட்டுப்பெண்களை வைதனர் என்றதற்குக்கூட ஆச்சாரியார் ஆத்திரம் பொங்காது இன்று தாய்மார்களைப் பச்சிளங் குழந்தைகளுடன் சிறையிட்டாரே! உங்களுக்குத் தெரியுமா? அன்று அவர்கள் என்ன செய்தார்களென்று என்னை விட சென்னையிலுள்ள நீங்கள் அதிகம் தெரிந்திருக்கலாம். தமிழர் நன்மைக்கு உழைத்த பாபத்திற்காக தியாகராயச் செட்டியாரின் வீட்டுக்கண்ணாடி ஜன்னல்களை உடைத்தனர். கதவைத் தட்டினர். பலவாறு பலாத்காரம் செய்ய முனைந்தனர். வீட்டிலிருந்த தியாகராயரின் மனைவி தனது கணவனை உள்ளே வைத்துக் கதவைச் சாத்திவிட்டு வெளியில் வந்து அங்கு நின்று கலகம் செய்தவர்களிடம் முந்தானை ஏந்தி மாங்கல்யப் பிச்சை கேட்க வில்லையா? டாக்டர் நாயரின் மண்டை உடையவில்லையா? அன்று அதிகாரம் அவர் களிடத்திலிருந்தும் அவர்கள் யாரைச் சிறையிலிட்டனர்? எந்த அம்மாமணியைச் சிறை பிடித்தனர். இத்தகைய பலாத்காரச் செயல்கள் செய்வது தவறுதான். அவைகளை நான் ஒப்புக்கொள்ள மாட்டேன். எனது சிறுவயதில் பற்றி யெரியும் ஒரு வீட்டை அணைப்பவரை கோபிப்பேன்! வலியச் சண்டைக்குப் போவேன்.

அடிப்பேன். அடியும் படுவேன். ஆனால் நான் என்று பொதுவாழ்வில் நுழைந்தேனோ அன்றே பலாத்காரம், வசவு இவைகள் செய்வது தவறெனக் கருதினேன்.

பலாத்காரம் கூடவே கூடாது

அன்று முதல் இதை ஒவ்வொரு கூட்டத்திலும் கூறி வருகிறேன். சிறிது துடி துடிப்புள்ள தோழர்களுக்குக் கூறுகின்றேன். ஒருவரை வைவதாலோ, அடிப்பதாலோ நமது லட்சியம் கைகூடாது. அதை ஒருவர் விரும்பினால் வங்காளத்திலுள்ளது போல் நம்மிலிருந்து பிரிந்து தனிச் சங்கம் பலாத்காரத்திற்கென்றே ஒன்று வைத்துக் கொள்ளட்டும். அவர்களுக்கு இங்கு - இத்தமிழரியக்கத்தில் வேலையில்லை. இவ்வொரு கொள்கை ஒழுங்காக நடைபெற்றால்தான் நானும் தலைவரும் மற்றவர்களும் இதிலிருப்போம். சற்று ஒழுங்குக்கு மாறாக நடக்கிறதென்று கண்ட உடனே விலகியே தீருவோம். நமக்கென்ன அறிவில்லையா? திறமையில்லையா? பார்ப்பனர்கள் எப்படி முன்னுக்கு வந்தார்கள்? உச்சிக் குடுமியைக் கத்தரித்தா? ஒருவரை அடித்தா? சென்ற வாரம் சென்னையில் நடந்ததாகப் பார்ப்பனப் பத்திரிகைகளால் கூறப்படும் சம்பவம் உண்மையில் நடந்திருக்குமென்று நான் கருதவில்லை. அது இந்தி எதிர்ப்பை உடைக்க - அமுக்க வேண்டுமென்றே செய்த சூழ்ச்சியாகும். யாரோ 'தினமணி' 'ஆனந்த விகடன்' காரியாலயங்களில் கல்லெறி என்றார். பத்திரிகைகளைக் கூர்ந்து கவனிக்கும் போது இது இட்டுக் கட்டிக் கூறியதென்றே தெரிகிறது. எனது அருமை நண்பர் பாசுதேவ் 'தினமணி'க் காரியாலயத்தார் ஈயத் துண்டுகளை எறிந்ததைப் பார்த்தேன் என்று கூறுகின்றார்.

சூழ்ச்சிகளுக்கு அஞ்சேல்

நேற்று 'தினமணி' ஈயத்துண்டு விலையுள்ளதல்லவா? அதை எப்படி எறிந்திருக்க முடியும் என்று கேட்கின்றது. விலை கோடி ரூபாய் இருக்கட்டுமே! ஆத்திரம் கொண்டு எறிபவன் அதன் விலையையா பார்ப்பான்? மேலும் அழுக்குத் தண்ணீரையும் எச்சலையும் துப்பினால் எவனாவது சும்மாயிருப்பானா? அன்றே நினைத்தேன் எனக்கு சர்க்கார் அழைப்பு வருமென்று. நான் ஆதி முதல் அஹிம்சை வேண்டும், பலாத்காரம் கூடாதென்று கூறி வருகின்றேனாதலால் எவ்வளவு சூழ்ச்சிகள் செய்யப்பட்டாலும் சிறிதும் அஞ்ச வேண்டாம் என்று கூறுகின்றேன்.

நிற்க, சூலையில் நடைபெற்ற சம்பவத்தை எடுத்துக்கொள்ளுங்கள். இந்தி எதிர்ப்பாளர் கூட்டம் நடத்த அனுமதி பெற்றிருந்த பார்க்கில் அதே நேரத்தில் காங்கரஸ்காரர் உள்ளே புகுந்து கொள்வதா? பார்க்கில் கூட்டம் நடத்த இந்தி எதிர்ப்பாளர்க்குத்தான் உரிமையுண்டு எனக் கூறவில்லை. இவர் அனுமதிபெற்ற நேரத்திற்கு முன்போ பின்போ நடத்தட்டுமே. அதைவிட்டு அதே நேரத்தில் முன்னாடியே உள்ளேபுகுந்து கொண்டால் என்ன அர்த்தம்? மேலும் கல்லை வாரியிறைக்கவும் தலைவர்கள் மீது எச்சில் துப்பவும், பெண்களை வையவும் என்ன காரணம்? இதை நாங்கள் சொல்லவில்லை. காலித்தனம் செய்தது யாரென்று சர்க்கார் ரிகார்டில் பாருங்கள். போலீசாரால் அடி வாங்கினவரைப் பாருங்கள். இதைக் கண்டு நாம் ஓடுவதா?

என் வேண்டுகோள்

எனவே நீங்கள் அனைவரும் கட்டுப்பாடாக ஒற்றுமையுடன் இவைகளை ஒழிக்க வேலை செய்யவேண்டும். இதில் தாய்மார்கள் உதவியில்லாது ஒன்றும் செய்ய முடியாது. தெருக்கள் தோறும் தாய்மார் படை செல்ல வேண்டும். இழந்த மானத்தை மீண்டும் பெற்றுத்தர வேண்டும். இவைகளை இங்கே வந்துள்ள தாய்மார்கட்கு மட்டும் கூறவில்லை. நீங்கள் வீட்டில் பூட்டி வைத்து வந்திருக்கும் அத்தாய்மார்கட்கும் கூறுகின்றேன். "நாங்கள் ஊரானுக்கு அடிமையானோம். நீங்கள் சென்று அடிமையை நீக்குங்கள்" எனக் கூறி அவர்களை வெளியே அனுப்புங்கள்.

எனது அருமை நண்பர் ஆச்சாரியார் தயவால் குறைந்தது 1 வருடமாவது சிறையில் ஓய்வு கிடைக்கும். ஏனெனில் எனது 4, 5 வருடத்திய அலைச்சல் - கஷ்டம் அவருக்குத் தெரியும். ஒரு வருடத்திற்காவது ஓய்வளித்து உடலைத் தேற்றி அனுப்ப வேண்டும் என்று அவர் கருதியுள்ளார். நான் சிறைக்குள்ளிருக்கும் காலத்து எனக்கு எனது தாய்மார்கள்தான் உதவி செய்யவேண்டும்.

தொழிலாளருக்கு ஒரு வார்த்தை

கடைசியாகத் தொழிலாளர்களைப் பற்றி ஒரு வார்த்தை. சென்ற ஆண்டு ஒரு நண்பர் என்னிடம் நான் தொழிலாளர்களைப் பற்றிக் கவனிப்பதில்லை என்றார். தொழிலாளர்களிடத்து நான் நல்ல பாடம் கற்றுக்கொண்டேன். முன்பு நாகைத் தொழிலாளர் வேலைநிறுத்தத்தில் நான் ஈடுபட்டிருந்தபோது தொழிலாளர்கள் என்னை ஒரு சாமியாரைப் போல் கருதி - எனக்கு நல்ல மதிப்புக் கொடுத்தார்கள். 50, 60 ஆயிரம் ரூபாய் தொழிலாளர் சங்கத்திலிருந்தது. 5000 தொழிலாளருக்கு மேலிருந்தனர். அக்காலத்து பார்ப்பனர்களே தலைவர், காரியதரிசியாகத் தங்களை ஆக்கிக்கொண்டு எங்களை மோசம் செய்தனர். நான் வேலை நிறுத்தம் கூடாதென்றேன். அவர்கள் தொழிலாளர்களைத் தூண்டிவிட்டு வேலை நிறுத்தம் செய்யச் செய்து பத்திரிகைகாரர்களிடமிருந்தும், ரயில்வேக்காரர்களிடமிருந்தும் லஞ்சம் வாங்கிக் கொண்டு தொழிலாளர்களுக்குத் துரோகம் செய்தனர். அப்பொழுது வேலைநிறுத்தம் கூடாதென்று தொழிலாளர் நன்மைக்காகப் பாடுபட்ட என்னையும், தோழர் சிங்காரவேலுச் செட்டியாரையும் சர்க்கார் கைது செய்தார்கள். ஏதோ காரணத்தால் அன்று மந்திரியாயிருந்த பனகல் அரசர் எங்களுக்காக கவர்னரிடம் பரிந்து பேசி என்னையும் சில நண்பர்களையும் விடுதலை செய்தார். என்மீது கொண்டு வந்த வழக்கையும் சர்க்கார் வாபீஸ் வாங்கிக் கொண்டனர். அன்று தொழிலாளர்க்காக எந்தப் பத்திரிகையாவது சிறிது அனுதாபம் காட்டிற்றா? தொழிலாளர்களைக் காட்டிக் கொடுத்து லாபமடைந்தனர் ஒருசிலர். 50 ஆயிரம் ரூபாய்க்கு மேற்பட்ட நிதியையும் ஒழித்தனர்.

போலித் தலைவர்களை நம்பாதீர்

ஆனால் இன்றும் பொன்மலை போன்ற இடங்களில் அவர்கள் சூழ்ச்சிக்ககப் படாத தொழிலாளர்களிருக்கின்றனர். என்னை அழைக்கும் தொழிலாளர்களிடத்துப் போக அதிலிருந்து பயப்படுகின்றேன். வீணே தொழிலாளர்களிடையே கலகத்தை ஏற்படுத்திப் பிறர் போல் லாபமடைய, வியாபாரம் செய்ய நான் விரும்பவில்லை. நான் தொழிலாளரை விட்டு விலகவுமில்லை. காலம் வரும்போது தொழிலாளர்கள் இன்று தங்கள் தலைவர்கள் என்று யாரை நினைத்து கொண்டிருக்கின்றார்களோ அவர்கள் யோக்கியதையைக் கூடிய சீக்கிரம் உணரப்போகின்றார்கள். நாங்கள் தொழிலாளர்களை மறக்கவில்லை; விலக்கவுமில்லை. எங்கள் ஒவ்வொரு மூச்சும் அவர்களால் அவர்களுக்காகத்தானிருக்கிறது. தமிழ்நாடு தமிழனுக்காக - தமிழ்நாடு மானத்துடன் வாழ தொழிலாளர்கள்தான் உதவப் போகிறார்கள். எனவே, எனது தொழிலாள நண்பர்களே! போலித் தலைவர்களை நம்பி ஏமாற வேண்டாம். நாங்கள் தொழிலாளர்களை விலைக்கு வாங்கி அவர்களுக்குள் சண்டை உண்டாக்கி அதன் பேரால் வாழ விரும்பவில்லை. காங்கரஸ் யோக்கியதையும் அதன் பேரால் தொழிலாளர் தலைவர்களானவர் யோக்கியதையும் விளங்கி வருகிறது. பசுமலை, சென்னை, கோவை, பம்பாய் ஆகிய இடங்களில் நடைபெற்ற சம்பவங்களே இதற்குச் சான்று. தென்னிந்திய நல உரிமைச்சங்க மகாநாட்டிற்குப் பிறகு தமிழர்கள் தொழிலாளர்களையே நம்பியிருக்கின்றார்கள். அவர்களும் எதனால் நன்மை என்பதை அறியப் போகின்றார்கள்.

போய் வருகிறேன்

நான் இறுதியாக விடைபெற்றுக் கொள்கிறேன். நீங்கள் அனைவரும் தென்னிந்திய நலவுரிமைச் சங்கத்தின் அங்கத்தினர்களாகச் சேர்ந்து அதன் மேம்பாட்டிற்கு ஆதரவளித்து, உங்கள் பின் சந்ததிகள் சுகமாக வாழ உதவி செய்யுங்கள். அன்று ஜஸ்டிஸ் மந்திரிகளைச் சரிகைக் குல்லாயென்றும், ஜமீன்தார்களென்றும், தேசத்தைக் காட்டிக்கொடுத்துக் கொள்ளையடிக்கிறார்களென்றும் கூறினர். எனது அருமைத் தலைவர் பன்னீர்செல்வம் 3-வருடம் மாதம் 5000 ரூபாய் வாங்கினார்.

இன்று அவரிடம் என்ன மீதமிருக்கின்றது? பொப்பிலி ராஜா உங்களைக் காட்டிக் கொடுத்து என்ன காரியத்தை பெற்றார்? ஆனால் சர். உஸ்மானைப் பற்றி அன்று எவ்வளவு குறை கூறினார்கள். தடியடிப் பிரயோகம் செய்தார் என்றும் அவர் பேரைக் கூறி ஜஸ்டிஸ் இயக்கத்தையே குறை கூறினர். அவரால் ஜஸ்டிஸ் இயக்கத்திற்கு இழிவே தவிர ஒரு நன்மையுமில்லை. அதே உஸ்மானுடன் தான் இன்று ஆச்சாரியார் கட்டிப் புரளுகிறார். ஆச்சாரியார் வாக்கு உஸ்மானுக்கு மதக்கட்டளையாகவும் உஸ்மான் பேச்சு ஆச்சாரியாருக்குக் கவசமாகவுமிருக்கிறது. அன்று தடியடி செய்தவர் உஸ்மானானால் இன்று ஆச்சாரியார் அவரை உண்மைத் தோழராகக் கொள்வாரா? நாளை நாங்களும் 4 அணா கொடுத்து காங்கரசில் மெம்பராகச் சேர்ந்தோ அன்றி ஆச்சாரியார் செய்வது சரி என்று கூறி விட்டால் எங்களையும் குரு என்று கூறிவிடமாட்டாரா? அவர்கள் செய்கை தவறு என்றால் எல்லாப் பழிகளும் நம்மீது; தவறில்லை சரி என்று கூறிவிட்டால் வானமளாவப் புகழ்வார்கள்.

உங்கள் கடமை

இன்று இவர்கள் ஆட்சிக்கு வந்து என்ன புதிய காரியங்களைச் செய்து தமிழ்நாட்டைப் பொன்னாடாகச் செய்துவிட்டனர். இதை எண்ணி நீங்கள் தென்னிந்திய நல உரிமைச் சங்கத்தை உயிர்ப்பித்தால்தான் முன்னேற முடியும். அவர்கள் கூறியது போல் இக்கட்சி ஜமீன்தார் கட்சியோ, பணக்காரர் கட்சியோ அல்ல. ஜமீன்தார்களும் பணக்காரர்களும் பிடிக்கப் பிடிக்க ஓடுகிறார்கள். நமக்கு இந்தப் பார்ப்பனத் துவேஷம் வேண்டாமென்று ஏழைகளின் நன்மைக்காக ஏற்பட்ட கட்சியாகும் இது. எனவே இவைகளை நீங்கள் நன்றாக ஆலோசித்து இக்கட்சியை உயிர்ப்பித்தால் தான் அது தமிழர் முற்போக்கடைவதற்காகச் செய்யும் வழி என்று கூறுவேன்.

நாட்டில் இந்த நிலையை நீங்கள் உண்டாக்கினால்தான் ஆச்சாரியாரும் காந்தியாரும் தங்களால் வண்டியை ஓட்ட முடியவில்லை என்று ஓடுவர். நாமும் இல்லை, இல்லை நீங்களே ஓட்டுங்கள் என்று கூறலாம். எனவே, தமிழர்களே! ஒன்றுபட்டுழையுங்கள். இந்த அருமையான சந்தர்ப்பத்தை எனக்கு அளித்த உங்கள் எல்லோருக்கும் எனது மனமார்ந்த நன்றியைக் கூறி எனது பேச்சை முடித்துக்கொள்ளுகின்றேன்.

குடி அரசு - 11. 12. 1938

தொகுதி 1
மொழி

பெரியார் சிறைவாசம்

டிசம்பர் 6-ந்தேதி தென்னாட்டு சரிதத்தில் ஒரு முக்கியமான நாளாகும். அன்றுதான் சுயமரியாதை இயக்கத் தலைவரும் ஜஸ்டிஸ் கட்சித் தலைவர் ஆகப் போகிறவரும், தமிழர்களைத் தட்டி எழுப்பி சுயமரியாதையுடன் வாழக் கற்பித்தவரும், தமிழ்நாட்டின் தனிப்பெரும் தலைவருமான பெரியார் ஈ.வெ.ராமசாமி தமிழர் விடுதலைக்காகச் சிறை புகுந்தார். தமிழர் சரிதம் எழுதப்படும் போது அந்நன்னாள் பொன் எழுத்துக்களால் பொறிக்கப்படும் என்பதற்கு ஐயமே இல்லை. ஒரு பெரியார் சிறை புகுந்த நாளை நன்னாள் எனக் கூறியது பலருக்கு வியப்பாக இருக்கலாம். சிறை புகுவது துன்பம் தரக்கூடியதாகையால் சிறைபுகும் ஒரு நாளை நன்னாள் எனக் குறிப்பிடுவது பலருக்குப் பிடிக்காதிருக்கலாம். நாம் வேண்டுமென்றே அந்நாளை நன்னாள் என்றோம். அந்நாள் பெரியாருக்கு துன்பகரமான நாளாயிருந்தாலும் தமிழர்களுக்கு நலந்தரக்கூடிய நாளாகும். பெரியார் சிறை புகுந்தது மூலம் தமிழுலகம் புத்துயிர் பெறப்போகிறது; தமிழர்கள் அடிமை வாழ்வு நீங்கி சுயமரியாதை வாழ்வு - சுகவாழ்வு வாழப் போகிறார். நமது சந்ததிகள் ஆரியப் பீடையிலிருந்து விடுபட்டு தனித்தமிழ் வாழ்வு - திராவிடப் பொது வாழ்வு - நல்வாழ்வு வாழப் போகின்றன. எனவே டிசம்பர் - 6-ந்தேதி நன்னாள் எனக் கூறுவது குற்றமாகுமா? ஆகவே ஆகாது. பெரியார் சிறை புகுந்த அந்நாள் தமிழர்களுக்கு நன்னாளே - பொன்னாளே ஆகும். பிறப்பால் கன்னடரான பெரியார், தாம் குடிப்புகுந்த நாட்டுப் பெருங்குடி மக்களின் விடுதலைக்காக தம்மையும் தம் குடும்பத்தையும் தம் செல்வத்தையும் தயக்கமின்றி சந்தோஷமாக - அர்ப்பணம் செய்துவிட்டார்.

சிறை புகுந்ததேன்?

சிறை வாழ்வே சுகவாழ்வெனத் துணிந்துவிட்டார். ராஜபோகம் அனுபவிக்கும் வசதிகள் இருந்தும் அவற்றையெல்லாம் சுயமாகவே வெறுத்துச் சிறை புகுந்து கூழும் கஞ்சியும் உண்டு கல் அடித்தும் மண் சுமந்தும் உடலை வருத்தி தமிழர்களை ஈடேற்றத் தவம் செய்யச் சென்றுவிட்டார். அவர் சிறை வாழ்வைப் பெருவாழ்வாகக் கொள்ளும்நோக்கம் என்ன? "தமிழ்நாடு தமிழருக்கே சொந்தமாக வேண்டும், முழு உரிமையுடையதாக வேண்டும், வட ஆரியருக்கு உரிமையாகக் கூடாது, தமிழன் எந்நாளும் தமிழனாகவே வாழ வேண்டும்" என்பதற்காகவே அவர் சிறை புகுந்தார். அவர் எத்தகைய கிரிமினல் குற்றமும் செய்யவில்லை. சட்டமறுப்புச் செய்யவோ பலாத்காரச் செயலில் ஈடுபடவோ அவர் எவரையும் தூண்டவில்லை. பலாத்காரம் அல்லது ஹிம்ஸை அவருக்கு உடன்பாடானால் காங்கரஸ் பத்திரிகையான

335

"இந்தியன் எக்ஸ்பிரஸ்" கூறுவதுபோல், அதை பகிரங்கமாகக் கூறப் பயப்படும் கோழையல்ல நமது பெரியார். தமது மனதில் தோன்றியதை எவருடைய விருப்பையும் வெறுப்பையும் லக்ஷியம் செய்யாமல் பகிரங்கமாகக் கூறும் ஆண்மை நமது பெரியாருக்குண்டு. அவரது பெருந்தன்மைக் குணங்களைப் பற்றி காங்கரஸ் பத்திரிகையான "நவசக்தி" கூறுவதைப் பாருங்கள்.

பெரியார் மாட்சி

"சிறைப் பறவையாகிய இராமசாமி நாய்க்கர் வரலாற்றை விரித்துக் கூற வேண்டுவதில்லை. அவர் தம் வரலாற்றில் அறியக் கிடக்கும் நுட்பங்கள் பல உண்டு. அவைகளில் சிறப்பாகக் குறிக்கத்தக்கன இடையறாச் சேவை, சமத்துவ நோக்கம், சுதந்திர உணர்ச்சி, நட்புரிமை, தாட்சண்யமின்மை, உள்ளொன்று வைத்துப் புறமொன்று பேசாமை, அஞ்சாமை, ஊக்கம், சோர்வின்மை, சலிப்பின்மை, எடுத்த வினையை முடிக்கும் திறன், காவு, சூழ்ச்சியின்மை முதலியன."

உத்தமரைச் சிறைப்படுத்தும் ஆட்சி நீதியுடைய ஆட்சியா?

"நவசக்தி" சமயப்பற்றும் காங்கரஸ் பற்றும் உடைய பத்திரிகை பெரியாரோ சமய வெறுப்பும் காங்கரஸ் வெறுப்பும் உடையவர்; ஆகவே பெரியாருக்கு "நவசக்தி" எதிரியென்றே கூறவேண்டும். பெரியார் கொள்கைகளைத் தாக்கி "நவசக்தி" எத்தனையோ முறை எழுதியுள்ளதை தமிழுலகம் நன்கறியும். அத்தகைய "நவசக்தி"யுங்கூட பெரியார் குண விசேஷங்களைப் புகழ்ந்தெழுத வேண்டுமானால் பெரியார் ஒரு உத்தம புருஷராக இருக்க வேண்டும் என்பது மிகையாகுமா? தமது எதிரிகளிடமிருந்தும் இத்தகைய நற்சாட்சிப் பத்திரம் பெறும் மாட்சியுடையவர்கள் தமிழ்நாட்டில் - ஏன்? இந்தியாவில் - எத்தனை பேர் இன்று இருக்கிறார்கள்? இத்தகைய ஒரு உத்தமனை தண்டித்துச் சிறையிலடைக்கும் ஒரு சர்க்கார் நீதியுடைய சர்க்காராகுமா? ஜனநாயக சர்க்காராகுமா? அவரைச் சிறைப்படுத்திய காங்கரஸ் சர்க்கார் அவர்மீது சுமத்தும் குற்றமென்ன? 1938 மார்ச்சு 21-ந்தேதி 125 பள்ளிக்கூடங்களில் இந்தியைக் கட்டாய பாடமாக்கியிருப்பதாக காங்கரஸ் சர்க்கார் பிறப்பித்த உத்தரவை பலாத்கார முறைகளால் ஒழிக்கத் தோன்றிய இந்தி எதிர்ப்பு இயக்கத்துக்குக் காரணஸ்தர் நமது பெரியாரென்றும் மறியல் செய்ய மக்களைத் தூண்டினாரென்றும் ஆச்சாரியார் சர்க்கார் பெரியார் மீது குற்றம் சாட்டியிருக்கிறார்கள். இது எவ்வளவு தப்பான குற்றச்சாட்டென ருசுப்படுத்த அவ்வளவு பிரயாசைப்படத் தேவையில்லை. வாஸ்தவத்தில் தமிழ்நாட்டில் இந்தி எதிர்ப்புக் கிளர்ச்சி தோன்றியது இன்று நேற்றல்ல.

இந்தி எதிர்ப்புத் தோன்றியது எப்போது?

1930-ல் அதாவது கனம் ஆச்சாரியார் கட்டாய இந்தி உத்திரவு பிறப்பித்த 23.4.38-க்கு எட்டு வருஷங்களுக்கு முன் நன்னிலத்தில் கூடிய சுயமரியாதை மகாநாட்டில் இன்று விளம்பர மந்திரியாக இருக்கும் கனம் எஸ். ராமநாதனே இந்தியைக் கண்டித்து ஒரு தீர்மானம் கொண்டு வந்து நிறைவேற்றியிருக்கிறார். கனம் ஆச்சாரியார் மந்திரியாக வருவாரென்றும் கட்டாய இந்தியை 125 பள்ளிக் கூடங்களில் புகுத்துவாரென்றும் அக்காலத்து யாராவது எண்ணிருந்தார்கள்! மற்றும் 1937-வது வருஷத்திலேயே மறைமலை அடிகள் "இந்தி பொது மொழியா?" என்ற கண்டனச் சிறு நூலும் வெளியிட்டிருக்கிறார். அண்ணாமலைப் பல்கலைக்கழகப் பேராசிரியர் தோழர் சோமசுந்தர பாரதியாரும் கட்டாய இந்தியைக் கண்டித்து கனம் ஆச்சாரியாருக்கு ஒரு பகிரங்கக் கடிதம் எழுதியுள்ளார். 1937 டிசம்பரில் திருச்சியில் கூடிய தமிழர் மகாநாட்டார் இந்தியைக் கண்டித்துத் தீர்மானங்கள் நிறைவேற்றியிருப்பதுடன் கவர்னர் பிரபுவிடம் தூது செல்ல வேண்டுமென்றும்

முடிவு செய்திருக்கிறார்கள். மற்றும் 1938 பிப்ரவரியில், காலஞ்சென்ற திவான் பகதூர் ஸர்.கிருஷ்ணன் நாயரவர்களால் திறக்கப்பட்டு ஸர்.கெ.வி. ரெட்டிநாயுடு அவர்கள் தலைமையில் கூடிய காஞ்சீவரம் மகாநாட்டிலும் இந்தியைக் கண்டித்துத் தீர்மானங்கள் நிறைவேற்றப்பட்டிருக்கின்றன. இந்நிலையில் 1938 ஏப்ரல் 21 ந் தேதி கட்டாய இந்தி உத்திரவு பிறப்பிக்கப்பட்ட பிறகே சில சுயநலக்காரரால் இந்தி எதிர்ப்பு இயக்கம் தோற்றுவிக்கப்பட்டதென்றும் அதற்குப் பெரியார் ஈ.வெ.ராவே காரணமென்றும் கூறுவது எவ்வளவு உண்மைக்கு மாறானதென்று நாம் கூறவும் வேண்டுமா?

இந்தி எதிர்ப்பு தமிழர்களுக்கெல்லாம் பொது

மற்றும் இந்தி எதிர்ப்பு சில சுயநலக்காரராலோ காங்கரஸ் எதிரியான பெரியார் ராமசாமியாலோ தோற்றுவிக்கப்பட்டதல்ல. இந்தி எதிர்ப்பு இயக்கம் தமிழர்களுக் கெல்லாம் பொதுவான இயக்கம். தமிழர்களான இந்துக்களும், கிறிஸ்தவர்களும், முஸ்லிம்களும் இந்தி எதிர்ப்பு இயக்கத்தில் ஈடுபட்டிருக்கிறார்கள். கட்சி வாரியாக பார்த்தால் காங்கரஸ் கட்சி, ஜஸ்டிஸ் - சுயமரியாதைக் கட்சி, முஸ்லீம்லீக் கட்சி மெம்பர்களும் இந்தி எதிர்ப்பு இயக்கத்தில் ஈடுபட்டிருக்கிறார்கள். மதவாரியாகப் பார்த்தால் சைவர், வைஷ்ணவர், நாஸ்திகர், சந்தேகிகள், கிறிஸ்தவர்கள், முஸ்லிம்கள் முதலியவர்களும் இந்தி எதிர்ப்பு இயக்கத்தில் ஈடுபட்டிருக்கிறார்கள். உண்மை இவ்வாறு இருக்க பெரியார் ஈ.வெ.ராமசாமியே இந்தி எதிர்ப்பு இயக்கத்தின் கர்த்தா, அவராலேயே இந்தி மறியல் நடக்கின்றது எனக் கூறுவது எவ்வளவு அபாண்டப் பழி! வெறுக்கத்தக்கப் பொய்! படுமோசப் பிதற்றல்! பெரியார் ஈ.வெ.ராமசாமியைச் சிறைப்படுத்துவதற்கு சர்க்கார் கூறும் பகிரங்கக் காரணங்கள் கண்துடைப்புக் காரணங்களே; ஊற்றுக்கு நிற்காத காரணங்களே. அவரைச் சிறைப்படுத்தியதற்கு அந்தரங்க காரணங்கள் சிலவுண்டு. அது விஷயமறிந்தவர்களுக்கெல்லாம் தெரிந்தவை தான். தென்னாட்டு அரசியல், சமூக நிலைமையை அறிந்தவர்கள் எல்லாம் உணர்ந்தவை தான். எனினும் பொதுமக்கள் அறிந்திருக்கும் பொருட்டுச் சுருக்கமாக்கி கீழே விளக்குகிறோம்.

அந்தரங்க காரணம்

பார்ப்பனரல்லாதார் முன்னேற்றங் கருதித் தோன்றிய “ஜஸ்டிஸ்” கட்சியார் உழைப்பின் பயனாய் அரசியல் உலகத்தில் பார்ப்பனர் ஆதிக்கம் ஒருவாறு ஒழியவே, பார்ப்பனர்கள் காங்கரஸ் பேரால் ஜஸ்டிஸ் கட்சியைத் தாக்கிப் பொய்ப்பிரசாரம் செய்து அதன் செல்வாக்கை ஓரளவு குறைத்தனர். அத்தருணத்திலே நமது பெரியார் சுயமரியாதை இயக்கத்தைத் தோற்றுவித்து பார்ப்பனர் செல்வாக்குக்கும் மதிப்புக்கும் காரணமாயிருக்கும் பார்ப்பன மதத்தைத் தாக்கிப் பிரசாரம் செய்யவும் எழுதவும் தொடங்கினார். ஜஸ்டிஸ் கட்சித் தலைவர்கள் சுகவாசிகள்; அறைக்குள் இருந்துகொண்டு கட்சிப் பிரசாரம் செய்வார்கள்; பெரியார் அப்படிப்பட்டவரல்ல. ஊரூராய்க் கிராமம் கிராமமாய்ச் சென்று பிரசாரம் செய்பவர். ஆகவே தென்னாடு முழுதும் சுற்றுப்பிரயாணம் சென்று பிரசாரம் செய்து தமிழ் மக்களைத் தட்டி யெழுப்பினார். ஆகவே பார்ப்பன மதச் சூழ்ச்சிகளையும் புரோகிதக் கொடுமை களையும் கொள்கைகளையும், பாமர மக்கள் நன்குணர்ந்து கொண்டு விட்டனர். மதத்தின் பேரால் மோக்ஷ நரகத்தின் பேரால் பாமர மக்களைப் பார்ப்பனர் ஏமாற்றி வந்த காலம் மலையேறிவிட்டது. “பார்ப்பனரை அய்யரென்று காலமும் போச்சே” என பாரதியார் பாடியது சுயமரியாதை இயக்கம் தோன்றிய பிறகுதான் மெய்யாயிற்று. தென்னாட்டு சமூக வாழ்விலே பார்ப்பனருக்கு இருந்து வந்த மதிப்பு 100 க்கு 75 குறைந்துவிட்டதென்று தைரியமாகச் சொல்லலாம். இவ்வண்ணம் சுயமரியாதை

இயக்கம் காரணமாக பார்ப்பன மதமும் பார்ப்பன செல்வாக்கும் ஒடுங்கி வருவது கண்ட காங்கரஸ் பார்ப்பனர் சமஸ்கிருதத்தின் கிளையான இந்தியைத் தென்னாட்டில் புகுத்தி பார்ப்பனீயத்துக்கும் ஆரிய மதத்துக்கும் நாகரிகத்துக்கும் புத்துயிரளிக்கலாமென எண்ணினர்.

1923-ல் எச்சரிக்கை

இச்சூழ்ச்சியை முதன்முதலில் கண்டறிந்தவர் நமது பெரியாரே. பார்ப்பனர் ஜீவனத்துக்கு வழிவிடுவதை மனதில் வைத்துக்கொண்டு காங்கரஸ் பார்ப்பனர் தென்னாட்டில் இந்திப் பிரசார சபை ஏற்படுத்தி பார்ப்பனரல்லாதாரிடமிருந்து பணம் வசூல் செய்து இந்திப் பிரசாரத்துக்கு உதவி செய்துவரும் சூழ்ச்சியை உணர்ந்த பெரியார் 1926 மார்ச்சு 14 ந்தேதியிலேயே இந்திப் பிரசாரச் சூழ்ச்சியைக் கண்டித்து எழுதினார். அப்பால் காங்கரஸ்காரர் சென்ற பொதுத்தேர்தலில் வெற்றி பெற்ற போது, காங்கரஸ்காரர் பதவியேற்றால் இந்தியைக் கட்டாய பாடமாக்க முயற்சி செய்யக்கூடும் என அவர்கள் பதவி ஏற்கு முன்னமேயே ஒரு வதந்தி இந்தியா முழுதும் பரவிற்று. அதை உணர்ந்த திருச்சி கான் பகதூர் கலீபுல்லா சாகிப் அவர்கள் இடைக்கால மந்திரியாக இருந்தபோது ராஜிகிரி பிரசங்கத்தில் இந்திப் புரட்டை வன்மையாகக் கண்டித்துப் பேசினார். இந்தியை தேசியப் பொதுப் பாஷையாக்கச் செய்யப்படும் முயற்சி மாகாண மொழிகளுக்கு உலை வைப்பதுடன் இஸ்லாம் நாகரீகத்தையும், கலைகளையும் ஒழிக்கும் சூழ்ச்சி எனவும் அவர் வற்புறுத்தினார். அப்பால் மறைமலையடிகள், சோமசுந்தர பாரதியார் போன்ற கல்விமான்களும் இந்திப் புரட்டின் யோக்கியதையை வெட்ட வெளிச்சமாக்கினர்.

பார்ப்பனத் தலைவர்கள் எதிர்ப்பு

தோழர்கள் டி.ஆர்.வெங்கடராம சாஸ்திரியார், சாரநாத அய்யங்கார் போன்ற பார்ப்பன அறிவாளிகள் எதிர்ப்பும் இந்தி எதிர்ப்பு இயக்கத்துக்கு உரமளித்தது. முஸ்லிம்களும் கிறிஸ்தவர்களும் இந்தி எதிர்ப்பு இயக்கத்தில் சேர்ந்து கொண்டனர். காங்கரஸ்காரர் எதிர்பாராதபடி இந்தி எதிர்ப்பு வலுப்பெற்றுவிட்டதினால் அதை எப்படியாவது ஒழித்துவிட வேண்டுமென்ற துணிச்சல் காங்கரஸ் மந்திரிகளுக் குண்டாயிற்று. ஜஸ்டிஸ் கட்சி மகாநாட்டுக்கு நமது பெரியார் தலைவராகத் தேர்ந்தெடுக்கப்படப் போவதாய் முன்னாடியே வெளிவந்த செய்தி காங்கரஸ் மந்திரிகளுக்கு அதிக பீதியை உண்டு பண்ணியிருக்க வேண்டும். பெரியார் ஜஸ்டிஸ் கட்சித் தலைவரானால் 6-மாத காலத்துக்குள் ஜஸ்டிஸ் கட்சி பழைய சக்தியைப் பெற்றுவிடுமென்றும், பெற்றால் அது காங்கரசுக்கு பெரிய எதிரியாகத் தீருமென்றும் காங்கரஸ் மந்திரிகள் உணர்ந்திருக்க வேண்டும். எனவே பெரியார் ஜஸ்டிஸ் கட்சி மகாநாட்டுத் தலைவராகு முன்னமேயே சிறைக்கனுப்பப்பட்டிருக்கிறார் எனப் பலர் ஊகிப்பது அவ்வளவு தப்பான ஊகம் என்று கூறுவதற்கில்லை. இந்தி எதிர்ப்பு இயக்கத்தை ஒரு திருடனாக உவமைப் படுத்தி அந்தத் திருடனைக் கையில் கிடைத்த ஆயுதத்தால் தாக்குவது குற்றமில்லையென கனம் ஆச்சாரியாரே பகிரங்கமாகக் கூறியிருப்பதினால் மேலே எடுத்துக்காட்டியபடி ஊகிப்போரை யாரும் கண்டிக்க முடியாது.

எதிரிகள் நோக்கம் பலிக்குமா!

எந்த நோக்கத்துடன் பெரியார் சிறைப்படுத்தப்பட்டிருந்தாலும் சரி இந்தி எதிர்ப்பு இயக்கம் அடங்காதென்பதும் ஆரிய மதமும், நாகரிகமும் தமிழ்நாட்டில் பழைய செல்வாக்கைப் பெறாது என்பதும் உறுதி. சென்ற 16 வருஷ காலமாக பெரியார் செய்த பிரசாரம் வீண் போகவே செய்யாது. புராணப் புரட்டுகளையும்

ஆரிய மத ஆபாசங்களையும் மக்கள் நன்குணர்ந்து விட்டனர். அவர் நாட்டிலே விதைத்த சீர்திருத்தக் கருத்துகள் முளைத்து பூத்து காய்த்துப் பழுத்துப் பலன்தரத் தொடங்கிவிட்டன.

பாமர மக்கள்கூட பகுத்தறிவுணர்ச்சியுடையவர்களாகி விட்டனர். இனி எதையும் குருட்டுத்தனமாய் நம்ப மாட்டார்கள். பெரிய பெரிய சீர்திருத்தக்காரர்கள் பன்னூற்றாண்டு உழைத்துச் சாதியாத காரியங்களை நமது பெரியார் சுமார் 15 வருஷ உழைப்பினால் சாதித்துவிட்டார். சாதிக்கோட்டை தகர்த்தெறியப்பட்டுவிட்டது. கலப்பு மணங்கள் - புரட்சிகரமான கலப்பு மணங்கள் - தாராளமாக நடைபெறத் தொடங்கிவிட்டன. வாயில்லாப்பூச்சிகளாய் வாழ்ந்த ஒடுக்கப்பட்ட மக்களும்கூட - சுதந்தர உணர்ச்சியும் ஆண்மையும் பெற்றுவிட்டனர். அடுப்பூதும் பாவைகளாயிருந்து வந்த பெண்களும் சுதந்தர உணர்ச்சி பெற்றுவிட்டனர். ஆகவே பெரியார் சிறைப் பட்டதினால், அவரைச் சிறைபடுத்தியவர்கள் நோக்கம் எதுவாயிருப்பினும் சரி அது நிறைவேறாதென்று தைரியமாகச் சொல்லி விடலாம்.

"குடி அரசு" அபிமானிகளுக்கு வேண்டுகோள்

கடைசியாக "குடிஅரசு" அபிமானிகளுக்கு ஒரு வார்த்தை. சென்ற 15 வருஷகாலமாக "குடிஅரசை" வளர்த்து வந்த பெரியார் சிறைக்குச் சென்றுவிட்டார். ஆகவே "குடிஅரசை" பேணும் பொறுப்பு முழுதும் அதன் அபிமானிகளையே இப்பொழுது சார்ந்திருக்கிறது. அவர் வெளிவரும் வரை அவரது இறகுப் பிறப்பான அருமையான வியாசங்களை "குடி அரசு" வாசகர்கள் காண முடியாது. எனினும் அவரது லக்ஷ்யங்களையும், சுயமரியாதை இயக்கக் கொள்கைகளையும் உணர்ந்த அறிவாளிகள் வியாசங்கள் குடிஅரசில் வெளிவந்து கொண்டிருக்கும். சிறை புகுந்த பெரியாருக்கு தம்மைப் பற்றியோ, தமது குடும்பத்தைப் பற்றியோ ஒரு சிறிதும் கவலையில்லை. அவர் தோற்றுவித்து வளர்க்கும் பத்திரிகைகளான "விடுதலை" "குடிஅரசு" "பகுத்தறிவு" முதலியவைகளைப் பற்றியே கவலை. ஆகவே அப் பத்திரிகைகளை வியாசங்கள் மூலமும் பணவுதவி மூலமும் ஆதரிக்க வேண்டியது பெரியார் மீது உண்மைப் பற்றுடையோரின் நீங்காக்கடன். அவரது பத்திரிகைகள் முட்டின்றி நடப்பது சிறையிலிருக்கும் அவருக்குப் பெருமகிழ்ச்சியும் ஆறுதலும் அளிக்குமாகையினால் பத்திரிகைகளுக்கு தேவையான உதவிகளை எல்லாரும் மனமுவந்து செய்ய வேண்டுமென்று கேட்டுக் கொள்கிறோம்.

குடி அரசு - 11. 12. 1938

தொகுதி 1
மொழி

சுயமரியாதை இயக்கத் தோழர்களுக்கு
பெரியார் அறிக்கை
சிறைபுகு முன் கூறியது

நான் இன்னும் சிறிது நேரத்துக்குள் சிறைக்குள் அனுப்பப்படுவேன். நமது இயக்க சம்பந்தமாக இனி நடக்கவேண்டியவைகளை தலைவர் சௌந்திர பாண்டியனும், தோழர் கி. ஆ. பெ. விஸ்வநாதமும் இருந்து கவனித்துக் கொள்ளுமாறு வேண்டிக் கொள்ளுகிறேன். இயக்கத் தோழர்களும் தலைவர்களுடன் ஒத்துழைத்து நான் வெளிவரும் வரை செவ்வனே நடைபெற ஒத்தாசை செய்யுமாறு கேட்டுக் கொள்ளுகிறேன். ஜஸ்டிஸ் கட்சிக்கு நான் தற்போது தலைவராகத் தேர்ந்தெடுக்கப் பட்டிருந்த போதிலும் பொப்பிலி அரசர் இருந்து எல்லா காரியங்களையும் கவனித்துக் கொள்வார் என்கிற திடநம்பிக்கை எனக்கிருப்பதினாலும் அவருடைய தலைமைப் பொறுப்பு நீங்கி விட்டதாக மற்ற தோழர்களும் கருதமாட்டார்கள் என்ற நம்பிக்கையிருப்பதாலும் அதைப்பற்றி கவலையில்லாமலே செல்லுகிறேன்.

இந்தி எதிர்ப்பு இயக்கம் பொது ஜன இயக்கமானதினாலே, தமிழ் மக்கள் எல்லோரும் அந்த இயக்கத்தைப் பற்றி கவலை எடுத்துக்கொள்வார்கள் என்பதில் எனக்கு பெருத்த நம்பிக்கையுண்டு. இதைப்பற்றி யாருக்கும் நான் எதுவும் சொல்லத் தேவையில்லை. ஆனால் பலாத்காரமில்லாமலும், துவேஷ உணர்ச்சி இல்லாமலும் பலாத்காரத்துக்கும் துவேஷத்துக்கும் இடமேற்படாமலும் பார்த்துக் கொள்ள வேண்டுமென்பதுதான் எனது மனப்பூர்வமான வேண்டுகோள்.

குடி அரசு - 11.12.1938

தொகுதி 1 மொழி

பெரியார் ஈ.வெ.ரா. வழக்கு

சர்க்கார் தரப்பு சாட்சியம்
பெரியார் வாக்குமூலம்
3 வருஷம் கடுங்காவல்
2000 ரூபாய் அபராதம்

தென்னிந்திய நல உரிமைச் சங்கத்தின் 14-வது மகாநாட்டின் தலைவரும், சுயமரியாதை இயக்கத் தலைவருமான பெரியார் ஈ.வெ. ராமசாமி அவர்கள் மீது, சென்னை அரசாங்கத்தாரால் 117-வது 7(1) ஏ செக்ஷன் கீழ் கொண்டுவரப்பட்ட வழக்கு, இன்று காலை 11-25 மணிக்கு சென்னை ஜார்ஜ்டவுன் போலீஸ் கோர்ட்டு 4-வது நீதிபதி தோழர் மாதவராவ் அவர்கள் முன்னிலையில் விசாரணைக்கு எடுத்துக்கொள்ளப்பட்டது.

பெரியார் ஈ.வெ.ரா. அவர்கள் காலை 10-45 மணிக்கே படுக்கையுடன் தயாராகக் கோர்ட்டிற்கு வந்துவிட்டார். வழக்கைக் கவனிக்கத் தோழர்கள் ஸர்.ஏ.டி. பன்னீர் செல்வம், ஈ.வெ. கிருஷ்ணசாமி, டி. சுந்தரராவ் நாயுடு பி.ஏ. பி.எல்., கி.ஆ.பெ. விசுவநாதம், எஸ்.வி. ராஜன், பி.ஏ.பி.எல்., தாமோதரம் பிள்ளை, ராவ்சாகிப் தர்மலிங்கம் பிள்ளை, டி.ஆர். கோதண்டராம முதலியார் பி.ஏ., பி.எல்., சி. பாசுதேவ் பி.ஏ. பி.எல். திருவெற்றியூர் சண்முகம் பிள்ளை, சேலம் எ. சித்தையன், ஓ.எஸ். சதக்தம்பி மரைக்காயர், ஜமால் இப்ராஹிம், டி.எஸ். முகம்மது இப்ராஹிம், சாமி சிதம்பரனார், திருப்பத்தூர் சேர்மன் துரைசாமி நாயுடு, ஈரோடு வேணுகோபால் பி.ஏ.பி.எல்., ஆகியோர் வந்திருந்தனர்.

கோர்ட்டில் எல்லோரையும் அனுமதிக்காததால் ஏராளமான தமிழ் மக்கள் கோர்ட்டிற்கு வெளியே பீச் ரோட்டில் நின்று வழக்கின் முடிவை ஆவலுடன் எதிர் நோக்கினர். பெரியார் ஈ.வெ.ரா. வந்திறங்கியதும் மக்கள் ஆரவாரித்து வாழ்த்தொலி செய்தனர்.

பெரியாருக்கு பிராக்சிக்கியூஷன் மரியாதை

நீதிபதி 11.25 மணிக்கு வந்து வழக்கை ஆரம்பித்தார். கிரவுன் பிராக்சிகூட்டர் தோழர் டி.எஸ். அனந்தராமன் சாட்சிகளை விசாரித்தார். கோர்ட்டார் பெரியாரைக் கூப்பிட்டதும் பெரியார் ஈ.வெ.ரா. எழுந்து நின்றார். உடனே கிரவுன் பிராசிக்கூட்டர் நீதிபதியிடம் தோழர் நாயக்கரவர்கள் உட்கார்ந்து கொள்ள அனுமதிக்க வேண்டுமென்று வேண்டினார். பின்னர் பெரியாரும் உட்கார்ந்து கொண்டார்.

ஆரம்பத்திலேயே ஈ.வெ.ரா. அவர்கள் தான் எதிர் வழக்காடப் போவதில்லை என்றும், தனக்கு யாரும் வக்கீல் இல்லை என்றும் கூறிவிட்டார்.

முதல் சாட்சி வாக்குமூலம்

சர்க்கார் தரப்பின் முதல் சாட்சியான சுருக்கெழுத்து சப்இன்ஸ்பெக்டர் தோழர் கேசவமேனன் தனது சாட்சியத்தில் கூறியதாவது:-

நான் சர்க்காரின் இன்டெலிஜென்ஸ் டிபார்ட்மெண்டில் தமிழ் சுருக்கெழுத்து இன்ஸ்பெக்டராக சென்ற 5-வருடங்களாக இருந்து வருகிறேன். எனக்குத் தோழர் ஈ.வெ.ராமசாமி நாயக்கரை நன்றாகத் தெரியும். அவரது சொந்த ஊர் ஈரோடு. அவர் 1923-ம் வருஷம் வரை காங்கரசிலிருந்தார்.

பின்னர் சுயமரியாதை இயக்கம் என்ற ஒரு இயக்கத்தை ஆரம்பித்தார். அவ்வியக்கம் பார்ப்பனரல்லாதாரின் சமூக முன்னேற்றத்திற்காக உழைக்கவும், பார்ப்பனரை எதிர்க்கவும் ஆரம்பிக்கப்பட்டது. ஜஸ்டிஸ், சுயமரியாதை இவை இரண்டும் ஒரே கொள்கை கொண்டுள்ளவை.

21.4.38ந் தேதிய 911நெ. இந்திக் கட்டாய பாட சர்க்கார் உத்தரவிற்குப் பிறகு இந்தி எதிர்ப்பு ஆரம்பிக்கப்பட்டது. அந்த உத்தரவுக்குப் பிறகே ஒரு பகுதி தமிழர்கள் இந்தி எதிர்ப்பியக்கத்தை ஆரம்பித்து கட்டாய பாட உத்தரவை ரத்து செய்யுமாறு முதன் மந்திரியை வற்புறுத்தி வருகின்றனர். பின்னர் சென்னை நகரத்திலும், சென்னைக்கு வெளியிலும் இந்தியைக் கண்டித்துப் பல கூட்டங்கள் நடைபெற்று வருகின்றன.

சென்னையில் முதல் கூட்டம்

சென்னையில் இந்தி எதிர்ப்பு முதல் கூட்டம் 31-5-38 அன்று தியாகராய நகரில் நடைபெற்றது. இந்தி எதிர்ப்பிற்கென கட்டப்பட்ட புதுக்கட்டடத்தில் (நிலையம் ந.நி) அக்கூட்டம் நடைபெற்றது. கூட்டம் மாலை 6-30 முதல் 9-30 வரை நடை பெற்றது. ஸர்.கே.வி. ரெட்டி நாயுடு தலைமை வகித்தார். தோழர் எஸ். முத்தையா முதலியார் தமிழ்க்கொடி ஏற்றினார். நான் அக்கூட்டத்திற்குச் சென்றிருந்தேன். அன்று எதிரியும், முதல் சர்வாதிகாரி சி.டி. நாயகமும் மற்றும் பல இந்தி எதிர்ப்புத் தலைவர்களும் பேசினர். பல்லடம் பொன்னுசாமியை அவர் நாளை உண்ணா விரதமிருக்கப் போவதாக தோழர் சி.டி. நாயகம் கூட்டத்திற்கு அறிமுகப் படுத்தினார். அடுத்த நாள் காலை 6-30மணிக்குப் பல்லடம் பொன்னுசாமி, முதன் மந்திரி வீட்டின் முன் உண்ணாவிரதமிருந்தார். அப்படியே 2 நாட்கள் உண்ணா விரதமிருந்தார். 3-6-38 அன்று அவர் கைது செய்யப்பட்டார். அதன் பிறகு முதல் 'பேச்' தொண்டர்கள் மறியலுக்காக வந்தனர். அவர்களும் கைது செய்யப்பட்டுத் தண்டிக்க பட்டனர். இதேபோல் 1-7-38 அன்று இந்து தியாலாஜிக்கல் பள்ளியின் முன்பும் தொண்டர்கள் மறியல் செய்யத் தொடங்கினர். 3 மாதம் வரை முதன் மந்திரி வீட்டின் முன் மறியல் நடந்து வந்தது. தொண்டர்கள் அவ்வப்போது கைது செய்யப்பட்டுத் தண்டிக்கப்பட்டனர். இரண்டு இடங்களிலுமாக நவம்பர் கடைசிவரை கைது செய்யப்பட்டவர்கள் சுமார் 400. இதில் முதன் மந்திரி வீட்டின் முன்பு கைதியானவர்கள் சுமார் 165. தியாகராய நகரிலிருந்த இந்தி எதிர்ப்பு நிலையம் பிரிக்கப்படும் வரை அங்கேயே மறியல் தொண்டர்கள் தங்கியும், உணவு உண்டும் வந்தனர்.

மே 28-ந் தேதி திருச்சியில் நடைபெற்ற இந்தி எதிர்ப்புக் கமிட்டிக் கூட்டத்தில் எதிரி இந்தி எதிர்ப்புக்கமிட்டியின் ஒரு அங்கத்தினராகத் தேர்ந்தெடுக்கப்பட்டார். தமிழ்நாட்டில் 60 பள்ளிகளிலும், ஆந்திராவில் 54 பள்ளிகளிலும், மலையாளத்தில் 11 பள்ளிகளிலும் இந்தி கட்டாய பாடமாக வைக்கப்பட்டிருக்கின்றது. கட்டாய

இந்திக்கு மலையாளத்திலும், ஆந்திராவிலும் எதிர்ப்பில்லை. எதிரி முதன் முதல் 31-5-38 அன்று சென்னையில் இந்தி எதிர்ப்புப்பிரசாரம் செய்தார். பின்னர் இந்தி எதிர்ப்புக் கமிட்டியின் ஆதரவில் நடைபெற்ற பல கூட்டங்களில் பேசியிருக்கிறார். ஈரோட்டிலிருந்து வெளிவரும் 'விடுதலை' தினசரியும், 'குடி அரசு' வார வெளியீடும் எனக்குத் தெரியும். தோழர் ஈ.வெ. கிருஷ்ணசாமி அவைகளின் வெளியிடுவோரும் ஆசிரியருமாவர். 13-11-38 ஒற்றைவாடைக் கொட்டகையில் நடைபெற்ற தமிழ்நாட்டுப் பெண்கள் மகாநாட்டிற்கு நான் சென்றிருந்தேன்.

நீதிபதி கேள்விக்கு பெரியார் பதில்

நீதிபதி: நீங்கள் ஏதாவது சாட்சியைக் கேட்க வேண்டுமா?

ஈ.வெ.ரா: அவர் கூறியது என் காதில் சரியாக விழவில்லை. இருந்தாலும் இந்தக் கோர்ட்டில் நியாயம் கிடைக்குமென்ற நம்பிக்கையில்லை. எனவே சாட்சியை நான் ஒன்றும் கேட்க வேண்டியதில்லை. கேட்பதாலும் ஒன்றும் பயனில்லை.

2-வது சாட்சி வாக்கு மூலம்

பின்னர் 2-வது சாட்சியாக தோழர் எ. கிருஷ்ணய்யர் (சுருக்கெழுத்து சப்இன்ஸ்பெக்டர்) விசாரிக்கப்பட்டார். அவர் கூறியதாவது:-

நான் சென்ற 20 வருஷங்களாக சுருக்கெழுத்து சப்இன்ஸ்பெக்டராக இருந்து வருகின்றேன். சென்னையில் 13-11-38 அன்று நடந்த தமிழ் நாட்டுப் பெண்கள் மாநாட்டிற்குச் சென்றிருந்தேன். மாநாடு மாலை 2-45-க்கு ஆரம்பித்து இரவு 8-15-க்கு முடிவுற்றது. நான் கடைசிவரை இருந்தேன். மாநாட்டிற்கு வந்திருந்த 1500 பேரில் 700 பெண்கள் ஆகும். நடவடிக்கைகள் தமிழிலேயே நடைபெற்றன. தோழர் ஈ.வெ. ராமசாமி அவர்கள் அம்மாநாட்டிற்கு வந்திருந்தார். அம் மாநாட்டில் எதிரி பேசினார். அவர் பேசும்பொழுதும் நான் அங்கிருந்தேன். நான் தமிழ்ச் சுருக்கெழுத்தில் குறிப்பெடுத்து பின்னர் தமிழ் நெட்டழுத்தில் எழுதினேன். அவர் பேச்சை ஒழுங்காகவே குறிப்பெடுத்தேன். மறுநாள் 14-11-38 பெத்துநாயக்கன் பேட்டை காசி விசுவநாதர் கோயில் முன் சாமி - அருணகிரிநாதர் தலைமையில் நடைபெற்ற பொதுக் கூட்டத்திற்கும் சென்றிருந்தேன். அக்கூட்டம் மாலை 6-15க்கு ஆரம்பித்து 9-15க்கு முடிவுற்றது. அங்கு எதிரியும் பேசினார். அவர் பேச்சை சிறிதும் விடாது குறிப்பெடுத்தேன். அவரது பேச்சுகள் பொது மக்களிடையே மிகுந்த உணர்ச்சியை உண்டாக்கின. பின்னர் சாட்சி பெரியார் ஈ.வெ.ராவின் 2 பிரசங்கங்களையும் கோர்ட்டில் படித்தார்.

நீதி: இதில் ஏதாவது தவறிருக்கின்றனவா? சாட்சியை ஏதாவது கேட்க வேண்டுமா?

ஈ.வெ.ரா: பல தவறுகள் காணப்படுகின்றன. ஆனால் அதுபற்றி நான் ஒன்றும் கேட்க விரும்பவில்லை.

3-வது சாட்சி வாக்கு மூலம்

பின்னர் 3-வது சாட்சியாகத் தோழர் ரஞ்சித்சிங் (சுருக்கெழுத்து இன்ஸ்பெக்டர்) விசாரிக்கப்பட்டார். அவர் கூறியதாவது:-

நான் சர்க்காரின் இன்டெலிஜென்ஸ் செக்ஷனில் சுருக்கெழுத்தாளனாக இருக்கிறேன். 13-11-38ல் நடைபெற்ற தமிழ்நாட்டுப் பெண்கள் மாநாட்டிற்குச் சென்றிருந்தேன். கடைசிவரை இருந்தேன். அம்மாநாட்டிற்கு மறுநாள் 14ந் தேதியன்று பெண்கள் இந்து தியாலாஜிக்கல் பள்ளி முன் மறியல் செய்தனர். அப்பெண்கள் கைது செய்யப்பட்டு தண்டனை விதிக்கப்பட்டனர். அவர்கள்

அபராதம் செலுத்தவில்லை. இந்தி எதிர்ப்புக் கழக ஆதரவில் அன்று மாலை காசி விசுவநாதர்கோயில் முன்பு ஒரு பொதுக்கூட்டம் நடைபெற்றது.

பின்னர் கிரவுன் பிராக்சிக்கூடர் இந்தப் பிரசங்கங்களை ஆங்கிலத்தில் மொழிபெயர்க்கவேண்டியிருப்பதால் வாய்தா கொடுக்கவேண்டுமென்று கேட்டார்.

நீதிபதி: *பிரசங்கங்கள் விளக்கமாக இருப்பதால் இதற்கு வாய்தா வேண்டியதில்லை. சில மணி நேரங்களில் மொழிபெயர்த்து விடலாம் என்று கூறினார்.*

பின்னர் சர்க்கார் சாட்சிகள் மீண்டும் கிரவுன் பிராக்சிகூட்டரால் குறுக்கு விசாரணை செய்யப்பட்டனர்.

குறுக்கு விசாரணை

குறுக்கு விசாரணையில் முதல் சாட்சி கேசவமேனன் கூறியதாவது:- இந்தி உத்தரவை எடுக்குமாறு முதன் மந்திரியை வற்புறுத்தி முதன் மந்திரி வீட்டின் முன்பும் தியாலாஜிக்கல் பள்ளி முன்பும் மறியல் நடந்தன. அப்பள்ளியில் இந்தி கட்டாயபாடமாக்கப்பட்டிருப்பதால் பையன்களை படிக்கவிடாது தடுக்கவே மறியல் நடைபெறுகிறது. அப்படி பையன்கள் போகாவிட்டால் பள்ளிக்கூடம் மூடப்படும் என்று கருதியே இம்மறியலால் ஏற்படும் கூச்சல் ஆசிரியர்களையும் வகுப்பு நடத்த முடியாமல் தடை செய்கிறது.

3-வது சாட்சி தோழர் ரஞ்சிட்சிங் கூறியதாவது:-

14-11-38 அன்று 5 பெண்கள் இந்து தியாலாஜிக்கல் பள்ளி முன் நின்று இந்தி ஒழிக! தமிழ் வாழ்க!! என்று கூறி மறியல் செய்தனர். இதனால் ஆசிரியரும், பையன்களும் உள்ளே புக முடியாமலும், நடத்திக் கொண்டிருக்கும் வகுப்பு மேலும் நடைபெறாமலும் தடைப்படுகின்றது. வேடிக்கை பார்க்க ஆசிரியர்கள் வெளியே வந்து விடுகின்றனர்.

நீதி: நீங்கள் ஏதாவது வாக்குமூலம் கொடுக்கின்றீர்களா?

ஈ.வெ.ரா: *சிறிது அவகாசம் கொடுத்தால் சாட்சியங்களைப் பார்த்து வாக்குமூலம் கொடுக்கின்றேன்.*

நீதி: *சாட்சிக் காப்பிகள் மாலை தான் கிடைக்கும். எனவே வழக்கை நாளை காலை 11 மணிக்கு ஒத்திவைக்கிறேன்.*

மீண்டும் வழக்கு நாளை நடைபெறும்

1-30 மணிக்கு வழக்கு முடிந்து பெரியார் கீழே வரும் வரை வெளியில் ஏராளமான மக்கள் காத்துக்கொண்டே நின்றனர். பெரியார் காரில் ஏறியதும் மக்கள் 'பெரியார் ஈ.வெ.ரா. வாழ்க' என ஆரவாரம் செய்தனர். மக்கள் காட்டிய உணர்ச்சி அளவு கடந்ததாயிருந்தது. கோர்ட்டிலும் வெளியிலும் பலமான போலீஸ் பந்தோபஸ்து செய்யப்பட்டிருந்தது.

(மறுநாள் நடவடிக்கை)

சென்னை அரசாங்கத்தாரால் பெரியார் ஈ.வெ.ரா. அவர்கள் மீது 117-வது செக்ஷன் கீழ்க்கொண்டு வரப்பட்டிருக்கும் வழக்கு, சென்னை ஜார்ஜ் டவுன் 4-வது மாகாண நீதிபதி தோழர் மாதவராவ் முன்பு இன்று காலை 11-30 மணிக்கு மீண்டும் விசாரணைக்கெடுத்துக் கொள்ளப்பட்டது

பெரியார் வருகை

சரியாகப் 11-மணிக்குப் பெரியார், ஸர்.ஏ.டி. பன்னீர் செல்வம், ஈ.வெ. கிருஷ்ணசாமி ஆகியவர்களுடன் படுக்கை சகிதமாகக் கோர்ட்டிற்கு வந்து சேர்ந்தார். கோர்ட்டிற்கு வெளியில் நின்றிருந்த பதினாயிரக்கணக்கான மக்கள் கைதட்ட வாழ்த்தொலி செய்தனர். இன்றும் கோர்ட்டுக்கு அருகில் யாரையும் வரவிடாது பலத்த போலீஸ் பந்தோபஸ்து இருந்தது. நேற்று இரவு 10 மணிக்குத்தான் பெரியாருக்கு சர்க்கார் சாட்சியத்தின் நகல் கிடைத்ததாகையால் கோர்ட்டில் வந்தும் விரைவாக வாக்குமூலத்தின் எஞ்சிய பகுதிகளை எழுதிக் கொண்டிருந்தார்.

ரசாக்கான் சாட்சியம்

ஆரம்பத்தில் கிரவுன் பிராசிக்கூட்டர், சப் இன்ஸ்பெக்டர் தோழர் ரசாக்கானை சர்க்கார் சாட்சியாக விசாரிக்க வேண்டும், அவர் இந்து தியாலாஜிகல் பள்ளி இருக்கும் செக்ஷனின் சப்இன்ஸ்பெக்டர் என நீதிபதியைக் கேட்டார்.

நீதிபதியும் சம்மதிக்க, தோழர் சப்பின்ஸ்பெக்டர் ரசாக்கான் விசாரிக்கப்பட்டார். அவர் கூறியதாவது:-

நான் யானை கவுனி போலீஸ் ஸ்டேஷன் சப்இன்ஸ்பெக்டர். இந்து தியாலாஜிக்கல் பள்ளி எனது ஜுரிஸ்டிக்ஷனில் உள்ளது. நாடோறும் நடைபெறும் மறியல் காலத்து நேரில் பள்ளி முன் இருந்து வருகிறேன். 14-11-38 அன்று 5-பெண்கள் பெரிய ஊர்வலமாக வந்து, பள்ளியின் வாசற்படிக்கு அருகில் நின்று கொண்டு 'தமிழ் வாழ்க' 'இந்தி வீழ்க' எனக் கூச்சலிட்டு மறியல் செய்தனர். அன்றும் நான் அங்கிருந்தேன். 2000 அல்லது 3000 பேர் ஊர்வலமாக வந்தனர். எதிரியும் ஊர்வலத்துடன் அன்று வந்தார். பெண்கள் மறியலால் ஆசிரியர்களும் மாணவர்களும் உள்ளே போகத் தடங்கலாயிற்று. வகுப்பு நடத்த முடியாமல் ஆசிரியர்கள் வெளியே வந்து விட்டனர். பெண்களை அங்கிருந்து போய்விடுமாறு நான் எச்சரித்தும், இந்தி ஒழிந்தால் ஒழிய போக மாட்டோமென்றனர். பின்னர் அவர்களைக் கைது செய்தேன். எதிரியும் நான் கைது செய்யும்வரை அங்கேயே இருந்தார். பின்னர் இரண்டாவது மாகாண நீதிபதி கோர்ட்டில் விசாரிக்கப்பட்டு பெண்கள் தண்டனை பெற்றனர்.

பெண்கள் அபராதங் கொடுக்க மறுத்தனர். கோர்ட்டிலும் எதிரி ஆஜராகி யிருந்தார். இதன் பிறகு ஒவ்வொரு திங்கட்கிழமையும் பெண்கள் மறியல் செய்து வருகின்றனர். 21-11-38 அன்று 8-பெண்கள் மறியல் செய்தனர். அன்றும் பெரிய ஊர்வலமாக அவர்கள் வந்தனர். மேலும் அவர்கள் செய்யும் மறியலால் பெருங் கூட்டம் கூடி, போக்குவரத்திற்கு இடைஞ்சல் ஏற்படுகின்றது. அவர்களையும் நான் எச்சரித்தேன். கேட்காததால் கைது செய்தேன். அவர்களும் தண்டனை பெற்றார்கள். அன்று வழக்கு முடிந்த பிறகு வழக்கைப் பார்க்க வந்திருந்த ஏராளமான மக்கள் திரும்பி 2 மணிக்கு வீட்டிற்குச் செல்லும்போது பல இடங்களில் கல்லெறிந்து பலருக்கு நஷ்டம் உண்டாக்கியிருக்கின்றனர். முதன் முதலில் தினமணி ஆபீஸ் மீது கல்லெறிந்ததாக அறிந்தேன். அதற்குப் பின் மற்றும் சில இடங்களில் குழப்பம் நேரிட்டதாகத் தெரிகிறது. ஆனால், நேரில் நான் பார்க்கவில்லை. அதன் பிறகு ஒவ்வொரு திங்கட்கிழமையும் பெண்கள் தொடர்ந்து மறியல் செய்து வருகின்றனர்.

கிராஸ் செய்ய பெரியார் மறுப்பு

ஈ.வெ.ரா. சாட்சியை ஒன்றும் கேள்வி கேட்க வேண்டியதில்லை என்று தெரிவித்தார்.

நீதி: உங்கள் பேரில் கிரிமினல் குற்றம் சாட்டப்பட்டிருக்கின்றதாகையால் வழக்கிற்குச் சம்பந்தப்பட்ட ஸ்டேட்மெண்டைத்தான் கொடுக்கவேண்டும். சம்மந்தப்படாத வெளி விஷயங்களை நான் ஏற்க மாட்டேன்.

ஈ.வெ.ரா: நான் சட்ட நிபுணனல்ல. சாட்சியங்களைக் காதில் கேட்டேன். பார்த்தேன். பதில் கூறுகிறேன். எனக்கு பதில் கூற உரிமையுண்டு என்றால் ஏற்றுக் கொள்ளுங்கள் இல்லாவிட்டால் தள்ளிவிடுங்கள். நான் வழக்கிற்குச் சம்பந்தப் பட்டவைகளையே கூறுகின்றேன்.

பின்னர் பெரியார் தமது நீண்ட வாக்குமூலத்தைப் படித்து நீதிபதியிடம் கொடுத்தார். படிக்கும்போது நடுவில் நீதிபதி சரி சரி யெனத் தலையை ஆட்டிக்கொண்டே இருந்தார்.

பின்னர் கிரவுன் பிராசிக்கூட்டர் எழுந்து தங்களுக்கு இவ்வழக்கில் தண்டனையளிக்க வசதியாயிருக்கும் பொருட்டு எதிரியின் பேச்சுகளில் ஆட்சேபகரமானவற்றை சிகப்பு மையினால் மார்க் செய்கிறேன் என்று கூறி, மார்க் செய்து அப்பகுதிகளைக் கோர்ட்டில் வாசித்துக் காண்பித்தார்.

அதன் பின் நீதிபதி குற்றப்பத்திரிகை வாசித்தார்.

தீர்ப்புக்கூற ஒத்தி வைப்பு

பெரியார் தான் குற்றவாளியல்லவென்றார்.

மணி 1-30 ஆனமையால் தீர்ப்புக் கூற வழக்கை மாலை 2 மணிக்கு ஒத்திவைத்தார் நீதிபதி.

வழக்கைக் கவனிக்க வந்திருந்த முக்கிய பெரியார்கள் ஸர்.ஏ.டி. பன்னீர் செல்வம், ஈ.வெ. கிருஷ்ணசாமி, கி.ஆ.பெ. விசுவநாதம், டி. சுந்தரராவ் நாயுடு பி.ஏ.பி.எல்., டி. ஷண்முகம் பிள்ளை, பாரிஸ்டர் கே.சி. சுப்பிரமணியம் செட்டியார், எம். தாமோதரம் நாயுடு பி.எ.பி.எல்., ஜஸ்டிஸ் ஆசிரியர் டி.ஏ.வி. நாதன், சண்டே அப்சர்வர் ஆசிரியர் பி. பாலசுப்பிரமணியம், டி.ஆர். கோதண்டராம முதலியார், சாமி அருணகிரிநாதர், கடலூர் தெய்வசிகாமணி முதலியார், சேலம் சித்தையன், சர்வாதிகாரி எஸ். சம்பந்தம், எர்னஸ்ட் காவேரி பாக்கம் சம்பந்தம் முதலிய பல பெரியார்களாகும்.

தண்டனை

சரியாக மாலை 3-25 மணிக்கு நீதிபதி வந்து தீர்ப்பை வாசித்தார்.

“இரண்டு பேச்சுகளும் 2 குற்றங்களாகின்றன. ஒரு குற்றத்திற்கு 1 வருஷம் கடுங்காவலும் 1000 ரூபாய் அபராதமும் அபராதம் செலுத்தத் தவறினால் மேலும் 6 மாதம் கடுங்காவலும் விதிக்கிறேன்” என்றார். ஆக இரண்டு குற்றங்கட்கு 2 வருடம் 2000 ரூபாய் அபராதம் அல்லது மேலும் 1 வருஷம் ஆக 3 வருஷம் கடுங்காவல் தண்டனையாகும்.

இரண்டு தண்டனைகளையும் ஒன்றாக அனுபவிக்க வேண்டுமெனவும் நீதிபதி கூறினார்.

பெரியார் அபராதம் கட்ட மறுத்து 3 வருஷக் கடுங்காவல் தண்டனையைப் பெரு மகிழ்ச்சியுடன் ஏற்றுக்கொண்டார்.

ஸர். பன்னீர்செல்வம் கண்ணீர்

தண்டனை பெற்ற பெரியாரை ஸர்.ஏ.டி. பன்னீர்செல்வம் அவர்கள் கோர்ட்டிலேயே கட்டித் தழுவிக் கண்ணீர் விட்டார்.

பெரியார் அவர்கள் தான் இனி ஒரு கைதி (Prisoner) என சிரித்துக்கொண்டே கூறினார்கள்.

பின்னர் கோர்ட்டிற்கு வந்திருந்த எல்லா பெரியார்களும் வக்கீல்களும் தோழர்களும் பெரியார் ஈ.வெ.ரா. பாதத்தைத் தொட்டு இரு கண்களிலும் ஒற்றிக்கொண்டு வணக்கம் தெரிவித்தனர்.

சிறைக்குப் புறப்பாடு

காலையிலேயே பெரியார் படுக்கை பெட்டியுடன் வந்திருந்தார். அவைகளை எடுத்துக்கொண்டு மாலை 3-45 மணிக்கு 'மோட்டார் வேனில்' ஏறும்போது வெளியே ஆவலாகக் காத்து நின்றிருந்த பல்லாயிரக்கணக்கான மக்கள் 'பெரியார் வாழ்க' என்று ஆரவாரித்துக் கரகோஷம் செய்தனர். பெரியாருக்கு மாலைகளிடப் பட்டன. பெரியார் 'ஈ.வெ.ரா. வாழ்க' என்ற வானளாவிய ஒலியினிடை பெரியார் ஏறியிருந்த கார் புகுந்து சென்றது. வழக்கைக் கவனிக்க காலை 10 மணிக்கு வந்த பல்லாயிரக்கணக்கான மக்கள் மாலை 4 - மணிக்கு வழக்கு முடியும் வரை மத்தியானம் சாப்பிடக்கூடப் போகாமல் காத்து நின்றனர். பெரியார் தண்டிக்கப் பட்டார் என்ற செய்தி கேட்டவுடன் மக்களிடையே ஏற்பட்ட உணர்ச்சி கரை கொள்ளாததாயிற்று.

சென்னை நகரத்தார் துயரம்

இச் செய்தியைக் கேட்டு சென்னைத் தமிழர்களனைவரும் எல்லையில்லாத் துயரமடைகின்றனர். இச் செய்தி சிறிது நேரத்திற்கெல்லாம் காட்டுத்தீபோல் நகரெங்கும் பரவிவிட்டது. வழக்கைக் கவனிக்க ஏராளமான பார்ப்பன வக்கீல்களும் கோர்ட்டிற்கு வந்திருந்தனர்.

பெரியார் வாக்குமூலம்

பெரியார் கொடுத்த வாக்குமூலம் வருமாறு:-

நான் சம்மந்தப்பட்டிருக்கும் இந்தி எதிர்ப்புக் கிளர்ச்சியானது காங்கரசிற்கு அவிரோதமானது என்றும், காங்கரஸ் கட்சியினரைக் கவிழ்ப்பதற்காக என்றும், பார்ப்பன துவேஷம் கொண்டதென்றும் கனம் முதல் மந்திரியாரே சட்டசபையிலும் பொதுக் கூட்டங்களிலும் தெரிவித்திருக்கிறார்.

இந்தக் கோர்ட்டு காங்கரஸ் மந்திரிகள் நிர்வாகத்திற்கு உட்பட்டது.

அடக்குமுறைக் காலத்து நியாயமேது?

தாங்களும் பார்ப்பன வகுப்பைச் சேர்ந்தவர்கள். இவை தவிர இந்தி எதிர்ப்புக் கிளர்ச்சியை ஒழிக்கவேண்டுமென்பதில் காங்கரஸ் மந்திரிகள் அதி தீவிர உணர்ச்சி கொண்டிருக்கிறார்கள். அது விஷயத்தில் நியாயம் அநியாயம் பார்க்கவேண்டிய தில்லை என்றும், கையில் கிடைத்த ஆயுதத்தை எடுத்து உபயோகித்து ஒழித்தாக வேண்டும் என்றும், இந்தி எதிர்ப்புக் கிளர்ச்சியைத் திடீரென்று வந்து புகுந்த திருடர்கட்கு ஒப்பிட்டு கனம் முதல்மந்திரியார் கடற்கரைப் பொதுக்கூட்டத்தில் பேசியிருக்கிறார். எனவே இந்தி எதிர்ப்பு விஷயமாய் மந்திரிகள் எடுத்துக்கொள்ளும் நடவடிக்கைகள் அடக்குமுறையே என்பது எனது கருத்து. அடக்குமுறை காலத்தில் இம்மாதிரி கோர்ட்டுகளில் நியாயம் எதிர்பார்ப்பது பைத்தியக்காரத்தனம்.

ஆதலால் இந்தக் கோர்ட்டு நியாயத்தில் இந்த வழக்கில் எனக்கு நம்பிக்கையில்லை. இன்று நடக்கும் வழக்கு விசாரணையில் நான் கலந்து கொள்ளப்போவதில்லை என்று முடிவு செய்து கொண்டேன்.

பொது மக்களுக்கு அறிக்கை

பொதுமக்கள் தவறுதலாய்க் கருதாமல் இருப்பதற்கும் தப்பு வழியில் செல்லாமலிருப்பதற்கும், நான் நிரபராதி என்பதை எடுத்துக் காட்டுவதற்காகவும் ஒரு அறிக்கை எழுத்து மூலமாகச் சமர்ப்பிக்கிறேன். அதனை வழக்கு ஆதாரங்களோடு சேர்த்துக் கொள்ள வேண்டிக்கொள்ளுகிறேன்.

நான் இந்த வழக்கு விசாரணைச் சடங்கில் கலந்துகொள்ளவில்லை. வக்கீல் வைக்கவில்லை.

சர்க்கார் கட்சி வக்கீல் ஆங்கிலத்தில் பேசினார். நான் எட்டி இருந்ததனாலும் ஆங்கிலம் சரியாய்த் தெரியாததனாலும் அவர்கள் பேசினதும் சில சாக்ஷிகள் சொன்னதும் சரியாய்ப் புரியவில்லை. ஆனால் பின்னால் நடந்த சங்கதிகளைக் கவனித்தேன். ஒரு அளவுக்குப் புரிந்தது.

இவற்றுள் பிராதில், முதலாவதாக 21-4-38-ல் கவர்ன்மெண்ட்டார் இந்தி கட்டாயமாய்ப் படிப்பிப்பதை அமலுக்குக் கொண்டுவர உத்தரவு பிறப்புவித்தார்கள் என்றும், அதற்குப் பிறகு சில சுயநலக்காரர்களால் தாங்களே இந்தி எதிர்ப்புக் கிளர்ச்சிப் பிரசாரகர் என்று பெயர் சூட்டிக்கொண்டு கனம் முதல் மந்திரியாரை நிர்ப்பந்தப்படுத்தி அந்த உத்தரவைக் கேன்சல் செய்ய வேண்டுமென்கிற நோக்கத்தோடு கனம் மந்திரியாரின் உரிமையைத் தடைப்படுத்தினார்கள் என்று குறிப்பிட்டிருக்கிறது.

இந்தி எதிர்ப்புத் தோன்றியது எப்போது?

இது முழுவதும் உண்மைக்கு நேர்மாறானதாகும். மந்திரியார் ஜி.ஓ. 21-4-38-ல். இந்தி எதிர்ப்புக் கிளர்ச்சியும், கிளர்ச்சி ஸ்தாபனமும் அதற்கு முன்பே ஏற்பட்டதாகும். 1930-ல் நடந்த நன்னிலம் சுயமரியாதை மகாநாட்டில் இந்தி புகுத்தும் நோக்கத்தையும், இந்தி புகுத்துவதால் ஏற்படும் கெடுதியையும் பற்றி இன்றைய காங்கரஸ் விளம்பர மந்திரியார் கனம் ராமநாதன் அவர்களே தீர்மானம் கொண்டு வந்து கண்டித்துப் பேசி அத்தீர்மானம் நிறைவேற்றப்பட்டிருக்கிறது.

இந்தியை எதிர்ப்போர்

தமிழ்ப் பண்டிதரும், தமிழ்ப் பாஷை, கலைகள் ஆகியவற்றில் நிபுணருமான சுவாமி வேதாசலம் என்னும் மறைமலையடிகள் இந்திப் பொதுமொழியாகுமா? என்று கண்டித்து எழுதியிருக்கிறார்கள்.

அண்ணாமலை சர்வகலாசாலைப் புரபசர் எஸ். சோமசுந்தர பாரதி பெரியார் அவர்களும் 1937-ம் வருஷத்திலேயே இந்தியைக் கண்டித்து கனம் முதல் மந்திரியாருக்குப் பகிரங்கக் கடிதம் எழுதியிருக்கிறார்கள்.

1937 டிசம்பரில் மாகாணத் தமிழர் மகாநாடு கூடி சென்னை மாகாண கவர்னர் பிரபுகளிடம் தூது சென்று இந்திக் கட்டாயத்தை மாற்றும்படிக் கேட்டுக்கொள்ளத் தீர்மானம் செய்யப்பட்டிருக்கிறது. அதில் பல பெரியார்கள் பெயர்கள் குறிப்பிடப்பட்டிருக்கிறது.

அதன் பின் 1938 பிப்ரவரி வாக்கில் காஞ்சிபுரத்தில் ஒரு தமிழர் மகாநாடு சர்.கே.வி. ரெட்டி நாயுடு அவர்கள் தலைமையில் கூடி காலம் சென்ற சர்.எம். கிருஷ்ணன் நாயரால் திறக்கப்பட்டுப் பல பெரியார்கள் முன்னிலையில் பல தீர்மானங்கள் இந்தியைக் கட்டாய பாடமாய்ப் புகுத்துவதைக் கண்டித்துத் தீர்மானங்கள் செய்யப்பட்டிருக்கின்றன.

ஆதலால் கனம் முதல் மந்திரியாருடையவோ, சர்க்காருடையவோ ஜி.ஓ.வுக்குப் பிறகு சுயநலக்காரர்கள் கூடிக் கிளர்ச்சி செய்கிறார்கள் என்பது தவறு.

எதிர்ப்பின் நோக்கம்

கனம் முதல் மந்திரியார் இந்த வேண்டுகோள்களையும் பொதுஜன அபிலாஷைகளையும் லக்ஷியம் செய்யாமல் இவற்றை அலக்ஷியப் படுத்துவதற்குச் சாக்காக "இந்த இந்தி எதிர்ப்புக் கிளர்ச்சி (அவரது) நண்பர் ஒரு இராமசாமி நாயக்கர் தான் செய்கிறாரே தவிர இது பொது ஜனக்கிளர்ச்சி அல்ல" என்று சட்ட சபையிலேயே சொல்லி விட்டதால் பொது ஜனங்கள், இதைப் பொது ஜனங்களது கிளர்ச்சியென்று கனம் முதல் மந்திரியாரும், கவர்னர் பிரபுவும் அறிய வேண்டும் என்பதற்காகவே, இந்த இந்தி எதிர்ப்புக் கிளர்ச்சியை ஒரு டெமான்ஸ்டிரேஷன் (Demonstration) ஆகச் செய்யப்பட்டு வருகிறதே ஒழிய, அதில் எவ்வித நிர்ப்பந்தப்படுத்தும் கருத்தும் இல்லை என்று தெரிவித்துக் கொள்ளுகிறேன்.

காரியக் கமிட்டித் தீர்மானம்

அன்றியும் இந்தியைப் பொதுபாஷையாக்கக் கூடாதென்றும், பள்ளியில் வைப்பது முதலிய இந்திப் பிரசாரம் செய்வது வகுப்புக் கலவரத்தை உண்டாக்கு கின்றதென்றும், காங்கரஸ் கூட்ட நடவடிக்கைகளுக்கு இந்தி தெரிந்து கொள்ளும் படிச் செய்தால் போதுமென்றும், காங்கரஸ் காரியக்கமிட்டி தீர்மானித்திருக்கிறது.

சென்னை மாகாணத்தில் நடக்கும் இந்தி எதிர்ப்புக் கிளர்ச்சி இந்தி மீதுள்ள அபிப்பிராய பேதத்தால் நடைபெறுவதாகவும் அதை விளக்கிக் காட்டிச் சரிசெய்யும் படிக் காங்கரஸ் தலைவர் சுபாஷ் சந்திரபோஸ் அவர்களைக் கேட்டுக் கொண்டு மிருக்கிறது. ஆகவே இந்தக் கிளர்ச்சி காங்கரஸ் துவேஷத்தால் செய்யப்படுவதும் அல்ல என்பதற்கு இதுவே ஆதாரம் போதுமென நினைக்கிறேன்.

1938 ஜூன் மாதம் முதல் தேதி கனம் முதல் மந்திரியார் வீட்டிற்கு முன் செய்யப்பட்டதாகச் சொல்லப்படும் நடவடிக்கைகளுக்கும் எனக்குமாவது இந்தி எதிர்ப்புக் கிளர்ச்சி ஸ்தாபனத்திற்காவது யாதொரு சம்பந்தமுமில்லை.

எதிர்ப்பாளர் கொள்கை

இந்தி எதிர்ப்புக் கிளர்ச்சி ஸ்தாபனத்தின் கொள்கைகளில் சட்டம் மீறக் கூடாதென்பது முக்கிய காரியமாகும்.

முதன் மந்திரியார் வீட்டிற்கு முன் தொண்டர்கள் எந்தக் காரியத்தை முன்னிட்டும் போகக்கூடாதென்று தனிப்பட்ட முறையில் கேட்டுக்கொண்டு அறிக்கை விடுத்திருக்கிறேன். அந்த வேண்டுகோள் பொது ஜனங்களாலும், தொண்டர்களாலும் மதிக்கப்பட்டு, அது முதல் முதன் மந்திரியார் வீட்டின் முன் தொண்டர்கள் செல்லவில்லை. அதற்குப் பிறகு, பள்ளிக்கூடத்திற்கு முன் நடந்ததாகச் சொல்லப்படும் காரியங்களும் சரியல்ல. அங்கு தொண்டர்கள் செல்வது உபாத்தியாயர்களையும், பிள்ளைகளையும் தடுப்பதற்காக வல்ல. இந்தியைப் பொதுஜனங்கள் ஏற்கவில்லை என்பதைக் காட்டுவதற்காகவேயாகும். எந்த உபாத்தியாயரும் எந்த பிள்ளைகளும் தங்களைத் தடுத்ததாகவோ அல்லது இந்தக் காரியத்தால் தங்கட்குப் பள்ளிக் கூடத்திற்குப் போக முடியாமல் போயிற்றென்றோ, இனியும் உபாத்தியாயரோ மாணாக்கரோ இதனால் ஒரு நாளாவது 'ஆப்செண்ட்' ஆனதாகவோ சொல்லப்படவோயில்லை; ருசுக்களோ இல்லை. பிராதில் குறிப்பிட்ட விஷயங்கள் சரியல்ல. சட்டத்திற் கண்டபடி, குற்றமாவதற்கு ஜோடித்தவைகளே யாகும். நான் பேசியிருப்பதாய்ச் சொல்லப்படும் 2 பேச்சுகளிலும் சட்டம் மீறும்படி

நான் யாரையும் தூண்டவேண்டுமென்றோ, தூண்டும்படியான கருத்துக் கொண்டோ பேசவில்லை. அந்தக் கருத்துகள் கொண்ட வாக்கியம் பேசியதாகக் குறிப்பிட்டிருப்பது உண்மையல்ல. ஏனெனில் நான் சம்பந்தப்பட்ட சுயமரியாதை இயக்கமும், தமிழரியக்கமும் இந்தி எதிர்ப்புக் கிளர்ச்சியும், ஜஸ்டிஸ் இயக்கமும் எதுவும் சட்டப்படி சட்டத்திற்கு உட்பட்டுக் கிளர்ச்சிசெய்ய வேண்டும் என்கிற கொள்கை கொண்டதேயாகும். இதுவரை அக்கொள்கை மாற்றப்படவேயில்லை. என்னுடைய பேச்சு பூராவையும் படித்துப் பார்த்தால் இது விளங்கும்.

மற்றும் அப்பேச்சுகளில் சட்டம் மீறக்கூடாது, யாருக்கும் எவ்வித தடையும், சங்கடமும் மனநோவும் உண்டாக்கக் கூடாது. துவேஷ உணர்ச்சி கட்டுப்பாட்டிற்கு விரோதமான உணர்ச்சி கூடாதென்றெல்லாம் வியக்தமாய்ப் பேசியிருப்பதை அதில் காணலாம்.

பெண்கள் மகாநாட்டுத் தீர்மானம்

என் பேச்சிற்குப் பிறகே பெண்கள் பள்ளிக்கு முன் போய் நின்றார்கள் என்று சொல்வதும் சரியல்ல. நான் பேசுவதற்கு முன்பேயே மகாநாட்டில் தீர்மானம் ஆகியிருக்கிறது. அதையும் என் பேச்சிலேயே காணலாம்.

பெண்களும் எவ்வித தடங்கலான காரியம் செய்தார்களென்றும் எவ்விதக் குற்றமான காரியங்கள் செய்தார்களென்றும் எப்போதும் ருசு செய்யப்படவில்லை. ஏதாவது ஒரு கிளர்ச்சி நடக்க வேண்டுமென்றால் ஒரு முறை கொண்டுதான் நடத்த வேண்டும். அம்முறையால் குற்றம், தடை, பலாத்காரம், துவேஷம் உண்டாகும்படி இருக்கக்கூடாது என்பதில் நான் எப்போதும் கவலை கொண்டிருக்கிறேன்.

குற்றச்சாட்டு சரியானதல்ல

நான் சம்பந்தப்பட்ட எந்த ஸ்தாபனத்திலும் இவ்வித தப்பான கொள்கைகட்கு இடம் கொடுக்கவேயில்லை. காங்கரஸ்காரர்கள், காங்கரஸ் மந்திரிகள் ஆதிக்கத்தில் உள்ள காலத்தில் பல தடையான காரியங்கள் அதாவது கிராம்பு மறியல் முதற் கொண்டு பிரசாரக் கூட்டங்கள் நடைபெறாமல் தடை, குழப்பம், பலாத்காரம் முதலியன நடத்துவது வரையில் நடந்த காரியங்கள் குற்றமாகக் கருதப்படவில்லை. காங்கரஸ் சர்க்காரும் அவை கூடாதென்று உத்தரவு போட்டதில்லை. தவிரவும் என் மீது சுமத்தப்பட்ட இந்த சட்டப்பிரிவும் கொஞ்சமும் சரியானதல்ல. இது ஏதாவது ஒரு குறிப்பிட்ட வியாபாரம் செய்கை ஆகியவைகளைத் தடுப்பதற்கு என்பதும் அதையும் பொதுமக்களும் குறிப்பாகக் காங்கரஸ்காரர்களும் வெறுத்துக் குறைகூறிக் கண்டித்ததென்பதும் பொதுமக்கள் அறிந்ததேயாகும். அப்படியிருக்க அந்தச் சட்டத்தை ஒரு நியாயமான உரிமையுள்ள காரியத்தைச் செய்ய தடுப்பதற்கு உபயோகப்படுத்துவது அந்தச் சட்டத்தின் தத்துவத்திற்கே முரண்பட்டதாகும்.

சாட்சி சுயமரியாதை இயக்கம் பார்ப்பனருக்கு விரோதமான உணர்ச்சி ஊட்டக் கூடியது என்று சொன்னார். தோழர் வக்கீலும் அந்த உணர்ச்சி இந்த இந்தி எதிர்ப்புக் கிளர்ச்சியிலுமிருப்பதாகக் கருதும்படிச் செய்யப் பிரயத்தனப்பட்டார். அந்தக் கருத்து சம்பந்தப்பட்ட விஷயங்கள் என் இரண்டாவது பேச்சாகக் கோர்ட்டில் ஒப்புவிக்கப்பட்ட சர்க்கார் ஆதாரத்திலேயே இருக்கிறது.

அறிக்கை வெளியிட்டதின் நோக்கம்

ஆகவே, இந்த விஷயங்களைத் தங்கள் கவனத்திற்கு என்றே நான் சமர்ப்பிக்கவில்லை. தங்களால் காங்கரஸ் மந்திரிகள் இடத்திற்கு விரோதமாக எதுவும் செய்ய முடியாது. பொது ஜனங்களுக்கு விஷயம் தெரியட்டும் என்றும், நான் சட்டம்

மீறினேனென்றும் மற்றவர்கள் கருதி அதைச் செய்யத் துணிந்து விடக்கூடாது என்பதற்கும் இந்த இந்தி எதிர்ப்புக் கிளர்ச்சியும் என்னுடைய எவ்வித முயற்சியும் செய்கையும் இன்று வரையிலும் கூடச் சட்டத்திற்குக் கட்டுப்பட்டதென்றும், துவேஷம், குரோதம், பலாத்காரம் சிறிதும் சம்மதப்பட்டதல்ல வென்றும் தெரி விப்பதற்காகவேயாகும். ஆகவே, கோர்ட்டாரவர்கள் தாங்கள் திருப்தியடையும் வண்ணம் அல்லது மந்திரிமார்கள் திருப்தியடையும் வண்ணம் எவ்வளவு அதிக தண்டனையைக் கொடுக்க முடியுமோ அவைகளையும் பழிவாங்கும் உணர்ச்சி திருப்தியடையும் வரைக்கும் எவ்வளவு தாழ்ந்த வகுப்பு கொடுக்க உண்டோ அதையும் கொடுத்து இவ்வழக்கு விசாரணை நாடகத்தை முடித்து விடும்படி வணக்கமாகக் கேட்டுக்கொள்ளுகிறேன்.

லக்ஷியத்துக்கு விலை

மற்றும் வழக்கை வக்கீல் முடித்துவிட்ட பிறகும் சட்டப்படிக் குற்றம் ஏற்படத் தகுந்த மாதிரி, வக்கீல் சாட்சியை மிரட்டி வாக்குமூலம் வாங்கி சேர்த்துக் கொள்ளப் பட்டிருக்கின்ற தென்பதாகவும் எழுதிக் கொடுத்தார்.

எவ்வளவு நியாயமான லட்சியத்தை அடைய வேண்டுமானாலும் அதற்காகக் கஷ்ட நஷ்டங்களடைதல் என்னும் விலை கொடுக்க வேண்டுமாதலால் அவ்வாறு வேண்டிக் கொள்கிறேன்.

(ஒப்பம்)
ஈ.வெ.ராமசாமி.

குடி அரசு - 11. 12. 1938

தென் இந்திய நலவுரிமைச் சங்க 14 ஆம் மாநாடு தலைமை உரை

அருமைத் தோழர்களே!

தேசியம் ஆத்மார்த்தம் என்னும் பெயர்களால் ஒரு சிறு கூட்டத்தினரால் ஏமாற்றப்பட்டும், வஞ்சிக்கப்பட்டும், சமுதாயம், கல்வி, செல்வம், அரசியல் இத்துறைகளிலே பின் தள்ளப்பட்டு, தாழ்த்தப்பட்டு, தீண்டப்படாதவராகவும், கீழ் ஜாதியாராகவும், மிலேச்சர்களாகவும், பிறவி அடிமை (சூத்திரர்)களாகவும் இழிவுபடுத்தி வைக்கப்பட்டுள்ள 100க்கு 97 பகுதியுள்ள இம்மாகாணத்தின் பழம் பெருங்குடிகளும், பலகோடி மக்களுமான நம்மவரின் விடுதலைக்கும், முன்னேற்றத்திற்கும் உழைப்பதற்கென்றே ஏற்படுத்தப்பட்டுள்ள மாபெரும் ஸ்தாபனத்தின் பெயரால் நடத்தப்பட்டும் இந்த மாநாட்டிற்குத் தலைமை வகிக்கும் பெருமையை எனக்கு அளித்ததற்கு உங்களுக்கு என் மனமார்ந்த நன்றியைத் தெரிவித்துக் கொள்ளுகிறேன். தென்னிந்திய நலவுரிமைச் சங்கமென்னும் இந்த ஸ்தாபனம் இன்றைக்கு 22 வருடங்களுக்கு முன் அதாவது 1916ஆம் ஆண்டு நவம்பர் மாதம் 20ஆம் தேதியன்று தோற்றுவிக்கப்பட்டதாகும்.

இதை ஆரம்பித்தவர்கள் முதிர்ந்த அனுபவமும், சிறந்த அறிவும், நிறைந்த ஆற்றலும், மக்கள் உண்மை விடுதலை பெற்று, உயர்நிலையடைந்து, இன்பமெய்தி வாழவேண்டும் என்ற பேரவாவுமுடைய சான்றோர்களாயிருந்ததோடு கூடச் சிறிதும் தன்னலமற்ற பெருந்தியாகிகள் என்பதையும், அவர்கள் இவ்வியக்க வளர்ச்சிக்கு எவ்வளவு பாடுபட்டார்கள் என்பதையும் உங்களுக்கு நான் சொல்ல வேண்டியதில்லை.

இந்த ஸ்தாபனத்தை அவர்கள் ஏற்படுத்திய காலை நாம் எந்நிலையில் இருந்தோம் என்பதும், இத்தகைய ஒரு இயக்கத்திற்கு அக்காலத்தில் எவ்வளவு அவசியம் இருந்தது என்பதும், இன்றுள்ள நம் வாலிபர்களுக்கோ, அன்றி பள்ளிப் படிப்பை விட்டவுடன் தேச பக்தியில் மூழ்கித் தேசிய வீரர்களெனப் பட்டம் பெற்ற தேசாபிமானிகள் எனக் கூறிக் கொள்ளும் சிலருக்கோ, சரியாகத் தெரியா தென்றே சொல்லுவேன். ஏனெனில், இயக்கம் தோற்றுவிக்கப்பட்டு இன்றைக்கு 22 ஆண்டுகள் கழிந்து விட்டபடியால், நமது அன்றைய நிலைமையைப் பலர் மறந்திருக்கக் கூடும்.

சர்.பி.டி. தியாகராயரும், டாக்டர் நாயர் பெருமானும் எவ்வளவு இன்னல் களுக்கிடையிலும், எதிர்ப்புகளுக்கிடையிலும் அக்காலத்தில் இவ்வியக்கத்தை

ஆரம்பித்து, அதை வளர்த்து நமக்கு அழியாத பொருள் பொக்கிஷமாக வைத்துவிட்டுப் போனார்கள் என்பதை உணர்ந்தவர்கள், அப்பெரியோர்களுக்கு என்றென்றும் நன்றி பாராட்டக் கடமைப்பட்டவர்களாவார்கள்.

உரிமை வேண்டுவது வகுப்புவாதமா?

இந்த இயக்கம் ஆரம்பிக்கப்பட்ட காலமுதற் கொண்டு இன்று வரை நம் எதிரிகள் இதை "வகுப்புவாத இயக்க" மென்று சொல்லி, இதை நசுக்க முயற்சிகள் பல செய்து வருகின்றனர். ஒரு நாட்டில் 100-க்கு 97 பேர்களாக உள்ள மக்கள் ஒன்றுபட்டுத் தங்களுக்கு உரிய சமுதாய உரிமைகளைப் பெற முயல்வது வகுப்புவாதமானால் 100- க்கு 3 பேர்களாகவுள்ள ஒரு சிறு கூட்டத்தினர் நாட்டில் எல்லாத் துறைகளிலும் ஆதிக்கம் செலுத்திக் கொண்டிருப்பதும், அந்நிலை என்றும் மாறால் அப்படியே நிலைத்திருப்பதற்கு வேண்டிய எல்லா ஏற்பாடுகளும் செய்து கொண்டு வருவதும் என்ன வாதமாகும்?

நம்மில் ஒரு சிலர் நெஞ்சுரமில்லாததாலும், நேர்மைக் குணமில்லாததாலும், பேராசையாலும், சமுகத்தை விற்றாவது தாம் வாழ்வது குற்றமன்று என்று கருதி எதிரிகள் நமது உரிமைகளைப் பெற நாம் முயற்சிப்பதை வகுப்புவாதம் என்று சொல்லத் துணிந்து விட்டனர். நாம் இந்த நாட்டின் எந்த ஒரு தனி வகுப்பிற்கோ, சிறுபான்மை ஜாதிக்கோ தனிஉரிமைகள் வேண்டுமென்று கேட்கிறோமா? அல்லது நம்மில் எந்தக் கூட்டத்தாராவது இந்நாட்டிலுள்ள எல்லோரினும் தாங்களே உயர்ந்த ஜாதியினராதலால் தனிச்சலுகை தங்களுக்குக் காட்டப்பட வேண்டுமென்று கேட்கின்றோமா?

சூழ்ச்சியிலும், சுயநலத்திலும் தேர்ச்சி பெற்ற ஒரு சிறு, மிகச் சிறு கூட்டத்தாரால், அதுவும் அவர்கள் வஞ்சகத்தால் ஏமாற்றப்பட்ட, பெருஞ்சமூகம் விழிப்படைவது வகுப்புவாதமானால் அந்த வகுப்புவாதம் நம் உரிமைகளை நாம் பெறும் வரை நம்மை விட்டு விலகாதிருக்க வேண்டுமென்பதே நமது ஜீவாதாரக் கோரிக்கையாக இருக்க வேண்டுமென்று கூற ஆசைப்படுகிறேன்.

இந்நாட்டில், இந்தியா முழுவதையும் எடுத்துக் கொண்டாலும் அல்லது தென்னிந்தியாவை மட்டும் எடுத்துக் கொண்டாலும், சரித்திர காலந்தொட்டே வகுப்புவாதம், வகுப்புவாதப் போர் இல்லாத காலம் எப்போதாவது இருந்ததா என்று யாராவது ஆதாரம் காட்ட முடியுமா? ஒரு சிலரடங்கிய ஒரு சிறு கூட்டத்தினர் தங்கள் நாகரிகம், நலன்கள், ஆசார அனுஷ்டானம், பழக்க வழக்கங்கள் இவைகளில் 100-க்கு 97 பேர்களிலிருந்து தாங்கள் வேறுபட்டவர்கள் என்றும், தமக்கு ஒப்பாரும், மிக்காரும் இல்லையென்றும், தம்மை பூ தேவரென்றும் ஆதலால் தங்களுக்குத் தனி உரிமை வேண்டுமென்றும், தாங்கள் மெய்வருந்தி உழைக்கக் கூடாதவர்கள் என்றும் சொல்லிக்கொண்டு, மற்றவர்களை இழிவுபடுத்தி வைத்திருக்கும் இவர்கள், மற்றவர்களைப் பார்த்து வகுப்புவாதிகள் என்று சொல்லுவது யோக்கியமாகுமா என்றும், அவர்கள் சொல்லுவது சரியென மற்றவர்கள் ஒப்புக் கொள்வது வீரமாகுமா என்றும் கேட்கிறேன்.

நம்மை வகுப்புவாதிகள் என்று அழைக்கும் நம் எதிரிகள் நாம் அரசியல் சுதந்திரங்களிலும், அரசாங்கப் பதவிகளிலுந்தான் மிகுதியாக வகுப்புவாத உணர்ச்சி காட்டி நாட்டின் பொதுநன்மைக்குப் பாதகம் விளைவிக்கின்றோம் என்று குற்றம் சாட்டுகின்றனர். 100 க்கு 97 பேர்களாக உள்ள நாம் நமக்கு நியாயமாகக் கிடைக்க வேண்டிய நம் பங்கு உரிமைகளைப் பெற விரும்புகின்றோமா? அன்றி அளவுக்கு மீறிய உரிமைகளை அநியாயமாக அனுபவிக்க விரும்புகின்றோமா என்பதை நாம் ஒவ்வொருவரும் ஆராய்ந்து பார்த்தல் அவசியமாகும்.

நமது நிலை

இவ்வியக்க ஆரம்ப காலத்தில் நம் நிலை எப்படி இருந்தது?

ஹிட்லர், ஜெர்மன் யூதர்களிடம் கொண்டுள்ள மனப்பான்மைக்குக் காரணங்கள் என்னென்னவென்று அவர் சொல்லுகின்றாரோ, அவைகளும், அவைகளுக்கு மேற்பட்ட காரணங்களுமே இங்கே நம் மாபெருந்தலைவர்கள் இவ்வியக்கத்தை ஆரம்பிப்பதற்குக் காரணங்களாயிருந்தன.

கல்வி

1915ஆம் ஆண்டில், நம் இயக்கம் ஆரம்பிக்கப்படுமுன் கல்வித்துறையில் பார்ப்பனரல்லாத மக்கள் எந்நிலையிலிருந்தார்கள் என்பதைச் சிறிது கவனிப்போம்.

கல்வி இலாகா நிர்வாகத்தில் மொத்தம் 518 உத்தியோகங்களில் 400 உத்தியோகங்கள் பார்ப்பனர்கள் கையிலிருந்தன. 73 உத்தியோகங்களை ஆங்கிலோ இந்தியர்கள், யூரேஷியர்கள், கிறிஸ்தவர் இம்மூன்று வகுப்பினரும், 28 உத்தியோகங்களே முஸ்லிம்களும் வகித்து வந்தனர். வகுப்புவாதம் பேசுவதாகச் சொல்லப்படும் நமக்கு, அதாவது பார்ப்பனரல்லாத இந்துக்கள் என்பவர்களுக்கு 18 உத்தியோகங்களே இருந்தன. 400 எங்கே? 18 எங்கே?

ஜெர்மனியில் அப்பொழுது யூதர்கள் நம் நாட்டுச் சிறு கூட்டத்தாரைப் போல இவ்வளவு அதிகப்படியான உத்தியோகங்களைக் கைப்பற்றியிருப்பார்களா என்பது எனக்குச் சந்தேகமாக இருக்கிறது.

நம் இயக்கம் தோன்றிய காலத்தில் இந்நாட்டில் 100 க்கு 7 பேரே எழுதப் படிக்கத் தெரிந்தவர்கள். அந்த எழுதப் படிக்கத் தெரிந்த மக்களில் 100 க்கு 90 பேருக்கு மேல் பார்ப்பனர்களே. படித்த இந்தியரில் பார்ப்பனரல்லாத இந்துக்கள் தொகை 100 க்கு 5 க்கு மேல் இருந்திருக்க முடியாது. நூற்றுக்குத் தொண்ணூறு எங்கே? அய்ந்தெங்கே?

ஆனால், கல்வித் திறமையிலோ பார்ப்பனரல்லாத மாணவர்கள் பார்ப்பன மாணவர்களுக்கு இளைக்காமலே இருந்து வந்திருக்கின்றார்கள்.

1915ஆம் வருடத்திய சென்னைப் பல்கலைக்கழக அறிக்கைப்படி 1914ஆம் ஆண்டில் இன்டர்மீடியட் (F.A.) பரிட்சைக்கு அனுப்பப்பட்ட 1900 பார்ப்பனப் பிள்ளைகளில் 775 பேர் தேறியிருந்தால் 640 பார்ப்பனரல்லாத இந்து மாணவர்களில் 240 பேர் தேறியிருக்கின்றார்கள். பி.ஏ. பரிட்சையில் ஆங்கிலப் பாடத்தில் பரிட்சை கொடுத்த 469 பார்ப்பனப் பிள்ளைகளில் 210 பேர் தேறியிருந்தால் 133 பார்ப்பனரல்லாத இந்து மாணவர்களில் 60 பேர் தேறியிருக்கின்றனர்.

பி.ஏ.சையன்ஸ் பரிட்சையில் 442 பார்ப்பனப் பிள்ளைகளில் 159 பேர் தேறியிருந்தால் பார்ப்பனரல்லாத இந்து பிள்ளைகளில் 107க்கு 49 பேர்கள் தேறியிருக்கிறார்கள். பிஏ. (புதிது) முதல் பகுதியில் (பார்ட் 1) 460க்கு 270 பார்ப்பனப் பிள்ளைகளும், 108க்கு 64 நம் சமூகப் பிள்ளைகளும் தேறியிருக்கின்றனர். இரண்டாவது பகுதியில் (பார்ட் 2) 426 பார்ப்பனப் பிள்ளைகளுக்கு 203 பேரும் 117 பார்ப்பனரல்லாத மாணவர்களுக்கு 63 பேரும் தேறியிருக்கிறார்கள்.

எம்.ஏ.(M.A.) பரிட்சையில், பரிட்சைக்கு அனுப்பட்ட 157 பார்ப்பனப் பிள்ளைகளுள் 67 பேரும், பார்ப்பனரல்லாத 20 மாணவர்களுக்கு 9 பேரும் தேறியிருக்கின்றனர்.

பி.ஏ.எல்.டி., (B.A.L.T.) என்ற உபாத்திமைத் தொழிற்பரிட்சைக்குச் சென்ற 104 பார்ப்பனப் பிள்ளைகளில் 95 பேர் தேறியிருந்தால் நமது சமூக மாணவர்கள் 11 பேரில் 10 பேர் தேறியிருக்கிறார்கள்.

பரிட்சைத் தாள் திருத்துபவர்கள் எல்லோரும் அநேகமாக பார்ப்பனர்களாகவே இருந்தும், கல்வி இலாகா அவர்கள் கையிலிருந்தும் நம் மாணவர்கள் பார்ப்பன மாணவர்களுக்கு மேலாக அந்தப் பரிட்சைகளில் தேறியிருப்பது கவனிக்கத்தக்கது.

மற்றும், இன்னொன்று கவனியுங்கள். பார்ப்பனப் பிள்ளைகள் 200 பேர் ஒரு பரிட்சைக்கு அனுப்பப்பட்டால் பார்ப்பனரல்லாத பிள்ளைகள் அதில் 4ல் ஒரு பாகத்திற்குக் குறைவாகவும், சில பரிட்சைகளுக்கு 100 க்கு 10 விகிதத்துக்குக்கூட குறைவாகவுமோதான் அனுப்பப்பட்டிருக்கின்றார்கள்.

இவற்றிக்குக் காரணம் யாதாயிருக்கலாம்?

பரிட்சை கொடுக்கும் திறமையில் சரி சமமான, ஏன், மேலாக சக்தியுடையவர்களாக இருந்தும், பரிட்சைக்கு அனுப்பப்படும் கணக்கு விகிதத்தில் மாத்திரம் நம் மாணவர்கள் இவ்வளவு குறைந்திருப்பதற்குக் காரணம்-கல்வி இலாகாவை அவர்கள் கைப்பற்றி விட்ட ஒரு காரணம் அல்லாமல் வேறு என்னவாக இருக்கக் கூடும்? இவ்வொரு காரணத்தாலேயே உத்தியோகங்களிலும் நம்மவர்கள் சரியான விகிதம் பெற முடியாமல் செய்யப்பட்டுப் போய்விட்டது என்று கூசாமல் சொல்லலாம்.

உத்தியோகம்

1916 ஆம் ஆண்டில் “புரொவின்ஷியல் சிவில் சர்வீஸ்” என்னும் உயர்தர நிர்வாக உத்தியோகத்தில் ஜனத்தொகையில் 100-க்கு 3 பேர் எண்ணிக்கை கொண்ட பார்ப்பனர்களில் 100 உத்தியோகஸ்தர்கள் இருந்திருக்கிறார்கள். ஆனால், அதே சமயத்தில் அப்பதவியில் இருந்த பார்ப்பனரல்லாதவர்கள் 29 பேரே ஆவார்கள்.

நீதி இலாகாவில் 190 பார்ப்பனர்கள் பதவி வகித்திருந்தார்கள். பார்ப்பனரல்லாதவர்களில் 39 பேர்தான் பதவி வகித்து இருந்தார்கள்.

மற்றும் கொழுத்த சம்பளங்களும், ஏகபோக அதிகாரங்களும் இருந்த எல்லா உத்தியோகங்களிலும் இவ்விரண்டு வகுப்பாருக்கும் மேல் காட்டிய விகிதாச்சார முறையிலோ அன்றி, இதைவிட மோசமான விகிதாச்சார முறையிலோதான் உத்தியோகங்கள் இருந்து வந்திருக்கின்றன.

மேலும், “உத்தியோகத்தில் கெட்டிக்காரர் பார்ப்பனர்; வக்கீல்களில் கெட்டிக்காரர் பார்ப்பனர்; ஆங்கில அறிவிலே சிறந்தவர்கள் பார்ப்பனர்; தமிழில் பாண்டித்தியம் உடையவர்கள் பார்ப்பனர்; அறிவு நூல் தேர்ச்சி மிக்கவர்கள் பார்ப்பனர்; ஆராய்ச்சியில் வல்லவர்கள் பார்ப்பனர்; என்று கெட்டிக்காரப் பட்டமெல்லாம் பார்ப்பனர்களுக்கே ஒழிய, மற்றவர்களுக்குக் கிடையாது என்ற நிலை இருந்து வந்தது.

பொருளாதாரம்

பாடுபடாமல் பொருள் திரட்டுவதில் பார்ப்பனர்களுக்கே சகல வசதியும் இருந்து வந்தது. பார்ப்பனரல்லாதாரோ நெற்றி வேர்வை நிலத்தில் சொட்ட பாடுபட்டு ஈட்டும் பொருளையும், பல வழிகளிலும் பார்ப்பனர்களுக்கே கொடுக்க வேண்டியவர்களாயிருந்து வந்தார்கள்.

சமுதாயத்துறை

சமுதாயத் துறையில் மிக இழிந்த பார்ப்பனன்கூட, உயர்ந்த ஜாதியான் ஆகவும் மிக சிறந்த அறிவுள்ள, ஒழுக்கம் பூண்ட செல்வந்தனான பார்ப்பனரல்லாதான் கீழ் ஜாதியானாகவும் மதிக்கப்படுவதாக இருந்தது. ஆகவே, கல்வி, பதவி,

நிபுணத்துவம், செல்வம், சமுக உயர்வு இதுபோன்ற நன்மைகள் எல்லாம் ஒரு சிறு ஜாதிக்கும், அதற்கு மாறுபட்டதெல்லாம் நமக்கும் என்ற நிலையிருந்தால் இது ஹிட்லர் ஜெர்மன் யூதர்களைப் பற்றிக் கூறும் குறைகளுக்கு அதிகமாக இருந்தனவா, அன்றி குறைவாக இருந்தனவா? என்பதை ஆலோசித்துப் பாருங்கள்.

துவேஷம் உண்டா?

நம் நிலைமை இப்படியிருந்தும், நாம் யாதேனும் ஒரு தனி மனிதன் மீதோ, அன்றி வகுப்பு மீதோ வெறுப்புக் கொண்டிருக்கிறோமா? எங்களது வீழ்ச்சிக்குக் காரணமான தடைகளை நீக்கி, தளைகளை அறுத்து மேல்நிலை அடைய வேண்டுமென்றும், மக்கள் அனைவரும் சமமாகவும், சகல உரிமைகளையும் அனுபவிக்கச் சம சந்தர்ப்பம் உடையவர்களாகவும் இருக்க வேண்டுமென்றுந்தானே விரும்புகின்றோம்? இது துவேஷமா?

கொசுவலை உபயோகிப்பதால் நாம் கொசுக்களுக்கு துவேஷிகளாகி விடுவோமா? மூட்டைப் பூச்சி பிடிக்காதலிருப்பதற்கு நம் வீட்டை அடிக்கடி சுத்தம் செய்வதால் நாம் மூட்டைப் பூட்சி துரோகிகள் ஆகிவிடுவோமா? இப்படிப்பட்ட துவேஷத்திற்கு, துரோகத்திற்கும் நாம் ஆளாகக்கூடாது என்று பயந்து, பயந்து பார்ப்பனர் தூஷணைகளுக்கு நடுங்கி, நடுங்கி நம் குறைகளை வெளியிலே எடுத்துச் சொல்வதற்கும் அவைகளை நிவர்த்திப்பதற்கும் இயலாத அவ்வளவு மோசமான பயங்காளிகளாக நாம் ஆகிவிட்டோமா!

இன்றுதான் என்ன?

இப்படிப்பட்ட ஒரு ஸ்தாபனத்தைத் தோற்றுவித்தும் நம்மில் தலைசிறந்த அறிவாளிகளும், செல்வந்தர்களும் தமக்கென வாழாப் பிறர்க்குரியாளர்களும், கடந்த 22 வருடங்களாக, இந்த ஸ்தாபனத்திற்காக எவ்வளவோ பாடுபட்டு வந்திருந்தும் நமது தற்போதைய நிலைமைதான் என்னவென்று பாருங்கள்.

அநேக விஷயங்களில் முன்நிலை சிறிதும் மாறுதல் அடையாமல் பழையபடி தானே இருந்து வருகிறது. இந்த 22 வருடங்களில் நமது நிலைமையை உயர்த்து வதற்குச் செய்துவந்த வெகு சிறு காரியங்களும் இப்பொழுது நம் எதிரிகளால் அழிக்கப்படுகின்றன. நாம் என்றென்றும் தலை தூக்க முடியாவண்ணம் எவ்வித முன்னேற்றத்திற்கும் முயற்சிகூடச் செய்ய முடியாதபடி நம் எதிரிகள் ஏற்பாடு செய்து வருகின்றனர்.

நம் இயக்கத்திற்கும், நம் நன்மைக்கும் உண்மையாக உழைத்துவந்த பெரியோர்களில் ஏதோ இரண்டொருவர் தவிர, மற்றவர்களெல்லாம் தங்கள் செல்வத்தை இழந்தார்கள். தங்கள் வருவாயைக் கெடுத்துக் கொண்டார்கள். குடும்பப் பெருமையை இழந்தார்கள். கெட்ட பெயரும் சுமத்தப்பட்டார்கள் மற்றும் பல வழிகளிலும் துன்பப்பட்டிருக்கிறார்கள். உண்மை இப்படியிருந்தும், நம் இயக்கம், தனிப்பட்ட சிலருடைய சுயநல இயக்கம் என்றும், பணம், உத்தியோகம் இவைகள் தேடும் இயக்கம் என்றும், அழிவு வேலை செய்யும் இயக்கம் என்றும், தேசத்துரோகமும், வகுப்புத் துவேஷமும் கொண்ட இயக்கம் என்றும் ஒரு சுயநலக் கூட்டத்தாரால் கூறப்படுவது விந்தையினும் விந்தையே.

பொப்பிலி ராஜாவே மேலும் தலைவர்

தோழர்களே!

இந்தச் சந்தர்ப்பத்தில் நமது தலைவர் பொப்பிலி ராஜா அவர்களைப் பற்றிச் சில வார்த்தைகள் குறிப்பிட வேண்டியது மிகவும் அவசியமாகும். நமது கட்சியானது பல வழிகளிலும் சிதறுண்டு, பலஹீனப்பட்டிருந்த காலத்தில்

பொப்பிலி ராஜா அவர்கள் தன் முயற்சியையும், செல்வத்தையும் கட்சியின் வளர்ச்சிக்காகவே பயன்படுத்தினார் என்பது நீங்கள் யாவரும் அறிந்ததேயாகும். எந்தக் காரணத்தைக் கொண்டு அவர் கட்சித் தலைமைப் பதவியை ராஜினாமாச் செய்திருந்தாலும், என்னைப் பொறுத்தவரையில் அவரேதான் நம் கட்சிக்கு இன்னும் தலைவர் என்றே கருதிக் கொண்டிருக்கிறேன். ஏனெனில், பொப்பிலி ராஜா அவர்களுடைய நெஞ்சுறுதி, கட்சிப் பற்று, தியாகம் முதலிய அருங்குணங்கள் ஒருவரிடம் ஒருங்கு சேர்ந்திருப்பதென்பது மிக மிக அருமையாகும். ஆகையால், இன்னமும் நான் அவர்கள் இட்ட கட்டளையை மீறாமல் அவருக்கு ஒரு உதவித் தொண்டனாகவே இந்த ஸ்தானத்தை வகிக்கிறேன் என்பதே எனது எண்ணமாகும்.

இந்தச் சந்தர்ப்பத்தில் இதுகாறும் என்னுடன் பல கஷ்ட நஷ்டங்களுக் கிடையில் நம் மக்களுக்கு இடைவிடாத் தொண்டு புரிந்து கொண்டு வருகின்ற எனதருமைத் தோழர்களான சவுந்திரபாண்டியன் அவர்களுக்கும் விஸ்வநாதம் அவர்களுக்கும் எனது நன்றியைத் தெரிவித்துக் கொள்ளக் கடமைப்பட்டி ருக்கின்றேன்.

தோழர்களே,

நம் தற்கால நிலைமையைச் சற்று யோசித்துப் பாருங்கள் . மேலும் அரசியல் துறையில் நாம் மிகப் பிற்போக்காளர்கள் என்றும், உத்தியோக வேட்டைக்காரர்கள் என்றும், தேசிய உணர்ச்சியற்றவர்களென்றும், ஜமீன்தார் கட்சியினர் என்றும் நம் எதிரிகள் நம்மை அழைக்கின்றனர்.

காங்கிரஸ் யோக்கியதை என்ன?

அரசியலில் நாம் எவ்வகையில் பிற்போக்காளர்கள்? நமது அடிப்படையான அரசியல் கொள்ளை எல்லா மக்களும் சம நீதியும், சம உரிமையும், சம சந்தர்ப்பமும் பெற வேண்டும் என்பதே. இக்கொள்கையை இந்நாட்டுத் தீவிர அரசியல் கட்சியான காங்கிரஸ் கைக்கொண்டிருக்கின்றதா என்று கேட்கின்றேன். அப்படியிருந்தால் இன்று காங்கிரஸில் பார்ப்பனர்களே ஆதிக்கம் பெற்றிருக்கவும், மற்றவர்கள் கைதூக்க மாத்திரம் உரிமை கொண்டவர்களாகவும் இருக்க யாது காரணம்?

அரசியல் துறையில் காங்கிரஸ்காரர்கள் அந்நியர்கள் இந்நாட்டைவிட்டு விரட்டப்பட வேண்டுமென்று சொன்னால் நாங்கள் அவர்களை விரட்ட வேண்டாமென்கிறோமா? காங்கிரஸ்காரர்கள் பூரண சுயேச்சை வேண்டுமென்றால் நாங்கள் கூடாது கால் சுயேச்சை அல்லது அரை சுயேச்சையே போதுமென்கிறோமா?

காங்கிரஸ்காரர்கள் குடிகளுக்கு வரியே போடக்கூடாதென்றால், நாங்கள் வரி போட்டுத்தான் ஆகவேண்டுமென்று சொல்லுகிறோமா?

காங்கிரஸ்காரர்கள் மக்கள் எல்லாம் எழுதப் படிக்கத் தெரிந்து கொள்ள வேண்டுமென்றால் நாம் அது தப்பு, ஒரு ஜாதி மட்டும்தான் படிக்க வேண்டும், மற்றவர்கள் படிப்பது குற்றமென்கின்றோமா?

காங்கிரஸ்காரர்கள் ஜாதி வேற்றுமை கூடாது, எல்லோரும் ஒரு குலம் என்றால் நாங்கள் ஜாதி வேற்றுமை இருக்கத்தான் வேண்டும் என்கின்றோமா?

காங்கிரஸ்காரர்கள் மக்களெல்லாம் கோவிலுக்குள் யாதொரு தடையுமின்றி நுழையலாம் என்றால் அது தவறு என்று கூறுகிறோமா?

காங்கிரஸ்காரர்கள் இந்நாட்டில் வரி கொடுக்கும் சகல ஜாதி, மத வகுப்புக்களும், நிர்வாகத்திலும், நீதியிலும், பதவியிலும் சமஉரிமை அளிக்கப்பட வேண்டும், அதற்குள்ள குறைகள் தகர்க்கப்பட வேண்டும் என்றால் அது கூடாது என்கிறோமா?

எந்த வகையில் நாம் பிற்போக்காளர் என்பதை அவர்கள் தக்க ஆதாரங்களுடன் எடுத்துக் காட்டுவார்களா?

நாம் உத்தியோக மோகங்கொண்டவர்கள் என்று குறை கூறப்படுகின்றோம். ஆனால், நமக்கு நியாயமாகக் கிடைக்க வேண்டிய விகிதாச்சாரத்திற்கு அதிகப் படியான உத்தியோகம் பெறவேண்டும் என்று விரும்புகின்றோமா? பார்ப்பனர்கள் தங்கள் விகிதாச்சாரத்துக்கு மேல் பெற்றுள்ள அளவுக்கு உத்தியோகம் பெறவோ அன்றி உபயோகங்களெல்லாம் நமக்கு மாத்திரந்தான் இருக்க வேண்மென்றோ ஆசைப்படுகின்றோமா? அல்லது கடந்த 17 வருட ஆட்சியில் எந்த வகுப்பார்களை அவர்களுக்கு நியாயமாகச் சேர வேண்டிய விகிதத்தைப் பெற முடியாமல் செய்து விட்டோம்? அல்லது அவ்விகிதாச்சாரத்தைக் குறைத்து விட்டோமா?

உத்தியோகம், செல்வாக்கு எதற்கு?

உத்தியோகம் பெற அனைவருக்கும் உரிமை உண்டு. எல்லோரும் அதற்குத் தகுதி யுடையவர்களாக வேண்டியவர்களேயாவர்கள். உத்தியோகத்திற்குரிய அதிகாரம் பொறுப்பு, செல்வாக்கு எல்லாம் நாட்டு மக்களை நன்கு நடத்தவும், அவர்களுக்குத் தொண்டாற்றவுமேயாகும். உத்தியோகத்திற்கு ஏற்பட்டுள்ள சம்பளம் இந்நாட்டு மக்கள் கொடுக்கும் வரிப்பணத்திலிருந்தே கொடுக்கப்படுகின்றது. அத்தகைய உத்தியோகத்தைப் பெற விரும்புவது நாட்டிலுள்ள எல்லா வகுப்பு மக்களின் பிறப்புரிமை என்று சொல்வது எப்படிக் குற்றமாகும் என்பதும், உத்தியோகம் முயல்வது எப்படி உத்தியோக வேட்டையாகுமென்பதும் நமக்கு விளங்கவில்லை.

நமக்கு தேசிய உணர்ச்சியில்லையா? 'தேசிய' என்ற ஆரிய (வட) மொழிச் சொல்லுக்குச் சரியான ஆங்கில மொழிச்சொல் நேஷனல் (National) என்பதாம்? 'நேஷனல்' என்ற சொல்லுக்கு 'ஜாதியம்' என்பதுதான் சரியான கருத்து எனக் கற்றோர் கூறுகின்றனர். அகராதியும் சொல்லுகிறது.

அய்ரோப்பியக் கண்டம் என்ற ஒரு பூபாகத்தில் ஜெர்மனி நேஷன் வேறு; இட்டாலி நேஷன் வேறு, அய்ரோப்பிய மகா யுத்ததிற்கு முன்பு போலிஸ் ஜனங்கள் தனி நாடின்றி ருஷிய, ஆஸ்திரிய, பிரஷிய ஆதிக்கங்களுக்கு உட்பட்டிருந்தும் தங்களை ஒரு நேஷன் என்று சொல்லி வந்தார். யூதர்களுக்கெனத் தனிப்பட்ட நாடொன்று தற்போது இல்லாவிடினும் யூதர்களும் ஒரு நேஷனே?

மேலே காட்டியபடி "நேஷன்" என்ற வார்த்தைக்கும் பொருள் கொண்டு பார்த்தால் இந்தியாவை ஒரு நேஷன் என்று கூறுவது எவ்வாறு பொருந்தும்? மொழிகளை அடிப்படையாக வைத்து பிரித்தால் இந்தியாவை அநேக நேஷன்களாக பிரிக்கலாம் அல்லது அங்கமச்ச அடையாளத்தின் மீது பாகுபாடு செய்தாலும் ஆரியர்கள், திராவிடர்கள், மங்கோலியர்கள் எனப் பல (நேஷன்) பிரிவுகளாகும். பழக்க வழக்க சமுதாயக் கோட்பாடுகளைக் கொண்டு பிரித்தாலும் அதுவும் பார்ப்பன, பார்ப்பனரல்லாத இந்துக்கள் எனப் பல ஜாதி வகுப்புகளாகப் பிரிக்கப்படும். மற்றும் எவ்வகையில் பார்த்தாலும் 'இந்திய நேஷன்' என்பதற்கு இந்தியா முழுமையும் சேர்ந்த நிலப்பரப்பு மாத்திரம் என எவ்வாறு பொருள்படும்?

ஆந்திர தேசியவாதிகள் சென்னை மாகாணத்தைவிட்டுப் பிரிந்து தனி மாகாணமொன்று ஏற்படுத்தி அதன் நிர்வாகத்தைத் தாங்களே மேற்கொள்ள வேண்டுமென்று முயல்கின்றார். அவ்வாறே ஒரிசாவும் சிந்துவும் தனித்தனி மாகாணமாய் விட்டன

பர்மாக்காரர்கள் இந்தியாவிலிருந்து பிரிந்து 'பர்மா பர்மியருக்கே' என்று தீவிரக் கிளர்ச்சி செய்து வெற்றி பெற்றது நாம் அறிந்ததே. இலங்கைக்காரர்களும் இப்படியே.

தேசியத்தின் அர்த்தம் என்ன?

மற்றொரு வகையில் வடமேற்கெல்லை முஸ்லிம்கள் இந்துக்களிடமிருந்து பிரிந்து கொண்டார்கள். இப்படியே ஒரே மதத்தினரும், ஜாதியினரும் கூடத் தனித்தனியே பிரிந்து போக ஆசைப்படும்போது, இந்திய தேசிய சங்கம் என்னும் காங்கிரசும் இதை அனுமதிக்கும்போது தேசியம், தேசியம் என்று பறையறைவதின் அர்த்தம்தான் என்ன என்பது எனக்கு விளங்கவில்லை.

வங்காளிகளிடமிருந்தும், குஜராத்திகளிடமிருந்தும், காஷ்மீரிகளிடமிருந்தும், சிந்திகளிடமிருந்தும், தமிழ்நாட்டினர், ஆந்திர நாட்டினர், மலையாள, கன்னட நாட்டவர் பிரிந்து போக வேண்டுமென்று நினைப்பது தேசியத்திற்கு விரோதமாகுமா?

அதேபோல் ஆரியர்களிடமிருந்தும், மங்கோலியர்களிடமிருந்தும், திராவிடர்கள் பிரிந்து போக வேண்டுமென்று நினைப்பது தேசியத்திற்கு விரோதமாகுமா?

வெள்ளையர் ஆட்சியின் கீழ் இல்லாவிட்டால் அந்நியர் படையெடுப்பினின்றும் நம்மைக் காத்துக்கொள்ள முடியாதெனக் கூறப்படுமானால் சிலோன், பர்மா, இவைகளைப் போலவோ அன்றி கனடா, ஆஸ்திரேலியா, தென்னாப்பிக்கா இவைகளைப் போன்றோ தமிழ் நாடோ, திராவிட நாடோ பிரிந்திருக்கலாமல்லவா?

வெள்ளையர் ஆட்சியின் கீழேயே இருக்கலாகாது; பூரண சுதந்திரம் பெற்ற தேசமாக இருக்கலாம் எனப்படுமானால் அய்ரோப்பாவில் 3 கோடி, 4 கோடி ஜனத்தொகை கொண்ட பெல்ஜியம், ஹாலண்டு, சுவிட்சர்லாண்டு, டென்மார்க் போலச் சென்னை மாகாணமோ, தமிழ்நாடோ தனித்த நாடாக இருப்பது அசாத்தியமா?

காங்கிரஸ் தேசிய சபையா?

அப்படிக்கின்றி இந்திய தேசிய சபையின் சர்வாதிகாரி குஜராத்தி நேஷனைச் சேர்ந்தவர், பெருந்தலைவர்களிலே ஒருவர் காஷ்மீரி நேஷனைச் சேர்ந்தவர், மற்றொருவர் வங்காளி நேஷனைச் சேர்ந்தவர். நிர்வாக சபையினர் அனைவரும் தமிழர்களோ, தமிழ் நாட்டினரோ அல்லாமல் இதரர்களாயிருந்து கொண்டு தேசியம் பேசுவதென்றால் காங்கிரஸ் உண்மையில் எவ்வாறு தேசிய சபையாகும்? அன்றியும் இந்தியா முழுவதும் ஒரே நாடு என்றுதான் எவ்வாறு சொல்வது? அவ்வாறு கூறுவதற்கு பூகோளப் படம் தவிர, வேறு என்ன ஆதாரமிருக்கிறது?

அய்ரோப்பிய பூகோளப் படத்தைப் போலவே இந்தியப் பூகோளப் படமும் வருடத்திற்கு ஒரு முறையில்லாவிட்டாலும், அடிக்கடி திருத்தப்படுவதை நாம் பார்க்கிறோம். இரண்டு ஜில்லாக்கள் ஒரு ஜில்லாவாகின்றன; பெரிய மாகாணங்கள் சிறியனவாகவும், சிறியன பெரியனவாகவும் மாற்றியமைக்கப்படுகின்றன. புதிய புதிய மாகாணங்கள் சிருஷ்டிக்கப்படுகின்றன.

சென்னைக்காரனும், வங்காளியும் சுரண்டுவதைப் பர்மாக்காரன் தாங்க முடியாமல் துடிக்கிறான். தென்னாட்டான் சுரண்டுவதைப் பொறுக்க மாட்டாமல் சிலோன்காரன் சீறுகிறான். குஜராத்தி சுரண்டலும், சிந்து மார்வாடி சுரண்டலும் தமிழ்நாட்டைப் பார்ப்பராக்குகின்றன. இதற்கு நாம் துடிதுடித்தால் தேசியத்திற்கு விரோதமாய் விடுகிறது!.

தேசியம் பேசி அழிந்து போகவா?

திராவிட மக்கள் (தமிழ் மக்கள்) மீது ஆரிய மதம் சுமத்தப்பட்டு தமிழர் உழைப்பின் பலனையெல்லாம் தமிழரல்லாத ஒரு சிறு கூட்டத்தவர்கள் கொள்ளை

போல் சுரண்டுவதை, உறிஞ்சுவதை, இது நீதியா, முறையா, அடுக்குமா என்று கேட்கப் புகுந்தால், அது தேசிய துரோகமாவதுடன் ராஜதுவேஷமும், வகுப்புத் துவேஷமுமாகி விடுகிறது. இம்மாதிரி தேசிய வேஷம் போட்டு நாம் அழிந்து போகுவதா? அல்லது அதைக் கண்டு பயந்து தற்கொலை செய்து கொள்வதா? தோழர்களே, ஆழ்ந்து யோசியுங்கள்.

உலக ஒற்றுமையை நான் வெறுப்பவனல்ல. உலக மக்கள் சமதர்ம வாழ்வை மேற் கொள்வதை வேண்டாமென்று கூறவில்லை. மக்கள் யாவரும் விகிதாச்சாரம் உழைத்து அவ்வுழைப்பின் பலனை விகிதாச்சாரம் பகிர்ந்து, தத்தம் தகுதிக்கும், தேவைக்கும் அவசியமான அளவு அனுபவிப்பதை நான் ஆட்சேபிக்கவில்லை.

ஆனால் தேசியம் என்றும், தேச சேவையென்றும், தேசபக்தி என்றும், தேச விடுதலை என்றும், தேச ஒற்றுமை என்றும், ஆத்மார்த்தம் என்றும், பிராப்தம் என்றும் பல பல சொற்களைக் கூறி, மெய்வருந்திப் பாடுபட்டுப் பொருளீட்டும் பொதுமக்களைக் கட்டின ஆடை கசங்காமல், மெய்யில் வெயில் படாமல் வாழ்க்கை நடத்தும் ஒரு சிறு கூட்டத்தார் வஞ்சித்து, ஏமாற்றி வயிறு வளர்ப்பதை ஏன், உழைப்பாளிகளைவிட அதிக சுகமான வாழ்வு வாழ்வதை அடியோடு ஒழிக்க வேண்டுமென்பதற்காகவே நான் இதைச் சொல்லுகிறேன்.

ஆகவே, தேசியம் என்கின்ற பேச்சு ஆத்மார்த்த விஷயத்தில் மோட்சம் வாங்கித் தருவது என்ற கூற்றுக்குச் சரியான கருத்தைக் கொண்டதேயாகும்.

சுயராஜ்ஜியத்துக்கு ஜஸ்டிஸ் கட்சியார் முட்டுக்கட்டை போட்டார்களா?

தென்னிந்திய நலவுரிமைச் சங்கம் என்னும் பார்ப்பனரல்லாத மக்களடங்கிய ஸ்தாபனத்தின் பெயரால் 1920ஆம் ஆண்டு தொடங்கி 17 வருட காலம் அரசியல் அதிகாரத்திலே ஆலோசனை கூறுபவர்களாகவும், சில இலாகாக்களின் நிர்வாகத் தலைவர்களாகவுமிருந்து நம்மவர் நாட்டிற்குச் சேவை செய்து வந்த காலத்தில் சுயராஜ்ஜியம் பெறுவதற்குத் தடையாக அவர்கள் செய்த காரியம் யாவை என்றும், நாட்டு மக்கள் நலத்திற்குச் செய்ய வேண்டுவனவற்றில் செய்யத்தவறியன யாவை என்றும், யாராவது சொல்ல முன் வருவார்களா என நான் அவர்களை அறைகூவி அழைக்கின்றோம்.

சமுதாயத்தில் ஜாதி பேத கொடுமைகளை ஒழிக்க அரும்பாடுபட்டு, மக்களாயிருந்தும் கேவலம் விலங்குகள் போல நடத்தப்பட்ட, தாழ்த்தப்பட்ட, தெருவிலும் நடக்கத் தகுதியற்றவர்கள் எனக் கொடுமைப்படுத்தப்பட்ட மக்களுக்குச் சமுதாய உரிமைகளை வாங்கிக் கொடுத்தது யார்? சகல ஜாதி மத வகுப்பினருக்கும் சமுதாய சேவையிலும், அரசாங்க சேவையிலும் பங்கெடுத்துக் கொள்ளச் சந்தர்ப்பம் அளித்தது யார்?

ஒடுக்கப்பட்டவர்களுக்கு உதவி புரிந்தவர் யார்?

கல்வித் துறையில் பிற்போக்கடைந்திருந்த மக்களுக்குப் பல வகை வசதிகள் உண்டாக்கி அவர்களும் கல்வி பெற்று எத்தகைய பணிக்கும், பதவிக்கும், சேவைக்கும் அருகதையாவர்களாகும்படி செய்தது யார்? ஜஸ்டிஸ் கட்சி மந்திரிகளல்லவா? 1920 ஆம் ஆண்டில் 1,25,00,000 ரூபாய் கல்விக்காக நம் மாகாணத்தில் சர்க்காரால் செலவு செய்யப்பட்டது. அத்தொகையில் பெரும்பாகம் மேல்ஜாதிப் பிள்ளைகள் படிக்கும் உயர்தரப் படிப்பிற்கே செலவிடப்பட்டு வந்தது. கல்வியிலாகா நிர்வாகமும், உத்தியோகமும் இந்துக்களில் 100-க்கு 95 ½ விகிதம் பார்ப்பனர் கையிலேயே இருந்து வந்தது. இக்காரணத்தால் பார்ப்பனரல்லாத மக்களின் பிள்ளைகள் ஆரம்பப் படிப்பு கூடப் படிக்க முடியாமல் போய்விட்டது.

ஜஸ்டிஸ் மந்திரிகள் காலத்தில் தாங்கள் விரும்பியபடி நிர்வாகத்திலும் உத்தியோகங்களிலும் போதிய அளவு மாறுதல்கள் செய்ய இயலவில்லை. எனினும் முன்பு கல்விக்குச் செலவு செய்யப்பட்ட தொகையைவிட இரண்டு மடங்கு தொகையான ரு.2,55,00,000 ரூபாய் செலவிட்டிருக்கின்றார்கள். 1937இல் கல்விக்காக 2,55,00,000 ரூபாய் செலவிட்டிருக்கின்றனர். இத்தொகையில் சம பாகம் ஆரம்பக் கல்விக்கே செலவிடப்பட்டது.

இம்மாதிரியே சுகாதாரம், வைத்தியம் முதலிய இலாகாக்களும் பல வழிகளிலும் அவர்களாட்சியில் முன்னேற்றமடைந்து வந்திருக்கின்றன.

பொருளாதாரம்

சர்க்கார் அதிகாரிகள் சம்பளச் செலவில் சுமார் 1,00,00,000 ரூபாய் குறைப்பதற்கு வேண்டிய பிரயாசையை ஜஸ்டிஸ் கட்சியார் பதவிக்கு வந்தவுடன் எடுத்து கொண்டனர்.

வரி விஷயத்தில் 100-க்கு 25 விகிதம் வரை குறைக்க ஏற்பாடு செய்தனர். பலதுறைகளிலும் அபிவிர்த்தியும் செய்து கொண்டு வரியையும் குறைப்பதென்றால் அதுவும் இன்று இருப்பது போல் பூரண அதிகாரமும், சட்டப்படி உரிமையும் இல்லாத காலத்தில் எவ்வளவு சிரமம் என்பதை ஆலோசியுங்கள். இதற்குமேல் அவர்களிடமிருந்து அதிகமாக யார் எதிர்பார்க்கக் கூடும்?

இன்றைய மந்திரிகள்

பூரண அதிகாரம் பெற்ற இன்றைய மந்திரிகளோ பள்ளிக்கூடங்களை எடுக்கின்றார்கள் (மூடுகிறார்கள்). பிள்ளைகள் சம்பளங்களை உயர்த்துகிறார்கள். கல்வி விஷயத்தில் பிற்போக்கான ஜாதியார்களுக்கு இதுவரை இருந்து வந்த சில வசதிகளையும் குறைக்கின்றனர். பல உத்தியோகங்களையும் நீக்குகின்றார்கள். ஆனால், கூடவே புது வரியும் போடத் தவறுவதில்லை. வரவு செலவுத் திட்டத்தைச் சரிப்படுத்த முடியாமல் புதுப் புதுக் கடன்கள் வாங்கி வருகிறார்கள். ஏற்கெனவே 18 மாதத்தில் 4 ½ கோடி ரூபாய் கடன் வாங்கியாகி விட்டது.

நிர்வாகத் திறமை

ஜஸ்டிஸ் மந்திரிகளுக்கு நிர்வாகத் திறமையில்லை எனக் குறை கூறினார்கள். இன்று காங்கிரஸ் மந்திரிகள் தங்களால் நிர்வாகம் செய்ய முடியவில்லையே என வெளிப்படையாகச் சொல்லிக் கொள்கின்றனர். தாங்கள் போட்ட நிர்வாக உத்தரவுகளை அடிக்கடி மாற்றி வருவதும் நாம் அறிந்ததே. அவர்கள் செய்யும் காரியங்கள் வகுப்புணர்ச்சியைக் கொண்டு செய்யப்படுவதாக பொது ஜனங்களால் குறை கூறப்படவும் அதைச் சரியென ஒப்புக்கொண்டு தங்கள் காரியங்களைத் திருத்திக் கொண்டு வருவதையும் யாரே உணராதார்?

உத்தியோகங்களைச் சிருஷ்டிப்பதிலும், உத்தியோகஸ்தர்களை நியமிப்பதிலும், தள்ளுவதிலும் வகுப்புணர்ச்சி ததும்பி நிற்பதை நாம் கண்கூடாகப் பார்க்கின்றோம். தங்களுக்கும் பிரிட்டிஷாருக்கும் அதிகமான நட்பும், நம்பிக்கையும் வளரும்படியே நிர்வாகம் நடத்துகிறார்கள்.

இந்த அரசியலை தகர்த்துப் பொடிபண்ண தாங்கள்தான் தகுதியுள்ளவர்கள் எனத் தமுக்கடித்து ஓட்டுப் பெற்றவர்கள். அரசியலை நடத்துவதற்குத் தங்களாலன்றி வேறு யாராலும் முடியாதென பெருமை பாராட்டிக் கொள்கிறார்கள்.

வைஸ்ராய் பிரபு, கவர்னர் பிரபு இன்னுமுள்ள இதர ஆங்கில அதிகாரிகளும் பலே, பேஷ், சபாஷ் - நல்ல அடிமைகள் என மெச்சி தட்டிக்கொடுத்து

வருகின்றார்கள். தங்களால் நிர்மாணிக்கப்படாத எந்த அரசியல் திட்டத்தையும் தாங்கள் ஒப்புக்கொண்டு நடத்த முடியாது என்று வீம்பு பேசியவர்கள் எப்படிப் பட்ட மோசமான, பிற்போக்கான திட்டமானாலும் எங்களால் நடத்த முடியுமென்று ஜம்பம் பேசுகிறார்கள். நம்மை வகுப்புவாதிகள் என்றும் தங்களுக்கு வகுப்புவாத உணர்ச்சியே கிடையாதென்றும் சொல்லி வந்தார்கள். மந்திரிசபை அமைப்பில் கிறிஸ்தவர்களைப் புறக்கணித்தார்கள். தொழிலாளர் வகுப்புகளைப் புறக்கணித் தார்கள். பெண்களுக்குப் பிரதிநிதித்துவம் வழங்கவில்லை. அம்மட்டோ! இவர் களுடைய நலன்களைப் பாதிக்கும் விகிதத்திலும் நடந்து வருகிறார்கள் .

ஜஸ்டிஸ் கட்சி ஜாதி அபிமானமுடையது, கட்டுப்பாடற்றது என்றெல்லாம் குறை கூறினவர்கள் காங்கிரசுக்கே இழிவு தேடினவர்களையும், காங்கிரசுக்குத் துரோகம் செய்தவர்கள் என்று காங்கிரஸ்காரர்களாலேயே குற்றம் சாட்டப்பட்டுத் தண்டிக்கப்பட்டவர்களையும் அவர்களிடமிருந்து மன்னிப்பு கூடப்பெறாமல் கட்டுப்பாட்டை உதறித்தள்ளிவிட்டு ஜாதி அபிமானத்தால் மந்திரிகளாக்கிக் கொண்டனர்.

காங்கிரஸ் மந்திரிகள் சாதித்தது என்ன?

ஸ்தலஸ்தாபனங்களில் முனிசிபல் கமிஷனர்களை ஏற்படுத்தியதைக் குறை கூறினார்கள். ஜில்லா போர்டுகளை எடுக்க வேண்டுமென்றார்கள். இவர்கள் பதவிக்கு வந்து பதினெட்டு மாதங்களாகியும் பல காங்கிரஸ் மகாநாடுகளில் தீர்மானங்கள் நிறைவேற்றப்பட்டிருந்தும் மேற்கண்ட மாறுதல்களைச் செய்யவோ அல்லது செய்யப்போவதாகச் சொல்லவோ முன்வரவில்லை. சகல துறைகளிலும் நடைபெற்றுவரும் பழைய முறையே சரியெனச் சொல்லிக்கொண்டு அம்முறை களைத் தங்கள் வகுப்பிற்கு அனுகூலம் தரத்தக்க முறையில் மட்டும் மாற்றிக் கொண்டு ஆட்சி நடத்தி வருகின்றார்கள்.

தேர்தல் காலத்தில் பொதுஜனங்களுக்குக் கொடுத்த வாக்குறுதிகளெல்லாம் காற்றில் தூற்றிவிடப்பட்டுவிட்டன. காங்கிரஸ் திட்டங்களுக்கும். பொது ஜனங் களுக்குக் கொடுக்கப்பட்ட வாக்குறுதிகளுக்கும் நேர்மாறான பல காரியங்களை மட்டும் செய்து வருகின்றனர். பொதுஜன அபிப்பிராயத்தையோ, உணர்ச்சியையோ ஒரு சிறிதும் பொருட்படுத்துவதாகக் காணோம்.

இந்தி

நம் நாட்டு மக்களில் 100-க்கு 93 பேருக்குத் தாய் பாஷையில் தங்கள் கையெழுத்துக்கூட போடத் தெரியாத நிலையில், ஆரம்பப் பாடசாலைகளை ஜில்லாதோறும் 100ம் 200மாக திடீர்திடீரென மூடிக்கொண்டு வரும் நிலையில் கேட்பதற்கெல்லாம் பணமில்லை, பணமில்லை என்று பல்லவி பாடும் நிலையில் வடமொழியென்றும், ஆரியமொழியென்றும், அந்நிய மொழியென்றும் சொல்லப் படும் இந்தி மொழியை (பலர் ஆட்சேபித்த பிறகு) இந்துஸ்தானி என்று சொல்லிக் கொண்டு கட்டாயப் பாடமாகப் படிக்க வேண்டுமென்றும் கட்டாயப்படுத்துவது காங்கிரஸ் திட்டத்தில் எத்தனையாவது திட்டமென்றும், ஓட்டர்களுக்கு எப்பொழுது கொடுக்கப்பட்ட வாக்குறுதியென்றும் கேட்கின்றேன். ஜனநாயக ஆட்சிக்காரர் என்று தங்களைச் சொல்லிக் கொள்ளும் இவர்கள் மிதவாதக் கட்சிப் பிரமுகர்களும், ஜஸ்டிஸ் கட்சிப் பெரியோர்களும், சுயமரியாதைக் கட்சிப் பிரமுகர்களும், முஸ்லிம்லீக் பிரமுகர்களும், சேர்ந்தும் தனித்தனியும் பத்திரிகைகள் வாயிலாகவும், பிரசங்க மேடைகளிலும், மகாநாடுகள் கூட்டியும் ஒரு மனதான அபிப்பிராயத்தைத் தெரிவித்த போதிலும் அவ்வளவையும் அலட்சியப்படுத்திவிட்டு அதற்காக 500 பேர்கள் சிறை செல்ல முன்வந்த பிறகும் 75 வயது சென்ற தாய்மார்களும்,

சகோதரிகளும் சின்னஞ்சிறார்களோடும் சிறை புகுந்த பின்னரும் வக்கீல்களும், ஆசிரியர்களும், பெரும்பட்டதாரிகளும், சர்க்கார் உத்தியோகத்தில் பென்ஷன் வாங்கி வருபவர்கள், துறவிகளும், மடாதிபதிகளும் காராக்கிரகம் புகுந்த பின்னரும் இந்தி எதிர்ப்பு சம்பந்தமான ஆயிரக்கணக்கான கூட்டங்களில் லட்சக்கணக்கான ஆண் பெண்கள் கூடி ஏகமனதாய் இந்தியைப் பள்ளிகளில் புகுத்துவதைக் கண்டித்துத் தீர்மானங்கள் நிறைவேற்றிய பிறகும் 'மூர்க்கனும் முதலையும் கொண்டது விடா' என்னும் முதுமொழிக்கேற்ப ஒரே பிடிவாதமாய் இரண்டி லொன்று பார்த்தேவிடுகிறேன் என்பதுதான் ஜனநாயக ஆட்சி முறையா? மாறுபட்ட அபிப்பிராயங்களைக் கூறும் பத்திரிகைகளை ஒடுக்குவதும், கிளர்ச்சியை நசுக்கக் கடினமான அடக்குமுறைகளைக் கையாளுவதும் ஜனநாயக ஆட்சியின் லட்சணமா எனக் கேட்க வேண்டியவனாக இருக்கின்றேன்

இந்தி நுழைவால் தமிழ் மொழி, தமிழ்க் கலை, தமிழர் தன்மானம் அழிவுறும் என்று சொன்னால் அது அரசியல் எதிரிகளின் கூச்சலாம். ஆந்திர, மலையாள, கன்னட தேசத்தார் இந்தி கட்டாயப் பாடமாக்கப்படுவதை ஆட்சேபிக்க வில்லையென்று கூறுவார்களாயின் அவர்கள் நாட்டில் அதை நுழைத்துக் கொள்ளட்டுமே, தமிழ் மக்களை அதைப் படிக்கும்படி ஏன் வற்புறுத்த வேண்டும்?

கிராம்பு மறியல் குற்றமில்லையா?

இந்தி எதிர்ப்பு கிளர்ச்சியை நசுக்க அன்னார் உபயோகப்படுத்தும் சட்டம் ஜனநாயகக் கொள்கைக்கும் சற்றும் பொருந்தாதது எனக் காங்கிரஸ்காரர்களாலேயே முடிவு கட்டப்பட்டதாகும். தாங்கள் பதவியேற்றதும் இச்சட்டத்தை எடுத்துவிட்டு மறுகாரியம் பார்ப்பதாகத் தேர்தல் காலத்தில் உறுதிமொழி கொடுத்ததை யார் அறியார்கள்? இதை தன்னலமற்ற தலைவர்கள் மீதும் சமுக வாழ்க்கையில் ஆரியக் கோட்பாட்டிற்கு அடிமைப்பட்ட பெண்கள் மீதும் பிரயோகப்படுத்துவது அடுக்குமா என்பதையும் யோசித்துப் பார்க்க வேண்டுகின்றேன். காங்கிரஸ்காரர்கள் பதவியேற்ற பின்பு கிராம்பு மறியல் செய்தார்கள். அதனால் தினசரி வாழ்க்கைக்கும், வர்த்தகத்திற்கும் மற்ற பல அலுவலர்களுக்கும் குந்தகம் ஏற்பட்டன. பலருடைய நலன் பாதிக்கப்பட்டது. ஆனால், அந்த மறியல் கிரிமினல் அமண்ட்மெண்ட் ஆக்டுக்குக் கீழ் குற்றமாக்கப்படவில்லை, ஜஸ்டிஸ் கட்சித் தலைவர்களைக் காங்கிரஸ் தொண்டர்கள் மனம் போனபடி வைதார்கள். அது காங்கிரஸ் தலைவர் களுக்குத் தவறாகத் தோன்றவில்லை இந்தி வீழ்க! தமிழ் வாழ்க! என்று தெருவில் சொல்லிக்கொண்டு நிற்பது அசிங்கமாகவும், ஆபாசமான வார்த்தைகளாகவும், அக்கிரமமான பேச்சுக்களாகவும் அவர்களுக்குப் படுகின்றது. 6 மாதம், ஒரு வருடம், இரண்டு வருடம், மூன்று வருடத் தண்டனைகளும் ரூ. 500, ரூ. 1,000 அபராதங்களும் விதிக்கப்படுவதுடன், சிறையில் தொண்டர்களின் நாக்கைக் குறடுகொண்டு பிடித்திழுப்பதும் இரும்பு உலக்கை கொடுத்து அவர்களை நெல்குத்தச் செய்வதும், மாடு போல் தண்ணீர் கவலை பிடித்து தண்ணீர் இறைக்கச் செய்வதும். கல்லுடைக்கப் போடுவதும் சர்வ சாதாரணமாக நடந்து வருகின்றன. இவைகளெல்லாம் ஜனநாயக ஆட்சி முறையா என்று கேட்க வேண்டியிருக்கின்றது.

ராமராஜ்ஜிய பலன்

இன்றைய காங்கிரஸ் ஜனநாயக ஆட்சியில் நமது கூட்டங்களில் காங்கிரஸ் தொண்டர்கள் காலித்தனம் செய்கிறார்கள். நம்மவர்கள் தடிகொண்டு தாக்கப்படு கின்றார்கள். துப்பாக்கிப் பிரயோகமும் செய்யப்படுகின்றது. இதைப் பற்றிக் காந்தி யாருக்குக் கவலையில்லை. இதை நிறுத்த யாதொரு முயற்சியும் செய்யப்படுவதாகக் காணோம். ஆனால், ஆறாயிரம் மைலுக்கப்பாலுள்ள செக்கோஸ்லோவேக்கிய

மக்களுக்கும், யூதர்களுக்கும் காந்தியார் அகிம்சா பிரசங்கங்கள் செய்கிறார். காங்கிரஸ்காரர்களும் தங்களை அன்பின் சொரூபமென்றும், அகிம்சா மூர்த்திகள் என்றும் நா கூசாமல் பேசுகின்றார்கள்.

இந்தி எதிர்ப்புக் கிளர்ச்சியானது அபிப்பிராய பேதத்தால் ஏற்பட்டதென அகில இந்திய காங்கிரஸ் கமிட்டியில் முடிவு கட்டப்பட்டதோ, அந்த அபிப்பிராய பேதத்தை விளக்கிக் காட்ட முயற்சித்தார்களா?

கேவலம் அபிப்பிராய பேதத்திற்கு மூன்று வருஷ தண்டனையா? மற்றொரு அகில இந்திய காங்கிரஸ் கமிட்டிக் கூட்டத்தில் இந்தியை நுழைக்கும் செய்கை வகுப்புத் துவேஷத்தை உண்டு பண்ணக் கூடியதாயிருக்கின்றதென்றும், அதை நிறுத்தி விடும்படி சொன்னார்களே. அதை மதித்தாவது சென்னை மந்திரிகள் நல்வழிப்பட்டார்களா?

அதற்குப் பதிலாக மற்றவர்களை வகுப்புவாதத் துவேஷிகளாக அவர்கள்மேல் குற்றம் சுமத்தி அவர்களைக் கடுமையாகத் தண்டித்து வருகிறார்கள்.

வார்தா திட்டம்

வார்தா திட்டம் என்ற உலகிலே இல்லாத ஒரு விநோதமான திட்டம் தயாரித்து அதை அமலுக்குக் கொண்டுவரப் படாதபாடுபடுகின்றார்கள். அதனால் விளையும் ஒரே நன்மை கல்வியை ஒழிப்பதுதான். உலகக் கல்வி முறைத் திட்டங்களைக் கண்டறிந்த சிறந்த அறிவாளிகள் அதை வெகுவாகக் கண்டித்தும், அதைக் கையாள தீவிர முயற்சி நடந்து வருகின்றது.

தென்னிந்திய நலவுரிமைச் சங்கம் ஜமீன்தார்கள் இயக்கமென்று சொல்லி ஜமீன்தார்களை ஒழிப்பதற்கு ஒரு சட்டம் கொண்டுவரப் போகிறார்களாம். ஜமீன்தார்கள் இருப்பதைப் பற்றியோ, போவதைப் பற்றியோ நமக்குக் கவலையில்லை. ஆனால் இவர்கள் சட்டம் செய்யும் சூட்சுமம் என்ன? நாட்டு மக்களுக்கு நலம் புரியவா அல்லது பழிவாங்கும் குணத்தாலா என்று கேட்க வேண்டியிருக்கின்றது.

இவர்கள் இதுவரை இயற்றியுள்ள இரு பெரும் சட்டங்களுக்குத் தினந்தினம் திருத்தம் செய்ய வேண்டியிருக்கின்றது. மதுவிலக்குச் சட்டத்திற்குத் திருத்தம் சட்டம் சட்டசபைக்கு இந்த செஷனில் கூட வந்தது. கடன் குறைப்புச் சட்டம் நீதி ஸ்தலங்களில் எள்ளி நகையாடப்படுகின்றது. நாடெங்கும் குறை கூறப்படுகின்றது. யாருக்கு நலன் தேட இயற்றப்பட்டதோ அவர்கட்கு அதனால் தீமையே விளைவதாய் இருக்கின்றது. இந்த லட்சணத்தில் ஜமீன் ஒழிப்புச் சட்டம் வேறு செய்கிறார்களாம். இதுவரை வெளிவந்திருக்கும் அறிக்கையில் ஜமீன்தார்களுக்குப் பூமி சொந்தமில்லை என காணப்பட்டிருக்கிறது. ஆனால், வட்டிக்குப் பணம் கொடுத்து ஒன்றுக்கு மூன்றாய் எழுதி வாங்க ஏழையின் நிலத்தை ஏலம் போட்டு அவன் பதறப் பதறப் பிடுங்கிக் கொள்பவனுக்கு அது சொந்தமாம். ஜமீன்தார்களிடம் மதத்தின் பெயரால் ஏமாற்றி அவர்களுக்கு உரிமையான நிலங்களை இனாமாகப் பிடுங்கிக் கொண்டவர்களுக்கு அது சொந்தமாம். தானாக உழுது பயிர் செய்யாமல் பூமியைக் குத்தகைக்கு விட்டு விளைந்தாலும் விளையாவிட்டாலும் குத்தகைப் பணத்தைக் கொறடு போட்டுப் பிடுங்கி சோம்பேறி வாழ்வு வாழ்பவனுக்குப் பூமி சொந்தமாம், உழுது பயிரிட்டு உழைப்பவர்களுக்குச் சொந்தமில்லையாம். இவர்கள் சட்டம் செய்வதின் யோக்கியதை எப்படி இருக்கின்றது பாருங்கள்.

பாவிகள் யார் – ஜமீன்தார்களா? புரோகிதர்களா?

ஜமீன்தார்கள் ஆட்சி கூடாது; புரோகிதர்கள் ஆட்சி இருக்கட்டும் என்று கூறும் மேதாவிகள் இதைச் சிந்தித்துப் பார்க்கட்டும். ஜமீன்தார் பணம் சம்பாதித்து, தனக்கும் மற்றவருக்கும் அதைச் செலவிடுபவன்; ஆனால், புரோகிதன் எல்லோரையும் வஞ்சித்து, தானும் தன் குடும்பமும் தன் கூட்டமும் மாத்திரம் வாழ வேண்டுமென்று எண்ணுபவன். இந்த இரு பிரபுக்களில் யார் யோக்கியர்கள் என்பதை நீங்கள் யோசித்துப் பாருங்கள்.

இந்த 17 வருட காலத்தில் இந்த சங்கத்திற்கு ஜமீன்தார்கள், மிராசுதார்கள், பிரபுக்கள் தலைமை வகித்து தங்களுக்காக என்று சுயநலமாக என்ன காரியங்கள் செய்துகொண்டார்கள்; தங்களுக்காக என்று எவ்வளவு பணம் தேடிக் கொண்டார்கள் என்று யாராவது சொல்லட்டும்.

ஓர் இயக்கத்தை நடத்தப் பணக்காரர்களில்லாமல் ஏழைகளால் நடத்த முடிகின்றதா? தொழிலாளர்கள் இயக்கம்கூட சோம்பேறிக் கூட்டத்தாரான பார்ப்பனர்களால்தானே நடத்தப்படுகின்றது. காங்கிரஸ் இயக்கம்கூடதான் தாஸ், நேரு போன்ற பிரபுக்களாலும், பிரபுக்களின் குழந்தைகளாலும், சங்கராச்சாரி, மகாராஜா போன்றவர்களது போக, யோக்கிய பழக்கமுள்ள காந்தியாராலும் மற்றும் பிர்லா, பஜாஜ் என்றவர்கள் போன்ற கோடீசுவரர்களாலும் நடத்தப்படுகிறது?

நிற்க, இவர்களுக்கு உதவியாகப் பல தேச பக்தர்கள் என்பவர்களுக்குத் தினக்கூலி கொடுத்தும், மாதக்கூலி கொடுத்தும் அவர்களை நம்மை வைது கொள்வதற்கு மாத்திரம் பயன்படுத்திக் கொண்டு நடத்தப்படுகிறதே தவிர, அது ஏழைகளால் நடத்தப்படுகிற இயக்கமா என்று கேட்கிறேன்.

பார்ப்பனர்கள் ஏழைகளா? பாட்டாளிகளா? பொதுஜனக் கஷ்டம் உணர்ந்தவர்களா? இப்படிப்பட்ட மக்களைவிட ஜமீன்தாரர்கள் நடத்தை பெரிய அபாயகரமானதென்று சாக்குச் சொல்லுபவர்களும் சுயநலக்காரர்களும், பொறாமைக்காரர்களுமேயன்றி வேறு யாராக இருக்க முடியும்?

தமிழன் இரப்பவனல்ல

தமிழனுக்குப் பிச்சை கேட்டு வழக்கமில்லை.

அவனுடைய இயக்கம் ஒரு பணக்காரனால்தான் நடத்தப்பட முடியும். பிரசாரம், தேர்தல் ஆகியவற்றிற்கு ஏராளமான பணம் வேண்டும். ஜமீன்தாரர்கள் கூடாது என்று சொல்லுகின்ற இந்தச் சங்கத்திலுள்ள சமதர்மவாதிகள் யார்? எவ்வளவு ரூபாய் கொடுத்தார்கள்? அல்லது இயக்கம் நடைபெற யார் எவ்வளவு ரூபாய்கள் வசூல் செய்து கொடுத்தார்கள்?

காலஞ்சென்ற கனம் முனுசாமி நாயுடு அவர்கள் ஜமீன்தாருமல்ல, பணக்காருமல்ல. அவர் தலைவரான உடன் காங்கிரஸ்தான் தேசிய சபை, நம்முடைய வகுப்புவாத சபை என்று சொல்ல வேண்டியதாகி விட்டது. அதிக நாள் இருக்க முடியவில்லை. நிற்க முடியவில்லை.

சமதர்ம அரசாங்கம் பலமான அஸ்திவாரத்தின் மீது ஏற்படுத்தப்படும் வரை ஜமீன்தாரனோ, பணக்காரனோ, பிரபுவோ, முதலாளியோ இல்லாமல் எந்த இயக்கம்தான் நடைபெறும்? இன்று பெயரளவுக்கு காங்கிரஸ் தலைவர்கள் ஏழைகளாக இருக்கிறார்கள். என்றாலும், பணக்காரர்களிடம் 5,000, 10,000, 50,000, 10,00,000, 100,00,000 உதவித் தொகை பெறுவது எதற்கு? அவன் எதை உத்தேசித்துக் கொடுக்கிறான். என்ன பிரதி பிரயோஜனம் செய்வதாக வாங்குகிறார்கள்

தொகுதி 1

மொழி

என்பனவற்றைப் பார்த்தால் காங்கிரஸ் பணக்காரர்களுக்கும், ஜமீன்தாரர்களுக்கும் கங்காணிகளாயிருப்பது விளங்கும். இதை அநேக காங்கிரஸ் அபிமானிகள், காங்கிரஸ் தலைவர்கள் நேரு, போஸ் முதற்கொண்டு சொல்லியிருக்கிறார்கள்.

ஒரு சமயம் காங்கிரஸ்காரர்கள் தாங்கள் பணம் வாங்கும் பணக்காரப் பிரபுக்கள் உண்மை தேசாபிமானிகளென்றால், நம் ஜமீன்தாரர்கள் உண்மையான மனிதாபிமானிகளென்று ஏன் சொல்லக்கூடாது?

ஜமீன்தாரர் ஒழிப்பின் மர்மம் என்ன?

இப்போது காங்கிரஸ்காரர்கள் கொண்டு வருவதாய்ப் பூச்சாண்டி காட்டும் மசோதா உண்மையில் ஜமீன் முறைகளை ஒழிக்கவா? அல்லது அவர்களை (ஜமீன்தாரர்களை) மிரட்டி நமக்கு உதவி செய்யக்கூடாது என்று அடக்கவா? அல்லது பிரதி பிரயோஜனம் பெற்றுக்கொண்டு மற்ற பல மசோதாக்களில் நடந்து கொண்டது போல் கைவிட்டு விடவா என்று இன்று யாரால்தான் ஜோசியம் கூற முடியும்?

எதிரிகள் பேச்சையும், பொறாமைக்காரர்கள், சுயநலக்காரர்கள் பேச்சையும் கேட்டுப் பணக்காரர்களை வைது, எதிரிகளுக்கு ஆளாகி விடும்படி செய்து விடாதீர்களென்று எனது வாலிப சகோதரர்களுக்குத் தெரிவித்துக் கொள்ளுகிறேன்.

பணக்காரர்கள் ஒழிக்கப்படவும், பணக்கார ஆட்சி ஒழிக்கப்படவும் காலம் வரவேண்டும். அது புரோகிதக் கூட்டமும், புரோகித ஆட்சியும் அடியோடு ஒழிந்த பிறகேதான் வரும். கட்டாயம் வரவே போகிறது. பொறுமையை இழந்து வழி மாறிப் போய்விடக் கூடாது. அப்படிப் போய்விட்டோமானால் நம் எதிரிகளுக்கு இரட்டிப்பு பலம் ஏற்பட்டு விடும். நமது மீட்சி காலம் குறிப்பிடாமல் ஒத்தி போடப்பட்டுவிடும்.

சுயமரியாதை இயக்கத்தின் மூலம் பணக்காரர்கள், ஜமீன்தாரன் ஒழிய வேண்டுமென்றும் சொன்னோம். புரோகிதர்களே அதற்கு எதிரிடையாக இருந்தார்கள். நாம் அப்படிச் சொன்னது இன்று புரோகித ஆட்சிக்கு இடந்தந்தது. ஆதலால், புரோகித ஆட்சி ஒழியட்டும். மற்றபடி அரசியலில் நமது கொள்கை என்ன என்பதற்கு நான் சென்ற மகாநாட்டின்போது சமர்ப்பித்து நிறைவேற்றி வைத்திருக்கும் திட்டங்களிருக்கின்றன.

இந்து, முஸ்லிம், கிறிஸ்தவர், தாழ்த்தப்பட்டவர் ஒற்றுமை

புரோகித ஆட்சி ஒழிய வேண்டுமானால் நம்மவர்களுக்குள் அபார ஒற்றுமையும், நல்ல பகுத்தறிவு ஆராய்ச்சியும் வேண்டும். பின்பு நம் நாட்டிலுள்ள புரோகித ஆதிக்கம், நம்மையும், முஸ்லிம்களையும், கிறிஸ்தவர்களையும், தாழ்த்தப்பட்ட மக்களையும் ஒன்றுபோலவேதான் கருதி நடத்தி வருகிறது.

கீழ்ஜாதி, சூத்திரன், மிலேச்சன், தொடக் கூடாதவன் என்கின்ற பெயர்கள் நம் எல்லோருக்கும் ஒன்று போலவே உண்டு. நம் பல்வேறு முயற்சிகளால் சிறிது மாற்றமடைந்திருப்பதாகக் காணப்படுகிறது என்றாலும், அவர்களுக்கு வேண்டிய போது ஒன்றுபடுத்தித் தெளிவாக்கிக் கொள்ள அவர்களுக்குத் தெரியும்.

இந்த நாட்டைப் பொறுத்தவரை மேற்கூறிய நாம் எல்லோரும் ஒரு வகுப்பைச் சேர்ந்தவர்களாயிருந்தும் தொழிலால், பழக்கத்தால், மனஉணர்ச்சியால் மதம், ஜாதி முதலியவைகளால் வெவ்வேறாகக் கருதிக் கொண்டிருக்கிறோம். நம் நாட்டு முஸ்லிம்களும், கிறிஸ்தவர்களும், திராவிடர்களேயாவார்கள். தாழ்த்தப்பட்ட மக்களும் திராவிடர்களேயாவார்கள். மத விஷயத்தில் மனமாற்றம் கொண்டவர்கள்

பிறவியில் நம் சகோதரர்கள்தான். ஆதலால், நம் நான்கு கூட்டத்தாரிடையும் சிறிதுகூட வேற்றுமை உணர்ச்சி இருக்கக் கூடாது. ஒருவித ஆராய்ச்சி உணர்ச்சி ஏற்படும் வரை மத விஷயத்தில் ஒருவருக்கொருவர் பிரவேசிக்க, அவர் அவர்கள் பழக்க வழக்க கலை விஷயங்களில் பிரவேசிக்க இவ்வியக்கத்தில் யாருக்கும் எவ்வித உரிமையுமில்லை. ஆதலால் புரோகித ஆதிக்கத்துக்கு ஆட்சிக்கு, ஏமாற்றத்துக்கு இடம் கொடுக்காமலிருக்க நாம் ஒன்று கூடியே ஆகவேண்டும். முஸ்லிம்களினுடையவும், கிறிஸ்துவர்களினுடையவும் தாழ்த்தப்பட்டவர் களினுடையவும் தலைவர்கள் இதே அபிப்பிராயம் கொண்டிருக்கிறார்கள். நம்மைப் பிரிக்க எதிரிகள் செய்யும் சூழ்ச்சிக்கு இடம் கொடுக்கக் கூடாதென்று எல்லோரையும் கேட்டுக் கொள்கிறேன்.

தொழிலாளர்கள்

நம்நாட்டுத் தொழிலாளர்கள் பார்ப்பனரல்லாதாரியக்கம் வேறு, தொழி லாளர்கள் இயக்கம் வேறு என்று கருதிக் கொண்டிருக்கிறார்கள். இக்கருத்து மாறி, இரண்டும் ஒன்றுதான் என்ற உண்மையான எண்ணமும், உணர்ச்சியும் ஏற்படும் வரை இரண்டும் உருப்படா என்பதே எனது அபிப்பிராயம்.

பார்ப்பனரல்லாதவர்கள் என்கின்ற வார்த்தையும், தொழிலாளர் என்ற வார்த்தையும் மக்களும் ஒன்றேயென்பதை நாம் மறக்கவே கூடாது.

பார்ப்பனரல்லாதாருக்குப் பெயர் "சூத்திரர்கள்" என்பதாகும். "சூத்திரர்கள்" என்றால் வேலைக்காரன், அடிமை என்று பொருள். ஆகவே, 'சூத்திரன்' என்பது தொழிலாளி என்பதைவிட மிகவும் தாழ்ந்த கருத்திலிருப்பதோடு காரியத்திலும், உடலுழைப்பு வேலைகள் பூராவும் பார்ப்பனரல்லாதாருக்கே இருந்து வருகிறது. இது காரியத்தில் மாத்திரமல்லாமல் புரோகிதக் கோட்பாட்டின்படியும் பார்ப்பனர்கள் உடலுழைப்புச் செய்யக்கூடாதென்றும், பார்ப்பனரல்லாதார் உழைக்கின்றவர்களே ஆவார்களென்றும் இருக்கின்றது.

இந்த பேதத்தை நிலைநிறுத்த பட்டாளம் வைத்திருப்பது போல் சில முதலாளி களையும், ஜமீன்தாரர்களையும் புரோகிதன் மீதியாக வைத்திருக்கிறான், அவனும் ஒருவனே ஜாதியில் இல்லாமல் அடிக்கடி மாறி மாறி அவனும் முதலாளியாகும்படி இடம் வைத்திருக்கிறான். ஆதலால் முதலாளி என்றோ, ஜமீன் உடையவன் என்றோ பிறவியில் இல்லை. ஆட்டத்தில்தான் உண்டு. அதை, எப்போது வேண்டுமானாலும் மாற்றி விடலாம். ஆனால், புரோகிதன் என்கிறவன் பிறவியில் இருக்கிறான். அதை மாற்றி விட்டோமானால் சட்டத்தை ஒரு வரியில் ஏற்படுத்திவிடலாம். ஆகவே, தொழிலாளர் தோழர்கள் தாங்கள் ஏமாற்றப்பட்டு புரோகிதர்கள் காலடியில் தங்கள் பாதுகாப்புச் சங்கத்தை ஒப்புவித்திருப்பதை மீட்டுக்கொண்டுவந்து பார்ப்பனரல்லாதார் சங்கத்தில் இரண்டறக் கலந்து விடும்படியாகக் கேட்டுக் கொள்வதைத் தவிர வேறு விண்ணப்பம் இல்லையென்று கருதுகிறேன்.

அதிகாரிகள்

பார்ப்பனரல்லாத சர்க்கார் அதிகாரிகளே! ஜஸ்டிஸ் ஆட்சியிலிருந்த காலத்தில் நீங்கள் உங்களை மேதாவிகளாகக் கருதிக்கொண்டு உங்களாலேயே நீங்கள் பெரியவர்களானதாக நினைத்துக் கொண்டு உங்கள் நாற்காலிகளில் சாய்ந்து, மந்திரிகளுக்குப் புத்தி சொல்லுகிற மனப்பால் குடிக்கிற வேலையில் இருந்து வந்தீர்கள். ஒரு காசாவது, ஒரு மணி நேர அனுதாபமாவது உங்களிடத்தில் நமது இயக்கம் பெற முடியவில்லை. அதன் பலனை இப்போது அடைகிறீர்கள். மந்திரி களால் பெரும் பதவி உத்தியோகம் பெற்றவர்கள், உத்தியோகம் போனவுடனும்

உத்தியோகத்திலிருக்கும் போதும் எதிரிகளுக்கு ஆதரவளிக்காதீர்கள். அய்க்கோர்ட்டு ஜட்ஜ் முதல் தேவஸ்தான போர்டு மெம்பர்கள் உட்பட அநேகர் இப்படியே செய்தார்கள் - செய்கிறார்கள். இதன் பலனையும் அவர்கள் அடைவார்கள் என்றாலும், இன்று பதவியில் சிறு உத்தியோகத்திலுள்ள பார்ப்பனரல்லாதார் எல்லோரும் இயக்கத்துக்கு அனுதாபம் காட்டுங்கள். பொருளுதவி செய்யுங்கள். முன்னவர்களைப் போல் நன்றியற்றவர்களாகவும், இனத் துரோகிகளாகவும் ஆகிவிடாதீர்கள். உங்கள் சந்ததியின் மானத்திற்காகவே நான் உங்களுக்கு விண்ணப்பம் செய்து கொள்ளுகிறேன்.

தலைவர்களுக்கு

இயக்கத் தலைவர்களே! பெரியோர்களே! ஏதோ சில காரணங்களால் தலைவர்களுக்குள் அபிப்பிராய பேதம் இருக்கலாம். இயக்கத்தின் பேரால் ஒரு நாளாவது தலைமையிலோ, பதவியிலோ இருந்தவர்கள் இயக்கத்திற்கு ஆயுள்வரை கடன்பட்டவர்களாவார்கள். இயக்கக் கொள்கையில் மாறுபட்டாலல்லாது அவர்கள் பாராமுகமாயிருப்பது "பாவமான" காரியமாகும். ஆதலால், எல்லா மனக் குறைகளையும் மாற்றிக் கொண்டு இயக்கத்தில் கலந்து காரியங்களை நடத்திக் கொடுக்க வேண்டியது உங்களின் நீங்காக் கடமையென்பதோடு தலைவணங்கி வருந்தியழைக்கிறேன். தலைவர்களால் தகுதியற்ற வண்ணம், நன்கு மதிக்கப்பட வில்லையென்றும், தங்களது நியாயமான உரிமைகள் அலட்சியப் படுத்தப்பட்டன என்றும் சிலருக்கு இயக்கத்தினிடம் வெறுப்பு ஏற்பட்டிருக்கலாம். அம்மாதிரி காரியங்களும் வெறுப்புகளுமே இந்த இயக்கம் சோர்வுற்றிருக்கவும், தமிழர்கள் கட்டுக் குலையவும் காரணமாகவுமிருக்கலாம். எப்படியிருந்தாலும் அவைகளை மறந்துவிட்டு முன்வரவேண்டிய காலம் இதுதான் என்பதைத் தெரிவித்துக் கொள்கிறேன்.

தமிழ்நாடு, தன்மானமுள்ள தமிழ் மக்களைத் தங்களது கடமையைச் செய்ய அழைக்கின்றது. இந்த அழைப்பைப் புறக்கணிப்பது சுலபத்தில் சரிப்படுத்த முடியாத குற்றமாகிவிடும் என்பதைத் தெரிவித்துக் கொள்ளுகிறேன். ஆகவே போனது போகட்டும். எப்படியோ நடந்த தவறுகளை மறந்து விட்டு யாவரும் ஒன்றுபட வேண்டுமென்று பிரார்த்திக்கிறேன்.

முடிவு

மாபெரும் மாறுதல்கள் நம் முன் காத்திருக்கின்றன. இச்சமயத்தில் மிக மிக சாமான்யனை (Very Ordinary Man) இப்பதவியில் வைத்து விட்டீர்கள். மேலே சொன்ன வார்த்தைகள் எதுவும் சொல்ல நான் சிறிதும் தகுதியும், அந்தஸ்தும் உடையவனல்ல. தகுதிக்கு மேற்பட்டதாக இருக்கலாம். இந்தப் பதவியில் இருப்பதற்காகவே சொல்ல வேண்டியது கடமையென்று கருதி இவைகளைச் சொல்ல வேண்டியதாய் விட்டது. நாம் செய்யவேண்டிய வேலை நம்மில் ஒற்றுமை - ஒற்றுமை - ஒற்றுமையேயாகும்.

ஸ்தாபனத்தை வலுப்படுத்தவேண்டும். மக்களுக்குள் தக்க மெய்யான, கண்ணியமான பிரசாரம் வேண்டும். யாரிடமும் வெறுப்பு, விருப்பு, குரோத உணர்ச்சி இவைகளில்லாமல் உண்மையன்புடன் துணிந்து கருமமாற்ற வேண்டும். கஷ்ட நஷ்டங்களுக்குப் பயப்படாமல் போர் முகத்து வீரன் போல முடிவு காணும்வரை எதிர்த்து நிற்க வேண்டும்.

குடிஅரசு - 01- 01- 1939

அய்யங்கார், "ராவ்சாகிப்"
(சந்தேகி)

சென்னை லெக்சிகன் தமிழ்ப் பண்டிதர் தோழர் மு. ராகவய்யங்கார் அவர்களுக்கு இப் புதுவருஷத்தில் ராவ்சாகிப் பட்டம் அளிக்கப்பட்டுள்ளது. ஒரு தமிழ்ப் புலவருக்கு இப்பட்டம் கிடைத்தது பற்றித் தமிழர்கள் மகிழ்ச்சிடைய வேண்டியதுதான். ஆனால், ஒரு சந்தேகம் - உண்மையிலேயே அய்யங்கார் அவர்களின் தமிழ் ஆராய்ச்சிக்காக - தமிழர்க்கு அவர் செய்துள்ள ஊழியத்துக்காக அப்பட்டம் கொடுக்கப்பட்டுள்ளதா? அல்லது தனது தொல்காப்பிய பொருளாதார ஆராய்ச்சியில், "தமிழர்கள் கற்பில்லாதவர்கள், ஆரிய மேலார்களே தமிழர்களுக்குக் கற்பைக் கற்றுக்கொடுத்தார்கள்" என்ற கொள்கையைப் புகுத்தித் தமிழர்களை இழிவுபடுத்தியிருக்கிறாரே அதற்காக இப்பட்டம் கொடுக்கப் பட்டுள்ளதா? இச்சந்தேகம் உண்டாவது இயல்புதானே?

குடிஅரசு - 08- 01- 1939

தொகுதி 1

மொழி

பிராமணர் திராவிடரா?

வேலூரில் நடைபெற்ற தமிழர் மாநில மாநாட்டில் தலைமை வகித்த சர். ஏ. டி. பன்னீர்செல்வம், "பிராமணரா தமிழரா?" என்ற பிரச்சனையைக் கிளப்பியது முதல் அதுபற்றிப் பலர் பலவிதமாகப் பத்திரிகையில் எழுதியும், பொதுமேடைகளில் பேசியும் வருகிறார்கள். ஆரியர் - திராவிடர் தகராறை இப்பொழுது கிளப்புவது அனாவசியம் என்றும், திராவிடர்களுக்குள் ஆரியர் இரத்தமும் ஆரியருக்குள் திராவிடர் இரத்தமும் வெகு நாட்களுக்கு முன்னமேயே கலந்து விட்டதென்றும், சுத்த ஆரியரோ சுத்த திராவிடரோ இப்பொழுது இல்லையென்றும், இப்பொழுது ஆரியர் என்று சொல்லிக் கொள்வோரெல்லாம் திராவிடர்களே என்றும், திராவிடர் என்று சொல்லிக் கொள்வோரில் பெரும்பாலார் ஆரியரே என்றும் ஒரு ஆந்திர ஜமீன்தார் ஜனவரி 13ஆம் தேதி "இந்துப்" பத்திரிகையில் எழுதி அதற்கு ஆதாரமாக சில ஆங்கில நூல்களிலிருந்து மேற்கோள்களும் எடுத்துக்காட்டியிருக்கிறார்.

ஆரியர்க்குள் திராவிட இரத்தமும், திராவிடர்க்குள் ஆரிய இரத்தமும் வெகு நாட்களுக்கு முன்னமேயே கலந்திருப்பது உண்மையே. சுத்த ஆரியரோ சுத்த திராவிடரோ இப்பொழுது இல்லையென்பது மெய்யே. சுத்த திராவிடர்கள் இப்பொழுது என்பதானால் அவர்கள் பஞ்சமர்கள் என ஆரியப் பிராமணர்களால் ஒதுக்கித் தள்ளப்பட்டவர்களே. பிராமணச் சூழ்ச்சிக்கு உட்படாத காரணத்தால் அந்த வீரத் திராவிட மக்கள் ஆரியருக்கு அடிபணிந்த திராவிட மக்கள் உதவி கொண்டு ஆரியர்களால் கீழ்ஜாதியரென புறக்கணிக்கப்பட்டுவிட்டனர். அவ்வாறு ஒதுக்கித் தள்ளப்பட்ட சுமார் 6 கோடி மக்கள் இன்னும் விலங்கனையராய் வாழ்ந்து வருவதை யாரே அறியார். திராவிடர்களுக்குள் ஆரிய இரத்தமும், ஆரியருக்குள் திராவிட இரத்தமும் வெகு காலத்துக்கு முன்னமேயே கலந்திருந்தாலும் இன்று ஒரு கூட்டத்தார், தாம் ஆரியப் பார்ப்பனர் என்று சொல்லிக்கொண்டும், தாம் ஏனையோரைவிட மேல்ஜாதியார் எனக் கூறிக்கொண்டும் தனித்து வாழ்ந்து வருகிறார்களா இல்லையா என்பதே கேள்வி. அவ்வாறு வாழ்ந்துவரும் ஆரியப் பார்ப்பனர் தமிழர்களுக்கு இப்பொழுதும் இன்னல் விளைவிக்கத் தொடங்கி யிருப்பதினாலேயே அவர்கள் தமிழரா என்ற பிரச்சனையை சர். ஏ. டி. பன்னீர் செல்வம் கிளப்பினார். சென்னைக் கடற்கரைக் கூட்டத்தில் பேசிய தோழர் மயிலை ஸ்ரீநிவாசய்யங்கார் எல்லாரும் ஆரியரானால் நானும் ஆரியனே; எல்லோரும் திராவிடரானால் நானும் திராவிடனே எனக் கூறினாராம். ராஜபாளையம்

மகாநாட்டைத் திறந்துவைத்த கனம் ராஜகோபாலாச்சாரியாரும் அநேகமாக அவ்வாறே பேசினாராம். ஆரியப் பார்ப்பனர்கள் தமிழர் என உரிமை பாராட்ட விரும்பினால் தாராளமாக உரிமை பாராட்டிக் கொள்ளட்டும். நாம் ஆட்சேபிக்க வில்லை. அவ்வாறு உரிமை பாராட்டுவோர் தமிழர்களுடன் அய்க்கியப்பட்டு சகோதர உணர்ச்சியுடன் நடந்துகொள்ள வேண்டும். கிரியாம்சையில் ஆரியர் - திராவிடர் என்ற வேற்றுமையோ, பார்ப்பனர் - பார்ப்பனரல்லாதார் என்ற வேற்றுமையோ காட்டக்கூடாது.

திருச்சியில் கூடிய ஒரு தமிழ்நாடு காங்கிரஸ் கமிட்டிக் கூட்டத்திலே பிறப்பினால் உயர்வு தாழ்வு கிடையாது என ஒரு தீர்மானம் நிறைவேற்றப்பட்ட போது, அப்பொழுது தமிழ்நாடு காங்கிரஸ் கமிட்டி மெம்பர்களாக இருந்த சில பார்ப்பனர் தம் பதவியை ராஜிநாமாச் செய்யக் காரணமென்ன? சேரன்மாதேவி குருகுலத்திலே பார்ப்பனரும், பார்ப்பனரல்லாதாரும் சமபந்தியில் உண்ண வேண்டுமென பார்ப்பனரல்லாதார் கூறியபோது, பார்ப்பனத் தலைவர்கள் எதிர்க்கக் காரணமென்ன? இப்பொழுதாவது பிறப்பில் உயர்வு தாழ்வு இல்லையென்ற கொள்கையைக் காங்கிரஸ் ஒப்புக்கொண்டிருக்கிறதா? பிறப்பினால் உயர்வு தாழ்வு இல்லையென திருச்சி காங்கிரஸ் கமிட்டிக் கூட்டத்தில் தீர்மானம் நிறைவேற்றிய காரணத்திற்காகத் தமது மெம்பர் பதவியை ராஜினாமாச் செய்தவர்கள் இன்று மந்திரிகளாக இருக்கவில்லையா? இப்பொழுதாவது "பிறப்பொக்கும் எல்லா உயிர்க்கும்" என்ற தமிழர் கொள்கையை அவர்கள் ஆதரிக்கிறார்களா? பிராமணர் தமிழரா என சர். ஏ.டி. பன்னீர்செல்வம் கேட்பதற்காக மட்டும் நாங்களும் தமிழர்களே எனப் பிராமணர்கள் சொன்னால் போதாது.

பிராமணர்கள் மெய்யாகவே தமிழர்களானால் தென்னிந்திய சிவாலயங்களில் முதலில் வேதபாராயணம் செய்ய வேண்டுமென்றும், அப்புறம்தான் தேவாரம் ஓதவேண்டுமென்றும் பிடிவாதம் செய்வதேன்? பிராமணர் தமிழர்களானால் சைவர்கள் மகாநாட்டில் அவர்கள் ஏன் கலந்துகொள்ளவில்லை? பிராமணர் தமிழர் களானால் அறுபத்து மூன்று நாயன்மாரையும், பட்டினத்தார், தாயுமானவர், இராமலிங்கசுவாமிகள் முதலிய பெரியார்களையும் ஏன் வணங்கவில்லை; சைவ சமயாச்சாரிகளை ஏன் கும்பிடவில்லை? பிராமணர் தமிழரானால் - திராவிடரானால் பிராமண ஹோட்டல்களில் தமிழர்கள் எல்லாம் வேற்றுமையின்றி ஒன்றாக இருந்து சிற்றுண்டியருந்தும்போது பிராமணர்கள் மட்டும் தனியிடத்திலிருந்து உண்பதேன்? பிராமணர் தமிழரானால், தமிழ் நூல்களன்றோ அவர்களுக்கு முதல் நூல்களாக இருக்கவேண்டும்! வேதத்தைப் பிராமணர்கள் முதல் நூலாகவும் ஆதாரமாகவும் கொள்வதேன்? பிராமணர் தமிழரானால், சமஸ்கிருதத்துக்கு அவர்கள் உயர்வு கற்பிப்பதேன்? தமிழ் நூல்கள் எல்லாம் வடமொழியிலிருந்து மொழிபெயர்க்கப் பட்டவைகளே எனப் புனைந்து கூறுவதேன்? பிராமணர் தமிழர்களானால், அவர்கட்கு மட்டும் தனி சமஸ்கிருதப் பள்ளிக்கூடங்கள் ஸ்தாபித்திருப்பதேன்? அப்பள்ளிக்கூடங்களில் தமிழர்கட்கு அனுமதியளியாததேன்? வேதமோதத் தமிழர்க்கு உரிமையில்லையெனக் கூறுவதேன்? பிராமணர் தமிழர்களானால், சமஸ்கிருத மந்திரஞ் சொல்லி கலியாண, இழவுச் சடங்குகள் நடத்துவதேன்? பிராமணர் தமிழரானால், தமிழர் அநுஷ்டிக்காத பலவகைப்பட்ட நோன்புகளையும், சடங்குகளையும் பிராமணர் மட்டும் அநுஷ்டிப்பதேன்? இப்பொழுதும் தமிழர் களுடன் கலக்காமல் தனித்து வாழ்ந்து வருவதேன்? தமிழர் பார்த்தால் திருஷ்டி, தோஷம் எனக் கூறி பிராமணன் மறைவிடங்களில் உண்பதேன்? இவ்வண்ணம்

கிரியாம்சையில் தாம் அந்நியர் என்று காட்டிக்கொள்ளும் ஒரு கூட்டத்தார் வாய்ப்பேச்சளவில் மட்டும் நாமும் தமிழர் எனக் கூறினால் யாராவது லட்சியம் செய்வார்களா? பிராமணர் மெய்யாகவே தமிழர்களானால், நடைஉடை பாவனைகளில் அவர்கள் தமிழர் ஆகவேண்டும். முதலில் பூணூலை அறுத்தெறிய வேண்டும். எல்லாத் துறைகளிலும் தமிழர்களைப் போல் நடக்க வேண்டும். தமிழ் நூல்களையே தமது முதல் நூல்களாகக் கொள்ளவேண்டும். தமிழே தமது குலமொழி கோத்திரமொழியென ஒப்புக்கொள்ள வேண்டும். சமஸ்கிருதம் தமிழை விட உயர்ந்தது என்ற தப்பெண்ணத்தை விடவேண்டும். நடைஉடை பாவனைகளால், பழக்கவழக்கங்களால், மதாச்சாரங்களால் அந்நியர் எனக் காட்டிக் கொள்ளும் பிராமணர் விவாதத்துக்காக மட்டும் தமிழர் எனக் கூறிக்கொள்வது சுத்த அசட்டுத் தனமாகும்.

குடிஅரசு - 22. 01. 1939

ஆரிய நுழைவும் தமிழ்க் கோயில்களும்

எங்களுக்கு வேதந்தான் கடவுள், ஆலயத்திலிருப்பது எங்களுக்குரித்தானதல்ல, எங்களுக்கு நாங்களே கடவுள் என்று கூறியவைகளைச் சார்ந்த பார்ப்பனர்கள் தமிழ் மன்னர்களாலும், மக்களாலும் கட்டப்பெற்ற கோயிலுள்ள தமிழ் மக்களை உள்ளே செல்லவிடாது வெளியே தள்ளி தாங்கள் உள்நின்று (இந்தி லிபி என்று சொல்லுகிறார்களே அந்த தேவநாகரி லிபியாகிய) சமஸ்கிருதமென்னும் தேவ பாஷையில் தான் தெய்வ வழிபாடியற்ற வேண்டுமென்றும், திராவிட (தமிழ்) பிசாச பாஷையென்றும், பண்டாரப் பாட்டாகிய தேவாரம், திருவாசகம், திருவாய்மொழி இவைகளைக் கோயிலில் பாடக் கூடாதென்றும், தீபாராதனை முடிந்து பார்ப்பன மக்களுக்கு திருநீறும், நீரும் கொடுத்த பின் தான் தேவார முதலியவைகள் ஓத வேண்டுமென்றும் இன்றளவும் வழக்கத்தில் வைத்திருக்கிறதையும், அதனால் தமிழ் மக்கள் தமிழ்மொழி நால்வர்களாகிய ஆழ்வாராதிகள் வாக்கு எவ்வளவு இழிநிலையை அடைந்திருக்கிறதென்பதையும், என்றைக்குப் பார்ப்பனர்கள் கோயிலுக்குள் புகுந்து பேச்சு வழக்கற்று இறந்துபட்ட வடமொழியால் வழிபாடியற்ற ஆரம்பித்தார்களோ அன்றுமுதல் தமிழ்நாடு சிறப்பிழந்தது என்று முன்னால் ஓர் தமிழறிஞர் வருந்திக் கூறியிருப்பதையும் இவ்வளவு இழிநிலையில் பண்டைப் பெருமை வாய்ந்த தமிழ்மகன் வாழலாமா என்கின்ற உணர்வு சிறிதுமில்லாதிருப்பது தானோ சுதந்திர வேட்கை கொண்டுவிட்டதாக நினைக்கின்ற சுதந்திர உணர்ச்சி?

குடி அரசு - 05. 04. 1939

"மதராஸ் மெயில்" ஏட்டுக்கு பேட்டி

"காங்கிரஸ் மந்திரிகள் தாங்கள் பதவியைவிட்டு விலகிவிட்டால் 'பிற்போக்காளர்களான' ஜஸ்டிஸ் கட்சியினர் மேற்படி மந்திரி ஸ்தானங்களைக் கைப்பற்றி விடுவார்கள் என்று நமது எதிரிகள் சொல்வதாக நானும் கேள்விப் பட்டேன். ஆனால், ஜஸ்டிஸ் கட்சி அவ்வளவு மோசமாக ஒரு நாளும் நடக்காது என்பதை அவர்கள் உணர்வார்களாக.

இப்பொழுது காங்கிரஸ் மந்திரிகள் தங்கள் பதவிகளை எக்காரணத்தைக் கொண்டு காலி செய்ய நேரிட்டாலும், ஜஸ்டிஸ் கட்சி உடனே அம்மந்திரிசபையை ஏற்றுக்கொள்ளமாட்டாது. அப்படி சந்தர்ப்பம் ஏற்பட்டால் தேர்தலுக்கு நிற்கும். காங்கிரஸ் நிர்வாக யோக்கியதையை உணர்த்த மக்களுடைய பெருவாரியான வாக்கைப் பெற்ற பிறகே ஜஸ்டிஸ் கட்சி பதவியை ஒப்புக்கொள்ளும்".

இந்தி எதிர்ப்பு இயக்கம்

(அடுத்தபடியாக இந்தி எதிர்ப்பு இயக்கத்தைக் குறித்து அவரைக் கேட்டதற்கு, அவர் அளித்த பதில் வருமாறு:-)

"கட்டாய இந்தி நீக்கப்படும் வரையிலும், தாய்மொழியிடத்தில் மக்களுக் கிருக்கும் ஆர்வம் குறையாதவரையிலும் அக்கிளர்ச்சி இருந்தே தீரும்".

(மேற்கொண்டும் 100 பள்ளிக்கூடங்களில் இந்தியைச் சர்க்கார் புகுத்த யோசித்து வருகிறார்களே என்று தெரிவித்த உடன்:-)

"அப்படியானால் இந்தி எதிர்ப்புக் கிளர்ச்சியும் 100 மடங்கு அதிகரிக்கும்".

(அவர் பேசுகையில் தமிழ்மொழி, தமிழ்க்கலை ஆகியவைகளிடத்தில் அவருக்கு எவ்வளவு ஆர்வம் இருக்கிறது என்பது அவருடைய முகத்தைப் பார்த்தவர்களுக்கு விளங்காமல் போகாது. மேற்கொண்டும் அவர் சொன்னதாவது:)

"அதைக் குறித்து யாதொரு தப்பான எண்ணமுமிருக்கக் கூடாது. இந்தி எதிர்ப்புக் கிளர்ச்சியல்ல. வகுப்புத் துவேஷத்தின் மீதோ, சமூகத் துவேஷத்தின் மீதோ ஏற்பட்டதல்ல. தாய்மொழி, கலை ஆகியவைகளிடத்தில் ஒருவனுக்குள்ள அடக்கமுடியாத ஆசையை வெளிப்படுத்தும் ஒரு செய்கையாகும். அவ்வியக்கத்தின் செய்கையைப்பற்றி திரித்துக்கூறி, அதற்கு நாட்டில் உள்ள அபரிமிதமான செல் வாக்கை - ஆதரவை மறைக்க எண்ணுவது பெரிய அநீதியாகும்!".

விற்பனை வரித்திட்டம்

(சர்க்காரின் புது வரித் திட்டங்களைக் குறித்து, அதிலும் விற்பனை வரியைக் குறித்துப் பெரியார் ராமசாமி அவர்கள் கூறியதாவது:-)

“விற்பனை வரி விதிப்பது மிக வெறுக்கத்தக்க செய்கையாகும். முன்னிருந்த சர்க்கார் அவசியமும் நியாயமுமான வரிகள் போட்டபோதெல்லாம் எதிர்த்து வந்த அதே பேர்வழிகள், பதவி வகித்த சிறிது காலத்திற்குள் வறுமையால் கஷ்டப்படும் இம்மாகாண மக்களின் மீது வரிமேல் வரி விதிப்பது விந்தையாகவேயிருக்கிறது”.

(தமிழ்நாட்டில் வியாபாரிகளுக்குள் வாங்கப்படும் மகமைக்குச் சமமானது விற்பனைவரி என்று சொல்லப்பட்டதைக் குறித்துக் கேட்டதற்குப் பெரியார் சொன்னதாவது:-)

“உவமை சரியானதல்ல; தப்பெண்ணத்தைப் புகுத்தக் கூடியது.

மகமை என்பது விவசாயிகளும், உற்பத்தியாளர்களும் வியாபாரிகளுக்குத் தாங்களாகவே கொடுப்பது. இந்தத் தொகை சிறப்பாக வர்த்தக நலனுக்கும், பொதுவாக கிராமத்தின் தேவைக்கும் பயன்படுத்தப்படுகிறது.

ஒரு சமயத்தில் மாத்திரம் அதுவும் தாங்களாகவே கொடுக்கும் (மகமை) தொகையையும் பொருள் உற்பத்தி செய்பவனிடமும், வாங்குபவனிடமும் கைமாறும் போதெல்லாம் அடிக்கடி விதிக்கப்படும் வரியையும் ஒப்பிடுவது புரட்டான காரியமாகும்”.

மதுவிலக்கு விஷயம்

(‘மதுவிலக்குத் திட்டத்தினால் ஏற்பட்ட நஷ்டத்தைச் சர்க்கார் எப்படிச் சரிக்கட்டுவது?’ என்று மற்றொரு கேள்வி கேட்டதற்கு பெரியார் சொன்னதாவது:-)

“மதுவிலக்கு செய்யவேண்டியதுதான், குடிக்கிற ஒரு சிறு கூட்டத்தாரைப் பரிசுத்தப்படுத்துவது என்ற சாக்கை வைத்துக்கொண்டு குடிக்காத பெரும்பாலான மக்களைத் தொல்லைப்படுத்துவது நியாயமாகாது.

நிதானமாக, நல்ல பிரசாரத்தின் மூலமாகவே பொதுஜனங்களைப் பாதிக்காத முறையில் சர்க்கார் அக்காரியத்தைச் செய்யவேண்டும்.

அவர்கள் இப்பொழுது செய்யும் சீர்திருத்தம் என்பது எல்லாம் ஓட்டுப் பெறுவதற்காகச் செய்யப்படும் சூழ்ச்சி என்பதையும் நாம் அறிவோம்”.

ஜஸ்டிஸ் கட்சியின் எதிர்கால வேலை

ஜஸ்டிஸ் கட்சியின் எதிர்கால வேலைத்திட்டத்தைக் குறித்து அவரைக் கேட்டதற்கு, பெரியார் சொன்னதாவது:-

“நான் எனது கூட்டுத் தோழர்களைக் கண்டு, கலந்த பிறகுதான் எல்லா விஷயங்களையும் முடிவுசெய்ய வேண்டியிருக்கிறது. கட்சியின் கொள்கையில் பிரமாதமான மாற்றம் ஏற்படாது. இதற்குமுன் எப்படி கட்சி வேலைசெய்து வந்ததோ அதுபோலவே இனியும் செய்யும்.

எல்லா மக்களின் சமத்துவத்திற்கும், சம உரிமைக்குமாகவே தென்னிந்திய நலவுரிமைச் சங்கம் பாடுபடுகிறது: இம்மாகாணத்தில் சமுகத்துறையிலும், பொருளாதாரத் துறையிலும், அரசியல் துறையிலும் உள்ள வேற்றுமை அடியோடு ஒழியும்வரை எங்களின் உடலில் சக்தியிருக்கும் வரை போராடியே தீருவோம்.”

சமதர்மத் திட்டம்

(சில வருடங்களுக்கு முன் அவர் ரஷ்யாவிலிருந்து திரும்பி வந்தபிறகு பிரசாரம் செய்துவந்த சமதர்மத்தைத் தென்னிந்திய நலஉரிமைச் சங்கக் கொள்கையில் புகுத்தப் போறிரீர்களா என்று கேட்டதற்கு, பெரியார் சொன்னதாவது:-)

"1935ம் வருஷம் பொப்பிலி ராஜா சாஹிப் அவர் தலைமையில் கூடிய ஜஸ்டிஸ் கட்சி மாநாட்டில் நான் தயாரித்த சமதர்மத் திட்டம் ஒப்புக்கொள்ளப்பட்டது. அத்திட்டமே தற்கால இந்நாட்டின் தேவைக்குப் பொருத்தமானது. இப்பொழுது கட்சித் திட்டத்தில் பெரிய மாறுதல் ஒன்றும் ஏற்படக் காரணமில்லை. நமது கட்சி இம்மாகாணத்தின் பாமர மக்களின் கட்சியாக விளங்கவேண்டும்."

(மேலும் கேட்டதற்கு, அவர் கூறியதாவது:-)

"ஜஸ்டிஸ் கட்சியிருந்து சில காலத்திற்குமுன் விலகியவர்களையும் ஒன்று சேர்க்க நான் வழிகண்டு வருகிறேன். ஜஸ்டிஸ் கட்சியின் பெயர் மாறினால் ஏராளமான பேர்கள் வந்து சேர்வதாகச் சொல்லுகிறார்கள். எக்காரணம் கொண்டும் கட்சியின் பெயர் மாற்றப்படுவதை ஒத்தி வைக்கப்பட்டிருக்கிறது."

கிளர்ச்சி தளர்ந்திருப்பதேன்?

(தம்முடைய உடலைத் தேற்றிக்கொண்டு மீண்டும் சிறை செல்வதாக நேற்று வெளியிட்ட அறிக்கையைக் குறித்துக் கேட்டதற்கு அவர் விளக்கியதாவது:-)

"கோடைக்கால விடுமுறைக்காகப் பள்ளிக்கூடங்களும், காலேஜ்களும் மூடியிருப்பதால் கட்டாய இந்தியை எதிர்த்து நடைபெற்று வந்த கிளர்ச்சி சிறிது தளர்ந்திருக்கிறது. பள்ளிக்கூடங்கள் திறந்த உடன் கட்டாய இந்தித் திட்டத்தை சர்க்கார் வாபஸ் வாங்காவிட்டால் மீண்டும் பழையபடி கிளர்ச்சி முன்னைவிட வேகமாக நடக்கும். அச்சமயத்தில் என்னை மீண்டும் சிறைக்கு அழைக்கக்கூடும். ஆனால், பிரதம மந்திரியார் நிலைமையை முற்றிலும் யோசித்துப் பிடிவாதத்தைப் பெரியதாகக் கருதாமல் கட்டாய இந்தியைக் கைவிடுவார் என நாங்கள் கருதுகிறோம்.

ஆந்திர மாகாணப்பிரச்சனை

(ஆந்திர மாகாணம் தனியாகப் பிரிந்துபோவதைக் குறித்து கேட்டதற்குப் பெரியார் தெரிவித்ததாவது:-)

"அவர்கள் கோருவது நியாயமான உரிமையாகும். பாஷாவாரியாக மாகாணங்களைப் பிரிப்பதற்குக் காங்கிரஸ் ஒப்புக்கொண்டிருந்தால், இப்பொழுது மந்திரி சபையினர் நியாயமாக அந்தப்படி பிரித்தே தீரவேண்டும். அவர்கள் அதற்குக் கடமைப்பட்டிருக்கிறார்கள். எப்படி தமிழர்கள் "தமிழ்நாடு தமிழர்க்கு" எனத் தங்கள் உரிமைகளைக் கோருகிறார்களோ அதுபோல் ஆந்திரர்கள் தங்களுடைய உரிமையைக் கோருவது நியாயமென தென்னிந்திய நல உரிமைச் சங்கம் கருதுகிறது."

(25-5-1939 அன்று சென்னையில் "மதராஸ் மெயில்" நிருபருக்கு அளித்த பேட்டி)

குடிஅரசு - 28. 05. 1939

கட்டாய இந்தி ஒழியும்வரை களிப்பு எவ்வாறு உண்டாகும்?

தலைவர் அவர்களே! தோழர்களே! குமாரராஜா அவர்களே! பாண்டியன் அவர்களே!

இன்றும், நேற்றும் எனக்களித்த வரவேற்புக்களுக்கும் பாரட்டுதலுக்கும் மிகவும் மகிழ்ச்சியடைகிறேன். இன்று என்னைப் பற்றிப் புகழ்ந்து பேசினார்கள். அத்துடன் தோழர் சிக்கைய நாயக்கர் அவர்களும் மிகப் புகழ்ந்து ஒரு உபசாரப் பத்திரம் வாசித்துக் கொடுத்தார்.

என்னைப் பற்றி வெளியூர்களில் புகழ்ந்து பேசினால் என்னைப் பற்றி அறியாத வெளியூர்க்காரர்கள் அதை நம்பி ஏமாறுவார்கள். உங்களுடன் 50 ஆண்டுகள் பழகிய என்னைப் பற்றி புகழ்ந்து பேசினால் அதை நீங்கள் நம்ப மாட்டீர்களென நினைக்கிறேன்.

நான் சிறையிலிருந்து உடல் நலமின்றி வெளிவந்தேன் என்றாலும், இன்று உடல் நலத்துடன் இருப்பதாகவே உணர்கிறேன். ஏனெனில், இன்று இவ்வளவு பெரிய கூட்டத்தையும், எனது தோழர்களான குமாரராஜா அவர்களையும், சவுந்திரபாண்டியன், விசுவநாதம், நெட்டோ போன்றவர்களையும் பார்க்கும்போது எனக்குண்டாகும் ஊக்கத்திற்கும் உற்சாகத்திற்கும் அளவில்லை. நான் உடல் நலமின்றி மெலிந்து மிக பலவீனமாக இருந்து வெளியில் வந்ததினால் அந்த பலவீனமெல்லாம் இப்போது தெரியவில்லை.

நான் விடுதலை அடைந்ததைப் பற்றி நீங்கள் மகிழ்ச்சியடைகிறீர்கள். ஆனால், நான் மகிழ்ச்சி அடைவதற்கில்லை.

ஏன்? நான் எதைக்கொண்டு மகிழ்ச்சியடைவது? நான் எதற்காக சிறை போனேனோ அது வெற்றியடைந்துவிட்டதா? அது வெற்றி அடையாது நான் விடுதலை அடைந்து பயன் என்ன? மீண்டும் சிறை செல்லவே, விடுதலை இப்போது வந்ததோ என்றும் எண்ணுகிறேன்.

நான் இங்கு வந்து எதைப் பார்க்கிறேன். என்னுடன் சிறை சென்ற தமிழர் களைப் பார்க்க முடியவில்லையே. நான் சிறையில் மிகவும் கவுரமாகவே நடத்தப்பட்டேன். சிறை அதிகாரிகள் என்னை மிகவும் மதிப்பாகவே நடத்தினார்கள். ஆனால், நோய் வந்துவிட்டால் மருத்துவ சிகிச்சை தரப்படுவது, என் மனதிற்கு திருப்தியானதாக இல்லை. வேண்டுமென்றே அரசாங்கத்தார் அலட்சியப்படுத்துகிறாரோ என்று எண்ண வேண்டியிருக்கிறது.

நான் சிறையில் உடல்நலிவால் மிகக் கஷ்டப்பட்டேன். பல டாக்டர்கள் வந்து பார்த்தார்கள். என் உடலில் என்ன நோயிருக்கிறதென்று ஒரு டாக்டரும் கூறவில்லை. இன்றிரவு என் உடலைப் பரிசோதிக்க சென்னை டாக்டர் குருசாமி முதலியார் அவர்களிடம் செல்லுகிறேன்.

சில மந்திரிகள் இந்தியை இஷ்டமுள்ளவர்கள் படிக்கலாம்; கட்டாய மென்பது வெறும் வார்த்தையில்தான் என்று கூறி வருகிறார்கள். அப்படியானால் மனதிலுள்ளதை - எண்ணத்திலுள்ளதை ஏன் ஏட்டில் எழுதக் கூடாது?

நமது நாட்டிற்குக் கேடு விளைவிக்கும் கட்டாய இந்தி ஒழியும்வரை, நமக்குக் களிப்பு எப்படி உண்டாகும்? அது ஒழியும்வரை, நாம் பாடுபடவேண்டும். நான் சிறையிலேயே இறந்திருக்க வேண்டுமென்று கருதுகிறேன்.

அப்படி நான் இறந்திருப்பேனேயானால் நமது இயக்கம் மிகவும் ஓங்கி உச்சநிலை அடைய வழி ஏற்பட்டிக்கும். நான் சென்னையிலிருந்து வந்ததும் நமது தலைவர்கள் பலரைக் கலந்து இனிமேல் செய்ய வேண்டியதைப் பற்றி முடிவு செய்வேன்.

குடிஅரசு - 28. 05. 1939

தொகுதி 1

மொழி

தமிழ்க் கலையைக் காப்பது தமிழன் கடமை

ஒரு சிலர் கன்னட ராமசாமிக்குத் தமிழ் அபிமானம் ஏன் என்கின்றனர். அவர்கள் தமது தாய்மொழியை - கலையை விற்று, பிறருக்கு அடிமையாகி, தன்னையும் விற்றுப் பேசுகின்றனர்.

கன்னடன், தெலுங்கன், மலையாளி என்போர் யார்? எல்லோரும் தமிழர்களே - திராவிடர்களே. தமிழிலிருந்துதான் இவைகள் வந்தன. அம்மொழிகளில் கலந்துள்ள வடசொற்களை நீக்கிவிட்டால் எஞ்சுவது தனித்தமிழே. அப்பொழுது கன்னடம், தெலுங்கு, மலையாளம் என்ற பெயர் மறைந்துவிடும். எனவே, எங்கள் மொழியிலுள்ள சீரிய கலைகளை ஒழிக்க முயல்வதாலேயே பலத்த கிளர்ச்சி செய்கிறோம். இது ஒரு அற்ப விஷயமல்ல. தமிழ்க்கலை ஒழியாதிருக்க நாம் வகை தேட வேண்டுவது உண்மைத் தமிழன் கடமையாகும்.

குடிஅரசு - 25. 06. 1939

தொகுதி 1

மொழி

உண்மை வெளியாய்விட்டது

"என் கைக்கு அதிகாரம் வந்தால், நான் சர்வாதிகாரியானால் இந்தியர்களை (இந்தியை மாத்திரமல்லாமல்) சமஸ்கிருதத்தையும் கட்டாயமாகப் படிக்கும்படி செய்வேன்" தோழர் எஸ்.சத்தியமூர்த்தி சாஸ்திரிகள் சென்னை லயோலா காலேஜில் மாணவர்கள் கூட்டத்தில் பேசும்போது திருவாய் மலர்ந்தருளி இருக்கிறார். அதோடு நிற்காமல் அவர் அதே சமயத்தில் சர்க்கார் உத்தியோகங்களுக்கும் சமஸ்கிருதம் படித்திருக்க வேண்டும் என்கிற நிபந்தனையையும் ஏற்படுத்தி விடுவேன்" என்று கூறி இருக்கிறார். இவ்வளவோடு அவர் திருப்தியடைந்தாரா? இல்லை இல்லை.

"காந்தியார் உயிருடன் இருக்கும்போதே இந்தியாவில் ராமராஜ்ஜியமேற்பட்டு விடவேண்டுமென்று மிக ஆவலாய் இருக்கிறேன்" என்றும் பேசி இருக்கிறார். ஏனென்றால், மக்கள் சமஸ்கிருதம் படித்தால் பிறகு ராமராஜ்ஜியம் தானாகவே ஏற்பட்டுவிடும் என்பது அவரது நம்பிக்கை. உண்மையும் அதுதான். ஆங்கிலம் படித்ததால் ஆங்கில நாகரிகம் ஏற்பட்டுவிட்டது என்று சொல்லப்படுவதுபோல் ஆரியம் படித்தால் ஆரிய நாகரிகம் தானாகவே ஏற்பட்டுவிடுமல்லவா? ராமராஜ்ஜியம் என்பது நாகரிகம்தானே. அதனால் அவர் சமஸ்கிருதம் கட்டாயப் பாடமாக்கப்பட்டவுடன் ராமராஜ்ஜியம் ஏற்பட்டுவிடுமென்று கருதுகிறார். இந்தப்படி கருதி பேசிவிட்டு உடனே, ராமராஜ்ஜியத்திற்கு வியாக்கியானம் சொல்ல ஆரம்பித்து "ராமராஜ்ஜியம் என்பது வர்ணாசிரமமுறைப்படி ஒவ்வொருவனும் அவனவன் ஜாதி தர்மப்படி நடந்துகொள்ள வேண்டியதுதான்" என்றும் ராமர் காலத்தில் மக்கள் இந்த வருணாசிரம முறைப்படியே அதாவது பிராமணன், சத்திரியன், வைசியன், சூத்திரன் எனப் பிரிக்கப்பட்டு அவனவனுக்கு சாஸ்திரப்படி ஏற்பட்ட கர்மங்களை அவனவன் செய்துகொண்டு திருப்தியாய் இருந்தானென்றும், அதனால் யார் மீதும் யாரும் வருத்தப்படவில்லை என்றும், யாருக்கும் கெடுதி ஏற்பட்டு விடவில்லை என்றும் சொல்லுகிறார்.

மேலும், அவர் பேசும்போது "ஒரு திராவிட கவியாகிய கம்பர் இதை ஒப்புக்கொண்டு தமிழில் மொழிபெயர்த்து இருக்கிறார்" என்பதாகவும் சொல்லி தமிழ் மக்களை அந்த ராமராஜ்ஜியத்தை ஒப்புக்கொள்ள வேண்டும் என்றும் கூறி இருக்கிறார். (இது 25.7.1939 ஆம் தேதி மெயில் பத்திரிகையில் வெளியாயிருக்கிறது)

நமது கருத்து

எனவே, பார்ப்பன ஆட்சி நமக்கு கூடவே கூடாது என்றும் ராமராஜ்ஜியம் என்னும் ஆரிய வருணாச்சிரம ராஜ்ஜியம் நமக்கு கூடவே கூடாது என்றும் நாம்

380

சொல்லி வந்ததின் கருத்து என்ன என்பது இப்போதாவது உண்மைத் தமிழர்களுக்கு விளங்கி இருக்குமென்று கருதுகிறோம்.

பிராமணன், சத்திரியன், வைசியன், சூத்திரன் என்ற 4 ஜாதிகளுக்கும் குறித்திருக்கும் யோக்கியதையும், விதித்திருக்கும் கடமையும் யாரும் அறியாததல்ல என்பதோடு பார்ப்பனர் ஒழிந்த மற்ற வகுப்பு மக்கள் எல்லோரும் சூத்திரன் என்ற தலைப்பில்தான் வருகிறார்கள் எள்பதை நாம் சொல்லி யாரும் அறிந்துகொள்ள வேண்டிய நிலையில் இல்லை.

நிற்க, இந்தி பாஷையென்பதே ஆரிய பாஷை என்றும், அது சமஸ்கிருதத்தின் மற்றொரு ரூபம் என்றும், அப்பாஷையும் அப்பாஷைகளாலான வேதம், சாஸ்திரம், சுருதி, ஸ்மிருதி, புராணம் இதிகாசம் ஆகியவைகள் தமிழ்நாட்டில் இந்தி கட்டாயமாய் புகுத்தப்படுவதன் மூலம் பரப்பப்பட்டு செல்வாக்கு பெறப்படு மானால் தமிழ் மக்களின் சுதந்திரமும், தன்மானமும் அடியோடு இழக்க நேரிட்டு தமிழர்கள் ஆரியர்களுக்கு பரம்பரை அடிமையாக இருக்க நேரிட்டு விடுமென்று கருதியே நாம் இந்தியை எதிர்க்கிறோம் என்று பல தடவை சொல்லி வந்திருக்கிறோம். இதை பார்ப்பனர்களுக்கு அடிமையான பல தமிழ் மக்கள் அதாவது பார்ப்பன கலைகளை நம்பி அதற்குத் தகுந்தபடி தங்களை ஆக்கிக்கொண்ட தமிழர்களும் அப்படி எண்ணிக் கொண்டவர்களுமான தமிழர்களும் இந்தி புகுத்துவதால் தமிழ் கெடாது என்றும் தமிழ் கலை அழியாது, ஒழியாது என்றும், தமிழனின் தன்மானத்துக்கும், தந்திரத்துக்கும் கேடு வராது என்றும் சொல்லி எதிர்ப்பு பிரசாரம் செய்கிறார்கள். இந்த எதிர் பிரசாரம் செய்பவர்கள் தாங்கள் யார், தாங்கள் எந்நிலையிலிருக்கிறோம், தங்களுக்கு இப்போது எம்மாதிரி சுதந்திரமும் மான உணர்ச்சியும் இருக்கின்றன என்று எண்ணிப் பார்ப்பார்களேயானால், நாம் சொல்வது சரியோ தாங்கள் மறுப்பது சரியோ என்றும் அவர்களுக்கே நன்கு விளங்கிவிடும்.

எவ்வளவு கேவலமாகக் கருதிக்கொண்டிருக்கிறார்?

இந்தியின் நிலையே இப்படி இருக்கும்போது "இந்தியர்களுக்கு இந்தி மாத்திரமே போதாது; இது ஆச்சாரியார் பங்குக்கு சரியாய் போய்விட்டது; இனி என் பங்குக்கு சமஸ்கிருதம் கட்டாயப் பாடமாக்க வேண்டும். நான் சர்வாதிகாரி ஆன உடன் அதைத்தான் செய்யப் போகிறேன். அப்போதுதான் ராமராஜ்ஜியம் சீக்கிரத்தில் ஏற்படுத்த முடியும்" என்று தோழர் சத்தியமூர்த்தி சாஸ்திரியார் சொல் வாரேயானால் தமிழ் நாட்டையும் தமிழர்களையும் இவர் எவ்வளவு கேவலமாய் கருதிக் கொண்டிருக்கிறார் என்பது விளங்கவில்லையா? என்று கேட்கிறோம்.

இந்திய நாட்டில் உள்ள சுமார் 40 கோடி மக்களில் இந்திய நாட்டில் சமஸ்கிருதம் எத்தனை மக்கள் படிக்கிறார்கள் என்றும், சமஸ்கிருதத்தினால் இந்திய நாட்டில் எத்தகைய மக்களுக்கு மாத்திரம் உயர்வு கிடைக்கும் என்றும், இதனால் மக்களின் வாழ்வுக்கோ, ஒழுக்கத்திற்கோ, வீரத்திற்கோ, மானத்திற்கோ ஏதாவது பயன் உண்டா என்றும் ஆலோசிப்போமேயானால் சமஸ்கிருதம் பேசுகிறவர்கள் 1000இல் ஒருவர்கூட இருக்க மாட்டார்கள் என்பதும் அதனால் மேன்னை அடைகிறவர்கள் 100-க்கு 3 பேர்களுக்கும் குறைவானவர்களாகவே இருப்பார்கள் என்பதும் அது பார்ப்பனர் தவிர, மற்றவர்களை மிருகத்திலும் கேடான தன்மையில் இழிவுபடுத்துவது என்பதும் தெள்ளென விளங்கிவிடும்.

எனவே, இப்படிப்பட்ட ஒரு அவசியமில்லாததும், கேடுதரக்கூடியதும், செத்துப்பட்டுப் போனதும், யாரோ ஒரு சிலருக்கு மாத்திரம் உயர்வளிக்கக் கூடியதாய் இருக்கிற ஒரு பாஷையை தனக்கு சர்வாதிகாரம் ஏற்பட்டால் தமிழ்நாட்டில் தமிழ் மக்களுக்கு கட்டாயப் பாடமாக ஆக்குவேன் என்று

சொல்லுவாரேயானால் இதிலிருந்து தோழர் சத்தியமூர்த்தி அவர்களை மகா தைரியசாலி என்று சொல்லுவதா அல்லது இதைக் கேட்டுக்கொண்டிருக்கிற தமிழ் மக்களை தோழர் சத்தியமூர்த்தி சொல்லுவதுபோல் உண்மையான சூத்திரத்தன்மை பொருந்திய இழிகுலமக்கள் என்று சொல்லுவதா? என்பது நமக்கு விளங்கவில்லை.

எப்படி பொறுத்துக்கொண்டிருக்கிறார்கள்?

பாஷையாலும் கலையாலும் இயற்கையாலும் வீரம் பொருந்திய சுதந்திரமுள்ள தன்மானக்காரர்களாகிய தமிழ்மக்கள் என்று சொல்லிக்கொள்ளுகிற ஒரு கூட்டத்தார் இதை எப்படி பொறுத்துக்கொண்டு சத்தியமூர்த்தி அய்யருக்கு பூர்ண ஆதிக்கம் வரும்படியான சுயராஜ்ஜியத்துக்கு எப்படி பாடுபடத் துணிகிறார்கள் என்பதும், அவர் பின்னால் சூத்திரர்களாய் திரிந்து வயிறு வளர்க்கிறார்கள் என்பதும் நமக்கு மிக மிக அதிசயமாக இருக்கிறது.

எந்த முறையில் இந்நாட்டில் சமஸ்கிருதம் புகுத்தப்பட்டாலும் அது கண்டிப்பாக தமிழ் மக்களுக்கு கேட்டையும் இழிவையுமே உண்டாக்குமென் பதற்காக எத்தனையோ உதாரணங்களை எடுத்துக் காட்டலாம்.

சமஸ்கிருதப் புராணங்கள் தமிழில் மொழி பெயர்க்கப்பட்டு இருக்காவிட்டால், நமது பண்டிதர்கள் அந்தப் புராணங்களை தமிழர்களின் இடையில் பிரசாரம் செய்து ஏற்றுக்கொள்ளச் செய்திருக்காவிட்டால் தமிழ்நாட்டில் இந்த தன்மான எழுச்சியான இக்காலத்தில் ஆரிய சமயத்துக்கும், ஆரியக் கடவுள்களுக்கும், ஆரிய பார்ப்பனர் களுக்கும் இவ்வளவு மதிப்பும் இவ்வளவு தமிழர் அடிமைகளும் ஏற்பட்டு இருக்க முடியுமா? என்று கேட்பதோடு ஆரிய பாஷை, ஆரியக் கலை வேண்டாம் என்று சொல்லும் தமிழ்ப் பண்டிதர்கள், உண்மைத் தமிழர் என்று தங்களை சொல்லிக் கொள்ளுபவர்கள், ஆரியக் கலைகளை தங்கள் கலைகள் என்றும், இவற்றை ஆரியர்கள் திருடிக் கொண்டார்கள் என்றும் சொல்லிக் கொண்டார்கள் என்றும் சொல்லிக் கொண்டாடி இராவிட்டால் இப்படிப்பட்ட இழிவுநிலை ஏற்பட்டிருக்குமா என்றும் கேட்கின்றோம்.

மற்றும் ஆரிய புராணக் கதைகளை கற்பனை போன்ற சில குலத்துரோகப் பண்டிதர்கள் தமிழில் மொழிபெயர்த்து, அதன் மூலம் ஆரியர்களுக்கு தங்களை சற்சூத்திரராக ஆக்கிக்கொண்டு வயிறுவளர்க்க ஆசைப்பட்ட இழி தன்மையே தோழர் சத்தியமூர்த்தியாரை அவ்வளவு தெளிவாகப் பேசச் செய்தது என்று சொல்லுவோம்.

சமஸ்கிருதத்தை கட்டாயப் பாடமாக்கினால்?

ஆகவே, இப்பண்டிதர்கள் கொடுத்த புராண மொழிபெயர்ப்புகளே இன்று தமிழ் மக்களுக்கும், தமிழ்நாட்டுக்கும் இவ்வளவு கேடுகளை உண்டாக்கி இருக்கும்போது இனி தோழர் சத்தியமூர்த்தி அய்யர் அவர்கள் சொல்வதுபோல் சமஸ்கிருதத்தை அதாவது அவற்றின் மூலத்தையே இந்தியர்களுக்கு கட்டாயப் பாடமாக ஆக்கிவிட்டால் எல்லா தமிழனும் தங்கள் முன்னோர்கள் ஆரியர்தான் என்று சொல்லிக் கொள்வதில் பெருமை அடைய ஆசைப்படுவான் என்பது மாத்திர மல்லாமல் இந்தியர்கள் என்கின்ற முறையில் முஸ்லிம்களுங்கூட "எங்கள் முன்னோர்களும் கூட ஆரியர்கள்தான்" என்று சொல்லிப் பெருமை அடைய வேண்டிய அளவுக்கு வந்து விடக்கூடும் என்பதில் அதிசயமொன்றும் இருக்காது.

தமிழ்நாடு தமிழருக்கு என்கின்ற வீரச் சொல்லானது காரியத்தில் வெற்றி பெறவேண்டுமானால் பார்ப்பனர்களின் இந்த உள் எண்ணத்தை அறிந்த பிறகாவது சமஸ்கிருத சம்பந்தத்தையும் வழிகோலியான இந்தியையும் இவ்விரண்டையும்

கட்டாயமாகப் புகுத்த சூழ்ச்சி செய்யும் ஆரிய சம்பந்தத்தையும் ஆட்சியையும் அடியோடு ஒதுக்கி தள்ளி உண்மைத் தமிழர்களாக வாழ ஆசைப்பட வேண்டும் என்பதை தெரிவித்துக் கொள்ளுகிறோம்.

தோழர் ஆச்சாரியார் இந்தியை புகுத்துவதற்குச் சொல்லப்பட்ட காரணங்களில் ஒன்று - இந்தி படித்தால் சமஸ்கிருதம் சுலபமாகப் படிக்க வரும் என்று சொன்னது யாவருக்கும் ஞாபகமிருக்கும்.

இப்பொழுது தோழர் சத்தியமூர்த்தியார், சர்வாதிகாரத்தில் இந்தியைப் படியுங்கள். என் சர்வாதிகாரத்தில் சமஸ்கிருதத்தைப் படியுங்கள் என்று சொல்லத் துணிந்துவிட்டார். தமிழர்களுடைய கோழைத்தனமும் எதை விற்றும் வயிறு வளர்த்தால் போதும், பதவி பெற்றால் போதும், விளம்பரம் பெற்றால் போதும் என்கின்ற சூத்திரத் தன்மையான இழி தன்மையும்தான் தமிழுக்கு, தமிழர்களுக்கு இந்த நிலை கொண்டு வந்து விட்டது என்பதைக் கூசாமல் கூறுவோம்.

ராமராஜ்ஜியத்தைப் பற்றி மற்றொரு சமயம் ஆராய்வோம்.

குடிஅரசு - 30. 07. 1939

நான் ஏன் தமிழைப் போற்றுகிறேன்?

தோழர்களே!

தலைவர் அவர்கள் என்னை உங்களுக்கு அறிமுகப்படுத்தும் முறையில் தமிழில் மிகப் பரிச்சயமுள்ளவன் என்றும், தமிழுக்கு ஆக மிகவும் உழைக்கிறவன் என்றும், மேல்நாடு சுற்றுப்பிரயாணம் செய்தவனென்றும் கூறி, இக்கூட்டம் சர்க்கார் சம்பந்தமான பள்ளியின் மாணவர் கூட்டம் என்றும், இதற்கு ஏற்றவண்ணம் எனது உபந்நியாசம் இருக்குமென்று எதிர்பார்ப்பதாகவும் மற்றும் பல சொற்களோடு அறிமுகப்படுத்தினார்கள்.

முதலில் நான் அவரது பாராட்டுதலுக்கும், புகழ் வார்த்தைகளுக்கும் எனது நன்றியைத் தெரிவித்துக் கொள்கிறேன்.

தமிழ் பாஷை

நான் தமிழில் நிரம்பவும் பரிச்சயம் உள்ளவன் என்பதைக் கேட்டபோது நான் வெட்கமடைந்தேன். நான் பள்ளியில் படித்ததெல்லாம் மிக சொற்ப காலமேயாகும். திண்ணைப் பள்ளிக் கூடத்தில் 3 வருஷம், ஸ்கூல் பள்ளிக் கூடம் என்னும் ஆங்கில முறைப் பள்ளிக் கூடத்தில் 2, 3 வருஷமும்தான் படித்தவன். என்னை என் வீட்டார் படிக்கவைக்கக் கருதியதெல்லாம் வீட்டில் என்னுடைய தொல்லை பொறுக்க மாட்டாமல் என்னை பள்ளியில் வைத்துக் கொண்டிருப்பதற்காகவே ஒழிய, நான் படிப்பேன் என்பதற்காக அல்ல என்பதை நான் பெற்றோர்களிடமிருந்தே உணர்ந்தேன். காரணம் என்னவென்றால், எனக்குப் படிப்பே வராது என்று அவர்கள் முடிவு கட்டி விட்டதாகவும், நான் மிகவும் துடுக்கான பிள்ளையாய் இருந்ததாகவும் ஆதலால், என்னை பள்ளியில் பகலெல்லாம் பிடித்து வைத்து இருந்து இரவில் வீட்டிற்கனுப்பினால் போதுமென்று கருதியதாகவும் சொன்னார்கள். அக்காலத்தில் பிள்ளைகள் காலை 5 மணி முதல் 6 மணிக்குள்ளாகவே பள்ளிக்குப் போய் விடுவார்கள். வீட்டிற்கு சாப்பாட்டிற்கு செல்லும்போது ஒவ்வொரு மாணவனும் எச்சில் துப்பிவிட்டுப்போய், அது காய்ந்துபோவதற்கு முன்பே வந்து சேர வேண்டுமென்று உபாத்தியாயர் சொல்லி அனுப்புவார். அம்மாதிரியாக ஒரு மாணவனின் நேரமெல்லாம் பள்ளிக்கூடத்திலேயே கழியும். அப்படிப்பட்ட பள்ளிக்கூடத்திலும் நான் படித்ததெல்லாம் நாலுவார்த்தை பிழையறக் கூட எழுத முடியாது என்பதான். அப்படிப்பட்ட நான் காலேஜ் வகுப்பு மாணவர்களுக்கு, அதுவும் தமிழ் பாஷை என்பதைப் பற்றி, அதுவும் விவாதத்துக்கு இடமில்லாமல் பேச வேண்டும் என்றால், எனது நிலை எப்படிப்பட்ட சங்கடமானது என்பதை நான் உங்களுக்கு எடுத்துச் சொல்ல வேண்டியதில்லை.

பொதுவாகவே பள்ளிக்கூடங்களிலும், வெளியிலும் மாணவர்களுக்குக் கற்றுக்கொடுக்கும் விஷயத்திலேயே மிக நிர்ப்பந்தமுண்டு. இன்ன இன்ன விஷயம் தான் மாணவர்களுக்குக் கற்றுக்கொடுக்க வேண்டும் என்ற நியதி இருக்கிறது. அதோடு நான் அரசியல் சமுதாயத் திட்டங்களில் சம்பந்தப்பட்டவனானதால் அவற்றைப் பற்றி இங்கு அழைக்கும் விஷயத்திலும் பல அபிப்பிராய பேதம் ஏற்பட்டு, ஏதோ சில நிபந்தனைகள் மீது என்னை அழைக்க அனுமதி பெற்றதாக இச்சங்கக் காரியதரிசி சொன்னார். ஆகவே, எனக்குத் தெரியாத விஷயத்தைப் பேச வேண்டியவனாக இருக்கிறேன் என்பதோடு, எவ்வளவோ நிர்பந்தங்களுக்குள் - நிபந்தனைகளுக்குள் பேச வேண்டியவனாய் இருக்கிறேன் என்பதை எண்ணும் போது, நான் எனக்குத் தெரிந்ததைக்கூட பேச முடியாமல் போகும்படியான கஷ்டம் ஏற்பட்டு விடும்போல் இருக்கிறது. மீறி ஏதாவதுபேசிவிட்டால் பள்ளி அதிகாரிகள் நாளைக்கு மேல் அதிகாரிகளுக்குப் பதில் சொல்லவேண்டிய கஷ்டத்திற்கு ஆளாகிவிடுவார்களே என்று பயப்பட வேண்டியவனாய் இருக்கிற படியால், கூடியவரை அடக்கமாகவே நான் பேசுவதைக்கொண்டு திருப்தி அடையுங்கள் என்று மாணவர்களாகிய உங்களைக் கேட்டுக் கொள்ளுகிறேன்.

தாய் பாஷையும் தமிழ்ப் பற்றும்

தாய் பாஷையாகிய தமிழ் பாஷை என்பதற்காகவோ எனக்கு தமிழ் பாஷையிடம் எவ்விதப் பற்றும் இல்லை. அல்லது தமிழ் என்பதற்காகவோ, மிகப் பழைய பாஷை சிவபெருமான் பேசிய பாஷை என்பதற்காகவோ, அகஸ்தியரால் உண்டாக்கப்பட்ட பாஷை என்பதற்காகவோ, எனக்கு அதில் பற்றில்லை. வஸ்துவுக்காக என்று எனக்கு ஒன்றினிடத்திலும் பற்றி கிடையாது. அது மூடபக்தியே ஆகும். குணத்திற்காகவும், அக்குணத்தினால் ஏற்படும் நற்பயனுக்காகவும் தான் நான் எதனிடத்திலும் பற்றுவைக்கக்கூடும். எனது பாஷை, எனது தேசம், எனது மதம் என்பதற்காகவோ, எனது பழமையானது என்பதற்காகவோ ஒன்றையும் நான் பாராட்டுவதில்லை.

எனது நாடு எனது லட்சியத்துக்கு உதவாது என்று கருதினால் - உதவும்படி செய்யமுடியாது என்று கருதினால் உடனே விட்டுவிட்டுப் போய்விடுவேன். அது போலவே எனது பாஷை என்பதானது எனது லட்சியத்துக்கு, எனது மக்கள் முற்போக்கடைவதற்கு, மானத்துடன் வாழ்வதற்குப் பயனளிக்காது என்று கருதினால் உடனே அதை விட்டுவிட்டு பயனளிக்கக் கூடியதைப் பின்பற்றுவேன். மனிதனுக்குப் பற்றுதலும், அன்பும், பக்தியும் எல்லாம் வியாபார முறையில் லாப நஷ்டக் கணக்குப் பார்த்துதானே ஒழிய, தனது நாட்டினது தனது பெரியார்களுடையது என்பதற்காக அல்ல.

அன்பு என்பது...

உதாரணமாக புருஷன், மனைவியர், மகள், தாய், தகப்பன் முதலாகிய எல்லாரிடத்திலும் ஒருவருக்கொருவர் காட்டும் அன்புக்கும், பற்றுதலுக்கும்கூட வியாபார முறையும், எதிர்பார்க்கும் பலாபலன்களுக்கும்தான் ஆதாரமே தவிர, அவற்றில் பற்றிக் கொண்டிருக்கும் இயற்கை அன்பு என்பது எதுவும் இல்லை. புருஷன் - மனைவியை எடுத்துக்கொள்ளுங்கள். மனைவி செத்தால் புருஷனுக்கு கொஞ்ச நாளைக்குத்தான் துக்கம் இருக்கும். புருஷன் செத்தால் மனைவிக்கு சாகும்வரையும் அல்லது நீண்ட நாளைக்கு இருக்கும். மறுவிவாகம் செய்து கொள்ளும் வகுப்பாய் இருந்தால் ஒரு சமயம் பெண்ணுக்கும் சீக்கிரத்தில் துக்கம் ஆறி, மறந்துபோகும். தகப்பனுக்கும் - பிள்ளைக்கும் கூட பிறந்த உடன் பிள்ளை செத்துவிட்டால் பிள்ளையைப்பற்றி தகப்பனுக்கு அவ்வளவு துக்கம் இருக்காது.

90 வயதாகிச் சம்பாதிக்கத் திறமையற்று, மகனுக்கு இனி எந்த விதத்திலும் தகப்பனால் பயனில்லை தொல்லைதான் அதிகப்படும் என்கின்ற நிலையில் தகப்பன் இறந்துவிட்டால், பிள்ளைக்கு அவ்வளவு துக்கம் இருக்காது. தாய் தந்தையர்கூட ஆண்பிள்ளை இறந்துபோனால் படுகிற துக்கத்தின் அளவு பெண் பிள்ளைக்குப் படுவதில்லை, தாசிகளில் பெண்பிள்ளை இறந்து போனால் படுகிற துக்க அளவு ஆண்பிள்ளை இறந்து போனால் படுவதில்லை. மற்றபடி எந்த விதத்திலோ ஒருவரிடம் ஒருவர் பலன் அனுபவிக்க இருக்கும் சமயத்தில் மகிழ்ச்சியோ, இன்பமோ, புகழோ, திருப்தியோ அனுபவிக்க இருக்கும் சமயத்தில் ஒருவர் இறந்துபோனால் ஒருவர் துக்கம் அனுபவிப்பதும், அது இல்லாதவிடத்தில் அவ்வளவு இல்லாதிருப்பதும் இயல்பேயாகும்.

அதுபோல்தான் நான் தமிழினிடத்தில் அன்பு வைத்திருக்கிறேன் என்றால், அதனிடத்தில் அதன்மூலம் நான் எதிர்பார்க்கும் நன்மையும், அது மறைய நேர்ந்தால் அதனால் நஷ்டமேற்படும் அளவையும் உத்தேசித்தே நான் தமிழினிடம் அன்பு செலுத்துகிறேன்.

அப்படியேதான் மற்றொரு பாஷை நமது நாட்டில் புகுத்தப்படுவதைப் பார்த்து, அதனால் நமக்கு ஏற்படும் நஷ்டத்தை அறிந்து சகிக்க முடியாமல்தான் எதிர்க்கிறேனே ஒழிய புதியது என்றோ, வேறு நாட்டினது என்றோ நான் எதிர்க்கவில்லை.

நாடும் காலமும்

ஒவ்வொரு நாட்டு மக்களுக்கும் ஒருவித பழக்க வழக்கமும், அவைகளிடத்தில் சில விருப்பு வெறுப்பும் இருந்துவருவதுடன் விருப்பமானதைப் பெருக்கவும், வெறுப்பானதை ஒழிக்கவும் முயற்சிப்பதுமுண்டு. ஒரு நாட்டு விஷயம் மற்ற நாட்டாருக்குப் பிடிக்காமலும் இருக்கலாம்.

ஒரு நாட்டு விஷயம் மற்ற நாட்டாருக்கு பிடிக்கக்கூடியதாகவும் பின்பற்றக் கூடியதாகவும் இருக்கலாம். ஆதலால், அந்நிய நாட்டினது என்பதற்காகவும், பழையது புதியது என்பதற்காகவும் எதனிடமும் விருப்பு வெறுப்பு இல்லை என்பதைத் தெரிவித்துக்கொள்கிறேன்.

தமிழர்களின் சமுதாய வாழ்க்கையின் பழைய நிலை இன்றைய நிலையைவிட மேலானது என்று கருதுகிற ஒருவன், உண்மையில் பாஷை சம்பந்தமாக அப்பழைய நிலை ஏற்படக் கூடும் என்று கருதினால், அந்தப் பாஷைக்காக அவன் போராட வேண்டியவனே ஆவான். மற்ற நாட்டு பாஷை எதினாலாவது நமது நிலைமேலும் உயரும் என்று கருதினால் அந்தப் பாஷையையும் வரவேற்க வேண்டியவனே யாவான்.

இன்று சில தேசியவாதிகள் அந்நியநாட்டு பாஷையான இங்கிலீஷை நீ தான் எதிர்க்கவில்லை என்றுகூட என்னைக் கேட்கிறார்கள். இங்கிலீஷால் தீமை இல்லாததோடு நாட்டு மக்கள் முன்னேற்றத்திற்கான விஷயம் பல இங்கிலீஷில் இருக்கின்றன என்றுகூட சொல்வேன். இது என் அபிப்பிராய மாத்திரமல்ல. இந்திய மேதாவிகள், உலகப் புகழ்பெற்ற இந்தியப் பிரமுகர்கள் என்பவர்கள் எல்லாம் இந்தியர்களுக்கு இங்கிலீஷ் ஒரு வரப்பிரசாதம் என்று சொல்லி இருக்கிறார்கள். அப்படிச் சொன்னவர்கள் எல்லாம் இன்று அபிப்பிராய பேதமன்னியில் போற்றப்படுகிறார்கள். ஆதலால், விரும்புவதற்கும், வெறுப்பதற்கும் அதனதன் பலந்தான் காரணம் என்பதை, உங்களுக்கு மறுபடியும் தெரிவித்துக்கொள்கிறேன். தமிழ், இந்த நாட்டு மக்களுக்கு சகல துறைக்கும் முன்னேற்றமளிக்கக்கூடியதும்,

சுதந்திரத்தை அளிக்கக்கூடியதும் என்பது எனது அபிப்பிராயம். ஆனால், அப்படிப்பட்டவை எல்லாம் தமிழிலேயே இருக்கிறதா என்று சிலர் கேட்கலாம் - எல்லாம் இல்லை என்றாலும் மற்ற அநேக இந்திய பாஷையை விட அதிகமான முன்னேற்றம் தமிழ் மக்களுக்கு அளிக்கக்கூடிய கலைகள், பழக்க வழக்கங்கள், அதற்கேற்ற சொற்கள் தமிழில் இருக்கின்றன என அறிகிறேன். ஆதலால், தமிழுக்குக் கேடு உண்டாகும் என சந்தேகப்படத்தக்க வேறு எந்தப் பாஷையும் விரும்பத்தகாததேயாகும்.

பழங்காலம்

பழம் பெரியார்கள், முன்னோர்கள் செய்தார்கள் - சொன்னார்கள் என்பதற்காகவும் நாம் பயந்து எதையும் ஏற்றுக் கொள்கிற மாதிரியில் அல்ல எனது அன்பும் பற்றுதலும். யார் என்ன சொன்னபோதிலும் வாழ்க்கைத் துறையில் நம் முன்னோர்களைவிட பழம் பெரியோர்களைவிட, நாம் முன்னேற்றமடைந்தவர்களே ஆவோம். ஏனெனில், பழங்காலத்தில் இல்லாத சாதனங்களும், சுற்றுச்சார்புகளும் இன்று நமக்கு இருந்துவருகின்றன. இதன் மூலம் நாம் எவ்வளவோ முற்போக்கும் வாழ்க்கை சவுகரியமும், மேன்மையும் அடைந்திருக்கிறோம். இனியும் எவ்வளவோ காரியங்களில் நம் பின் சந்ததியார்கள் அடையப்போகிறார்கள்.

முற்காலத்தில் யாரோ ஒரு சிலர், ஏதோ தெய்வீகசக்தியின் பேரால் என்னமோ ஒரு ஆச்சரியமான காரியத்தை அனுபவித்ததாகச் சொல்லப்படும் அநேக காரியங்கள் எவ்வித தெய்வீக சம்பந்தமும் இல்லாமல் அநேக மக்கள் அடைந்து வருகிறார்கள். இதனாலேயே அக்கால பழைய கால மக்களை நான் மூடர்கள் என்று குறை கூறவுமில்லை. அக்கால மக்களுக்கு இருந்த வசதியும், சுற்றுச் சார்பும் கொண்டு அவ்வளவுதான் அவர்களால் செய்ய முடிந்தது. இக்கால மக்களுக்குள்ள வசதியும், சுற்றுச்சார்பும் கொண்டு இவ்வளவும், இதற்கு மேம்பட்டதும் செய்ய முடிகிறது என்கிறேன்.

இதனாலேயே பழைய காலத்தில் இந்த வசதிகள் இருந்ததில்லை என்று சொல்ல முடியுமா என்று சில பழமைப் பெருமையர்கள் கேட்கலாம். பழங்காலத்தில் இந்த வசதிகளும், இந்த சுற்றுச்சார்புகளும் இருந்திருக்கலாம். ஆனால், அவைகளும், அவற்றால் ஏற்பட்ட பலன்களும் உடையனவாய் இருந்த நாடும், மக்களும் கடல் கொண்டுபோய் இருக்கலாம்; பூகம்பத்தால் மறைந்தொழிந்து போயிருக்கலாம். அல்லது வெள்ளம், புயல் அழித்திருக்கலாம். இப்போது நமக்கு ஆராய்ச்சி யோசனைக்கு -ஆதாரத்திற்கு எட்டிய பழமை அ, ஆவில் இருந்துதான் ஆரம்பித்து பண்டிதத் தன்மைக்குப் போய்க் கொண்டிருப்பதைக் காண்கிறோம். ஆகையால், பெரும்பான்மையான விஷயங்கள் பழமையைவிட புதுமை மேன்மையாய் இருக்கும் என்பது எனது அபிப்பிராயம். இவற்றையெல்லாம் மாணாக்கர்களாகிய உங்களுக்குத்தான் சொல்லுகிறேனே ஒழிய, பெரியவர்களுக்கு அல்ல, நீங்கள் யாவற்றையும் யோசித்து, பிறரிடமும் கேட்டு தெரிந்து முடிவுக்கு வர வேண்டும்.

தமிழ், தாய் பாஷை என்ற உரிமைக்காகப் பாராட்ட வேண்டும் என்றும் யாரும் கருதிவிடாதீர்கள். நம் தாய் நமக்குக் கற்பித்த பாஷை நமக்கு இன்று பயன்படாது. நாம் பயன்படுத்துவதுமில்லை. உதாரணமாக, பாலுக்கு பாச்சி என்றும், சோற்றுக்கு சோச்சி என்றும், படுத்துக்கொள்வதற்கு சாச்சி என்றும் சொல்லிக்கொடுத்தார்கள். இன்று நாம் அவற்றையா பயன்படுத்துகிறோம்?

அது போலவே பாஷைகள் காலத்துக்குத் தக்கபடி, பருவத்திற்குத் தக்கபடி, நிலைமைக்குத் தக்கபடி தானாகவே மாற்றமடையும், தமிழ்நாட்டில் பழமையில்

தொகுதி 1

மொழி

-அதாவது பாஷை ஏற்படும் காலத்தில் இல்லாத பல காரியங்கள் அரசியல் காரணமாகவும், சுற்றுச்சார்பு காரணமாகவும் இப்போது ஏற்பட்டு, அவற்றிற்காக பல அந்நிய பாஷை வார்த்தைகள் இன்று பழக்கத்தில் இருக்கின்றன. இந்நிலையில் அந்நிய பாஷை வார்த்தைகளே கூடாது என்று நம்மால் சொல்லிவிடமுடியுமா? அவசியமானவற்றை வைத்துக்கொள்ள வேண்டும். அவசியமில்லாவிட்டாலும் கேடில்லாததாக இருந்தால் அவைகளைப்பற்றிக் கவலை இல்லாமல் இருந்து விடலாம்.

கேடு பயப்பவைகளை வார்த்தைகளானாலும், கலைகளானாலும், இலக்கியங் களானாலும் நான் தமிழை ஆதரிப்பதும், மற்ற பாஷையை எதிர்ப்பதும் என்பதைத் தெரிவித்துக் கொள்கிறேன்.

தோழர்களே! இவ்வளவுதான் இந்த இடத்தில் தமிழ் பாஷை என்பதைப் பற்றி நான் உங்களுக்கு சொல்ல முடிந்தவை என்று கருதுகிறேன். இதற்கு மேற்பட்டுச் சொல்லுவது இந்த இடத்துக்கு ஏற்றது அல்ல எனக் கருதி இவ்வளவோடு நிறுத்திக் கொள்ளுகிறேன்.

குடி அரசு - 06 - 08 - 1939.

காங்கிரஸ் விஷமப் பிரசாரத்திற்கு பதில்

சென்னை ஆச்சாரியார் சர்க்காரின் விருந்தினனாக இருந்து சமீபத்தில் வெளிவந்தேன்; மீண்டும் சமீபத்தில் போகப்போகிறேன் என்ற காரணத்தால் என்னை இத்துணை உற்சாகமாய் வரவேற்று, என் தொண்டை மும்முரமாக நடத்த முக்கிய சாதகமான பொருள் உதவி செய்து பெருமைப்படுத்தியது பற்றி மிகமிக சந்தோஷ நன்றியறிதலைத் தெரிவித்துக் கொள்கின்றேன். நான் சிறையிலிருந்து வெளி வந்ததும் நீங்கள்தான் முதன்முதலாகப் பணமுடிப்பு விஷயத்தை வெளிப் படுத்தினீர்கள். உங்கள் வழியைப் பின்பற்றிப் பல இடங்களில் பணமுடிப்புகள் அளிக்கப்பட்டன. இன்று நீங்கள் உற்சாகமான முறையில் எனக்குப் பணமுடிப்புகள் வழங்கித் தமிழ் இயக்கத்தில் உங்களுக்குள்ள ஆதரவைக் காட்டியது நம் எதிர்கால வெற்றிக்கு அறிகுறியாக விளங்குகின்றது. வாலிபர்கள், பைசா பணமுடிப்புகள் கொடுத்த வாலிபர் சங்கங்கள், ஆதிதிராவிட வாலிபர்கள், மாதர்கள் ஆகியவர் களுடைய ஆதரவு நமக்கு இருக்கின்றதைக் காணும்பொழுது என்னைப் போன்ற தலைவர்களின் பொறுப்பு மிகமிகப் பெரியதாகுகின்றதல்லவா?

கட்டாய இந்துஸ்தானி எதிர்ப்பு

இந்தப் பணமுடிப்புகள் எந்த 1,000 தொண்டர்களின் ஞாபகார்த்தமாக நீங்கள் கொடுக்கிறீர்களோ அவர்கள் எந்தக் காரணத்திற்காகச் சிறை சென்று அவதிப் பட்டார்கள் என்பது நீங்கள் அறிந்ததே ஆகும். தமிழ் மக்களான எங்களுக்கு ஆரிய பாஷை கட்டாயமாக வேண்டாம் என்பதை எவ்வளவோ சமாதானமான முறைகளில் சொல்லிப் பார்த்தும், எதிர்ப்பைப் பலமாகக் காட்டியும் பிரதம மந்திரி ஆச்சாரியார் வீண் அகம்பாவம் காட்டி இரண்டிலொன்று பார்த்துவிடப் போவதாக மிரட்டி வருகின்றார்.

நூற்றுக்கு 93 பேர்கள் தாய் பாஷை அறியாமல் தற்குறிகளாக இருக்கின்ற நாட்டில் அந்நியமும், பொருத்தமில்லாததுமான பாஷையைத் தமிழர்களைச் சூத்திரர்கள் என்ற இழிவு சொல்லும் பாஷையைச் சுமத்தி இருக்கின்றதை ஒழிக்காதவரையில் மானமுள்ள தமிழ் மகன் எவ்வாறு சும்மா இருக்க முடியும்? புராணக் கதைகளில் கூறியிருக்கின்றதைப் போன்று, பிற்காலத்தில் நம் சந்ததிகள் மானமுள்ளவர்களாக வாழும்படி செய்யவே கட்டாய இந்துஸ்தானி வேண்டாம் என்று வஞ்சகம் ஏதும் இல்லாமல் எதிர்த்து வருகின்றோம்.

நமது ஆயுதம்

இந்தி என்ன, சாதாரண விஷயம் ஆனால் அவர்கள் ஜெயிக்கின்றார்களா, நான் ஜெயிக்கிறேனா என்பது இதில் தெரிந்து விடவேண்டுமென்ற ஆச்சாரியாரின்

தொகுதி 1 மொழி

ஆணவத்திற்குத் தமிழர்கள் என்றும் புறமுதுகு காட்ட மாட்டார்கள் என்பதை உணர வேண்டும். இந்தப் போராட்டத்தில் ஆச்சாரியாரோ பட்டாளம், சர்க்கார், பணபலம், காங்கிரசிலுள்ள ஜமீன்தாரர்கள், மார்வாடிகள், மில் முதலாளிகள் கூலிகள் ஆகியவர்களின் பலத்தைக் கொண்டு நம்மை அடக்க பார்க்கின்றார். ஆனால், நமது ஆயுதம் என்ன? மானத்தை வைத்துப் போராடுகின்றோம். தமிழர்களாகிய நாம் ஆரிய சூழ்ச்சியில் வீழ்ந்து விடுவதோ அல்லது தமிழர்கள் சக்தியையும் ஒன்று திரட்டிப் போராடி மாள்வதா என்பதுதான் இன்றைய பிரச்சனை. இதற்கு என்ன விடை என்று நான் கூறவேண்டியதில்லை. இங்கு உற்சாகம் ததும்பக் குழுமி இருக்கின்ற மக்களே பதில் கூறுகின்றார்கள். தங்கள் உணர்ச்சிமிகும் முகங்கள் மூலமாக இதேபோன்று நகரங்களிலும், கிராமங்களிலும் பொதுமக்கள் எங்கள்பால் பெரிதும் உணர்ச்சி ததும்ப ஆதரவு காட்டி வருகின்றார்கள்.

குடி அரசு - 20 - 08 - 1939.

தமிழர்களே! உஷார்! உஷார்!

நீதியா? தர்மமா?

இன்று காங்கிரஸ்காரர்கள் சட்டசபைகளிலே 'ஹிமாலய மெஜாரிட்டி' பெற்றிருக்கிறோம் என்று பெருமையடித்துக் கொள்வதற்கு முக்கிய காரணம் இந்த ஏமாந்த இளித்தவாயர்களாகிய படித்த வேலையில்லாதார்தான் என்று சொன்னால் எவராலும் மறுக்க முடியுமா என்று கேட்கிறோம்.

தமிழும், ஆங்கிலமும் படித்த மக்களுக்கே வேலை கிடைக்காமல் அவர்கள் தொகை நாடோறும் பெருகி வருவதைக் கண்டு அதைக் குறைக்க வழி காணாமல் மூன்றாவது மொழியாகிய அந்நிய மொழியான இந்தி மொழியைக் கட்டாயப் பாடமாக நுழைத்து அதற்குப் பல ஆயிரக்கணக்கில் பணம் செலவு செய்வது நீதியா? தர்மமா? அழகா? என்று கேட்கிறோம். இம்மாதிரி கொடுமை விளையுமென்று அதைத் தடுத்தால் அதற்காக ஆண்கள், பெண்கள், சிறுவர்கள், வயது முதிர்ந்த பெரியோர்களை ஆயிரத்துக்கு மேற்பட்டவர்களைச் சிறையிலிடுவதும், தமிழறிஞர்களையும், பெரியோர்களையும் அறிவிலிகள், குரங்குகள், கொசுக்கள், மூட்டைப் பூச்சிகள் என்று வாய்க்கு வந்தவாறு பேசுவதும், கைக்குக் கிடைத்ததைக் கொண்டு தாக்குவேன் என்று உறுமுவதும், எனக்கு அதிகாரம் இருந்தால் தூக்கிலிடுவேன், அந்தமான் தீவுக்கு அனுப்புவேன் என்று வீம்பு பேசுவதும் யோக்கியப் பொறுப்புடையவர்கள் என்று சொல்லிக் கொள்பவர்களுக்கு நேர்மையானதா? ஏற்றதா? என்று கேட்கின்றோம். உழைத்து உழைத்து உடல் வருந்தும் தொழிலாளர்கள் தங்கள் குறைகளை எடுத்துச் சொல்ல, இவர்கள் கையாடிய முறைகளையே கையாடினால் அன்று தட்டிக் கொடுத்து தலைமை தாங்கி வழி நடத்திச் சென்ற தேச பக்தர்கள் இன்று அவர்கள் குறைகளைக் களையாது துப்பாக்கி முனை காட்டி மிரட்டுவதா என்று கேட்கிறோம். இதுதான் தொழிலாளர் வாழ்வை உயர்த்துவோம் என்று சொன்னதின் பொருளா? என்று கேட்கிறேன்.

இதுதான் கல்வி பரப்பும் வித்தையா?

கல்வியின்மையைப் போக்குவோம். காங்கிரஸ் ஆட்சியிலே படிக்கத் தெரியாதவர்கள் ஒருவருமேயிருக்கமாட்டார்கள். மஞ்சள் பெட்டிக்கு ஓட்டுப் போட்டால் என்று கூறியவர்கள் இருக்கிற பள்ளிக்கூடங்களை மூடிவிட்டுத் திண்ணையிலும், மரத்தடியிலும் இருந்துகொண்டு கழுதை கழுத்திலும், நாய் கழுத்திலும், சாவடியிலும், சத்திரத்திலும் அட்டைகளில் அதன் அதன் பெயர்களை எழுதிக் கட்டித் தொங்கவிட்டால் போதுமென்று சொல்வதுதான் கல்வியைப் பரப்பும் வித்தையா என்று கேட்கிறோம். எல்லா வகுப்பு மாணவர்களும் சேர்ந்து உயர்வகுப்புக் கல்வி கற்க இருந்த வசதியை அழித்து குறிப்பிட்ட சமூகத்தார் மட்டும் உயர்கல்வி பெறச் செய்வதுதான் பாரபட்சமற்றவர்கள் என்று சொல்லிக்கொள்பவர்களுக்கு அழகா? என்று கேட்கிறோம்.

குடி அரசு - 27 - 08 - 1939.

தொகுதி 1
மொழி

இந்திக் கிளர்ச்சி தற்சமயம் நிறுத்தி வைக்கப்பட வேண்டும்

இந்தியை பார்ப்பனிய ஆட்சியானது தமிழ் மக்களுக்குள் கட்டாயப் பாடமாகப் புகுத்தியிருப்பதை எதிர்த்துத் தமிழ் மக்கள் செய்து கொண்டிருக்கும் தீவிர கிளர்ச்சியைச் சில காரணங்களை முன்னிட்டு தற்கால சாந்தியாக கொஞ்ச நாளைக்கு நிறுத்தி வைத்துப் பார்க்க வேண்டும் என்று பல தலைவர்கள் கேட்டுக்கொண்டதற்கு இணங்க அந்தப்படி நிறுத்தி வைக்க வேண்டுமாய் இந்தி எதிர்ப்பு சங்கத்தார் வேண்டிக் கொள்ளப்பட்டிருக்கிறார்கள்.

இவ் வேண்டுகோள் மதிக்கப்பட்டு இந்தி எதிர்ப்பு தீவிரக் கிளர்ச்சி மாத்திரம் கொஞ்ச நாளைக்கு நிறுத்தி வைக்கப்படும் என்று எதிர்பார்க்கிறேன்.

ஈ.வெ. ராமசாமி
31.10.1939

குடிஅரசு - 05. 11. 1939

தொகுதி 1 மொழி

இந்தியை எதிர்ப்பது ஏன்?

தலைவர்! அவர்களே! தாய்மார்களே!! தோழர்களே!!!

இன்று இக்கூட்டம் இவ்வளவு பெருமையாகவும், வெற்றியாகவும் முடியுமென்று எதிர்பார்க்கவில்லை. இந்தி எதிர்ப்பு கிளர்ச்சி தொடங்குவதற்கு இவ்வளவு பெரிய ஒரு கூட்டம் போட்டுதான் செய்யவேண்டும் என்கின்ற அவசிய மில்லை. எல்லா ஏற்பாடுகளும் தயாராக இருக்கிறது. நாமும் சில நாளைக்கு தீவிர கிளர்ச்சியை நிறுத்தி வைப்பது என்று முடிவு செய்தோமே ஒழிய, அடியோடு நிறுத்திவிடவில்லை. அதுவும் நான் என் சொந்த முறையில் சில தலைவர்கள் யோசனைப்படி நிறுத்திவைக்கும்படி கேட்டுக்கொண்டேனே தவிர, பொது அபிப்பிராயத்தின் மீதுகூட அல்ல! ஆதலால் மறுபடியும் துவக்குவதானால் துவக்கும்படி நானே கேட்டுக்கொள்ளலாம்.

அவர்களும் அதாவது இந்தி எதிர்ப்பு கிளர்ச்சியை சென்னையில் நடத்தி வந்த கமிட்டியாரும் விட்ட இடத்தில் இருந்து மறுபடியும் தொடங்கிக்கொள்ளலாம். பொதுஜனங்களும் முன்போலவே ஆதரவளித்து வரலாம். அன்றியும் கொஞ்ச நாளைக்காவது தீவிர கிளர்ச்சி ஏன் நிறுத்தப்பட்டது என்றுதான் என்னை பல தோழர்கள் குறைகூறிக் கூறி கேட்டார்களே ஒழிய, நிஷ்டூரம்கூட பட்டுக் கொண்டார்களே ஒழிய ஏன் நடக்கவேண்டும் வேண்டிக்கொண்டாய் என்று கேட்கப் போகிறவர்கள் யாரும் இருப்பதாக தெரியவில்லை. ஆதலால், முன்போல் கிளர்ச்சி ஆரம்பிக்க இந்தக் கூட்டம் கூட்ட வேண்டிய அவசியம்கூட இருந்ததாய் நான் கருதவில்லை.

கூட்டத்தின் நோக்கம்

ஆனால், ஏன் இதை கூட்டினேன் என்றால், நிறுத்தி வைக்கும்படி கேட்டுக்கொண்டவன் நான் ஆனதால், இப்பொழுது அதை தொடங்கிக்கொள்ளச் சொல்லவேண்டியவனும் நானாய் இருப்பதால் இவற்றின் காரணங்கள் பொதுமக்களுக்குத் தெரிவித்து முன்னிலும் தீவிரமாகவும், கட்டுப்பாடாகவும் நடத்த பொதுமக்களுடைய ஆதரவை தேடிக் கொடுக்க வேண்டியதை முன்னிட்டும், சர்க்காருக்கும் நம்முடைய நிலைமை தெரிந்துவிட வேண்டும் என்று கருதியும் நான் இக்கூட்டம் கூட்டினேன். இக்கூட்டம் ஒரு சிறுகூட்டமாக இருக்கும் என்றுதான் கருதினேன். ஆனால், எனது தோழர்கள் தங்கவேல் முதலியாரும், லிங்கமும் இதை ஒரு மாநாடாக (கான்பரன்சாக) ஆக்கிவிட்டார்கள். முன்பு இந்திக் கிளர்ச்சி துவக்க காஞ்சிபுரமே கட்டளையிட்டதாலும் இப்போதும் துவக்க

393

காஞ்சிபுரமே கட்டளையிடப் போவதாலும் இக்கூட்டம் மாநாடாகவே இருக்க வேண்டுமென்று கருதி இவ்வளவு மேன்மையைக் கொடுத்துவிட்டார்கள் போலும்.

ஏன் பிரிட்டிஷ் வெற்றி பெறவேண்டும்?

எனக்கு முன் பேசிய சிலர் யுத்தத்திற்கு உதவி செய்யக்கூடாதென்றும், போர் துவக்க அதிகநாள் கடத்தக் கூடாதென்றும் மற்றும் பலவிதமாக மிக்க ஆவேசத்துடன் பேசினார்கள். யுத்தத்திற்கும் இந்தி எதிர்ப்புக்கும் சம்பந்தமில்லை. பிரிட்டிஷ் வெற்றிபெற வேண்டுமென்பதும் பிரிட்டிஷார் நன்மைக்காகவே அல்ல. அந்நிய ஆட்சி வேறு ஏதாவது ஒன்று நம் நாட்டில் இருப்பதென்றால் பிரிட்டிஷாரைத் தவிர வேறு ஆட்சி இருக்கக்கூடாது என்பது எனது கருத்து. பிரிட்டிஷ் தோற்றால் ஜெர்மனி ஆட்சி வரக்கூடும். ஜெர்மனி தன்னை ஆரியன் என்று சொல்லிக் கொள்கிறது. நம்நாட்டு ஆரிய ஆட்சியிலும் சமுதாயத்திலும், மதத்திலும், அரசியலிலும் நாம் படுகிற பாடு நீங்கள் அறியாததல்ல. இங்குள்ள பெரும்பாலான பார்ப்பனர் உள்ளத்தில் ஜெர்மனி ஜெயிக்க வேண்டுமென்ற ஆசையும் பேச்சும் நாம் பார்த்து வருகிறோம். ஆகவே, ஜெர்மனி வந்தால் இரண்டு ஆரியர்களும் சேர்ந்து காந்தியாரும் உள்உளவாய் இருந்து வருணாசிரம ஆட்சியாகத்தான் நடத்துவார்கள். அப்போது தமிழர்கள் ராமராஜ்ஜியத்தில் இருந்ததுபோல் குரங்குகளாயும், ராட்சதப்பதர்களாயும் இருக்க வேண்டியதுதான். ஆதலால்தான் நாம் பிரிட்டிஷ் வெற்றிபெற ஆசைப்பட்டு உதவி புரிய வேண்டுமென்று வேண்டிக் கொள்ளுகிறோம்.

இந்தி எடுப்பதை யுத்தத்தில் உதவிபுரிவதற்கு லஞ்சமாக நாம் கேட்கவில்லை. கேட்கப்போவதுமில்லை. நம்முடைய உரிமையை காப்பாற்றும்படி வேண்டுகிறோம். இந்தி கட்டாயத்தை எடுக்காவிடில் நமது போராட்டம் லேசானதாக இருக்காது. தமிழ் மகன் ஒரு நாளும் ஓயமாட்டான். நம்மில் உத்தியோகம் பதவிக்கு ஆசைப்பட்டவர்கள் சுவரின் மீதுள்ள பூனை போல் வேஷக்காரர்களாக இருந்தாலும் மற்றவர்கள் இறுதிவரை பார்த்து இதிலேயே தங்களது வாழ்வு முடிவடைவதானாலும் சரி என்றுதான் இறங்கி இருக்கிறோம்.

எதிர்ப் பிரசாரம்

ஓடுகிறவர்களைப் பற்றி கவலை இல்லை; நமக்கு எதிர்ப் பிரசாரம் செய்கிறவர்களைப் பற்றியும் கவலையில்லை. நமது முடிவு கட்டாய இந்தி ஒழிவதா? நாம் ஒழிவதா? என்பதுதான். ஆதலால் இதற்காக வேறு நிபந்தனை களைச் சேர்க்க வேண்டியதில்லை.

தலைவர் சர்.ஏ.டி.பன்னீர்செல்வம் அவர்கள் காலையில் பேசும்போது இவைகளை உங்களுக்கு நன்றாக எடுத்துச் சொன்னார்கள்.

இந்தி கட்டாயம் என்பது திராவிடர்களை ஆரியராக்குவதுதான்! அதுவும் கட்டாய மதமாற்றம் என்று சொன்னார். ஆகவே உண்மைத் தமிழனாக தனித்தனி ரத்தம் உள்ளவன் சாகவாவது துணிவானே ஒழிய ஆரியனாக்கப்படச் சம்மதிக்க மாட்டான். இந்த நாட்டிலே பிழைக்கவந்த ஒரு சிறு கூட்டம் பழைமையும் பழம்பெரும் மேன்மையும் பொருந்திய ஒரு பெரும் சமூகத்தை அடக்கி ஆண்டு அடிமைக்கொண்டு ஆதிக்கம் செலுத்துவதென்றால் நாம் ஆரியர்களது வைப்பாட்டி மக்களென்று கூறும் மனுதர்மத்தை ஏற்றுக்கொண்ட சூத்திரர்களேயாவோம். மானமற்றவர்கள் வெளியில் போகட்டும். மானமுள்ளவர்கள் இதில் மடியவேண்டும் என்றுதான் சொல்லுவேன். நம்மில் நாம் (தமிழர்கள்) ஒரு ஜாதி, ஒரு தகப்பன் மக்கள் என்கின்ற உணர்ச்சி இல்லை.

ஒவ்வொருவனாக ஒரு ஜாதி, சந்ததி, ஒரு சமயம், ஒரு கடவுள், ஒரு கலை, ஒரு நூல் என்று இப்படியாக சின்னா பின்னப்படுத்தப்பட்டு விட்டோம். நமது மதப்பண்டிதர்கள் தங்கள் ஈன வயிற்றுப் பிழைப்புக்காக நம்மை ஆரியனுக்கு அடிமைப்படுத்திக் கொடுத்து விட்டார்கள். ஆரிய மதத்துக்கும் ஆரிய கடவுளுக்கும் மானமின்றி தத்துவார்த்தம் பேசுகிறார்கள். அவர்களது நிலைமையையும், கல்வி அறிவையும் பார்த்தால் இதற்கு மேல் அவர்களிடம் ஒன்றும் எதிர்பார்க்க முடியாது. இனி அதிலிருந்து மீண்டு இரண்டிலொன்றைப் பார்த்துவிட வேண்டியவர்களாக ஆகிவிட்டோம்.

ஜஸ்டிஸ் கட்சி

ஜஸ்டிஸ் கட்சி இந்தி எதிர்ப்பை எடுத்துக்கொள்ள வேண்டுமென்று சிலர் ஆவேசமாய் பேசினார்கள்.

நான் ஜஸ்டிஸ் கட்சித் தலைவன் என்கிற முறையில் இப்போது பதில் சொல்ல வில்லை. இந்தி எதிர்ப்புக் கிளர்ச்சித் தொண்டன் என்கின்ற முறையிலும் அதற்காக சிறைசென்றவனாகவும், நாளை செல்லப் போகிறவனாகவும், எந்தக்கட்சி சம்பந்தமும் இதில் இல்லாத தனி மனிதன் என்கின்ற முறையிலும் பேசுகிறேன். நாம் ஏன் ஜஸ்டிஸ் கட்சியை இந்தி எதிர்ப்பை எடுத்து நடத்தும்படி தொங்க வேண்டும். நமது (இந்தி எதிர்ப்பு) கூட்டத்தைவிட ஜஸ்டிஸ் கட்சிக் கூட்டம் மேலானது, பலமுள்ளது என்று நான் கருதவில்லை. ஜஸ்டிஸ் கட்சி தமிழர்களுக்கு உழைக்கிற கட்சி என்ற முழு யோக்கியதையும் உண்டாக வேண்டுமென்று இருந்தால் அது வலிய வந்து நம்முடன் கலந்து கிளர்ச்சியை நடத்தட்டும். காங்கிரஸ், இந்தியை பார்ப்பனமயமாக்க தமிழர்களுக்குள் புகுத்துகிறது என்பதை உண்மையாக உணர்ந்த எந்தத் தமிழனும் இந்தி கிளர்ச்சியில் பங்குகொண்டு நடத்தாவிட்டால் திருவள்ளுவர் சொன்னது போல் அவன் குலத்தில் அய்யப்படவேண்டும் என்றுதான் சொல்லுவேன்.

மந்திரி பதவிக்காக இந்தியை எதிர்க்கவில்லை

இந்தியை எதிர்த்தால் மந்திரிகளை ஒழித்துவிடலாம் என்றோ, நமக்கு பதவி கிடைக்கும் என்றோ நான் சொல்ல வரவில்லை. பார்ப்பன மந்திரிகளுக்குத்தான் அப்படித் தோன்றிற்று. எப்படி எனில், "இந்தியை எடுத்துவிட்டால் கிளர்ச்சிக்காரர்கள் மற்றொன்றை எடுத்துக்கொள்ளுவார்கள். அப்பொழுது நாம் மந்திரி பதவியை விட்டுவிட வேண்டியதாகிவிடும்". என்று முதல் மந்திரி பார்ப்பனர் பயந்துகொண்டு பேசி இருக்கிறார். ஆனால், நாம் இந்தியை ஒழிக்கக் கருதுவது மந்திரி பதவி வருமென்பதற்கல்ல. கட்டாய இந்தி ஒழியாதவரை மந்திரி பதவி ஏற்பது கஷ்டமாகத்தான் இருக்கும். நம்மவர்களை சுலபத்தில் மந்திரி பதவி ஒப்புக்கொள்ள விடமாட்டோம். இந்தி இருக்கும் வரை பார்ப்பன ஆட்சியே இருந்து தமிழர்களை குரங்குகளாக ஆக்குவ்தை அனுபவித்து பிறகு புத்திபெற்று மந்திரி ஆக வேண்டும் என்பதுதான் எனது ஆசை. தமிழனுக்கு இனியும் புத்தி வரவில்லை. இந்தி எதிர்ப்பை தனது சொந்த நலனுக்கு, சுயவாழ்வுக்கு அனுகூலப் படுத்திக் கொள்ளவே பல தமிழனும் பல பண்டிதனும் விரும்புகிறானே ஒழிய, அப்போராட்டத்தில் முடிவு காண பலருக்குக் கவலையில்லை.

தமிழனுக்குப் புத்தி வரவேண்டும்

இதைப் பார்க்கும்போதுதான் மறுபடியும் காங்கிரஸ் ஆட்சி வந்தால் தேவலாம் என்று தோன்றுகிறது. ஏனெனில், அப்படி வந்தால் தமிழனுக்கு நலம் ஏற்படும் என்பதற்கல்ல; தமிழனுக்குப் புத்தி வரும் என்பதற்காக, இனியும் ஒரு 5, 10

வருஷத்திற்குத் தமிழனுக்கு மந்திரி பதவி வராவிட்டால்கூட நான் கவலைப்பட மாட்டேன். ஏன்? இந்த 27 மாத ஆரிய ஆட்சியில் அவன் செய்த கொடுமை எவ்வளவு? அவற்றை அறிந்த தமிழரில் யாருக்குப் பூரண புத்தி வந்துவிட்டது? இந்த இப்படிப்பட்ட போராட்ட நிலைமையில் 4, 5 பேர்களைத் தவிர வேறு எந்தப் பெரிய தமிழன் முன்வந்து நமக்கு உதவி செய்து விட்டான்? எங்கு பார்த்தாலும் குசலம், குண்டியத்தனம், ஏமாற்றுவித்தை ஆகியவைதான் தாண்டவமாடுகின்றன. அதனால்தான் இனியும் தமிழனுக்குப் புத்தி வரவேண்டு மென்கின்றேன்.

யார் கவலையெடுத்துக் கொள்கிறார்கள்?

உங்களிடம் உண்மையைச் சொல்லுகிறேன். தோழர் பொன்னம்பலமும் இங்கேயே இருக்கிறார். அதாவது நான் சட்டசபை பொதுத்தேர்தல் நடந்தவுடன் உடல் நலிவினால் கொடைக்கானலுக்குச் சென்றிருந்தேன். அங்கிருக்கும்போது தேர்தல் முடிவுகள் வெளியாகி தகவல்கள் வந்து கொண்டிருந்ததில் திடீரென்று தோழர் பொன்னம்பலனார் நான் இருந்த அறைக்கு வந்து "பொப்லி ராஜா தோற்றுவிட்டார்" என்று சொன்னார். உடனே, எனது சொக்காயில் இருந்த பணப்பையை எடுத்து அதிலிருந்து 10 ரூ. நோட்டு ஒன்றை எடுத்து வீசி எறிந்து, இன்று பிரியாணி சாதம் சமைக்க ஏற்பாடு செய்து நண்பர் சிலரை அழையுங்கள் என்று சொன்னேன். அந்தப்படியே அன்று முழுவதும் கொண்டாடினோம். என்றாலும், தமிழனுக்குக் கிடைத்த அவமானத்திற்காக ஒருபுறம் சங்கடமும் இருந்தது. நான் மகிழ்ச்சி அடைந்ததற்கு காரணம் என்னவெனில், இனிமேலாவது ஜஸ்டிஸ் கட்சியானது பிரசாரத்தையும் பாமர மக்கள் தொடர்பையும் தங்கள் கட்சி நலனுக்கு முக்கியமானதென்று உணரும் என்பதேயாகும். இப்பொழுதானாகட்டும் இரண்டொரு ஜில்லா தவிர, இரண்டொரு பெரியவர்கள் தவிர, வேறு எங்கே யார், ஜில்லா பிரமுகர்களோ, பொதுத் தலைவர்களோ கவலை எடுத்துக் கொள்கிறார்கள்?

வேலை செய்கிறவர்களை அதிகாரம் செய்யவும் வேலைகளைப்பற்றி குறை கூறவும் முற்படுவதுதான் இயக்க வேலை என்றும், தலைவர் என்று காட்டிக் கொள்ள மார்க்கமென்றும் கருதுகிறார்கள். ஆதலால், இனியும் இரண்டொரு தடவை இக்கட்சி தோல்வி அடைந்தால் இப்படிப்பட்ட ஆட்கள் மறைந்துபோய் உண்மையான தொண்டும் கவலையும் உள்ளவர்களே இயக்கத்தை நடத்த முடியும். அவர்களுக்கே இயக்கத்தில் இடமும் இருக்கும்.

நான் உண்மையாகப் பேசுகிறேன். காங்கிரஸ்காரர்களுக்கு இருக்கும் பொறுப்பையும் நமக்கு இருக்கும் பொறுப்பையும் பாருங்கள்.

நம்மவர்களுக்குப் பொறுப்பில்லை!

சகல பார்ப்பனர்களும் காங்கிரஸ் தொண்டர்கள். எவ்வளவு பெரிய பார்ப்பனர்களாய் இருந்தாலும் குப்புசாமி சுப்பையாவைக் கண்டாலும் மதிக்கிறான். மரியாதை செய்கிறான். புகழ்ந்து கூறுகிறான். அவர்களை விளம்பரப்படுத்த ஒவ்வொருவனும் கவலை எடுத்துக்கொள்கிறான். காப்பிக்கடையெல்லாம் காங்கிரஸ் பிரசாரசபை. கோவில் எல்லாம், கல்யாணம், கருமாதி, பார்ப்பன தாசி வீடெல்லாம்கூட காங்கிரஸ் பிரசார சபை. காங்கிரஸ் அதிகாரிகள் காங்கிரஸ் பிரசாரர்கள். ஆனால் நமக்கு அப்படியில்லை. நமது ஆட்கள் நம்மைக் கண்டதும் நமக்குள் புத்தி சொல்வதும், அதிலே ஓட்டை இதிலே ஓட்டை என்பதும், ஒருவர் மீது ஒருவர் புரளி பேசுவதும், ஆன காரியம்தான் இயக்க வேலை என்று கருதுவதாய் இருக்கிறது. சென்ற தேர்தலில் ஓட்டுக்கூட போட்டிருக்க மாட்டான்; எதிர் பிரசாரமும் செய்திருப்பான். ஒரு 'ஜஸ்டிஸ்', 'ஒரு குடிஅரசு', 'திராவிடன்',

'விடுதலை' காசு கொடுத்து வாங்கி இருக்கமாட்டான். அப்படிப்பட்டவன் இப்போது நமது கூட்டத்தையும், செல்வாக்கையும் உள்ளே வந்து நுழைந்துகொண்டு பெரிய மேதாவி மாதிரி தன் தலைமையிலேயே இயக்கம் இருக்கிற மாதிரி இயக்கம் இப்படி இருக்க வேண்டும். தலைவன் அப்படி இருக்கவேண்டும் என்று சவடால் அடிக்கத் தொடங்கி விடுகிறான். நான் ஏன் இவைகளை இப்போது சொல்கிறே னென்றால், இன்றைய தீர்மானத்தைச் சில பேர் சப்பைத் தீர்மானம் என்று பேசுவார்கள். நாங்கள் வேலை தொடங்கப் பயந்து விட்டோம் என்று சொல்வார்கள். "இதிலெல்லாமா ஆகப் போகிறது. அது செய்ய வேண்டும் இது செய்ய வேண்டும்". என்பார்கள். இவர்களில் யாரும் ஜெயிலுக்குப் போக மாட்டான். காசும் கொடுக்க மாட்டான் என்பதற்காகவே சொல்லுகிறேன்.

நமது நிலை

ஆனால், இன்று நாம் லேசான வார்த்தையில் கடினமாக தீர்மானம் போட்டிருக்கிறோம். இதை வைத்துக்கொண்டே நமது மக்கள் யோக்கியதைப்படி எவ்வளவு கடினமாக வேண்டுமானாலும் காரியம் செய்யலாம். வெறும் வாய் கடினத்தையும், வார்த்தை கடினத்தையும் பார்த்து ஏமாறுகிறவனல்ல நமது பிரிட்டிஷ்காரன். "செட்டி முடுக்கோ, சரக்கு முடுக்கோ" என்றுதான் பார்ப்பான். நல்ல சரக்கு வீட்டிலிருந்தாலும் விலையாகும். சப்பட்டை சரக்கு தப்பட்டை அடித்தாலும் விற்காது. நம்ம விஷயங்கள் எதுவும் எப்போதும் சரக்கு முடுக்காய் இருக்கும். காங்கிரசிடம் அதுதான் கிடையாது. வெறும் வாயே மாற்றந்தான். அதனால்தான் அது எப்போதும் மக்களை ஏமாற்றியே விற்கப் பார்க்கிறது. ஜனங் களுக்கு அதன் வண்டவாளம் தெரிந்துவிட்டது. சர்க்காருக்கும் தெரிந்துவிட்டது. அது இனி வாயைத் திறந்தாலும் தலையை அசைத்தாலும் நல்ல உதைதான் தின்னப் போகிறது. நமது நிலை அப்படி அல்ல. இந்தி ஒழிய வேண்டும் இல்லாவிட்டால் ஜெயிலில் மடியவேண்டும். ஆகையால் நமக்கு பொறுப்பு அதிகம்.

கட்டுப்பாடு வேண்டும்

இப்போது போட்டு இருக்கும் தீர்மானத்துக்கு ஆள், பணம் வேண்டி இருப்பது ஒரு புறமிருந்தாலும் முக்கியமாக கட்டுப்பாடு வேண்டும். இப்பொழுது நீங்கள் போட்ட கமிட்டியார் சொல்லுகிறபடி கேட்க ஆட்கள் வேண்டுமே ஒழிய, இனி மேல் இந்திக் கமிட்டியாருக்குப் புத்தி சொல்ல ஆட்கள் வேண்டியதில்லை. இக் கமிட்டியிலும் பொறுப்பை ஏற்று நடத்துகிறவர்கள் சொல்லுவதைக் கேட்க வேண்டும், அவர்கள் சொல்வது தவறுதலாய் இருந்தால்கூட, செய்துவிட்ட தவறை எடுத்துக்காட்ட வேண்டும். அதற்குள் ஒன்றும் முழுகிப் போய்விடாது. அப்பேர்ப் பட்ட காரியங்கள் அவர்கள் செய்துவிட மாட்டார்கள் என்று நம்பவேண்டும்

போராட்டம் என்றால்

போராட்டமென்றால் ஒழுங்கும் கட்டுப்பாடும்தான், அவைதாம் படைகளுக்கு ஆயுதமே தவிர முன்னின்று நடத்துபவனுக்கு புத்தி சொல்லிக் கொண்டிருப்பது ஆயுதமாகாது. அதில்லாத ஒரு காரணமே தமிழன் சூத்திரனானான், பார்ப்பானுக்கு அடிமை ஆளானான். ஆதலால், தமிழ்ப்போரில் இறங்க சவுகரியமில்லாதவர்கள் ஆண்மையோடு ஒதுங்கி நின்றுகொள்ள வேண்டும். போலி வீரத்திற்காகவும், சுய நலத்திற்காகவும் கலந்துகொண்டு தொல்லை விளைவிக்கக் கூடாது.

தமிழன் ஆயிரக்கணக்காய் சிறை செல்லுவதும், தாய்மார்கள் சிறை செல்லுவதுமான காரியங்கள் தற்கால முடிவு எப்படியானாலும் பின்னால் அது தமிழர் இயக்கத்திற்கு பெரிய சொத்தாகும். பின்னால் நடக்க வேண்டிய போராட்ட காரியங்கள் மிக மிக இருக்கின்றன. படை இல்லாமல் அப்போராட்டங்களை எப்படி

நடத்த முடியும். ஒவ்வொருவரும் ஒவ்வொருவர் வீட்டு பெண்மணிகளும் தமிழர் படையில் தங்களைப் பதிவு செய்து கொள்வது என்றால் ஒரு தடவை சிறைக்குச் சென்று விட்டு வருவதுதான். பெண்மணிகள் அதிகமாக சிறைசென்று வரவேண்டும்.

பணம் வேண்டும்

கட்டுப்பாட்டையும், சிறை செல்ல வேண்டியதையும் பற்றிச் சொன்னேன். இனி பணம் வேண்டியதைப் பற்றியும் சொல்லுகிறேன். பணம் வேண்டியதும் முக்கியமானதுதான். பணமில்லாவிட்டால் காரியம் நடக்காது. ஒன்றைக் கவனியுங்கள். தமிழ்நாட்டில் இந்திப் பிரசாரம் 15 வருஷ காலமாக வெகு மும்முரமாக நடைபெறுகின்றது. பல பள்ளிகள், காலேஜுகள் பல அருமையான கட்டடங்கள் மாதம் 200 ரூ. சம்பளம் முதல் பல சிப்பந்திகள் வைத்து பார்ப்பனர்கள் தமிழ் நாட்டில் இந்தி பரப்பி வருகிறார்கள். எனது தோழர் ஆச்சாரியார் இந்தியை கட்டாயமாக வைத்ததால்தான் இந்தியின் ஆபத்து பாமர மக்களுக்கு தெரிய நேரிட்டதே தவிர, இல்லாவிட்டால் காதும் காதும் வைத்ததுபோல் இந்தி விஷப்பிரயோகம் நடந்தகொண்டுதான் இருக்கும். நடந்து வரத்தான் போகிறது; இவற்றிற்கு- பார்ப்பனர்க்கு பணம் ஏது? இந்த 15 வருஷ காலமாக வருஷம் 20, 30 ஆயிரம் வீதமும் வடநாட்டில் இருந்துதான் வந்த கொண்டிருக்கிறது. இதற்காக பணம் கொடுக்கும் வடநாட்டான்கள் எல்லாம் இந்தி படித்தால் சுயராஜ்யம் என்று கருதியா இப்படி லட்சக்கணக்காகக் கொடுக்கிறான்? மேல்நாட்டுப் பணக்காரர்கள் இந்தியர்களை கிறிஸ்தவர்களாக்குவதற்கு பாதிரிகள் கையில் பணம் கொடுப்பது போல் தமிழனை ஆரியக் கலையில் ஆழ்த்துவதற்கும், தமிழன் என்கின்ற உணர்ச்சியை ஒழிப்பதற்கும் வடநாட்டான் இப்படி லட்சலட்சமாய் பணம் கொடுத்துவருகிறான். இதனால் ஆரியமும் பரவுகிறது; தமிழும் கெடுகிறது; பார்ப்பனர்களும் பிழைக்கிறார்கள்.

இந்த உணர்ச்சி தமிழனுக்கில்லையே!

இந்த உணர்ச்சி எந்தத் தமிழ் மகனுக்காவது இருக்கிறதா? பின்னும் நான் சொல்லுவேன், தமிழ்ப் பணக்காரன் , இந்திக்கு பணம் கொடுத்ததில் 8இல் 10இல் ஒரு பங்குகூட கட்டாய, இந்தி ஒழிப்புக்குக் கொடுக்கவில்லை. மற்றபடி என்ன என்று பாத்தால் இன்று பல தமிழனுக்கு வயிற்றெரிச்சலும், பொறாமையும், போக்கிரித்தனமான பிரசாரமும் இருந்து வருவதாகத் தெரிகிறது. ஆத்திரம் சகிக்கமாட்டாமல் வயிற்றுக் கடுப்புங்கூட இருந்துவருவதாகத் தெரிகிறது. ஏன் என்றால் எனது தொண்டிற்கு என்று 1001 காசு, 1001காலணா, 1001 அணா, 101 காசு என்பதாக அதிகமாகவும் 100ரூ, 1001ரூ. என்றுகூட சில இடங்களிலும் அவசியப்படி செலவு செய்துகொள்ள என்று சிறிது பணம் கொடுக்கிறார்கள். இதைப் பார்த்தும் கேட்டும்தான் இவ்வளவு ஆத்திரப்படுகிறார்கள்.

இதைப் பற்றி தலைவர் சர்.பன்னீர்செல்வம் அவர்களும் சற்று முன் சொன்னார்கள். இதுவரை வசூல் செலவு மாத்திரம் போக 7 அல்லது 8 ஆயிரம் ரூபாய் வசூலாகியிருக்கலாம். மே மாதம் முதல் அக்டோபர் ஈறாக 5 மாத காலம் நடந்த இந்தி எதிர்ப்பு தீவிர கிளர்ச்சி பெரிதும் பணத்தில்தான் நடந்தது. மே முதல் இன்றுவரை நடந்த இயக்கப் பிரசாரம் இந்தப் பணத்தில்தான் நடந்திருக்கிறது. பல மோதல்களின் செலவுகள் இந்தப் பணத்தில்தான் நடக்கிறது. பவுன்ட் ரூ.0-1-4 ஆக இருந்த காகிதம் சண்டை ஆரம்பமானவுடன் பவுன்ட் 4 அணாவாகவும், 3½ அணாவாகவும் வாங்கப்பட்டு மாதம் 400, 500 நஷ்டத்தில் நடத்திவரும் “விடுதலை” பேப்பர், இந்தப் பணத்தில்தான் நடந்துவருகிறது. இந்தப் பேப்பரும், பிரசாரமும், இந்தி எதிர்ப்புக் கிளர்ச்சியும் இல்லாவிட்டால் ஆயிரம்

பன்னீர்செல்வமும், ஆயிரம் குமாரராஜாவும், ஆயிரம் பாண்டியனும் மற்றும் ஆயிரம் இயக்க அன்பர்களும் இருந்துதான் என்ன செய்ய முடியும்? இயக்கம்தான் ஏது?

ஆகவே, இவை தொடர்ந்து நடைபெற வேண்டுமானால் இன்னமும் எவ்வளவு பணம் வேண்டும். யார் மொத்தமாகக் கொடுத்தார்கள். யார்தான் கொடுக்க வருகிறார்கள்? யாருக்கு வாய் நீளமோ அவர்களுக்குத்தான் கை கோணல். யாருக்கு கை நீளமோ அவர்களுக்குத்தான் விஷமப் பிரசாரம் செய்யும் உணர்ச்சி கிடையாது. இரண்டாம் பேர் அறியாமல் கொடுத்துவிட்டு மறுபடியும் வேண்டுமானால் வாருங்கள் என்றுகூட சிலர் கூறுகிறார்கள்.

ஏன் இவைகளைச் சொல்கிறேன்?

ஏன், இந்தச் சமயத்தில் இவைகளைச் சொல்லுகிறேன்? கூடிய சீக்கிரத்தில் நானும் தலைவர் சர். செல்வமும் சிறை செல்லப்போகிறோம். வெளியில் இருப்பவர்கள் காரியம் பார்க்க வேண்டும்; அவர்களுக்கு ஆட்களும் பணமும் வேண்டும். இவ்வித விஷமப் பிரசாரங்கள் அவர்களது வேலையைத் தடுத்து விடுமே என்கின்ற பயம்தான். என்னைப் பொறுத்தவரை விஷமப் பிரசாரத்திற்குப் பயமில்லை. எப்படிப்பட்ட இயக்கமானாலும் என் சொந்த இயக்கமாக்கிக்கொண்டு யாருடை தயவும் இல்லாமல்கூட என்னால் ஆனதைச் செய்து கொண்டிருக்க முடியும். அதற்கு ஏற்ற சில தோழர்கள் எனக்கு உண்டு. அன்றியும் என் வாழ்வுக்கு வேறு காரியம் ஒன்றும் கிடையாது.

ஆனதால், இன்று நமது பொறுப்பு முன்னைவிட அதிகம் என்று கருதியே இவைகளைச் சொல்ல நேர்ந்தது. என்ன அதிகப் பொறுப்பு என்றால் பார்ப்பனருடனும், பிரிட்டிஷாருடனும் இரண்டு பேருடனும் இப்போது போராட வேண்டியிருக்கிறது.

முன் ஜாக்கிரதையாக இருக்கவேண்டும்

பிரிட்டிஷார் மிரட்டுபவனைக் கண்டால்தான் பயப்படுகிறார்கள். நியாயத்துக்குப் பயப்படுவதில்லை. ஆதலால், தக்க ஆட்கள் சிறைக்குப்போக வேண்டிய நிலைமை ஏற்பட்டு இருக்கிறது. அதற்கு அதிக நாள் தவணைகூட இல்லை. யுத்தச் சாக்கை வைத்துக்கொண்டு சர்க்கார் நம்மை கடினமாக நடத்தினாலும் நடத்துவார்கள். ஆதலால், நாம் எதையும் வெள்ளையாகப் பேசி முன் ஜாக்கிரதையாக இருக்க வேண்டும். பொதுஜனங்கள் விஷமப் பிரசாரத்திற்கு காது கொடுக்காமல் ஒவ்வொரு வரும் தாராளமாய் பணம் உதவ வேண்டும். மற்றவர்கள் கை மூலம் செலவாகும் பணத்தைவிட என் கைமூலம் செலவாகும் பணம் மிக்க சிக்கனமாகத்தான் இருக்கும். செலவான பணத்தையும், ஆகி இருக்கும் வேலையையும் கணக்கு பாருங்கள்.

ஆகவே, நீங்கள் இப்பொழுதே முடிவு செய்து கொள்ளுங்கள். உங்கள் ஒவ்வொருவர் வீட்டிலும் யார் சிறைக்குப் போவது. யார் யார் பிரசாரம் செய்வது. யார் எவ்வளவு பணம் கொடுப்பது. யாரார் பண வசூல் செய்வது என்பது போன்ற வேலைகளை ஒவ்வொருவரும் அவரவர்களால் ஆனதைச் செய்யுங்கள். இதைவிட நல்ல சமயம் உங்களுக்குக் கிடைக்காது. குறைந்த செலவில் அதிக காரியம் செய்து கொள்ளலாம்.

குடிஅரசு - 21. 01. 1940

தொகுதி 1 மொழி

காங்கிரசை எதிர்க்க கூட்டு இயக்கம்

கட்டாய இந்தி

காங்கிரசின் ஆட்சி, உலக மக்களுடையவும், பிரிட்டிஷாருடையவும் கண்களைத் திறந்துவிடும். அப்போது காங்கிரசின் யதேச்சாதிகாரச் செயல்களிலிருந்து சிறுபான்மையினர் பாதுகாக்கப்பட வேண்டுவது அவசியமென்ற உண்மை ஸ்வரூபத்தைக் கண்டுகொள்வர்.

கட்டாய இந்தி சம்பந்தமாக என் கருத்துகளை ஜனாப் ஜின்னாவும், டாக்டர் அம்பேத்கரும் ஆதரித்தனர். கட்டாய இந்தித் திட்டம் நமது கலைகளுக்கு விரோதமாக பிராமண மதத்தையும் கலைகளையும் பலப்படுத்தி விஸ்தரிக்கும் ஒரு குறுகிய நோக்குள்ள திட்டமாகுமென்று நான் அபிப்பிராயப்படுவது போன்றே ஜனாப் ஜின்னாவும், டாக்டர் அம்பேத்கரும் அபிப்பிராயப்பட்டனர். நான் நமது மாகாணத்தில் இந்தி எதிர்ப்புக் கிளர்ச்சி மீண்டும் ஆரம்பிக்கப்பட்ட விஷயமாகப் பிரஸ்தாபித்த போது ஜனாப் ஜின்னா அவர்கள் "நீங்கள் என் பூர்ண ஆதரவையும் பெறுவீர்கள்" என்று கூறினார். இவ்விஷயத்தில் டாக்டர் அம்பேத்கரும் என் அபிப்பிராயத்தை ஆதரித்தார். இந்தி சம்பந்தமாக எனது கொள்கையை ஜனாப் ஜின்னா அங்கீகரித்ததிலிருந்து, நான் மீண்டும் ஆரம்பிக்கப்போகும் இந்தி எதிர்ப்புக் கிளர்ச்சியில் இம்மாகாண முஸ்லீம்கள் தாராளமாகக் கலந்து உதவி செய்வாரென நான் நம்புகிறேன். நம் மாகாணத்தில் காங்கிரஸ் மந்திரி சபையின் செயல்களைப்பற்றி என்னிடமிருந்து முதல் தரமான தகவல்களைக் கேள்விப்பட்டவுடன் அவ்விரு தலைவர்களும், "காங்கிரஸ் ஆட்சியின் கீழ் நீங்கள் மிக சகிப்புத் தன்மையோடு நடந்து கொண்டதைப் பாராட்டுகிறேன். நீங்கள் இதர மாகாணங்களிலும் சுற்றுப் பிரயாணம் செய்து, அங்குள்ள பொதுமக்களுக்கு இவ்வுண்மையை உணர்த்த வேண்டும்" என்று ஏகோபித்துக் கூறினார்கள்.

குடிஅரசு - 28. 01. 1940

பெரியாருக்கு ஜனாப் ஜின்னா பாராட்டு

புதியடில்லி, பிப்.26-

அகில இந்திய முஸ்லிம் லீக் தலைவர் ஜனாப் எம்.ஏ.ஜின்னா அவர்கள் ஈரோடு விலாசத்திற்கு பெரியார் அவர்களுக்கு கீழ்வரும் தந்தியை அனுப்பியுள்ளார்.

New Delhi,

Feb, 26,

RAMSAMI NAICER,

ERODE.

    Your magnificient stand sacrifices for people at last secured justice. My congratulations compulsory Hindi cancelled.

JINNA

மொழிபெயர்ப்பு

    "தங்களுடைய மகத்வமான உறுதியும், மக்களுக்காக செய்த தன்னலமற்ற தியாகங்களும் கடைசியில் நீதியை அளித்துவிட்டன. கட்டாய இந்தி நீக்கப் பட்டமைக்கு தங்களை நான் பாராட்டுகிறேன்."

ஜின்னா

குடிஅரசு – 05. 02. 1940

தொகுதி 1

மொழி

ஒன்றுபட்டால் உண்டு வாழ்வு

ஆச்சாரிய சர்க்கார் இந்தியை பள்ளிகளில் அதுவும் இளம் மாணவர்களுக்கு கட்டாயப் பாடமாக புகுத்திய காலையில் 'கட்டாயம்' என்பது இருத்தல் கூடாதென்றும், இளம் மாணவர்கள் ஏற்கனவே பல பாடங்களைக் கற்க வேண்டிய கஷ்ட நிலைமையிலிருக்கையில், இப்புதியதொரு பாடத்தையும் கட்டாயமாக கற்கச் செய்வது அவர்களுக்கு பெரிய பாரமாகும் என்றும், தாய்மொழிப் பயிற்சிக்குப் பங்கம் ஏற்படும் என்றும், கட்டாயப் பாடமாக வைத்துவிட்டு பரீட்சையில்லாமல் செய்வது பொருந்தாச் செய்கை என்றும், சிறிதும் அர்த்தமற்ற செய்கையென்றும் நாம் சொல்லி வந்ததை நமது வாசகர்கள் இதற்குள் மறந்திருப்பார்கள் என்று நாம் கருதவில்லை. நமது ஆட்சேபணைகள் எவ்வளவு தூரம் நியாயமானவை என்பது இவ்வாரம் கவர்னர் சர்க்கார் பிறப்பித்துள்ள உத்தரவிலிருந்து நன்கு விளங்கும். முதலாவது, கட்டாயப் பாடமாக இருந்துவந்த இந்தியை இஷ்ட பாடமாக்கி விட்டார்கள்.

இரண்டாவது, முதல் மூன்று பாரங்களில் பரிட்சை எதுவுமில்லாமல் இந்தியை கட்டாயப் பாடமாக மட்டும் போதிப்பதால் மாணவர்களுக்கு போதிய அறிவோ, திறமையோ ஏற்படாதென்று சர்க்கார் உணர்ந்து விட்டார்கள். ஆகவே, இன்றைய சர்க்கார் முக்கியமான நமது இரண்டு ஆட்சேபணைகளையும் உணர்ந்துகொண்டு விட்டார்கள் என்றாலும் சர்க்கார் மனமாற்றமடையவில்லை என்றே நாம் கருதுகிறோம். நாம் இவ்வாறு கருதுவதற்கு சர்க்காரின் இன்றைய போக்கே போதிய சான்றாகும் என நினைக்கிறோம்.

உண்மையிலே சர்க்கார் மனமாற்றமடைந்திருந்தால், அடக்குமுறை பாணத்தை சர்க்காரின் போக்கைக் கண்டிப்பவர்கள் மீது தொடுத்திருக்க மாட்டார்கள். ஆகவே, நமது போராட்டத்தில் ஓரளவு நாம் வெற்றியடைந்துவிட்டாலும், நமது போராட்டத்தை இத்துடன் நிறுத்திவிட வேண்டும் என்று சர்க்கார் கருதவில்லை என்றே தெரிகிறது. அவ்வாறு சர்க்கார் கருதியிருப்பார்களேயானால், "சண்டே அப்சர்வர்" ஆசிரியர் தோழர் பி. பாலசுப்ரமணிய முதலியார் மீது 1500 ரூபாய் ஜாமீன் கட்டவேண்டும் என ஜாமீன் நடவடிக்கை தொடர்ந்திருப்பார்களா? என்று கேட்கிறோம். எனவே, இதுவரை வெற்றி கண்ட தமிழர்கள் பூரண வெற்றி காணும் வரை போராட ஒருநாளும் பின்வாங்க மாட்டார்கள் என்பதோடு நமது பெரியாரும் பூரண வெற்றி காணும் வரை, தமிழர்கள் தன்மானத்தோடு வாழ வழிகாணும் வரை அயரார் என்பதையும் நாம் அறிவோம். நிற்க, சர்க்கார் உத்தரவிலே கட்டாயப் பாடமாக இருந்து வந்த இந்தி இனிமேல் இஷ்ட பாடமாக இருக்குமென்று

கூறியிருக்கிறார்கள். பள்ளிக்கூடங்களில் உள்ள பாடத்திட்டத்தில் (Curriculum) மொத்தப் பாடங்களை "ஏ-குரூப்" என இரு பிரிவாகப் பிரித்திருக்கின்றனர் என்பதும், மொழி (Language) சம்பந்தமான பாடங்களை "ஏ-குரூப்" பாகவும், கலை சம்பந்தமான - உதாரணமாக, சேத்திரகணிதம், பீஜகணிதம், இரசாயனம், பவுதிக சாஸ்திரம், புக் கீப்பிங், டைப்ரைட்டிங் போன்ற பாடங்களை "சி-குரூப்" பாகவும் பிரித்திருக்கின்றனர் என்பதும் "ஏ-குரூப்"பில் உள்ள பாடங்களில் ஒரு மாணவன் ஏதாவது ஒன்றை மொழிக்காக எடுக்க வேண்டுமென்றும், "சி-குரூப்"பில் உள்ள பாடங்களில் ஏதாவது ஒன்றை தனது எதிர்கால வாழ்வை உத்தேசித்து பொறுக்கி எடுப்பான் என்பதையும் அறிவார்கள்.

சர்க்கார் இந்தியை "சி-குரூப்"பில் சேர்த்திருக்கிறார்கள் என்பது 22 ஆம் தேதி "இந்தியன் எக்பிரஸில்" வெளிவந்துள்ள செய்திகளிலிருந்து நன்கு விளங்குகிறது. உயர்தர கல்வி கற்க விரும்பும் மாணவன் எவனும், கல்லூரியில் பாடமாக இல்லாத ஒரு பாடத்தை எடுக்கமாட்டான் என்பதும், தொழிலுக்குச் செல்ல விரும்பும் ஒருவன் தொழிலுக்கு உதவும் பாடங்களில் ஒன்றைத்தான் தெரிந்தெடுப்பான் என்பதும் நன்கு விளங்கும் உண்மை இதுதான்; இவ்வுத்தரவில் காணப்படுவதும் இதுதான்.

ஆனால், "இந்தி போதனையை ஏற்படுத்திய காலத்தில் அவர்களுக்கு (காங்கிரஸ் மந்திரிகளுக்கு) இருந்த நோக்கத்தையே இந்த மாறுதல் விரிவுபடுத்தி ஊர்ஜிதப்படுத்துவதாக இருக்கிறது. அதனுடன் புதியமுறை அதிகப் பலன் அளிக்கக் கூடும்" என்று "சுதேசமித்திரன்" எழுதுவதின் கருத்து என்னவென்றே நம்மால் விளங்கிக் கொள்ள முடியவில்லை. இந்தி கட்டாயப் பாடமாக புகுத்திய காலத்தில் ஆச்சாரியார் முதல் அவரை வால்பிடித்துத் திரிந்தவர்கள் யாவரும் கட்டாயமாக இருந்தால்தான் ஒவ்வொருவரும் இந்தியை கற்றுத் தீருவார்கள் என்றும், அதுதான் தங்கள் நோக்கம் என்றும் கூறிவந்ததை எவரும் மறந்திருக்க முடியாது. ஆனால், இன்றைய சர்க்கார் உத்தரவுப்படி, "இந்தியை" "சி-குரூப்" பாடமாக அதாவது இஷ்ட பாடமாக வைத்திருப்பதினால் எப்படி எல்லா மாணவர்களும் கற்க முடியுமென்று கேட்கிறோம்? எப்படி அவர்களது நோக்கம் மாற்றப்படவில்லை? ஏன் அடியோடு கொலை செய்யப்பட்டு விட்டதென்று சொல்ல முடியாது என்று கேட்கிறோம். மேலும் இப்புதிய முறை எப்படி அதிக பலன் அளிக்கக்கூடும் என அப்பத்திரிகை கூறுகிறதென்பதை வாசகர்களே சிந்தித்துப்பார்க்க விட்டு விடுகிறோம். முழுப் பூசணிக்காயை சோற்றில் மறைக்க முடியுமா? அதுபோல உண்மையை பொதுமக்கள் உணரமுடியாதபடி மறைக்க முடியுமா? என்னதான் மறைத்தாலும் உண்மை வெளிப்படாமல் போகுமா?

சர்க்கார் தங்கள் அறிக்கையில், இந்திக்காக அதிகப் பணம் செலவு செய்யப் போவதாகவும் கூறுகிறார்கள். "சுயமரியாதைகளுக்கு உண்மையாகவே தமிழில் சிரத்தையிருக்குமேயானால் இப்புதிய ஏற்பாட்டை எதிர்க்க வேண்டும்" என கூலிக்கு மாரடிக்கும் காங்கிரஸ் கூலிப் பத்திரிகையொன்று எழுதுகிறது. இதைக் குறித்து நாம் சிறிதும் கவலை கொள்ளவில்லையானாலும் இந்த மடத்தனம் எவ்வளவு உச்சநிலையிலிருக்கிறது என்பதை வாசகர்கள் தெரிந்து கொள்ளட்டும் என்பதினாலேயே அதை எடுத்துக்காட்டுகிறோம். பள்ளிக்கூட பாடத்திட்டத்தில் புதியதாக ஒரு பாடத்தை சர்க்கார் புகுத்தினால் அதற்காக பள்ளிக்கூடங்களுக்கு அளிக்கும் மானியத்திலும் அதிக மானியம் கொடுக்க வேண்டாமா? அதற்கும்கூட சர்க்கார் நிபந்தனை விதிக்காமலில்லை. அதாவது இந்தி வகுப்பில் போதிய மாணவர்களிருக்க வேண்டும் என்பதாகும். ஆகவே, எந்தப் பள்ளிக்கூடங்களில்

403

தொகுதி 1

மொழி

இந்தி வகுப்புகளில் போதிய மாணவர்களிருக்கிறார்களோ, அந்தப் பள்ளிக் கூடங்களுக்கு வருஷந்தோறும் கொடுக்கிற மானியத்தோடு இதற்காக அதிக மானியம் கொடுப்பார்கள். இதை "சுயமரியாதைக்காரர்கள் ஏன் எதிர்க்க வேண்டும்" என்று கேட்கிறோம். தங்கள் ஆச்சாரியார் சர்க்கார் புகுத்திய கட்டாய இந்தி செத்து ஒழிந்ததே என்ற துக்கத்தின் காரணமாக எதையெதையோ மனம் போன போக்கில் எழுதித் தனது ஆத்திரத்தைத் தீர்த்திருக்கிறதென்று சொல்வதோடு புத்திசாலித் தனமாக ஒரு ஆதாரத்தையாவது தனது வாதத்திற்கு அதனால் எடுத்துக்காட்ட முடியாது போயிற்று என்றுதான் சொல்லவேண்டியிருக்கிறது.

கடைசியாக, ஒன்றுபட்டால் உண்டு வாழ்வு என்பதை இப்போராட்டத்தி லிருந்து தமிழர்கள் உணர்ந்து எதிர்கால போராட்டங்களிலும் ஒன்றுபட்டு பெரியார் ஆணைப்படி நின்று போராடுவோமேயானால் வெற்றி நமதே. தமிழர்களே, தயாராயிருங்கள்!

குடிஅரசு - 25. 02. 1940

404

தொகுதி 1
மொழி

கட்டாய இந்தி ரத்து
பெரியார் அறிக்கை

இந்தி கட்டாயப் போதிப்பு உத்திரவு மாற்றப்பட்ட சர்க்கார் அறிக்கையைப் பார்த்தேன்.

இவ்வளவு நாள் பொறுத்தாவது நமது கவர்னர் இந்தி எதிர்ப்பானது இந்நாட்டுப் பெரும்பகுதியான மக்களின் ஆத்திரத்துடன் கூடிய எதிர்ப்பு என்பதை உணர்ந்து கொண்டதற்கும் இப்போது போதித்து வரும் கட்டாய இந்தி போதனை முறை பயனற்றதும் கூடாததும் என்று உணர்ந்து அந்த முறையையும், கட்டாயப் போதிப்பையும் ரத்துச் செய்ததற்கும் மகிழ்ச்சியடைகிறேன்.

ஆனால் அந்த அறிக்கையின்படி இந்தி இனி இஷ்ட பாடமாக வைத்துக் கொள்ள அனுமதிக்கப்பட்டாலும் அதற்காகப் பொதுமக்களின் வரிப் பணம் செலவழிக்கப்படுவதை நான் வீண் அனாவசியமான செலவு என்று வருத்தத்துடன் சொல்லாமல் இருக்க முடியவில்லை.

இம்மாதிரி செலவுக்குச் சர்க்கார் அறிக்கை சொல்லும் காரணம் "மெயில்" பத்திரிகை சொல்லுகிற பிரகாரம், பொருத்தமற்றதும் நியாயமற்றதுமாகும் என்பதுதான் எனது அபிப்பிராயமாகும். ஏனெனில் இந்தியா என்கின்ற பெயருள்ள பூபாகத்தில் பல பாஷை பேசும் பல மாகாணங்கள் இருக்கும்போது "தென் இந்தியர் இந்தி படிப்பது இந்தி பேசும் மாகாண மக்களுடன் பழகுவதற்கு அனுகூலமாயிருக்கும்" என்று சொல்லுவது அசட்டுத்தனமேயாகும். ஒரே ஒரு பாஷை பேசும் மக்களுடன் பழகுவதற்கு மாத்திரம் அனுகூலமாயிருக்கும் மற்றொரு பாஷைக்குப் பொது ஜனங்கள் வரிப் பணமும் பொதுப்பள்ளிக்கூட முயற்சியும் ஏன் செலவழிக்கப்பட வேண்டும். மற்ற பாஷை மாகாணங்களுடன் தென் இந்தியர் பழக வேண்டுமானால் அதற்கென்ன செய்வது? மற்றும் இப்போதைய சர்க்கார் அறிக்கை முறைப்படி ஒரு தமிழ் மாணவன் இந்தியை இஷ்ட பாடமாக எடுக்க வேண்டுமானாலும் அவன் தனது தாய்மொழியை விட்டுவிட்டுத்தான் இதை எடுக்க வேண்டியவனாக ஆவான்.

ஆகையால் இந்தப் பாகம் மாத்திரம் ஒன்று யோசனை இல்லாமல் செய்த காரியமாய் இருக்க வேண்டும். அல்லது மாஜி கனம் ஆச்சாரியாரைத் திருப்திப்படுத்த கவர்னர் பிரபு எடுத்துக் கொண்ட கோணல் வழி முயற்சியாய் இருக்க வேண்டும்.

தொகுதி 1

மொழி

எப்படியிருந்த போதிலும் தமிழர் விருப்பப்படி இந்தி கட்டாயப் போதிப்பு ஒழிந்ததற்கு மகிழ்ச்சியடைகிறேன்.

நமது பிறவி எதிரிகளான பார்ப்பனர்களும் அவர்களது கூலிகளும் பார்ப்பனப் பத்திரிகைகளும் நமது விஷயத்தை மறைத்தும் குறைத்தும் திரித்தும் விஷமத்தனமாக கூறியும் வெளியிட்டும் நம்மை எதிர்த்தும், நம் முயற்சியைக் கெடுத்து வந்தும், நாம் வெற்றி பெற்றோம். இதற்கு தமிழர்களின் ஒற்றுமையும் தன்மான உணர்ச்சியுமே காரணமாகும்.

ஆரம்பம் முதல் கட்டாய இந்திப் போதிப்பை எடுத்துவிடக் கிளர்ச்சி செய்யப் பெரியதொரு ஊக்கமும், உற்சாகமும் ஏற்படும் உதவி செய்துவந்த "மெயில்" பத்திரிகைக்கு நான் தனியான நன்றி செலுத்துவதுடன் நம்முடன் ஒத்துழைத்துப் பலவகைகளில் ஆதரவளித்தவர்களுக்கும் பல கஷ்ட, நஷ்டங்களை ஏற்றுத் தீவிரக் கிளர்ச்சியில் பங்கெடுத்துக் கொண்டவர்களுக்கும் பொருளுதவி செய்தவர்களுக்கும் எனது மனப்பூர்த்தியான நன்றியறிதலைத் தெரிவித்துக் கொள்கிறேன்.

இனி அடுத்துத் தொடங்கப்படப் போகும் கிளர்ச்சிகளிலும் தமிழர்கள் இதுபோலவே ஒத்துழைக்க வேண்டுமென்று வேண்டிக் கொள்ளுகிறேன்.

குடிஅரசு - 25. 02. 1940

சமஸ்கிருதம் உயிருள்ளதா?

இந்தி மொழி கட்டாயப் பாடமாக திராவிட நாட்டில், காங்கிரஸ் (ஆரிய) மந்திரிகளால் புகுத்தப்பட்ட காலையில், இந்தி ஆரிய வர்க்க மொழியென்றும், அம்மொழி கட்டாயப் பாடமாக சிறுவர்களுக்குக் கற்பிக்கப்படுமேயாகில், திராவிடச் சிறுவர்கள், எதிர்காலத்தில், திராவிடக்கலை, நாகரிகம், பழக்கம் வழக்கம் ஆகியவைகளை மறந்து ஆரியத்திற்கே அடிமையாய் விடுவார்கள் என்றும், மக்களின் வாழ்க்கையைத் திருத்துவதற்கு ஒரு ஒழுங்குபடுத்துவதற்கு கல்வியைத் திருத்தியமைத்தால் போதும் என்றும், அதை இன்று ரஷ்யா, ஜெர்மனி, இத்தாலி ஆகிய நாடுகளில் கண்கூடாகப் பார்க்கலாம் என்றும், எனவே, இந்திமொழி கட்டாயப் பாடமாக புகுத்தக்கூடாதென்றும் கூறி மறுத்து வந்தது எவ்வளவு உண்மையானது என்பதை சமீபகாலமாக இந்த(திராவிட) நாட்டிலுள்ள ஆரிய வர்க்கத்தினர் சாஸ்திரிகளும், ஆச்சாரிகளும் பேசிவருவதும், அறிக்கைகள் விடுவதும் நன்கு விளங்கும்.

ஆரிய ஆதிக்கத்தை ஆரிய செல்வாக்கை இந்நாட்டை விட்டு விரட்டியடிக்க, குழிதோண்டிப் புதைக்க திராவிடர்கள் விழிப்படைந்து விட்டார்கள். தூங்கினவன் தொடையில் கயிறு திரிப்பது இனி செல்லாது என்பதை உணர்ந்துதான் ஆரிய வர்க்கத்தார், அதை நிலைநிறுத்த வேறு வழி செய்தால் பலிக்காது என்று கருதி மொழியின் மூலமாக இஞ்சக்ஷன் செய்ய முனைந்திருக்கின்றனர்.

நாம் ஒன்று மிகைப்படுத்தியோ, அல்லது அவர்களைப் போல் கற்பனை செய்தோ கூறுவதாக யாரும் கருதவேண்டியதில்லை. நாம் சொல்வது எவ்வளவு ஆதாரமுடையதென்பது இந்நாட்டில் பத்திரிகைகள் படிப்போர்களுக்கு நன்கு தெரியவரும். அவர்கள் ஒருநாளும் நாம் சொல்வதை மறுக்க முன் வரார் என்றே கருதுகிறோம். உதாரணத்திற்காக இரண்டொருவர் பேசியதை மட்டும் எடுத்துக் காட்டினால் வாசகர்கள் உண்மையை உணர்ந்துகொள்ள முடியுமெனக் கருதுகிறோம். சென்ற 2ஆம் தேதி சென்னையில் பச்சையப்பன் கல்லூரி சமஸ்கிருத மாணவர் சங்க ஆதரவில் நடைபெற்ற ஒரு கூட்டத்தில் சத்தியமூர்த்தி சாஸ்திரியார் பேசுகையில், "தமிழுக்கு சமஸ்கிருத சம்பந்தம் ஏற்பட்டதினால்தான் வளர்ச்சியும் பெருமையும் ஏற்பட்டதென்று நான் கூறுவேன்" என்று கூறியிருக்கிறார், நியாயப்படி இவர் சொல்லியிருக்க வேண்டியது, "தமிழுக்கு சமஸ்கிருத சம்பந்தம் ஏற்பட்டதினால்தான் இழிவும், சிறுமையும் ஏற்பட்டிருக்கிறதென நான் கூறுவேன்" என்பதாகும். இதற்குத்தான் என்று கட்டாய இந்திப் போர் இந்நாட்டில் துவக்கப்பட்டதோ அன்றுமுதல் நாளது வரை சமஸ்கிருத மொழியால், தமிழ்

மொழி எந்தெந்த வகைகளில் வளர்ச்சி குன்றி பெருமையிழந்து சிறுமையுற்றிருக்கிறதென்று ஆதாரங்களுடன் தமிழ்ப் பேராசிரியர்கள் முதல் பண்டிதர்கள் ஈறாகக் கட்டுரைகள் வெளியிட்டும், பிரசுரங்கள் பிரசுரித்தும், வாதங்கள் நடத்தியும் வந்திருக்கின்றனர் என்பதை வாசகர்கள் இதற்குள் மறந்திருக்க மாட்டார்கள் என்றே கருதுகிறோம்.

சமஸ்கிருத சம்பந்தத்தினால்தான் தமிழ் மக்களை, ஒரு சாதாரண கலியாணப் பத்திரிகையைக்கூட சமஸ்கிருத மொழிக் கலப்பில்லாமல் எழுதமுடியாத நிலைக்குக் கொண்டுவந்து விட்டதென்றால், இதை யாரும் மறுக்க முன்வருவர் என்று நாம் நம்பவில்லை. இத்தகைய நிலைமை உலகில் வேறு எந்நாட்டிலும் இருப்பதாக இவர் சொல்ல முன்வருவாரா என்று கேட்கிறோம். ஒரு ஆங்கிலேயன் ஆங்கிலத்தில் கலியாணப் பத்திரிகையை எழுதவும், ஒரு பிரஞ்சுக்காரன் பிரஞ்சு மொழியில் எழுதவும், ஒரு ஜப்பானியன் ஜப்பானிய மொழியில் எழுதவும் முடியாத நிலைமையிலும் இருக்கிறானா என்று எடுத்துக்காட்ட முடியுமா என்று எண்ணிப்பாருங்கள்.

இன்று பள்ளிக் கூடங்களில், கணிதம், பூகோளம், சரித்திரம், ரசாயனம், பவுதிகம் ஆகியவைகளில் வழக்கிலிருந்து வரும் எண்ணற்ற சொற்கள் தமிழ்ச் சொற்கள் என்று எந்த தமிழ் மகனாவது ஒப்புக்கொள்வானா என்று கேட்கிறோம். இவைகளுக்கு தமிழ் மொழியில் சொற்கள் இல்லாது ஒழிந்துவிட்டனவா? இல்லை. எல்லாவற்றிற்கும் இருக்கின்றன. அப்படியிருந்தும் ஏன் சமஸ்கிருத மொழிச் சொற்களை உபயோகித்து வருகின்றனர் என்றால், சமஸ்கிருத மொழிக்கு உயிரைக் கொடுத்து தமிழ்ச் சொற்களை வழக்கிலிருந்து மறையச் செய்ய வேண்டும் என்ற சூழ்ச்சியைத் தவிர, வேறு என்னவாயிருக்க முடியும் என்று கேட்கிறோம்.

இவ்வாறு தமிழ் மொழியின் சொற்களை சொல் வழக்கிலிருந்து மறையச் செய்து அவ்வெழுத்துக் கொண்ட சமஸ்கிருத மொழிச் சொற்களை வளர்ப்பதுதான் தமிழ் மொழி வளர்ச்சியடைவதும் பெருமையடைவதும் என்பதற்கு அறிகுறியா என்று கேட்கிறோம்.

எனவே, சமஸ்கிருதமொழிக் கலப்பால் தமிழ்மொழி எவ்வகையிலும் வளர்ச்சி பெறவோ, பெருமையடையவோ இல்லையென்பதும் அதற்கு மாறாக தமிழ் மொழி சிதைவுற்று அதன் பண்டைய பெருமையெல்லாம் அழிவுற்றுமிருக்கிறது என்பதும் விளங்கும்.

ஒரு மொழி, மற்றொரு மொழியுடன் சம்பந்தம் கொள்வதால் சம்பந்தம் கொள்ளும் மொழி கேடுறாது. சிதைவுறாது என்று கூறும் மூர்த்தியாருக்கு இரண்டு மொழிகளைக் குறித்து எவ்வளவு ஞானம் - அறிவு இருக்கிறது என்று முதலில் ஒரு வினா எழும். அந்த வினாவுக்கு அவரது பேச்சிலே விடையிருக்கிறது. அதாவது, "நான் தமிழில் ஒரு நூல்கூட வாசித்ததில்லை. சில நாவல்கள் மட்டுமே படித்திருக்கிறேன். சமஸ்கிருதத்தில் எனக்கு கொஞ்சம் பரிச்சயம் உண்டு" எனக் குறிப்பிட்டிருக்கிறார். இது செப்டம்பர் 3ஆம் தேதிய சுதேசமித்திரன் 5ஆம் பக்கம் 3ஆம் கலம் தலைப்பிலிருந்து 9ஆம் வரியிலிருந்து 4,5 வரிகளில் காணக்கிடக்கிறது.

எனவே, ஒரு மொழியின் கலப்பால் மற்றொரு மொழி கெடாது என்று கூறும் - வாதிக்கும் வாதம் நியாயமானதா நியாயமற்றதா என்பது ஒரு புறமிருந்தாலும் வாதிக்க அவருக்கு அருகதையிருக்கிறதா என்பதை முடிவு கட்டும் பொறுப்பை வாசகர்களுக்கே விட்டுவிடுகிறோம். இவ்வாறு முன்னுக்குப்பின் சம்பந்தமில்லாமல் பேசிவருகிறார்களே. அதையும் பத்திரிகைகளில் பிரசுரித்து வருகிறார்களேயென்றால்,

அது நம்மவர்களின் ஏமாளித்தனத்தை அல்லாது வேறு எதைக் காட்டுகிறதென்று கேட்கிறோம். 'தட்டிக்கேட்க ஆள் இல்லையேல் தம்பி சண்டப்பிரசண்டன்தான்' என்று நாட்டிலே சொல்லுவார்கள். அவ்வாக்கு இன்று இவர்களுக்குத்தான் பொருத்தமாயிருக்கிறது. இவ்வாறு முரணாகப் பேசிவருவதை இமைகொட்டாமல் மக்கள் கேட்டுக் கொண்டிருந்ததினால் சிறிதும் சரித்திரத்திற்கும் உண்மைக்கும் மாறாக கம்பன் சமஸ்கிருதத்தில் சிறந்த பண்டிதர் எனக் கூறியிருக்கிறார்.

கம்பன் சிறந்த சமஸ்கிருத பண்டிதர் என்று எந்த ஆதாரத்தின் மீது மூர்த்தியார் கூறுகிறாரோ நாமறியோம், கம்பனுக்கு சமஸ்கிருதத்தில் எழுதப்பட்டிருந்த இராமாயணத்தை சமஸ்கிருத பண்டிதர்கள் வாசித்து விளக்க, அதைக் கேட்டு கம்பர் தமிழில் எழுதினார் என்று இராமாயணத்திலே சான்று இருக்கிறது. அதை மூர்த்தியார் பார்த்ததில்லையா? எவ்வாறு பார்த்திருக்க முடியும்? அவருக்குத்தான் தமிழில் சில நாவல்களைத் தவிர, வேறு எந்த நூலும் தெரியாதே. அப்படியிருக்க, அதை எப்படி பார்த்திருக்க முடியும்?

எனவே, ஆரியவர்க்கத்தார் தங்கள் நிலையை உயர்த்த, தங்கள் செல்வாக்கைப் பாதுகாக்க இந்த 20 ஆம் நூற்றாண்டிலே, இவ்வாறு பச்சையாக சரித்திரத்திற்குப் புறம்பானதும், தங்களுக்கு அதைக் குறித்து சிறிதும் அறிவோ, ஞானமோ, இல்லாததுமான காரியத்தை சொல்லத் தயங்கவில்லையானால், அந்நாளில், சூதுவாதற்ற நம்மவர்களை - திராவிடர்களை என்னென்ன சொல்லி ஏய்த்திருக்க வேண்டும் என்று எண்ணிப் பார்க்கக் கோருகிறோம்.

இதுவரை மூர்த்தியார் தங்கள் சமஸ்கிருத மொழியின் பெருமைகளைக் குறித்துக் கூறியதைக் கவனித்தோம். இனி தோழர் சி. ராஜகோபாலாச்சாரியார் என்ன சொல்லுகிறார் என்பதை சிறிது கவனித்தால் ஆரிய ஆதிக்கத்தை நிலைநிறுத்த எத்தகைய முறையைக் கையாளுகிறார்கள் என்பது புலனாகும் என்று கருதுகின்றோம். சென்ற மாதம் 31ஆம் தேதியில் திருநெல்வேலி எம்.டி.டி. இந்து காலேஜ் சமஸ்கிருத ஆரம்பவிழாவில் தோழர் சி. ராஜகோபாலாச்சாரியார் "சமஸ்கிருதத்தின் பெருமையைக் குறித்துப் பேசுகையில் சமஸ்கிருதம் இறந்துபோன பாஷையென்று சொல்வதைக் கண்டிக்கிறேன். சமஸ்கிருதம் உயிருள்ளது" எனக் குறிப்பிட்டிருக்கிறார்.

சமஸ்கிருதம், ஆரிய மொழி (இது நாம் சொல்லும் பெயரல்ல. ஆங்கில இலக்கணாசிரியர்களே சமஸ்கிருதம் ஆரிய வர்க்கத்தைச் சேர்ந்தது என வகுத்திருக்கின்றனர்) இறந்துபோன மொழியென்றும், ஆரிய துவேஷிகளோ, பார்ப்பன துவேஷிகளோ, சுயமரியாதைக்காரர்களோ, ஜஸ்டிஸ் கட்சிக்காரர்களோ சொல்லுவதாக யாரும் எண்ணவேண்டாம். மொழி ஆராய்ச்சியாளர்களே, மொழிக்கு இலக்கணம் எழுதினவர்களே அவ்வாறு கூறியிருக்கின்றனர். எம்மொழி பழைய எழுத்துச் சுவடியில் அதாவது எழுத்து வழக்கில் மட்டுமிருக்கிறதோ அதற்கு இறந்த மொழியென்றும், எம்மொழி எழுத்து வழக்கிலும் பேச்சு வழக்கிலுமிருக்கிறதோ அதற்கு உயிருள்ள மொழிகள் எனவும், ஆராய்ச்சியாளர் வகுத்திருக்கின்றனர். ஆங்கிலத்தில் அதைக் குறித்து எழுதியிருப்பதை அப்படியே வாசகர்களுக்கு சமர்ப்பிக்கிறோம். அதாவது,

"A living language is one which is used in common speach. A language which has ceased to be spoken but is found in writings of the past is a Dead Language. Snaskrit and Latin are dead Languages" என எழுதப்பட்டிருக்கிறது.

இறந்த மொழிக்கு உள்ள லட்சணம், இன்னது இந்த லட்சணத்தை உடைய மொழிகள், இறந்த மொழிகள் என்று சொல்லுகையில், "நான் அவ்வாறு

தொகுதி 1

மொழி

சமஸ்கிருதத்தை இறந்த மொழியென்று சொல்லுவதைக் கண்டிக்கிறேன். சமஸ்கிருதம் இறந்த மொழியன்று" என்று சொல்லி காரணம் கூறாமல் ஆத்திரப்பட்டுக் கண்டிக்க அறிவுலகம் ஏற்றுக்கொள்ளுமா என்று கேட்கிறோம்.

இதுவரை சமஸ்கிருதம் இறந்த மொழி என்று சொல்லப்பட்டு வந்திருக்க, அதைப்பற்றிச் சிறிதும் கவலை கொள்ளாது, இன்று மட்டும் இவர் இவ்வாறு ஆத்திரங்கொள்ளக் காரணம் என்ன என்றால், திராவிடர்கள் விழிப்படைந்து விட்டார்கள். சமஸ்கிருதம் இறந்த மொழியென்று சொல்லி வருவது மறைக்கப்படாவிட்டால், "இறந்த மொழியாகிய சமஸ்கிருதம் இந்நாட்டிற்கு என்ன அவசியம்? அதற்கு ஏன் ஒவ்வொரு உயர்தரக் கலாசாலைகளிலும் தனிப் பண்டிதரும் அதற்கு 'கரிக்குலத்தில்' அதாவது பாடத்திட்டத்தில் தனி இடமும் கல்லூரிகளில் சமஸ்கிருத பேராசிரியர்களும் என்று கருதி அதை ஒழித்து விடுவார்கள்" என்ற அச்சத்தைத் தவிர, வேறு என்னவாயிருக்க முடியும் என்று கேட்கிறோம்.

அதோடு நின்றார் இல்லை ஆச்சாரியார். சமஸ்கிருதம் தெரியாத இந்தியனுக்கு எந்நாட்டிலும் மதிப்பில்லை எனக் குறிப்பிட்டிருக்கிறார். இது எவ்வளவு விஷமுள்ள ஆணவமான பேச்சு என்பதை எண்ணிப்பார்க்கக் கோருகிறோம். இந்தியன் என்று சொல்லிக் கொள்ள விரும்புகிறவன் உலகத்தாரால் மதிக்கப்பட வேண்டும் எனக் கருதினால்தானே சமஸ்கிருதம் தெரிந்திருக்க வேண்டும். அதனால்தான் திருவாரூர் ஜஸ்டிஸ் மாநாட்டில், திராவிடன் தன்னை இந்தியன் என்று சொல்லிக்கொள்ளக் கூடாதென்றும், தன்னை இந்து என்று சொல்லிக் கொள்ளக் கூடாதென்றும் தீர்மானம் நிறைவேற்றப்பட்டிருக்கிறது.

எனவே, ஆச்சாரியார் வாதப்படி இந்தியன் என்று எவன் தன்னைச் சொல்லிக் கொள்ளுகிறானோ, எவன் தன்னை உலகோர் மதிக்கவேண்டுமென எண்ணு கிறானோ அவன்தான் சமஸ்கிருதம் தெரிந்திருக்க வேண்டுமென்பது, திருவாரூர் மாநாட்டு தீர்மானப்படி, திராவிடர் என்று சொல்லிக் கொள்ளுகிறவனுக்கு சமஸ்கிருதம் தெரியவேண்டிய அவசியமில்லையென்பதும் நன்கு விளங்கும்.

இதிலிருந்தாவது ஆரியவர்க்கத்தினர், தங்கள் மொழியைக் குறித்து எவ்வளவு உயர்வு கொண்டிருக்கின்றனர் என்பதையும், தமிழ் மொழியையோ அல்லது வேறு மொழிகளையோ குறித்து எவ்வளவு தாழ்வு கொண்டிருக்கின்றனர் என்பதையும், எண்ணிப் பார்க்கவே கோருகிறோம். கடைசியாக, ஆரியத்திற்கு இந்நாட்டிலே சாவுமணி அடித்தாய்விட்டது என்பதை ஆரியவர்க்கத்தினர் நன்கு உணர்ந்து கொண்டுவிட்டனர் என்பதையும், அதன் காரணமாக சரித்திரத்திற்கும், உண்மைக்கும் புறம்பானதும் பொருத்தமற்றதுமான காரியங்களைச் சொல்லி எப்படியாவது ஆரிய ஆதிக்கத்தை நிலைக்க அருமுயற்சிகள் எடுத்து வருகிறார்கள் என்பதையும், இப்பொழுதே திராவிடர்கள் விழிப்பாயிருந்து மக்களுக்கு அவ்வப்போதே உண்மையை விளக்கி, சரித்திர ஆதாரங்களை எடுத்துக்காட்டி ஆரிய சூழ்ச்சியை வெளிப்படுத்த வேண்டுமென்பதும் விளங்குகிறதா அல்லவா? என்று கேட்கிறோம். இதைச் செய்ய ஒவ்வொரு திராவிடரும் முன் வருவார்களாக!

குடிஅரசு - 08. 09 .1940

410

சமஸ்கிருதமும் பார்ப்பனர்களும்

"இந்நாட்டின் உயர்ந்த கலையையும், நாகரீக அம்சங்களையும் காப்பாற்றுவது பரம்பரைச் சமூகத்தினரிடம் ஒப்படைக்கப்பட்டிருந்தது. இந்த சமூகம் ஏழ்மையிலேயே இருந்தது. சென்ற 50 அல்லது 60 ஆண்டுகளாகத்தான் இச்சமூகத்தினர் ஆங்கில பாஷை பயின்று உயர்பதவிகளை அடைந்தனர்."

"தமிழிற்கும் சமஸ்கிருதத்திற்கும் போட்டியிருப்பதாகக் கூறப்படுகிறது. ஆனால் ஹிந்துமதம், கலை, நாகரீகம் முதலியவற்றைப் பற்றிப் பேசும்போது சமஸ்கிருதத்தைப் பற்றிப் பேசாமல் இருக்க முடியுமாவென்று நான் கேட்கின்றேன்."

"கீதையை முடிந்த வரையில் மனப்பாடம் செய்யவேண்டும். புராணங்களைப் படிக்க வேண்டும். அவற்றில் ஹிந்து நாகரீகம், கலை, வாழ்க்கை விவரம் போராட்டத்தைத் தவிர்க்கும் வழி முதலியவைகள் எல்லாம் புதைந்து கிடக்கின்றன."

இவை ஜஸ்டிஸ் கிருஷ்ணசாமி அய்யங்கார் பேச்சு.

"நாம் சுறுசுறுப்புள்ள தேசத்தினராக இருக்க வேண்டுமானால் அறிய வேண்டிய பலவற்றையும் தெரிந்து கொள்ளவேண்டும். அதில் சமஸ்கிருதத்திற்குப் போதிய அவகாசத்தைச் செலவிட வேண்டும்".

"இன்றைய பிராமணன் மறக்கப்பட்டு விடலாம். ஆனால் சமஸ்கிருத பாஷையும், நமது முன்னோரின் உயரிய கோட்பாடுகளும் அழியாதிருக்கும்." என்பவை, ரைட் ஆனரபிள் வி.எஸ். சீனிவாச சாஸ்திரியார் அவர்கள் பேச்சு.

சென்ற 05.03.1941 இல் சென்னை லயோலா கல்லூரிச் சமஸ்கிருத சங்கத்தில் மேற்படி இருவரும் இவ்வாறு பேசியுள்ளனர்.

மேற்படி இரு பார்ப்பனத் தோழர்களும், உண்மையில் வருணாச்சிரம தருமிகளென்றோ, புராதன பிராமண தர்மத்தின்படி நடந்து கொள்கிறவர்களென்றோ சொல்லமுடியாது. உண்மையான இந்து மதத்தைப் பின்பற்றுகிறவர்களென்று கூடச் சொல்லமுடியாது.

அவர்கள் வேண்டுமானால் தங்களை ஹிந்துக்கள் என்று சொல்லிக் கொள்ளலாம். வருணாச்சிரம தருமத்தை ஆதரிப்பவர்கள் என்று சொல்லிக் கொள்ளலாம். பிராமண தர்மத்தை அனுசரிப்பவர்கள் என்றும் சொல்லிக் கொள்ளலாம்.

தொகுதி 1 மொழி

ஆனால் இவர்களால் புகழ்ந்து பேசப்படும் சமஸ்கிருதத்தில் உள்ள இந்து மத சாஸ்திரங்களின்படி பார்த்தால், இவர்கள் பிராமணர்களாகவோ, வருணாச்சிரம தர்மிகளாகவோ இருக்கவே முடியாது.

இருவரும் ஆங்கிலம் படித்தவர்கள், காளிதாசன் காவியங்களையும், பகவத் கீதையையும் படிப்பதற்குப் பதிலாக ஷேக்ஸ்பியரையும் பைபிளையும் படித்தவர்கள். உச்சிக் குடுமியும், பூணூலும், பஞ்சகச்சமும், தரித்து ஆற்றங்கரைகளில் உட்கார்ந் திருப்பதற்குப் பதிலாக ஷர்ட்டும் கோட்டும், தலைப்பாகையும் அணிந்து கோர்ட்டிலும், ஆங்கிலேயர்கள் மற்ற உத்தியோகஸ்தர்கள் மத்தியிலும் உட்கார்ந்திருந்தவர்கள்.

இவர்கள் சமஸ்கிருதத்தைப் பற்றிப் பேச வேண்டிய நிலை வந்ததற்குக் காரணம் என்ன என்பதை நன்றாய் யோசித்துப் பார்க்க வேண்டும். பார்ப்பனர் களுடைய மதிப்பும், உயர்வும் நிலைத்திருக்க வேண்டுமானால் இந்து மதம் அழியா மலிருக்க வேண்டும். இந்து மதத்திற்கு ஆதரவாகக் கூறப்படும் புராணங்களும், ஸ்மிருதிகளும் அழியாமலிருக்க வேண்டும். அந்தப் புராணங்களும், ஸ்மிருதி களுக்கும் பிறப்பிடம் சமஸ்கிருதமேயாகும். ஆதலால் சமஸ்கிருதக் கல்வியை அழியாமல் காப்பாற்ற வேண்டும் என்பதே இந்த இரு பார்ப்பனத்தோழர்களின் உட்கருத்தென்பதை மேற்படி வாக்கியங்களிலிருந்து தெரிந்து கொள்ளலாம்.

பார்ப்பனர்களைப் பற்றி அவர்கள் எவ்வளவுதான் வகுப்புத் துவேஷமல்லாத பார்ப்பனர்கள் என்று கூறப்பட்டாலும், தேசாபிமானமுடைய பார்ப்பனர்கள் என்று சொல்லப்பட்டாலும் அவர்களுடைய பிறவிக் குணமாகிய சாதியபிமானம் என்பது சிறிதும் குறையாது என்பதற்கு இந்த இரண்டு கனவான்களின் பேச்சே போது மானதாகும்.

இவர்கள் மாத்திரம் அல்ல, பொதுவாக நமது நாட்டில் உள்ள எல்லாப் பார்ப்பனர்களுமே இதே கருத்துடன் தான் இருக்கிறார்கள் என்பதில் ஐயமில்லை.

நான் பார்ப்பனர்கள் ஆரியர்கள் என்றும், அவர்கள் ஆரிய நாகரிகத்தை தமிழ்நாட்டில் பரப்பக் கங்கணங்கட்டிக் கொண்டிருக்கின்றனர் என்றும் கூறும்போது சில பார்ப்பனர்களும் அவர்களுடைய அடிமைகளும் கோபித்துக் கொள்ளுகிறார்கள். பார்ப்பனர்களும் இந்த நாட்டிலேயே வாழ்வதனால், வீட்டில் தமிழையே பேசுவதனால் அவர்களும் தமிழர்கள்தான் என்றும் கூறுகின்றனர். தோழர் சத்தியமூர்த்தி அய்யர், தோழர் சீனிவாச அய்யங்கார் போன்றவர்கள் தங்களைத் தமிழர் என்று பல கூட்டங்களில் சொல்லிக் கொண்டார்கள். இதுபோலவே பல பார்ப்பனர்களும் சொல்லிக் கொள்கிறார்கள். ஆனால் ஆரியரைப் பற்றியும், ஆரியர் மொழியாகிய சமஸ்கிருதத்தைப் பற்றியும், ஆரியமதமாகிய இந்து மதத்தைப் பற்றியும் நாம் கண்டித்தால் இந்தப் பார்ப்பனர்கள் தம்மைக் கண்டிப்பதாக நினைத்துக் கொள்கிறார்கள். இதிலிருந்தே இந்தப் பார்ப்பனர்கள் யார் என்று தெரிந்து கொள்ளலாம்.

இன்று பல பார்ப்பனர்கள் மேடையிலேறிப் பிரசங்கம் செய்வதைக் கேட்கிறோம். மதத்தைப் பற்றியும், சீர்த்திருத்தத்தைப் பற்றியும், மொழியைப் பற்றியும் கல்வி வளர்ச்சியைப் பற்றியும் பல பார்ப்பனர்கள் பேசுவதைக் கேட்டிருக்கிறோம். ஆனால் இதுவரையில் எந்தப் பார்ப்பனராவது "திருக்குறளை மனப்பாடம் பண்ணுங்கள். சிலப்பதிகாரத்தைப் படியுங்கள். பத்துப்பாட்டு, எட்டுத்தொகை ஆகிய சங்க நூல்களைப் படியுங்கள். அவைகளின் மூலம் தமிழர் வீரத்தைத் தெரிந்துகொள்ளலாம்" என்று கூறியதைக் கேட்டிருக்கின்றீர்களா?

வருணாச்சிரமதர்மப் பார்ப்பனரிலிருந்து எச்சில் கோப்பை கழுவும் பார்ப்பனர் வரை மேல்நாடு சுற்றிய பார்ப்பனர் உள்பட எல்லோரும், “பகவத் கீதையைப் படியுங்கள், புராணங்களைப் படியுங்கள், சமஸ்கிருதத்தைப் படியுங்கள்” என்றுதானே பிரசங்கம் செய்கிறார்கள்.

ஆகவே எல்லா பார்ப்பனர்களும் ஒரு முகமாகத் தங்களுடைய புராண மதிப்பைக் காப்பாற்றுவதையே நோக்கமாகக் கொண்டு வேலை செய்கிறார்கள். என்று நாம் கூறுவதில் என்ன குற்றமிருக்கிறது? சமூகச் சீர்த்திருத்தம் பேசும் பார்ப்பனர்களாயிருந்தாலும், காந்தீயம் பேசும் பார்ப்பனர்களாயிருந்தாலும், மிதவாதம் பேசும் பார்ப்பனர்களாயிருந்தாலும் அவர்கள் தம்முடைய சமூகத்தை மறப்பதேயில்லை. தம்முடைய சமூக உயர்வை அழியாமல் காப்பாற்றக்கூடிய இந்து மதத்தைப் பற்றியும் பேசாமல் இருப்பதில்லை. இவைகளெல்லாம் ஆதர வளிக்கும் சமஸ்கிருத நூல்களைப் பற்றியும் அவைகளைப் படிக்க வேண்டும் என்பதைப் பற்றியும் பேசாமலிருப்பதில்லை.

இவைகளையெல்லாம் நினைத்துப் பார்க்கும்படி ஆரியக் கலைகளை ஆதாரமாகக் கொண்டு தமிழர் மதம் பேசும் தோழர்களை வேண்டிக் கொள்ளுகிறோம்.

சமஸ்கிருதக் கலைகள் இந்நாட்டில் நிலைத்திருக்கும் வரையில் சாதி உயர்வு தாழ்வுகளும், மூடநம்பிக்கைகளும் வருணாச்சிரம தர்மக்கொடுமைகளும் இந்த நாட்டைவிட்டு ஒழியப் போவதேயில்லை. சமஸ்கிருத நாகரீகம் உச்சநிலையி லிருந்த காலத்தில்தான் நாம் கோழைகளானோம், அடிமையானோம், மானம் இழந்து வாழ்க்கை நடத்தும் மக்கள் கூட்டமானோம் என்பதைத் திராவிடர்கள் மறந்துவிடக்கூடாது. சமஸ்கிருதக் கலைகளில் அவநம்பிக்கையும் அவைகளில் கூறப்படும் மதக் கொள்கைகளே நம்மை அடிமையாகச் செய்கின்றன என்ற எண்ணமும் நம் மக்களிடம் தோன்றிய பிறகே, சுயமரியாதை உணர்ச்சி உண்டாயிற்று என்னும் உண்மையை உணரவேண்டுகிறோம். ஆகவே திராவிடர்களை அடக்கவே, திராவிடர்களின் சுயமரியாதை உணர்ச்சியை ஒழிக்கவே இப்பொழுது எல்லாப் பார்ப்பனர்களும் ஒரு முகமாக, சந்துகண்ட வழிகளிளெல்லாம் புகுந்து வேலை செய்கிறார்கள் என்பதை திராவிடர்கள் மறந்துவிட வேண்டாம்.

விடுதலை - 11. 03. 1941

பார்ப்பனர்களின் கல்வித் திட்டம்

வார்தா கல்வித்திட்டம் பார்ப்பனரல்லாதார் கல்விக்கு உலை வைப்பது வருணாச்சிரமத்தை நிலைநாட்டக்கூடியது. சமுதாய உயர்வு தாழ்வுகளை நிலைக்க வைப்பதற்காகவே வகுக்கப்பட்டது. ஆதலால் அத்திட்டத்தை நாம் அப்பொழுதே கண்டித்தோம். மற்ற தாழ்த்தப்பட்ட வகுப்பினரும், முஸ்லீம்களும் கண்டித்தனர். இத்தகைய திட்டத்தைப் பற்றி இன்னும் பார்ப்பனர்களும், பார்ப்பன ஆசிரியர்களும் பேசுவார்களாயின் அவர்கள் கருத்தென்ன?

இதுபோலவே நமது கல்வித் திட்டத்தில் தாய்மொழியும், பொதுமொழியு மாகிய ஆங்கிலமும் போதிக்கப்பட்டால் போதும் என்று கூறிவருகின்றோம். இதற்காகவே கட்டாய இந்தியை எதிர்த்தோம். ஆரியர் பார்ப்பனீயத்தை வளர்ப் பதற்கு இந்தியைக் கருவியாகக் கொண்டிருக்கின்றனர். என்பதற்காகவே அதை ஒழிக்கக் கங்கணங் கட்டிக்கொண்டு திராவிடர்கள் வேலை செய்தனர். இத்தகைய இந்தியை இன்னும் பார்ப்பன ஆசிரியர்கள் ஆதரிப்பதன் அர்த்தம் என்ன?

தமிழில் எழுதப்படும் புத்தகங்கள் தமிழ்ச் சொற்கள் கொண்ட புத்தகங் களாகவே இருக்கவேண்டும் என்பதே தமிழர் விருப்பம். பார்ப்பனர்களால் எழுதப்படும் புத்தகங்களில் தமிழ்ச் சொற்களைக் காண்பதே அரிதாக இருக்கிறது. பார்ப்பனர்களில் ஒரு கூட்டம், வேண்டும் என்றே மடி கட்டிக்கொண்டு தமிழைச் சமஸ்கிருதமயமாக்க வேலைசெய்து கொண்டிருக்கின்றது. சினிமா, பத்திரிகைகள், புத்தகங்கள் எல்லாவற்றிலும் அக்கூட்டம் தனது கைவரிசையை காட்டி வருகின்றது.

தமிழில் சமஸ்கிருதம் கலக்கக்கூடாது என்றால் இது சமஸ்கிருத வெறுப் பாகுமா? சமஸ்கிருதத்தில் தமிழைக் கலந்து எழுதவேண்டும் என்று கூறுகின்ற பார்ப்பனர் எவரேனும் உண்டா? கலைச் சொற்களை தனித்தமிழ்ச் சொற்களாக அமைக்கவேண்டும் என்ற கிளர்ச்சி ஏற்பட்டவுடன், இப்பொழுது ஆங்கிலத்தில் உள்ளபடியே வைத்துக் கொள்ளலாம் என்று சொல்லப் புறப்பட்டிருக்கிறார்கள். இதற்கு முன் கலைச்சொற்களை ஒருவருக்கும் புரியாத சமஸ்கிருதச் சொல்லால் வழங்கிக் கொண்டிருந்த காலத்தில் எந்தப் பார்ப்பனராவது அதைக் கண்டித்தார்களா? புரியாத சமஸ்கிருதச் சொல்லால் வழங்குவதைவிட ஆங்கிலச் சொல்லாலேயே வழங்கலாம் என்று ஏன் ஒரு பார்ப்பனரும் கூற முன்வரவில்லை?

பார்ப்பனர்கள் செய்து வரும் வேலைகளைக் கவனிப்பவர்கள் அவர்களின் உண்மைப் போக்கை உணர்வார்கள். அவர்கள் தங்கள் செல்வாக்கை தமிழர் உணர்ச்சி, தமிழர் கலை, தமிழர் மொழி இவைகளை கெடுப்பதற்கு எந்தெந்த

வகைகளில் பயன்படுத்தலாமோ அந்தந்த வகைகளில் எல்லாம் பயன்படுத்தி வருவதை அறியலாம். அதிலும் கல்வியிலாக்காவில் உள்ள பார்ப்பனர்களுக்கே பார்ப்பனீயத்தைக் காப்பாற்ற அதிக வசதியிருக்கிறது. அவ்வசதிகளை அவர்களும் தவறாமல் பயன்படுத்திக் கொள்ளுகின்றனர்.

ஆனால் அவ்விலாக்காவில் உள்ள பார்ப்பனரல்லாதவர்களில் பெரும்பாலானவர்களுக்கு திராவிடர் என்ற உணர்ச்சியோ, திராவிடக் கலையைக் காப்பாற்ற வேண்டும் என்ற உணர்ச்சியோ சிறிதும் இல்லாமலிருப்பதுதான் வருந்தத்தக்கது. பார்ப்பனர்கள் தங்கள் ஆரிய நாகரீகத்தைக் காப்பாற்றச் செய்யும் முயற்சியைக் கண்டாவது அவர்கள் மான உணர்ச்சி பெறுவார்களா?

விடுதலை - 17. 05. 1941

தொகுதி 1 மொழி

415

தாய்மொழியும் சாஸ்திரியாரும்

கல்வி கற்பதினால் மக்களுக்கு அறிவு வளரும். அறிவு வளருவதினால், மக்கள் வாழ்வு உயரும். மக்கள் வாழ்வு உயர்வதினால் நாடு சிறப்புறும். இதைத்தான் நாம் அனுபவத்தில் பார்க்கிறோம். உலகில் எந்த நாடு இன்று சிறப்புற்று விளங்குகிறதோ அதற்கு எது காரணமாக இருந்தது என்று எண்ணிப்பார்த்தால், அந்நாட்டு மக்களின் கல்வி வளர்ச்சியென்பதே புலனாகும்.

அது போலவே, உலகில் எந்த நாடு இன்று பின்னணியிலிருந்து வருகிறதோ அது முற்போக்கடைய வேண்டுமென விரும்பினால், அந்நாட்டின் கல்வி வளர்ச்சி யடைய வேண்டும். ஒரு நாடு கல்வியில் வளர்ச்சியடைய வேண்டுமானால் அது அந்நாட்டின் தாய்மொழியினால்தான் முடியும். பிற நாட்டின் அறிவு நுட்பங்களை அறிந்து வந்து தங்கள் தாய்மொழியின் வாயிலாக எழுதி தங்கள் நாட்டு மக்களை அறிவு பெறச்செய்து இன்று ஒப்புயர்வற்றவர்களாகச் செய்திருப்பதைத்தான் உலகில் பார்க்கிறோம். தாய்மொழி யொன்றிருக்க பிறமொழியினால் அறிவை புகட்டுவதோ அல்லது தாய்மொழியின் மூலமாக அறிவை புகட்டுவது கஷ்டமான காரிய மென்றோ எந்த நாடும் கருதி, தாய்மொழி மூலமாக அறிவை வளர்க்க தயங்கின தில்லை.

இந்நாட்டில்தான், தாய்மொழி மூலம் அறிவை புகட்டுவது அவ்வளவு எளிதல்ல வென்றும் அவசரப்படக்கூடாதென்றும் கூறப்படுகிறது. உண்மையிலே இது விசித்திரமான வாதமாகும். உலகில் எல்லா நாடுகளிலும் 100க்கு 60, 70, 90 என்ற விகிதத்தில் கல்வி கற்றவர்களாக இருக்க இந்நாட்டில் மட்டும் 100க்கு 8 அல்லது 10 விகிதம் கல்வி கற்றவர்களாக இருக்கக் காரணம், தாய் மொழி மூலம் கல்வி புகட்டப்படாததேயாகும். தாய்மொழி மூலம் கல்வி புகட்டப் பட்டிருந்தால் இன்று இந்நாட்டின் மக்களின் அறிவு வளர்ச்சி இந்நிலையிலா இருக்கும்?

உண்மை அவ்வாறு இருக்க, "ஆரம்பக் கல்வியிலிருந்து பாடங்களைத் தாய் மொழியில் போதிப்பது என்பது முடியாது. இது மிகவும் அவசரமான காரியமாகும்: தேசீயக் கல்விக்குப் பாதகம் விளையாத விதத்தில் இந்த சீர்திருத்தத்தைப் படிப்படியாக அமுலுக்குக் கொண்டுவர வேண்டும்" என்று மகாகனம் வி. எஸ். ஸ்ரீனிவாச சாஸ்திரியார் லயோலா காலேஜ் தர்க்க கூட்டத்தில் 28ந் தேதி மாலை பேசியிருக்கிறார்.

ஆரம்பக் கல்வியிலிருந்து பாடங்களைத் தாய்மொழியில் கற்பிப்பது முடியாதென்று இந்நாட்டில் இவரைப் போன்றாரைத் தவிர வேறு நாடுகளில் யாரேனும் வெட்கமின்றி சொல்லத் துணிவாரா? பாடங்கள் எனப்படுவது அறிவு, அறிவு வளர்ச்சி தாய்மொழியின் மூலமல்லாமல் வேறு எந்த மொழியின் மூலம் புகட்டுவது? இதை அறிஞர் எவரும் ஒப்புக்கொள்ளார் என்றே கருதுகின்றோம்.

கனம் சாஸ்திரியார் இவ்வாறு கருதுவதற்குக் காரணம் அவரது பேச்சிலே அடுத்தபடியாக காணப்படுகிறதை யாவரும் அறியலாம். அதாவது "தேசியக் கல்விக்கு பாதகம் விளையாத விதத்தில் இந்த சீர்திருத்தம் படிப்படியாக அமுலுக்குக் கொண்டுவர வேண்டும்" என்று குறிப்பிட்டிருப்பதேயாகும். இதனால், தாய்மொழியில் எல்லாப் பாடங்களுமே கற்பிக்க ஆரம்பித்து விட்டால், தாய்மொழியின் மூலமாக மக்கள் அறிவைப் பெற்றுவிட்டால், ஆரியர்கள் காணும் கனவாகிய தேசீயக் கல்விக்கு இடமேயில்லாது போய்விடும் என்பதுதான் இவரது அச்சத்திற்குக் காரணமாகும்.

'தேசியம்' என்ற பெயரால், பலகாலமாக சுதந்திரத்துடன் விளங்கிய மக்களை, தனி கலை, மொழி, நாகரீகம் முதலியவைகளில் தலைசிறந்து விளங்கும் தனி இன மக்களை ஆரியத்திற்கும் ஹிந்து ஆதிக்கத்திற்கும் அடிமைப்படுத்தி வைக்க முயற்சிப்பது போல், தேசீயக் கல்வியின் பெயரால் அந்தந்த இன மக்கள் அவரவர் களுடைய தாய்மொழியில் அறிவு பெற்று வாழ்க்கை உயர்வடைந்து நாடு சிறப்புறு வதைத் தடுத்து ஆரிய ஆதிக்கத்திற்கு உட்பட்டு கடந்த பல நூற்றாண்டுகளாக ஆரியத்திற்கு அடிமையாயிருந்து வந்தது போல் இனியும் பல காலம் இருந்து வரட்டும் என்பதைத் தவிர இதில் வேறு என்ன அர்த்தமிருக்க முடியும்?

தாய்மொழியின் மூலம் எல்லாப் பாடங்களையும் கற்பிக்காத நாடு ஒரு நாளும் முன்னேற முடியாது. உதாரணத்திற்கு சீனாவையும் ஜப்பானையும் எடுத்துக் கொள்ளுங்கள். ஜப்பான் ஐரோப்பிய நாட்டு அறிவை தனது தாய் மொழியில் கற்பித்து தனது மக்களை அறிவு பெறச் செய்ததினால்தான் இன்று ஒரு வல்லரசாக விளங்குகிறது. சீனா அதனைச் செய்யாததினால் வல்லரசுகளின் தயவை நாடி நிற்க வேண்டிய நிலையிலிருக்கிறது. தாய்மொழியை உயிருடன் பெற்றிருக்கும் எந்தநாட்டு மக்களும் சாஸ்திரியார் வாதத்தை ஒப்புக்கொள்ளார். தமிழகம் தனி நாடாக பிரிக்கப்படாத வரை தாய்மொழி வளர்ச்சிக்கு மட்டுமல்ல எடுத்ததற்கெல்லாம் தேசீயத்தை குறுக்கே கொண்டு வந்து போட்டு முட்டுக்கட்டையிடுவார்கள். என்பதை இதிலிருந்தாவது தமிழர்கள் திராவிடர்கள் எண்ணிப் பார்ப்பார்களாக. தேசீயக் கல்வியைக் குறித்து கனம் சாஸ்திரியார் பேசியிருப்பதை நாளை ஆராய்வோம்.

விடுதலை - 01.02.1943

தேசீயத்தில் சாஸ்திரியார் மோகம்

தாய்மொழியில் எல்லாப் பாடங்களையும் ஆரம்பக் கல்வியிலிருந்து கற்பிப்பது முடியாது என்று மகா கனம் சாஸ்திரியார் பேசியது நேர்மையான வாதமா என்பதைப் பற்றி நேற்று நாம் ஆராய்ந்தோம். இன்று தேசீயக் கல்வியென்று அவர் குறிப்பிட்டுப் பேசியிருப்பதையும், தேசீயக் கல்விக்குப் பாதகம் விளையாத விதத்தில் இச் சீர்த்திருத்தம் நடைபெற வேண்டுமென்று அவர் குறிப்பிட்டிருப்பதையும், ஒரு நாள் ஹிந்தி தேசீயமொழியாக ஆகியே தீரும் என்று தாம் நம்புவதாக அவர் கூறியிருப்பதையும் சற்று ஆராய்வோம்.

தேசீயம் என்று சொல்லப்படுவதே இவ்வுபகண்டத்துக்கு பொருந்தாது. ஐரோப்பாவுக்கு தேசீயம் என்று பொதுவாக எவ்வாறு கற்பிக்க முடியாதோ அவ்வாறு இவ்வுபகண்டத்துக்கும் தேசீயம் கற்பிக்க முடியாது. ஐரோப்பாவில் ஆனாலும் சரி உலகில் வேறு எந்த கண்டத்திலுமானாலும் சரி அந்தந்த நாடுகளின் மக்களின் தேசீயம் வேறுவேறாக விளங்குகிறதை நாம் பார்க்கிறோம். ஒவ்வொரு நாட்டு மக்களும் தங்கள் தங்கள் நாட்டைப் பற்றிய தேசியத்தைப் பெற்றவர்களாக விளங்குகின்றனர்.

உதாரணத்திற்கு ஐரோப்பாவில் எந்த நாட்டை எடுத்துக் கொண்டாலும், எவ்வளவு சிறிய ஜனத்தொகையைக் கொண்ட நாடாயிருந்தாலும் அவரவர்கள் தனித்தனி தேசீயத்தையுடையவர்களாகவே விளங்குகின்றனர். அவ்வாறு தனித்தனி தேசீயத்தை பெற்று விளங்கவில்லையானால் அவைகளின் சுதந்திரத்திற்காக இன்று தாங்கள் பேராடுவதாக அமெரிக்காவும் பிரிட்டனும் கூறிக்கொண்டு இருக்க முடியாதல்லவா?

அவ்வாறு அங்கு தனித்தனி தேசீயம் விளங்குவதற்கு காரணம் அந்நாடுகள் தனித்தனியாக இருந்து வந்ததுதான். அதுபோலவே இவ்வுப கண்டத்திலும் தனித்தனி நாடுகள், தனிஅரசு செலுத்தி சுதந்திரமாக விளங்கி வந்தன. பிரிட்டிஷ் ஆட்சி தோன்றிய பிறகுதான் அவைகளில் பல சுதந்திரமற்று சில நேரடியாக பிரிட்டிஷ் ஆட்சியின் கீழ் வந்துவிட்டன. இதனாலேயே இவ்வுபகண்டத்தில் இருந்த தனித்தனி நாடுகள் அந்நாட்டு மக்கள் தனித்தனியாக வாழ்வோர் தங்கள் தங்கள் நாட்டுப்பற்று, கலைப் பற்று, மொழிப்பற்று ஆகியவைகளுடன் விளங்கவோ கூடாதா? அருகதை யற்றவர்களா என்று எண்ணிப் பார்க்க வேண்டும்.

தனித்தனி தேசீயத்திற்குறிய எல்லா இலக்கணங்களும் பொருந்திய மக்கள் யாவரையும் ஒரே தேசீயம் என்று கற்பனை செய்வது அத்தகைய கற்பனை

தேசீயத்திற்கு தேசீயக்கல்வியென்று ஒன்றைப் பெயரிட்டு அக்கற்பனை தேசீயக் கல்விக்கு பாதகம் விளையாமல் தாய்மொழி வளர்ச்சிக்கு வேண்டும் என்று சொன்னால், தாய்மொழி வளர்ச்சிக்கு கட்டுப்பாடு விதிக்கும் அளவில் இருக்கிற ஒரு தேசீயக் கல்விக்கு என்ன அவசியம் ஏற்பட்டது?

பாகிஸ்தானும், திராவிடஸ்தானும் தனித்தனியாகப் பிரிந்து போவது என்ற முடிவு ஏற்பட்டுவிட்டது. சர்க்கார் இணங்கினாலும் இணங்கா விட்டாலும் பிரிந்து போவது என்ற முடிவிலே இருந்து வருகின்றனர். லாகூரில் நடைபெற்ற அ. இ. சீக்கிய இளைஞர் மாநாட்டில் முஸ்லிம் மெஜாரிட்டியாக உள்ள ஜில்லாக்களை விட மேற்கு மாகாணத்தோடு சேர்த்து ஹிந்து - சீக்கியர் மெஜாரிட்டியாகவுள்ள பாகத்தை தனியாகப் பிரித்துவிட வேண்டுமென்று சீக்கியர்களே தீர்மானம் செய்திருப்பதால், மெஜாரிட்டியாகவுள்ள முஸ்லிம் பிரதேசங்களை தனியாக பிரித்து விடும்போது, பாகிஸ்தான் ஏற்படாதென்று எண்ணுவதற்கு எங்கு இடமிருக்கிறது? எனவே, பாகிஸ்தான் பிரிந்து போகும்போது, திராவிடர்கள் ஆரிய ஆதிக்கத்திலிருந்து பிரிந்துபோகாமல் ஒரு நாளும் இருக்க மாட்டார்கள். பன்னெடுங்காலமாக தனியரசு செலுத்திவந்த மக்கள் வேறு ஆதிக்கத்தின் கீழ் இருக்க ஒரு நாளும் தலை வணங்கார். இவர்கள் யாவரும் பிரிந்துபோன பிறகு தேசீயக் கல்விக்கு என்ன அவசியம்? அவசியமில்லாத ஒரு கல்விக்கு பாதகம் விளையாமல் தாய்மொழி வளர்க்கப்பட வேண்டும் என்று சொல்வதில் சிறிதும் அர்த்தமே யில்லை.

அடுத்தபடியாக, ஹிந்தி தேசீயமொழியாக ஆகியே தீரும் என்று கனம் சாஸ்திரியார் கூறியிருக்கிறார். தேசீயமொழியே அவசியமென்று சொன்னால் தான் தேசீயமொழி எதுவாக இருக்க லாயக்கென்ற பிரச்சனை எழ இடமுண்டு. தேசீயமொழிக்கே அவசியமில்லையென்று சொல்லும்போது, இன்ன மொழி தான் தேசீயமொழியாகும் என்பதைக் குறித்து விவாதிப்பதில் அர்த்தமே யில்லை. இருந்தபோதிலும், கனம் சாஸ்திரியார் ஹிந்திதான் தேசீய மொழியாக ஆகித்தீரும் என்று சொல்லியிருப்பதை சற்று கவனிப்போம்.

கனம் சாஸ்திரியாரைப் பொருத்தமட்டில், அவர் இவ்வாறு ஆரிய ஆதிக்கத்திற்கு என தோன்றிய மொழியை, லல்லுஜிலால் அங்கிருந்த மொழியில் பாரசீகப் பதங்களை எல்லாம் நீக்கிவிட்டு சமஸ்கிருதப் பதங்களை நிறையக் கலந்து செய்த ஹிந்தி மொழியை, "உலக வழக்கு அழிந்து ஒழிந்து சிதைந்த" மொழியை பொதுமொழியாகக் கூற வந்திருப்பதை கண்டோ பொது மொழியாக ஆகியே தீரும் என்று தாம் நம்புவதாக அவர் கூறியிருப்பதைக் குறித்தோ நாம் ஆச்சரியப் படுவதற்கில்லை. ஆரிய வர்க்கம், ஆரியத்தை எந்தெந்த வகையில் அதை உயிர் பெறச்செய்வது என்பதில் என்றும் கண்ணும் கருத்துமாயிருந்து வருகிறது. யார் யார் என்னென்ன தொழிலைச் செய்து வந்தாலும், தங்கள் இன முன்னேற்றத்தில் தங்கள் இனத்தை காப்பாற்றுவதில் எப்பொழுதும் தயங்குவதில்லை யென்பதை இவரது சம்பவமே விளக்கும். ஹிந்தி பொதுமொழிக்கு லாயக்கற்றதென்பது பற்றி பல முறை விவாதிக்கப்பட்ட விஷயமானதில் மீண்டும் அதை எடுத்து விவாதிக்க விரும்பவில்லை.

விடுதலை - 02.02.1943

சைவ மடங்களில் பார்ப்பன ஆதிக்கம்

இந்துமதத்தைப் பரப்ப சைவமதங்கள் ஏற்பட்டனவாம்.
தமிழ் - சமஸ்கிருத தகரார் வகுப்புவாதமும் துவேஷமுமாம்
தமிழ்ப் பண்டிதர்களே உங்களுக்கு வெட்கமில்லையா?
உங்கள் இரத்தத்தில் சூடு சொரணை கிடையாதா?
வயிற்றுப் பிழைப்பும், பார்ப்பனர்கள் சடகோபனும் தானா?
சைவ மடங்களின் லட்சியம்.

பிரம்மஸ்ரீ சர்.சி. பி. இராமசாமி அய்யர்வாள் என்ன சொல்லுகிறார் கேளுங்கள்...

மாயவரத்துக்கு அருகாமையில் உள்ள பத்து ஆயிரம் வேலி நிலமும் பல லட்ச ரூபாய் செல்வமும் உள்ளதும் “தமிழர்” மடமுமாகிய தர்மபுர மடம் என்பதில் அம்மடத்தின் ஆதீன கர்த்தராகிய ஸ்ரீலஸ்ரீ சண்முக, தேசிக, ஞான, சம்மந்த பரம ஆச்சாரிய ஸ்வாமிகளின் ‘பத்தாண்டு ஆட்சி’க் கொண்டாட்டமானது அசல், பிரம்மஸ்ரீ ஆசாரியராகிய ஆரியர், சிகாமணி, பிரம்மஸ்ரீ சர்.சி.பி. இராமஸ்வாமி ஐயர் அவர்கள் தலைமையில் 05.09.1943ந் தேதி அதிவிமரிசையாகக் கொண்டாடப் பட்டிருக்கிறது.

விழாவின் முதல் நிகழ்ச்சி என்னவென்றால் சைவர் மடத்தலைவர் சார்பில் ஸ்மார்த்தர் வகுப்புத் தலைவருக்கு உபசாரப் பத்திரம் வாசித்து “சமர்ப்பிக்க”ப் பட்டிருக்கிறது. அடுத்தாற்போல் இந்து மத தர்ம ஸ்தாபன போர்டுத் தலைவர் திவான்பகதூர் டி.எம்.நாராயணசாமி பிள்ளை அவர்கள் ஸ்ரீ சன்னிதானம் அவர்களுக்கு வரவேற்புப் பத்திரம் வாசித்துக் கொடுத்து இருக்கிறார். காமகோடி பீடம் பிரம்மஸ்ரீ சங்கராச்சாரிய சுவாமி அவர்கள் ஸ்ரீலஸ்ரீகளுக்கு தனது பிரசாதமும் ஆசிர்வாதமும் அனுப்பிக் கொடுத்தார். பிறகு தலைவர் பிரம்மஸ்ரீ சர்.சி.பி. அவர்கள் மடத்துக்கு உபதேசம் செய்தார்.

“இந்துமத தர்மத்தையும் சைவ சித்தாந்தத்தையும் பரப்புவதற்காகத்தான் இந்த மடம் ஏற்பட்டிருப்பதால் மடாதிபதிகள் தங்களுக்கு ஏற்பட்டுள்ள கடமைகளை உணர்ந்து உழைக்க வேண்டும்” என்று ஆக்கினையிட்டு விட்டு மேலும்,

“இந்து மதமும் தர்மமும் ஓங்கி வளரத் தீவிரமாக வேலை செய்ய வேண்டும்” என்றும்,

“இந்து மதமும் (அதன்) கலையும் அபிவிருத்தி செய்ய முற்போக்கான திட்டங்கள் வகுத்து தீவிரமாக வேலை செய்ய வேண்டியது மடாதிபதிகளுடைய

கடமை என்பதை நான் வலியுறுத்திக் கூறுகிறேன்" என்றும் மடாதிபதிக்கு கட்டளை இட்டும் இருக்கிறார்.

தமிழருக்கு ஆக, தமிழர் கலைகளுக்கு ஆக, தமிழர் சமயத்துக்கு ஆக தமிழ் நாட்டினரின் செல்வத்தில் ஏற்படுத்தப்பட்ட மடங்களின் வேலை "இந்து மதத்தைக் காப்பதும் இந்துமத தர்ம பிரசாரம் செய்வதும்" தானா என்று கேள்கிறோம்.

சைவர்களுக்குமான உணர்ச்சி இருந்தால் ஸ்மார்த்தரிடத்தில் சைவ மடாதிபதி இந்த உபதேசம் (தீட்சை) பெறுவதை சகித்துக் கொண்டிருக்க முடியுமா என்றும் கேள்கிறோம்.

இந்து மதபோர்டு யோக்கியமானதாய் மனச்சாட்சியும் நாணயமும் உடையதாயிருந்தால் இப்படிப்பட்ட மடங்களைச் சர்க்காருக்குச் சேர்த்து அதன் மடாதிபதிகளை நீக்கிவிட்டுத் தகுந்த தமிழ் உணர்ச்சி, தமிழ்க் கல்வி உடைய பெரியார்களைப் போட்டுத் தமிழர் நலத்துக்கும், மானத்துக்கும் பயன்படும்படி அதை செய்திருக்கமாட்டார்களா என்று கேள்கிறோம்.

பத்தாயிரம் வேலி நிலம் என்றால் எத்தனை லக்ஷ ரூபாய் வரும்படி என்பதைத் தமிழர்கள் சிந்தித்துப் பார்க்கட்டும். அது என்ன கதியை அடைகிறது என்பதையும் சிந்தித்துப் பார்க்கட்டும்.

சன்னிதானத்தின் 10 ஆண்டு ஆட்சி நாள் கொண்டாட்டத்திற்குத் தலைமை வகிக்கத் தகுதியான ஒரு தமிழர் கிடைக்கவில்லையா இந்த மடாதிபதிகளுக்கு?

வாயாடி, போக்கிரி, மிரட்டுகிறவன், அதிகாரமுள்ளவன், செல்வாக்குள்ளவன், அதிகம்படித்தவன் ஆகியவர்களுக்கு, அவர்கள் எப்படிப்பட்டவர்களாய் இருந்தாலும் "சால்வை" "சன்மானம்" "பிரசாதம்" "ஆசிர்வாதம்" முதலியவை களால் திருப்தி செய்துவிட்டு மீதியைப் பார்ப்பனர்களுக்குப் போய்ச்சேரும்படி செய்வதுதான் மகாமடங்களில் கடமையா என்று கேள்கிறோம். தமிழர்களுக்குக் கோவில்களில் சமஉரிமை இல்லை. கண்டவர்கள் வாய் வைக்கும் காப்பிக் கடைகளில் சமஉரிமை இல்லை. தமிழ் மொழிப் பிரார்த்தனைக்குத் தமிழர் கோவில்கள் என்பவற்றில் மதிப்பும் இல்லை. இன்றுவரை தமிழ் நாட்டில் எந்தக் கோவிலிலும் தமிழில் பிராத்தனை இல்லை, தமிழன் பூசை செய்வதுமில்லை. இப்படி மானங்கெட்ட தமிழரும், தமிழ்மொழியும் அவர்களது கலைகளும், சமயங்களும், மடங்களும் இந்நாட்டில் இருந்தாலென்ன? இறந்து பட்டொழிந்தா லென்ன? என்று கேள்கின்றோம்.

இவர்களை வைத்துக்கொண்டு தமிழ்மக்கள் என்றாவது முன்னேற முடியுமா என்றும் கேள்கின்றோம். ஒரு கிறிஸ்தவர்கள் மடத்திலோ, ஒரு முஸ்லிம்கள் மசூதியிலோ வேறு ஒரு மதத்தினர் போய் "நீங்கள் இந்து மதத்தையும் இந்து தர்மத்தையும் காப்பாற்றக் கடமைப்பட்டவர்கள்" என்று சொன்னால் அந்தப் பாதிரியும், முல்லாவும் சும்மா இருப்பார்களா? பக்கத்தில் இருக்கும் கிறிஸ்தவனும், முஸ்லிமும் சும்மா இருப்பார்களா?

ஒரு சைவனுக்கும் கிறிஸ்தவனுக்கும்; ஒரு சைவனுக்கும் முஸ்லிமுக்கும் எவ்வளவு வித்தியாசமுண்டோ - அதைவிட அதிக வித்தியாசம் உண்டு, ஒரு இந்துவுக்கும் தமிழனுக்கும் என்றும் கூறுவோம். இந்த நிலையில் சர். சி. பி. வாள் சொன்னதில் ஒரு சைவனுக்கு இரத்தம் கொதிக்கவில்லை என்றால் சைவம் என்பது ஆரியன் இந்து மதம்தான் என்று நாம் சொல்லிவந்தது, இப்போதாவது ருஜுவாயிற்று இல்லையா என்று கேள்கின்றோம்.

ஆரிய ஆதிக்கம் சைவர்களாலேயே இந் நாட்டில் அதிகமாகப் பரவி சைவ மடங்களாலும், சைவக் கோவில்களாலுமே அது ஆதிக்கம் பெற்றும் வருகிறது என்பதை இதிலிருந்தாவது மக்கள் உணர்வார்களாக. சைவப்பண்டிதர்களின் தொல்லை தான் இப்போது நாட்டின் மக்களின் சுயமரியாதைக்குப் பெருங்கேடாக இருந்து வருகிறது என்பதும் மக்கள் உணர்வார்களாக. தமிழில் இவ்வளவு வடமொழி கலந்து இரு ஜாதிக் கலப்பாகி தமிழ் உண்மையான சூத்திர மொழியாக ஆனதற்கு சைவமும் இந்த சைவ மடாதிபதிகளும், சைவ சித்தாந்தமும், சைவஆகமங்களும், சைவப் பண்டிதர்களும் அல்லாமல் வேறு யார் காரணம் என்று கேட்கின்றோம்.

சர் ஐயர் அவர்கள் அவ்வளவோடு விட்டவர் அல்ல. தமிழையும் ஒரு பிடி பிடித்திருக்கிறார். என்னவென்றால், 8ந்தேதி "மெயில்" பத்திரிகையில் காணுகிறபடி, "தமிழுக்கும் சமஸ்கிருதத்துக்கும் உயர்வு தாழ்வோ பேதமோ கிடையாது. வகுப்பு துவேஷமும் மனக்கசப்பும் தான் வடமொழி தமிழ் தகராறுக்குக் காரணமாக இருக்கிறதே ஒழிய வேறில்லை. பெரிய யோகியாகிய தாயுமானவர் தமிழில் வடமொழியை சிறிதுகூடத் தயங்காமல் கலக்கிப் பாடியிருக்கிறார். ஆதலால் மடாதிபதி அவர்கள் இந்த கிளர்ச்சிகளை ஒடுக்கி மதத்தின் உண்மையான மதபோதனையை பிரசாரம் செய்வார்களாக" என்றும் பேசி இருக்கிறார். ஆகவே சர்.சி.பி. அவர்கள் "தமிழர் சமய" மடமென்னும் தர்மபுர மடத்திற்கு வந்து, இந்து மதத்தைப் பரப்பத்தான் இந்த மடங்கள் ஏற்பட்டன", "தமிழும் சமஸ்கிருதமும் ஒன்றே", "வேறு என்பவர்கள் வகுப்புவாதிகளும் வகுப்புத் துவேஷிகளுமே யாவார்கள்." என்றும் பேசித் தீர்த்து விட்டார். அங்கிருந்த சன்னதிகளும் சைவப் பழங்களும், பண்டிதர்களும், "துரோபதையை துச்சாதனன் சேலையை அவிழ்த்த போது தலைவணங்கி உட்கார்ந்திருந்த பாண்டவ வீரர்களைப் போல் இருந்து மகிழ்ந் திருக்கிறார்கள். இந்த நிலையில் இந்தக் கூட்டம் உள்ள வரை தமிழ் நாடோ, தமிழர் இனமோ, தமிழோ மானத்துடன் வாழ முடியுமா என்று கேள்கின்றோம்.

விடுதலை - 09.09.1943

தொகுதி 1 மொழி

தமிழைப் பற்றி தமிழர் - பார்ப்பனர் கருத்துகள்

மனோன்மணியம் ஆசிரியர் பி.சுந்தரம் பிள்ளை தமிழைப் பார்த்து சொல்லுகிறார், "ஆரியம் போலுலக வழக்கழிந்தொழிந்து சிதையா உன் சீரிளமைத் திறம் வியந்து செயல் மறந்து வாழ்த்துதுமே" என்று சொல்லுகிறார். இது ஒரு தமிழ் மகனால் சொல்லப்பட்டது.

இனி சுப்பிரமணியபாரதி தமிழ்த்தாயே சொல்லுவதாக சொல்லுவதைப் பாருங்கள்.

"உயர் ஆரியத்திற்கு நிகரென வாழ்ந்தேன்" என்று சொல்லுகிறார். இது ஒரு ஆரிய மகன் - பார்ப்பனரால் சொல்லப்பட்டது.

"என்ன செய்தாலும் ஜாதிப்புத்தி போகாதய்யா ராஜகோபால மாலே" என்று பெரியார் கூறிய அனுபவமொழியை உறுதிப்படுத்த இவை உதவுகின்றன போலும்.

சுந்தரம் பிள்ளை அவர்கள், "பேச்சு வழக்கில் இல்லாமல் அழிந்துபட்ட வடமொழிபோல் உன் (தமிழின்) கதி ஏற்பட்டு விடாமல் என்றும் ஒன்றுபோல் இளமைத்தன்மையுடன் விளங்குகிறாய்" என்று போற்றுகிறார்.

பாரதியோ போற்றாவிட்டாலும், தமிழ்த்தாய், "உயர்ந்த மொழியான ஆரிய (வட) மொழிக்கு சமானமான ஒரு காலத்தில் வாழ்ந்தேன்." இப்போது சீரழிந்து கெட்டுப் போய்விட்டேன் என்பது ஆக புலம்புவதாகத் தாழ்வுபடுத்திக் காட்டுவதோடு, ஆரியம் இன்றும் மேன்மையாக இருப்பதாகவும் "தமிழ்த்தாயை"க் கொண்டே சொல்லச் செய்கிறார்.

ஆகவே, சுப்பிரமணிய பாரதியின் தமிழ்ப்பற்றை அவரது நாளைக் கொண்டாடும் பண்டித முண்டங்கள் இதிலிருந்தாவது உணர்வார்களாக.

இனத்தின் பேரால் பார்ப்பனரும், மதத்தின் பேரால் இஸ்லாமியரும், வகுப்பின் பேரால் சட்டக்காரர்களும் ஆகிய இவர்களுக்கு எவ்வளவுதான் இரத்தக் கலப்பு ஏற்பட்டாலும் புத்திக் கலப்பு மாத்திரம் ஏற்படவே ஏற்படாது. ஒரே புத்தி தான், அதாவது முறையே தங்கள் இனம், மதம், வகுப்பு ஆகியவைகளை சிறிதுகூட விட்டுக் கொடுக்காமலும் அவைகளையே உயர்வென்று பேசும் அபிமானமும் வேறு எவனாவது தாழ்த்திச் சொன்னால் ரோஷப்படும் குணமும் கொண்ட உயர்ந்த புத்தி மாறவே மாறாது.

423

தொகுதி 1 மொழி

தமிழனுக்கு அவை மாத்திரம் கிடையாது. கம்பனைப் போல் ஒரு கை கூழுக்கு என்ன வேண்டுமானாலும் செய்வார்கள். இதனால்தான் அவர்கள் மேன்மையாய் வாழுகிறார்கள். இவர்கள் கீழ்மையாய் (சூத்திரர்களாய்) வாழுகிறார்கள்.

"தமிழைக் குறைகூற வேண்டாம்" என்று எந்த சமஸ்கிருதப் பண்டிதர்கள் வாயிலிருந்தாவது ஒரு வார்த்தையாவது வந்திருப்பதாக ஒரு பண்டிதராவது காட்ட முடியுமா?

ஆனால் எத்தனை தமிழ்ப் பண்டிதன் சமஸ்கிருதத்தின் திருவடிகளே தஞ்சம் என்று "சகஸ்ரநாம அர்ச்சனை" செய்கிறார்கள். கணக்குச் சொல்ல வேண்டுமா? இதைச் சொல்லவே வெட்கமாக இருக்கிறது. இனி அதைச் சொல்ல என்னமா யிருக்கும்? தயவு செய்து மன்னியுங்கள்.

குடிஅரசு - 06. 11. 1943

424

தமிழ்ப் புலவர்களின் தன்மை

நம் புலவர், பண்டிதர், தமிழறிஞர் என்பவர்களுக்கு தமிழ் மொழி பற்றிய இலக்கியம், இலக்கணம் என்னும் துறையில் ஏதாவது அறிவு பயிற்சி இருந்தால் இருக்க முடியுமே ஒழிய உலகம், சரித்திரம், பூகோளம், பகுத்தறிவு, விஞ்ஞானம் என்னும் துறைகளில் அறிவோ, ஆராய்ச்சியோ இருக்க முடியுமா? என்பது பெரிதும் ஆலோசிக்கத்தக்கதாகும்.

இதைச் சொன்னால் நம் புலவர்களுக்குக் கோபம் வருவதில் குறைவில்லை. ஆனால் அப்புலவர்கள் தங்களைப் பற்றிச் சிறிது யோசித்துப் பார்க்கட்டும். தங்களால் நாட்டுக்கோ, தங்கள் சமுதாயத்துக்கோ சிறிதாவது பயன் ஏற்படும் படியான காரியம் ஏதாவது அவர்கள் செய்கிறார்கள்? செய்யத்தகுந்த சக்தியோ, அறிவோ அவர்களுக்கு இருக்கிறதா? என்பதை சிந்தித்துப் பார்த்து பிறகு கோபித்துக் கொண்டால் அதற்கு மதிப்பு இருக்கும். அப்படிக்கில்லாமல் புராணங்களை உருப்போட்டுக் கொண்டும் புராணங்களுக்குப் புதிய கருத்து சொல்லிக்கொண்டும் உலக தற்கால நிலையை உணராமல் பார்ப்பனர்களைப் போல் வேடம் போட்டுக் கொண்டு தங்களை மேல்ஜாதியார் என்று பிறர் மதிக்க வேண்டும் என்கின்ற ஆசையோடு திரிவது புலவர் தன்மையாகுமா என்று கேட்கிறோம்.

புலவன் என்றாலும், பண்டிதன் என்றாலும், வித்துவான் என்றாலும், அறிவுடையவன் என்பதுதான் கருத்தாகும்.

பண்டிதன், வித்துவான் என்கின்ற சொற்கள் தமிழ் அல்ல என்றே கருதுகிறோம். புலமையை உடையவனே புலவன் ஆவான். நம் புலவர்களுக்கு உள்ள புலமைத் தன்மை என்ன என்று பார்த்தால், புராணப் புலமையும் தமிழ் மொழிக்கு இலக்கணப் புலமையும் அல்லாமல் அவர்களுக்கு வேறு எதில் புலமை இருக்கிறது என்று கேட்கிறோம்.

எனவே, மேற்கண்ட புலவர்கள் ஒரு துறையில் பயிற்சி உள்ளவர்கள் என்பது தவிர பொதுஅறிவு பெறவோ, பொதுமக்களுக்கு வழிகாட்டும்படியான தன்மை பெறவோ, முன்னேற்றத்துக்கு வழிகோலவோ, புதுமையை சித்திரிக்கவோ இன்றைய புலவர்கள் என்பவர்களுக்கு ஏதாவது பயிற்சி இருக்கிறதா என்று கேட்கிறோம். எனவே, ஒரு துறையில் பயிற்சி பெற்றவர்கள் பொதுத்துறையில் வந்து கலந்து கொள்வதும் அதைப் பற்றிப் பேசத் தங்களுக்கு அருகதை உண்டு என்று சொல்லி கொள்ளுவதும் தங்களது குறைபாட்டைக் காட்டிக் கொள்ளுவதே யாகும். உலக இயற்கை மாறுபாட்டைக் கொண்டதாகும். மாறுபாட்டிற்கு

அடிமைப்படாதது எதுவுமே இல்லை எனலாம்? புலவர்கள் அல்லது அறிஞர்கள் என்பவர்களுக்கு அம்மாறுபாட்டை முன்னேற்றத்துக்கு ஏற்ற வண்ணம் அமைத்துக் கொடுக்க வேண்டியது அவர்கள் கடமையாகும்.

ஆனால் நம் புலவர்கள் மாறுபாட்டை விரும்பாதவர்கள்; அது மாத்திர மல்லாமல் *1000, 2000, 3000, 5000* வருஷங்களுக்கு முன் இருந்த நிலைமையை நிலை நாட்ட முயற்சிப்பவர்கள் புலமைக்கும் பகுத்தறிவுக்கும் எவ்வித சம்மந்தமும் கிடையாது என்பவர்கள்; பகுத்தறிவுக்கு ஒவ்வாத கற்பனைகளிலேயே நம்பிக் கையும் பக்தியும் கொண்டு அவற்றைப் உருப்போட்டு மக்களுக்குள் புகுத்து கிறவர்கள். இவர்களைக் கொண்ட நாடோ மக்களோ எப்படி முன்னேற்றமடைய முடியும் என்று கேட்கிறோம். இவர்களுக்கு பொது வாழ்வில் மதிப்பு இருக்கும் பட்சம் முன்னேற்றத்திற்கிடமுண்டா என்று கேட்கிறோம்.

பொதுவாகவே ஒரு மொழியில் இலக்கண இலக்கியங்களைப் படித்தவர் களையும் மத சம்மந்தமான பயிற்சியும் நம்பிக்கையும் உடையவர்களையும் புலவர்கள் என்று அழைப்பதும் கருதுவதுமே பொது அறிவையும், பொதுஅறிவு வளர்ச்சியையும் கொலை செய்வதற்கு ஒப்பிடும் என்பது நமது கருத்தாகும்.

முன்னேற்றத் தன்மையான விஷயங்களிலும் மக்களை சீர்திருத்தும் விஷயங்களிலும் மொழிப் புலவர்களுக்கும் மதப் புலவர்களுக்கும் மதவாதி களுக்கும் இடம் கொடுப்பதும் கலந்துகொள்ளச் செய்வதும் முட்டுக்கட்டையான காரியமேயாகும்.

மொழித் துறைக்கும், மதத்துறைக்கும்கூட முற்போக்கு வேண்டுமானால் பொதுஅறிவுள்ள புலவர்கள் வேண்டுமே தவிர, ஒரு மொழி ஒரு மதம் என்பதில் புலமை கொண்டவர்கள் பெரிதும் அம்முன்னேற்றத்துக்கு தகுதியற்றவர்கள் என்றே சொல்லுவோம் ஏனெனில் அவர்கள் தாங்கள் கற்றதையும் அந்தக் கற்பிலிருந்து தாங்கள் கொண்டதையும் தான் குரங்குப் பிடியாய் வலியுறுத்துவார்களே தவிர திருத்தப்பாட்டிற்கு சிறிதும் சம்மதிக்க மாட்டார்கள்.

இவற்றை இன்று திடீரென்று சொல்ல வரவில்லை, புலவர்களிடம் 40,45 வருஷ காலமாய் பழகி வந்த அனுபவங்களைப் கொண்டே சொல்லுகிறோம். உதாரணமாக இது வரை எந்தப் புலவராலாவது எந்தத் துறையிலாவது இதுவரை எதாவது ஒரு முன்னேற்றகரமான அறிவுக்கு ஆதரவான காரியம் நடந்திருக்கிறது என்று சொல்ல முடியுமா? என்று பார்த்தால் உண்மை விளங்கிவிடும்.

ஆனவே, சீர்திருத்தக்காரர்களும், முன்னேற்றக்காரர்களும், தங்கள் வேலை களுக்கு புலவர்களை சேர்த்துக் கொள்ளக் கூடாது என்பதோடு, அவர்களுக்கு பாமர மக்களிடம் மதிப்பு இருக்கும்படியாகவும் இடம் கொடுக்கக் கூடாது என்று சொல்லுகிறோம். அவர்களுக்கு மதிப்பு இருப்பதால் நமக்கு இருக்கும் தொல்லைகளுக்கும் நம் காரியங்களுக்கு இருக்கும் முட்டுக்கட்டைகளுக்கும் ஒரு உதாரணம் சொல்ல வேண்டுமானால், பெரிய புராணமும் கம்பராமாயணமும் பாமர மக்களுக்குள் பரவாமல் இருக்கத்தக்கவண்ணம் அவற்றை வெறுக்கச் செய்ய வேண்டும் என்று நான் சொன்ன உடனே, நாம் எதற்கு ஆக வெறுக்கச் சொல்லு கிறோம் என்று எடுத்துக் காட்டும் காரணங்களுக்கு எவ்வித சமாதானமும் சொல்லாமல், அவற்றை முன்னிலும் அதிகமாய்ப் பரப்பும் வேலைகளையும், அப்படிச் சொல்லுகிறவனை ஆண்மையும், நேர்மையும் அற்ற முறையில் குறைகாணும் வேலைகளையும், மற்றும் இக்காரியங்களைச் செய்ய நம் பிறவி எதிரிகளாகிய பார்ப்பனர்களின் காலுக்குள் நுழையும் துணிவையும் கொள்ளுவது

என்றால், புலவர்களின் இழி தன்மைக்கும் பொது அறிவுடைமைக்கும் வேறு என்ன உதாரணம் வேண்டும்?

மொழிப் பயிற்சி வேறு, கலைப் பயிற்சி வேறு என்பதே நமது புலவர்களுக்குத் தெரிவதில்லை. மொழி, கலை, சமயம், ஆகிய மூன்றையும் ஒன்றாய்ப் போட்டு குழம்பி நம் புலவர்கள் தங்கள் பொது அறிவுப் புத்தியைப் பாழ் செய்து கொண்டார்கள் அதனாலேயே மொழியைத் திருத்தவும் சமயத்தைப் பரிசுத்தம் செய்யவும் இன்றைய தன்மைக்கு ஏற்ற கலைகளைப் புதுப்பிக்கவும் வெகு காலமாகவே ஒரு புலவராலும் முடியாமல் போய்விட்டது இன்றுள்ள மொழிப் புலவர்கள் யாருக்காவது சமயத்தையோ ஆண் பெண் காதலையோ சம்மந்தப் படுத்தாமல் இயல், இசை, நாடகம் என்கின்ற முத்துறையிலும் ஏதாவது செய்யவோ சொல்லவோ தெரியுமா? சொல்லியோ செய்தோ இருக்கிறார்களா என்று சிந்தித்துப் பார்க்க வேண்டுகிறோம்.

ஆகவே, நமது நண்பர்கள் நாம் புலவர்களைக் குறை கூறுகின்றோம் என்று கருதாமல் அவர்களைப் பாராட்டும்படியான காரியம் என்ன இருக்கிறது என்பதைச் சிந்தித்துப் பார்க்க வேண்டும் என்பதற்கு ஆகவே இதை எழுதுகிறோம்.

இப்போது சிறிது காலமாக சில வாலிப மொழிப்புலவர்கள் நம் கருத்தைச் சிந்தித்துப் பார்த்து, சிறிது மற்றப் பழம் புலவர்கள், முதிய புலவர்கள் ஆகியவர்களிடம் இருந்து மாறுபட்டு நம் கொள்கையை ஆதரிக்க முற்பட்டிருப்பது கண்டு மகிழ்ச்சி அடைகிறோம் என்றாலும், சில வாலிபப் புலவர்கள் துணிவாய் வெளியில் வந்து வேலை செய்யவேண்டும் என்று ஆசைப்படுகிறோம்.

குடிஅரசு – 15. 01. 1944

வடமொழி வேத பாராயணம் தடுக்கப்பட்டது

3.6.44 இரவு பூவாளூர் சிவன் கோவில் எட்டாந் திருவிழா சாமி புறப்பாட்டுடன் வந்த வேத பாராயண பார்ப்பனரை, தமிழில் சொல்லும்படி தோழர் நல்லதம்பி கேட்டார். பாராயணக்காரர்கள் மறுத்தனர். திராவிடர் தெருவில் தமிழில் தான் சொல்ல வேண்டும் என்று வற்புறுத்தவே பாராயணக்காரர்கள் கலைந்து போய் விட்டனர். இரண்டு மணி நேரத்திற்குப் பிறகு, சாமியை ரோட்டிலேயே இறக்கி வைத்து பந்தம், பெட்ரோமாக்ஸ் விளக்குகளை அணைத்துவிட்டு, வேத பாராயண மறுப்பாளர் மீது குற்றம் சாட்ட சூழ்ச்சி செய்தனர். பின் டிரஸ்டியும், கி.முவும், மற்றும் சிலரும் சமாதானம் செய்ய வந்தனர். மறுப்பாளர் இணங்காமற் போகவே, காலை 5 மணியளவில் சாமியைத் தூக்கிச் சென்றனர். பந்தோபஸ்துக்கு வந்திருந்த போலிசார் தோழர்கள் நல்லதம்பி, ஆர். ரெங்கன், சி.ராமலிங்கம், சி.ரெங்கராசன், வி.ரெத்தினம், ஏ.சீனிவாசன் ஆகியவர்கள் பெயரை எழுதிக்கொண்டு போனதுடன், கி.மு.வும். மேற்படி அறுவர் மீதும் போலிசுக்குப் பிராது செய்ததாகத் தெரிகிறது.

குடிஅரசு - 01. 07. 1944

பகுத்தறிவுப் புலவர்கள் மாநாடு

நாட்டில் இயல், இசை, நாடகம் ஆகிய துறைகளிலும், புராண, இதிகாசம், காவியம் முதலிய இலக்கியத் துறைகளிலும் பெரியதொரு கிளர்ச்சியும், புரட்சியும் நடைபெறுகின்றன. இவைகளுக்குப் போலிகள் எதிர்ப்பும், உண்மையைக் கூர்ந்து பார்க்காத குறைவாளர்கள் எதிர்ப்பும், தன் அறிவில்லாத பாமரர் எதிர்ப்பும், சில பகுத்தறிவைப் பயன்படுத்தாத படிப்பாளிகள் எதிர்ப்பும், தாங்கள் உண்மையென்று நம்பிக்கொண்டு துடிக்கும் சில பண்டிதர்கள் என்பவர்கள் எதிர்ப்பும் இவ்வாறாக பல எதிர்ப்புகள் நாட்டில் கிளம்பி குழப்பம் உண்டாகப்பட்டு வருகிறது.

சுமார் 10 ஆண்டுகள் 15 ஆண்டுகளுக்குமுன் இருந்த புலவர்களைவிட பின்னால் தோன்றிய புலவர்கள் பெரிதும் பகுத்தறிவுவாதிகளாக இருந்து நலமும், மேன்மையும் அளிக்கும் வழியில் தங்களது புலமையைப் பயன்படுத்தி வருவது போற்றவும், பாராட்டத்தக்கதுமாகும். எனினும் இப்பகுத்தறிவுப் புலவர்களை ஒரு வழிப்படுத்தி, ஒருவருக்கொருவர் தொடர்பை உண்டாக்கி இவர்களது அறிவுத் திறத்தை வலிவு பெறச் செய்து மூடநம்பிக்கையை முத்தமிழின் பேரால் பரப்பும் (பிரசாரம் செய்யும்) வாணர்களைத் திருப்பி நல்வழிப்படுத்தவும் பயன்படுத்த வேண்டியது இன்றியமையாததாக இருப்பதால், இதைக் கருதி அடுத்தாற்போல் பகுத்தறிவுப் புலவர் கூட்டம் என்னும் பேரால் ஒரு மாநாடு கூட்ட கருதி உள்ளோம்.

ஆதலால் புலவமணிகள் முக்கலை, காவியம், இலக்கியம் முதலியவைகளின் பழக்கமும், புலமையும், அன்பும், ஆர்வமும், ஆதரவளிக்கும் உள்ளமும் உள்ளவர்கள் அருள்கூர்ந்து இம் மாநாட்டில் கலந்து புலவர் கூட்டத்துக்குப் புத்துயிர் அளிக்க வேண்டுகிறோம்.

இதற்கு முதற்செயலாக, ஆங்காங்குள்ள நண்பர்கள் தாங்களறிந்த புலவர்கள் பெயரையும், தமிழ்ப் பற்றுள்ளவர்கள் பெயரையும், தமிழ் ஆதரவாளிகள் பெயரையும், தமிழ் பயிற்சி உள்ளவர்கள் பெயரையும் கீழ்க்கண்ட முகவரிக்குத் தெரிவிக்க வேண்டிக் கொள்ளுகின்றோம்.

பகுத்தறிவுப் புலவர் கூட்ட மாநாட்டுச் செயல் நிலையம், ஈரோடு.

குடிஅரசு – 23. 09. 1944

பகுத்தறிவுப் புலவர்கள் மாநாடு

தோழர்களே, மேற்படி மாநாடு ஒன்று விரைவில் கூட்டப் போவதால் ஆங்காங்குள்ள புலவர்களும் புலவர் நண்பர்களும் பகுத்தறிவு கொள்கையை, கருத்தை வலியுறுத்தக்கூடிய புலவர்கள் பெயரை அருள் கூர்ந்து தெரிவிக்க வேண்டுகிறோம்.

மாநாட்டில் விவாதிக்கப்பட ஒரு நண்பரால் அனுப்பப்பட்டிருக்கும் விஷயங்கள்.

1. மற்ற எந்தக் கிருமியையும்விட சங்கீதம் அதிக நோயைக் கொடுக்கிறது.
2. எந்தக் கிருமியையும்விட சோதிடம் அதிக நோயைக் கொடுக்கிறது.
3. இந்தியாவில் சங்கீதமும், சோதிடமும் சேர்ந்து செய்யும் தீங்கைவிட கொடுக்கும் தொல்லையைவிட தத்துவ ஞானமும் கடவுளும் அதிகத் தொல்லையைக் கொடுக்கின்றது.
4. நாட்டிலே உள்ள வேறுவித பைத்தியக்காரர்களைவிட, பயங்கரப் பைத்தியக்காரர்களையும், அதிகமான பைத்தியக்காரர்களையும், ஆத்மிகவாதம் (Spiritualism) உண்டு பண்ணுகிறது.
5. தமிழ் வருந்தத்தக்க லோபிகளையும் அரைப் பைத்தியங்களையும் (அரைக் "கிராக்கு" களை) உண்டு பண்ணுகிறது.
6. இன்னும் 25 வருடங்களுக்கு இந்தியாவில் ஏன் பிலிம்கள் (படங்கள்) கூடாது?
7. இப்பொழுதுள்ள கல்வி ஸ்தாபனங்களும், பல்கலைக்கழகங்களும், கோவில்களும் இடிக்கப்பட வேண்டும் அல்லது எரிக்கப்பட வேண்டும்.
8. இளைஞர்கள் மூளைக்கு கரையான்களும், இந்தியாவின் சுமையும்.
9. பிராமணர்களுக்கு ஒரே வார்த்தை.
10. இந்தியாவுக்குத் தேவை என்ன?

மேலே கண்ட இவ்விஷயங்களைக் குறித்தும் மற்றும் பல புதிய விஷயங்களைக் குறித்தும் மேற்படி மாநாட்டில் விவாதம் நடக்கும். இதில் கலந்து கொள்ள விரும்பும் பகுத்தறிவுப் புலவர்கள் தங்கள் விருப்பத்தையும் எங்களுக்கு உடனே தெரிவிக்கவும்.

பகுத்தறிவுப் புலவர்கள், மாநாட்டார், ஈரோடு.

குடிஅரசு - 07. 10. 1944

தமிழ்மொழி எப்படி உயர்வடையும்?

ஈ.வெ.ரா

நம்நாட்டில் இப்போது தமிழ்மொழிக்கு ஆக என்று வைக்கப்பட்டிருக்கும் பள்ளிகள், கல்லூரிகள் என்பவை எல்லாம் தமிழ்மொழியின் பேரால் ஆரியமதத்தை அல்லது புராணமதத்தைப் படிப்பிக்கும் மதப்பாடசாலை (மதப்பள்ளி)களேயாகும். சுருக்கமாகச் சொல்லவேண்டுமானால் அவைகளை சைவ மதப்பள்ளி என்றே சொல்லிவிடலாம்.

உதாரணம் வேண்டுமானால் மறைமலை அடிகள், கா.சுப்பிரமணிய பிள்ளை, கதிரேசசெட்டியார், கல்யாணசுந்தரமுதலியார், மீனாட்சிசுந்தரம்பிள்ளை, காலம்சென்ற வெங்கிடுசாமிநாட்டார் முதலிய தமிழ்ப் பண்டிதர்கள் என்று பெயர் வாங்கியிருக்கும் இந்த அறிஞர் யாருக்காவது தமிழ், தமிழ்மொழி, தமிழ் எழுத்து, தமிழின் இயற்கை தோன்றல், வளர்ச்சி ஆகியவைகளைப் பற்றிய ஞானம் என்பதில் ஏற்கனவே உள்ள இலக்கிய, இலக்கணங்கள் என்பவைகளை நெட்டுரு செய் திருப்பதல்லாமல் அதற்குக் கருப்பொருள் கூறுவதல்லாமல் தனி ஞானம் உண்டு என்று யாராவது சொல்லமுடியுமா?

இவர்கள் யாவரும் “தமிழ் சிவன் தந்தான்”, “அகத்தியன் இலக்கணஞ் செய்தான்” என்பதில் ஆரம்பித்து, “தமிழ் உயர்தனிச் செம்மொழி” என்பதோடு முடிவுரை கூறி தமிழ் பக்தர்களாகி, தமிழில் வல்லவர்கள் எனப்பேர் பூண்டு மதம், புராணம், இதிகாசங்களுக்கு அடிமைகளாகவும், பிரச்சாரகர்களாகவும் விளங்கு கின்றார்கள் என்பதல்லாமல் தமிழ் அதாவது தமிழ் இலக்கியம், தமிழ்மொழி, தமிழ் ஒலி, தமிழ் எழுத்து என்பவைகளில் வல்லவர்களாக யாராவது விளங்கு கின்றார்களா? என்று கேட்கின்றோம்.

தமிழ் சிவன் தந்தான், அகத்தியன் இலக்கணம் செய்தான் என்பதிலேயே என்றைய தினம் இவர்கள் நம்பிக்கை கொண்டார்களோ அன்றே இவர்களது தமிழ் அறிவுக்கு முற்றுப்புள்ளி ஏற்பட்டுவிட்டது. அதனால்தான் - அதனாலேயேதான் தமிழுக்கு கல்வெட்டுகாலம் முதல் நாளதுவரை அந்நிய நாட்டாரால், அந்நிய சமயத்தாரால் ஏற்பட்ட சில மாறுதல்கள் தவிர சைவரால், சைவ (தமிழ்) பண்டிதரால் ஒரு சீர்திருத்தமும் ஏற்படாமல் நாளுக்குநாள் தமிழ் ஒரு சமய பெருமையை மட்டும் பெற்று விளங்கக் கூடியதாகி விட்டதே ஒழிய ஒரு மொழிப்பெருமை, இலக்கியப் பெருமை உடையதாக இல்லை.

1000 வருஷம், 500 வருஷங்களுக்கு முன் 'கடவுள் அருள் பெற்று' அதாவது மற்ற எந்த மனிதனுக்கும் இல்லாத தனி யோக்கியதை 'கடவுள் அருள்' பெற்ற ஏதோ ஆரியர் - தமிழர்களின் பகைவர்களுக்கு அனுகூலமாய் கூறிவிட்டுப் போன ஆபாச அறிவுக்கொவ்வாத களஞ்சியங்களைவிட மனித சமுதாய உயர் வாழ்வுக்குத் தகுந்தது என்பதாக எவருமே, ஒன்றுமே காண்பதற்கில்லாமல் இருந்து வருகின்றது.

பர்னாட்ஷா, எச்.ஜி.வெல்ஸ், பட்ரண்ரசல் முதலியவர்கள் போல ஒரு அறிஞரும் இன்றும் இல்லை, தமிழரில் பல நூற்றாண்டுகளாகவும் இல்லை. ஆனால் இந்நாட்களில் நெட்டுருப் போட்டவர்களுக்கும், சமயவேஷம் பூண்டவர்களுக்கும், செல்வவான்கள், பார்ப்பனர்கள் ஆதரவு பெற்றவர்களுக்கும், பட்டங்களுக்கும், பதவிகளுக்கும், விளம்பரங்களுக்கும் குறைவில்லாமல் இருந்து வருகின்றது. இம்மாதிரி தகுதி அற்றவர்கள் புகழும், விளம்பரமும் சம்பாதித்திருப்பதே தமிழின ஈனநிலைக்கு சரியான எடுத்துக்காட்டாகும். அந்த நிலையில் இருந்தால் தமிழ் வெகு சீக்கிரத்தில் கீழ்நிலையை இன்னும் கீழ்நிலையை அடையப்போகிறது என்பதில் சந்தேகப்பட வேண்டியதே இல்லை.

ஆதலால் தமிழில் பற்றுள்ளவர்கள் சமயப்பற்று, அதாவது சமய சம்பந்தமான இலக்கிய, இலக்கண சம்பந்தம் அற்றமுறையில் ஒரு தமிழ்ப் பள்ளியோ, கல்லூரியோ ஏற்படுத்த வேண்டும். மடாதிபதிகள் உதவி சிறிதும் பெறாமல் தனித்தமிழ் பற்றுள்ளவர்கள் ஆதரவிலேயே நடத்தப்பட வேண்டும். அப்பொழுது சகல துறைகளிலும் வல்லமை பெறத்தக்க தமிழ் அறிஞர்கள் தோன்றுவார்கள். இன்று தமிழ் பண்டிதர்களில் அனேகருக்கு தமிழ் படித்ததாலேயே பகுத்தறிவு தேய்ந்து போய்விட்டது என்றால் இதை சுலபத்தில் ஆட்சேபிக்க முடியாது. வாலிப பண்டிதர்கள் இவற்றை கவனித்து உண்மையான தமிழ் பண்டிதர்களாக, தமிழ் வல்லவர்களாக, தமிழைச் சீர்திருத்தி மேம்படுத்துபவர்களாக ஆகவேண்டும் என்று ஆசைபடுகின்றோம்.

குடிஅரசு - 05. 05. 1945.

தொகுதி 1

மொழி

அரசியலில் வேண்டாம் அந்நிய மொழி

"வந்தே மாதரம், காந்திக்கு ஜே!" முதலிய விவகாரத்திற்கு இடமான பேச்சுக் களைப் பற்றியும், கடவுள் சம்பந்தமான பேச்சுக்களைப் பற்றியும், இங்கு பேசக் கூடாது என்றே எண்ணி வந்தேன். ஆனால் காங்கிரஸ் தோழர்கள் அதைப் பேசும் படி என்னை இழுத்துவிட்டார்கள். ஆரியக் கடவுள் சங்கதியும், ஆரிய மதச் சங்கதியும், ஆபாசமாய் மக்கள் சிரிக்கும் படியான நிலை இங்கு ஏற்பட்டவுடன் அரசியல் கூச்சலிட ஆரம்பித்து விட்டார்கள். அரசியல் கூச்சலில் மிகவும் மானங் கெட்ட கூச்சல் இந்த 'வந்தே மாதரம், காந்திக்கு ஜே' என்பதாகும். வந்தே மாதரம் ஒரு தள்ளுப்பட்ட பேச்சு, வந்தே மாதரம் செத்து 7 வருடத்திற்கு மேலாகிவிட்டது. மானமில்லாமல் காங்கிரஸ்காரர்கள் மறுபடியும் அதைக் கூட்டங்களில் காலித்தனம் செய்யப் பயன்படுத்திக் கொள்ளுகிறார்கள்.

இந்தி எதிர்ப்பின் போதே வந்தே மாதரம் என்பது அந்நியமொழி என்றும், அதை இங்கு சொல்வது சுத்த ரத்த ஓட்டமுள்ள தமிழ் மகனுக்கும், தமிழ் மொழியில் பற்றுள்ள எந்த தமிழனுக்கும் மானமுள்ள காரியம் ஆகாது என்று சொல்லித் தடுத்துக் கிளர்ச்சி செய்தும் அதுபோலவே முஸ்லிம்களும் வந்தே மாதரம், வந்தே மாதரப்பாட்டு ஆகியவைகள் இந்திய அரசியலில் உச்சரிக்கக்கூடாது என்று ஆட்சேபித்துத் தடுத்தும், அந்த மறுப்புக்கும், ஆட்சேபனைக்கும் பயந்த காங்கிரஸ்காரர்கள் இனிமேல் அதைப் பயன்படுத்துவதில்லை என்று சொல்லி அவர்கள் ஆட்சி அதிகார ஸ்தானத்திலேயே நிறுத்திக் கொண்டும், இங்கு மற்றொரு கட்சியார் கூட்டிய கூட்டத்தில் வந்து காலித்தனம் செய்யப் பயன்படுத்திக் கொள்வதானது அவர்களது இழிதன்மைக்கு ஒரு எடுத்துக்காட்டு ஆகும். 'வந்தே மாதரம்' என்பதை எடுத்துக் கொண்டால், வந்து ஏமாத்துகிறோம் என்ற வார்த்தை யாகும். அது வேறு மொழி என்று எடுத்துக் கொண்டால் தமிழன் தன் தாய்மொழிப் பற்றற்ற, மானமற்ற, ஈனப்பிறவி என்பதை குறிக்க ஒரு உதாரணமாகும். (என்று, ஆவேசமாய்ச் சொன்னவுடன் மறுபடியும் சிலர் கூப்பாடுபோட ஆரம்பித்தார்கள். பெரியார் அக்கூப்பாட்டை லட்சியம் பண்ணாமல் உரத்த குரலில்) வந்தே மாதரம் என்ற சொல் அந்நியச் சொல் என்று தெரிந்தும், அதற்கு தமிழில் சொற்களிருந்தும் தமிழன் எதற்காக அதைச் சொல்கிறான் என்பதற்கு எனக்கு யாராவது பதில் சொன்னால் அச்சொல்லை அனுமதிக்க ஆட்சேபனையில்லை. இல்லாவிட்டால் அது இழிவான காரியம், அதைச் சொல்லித்தான் தீருவேன் (என்று சொல்லியவுடன் மக்கள் அனைவரும் கைதட்டியதோடு 'வெட்கம், வெட்கம்' என்று கூப்பாடு போட்டார்கள். இச்சமயத்தில் 4, 5 பேர் எழுந்து போவதாக காட்டிவிட்டு வேறு பக்கம் போய் நின்றனர். 'காந்திக்கீ ஜே,' என்பதைப் பற்றியும் பெரியார்) அதன்

அர்த்தத்தில் நான் இப்பொழுது ஆட்சேபனை சொல்லவில்லை. ஆனால் அதை ஏன் அந்நிய மொழியில் சொல்ல வேண்டும் என்பதுதான் எனது ஆட்சேபனை. காந்தி வாழ்க, காந்தியார் வெற்றி பெறுக என்று சொல்ல வார்த்தைகள் தமிழில் இருக்கும்போது, கா-ந்-தி-கீ-ஜே என்கின்ற கீ-ஜே என்ற உச்சரிப்பு ஏன்? டில்லி சலோ, ஜெய்ஹிந்த் என்கின்ற அந்நியச் சொற்கள் எதற்காக? அந்நிய ஆட்சி கூடாது என்கின்ற மக்கட்கு அந்நிய சொல் உச்சரிப்பு எதற்காக? ஆரியன் அல்லது பார்ப்பான் ஆகியவர்கட்கு ஊர் இல்லை, மொழி இல்லை ஆனதால் என்ன வேண்டுமானாலும் அவர்கள் சொல்லலாமே தவிர நாடு, இனம், பிறப்பு, வளர்ப்பு தெரிந்த தமிழ் மக்கள் எதற்காக இப்படிச் சொல்லுவது? என்பதை சிந்திக்க வேண்டியதுதான் எனது வேலையின் முக்கிய கடமை (என்றும் உணர்ச்சியுடன் பேசினார். இதன் பிறகு ஆங்காங்கு ஒளிந்திருந்து கூச்சல் போட்டவர்களை பக்கத்திலுள்ளோர் வைதும், மிரட்டியும் சிலருக்கு சிறு அளவில் கழுத்தைப் பிடித்துத் தள்ளியும், கலகக்காரர்களை ஓட்டிவிட்டார்கள். அதன் பிறகு பெரியார் கடைசியாகப் பேசியபோது, சமீபத்தில் காங்கிரஸ் ஆட்சிதான் இந்த நாட்டில் ஏற்படப் போகிற தென்றும் அவர்களுக்கு முதலில் தாய்மொழி உணர்ச்சி இருக்கிறதா? இல்லையா? என்பதைத்தான் பார்க்கப்போவதாகவும், ‘வந்தே மாதரம்’ ‘ஜன கண மன’ ஆகிய சொற்கள், பாட்டுக்கள் ஒழிக்கப்பட முயற்சி செய்வதை முதல் வேலையாகக் கொள்ளப் போவதாகவும், தோற்றாலும், வெற்றி பெற்றாலும், லட்சியமில்லாமல் முயற்சிக்கப் போவதாகவும், தமிழ்மக்கள் இந்தமாதிரியாக அந்நிய பாஷை சொற்களை அரசியலிலும், மத இயலிலும் விரட்டியடிக்க முயற்சிக்க வேண்டும் என்றும் கேட்டுக் கொண்டார்).

குடிஅரசு - 12. 01. 1946

மாறுதலுக்கு ஒத்துவராதவன் மானமுடன் வாழ முடியாது

தமிழ் பாஷைக்கு வாழ்த்துக் கூறும் வேலை இலேசானதல்ல. அதிலும் என் போன்ற அதாவது தமிழ் பாஷைக்கு வல்லின இடையின எழுத்துபேதமும், பிரயோகமும் பாஷையின் இலக்கண இலக்கியமும் அறியாதவனும், தமிழ் பாஷையையே கெடுத்து கொலை செய்து வருபவன் என்கின்ற பழியைப் பெற்றவனுமான நான் தமிழ் வாழ்த்துக்குத் தகுதி உடையவனாவேனா என்று பாருங்கள்.

அன்றியும் தமிழைப்பற்றி அபிப்பிராயங்களிலும் பண்டிதர்களுக்கும் எனக்கும் எவ்வளவோ துறையில் நேர்மாறான கருத்துக்கள் இருந்து வருவதும் எவரும் அறியாததல்ல.

இவைகள் எல்லாம் ஒருபுறம் இருந்தாலும் வாழ்த்துதல் என்பதையும் நான் இவ்வளவு சாதாரணமாய்க் கருதுபவனுமல்ல. வாழ்த்துதல் என்றால் பார்ப்பனர்கள் ஏதோ மஞ்சளையும் அரிசியையும் கலந்து பொறுப்பும் பொருளும் இல்லாத ஒன்றின் பெயரைச் சொல்லி வாழ்த்தி (ஆசீர்வாதம் செய்து) விட்டு ஏதோ பெற்று வயிறு வளர்ப்பது மாதிரி வாழ்த்தை அவ்வளவு ஏமாற்றமாக நினைப்பவன் அல்ல. ஆனால் வாழ்த்துதலின் அவசியத்தையும், அதன் பெருமையையும் நான் உணர்ந்தவனேயாவேன். தகுதியும் பொறுப்பும் உடையவர்களே வாழ்த்த வேண்டும். வாழ்த்துபவர்கள் தங்களுக்கு பொறுப்பு இருப்பதை உணர்ந்தவர்களாகயிருக்க வேண்டும். தமிழுக்கு இடுக்கண் ஏற்படும்போது கவலை அற்றவரும் எவ்வித உதவியும், ஆதரவும் அளிக்கத் தகுதி அற்றவர்களும் வாழ்த்திப் பயன் என்ன?

தமிழில் எந்த அளவும் பள்ளியில் பயின்றனவல்ல. தமிழைப் பற்றி தமிழ் மக்கள் நலம், தமிழ் மக்கள் தன்மதிப்பு என்பதல்லாமல் வெறும் பாஷையைப் பற்றியே நான் எவ்வித பிடிவாதம் கொண்டவனுமல்ல.

முதலாவதாக தமிழ் முன்னேற்றமடைந்து உலக பாஷை வரிசையில் அதுவும் ஒரு பாஷையாக இருக்கவேண்டுமானால் தமிழையும், மதத்தையும் பிரித்துவிட வேண்டும். தமிழுக்கும் கடவுளுக்கும் உள்ள சம்மந்தத்தையும் கொஞ்சமாவது தள்ளி வைக்க வேண்டும்.

மத சம்மந்தமற்ற ஒருவனுக்கு தமிழில் இலக்கியம் காண்பது மிக மிக அரிதாகவே இருக்கிறது. தமிழ் இலக்கணம்கூட மதத்தோடு பொருத்தப்பட்டே இருக்கிறது.

உதாரணமாக "மக்கள் தேவர் நரகர் உயர்திணை" என்றால் என்ன? நரகர்கள் யார்? தேவர்கள் யார்? இலக்கணத்திலேயே மதத்தைப் போதிக்கும் சூழ்ச்சிதானே இது?

இனி பள்ளிக்கூடங்களில் பிள்ளைகளுக்குத் தமிழ் இலக்கியத்துக்குப் புத்தகங்கள் எவை? கம்பராமாயணம், பாரதம், பாகவதம், பெரியபுராணம், தேவாரம், திருவாய்மொழி போன்ற மத தத்துவங்களையும், ஆரிய மத தத்துவம் என்னும் ஒரு தனிப்பட்ட வகுப்பின் உயர்வைப் போதித்து மக்களை மானமற்றவர் களாக்கும் ஆபாசக் களஞ்சியங்களும் அல்லாமல் வேறு இலக்கியங்கள் மிதந்து காணப்படுகின்றனவா? இன்றைய பண்டிதர்களுக்கு உலக ஞானத்தைவிடப் புராண ஞானங்கள் தானே அதிகமாயிருக்கின்றன?

மேல்நாட்டுப் புலவர்கள், மேல்நாட்டு இலக்கியங்கள் ஆகியவைகளுக்கு இருக்கும் பெருமையும், அறிவும் நம் தமிழ்ப் புலவர்களுக்கு இருக்கின்றது என்று சொல்ல முடியுமா? ஷேக்ஸ்பியர் வேண்டுமா? இங்கிலாந்து வேண்டுமா? என்றால் இங்கிலீஷ் மகன் ஷேக்ஸ்பியர் வேண்டும் என்பானாம். நாம் எதைக் கேட்பது?

இந்தியா வேண்டுமா? கம்பராமாயணம் வேண்டுமா? என்றால் உண்மைத் தமிழ்மகன் என்ன சொல்லுவான்? இரண்டு சனியனும் வேண்டாம் என்றுதானே சொல்லுவான்?

மேல்நாட்டில்தான் அறிவாளிகள் உண்டு என்றும், கீழ்நாட்டில் அறிவாளிகள் இல்லை என்றும் நான் சொல்ல வரவில்லை.

மேல்நாட்டு அறிவாளிகள் தாங்கள் செய்த இலக்கியங்களை மத சம்மந்த மன்னியில் பெரிதும் செய்து வைத்தார்கள். அதனால் நூற்றுக்கணக்காக மேல்நாட்டு இலக்கியங்களும் பண்டிதர்களும் போற்றப்படுகிறார்கள்.

கீழ்நாட்டில் குறிப்பாக இந்தியாவில் எத்தனை இலக்கியம் எத்தனை பண்டிதர்கள் உலகத்தால் போற்றப்படுகிறார்கள்? தாகூர் அவர்கள் கவிக்குஆக போற்றப்படலாம். ஆகவே, மதம் கடவுள் சம்மந்தமற்ற இலக்கியம், யாவருக்கும் பொதுவான இயற்கை ஞானத்தைப் பற்றிய இலக்கியம், யாவரும் மறுக்க முடியாத விஞ்ஞானத்தைப் பற்றிய இலக்கியம் ஆகியவைகள் மூலம் தான் ஒரு பாஷையும் அதன் இலக்கியங்களும் மேன்மையடைய முடியும் என்பது மாத்திரமல்லாமல் அதைக் கையாளும் மக்களும் ஞானமுடையவர்களாவார்கள்.

கம்பராமாயணம் அரிய இலக்கியமாய் இருக்கிறதாகச் சொல்லுகிறார்கள். இருந்து என்ன பயன்? ஒருவன் எவ்வளவுதான் பட்டினி கிடந்தாலும் மலத்தில் இருந்து அரிசி பொறுக்குவானா? அதுபோல்தானே கம்பராமாயண இலக்கியம் இருக்கிறது. அது தமிழ் மக்களை எவ்வளவு இழிவாக குறிப்பிடப்பட்டிருக்கிறது. தமிழரின் சரித்திரகால எதிரிகளை எவ்வளவு மேன்மையாக குறிப்பிடப் பட்டிருக்கிறது. சுயமரியாதையை விரும்புகிறவன் எப்படி கம்பராமாயண இலக்கியத்தை படிப்பான். இன்று கம்பராமாயணத்தால் தமிழ் மக்களுக்கு இலக்கியம் பரவிற்றா, இழிவு பரவிற்றா என்று நடுநிலையில் இருந்து யோசித்துப் பாருங்கள்.

தமிழ் பாஷையின் பெருமை பரமசிவனுடைய டமாரத்திலிருந்து வந்த தென்றோ, பரமசிவன் பார்வதியிடம் பேசிய பாஷை என்றோ, சொல்லி விடுவதாலும் தொண்டர் நாதனை தூதிடை விடுத்ததாலும், முதலை உண்ட பாலனை அழைத்த தாலும், எலும்பை பெண்ணாக்கினதாலும், மறைக்கதவைத் திறந்ததாலும் தமிழ்

மேன்மையுற்றதாகி விடாது. இந்த ஆபாசக் கதைகள் தமிழ் வளர்ச்சியையும் மேன்மையையும் குறைக்கத்தான் பயன்படும்.

பரமசிவனுக்கு உகந்த பாஷை தமிழ் என்றால் வைணவனும் துருக்கனும் தமிழைப் படிப்பதே பாவமல்லவா? அன்றியும் அந்தப் படியிருந்தால் பார்ப்பான் தமிழ் மொழியை சூத்திர பாஷை என்றும், அதைக் காதில் கேட்பதே பாவம் என்றும் சொல்லுவானா? என்று யோசித்துப் பாருங்கள்.

இன்று தமிழ்நாட்டில் வந்து தமிழ் கற்று வயிறு வளர்ப்பவர்களாகிய பார்ப்பனர்களே இந்தி பாஷை இந்திய பாஷை ஆக வேண்டுமென்று முயற்சித்து வருகிறார்கள். கோர்ட் பாஷை, அரசாங்க பாஷை ஆகியவை எல்லாம் இந்திமயமாக வேண்டும் என்கிறார்கள். காரணம் கேட்டால் இந்தி பாஷையில் துளசிதாஸ், ராமாயணம் நன்றாய் விளங்குமென்றார்கள்.

தமிழ்ப் பண்டிதர்களுக்கு இதைப் பற்றிச் சிறிதும் கவலை இருந்தது என்று சொல்ல முடியவில்லை. தமிழ்ப் பண்டிதர்கள் இந்த அரசியல்வாதிகளின் கூச்சலுக்கும் பார்ப்பனர்கள் ஆதிக்கத்துக்கும் பயந்துகொண்டு வாயை மூடிக் கொண்டு இருக்கிறார்கள்.

பார்ப்பனர்கள் செத்த பாம்பான சமஸ்கிருதத்தை எடுத்து வைத்துக் கொண்டு எவ்வளவு ஆர்ப்பாட்டம் செய்கிறார்கள். பொதுப் பணம் சமஸ்கிருதத்தின் பேரால் எவ்வளவு செலவாகின்றது? பொது ஜனங்களின் வரிப்பணம் சமஸ்கிருதத்துக்கு ஆக ஏன் ஒரு பைசாவாவது செலவாக வேண்டும். தமிழ் மக்கள் யாரும் இதைப் பற்றி கவனிப்பதில்லை. தமிழ் தமிழ் என்று எங்கோ ஒரு மூலையில் இரண்டு பண்டிதர்கள்தான் சத்தம் போடுகிறார்கள். ஆனால் சமஸ்கிருதத்துக்கும் இந்திக்கும் கேபினெட் மெம்பர்கள், அய்கோர்ட் ஜட்ஜுகள் முதல் எல்லா பார்ப்பன அதிகாரிகளும் பாடுபடுகிறார்கள். நம்ம பெரிய அதிகாரிகளுக்கோ, பெரிய செல்வாக்கும் செல்வமும் உள்ளவர்களுக்கோ தமிழைப் பற்றி கவலையும் இல்லை, தமிழைப்பற்றி அதிகம் பேருக்கு ஒன்றும் தெரியவும் தெரியாது.

தமிழினிடத்தில் ஒருவன் அபிமானியாக இருந்தாலே அவன் தேசத்துரோகி, வகுப்புவாதி, பிராமணத் துவேஷி என்றெல்லாம் ஆய்விடுகிறான். தமிழின் பரிதாப நிலைக்கு இதைவிட வேறு என்ன வேண்டும். தமிழ் பாஷையில், எழுத்தில் ஒரு சிறு மாற்றமோ முற்போக்கோ செய்யக்கூட ஒரு தமிழ் அபிமானியும் முயற்சிப்ப தில்லை. யாராவது முயற்சித்தாலும் ஆதரவளிப்பதுமில்லை. தற்கால நிலைக்கு தமிழ் போதியதாகவும் சவுகரியமுள்ளதாகவும் ஆக்க யார் முயற்சித்தார்கள்.

மேல்நாட்டு பாஷைகள் எவ்வளவு மாற்றமடைந்து வருகின்றன. எழுத்துக் களில் எவ்வளவு மாறுதல் செய்து வருகிறார்கள். ரஷ்யாவில் சில பழைய எழுத்துக் களை எடுத்துவிட்டார்கள். புதிய எழுத்துக்கள் சேர்த்தார்கள். அமெரிக்காவில் எழுத்துக் கூட்டுவதாகிய இஸ்பெல்லிங் (Spelling) முறையை மாற்றி விட்டார்கள். துருக்கியில் துருக்கி பாஷைக்கு உண்டான எழுத்துக்களையே அடியோடு எடுத்து விட்டு ஆங்கில எழுத்துக்களை ஏற்படுத்திக் கொண்டார்கள். தமிழர்கள் தமிழுக்காக நமக்கு விவரம் தெரிந்த காலமாக என்ன காரியம் செய்தார்கள்? காலத்துக்கு ஏற்ற மாறுதலுக்கு ஒத்துவராதவன் மானமுடன் வாழ முடியாது. மாறுதலுக்கு மனிதன் ஆயத்தமாக இருக்க வேண்டும். முன்னேற்றம் என்பதே மாறுதல் என்பதை உணர்ந்த மனிதனே உலகப் போட்டிக்கு தகுதியுடையவனாவான்.

தமிழ் எழுத்துக்களில் ஒருசில மாற்றம் செய்தேன். அநேக பண்டிதர்கள் எனக்கு நன்றி செலுத்தி என்னைப் பாராட்டினார்களேயல்லாமல் ஒருவராவது அம் முயற்சிக்கு ஆதரவளித்தவர்கள் அல்ல.

இவ்வளவு பெரிய காரியத்தைச் செய்ய நான் ஒப்புக்கொள்ளுகிறேன்.

ஆனால், தகுதி உள்ளவர்கள் எவரும் வெளிவராவிட்டால் நான் என் செய்வது? என்னைக் குறை கூறவோ, திருத்தவோ முயற்சிப்பதின் மூலமாகவாவது இதற்கு ஒரு வழி பிறக்காதா என்றுதான் துணிந்தேன். இதுவரை யாரும் அதை லட்சியம் செய்யவில்லை.

எப்படி ஆனாலும் தமிழ் பாஷை உணர்ச்சி தமிழ் மக்களுக்கு இன்றியமை யாதது, அதன் மூலம் தமிழ் மக்கள் ஒன்றுசேர வசதி உண்டு. இத்திருநாளை ஒழிந்த நேரத் திருநாளாக இல்லாமல் தமிழ் மக்களுக்கு ஒரு புது எழுச்சியையும் ஊக்கத்தையும் உண்டாக்கும் திருநாளாகச் செய்யவேண்டும். வருஷம் ஒவ்வொரு ஊரில் தலைமைத் திருநாள் நடைபெறச் செய்ய வேண்டும். தீபாவளி போன்ற மூடநம்பிக்கையும், சுயமரியாதை அற்றதும், ஆபாசமானதுமான பண்டிகைகள் கொண்டாடுவதைவிட இப்படி தமிழ்த் திருநாள் என்று தமிழ் மக்கள் கூட்டுறவுக்கும், மகிழ்ச்சிக்கும், கொண்டாட்டத்துக்கும் அனுகூலமாகத் திருநாள்களை பரப்ப வேண்டும். நமது பெண்களுக்குப் பகுத்தறிவும், சுய மரியாதையும் இருந்தாலும் ஒரு திருநாள் வேண்டி இருக்கிறதால் தீபாவளியையும், மாரி பண்டிகையையும் கொண்டாட ஆசைப்படுகிறார்கள். ஆதலால் தக்கது செய்ய வேண்டுகிறேன்.

குடிஅரசு - 26. 01. 1946

தமிழ் - தெலுங்கு - மலையாளம் - கன்னடம்
யாவும் - ஒரே மொழியே தனித்தனி மொழியல்ல

தலைவரவர்களே! தோழர்களே!

திருநெல்வேலி ஜில்லா 3ஆம் திராவிடர் கழக மாநாடு திறப்பு விழா உரை ஆற்றுவதன் மூலம் ஏதாவது சில வார்த்தைகள் என்னிடமிருந்து எதிர்பார்ப்பீர்கள். திராவிடர் கழகம் என்று சொல்லப்படுவதன் மூலம், அதன் காரணம், கொள்கை முதலியவைகளைப் பற்றி முதலில் சொல்லுகிறேன்.

திராவிடம் என்பது, நம்முடைய நாட்டினுடைய பெயராகும். திராவிடர் என்பது, இந்நாட்டில் உள்ள பழங்குடி மக்களது இனத்துக்கு ஏற்பட்ட உலகப் பெயராகும். திராவிடர் கழகம் என்பது, இந்நாட்டு மக்களின் நலத்திற்காக அமைத்துக்கொண்ட ஒரு ஸ்தாபனத்தின் பெயராகும். இக்கழகம் இரண்டாண்டு களுக்கு முன்பு, தென்னிந்திய நல உரிமைச் சங்கம் என்னும் பெயரால் சுமார் 20 ஆண்டுகள் இருந்து வந்தது. எந்த முக்கிய காரியத்திற்கும், கருத்திற்குமாக இச்சங்கம் ஏற்படுத்தப் பட்டதோ, அந்தக் காரியத்தைப் பற்றிய சரியான உணர்ச்சி, நம்முடைய மக்களுக்கு ஏற்படவில்லை. ஏதோ சில காரியங்கள் நமக்கு ஏற்பட்டிருந்தாலும், அவை முயற்சிக்கேற்ற பலனாக இல்லாததால், இப்போது சற்று தீவிரமான காரியங் களைச் செய்யவும், மக்களுக்குள் ஒற்றுமையையும், உணர்ச்சியும், தொண்டாற்றும் தூண்டுதலும் ஏற்பட வேண்டும் என்பதற்காகவே, நம் கழகத்தின் உண்மைத் தத்துவத்தோடும், வெளிவரக் கருதி, இப்பெயரைத் திராவிடர் கழகம் என்று மாற்றியமைத்து முன் வந்திருக்கிறோம். இனித்தான் நாம் செய்யவேண்டிய வேலைகள் அதிகமாக இருக்கின்றன.

மற்ற நாடுகள் எவ்வளவு முன்னேற்றமடைந்திருக்கின்றனவோ அந்த அளவில் நாம் நூற்றிலொரு பங்கும் முன்னேற்றம் அடையவில்லை. நமது உணர்ச்சிகள் தேவையான அளவு ஏற்பட்டதாக இல்லை. இந்த அதிசய, அற்புத விஞ்ஞான காலத்தில் சாதாரண மனிதர்களும், உயர்ந்த கருத்தையும், லட்சியத்தையும் பற்றித் தாராளமாகப் பேசிக்கொள்ளப்படும் காலத்தில், நம் சமுதாயத்தின் இழிவான பெயர்களும், சராசரி மனிதத் தன்மைக்குக் கூடத் தகுதியற்ற நிலைமையும், மதத்தின் பேரால் மடமையும் காட்டுமிராண்டித் தன்மையும் நமக்கு இருந்து வருகின்றன என்றால் நம் நிலைமையைப் பற்றி சிந்தியுங்கள்.

இவைகளையெல்லாம்விட நமக்குள் ஒரு ஒற்றுமையும், கட்டுப்பாடும் இல்லாமல் பலவகையாய்ப் பிரிந்து, நம்முள் போராடிக் கொண்டிருப்பதல்லாமல், நம் எதிரிகளுக்கு அடிமையாவதற்குப் போட்டி போட்டுக் கொண்டுமிருக்கிறோம்.

இந்நாட்டுப் பழங்குடி மக்களாகிய நாம் யாவரும் ஒன்று, என்று சொல்லிக் கொள்ள வகையற்றவர்களாக இருக்கிறோம். இந்த நாட்டில் இமயம் முதல் கன்னியாகுமரி வரை பல இடங்களில் பல தன்மைகளோடு, ஒருவர்க்கொருவர் சம்பந்தமில்லாது இருந்து வரும் பார்ப்பனர், தங்களுக்கென்று ஒரு நாட்டுப்பற்று இல்லாவிட்டாலும் தாங்கள் யாவரையும், சரிநிகர் சமானமான சமுதாயத்தார் என்று சொல்லிக் கொள்ள வசதியும், தகுதியும் உடையவர்களாய் இருக்கின்றார்கள்.

இந்த உலகத்தில் பல்வேறு பாகங்களில் வாழ்ந்து வரும், பல்வேறு இன, வகுப்பு, ஆச்சார அனுஷ்டானம் உள்ள மக்களாக இருந்துவரும் உலக முஸ்லிம்கள் யாவரும், தாம் ஒன்று என்றும், சரிநிகர் சமானமான சமுதாயத்தவர்கள் என்றும், சொல்லிக்கொள்ளத் தகுதியுடைவர்களாகி ஒரு வலிவுள்ள, ஒற்றுமை, கட்டுப் பாடுள்ள சமுதாயமாக, மற்றவர்கள் பார்த்து அஞ்சும்படியானவர்களாக இருந்து வருகிறார்கள்.

நாம் உண்மையிலேயே ஒரு நாட்டவர், ஒரு இனத்தவர், ஒரு குறிப்பிட்ட எல்லையில், ஒரே பழக்க வழக்கங்களோடு இருக்கிறவர்கள், ஒரு காலத்தில் இந்நாட்டை ஆண்டவர்கள், வெகுநாளாக இருந்து வருபவர்கள், இன்னும் வெகுநாளைக்கு எப்போதும் இங்கேயே இருக்க வேண்டியவர்கள் நாம் யாவரும் ஒன்று, நாம் யாவரும் சரிநிகர் சமமானவர்கள் என்று சொல்லுவதற்குத் தகுதியில்லாத நிலைமையில் சின்னாபின்னப்பட்டுக் கிடக்கிறோம்.

திராவிடர்கள் கேவலம், மொழிப் பிரிவைக் கொண்டு, வேறு வேறாகக் கருதிக் கொண்டு, திராவிடர்கள் என்று சொல்லிக் கொள்ளவே சம்மதிக்க முடியாதவர்களாக இருக்கிறோம். திராவிடர்கள் அர்த்தமில்லாததும், அந்நியனுக்கு அனுகூலமானதும் ஆன, பல வகுப்புப் பெயர்களைச் சொல்லிக் கொண்டு, ஒருவரை ஒருவர் வேறு படுத்தி, இகழ்ந்து பேசிக் கொண்டு, சிறுசிறு கூட்டத்தினர்களாக இருந்து வருகிறோம்.

இப்படி ஏன் இருக்க வேண்டும்? உண்மையில் திராவிட மொழியில் பிரிவினை இருக்கின்றதா? திராவிட மொழியில் கிளைகள் இருக்கின்றனவா? திராவிட மொழிகள் என்று சொல்லப்படும் தமிழ், தெலுங்கு, மலையாளம், கன்னடம் என்பவைகள் பிரித்துக் கொள்ளப்பட்ட, பிரிக்கப்பட்ட மொழிகளேயல்லாமல் கிளை மொழிகளல்ல.

தமிழ், தெலுங்கு, மலையாளம், கன்னடம் என்பவை தமிழேயாகும். மலையாள பாகத்தில் பேசும் தமிழ் மலையாளமாகச் சொல்லப்படுகிறது. கர்நாடக பாகத்தில் பேசும் தமிழ், கன்னடமாக ஆகிவிட்டது. ஆந்திர பாகத்தில் பேசும் தமிழ், தெலுங்காக ஆகிவிட்டது. நால்வர்களும் பேசுவது தமிழ்மொழிதான். நான்கு பாகத்திற்கும் போக்குவரவு சாதனங்களும், அடிக்கடி சந்தித்து அளவளாவும் சந்தர்ப்பங்களும் முன்காலத்தில் வசதியாய் இல்லாததால், ஆங்காங்குள்ளவர்கள் தமிழைப் பேசிவந்த முறை, ஒன்றுக்கொன்று சிறிது வேறுபடவும், அதைத் திராவிடரல்லாத மக்கள் பிரவேசித்து, வேறுபடுத்தித் தங்கள் மொழிகளையும் புகுத்தி அதற்கேற்ற வண்ணம் எழுத்து இலக்கணம் முதலியவற்றை உண்டாக்கிக் கொடுத்து, சிறிது வேறு உச்சரிப்பாக இருந்த தமிழைத் தனித் தனிமொழி என்று சொல்ல வேண்டியதாக ஆனதோடு, தமிழ் மக்கள் தங்களுக்குள் இருக்கும் வகுப்பு பேதத்தால், இக்குறைபாட்டைப் பற்றிச் சிந்திக்காமல், இதன் உட்காரணத்தையும் கண்டுபிடியாமல், தமிழ்நாட்டிலுள்ள தமிழைத்தவிர மற்ற மொழிகள் கிளை மொழிகளென்றும், தமிழில் இருந்து தோன்றிய மொழிகளென்றும், நாட்டுப் பெயரையே மொழிக்குக் கொடுத்துப் பிரித்து வைத்துவிட்டார்கள்.

ஒன்று, நான்காக வகுக்கப்பட்டது என்பதற்கும், ஒன்றிலிருந்து, நான்கு பிறந்தன, கிளைத்தன என்பதற்கும் பேதம் உண்டு. ஆகவே தமிழ் நீண்ட சம்பந்தமற்ற காரணத்தால் நான்காகப் பிரிந்திருக்கிறதேயல்லாமல் தமிழிலிருந்து, தெலுங்கு, கன்னடம், மலையாளம் என்பவை தோன்றினவை அல்ல, உண்டாக்கப்பட்டவை அல்ல என்று திராவிடர் உணர வேண்டும்.

இந்த உண்மை தெரிந்துகொண்டாலொழிய, இந்த நான்கு நாட்டாருக்குள்ளும், வேற்றுமை உணர்வு தோன்றாமல் இருக்காது. இந்த நான்கும், தமிழ் மொழியே தான் என்பதற்கும், சிறிதும் சந்தேகமே இல்லை. உதாரணமாக நான்கு மொழிப் பண்டிதர்களும் ஒன்று சேர்ந்து, நான்கு மொழி அகராதிகளையும் வைத்துக்கொண்டு, வடமொழி ஆரியனல்லாத ஒருவரை நீதிபதியாய் வைத்து தமிழ் தவிர்த்த மற்ற மூன்று அகராதிகளிலுள்ள வடமொழிகளையும், பிற, அதாவது திராவிட நாடல்லாத மற்ற நாட்டு மொழிகளையும் ஒதுக்கிவிட்டு, மீதியுள்ள மொழிகளை எடுத்து ஒரு மொழி அகராதியாகத் தொகுப்போமேயானால், நூற்றுக்கு எண்பது இன்றைய வழக்கத் தமிழ்ச் சொற்களாகவும், பத்து மறைந்த தமிழ்ச் சொற்களாகவும், பத்து தற்போது வழக்கத்திலில்லாமல், நம் பழங்காவியங்கள், இலக்கியங்கள் ஆகியவற்றுள் இருந்து வந்த சொற்களாகவுந்தான் இருக்கும்.

இதை மெய்ப்பிக்க நாம் யாரிடத்திலும் பந்தயம் கட்டலாம். உதாரணமாக தமிழ்நாட்டிலேயே தமிழ் ஜில்லாக்கள் பன்னிரண்டில் ஒரு பொருளுக்கு, ஒரு ஜில்லாவில் இருக்கும் சொல், மற்றொரு ஜில்லாவில் இல்லை. அது மாத்திரம் அல்லாமல், ஒரு ஜில்லாவில் ஒரு பொருளுக்குப் பயன்படுத்தும் சொல்லை, மற்றொரு ஜில்லாவில் வேறு பொருளுக்குப் பயன்படுத்துகிறார்கள். ஒரே ஜில்லாவில் வேறு வேறு ஒலியாக உச்சரிக்கிறார்கள். இதைப் பண்டித உணர்ச்சியை விட்டுவிட்டுப், பாமர மக்கள் தன்மையில் கலந்து பார்த்தால் நன்றாக விளங்கும். தமிழ்நாட்டுத் தமிழுக்கும், மலையாளத்தில் பேசப்படும் மொழிக்கும் உள்ள பேத உச்சரிப்பைவிடத் தமிழ்நாட்டிலேயே, ஆரியர்கள் பேசும் தமிழுக்குள்ள பேதம் அதிகமென்றே சொல்லலாம்.

இந்த ஆரியர்கள் தனியாக நமக்கும் அவர்களுக்கும் போக்குவரவு சம்பந்தமற்ற ஒரு இடத்திலிருந்து கொண்டு பேசுவார்களேயானால், அது மலையாளம், தெலுங்கைவிட வெகுதூரம் வேறுபட்ட மொழியென்றே சொல்ல வேண்டியிருக்கும். உதாரணமாக, ‘எனக்கு’ என்கின்ற வார்த்தையை எடுத்துக் கொள்ளுங்கள். எனக்கு என்பது தமிழ், ‘எனிக்கி’ என்பது மலையாளம், ‘நாக்கு’ என்பது தெலுங்கு, ‘நேக்கு’ என்பது ஆரியர் பேசும் தமிழ். அதைப் போலவே ‘உனக்கு’ என்பது தமிழ், ‘நீக்கு’ என்பது தெலுங்கு, ‘நோக்கு’ என்பது ஆரியர் தமிழ். மற்றொன்று “அவர்கள்” என்பதற்குப் பதிலாகத் தமிழில் சாதாரணச் சொல்லாய் அவாள், அவர் என்கின்றோம். தெலுங்கர் வாள்ளு, வாரு என்கிறார்கள். கன்னடியர் அவுரு, பார்ப்பனர் “அவா, இவா, வந்தா, போனா” என்று மொண்ணையாகவே, மொக்கை யாகவே பேசுகிறார்கள். நம்மிற் பலரும் அதைப் பெருமையாக நினைத்து அந்த மாதிரியே பேசி வருகிறார்கள். இப்படிப் பல ஆயிரக்கணக்கான வார்த்தைகளை எடுத்துக்காட்டலாம். கொல்லை என்கின்ற சொல், தமிழ்நாட்டில் சில இடங்களில், கக்கூசுக்குப் பயன்படுகிறது. சில இடங்களில் வீட்டின் பின்வாசலுக்குப் பயன் படுகிறது. சில இடத்தில் விவசாய நிலத்திற்குப் பயன்படுகிறது. அதுபோலவே, தோட்டம் என்கின்ற சொல், சில இடத்தில் கக்கூசுக்கும், சில இடத்தில் விவசாய நிலத்திற்கும் பயன்படுகிறது.

தமிழ்நாட்டில், கோவை ஜில்லாவில், சாதாரண மக்கள் பேச்சு, கிராம மக்களால் சுலபத்தில் புரிந்து கொள்ள முடியாத அளவுக்குப் பேதம் இருந்து

வருகிறது. மற்றும் ஒரு பொருளுக்குத் தமிழில் உள்ள பல சொற்களே, ஒவ்வொரு நாட்டில், தனித்தனியாக வழங்கி வேறு மொழியாக நிற்கிறது. உதாரணமாக, வீடு என்ற சொல்லுக்குத் தமிழில் மனை, இல், அகம், அறை, வளைவு என்றிருக்கிறது. தமிழர் வீடு என்பார்கள், தெலுங்கர் இல் என்பார்கள், கன்னடியர் மனை என்பார்கள், மலையாளத்தில் அறை, பொறை என்பார்கள், ஆரியர் அகம் என்பார்கள். இப்படியாக ஒரு பொருளுக்குள்ள பல சொல்லைப் பல இடங்களில், பல மாதிரியாகப் பேசுகிறார்கள். தண்ணீருக்கு நீர், வெள்ளம், சலம் என்கின்ற வார்த்தைகள் இருக்கின்றன. அதைக் கன்னடியர் நீரு என்கின்றனர், தெலுங்கர் நீள்ளு என்கின்றனர், மலையாளத்தார் வெள்ளம் என்கின்றனர், பார்ப்பனர் தூத்தம், ஜலம் என்கின்றனர்.

இப்படியாக ஒரே சொல்லுக்குப் பல பொருளுள்ளவைகளைப் பலர் பல இடங்களில் பல மாறுபாடோடு உபயோகிக்கிறார்களென்பதைத் தவிர கன்னடம், தெலுங்கு, மலையாளம், தமிழ் என்ற மொழிகள், வேறு மொழிகளுமல்ல, கிளை மொழிகளுமல்ல. ஆரியர்கள் தெலுங்கு, கன்னடம், மலையாளத்தைத் தங்களுக்கு அனுகூலமாய்ப் பயன்படுத்தி, அந்த மக்களை ஏய்த்து வசப்படுத்தித் தங்கள் சொற்களைப் புகுத்தியதோடல்லாமல், தங்கள் மொழியிலுள்ள ஒலி எழுத்துக்களை ஏற்படுத்திக் கொடுத்து, அதற்கேற்ற இலக்கணத்தையும் அமைத்துக் கொடுத்து விட்டார்கள். தமிழர்களுக்குக் குறிப்பாக தமிழ்ப் பண்டிதர்களுக்குச் சிறிதாவது இனப்பற்று இருந்திருக்குமானால் ஆரியர்களுடைய இந்தத் தந்திரம், சூழ்ச்சி, வெற்றி பெற்று, நம் மக்கள் இவ்வளவு பிரிவினைக்கும், வேற்றுமைக்கும் ஆட்பட்டிருக்க முடியாது. நேற்றுத் தோன்றிய மலையாள எழுத்துக்கள், அதற்கு முன் தோன்றிய கன்னட, தெலுங்கு உணர்ச்சியில், தமிழ்ப் பண்டிதர்களுக்குப் பத்தில் ஒரு பங்குகூட இல்லை. தமிழ், தமிழன் என்று சொல்லிக் கொள்ள ஆசைப்படுகிற தமிழன், தெலுங்கு, கன்னடம், மலையாளம் ஆகியவைகளை விலக்கியே பேசுகிறான். வெறுப்புக் கொண்டே பேசுகிறான். அதன் பயனாகவே மற்றவர்களும் விலகவே பார்க்கிறார்கள். இதனால் நமக்கொன்றும் பெரிய நஷ்டமில்லையென்று சொல்லலாமானாலும், தமிழகத்தைச் சுற்றி மூன்று புறத்திலுமுள்ள மக்கள், ஆரியமயமாய் இருந்தால், அது நமக்கு தொல்லையும், பல துறைகளில் தடையுமான காரியமாய் இருக்காதா? என்று சிந்திக்க வேண்டுகிறேன். "திராவிட நாடு திராவிடருக்கு" என்று ஆனால், இந்தக் குறைபாடுகளைச் சுலபத்தில் தீர்த்துக் கொள்ள முடியும்.

மற்றும் உண்மையாகவே தெலுங்கர், கன்னடியர், மலையாளிகள் முதலியவர்களைத் தமிழர்களாக்க வேண்டுமானால், திராவிடர்கள் என்று சொல்லித்தான் சேர்க்க முடியும். ஆதலாலேதான் நாம் திராவிடர் கழகம் என்று பேர் மாற்றிக் கொள்ள வேண்டியதாயிற்று. திராவிடமானது, இந்தியா என்னும் பிணைப்பில் இருந்து பிரிந்து கொள்ளத் திராவிடத்திற்கும் திராவிடம் அல்லாததற்கும் இருக்கும் பேதமும், திராவிடத்திற்கு, திராவிடமல்லாததால் ஏற்படும் கெடுதியையும், சம்பந்தமற்ற தன்மையையும் நாம் முதலில் உணர வேண்டும்.

உண்மையில் திராவிட நாடு, திராவிடமற்ற மற்ற நாட்டிலிருந்து பல வகையிலும் வேறுபட்டதேயாகும். மொழி, சமயம், சமுதாயம், அரசியல், பொருளாதாரம், அணி, இசை, சுவை, உணர்ச்சி முதலியவைகளில் ஒற்றுமையும் பொருத்தமுமற்றதாகவே இருக்கிறது.

சாதாரணமாகத் திராவிட நாட்டிலுள்ள திராவிடர்கள், ஆரியரை வெறுக்கிறார்கள். அவர்களுக்கு அடிமையாய் இருப்பதைப் பற்றி நாணமடைகிறார்கள். திராவிட நாட்டிலுள்ள முஸ்லிம் தோழர்களோடு, திராவிடர்கள் ஒற்றுமை உணர்ச்சி

காட்டுகிறார்கள். ஆனால் திராவிடம் நீங்கிய இந்தியாவில் ஆரியத்தை, ஆரிய மல்லாத மக்கள் ஏற்று இழிவையும், தாழ்வையும் சகித்துக் கொள்ளுகிறார்கள்.

முஸ்லிம்களிடத்தில், அதாவது இந்த நாட்டிலேயே இருந்து வாழ்ந்து வரத்தக்கவர்களான முஸ்லிம்களை, அந்நியனாகவே கருதி வெறுக்கிறார்கள். மொழியில், திராவிட மொழி ஒரு தனிமொழியாகவும், இந்தியாவில், திராவிட மல்லாத மற்ற நாட்டு மொழிகள் யாவும், ஒரு சம்பந்தமுடையனவாகவும், மற்றும் ஒருவருக்கொருவர் பற்றுதலுடையவராகவும் இருந்து வருகிறது.

சமுதாயத்தில் திராவிடர்கள், மற்றவர்களிடம் எந்தவித ஒற்றுமையும் கொண்டவர்களாய் இல்லை.

குடிஅரசு - 02. 02. 1946

ஆரியம் வேறு, திராவிடம் வேறே!

திருச்சி சமஸ்கிருத சாகித்ய பரிஷன் பொதுக்கூட்டத்தில், தமிழ்நாட்டில் தமிழ் மொழியைப் போலவே சமஸ்கிருதத்திற்கும் மதிப்பளிக்க வேண்டுமென்று பல தீர்மானங்கள் நிறைவேற்றப்பட்டது. அத்தீர்மானங்களுள்.

ஆரியக்கலையும், திராவிடக் கலையும் கலந்திருப்பதால் தமிழ் சமஸ்கிருதப் படிப்பைப் பிரிக்காமல் இருக்க வேண்டும் என்றும் ஒரு தீர்மானம் நிறைவேற்றப் பட்டதாம். என்ன சொல்லுகிறீர்கள்!

தமிழர்களே! தமிழில் ஆரியக்கலை, திராவிடக் கலை என்று திராவிடக் கழகம் பிரித்துக் கூறிவருவதை ஆட்சேபிக்கின்ற தமிழர்களே! பார்ப்பனப் பண்டிதர்களே இன்றைக்கும் கூறுகின்றனர். ஆரியம் வேறு திராவிடம் வேறு என்று.

கலந்தது உண்மை. அதுபோலவே பிரிக்கலாம் என்பதும் உண்மை. நாம் பிரிக்க வேண்டிய நிலைகூட இல்லை. வாழ்க்கையில் பிரிந்தே இருந்து வருகின்றது என்று திராவிடர் கழகம் கூறுகின்றது. இதை நீங்கள் ஒப்புக்கொள்ளத் தயங்குகிறீர்கள். ஆனால் ஆரியம் ஒப்புக் கொள்ளுகிறது எப்படி?

தமிழ்ப்படிப்பு சமஸ்கிருதப் படிப்பை பிரிக்காமல் இருக்க வேண்டும். இது தீர்மானம்.

தமிழ்ப் படிப்பின் வளர்ச்சி நாளடைவில், தமிழ் தமிழ் என்று எல்லாத் துறைகளிலும் தமிழையே தேடும். இந்தப் போக்கு வளர்ந்து விட்டால் தமிழல்லாததை எல்லாம் - கடவுள், மதம், சாஸ்திரம் ஆகிய எதுவாயிருந்தாலும் தமிழருக்குத் (திராவிடர்க்கு) உரியதல்ல என்ற நிலைமை ஏற்பட்டு விடும். ஆதலால் சமஸ்கிருதப் படிப்பைப் பிரிக்காமல் தமிழ்ப் படிப்பு இருக்க வேண்டும் என்று பார்ப்பனியம் சொல்லுகிறது. நீங்கள் என்ன சொல்லுகிறீர்கள்?

குடிஅரசு - 29. 11. 1947

நமது ஆசிரியர்கள்

நம் திராவிட ஆசிரியர்கள் சென்ற வாரம் சென்னையில் தமிழ்ப்பெரியார் திரு.வி.க. அவர்கள் தலைமையில் ஒரு மாநாட்டை நடத்தி ஆங்கிலம் கற்பிக்கும் ஆசிரியர்களுக்கு அளிக்கப்படும் சம்பளத்தைப் போலவே தங்களுக்கும் அளிக்கப்பட வேண்டும் எனவும், அவ்வாறு அளிக்கவில்லை என்றால் பொதுமக்கள் கிளர்ச்சியாக மாற்றிப் போராட்டத்தில் ஈடுபடுவோமெனவும் கனம் கல்வி மந்திரியாருக்கு அறிவித்திருக்கின்றார்கள்.

இந்த நமது ஆசிரியர்கள், திராவிட ஆசிரியர் மாநாடு என்று பெயர் குறிப்பிடாமல் தென்னிந்திய மொழி ஆசிரியர் மாநாடு என்று குறிப்பிட்டுத் தமிழ், தெலுங்கு, கன்னடம், மலையாளம் ஆகிய நான்கு மொழி ஆசிரியர்கள் மட்டுமே மாநாட்டில் கலந்துகொள்ள ஏற்பாடு செய்து, கோரிக்கையை வற்புறுத்தி இருப்பது, சரியான வழியைக் கடைப்பிடித்தும் சரியான பெயரைத் தருவதற்குச் சளைத்து விட்டார்களே என்று ஒரு புறம் குறைகூறத் தக்கதாய் இருந்தாலும், தென்னிந்திய மொழிகளுக்குச் சமஸ்தானக்கவி என்று சொல்லித் தென்னிந்திய மொழிகளோடு (திராவிட மொழிகளோடு) சமஸ்கிருதத்தையும் சேர்த்திருக்கும் சர்க்காரின் அக்கிரம ஆணவக் கண்மூடிப் போக்கிற்கு இது சரியான சூடு ஆகும் என்றே நினைக்கின்றோம்.

திராவிட ஆசிரியர்கள் இவ்வாறு ஒன்று கூடிச் செய்யும் ஏற்பாட்டையும், அவர்கள் வற்புறுத்தியிருக்கும் கோரிக்கையையும் பாராட்டுகின்றோம். தென்னிந்திய மொழி ஆசிரியர்கள் என்று சமஸ்கிருத ஆசிரியர்களை விலக்கிக் கூடியிருப்பதானது, தென்னிந்திய மொழி ஆசிரியர்கள் என்ற போர்வையில் வயிறு வளர்த்துக்கொண்டு திராவிட மொழிகளின் தூய்மையைக் கெடுத்து வரும் பார்ப்பன திராவிட மொழி ஆசிரியர்களை இனிமேலாவது விலக்குவதற்கு நல்ல அறிகுறியாகும் என்று நினைப்பதினால் இவ்வேறுபாட்டைப் பாராட்டுகின்றோம். ஏனென்றால் தென்னிந்திய மொழி ஆசிரியர்கள் என்ற தொடரை முழுவதும் பரிசீலனை செய்யவில்லை எனவும் பரிசீலனை செய்து இருப்பின் தென்னிந்திய மொழிகளின் பேரால் வாழ்வை நடத்தும் ஆசிரியர்கள் என்று மட்டும் அர்த்தம் செய்திருக்க முடியாதெனவும், தென்னிந்திய மொழிகளைப் பரப்பி, அவற்றின் தூய்மை கெடாமல் வளர்த்து அவற்றின் நலத்திற்காகவே நம் வாழ்வு என்ற சீரிய அர்த்தம் செய்திருப்பின் பார்ப்பன திராவிட மொழி ஆசிரியர்களின் முகமூடி கிழித்தெறியப் பட்டிருக்குமெனவும் தென்னிந்திய மொழிகள் என்று குறிப்பிடாமல் திராவிட மொழி என்றே குறிப்பிட்டிருக்க வேண்டுமெனவும், காலஞ் செல்லச் செல்ல கஷ்டத்தை உணர்ந்தாவது இந்த முடிவுகளுக்கே வரவேண்டும் எனவும் நம்புகின்றோம்.

திராவிட மொழி ஆசிரியர்கள் வற்புறுத்தியிருக்கும் கோரிக்கை என்ன? எங்களுக்குத் தந்து வரும் சம்பளம், எங்கள் வாழ்க்கைக்குப் போதவில்லை. இருப்பதா இறப்பதா என்ற நிலையிலேயே எங்களின் குடும்பங்கள் இருந்து வருகின்றன. இரு சர்க்காருக்கும் நன்றாகத் தெரியும். தொழிலாளர்களின் வாழ்க்கைப் புள்ளி விபரங்களை அறிந்துதான் அதற்கேற்ப அவர்களுக்கும் மற்றும் சில துறைகளில் உள்ளவர்களுக்கும் சம்பளத்தை உயர்த்தி விட்டு நீங்களும் உயர்த்திக் கொண்டிருக்கிறீர்கள். ஆகவே எங்களுக்கு வாழ்க்கைக்குப் போதுமான சம்பளம் கூடத் தரவேண்டும் என்பதில்லை. மற்ற ஆங்கிலம் கற்பிக்கும் ஆசிரியர் களுக்கு எந்த அளவு தருகிறீர்களோ, அந்த அளவாவது எங்களுக்குக் கொடுங்கள் என்பதாகவும் நாங்கள் ஆங்கிலம் கற்றவர்களாக இருந்தாலும் கற்காதவர்களாக இருந்தாலும் செய்துவருகிற வேலை, அதனால் ஏற்படும் பலன் ஆகியவைகளில் எவ்வித வித்தியாசமும் இல்லையாதலால் எங்களுக்குள் பிரித்தாளும் சூழ்ச்சியை கையாளாதீர்கள் என்பதாகவும், ஆங்கிலம் கற்று வந்த ஆங்கிலம் கற்பிக்கும் ஆசிரியர்களால், நம் மாணவர்களுக்கு ஏற்படும் பிரயோஜனத்திற்கு எங்களால் ஏற்படும் பிரயோஜனம் எந்த வகையிலும் குறைந்ததில்லை. ஆதலால் அவர்களைக் காட்டிலும் குறைவாக எங்களுக்குச் சம்பளத்திட்டம் அமைப்பது நியாயமில்லை என்பதாகவும், எங்களின் நியாயமான முயற்சி பலன் தராது போகுமானால், நாங்கள் பொதுமக்களைக் கொண்டே கிளர்ச்சி செய்து வெற்றி பெறுவோம். அதாவது மற்ற துறைகளிலுள்ள தொழிலாளர்கள் அவர்களே சத்தியாக்கிரகம், மறியல் என்று செய்வது போல நாங்கள் செய்யமாட்டோம். எங்கள் வாழ்வு என்பது பொதுமக்கள் வாழ்வு என்பதையுணர்த்திப் பொதுமக்களைக் கொண்டே கிளர்ச்சி செய்து பொது மக்கள் வெற்றியாக ஆக்குவோம் என்பதாகவும், அதற்காக ஒரு கமிட்டியை நியமிக்கப் போகின்றோம் என்பதாகவும் தங்கள் கோரிக்கையை விளக்கிக் கூறியிருக்கின்றார்கள். இதனாலேயே அதாவது பொது மக்கள் கிளர்ச்சியாகச் செய்து போராடுவோம் என்று விளக்கியிருப்பதினாலேயே இக்கோரிக் கையைப் பாராட்டுகிறோம் என நாம் கூறியதாகும்.

ஏழ்மை நிறைந்த நம் நாட்டில் ஆசிரியர்களுக்கு 100, 200, 500, 1000 என்று சம்பளம் கொடுப்பது நல்லதில்லை எனவும், இம்மாதிரி செய்வது படித்தவர்கள் என்றால் ஏதோ அவர்கள் ஒரு தனிப்பிறவி என்கிற தத்துவத்தைப் பரப்பி வந்திருக்கிறது எனவும் நூற்றுக்குப் பத்துப்பேரே படித்திருக்கும் நம் நாட்டில் உயர்தரக் கல்விக்குச் செலவு செய்வதை சிறிது காலம் நிறுத்தி ஆரம்பக் கல்விக்கே செலவு செய்து, அதுவும் 20, 30 ரூபாய்க்கு மேற்படாமல் ஆசிரியர்களுக்கு சம்பளங் கொடுத்து நாட்டு மக்கள் அனைவரையும் கட்டாயமாகப் படிக்கச் செய்ய வேண்டு மெனவும், அப்பொழுதுதான் மக்களாட்சி நடைபெறுகின்றது என்று அர்த்த மாகுமெனவும் இந்நாட்டின் எதிர்காலக் கல்வி முறையைக் குறித்து நாம் அடிக்கடி வற்புறுத்தி வந்திருக்கின்றோம்.

இவ்வாறு கொண்ட நம் கருத்துக்கு விரோதமாகத் திராவிட ஆசிரியர்களின் சம்பள உயர்வை, அதாவது 45 ஆக இருப்பதை 60 அல்லது 80 ஆக உயர்த்த வேண்டுமென்பதை - நாம் இப்போது நியாயமானது, அவசியம் செய்ய வேண்டியது என ஏன் வற்புறுத்துகின்றோம் என்றால், இப்போதைய வாழ்க்கைச் செலவை மனத்தில் எண்ணியேயாகும். அதாவது போருக்கு முன்னால் இருந்த வாழ்க்கைத் தரத்தைக் காட்டிலும், இப்போது 3 மடங்கு அளவுக்காவது உயர்ந்திருக்கிறது என்பதைத் தெளிவாக அறிந்திருக்கின்றோம்.

மேலும் இந்த ஆசிரியர்களின் தகுதி திறமை ஆகியவைகளுக்கு மிக மிகக் குறைந்த தகுதி, திறமையுடையவர்கள் எல்லாம், வெவ்வேறு துறைகளில் அதிகச்

சம்பளத்தை அடைந்து வருகின்றார்கள் என்பதினாலும், அதுபோலவே மற்ற ஒவ்வொரு துறையிலும் உள்ளவர்களின் வருமானம் உயர்த்தப்பட்டால்தான் பொதுவான சமூக வாழ்வு ஒழுங்காகும் எனவும் உறுதியாய் நம்புவதினாலுமேயாகும்.

ஆகவே, திராவிட ஆசிரியர்களின் கிளர்ச்சி வெல்வதாகுக என நாம் மனமார ஆசைப்படுகின்றோம். ஆசைப்படுவதோடன்றி அவர்களின் கிளர்ச்சி விரிவடைய வேண்டுமெனவும் இந்த நேரத்தில் சொல்லி வைக்கின்றோம்.

தன்னுடைய பெயருக்கு "ந" போட்டு எழுதுவதா? "ன" போட்டு எழுதுவதா? என்பதைக் கூடத் தெரியாத பேர்வழிகள் எல்லாம் மந்திரிகளாக - கல்வி மந்திரிகளாகக் கட்சி பலத்தால் வந்து விடுகிற மோசமான முறையை மாற்றித் திராவிட மொழியாசிரியர்களிலேயே ஒருவர் கல்வி மந்திரியாக வரவேண்டும் என்பதாகக் கிளர்ச்சி விரிவடைய வேண்டும் என்பதே நாம் இங்குக் குறிப்பிட்டதாகும் எனவும், அதைப்பற்றிய திட்டத்தையும் திராவிட மொழி ஆசிரியர்கள் கைக்கொள்ள வேண்டும் என்பதாகவும் கூறி இதை முடிகின்றோம்.

குடிஅரசு - 13. 12. 1947

தொகுதி 1

மொழி

447

வாசகர்களுக்கும் எழுத்தாளர்களுக்கும்

சென்ற 12 வருஷ காலமாகத் தமிழ் எழுத்து முறையில் நாம் கையாண்டு வரும் முறையை, முன்பு பரிகாசம் செய்து வந்தவர்களும் கூட, "நியாயம்", "இப்படித்தான் இருக்க வேண்டும்", "இதுதான் சிறுபிள்ளைகளுக்கு நன்றாய்ப் பதியும்'', "எளிதான முறை" என்றெல்லாம் சொல்லும்படியான ஒரு நிலைமை நாட்டில் ஏற்பட்டு வந்திருக்கின்றது என்பதனை நம் வாசகர்களும், நமது இயக்கப் பத்திரிகைகள் புத்தகங்களின் ஆசிரியர்களும், மற்றவர்களும் உணருவார்கள்.

இந்த சீர்திருத்தமுறை இன்னும் வளர வேண்டும் என்பதாக - அதாவது, தமிழ் எழுத்துக்களின் வேறுபட்ட வடிவங்களையுடைய எண்ணிக்கை நூறுக்கு மேலாக இருப்பதைக் குறைத்து 54 எழுத்துக்களுக்குள் அடக்கிவிடலாம் என்பதை விளக்கிக் காட்டி, இன்றைய தமிழ் எழுத்துக்களில் செய்யப்பட வேண்டிய மாற்றங்கள் பல என்பதைப் பற்றிப் பலருக்கும் அபிப்பிராயம் இருந்தாலும் எவரும் தைரியமாய் முன் வராமலே இருக்கின்றார்கள். இவ்வளவு பெரிய காரியத்துக்கு பாஷை ஞானம், இலக்கண ஞானம், பொதுக்கல்வி இல்லாத ஒரு சாதாரண மனிதன் முயற்சிக்கலாமா என்பது ஒரு பெரிய கேள்வியாக இருக்கலாம், அது உண்மை யாகவும் இருக்கலாம். ஆனால் தகுந்த புலமையும், பாஷா ஞானமும், இலக்கண அறிவும் உள்ளவர்கள் எவரும் முயற்சிக்காவிட்டால் என் செய்வது? தவம் செய்வதா? அல்லது ஜபம் செய்வதா? என்று எடுத்துக்காட்டி மற்ற மாற்றங்கள் நாளாவட்டத்தில் செய்யக்கூடியது என்று சொல்வதானாலும், ணா, ணை முதலிய ஏழு எழுத்துக்களைப் பொறுத்தவரையில் உள்ள மாற்றத்தை, இப்பொழுது செய்திருக்கின்றோம் என குடிஅரசு 1935 ஆம் வருஷம் ஜனவரி மாதம் 20 ஆம் தேதி தலையங்கம் எழுதி, அந்த ஜனவரி மாதத்திலிருந்தே குடிஅரசும், அதன் பின் வெளிப்படுத்திய குடிஅரசு வெளியீடுகளும், விடுதலை பத்திரிகையும் அம்முறையையே மேற்கொண்டு வந்திருக்கின்றது என்பதனைத் தமிழ்நாடு நன்கு அறியும்.

அதே தலையங்கத்தில் உயிர் எழுத்துக்கள் என்பவைகளில் 'ஐ' 'ஔ' என்கின்ற இரண்டு எழுத்துகளும் தமிழ் பாஷைக்கு அவசியமில்லை என்பதே நமது வெகுநாளைய அபிப்பிராயமாகுமெனவும், ஐகாரம் வேண்டிய எழுத்துக்களுக்கு 'ை' என்ற அடையாளத்தைச் சேர்ப்பதற்குப் பதிலாக 'ய்' என்ற எழுத்தைப் பின்னால் சேர்த்துக் கொண்டால் ஐகார சப்தம் தானாகவே வந்து விடுகின்றது எனவும், உதாரணமாக 'கை' என்பதற்குப் பதிலாகக் 'கய்' என்று எழுதினால் சப்தம்

மாறுவதில்லை என்பது விளங்கும் எனவும், அதுபோலவே ஔகாரத்துக்கும், ‘கௌ’ என்பதற்குப் பதிலாக ‘கவ்’ என்றோ, ‘கவு’ என்றோ, எழுதினால் சப்தம் மாறுவதில்லை எனவும், கௌமதி - கவ்மதி, கவுமதி என்கின்ற சப்தங்கள் ஒன்று போலவே உச்சரிப்பதைக் காணலாம் எனவும் எடுத்துக் காட்டப்பட்டிருக்கின்றது.

தமிழ் எழுத்து வடிவங்களின் பல வேறுபட்ட எண்ணிக்கை, தமிழ் மொழியைக் கற்றுக்கொள்பவர்களுக்கும், விஞ்ஞான முதிர்ச்சியால் விளைந்த அச்சுத் தொழிலுக்குப் பெரிதும் சிரமத்தைக் கொடுப்பதாய் வீண் காலச் செலவை உண்டுபண்ணுவதாய்ப் பொருள் நஷ்டத்தையும் தருவதாய் இருக்கிறது என்பதை நாம் விளக்கிக் கூறிச் செயலில் மேற்கொண்டு வந்தும் கூடத் தமிழ்நாட்டில் இதுவரையில் மற்றவர்களால் இந்த முறை மேற்கொள்ளப்படவில்லை என்றால், உண்மையில் இதற்கு என்ன நியாயம் சமாதானம் கூற முடியும்? ஏதோ எதிர்க்கட்சிக்காரன் கூறுகின்றான். அதை நாம் மேற்கொள்ளலாமா என்கின்ற ஒரு போக்கைத் தவிர, அதாவது நீ சொல்வது என்ன? நான் கேட்பது என்ன? தொட்டுக் கொண்டு கூடச் சாப்பிடுவேன் என்கின்ற ஒரு போக்கைத் தவிர வேறு நியாயமோ சமாதானமோ இல்லை என்று, மற்ற கட்சிப் பத்திரிகைகளின் ஆசிரியர்கள், புத்தக ஆசிரியர்கள், வைதிகப் போக்குடைய பழைமை விரும்பிகளான ஆசிரியர்கள் விஷயத்தில் ஒரு சமாதானமாகக் கருதிக் கொண்டாலும் கூட, நமது இயக்கத்தைச் சேர்ந்த பத்திரிகை ஆசிரியர்களும், புத்தக ஆசிரியர்களும் அவர்கள் போக்கிலேயே நடந்து வருவதற்கு உண்மையிலேயே நம்மால் நியாயமான சமாதானம் கூற முடியவில்லை.

‘ஐ’, ‘ஔ’ ஆகிய இரண்டு எழுத்துக்களையும் பொறுத்து, முன்பு எடுத்துக் காட்டிய அளவுக்கு இப்பொழுது ஒரேயடியாக உயிர்மெய் எழுத்துக்களிலும் நாம் மாற்றம் செய்ய விரும்பவில்லை என்றாலும், ஐ என்பதை அய் என்றும், ஔ என்பதை அவ் என்றும் இதுவரை சிற்சில சந்தர்ப்பத்தில் எழுதிக்கொண்டு வந்திருக்கின்ற போக்கில், அடுத்த இதழிலிருந்து அய் என்றும் அவ் என்றுமே வழங்குவதென முடிவு கட்டியிருக்கின்றோம் என்பதையும், இதனால் அய் என்ற *1* அறை (கேஸ்) குறைந்து போகிறதென்பதையும், நம் வாசகர்களுக்கும் மற்றவர்களுக்கும் தெரிவித்துக் கொள்ளுகின்றோம்.

‘ஐ’ என்பது, எழுத்துக்களைப் பழகிக்கொள்ளுகிற சிறு குழந்தைகளுக்கு எவ்வளவு வருத்தத்தையுண்டு பண்ணி வந்திருக்கின்றதென்பதையும், ‘ஐ’ என்ற எழுத்தை எழுதத் தெரியாமல் ஆரம்ப ஆசிரியர் அடிக்கும் அடிக்குப் பயந்து எத்தனை சிறுவர்கள் பள்ளிக் கூடத்தையே விட்டுவிட்டார்கள் என்பதையும், ‘ஔ’ என்ற எழுத்தை அவ் என்று படிப்பதா? வௌ என்று படிப்பதா? எனத் தடுமாற வேண்டிய நிலையில் இருக்கின்றது என்பதையும் உணர்ந்தவர்கள் எவரும் இதை மறுக்க முடியாதெனவும், வற்புறுத்திச் சொல்ல ஆசைப்படுகின்றோம்.

இந்த நேரத்தில் தமிழ்நாட்டுப் பத்திரிகைகளின் ஆசிரியர்கள், புத்தக ஆசிரியர்கள், வெளியீட்டு நிலையத்தார் ஆகியோருக்கும் ஒரு வார்த்தை.

இந்த எழுத்து மாற்றங்கள் வேண்டியதுதான் என்பதை உங்கள் அறிவு ஒப்புக் கொள்ளுமானால், வரப்போகும் ஜனவரி மாதத்திலிருந்தாவது இந்த முறையைக் கையாளுங்கள் இதனால் பணச் செலவும், காலச் செலவும், வீண் தொந்தரவும் ஏற்படுகின்றன என்பதையும் உணருங்கள் என்று சொல்ல விரும்புவதோடு, நமது இயக்கத்தைச் சேர்ந்த பத்திரிகை ஆசிரியர்களும் புத்தக ஆசிரியர்களும் வெளியீட்டு நிலையத்தார்களும் இந்த முறையைப் பின்பற்றுவார்கள் எனவும் நம்புகின்றோம்.

குடிஅரசு - 27. 12. 1947

மொழி ஆராய்ச்சி

தமிழரசு, தமிழ்நாடு, தமிழ்மொழி என்று கூப்பாடு போகின்றார்களே! நாமென்ன தமிழுக்கு விரோதிகளா தமிழ் வேண்டாமென்கிறோமா? தமிழ் மிலேச்ச மொழி என்று கூறுகிறோமா? அன்று தமிழ்மொழியைக் கொல்ல கொடிபிடித்து. இந்தியை ஆதரித்து நமக்கெதிராகக் கொடிதாங்கித் திரிந்த தோழர்கள்தானே இன்று தமிழ், தமிழ் என்று கூப்பாட போடுகின்றனர். இவர்கள் ஆரியத்திற்குச் சோரம் போயிருந்த அந்தக் காலத்திலும்கூட நாங்கள் தானே தமிழ் வளர்க்கப் பாடு பட்டோம். இதை யாராவது மறுத்துக் கூற முடியுமா?

பொறுப்புள்ள புலவர் போட்டியிடட்டுமே

நானும் ஒரு தமிழன்தானே. நான் பேசுவது கன்னடம் என்று சிலர் கூறலாம். நான் பேசும் மொழியை ஒருவன் கன்னடம் என்று கூறினால் அவன் தமிழ் அறியாதவன் என்றுதான் நான் கூறுவேன். தகுந்த, பொறுப்புள்ள, தன்மானமுள்ள எந்தப் பண்டிதர் வேண்டுமானாலும் முன் வரட்டும். என் சக்திக்கு ஏற்ற அளவுக்கு நான் பந்தயம் கட்டுகிறேன். அவர் மறுத்துக் கூறட்டுமே நான் பேசுவது தமிழல்ல. கன்னடம் என்று, நான் பேசும்மொழி தமிழ்தான். தமிழறியாததால் நீதான் அதைக் கன்னடம் என்று கூறுகிறாய். இதேபோல் தெலுங்கன் பேசுவதும் தமிழ்தான். அதைத்தான் தமிழ் தெரியாததால் நீ தெலுங்கென்று கூறுகிறாய். மலையாளி பேசுவதும் தமிழ்தான் நீதான் அதைத் தமிழ் தெரியாததால் மலையாளம் என்று கருதுகிறாய் என்று நான் கூறுகிறேன்.

தமிழன், தெலுங்கன், கன்னடியன், மலையாளி இவர்கள் பேசுவதெல்லாம் தமிழ்தான். இவர்கள் பேசுவது வெவ்வேறு மொழியென்று கூறுபவன். தமிழ் மகனல்லன். ஆரியத்திற்குச் சோரம் போனவன். நம்மைக் காட்டிக் கொடுத்து ஆரிய ஆதிக்கத்து ஆக்கம் தேட முயற்சிப்பவன். தமிழர் என்று தம்மை இவர்கள் நினைத்துக் கொண்டிருக்கிறார்கள். கருதிக்கொண்டிருக்கிறார்கள் என்று கூறலாமே தவிர, இவர்களைத் தமிழ் அறிந்தவர்கள் என்று நாம் ஒப்புகொள்ள முடியாது. திராவிட மொழி எது என்று கேட்கப்படுகிறது. திராவிட மொழி தமிழ் தவிர வேறு இருக்க முடியாது. ஆரியருக்கு வடமொழி தவிர, வேறு மொழி பிடிக்கவும் செய்யாது. தமிழை நாம் பராமரிக்க மறந்துவிட்டோம். அதை நாம் லட்சியப் படுத்தாமல் கூடுமளவுக்கு அலட்சியப்படுத்திவிட்டோம். நமது பண்டிதர்கள் எல்லாம் தமிழ் வல்லவர் என்று தம்மைக் கூறிக்கொண்டு, தம்மால் முடியுமளவுக்குத் தமிழை ஒழிக்க எதிரிக்குக் கையாளாயிருந்தார்களே ஒழிய, தமிழை வளர்த்தார் களில்லை. தமிழுக்கு எமனாக அன்று தொட்டு இருந்து வருபவர்கள் இந்தப்

பண்டிதர்கள்தான். நாட்டுப்பற்று, மொழிப்பற்று என்று கூறி பயனற்ற சில கூட்டத்தார் எதைச் சொன்னால் பாமரர்கள் ஏமாறுவர்களோ, அதைக் கூறி நம் முயற்சியைக் கெடுக்கிறார்களே ஒழிய, உண்மையாகத் தமிழுக்கும், தமிழ் நாட்டுக்கும் பாடுபடுபவர் திராவிட கழகத்தார்கள்தான். நாங்கள் திராவிட நாட, திராவிட மொழி என்று கூறும்போது மொழி போச்சு, மொழி போச்சு என்று கூப்பாட போடும் தோழனே! எங்கள் முயற்சியால் எது போகும்? உன் அறியாமை வேண்டுமானால் போகுமே ஒழிய, உண்மையில் தமிழுக்கோ, தமிழ்நாட்டிற்கோ கடுகளவேனும் கேடு வருமா? நமது அரசாங்கத்தாருக்கு இன்று ஏற்பட்டுவிட்ட மொழிப்பற்று, நம் மொழியைக் கெடுக்க, கொலை செய்ய ஆரம்பித்துவிட்டது கண்டு குலை நடுக்கமெடுக்கிறது.

தமிழைக் கெடுக்க புது முயற்சி

மொழிவாரி மாகாணம் பிரிக்கப்படப் போகிறது. அதுதான் பிரிந்து போகட்டும் என்றால், மொழிவாரி வித்வான்கள் நியமிக்கப்பட்டு, மொழிவாரி இலக்கணங்களும் செய்யப்பட்ட திராவிட மொழியைப் பாழாக்கத் திட்டம், தீட்டியாகிவிட்டதே! இந்நான்கு மொழிகளும் ஒரே மொழிதான் என்ற கருத்து மக்களிடையே செல்வாக்குப் பெற ஆரம்பித்ததும், ஆரிய ஆதிக்கம் அதைக் கெடுக்க, அவை ஒன்றல்ல தனித்தனி என்று பிரித்துக்காட்ட முற்பட்டுவிட்டதே. நம்மைக் காட்டிக் கொடுக்கும் பண்பு வாய்ந்த தமிழ் மந்திரியும் தம் போன்ற விபீஷணர்களையே ஆஸ்தான வித்வான் களாகக்க முயன்று வருகிறார். அவர்கள் இனி தம்மால் ஆனமட்டும் கேடு செய்வார்கள்.

ஒன்றே நான்காகி உள்ளது

பண்டிதர்களில் சிலர் இவை நான்கும் ஒன்றிலிருந்து வந்தவை, ஒரே தாய் வயிற்றில் பிறந்து வளர்ந்த நான்கு அக்கா, தங்கைகள் என்று கருதுகிறார்கள். இது பித்தலாட்டம் என்பதுதான் என் கருத்து. இத்திராவிடத் தாய்க்குப் பிறந்தது ஒரே மகள்தான். அது தமிழ்தான். அந்த ஒன்றைத்தான் நாம் நாலு பேரிட்டு அழைக்கிறோம். நாலு இடத்தில் பேசப்படுவதால் நான்கு பெயரில் வழங்குகிறதே ஒழிய நாலிடத்திலும் பேசப்படுவது தமிழ் ஒன்றுதான். நாலும் ஒன்றிலிருந்து உண்டானவை என்று எண்ணுவது தான் தவறு. ஒன்றுதான் நாளாக நமது அறியாமையால் கருதப்பட்டு வருகிறது. இதை நிரூபித்துக் காட்ட என்னால் முடியும்.

ஒரே மக்கள் பல ஜாதி, ஒரே மொழி பல மொழி

நாலு தனியிடங்களில் வசித்து வந்த மக்கள் போக்குவரத்துத் தொடர்பு இல்லாததால் அந்தந்த சீதோஷ்ண நிலைக்கேற்ப இயற்கையாகவே அவர்கள் பேசிய வார்த்தைகளில் சில சப்த மாறுபாடுகள் ஏற்பட்டுள்ளன. இதைச் சாதகமாக வைத்துக் கொண்டு நம்மை நாலு ஜாதியாகப் பிரித்து வைத்த ஆரியம். நம் மொழியையும் நான்காகப் பிரித்து, வேண்டுமளவும் வடமொழியை அவற்றிற்குள் புகுத்தி, திராவிட மொழியையே கெடுத்துவிட்டது. அன்றைய பண்டிதர்கள் ஆரியத்திற்கு அடிமைப்பட்டிருந்ததால் அதைத் தடுத்தார்களில்லை. இன்னும் நமது பண்டிதர்களுக்கு அந்த ஆரிய மோகம் தீர்ந்தபாடில்லை.

நான்கு புலவர்களும் கூடட்டும்

ஆரிய மோகமற்ற ஒரு தெலுங்குப் பண்டிதர், ஒரு கன்னடியப் பண்டிதர், ஒரு மலையாளப் பண்டிதர், ஒரு தமிழ்ப்பண்டிதர் ஆகிய நால்வர் ஒன்றாக உட்கார்ந்து, நாலு அகராதிகளை வைத்துக்கொண்டு அவற்றிலுள்ள வடமொழி

அத்தனையையும் நீக்கிவிடுவார்களானால், எஞ்சியிருப்பவை அத்தனையையும் தமிழ் வார்த்தைகளாகவே இருப்பதைக் காண்பார்கள். 100க்கு 5 வார்த்தை கூட தமிழ் அல்லாத வார்த்தையாக இருக்காது. அதற்குள்ள சற்று நீட்டலையோ, குறுக்கலையே எடுத்துவிட்டுப் பார்த்தால் அவையும் தமிழகாவே முடியும்.

ஏன் நீங்களே பாருங்கள்

இன்று வேண்டுமானால் நீங்கள் உங்கள் வீட்டுக்குப்போய் 50 வருடத்திற்கு முந்திப் பதிப்பிக்கப்பட்ட ஒரு மொழிவாரி சொற்கள் புத்தகத்தை (Vocabulary) எடுத்து இந்நான்கு மொழிவாரிச் சொற்கள் யாவும், பெரும்பாலும் தமிழாகவே இருப்பதைக் காணலாம். இதைச் சுருக்கமாக சில உதாரணங்களால் விளக்குகிறேன்.

நாம் வசிக்கும் இடத்திற்கு தமிழில் 'வீடு' என்கிறோம். நமது தாகத்தைத் தணித்துக் கொள்ள உபயோகிக்கும் பானத்தைத் 'தண்ணீர்' என்று கூறுகிறோம். அவற்றை ஒரு தெலுங்கன் 'இல்' என்றும், 'நீளு' என்றும் சொல்கிறான். அதையே கன்னடியனொருவன் 'மனை' என்றும், 'நீரு' என்றும் சொல்கிறான். ஒரு மலையாளி அவற்றை 'பொறை' என்றும், 'வெள்ளம்' என்றும் சொல்கிறான். வீடு, இல், மனை, பொறை இவை நான்கும் தமிழ்ச் சொற்கள்தானே. நீர், நீளு, வெள்ளம் இவை தமிழ்தானே. நாம் 'எனக்கு' என்று தமிழில் கூறுவதைத் தெலுங்கன் 'நாக்கு' என்றும், கன்னடியன் 'நெனக்கி' என்றும் கூறுவான். பார்ப்பான் 'நேக்கு' என்று கூறுவான். அகத்திற்கு என்பதை 'ஆத்துக்கு' என்று திரித்துக் கூறுவான். அவர்கள், இவர்கள் என்று கூற வேண்டியதை அவா, இவா என்கின்றான். இந்த "நேக்கையும், ஆத்தையும், அவாள், இவாளையும்" தமிழ் என்று கூறும்போது, இல், மனை, பொறை என்றும், நீளு, வெள்ளம் என்றும், நாக்கு, நெனக்கி, எனக்கி என்றும் கூறும் மக்களைத்தானா வேறுமொழி பேசுபவர்கள் என்று ஒதுக்கவேண்டும்? இந்தப் பார்ப்பனரை எல்லாம் ஒரு தனியிடத்தில் வைத்துவிட்டால், இவர்கள் பேசுவதும் வேறொரு மொழியாகத் தானே போய்விடும்?

உண்மைப் பற்று வேண்டும்!

ஆகவேதான் நான் கூறுகிறேன். இவை நான்கும் நாலு இடத்தில் நாலு பெயருடன் வழங்கப்பட்டு வரும் ஒரே மொழியே தவிர நான்கல்ல. ஆரியம்தான் இவற்றை நான்காகப் பிரித்து வைத்துள்ளது. இவ்வாரியத்திற்குக் கையாளாக இருப்பவர்கள் தான் தம் அறியாமையால் இப்பிரிவினைக்கு ஆக்கம் விளை விக்கிறார்களே ஒழிய, உண்மையில் இவை நான்கும் ஒன்றுதான். சுயநலம் மறந்து உண்மை மொழிப் பற்றுக்கொண்டு ஆரிய வடசொற்களை நீக்கிப் பார்த்தால் இவை நான்கும் ஒரே மொழிதான் என்பது தீர்க்கமாய் விளங்கும். இதை நமது தோழர் களுக்கு உணர்த்தி, ஒரே நாடு, ஒரே மொழி, ஒரே மக்கள் என்ற ஒன்றுபட்ட நிலையை உண்டாக்கத்தான் நாம் உழைக்க வேண்டும்.

பிளவு செய்த ஆரியமே, இன்றும் பிளவு செய்கிறது

நாமத்தை இரண்டு தினுசாகப் போட்டு, வடகலை, தென்கலை என்று கூறி வைணவர்களைப் பிரித்து வைத்தது போல், நம் மக்களிடையே புழக்கத்திலிருந்து வரும் சில சப்த வேறுபாடுகளை ஆதாரமாகக் கொண்டு நம்மைப் பிரித்து வைத்து ஆரியம், நம்முடைய அப்பிரிவினை ஒழிப்பு முயற்சியைக் கண்டு பயந்து பிரிவினைக்கு ஆக்கம் தேட மொழிவாரி இலக்கணங்கள் செய்யத் திட்டம் தீட்டியுள்ளது. பிரிவினை என்று கூறிக்கொண்டே போனால் எதுவும் பிரிந்துதான் போகும், நாம் 'அங்கே' என்பதை ஒருவன் 'அக்கடே' என்றும் ஒருவன் 'அவடே' என்றும் கூறுகிறான். இச்சிறு வேறுபாட்டின் காரணமாக இவை வெவ்வேறு

மொழியாக்கப்படலாமா? நம பண்டிதர்கள் தமிழைப் பற்றிச் சிந்திக்கவே இல்லை. பார்ப்பனனிடம் சபாஷ் பட்டம் வாங்க வேண்டித் தம்மால் கூடுமான அளவுக்கு வடமொழியைத் தமது நூல்களில் புகுத்தினர். உண்மையில் தமிழன் முன்னேற்றத்துக்குத் தடை இப்பண்டிதர்களும் இவர்களின் மதப்பற்றும்தான்.

என்னருந் தமிழே! நீயே தெலுங்கு! நீயே கன்னடம்!

நாம் 'பசு' என்பதைத்தான் தெலுங்கன் 'ஆவு' என்றும், கன்னடியன் 'அசு' என்றும், மலையாளி 'ஆவ்' என்றும் கூறுகிறான். 'ஆ' என்றால் தமிழில் பசுவைத் தானே குறிக்கும்?

இச்சிறு வித்தியாசத்தாலா இவை நான்காக்கப்பட வேண்டும்? இவை நான்கும் ஒரு உதிரத்திலிருந்து உதித்தெழுந்ததல்ல. அந்த உதிரமே தான் இவை நான்கும், என்னருந் தமிழே! நீயேதான் தெலுங்கு, நீயேதான் மலையாளம், நீயேதான் கன்னடம் என்றுதான் நான் கூறுவேன். இவை வெவ்வேறு மொழிகளாயிருந்தால் இவைகளுக்கு முதல் நூல்கள் எங்கே? தமிழுக்குத்தான் முதல் நூல்கள் எத்தனை யுள்ளன? அத்தனையும் ஆடிப்பெருக்கத்தில் ஒழித்த ஆரியக் கூட்டமும் அவர்களின் அடி வருடிகளும்தானே இன்று தமிழ், தமிழ் என்று கூப்பாடு போடுகிறார்கள்? இந்த அன்னக்காவடி சர்க்காரே, "இந்தப் பாடம் கூடாது" "சீர்திருத்தம் பேசக் கூடாது" ஆரியர், திராவிடர் என்று எழுதக் கூடாது என்றெல்லாம் உத்தரவிடுகிறதே? இந்த 1947இல் இதே இவ்வளவு செய்யுமானால் அன்றைய அரசாங்கத்தில் என்னதான் கேடு நடத்திருக்க முடியாது? அதைப் பற்றியெல்லாம் ரொம்ப சல்லீசாக மறந்விட்டுப் பார்ப்பானுக்கு அடிமையாகி அந்த அடிமை மோகத்தில் மூழ்கி, என்னை ஏனப்பா மொழிப் பற்றற்றவன் என்று ஏசுகிறாய்?

குடிஅரசு - 10. 01. 1948

ஒரே நாடு ஒரே மொழி?

மத்திய சட்டசபையில் ஒரு கேள்விக்குப் பதில்சொல்லும் போது மவுலானா ஆசாத் இந்துஸ்தானியில் சொன்னதாகவும், அவர் சொன்னது இன்னது என்று தெரியாமல் தென்னாட்டுப் பொறுக்கு மணிகள் ஒருவரை ஒருவர் பார்த்து விழித்துக் கொண்டிருந்து விட்டுப் பின் ஒவ்வொருவராக எழுந்து, இந்துஸ்தானியில் சொன்னது புரியவில்லை என்றும், இந்துஸ்தானி தெரிந்தவர்களுக்குக்கூட மவுலானா (பண்டித) இந்துஸ்தானி புரியவில்லை என்றும் கூறியதாகவும், இதைக் கேட்டுச் சாந்தமூர்த்தியின் பிரதிநிதி என்று மதிக்கப்படும் முதல் மந்திரி தோழர் நேரு அவர்கள், இனி மேல் நான் பேசுவதெல்லாம் இந்துஸ்தானியில்தான் பேசப்போகிறேன். இருப்பதற்குப் பிடித்தமாயிருந்தால் வாயை மூடிக்கொண்டு "கப், சிப்" என்று பேசாமலிருங்கள் இல்லாவிட்டால் வெளியே போய்விடுங்கள் என்று மிகவும் சாந்தமான முறையில் சொன்னதாகவும், நேரு அவர்கள் இவ்வாறு சொல்வது பிரச்சினையைத் தீர்த்து விடுவதாகுமா? என்று தோழர் பட்டாபி அவர்கள் எடுத்துக்காட்டியதாகவும் ஒரு செய்தியும், இந்துஸ்தானியில் ஒருவர் கேள்வி கேட்க அதற்குத் தோழர் ஜான்மத்தாய் அவர்கள் மலையாளத்தில் பதில் சொன்னதாகவும், அதை வரவேற்றுப் பலரும் சிரித்தார்கள் என மற்றொரு செய்தியும், சமீபத்தில் வெளிவந்ததைத் தோழர்கள் பார்த்திருக்கலாம்.

இந்திய யூனியன் பாராளுமன்றம் என்று சொல்லப்படும் மத்திய சட்டசபை இப்போதைய நிலையில் திராவிடர்களுக்குக் கொஞ்சமும் பயன்படமாட்டாது என்றும், திராவிடர்களை அவமதிப்பதற்கும், சிறுமைப்படுத்துவதற்கும், அடக்குவதற்கும், ஒடுக்குவதற்குமே அந்த சபை கருவியாக இருக்க முடியுமென்றும், நாம் நெடுநாளாய்க் கூறி வந்ததையே இந்தச் சம்பவம் வற்புறுத்துகின்றதென்றாலும், நமது கருத்தை முன்பு ஏற்றுக் கொள்ளாதவர்களும்கூட நேரிடையாக இந்த உணர்ச்சியை-ஆணவத்திற்கு அடங்கி அடிமைகளாக இருக்க வேண்டிய பரிதாப நிலையை - உணர்ந்து அனுபவிப்பதற்கும் இந்தச் சந்தர்ப்பம் பயன்பட்டிருக்கிறது என்பதை எண்ணி வரவேற்றுகிறோம். முதன் மந்திரி நேரு அவர்கள் நான் இனிமேல் பேசுவதெல்லாம் இந்துஸ்தானியில்தான் பேசப்போகிறேன் என்று முரட்டுத் தனமாகப் பதில் கூறிய பிறகு, தோழர் ஜான்மத்தாய் மலையாளத்தில் பதில் கூறினாரென்றால், அந்தச் சம்பவம் நமது தேசியத் தாள்கள் சொல்வது போல தமாஷுக்கு உரிய சம்பவமாகத்தான் இருக்க முடியுமா? என்றும், "உன்னுடைய உரிமைக்கு என்னுடைய உரிமை குறைந்ததில்லை" என்கிற உரிமை உணர்ச்சியைப் பிரதிபலிக்கவில்லையா? என்றும் கேட்கின்றோம். மேலும், தோழர் ஜவஹர்

அவர்களுக்கு இந்துஸ்தானியில் பேசுவதற்கு எவ்வளவு உரிமையும், நியாயமும் இருக்கிறதோ அந்த உரிமையும், நியாயமும், ஏன் மற்றவர்களுக்கும் இல்லாமல் போகுமென்றும், அதை எப்படி தோழர் ஜவஹர் அவர்கள் மறுக்க முடியும்? எனவும் எண்ணிய அடிப்படையின் மீதுதான். முதலாளிகளின் பாதுகாவலரான தோழர் ஜான்மத்தாய் மலையாளத்தில் பதில் சொல்லியிருக்க வேண்டுமென்று எவருமே எண்ண வேண்டும். இந்த உரிமை உணர்ச்சியை எவரும் குறை சொல்ல முடியாது.

ஆனால், நாட்டின் பல சிக்கல்களை அறுத்து, முடிவு கட்டுவதற்காகக் கூடியிருக்கும் இவ்வளவு பெரிய அறிவாளிகள், ஒருவர் கருத்தை மற்றவருக்கு அறிவித்துக் கருத்துகளைப் பரிமாறிக் கொள்ள வேண்டும் என்கிற நியாயத்தை பின்பற்றாமல், தான் தோன்றித்தமாய் ஒவ்வொருவரும் அவரவர்கள் மொழிகளில் பேசினார்கள் என்றால், இது எந்த நியாயத்திற்கு ஒத்ததாக இருக்க முடியும் எனவும், வாத்தியாராய் இருக்கும் தோழர் ஜவஹர் அவர்களே இப்படி வழி காட்டு வார்களேயானால், மாணவர்கள் ஸ்தானங்களிலே இருக்கும் மற்ற மெம்பர்கள் எப்படி நடந்து கொள்வார்கள் எனவும், அங்கேயே ஒருவர் சொல்லியது போல இது ஏகாதிபத்திய மனப்பான்மையைக் காட்டவில்லையா? எனவும், இந்தப் போக்குத்தானே நாட்டின் எல்லாப் பிரச்சினைகளிலும் கையாளப்படும் எனவும், நம் திராவிடத் தேசியத் தோழர்களைக் கேட்க ஆசைப்படுகிறோம்.

பலமொழி பேசப்படும் ஒரு துணைக் கண்டத்திலுள்ள சட்டசபையில், இதுபோல மொழித்தகராறு வருவது ஆச்சரியப்படத்தக்கதல்ல என்றாலும், இந்த நிலைமையை வளரவிடாமல் இருப்பதற்கு என்ன வழி? என்றால், சபைத்தலைவர் தோழர் மாவ்லங்கர் சொன்னதுபோல் எல்லோரும் இந்துஸ்தானியைக் கற்றுக் கொண்டுவிடுவதுதான் தகராறு தீரும்வழி என்று தேசியத் தலைவர்களால், தொண்டர்களால் கூறப்பட்டு வருகின்றது.

இந்தி அல்லது இந்துஸ்தானி அல்லது பல மொழிகளையும் கலந்து பேசப் படும் புதுக்கலவை மொழி என்கிற முறையில் ஏதேனும் ஒரு மொழி இந்தியா என்கிற துணைக் கண்டத்திற்குப் பொது மொழியாக இருக்க வேண்டிய அவசியமில்லை என்பதையும், பல்வேறு மொழிகளும், நாகரிகப் பழக்கவழக்க மாறுபாடுகளும் நிறைந்து, குணச் செயல்களாலும் வேறுபட்டு விளங்கும் இந்தியாவை, ஒரு கலாச்சாரம் நிரம்பிய ஒரு நாடு என்று கொள்வது எல்லாப் பிரச்சினைகளையும் சிக்கலாக்கக் கூடிய ஒரு பெரிய தவறு என்பதையும், பல முறை விளக்கி வந்திருக்கிறோம். கனம் ஆச்சாரியாரவர்கள் இந்தியைக் கட்டாயமாக இத்திராவிடர் நாட்டில் புகுத்திய நேரத்தில் அதை எதிர்த்து நமது திராவிடத் தந்தை பெரியாரவர்களும், ஆயிரக்கணக்கான ஆண்களும், பெண்களும் குழந்தை களுடன் சிறை புகுந்து, இருவரை உயிர்ப்பலி கொடுத்து, உலகத்திலேயே இம்மாதிரியான ஒரு போராட்டம் நடந்ததில்லை என்று பேசும்படியாகச் செய்து, அதை வெறுத்து ஒழித்திருப்பது உலகமே மறந்துவிட முடியாத சம்பவமாகும்.

திராவிடர்கள் இந்தி, இந்துஸ்தானி வேண்டாமென்று எதிர்ப்பதற்கு காரணம் என்ன? இந்துஸ்தானியை வைத்தே இவ்விந்தியத் துணைக் கண்டத்தை ஆள வேண்டுமென்று நினைப்பவர்கள் இதனை எண்ணிப் பார்க்க வேண்டும்.

திராவிட நாட்டில் கட்டாய இந்தி பரவக் கூடாது என்று கிளர்ச்சி செய்து வெற்றி பெற்றவர்கள், பகுத்தறிவுவாதிகள். இந்தி என்ற மொழியின் மீது ஏன் அவர்களுக்கு வெறுப்பு? மனதிலுள்ளதை வெளிப்படுத்தும் கருவிதான் எந்த மொழியுமே தவிர, எந்த ஒரு மொழிக்கும் தனிப்பட்ட தெய்விக சக்தியோ, வேறு

தொகுதி 1

மொழி

455

மகாத்தியமோ இருக்கிறது என்பதை நம்பாதவர்கள்-ஒப்புக்கொள்ளாதவர்கள்-பகுத்தறிவுவாதிகள். அப்படியிருக்க, அவர்கள் ஏன் கட்டாய இந்தியை எதிர்த்தார்கள்?

இதனை எண்ணிப் பார்க்க வேண்டிய ஒவ்வொரு நேரத்திலும், எண்ணு வதற்கே மறுத்துவரும் தேசியத் திராவிடர்கள் தயவு செய்து இப்போதாவது நினைத்துப் பார்க்க வேண்டுகிறோம்.

இந்தியத் துணைக் கண்டத்தை ஒரு நாடு என்றும், ஒரே கலாச்சாரம் நிரம்பிய தென்றும், வடநாட்டுத் தேசியத் தலைவர்கள் எல்லாம் சொல்லி வருவதையே, இந்த நாட்டுத் தேசிய வீரர்கள் என்று பட்டங்கட்டிக் கொண்டிருக்கும் மற்றவர்களும் சொல்லி வருகிறார்கள். ஒரே கலாச்சாரம் என்பதன் உண்மையான யோக்கியதை என்ன?

"எத்தனையோ நாடுகளில் கலாச்சாரங்கள் இந்த நாட்டில் வந்து கலந்தன. அவைகளையெல்லாம் தன்னுள் அடக்கித் தனது தனித்த உயர்வான கலாச்சாரம் விளங்க நிற்கிறது இந்தியா. இதைக் கண்டு நான் பெருமையடைகிறேன்" என்கிறார் தோழர் ஜவஹர்லால். அவர் எந்தக் கலாச்சாரத்தை உயர்வானது என்று பாராட்டு கிறாரோ அந்தக் கலாச்சாரம் தான் திராவிடர்களைச் சூத்திரர்களாக்கி, "தேவடியாள் பிள்ளைகளாக"ச் செய்து, சமுதாயத்தில் தாழ்வுறச் செய்து, ஒட்ட முடியாத பல ஜாதிகளாக்கி, கல்லையும் மண்ணையும் கடவுள்களாகக் கும்பிடச் செய்து, பார்ப்பனியம் மட்டும் உறிஞ்சிப் பிழைப்பதற்கும், மற்ற மக்கள் வாழ்வு எல்லாம் உறிஞ்சப்பட்டு வருவதற்குமாக ஆகிவிட்டது என்பதையும், அந்த ஒரு கலாச்சாரத்திற்கு இந்த நாடு இடங்கொடுத்ததால்தான் நெஞ்சு உறுதியும் நேர்மைத் திறமுமின்றி, வஞ்சகத்தை வீரம் என்றும், தந்திரத்தை அறிவுடைமை என்றும் கருதச் செய்து, காரண காரியத்தைக் கண்டறியும் சக்தியை, இழக்கசெய்துவிட்டது என்பதையும்; அந்த ஒரு கலாச்சாரம் இன்னும் புனிதமானது என்று மதிக்கப்படுகிற நிலைமையினால் தான். இந்த நாடு முற்போக்குத் தன்மையை இழந்திருக்கின்றது என்பதையும், அந்த ஒரு கலாச்சாரம் தான் பார்ப்பனிய இந்துமதக் கலாச்சாரம் என்பதாகும் என்பதையும் நாம் பலமுறை எடுத்துக்காட்டி வந்திருக்கின்றோம்.

இந்தியா ஒரு நாடு என்பதையும், அதற்கு ஒரு பொது மொழி தேவை என்பதையும் திராவிடர்கள் - பகுத்தறிவுவாதிகள் - ஒப்புக் கொள்ளாததை, எந்த அறிவுடையவனும் மறுக்க முடியாத விதத்தில் திராவிடர் கழகம் விளக்கி வந்திருக்கின்றது. விளங்கிக் கொள்ள மறுப்பவர்களுக்கு விளங்காமலிருக்க முடியுமே தவிர, மற்றபடி அவ்விளக்கங்கள் எந்த மனிதனுக்கும் விளங்காமலிருக்க முடியாது.

ஒட்டி வாழ முடியாத-வாழுதவற்கான இயல்பில்லாத-ஒன்றையொன்று வஞ்சித்தே வாழும்படியான இயல்பினையூட்டி வருகிற வருணாசிரம இந்து மதக் கலாச்சாரம், என்றைக்கு இந்த நாட்டை விட்டு ஒழிகிறதோ, ஒழிப்பதற்கு எப்பொழுது துணிவு பிறக்கிறதோ, அப்பொழுதுதான் இந்தியாவை ஒரு நாடு என்று சொல்ல முடியும் என்பதையும், அதற்கு உபாயமாக எமது பெரியாரவர்கள் கூறியிருக்கும், காந்தி நாடு, காந்தி மதம் என்பதைக் கைகொண்டு அரசாங்கத்தின் மூலமாகப் பரப்பினால்தான், ஒரு நாடு என்கிற சித்தாந்தம் நிலைக்க முடியும்; பிரயோஜனத்தையும் கொடுக்குமென்பதையும், அந்த நிலையில் இந்த நாட்டிற்கு எந்த ஒரு மொழியையும், பொது மொழியாக்குவதுதான் எளிது என்பதையும், உண்மையிலே நாட்டு முன்னேற்றத்தில் அக்கறையுடைய தேசியவாதிகள் என்பார்கள், விரைந்து தெளிவடைய வேண்டியனவாகும்.

ஜாதி பேதமற்ற - மத உணர்ச்சிக்கும் இடமில்லாத - சமதர்மக் குடியரசைக் காண்பதற்கான முயற்சி சிறிதும் இல்லை என்பதையும், மேலும் மேலும் இந்து மத சாம்ராஜ்ய ஆட்சியை நிலை நாட்டுவதற்குதான், சமதர்ம வீரர் ஜவஹர், ஜெயபிரகாசத்திலிருந்து சனாதனச் சாக்கடைச் சங்கராச்சாரி வரை முயற்சிக்கப்பட்டு வருகிறது என்பதையும், காந்தியவர் படுகொலைகூட இந்துமத பெருமையோடு அய்க்கியப்பட்டு விட்டதென்பதையும் பார்க்கும்போது, இந்தியாவை ஒரு நாடு என்பதும், இதற்கு இந்துஸ்தானியோ, இன்னொரு மொழியோ பொது மொழியாக இருக்க வேண்டும் என்பதும் வடிகட்டின வடநாட்டு ஏகாதிபத்தியத்தையும், வருணாசிரம ஆட்சியையும் புகுத்துகிற முயற்சியேயாகும். இம்முயற்சி, திராவிட உணர்ச்சியுடைய ஒருவன் உயிரோடு இருக்கும் வரையிலும் வெற்றி தராது என்பதை, இப்பொழுதும் வற்புறுத்திக் கூறுகிறோம்.

குடிஅரசு - 28. 02. 1948

தொகுதி 1 மொழி

457

இந்தி நுழைகிறது

செகண்டரிக் கல்விமுறையில் திருத்தம் என்ற பெயரில் 49, 50ஆம் ஆண்டுக்காக என்று சென்னை சர்க்கார் சென்ற மாதம் 30ஆம் நாள் வெளியிட்டிருக்கும் திட்டத்தின் வழியாக மீண்டும் சென்னை மாகாணத்தில் இந்தியை நுழைக்கின்றார்கள்.

சென்னை சர்க்கார் செய்திருக்கும் கல்வி மாறுதல்களில் குறிப்பிடக் கூடியவை.

1) முதல் பாரத்திலிருந்து 3ஆம் பாரம் வரை கைத்தொழிலை அடிப்படையாக வைத்துப் பாடத்திட்டம் வகுத்திருப்பது.

2) ஆந்திரம், கன்னடம், மலையாளம் ஆகிய மண்டலங்களில் இந்துஸ்தானி, சமஸ்கிருதம், அரபு, பாரசீக மொழி அல்லது உருது ஆகியவைகளில் ஏதேனும் ஒன்று 2ஆவது மொழியாக கட்டாயமாகப் படிக்க வேண்டியதாகும். தமிழ் மண்டலத்தில் மட்டும் மாணவர் விரும்பினால் படிக்கக்கூடிய விருப்பப் பாடமாக இருக்கும்.

3) ஆங்கிலம் 2ஆம் பாரத்திலிருந்து 6ஆம் பாரம் வரை கற்பிக்கப்படும்.இது 3ஆவது மொழியாக இருக்கும்.

குறிப்பிடத்தகுந்த இந்த மூன்று மாறுதல்களைப் பற்றியும் நம் கருத்து என்ன? என்பதை விளக்க வேண்டுமென்றாலும், இப்போது 2 ஆவது மாறுதலைப்பற்றி மட்டும் அதாவது தமிழ்நாட்டில் விரும்பினால் இந்தி படிக்கலாம், விரும்பா விட்டால் கட்டாயம் இல்லை, ஆனால் தமிழ்நாடு தவிர்த்த மற்ற பகுதிகளில் கட்டாயமாகப் படிக்க வேண்டும், என்கிற இரட்டை முறை (சின்ன வருணாசிரம முறை)யைப் பற்றி மட்டும் குறிப்பிடுகிறோம்.

ஆச்சாரியாரின் மந்திரிசபை, வடநாட்டில் யாருக்கோ ஒருவருக்கு வாக்குக் கொடுத்தேன் என்ற சாக்கைக் கூறிச் சென்னை மாகாணத்தில் இந்தியைக் கட்டாய இந்தியாகத் திணித்து ஆயிரக்கணக்கான தாய்மார்களையும், கட்டிளங்காளை களையும் வெஞ்சிறை (காங்கிரஸ்காரர் புகுந்த சொகுசான சிறையல்ல) புகச் செய்தும், ஈவு இரக்கம் என்பதைச் சுட்டுப் பொசுக்கி விட்ட ஆட்சியாளர்களால், திராவிடத்தின் தனிப்பெருந்தந்தை வெப்ப மிகுந்த பெல்லாரிச் சிறையில் தள்ளப்பட்டு, உடல் வாடவும் தாளமுத்து - நடராஜர்களின் பிணங்களைக் கண்டும் வெறி தணியாமல் அற்பாயுளில் ஓடிவிட, அதன்பின் வந்த ஆலோசகர் சர்க்கார் அந்தக் கட்டாய இந்தியை ரத்துச் செய்ததை நாங்கள் மறக்கவில்லை என்பதை இப்போதையச் சென்னைச் சர்க்கார் - ஓமந்தூரார் மந்திரிசபை இந்த உத்தரவால் காட்டிக் கொண்டிருக்கிறது.

எதிர்ப்பிருப்பதை மறக்காத இந்த மந்திரிசபையார், எதிர்கால விஞ்ஞான வாழ்வுக்குக் கொஞ்சமும் பயன்படக்கூடிய நிலையில் இல்லாத, மனிதப் பண்பை விளக்கும் இலக்கியப் பெருமையையுடையது என்றுகூட சொல்லும்படியான நிலையில் இல்லாத, மிகுந்த பிற்போக்குடைய இந்தியை மீண்டும் சென்னை மாகாணத்தில் திணிக்க முன்வந்து விட்டார்கள்.

"தமிழ், தெலுங்கு போன்ற தொன்மையும், பண்பாடும் நிறைந்த மொழி மண்டலங்களில், அவ்விரண்டும் அற்ற இந்தியைப் புகுத்த நினைப்பது தவறு! புகுத்துவதற்காகச் செய்யப்படும் முயற்சி எவ்வளவு பெரியதாயிருந்தாலும், நீண்டகாலம் தொடர்ந்து அந்த முயற்சி நடந்தாலும் திராவிட மண்டலத்தில் அது நிறைவேறாது! கருதுகிற பலன் கைகூடாது" என்ற அறிஞரின் வாக்கியத்தை ஆளவந்தார்களுக்கு நாம் நினைப்பூட்டுகிறோம். இக்கருத்தைச் சொல்லுகிறவர் பெரியார் இராமசாமி அல்ல! சர்.கே.வி ரெட்டி நாயுடும் அல்ல! பசுமலைப் பாரதியாரும் அல்ல! ஒரு சென்னை மாகாணத்தவரே அல்ல! வடநாட்டுக்காரர், ஒரு பல்கலைக் கழகத் துணைவேந்தர், அமர்நாத்ஷா என்பதையும் அறிய வேண்டுகிறோம்.

மக்களின் அறிவு வளர்ச்சிக்குத் துணை செய்ய முடியாத இந்த இந்தியை, இந்தியாவின் பெரும் பகுதியில் பேசினால் புரிந்து கொள்ள முடியும் என்ற காரணத்தையும், வடநாட்டு வியாபாரத்துக்கு வசதியாயிருக்க முடியும் என்ற காரணத்தையும் வடநாட்டுத் தலைவர்களோடு அரசியல் குறித்து அளவளாவ அமைப்புடையது என்ற காரணத்தையும், வேளைக்கு ஒன்றாகக் கூறி வந்த காங்கிரஸ்காரர்களின் உண்மையான நோக்கம், திராவிட நாகரிகம், கலாச்சாரம் ஆகியவைகளைக் குழிதோண்டிப் புதைத்துவிட்டு, திராவிடர்கள் ஆரிய நாகரிகத்தை ஏற்று மானமிழந்து வாழ்வதுடன், வடநாட்டாருக்கு என்றைக்கும் மீளா அடிமைகளாகவே விளங்க வேண்டும் என்பதுதான் என்கிற உண்மையைப் பலமுறை நாம் விளக்கி வந்திருக்கின்றோம்.இதை நாம் முன்பு கூறியபோது ஒப்புக்கொள்ளாத காங்கிரஸ் மந்திரிகள், இப்பொழுது வெளிப்படையாகவே சொல்ல ஆரம்பித்து விட்டார்கள். "அரசாங்க உத்தியோகங்களுக்கு இந்திப்படிப்பும் ஒரு தகுதி" என்கிற அமைச்சர்களின் உண்மையான நோக்கம் என்ன?

உன் நாட்டில் உனக்கு உத்தியோகம் வேண்டுமானால் இந்தியைப் படி! என்று ஒரு புறம் சொல்லிக் கொண்டு, மாகாணத்தின் மற்ற மண்டலங்களில் இந்தியை, 2ஆவது மொழியை கட்டாயப்படுத்தி விட்டு, தமிழ் மண்டலத்தில் மட்டும் விரும்பினால் படியுங்கள்! விரும்பாவிட்டால் உங்கள் இஷ்டம்! என்கிற இந்தத் திட்டத்தைக் கண்டு திராவிடர்கள் மகிழ்ச்சியடைவார்கள் என்று மந்திரி சபை எதிர்பார்க்க மாட்டாது என்று நம்புகிறோம்.ஏன் என்றால் இந்தி இந்த நாட்டில் பரவக்கூடாது என்று கருதுபவர்களின் உண்மையான நோக்கம் என்ன? என்பதை இந்த மந்திரிசபை அறிந்தே இருக்க வேண்டும் இந்தி என்பது வேற்று மொழி-வடநாட்டு மொழி என்கிற துவேஷத்திற்காக இந்நாட்டில் எதிர்ப்பு உண்டாக வில்லை. இந்தியைப் பரப்புவதால் இறந்துபட்ட சமஸ்கிருதத்திற்கு - இந்த நாட்டு மக்களைச் சூத்திரர்களாகவும் தீண்டப்படாதவர்களாகவும், வேசிமக்களாகவும் ஆக்கி வைத்த சமஸ்கிருதத்திற்கு - புத்துயிர் கொடுக்கப்பட்டு, பார்ப்பான் காலைக் கழுவி குடிப்பதே மோட்சம் என்று சொல்லும்படியான கேவலமான புதிய நிலைமை உண்டாகத்தான் பயன்படுவதாயிருக்க முடியும் என்பதையும், இந்த அனுமானம் காட்சிப் பிரமாணத்தினால் கண்டது என்பதையும் இதுதான் இந்தி பரவக்கூடாது என்பவர்களின் உண்மையான நோக்கம் என்பதையும் அறிந்து கொண்டிருக்கிற மந்திரி சபை - மேலும் இந்தியை எதிர்ப்பவர்களின் நோக்கம்

தொகுதி 1

மொழி

தமிழ்நாட்டில் மட்டுமல்லாமல், சென்னை மாகாணம் முழுவதுமே இந்தி பரவக் கூடாது என்பதுதான் என்பதை அறிந்து கொண்டிருக்கிற மந்திரி சபை- இந்த இரட்டை ஆட்சி முறையை ஏன் கைக்கொள்ள வேண்டும்? மந்திரிகளின் பொறுப்பற்ற தன்மையை, வஞ்சகமாய்த் தன்னினத்தைக் கழுத்தறுக்கும் கொடுமையை இந்நடவடிக்கை காட்டவில்லையா? என்பதோடு இம்மந்திரிகளின் யோக்கியதையைப் பற்றியும் எவருக்கும் சந்தேகத்தைக் கொடுக்காதா? என்றும் கேட்கின்றோம்.

ஆந்திரம், கன்னடம், மலையாளம் ஆகிய மண்டலங்களில் இந்தி அல்லது இரண்டாவது மொழி, கட்டாயம் என்று மந்திரிசபை சொல்வதிலிருந்து, அந்த மண்டலங்களில் உள்ள மக்களைச் சர்க்கார் எப்படிக் கருதுகிறது? சமஸ்கிருத அடிமைகளான அவர்கள் கட்டாய இந்தியை எதிர்க்க மாட்டார்கள் என்கிற நினைப்போ, கையாலாகாத கயவர்கள் என்கிற கருத்தோதானே இந்த வருணா சிரமத்திற்குக் காரணமாய் இருக்க முடியும்! ஒரே இனமான திராவிடர்களை, "பிரித்தாளும் சூழ்ச்சியே வெற்றி தரும்" என்று கண்ட பார்ப்பனர்களின் பழைய வருணாசிரம முறையை இப்போது கைக்கொள்வதுதான் வெற்றியைத் தரும் என்ற வஞ்சகமல்லவா இந்த இரட்டை ஆட்சிக்குக் காரணமாகும்? என்றும் கேட்கின்றோம்.

தமிழ்நாட்டுக்கு இந்தி இஷ்ட பாடம் என்றாலும்கூட இதனுடைய பலன் எப்படியாகும்? இன்றைக்கு ஹைஸ்கூல்களில் தலைமை ஆசிரியர்களாய் இருப்பவர்கள் எல்லாம் பெரும்பாலும் பார்ப்பனர்களாகவும், காங்கிரஸ்காரர் களாகவும், காங்கிரஸ் ஆட்சிக்கு அடிபணிந்துதானே ஆகவேண்டும் என்கிற நிலையிலிருப்பவர்களாகவுமே இருக்கின்றார்கள். இப்பேர்ப்பட்ட தலைமை ஆசிரியர்கள் இந்தச் சட்டத்தை எப்படிப் பயன்படுத்திக் கொள்வார்கள்?

படிக்கிற மாணவர்களின் எண்ணிக்கை ஒரு பக்கம் வளர்ந்து கொண்டு வருகிறது! படிப்புச் சொல்லிக் கொடுக்கும் பள்ளிக்கூடங்களின் எண்ணிக்கையோ அன்றிருந்த மேனிக்கு அழிவில்லாமல் இருக்கிறது! இந்த நிலைமையில் மாணவனுக்கு இடமில்லை என்பதையே பல்லவியாகத் தலைமையாசிரியர்கள் பாடிக் கொண்டு வருகிறார்கள் என்பதைக் கழிந்த பல ஆண்டுகளாகப் பார்த்துக் கொண்டு வருகிறோம். பள்ளிக்கூடத்தில் இடமில்லை, படிப்பவன் விரும்பினால் இந்தி படிக்கலாம் என்கிற இந்த நிலைமையைத் தலைமை ஆசிரியர்கள் எப்படிப் பயன்படுத்துவார்கள்? மாணவனைப் பள்ளிக்கூடத்தில் சேர்க்க வந்திருக்கும் கார்டியன், இந்த நெருக்கடியான கட்டத்தில், எப்படியாவது பையன் பள்ளிக் கூடத்தில் சேர்ந்துவிட வேண்டுமென்று விரும்புவானா? அல்லது இந்தியை வெறுப்பதினால் தன் பையன் படிக்காமலே போகட்டும் என்பதை விரும்புவானா?

100க்கு 90 தற்குறிகளாக இருக்கும் திராவிட மக்களைக் கார்டியனாகப் பெற்றிருக்கும் மாணவர்கள், தலைமை ஆசிரியர் வழியாகக் கட்டாயப்படுத்தப் பட்டு, இந்தி படித்தேயாக வேண்டும் என்பதைத் தெரிந்து கொண்டுதான், பெயரளவில் இந்தி இஷ்ட பாடம் என்று இன்றைய மந்திரிசபை இந்தத் திட்டத்தைக் கொண்டு வந்திருக்கிறது.

ஆகவே, தமிழ் மண்டலத்தில் இந்தி இஷ்ட பாடம் என்றாலும், உண்மையாய்க் கட்டாய பாடமாகவே ஆகிறது என்பதைத் தமிழ் மக்களும் தெரியாதவர்களல்லர்.

இப்போது தமிழறிஞர்கள் என்று பெயர் படைத்திருக்கிற தமிழ்ப் பெரியார்கள் என்ன செய்யப் போகின்றார்கள்? மற்ற திராவிட மொழிகளின் அறிஞர்கள் என்ன

செய்யப் போகின்றார்கள்? இந்தியை வரவேற்றுச் சிந்து பாடமாட்டார்கள் என்பதுறுதி என்றாலும், ஆட்சியின் கொடுங்கோன்மைக்கு அஞ்சி வாய்மூடி மவுனிகளாக விளங்குவார்களா? அல்லது திராவிடத்தின் சிதைவுக்குத் திட்டமிட்டுச் செய்யப்படும் இதைத் தீரத்துடன் எதிர்த்து, சென்னை மாகாணத்திலேயே இந்தி நுழையாதபடி எதிர்ப்பு முன்னணியில் நிற்கப் போகிறார்களா?

திராவிடத்தின் மொழியறிஞர்கள்தான் திராவிடத்தின் சீர்கேட்டிற்குக் காரணம் என்றிருக்கும் பழி மறைவதற்கு, அந்த அறிஞர்களுக்குத் தரப்பட்டிருக்கும் கடைசிச் சந்தர்ப்பம் என்றே நாம் உண்மையாய், உறுதியாய் இந்தத் திட்டத்தைக் குறித்து எண்ணுகிறோம்.

திராவிடப் பெருங்குடி மக்களே! உங்கள் நாட்டை ஆளப்போவது இந்தி மொழி! ஆளுகிறவர்கள் வடநாட்டுக் கையாட்கள்! ஆட்டி வைப்பவர்கள் வடநாட்டுப் பனியாக் கும்பல்! சுரண்டும் கும்பல் தயாரித்த, உங்கள் சுகவாழ்க்கைக்கு வழிகாணாத, உங்களை மனிதர்களென்றே மதியாத அரசியல் நிர்ணயத்திட்டமே உங்களுக்கிடப்படும் விலங்கு! இருந்து வரும் கொஞ்சநஞ்சம் உரிமைகளுக்கும் வேட்டு வைக்கிறது. எடுத்துவிடப் போகும் வகுப்புவாரித் திட்டம்! இதனுடைய பொருள் என்ன? திராவிடன் வாழ்வதற்குத் திராவிடத்தில் உரிமையில்லை! உரிமையற்ற, ஒடுக்கப்பட்ட மக்களாக, விலங்குகளிலும் கேடாக வாழ்ந்தால் வாழவேண்டும். இன்றேல் வாழ்வா- சாவா என்ற இரண்டிலொன்றை முன் நிறுத்தி எதிர்த்து நிற்க வேண்டும். இந்த இரண்டில் ஒன்றுதானே இந்தத் திட்டங்களின் பயனாய் இருக்க முடியும். நீங்கள் என்ன முடிவு கட்டுகிறீர்கள்? எதை விரும்புகிறீர்கள்?

குடிஅரசு - 05. 06. 1948

இந்தி வந்துவிட்டது?

இந்தி வந்துவிட்டது! அதுவும் கட்டாய இந்தியாக வந்துவிட்டது! இந்த நாட்டு மக்கள் வெறுத்துத் துரத்திய இந்தி வந்துவிட்டது! அதுவும் இந்த நாட்டு மக்கள் வெறுத்த ஆச்சாரியார் கவர்னர்-ஜெனரலாக ஆகிய சில நாட்களிலேயே கட்டாயம் என்ற நிலையோடு இந்தி வந்துவிட்டது!

எழுத்துக் குறைவோ, சொற்செல்வமோ, கருத்து எழுச்சியோ, கம்பீரமோ அற்ற இந்தி வந்துவிட்டது! நாடோடிக் கூட்டம் பேசும் லம்பாடி இந்தி வந்துவிட்டது!

சென்னை மாகாணத்தின் மற்ற மூன்று மண்டலங்களில் கட்டாயம்; தமிழ் மண்டலத்தில் மட்டும் விருப்பம் என்ற எந்த நாக்குக் கூறியதோ, அந்த நாக்கே அடுத்தாற் போல் ஒரு பத்துப் பன்னிரண்டு நாட்களில் தமிழ் மண்டலத்திலும் இரண்டாவது மொழி கட்டாயம் என்று சொல்ல ஆரம்பிக்க, அதனால் கட்டாய இந்தி வந்துவிட்டது! உணர்ச்சிக்கும், நியாயத்திற்கும் உண்மைக்கும் வளையும் நாக்கு. ஆனால் உயர்வான அதிகார பீடத்திலேறியிருக்கும் நாக்கு!

“இந்தியை நுழைத்து எங்கள் மானத்தை அழிக்காதே! செத்த வடமொழிக்குச் செலாவணியாகும் இடம் இங்கில்லை! வடமொழி தாய். இந்தி தாயை அப்படியே உரித்து வைத்த மகள். வடமொழி பேச்சு வழக்கற்றது. இந்தி பேச்சு வழக்கிலுள்ளது. வடமொழி வரவால், அதன் ஆதிக்க ஆட்சியால், ஒரு மொழி பேசிய நாங்கள் தெலுங்கரானோம்; கன்னடியரானோம். மலையாளியரானோம்; இப்போது நாங்கள் ஒருவரையொருவர் வெவ்வேறு என்று கருதி, ஒருவரை ஒருவர் பகையாளி என்று கருதி நடந்து கொள்ளுகிறோம்! வடமொழி வரவால் “எல்லோரும் ஓர் குலம் எல்லோரும் ஓரினம்” என்று வாழ்ந்த திராவிட இனத்தார் நாலு ஜாதி ஆக்கப்பட்டு, இன்று நாலாயிரம் ஜாதியாய், அந்த நாலாயிரம் ஜாதியும் நாலாம் ஜாதியாய் அய்ந்தாம் ஜாதியாய் ஆக்கப்பட்டு, பார்ப்பனருக்குத் தேவடியாள் பிள்ளை யென்றும், வைப்பாட்டி பிள்ளையென்றும் சாஸ்திரத்திலும், சட்டத்திலும், நடை முறையிலும் இருந்து வரும்படியான நிலைமை ஏற்பட்டிருக்கிறது! இந்த வட மொழியின் கொடுமையால், எங்கள் முன்னோர்கள் அரக்கராக்கப் பட்டார்கள்! குரங்குகளாக்கப்பட்டார்கள்! அசுரர்களாக்கப்பட்டார்கள்! அதன் பின் சூத்திரர் களாக்கப்பட்டு தீண்டப்படாத ஜாதியார்கள் ஆக்கப்பட்டார்கள்! இன்று நாங்கள் அவர்களைக் காட்டிலும் முன்னேறி, ஒருவர் வாழ்வைக் கண்டு மற்றவர் பொறாமைப் பட்டு, ஒருவர் தாழ்வைக் கண்டு மற்றவர் உயர்ந்தவர் என்று காட்டிக் கொள்வதில் தீவிரமுடையவர்களாய், ஒருவரோடு ஒருவர் சேர்ந்து வாழ முடியாதவாறு சூழ்நிலையை வளர்த்து, சூத்திரர்களாகவும், தீண்டப்படாதவர்களாகவும், நாஸ்திகர் களாகவும் ஆக்கப்பட்டிருக்கிறோம்.

இந்தி வருகையால் எங்கள் நிலைமை என்னவாகும்! இருக்கிற பேதங்கள், பொறாமைகள் தொல்லைகள் கூடுமா? குறையுமா? எங்கள் உழைப்பு, ரத்தம் சாஸ்திரத்தின் பேரால் சுரண்டப்படுகிறதே அது வளருமா? குறையுமா? இன்று நாங்கள் "தேவடியாள் பிள்ளை" என்று சொல்லப்படுகிற நிலைமை ஒழிந்து, எங்கள் வீடுகளிலேயே பார்ப்பனர்களுக்கென்று ஒரு தனி அறை கட்டிக் கொடுத்து, அவர்கள் விரும்பிய நேரத்தில் அவர்களுக்கு அங்கு படுக்கை தயாரித்து, அவர்கள் விரும்பியபடியே எங்கள் தாயையோ, மனைவியையோ, மகளையோ அவர்களுக்குக் கூட்டிக் கொடுத்து, அவர்களுக்குப் பாதுகாப்பாய்ப் படுக்கையறையைக் காத்து நின்று, அவர்கள் சம்பந்தத்தால் நாங்கள் கிருதார்த்தர்கள் (கருமம் முடித்தோர்) ஆனோம் என்கிற நிலைமை உண்டாகுமா? இல்லையா? இந்தி வருகையால், தமிழையே சரிவர உச்சரிக்கத் தெரியாத 100க்கு 97 பேர்களான மக்கள், இந்தியைக் கண்டு மிரண்டு பள்ளிக்கூடத்தையே வெறுக்கும்படியாகி கல்வியில் பிற்போக்காகும் நிலைமை பெருகுமா? குறையுமா? இந்தி படிப்பவர்களுக்குத்தான் உத்தியோகம் என்றால், அது பார்ப்பான் மட்டுமே உத்தியோகம் பார்க்க வேண்டும் என்பதாகச் சொல்லப்படுகிறதே தவிர, பார்ப்பனரல்லாத திராவிடர்களை உத்தியோகங்களிலிருந்து ஓட்டி ஒழித்துக்கட்டி விட வேண்டும் என்பதே தவிர, இதற்கு வேறு என்ன கருத்து, நியாயம் சொல்லிவிட முடியும்? இந்தி வருகையால் வடநாட்டு லம்பாடி கூட்டம் வாணிகத்தால் செழிக்கவும், அரசாங்க லகானை இழுத்துப் பிடித்து அடக்கி ஆளவும் பயன்படுமே தவிர, இந்த நாட்டுப் பெருங்குடி மக்கள் கொள்ளையடிக்கப்படவும், சுரண்டப்படவும், அரசியலில் மீளாத அடிமைகளாக்கப் படவும் பயன்படுமே தவிர வேறு எந்தக் காரியத்துக்குப் பயன்படுவதாக இருக்க முடியும்?"

ஆகவே, இந்தியை இங்கு நுழைய விடோம்! அதன் இடுப்பை முறித்து முறியடிப்போம்! என்று எக்காளமிட்டு, வெஞ்சிறையில் வாடிய கணக்கற்ற இளஞ்சிங்கங்களையும், குழந்தைகளோடு கொடுந்துயருற்ற தாய்மார்களையும், பெல்லாரி சிறையில் ரத்தத்தைப் பறிகொடுத்த பெரியார் அவர்களையும், ஆரிய அகங்கார அட்டூழிய நடத்தையால் ஆவியைத் தத்தம் செய்த தாளமுத்து நடராசன்களையும், இதன் பயனாய்ப் பின்வாங்கி ஓடிய லம்பாடி இந்தியையும் ஞாபகப்படுத்திக் கொண்டு கட்டாய இந்தி மீண்டும் வந்துவிட்டது! பல கட்சியின் பேரால், பல ஜாதியின் பேரால் பிரிந்து கிடக்கும் திராவிடப் பெருங்குடி மக்களே! என்ன செய்யப்போகிறீர்கள்?

'தமிழ்நாட்டிற்கு மட்டும் இஷ்டப் பாடம்! மற்ற சென்னை மாகாணத்திலுள்ள பகுதிகளுக்குக் கட்டாயப் பாடம்!' என்று முதலில் கூறியது மந்திரி சபை. பிறகு தமிழ்நாட்டிற்கும் இந்தி கட்டாயம் என்பது போலப் பேசிவிட்டது மந்திரிசபை. முதலில் சொன்னது எந்தப் புத்தியால்? இரண்டாவதாக மாற்றிச் சொல்வது எந்தப் புத்தியால்? இப்படி நாம் கேட்கவில்லை ஏன்? இந்த மந்திரிசபையின் உள் அந்தரங்கம் நமக்குத் தெரியும். எதிர்காலத்தில் இந்தி படித்தவர்களுக்குத்தான் உத்தியோகம் என்று எப்பொழுது இந்த மந்திரிசபை சொல்லிவிட்டதோ, அப்பொழுதே இந்தியை இஷ்டபாடமென்று சொன்னால்தான் என்ன? கட்டாய பாடமென்று சொன்னால்தான் என்ன? இரண்டாலும் உண்டாக்கப் போகின்ற பயன் ஒன்றுதானே!

இந்த மந்திரிசபையின் போக்கு, ஆச்சாரியார் செய்ய முடியாத ஒரு காரியத்தை நாம் செய்துவிட்டோம் என்று வடநாட்டுத் தலைவர்களுக்கு நல்ல பிள்ளைகளாகவும், நல்ல அடிமைகளாகவும் காட்டிக் கொள்வதில் ஆசைப்படுவதாக

இருக்கிறதே தவிர வேறு என்ன? மந்திரி சபையின் மானத்தைக் காப்பாற்ற வேண்டும் என்று இனியும் நாம் இந்தியை இஷ்டபாடமென்று சொல்லும் போதே, எப்படியும் விரைவில் கட்டாயமாகக் கொண்டு வந்துவிட வேண்டும் என்பதுதான் இந்த மந்திரிசபையின் உள் கருத்து. இதைப் பிரதமர் ரெட்டியார் அவர்கள் கோவையில் கக்கினார்கள். "இஷ்ட பாடமென்று மந்திரிசபை சொன்னால், ஏன் கட்டாயப் படமாக்கக்கூடாது என்றல்லவா ஜனங்கள் கேட்க வேண்டும். பொது ஜனங்கள் கேளாது போனாலும் காங்கிரசின் பேரால் இன்று பிழைப்பை நடத்தும் காங்கிரஸ்காரர்களாவது இப்படி ஏன் கேட்கக் கூடாது? காங்கிரஸ்காரர்கள் எல்லாம் சூனாமானாவாக ஆகி விட்டீர்களா? என்று காங்கிரஸ்காரர்களைக் கேட்டாராம் பிரதமர். இது உண்மை என்றால் இவருடைய கருத்து என்ன? தமிழினத்தைக் காட்டிக் கொடுக்கும் இந்தச் செயலுக்கு வேறு எதைத்தான் எடுத்துக்காட்டாகக் கூறிவிட முடியும்? செட்டியாருக்கு ரெட்டியார் இளைத்தவரல்ல! ரெட்டியாருக்குச் செட்டியார் இளைத்தவரல்ல! என்று இவர்கள் நடந்து கொள்ளுகிற போட்டா போட்டியான போக்கு, எங்களை என்றும் அனுமார் களாக, அரக்கர்களாக ஆக்கிவைப்பதாக அல்லவா இருக்கிறது என்று திராவிடர்கள் எண்ணின், அதைத் தவறு என்று எப்படிச் சொல்லிவிட முடியும் வடநாட்டுப் பனியா - பார்ப்பனக் கூட்டுக் கொள்ளைக்கு திராவிட இனத்தை நிரந்தரமாகக் காட்டிக் கொடுப்பதுதான், திராவிடர்கள் என்றுமே தலையெடுக்கமுடியாதவாறு செய்வதுதான். எங்களுடைய திட்டம் என்று இந்த இந்தி நுழைப்பினால், இந்த மந்திரி சபை காட்டிக் கொள்கிறது என எண்ணினால் அதை எப்படித் தவறு என்று சொல்லிவிட முடியும்?

காங்கிரசிலுள்ள திராவிட உணர்ச்சியுடைய பல திராவிடத் தோழர்கள் உண்மையாகவே சந்தேகப்படுகிறார்கள். அவர்கள் சந்தேகத்தைப் போக்க வேண்டியது நம்முடைய கடமை, "வெள்ளையன் நுழைந்து அவன் ஆட்சி இங்கு ஏற்பட்டு அவன் மொழி இந்த நாட்டை ஆளத் தொடங்கியபோது, ஆங்கிலத்தை மிலேச்ச பாஷை என்று கூறி, திராவிடர்களை ஆங்கிலங் கற்பதில் அக்கறை காட்டச் செய்யாமல், அக்கிரகாரமே ஆங்கிலம் படிக்கவும், அதன் பயனாய் அவர்களே உத்தியோக மண்டலத்தைக் கைப்பற்றவுமான நிலைமை ஏற்பட்டுவிட்டது என்று கூறுகிறீர்கள். அது உண்மை. இப்பொழுது நீங்கள் இந்தியை வெறுக்க வேண்டும். கட்டாய பாடமாக்கக் கூடாது என்று கூறுவீர்களேயானால், இதனால் விளையப்போவது என்ன? பார்ப்பனர்களெல்லாம் இந்தியைப் படித்து விடுவார்கள். நாமெல்லாம் இந்தியைப் படியாமலிருப்போம். அவர்களே உத்தியோக மண்டலத்தைத் திரும்பவும் கைப்பற்றி ஆட்சி புரிவார்கள். உங்கள் பேச்சைக் கேட்டால் நாமெல்லாம் வாயில் கையை வைத்துக் கொள்ள வேண்டியதுதான்" என்று இப்படியாகப் பல காங்கிரஸ் திராவிட நண்பர்கள் எண்ணுகிறார்கள். பேசுகிறார்கள். நம்புகிறார்கள். இவர்கள் நம்பிக்கைக்குச் சிறிதும் இடமில்லை என்று அவினாசியாரே சிற்சில வேளைகளில் கூறி விளக்குகிறார்! அதை நாம் இங்கு எடுத்துக் காட்டுகிறோம். அதை அவர் சொந்தப் புத்தியோடு சொல்லுகிறாரா என்னவோ நாமறியோம். ஆனால் அவர் சொல்வதைச் சொல்லுகிறோம்.

"தமிழை முதல் மொழியாகச் செய்துவிட்டேன். தமிழிலேயே மற்ற பாடங்களைச் சொல்லித்தர வேண்டுமென்றும் ஏற்பாடு செய்துவிட்டேன். தமிழ்க் கவிக்கும் பெருமை கொடுத்திருக்கிறேன். தமிழ்க் கலைக்களஞ்சியத்திற்கும் வழி வகுத்துவிட்டேன். தமிழிலேயே ஒரு ஜில்லாவில் ஆட்சி நடைபெறச் செய்திருக் கிறேன். இன்னும் அய்ந்து வருஷங்களுக்குள் தமிழ்நாடு முழுவதும் தமிழிலேயே ஆட்சி நடைபெறும்" இப்படியாகத்தானே திருவாய் மலர்ந்தருளுகிறார் அவினாசி.

இதை வெத்து வேட்டு, தகரக் குழாய் என்று கருதுகிறீர்களா? என்று நாம் காங்கிரஸ் தோழர்களைக் கேட்கிறோம். அய்ந்து வருஷத்தில் தமிழ்நாடு முழுவதும் தமிழாட்சியே நடைபெறும் என்றால், ஆந்திரம் முழுவதும் ஆந்திர மொழியிலேயே ஆட்சி நடைபெறுமென்றால், கன்னட நாட்டில் கன்னட மொழியிலும், கேரள நாட்டில் கேரள மொழியிலும் ஆட்சி நடைபெறுமென்றால் அரசாங்க உத்தியோகங் களுக்காக இந்தி வேண்டும் என்பதை நீங்கள் எப்படி நம்புகிறீர்கள்? என்று கேட்கிறோம்.

ஆனால், அய்ந்து வருஷத்தில் தமிழாட்சி நடைபெறும் என்று சொல்லுகிற மந்திரிசபைதான் உத்தியோகங்களுக்கு இந்தி வேண்டும் என்றும் கூறுகிறது. இந்த வெட்கக்கேட்டை யாரிடம் சொல்லி அழுவது என்கிற நிலைமைக்குத்தானே நீங்கள் வர வேண்டும் என்று கேட்கிறோம். இந்த நாட்டு மக்கள் ஒருமுகமாக இந்தி கூடாது என்று சொல்லிவிட்டால், எப்படி இஷ்ட பாடமாகத்தான் இருந்துவிட முடியும்? எப்படி உத்தியோகத்திற்குத் தான் அது ஒரு தகுதியாக இருந்துவிட முடியும்? அதை இந்த நாட்டில் நுழைய இடங்கொடாததால் என்ன தீமைதான் வந்துவிட முடியும் என்றும் கேட்கிறோம்.

திராவிடத் தோழர்கள் எக்கட்சியிலிருந்தாலும் இது ஒன்றுகூட வேண்டிய நேரம்! வேற்றுமைகளை மறக்க வேண்டிய காலம்! வருகிற அழிவு, ஏற்படுகிற நாசம், எரிகிற தீ, முழங்குகிற இடி நம்மில் ஒரு சிலருக்கு மட்டுமல்ல என்று, ஆபத்தை அப்படியே அறிந்து கொள்ள வேண்டிய வேளை! இந்த நேரத்திலும் நாம் ஒன்றுகூடி, நமக்கு வேண்டியதை நாமே வகுத்துக்கொள்ள முற்பட்டு, அதற்கான காரியங்களைச் செய்ய, எந்த ஒரு காரணத்தைக் கொண்டும் நாம் பின்வாங்குவோமானால், என்றும் நாம் மீளா அடிமைகளாகவே ஆவோம் என்பதை உணர்ந்து, காரியமாற்ற வேண்டிய சந்தர்ப்பம். இச்சந்தர்ப்பத்தை விட்டு விட்டால், இந்த வேளையில் அனுமார் கும்பலுக்கு இடங்கொடுத்துவிட்டால், இந்த நேரத்தில் கட்சிக்கட்டுப்பாட்டை கருதினால், இந்த வேளையில் பதவியைப் பெரிதென்று எண்ணினால், எத்தனையோ பேரரசுகளால் அழிக்க முடியாத, எத்தனையோ ஆரியர் சூழ்ச்சிகளுக்கு அழிந்தொழியாத திராவிடர் இனம் மானமற்ற நிலையில், மனித இனம் என்றே மதிக்கப்பட முடியாத வகையில் பூண்டற்றுப் போகும்! இன்றேல் பார்ப்பானின் அடிமைகளாக, அவன் வைப்பாட்டி பிள்ளைகளாக ஒப்புக் கொண்டு, நடைப்பிணங்களாக வாழ வேண்டிய நிலைமை ஏற்படும்! இது உறுதி! உறுதி! முக்காலும் உறுதி!

பெரியார் அவர்கள் கூறுவது போல, மந்திரிசபையின் இந்த இந்தி நுழைப்பு, தமிழ் மக்களை வலுவில் வம்புச் சண்டைக்கிழுத்து அதைச் சாக்காக வைத்துக் கொண்டு திராவிடர் இயக்கத்தை ஒழித்துக் கட்டிவிட வேண்டும் என்பதாக இருக்குமேயானால், எத்தனை ரெட்டியார்களும், செட்டியார்களும், எவ்வளவு விபீஷண ஆழ்வாரின் தாசானுதாசர்களாகக் கிளம்பிக் காட்டிக் கொடுக்கும் காரியத்தைச் செய்தாலும், திராவிட இனம் விபீஷணக் கும்பலுக்கு இரையாகா தென்பது உறுதி! அல்லது பெரியார் அவர்கள் கூறுவது போல திராவிட மக்களுக்குத் திராவிட மந்திரிகள் மீது துவேஷத்தை ஊட்டுவதற்காகப் பார்ப்பனியத் தந்திரத்தின் விளைவாக இருக்குமேயானால், இதையறியாமல் மந்திரிசபை இக்காரியத்தில் ஈடுபடுமானால், இதற்கு முதற்பலி மந்திரி சபைதான் என்பதும் உறுதி!

திராவிட மக்களுக்கு ஏற்பட்டிருக்கும் இச்சோதனைக் காலம் பலரைப் பலியாகக் கொள்ளலாம். ஆனால் முடிவு என்ன? இறுதியில் வெற்றி நமதே.

இதை எக்காளமிட்டு நாம் இன்றே கூறுவோம்! என்று முழங்கும் திராவிடக் கட்டிளங்காளைகளின் முழக்கம், காரிகையின் பேரொலி நம் காதிற்குக் கேட்கிறது! மந்திரிசபைக்குக் காது உண்டா? அந்தக் காதிற்கு இந்தப் பேரொலி எட்டுகிறதா? என்பதைப் பற்றி நாம் எண்ணவில்லை! கேட்கும் முழக்கம் கிடுகிடுக்கும்படியாய் ஓங்கட்டும்! இருக்கும் வேற்றுமை மறைந்தொழிந்து இனப்பெயரால் இந்த நாட்டு மக்கள் ஒன்றுபட்டு, உருவத்தால் பலர் என்றாலும் உள்ளத்தால் ஒருவர் என்ற நிலை வளரட்டும்! தருக்கினால், தந்திரத்தால், சாகசத்தால், பிற பகுதியிலுள்ளவர்கள் அல்லது பிற பகுதிக்கு அடிமைகளானவர்கள் தமிழ் மக்களுக்கு வெறுப்புறும் செயல் செய்வார்களேயானால் அத்தகையோர் விரைவாக முதுகெலும்பு முறிக்கப்பட்டு, அவர்களுடைய தருக்கும், தந்திரமும் ஒடுக்கப்படும் என்ற நிலை ஓங்கி வளரட்டும்! இது நம் எண்ணம்! நமது ஆசை!

திராவிட மக்களே! இந்தி வந்துவிட்டது. கட்டாய இந்தி வந்துவிட்டது. அவினாசியார் அப்படித்தான் சொல்லுகிறார்.

குடிஅரசு - 03. 07. 1948

தொ
கு
தி
1

மொழி

பெரியாரின் சங்கநாதமும் தொண்டர்களின் பேரெழுச்சியும்

சென்ற மாதம் 24ஆம் நாள் திருச்சியில் கூடிய நிர்வாகக் கமிட்டியின் முடிவை வரவேற்று, திராவிடத்தின் பல திசைகளிலிருந்தும் உற்சாகத்தோடு திரண்டெழும் பெரிய முழக்கத்தைக் கேட்டு நாம் உண்மையாகவே பெருமகிழ்ச்சியடைகிறோம்.

பார்ப்பனிய ஆதிக்கத்தில் பட்டுத்தடுமாறும் இன்றையச் சென்னை சர்க்கார், திராவிடர்க்கு இழைத்துவரும் பாதகத்தைக் கண்டு சிந்தை நொந்து, "நமக்குள்ளே மறைவாக நாசமடைவதைக் காட்டிலும் நானிலமறிய வெளிப்படையாக நாசமாக்கப்படுவது நல்லதல்லவா?" என்று திராவிட இளைஞர்கள் சீற்றத்துடன் கேட்டனர். அன்று நிர்வாகக் கமிட்டியில்.

"போராட்டம்! போராட்டம்! என்ற உங்களின் பேரொலியைக் கேட்டுப் பொறுங்கள்! பொறுங்கள்!! எனக் கையமர்த்தினேன். இனியும் நான் அவ்வாறு செய்ய நமது சர்க்கார் இடங்கொடுக்கவில்லை! இனிப் போராட்டந்தான் என்று சர்க்கார் சொல்லும்போது நான்தான் என்ன செய்வேன்! எதிர் நடவடிக்கை வேண்டும் என்கிறீர்கள்! எனக்கு ஒன்றும் ஆட்சேபணையில்லை! இனித் தடை செய்ய வேண்டும் என்பதும் என் விருப்பமில்லை! இதை நீங்கள் தெளிவாய் அறிந்து கொள்ளுங்கள்! ஆனால் மற்றொன்றை நீங்கள் மறத்தலாகாது! சிறிதாவது நியாயத்திற்குச் செவி சாய்க்கும் வெள்ளையன் ஆட்சி இப்போதில்லை! இப்போது நம்மை ஆளுபவர்கள் அகிம்சாவாதிகளான நம்மவர்கள்! ஜீவகாருண்யம் என்று பெரும் பேச்சாய் பேசிக் கொண்டு "விதையை" கரைத்தே ஆட்டினையும், மாட்டினையும் அதைப் போன்ற மற்றும் பல ஜீவன்களையும் அழித்து யாக வேள்வி நடத்தும் அகிம்சாவதிகள் நடத்தும் ஆட்சியில் நாம் இருக்கிறோம்! இதை நீங்கள் மறக்கக்கூடாது. இந்த ஆட்சியில் நேரடி நடவடிக்கையென்றால் எந்த இழப்புக்கும், எப்போதும் நீங்கள் தயாராயிருக்க வேண்டும்! தொழிலைக் கருதாமல், தொந்தரவை எண்ணாமல், வாழ்வை மதியாமல், மனைவி மக்களை விலங்கு என்று கொள்ளாமல், ஒழிப்போம் இழிவை! ஒடுக்குவோம் அடக்குமுறையை! வாழ்வோம் மனிதர் களாக! இன்றேல் மடிந்தொழிவோம் வீரர்களாக! என்ற முடிவுக்கு வந்திருப்பவர்கள் எத்தனை பேர்? இதை நான் தெரிந்து கொள்ள எனக்கு ஒரு வாய்ப்பு என்ன?" இவ்வாறு கேட்டார் படைத்தலைவர், தந்தை பெரியார்.

இதற்குப் பிறகுதான், "சர்க்காரின் தடுப்பு முறைகளைச் சமாளிப்பதற்கு அதற்கான திட்டங்களையும், வழிமுறைகளையும் வகுத்துக் கொடுக்கவும்,

உடனடியாக நடவடிக்கைகளை எடுக்கவும் தலைவர் பெரியார் அவர்களுக்குச் சகல அதிகாரங்களையும் இக்கமிட்டி அளிக்கின்றது" என்கிற மூன்றாவது தீர்மானம் நிறைவேறியதும், அதையொட்டித் தலைவர் பெரியார் அவர்களே ஒவ்வொரு ஜில்லாவுக்கும் நேரடியாகச் சென்று ஒவ்வொரு தொண்டர்களையும் நேரில் சந்தித்து, அங்கங்கேவுள்ள சூழ்நிலையைக் குறித்து மனம் விட்டுப் பேசித் தமிழ் நாடெங்கும் சுற்றி வரவேண்டுமென்ற "எழுதப்படாத" தீர்மானம் நிறைவேறியதுமாகும்.

இந்த முடிவுக்கிணங்கத்தான் இந்த மாதம் முதல் நாளன்று சென்னையிலே தமது சங்கநாதத்தை ஆரம்பித்தார்கள் பெரியார் அவர்கள்.

"எனக்கு வயது 70 ஆகிவிட்டது. அடுத்த அடி எடுத்து வைக்க வேண்டியது சுடுகாட்டில்தான். அதற்குள் ஒரு கை பார்த்துவிடத்தான் போகிறேன்."

இந்தக் கர்ஜனையைக் கேட்டு எந்த மந்த மதியினர்க்குத்தான் உணர்ச்சி உண்டாகாதொழியும்! "இந்த ஆணவ மந்திரிசபை ஒழிக! கட்டாய இந்தி ஒழிக!" என்ற பேரொலியோடு, கூட்டத்திற்கு வந்திருந்த அத்தனை பேரும் "அடக்குமுறை ஆயுதங்களை எதிர்த்தொழிப்போம்" என்று கைதூக்கித் தங்கள் தங்கள் உடன் பாட்டை அறிவித்த கண்கொள்ளாக் காட்சிகள்" எப்படி உண்டாகாமலிருக்கும்?

முதல் முதல் சென்னையில் தொடங்கிய சுற்றுப்பிரயாணம் வடார்க்காடு, கோவை, இராமநாதபுரம், மதுரை, திருநெல்வேலி ஆகிய ஜில்லாக்களில் எல்லாம் இன்றோடு முடிவடைந்து இருக்கிறது. எஞ்சிய ஜில்லாக்களிலும் அடுத்த வாரத் தோடு முடிவடையலாம். இதுவரை சுற்றுப் பிரயாணஞ் செய்த ஒவ்வொரு ஜில்லாவிலும் 500 பேர், 1000 பேர், 1000க்கு அதிகமான பேர் என்று சொல்லத்தக்க வகையில் "எப்பொழுதும் நாங்கள் போராட்டத்திற்குத் தயார்" என்று பெரியார் அவர்களிடம் நேரில் வந்து உறுதி கூறிய காட்சியையும், "இன்னும் சில நாள் பொறுங்கள்" என்று படைத்தலைவர் பகர்ந்து வரும் காட்சியையும் கேட்டுக்கேட்டு நாம் பூரிப்படைகிறோம்.

நமக்கு வரும் கடிதங்களைக் குறித்து இங்கு குறிப்பிடாமல் இருக்க முடியவில்லை.

"எதற்காக இந்தக் கால தாமதம்? நம்முடைய வலிமையை நம் தலைவர் அறியமாட்டாரா? இப்பொழுது எதற்காக ஒவ்வொரு ஜில்லாவுக்குமாக செல்ல வேண்டும்? இந்தத் தள்ளாத வயதில், நெருக்கடியான நேரத்தில் இந்த மாதிரியான ஒரு முயற்சி செய்யத்தான் வேண்டுமா? களத்தைக் குறிப்பிடச் சொல்லுங்கள்! காரிய மாற்ற நாங்கள் தயார்! எப்பொழுது? எப்படி? இதுதானே இப்பொழுது வேண்டும்" என்று துடிதுடிப்போடு எழுதியிருக்கிறார் ஒரு தோழர்.

"நான் ஒரு தொழிலாளி. எனக்கு நான்கு குழந்தைகள் உண்டு. என் மனைவிக்கு இது ஆறாவது மாதம். இருந்தாலும் தாங்கள் நடத்தவிருக்கும் போராட்டத்தில் நான் பங்கு எடுத்துக் கொள்ளுகிறேன். நான் மட்டுமல்ல என் வாழ்க்கைத் துணைவியும்தான் குழந்தைகளை அதனதன் இயற்கைக்கு விட்டுவிட வேண்டிய தாயிருக்குமே என்பதைப் பற்றி நாங்கள் கவலைப்படவில்லை. எப்பொழுது உங்கள் உத்தரவு? இதைத்தான் நாங்கள் எதிர்பார்க்கிறோம்" என்று எழுதியிருக்கிறார் இன்னொரு தோழர்.

"அய்யா! முந்திய போராட்டத்திலேயே கலந்து கொண்டவன் நான். இப்பொழுது ஆரம்பிக்கவிருக்கும் போராட்டத்தில் எனக்கும் முதலிடம் தரவேண்டுமெனப் பிரார்த்திக்கிறேன். எக்காரணம் கொண்டும் இதை மறுக்கக்கூடாது" இவ்வாறு உரிமையை நிலைநாட்டிப் பாத்தியதை கேட்கிறார் இன்னொரு தோழர்.

வந்த கடிதங்களில் இங்கு நாம் இரண்டொன்றைத்தான் குறிப்பிட்டிருக்கின்றோம். சில தோழர்கள் வஞ்சினங்கூறி எழுதி, ரத்தத்திலேயே கையெழுத்திட்டு அனுப்பி யிருக்கிறார்கள்.

சுருக்கமாகக் கூறவேண்டுமென்றால், இக்கடிதங்கள் இந்நாட்டு மக்களின் வீரத்திற்கு ஒரு எடுத்துக்காட்டாய், என்றும் அழிவுறாத இலக்கியமாக விளங்கத் தகுந்த பெரும் பொக்கிஷமென்று கூறவேண்டும்.

ஈவு இரக்கமற்ற, வன்கண்மையும் குரூரமே உருவான இப்போதைய அகிம்சாமூர்த்திகளின் சுயரூபத்தையும், அவர்களின் அட்டூழியமான அக்கிரமப் போக்கையும் கண்டபிறகே, பெரியார் அவர்களால் இக்கொடிய சூழ்நிலையை நன்றாக விளக்கிக் கூறப்பட்ட பிறகே இத்தனை ஆயிரம் தோழர்கள் கச்சையை வரிந்து கட்டி எங்கு? எப்பொழுது? எப்படி? என்ற கேள்விகளைப் போட்டு முழக்கஞ் செய்கின்றார்கள் என்பதைக் கேட்கும் போது எந்தத் திராவிடன் தான் மகிழ்ச்சியடையாதிருப்பான்?

வடநாட்டு ஆதிக்கத்தை முறியடிக்க, பார்ப்பனியச் சுரண்டலை படுகுழியில் புதைக்க, முன்னேற்றப் பதையில் எடுத்து அடிவைக்க நடக்க முடியாத இன இழிவைத் துடைக்க, இந்தத் திராவிட இன உணர்ச்சியுடைய இளைஞர்கள் மட்டுமோ, எத்தனையோ காங்கிரஸ் திராவிடத் தோழர்களும் கலந்து அய்க்கியமடையக் காத்திருக்கிறார்கள் என்பதையும் நாமறிகிறோம்.

திராவிடக் காளைகளின் பேரெழுச்சியைக் கண்ட ஓமாந்தூரார் மந்திரிசபை, திராவிடர்களின் மானத்தைப் பறித்து, மொட்டையடித்து நாமம் போட்டு கோவிந்தா! கோவிந்தா என்று கூக்குரல் போடச் செய்யும் இக்காரியத்தைக் கைவிடுமா? அல்லது கைவிடாதிருக்குமா? நிதானப்புத்தி இல்லாமல், நேற்றுச் சொல்லியதை இன்று மாற்றிச் சொல்லி, ஒரு மந்திரி சொல்வதை மற்றொரு மந்திரி அது அவர் சொந்த அபிப்பிராயமே தவிர மந்திரிசபையின் கருத்தல்ல என்று மறுத்துப் பேசி வரும், மந்திரிகளடங்கிய மந்திரி சபையிலே நிதானப் போக்கை நாம் எதிர்பார்க்கவில்லை. எதிர்பார்க்கத் தேவையுமில்லை.

"ஆட்டுவித்தால் ஆரொருவர் ஆடாதாரே" என்று ஆண்டவனுக்கும் உலக மக்கள் நிகழ்ச்சிக்கும் தத்துவம் காட்டும் மெய்யன்பர்களின் போக்கை மறுத்து, ஆட்டுவிப்பவன் யார், அவன் எங்கிருந்து கொண்டு எப்படி எதனால் ஆட்டு கின்றான். என்று கேட்கும் எந்த பகுத்தறிவுவாதிதான், "ஆட்டுவித்தால் ஆரொருவர் ஆடாதாரே" என்று இப்போதைய மந்திரி சபையைக் குறித்துக் கூறும் போது எப்படி மறுத்துவிட முடியும்? பார்ப்பனர்களும்-பனியாக்களும் ஏவியபடியெல்லாம் ஏவல் கேட்கும் இந்த மந்திரி சபை, இந்த மந்திரி சபை அமைவதற்கு என்ன அடிப்படையோ அந்த அடிப்படை அழிந்தொழிய, இந்த நாட்டு ஆட்சியின்அமைப்பு வேறு எவரின் தலையீடுமற்ற நிலையில் அமைக்கப்பட வேண்டுமென்ற உரிமைப் போராட்டம், மந்திரி சபையின் வெற்றிகரமான பின் வாங்கும் நடத்தையால் சிலநாள், கால தாமதமானால் ஆகுமே தவிர, எப்படியும் போராட்டம் நடந்துதானே தீரும்! நடந்து தானே ஆகவேண்டும்! இந்த உறுதியும் உரமும் பெற்ற உணர்ச்சி வெள்ளத்தைத்தான், திராவிடர்களின் வீர முழக்க பேரொலியைக் கேட்டுக் கண்களுள்ள எவரும் காண வேண்டும்.

நிற்க, தொண்டர்களுக்கு இந்த நேரத்தில் நாம் இவைகளைக் கூற வேண்டு மென்று ஆசைப்படுகிறோம். இன இழிவைத் துடைப்போம்! எவர் தடுப்பினும் எதிர்ப்போம்! எப்பொழுது போராட்டம்! இப்போதே நாங்கள் தயார்! என்று

தொகுதி 1 மொழி

தினவெடுக்கும் தோள்களையுடைய செந்தமிழ் வீரர்களே! இப்போராட்டத்தில் எங்கள் பங்கு என்ன குறைச்சலா என்று மனம் புழுங்கும் தாய்மார்களே! இளைஞர்களே!

போராட்ட முறையில் நீங்கள் கைக்கொள்ள வேண்டிய முதல் பாடம் கட்டுப்பாடு, கட்டுப்பாட்டுக் கடங்கிப் போர்த்தலைவன் குறித்த வேளையில், குறித்த இடத்தில், குறித்த காரியத்தைச் செய்ய நீங்கள் ஆயத்தமாயிருக்க வேண்டும்! உங்களுடைய சக்தியைச் சிதறடிக்க பார்ப்பனியம் பல வலைகளை வீசும்! ஏமாந்துவிடாதீர்கள்! எழுச்சியையே ஆயுதமாகக் கொண்டு, வேறு எந்தக் கொலைக் கருவியையும் கைக்கொள்ளாமல் போராட்டத்தில் ஈடுபட வேண்டியிருக்கும் உங்களை, தவறான பாதையைக் காட்டி சரிந்து விழுவதற்கு வேண்டிய முயற்சிகளைச் செய்யும் பார்ப்பனிய அதிகார வர்க்கம்! அதற்கு ஒத்துழைத்து பின்பாட்டுப் பாடி ஒத்து ஊதி தாளம் போடும் பணக்கார வர்க்கம்! உணர்ச்சிக்கு அடிமைப்பட்டு உலுத்தர்களின் ஏமாற்றத்திற்கு உள்ளாகாதீர்கள்!

உங்களுடைய சக்தியனைத்தும் கட்டுப்பாடாய் ஒருமுகமாக ஒரு முனையிலே செலுத்தப்பட வேண்டும் என்பதைக் கவனத்தில் வையுங்கள்! கட்டுப்பாட்டோடு கூடிய எழுச்சியே, நம் காரியத்தை வெற்றிபெறச் செய்யும் என்பதை நினைவில் வையுங்கள்.

குடிஅரசு – 10. 07. 1948

பயமா காரணம்? அல்ல! அல்ல!!

இந்தியை எதிர்ப்பவர்கள் யார்? ஒரு சிறு வட்டாரத்தினர் என்கிறார் கவுண்டரய்யர் சுப்பராயன். வகுப்புத் துவேஷ, வர்க்கத் துவேஷ கனல்களைக் கிளப்பி வெற்றியடைய நினைத்து ஏமாற்றமடைந்த அரசியல் விரோதி என்கிறார் நவீன கடற்கொள்ளை வியாபார வேந்தர் வேதரத்தினம். கருப்புச் சட்டைக் காரர்களான சூனாமானாக்காரர்கள் என்று பழைய பிளேட்டைத் தூக்குகிறார்கள் ராகவப் பெருமாள் வகையறாக்களான அவதார சொரூபங்கள். இந்தி எதிர்ப்பு இயக்கம் வகுப்புவாதப் போர்வையில் நடைபெறுவது தெரியுமா? என்று நெருப்பு வைக்கிறார் பழைய பேர்வழியான பணக்காரக் காலித்திமிர் உடைய மதுரைச் சுப்பராம அய்யர். அதற்கு ஆமாம் போட்டு, பெருமாள் மாட்டோடு போட்டி போடுகிறார் அன்பர் அவினாசியார்.

இந்த எதிர்ப்புமுனைகள்தான் சென்ற வாரம் சென்னையில் நடந்த இந்தி எதிர்ப்பு மாநாட்டிற்குப்பின் திறக்கப்பட்டிருப்பவைகளாகும்.

ஆமாம் போடுகிற ஆசாமி அவினாசியவர்கள் சட்டசபையில் பதில் கூறியிருக்கிற ரீதியைப் பார்த்தால் எப்பேர்பட்ட பேடியும்கூட பின்வாங்கியேயாக வேண்டும் என்று நம்மால் குறிப்பிடாமல் இருக்க முடியவில்லை.

தமிழ்நாட்டிற்கு இந்தி வேண்டுமா? வேண்டாமா? இந்த வாதப்பிரதி வாதங்களில் இறங்க வேண்டிய அவசியம் நம்மைப் பொறுத்தவரை இல்லை. ஏன்? வேண்டும் என்பதற்கு எவராலும் விவேகமான பதில் கொடுக்கப்பட்ட தில்லை; கொடுக்கப்படுவதில்லை. இன்று நேற்றல்ல, இந்தி பிரச்சினை எப்போது வந்ததோ அப்போதிருந்தே அதாவது 25, 30 வருஷங்களுக்கு முன்னாலிருந்தே. காரணம், "உங்களை நான் காட்டிக் கொடுக்கப்போகிறேன்" என்கிற உண்மையை எந்தக் கடை கெட்டவன்தான் வாய்விட்டுக் கூற முடியும்?

எதிர்ப்பு முகாம்களிலிருந்து வீசப்படுவது எல்லாம் எதிர்ப்பாளர்கள் "ஒரு சிறு கும்பல்", "வகுப்புவாதிகள்", "சுயமரியாதைக்காரர்கள்", "அரசியல் விரோதிகள்" என்கிற குண்டுகளாகும்.

இந்தக் குண்டுகள் எதிர்ப்பாளர்களை அழித்துவிடப் போதுமானவைகள் என்று அவர்கள் எண்ணி இருக்கக்கூடமாட்டார்கள். ஆனால், வீசுகிறார்கள், உண்மை என்ன? பொதுமக்கள் கண்களை முடிந்த மட்டும் மறைக்கட்டும் என்று வீசப்படும் புளுகிணித்தன்மை நிறைந்த புகைக்குண்டுகளாகவாவது இருக்கட்டுமே என்கிற எண்ணம் போலும்!

தமிழ்க்கடல் மறைமலையடிகளையும், தமிழ்ப் பெரியார் திரு.வி.க. அவர்களையும், தமிழ்ப் பேராசிரியர் நாவலர் பாரதியார் அவர்களையும் சுயமரியாதைக் காரர்கள் என்றோ, அரசியல் விரோதிகள் என்றோ மான ஈனமுள்ள எவரும் கூற முடியுமா? எழுத்தாளர் தலைவர் நாரண-துரைக்கண்ணன் அவர்களும், ம.பொ.சிவஞானம் அவர்களும், மாஜிமேயர் ராதாகிருஷ்ணன் அவர்களும் அரசியல் விரோதிகள் என்றோ, சுயமரியாதைக்காரர்கள் என்றோ, வகுப்புவாதிகள் என்றோ அழைக்கப்படக்கூடிய பட்டியலில் அடங்கியவர்கள் என்று இதுவரை எந்த இழிமகனும் சொல்லக் கேட்டதில்லையே! என்று எந்த தமிழ்மகன்தான் இதைக் கேட்டு சிரிப்படையாமல் இருக்க முடியும்?

சுயமரியாதைக்காரர்கள் என்றால் என்ன? சுயமரியாதைக்காரர்கள் எங்கேயிருந்து இங்கு குடிவந்தவர்கள்! சுயமரியாதைக்காரர்கள்தான் வகுப்புகளே கூடாது என்று கூறுகிறார்களே! காங்கிரஸ்காரர்கள் கூறுவதுபோல அரசாங்கத்திலே எந்தக் கழுதை வேண்டுமானாலும் இருந்துவிட்டுப் போகட்டும், எங்களுக்கு அதைப் பற்றி கவலையில்லை என்றுதான் திட்டவட்டமாகக் கூறிவிட்டார்களே! எங்கள் கவலை எல்லாம் இந்த நாட்டு மக்களுடைய இழிவு துடைக்கப்பட வேண்டியதுதானே, அதை யார் செய்தாலும் சரி என்று கூறிவிட்டார்களே! அப்படியிருக்க அவர்களை வகுப்புவாதிகள் என்றோ, அரசியல் விரோதிகள் என்றோ கூறுவதாயிருந்தால், அதை நாங்கள் நம்ப வேண்டுமென்றால் அடே பித்தலாட்ட பிண்டங்களே! எங்களை என்ன அவிவேகிகள் என்றா கருதிவிட்டீர்கள் என்று கேட்கும்படியாய்ப் பொதுமக்களில் யார்தான் இன்று உண்மை நிலையைப் புரியாதவர்கள்?

எதிர்ப்பாளர்களை ஒழித்துக் கட்ட என்ன நடவடிக்கை என்று கேட்கிறார் சட்ட சபையில் வேதரத்தினம். (என்ன இனப்பற்று, அடே கோடரியே. எதிர்ப்பவர்களை வகுப்புவாதிகள் என்ன பட்டியலில் தானே சேர்க்கப் போகிறீர்கள் என்கிறார் சுப்பராமன் (நல்ல சுலபமான முறை என்கிற எண்ணம்போலும்). பத்தாயிரம் பேர் எதிர்த்தால்தான் என்ன? பத்துலட்ச தொண்டர்களுக்கு நாங்கள் வாய்க்கரிசி போட்டு வளர்த்து வருகிறோமே தெரியுமா? என்று சவால் விடுகிறார் மற்றொருபுறம் வேதரத்தினம்.

இவைகளிலிருந்து வகுப்புவாதிகள் என்கிற பெயரால், சட்டத்தின் துணையினால், இந்தியை எதிர்ப்பவர்கள் ஒருபுறம் ஒழிக்கப்படவேண்டும்; கைகூலிகளைக் கொண்டு எதிர்த்து, கலகம் விளைவித்து வம்பை வளர்த்து, சுயமரியாதை காலிகளுக்குப் பொதுமக்கள் எதிர்ப்பு என்று மற்றொருபுறம் பேர்பண்ண வேண்டும். இதுதான் காங்கிரசின் பெயரால் வயிறு வளர்க்கும் வடநாட்டு அடிமைகளின் மூளையில் உற்பத்தியாயிருக்கும் இப்போதைய திட்டம் என்று கூறிவிடலாம்.

இதற்கிடையே, எதிர்ப்பாளர்களுக்குள் சதுர் உபாயங்களைக் கையாண்டு பார்க்கலாம் என்கிற மற்றொரு திட்டமும் போடப்பட்டிருக்கலாம். அதன் எதிரொலிதான் "இந்தி எதிர்ப்பு இயக்கத் தலைவர்களைச் சந்திக்கப் போகிறீர்களா?" தோழர் சுவாமிநாதன் கேள்வி கேட்டிருப்பதும், கல்வி அமைச்சர் "இதைப் பற்றி நான் யோசிக்கிறேன்" என்று பதில் கூறியிருப்பதும்.

இந்த மாதிரியான எந்தத் திட்டமும் உருப்படியாகப் போவதில்லை என்பதை நாம் இப்பொழுது அவினாசியாருக்கு அறிவித்துவிடுகிறோம். இச்சகம் பேசியோ, இழிவுரை கூறியோ, இச்சையை காட்டியோ, மயக்குவதற்கு மறத்தமிழன் எவனும்

மசியமாட்டான் என்று நாம் வற்புறுத்திக் கூறுகிறோம். வகுப்புவாதிகள் என்கிற பெயரால் ஒழித்துவிடலாம் என்று மனப்பால் குடியாதீர்! சட்டம் துணை நிற்கும் தண்டிக்க, என்கிற தருக்கை விட்டொழியும்! கைக்கூலிகளின் காலித்தனத்தால் காரியமினிதே நிறைவேறும் என்கிற கற்பனைக்கு இடங்கொடாதீர்! என்றும், இந்த வேளையிலும் எடுத்துக் கூறுகிறோம்.

இந்தி எதிர்ப்புப் போராட்டம் என்பது வெறும் மொழிப் போராட்டமல்ல. கலைப் போராட்டம், கலாச்சாரப் போராட்டம், மானாபிமானப் போராட்டம், உரிமை வேட்கைப் போராட்டம் என்பதை, மானத்தை அடகுவைத்தவன் தவிர மற்றெல்லோரும் உணர்ந்திருக்கிற நேரம் இது. பெரியாரவர்கள் கூறியிருப்பதை போல பல ஆயிரக்கணக்கான ஆண்டுகளாக நடந்துவரும் ஆரியர்-திராவிடர் போராட்டம் இன்று முடிவான கட்டத்திற்கு வந்துவிட்டது. மானத்தைப் பணயம் வைத்து ஒவ்வொருவனும் போராட்டத்தில் குதிக்க வேண்டும் என்று துடிதுடித்துக் கொண்டிருக்கிற நேரம் இது. ஆகவேதான், கூறுகிறோம் இந்த ஆகாதத் திட்டங்களையெல்லாம் கைவிடுங்கள் என்று ஆளவந்தார்களுக்கு.

இப்போதைய பிரச்சினை. இந்தி கட்டாயமா? இரண்டாவது மொழி கட்டாயமா? என்பதல்ல. இரண்டாவது மொழியில் இந்தி இடம் பெறக்கூடாது! அது கட்டாயப்பாடமானாலும் சரி, இஷ்டப் பாடமானாலும் சரி கூடவே கூடாது! இந்தி இந்த நாட்டின் தேசிய பாடை என்று தமிழ்நாட்டையும், சேர்த்துச் சொல்லுகிற பேச்சு, நடவடிக்கை இருக்கிறதே, அவற்றை ஒழித்துக் கட்டவேண்டும் என்பதுதான். இந்த அடிப்படையின் மீதுதான் இந்த சர்க்கார் நாட்டு மக்களின் நம்பிக்கைக்கு ஏற்ற சர்க்கார் அல்ல என்கிற தீர்மானம் மாநாட்டில் ஒரே மனதாக நிறைவேறியிருக்கிறது. சிறுபிள்ளைத் தனமான சீர்கெட்டப் போக்கை விட்டொழித்து அமைச்சர் அவினாசியார் இதை ஆழ்ந்து சிந்திக்கட்டும்!

முழுவிபரங்களையும் தெரியாமல் இந்தி எதிர்ப்பு இயக்கம் நடந்து வருகிறது என்கிற பதிலால் முட்டாள் பட்டத்திற்கு உரியவர்கள் இந்தி எதிர்ப்பாளர்களா? அல்லது ஆட்டுவித்தப்படி ஆடும் அமைச்சர் கனங்களா என்பதைத் தயவு செய்து அவினாசியாரவர்கள் எண்ணிப் பார்ப்பாராக!

தலைமை ஆசிரியர்கள் கூட்டத்தில், 2ஆவது மொழி கட்டாயம் என்று கூறி, அவற்றுள் பிரதேச மொழியல்லாத மற்ற மொழிகளை அல்லது அல்லது என்கிற அடுக்கு வரிசையில் எந்த வாய் கூறியதோ, அந்த வாயே, இப்பொழுது சட்டசபையில் அல்லது அல்லது என்கிற இடுக்கில் தமிழும் நுழைந்து கொண்டிருப்பதாகக் கூறுகிறது என்று சுதேசமித்திரன் கூறுகிறது. இரண்டாவது பாஷை என்றால் இரண்டாவது பாஷைதான். அதில் தமிழ் எப்படி இடம் பெறும்? என்று தலைமை ஆசிரியர் கூட்டத்தில் கூறியதை வற்புறுத்தினார் மந்திரி என்கிறது தினமணி. மந்திரியார் சட்டசபையில் புரிந்துகொள்ள முடியாதபடி உளறிக் கொட்டினாரா? அல்லது தேசிய பத்திரிகைகளின் திருகுதாள மகாத்மியங்களுள் இது ஒன்றா என்பது எப்படியோ போகட்டும்.

இந்தியைத் தமிழ்நாட்டில் எந்த வகையிலும் புகுத்துவதையும், கட்டாய பாடமாக்குவதையும், தமிழர்கள் விரும்பவில்லை என்பதை மாநாடு தெளிவு படுத்தியிருக்கிறது. குறைந்தது 4ஆவது பாரம் வரையிலாவது இந்தி இஷ்ட பாடமாகவோ, கட்டாய பாடமாகவோ எந்த வகையிலும் புகுத்தப்படக் கூடாது என்று இந்தி எதிர்ப்புக் காரியக்கமிட்டிக் கூட்டம் அதை வரையறுத்து வற்புறுத்தியிருக்கிறது.

தொகுதி 1

மொழி

இதற்கு அவினாசியார் இணங்குவாரா? டெல்லிக்குத் தூக்கிய காவடியில் எப்படிப்பட்ட பிரசாதம் கிடைத்ததோ? பிரதமர் எந்தப் பிரசாதம் பெற்று வந்தாரோ? போகப் போகத் தெரியும்.

இந்த முடிவைக் கேட்டு, போராட்டத்திற்கு ஒரு எல்லைக் கோடு காட்டியிருக்கும் பொறுப்பை உணர்ந்து, திராவிடர்கள் அடைந்திருக்கும் பெரும் மகிழ்ச்சியை நாம் காரியக் கமிட்டியாருக்குத் தெரிவித்துக் கொள்ளுகிறோம்.

இந்தியைக் கட்டாயப் பாடமாக்கக் கூடாது என்று சர்க்காரைக் கேட்டுக் கொள்வதாக சேலம் முனிசிபாலிட்டியில் ஒரு தீர்மானம் வரப்போவதாக அறிகிறோம். இத்தீர்மானத்தைக் கேட்டு நாம் சந்தோஷப்படுகிறோம் என்றாலும், இந்தத் தீர்மானம் இந்தியை இஷ்டப் பாடமாகவும், கட்டாயப்படமாகவும் ஆக்கக்கூடாது என்று இருக்குமேயானால், அது உண்மையிலேயே அர்த்தம் நிரம்பியதாகவும் பயனுள்ளதாகவும் இருக்குமென்று சொல்ல ஆசைப்படுகிறோம். இதைப் போலவே ஒவ்வொரு தன்மானமுள்ள நகரங்களிலும், நகர சபை ஒவ்வொன்றும் இந்த மாதிரியான தீர்மானத்தைச் செய்து அவினாசியாருக்கு அனுப்ப முயற்சி எடுக்கின்றன என்றும் அறிகிறோம். ஆனால் இவைகளால் எவ்வளவு பயன் ஏற்பட்டுவிடும் என்று நம்மால் எண்ணவும் முடியவில்லை.

இப்போதைய போராட்டத்தின் லட்சியம் தலைவர் பெரியாரவர்களால் நன்கு விளக்கப்பட்டிருக்கிறது. திராவிடனும், திராவிடனுமே முட்டி மோதிக் கொள்ளும் படியானப் போக்கை ஆரியம் வளர்த்துவிட்டது. இதனால் கஷ்ட நஷ்டப்படுகிற வர்கள், இரத்தம் சிந்துகிறவர்கள், சாகிறவர்கள் எப்படியும் திராவிடர்களாகத்தான் இருக்க முடியும். இதுதான் உண்மையான நிலை என்றாலும் அதாவது வலது கை-இடது கையையும், இடது கை-வலது கையையும் அடிப்பதாகத் தான் இருக்கிறது என்றாலும், இந்தப் போராட்டம் நடந்தே ஆகவேண்டும் என்றுதான் பார்ப்பனிய ஆதிக்கம் விரும்பிவிட்டது.

ஆம்! நாமும் கூறுகிறோம். இது எப்படியும் நடந்துதான் ஆகவேண்டும்! அடிமையாய் வாழ்வதைக் காட்டிலும், தமிழ்நாடும் மலையாள நாடாக மாறுவதைக் காட்டிலும் தமிழ் மக்கள் அழிந்தொழிந்து போவது நல்லது.

காலிகளைக் கொண்டும், குண்டர்களைக் கொண்டும் கூட்டங்களைக் கலைத்து, தொண்டர்களை அடித்து சுயமரியாதை காலிகள் என்று தூற்றச் செய்துவிடலாம் என்கிற திட்டத்தை மட்டும் கைவிட்டுவிடுங்கள் என்று மட்டும், காலிக் கூட்டத்திற்குத் தலைவன் என்று பேசுகிற கனவான்களை நாம் கேட்டுக் கொள்ளுகிறோம். பார்ப்பனர்களே! இப்படி ஒரு போர் முனையை அமைக்கா தீர்கள். அமைக்க இடம் கொடாதீர்கள் என்று பார்ப்பனத் தோழர்களை முக்கியமாகக் கேட்டுக் கொள்ளுகிறோம். ஏன்? பயமா காரணம் அல்ல! அல்ல! பார்ப்பனர்களின் புத்திக்கே விட்டுவிடுகிறோம்.

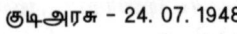

குடிஅரசு - 24. 07. 1948

காங்கிரஸ் நிர்மாணத்திட்டம்?

காங்கிரசின் நிர்மாணத் திட்டம் என்பதைச் சிறிது நாளாகக் காங்கிரஸ் பார்ப்பனர்களும் மற்றும் சிலரும் தவறுதலாக குறித்து வருகிறார்கள். காங்கிரசின் நிர்மாணத் திட்டம், 1. கதர், 2. தீண்டாமை விலக்கு, 3. இந்து முஸ்லிம் ஒற்றுமை, 4. மதுவிலக்கு.

இவைகள்தான் 1920ஆம் ஆண்டில் வெளியிடப்பட்டவைகளாகும். கதரும், தீண்டாமை விலக்கும், மது விலக்கும் காரியத்தில் கையாளப்பட்டன என்றாலும், மூன்றாவது இந்து முஸ்லிம் ஒற்றுமையானது, நேரு திட்டம் (பண்டித மேதிலால் நேரு அவர்களால் போடப்பட்ட சுயராஜ்ஜிய திட்டம்) என்பது வெளியாக்கப் பட்டவுடன், இந்துக்களுக்கும், முஸ்லிம்களுக்கும் ஒருவருக்கொருவர் நம்பிக்கை குறைந்து அதிருப்தி ஏற்பட்டு, இந்து-முஸ்லிம் வேற்றுமை அதிகரித்துக் கடைசியாகப் போராட்டத்துக்கே காரணமாக ஆகிவிட்டது.

இப்போது, காங்கிரசின் கை வலுத்த பிறகே, இந்தியையும் நிர்மாணத் திட்டத்தில் ஒன்றாக ஆக்கி, பலவிதத் தந்திரோபாயங்களால் அதைத் திராவிட நாட்டில் புகுத்த முயற்சிகள் நடக்கின்றன.

இந்தியை கட்டாயமாகப் புகுத்த, வெளிமாகாணங்களில் அதாவது இந்தி பிரதேச பாஷையாக இல்லாத மாகாணங்களில் செய்யப்பட்ட முயற்சிகள் எல்லாம் பெரிதும் தோல்வியே அடைந்தன. வங்காளமும், மகாராஷ்டிரமும், ஒரிசாவும் மறுத்துவிட்டன.

சென்னை மாகாணத்தில் இந்தியைப் புகுத்துவற்காக மாத்திரமே, இந்தியை நிர்மாணத்திட்டம் என்பதில் சேர்ப்பதும், இந்திக்கு எதிர்ப்பு இருக்கிறது என்பதற்காக, இந்தியை இந்துஸ்தானி என்று சிற்சில சமயங்களில் சொல்வதும், மறுபடியும் இந்தி என்பதுமாகச் சொல்லப்பட்டு வருகிறது.

காங்கிரஸ் திராவிடத் தோழர்கள் ஒரு விஷயத்தை நன்றாக உணர்ந்து கொள்ள வேண்டும். அதாவது இந்தி நிர்மாணத் திட்டத்தில் சேர்ந்ததல்ல. இந்தியை இந்தியாவின் பொதுமொழி என்பதாகக் கூடச் சென்னை மந்திரிசபை தீர்மானிக்க வில்லை. எப்படி என்றால் இந்தி அல்லது சமஸ்கிருதம் அல்லது உருது அல்லது, அல்லது என்று குறிப்பிட்டு இவைகளில் ஏதாவதொன்றைக் கட்டாய பாடமாக எடுத்துக் கொள்ளலாம் என்று மதி இலாகா மந்திரியார் இப்போது சொல்லு வதினாலும், இது மந்திரி சபையின் பொதுக்கருத்து என்றே அதை விளக்கு வதினாலும் தேசிய பார்ப்பனியத் தாள்களெல்லாம் அதற்குத் தாளம் போட்டு வருவதினாலும் அறிந்து கொள்ளலாம்.

இந்தி, சமஸ்கிருதம் ஆகிய இவைகளில் ஏதாவதொன்றைக் கட்டாயப் பாடமாக ஆக்கப்பட்டிருப்பதைப் போல, அவரவரர்கள் தாய்மொழியைக்கூடக் கட்டாயப் பாடமாக்கவில்லை. எப்படி என்றால் தமிழ்நாட்டில் தெலுங்கு, கன்னடம், மலையாளம் ஆகியவற்றைத் தாய்மொழியாகக் கொண்ட மக்கள் 100க்கு 25 எண்ணிக்கை கொண்டவர்களாவது இருக்கலாம். ஆனால் இந்திக்கும், சமஸ்கிருதத்திற்கும் மாத்திரம்தான், அநேகமாக ஒவ்வொரு பள்ளிக்கூடத்திலும் கட்டாயமாக உபாத்தியாளர்களை நியமிக்க எற்பாடு செய்திருக்கிறார்களே ஒழிய, மேற்கண்ட தாய்மொழிகள் என்பனவற்றிற்கு ஆசிரியர்களை பள்ளிக்கூடங்களும் நியமிக்கவில்லை. நியமிக்க சர்க்காரும் ஏற்பாடு செய்யவில்லை.

இனி மதிமந்திரியின் பித்தலாட்டத்தை விளக்குவோம். இந்தி கட்டாயம் இல்லை என்று மதியூக மந்திரி வாயால் கூறிவிட்டு, இந்தியைக் கட்டாயமாகக் காரியத்தில் செய்திருப்பதற்குப் பல ஆதாரங்கள் இருக்கின்றன.

சென்ற மே மாதம் 30ஆம் தேதி அறிக்கையில், தமிழ்நாட்டில் மட்டும் இந்தியைக் கட்டாயப்படமாக்கவில்லை என்று மந்திரியார் குறிப்பிட்டார். இந்தியை இஷ்டபாடம் என்று குறிப்பிட்டுவிட்டு இந்தி படிக்க விருப்பமில்லாதவர்கள், அந்த இந்தி படிக்கும் நேரத்தில், பிரதேச மொழியான முதல் மொழியையே அந்த நேரத்திலும் படிக்கலாம் என்றும் அறிக்கையில் விளக்கினார்.

ஆனால், அதே சமயத்தில் தமிழ்நாடு தவிர்த்த, ஏனைய தெலுங்கு, கன்னட, மலையாளப் பகுதிகளுக்கு இந்தியைக் கட்டாயப் பாடமாக்கி இருப்பதாக அதே அறிக்கையில் குறிப்பிட்டிருக்கிறார். இதுதான் இந்த மந்திரிசபையிலிருந்து இந்தியைப் பற்றி முதல் முதல் வெளிவந்த அறிக்கையாகும்.

இந்த உத்தரவைக் கண்ட பார்ப்பனப் பத்திரிகைகள் எல்லாம் ஒரே மாதிரியாய் மந்திரியாரைக் கண்டித்தன. அவற்றுள் சுதேசமித்திரன் இதை "விசித்திர உத்தரவு" என்று தலைப்புக் கொடுத்து, "ஒரு மாகாணத்தில் 3 பாகங்களில் இந்தியைக் கட்டாயப் பாடமாக்கிவிட்டு ஒரு பாகத்தில் (தமிழ்நாட்டில்) மாத்திரம் கட்டாயப் பாடமாக்கவில்லையென்றால் இது ஒழுங்குக்கு விரோதமாகும். யாரோ ஒரு சிறு கூட்டத்திற்குப் பயந்து கொண்டு பொதுமக்கள் கருத்தை அலட்சியப்படுத்துவது ஜனநாயகமாகாது. ஆதலால், தமிழ்நாட்டிலும் இந்தியைக் கட்டாயப் பாடமாக்க வேண்டும்" என்று எழுதியதோடு, பல பார்ப்பனர்களும் இதே கருத்தைப் பத்திரிகை களில் தெரிவிக்க ஆரம்பித்தார்கள்.

இவைகளுக்கெல்லாம் பதில் கூறுவதற்காக (பார்ப்பனர்கள்தானே நாட்டின் பொது மகாஜனம்) சென்ற சூன் மாதம் 17ஆம் நாள் ஒரு பத்திரிகை நிருபர்கள் கூட்டத்தைக் கூட்டி தமிழ்நாட்டில் மாத்திரம் ஏன் இஷ்ட பாடம்? என்பதை விளக்கியிருக்கிறார் அவினாசியார்.

"இந்தியைக் கட்டாயமாகப் போதிப்பது தமிழின் வளர்ச்சியைப் பாதிக்கு மென்றும், ஜனங்களின் சம்மதமின்றி இந்தியைத் தமிழ் மக்கள் மீது திணிக்கப் படுகின்றது என்றும், தமிழ்நாட்டில் ஒரு கோஷ்டியார் நினைக்கிறார்கள்" என்று குறிப்பிட்டுவிட்டு இருந்தாலும், உத்தியோகங்களுக்கு வேண்டிய யோக்கிய தாம்சங்களில் இந்தி தெரிந்திருப்பதை உபரி யோக்யதாம்சங்களில் ஒன்றாகச் செய்து விதிகளைத் திருத்தச் சர்க்கார் உத்தேசித்திருக்கிறது என்கிற கருத்தையும் சட்டசபையில் ஒரு கேள்விக்குப் பதிலாக வெளிப்படுத்தி இருக்கிறேனாதலால், உத்தியோகத்திற்கு இந்தி வேண்டும் என்பதை உணர்ந்து தமிழர்களும் பெரு வாரியாக இந்தி படிக்கவே முன்வருவார்கள் என்றும், இந்த ஏற்பாட்டால்

தமிழ்நாட்டில் இஷ்ட பாடம் என்று சொல்லுவது கண்துடைப்பு வேலையே ஒழிய உண்மையல்ல என்றும் பொருள்படக் கூறியிருக்கிறார்.

இந்த நிருபர் கூட்டத்தில் கூறியதிலிருந்து, இந்திக்கு இந்த நாட்டில் எதிர்ப்பு உண்டு என்பதும், ஏமாற்று வழியாகத்தான் இந்த நாட்டு மக்களை இந்தி படிக்கச் செய்ய வேண்டும் என்பதும், இந்தி இஷ்டப் பாடம் என்று சொல்வதைக் கேட்டு நீங்கள் (பார்ப்பனர்கள்) மயங்க வேண்டாம் என்பதுமாகவே விளக்கியிருக்கிறார் என்பதை உணர்ந்து கொள்ளலாம்.

கல்வி மந்திரியாரின் அறிக்கை, நிருபர் கூட்ட விளக்கம் ஆகியவைகளுக்கு பிறகு, இந்தி தமிழ்நாட்டில் கட்டாய பாடமாக்கப்படவில்லை என்பதையும், அதற்குக் காரணத்தையும் பிரதம மந்திரியார் கூறியிருக்கிறார். என்னவென்றால் கல்வி மந்திரியார் இந்தியை இஷ்டப் பாடமாக்கியதை யாரும் ஆட்சேபிக்கவில்லை. ஆதலால் இந்தி கட்டாய பாடமாக ஆக்கப்படாதது சரிதான் என்பதாக 22. 06. 1948 ஆம் நாள் கோவையில் கூறியதாக பத்திரிகைகளில் காணப்படுகிறது!

பிரதம மந்திரியார் 22ஆம் தேதி இந்த மாதிரி பேசிய பிறகு 24ஆம் தேதி எல்லாப் பார்ப்பனப் பத்திரிகைகளும், மீண்டும் இந்தியைத் தமிழ்நாட்டிலும் கட்டாயப் பாடமாக்க வேண்டுமென்றும் இதுதான் பொதுஜன விருப்பமென்றும் எழுதின.

இதற்கு அடுத்தநாள் அதாவது சூன் 25ஆம் தேதி கல்வி மந்திரியார் தமது முதல் உத்தரவை மாற்றித் தமிழ்நாட்டிலும் கூட இந்தி கட்டாய பாடம்தான் என்பதாகத் தலைமை ஆசிரியர்கள் கூட்டத்தில் வெளிப்படுத்தியிருக்கிறார்.

இந்தப்படி வெளிப்படுத்தி உத்தரவும் வெளியிட்டுவிட்டு, இந்தி கட்டாய பாடத்துக்கான ஏற்பாடுகள் எல்லாவற்றையும் செய்துவிட்டு, இதற்குப் பலமான எதிர்ப்பு ஏற்பட்டவுடன், “நான் இந்தியைக் கட்டாயப் பாடமாக்கவில்லையே! உண்மையைப் புரிந்து கொள்ளாமல் அல்லவா எதிர்க்கிறார்கள்” என்று மதிமந்திரி பேசுவது ஒரு மந்திரிக்கு அழகா? மந்திரி பதவிக்குக் கண்ணியமானதாகுமா? என்று அவரையே யோசித்துப் பார்க்கும்படி வேண்டுகிறோம்.

இந்தி கட்டாயப்பாடம்தான் என்றால், கட்டாயப் பாடங்களில் ஒன்றுதானே தவிர இந்தியேதான் படிக்க வேண்டுமென்கிற கட்டாயமில்லை. வேறு ஏதாவது ஒரு மொழியைப் படிக்கலாம் என்று மழுப்புகிறார் மந்திரியார். ஆனால் வேறுமொழி என்ன என்றால், சமஸ்கிருதம், அதுவேண்டா மென்றால் அரபி, அது வேண்டாமென்றால் உருது, அது வேண்டாமென்றால் பர்ஷியன் எது வேண்டுமானாலும் படிக்கலாம் என்று பார்ப்பன ஓட்டல்களிலுள்ள சப்ளையரை ஞாபகப்படுத்துகிறார்.

அதோடு கூடவே இந்தி படிப்பதற்கே பள்ளிகளில் ஏற்பாடு செய்து, இந்தி உபாத்தியாயரைத்தான் கட்டாயப்படுத்தி நியமிக்கவும் ஏற்பாடு செய்திருக்கிறார். மற்றமொழிகளை மாணவர்கள் எடுத்துக் கொண்டால், ஆசிரியர் இல்லாமலே படிக்க வேண்டும்; படித்துப் பாசும் செய்ய வேண்டுமென்கிறார்.

அப்படியானால் எந்தப் பாஷை கட்டாயமாக்கப்பட்டிருக்கிறது என்பதை வாசகர்களே உணர்ந்து கொள்ளலாம்.

இந்தப்படி இந்தியை காரியத்தில் கட்டாயமாக்கி விட்டு, வாயால் கட்டாயமில்லை என்று மந்திரியார் சொல்லுவதாலேயே, இந்தியைக் கட்டாயமாகப் புகுத்தச் சரியான காரணம் இல்லை என்பதையும், அதற்கு நாட்டில் பெரிய எதிர்ப்பு

இருக்கிறது என்பதையும் அவர் நன்றாய் அறிந்து கொண்டிருக்கிறார் என்பதோடு, இந்தியைக் கட்டாயமாக்காததினால் ஆத்திரப்படும் மக்கள் யாரும் இல்லை என்பதும், பார்ப்பனர்கள்தான் இந்தியை (சமஸ்கிருதத்தை) கட்டாய பாடமாக்க ஆத்திரப்பட்டு மந்திரியை மிரட்டிச் சரிப்படுத்திக் கொண்டார்கள் என்பதும் முதல் மந்திரியாரின் கோவைப் பேச்சிலிருந்து நன்றாய் அறியக்கிடக்கின்றது.

எனவே, நிர்மாணத் திட்டத்தில் இல்லாததும், அரசியல் காரணங்களுக்கோ, நாட்டுப் பொதுமொழிக்கோ அவசியமும், ஏற்றதும் இல்லாததுமான வடவரின் வடமொழியை திராவிடத் தமிழ் மக்களைக் கட்டாயப்படுத்தி படிக்கச் செய்வதை, திராவிட மக்கள் எக்கட்சியினர் ஆயினும் எதிர்த்துப் போராடி ஒழித்துத் தீர வேண்டியது மானமுடைய மனிதத் தன்மைக்கு ஏதுவான காரியமாகும் என்பதை வற்புறுத்திக் கூற ஆசைப்படுகிறோம்.

இப்போதுள்ள சூழ்நிலைகளையெல்லாம் நன்றாக எண்ணிப் பார்த்து பெரியார் அவர்கள் இதை எப்படியும் ஒழித்துக் கட்டியே ஆக வேண்டும் என்று சங்கநாதம் செய்த பிறகு, பல கட்சியிலும் உள்ள தன்மானமுள்ள திராவிடத் தோழர்களெல்லாம் வெளிப்படையாக “எனக்குத்தான் முதல் சான்ஸ்” என்று சொல்லிக் கொண்டு வேகமாக செயலில் ஈடுபடுவதைக் காண்கிறோம்.

பல தமிழ்ப்புலவர்களும், பல அதிகாரிகளும் நிலைமையை உணர்ந்து போராட்டத்தில் ஈடுபட வேண்டுமென்று துடியாய் துடித்தாலும், அவர்களுடைய உத்தியோகம், அரசாங்கத்தினுடைய காட்டுமிராண்டித்தனமான போக்கு ஆகியவற்றை எண்ணி சிறிது பின்னடைய வேண்டியவர்களாகவே இருக்கிறார்கள். இருந்தாலும் இவர்கள் எந்தெந்த வழிகளால் போராட்டத்திற்கு உதவி செய்யலாம், உதவி செய்ய முடியும் என்று ஆலோசித்து, அதற்கானவற்றைச் செய்வதற்கு ஆயத்தமாகவே இருக்கிறார்கள் என்பதில் நமக்கு சந்தேகமில்லை.

எத்தனை பட்டாளங்களைத் துணையாகக் கொண்டு, எந்த ரூபம் எடுத்துக் கொண்டு வந்தாலும், இந்தியை ஒழித்தே தீருவோம் என்று இந்த நாட்டு இளைஞர்களும் வீரத்தாய்மார்களும் வெஞ்சினம் கூறிச் சபதம் செய்து வீரமுழக்கம் செய்கிறார்கள்.

இப்போராட்டத்தில் ஈடுபட இருக்கும் தோழர்களும், தோழியர்களும் போராட்டம் வெற்றி பெற்ற பிறகு 5 ஏக்கர் நிலமா? அதனில் எத்தனை ஏக்கர் நன்செய்? என்கிற பிரச்சினையில் ஈடுபட்டவர்களல்ல! அல்லது எந்த ஜில்லா போர்டில் குந்தியிருந்து எவ்வளவு பணத்தை கொள்ளையடிக்கலாமென்று திட்டம் போட்டிருப்பவர்களுமல்ல! எந்ததெந்தத் தொகுதியில் நின்று அபேட்சகராகலாம், யார் யாருக்குப் பங்கு கொடுத்து மந்திரியாகலாம் என்று கணக்குப் போட்டு வைத்திருப்பவர்களுமல்ல! ஏன்? இது ஒரு அரசியல் போராட்டமல்ல என்பதைத் தெளிவாக உணர்ந்திருப்பவர்கள்தான் இதில் ஈடுபடுவார்கள். இவர்களுக்கு “அந்தச் சுகம் கிடைக்கும்” “இந்தச் சுகம் கிடைக்கும்” என்று யாராலும் ஆசைக்காட்டப் படவில்லை, அதற்கு மாறாக இதில் ஈடுபடுவதால் இந்த இந்த ஆபத்துகளை யெல்லாம் தாண்டியாக வேண்டும் என்று அடிக்கடி தலைவர் பெரியாரவர்களால் எச்சரிக்கப்பட்டு வருகிறார்கள். இருந்தும் கூட இவ்வளவு பெரிய எழுச்சி, ஆரவாரம் இருக்கிறதென்றால் இதற்கென்ன காரணம் என்பதை சிறிது நேரமாவது அமைச்சர்கனங்கள் எண்ணிப் பார்க்க வேண்டும்.

சமஸ்கிருதம் அல்து சமஸ்கிருதத்தை பரப்புகிறவர்கள் கொடிய விஷநோயை பரப்புகிற கொசு என்றால், இந்தி அல்லது இந்தியைப் பரப்புகிறவர்கள் அதனோடு

ஒத்துழைக்கிற ஈ. இந்த இரண்டுக்கும் உற்பத்தி ஸ்தானம் அக்கிரகாரச் சாக்கடை. இதைத் தெளிவாக உணர்ந்துவிட்டான் திராவிடன் கொசுவினாலும், ஈயாலும் தாக்கப்பட்டு நோய்க்குப் பலியாகி வளமிழந்து வறண்ட வாழ்வு வாழ்வதைக் காட்டிலும் அந்த நோய்க்குப் பலியாவதைத் தடுக்கும் போராட்டத்திலே செத்தொழிவதே நல்லது என்று தீர்மானித்துவிட்டான் திராவிடன். இந்த தீர்மானத்தின் சாரம்சமே இந்தி எதிர்ப்புப் போராட்டம்.

சட்டரீதிக்குட்பட்ட வகையில்தான், அதாவது நாகரிக சர்க்காரிலே வாழும் நாகரிகப் போக்குடைய பொதுமக்கள் தங்கள் குறைபாடுகளை, கோரிக்கையை எப்படிக் கண்ணியமான முறையிலே தெரிவிப்பார்களோ அப்படித்தான் இந்தி எதிர்ப்புப் போராட்டத்திலே கலந்து கொண்டு இருப்பவர்களும் - கலந்து கொள்பவர்களும் தெரிவிப்பார்கள் என்பது உறுதி.

இதைக் காட்டுமிராண்டித்தனமான முறையையும், இழிவான சூழ்ச்சி களையும், மனிதாபிமானமற்ற வகையையும் கையாண்டு எப்படியும் எதிர்ப்பை ஒழித்துவிடலாம் என்று சர்க்கார் ஆணவத்தோடு கருதுமேயானால் இதன் விளைவு என்னவாகும் என்பதைப் பற்றி நாம் விளக்க வேண்டியதில்லை.

சுருக்கமாகச் சொல்லுகிறோம், எப்படியும் "ஈக்களும் கொசுக்களும்" மாண்டு மறைய வேண்டும். அதற்கு முதலில் "சாக்கடையை"த் தூர்த்துவிட வேண்டும். அந்த வேலையை நிறைவேற்றி நோயில்லாமல் வாழ வேண்டும். கொசுவையும் ஈயையும் ஒழிக்கும் இந்தப் போராட்டத்தை நாகரிகக் குறைவு என்று கருதிக் கொண்டோ பாவமான செயல் என்று நினைத்துக் கொண்டோ மனிதன் வாளாவிரான். இதைச் சுகாதாரத்தை விரும்பும் எவன்தான் விரும்பமாட்டான்? ஆகவே சுகாதாரத்தை விரும்புவோர் போரில் இறங்குக! அதை விரும்பாதோர் விலகி நிற்க! என்றுதான் நாம் கேட்டுக்கொள்ளுகிறோம்.

குடிஅரசு - 31. 07. 1948

தொகுதி 1

மொழி

திராவிடர் கழகத் தலைவர் பெரியார்
ஈ.வெ.ரா. வேண்டுகோள்

"நாம் திராவிடர், தமிழர்" என்கின்ற உணர்ச்சி நமக்கில்லாமல் செய்வதற்கு ஆக, ஆரிய கலாச்சாரத்தை நமக்குள் வலியப்புகுத்த, வடவர் ஆதிக்கத்துக்கு உட்பட்ட நம் சர்க்கார் துணிவு கொண்டு, "இந்தி *(சமஸ்கிருதமும் இந்தியும் ஒன்று தான் என்று 10 ஆண்டுக்கு முன்பு சி. ஆர். சொல்லி இருக்கிறார்; அப்படிப்பட்ட)* மொழியை (நம்) குழந்தைகள் கட்டாயப் பாடமாகப் படிக்க வேண்டு"மென்று சர்க்கார் தந்திரமாக ஏற்பாடு செய்துவிட்டனர். இந்த மாதிரியான காரியத்தை 10 ஆண்டுகளுக்கு முன்பு அரசாங்கத்தைப் பற்றி இருந்த காங்கிரஸ் ஆட்சியில் இன்றைய கவர்னர் ஜெனரலான டாக்டர் சி.ராஜகோபாலாச்சாரியார் முதல் மந்திரியாக இருந்த காலத்தில் இதுபோலவே அதாவது இந்தியைக் கட்டாயப் பாடமாக ஆக்கிச் செய்த உத்தரவையும் நடத்தையையும் நாம் எதிர்த்துப் போராடி ஆண் பெண் உட்பட 1200 பேர் வரை சிறை சென்று சிலர் மாண்டு மறைந்து அல்லல் பட்டு அதை மாற்றினோம். இப்போது 10 ஆண்டிற்குப் பின் அதே காரியத்தை மறுபடியும் அதே காங்கிரஸ்காரர்கள் சுதந்திர சர்க்கார் என்னும் பேரால் செய்து இருக்கிறார்கள். நாமும் அப்போது செய்த காரியத்தையே செய்ய வேண்டி யதைத் தவிர வேறு வழியில்லை என்கின்ற நிலைக்கு சர்க்காரால் கொண்டு வரப்பட்டுவிட்டோம்.

காங்கிரஸ் சர்க்கார் அன்று இருந்த நிலையைவிட இன்று அதிகமான சர்வாதிகாரமான எதேச்சை சுதந்தரத்தோடு, அதிகாரத்தில் இருக்கிறார்கள். நாமும் அன்றைய நிலைமையை விட எவ்வளவோ அதிகமான உணர்ச்சி, கட்டுப்பாடு பலதரப்பட்ட மக்களின் ஆதரவு முதலியவைகளோடு இருக்கிறோம். சீக்கிரத்தில் எதிர்ப்பும், அடக்கு முறையும் ஆன போராட்டம் ஏற்படலாம். ஆதலால், தமிழ்நாடு முழுவதிலும் உள்ள திராவிடர் கழகங்கள் ஒவ்வொன்றும் உடனடியாக ஒரு நிர்வாகக் கமிட்டிக் கூட்டம் கூட்டி, அதில் இந்தி எதிர்ப்புக் கமிட்டி என்பதாக (ஆக்ஷன் கமிட்டி) ஒரு கமிட்டி நியமித்து கொள்ளுவதோடு, அத்தகவலைத் தலைமைக் காரியாலயத்துக்கும் அனுப்பி விட வேண்டம். திராவிடர் கழகத்தார் அல்லாத பிற கட்சி கமிட்டிகள் அல்லது கூட்டம் இருந்தாலும் அவற்றுள் இந்தியை கட்டாய நுழைப்பை எதிர்க்கிறவர்கள் இருந்தால் அவர்கள் உடனே ஒரு கூட்டம் கூடி செயல்கமிட்டி என்பதாக ஒரு கமிட்டி ஏற்படுத்திக் கொள்ள வேண்டும். செயலில் இறங்கும்படி தலைமை ஸ்தாபனத்தின் வேண்டுகோள் வந்தவுடனே கட்டுப்பாடாய், ஒழுங்காய், செயலில் இறங்கத் தயாராயிருக்க வேண்டும். இந்த

இந்தி எதிர்ப்புக்காகச் செய்யப்படும் எந்தக் காரியமும் வெளிப்படையாய், நாணயமாய் செய்யப்பட வேண்டியதாகையால் செயலில் இறங்குபவர்கள் ஒவ்வொருவரும் நாணயமும், ஒழுக்கமும் "இராணுவ"க் கட்டுப்பாட்டிற்கு அடங்கி நடக்கும் தன்மையும் கொண்டவர்களாகவே இருக்க வேண்டியது மிகவும் அவசியமாகும்.

"02.08.1948இல் சென்னை மவுண்ட் ரோடு மிரான்சாயபு வீதி 1 ஆம் நெம்பர் கட்டிடத்தில் திராவிடர் கழக நிர்வாகக் கமிட்டி கூடுமாததால் அதற்குள் விபரம் தெரியும்படி ஆங்காங்குள்ளவர்கள் செய்தால் நலமாயிருக்கும்.

குடிஅரசு – 31. 07. 1948

தொகுதி 1 மொழி

தொகுதி 1

மொழி

களம் நோக்கி வருக! வருக!!

திராவிடர் கழக மத்திய கமிட்டி இந்த மாதம் 2ஆம் தேதி தலைவர் வேதாசலம் அவர்கள் தலைமையில் சென்னையில் கூடி, இந்தி எதிர்ப்பின் நடவடிக்கைகளை எப்படி எப்படிச் செய்வது என்று செய்திருக்கும் முடிவை நாம் மற்றொரு பக்கத்தில் வெளியிட்டிருக்கிறோம்.

அவைகளுள் பொதுக்கூட்டம் நடத்திப் பிரசாரம் செய்தல், வெவ்வேறு முனைகளிலிருந்து இந்தி எதிர்ப்புப்படை புறப்பட்டு, கால்நடையாகவே ஒவ்வொரு ஊரிலும் தங்கிப் பிரசாரம் செய்து கொண்டே குறிப்பிட்ட களத்திற்கு வந்து சேருதல், மந்திரிகளைக் காணும் போது பொதுமக்கள் தங்களுடைய வெறுப்பைக் காட்டிக் கொள்வதற்காகக் கருப்புக்கொடி பிடித்தல் ஆகிய மூன்றோடு, குறிப்பிடுகின்ற பள்ளிக்கூடத்தின் முன்பு, இந்தியைப் படியாதீர்கள் என்று மாணவர்களை வேண்டிக் கொண்டு, மறியல் ஆரம்பிப்பது, அதற்கு முதல் சர்வாதிகாரி தோழர் சி.என். அண்ணாதுரையவர்கள் எம்.ஏ., ஆரம்பிக்கும் நாள் ஆகஸ்டு 10, என்கிற முடிவைக் கேட்டு, எப்போது ஆரம்பம்? எப்போது ஆரம்பம்? என்று ஏக்கத்துடன் காத்துக் கொண்டிருந்த இளங்காளைகள் எல்லாம் தொடை தட்டியிருப்பார்கள். உங்களுடைய உணர்ச்சியையெல்லாம் இப்படியே எத்தனை நாளைக்கு அடக்கி வைத்துக் கொண்டிருப்பீர்கள்?

பார்ப்பன அடிமைகளின் பயத்தினால் நம்முடைய உரிமைகள் எல்லாம் நாளுக்குநாள் பறிக்கப்பட்டு வருகிறதே! இந்த நிலைமையிலும் கூடவா அடக்கு முறைக்கு எல்லாம் நாம் அடங்க வேண்டும் என்கிற இதோபதேசம்? என்று வாய்விட்டுச் சொல்லியும், சொல்லாமலும் கொதிப்படைந்து குமுறிய வீரர்கள் எல்லாம் இந்த முடிவைக் கேட்டுப் பெரும் எக்களிப்புக் கொண்டிருப்பார்கள்.

திராவிடர் உணர்ச்சியுடைய ஒவ்வொரு ஆணும், பெண்ணுமே இந்த முடிவையறிந்தவுடன், ஒரு புழுக்கமான அறையிலிருந்து தூய காற்று வீசும்படியான வெளியிடத்திற்கு வந்ததைப் போன்ற உணர்ச்சி பெற்று, இனி இறந்தொழிந்தாலும் கவலையில்லை, எப்படியும் லட்சியத்தை நிறைவேற்றுவோம் என்கிற உணர்வோங்கி நிற்பார்கள் என்பது உறுதி.

இந்தி எதிர்ப்பு நடவடிக்கைகளுக்கு, முதல் முதல் நான் பலியாகத் தயார் என்று முன்வந்து, முதல் சர்வாதிகாரி ஸ்தானத்தைப் பெற்றிருக்கும் தோழர் அண்ணாதுரை அவர்களை நாம் பெருமகிழ்ச்சியுடன் பாராட்டுகிறோம்.

இப்போதைய இந்தி எதிர்ப்பின் அடிப்படை எது என்பதைத் தலைவர் பெரியாரவர்கள் பலமுறை விளக்கி வந்திருந்தாலும், இந்த மாதம் நாலாம் நாள் விடுதலையில் வெளிவந்த அறிக்கையிலும் திட்டவட்டமாக விளக்கியிருக் கிறார்கள்.

"இந்தி எதிர்ப்பு வெறும் மொழிப் பிரச்சினை என்பது மாத்திரமல்லாமல் அன்னிய இனப்போராட்டம், அன்னிய கலாச்சாரப் போராட்டம், அன்னிய ஆட்சிப் போராட்டம் முதலிய பல தத்துவங்களைக் கொண்டதாகும்" என்று இந்த விளக்கத்தைக் காங்கிரஸ் திராவிடத் தோழர்களும், பார்ப்பனிய ஆதிக்க மந்திரிசபையும் நல்லமுறையில் விளங்கிக் கொள்ள வேண்டுமென்று நாம் ஆசைப்படுகிறோம்.

இந்தி நுழைப்பினுடைய அடிப்படை இந்த நோக்கத்தோடு தான் அமைந்தது என்பதை, 10 வருஷங்களுக்கு முன்பே இன்றைய கவர்னர் ஜெனரல் ராஜகோபாலாச்சாரியார் அவர்கள் இந்தியும் சமஸ்கிருதமும் ஒன்றுதான் என்று கூறியிருக்கிறார்.

அதாவது சமஸ்கிருதத்திற்குப் பதிலாகவே இந்தியைக் கொண்டு வந்தேன் என்று கூறியிருக்கிறார். இப்போது இந்த முறையும் எதிர்ப்பு ஏற்பட்ட பிறகு அந்த எதிர்ப்புக்குச் சவாலாக மயிலையும் மாம்பலமும் கூடிக்கொண்டு, "சமஸ்கிருதத்தை அகில இந்திய இயக்கமாகக் கொண்டு வரவேண்டும்" என்று கொக்கரித்திருக்கிறது.

மதுரையிலே ஒரு பார்ப்பனர், "இந்தி எதிர்ப்பை நாம் லட்சியப்படுத்த வேண்டாம், 2ஆவது மொழியில் இந்தியை மட்டுமே சர்க்கார் பாடத்திட்டமாக வைக்க வேண்டும், அந்த ஒன்றையே இந்த நாட்டவர்கள் கட்டாயமாகப் படிக்க வேண்டும். அதற்கு நாம் இப்போதே உடனடியாக ஒரு இயக்கம் தொடங்க வேண்டும்" என்று அபூர்வமான யோசனையை வெளியிட்டிருக்கிறார்! ஆகவே இந்தி இஷ்டபாடமாகவோ, கட்டாயப்பாடமாகவோ எந்த ரூபத்தில் இந்த நாட்டில் புகுத்தப்பட்டாலும், அது சமஸ்கிருத மொழியைப் புகுத்துவதாகவும், சமஸ்கிருத கலாச்சாரத்தைப் புகுத்தி வற்புறுத்துவதாகவும், சமஸ்கிருத இனத்தின் நிரந்தர ஆட்சிக்கு அடிகோலுவதாகவுமே இருக்க முடியும், இந்த உண்மையை உணர்ந்து கொள்ளாமல், எதிர்ப்பில் ஈடுபடுவோரின் இலட்சியம், மொழிப் பிரச்சினையை அடிப்படையாகக் கொண்டது என்று எண்ணும் அவசரவாதிகளையும், ஆழமறியாதோர்களையும் இந்த விளக்கம் கண்களைத் திறக்க வைக்கும் என்றும் நாம் நம்புகிறோம்.

இப்போராட்டம், இந்தப் போராட்டத்திலேயே வெற்றி தோல்வி கண்டு விடவேண்டுமென்கிற முடிவோடு அல்லாமல், எத்தனை போராட்டங்களை நடத்தியாயினும், எந்த வகையான அன்னிய ஆதிக்கத்திலிருந்தும் திராவிடம் விடுபட்டே தீரவேண்டும் என்னும் தெளிந்த முடிவோடு தொடங்கப்பட்டதாகும் என்கிற தலைவரின் போர் விளக்கத்தை அறிந்து, பார்ப்பனியமும்-பனியாக் கூட்டமும் பதைபதைக்கும் என்பதும், பதைபதைப்பால் அறிவொளியும் கண்ணொளியும் மழுங்கி, அகங்கார உச்சியில் ஏறி, ஆணவத் திமிர் குலுக்கப் பெரும் ஆட்டம் காண்பிக்கவே செய்வார்கள் என்பதும் உறுதி.

இந்த ஆட்டத்தினுடைய முடிவாக, பலர் அடிபட்டு, கால் கை முறிந்து கீழே வீழ்த்தப்பட்டு, பலர் சாக வேண்டிய நிலையும் வந்து சேரவே நேரும். இப்படிப் பலர் பலியாவார்களேயானால் அதனுடைய பின் விளைவு எப்படியிருக்கும்? கதைகளிலும் சித்திரங்களிலும் குறிப்பிடக்கூட முடியாதபடி இந்த நாட்டு ஆரியம்

ஒழிவதற்கு, ஓடுவதற்கு ஆகாய வழியாகப் போடப்பட்ட பாதை என்று படைத் தலைவர் விளக்கியிருப்பதை குறிப்பாகப் பார்ப்பனியம் குறித்து வைத்துக் கொள்ள வேண்டும் என்று கூறவும் நாம் ஆசைப்படுகிறோம்.

முந்திய இந்தி எதிர்ப்புப் போருக்கும் இப்போதைய இந்தி எதிர்ப்புப் போருக்கும் பெரும் வித்தியாயம் இருக்கிறது. இப்போது இந்தியை எதிர்க்கும் நாம் பெரும் அளவில் ஆள் பலத்தையும் பொருள் பலத்தையும் பெற்றிருந்தாலும், இப்போராட்டம் நடைபெற வேண்டியதற்கு அவசியமும், நியாயமான காரணமும் இருந்தாலும், நம்முடைய லட்சியம் நிறைவேறவேண்டுமானால் போராட்டக் காலத்தில், போராடுங்களத்தில் நாம் எப்படி நடந்து கொள்ள வேண்டும் என்பதைப் பொறுத்துத்தான். நம்முடைய இந்தப் போராட்டத்தின் வெற்றியும் தோல்வியும் அமையும் என்பதை போராட்டத்தில் கலந்து கொள்ள ஆசைப்பட்டு துடிதுடிப்பாய் விளங்கும் தோழர்களுக்கும், தோழியர்களுக்கும் நாம் வற்புறுத்திக் கூறுகிறோம்.

பய உணர்ச்சியே, பேய் ஆட்சியாக மாறுகிறதென்றால் பதவியைக் காப்பாற்றிக் கொள்ளப் பார்ப்பனருக்குப் பயப்படும் பய உணர்ச்சியே, நம் மந்திரிகளை பேய் ஆட்சி செலுத்தச் செய்யும் என்பதை நாம் விளக்கத் தேவையில்லை. இந்தப் பேய் ஆட்சியைக் கதறக் கதற அடித்துத் துரத்த வேண்டுமானால், எதிர்ப்பில் ஈடுபடும் தொண்டர்கள், ஆட்சியாளர்களுடைய எந்தக் கொடுமைக்கும் கலங்கிவிடாத உள் உறுதியும், எத்தகைய அக்கிரமச் செயலையும் தாங்கிக் கொள்ளும் உள்ளப் பொறுமையும், எந்தெந்த நேரத்தில் தனக்கு யார் யார் தலைவர் ஆகிறாரோ அத்தலைவருக்குக் கட்டுப்பட்டு அடங்கி நடக்கும் கடமையுணர்வும் நிரம்பப் பெற்றவர்களாக இருக்கவேண்டும். போர் வீரர்களின் ஒழுங்குமுறை பற்றி படைத்தலைவர் கூறியிருக்கும் கருத்துக்களை நாம் மற்றொரு பக்கத்தில் தந்திருக்கிறோம். அதை கருத்தூன்றிப் படித்து அந்த நிபந்தனைகளுக்குக் கட்டுப்படும் தொண்டர்கள் மட்டுமே இந்த நடவடிக்கையில் கலந்து கொள்ள வேண்டும் என்பதை மிக மிக வற்புறுத்திக் கூறுகிறோம்.

“இந்த மாதிரியான எதிர்ப்பு நடவடிக்கை எப்படியோ நடந்தேயாக வேண்டும் என்று பார்ப்பனியம் ஆசைப் பட்டுவிட்டது! அதன் ஆசைப்படியே நீங்களும் (திராவிடர்களும்) போர்ப்பரணி கொட்டிவிட்டீர்கள்! ஆனால் என்னுடைய தலைமையில், என்னுடைய ஆட்சியில் என் இனத்தவரை நானே அடிக்கச் செய்தேன், சாகச்செய்தேன், சித்திரவதை செய்யுமாறு செய்தேனென்கிற பெரும் பழி என் மீது ஏற்படாதிருக்க வழியில்லையா? அதாவது இந்தி எதிர்ப்பு நடை பெறாதிருக்க ஒரு மார்க்கமில்லையா?” என்று நம்முடைய பிரதமர் ரெட்டியார் அவர்கள் இப்போது எண்ணுவார்களேயானால் நாம் ஆச்சிரியப்படமாட்டோம். போர் நடந்துதான் வெற்றிகாண வேண்டுமா? என்பதை முடிவுகட்டும் பொறுப்பு எப்படியும் இப்போது பிரதமர் கைவசத்தில்தான் இருக்கிறது என்பதை நாம் அவருக்கு ஞாபகப்படுத்த விரும்புகிறோம்.

இந்த நாட்டு மக்களின் மான உணர்ச்சியை அழித்து மிதிப்பதற்காகவே, பார்ப்பனர்கள் சிலர் உசுப்பிவிட்ட பிறகு, கல்வி மந்திரியார் அவர்களுடைய மிரட்டலுக்கு அஞ்சி, இந்த இந்தி நுழைப்புக்கு ஏற்பாடு செய்திருக்கிறார் என்கிற உண்மையைப் பிரதமர் உணர்வாரானால் என்ன செய்யவேண்டும்?

“நான் கல்வி மந்திரியாக ஆவதற்கு இடங்கொடுக்காவிட்டால் கடலில் விழுந் திருப்பேன்” என்று பயமுறுத்தும் தோழர் அவினாசியாரின் பயமுறுத்தலுக்குப் பயப்படுவதை விட்டுவிடவேண்டும். வம்பை விலைக்கு வாங்கும் குறும்புப் போக்கால் விளையும் கேடுகளை நான் அனுமதிக்கமாட்டேன் என்பதை

வற்புறுத்தி, முதலில் அவரை கல்வி மந்திரிப் பதவியிலிருந்து இறக்கி விட்டுவிட வேண்டும். அந்த இலாகாவைத் தான் ஏற்றோ, அல்லது பிறரிடம் கொடுத்தோ, உடனே இந்த இந்தி நுழைப்பு உத்தரவை மாற்றிவிட ஏற்பாடு செய்யவேண்டும். இந்த ஒரு முறைதான் எந்த ஜனநாயக ஆட்சியிலும் கையாளப்படுமுறை என்பதையுணர்ந்தால் இதைத் தவிர வேறு என்ன வழி என்று கேட்கிறோம்.

"நாளுக்கொரு உத்தரவாகப் போடுவதற்குத்தான் நான் சளைக்கவில்லையே, இந்த உத்தரவை மாற்ற வேண்டும் என்றால் நான் அதற்குத் தயார்" என்று கல்வி அமைச்சர் காட்டிக் கொள்வாரானால், அதைப் பிரதமரும் விரும்புவாரானால், ஒன்று அப்படியாவது செய்வதைத் தவிர வேறு என்ன வழி? என்று கேட்கிறோம்.

இந்த இரண்டில் ஒரு வழியைத் தவிர வேறு எந்த வழியாலும் இந்த எதிர்ப்பு நடவடிக்கை தற்காலிகமாகக்கூட நிறுத்தப்பட மாட்டாதென்பதையும், மானமுள்ள ஒரு திராவிடன் நாட்டில் நடமாடும் நிலைமை உள்ள வரையிலும், இவ்வெதிர்ப்பு நடந்தே தீரும் என்பதையும் நாம் அவருக்குத்தெளிவாக எடுத்துக் கூறுகிறோம்.

தான் பிரதமராயிருந்து கொண்டு இதை நடப்பதற்கு எப்படி அனுமதிப்பது? இந்த உத்தரவைத் தான் எப்படி மாற்றுவது? என்று மயங்குவாரேயானால் உடனே பிரதமர் பொறுப்பை வேறு பார்ப்பனர்களிடம் ஒப்படைத்துவிட்டு வெளியேறி விடுவதைத் தவிர வேறு வழி என்ன இருக்க முடியும்?

இந்த வழியையும் பிரதமர் மேற்கொள்ளத் தவறுவாரேயானால், அது அவருக்குப் பெரும் பழியாக அதாவது அவர் மறைந்துபோனாலும், அந்தப் பழி என்றைக்குமே மறைக்கப்பட முடியாத அளவுக்குப் பெரும்பழியாக, உலகம் உள்ளவரையும் நிலைத்து நிற்கும் என்பது அவர் அறியாததல்ல. இந்தக் கடைசி நேரத்தில் அவர் எப்படி நடந்துகொள்ளப் போகிறாரோ? அவரைப் பார்ப்பனியம் எப்படி ஆட்டி வைக்கப் போகிறதோ? யார் கண்டது?

ஆர்வமுள்ள ஆதரவும் அகமும் புறமும் விளங்க, போரொலிகேட்டு, தொடை தட்டி தோள் உணர்த்தும் தோழர்களே! மறவர்குல மாணிக்கங்களே! தாய் மொழியை அழித்துவிட, அதனால் தமிழினத்தை நசுக்கிவிட, செய்யப்படும் சாகச வேலைகள் எங்களிடமா பலிக்கும்? வாட்போருக்குப் பின்வாங்காத மறக்குடி மகளிரான நாங்களா இந்த அறப்போருக்குப் பின்வாங்குவோம்? என்று முழங்கிய தாய்மார்களே! இதோ சர்வாதிகாரியின் தாக்கீது பிறந்துவிட்டது! ஆரம்பமாகி விட்டது அறப்போர்! களம் நோக்கி அடுத்தடுத்து வருக! வருக!! கட்டாயம் வாகை சூடுவோம்!

இந்தத் தாக்கீது எங்களுக்கில்லையா? எப்போது நாங்கள் புறப்பட வேண்டும்? என்கின்றனர் சென்னை வெளியூர்த் தோழர்கள்.

பொறுங்கள்! பொறுங்கள்!! படைத் தலைவரின் ஆணைக்கு அடங்கி அழைப்புக்குக் காத்து நில்லுங்கள்! இதோ அழைப்புஎழுதப்படுகிறது! விரைவில் உங்கள் கைக்குக் கிடைக்கும்! புறப்படத் தயார்படுத்துங்கள், புறப்படுங்கள்!

குடிஅரசு - 07. 08. 1948

தொகுதி 1

மொழி

நன்றியும், வேண்டுகோளும்!

இந்தி எதிர்ப்பு போராட்டம் சம்பந்தமாகத் தங்களது சம்மதத்தையும், தியாகத் தீயில் குதிப்பதற்கான தங்களது ஆயத்தத்தையும் தெரிவித்து நாட்டின் பல பகுதி களினின்றும் தோழர்களிடமிருந்து நாள்தோறும் வந்து குவியும் கடிதங்கள் கண்டு பெருமகிழ்ச்சியடைகிறேன். இது சம்பந்தமாக கையெழுத்து வாங்கி அனுப்பி வைக்கும் தோழர்களுக்கும் தனிப்பட்ட முறையில் கையெழுத்திட்டு கடிதமெழுதி வரும் தோழர்களுக்கும் தனித்தனியே பதில் எழுத முடியாமைக்கு வருத்துவதோடு இதன்மூலம் எனது நன்றியையும் தெரிவித்துக் கொள்கிறேன்.

இந்தி எதிர்ப்பு நடவடிக்கைக்காக வெளியூர்களில் கையொப்பம் தந்துள்ள தோழர்கள் தயாராக இருக்க வேண்டும்; இங்கு யாரும் அழைப்பில்லாமல் வரக்கூடாது.

அருள் கூர்ந்து இதைக் கவனிக்கவும்.

– ஈ. வெ. ராமசாமி
குடிஅரசு – 07. 08. 1948

தொகுதி 1 மொழி

போர் வீரர்களுக்கு!

1. தொண்டர்களுக்குத் தனிப்பட்ட யாரிடமோ அல்லது தனிப்பட்ட எந்த வகுப்பிடமோ சிறிதும் கோபம், வெறுப்பு, துவேஷம் இருக்கக்கூடாது.

2. கடின வார்த்தை, கேவல வார்த்தை, மனவருத்தம் அல்லது ஆத்திர மூட்டும் வார்த்தை கண்டிப்பாய் பிரயோகிக்கக்கூடாது.

3. போலிஸ்காரரிடம் நமக்கு சிறிதும் வெறுப்பு, கோபம், விரோத உணர்ச்சி இருக்கக்கூடாது.

4. போலிஸ்காரர் முன்வந்ததும் அவரைப் பார்த்து புன்சிரிப்பு காட்ட வேண்டும்.

5. கூப்பிட்டால், கைது செய்ததாய்ச் சொன்னால், உடனே கீழ்ப்படிய வேண்டும்.

6. போலிஸ்காரர் அடித்தால் மகிழ்ச்சியோடு, சிரித்த முகத்துடன் அடிவாங்க வேண்டும். நன்றாய் அடிப்பதற்கு வசதி கொடுக்க வேண்டும்.

7. போலிஸ்காரர் பக்கத்தில் வந்தவுடன் நீங்கள் மெய்மறந்து பக்தியில் இருப்பதுபோல், ஒரு மகத்தான காரியத்தை நாம் சாதிப்பதற்காக இந்த அற்ப அதாவது சரீரத்துக்கு மாத்திரம் சிறிது தொந்தரவு, வலி கொடுக்கக்கூடிய காரியத்தை ஏற்கும் வாய்ப்பு (பாக்கியம்) நமக்கு கிடைத்திருக்கிறது என்று வரவேற்கும் தன்மையில் இருக்க வேண்டும்.

8. போலிஸ்காரர் அடிக்கும்போது தடுக்கும் உணர்ச்சியோ, தடியை மறிக்கும் உணர்ச்சியோ கண்டிப்பாக இருக்கக்கூடாது.

9. அப்படிப்பட்ட தொண்டர், சர்வாதிகாரி, யாராக இருந்தாலும், அவர்கள் அருள்கூர்ந்து கிட்டவே வரக்கூடாது.

10. ஒலி ஒலிப்பதில் அசிங்கமான வார்த்தைகள், தனிப்பட்ட மனிதர்களைக் குறிக்கும் வார்த்தைகள் கண்டிப்பாய் உச்சரிக்கக் கூடாது.

11. எந்தக் காரியத்தின் மூலமும் தொண்டர்கள், நடத்துபவர்கள், தலைவர்கள் பலாத்கார உணர்ச்சி, பலாத்கார பயன் உள்ள எண்ணங்கள், செய்கைகள் கொள்ளக்கூடாது.

12. போலிசார் சுடுவார்களானால் பொதுஜனங்கள் ஓடலாம். ஆனால், தொண்டர்கள் மார்பைக் காட்டியே ஆக வேண்டும்.

13. இந்தி எதிர்ப்பு இயக்கம், காரியாலயம், நிர்வாகம், நிர்வாகஸ்தர்கள் ஆகியவர்களுக்குத் தொண்டர்கள் அடிமைபோல் கட்டுப்பட்டாக வேண்டும்.

14. பெண்களிடமும் மற்றும் இயக்கத்தில் உள்ளவர்களிடமும், வெளியில் உள்ளவர்களிடமும் அன்பாய், மிக மிக யோக்கியமாய் நடந்து கொள்ள வேண்டும்.

இப்படிப்பட்ட இன்னும் பல காரியங்களில் மிகுதியும் கண்டிப்பாய் கட்டுப்பட்டு நடக்க வேண்டியது அவசியமாகும்.

படைத்தலைவர்

(இந்தி எதிர்ப்பு போரில் பங்கேற்கும் போர் வீரர்களுக்கு விதிக்கப்பட்ட கட்டளைகள்)

குடிஅரசு - 07. 08. 1948

தொகுதி 1 மொழி

ஓமந்தூராரும் ஏமாந்தார்!

போர் ஆரம்பமாகிவிட்டது! ஆம் பார்ப்பனிய ஆதிக்க சர்க்காரின் அடக்கு முறைத் தாண்டவத்தாலும், தென்னாட்டு மக்களை நிரந்தர அடிமைகளாகவே இருக்கச் செய்வோம் என்கிற கண்மூடி தர்பாராலும் மனம் நொந்து, வாழ்வதா? சாவதா? என்கிற பிரச்சினையை எப்போதுதான் முடிவு கட்டுவது என்று ஏக்கத்துடன் காத்திருந்த திராவிட இனம் முன்பு குறிப்பிட்டிருந்தபடி, இந்த மாதம் 10ஆம் நாள் சென்னை தொண்டை மண்டல உயர்நிலைப் பள்ளி முன்பு இந்தி எதிர்ப்பு மறியலைத் தொடங்கிவிட்டது. அதுவும் இந்தப் போருக்கு முன்னால் எந்தவொரு சடங்கு நடக்க வேண்டுமோ அந்தச் சடங்கும் நடந்து அதாவது பிரதமரை (திராவிட இராமசாமி ரெட்டியாரை) பெரியார் 7ஆம் தேதி சந்தித்து சடங்கும் நடந்து முடிந்து, இந்த அன்புப்போர் ஆரம்பமாகிவிட்டது.

"தயவு செய்து இந்தி வகுப்புக்குச் செல்லாதீர்கள்", "தயவு செய்து இந்தியைப் படியாதீர்கள்" என்று மாணவ மாணவிகளைக் கெஞ்சிக் கேட்டுக்கொண்டு அமைதியின் அடிப்படையில் அன்பு முறையில் நடத்தப்படும் இந்த அறப்போருக்கு, 1ஆவது சர்வாதிகாரி, தோழர் அண்ணாதுரை அவர்கள் என்பதைத் தோழர்கள் அறிவார்கள். 10ஆம் தேதி முதல் தொடங்கி நடந்து கொண்டிருக்கும் இந்த அறப்போருக்கு தோழர் சி.டி.டி. அரசு அவர்கள் படைத்தலைவராக நின்று மறியலிலும் ஈடுபட்டிருக்கிறார். என்பதும், மற்றவர்கள் பார்த்துப் பொறாமைப் படத்தக்க முறையில் முதன்முதலாக மறியலில் ஈடுபட்டிருக்கும் 11 பேருக்குள் தோழியர் தனலெட்சுமியவர்கள் தன் 5 வயதுச் சிறுவன் திராவிடமணியுடன் ஒருவராகக் கலந்து கொண்டிருக்கிறார் என்பதும், தாய்வீடு சென்று சவுகரியக் குறைவு சிறிதுமின்றி மனச்சந்துஷ்டியோடு வாழவேண்டிய பருவத்திலுள்ள இந்த அம்மையார் (7மாத கர்ப்பிணி) கொடிய வெய்யிலில் நின்று மறியல் செய்வதும், ஊர்வலத்தில் கலந்து கொண்டு சுற்றுவதும் ஆகிய நிகழ்ச்சிகள் முக்கியமாகக் குறிப்பிட வேண்டியவைகளாகும்.

நான்கு நாளாக நடந்து கொண்டிருக்கும் இந்த அன்பு போரின் கண்ணியத்தைக் கண்ட போலிசார் எவ்விதக் குழப்பத்தையும் உண்டுபண்ணாமல் அமைதிக்கு ஆதரவாக நின்று வருவதைப் போல் இருப்பதும், மற்றொருபுறம் சிறைக்கதவுகள் திறக்கப்பட்டு நாலாயிரம் பேரைத் தள்ளுவதற்கு ஆகஸ்டு பதினைந்தைத் திட்டம் போட்டிருப்பதும் குறிப்பிடத்தக்கவைகளே.

திராவிட இனத்தின் இந்தப் பேரெதிர்ப்பை நாள்தோறும் பத்தாயிரக்கணக்கில் வந்து கூடி நின்று உற்சாக ஒலி எழுப்புவதும், ஊர்வலத்தில் கலந்து கொண்டு

489

தொகுதி 1 மொழி

எழுச்சியோடு கட்டுப்பாட்டுக்கு அடங்கி நடந்து கொள்ளுவதும், ஆரத்தி எடுத்தல், மாலையணிவித்தல், இனிய நீர் வழங்குதல் முதலிய செய்கைகளும் செய்து, சென்னைப் பெருமக்கள் பேராதரவு காட்டி நிற்கிறார்கள் ஒருபக்கம்.

"இந்தி மறியல் நாடகம்", "மறியல் கேலிக்கூத்து" என்று மானத்தைக் கைவிட்ட தேசிய அடிமைத்தாள்களும், வன்னெஞ்சப் பார்ப்பனத்தாள்களும் இந்த நிகழ்ச்சியை வருணிக்கின்றன மற்றொரு பக்கம்.

"இந்தி எதிர்ப்பை நாம் லட்சியப்படுத்தினால் தானே! இவர்களைக் கைது செய்யாவிட்டால் இந்த எதிர்ப்பின் ஆழம் எப்படி வெளியில் தெரியும்! நாம் பேசாமலே விட்டுவிட்டால் இந்த எதிர்ப்புப் புசுபுசுத்துப் போய்விடாதா?" என்றெல்லாம் நம் மந்திரி சபை ஒரு பக்கம் கணக்குப்போட்டுக் கொண்டிருக்கிறது. இந்தக் கணக்கு அவர்கள் முன்பு நடத்திய மறியல்களை மனதில் வைத்துக் கொண்டு, அந்த அடிப்படையில் போடப்படும் கணக்கு என்பதும் இது எவ்வளவு தவறான கணக்கு என்பதும் அவர்கள் விரைவில் புரிந்துகொள்ளப் போகிறார்கள் என்பது நிச்சயம்.

திராவிட மந்திரிகளை அதிகமாகக் கொண்ட இப்போதைய சென்னை மந்திரிசபையின் எந்த நடவடிக்கையையுமே, திராவிடர் கழகம் எதிர்க்கக்கூடாது என்ற அடிப்படையிலேயே இதுவரை திராவிடத் தோழர்கள் நடந்து கொண்டு வந்திருக்கிறார்கள் என்பதும், திராவிடர்களின் பொறுமைக்கு எல்லை ஏது? என்பதைக் கண்டுவிட வேண்டுமென்கிற விபரீத புத்தியினாலேயே மானத்தைச் சோதிக்கும் இந்த இந்தி நுழைப்பு உத்தரவை, பார்ப்பனர்களின் மிரட்டல் முதற்காரணமாக நிற்க, திராவிட மந்திரிகள் புகுத்தியிருக்கின்றார்கள் என்பதும், திராவிடர்கள் மீது இந்தியைத் திணிப்பது எந்த நியாயத்திற்கும் எந்த அறிவுக்கும் அடுக்காது என்பதும், பெரியாரைச் சந்தித்துப் பேசிய பிரதமர் ரெட்டியார் அவர்கள் தெளிவாக, ஒழுங்குபட உணர்ந்திருப்பார்கள் என்று நாம் நம்புகிறோம். அப்படி விளக்கிய பிறகும் கூட ஓமந்தூரார் திட்டத்தை மாற்ற உடன்படவில்லை என்பதை அறிகிறபோது, அந்தோ! ஓமந்தூராரும் பார்ப்பனச் சூழ்ச்சியில் ஏமாந்தாரே என்று நம்மால் குறிப்பிடாமல் இருக்கமுடியவில்லை.

இப்போது நடந்து கொண்டிருக்கும் முறையிலேயே மறியல் நீடித்து நடக்குமென்றும், நிஜாம்மீது போர் நிகழுமானால் அப்போது நம் நடவடிக்கையை நிறுத்திக் கொள்ள வேண்டியதாய் நேரிடலாம் என்றும், மற்றபடி எந்தக் காரணத்தைக் கொண்டும் இப்போதைய அடிமைச் சாசன உத்தரவு கிழித்தெறியப் படாதவரை நாம் நம் நடவடிக்கையை நிறுத்தமாட்டோம் என்றும் படைத்தலைவர் பெரியார் அவர்கள் நிலைமையைத் தெளிவாக்கி வற்புறுத்திவிட்டார்கள்.

15ஆம் தேதிக்குப் பிறகு அதாவது ஜெயில்கள் காலியான பிறகு சர்க்காரின் இப்போதைய நடவடிக்கைகளில் மாறுதல் ஏற்படுமா? ஏற்படாதா? என்கின்ற நிலைமை புரிந்த பிறகு, விரிவாக மறியல் செய்யும் திட்டம் நம் தலைவரால் அமலுக்குக் கொண்டுவரப்படுமென நாம் நம்புகிறோம். அப்படி அந்தத் திட்டம் அமலுக்குக் கொண்டு வருவதற்கு முன்னால் அல்லது பின்னால் வெளியூர்களிலுள்ள திராவிடர் கழகத் தோழர்கள் என்ன செய்ய வேண்டும்?

பள்ளிக்கூட விடுமுறை தவிர்த்த ஒவ்வொரு நாளிலும், அந்தந்த ஊர்களிலுள்ள திராவிடர் கழகத் தோழர்கள், பிரமுகர்கள் கருஞ்சட்டையணிந்து காலை 8 மணி முதல் 10 மணிவரை ஊர்வலம் வரவேண்டும். ஊர்வலத்தில் தமிழ் வாழ்க! இந்தி ஒழிக! வடநாட்டு ஆதிக்கமும் சுரண்டலும் ஒழிக! தமிழ்நாடு வாழ்க! என்கிற

ஒலிகளை மட்டுமே ஒலிக்க வேண்டும். இந்த கருத்துகளை விளக்கும் அட்டைகளை ஊர்வலத்தில் தூக்கிச் செல்ல வேண்டும். இப்படியாக அந்தந்த ஊரையே ஒரு சுற்றுச் சுற்றி 'இந்த நேரத்தில் சென்னையில் இந்தி எதிர்ப்பு நடக்கின்றது' என்பதை மக்களுக்கு விளக்க வேண்டும் என்று படைத்தலைவர் பெரியார் அவர்கள் ஆணையிட்டிருக்கிறார்கள். இந்த ஊர்வலம் பள்ளிக்கூடங்களின் அருகிலும், வடநாட்டு வணிக உண்ணிகள் வாழும் தெருக்களிலும் கட்டாயமாகச் செல்லவேண்டும். ஆனால், அமைதி, கட்டுப்பாடு இவைகளை ஊர்வலத்தில் கலந்து கொள்ளுவோர் மறந்துவிடவே கூடாது.

மேலும் ஒவ்வொரு ஜில்லாவிலுள்ள பேச்சாளர்களையும் தொண்டர்களையும் கொண்டதாய், ஒன்றோ அல்லது இரண்டு மூன்று பிரிவாகவோ பிரசாரப் படையைத் தயாராய் அமைத்திருக்க வேண்டும். இப்படை கால்நடையாகவே அந்தந்த ஜில்லா முழுவதும் சுற்றிக் குறிப்பாக கிராம மக்கள் அவ்வப்போதையப் போராட்ட நிலைமையை அமைதியாக மக்களுக்கு எடுத்து விளக்கி வர வேண்டும்.

நம் எதிர்ப்பு நடவடிக்கைகளில் ஊர்வலம், படை புறப்படுதல், பள்ளிகளின் முன்பு மறியல் செய்தல் ஆகியவற்றோடு மந்திரிகளை பகிஷ்காரம் செய்தல் என்பதும் ஒன்று. இது அந்தந்த ஊர்களுக்கு மந்திரிகள் வரும்போது மிகவும் கவனத்தோடு ஏற்பாடு செய்ய வேண்டிய திட்டமாகும்.

1. சிவப்பு நிறம் நடுவில் இல்லாத கருப்புக் கொடிகளை, இந்தப் பகிஷ்கார நடவடிக்கையில் ஏந்த வேண்டும்.
2. குறைந்த அளவு 10 பேராவது அந்த நடவடிக்கையில் கலந்து 2, 2, பேராக 5 வரிசையாவது நிற்க வேண்டும்.
3. மந்திரி வருவதற்கு முதல் நாளே ஊர் முழுவதும் ஊர்வலமாகச் சுற்றி, நாற்சந்தி, முச்சந்தி, இருசந்தி முதலான இடங்களிலும், போக்குவரத்துக்கு இடையூறில்லாமல் மக்கள் கூட்டமாகக் கூடியிருக்கும் இடங்களிலும், நின்று ஒருவர் "இப்படிப்பட்ட மந்திரி நாளை இங்கு வருகிறார்! இவர் வருகையை நாம் வெறுக்கிறோம் என்று காட்ட வேண்டியது உங்கள் கடமை! மந்திரி கூட்டத்திற்குச் செல்லாதீர்! கருப்புக் கொடி பிடித்து உங்கள் வாழ்வைக் காப்பாற்றுங்கள்!" என்கிற கருத்தை நாகரிகமான முறையில் மக்களுக்கு விளக்கிக் கூறவேண்டும்.
4. மறுநாள் மந்திரிகளின் நிகழ்ச்சி நிகழும் இடத்திற்குப் போய் கவர்ன் மெண்டுக்கு சொந்தமான இடங்களில் நின்றுகொண்டு "மந்திரியாரே திரும்பிப் போங்கள்" என்று வரிசையாக நின்று கூற வேண்டியது.

என்று தலைவர் பெரியாரவர்கள் இந்தத் திட்டத்தை விளக்கியிருக்கிறார்கள்.

இத்திட்டத்தின்படி நடத்துவதற்கு, முதல் சந்தர்ப்பம் ஈரோட்டுத் தோழர் களுக்குக் கிடைத்திருக்கிறது. இந்தி மந்திரி அவினாசியார் நாளை இங்கு வரும் பொழுது மந்திரிகளைப் பகிஷ்காரம் செய்தல் என்னும் இத்திட்டத்தை ஈரோட்டுத் திராவிடத் தோழர்கள் கைக்கொள்வார்கள் என அறிகிறோம். ஈரோட்டுத் தோழர்களோ அல்லது இந்த வாய்ப்பு மற்ற ஊருக்குக் கிடைக்குமானால் அந்த ஊர்த் தோழர்களோ, யாராயிருந்தாலும் முதன் முதலாக தங்களுருக்கே தங்களுக்கே இப்படிப்பட்ட ஒரு வாய்ப்பு வாய்த்திருக்கிறது என்கிற பொறுப்பை உணர்ந்து, பகிஷ்கார நடவடிக் கையை வெற்றியுற நடத்தி மற்ற இடங்களுக்கு வழிகாட்டியாக விளங்க வேண்டு மென்பது நம் ஆசை.

தொகுதி 1 மொழி

ஊர்வலம் நடத்துகின்றவர்களும், பிரசாரப் படை சேர்க்கின்றவர்களும், பகிஷ்கார நடவடிக்கைகளை மேற்கொள்ளுகின்றவர்களும் கண்டிப்பாக மத்தியக் கழகத்திற்கு அறிவித்தே ஒவ்வொன்றையும் நடத்த வேண்டும் என்பதை மறந்துவிட வேண்டாம்.

ஓமந்தூரார் ஏமாந்து போனதற்காக, அதாவது திராவிட இனத்தைக் காட்டிக் கொடுக்கத் துணிந்துவிட்டார் என்பதற்காக உள்ளம் ஒடிந்து விடமாட்டாது திராவிட இனம் என்பதை செயலில் காட்ட வேண்டும். செயலில் காட்ட வேண்டு மென்பதினுடைய கருத்து, இந்தி நுழைப்பு என்கிற திராவிட அடிமைச் சாசனம் கொளுத்தி எறியப்படுகிறவரை, அவ்வப்போதைய நிலைமைகளுக்கு ஏற்ப தலைவர் பெரியாரவர்களும், மத்திய திராவிடர் கழகமும் செய்யும் ஆணைகளை-முடிவுகளை வெற்றியுற நடந்து காட்ட வேண்டும். கட்டுப்பாட்டுக்கு அடங்குதலும் அமைதியான போக்கையே எந்த நேரத்திலும் கைக்கொள்ளுதலும், மிகமிக முக்கியம் என்பதையும், அதுவே நம் வெற்றிக்குத் துணை என்பதையும் அழுத்தமாக வற்புறுத்திக் கூறுகிறோம்.

குடிஅரசு - 14. 08. 1948

தொகுதி 1 மொழி

ஆகஸ்டு தனம் தோல்வியே தரும்!

இதை தொண்டர்கள் ஞாபகத்தில் வைத்துக் கொள்ள வேண்டும். இந்தப் போராட்டத்தில் ஒரு காரியம் கூட காங்கிரஸ்காரர்கள் (ஆரியர்கள்) நடத்திய தன்மையை எண்ணத்தில், மனதில் கொள்ளக்கூடாது. திராவிடர் கழகம் இந்தப் பந்து ஆண்டுகளாக நடந்து வந்த தன்மையை, போதித்து வந்த நடத்தையை மனதில், பேச்சில், செயலில் கொண்டு நடந்து கொள்ள வேண்டும். காங்கிரஸ்காரன் அல்லது காங்கிரஸ் சர்க்கார் அல்லது காங்கிரஸ் சர்க்கார் சிப்பந்தி நம்மைக் கொடுமைப்படுத்துவது தனது வாழ்வுக்கு அல்லது வயிற்றுப்பிழைப்புக்கு ஆதலால், அவர்களுக்குப் பல அட்டூழியம் செய்ய உரிமை உண்டு.

நாம் அட்டூழியத்தால், யோக்கியக் குறைவால் வாழவேண்டுமென்று கருதினால், அந்தக் கோஷ்டியில் சேர்ந்து அவர்களைவிட உயர்ந்த அல்லது அவர்களைப் போன்ற வாழ்வு வாழலாம். ஆனால், நாம் உலகுக்கு உண்மை ஒழுக்கத்தை, ஒழுக்கப் போராட்டத்தில் ஒரு மனிதன் வாழ முடியும். வெற்றி பெற முடியும் என்பதை எடுத்துக்காட்டப் போராட்டம் நடத்துகிறோம். நாம் வெற்றி பெற்றே தீருவோம். காங்கிரஸ் தனம் அல்லது ஆகஸ்டு தனம் என்பது தோல்வி அடைந்தே தீரும் அடைந்தே வருகிறது.

ஈ. வெ. ராமசாமி
குடிஅரசு - 14. 08. 1948

493

தொகுதி 1
மொழி

இது மாபெரும் போராட்டம்!

இந்தி எதிர்ப்பு என்பது ஒரு மாபெரும் போராட்டமாகும்.

அதுவும் சர்வ வல்லமையும், சர்வ வசதியும் உள்ள (அதாவது ஒரு மாபெரும் கட்டுப்படான சுயநலப் பதவிப்பித்துக் கோஷ்டி) சர்க்காருடன் நிர்க்கதியான மதம், சமுதாயம், சுதந்திரம், சுயராஜ்யம் என்னும் பேரால் ஏமாற்றப்பட்டு, மான உணர்ச்சியையும், மனிதத் தன்மையையும் அடியோடு அற்றுப்போகும்படி செய்யப்பட்டு, தன் இனத்தைக் காட்டிக்கொடுத்து, எதிரிக்குத் தஞ்சமாவதின் மூலம் தான் மனிதனாக வாழமுடியுமே தவிர, மற்ற வழிகளில் வாழ முடியாத மாதிரி ஆக்கப்பட்டு பலப்பல விபீஷணர்களைக் கொண்ட ஒரு நிர்க்கதியான மக்கள் நடத்தும் போராட்டமாகும்.

இதில் நாம் துன்பப்படுவது, நசுக்கப்படுவது, நட்டப்படுவது, உடல், பொருள், ஆவி இழக்கப்படுவது என்பதல்லாமல் "எதிரி"க்குச் சிறிதும் சரீரக் கஷ்டம், தொந்தரவு, தொல்லை கொடுக்காத போர் ஆகும்.

ஈ. வெ. ராமசாமி
குடி அரசு – 14. 08. 1948

இந்தி எதிர்ப்புப் போராட்டம் 1

அன்புமிக்க தலைவர் அவர்களே! தோழர்களே! தாய்மார்களே!

இந்தக் கூட்டம் நாளை இச்சென்னையில் நடைபெற இருக்கும் இந்தி எதிர்ப்பு மறியலைக் குறித்து மக்களுக்கு விளக்கிக் கூறுவதற்காகக் கூட்டப்பட்ட கூட்டமாகும். இந்நாட்டில் அதுவும் இச்சென்னை மாநகரில் இந்தி எதிர்ப்பைக் குறித்து யாருக்காவது விளங்க வைக்க வேண்டுமென்றால், சென்ற 10 ஆண்டு களுக்கு முன்பு பிறந்திராத குழந்தைகளுக்கும், அன்று விளக்கம் தெரியாது விபரம் தெரியாது இருந்த குழந்தைகளுக்கும்தான் சற்று விளக்கம் கூறவேண்டியிருக்குமே ஒழிய, மற்றையோருக்கு தெரிவிக்க வேண்டும் என்ற அவசியம் இல்லை. காரணம் அவ்வளவு விளக்கமாக அன்று நாம் இந்தி எதிர்ப்பின் அவசியத்தைப் பற்றிப் பேசியிருக்கிறோம் என்பதால்தான். சென்ற 10 ஆண்டுகளுக்கு முந்தி, இதே இந்தி மொழி மூலம் நமது திராவிட மொழிக்கும், திராவிடர் கலாச்சாரத்திற்கும், திராவிட மக்களுக்கும் வரநேர்ந்த ஆபத்தைத் தடுக்கவேண்டுமென்று நாம் ஒரு போராட்டத்தை இதே சென்னையில் நடத்தி வெற்றி பெற்றிருக்கிறோம் என்பதால்தான், அக்காலத்தில் ஏற்பட்ட ஆபத்துக்கும், இக்காலத்தில் ஏற்பட்டுள்ள ஆபத்துக்கும் பல வேற்றுமைகள் உண்டு. ஏதாவது கடினமான காய்ச்சலைப் பற்றிக் கூற வேண்டுமானால், இக்காய்ச்சல் மிக “விருலண்ட் பாரத்தில்” அதாவது மிகக் கொடூரமான, வேகமான ஆபத்துக்கிடமான தன்மையில் வந்துள்ளது என்று கூறுவார்கள். அதே போல் நமது கலாச்சாரத்திற்கு இன்று வந்துள்ள ஆபத்து முன்னைவிடச் சற்று கடினமான, சற்று தொந்தரவான தன்மையில் வந்துள்ளது.

பழைய இந்தி நுழைப்பு!

10 ஆண்டுகளுக்கு முன்பு இன்று கவர்னர் ஜெனரலாக இருக்கும் தோழர் ராஜகோபாலாச்சாரியார் அவர்கள் முதன் மந்திரியாய் இருந்த காலத்தில், இதே இந்தி கட்டாய பாடமாகக்கூட அல்ல, இஷ்ட பாடமாக வைக்கப்பட்டது. அதுவும் மாகாணம் பூராவுக்கும் 40 அல்லது 50 பள்ளிகளில் மட்டுமே பாடமாக வைக்கப்பட்டது. அன்று அதைக்கூட நாம் எதிர்த்தோம்.

நமது எதிர்ப்பின் வலிவைக் கண்டதும், இந்தியை இஷ்டப்பட்டுப் படிப்பவர்கள் கூட, இஷ்டப்பட்டாலொழிய பரீட்சைக்குப் போக வேண்டாம், சென்றாலும் தேற வேண்டிய அவசியமும் இல்லை என்று கூறப்பட்டது.

எதிர்ப்பு வளர வளர ஏதோ 100-வார்த்தைகளாவது இந்தியில் ஒரு மாணவன் தெரிந்து கொண்டால் போதுமானது என்று கூறப்பட்டது. கடைசியாக, “இவ்வளவு

அதிருப்தி மக்களுக்கு இருக்குமென்று தெரிந்திருந்தால் நான் இந்த மொழியைப் புகுத்தியே இருக்கமாட்டேன்" என்று அவரே கூறும்படியான நிலைகூட ஏற்பட்டது. கடைசியில் இவ்வாறு கூறுமாறு செய்யப்பட்ட அவர், முதல் முதலாக இந்தி எதிர்ப்புப் போர் துவக்கப்பட்டபோது என்ன கூறினார் தெரியுமா?

ஆணவம் குறைச்சலில்லை

"நான் இம்மாகாணத்தின் முதல்மந்திரி. மக்களால் தெரிந்து எடுக்கப்பட்டு மந்திரியாக வந்துள்ளவன். நான் உத்தரவிடுகிறேன் என்றால், மக்களின் பிரதிநிதியாகிய நான் உத்தரவிடுகிறேன் என்று பொருள். அப்படியிருக்க மக்களின் பிரதிநிதிகள் அல்லாத, யாரோ வெளியில் உள்ள ஒரு ராமசாமி நாயக்கரும், ஒரு சோமசுந்தர பாரதியாரும் எதிர்க்கிறார்கள் என்பதற்காகவா உத்தரவை மாற்றுவேன்? அவர்களுக்காகவா விட்டுக் கொடுப்பேன்? அது நடக்காது, முடியாது" என்று ஆணவத்தோடு கூறினார். அதற்காக நாம் அன்று அஞ்சினோம் இல்லை. மக்களிடம் இந்தியால் விளையக்கூடிய கேடுகளைப் பற்றித் தெளிவாக எடுத்துக் கூறினோம். அவர்களும் ஒப்புக்கொண்டு பேராதரவு அளிக்க ஆரம்பித்துவிட்டார்கள்.

ராஜி பேசிய படலம்

அதைக் கண்டு அன்று ஆணவத்தோடு சவால்விட்ட ஆச்சாரியாரும் சமரசத்திற்கு வர, ராஜிபேச முன்னுக்கு வர நேரிட்டது. ராஜி பேச வந்தவர் ஜெயில் சூப்ரன்டெண்ட் முன்னிலையில்தான் என்னுடன் பேசினார். சமரசம் பேச வந்தவரும்கூட இன்றும் உயிருடன்தான் இருக்கிறார். அவர் யார் என்பதையும்தான் தெரிவித்துவிடுகிறேன்! வேறு யாருமில்லை. இன்றைய மத்திய அரசாங்க நிதி மந்திரியாயுள்ள தோழர் சண்முகம் செட்டியார்தான் என்னுடன் ராஜிபேச அனுப்பப்பட்டார். அவர் கூறினார் "இப்போது இந்தி புகுத்தப்பட்டுள்ள நாற்பது பள்ளிகளோடு இந்தி நுழைப்பை நிறுத்திக் கொள்ள ஒப்புக் கொள்வதாயிருந்தால் போராட்டத்தை நிறுத்திக் கொள்ளச் சம்மதம் தானா" என்று கேட்டார். அதற்கு நான் சொன்னேன். "இது வெறும் வீம்புதானே, இந்தி தேவையில்லையென்று அவர் உணருவதாயிருந்தால் இந்த 40 பள்ளிகளில் கூட எடுத்துவிடுவதுதானே. நான் ஜெயித்தேனா, அவர் ஜெயித்தாரா என்று காட்டிக் கொள்ளத்தானே இப்படிக் கூறுகிறார்? இதற்கு ஒப்புக் கொள்ள முடியாது" என்று கூறினேன். அதற்கு அவர் சொன்னார். "இந்த 40 பள்ளிகளில் கூட இந்தி நிரந்தரமாக இராது. அதுவும் குறைக்கப்பட்டு விடும் என்று கூடக் கூறுகிறார். அப்படிச் செய்வதாயிருந்தால் போராட்டத்தை நிறுத்தச் சம்மதம்தானா" என்று கேட்டார். "அப்படியானால் முடிவாக 40 பள்ளிகளிலும் இந்தி மொழி எடுக்கப்பட்டுவிடும் என்று முடிவான தேதியைக் கேட்டு வைத்துக் கொள்ளுங்கள், எனக்குத் தெரிவிக்க வேண்டிய அவசியம்கூட இல்லை. அந்தத் தேதிக்குள் எடுக்கப்படாவிட்டால் மறுபடியும் போராட்டத்தைத் தொடர்ந்து நடத்த நீங்கள் பொறுப்பேற்றுக் கொள்வதாயிருந்தால் போராட்டத்தை நிறுத்துகிறேன்" என்று கூறினேன். அதற்கு அவர் தன்னால் பொறுப்பேற்க முடியாதென்றும், அந்தத் தேதியைக் கேட்டுத் தெரிவித்து விடுவதாகவும் கூறிச் சென்றார்.

வேகமும் வீம்பும்

"இந்தப் பேச்சு நடந்தது சென்னை ஜெயிலில். இப்பேச்சு நடந்த சில நாட்களில் எனக்குக் காய்ச்சல் வரவும் என்னைப் பெல்லாரிச் சிறைக்கு மாற்றினார்கள். அங்கும் காய்ச்சல் ஏற்பட்டது. அங்கிருந்து கோவைக்கு மாற்றப்பட்டேன். நான் பெல்லாரியில் இருந்தபோது இங்கு இந்தி எதிர்ப்பை நடத்தியவர்கள் சற்று

வேகமாகப் போய்விட்டார்கள். அதன் பயனாய் சர்க்காருக்கு வீம்பு அதிமாகி விட்டது. அதன் பயனாய் சமரசப் பேச்சு கைவிடப்பட்டது. கோவையிலும் எனக்குக் காய்ச்சல் ஏற்பட்டு வயிற்றுப் போக்கும் ஏற்டவே, கோவை ஜெயில் சூப்ரின்டென்ட் கொஞ்சம் பயந்துவிட்டார். அவர் ஒரு டாக்டர். அவர் உடனே ராஜகோபாலாச்சாரி யாரைப் பார்த்து நிலைமையை சொன்னார். ராஜகோபாலாச்சாரியாரும் "தாளமுத்துவுக்கும், நடராஜனுக்கும் ஏற்பட்ட கதி இவனுக்கும் ஏற்பட்டுவிட்டால் என்ன நேருமோ" என்று அஞ்சி "உடனே ஓடோடியும் போய் விடுதலை செய்து விடு. வெளியில் போய் என்ன வேண்டுமானாலும் ஆகட்டும்" என்று கூறிவிட்டார். ஞாயிறன்று சூப்ரண்டென்டு அவரைப் பார்த்தார். ஞாயிற்றுக்கிழமையன்றே விடுதலை உத்தரவும் செய்யப்பட்டது. பிறகு இந்தி எதிர்ப்புக்காக சிறை சென்றவர்களை, அவர்கள் சிறைவாசம் முடியும் முன்பே கொஞ்சம், கொஞ்சமாக விடுதலை செய்து கொண்டே வந்தார். அதையொட்டி இந்தி இன்று எடுபடும், நாளை எடுபடும் என்று பேச்சு உலாவ ஆரம்பித்தது. அப்படிப்பட்ட நிலையில் யுத்தமும் வந்தது. நாம் போட்ட உத்தரவை நாம் எடுப்பானேன்! வெள்ளையனே எடுத்துவிட்டுமே என்ற நினைப்பில், காங்கிரஸ் மந்திரிகளும் பேசாமலேயிருந்து கடைசியாக ராஜினாமா கொடுத்துவிட்டுச் சென்றார்கள். வெள்ளையர் சர்க்கார் ஆலோசகர்களாக வந்ததும் அந்த உத்தரவை ரத்து செய்துவிட்டார்கள். இதுதான் பழைய இந்தி எதிர்ப்புப் போராட்டத்தின் சுருக்கமாகும்.

இன்றைய இந்தி நுழைப்பு முறை

இந்தச் சங்கதியை நன்றாக அறிந்துள்ளவர்கள் இன்று தாம் பதவிக்கு வந்ததும், அதே காரியத்தை மறுபடியும் செய்ய முற்பட்டிருக்கிறார்கள். சுதந்திர அரசாங்கத்தில், சொந்த அரசாங்கத்தில்தான் அன்னிய வடநாட்டு மொழி நம்நாட்டில் புகுத்தப்படுகிறது. அதுவும் முன்னையைவிட சற்றுக் கடினமான முறையிலேயே புகுத்தப்பட்டுள்ளது. எனவே, நமது போராட்டத்தின் அளவும் முன்னையவிடச் சற்று விரிவானதாகவே அமையும். உத்தரவு பிறப்பித்தவர்களும், திடீரென்று இந்தியை இந்நாட்டில் கட்டாய பாடமாக்கிவிடவில்லை. இதுதான் நாம் சிந்திக்க வேண்டிய விஷயம். இந்தியை இன்னும் சில பாஷைகளோடு சேர்த்து அவற்றில் ஏதாவதென்றை இரண்டாவது மொழியாகப் படிக்க வேண்டும் என்று உத்தரவு பிறப்பித்தவர்கள் மாகாணம் பூராவுக்கும் ஒரே மாதிரி உத்தரவைப் பிறப்பிக்கவில்லை. இரண்டாம் மொழி கன்னடம், மலையாளம், தெலுங்கு ஆகிய பகுதிகளில் மட்டுமே கட்டாயம் ஆக்கப்பட்டது. தமிழ்நாட்டில் இஷ்டபாடமாக வைக்கப்பட்டது. அந்த உத்தரவிலேயே அதற்குக் காரணமும் கூறியுள்ளார்கள். தமிழ்ப் பகுதியில் இந்தி புகுத்தப்படுவதைச் சிலர் ஆட்சேபிப்பதால் இரண்டாம் மொழியை இப்பகுதியில் மட்டும் கட்டாயமாக்கவில்லை என்று திட்டமாகக் கூறியுள்ளார்கள்.

சண்டைக்குப் போவானேன் என்றே கருதினோம்

"இந்தி இந்நாட்டில் இஷ்டபாடமாக வைக்கப்பட்டது கூடத் தவறு; மறுபடியும் ஆட்சியாளர்கள் நம்மை வலுவில் சண்டைக்கு இழுக்கத் துணிந்து விட்டார்கள் போல் இருக்கிறது" என்று இவ்வுத்தரவைக் கண்டித்து 'விடுதலை'யில் எழுதி இருந்தோம். என்றாலும் அப்போது இப்படிப்பட்ட ஒரு போராட்டத்தை நடத்த வேண்டுமென்று நாங்கள் தீர்மானம் செய்யவில்லை. சண்டைக்குப் போவானேன், இஷ்டப்பட்டவர்கள் வேண்டுமானால் படித்துக் கொள்ளட்டுமே என்று எங்கள் கருத்தைத் தெரிவித்துக் கொண்டதோடு மட்டும் நிறுத்திக் கொண்டோம்.

பார்ப்பனர் வயிறெரிந்தால்...

தமிழ்நாட்டில் மட்டும் இந்தி இஷ்டமாக்கப்பட்டது ஒன்றிரண்டு பார்ப்பனர்களுக்கு வயிற்றெச்சலை உண்டாக்கியது. கோவைக்கு மந்திரியார் சென்றிருந்தபோது "ஏன் தமிழ்நாட்டில் மட்டும் இந்தி இஷ்டப்படமாக்கப்பட்டது" என்று கேட்கப்பட்டது. அதற்கு அவர் விளக்கமாகப் பதில் கூறியிருக்கிறார். அப்பதில் என்ன தெரியுமா?

"வேண்டுமென்று தான் நாங்கள் இந்நாட்டில் இந்தியைக் கட்டாயமாக்கவில்லை. இந்த நாட்டு மக்கள் இந்தி மொழியை விரும்பமாட்டார்கள் என்பதை உணர்ந்துதான் அப்படிச் செய்தோம். அந்த உத்தரவிற்கு ஆட்சேபணை வராததிலிருந்து நாங்கள் நினைத்தது சரியென்றே தெரிகிறது" என்று பதில் கூறியிருக்கிறார். இச்சேதி *24. 06. 1948* ஆம் சுதேசமித்திரனில் *22. 06. 1948* இல் மந்திரியார் பேசியதாக "இந்தியும் கட்டாய பாடமும்" என்கிற தலைப்பில் வெளிவந்துள்ளது. படிக்கிறேன் கேளுங்கள். "வேண்டுமென்றுதான் இந்தி இந்நாட்டில் (தமிழ்நாட்டில்) கட்டாயமாக்கப்படவில்லை. பொதுமக்கள் இவ்வுத்தரவை எப்படி ஏற்கிறார்கள் என்று கவனிக்கவே இப்படி உத்தரவு பிறப்பித்தோம். இரண்டொரு இடத்தைத் தவிர இவ்வுத்தரவிற்கு ஆட்சேபணை வரவில்லையே. அப்படி இருக்க எப்படி பொதுமக்கள் அபிப்பிராயத்திற்கு விரோதமாக எப்படி இந்தியைக் கட்டாயப் படுத்துவது" என்று பதில் கூறியிருக்கிறார். இதை நீங்கள் நன்கு யோசித்துப் பார்க்க வேண்டும். ஆட்சேபணையே வரவில்லையே என்று இரண்டு ஏகாரம் போட்டுப் பேசியிருக்கிறார். அதே *24.6.1948* தேதியில் இந்தச் சேதியையும் வெளியிட்டு விட்டு, "இந்தி கட்டாயமாகத் தேவை" என்று சுதேசமித்திரன் ஒரு தலையங்கமும் தீட்டி விட்டது. அதுவும் இந்தி கட்டாயமாக்கப்பட வேண்டும் என்பதுதான் பொதுஜன அபிப்பிராயம் என்றுகூடக் கூறிவிட்டது. அதற்கு ஆதாரமாக உத்தரவில் "சிலர் ஆட்சேபிப்பதால் கட்டாயமாக்கவில்லை" என்று கூறியிருப்பதைக் காட்டி "கட்டாய இந்தியை ஆட்சேபிப்பவர்கள் ஒரு சிலர்தான் என்பதை மந்திரியார் உணர்ந்திருக்கும் போது" அந்த ஒரு சிலருக்காக இஷ்ட பாடமாக்குவதா? என்று கேட்டிருப்பதோடு சர்க்காரை எப்போதும் எதிர்ப்பவர்கள் எந்த நல்ல காரியத்தையும் எதிர்க்கத்தான் செய்வார்கள். அதற்காக நல்ல காரியத்தைக் கைவிட்டுவிடுவதா? நல்ல காரியத்திற்குக்கூட ஒருசிலர் ஆட்சேபணை செய்து கொண்டுதான் இருப்பார்கள் என்று கூறி மதுவிலக்குக்கூட சிலர் ஆட்சேபிக்கவில்லையா? என்று உதாரணம் காட்டியிருக்கிறது.

கட்டாய உத்தரவு

ஆட்சேபணையே வரவில்லையே என்று கூறிய மந்தியார், "சுதேசமித்திரனுடைய" ஆட்சேபணையைக் கண்டதும், உடனே தம் உத்திரவை மாற்றிவிட்டார். மாற்றும் போதும் தெளிவாகவே கூறியிருக்கிறார். தமிழ்நாட்டிலும் இந்தி கட்டாயமாக்கப் பட்டிருக்கிறது என்று கூறியிருக்கிறார். முந்திய உத்தரவில் தமிழ்நாடு மட்டும் கட்டாயத்திலிருந்து நீக்கப்பட்டிருக்கிறது; இப்போது மற்ற பகுதிகளோடு தமிழ்நாடும் சேர்த்துக் கொள்ளப்பட்டிருக்கிறது.

ஏதோ ஒன்றென்றால் ஏனோ வாத்தியாரும் சலுகையும் கட்டாயம்?

இவ்வளவுக்கும் பிறகு இப்போது சர்க்கார் கூறும் முக்கிய வாதம் "நாங்கள் இந்தி கட்டாயம் என்று சொல்லவில்லையே" என்பதுதான். சர்க்கார் உத்தரவிலும், மந்திரிகள் பேச்சுகளிலும் கட்டாயம் என்கிற வார்த்தை பலமுறை காணப்படுகிற போதிலும், தாங்கள் கட்டாய பாடமாக்கவில்லை என்று கூறி மக்களை ஏய்க்கப் பார்க்கிறார்கள். எப்படிக் கட்டாயமில்லை என்று கூறுகிறார்கள் என்றால் 'இந்தி

எங்கு கட்டாயம் என்றோம்' இந்தி அல்லது சமஸ்கிருதம் அல்லது உருது அல்லது மற்ற ஏதாவதொரு இந்திய மொழி ஒன்றைத்தானே கட்டாயமாக்கியிருக்கிறோம். இரண்டாம் மொழி தான் கட்டாயமே ஒழிய இந்தியல்லவே என்கிறார்கள். இந்தி அல்லது சமஸ்கிருதம் அல்லது அரபி அல்ல உருது அல்லது தெலுங்கு என்று ஒரு 5 மொழிகளில், ஏதாவதொன்றை எடுத்துக்கொள்ளும்படி கூறிவிட்டு, இந்திப் படிப்பவர்களுக்குதான் சர்க்கார் உத்தியோகம் அளிக்கப்படும், சர்க்கார் சலுகை அளிக்கப்படும் என்றால், இந்தி தவிர வேறு எதைக் கற்பார்கள் மாணவர்கள்? ஏதாவதொன்றைப் படிக்கலாம் என்று கூறுபவர்கள் இந்திக்கும் மட்டும் எல்லாப் பள்ளிகளிலும் வாத்தியார்களை நியமிப்பானேன்? இந்தி வாத்தியார்களை உற்பத்தி செய்யமட்டும் பணம் ஒதுக்கி வைப்பானேன்? இந்தி தவிர மற்ற மொழிகளுக்கு இவ்வித ஏற்பாடுகள் செய்யப்படவில்லை என்பதிலிருந்தே. சர்க்காரின் பித்தலாட்டம் வெளிப்படுகிறதா, இல்லையா? இதுதான் போகட்டும்.

சர்க்கார் பத்திரிகை இது! சாகஸப் பித்தலாட்டம் இது!

சர்க்காரின் கருத்தைத் தெரிவிக்கச் சர்க்காரால் நடத்தப்பட்டுவரும் "சென்னைச் செய்தி" என்ற மாத வெளியீட்டில், கனம் கல்வி மந்திரியார் என்ன கூறியிருக்கிறார் என்பதைக் கவனியுங்கள். இது சர்க்கார் பத்திரிகை. இதில் கனம் கல்வி மந்திரி அவினாசிலிங்கம் செட்டியார் எழுதியது என்று போடப்பட்டு அவரது போட்டோவுடனும், கையெழுத்துடனும் வெளிவந்துள்ளது. என்னவென்று கவனியுங்கள் 01.08.1948 இல் வெளியாகி 02.08.1948 இல் எங்களுக்குக் கிடைத்திருக்கும் இப்பத்திரிகையில் (பத்திரிகையும் போட்டோவையும் காட்டி) இந்தியைப் பற்றி ஏதேதோ எழுதிவிட்டு "இந்நாட்டு மாணவர்கள் ஒவ்வொரு வருக்கும ஒரு சிறு அளவுக்கேனும் இந்தி தெரிந்திருக்க வேண்டியது அவசியம். எனவேதான் எல்லா ஹைஸ்கூல்களிலும் இந்தியைக் கட்டாயப் பாடமாகப் போதிக்கப்பட வேண்டுமென்று சர்க்கார் உத்திரவு பிறப்பித்துள்ளார்கள்" என்று எழுதியிருக்கிறார். இப்படி எழுதிவிட்டு நான் எங்கே இந்தியை கட்டாயமாக்கி இருக்கிறேன் என்று கூறினால் அது பித்தலாட்டமா அல்லவா? நேற்று முந்தா நாள் நடைபெற்ற சம்பாஷணையின்போது இதையெல்லாம் எடுத்துக்காட்டினேன். என்றாலும் அவர்கள் சொன்னதையே தான் திருப்பித்திருப்பிச் சொல்லிக் கொண்டிருக்கிறார்கள்.

முடியாததை முடியாதென்பதா வெட்கம்?

இப்போதோ கட்டாயப் பாடம் மட்டும் இல்லை; கட்டாயப் பரீட்சையும் உண்டு. அதில் நல்ல மார்க்கு வாங்கினால்தான் தேர்ச்சியும் உண்டு. நமது பிள்ளைகள் எப்படி இந்தியைக் கற்றுத் தேற முடியும்? மிக கஷ்டமாயிருக்குமே என்று கூறினால், 'அப்படிச் சொல்லிக் கொள்வது வெட்கமாயில்லையா' என்று மந்திரியார் கேட்கிறார். 'நம்மால் செய்ய முடியாத ஒன்றை நம்மால் செய்ய முடியாதே' என்று கூறுவதற்கு நாம் ஏன் வெட்கப்பட வேண்டும்? முடியாத ஒன்றை முடியாது என்று கூறுவதில் அவமானம் என்ன இருக்கிறது? நான் கேட்கிறேன் மந்திரியாரை, உங்களுக்கு நீக்ரோ பாஷை தெரியுமா? அப்பாஷை உங்கள் நாக்கில் நுழையுமா என்று, நுழையாது என்றுதானே மந்திரி பதில் கூறுவார். நீக்ரோ பாஷை என் நாக்கில் நுழையாது என்கிறாயே, அதைக் கூறிக் கொள்வது அவமான மில்லையா என்று கேட்டால் அதற்கென்ன பதில் கூறுவார் மந்திரியார்? தமிழ் நாட்டில் பிறந்த ஒருவருக்கு தமிழ் படிக்கத் தெரியவில்லை, தமிழ் பேசத் தெரியவில்லை என்றால், அதற்காக வெட்கப்படுவதில் வேண்டுமானால் நியாயம் இருக்கிறது. தமிழ்நாட்டில் பிறந்தவன் தனக்கு இந்தி வராது என்று கூறுவதில் என்ன வெட்கப்பட வேண்டியிருக்கிறது.

பார்ப்பனரோடு இந்திப் போட்டி பலிக்குமா?

பார்ப்பனர்கள் சமஸ்கிருதம் படித்தவர்களின் சந்ததியார்கள். சமஸ்கிருத்தில் ஒவ்வொரு எழுத்துக்கும் 4 சப்தங்கள் உண்டு. இந்திக்கும் அப்படியேதான். நாலு சப்தங்களுக்கேற்ப எழுத்துருவங்களும் மாறியிருக்கின்றன. ஆனால் தமிழ் மொழியில் அப்படிக்கில்லை. சப்தத்தில் மாறுதல் இருந்தாலும் எழுத்து உருவத்தில் மாறுதல் இல்லை. தமிழ் எழுத்துக்களை உச்சரிப்பதும் வெகுசுலபம். தமிழ் எழுத்துக்களை உச்சரித்துப் பண்பட்ட தமிழன் நாக்கால் இந்திச் சப்தத்தை வரிவர உச்சரிக்க முடியாது. அப்படிப்பட்ட ஒரு மொழியை நமது சிறுவர்களின் மீது திணித்து அவர்களைக் கொடுமைப்படுத்தலாமா? என்பதுதான் எங்கள் கேள்வி.

தெலுங்கு ரெட்டியார்தான் ஆனால் தெலுங்கைச் சரியாகப் பேசுவாரா?

நான் ஒன்று சொல்ல நினைக்கிறேன். அதற்காக நண்பர் ரெட்டியாரும் என் மீது கோபித்துக் கொள்ளமாட்டார் என்று கருதுகிறேன். ரெட்டியார் ஒரு தெலுங்கரானாலும் அவருக்குச் சரியாகத் தெலுங்குப் பேசத் தெரியாது. நான் ஒரு கன்னடியன் என்றாலும் எனக்குச் சரியாகக் கன்னடம் பேசத் தெரியாது. ஏன்? ரெட்டியாரின் மூதாதையர் தமிழ்நாட்டில் வந்து குடியேறி சுமார் 600 ஆண்டுகள் சுமார் 10 தலைமுறைகள் ஆகியிருக்கும். அதற்கும் பல ஆண்டுகள் முந்தித்தான் எனது மூதாதையரும் தமிழ்நாட்டை அடைந்திருக்க வேண்டும். 10 தலை முறைகளாக தமிழ்நாட்டிலேயே எங்கள் குடும்பத்தினர் வாழ நேரிட்ட காரணத்தால் எங்கள் சொந்தமொழி எங்களுக்குச் சரியாகத் தெரியாது போய்விட்டது. நான் பேசும் கன்னடமும் ரெட்டியார் பேசும் தெலுங்கும் ஒரு தமிழனுக்குத் தான் புரியுமேயல்லாது ஒரு கன்னடியனுக்கோ, ஒரு தெலுங்கனுக்கோ சரியாகப் புரியாது. காரணம் தமிழ்நாட்டிலேயே பல காலம் இருந்து தமிழர்களிடையே பழகித் தமிழே பேசி வந்ததுதான். தமிழ் திரிந்த தெலுங்கே பழக்கத்தால் ரெட்டியாருக்கு, மறந்து போய்விட்டதென்றால், சரிவரப் பேசமுடியாது விட்டது என்றால், தமிழ் மாணவர்களால் எப்படி இந்தி படிக்கமுடியும் என்று நண்பர் ரெட்டியார் சிந்திக்க வேண்டாமா?

குடிஅரசு - 14. 08. 1948

தொகுதி 1 மொழி

பெருமக்களுக்கோர் எச்சரிக்கை!

இந்தி எதிர்ப்புப் போர் நடக்கிறது. பார்ப்பனப் பத்திரிகைகள் போர் விஷயங்களை மறைத்து, திருத்திப் பொய் கற்பனை செய்யச் செய்து பித்தலாட்டங்களை அள்ளி இறைக்கும், முன்பு தொழிலாளர்கள் முதலிய வேலை நிறுத்தங்களின் போது செய்த யோக்கியமற்ற காரியங்களைச் செய்யும். (அதைத் தடுப்பதற்குத் தனிப்பட்ட போராட்டம் வேண்டும்).

ஆதலால், உண்மை நடவடிக்கைகளை அறிய ஆசைப்படும் மக்கள் பார்ப்பனப் பத்திரிகைகளில் வருவதை நம்பி விடாதீர்கள்.

காங்கிரஸ் போர்வையில் இருக்கும் திராவிடர் பத்திரிகை, தங்கள் கட்சி மந்திரிகளைக் காப்பாற்றவும், பார்ப்பனர்கள் தொல்லையில் இருந்து சமாளிக்கவும் அவைகளும் பார்ப்பனியத்தைக் கையாள வேண்டியிருக்கும். முஸ்லிம் பத்திரிகைகளும் சர்க்காரின் புலிப்பாய்ச்சல் கொடுமைக்குப் பயந்து ஒளிய வேண்டி இருக்கும். ஆதலால், திராவிடர் கழக சார்பு உள்ள பத்திரிகைகளைப் பார்த்து முடிவு செய்யுங்கள்.

தூத்துக்குடி மகாநாட்டைப் பார்ப்பன-காங்கிரஸ் பத்திரிகைகள் எப்படி இருட்டு அடித்தன? மற்றும் பல முக்கிய நடவடிக்கைகளை எப்படி திருத்திக் கூறின? ரயில்வே தொழிலாளர், பக்கிங்ஹாம் மில் தொழிலாளர் முதலிய ஸ்ட்ரைக்குகள் பற்றி எப்படித் திரித்துக் கூறின? இவைகளை ஞாபகத்தில் வைத்துக் கொள்ளுங்கள்.

ஈ.வெ.ராமசாமி
குடிஅரசு – 14.08.1948

தொகுதி 1
மொழி

07.08.1948ஆம் நாள் பிரதமர் சந்திப்பைப் பற்றி பெரியார்

பிரதமருக்கும் (O.P.R.) எனக்கும் ஏற்பட்ட சந்திப்பில் குறிப்பிடத்தக்க விஷயம் ஒன்றுமில்லை.

பிரதமர் மரியாதைக்காகக் கூப்பிட்டார்.

நானும் மரியாதைக்காகச் சொன்றேன்.

பிரதமர்:- "இந்தி கட்டாயம் இல்லை" என்றார்.

நான்:- "கட்டாயப்பத்தப்பட்டிருக்கிறது" என்று சொன்னேன்.

பிரதமர்:- "இந்திய யூனியனில் நாம் இருந்தாக வேண்டும். ஆதலால் இந்தி அவசியம்" என்றார்.

நான்:- "இந்திய யூனியனில் இருந்தாக வேண்டும் என்ற அவசியம் இல்லை. ஆதலாலும் மற்ற காரியங்களுக்கு இந்தி அவசியம் இல்லை" என்றேன்.

பிரதமர்:- "இதற்காகச் சத்தியாக்கிரகம் செய்ய வேண்டாம்" என்றார்.

நான்:- "எல்லா ஏற்பாடும் செய்தபிறகு இப்போது சொல்லுவது சம்பிரதாயப் பேச்சாக இல்லாமல் உண்மையாய்ச் சொல்லுவதானால் இந்தி விஷயத்தில் ஏதாவது மாறுதல் செய்யுங்கள்" என்றேன்.

பிரதமர்:- "ஒரு மாறுதலும் செய்ய முடியாது" என்றார்.

நான்: "சரி, சென்று வருகிறேன்" என்றேன்.

பிரதமர்:- "சரி, போய்வாருங்கள்" என்றார்.

நான் வரும்போது இந்த சம்பவத்தை என்னை அழைத்து எச்சரிக்கை செய்தார் என்று கருதிக் கொண்டே வந்தேன்.

பிரதமர் நான் வந்த உடன் போலிஸ் கமிஷனரைக் கூப்பிட்டு பேசினாராம். பிறகு தனது போலிஸ் இலாகா (ஹோம் செக்கரட்டரி) காரியதரிசியைக் கூப்பிட்டு பேசினாராம். பிறகு மந்திரிகளுடன் கலந்தாராம்.

நான் வீடு வந்து சேர்ந்தவுடன் ஆவலாய் என்னை எதிர் நோக்கிக் கொண்டிருந்த தோழர்கள் வேதாசலம், அண்ணாதுரை மற்றும் 10 நிர்வாக சபை அங்கத்தினர்கள் முதலியவர்களோடு கலந்து பேசினேன். அவர்கள் "ஒரு சடங்கு நடந்தேறியது" குறித்து மகிழ்ச்சி அடைந்தார்கள்.

குடிஅரசு - 14.08.1948

இந்தி எதிர்ப்புப் போராட்டம் - 2

இப்படிப்பட்ட தமிழ் மாணவர்களால் எப்படி வடமொழியிலேயே ஊறிய ரத்தம் பாய்ந்து கொண்டிருக்கும் பார்ப்பனச் சிறுவர்களோடு போட்டி போட முடியும்? இதைத்தான் நான் ரெட்டியாரிடம் எடுத்துச் சொன்னேன். இதையெல்லாம் கேட்டுக் கொண்டு கடைசியாக ரெட்டியார் கூறினார் (ரெட்டியார் கூறினார் என்றால் சர்க்கார் கூறியது என்று தான் அர்த்தம் செய்து கொள்ள வேண்டும்). “நாம் இந்துஸ்தான் யூனியனில் இருக்கிறோம். ஆதலால், இந்துஸ்தான் யூனியன் பாஷையாகிய இந்தியை படித்துத்தான் ஆக வேண்டும். கண்டிப்பாக படித்துத்தான் தீரவேண்டும்” என்று. இதற்குத்தான் “கட்டாயமில்லை” என்று அர்த்தமா என்று கேட்டுவிட்டு, இந்தியை எக்காரணம் கொண்டும் நம்மால் ஏற்க முடியாது என்று கூறிவிட்டேன். எனவே, இந்தி நுழைப்பை எதிர்த்துத்தான் ஆகவேண்டும். அவர்கள் இந்தியைக் கைவிடுமாறு செய்யப்படும் வரைக்கும், அந்த அளவுக்கு நமது போராட்டத்தை நடத்தித்தான் ஆகவேண்டும்.

ஆச்சாரியாரின் நேர் தம்பி!

இன்று இந்தி எதிர்ப்பு பற்றி சர்க்கார் அறிக்கை ஒன்று வெளிவந்துள்ளது. அதைக் கூட்டத்திற்கு வரும்போதுதான் பார்க்க நேரிட்டது. அவ்வறிக்கையில் ரெட்டியார் கூறுகிறார். “மக்களுக்குப் பொறுப்பு வாய்ந்த பொதுஜன சர்க்கார், பொதுநலனை முன்னிட்டு ஏதாவதொன்றைக் கட்டாயமாக்கினாலும் அதை ஆட்சேபிக்க கூடாதென்பதை முதலில் குறிப்பிட விரும்புகிறேன்” என்று. ராஜகோபாலாச்சாரியார்கூட முன்பு இதையேத்தான் கூறினார். இவர் அவரது நேர் தம்பி. அதனால்தான் பழைய ரிக்கார்டைப் பார்த்து அப்படியே காப்பியடிக்கிறார். “மக்களுக்குப் பொறுப்பு வாய்ந்த பொதுஜன சர்க்கார்” என்றால் அச்சர்க்கார் பொதுமக்கள் விருப்பப்படி நடக்க வேண்டுமா, அல்லது பொதுமக்கள் விருப்பத்திற்கு நேர்மாறாக நடக்க வேண்டுமா? ஓட்டுக் கொடுக்கும் வரை தான் இவர்கள் பொதுமக்கள் என்று கருதப்படுவார்களா? அல்லது ஓட்டுக் கொடுத்து விட்டதும் இவர்கள் இறந்து போய்விட்டார்கள் என்று ரெட்டியார் நினைத்துக் கொண்டிருக்கிறாரா?

அறிவா? ஆணவமா?

“நாம் இவர்களுக்கு ஓட்டு கொடுத்தால் இவர்கள் நம் விருப்பத்தை ஈடேற்றி வைப்பார்கள்” என்றுதானே ஓட்டு கொடுத்தவர்கள் நினைத்திருப்பார்கள். அவர்களுடைய விருப்பப்படி நடப்பது தானே ஓட்டுப் பெற்றவர்களுக்கு ஒழுங்கும், கடமையும், அறிவுடைமையுமாகும். மக்களுக்குப் பொறுப்பு வாய்ந்த பொதுஜன

தொகுதி 1
மொழி

சர்க்கார் என்று தம்மை விளம்பரப்படுத்திக் கொள்ளும் ரெட்டியார் சர்க்கார், பொதுமக்கள் விருப்பத்திற்கு மாறாக, இந்தியைத் திணித்துவிட்டு "பொதுநலனை முன்னிட்டு ஏதாவதொன்றை சர்க்கார் கட்டாயமாக்கினால் அதை ஆட்சேபிக்கக் கூடாது" என்று கூறுகிறதென்றால் அது அறிவுள்ள சர்க்காரா? ஆணவம் பிடித்த சர்க்காரா? மக்களின் பிரதிநிதிகள் என்றுகூறிக் கொள்ளும் இம்மந்திரிமார்களின் யோக்கியதை இன்றுதான் எனக்குப் புரிந்தது. பொறுப்பு வாய்ந்த சர்க்காராம்! பொதுமக்கள் சர்க்காராம்! என்றாலும் மக்கள் விருப்பத்துக்கு விரோதமாக ஏதாவதொன்றைக் கட்டாயமாக்கினால் அதை ஆட்சேபிக்கக் கூடாதாம். என்னே அநியாயம்!

ரெட்டியார் மேலும் குறிப்பிடுகிறார், "தென்னிந்தியா இந்திய யூனியனில் ஒரு பகுதியே ஆகும்" என்று. தென்னிந்தியாவை இந்திய யூனியனில் பிணைத்து காங்கிரஸ்காரராகிய நீங்களா அல்லது திராவிடப் பொதுமக்களா? "இந்துஸ்தானி இந்திய யூனியனின் பொதுபாஷையாக அங்கீகரிக்கப்பட்டிருக்கிறது" என்று மேலும் கூறுகிறார். அங்கீகாரம் செய்தவர்கள் யார்? காங்கிரஸ்காரர்கள் தானே? காங்கிரஸ் காரர்கள் அங்கீகரித்துவிட்டார்கள் என்றால், நாட்டு மக்கள் எல்லோரும் அங்கீகரித்து விட்டார்கள் என்று அர்த்தமா? அல்லது அதிகார மமதை இப்படி அறிக்கைவிடச் செய்கிறதா?

வெள்ளையனையும் மிஞ்சிவிட்டார்கள்

"இந்தியாவின் பொதுப்பாஷையாகிய இந்துஸ்தானியை ஒரு குறைந்தபட்ச அளவுக்கேனும் கற்றுக் கொண்டிராவிடில் யூனியன் சர்க்காரில் தென்னிந்திய மக்கள் தங்களுக்கு நியாயமாக உரித்தான பங்கைப்பெற முடியாமற் போய்விடும்" என்று குறிப்பிட்டுள்ளார். வெள்ளையன்கூட இப்படிக் கூறவில்லையே! இங்கிலீஷ் கற்றாலொழிய நமக்கு நியாயமான உரிமை கிடைக்காதென்று. இஷ்டப்பட்டவர் களைத் தானே ஆங்கிலம் படிக்கச் செய்தான். அவனையும் மிஞ்சி விட்டார்களே இந்த "சுதந்திரவாதிகள்". அதுவும் ஒரு திராவிட மந்திரி இப்படிக் கூறுகிறாரே. இந்தி தெரியாததால் நாளை நமது பேர் ஓட்டர் லிஸ்டிலிருந்துகூட எடுபட்டுவிடும் போல் இருக்கிறதே.

நாணயமும் தியாகமா?

இந்தி படிக்கப்படவேண்டிய அவசியத்தை இவ்வளவு வற்புறுத்திக் கூறிவிட்டு அடுத்தாற்போல் கூறுகிறார். "ஒரு மாணவர் தம் பெற்றோர்கள் விருப்பத் திற்கு எதிராகவோ அல்லது தம் விருப்பத்திற்கு எதிராகவோ இந்துஸ்தானியைப் படித்துத்தான் தீரவேண்டும் எனக் கட்டாயப்படுத்தப்படவில்லை" என்று. இது முன்னுக்குப்பின் முரணாக இல்லையா? இந்தி இந்நாட்டுப் பொதுமொழியாக அங்கீகரிக்கப்பட்டிருக்கிறது. எனவே, அதை ஒவ்வொருவரும் தெரிந்திருக்க வேண்டியது அவசியம் என்று முதலில் கூறியுள்ள அமைச்சர், பிறகு கட்டாய மில்லை என்று கூறி, மக்களை ஏமாற்றுவதற்காகத் தம் நாணயத்தைக் கூட கொஞ்சம் தியாகஞ் செய்கிறார்.

இன்னும் ஏதேதோ கூறிவிட்டுக் கடைசியாக, "மறியல் செய்யும் இடங்களில் கூட்டம் கூடாமல் மறியல் செய்பவர்களைத் தனியே விட்டுவிடுமாறு பொது மக்களையும் நான் கேட்டுக்கொள்கிறேன். மறியல் செய்பவர்களுக்கு அனுதாபிகளும், அவர்களுக்கு விரோதமாக இருப்பவர்களும் மறியல் செய்பவர்களுடன் கூடி நிற்பது அனுமதிக்கப்படமாட்டாது" என்று இதைக் கூறியதற்காக கனம் முதல் மந்திரியார் ரெட்டியார் அவர்களை மனமார வாழ்த்துகிறேன். நீங்களும் வாழ்த்துக் கூறுங்கள்!

ராமசாமி ரெட்டியார் வாழ்க! என்று வாழ்த்தொலி செய்யுங்கள்! (வாழ்த்தொலி அவ்விதமே செய்யப்பட்டது).

மேலும் கூறுகிறார், "மாணவர்களுக்கு எவ்வித தடை செய்வதையும் அனுமதிக்க முடியாது. அத்துமீறி நடப்பவர்கள் சட்டப்படி தண்டிக்கப்படுவார்கள்" என்று. நாளை போராட்டம் தொடங்குகிறது. சர்க்காரும் தம் இஷ்டம்போல் நடவடிக்கை எடுத்துக் கொள்ளட்டும். நீங்கள் மட்டும் ரெட்டியார் அறிக்கைப்படி, சர்க்கார் அறிக்கைப்படி அமைதியாக நடந்து கொள்ளுங்கள் "வெற்றி நமக்கு நிச்சயம் கிடைக்கும்".

அய்தராபாத் குண்டர் ஒழிப்பு அக்கறை நமக்கில்லையா?

இப்போது அய்தராபாத்தில் ஒரு பெரும் குழப்பம் நடைபெற்று வருகிறது. அக்குழப்பம் இந்திய சர்க்காருக்கும், நைஜாம் சர்க்காருக்கும் இடையேயுள்ள அபிப்பிராய பேதத்தால் ஏற்பட்டிருக்கும் குழப்பமாக இல்லை. அங்குள்ள சில குண்டர்களால் நடத்தப்பட்டு வரும் கட்டுப்பாடான காலித்தனத்தை நைஜம் சர்க்காரால் அடக்க முடியவில்லை. சரியான சமயத்தில் உள்ளே புகுந்து காலித்தனத்தை அடக்காவிட்டால், அது எங்கு அய்தராபாத்தையும் தாண்டி இந்தியாவிலும் பரவி விடுமோ என்ற கவலை ஏற்பட்டிருக்கிறது.

அதனால் இந்திய சர்க்காருக்கும், கலகக்காரருக்கும் போராட்டம் நடைபெற இருக்கிறது. அப்போராட்டம் மிகப்பெரிய போராட்டமாக வளர்ந்துவிடவும்கூடும். அது பெரிய யுத்தம் மாதிரியே நடக்க நேர்ந்தாலும் நேரிடலாம். அப்படிப்பட்ட நிலை நேரக்கூடுமானால் அதில் நாம் சம்பந்தப்படாமல் இருக்க முடியாது. அப்படிப்பட்ட சமயத்தில் நமது போராட்டத்தை ஒரு வேளை நிறுத்த வேண்டி ஏற்படலாம். அதற்கும் நீங்கள் தயாராக இருக்க வேண்டும். நமது சார்பும் நம் மக்கள் சார்பும் கட்டாயம் இந்திய சர்க்கார் சார்பாகத்தான் இருக்கும்.

அய்தராபாத்தில் நடக்கும் போராட்டம் நவாப்பின் சர்க்கார் சார்பாக நடத்தப்படும் போராட்டமாக இல்லை. நவாப்பையும் சேர்த்தழிக்கக் கூடிய போராட்டமாகத்தான் அது காணப்படுகிறது. இதை திராவிட நாட்டு முஸ்லிம்கள் நன்கு மனதில் இருத்திக் கொள்ள வேண்டும். நைஜாம் எதிர்க்கப்படுகிறார். எனவே முஸ்லிம்கள் எதிர்க்கப்படுகிறார்கள் என்று கருதி யாரும் அய்தராபாத் போராட்டத்தை இந்து-முஸ்லிம் போராட்டமாக ஆக்கி இந்நாட்டில் குழப்பத்தை உண்டாக்கிவிடக் கூடாது. அய்தராபாத்தைச் சுற்றி திராவிடர்களாகிய நாம் தான் இருக்கிறோம். தெற்கே நம் மாகாணமும், வடக்கே மைசூரும் தான் அய்தராபாத்தைச் சுற்றி இருக்கும் பிரதேசங்களாகும். எனவே நாம் தான் அய்தராபாத் பிரச்சினையால் பெரிதும் பாதிக்கப்படக்கூடியவர்கள் ஆவோம். நான் எதற்காக இதைச் சொல்கிறேன் என்றால், அய்தராபாத் பிரச்சினையைக் காட்டி ஏதாவது விஷமத்தனத்தை கிளப்பிவிட்டுத்தான் நமது முயற்சியைக் கெடுக்க ஆட்சியாளர்கள் சூழ்ச்சி செய்வார்கள் அதற்கு நாம் ஆளாகிவிடக் கூடாது, நாம் ஏமாந்து போய்விடக்கூடாது என்பதற்காகத்தான் இவ்வளவு கூறுகிறேன்.

இந்துஸ்தான் நைஜாம் சண்டையுமல்ல இந்து-முஸ்லிம் சண்டையுமல்ல

மறுபடியும் சொல்லுகிறேன். இது இந்து முஸ்லிம் சண்டையல்ல. இந்துஸ்தான் சர்க்கார் நைஜாம் சர்க்கார் சண்டையுமல்ல. பின் என்ன? குண்டர்களின் காலித்தனத்தை அடக்க, அவர்கள் காலித்தனத்திலிருந்து அய்தராபாத் மக்களை மீட்க, இந்திய சர்க்காரால் அய்தராபாத் குண்டர்களோடு நடத்தப்படும் போராட்டமாகத்தான் அது அமையும், நைஜாம் மன்னர் இந்திய சர்க்காருடன்

ராஜியாவதைத் தடுத்து நிற்பவர்கள் இக்குண்டர்கள்தான் என்று கூறுப்படுகிறது. எனவே, குண்டர்கள் மீது நடத்தப்படும் போராட்டத்தில் நாம் கட்டாயம் இந்திய சர்க்காரின் பக்கத்தில்தான் இருப்போம்.

அய்தராபாத் குண்டர்கள் முஸ்லிம்கள் என்பதற்காக நாம் இந்நாட்டு முஸ்லிம்களைச் சண்டைக்கு இழுக்கப்போவதில்லை இந்நாட்டு முஸ்லிம்கள் யாவரும் நம்மவர்கள், திராவிடர்கள், திராவிடக் கலாசாரத்தில் பற்றும், அனுதாபமும், நம்பிக்கையும் உடையவர்கள். அவர்கள் எல்லோரும் நம் நண்பர்கள், நண்பர்களாகவே நாம் எப்போதும் அவர்களைக் கருதி வருவோம். எனவே இந்நாட்டு முஸ்லிம்களும் நம்முடன் சேர்ந்து இந்திய சர்க்காரை ஆதரித்து குண்டர்களின் ஆதிக்கத்தை ஒழிக்க முற்படவேண்டியது அவசியம். அதுதான் நன்மையும்கூட. அய்தராபாத் குண்டர்கள்மீது போர் இன்றோ நாளையோ துவக்கப்படலாம். நாளை இந்திப் போர், நாளை மறுநாள் அய்தராபாத் போர் என்று நேரிட்டாலும் நேரிடலாம். இன்றை அய்தராபாத் குழப்பத்தால் நைஜாமே உயிரை இழக்க நேர்ந்தாலும் நேரிடலாம், அவரைக் காப்பாற்றும் பொறுப்பு இந்திய சர்க்காருக்கு ஏற்பட்டாலும் ஏற்படலாம் என்று ஒரு முக்கியமான பிரமுகர் என்னிடம் கூறினார். சமீபத்தில் சென்னையில் மறுபடி ஏ.ஆர்.பி. துவக்கப்படவும் கூடும். அப்படி நேர்ந்தால் நமது கலாசாரப் போராட்டத்தை ஒரு சிறிது காலம் ஒத்தி வைக்க நேரிட்டாலும் நேரிடலாம் என்பதைத் தவித்து, வேறு எந்தக் காரணத் திற்காகவும் வெற்றி கிடைக்கும் வரை போராட்டம் நிறுத்தப்படமாட்டாது. வெற்றி கிடைக்க வேண்டுமானால், அது சீக்கிரத்திலேயே கிடைக்க வேண்டுமானால், நமக்கு அளவற்ற பொறுமை வேண்டும்; கட்டுப்பாடும் வேண்டும்; சாந்தமும், சமாதானமுமாக நாம் நடந்து கொள்ள வேண்டும். இவைதான் நம் வெற்றிக்கு அடிப்படை.

பொதுமக்கள் அனுமதி இல்லையாம்

மறியல் நடத்தும் தொண்டர்களுக்கு அருகாமையில் இருக்க பொதுமக்கள் அனுமதிக்கப்படமாட்டார்கள் என்று ரெட்டியார் கூறியிருக்கிறார். இதற்கு இரண்டு அர்த்தம் கொடுத்துக் கொள்ளலாம். ஒன்று "நாங்கள் தொண்டர்களை நன்றாக அடிக்கப் போகிறோம். அதில் ஏன் நீங்கள் பங்குகொள்ளப் போகிறீர்கள்" என்று கூறுவதாக இருக்கலாம். அல்லது "நாங்கள் அவர்களை சிறை செய்யப்போகிறோம். எனவே அருகில் இருந்து ஏன் கலகத்தை விளைவிக்கப் போகிறீர்கள், எட்டி நில்லுங்கள்" என்ற கூறுவதாக இருக்கலாம். நாம் நல்ல அர்த்தத்தையே எடுத்துக் கொள்வோம். அடிக்கமாட்டார்கள் அடிபடாமலே பதவிக்கு வந்த காரணத்தால் என்றே கொள்வோம். எப்படியேயாயினும் மறியல் தொண்டர்கள் தவிர்த்து, மற்றவர்கள் அருகில் வராமல் இருப்பதுதான் நல்லது.

அடிபடவும் சிறைபுகவும் ஆசையா? அவற்றைப் பார்ப்பதற்கு ஆசையா?

யாராவது தொண்டர்களாக வர, அடிவாங்க அல்லது சிறைப்பட ஆசைப் பட்டால் எங்கள் மூலமாக வாருங்கள். அடிபடவோ, சிறைப்படவோ வசதி செய்து கொடுக்கிறோம். அவர்களுக்கும் ஆசை தீர அடிக்க வசதி செய்து கொடுக்கிறோம். வேடிக்கை பார்க்க வேண்டுமானாலும் வாருங்கள். வந்தால் பேசாமல் அமைதியாக எட்டி நின்று கொண்டு பாருங்கள். எல்லா நடவடிக்கைகளும் பேசாத படக் காட்சியே போல் நடைபெறட்டும். ஏராளமான ராணுவத்தைத் தருவித்து வைத்துள்ளார்கள். அவர்களை ஏற்றிவர நிறைய வண்டிகளும் வைத்துக் கொண்டு உள்ளார்கள். எனவே பயமில்லை, உங்கள் ஒத்துழைப்பு இருந்தால் போராட்டம் மிக வெற்றிகரமாகவே நடைபெறும்.

தொகுதி 1 மொழி

தனலட்சுமியாரைத் தடுத்தோம்

நாளை போராட்டம் துவங்குகிறது தாய்மார்களும் அவ்வப்போது, போராட்டத்தில் கலந்து கொள்வார்கள். நாளையே கூடத் தோழர் வேலாயுதம் மனைவியார் தனலட்சுமி அம்மையார் அவர்கள் மறியல் செய்யப்போகிறார்கள். அம்மையார் தனித்தல்ல. மற்ற தொண்டர்களோடு தானும் தன் வயிற்றிலுள்ள 7 மாதச் சிசுவும், தன் இடுப்பில் 3 வயதுக் குழந்தையும் ஆக மற்றும் இருவருடன் அம்மையார் மறியல் செய்ய முற்பட்டுள்ளார்கள். அவருக்குச் சமாதானம் சொல்லிப் பார்த்தோம். ஒப்புக் கொள்ளாததால் அவர்களின் வேண்டுகோளுக்கு ஒப்புதல் தெரிவிக்காமல் இருக்க முடியவில்லை. எனவே, நாளை போராட்டத்தில் அவர்கள் கலந்து கொள்வார்கள்.

வெற்றி உங்கள் கையில்தான்

எனவே போராட்டத்தின் வெற்றி இனி உங்கள் கையில்தான் இருக்கிறது. நீங்கள் அமைதியாக நடந்து கொள்ளுங்கள். ஊர்வலத்தில் கூட அதிகமான பேர்கள் கலந்து கொள்ளாதீர்கள். ஒருவேளை அதையே சாக்காக வைத்துக் கொண்டு இயக்கத்தைத் தடை செய்யத் துணிவார்கள் சர்க்காரார். எனவே அமைதியும், கட்டுப்பாடும் உங்களிடையே நிலவட்டும். குழந்தைகள் இது சமயம் ஆத்திரப்பட வேண்டியதில்லை அவசியமான போது அழைக்கிறோம். அப்போது வாருங்கள்; சென்னை முடிந்தபிறகு தான் வெளியூர்களிலிருந்து ஆட்களைத் தருவிக்க நினைக்கிறோம் அழைப்பு வரும்வரை பொறுமையோடு இருங்கள். கண்டிப்பாய்க் கலவரம் இல்லாமல் பார்த்துக் கொள்ளுங்கள். “இந்தப் போராட்டத்தை நான் இதுகாறும் கண்டதே இல்லை” என்று பார்ப்பனர்கள் தமக்குள்ளாகவே பேசிக் கொள்ளும் அளவுக்குப் பொறுமையோடு நடந்து கொள்ளுங்கள். பார்ப்பனர்களைப் பற்றிய எதிர்ப்புப் பேச்சு வராமல் பார்த்துக் கொள்ளுங்கள். வடநாட்டான், தென்னாட்டான் என்ற பேச்சே தலைதூக்கி நிற்கட்டும். வடநாட்டானை எதிர்ப்பதிலேயே, ஒழிப்பதிலேயே உங்கள் முழுக் கவனத்தையும் முயற்சியையும் செலுத்துங்கள். உங்கள் முயற்சியை வடநாட்டான் பக்கம் திருப்பிவிட்டு விட்டுப் பார்ப்பனர்களின் நம்பிக்கையைப் பெறுங்கள். அவர்களுடைய தந்திரம் உங்களுக்குப் பதிலாகக் கிடைக்கும். வடநாட்டானும் சீக்கிரம் ஒழிய வழி பிறக்கும்.

குடிஅரசு - 21. 08. 1948

பித்தலாட்ட வார்த்தைகள்

இங்குள்ள வைத்தியநாத அய்யர், வரதராச்சாரியாரின் கோஷ்டியார், இத்திராவிட நாட்டின் கலைகளையும், கலாச்சாரத்தை அடியோடு அழித்து, இந்நாட்டை வடநாட்டுக்கு வால் நாடாக்க பார்க்கிறார்கள். இதுதான் மர்மமே ஒழிய, "இந்தி தேசிய மொழி ஆகவே, எல்லோரும் படிக்க வேண்டும்" என்று கூறுவதெல்லாம் பித்தலாட்ட வார்த்தைகள்.

பெரியார்

குடிஅரசு - 21. 08. 1948

திராவிட மொழி தமிழே

நான் மொழிப் பிரச்சினையைப்பற்றிய பேசும் போதெல்லாம் திராவிட மொழி என்பது, தமிழ்மொழி என்பதுதான் என்றும், தமிழ் தவிர்த்த கன்னடம், தெலுங்கு, மலையாளம் என்பதாகத் தனிமொழியோ, சார்புமொழியோ கிடையாதென்றும், தனிமொழி என்று கருதிக்கொண்டு சொல்லப்படுவதும், பேசப்படுவதுமான மேற்கண்ட தெலுங்கு , கன்னடம் , மலையாளம் என்று சொல்லப்படும் மொழிகள் தமிழ்மொழிதானே ஒழிய வேறு மொழி அல்லவென்றும், இட பேதம், போக்கு வரத்து வசதிக்குறைவு காரணமாக ஆங்காங்குள்ள மக்கள் தமிழைப் பேசிய முறை தான், அதாவது தமிழ் மொழியை உச்சரித்த மாதிரிதான் இப்போதைய சிறு பேதத்துக்குக் காரணமேயொழிய, அவை தனித்தனியாக உண்டாக்கப்பட்ட அல்லது ஏற்படுத்தப்பட்ட மொழிகள் அல்லவென்றும் பல நாள்களாக வலியுறுத்தித் தொடர்ந்து பேசி வந்திருக்கின்றேன்.

அதன் விளக்கம் என்னவென்றால் - இப்பொழுது நமது நாட்டிலே பார்ப்பனர்கள் தமிழ்பேசும்போது எனக்கு, உனக்கு என்பதை 'நேக்கு, நோக்கு' என்று பேசுவதையும், அவர்கள், இவர்கள் என்பதையும், வந்தார்கள், போனார்கள் என்பதையும், 'அவா, இவா', 'வந்தா', 'போனா' என்றும் உச்சரிப்பதையும் பார்க்கிறோம். நம்மில் சிலரும், சில தாசிகளும் பார்ப்பனர் போல் பேசிப் பெருமை சம்பாதிப்பதற்காக அந்தப்படியே உச்சரிப்பதையும் காண்கிறோம். ஆனால், சொற்களின் அடிப்படையில் மாற்றமில்லை.

அன்றியும், சில சொற்களில் மாற்றம் இருக்கிறது என்று காணக் கூடியதாய் இருந்தாலும் - அதாவது தமிழில் 'வீடு' என்பது கன்னடத்தில் 'மனை' என்றும், தெலுங்கில் 'இல்லு' என்றும் சொல்லப்பட்டாலும் அவையும் நம் தமிழ், தனித் தமிழ்மொழியே தவிர வேறு மொழி அல்ல. ஒரு சமயம் ஏதாவது ஒரு பொருளுக்கு, ஒரு காரியத்திற்கு, ஒரு குணத்திற்குத் தமிழ் அல்லாத வேறு சொல் இருக்கிறது என்று எடுத்துக் காட்டபடுமானால் அவையும், பெரிதும் வடமொழிச் சொற்களை, தமிழில் எப்படிப் பலவற்றைக் கலக்கிப் பேசுகிறோமே அதுபோல் தெலுங்கு, கன்னடம், மலையாளம் என்கிற மொழிகளிலும் வடமொழியைக் கலக்கி அல்லது புகுத்தப்பட்டுப் பேசப்படும் சொற்களாகவும், அல்லது அப்போதுள்ள அரசாங்கம், சமயம், ஆரியச் செல்வாக்கு அல்லது பக்கத்துச் சார்பு, நாட்டு மொழிக்கலப்பு ஆகியவைகளால் கலந்து பேசப்பட நேர்ந்த சொற்களே தவிர, அப்படிப்பட்டவை கன்னடம், தெலுங்கு, மலையாள மொழிகளுக்கு ஏற்பட்ட தனிச் சொற்கள் ஆகமாட்டா.

மற்றும் ஒன்று, இரண்டு, மூன்று; மாதம், வாரம், நாள் ஆகியவைகளுக்கு; வண்டி, வாகனம் முதலியவைகளுக்கும் தமிழ்ச்சொற்களே பிற திராவிட மொழி களிலும் பயன்படுத்தப்படுகின்றன.

எனவே, இந்த நமது கூற்றுக்கு எடுத்துக்காட்டுக்காக இந் நான்கு மொழிகளிலும் இருந்துவரும், வழங்கிவரும் சில சொற்களை இதன் கீழே குறிப்பிட்டிருகிறேன். இதை வாசகர்கள் ஊன்றிப் படித்து, மற்றும் மேலே கண்ட நமது கூற்றுக்கு ஏற்ற வண்ணமே மற்ற மொழிகளும் பெரிதும் இருக்கின்றனவா, இல்லையா என்பதையும் கூர்ந்து ஆராய்ந்து சிந்திக்க வேண்டுகிறேன்.

திராவிட மக்களைப் பிரித்துப் பாழ்படுத்தியதுபோலவே திராவிடமொழியையும் பலவாறாகப் பிரித்தப் பாழ்படுத்தி, அதற்கு எழுத்து, இலக்கணம் எல்லாம் ஆரிய மயமாக்கி, திராவிட மக்களுக்கு நாட்டுப்பற்றும், மொழிப்பற்றும் இல்லாமல் போகும்படியும் ஆரியர்கள் செய்துவிட்டதோடு, திராவிடநூல்களையும், கலாச்சாரத் தையும் பாழ்படுத்தி ஆரியநூல்களும், ஆரிய கலாச்சாரங்களுமே திராவிடர்களிடையில் தலைசிறந்து விளங்கும்படி, திராவிடம் அடிமைப்படுத்தப் பட்டாகிவிட்டது.

இதைப் பற்றிப் பாமர மக்கள் சிந்திப்பதைவிட, திராவிடப் புலவர்களையே சிந்தித்துப் பார்க்கும்படி மிகவும் தாழ்மையோடு வேண்டிக் கொள்கிறேன்.

தமிழ்	தெலுங்கு	கன்னடம்	மலையாளம்
தாய்	தல்லி	தாய்	தள்ளே
தகப்பன்	தன்றி	தந்தை	அச்சன்
அண்ணன்	அன்ன	அண்ணா	சேட்டன்
தம்பி	தம்புடு	தம்பி	அனியன்
கணவன்	மொகுடு	கெண்ட	பர்த்தா
மகன்	குமாரடு	மகவீ	ஆண்குட்டி
பாட்டன்	தாத	தாத	மூப்பன்
உடல்	ஒள்ளு	மய்யி	தேகம்
மனைவி	பெண்ட்லாமு	எண்டத்தி	பார்ய
மகள்	குமாரத்தி	மகளு	பெண்குட்டி
அக்காள்	அக்க	அக்க	சேட்டச்சி
மாமன்	மாம	மாவ	அம்மாவன்
மருமகன்	அல்லு	அளிய	மருமான்
பாட்டி	அவ்வ	தாத்தி	முத்தி
எது	எதி	எது	எது
அது	அதி	அது	அது
இது	இதி	இது	இது
இங்கே	இக்கட	இல்லி	இவடே
அங்கே	அக்கட	அல்லி	அவடே
எங்கே	எக்கட	எல்லி	எவடே
இப்போது	இப்புடு	ஈவாக	இப்போள்
அப்போது	அப்புடு	ஆவாக	அப்போள்

				தொகுதி 1 மொழி
எப்போது	எப்புடு	ஏவாக	எப்போள்	
சிறிய	சின்ன	சிக்க	சிறிய	
பெரிய	பெத்த	தொட்ட	வலிய	
நெருப்பு	நிப்பு	பெங்கி	தீ	
கொடு	ஈய்	கொடு	கொடு	
மழை	வான	மளெ	மழ	
இரவு	ராத்திரி	ராத்திரி	ராத்திரி	
பகல்	பகலு	அகலு	பகல்	
யார்	எவரு	யாரு	யாரானு	
ஊர்	ஊரு	ஊரு	ஊரி	
ஊருக்கு	ஊரிக்கி	ஊரிக்கே	ஊரிலே	
சோறு	அன்ன	ஊண்ட	ஊனு	
சேலை	சீரா	சேலை	முண்டு	
நீர்	நீள்ளு	நிறு	வெள்ளம்	
கண்	கன்னு	கண்ணு	கண்ணு	
மூக்கு	மூக்கு	மூங்கி	மூக்கு	
காது	செவ்வு	கிமி	செவி	
வாய்	நோரு	பாயி	வாயி	
தலை	தல	தலெ	தலை	
வா	ரா	பா	வரி	
பசு	ஆவு	அசுவு	பசு	
எருது	எத்து	எத்து	காள	
சொல்லு	செப்பு	ஹேளு	பர	

தமிழ், தெலுங்கு, கன்னடம், மலையாளம், என்பவை தனித்தனி மொழியா? இந்தப்படி மொழி பேசுகிறவர்கள் தனித்தனி தேசிய இனமா? இதற்காக அவர்கள் பிரிந்து வாழவேண்டுமா? அறிஞர்கள் சிந்திக்க.

விடுதலை - 27. 11. 1948

511

தொகுதி 1

மொழி

மொழியாராய்ச்சி

தமிழில் நான் எந்த அளவும் பள்ளியில் பயின்றவனல்ல. தமிழைப் பற்றி, தமிழ் மக்கள் நலம், தமிழ் மக்கள் தன் மதிப்பு என்பதல்லாமல் வெறும் மொழியைப் பற்றியே நான் எவ்விதப் பிடிவாதங்கொண்டவனுமல்ல.

மொழியும் மதமும்:

முதலாவதாக, தமிழ் முன்னேற்றமடைந்து உலக மொழிவரிசையில் இதுவும் ஒரு மொழியாக இருக்க வேண்டுமானால், தமிழையும் மதத்தையும் வெவ்வேறாகப் பிரித்துவிட வேண்டும். தமிழுக்கும் கடவுளுக்கும் உள்ள தொடர்பையும் கொஞ்ச மாவது தள்ளிவைக்க வேண்டும்.

மத சம்பந்தமற்ற ஒருவனுக்குத் தமிழில் இலக்கியம் காண்பது மிக மிக அரிதாகவே இருக்கிறது. தமிழ் இலக்கணங்கூட மதத்தோடு பொருத்தப்பட்டே இருக்கிறது.

உதாரணமாக "உயர்திணை என்மனார் மக்கட் சுட்டே" என்றார் தொல் காப்பியர். "மக்கள் தேவர் நாகர் உயர் திணை' என்றார் நன்னூலார்.

இதன் பொருளென்ன? நரகர் என்பவர் யார்? தேவர்கள் யார்? இலக்கணத்தி லேயே மதத்தைப் போதிக்கும் சூழ்ச்சிதானே இது?

பள்ளிப் பாடங்கள்:

இனி, பள்ளிக்கூடங்களில் பிள்ளைகளுக்குத் தமிழ் இலக்கிய நூல்கள் எவை? கம்பராமாயணம், பாரதம், பாகவதம், பெரியபுராணம், தேவாரம், திருவாய்மொழி போன்ற மத தத்துவங்களும், ஆரியமத தத்துவம் என்னும் ஒரு தனிப்பட்ட வகுப்பின் உயர்வைப் போதித்துத் தமிழ் மக்களை மானமற்றவர்களாக்கும் ஆபாசக் களஞ்சியங்களும் அல்லாமல் வேறு இலக்கியங்கள் காணப்படுகின்றனவா? இன்றையத் தமிழ்ப்புலவர்களுக்கு உலக ஞானத்தைவிடப் புராண அறிவுதானே அதிகமாயிருக்கின்றது?

மேனாட்டுப்புலவரும், தமிழ்ப்புலவரும்:

மேல்நாட்டுப் புலவர்களுக்கும், மேல் நாட்டு இலக்கியங்களுக்கும் இருக்கும் பெருமையும், அறிவும் நம் தமிழ்ப்புலவர்களுக்கு இருக்கின்றன என்று சொல்ல முடியுமா? ஷேக்ஸ்பியர் வேண்டுமா? இங்கிலாந்து வேண்டுமா? என்றால், ஓர் ஆங்கில மகன் ஷேக்ஸ்பியர் வேண்டும் என்பானாம் தமிழர்களாகிய நாம் எதைக் கேட்பது?

512

இந்தியா வேண்டுமா? கம்பராமாயணம் வேண்டுமா என்றால் உண்மைத் தமிழ்மகன் என்ன சொல்லுவான்? இரண்டு சனியனும் வேண்டாம் என்று தானே சொல்லுவான்.

மேல்நாட்டில்தான் அறிவாளிகள் உண்டென்றும் கீழ்நாட்டில் அறிவாளிகள் இல்லை என்றும் நான் சொல்ல வரவில்லை. மேல்நாட்டு அறிவாளிகள் தாங்கள் செய்த இலக்கியங்களை மத சம்பந்தமில்லாமல் செய்துவைத்தார்கள். அதனால், நூற்றுக்கணக்காக மேல்நாட்டு இலக்கியங்களும் புலவர்களும் போற்றப்படுகிறார்கள்.

கீழ்நாட்டில், குறிப்பாக இந்தியாவில் எத்தனை இலக்கியங்கள் எத்தனை புலவர்கள் உலத்தாரால் போற்றப்படுகிறார்கள். தாகூர் அவர்கள் கவிக்கு ஆகப் போற்றப்படலாம். ஆகையால், மதம் கடவுள் சம்பந்தமற்ற இலக்கியம் யாவருக்கும் பொதுவான இயற்கை அறிவைப் பற்றிய இலக்கியம், எவரும் மறுக்கமுடியாத விஞ்ஞானத்தைப் பற்றிய இலக்கியம் ஆகியவை மூலம்தான் ஒரு மொழியும் அதன் இலக்கியங்களும் மேன்மையடைய முடியும் என்பது மாத்திரமல்லாமல் அதைக் கையாளும் மக்களும் ஞானமுடையவர்கள் ஆவார்கள்.

இழிவு பெருகவா இலக்கியம்? பெரியோர்களே!

கம்பராமாயணம் அரிய இலக்கியமாய் இருக்கிறதாகச் சொல்லுகிறார்கள். இருந்து என்ன பயன்? ஒருவன் எவ்வளவுதான் பட்டினி கிடந்தாலும் மலத்திலிருந்து அரிசி பொறுக்குவானா? அதுபோல்தானே கம்பராமாயண இலக்கியம் இருக்கிறது? அது தமிழ் மக்களை எவ்வளவு இழிவாகக் குறிப்பிட்டிருக்கிறது. தமிழரின் வரலாற்றுக்கால எதிரிகளை எவ்வளவு மேன்மையாகக் குறிப்பிட்டிருக்கிறது. சுயமரியாதையை விரும்புகிற ஒரு தமிழன் எப்படிக் கம்பராமாயண இலக்கியத்தைப் படிப்பான்? இன்று கம்பராமாயணத்தால் தமிழ் மக்களுக்கு இலக்கியம் பரவிற்றா? இழிவு பரவிற்றா? என்று நடுநிலையில் இருந்து எண்ணிப்பாருங்கள்.

தமிழின் பெருமை:

தமிழ்மொழியின் பெருமை பரமசிவனுடைய உடுக்கையிலிருந்து வந்ததென்றோ, பரமசிவன் பார்வதியிடம் பேசிய மொழியென்றோ, சொல்லிவிடுவதாலும், தொண்டர் நாதனைத் தூதிடைவிடுத்ததாலும், முதலை உண்ட பாலனை அழைத்ததாலும், எலும்பைப் பெண்ணாக்கினதாலும் சிறந்ததாகிவிடாது. இந்த ஆபாசக்கதைகள் தமிழ் வளர்ச்சியையும், மேன்மையையும் குறைக்கத்தான் பயன்படும்.

எப்படி?:

பரமசிவனுக்குகந்த மொழி தமிழ் என்றால், வைணவனும் துருக்கனும் தமிழைப் படிப்பதே பாவமல்லவா? அன்றியும், அப்படியிருந்தால் பார்ப்பான் தமிழ்மொழியைச் சூத்திரமொழி என்றும், அதைக் காதில் கேட்பதே பாவம் என்றும் சொல்லுவானா? யோசித்து பாருங்கள்

பார்ப்பனர் தமிழ்ப்பற்று:

இன்று தமிழ்நாட்டில் வந்து, தமிழ்கற்று வயிறு வளர்ப்பவர்களாகிய பார்ப்பனர்களே இந்திமொழி, இந்தியா மொழியாக வேண்டும் என்று முயற்சித்து வருகிறார்கள். அரசக (கோர்ட்) மொழி, அரசாங்க மொழி ஆகியவை எல்லாம் இந்தி மயமாக வேண்டும் என்கிறார்கள். காரணம் கேட்டால் இந்தி மொழியில் துளசிதாஸ் ராமாயணம் நன்றாய் விளங்குமென்கிறார்கள். பார்த்தீர்களா பார்ப்பனர் தமிழ் பற்றை?

தமிழ்ப்புலவர் நிலை:

தமிழ்ப் புலவர்களுக்கு இதைப் பற்றிச் சிறிதும் கவலை இருக்கிறது என்று சொல்ல முடியவில்லை. தமிழ்ப்புலவர்கள் இந்த அரசியல்வாதிகளின் கூச்சலுக்கும், பார்ப்பனர்கள் ஆதிக்கத்திற்கும் பயந்துகொண்டு வாயை மூடிக்கொண்டு இருக்கிறார்கள்.

வடமொழியும் பார்ப்பனரும்:

பார்ப்பனர்கள் செத்த பாம்பாகிய சமஸ்கிருதத்தை எடுத்து வைத்துக்கொண்டு எவ்வளவு ஆட்டம் செய்கிறார்கள். பொதுப்பணம் அவ்வடமொழியின் பேரால் எவ்வளவு செலவாகிறது! பொதுமக்களின் வரிப்பணம் சமஸ்கிருதத்துக்காக ஏன் ஒரு பைசாவாவது செலவாக வேண்டும்? தமிழ் மக்கள் யாரும் இதைப் பற்றிக் கவனிப்பதில்லை. தமிழ், தமிழ் என்று எங்கோ ஒரு மூலையில் இரண்டு பேர்கள்தான் சத்தம் போடுகிறார்கள். ஆனால், சமஸ்கிருதத்திற்கும், இந்திக்கும் சட்டசபை உறுப்பினர்கள், உயர்நீதிமன்ற ஜட்ஜ்கள் முதல் எல்லாப் பார்ப்பன அதிகாரிகளும் பாடுபடுகிறார்கள். நம்ம பெரிய அதிகாரிக்கோ, செல்வாக்கும் செல்வமும் உள்ளவர்களுக்கோ தங்கள் தாய்மொழியாந் தமிழைப் பற்றிக் கவலையும் இல்லை, தமிழைப் பற்றி அதிகப் பேருக்கு ஒன்றும் தெரியவும் தெரியாது.

தமிழும் தமிழரும்:

தமிழனிடத்தில் ஒரு தமிழன் பற்றுடையவனாக இருந்தாலே அவன் தேசத்துரோகி, வகுப்புவாதி, பார்ப்பனத்துவேசி என்றெல்லாம் ஆய்விடுகிறான், தூற்றப்படுகிறான். தமிழின் பரிதாபநிலைக்கு இதைவிட வேறு என்ன வேண்டும்.

காலத்துக்கேற்ற மாறுதல் தமிழர்:

தமிழ் மொழியில், தமிழ் எழுத்தில் ஒரு சிறு மாற்றமோ, முற்போக்கோ செய்யக்கூட ஒரு தமிழ் அபிமானியும் முயற்சிப்பதில்லை. யாராவது முயற்சித் தாலும் அதற்கு ஆதரவளிப்பதும் இல்லை. தற்கால நிலைக்குப் போதியதாகவும், ஏற்றதாகவும் நலமுள்ளதாகவும் ஆக்க யார் முயற்சித்தார்கள்?

மேல் நாட்டார்:

மேல்நாட்டு மொழிகள் எவ்வளவு மாற்றமடைந்து வருகின்றன? எழுத்துக் களில் எவ்வளவு மாறுல் செய்து வருகிறார்கள்? ரஷ்யாவில் சில பழைய எழுத்துக் களை எடுத்துவிட்டுப் புதிய எழுத்துக்கள் உண்டாக்கிக் கொண்டார்கள். அமெரிக் காவில் எழுத்துக் கூட்டும் முறையை (Spelling) மாற்றிவிட்டார்கள். துருக்கியில், துருக்கிமொழிக்கு உண்டான எழுத்துக்களையே அடியோடு எடுத்துவிட்டு ஆங்கில எழுத்துக்களை வைத்துக் கொண்டார்கள். தமிழர்கள் தமிழுக்காக, நமக்கு விவரம் தெரிந்த காலமுதல் என்ன காரியம் செய்தார்கள்? காலத்துக்கேற்ற மாறுதலுக்கு ஒத்து வராதவன் மானமுடன் வாழமுடியாது. மாறுதலுக்கு மனிதன் எத்தனமாக (ஆயத்தம்) இருக்கவேண்டும். முன்னேற்றம் என்பதே மாறுதல் ஆகும் என்னும் உண்மையை உணர்ந்தவனே உலகப் போட்டிக்குத் தகுதியுடையவனாவான்.

தமிழ் எழுத்துத் திருத்தம்:

நான் தமிழ் எழுத்துக்களில் ஒரு சில மாற்றம் செய்தேன். பல புலவர்கள் எனக்கு நன்றி செலுத்தி என்னைப் பாராட்டினார்களேயல்லாமல் ஒருவராவது அம் முயற்சிக்கு ஆதரவு அளிக்கவில்லை. எவ்வளவு பெரிய காரியத்தையும் செய்ய நான் தயார். ஆனால் தகுதி உள்ளவர்கள் எவரும் வெளிவராவிட்டால் நான்

ஒருவனும் என்செய்வது? என்னைக் குறைகூறவோ, திருத்தவோ முயற்சிப்பதன் மூலமாகவாவது இதற்கொரு வழி பிறக்காதா என்றுதான் துணிந்து அத்தமிழ் எழுத்துச் சீர்த்திருத்தச் செயலில் இறங்கினேன் இதுவரை யாரும் அதைப் பொருட்படுத்தவில்லை.*

திராவிடர்:

திராவிட மொழியைப் பற்றிக் கூறு முன் அம்மொழி பேசும் திராவிடரைப் பற்றிச் சிறிது கூற ஆசைப்படுகிறேன். திராவிடர் என்பது நமது நாட்டினுடைய பெயராகும். திராவிடர் என்பது இந்நாட்டின் பழங்குடி மக்கள் இனத்துக்கு ஏற்பட்ட உலகப் பெயராகும். திராவிடர் என்பதை நம்மில் சிலர் மறுக்கிறார்கள், வெறுக் கிறார்கள். திராவிடர் என்பது என்ன நாம் கற்பித்த ஒரு பெயரா? இது இன்று நேற்று ஏற்பட்டதல்லவே. ஆரியர் என்ற பெயர் தோன்றிய அன்று ஏற்பட்ட பெயர் தானே திராவிடர் என்பது? நீக்ரோ, மங்கோலியர் என்ற பெயர்கள் ஏற்பட்டதும் அன்றுதானே? திராவிடர் என்ற பெயரை மனுதர்ம நூலில் காணலாமே. இராமாயணத்தில் பாரதத்தில் பகவத்தில் கூட இதற்கு ஆதாரம் உண்டு. இந்த நாட்டைப் பொருத்த வரையில் இதுவரைக்கும் இருந்து வரும் போராட்டமெல்லாம் ஆரியர் திராவிடர் போராட்டமே ஒழிய, வடமொழி, தென்மொழிப் போராட்ட மல்லவே. இதற்கு எவ்வளவோ ஆதாரங்கள் காட்டலாமே.

வடநாட்டுத் தென்னாட்டுப் போராட்டம் இன்று நேற்று ஏற்பட்டதல்ல. புராண கால முதற்கொண்டு இருந்து வந்திருக்கிறது. இதிகாசங்களுக்கெல்லாம் முந்தியது புராணம், புராணங்களுக்கெல்லாம் முதன்மையானது கந்தபுராணம். கந்த புராணத்திலேயே இந்த வடநாடு தென்னாடு போராட்டம் துவக்கப்பட்டு விட்டது. அதிலுள்ள சிறு கதையைக் கேளுங்கள். கதை கற்பனையாக இருந்தாலும் அதிலுள்ள கருத்தைக் கவனித்துப் பாருங்கள். ஆரியக் கடவுளாகிய சிவனுக்கும் (ஆரியர் தலைவன்) பார்வதிக்கும் வடநாட்டில் திருமணம் நடக்கிறது. அப்போது தேவர்கள் (வடநாட்டவர், ஆரியர்கள்) தென்னாடு உயர்ந்துவிட்டதையும் வடநாடு தாழ்ந்து விட்டதையும் சிவனிடம் வருத்தத்துடன் கூறுகிறார்கள். சிவன் தென்னாட்டைத் தாழ்த்த வேண்டி அகத்தியனை அனுப்புகிறார். அகத்தியன் தெற்குநோக்கி வருகிறான். திராவிட நாட்டின் வடக்கெல்லையான விந்தியமலை அவனைத் தடுக்கிறது அகத்தியன் சினந்து அம்மலையை அழுத்திவிடுகிறான். (அங்குள்ள மக்களை வென்றுவிடுகிறான்.) மேலும் தெற்கு நோக்கிச் செல்கிறான். வாதாவியும் வில்வனும் தடுக்கிறார்கள். அவர்களையும் வென்று கொண்டுபோய்த் தென்னாட்டில் இராவணனுடைய ஆதிக்கத்தைத் தகர்த்தெறிந்து, தமிழை உண்டாக்கினான். அதாவது முதலில் மொழியில்தான் அகத்தியன் கைவைத்தான். மொழியை ஒழிக்கும் வேலைதான் இவர்கள் முதல் வேலை. இதுதான் இவர்களின் நடை முறைப் பழக்கம்.

இயற்கைப் போராட்டம்:

இந்த வடநாட்டுத் தென்னாட்டுப் போராட்டம் நான் துவக்கியதல்ல. கந்த புராண காலத்திலே வாதாவியில் துவக்கப்பட்டது. இது ஆரியப் புராணம் கூறுவது, அன்று தொட்டு இடைவிடாது இருந்துவரும் இயற்கைப் போராட்டந்தான். ஆரியம்

*** (பெரியார் செய்த தமிழ் எழுத்துச் சீர்திருத்தம்:**

ணா, னா, றா, ணை, னை, ளை, லை இவ்வேழெழுத்துக்களையும், ணா, னா, றா, ணை, னை, லை, ளை இவ்வாறு மாற்றியமைத்துத் தமது பத்திரிகையில் கையாண்டு வருகிறார். ஏழெழுத்து மிச்சம் ஆகிறது)

ஒழிந்து, ஆரியர்கள் அத்தனைபேரும் திராவிடர்களாகும் வரையிலும் அல்லது அவர்கள் அத்தனைபேரும் திராவிட நாட்டைவிட்டு வெளியேறும் வரையிலும் இப்போராட்டம் இருந்தே தீரும்.

அறிவுகாட்டிய பிரிவினை:

உடற்கூற்று வல்லுநர்கள் அந்தந்த நாட்டு தட்பவெப்பத்திற்கேற்ப அமைந்த அங்க மச்ச அடையாளங்களைக் கொண்டு பாகுபடுத்திக் கொடுத்த இனப்பெயர் தானே ஆரியர்- திராவிடர் என்பவை. இப்பிரிவுகள் தேவர்களாலோ, கடவுளாலோ உண்டாக்கப்பட்ட பிரிவுகள் அல்லவே. அறிவுள்ள மக்களால் பிரிக்கப்பட்டு, மற்றவர்களால் ஒப்புக் கொள்ளப்பட்டு வழக்கத்தில இருந்து வரும் பெயர்கள்தானே இவை? இவர்களைப் பிரிக்க இரத்தப் பரீட்சை செய்ய வேண்டியதில்லயே. ஆடையின்றிப் பிறந்தமேனியாய் நிறுத்தினால் கூட இவன் ஜப்பானியன், இவன் நீக்ரோ, இவன் திராவிடன், இவன் ஆரியன் என்று பிரித்து விடலாமே. நாய்களைப் பிரிக்கவில்லையா நாம்? இது கோம்பை, இது புல்டாக், இது சிப்பிப்பாறை, இது ராஜபாளையம், இது சீமை என்று. குதிரையைப் பிரிப்பதில்லையா நாம்? இது அரபிக் குதிரை, இது ஆஸ்ட்ரேலியாக்குதிரை, இதுவே தாரணித்தட்டு என்று. இவற்றையெல்லாம் பிரிக்கும்போது மக்களைத்தானா பிரிக்க முடியாது? இது போகட்டுமே. நாம் பிறவி பார்த்து இனப்பிரிவினை செய்யும்படி கேட்கவில்லையே. அவரவர்கள் கொண்டாடும் உரிமைகளைக் கொண்டுதானே பிரிக்கும்படி சொல்கிறோம். இரத்தப் பரீட்சை செய்தாலும் கூட, பாடுபட்ட பாட்டாளித் திராவிடனுடைய இரத்தத்திற்கும் பாடுபடாத சோம்பேறிப் பார்ப்பானுடைய இரத்தத்தற்கும் வித்தியாசம் இருக்கக்கூடுமே.

தமிழர் திராவிடர்:

தமிழர் என்பது மொழிப் பெயர். திராவிடர் என்பது இனப்பெயர். தமிழ் பேசும் மக்கள் யாவரும் தமிழர் என்ற தலைப்பில் கூட முடியும். ஆனால் தமிழ் பேசும் அத்தனைபேரும் திராவிடர் ஆகிவிடமுடியாது. இனத்தால் திராவிடனான ஒருவன் எந்தச் சமயத்தைச் சார்ந்தவனாயிருந்தாலும், எந்த மொழி பேசுபவனா யிருந்தாலும் அவன் திராவிடர் என்ற தலைப்பில் தான் சேர்வான். ஆகையால் திராவிடமொழி தமிழ் என்ற காரணத்திற்காகத் தமிழ் பேசும் திராவிடன் அல்லாத ஒருவன் மொழி காரணமாக மட்டுமே தன்னைத் திராவிடனென்று கூறிக் கொள்ள முடியாது. தமிழர் என்றால் பார்ப்பானும் தன்னைத் தமிழனென்று கூறிக் கொண்டு, நம்முடன் கலந்து கொண்டு மேலும் நம்மைக் கெடுக்கப் பார்ப்பான். திராவிடர் என்றால் எந்தப் பார்ப்பானும் தன்னைத் திராவிடன் என்று கூறிக்கொண்டு நம்முடன் சேர முற்பட மாட்டான். அப்படி முன் வந்தாலும், அவனுடைய ஆசார அனுஷ்டானங் களையும் பேத உணர்ச்சியையும் விட்டுத் திராவிடப் பண்பை ஒப்புக்கொண்டு, அதன்படி நடந்தாலொழிய நாம் அவனைத் திராவிடன் என்று ஒப்புக் கொள்ள மாட்டோம்.

இழிவு நீக்க வழி:

பண்டைத் திராவிட மக்களின் பழக்க வழக்கங்களை ஒட்டி, அதில் எதாவது தவறு இருக்குமானால் அதையும் களைந்துவிட்டு, ஒரு திராவிடன் இப்படித்தான் நடந்துகொள்ள வேண்டுமென்று ஏற்பாடு செய்தால், அவ்வேற்பாட்டுக்கு உட்பட்டு நடக்க ஒப்புக் கொள்பவனைத் தான் திராவிடன் என்று கூறுவோமேயல்லாது சி.பி. இராமசாமி ஐயரையும், கோபாலாசாரி ஐயங்காரையும், ராஜகோபாலச்சாரி யாரையும் கூட அவர்களின் பண்பு திராவிடப் பண்பாக மாறும் வரை திராவிட இனத்தில் சேர்த்துக் கொள்ள மாட்டோமே! தமிழர் என்பதில் இவ்வளவு நிபந்தனை

உண்டா? இதைத் தவிரத் திராவிடர் என்பதில் எங்களுக்கு வேறென்ன உள்ளெண்ணம் இருக்க முடியும்? எங்கள் நடத்தையிலோ, அன்பிலோ உங்களுக்குச் சந்தேகம் எழத்தான் என்ன காரணம் இருக்க முடியும்? தமிழர் என்பதில் நான் சேர்க்க நினைத்த அத்தனை பேரையும் சேர்க்கவும், நான் விலக்க நினைத்த நமக்கு ஏற்பட்ட கலாச்சாரமுடையவுக்கும், தாழ்வுக்கும் கட்டுப்பட்டுள்ள மக்களையும் இதற்கு நேர்மாறாக இவ்விழிவுக்கே காரணமான உயர் ஜாதி மக்களையும் ஒன்றாக்கிக் கொண்டால் அதில் இவ்விழிவு நீக்க வழி ஏற்படுமா! முதலில் இவ்விழிவு நீங்கட்டும், பிறகு எல்லோரும் ஒன்றாவோம்.

இந்த இழிவு நீக்கந்தான் நமது முதல் திட்டம். அடுத்தது எந்த ஒரு திராவிடனும் திராவிடன் அல்லாத ஒருவனுக்கு அடிமையாக இருக்கக்கூடாது என்பது தான். சமுதாயத்தில் திராவிடமக்கள் இழிமக்களாகவும், கடையர்களாகவும், சூத்திரர் களாகவும், பஞ்சமர்களாகவும். சண்டாளர்களாகவும் பாவிக்கப்பட்டு வருநிலை மாறி, பிறவி காரணமாயுள்ள இம்முன்னேற்றத் தடைகள் நீக்கப்படவேண்டும். அரசியலில் திராவிடன் எந்த ஒரு அயலானுடைய ஆதிக்கத்துக்கும் கட்டுப்பட்ட வனாக இருக்கக்கூடாது. திராவிடர் ஒவ்வொருவருக்கும் பிறவி காரணமாயுள்ள இழிவு நீங்கப் பெற்று திராவிடன் அல்லாத ஒருவன் ஆதிக்கம் செலுத்தாத உண்மை விடுதலை, பூரண சுதந்திரம் பெற்று வாழவழி செய்து கொடுக்க வேண்டும் என்பதுதான் எமது ஆசை.

ஆரியத்திற்கு முன்:

இந்நாட்டு முஸ்லீம்களும், தம்மைத் திராவிடர் அல்லவென்று கருதுவார் களானால், தம்மைச் சூத்திரர் அல்லவென்று கருதுவார்களானால் அதைப் பற்றியும் நமக்குக் கவலை இல்லை. ஆனால், உண்மையில் ஆரியம் அவர்களைச் சூத்திரருக்கும், தாழ்ந்தவராக, அதாவது மிலேச்சர்கள் என்பதாகத்தான் கருதிவருகிறது என்பதை அவர்கள் உணர வேண்டும். வைசியன் தன்னை ஆரிய வைசியன் என்று கூறிக் கொண்டாலும், ஆசாரி தன்னை விஸ்வப் பிராமணன் என்று கூறிக் கொண்டாலும், கவுண்டன் தன்னைத் தேவேந்திரகுல வேளாளன் என்று கூறிக் கொண்டாலும், படையாட்சி தன்னை வன்னியகுல க்ஷத்திரியன் என்று கூறிக் கொண்டாலும் ஆரியம் இவர்கள் அத்தனை பேரையும் சூத்திரன் என்ற பிரிவில் ஒன்றாகத்தான் கருதி வருகிறது என்பதையும் கோவிலில் ஒரு குறிப்பிட்ட வரையில்தான் இவர்கள் அத்தனைபேரும் போகமுடியும் என்பதையும் இவர்கள் உணரவேண்டுகிறேன்.

திராவிடர் என்பதேன்:

பிராமணர் பிராமண் மகாசபை வைத்துக் கொள்கிறார்கள். அதனால் அவர்களுக்குப் பெருமையும் உரிமையும் கிடைக்கின்றன. நாம் நம்மைச் சூத்திரர் என்று கூறிக்கொண்டால் உயர் ஜாதியானுக்கு அடிமையாயிருக்கும் உரிமைதான் கிடைக்கும். பார்ப்பானின் தாசிமக்கள் என்ற பட்டம்தான் கிடைக்கும். அந்தச் சூத்திரத் தன்மையை ஒழிப்பதையே நமது முக்கிய வேலையாகக் கொண்டிருப் பதால்தான், அப்பெயரால் எவ்விதச் சலுகையோ, உரிமையோ கிடைக்காததால் தான் அப்பெயருள்ள இழிவு காரணமாகத்தான் அத்தலைப்பில் அதே இழி தன்மையுள்ள திராவிடனாகிய முஸ்லீம்கள், கிறிஸ்தவர்கள், வைசியர்கள் க்ஷத்திரிர்கள், வேளாளர்கள், நாயுடு, கம்மவார், ஆந்திரர், கன்னடியர், மலையாளிகள் ஆகியவர்களெல்லாம் ஒன்றுசேர மறுத்து விடுவார்கள். ஆதலால்தான் நாம் நம்மைச் சூத்திரர் என்று கூறிக் கொள்ளாமல் திராவிடர் என்று கூறிக் கொள்கிறோம். சூத்திரர் என்பவர்களுக்குக் "திராவிடர்" என்பது தவிர்த்து வேறு பொருத்தமான பெயர் யாராவது கூறுவார்களானால் அதை நன்றியறிதலுடன்

தொகுதி 1

மொழி

ஏற்றுக்கொண்டு எனது அறியாமைக்கு வருந்தி மன்னிப்புக் கேட்டுக்கொள்ளவும் தயாராயிருக்கிறேன். நீங்கள் கொடுக்கும் பெயரில் நான் மேலே கூறிய அத்தனை பேரும் ஒன்றுசேர வசதியிருக்க வேண்டும். அதில் சூத்திரன் அல்லாத ஒரு தூசு கூடப் புகுந்து கொள்ள வசதியிருக்கக்கூடாது. அயலார் புகுந்து கொள்ளாமல் தடுக்க ஏதாவது தடை இருக்க வேண்டும். திராவிடர் என்று கூறினால், திராவிடர் அல்லாத பார்ப்பான் அதில் வந்து புகுந்து கொள்ள முடியாது. நாம் ஒழிக்கப் பாடுபடும் பிறவி காரணமான இழிதன்மையும் அவர்களுக்கு இல்லை. ஆகவே, அவர்களைச் சேர்த்துக் கொள்வதற்கும் காரணமில்லை.

ஆரியன்:

ஆரியராவது திராவிடராவது? அதெல்லாம் இன்றில்லை என்பீர்கள். இங்கே வாருங்கள். பேசாமல் கோயிலுக்குப் போங்களேன். பார்ப்பான் உங்களை எல்லாம் ஒரே இடத்தில் விட்டுவிட்டு உள்ளே நுழைகிறானா இல்லையா பாருங்களேன். நீங்கள் தொட்டால் தீட்டுப் பட்டுவிடும் என்று கூறித் தவளை போல் எட்டிக் குதிக்கும் ஆள்தான் ஆரியன். உன் பார்வை பட்டால் ஆகாரமும் கெட்டுவிடும் என்று நினைப்பவன்தான் ஆரியன். நீ தொட்டால் குழவிக்கல்சாமி செத்துவிடும் என்று கூறி, உன்னை உள்ளே விடாமல் தடுப்பவன் தான் ஆரியன். உன்னுடைய மொழியை நீச்சமொழி, கடவுளுக்குப் புரியாத மொழி என்று கூறி உன்னை ஏமாற்றிக் காசு பறிப்பவன்தான் ஆரியன். இந்த வித்தியாசம் நீங்கிற்றா? இந்த இழிவு ஒழிந்து போயிற்றா? ஒழிந்து போயிருந்தால் நான் ஏன் இது பற்றிப் பேசுகிறேன்? இவ்வாறு உயர்வு தாழ்வு பிறவி காரணமாக வேறெந்த நாட்டிலாவது உண்டா? வேறெந்த நாட்டிலாவது இப்படி உயர் ஜாதி என ஏமாற்றிப் பிழைக்கும் பார்ப்பனர் உண்டா?

> "ஒட்டியர், மிலேச்சர், ஊணர், சிங்களர், இட்டிடைச் சோனகர், யவனர்,
> சீனத்தர், பற்பலர் நாட்டிலும் பார்ப்பனர் இலை.
> முற்படைப்பதனில் வேறாகிய முறைமைபோல்
> நால்வகைச் சாதி இந்நாட்டினில் நாட்டினர்" (கபிலரகவல்)

எனக் கபிலர் என்னும் சங்கப் புலவர் இல்லையென்று கூறுவதைக் கவனியுங்கள்.

தமிழ் தெலுங்கு, கன்னடம், மலையாளம்,
நான்கும் ஒரே மொழி. தனித்தனி மொழியல்ல:

தமிழன், தெலுங்கன், கன்னடியான், மலையாளி இவர்கள் பேசுவதெல்லாம் தமிழ்தான். இவர்கள் பேசுவது வெவ்வேறு மொழியென்று கூறுபவன் தமிழ் மகனல்லன். தமிழை அறியாதவன். ஆரியத்திற்குச் சோரம்போனவன். நம்மைக் காட்டிக்கொடுத்து ஆரிய ஆதிக்கத்திற்கு ஆக்கந்தேட முயற்சிப்பவன். இவை நான்கும் வேறு வேறு மொழி என்று கூறுபவர்களைத் தமிழர் என்று தம்மை நினைத்துக் கொண்டிருக்கிறார்கள், கருதிக் கொண்டிருக்கிறார்கள் என்று கூறலாமே தவிர, இவர்களைத் தமிழறிந்தவர்கள் என்று நாம் ஒப்புக்கொள்ள முடியாது.

ஆரிய ஆதிக்கச் சூழ்ச்சி:

மொழிவாரி மாகாணம் பிரிக்கப்படப் போகிறது. அதுதான் பிரிந்து போகட்டும் என்றால், மொழிவாரிக் கவிஞர்கள் நியமிக்கப்பட்டு மொழியைப் பாழாக்கத் திட்டம் தீட்டியாகி விட்டதே! இந்நான்கு மொழிகளும் ஒரே மொழிதான் என்ற

கருத்து மக்களிடையே செல்வாக்குப் பெறத் தொடங்கியதும் ஆரிய ஆதிக்கம் அதைக் கெடுக்க அவை ஒன்றல்ல தனித்தனி என்று பிரித்துக் காட்ட முற்பட்டு விட்டதே.

திராவிடத்தாயின் ஒரே மகள்தான் தமிழ்:

நமது பண்டிதர்களில் சிலர் இவை நான்கும் ஒன்றிலிருந்து வந்தவை. ஒரே தாய்வயிற்றில் பிறந்து வளர்ந்த நாலு அக்கை தங்கைகள் என்று கருதுகிறார்கள். இது பித்தலாட்டம் என்பதுதான் என் கருத்து. இத்திராவிடத் தாய்க்குப் பிறந்தது ஒரே மகள் தான். அதுதான் தமிழ், அந்த ஒன்றைதான் நாம் நாலு பெயரிட்டு அழைக்கிறோம். நாலு இடத்தில் பேசப்படுவதால் நாலு பெயரில் வழங்குகிறதே ஒழிய, நாலிடத்திலும் பேசப்படுவது தமிழ்தான். நாலும் ஒன்றிலிருந்து உண்டானவை என்று எண்ணுவது தான் தவறு. ஒன்று தான் நான்காக நமது அறியாமையால் கருத்தப்பட்டு வருகிறது. இதை நிரூபித்துக் காட்டவும் என்னால் முடியும்.

ஆரியம் பிரித்து வைத்தது:

நான்கு தனியிடங்களில் வாழ்ந்து வந்த மக்களுக்குள் போக்குவரவும், அடிக்கடி சந்திக்கும் சந்தர்ப்பமும் முன் காலத்தில் இல்லாததால் ஆங்காங்குள்ள மக்கள் தமிழைப் பேசிவந்த முறை சிறிது வேறுபடவும், அதைச் சாதகமாக வைத்துக் கொண்டு, நம்மை நாலு சாதியாகப் பிரித்து வைத்த ஆரியம், நம் மொழியையும் நான்காகப் பிரித்து, வேண்டுமளவும் வடமொழியை அவற்றுள் புகுத்தி, அதற்கேற்ற வண்ணம் எழுத்து, இலக்கணம் முதலியவற்றை உண்டாக்கிச் சிறிது வேறு உச்சரிப்பாக இருந்த தமிழைத் தனித்தனி மொழியென்று சொல்லும்படி செய்து விட்டது. தமிழ் மக்கள் தங்களுக்குள் உள்ள வகுப்பு வேற்றுமையால் இக்குறை பாட்டை பற்றிச் சிந்திக்காமல், இதன் உட்காரணத்தையும் கண்டுபிடிக்காமல், தமிழ்நாட்டிலுள்ள தமிழைத் தவிர மற்றைய மூன்றும் கிளைமொழிகளென்றும், தமிழில் இருந்து தோன்றிய மொழிகளென்றும், நாட்டுப் பெயரையே மொழிக்குக் கொடுத்துப் பிரித்துவிட்டார்கள். அன்றையத் தமிழ்ப் பண்டிதர்கள் ஆரியத்திற்கு அடிமைப்பட்டிருந்ததால் அதைத் தடுத்தார்களில்லை. இன்னும் நமது பண்டிதர்களுக்கு அந்த ஆரியமோகம் தீர்ந்தபாடில்லை.

ஒன்று, நான்காக வகுக்கப்பட்டது என்பதற்கும் அன்றிலிருந்து நான்கு பிறந்தன. கிளைத்தன என்பதற்கும் வேற்றுமையுண்டு. ஆகவே, தமிழ் நீண்ட தொடர்பற்ற காரணத்தால் நான்காகப் பிரிந்திருக்கிறதேயல்லாமல் தமிழிலிருந்து தெலுங்கு, கன்னடம், மலையாளம் என்பவை தோன்றியவை அல்ல. உண்டாக்கப்பட்டவை அல்ல என்று திராவிடர் உணர வேண்டும். இந்த உண்மை தெரிந்து கொண்டாலொழிய இந்த நான்கு நாட்டாருக்குள்ளும் வேற்றுமையுணர்வு தோன்றாமலிருக்காது. இந்நான்கும் தமிழ்மொழியேதான் என்பதற்குச் சிறிதும் ஐயமில்லை.

அத்தனையும் தமிழ்:

ஆரிய மோகம் அற்ற நான்கு மொழிப் பண்டிதர்களும் ஒன்றாக உட்கார்ந்து, நான்கு மொழியகராதிகளையும் வைத்துக்கொண்டு, ஆரியனல்லாத ஒரு வட மொழிப் பண்டிதனை நீதிபதியாய் வைத்துக்கொண்டு, தமிழ் தவிர்த்த மற்ற மூன்று அகராதிகளிலுமுள்ள வடசொற்களையும், பிற சொற்களையும் நீக்கி விட்டால் எஞ்சியிருப்பவை அத்தனையும் தமிழ்ச் சொற்களாகவே இருப்பதைக் காணலாம். நூற்றுக்கு ஐந்துகூடத் தமிழ் அல்லாத சொல்லாக இருக்காது. அதற்குள்ள நீட்டலையோ குறுக்கலையோ நீக்கிவிட்டுப் பார்த்தால் அவையுந்

தமிழாகவே முடியும். அவ்வாறு அயற்சொற்களை நீக்கிய பிறகு நூற்றுக்கு எண்பது இன்றுள்ள வழக்கத் தமிழ்ச்சொற்களாகவும், பத்து தற்போது வழக்கத்திலில்லாமல் நம் பழந்தமிழ் இலக்கியங்களில் இருந்துவரும் சொற்களாகவுந்தான் இருக்கும்.

இன்று வேண்டுமானால் நீங்கள் 50 ஆண்டுகளுக்கு முன் அச்சிட்ட ஒரு மொழிவாரிச் சொன்னூலை (ஒக்கப்பலேரி) எடுத்துப் பாருங்கள். எல்லாம் தமிழ்ச் சொற்களாகவே இருப்பதைக் காணலாம். அதைச் சுருக்கமாகச் சில உதாரணங்களால் விளக்குகிறேன்.

சொல்லாராய்ச்சி:

நாம் குடியிருக்கும் இடத்திற்குத் தமிழில் ‘வீடு’, ‘இல்’, ‘மனை’, ‘பொறை’ என்று பெயர். ஒரு தெலுங்கனும் ‘இல்’ என்றுதான் சொல்கிறான். ஒரு கன்னடியன் ‘மன’ என்கிறான். ஒரு மலையாளி ‘பொறை’ என்கிறான். தமிழன் தாகத்துக்குக் குடிப்பதை ‘நீர்’ என்கிறான். தெலுங்கன் ‘நீளு’ என்கிறான். கன்னடியன் ‘நீரு’ என்கிறான். மலையாளி ‘வெள்ளம்’ என்கிறான். ‘ஆற்று வெள்ளம்’ எனவே, ‘வெள்ளம்’ என்பதும் தமிழ்ச் சொல்தான். வீடு, இல், மனை, பொறை, நீர், நீளு, நீரு, வெள்ளம் இவை எல்லாம் தமிழ்ச் சொற்கள் தானே.

நாம் ‘எனக்கு’ என்று தமிழில் கூறுவதைத் தெலுங்கில் ‘நாக்கு’ என்றும், கன்னடியன் ‘நெனக்கி’ என்றும், மலையாளி ‘எனக்கி’ என்றும் கூறுவான். அதைப் போலவே, ‘உனக்கு’ என்பது தமிழ். ‘நீக்கு’ என்பது தெலுங்கு.‘நோக்கு’ என்பது பார்ப்பனத் தமிழ்.

‘அவர்கள்’ ‘அவர்’ என்பதைத் தெலுங்கர் ‘வாள்ளு’ ‘வாரு’ என்கிறார்கள். கன்னடியர் ‘அவுரு’ என்கின்றனர். பார்ப்பனர் ‘அவா, இவா, வந்தா, போனா என்று மொன்னையாகவே, மொக்கையாகவே பேசுகிறார்கள். நம்மிற்பலரும் அதைப் பெருமையாக நினைத்து அம்மாதிரியே பேசி வருகிறார்கள்.

‘அகத்துக்கு’ என்பதைப் பார்ப்பனர் ‘ஆத்துக்கு’ எனத்திரித்துக் கூறி வருகிறார்கள். இந்த நேக்கையும், நோக்கையும், ஆத்தையும், அவா, இவாவையும் தமிழென்று கூறும்போது, இல், மனை, பொறை, நீளு, நீரு, வெள்ளம், நாக்கு நெனக்கி, எனக்கி என்று கூறும் மக்களைத்தானா வேறுமொழி பேசுவார்கள் என்று ஒதுக்கவேண்டும்? தமிழ் நாட்டுப் பார்ப்பனரையெல்லாம் ஒரு தனியிடத்தில் வைத்துவிட்டால் இவர்கள் பேசுவது தெலுங்கு, கன்னடம், மலையாளத்தைவிட வேறு மொழியாகத்தானே கொள்ள வேண்டியிருக்கிறது.

நாம்‘அங்கே’ என்பதை ஒருவன் ‘அக்கடே’ என்றும், ஒருவன் ‘அவடே’ என்றும் கூறுகிறான். இச்சிறு வேறுபாட்டின் காரணமாக இவை வெவ்வேறு மொழியாக்கப்படலாமா? ‘அங்கிட்டு’ என்று வழங்குந் தமிழர் வேறு மொழி யாளரா?

நாம் ‘ஆ’ என்பதைத் தான் தெலுங்கன் ‘ஆவு’ என்றும், கன்னடியன் ‘அசு’ என்றும், மலையாளி ‘ஆல்’ என்றும் கூறுகிறான். ஆன் என்பதுதான் ஆல் என்று திரிந்திருக்கும். இச்சிறு மாறுபாட்டினலா இவை நான்கு மொழிகளாக்கப்பட வேண்டும்?

தமிழ்நாட்டின் ஒரு கோட்டத்தில் (ஜில்லா) இருக்கும் சொல் மற்றொரு கோட்டத்தில் இல்லை. ஒரு கோட்டத்தில் ஒரு பொருளுக்குப் பயன்படுத்தும் சொல்லை மற்றொரு கோட்டத்தில் வேறு பொருளுக்குப் பயன்படுத்துகிறார்கள். ஒரே கோட்டத்தில் வெவ்வேறு ஒலியாக உச்சரிக்கிறார்கள். வழிக்கு வெட்டி,

பாட்டை என்னும் சொற்கள் கோவையில் இல்லை. 'கொல்லை' என்ற சொல் தமிழ்நாட்டில் சில இடங்களில் 'கக்கூசுக்கு' வழங்குகிறது. சில இடத்தில் 'விளநிலத்தை'க் குறிக்கிறது. தமிழ்நாட்டில் கோவைக்கோட்டத்தில் நகர மக்கள் பேச்சு நாட்டு மக்களால் எளிதில் புரிந்து கொள்ள முடிவதில்லை.

தமிழிலுள்ள ஒரு பொருட்பல சொற்களே ஒவ்வொரு நாட்டிலுந் தனித்தனியாக வழங்கி வெவ்வேறு மொழியாகின்றன. உதாரணமாக, வீடு என்ற சொற்பொருளே தான் தமிழில் மனை, இல், அகம், அறை வளைவு என்ற சொற்களுள்ளன. இவையே கன்னடத்தில் மனை என்றும் தெலுங்கில் இல் என்றும், மலையாளத்தில் அறையென்றும் பார்ப்பனச்சேரியில் அகல் என்றும் வழங்குகின்றன. இப்படிப் பல ஆயிரக்கணக்கான சொற்களை எடுத்துக் காட்டலாம்.

ஒரே உதிரம்:

எனவே, இவை நான்கும் ஒரு உதிரத்திலிருந்து உதித்தெழுந்தவையல்ல. அந்த உதிரமேதான் இவை நான்கும். என்னருந்தமிழே! நீயேதான் தெலுங்கு, நீயேதான் கன்னடம், நீயேதான் மலையாளம் என்றுதான் நான் கூறுவேன். இதை நமது மக்களுக்கு உணர்த்தி ஒரேநாடு, ஒரே மொழி, ஒரே மக்கள் என்று ஒன்றுபட்ட நிலையை உண்டாக்கவேண்டும்.

தமிழ், தெலுங்கு, கன்னடம், மலையாளம் என்னும் மொழிகள் வேறு மொழி களுமல்ல. கிளை மொழிகளுமல்ல. ஆரியர்கள், தெலுங்கு முதலிய மொழிகளைத் தங்களுக்கு இயைந்ததாக்கி அம்மொழி மக்களை ஏய்த்து வசப்படுத்தித் தங்கள் மொழியிலக்கணத்தையும் அமைத்தும் கொடுத்துவிட்டார்கள்.

தமிழர்களுக்கு, குறிப்பாகத் தமிழ்ப் பண்டிதர்களுக்குச் சிறிதாவது இனப்பற்று இருந்திருக்குமானால் ஆரியர்களுடைய இந்தத் தந்திரம் - சூழ்ச்சி வெற்றி பெற்று நம் மக்கள் இவ்வளவு பிரிவினைக்கும், வேற்றுமைக்கும் ஆட்பட்டிருக்க முடியாது. தெலுங்கர், கன்னடியர், மலையாளிகட்குள்ள மொழிப்பற்றில், உணர்ச்சியில் தமிழ் பண்டிதர்களுக்கு நூற்றில் ஒரு பங்கு கூட இல்லை.

அவை வெவ்வேறு மொழிகளாய் இருப்பதால் நமக்கென்ன கேடு எனின், தமிழகத்தைச் சுற்றி மூன்று புறத்திலுமுள்ள மக்கள் ஆரியமயமாய் இருந்தால் அது நமக்குத் தொல்லையாகவும் பல துறைகளில் தடையாகவும் இருக்காதா? திராவிட நாடு திராவிடர்க்கு ஆனால் இந்த குறைபாடுகளை எளிதில் தீர்த்துக் கொள்ள முடியும். மற்றும் தெலுங்கர், கன்னடியர், மலையாளிகளைத் தமிழர்களாக்க வேண்டுமானால் திராவிடர் என்று சொல்லித்தான் ஆக்கமுடியும். திராவிடமே தமிழ், தமிழே திராவிடம் என்னும் புத்துணர்ச்சியைத் திராவிடமக்கள் பெறுவார் களாக.

"மொழியாராய்ச்சி" - 1948
வள்ளுவர் பதிப்பகம், பவானி.

தொகுதி 1 மொழி

521

தொகுதி 1
மொழி

நாடெங்கும் அடக்குமுறை எதிர்ப்பு வெற்றிக் கொண்டாட்டம்

சாந்தமும், சமாதானமும், அமைதியும் ஒழுங்குமான முறையில் சுருக்கமான ஊர்வலம் கொண்ட பொதுக் கூட்டத்தில், வெற்றிக் கொண்டாட்டம் நடத்தப்பட வேண்டும் என்று திராவிடர் கழக மத்திய நிர்வாகக் கமிட்டி தீர்மானித்திருக்கிறது. அன்று மேற்கண்ட நடவடிக்கைகள் நடத்துவதில் மக்களுக்கும் காங்கிரஸ்காரர்களுக்கும், போலிசு அதிகாரிகளுக்கும் சிறிதுகூட அதிப்ருதி ஏற்படாமல் ஒழுங்குக்கும், போலிசு அதிகாரிகளுக்கும் கட்டுப்பட்டு நடந்து கொண்டு கொண்டாட வேண்டும். "தமிழ்நாட்டில் கட்டாய இந்தி ஒழிக" "தமிழ் வாழ்க" "திராவிட நாடு திராவிடருக்கே" "அடக்குமுறை ஒழிக!" என்பவைகளைத் தவிர, வேறு ஒலிகள் கண்டிப்பாக, கண்டிப்பாக வேண்டாம்.

ஜாக்கிரதை! ஜாக்கிரதை!! ஜாக்கிரதை!!!

குடிஅரசு - 01. 01 .1949

புதிய மந்திரி சபையும் இந்தியும்

இப்போது குமாரசாமி ராஜா அவர்களைப் பிரதமராகக் கொண்ட சென்னை மாகாண புதிய மந்திரி சபை, இந்த மாகாணத்தில், முக்கியமாகத் தமிழ்நாட்டைப் பொறுத்த வரையிலுமாவது, பழைய மந்திரிசபையின் இந்தி கொள்கையிலிருந்து, ஓரளவு மாறுதலைச் செய்ய வேண்டுமென்று ஆசைப்பட்டிருப்பதைக் கண்டு அந்த ஆசையை தமிழ் மக்கள் வரவேற்பார்கள். பழைய இந்தி கொள்கையில் ஏதோ ஒரு தவறுதல் - திருத்த வேண்டிய பிழைபாடு இருக்கிறது என்பதை ஸ்தூலமாகவாவது உணர்ந்து கொண்டிருக்கிறார்கள் என்பது மாத்திரமல்ல, பிழைபாட்டைத் திருத்திக் கொள்வதற்கும் முயல்வோம் என்பதாகக் காட்டிக் கொண்டிருக்கிறார்களே, அந்த அளவுக்காவது வரவேற்கத்தானே வேண்டும்.

இந்தி நுழைப்பு - கட்டாயமாகத் தமிழ் படிக்கும் நூற்றுக்குக் பத்துப் பேரும் படித்தாக வேண்டும் என்கிற எதேச்சதிகார ஆணை - பத்து ஆண்டுகளுக்கு முன்பு ஆச்சாரியாரால் பிறப்பிக்கப்பட்டு, அவர் மந்திரிசபையை விட்டு ஓடிப்போக வேண்டிய நிலை ஏற்பட்டவுடன், அந்தத் திட்டமும் இந்த நாட்டை விட்டு ஓடிப்போன திட்டமாகும்.

மேலும் நூற்றுக்கணக்கான தாய்மார்களும், ஆயிரக்கணக்கான கட்டிளங் காளையரும் பச்சிளங் குழந்தைகளோடும், நாட்டுமக்களின் தந்தையோடும், வெஞ்சிறைபுகுந்து, கடுங்காவல் தண்டனையேற்று காரி உமிழ்ந்த திட்டமாகும்.

இந்தத் திட்டத்தைத்தான் - பத்து ஆண்டுகளுக்கு முன் வந்து தோல்வியுற்ற இந்தத் திட்டத்தைத்தான் - பிறகு வந்த பார்ப்பன பிரகாசம் அவர்களின் மந்திரிசபை திரும்பவும் புகுந்துவதற்குப் பின்வாங்கிய இந்தத் திட்டத்தைத்தான் - ஓமந்தூரார் மந்திரிசபையும் திணிப்பதற்கு முதலில் அஞ்சிய இந்தத் திட்டத்தைத்தான் - பிறகு மூக்கைச் சுரண்டிவிடப்பட்ட ஊமையர்கள் நிலையைப்போல், எப்படியும் இந்த நாட்டில் இந்தியைப் புகுத்தியே தீரவேண்டும் என்கிற மூர்க்கத்தனமாக பிடிவாதத் தோடு, பார்ப்பனர்களின் தூண்டுதலுக்குக் கட்டுப்பட்டவர்களாய் - பனியாக்களின் நன்மதிப்புக்குக் குறுக்கு வழி என்று கருதியவர்களாய்ப் பார்ப்பனர்கள் செய்து தடைபட்டு நிற்பதைப் பார்ப்பனரல்லாதவர்களாகிய நாம் செய்து முடித்தோம் என்கிற வீண் பெருமை தமக்கு ஏன் கிடைக்கக் கூடாது என்று ஆசைப்பட்டவர் களாய், ஓமந்தூரார் மந்திரி சபை சென்ற ஆண்டில் 2ஆம் உத்தரவு போட்டுக் கொண்டுவந்தது.

இப்படி, மற்றவர்களின் தூண்டுதலுக்காகக் கொண்டுவந்த இந்த உத்தரவைச் செயல்படுத்தியே தீருவது என்கிற பிடிவாதக் குணத்தினால், தன் இனப்பெரியாரையும்,

தன் உடன்பிறப்பாளர்களையும், ஆண் என்றும், பெண் என்றும், கருக்கொண்ட தாய்மார்கள் என்றும் வித்தியாசம் பாராமல், சுடும் மணலில் கால்நடைத் தண்டனை கொடுத்தும், ஒருவேளை இரண்டு வேளை முழுப் பட்டினி போட்டும், ஒரு வாரம் முதல் இரண்டு மாதம்வரை கடுங்காவல் தண்டனை கொடுத்தும், மேன்மை மிக்க நீதிபதி ஸ்தானத்திற்கே களங்கம் உண்டாகும் வகையில், மிக மிக மட்டரகமான முறையில் பேசச் செய்தும், சுருண்டு கீழே விழுந்தாலும் தூக்கி நிறுத்தித் தடிமாரி பொழிந்தும், நவீன மனுநீதிப் பரிபாலகராக ஓமந்தூரார் விளங்கினார்.

இவ்வளவு கடுமையான அவமானங்களையும் சித்திரவதைக் கொப்பான கொடுமைகளையும் ஏற்று அனுபவித்தாலும் கூடப் 'புசு புசுத்துப் போய்விடும்' என்ற மந்திரிகளின் மனப்பாலைப் பொய்யாக்கி, ஒரு மயிரிழைகூடப் பலாத்கார மின்றி, அற வழியில் நின்று தமிழ்மக்கள் திராவிடர் கழகத்தின் ஆணைக்கடங்கிப் போரிட்டு வருகின்றார்கள். அப்போராட்டம் பள்ளிகளின் விடுமுறையையொட்டி இப்போது நிறுத்தப்பட்டிருக்கிறது.

இவ்வளவும் நமது புதிய மந்திரி சபையினர் - முக்கியமாகப் பிரதமர் அறிந்திருக்க வேண்டும். அவருக்கு நினைப்பில் இருக்க வேண்டும். நிற்கப் புதிய மந்திரி சபையினர், பழைய இந்திக் கொள்கையில், இப்போது எப்படி? எந்த அளவு? மாறுதல் செய்யப் போகிறார்கள் என்பது, அடுத்த மாத முதல் வாரத்தில்தான் திட்டவட்டமாகத் தெரியும் என்றாலும்.

இந்த மாதம் 18ஆம் தேதி மந்திரி சபை உப-கமிட்டி என்கிற பேரால் ஒரு நான்கு மந்திரிகள், கல்விச் சீர்திருத்தம் என்கிற பெயரில் கூடிபத்திரிகைகளுக்குத் தந்திருக்கும் செய்தியைக் கவனிப்போம்.

இந்தியா - இந்துஸ்தானியா என்று இன்னும் முடிவு கட்டப்படாத நிலையில், இந்தியைப் போதிப்பதென்றும், அதைத் தமிழ் எழுத்தில் சொல்லித்தர ஊக்கு விப்பதென்றும் இந்த உப-கமிட்டி ஒரு முடிவு செய்திருக்கிறது. முடிவு செய்யப் படாத இந்தியை முதல் வாரத்திலிருந்து தொடங்குவதா? இரண்டாம் வாரத்தி லிருந்து தொடங்குவதா? என்பதை அந்தந்த பள்ளிக்கூடங்களில் நிருவாகிகளுக்கே விட்டுவிடுவததென மற்றொரு முடிவு செய்திருக்கிறது. பாடங்கள் எல்லாம் தாய்மொழியில் என்கிற பொதுவிதியை, மாற்றி சரித்திரப்பாடத்தை மட்டுமாவது இந்திமொழியில் 4, 5, 6 பாரங்களில் கற்பிக்க சிபார்சு என்பதாக ஒரு முடிவு. ஒரு பிரதேசத்தில் வேறு தாய்மொழியைக் கொண்டவர்களாய் இருந்தால், அவர்களுக்கு எந்த மொழியில் பாடங்களைப் போதிப்பது, அந்த அதிகச் செலவை யார் ஏற்பது என்கிற விஷயங்களிலும் முடிவுகள் செய்திருக்கிறார்கள்.

இந்தியைத் திராவிடர்கள் ஏன் எதிர்க்கிறார்கள் என்பதை மிக மிக நன்றாக, தெளிவுபட வற்புறுத்தி விளக்கிச் சொல்லப்பட்டு வருவதை அறிந்து கொண் டிருந்தும், இந்த மந்திரிசபை உப-கமிட்டி, அதாவது மாறுதல் செய்ய முன்வந்த உப-கமிட்டி, அதற்கேற்றவாறு காரியம் செய்ய வேண்டும் என்பதைச் சிறிதாவது கவனித்திருக்கிறதா? என்றால் அது சந்தேகமே.

இளம் மாணவர்கள் தலைமையில் ஏககாலத்தில் மூன்று மொழிகளைச் சுமத்துவது, தலைக்கு மிஞ்சிய பாரம் என்பது மட்டும் எதிர்ப்புக்குக் காரணமல்ல. பயனற்ற ஒரு மொழியை - மூட நம்பிக்கைக்கும் பிற்போக்குக்கும் காட்டுமிராண்டித் தன்மைக்கும் கருவியாக இருக்கும் மொழியை, ஏன் இந்த நாட்டில் புகுத்த வேண்டும் என்பது தான் எதிர்த்து வருபவர்களின் கேள்வி. இந்தக் கேள்வியை அநியாயமானது. அல்லது அபாண்டமானது என்று எந்தக் காரணங்கூறியும் மறுக்க

முடியாத நம் மந்திரிகள், அந்தக் கேள்வியை உண்மையென்று ஒப்புக் கொள்கிறார்கள் என்றால், அதற்கல்லவா முதலில் பரிகாரம் செய்ய முன்வரவேண்டும். அதைவிட்டுவிட்டு ஏதோ ஒரு மாறுதல் என்று பேருக்காகச் செய்வதென்றால், அந்த மாற்றம் எப்படி மக்களுக்கு மனமாறுதலை உண்டாக்கும்?

தமிழ் எழுத்து மூலம் அல்லது தாய்மொழி எழுத்து மூலம் இந்தி கற்பிக்கப் படும். தேவநாகரி எழுத்து கைவிடவேண்டும் என்று கூறுவதைக்கூட, வற்புறுத்தி முடிவுகட்டாமல், பரீட்சார்த்தமாகச் செய்து பார்க்க வேண்டும் என்றுதான்.

இந்த உப - கமிட்டி வாழைப்பழத்தை எடுத்து அழுத பிள்ளைக்குக் காட்டுவது போல் கூறுகிறது. ஆனால் அதே நேரத்தில் 4, 5, 6 பாரங்களில் சரித்திர பாடத்தை மட்டுமாவது இந்தியில் சொல்லிக் கொடுக்க, இந்திப் பிரசாரசபையின் சிபார்சின் பேரில், ஆச்சாரியாரின் முத்திரையைக் குத்தி பரிசீலனைக்கு வைத்திருக்கிறது என்றால், இந்த உபகமிட்டியின் யோக்கியதையைப் பற்றி எவருக்கும் சந்தேகந் தானே உண்டாகும்?

இந்த உப - கமிட்டியில் அங்கம் வகித்த மந்திரிகள் என்று, தோழர்களான பக்தவத்சலம், மாதவமேனன், சந்திரமவுலி, ஏ.பி. ஷெட்டி ஆகிய நால்வரின் பெயர் சொல்லப்படுகிறது. இவர்களில் பெரும்பான்மையோருடைய தகுதி முக்கியமாக முதல் மூவருடைய தகுதி என்னவென்றால், திராவிடர் கழகத்தார் என்னென்ன கூறுகிறார்களோ, அதையெல்லாம் கண்ணை மூடிக்கொண்டு மறுப்பதுவே தங்களுக்குத் தகுதி என்று கருதிக் கொண்டிருப்பவர்கள் ஆவார்கள். திராவிடர் கழகத்தார் மேட்டை மேடு என்று கூறினால், அதைப் பள்ளம் என்று சாதிப்பதுதான் தங்களுடைய நித்தியத் தொழில், தங்கள் வாழ்வு என்று நினைத்துக் கொண்டிருப் பவர்கள். இப்பேர்ப்பட்ட மகானுபாவர்களைக் கொண்டு, இந்த நாட்டு மக்களின் தலையெழுத்தை நிர்ணயிக்கும் ஒரு காரியத்தைச் செய்யச் செய்யலாமா?

எந்த மந்திரி சபை மாறினாலும், இப்போதைய அரசியல் அமைப்பில், அது பனியாக்களுக்கும் பார்ப்பனர்களுக்கும் கட்டுப்பட்டதாகவும், அவர்களின் குற்றேவல்களையும் ஏற்றுச் செய்ய வேண்டியதாகவும் தான் இருக்கும் என்பதை, மந்திரிசபைகளைக் காட்டிலும் நாம் நன்றாக உணர்வோம்.

ஆதலால், இப்போதைய மந்திரிசபை திராவிடர்களின் கருத்தையேற்று அதற்கேற்றவாறு நடந்து கொண்டுவிடும் என்கிற நம்பிக்கை நமக்கில்லை.

பனியா ஏகாதிபத்தியத்திற்கு உட்பட்ட வகையில்தான், ஏதோ செய்ய வேண்டியதைச் செய்ய வேண்டியதாயிருக்கிறது என்று எண்ணுவார்களேயானாலும், திராவிடர்களின் நல்வாழ்வுக்குத் திராவிடர்கள் ஏற்ற விலையைக் கொடுத்துத்தான் ஆகவேண்டும் என்று சொல்லுவதாய் இருந்தாலும், நாம் புதிய மந்திரிசபையினருக்குச் சொல்லும் ஆலோசனை இதுதான்.

2ஆம் பாரத்திலிருந்து இந்தியை தொடங்கலாம். அல்லது பள்ளிக்கூட நிர்வாகிகளின் இஷ்டத்துக்கு விட்டுவிடலாம் என்கிற ஆலோசனையை, 4ஆம் பாரத்திலிருந்து தொடங்கலாம் என்று வரையறுத்து, அது கட்டாயமில்லை என்று ஏன் தெளிவுபடுத்தக் கூடாது? ஒரே இனத்தைச் சேர்ந்தவர்களாய், இன்று நான்கு மொழியினராகக் காணப்படும் திராவிடர்களுக்கு, வடவர் ஏகாதிபத்தியத்தின் பலவந்தத்தால் புகுத்தப்படும் இந்தியை அல்லது இந்துஸ்தானியை, அவரவர் தாய்மொழி எழுத்தில் கற்றுக் கொடுப்பது என்கிற முறையைக் காட்டிலும், நால்வருக்கும் பொதுவான - என்றைக்கும் தேவையான ஆங்கில எழுத்தில் ஏன் அதை கற்பிக்கக் கூடாது? இதைப் புதிய மந்திரி சபை சிந்திக்குமா? சிந்தித்துச் செயல் புரியுமளவுக்கு உரமுண்டா?

குடிஅரசு - 21. 05. 1949

தொகுதி 1

மொழி

மொழிவாரிப் பிரிவினை

கன்னடமும், களி தெலுங்கும், கவின் மலையாளமும், துளுவும் உன்னுதரத்து உதித்தெழுந்தே ஒன்று பல ஆயிடினும், தமிழ்ப் பெண்ணே! நீ பாட்டியாகிவிட வில்லை. உலகில் உன்னைப் போன்ற மற்ற பெண்கள் எல்லாம் கூனிக்குறுகிச் சிலர் பாட்டியாகி - மலர்ச்சியின்றி - நடைப் பிணமாகிவிட்டனர். சிலர் செத்த இடத்திலே புல்லும் முளைத்துவிட்டது. ஆனால் அன்றிருந்த நிலைக்கு (முற்றும்) அழிவின்றி நீயோ கன்னிப் பெண்ணாக விளங்குகிறாய். உன்னை வாயார மனமார வாழ்த்துகிறேன், போற்றுகிறேன். ஏன்? நான் வாழ, என் மொழியினர் வாழ என்றார் பல ஆண்டுகளுக்கு முன்னாலேயே, மனோன்மணியம் என்ற நாடகத்தை எழுதிய பேராசிரியர் சுந்தரம்பிள்ளை.

ஆசிரியர் சுந்தரம்பிள்ளை ஒரு சுயமரியாதைக்காரரோ, சுயமரியாதை இயக்கத்தின் ஒரு பிரிவான திராவிடர் கழகத்தை சேர்ந்தவரோ அல்ல. மாறாக, சுயமரியாதை இயக்கத்துக்கு நேர் விரோதமான சைவ மதத்தில், பழுத்த ஒரு சைவப்பழமாக, பல ஆண்டுகளுக்கு முன்னால் வாழ்ந்தவர். அவர் கூறுகிறார் கன்னடம், தெலுங்கு, மலையாளம், துளுவம் போன்ற பல மொழிகள் தமிழில் இருந்து பிறந்தன என்றும், அத்தனை மொழிகளும் வழங்குகிற பிரதேசத்துக்குப் பெயர் திராவிடம் என்றும். ஆனால், ஆசிரியர் சுந்தரம்பிள்ளை அவர்கள், தமிழிலிருந்து பல மொழிகள் உண்டாயின என்று சொல்வதினால், அதை ஒரு பெருமைக்குக் காரணமாகக் கொண்டாரே தவிர, ஒரு மொழியிலிருந்து அத்தனை மொழிகள் ஏன் உண்டாயின? உண்டாவதற்குக் காரணம் எது? என்கிற ஆராய்ச்சியை, அந்தப் பாட்டுமொழியில் சொல்லவில்லை. என்றாலும் தமிழில் இருந்து இந்த மொழிகள், பதின்மூன்றா, பதினான்கா என்று சந்தேகப்படக்கூடிய அளவுக்குப் பல மொழிகளாகப் பிரிந்த தென்னாட்டுச் சரித்திரத்தை - மொழி வரலாற்றை ஆராய்ந்த நேர்மையான ஒவ்வொரு ஆராய்ச்சிக்காரர்களும், வெளிநாட்டார் - நம் நாட்டார் என்கிற வேறுபாடில்லாமல், ஒப்புக் கொண்டிருக்கிறார்கள்.

இந்த ஆராய்ச்சிக் கூற்றுகள் மட்டுமேயல்லாமல், அனுபவத்திலிருந்து பார்த்தாலும்கூடத் தமிழர், தெலுங்கர், கன்னடியர், மலையாளிகளைத் தனித்தனிக் கூட்டத்தவர்கள் என்றோ, என்றைக்கும் தனித்தனியாகவே வாழ்ந்தாக வேண்டும் என்கிற நிலையில் உள்ளவர்கள் என்றோ எவரும் அறுதியிட்டுக் கூறிவிட முடியாது என்பதை நாம் பல முறை விளக்கி வந்திருக்கிறோம்.

இந்த அடிப்படை உண்மைகள்தான், தமிழர்களையும், தெலுங்கர்களையும், கன்னடியர்களையும், மலையாளிகளையும் சேர்த்துத் திராவிடர்கள் என்பதாகவும்,

இவர்களின் மொழிகளுக்குத் திராவிட மொழிகள் என்பதாகவும், பல மொழிக்காரர் களாயிருந்தாலும் அனைவரும் ஒரே இனத்தவர்கள்தான் என்பதாகவும் நாம் கூறி - விளக்கிப் பிரசாரம் செய்து வருவதற்குக் காரணமாகும்.

இந்த அடிப்படைக் காரணங்களை வைத்துக்கொண்டுதான் ஆந்திரர்கள் ஆதரித்தாலும் இல்லாவிட்டாலும், மலையாளிகள் மனமொப்பினாலும் இல்லாவிட்டாலும், கன்னடியர்கள் காது கொடுத்தாலும் இல்லாவிட்டாலும், தமிழர்கள் திராவிடர்கள் என்பதை எப்படி மறுக்க முடியும்? எப்படி மறந்துவிட முடியும்? என்று கேட்டுவந்திருக்கிறோம்.

இனவாரியாக நாட்டைப் பிரிக்க வேண்டும் என்கிற கிளர்ச்சி, என்றைக் கிருந்தாலும் ஒருநாள் வந்தே தீரும், அது எவ்வளவு நாள் கழிந்தாலும் வெற்றி பெற்றே தீரும் என்பதை அறிந்த இந்துஸ்தான் ஏகாதிபத்திய காங்கிரஸ், மக்களின் உரிமை உணர்ச்சியானது பெருங்கொந்தளிப்புக்கு இடமாகி, ஏகாதிபத்தியச் சிதைவுக்கு காரணமாகிவிடக்கூடாது என்கிற முன்னெச்சரிக்கையோடு வகுத்த ஒரு சிறு வாய்க்கால்தான் உரிமைக்கு வழியற்ற மொழிவாரிப் பிரிவினை!

இந்த உப்புச் சப்பற்ற மொழிவாரிப் பிரிவினைக் கிளர்ச்சியானது, குறிப்பாக நம் தென்னாட்டில் - திராவிடத்தில் கேட்கும்போதெல்லாம், இன்றைய இந்துஸ்தான் ஏகாதிபத்தியத்தால், மொழிவாரியாகப் பிரிவினை செய்யப்பட்டு, ஏதோ ஒரு சில காலத்திற்காவது, ஆந்திராவும், மற்ற திராவிட மொழிகள் பேசப்படும் பிரதேசங்களும் தமிழ்நாட்டிலிருந்து கத்திரிக்கப்பட்டுவிடும் என்பதை நாம் அறியாதவர்களல்ல. அப்படிக் கத்திரிக்கப்பட்டாலும் கொஞ்ச நாட்களுக்குப் பிறகு பலவித ஒற்றுமைகளும் அனுகூலங்களும் இருக்கிற காரணத்தால், மொழிப் பேரால் கத்திரிக்கப்பட்ட இந்தப் பிரதேசங்கள், இனப்பேரால் ஒன்றுபட்டேவிடும் என்கிறதான உண்மையையும் நாம் அறிவோம். இதனால்தான் மொழிவாரிப் பிரிவினையை, ஒரு பிரிவினையாகக் கருதாமல் - மொழிவாரிப் பிரிவினைக் கிளர்ச்சியை ஒரு கிளர்ச்சியாக மதிக்கவில்லை.

தமிழ்நாட்டைப் பொறுத்த வரையிலும் பார்ப்பனியத்திற்குச் சாவுமணியடிக்கப் பட்டு வருகிறது. பார்ப்பனியத்தின் கெடுபிடி ஒன்றும் தமிழ்நாட்டுத் திராவிடர் களிடம் பலிக்காது என்பதைக் கண்டு கொண்ட ஆந்திரப் பார்ப்பனர்களின் தந்திரமும், தனி மாகாணமாக ஆக்கினால் பதவிக்கான இடங்கள் பலவாக உண்டாக்கப்பட்டு, பதவிக்குத் தரித்திரம் என்பது இருக்காது என்று நம்புகிற படித்த தோழர்களின் பதவி ஆசையுமே தென்னாட்டில் ஆந்திராவைப் பொறுத்த வரையிலும் மொழிவாரிப் பிரிவினைக் கிளர்ச்சி வெகு பலமாக வளர்ச்சியடையக் காரணமாகும்.

இந்த மொழிவாரிப் பிரிவினை என்கிற பிரச்சனையில், அதிலும் குறிப்பாக ஆந்திரத்தைத் திராவிடத்திலிருந்து பிரிப்பதில், வடநாட்டு ஏகாதிபத்தியத்துக்குப் பெருமகிழ்ச்சி, அது மாத்திரமல்ல, சுயமரியாதை உணர்ச்சி ஊட்டப்பட்டிருக்கும் தமிழ்நாட்டுத் திராவிடர்களோடு, ஆந்திரத் திராவிடத் தோழர்களை மோத வைத்து, ஒருவரை ஒருவர் பகைத்துக்கொண்டு வாழும் வரையிலும் தனக்குக் கொண்டாட்டந்தான் என்பது அதன் நினைப்பு.

இந்த நினைப்போடுதான், இந்துஸ்தான் முழுவதிலுமே மொழிவாரிப் பிரிவினை ஏற்பாட்டைப் புகுத்த வேண்டும் என்கிற காங்கிரஸின் ஒரு திட்டத்தைக் கைவிட்டுவிட்டு ஆந்திராவிலும், இன்னும் அந்த நிலைக்கு ஆளான வேறு இரண்டொரு பகுதிகளிலும் பிரிவினைக்குச் சம்மதம் என்பதாக ஏகாதிபத்தியத்

தலைமைப்பீடம் அறிவித்திருக்கிறது. மொழிவாரியாக ஏகாதிபத்தியத்தால் பிரிக்கப்படும் பிரிவினை, பிரிவை என்றைக்கும் கெட்டியாக வைத்திருக்கவும், தன் தயவை எதிர்பார்த்துத்தான் வாழ்ந்தாக வேண்டும் என்கிற நிலையைப் பெருக்கி வளர்க்கவும், அண்டையில் நெருங்கி வாழ்பவர்களுக்குள், ஒருவர் மீது ஒருவரை உசுப்பிவிட்டு இடையில் சிந்தப்படும் இரத்தத்தை உறிஞ்சுவதற்காகவும் பயன்படும் - பயன்பட வேண்டும் என்பதுதான். இந்த நோக்கங்களோடு ஏகாதிபத்தியத்தால் பிரித்து வைக்கப்படும் பிரிவினையைத்தான் நாம் வெறுக்கிறோமே தவிர - கேடு உண்டாகும் என்பதாக அஞ்சுகிறோமே தவிர, ஒவ்வொரு மொழிக்காரர் களுக்கும் தனித்தனி மாகாணமாக நின்று, (இப்போதைய சென்னை மாகாணத்தில் உள்ளவர்கள்) இன அடிப்படையில் ஒரு சமஷ்டியாக இணைந்து, வடநாட்டு ஆதிக்கத்திலிருந்து அறவே விலகி, பரிபூரண சுதந்திர வாழ்வு வாழவேண்டும் என்கிற லட்சியத்தோடு, செய்யப்படுகிற மொழிவாரிப் பிரிவினையை நாம் வெறுக்கவில்லை. மாறாக அதுதான் நம் அரசியல் லட்சியம் என்பதாக விளக்கி வந்திருக்கிறோம்.

ஆந்திரத்திலுள்ள பார்ப்பனர்களும் - வடநாட்டு ஏகாதிபத்தியமும் செய்து கொண்டிருக்கும் ஒப்பந்தத்தால் எல்லாவற்றுக்கும் முதலில் ஆந்திரம் தனியாகப் பிரிக்கப்பட்டுவிடும் என்றாலும், ஆந்திரத் திராவிடர்கள், சென்னை நகருக்கு உரிமை கொண்டாடுகிறார்கள் அல்லது சென்னை நகரில் பங்கு கேட்கிறார்கள் என்கிற காரணத்தைச் சொல்லித், தமிழ்த் திராவிடர்களின் பல்லைப் பிடுங்க வேண்டும் என்று திட்டமிடப்பட்டிருக்கிறது என்பதைத்தான், ஆந்திரப் பிரிவினையைப் பற்றி ஏகாதிபத்தியம் நடந்து கொள்ளும் போக்கிலிருந்து நாம் தெரிந்து கொள்ள வேண்டியவர்களாய் இருக்கிறோம். அந்தப் பல்லைப் பிடுங்கும் சங்கதிதான், தமிழ் திராவிடர்களுக்கே உரிமையான சென்னையைத் தனி மாகாணமாக ஆக்கிவிட வேண்டுமென்கிற பேச்சு. ஆந்திரத் தோழர்களை நமக்கு காரணமாகக் காட்டி, “அப்பத்தை நிறுத்துக் கொடுக்க வந்த குரங்கு” நியாயத்தையும் தோற்கடிக்கும் முறையில், சென்னை நகர், தமிழ் திராவிடனிடமிருந்து பறித்துக் கொள்ளப் படுவதை, எந்த ஒரு திராவிடனும் ஒப்புக் கொள்ளவே முடியாது.

இந்த மாதிரியான அடிப்படையில்தான், அன்றைய ஏகாதிபத்திய வெள்ளை யர்கள் சமஸ்தானாதிபதிகளை அமைத்தார்கள். அதே முறையைத்தான் இன்றைய ஏகாதிபத்தியமும் வேறு பேரால் அமைக்க எத்தனிக்கிறது. இப்போது தமிழ்த் திராவிடர்களின் கடமை என்ன? ஏன் தமிழ்நாட்டில் வாழும் ஒவ்வொருவருடைய கடமை என்ன? எந்தக் காரணத்தாலும், சென்னை நகரைத் தமிழ்நாட்டிலிருந்து பிரிக்க முடியாது என்பதை, வடநாட்டு ஏகாதிபத்தியத்திற்கு வற்புறுத்தி எடுத்துக் காட்ட வேண்டியதுதான் இன்றைய தமிழ்நாட்டார்களின் முதல் வேலை, முக்கிய மாகச் சென்னை தமிழர்கள், இந்தக் காரியத்தில் உடனடியாக இறங்க வேண்டும் என்பது நம் விருப்பம்.

குடிஅரசு - 27. 08. 1949

அரங்கேற்ற நாடகம் ஏன்?

தென்னாடு வடநாட்டிற்கு அடிமைதானாம். நிரந்தர அடிமையாகவே இருந்துதீர வேண்டியதுதானாம். வடநாட்டு ஆதிக்க வெறியர்களின் ஆதிக்கத்திற்குத் தென்னாட்டிலிருந்து அவர்களால் பிடித்து வைக்கப்பட்டவர்கள் இதை பகிரங்கமாக ஒப்புக்கொண்டுவிட்டார்கள். சாஸ்வத அடிமைச்சாசனத்தில், அடிமைகளின் பிரதிநிதி எனக் கூறிக்கொண்டு வெளிப்படையாகக் கையொப்பமும் போட்டு விட்டனர்.

பல நாட்களாய் அரசியல் நிர்ணய சபையில் கடும் விவாதத்தில் இருந்து வந்ததுபோல் பேசப்பட்ட 'இந்தி' மொழிப் பிரச்சினையானது. 'இந்தி' என்கிற ஒரு மொழி மட்டும்தான் இந்தத் தேசத்தில் உள்ள எல்லோராலும் பேசப்பட்ட வேண்டிய மொழி (தேசிய மொழி) என்பதாகச் சட்ட அங்கீகாரம் பெற்றுவிட்டது. இந்த மாதம் 14ஆம் தேதி, பரிதாபத்துக்குரிய செய்தி! திராவிடனின் ஜீவனில் கைவைத்துவிட்ட முயற்சி!

அரசியல் நிர்ணய சபையில் 'இந்தி'ப் பிரச்சினை கடுமையான தகராறில் இருந்து கொண்டிருக்கிறது என்று வந்த செய்தியெல்லாம் உண்மையில் ஒரு ஒப்பந்தம் செய்துகொள்ளப்பட்ட - முன்னேற்பாட்டோடு கூடிய நாடகம்தானே என்றுதான் எவரும் நினைக்க வேண்டியிருக்கிறது. ஏனென்றால் அரசியல் நிர்ணய சபையில் விவாதத்திற்கு உரியதாய் இருந்த பிரச்சினை இந்தியும், இந்தியினும் பல மடங்கு சிறந்த வேறு எத்தனையோ மொழிகளும் இருக்கும் இந்த துணைக் கண்டத்தில், இந்தி ஒன்றுமட்டும்தான் தேசியமொழியா? துணைக்கட்டத்தில் பேச்சு வழக்கில் இருக்கும் எல்லா மொழிகளும் தேசிய மொழிகளா என்பதாக இல்லை. தேசிய மொழியை நிர்ணயிக்க வேண்டிய ஸ்தானத்தில் இருந்துகொண்டிருக் கிறோம் என்று சொல்லுகிறவர்கள், உண்மையாகவே அந்த ஸ்தானத்திற்குரியவர்கள் என்றால் அவர்களுடைய முதற்கவனம் தேசியமொழி என்பதற்கு என்ன அர்த்தம்? என்பதிலாவது ஈடுபட்டிருக்க வேண்டும்.

ஆனால் அரசியல் நிர்ணய சபை நாடகக் குழுவினரில் இப்போது வேற்றுமை இருந்தது போல் நடித்துக் காட்டப்பட்ட பகுதி, இந்திமொழி தெரியாத 20 கோடி பொது மக்களையும் ஏமாற்ற வேண்டும் என்கிற முன்னேற்பாட்டோடு செய்யப் பட்ட ஒரு காட்சி, அல்லது அப்படிப்பட்ட ஒரு பலனைத்தான் கொடுத்திருக்கிறது.

இப்போதைய அரசியல் நிர்ணய சபைக்கு, வடநாட்டுப் பணமூட்டைகளின் கருவியாயிருக்கும் காங்கிரசினால், நியமிக்கப்பட்ட நியமன மெம்பர்கள் தான்,

உறுப்பினர்களாய் இருப்பவர்கள். இந்த உறுப்பினர்கள் எல்லாம் எப்போது அதற்கு உறுப்பினர்களாய் நியமிக்கப்பட்டார்களோ, அதற்குப் பல காலத்திற்கு முன்னால் இருந்தே 'இந்தி' ஒன்று தான் இந்தத் துணைக் கண்டத்திற்குத் தேசிய மொழி என்பதாக, வடநாட்டு ஆதிக்கத்தாரின் காங்கிரசால் பலமாகப் பிரசாரம் செய்யப்பட்டு வந்திருக்கிறது. இதை ஒப்புக்கொண்டு, இந்தியைத்தான் தேசிய மொழியாக வைத்துக்கொள்ள வேண்டும் என்று பின்பாட்டுப் பாடியவர்கள் யாரோ, அப்பேர்ப்பட்டவர்களைத்தான், இந்தி மொழி அறியாத நாடுகளிலிருந்து பொறுக்கி எடுத்து அரசியல் நிர்ணய சபைக்கு நியமிக்கப்பட்டது.

இவ்வாறு முன்னாலேயே, மறைமுகமாக அடிமை சாசனத்தில் கையொப்ப மிட்ட பேர்வழிகளை வைத்துக்கொண்டு நடிக்கப்படும் இந்த நாடகத்தில், நாடகமாய் இல்லாவிட்டால் வேற்றுமை - தகராறு என்பதற்கெல்லாம் எப்படி இடமிருக்க முடியும்? குறிப்பாக தென்னாட்டு பிரதிநிதிகள் என்று வைக்கப் பட்டிருப்பவர்களைப் பார்ப்போம். தென்னாட்டில் என்றைக்கு சமஸ்கிருதம் பயின்றோர்க்கு ஆதிக்கம் ஏற்பட்டதோ அன்று தொட்டுத்தான், தென்னாடு சமூகம், அரசியல், பொருளாதாரம் ஆகிய அத்தனை துறைகளிலும் வீழ்ச்சியடையத் தலைப்பட்டது. இந்த உண்மையை உணர்த்தும் வரலாறுகளும் இலக்கியங்களும் இன்றைக்கும் இந்த நாட்டில் மலிந்து காணப்படுகின்றன. இவ்வுண்மையை கண்டுணர முடியாத ஒரு பிரகிருதியை எப்படித் தென்னாட்டின் பிரதிநிதி என்று கருத முடியும்? அரசியல் நிர்ணய சபையில் அங்கம் வகிக்கும் தென்னாட்டுப் பிரதிநிதிகள் என்று சொல்லப்படுபவர்களில், இவ்வுண்மையை உணராதவர்கள் அறவே இல்லை என்பது நம் கருத்தல்ல. உண்மையை உணர்ந்தவர்களாய் ஓரிருவர் உண்டு.

இன்னும் சொல்லப்போனால், ஒரு காலத்தில் பெருஞ்செல்வாக்கோடு இருந்தது என்று இப்போது பேசப்படுகிற, இறந்துபட்ட சமஸ்கிருதம் புழுத்த புழுக்களில் ஒன்றே இந்த இந்தி மொழி, சமஸ்கிருதத்தால் நாடு பெற்ற சீரழிவுக்குக் குறையாதபடிதான் இந்திமொழி ஆதிக்கம் ஏற்பட்டாலும் உண்டாகும் என்கிறதான இந்த உண்மைகளையும் அறிந்தவர்கள்தாம் அந்த ஓரிருவர். அப்படி உணர்ந்திருந்தும் தான் அடிமைச் சாசனத்தில் மறைமுகமாகக் கையெழுத்துப் போட்டவர்கள் இவர்கள். இப்படி ஏற்கனவே அடிமை முத்திரை குத்திக்கொண்ட இவர்கள், இப்போது வேற்றுமை-தகராறு என்று பேசியதெல்லாம், இந்தியாவை தேவநாகரி லிபியோடு (சமஸ்கிருதம் சார்பான எழுத்தோடு) ஒப்புக் கொள்ளுகிறோம். ஆனால், 1, 2, 3 என்று எழுதப்படுகின்ற எண்களை மட்டும், இந்திமாழியில் உள்ள எழுத்தால் இல்லாமல் அனைத்துலக எண்களையே வைத்துக் கொள்ள வேண்டும் என்பது தான், வேற்றுமைக்குக் காரணம் என்று சொல்லப்பட்ட இந்த எண் வடிவத்தின் பிரச்சினை, அப்படி ஒன்றும் பிரமாதமானதில்லை. இருந்தாலும்கூட எவ்வளவு பிரமாதமாகக் காட்டமுடியுமோ அவ்வளவு பிரமாதமாக விளம்பரப்படுத்தப் பட்டது. மலை விழுங்கும் "மகாதேவனுக்கு" கதவு ஒரு அப்பளமாகத் தானிருக்க முடியும். இந்தி மொழியையே பயின்றுவிடுவோம் என்பவர்களுக்குப் பார்க்கப் போனால் இந்தி எண்கள் அப்படி ஒன்றும் கடினமானதில்லை. இந்தியின் ஆதிக்கம் இந்தத் துணைக்கண்டம் முழுவதும் பரவவேண்டும். இதன் வாயிலாகப் பனியாக்களின் ஏகாதிபத்தியம் இந்தத் துணைக்கண்டத்தில் நடைபெறவேண்டும் என்று கனவு காணும் வடநாட்டு இந்தி வெறியர்களை எடுத்துக் கொண்டாலும், இந்த எண் வடிவப் பிரச்சினை அப்படி ஒன்றும் பிரமாதமானதில்லை. தலையும் உடம்பும் நுழைவதற்கு இடங்கொடுத்த பிறகு வாலைமட்டும் தானா நுழைத்துவிட முடியாது? இந்தியை ஒப்புக்கொண்ட, இன்னும் சில காலத்திற்குப் பின் இந்தி

எண் வடிவங்களையும் நுழைத்துவிட முடியும் என்பதை அவர்களும் அறியாத வர்கள் அல்ல. எவருக்கும் விளங்காததுமல்ல. இருந்தும்கூட 'இரு தரப்பார்' என்று பேசப்பட்டு, இருதரப்பாருக்கும் கடுமையான விவாதம் என்று விளம்பரப்படுத்தப் பட்டு, இருதரப்பாருக்கும் வெற்றியான முறையில் சமாதானம் என்றும் பறைசாற்றப்பட்டு இருக்கிறது இப்போது.

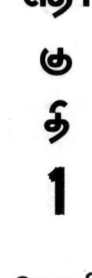

15 ஆண்டு வரை ஆங்கிலம் இருந்துவருவது என்பதுபோல், 15 ஆண்டுவரை அனைத்துலக எண்களும் இருந்துவரும் பின்னர்... பின்னர்...? இதுதான் இப்போது சமாதானமாகியிருக்கும் இந்தி எண் வடிவப் பிரச்சினை. இது யாருக்கு வெற்றி? இது எப்படி விவாதம்? தென்னாட்டின் உயர்வை ஒழிக்க-மட்டந்தட்ட அந்தக் காலத்தில் வடநாட்டிலிருந்து ஒரு அகத்தியன் வந்தான் என்பது பழங்கதை அகத்தியன் அழிந்தான். அவன் கட்டிய சமஸ்கிருதக்கோட்டையும் அழிந்தது என்று மீண்டும் வீறுடன் முழக்கும் இந்த நாட்டில், சில அகத்திய தாசர்கள் இங்கிருந்து பிடித்து வைக்கப்பட்டு அவர்களின் துணையால் மீண்டும் சமஸ்கிருதத்தின் ஒரு பிள்ளை அரியாசனத்தில் ஏற்றி வைக்கப்படுகிறது. இந்த அரியாசனம் சரியாது என்பதுதான் அரியாசனம் அமைத்தோரின் எண்ணம். அகத்தியனும் அவன் கட்டிய கோட்டையுமே சரிந்துபோன இந்தத் துணைக் கண்டத்தில், அகத்தியதாசர்களின் அரியாசனம் எத்தனை நாளைக்கு?

தென்னாட்டிற்கும் வடநாட்டிற்கும் தீராத பகை உணர்ச்சிக்குத் தான் பலமாக வழிவகுக்கப் பட்டிருக்கிறது என்பதாகத்தான், இந்த தேசியமொழி என்கிற இந்த "அரங்கேற்றத்தை" நாம் கருதுகிறோம். எந்தக் காலத்திற்குமே தென்னாடும்-வடநாடும் சிநேகபாவ உணர்ச்சிக்கூடக் கொள்ள முடியாத நிலைமைக்குத்தான் இப்போது கருதமுடியும். இதனால் எவ்வளவு நஷ்டமடைந்தாலும், இந்த ஏற்பாட்டைத் தகர்த்தொழிக்க வேண்டியதுதான் தென்னாட்டவரின்-திராவிடரின் மானமுள்ள செயல் என்பதாகத்தான் திராவிடத்தின் இளைஞர்கள் எண்ணமுடியும். இவ்வாறு எண்ணும் உரிமையை எவ்வளவு பலம் வாய்ந்த ஏகாதிபத்திய வெறியர்கள்கூடப் பறித்துவிட முடியாது என்பதைத்தான் இவ்வுலக வரலாறுகளே எடுத்தியம்புகின்றன. அப்படியிருக்க இந்த அரங்கேற்ற நாடகம் ஏன்?

குடிஅரசு - 7. 09. 1949

மந்திரிமார்களுக்கு வேண்டுகோள்

என்னுடைய வாழ்நாளில் அரசாங்க மந்திரிகளில் பொப்பிலி அரசரைத் தவிர இன்றுவரை எந்த மந்திரியிடமும் நேரில் சென்றோ, எழுத்து மூலமாகவோ என் கழகத்துக்காவது, பொது நலத்திற்காவது எந்தவிதமான வேண்டுகோளும் செய்து கொண்டதில்லை.

திருவாளர்கள் முத்தையா முதலியார், டாக்டர் சுப்பராயன் ஆகியவர்கள் மந்திரிகளாய் இருந்த காலத்தில், அதாவது சுமார் 1928-29 ஆம் ஆண்டுகளில் அவர்களிடம் பொது விஷயங்களைப் பற்றி ஏதாவது கேட்டுக் கொண்டிருப்பேன். அவர்களும் 100க்கு 90க்கு மேற்பட்ட வேண்டுகோளை மதித்திருப்பார்கள். மற்றபடி, இதுவரை எந்த மந்திரிகளிடமும் என் சொந்த விஷயமுள்பட எந்த காரியத்திற்கும் நெருங்கினது இருக்காது.

இப்போது நான் மந்திரிகளுக்கு ஒரு வேண்டுகோள் விடுத்துக் கொள்ள வேண்டியவனாய் இருக்கிறேன். அதாவது, தமிழ்நாட்டிலே பாமர மக்கள் மொழியாகிய தமிழ்மொழியை அரசியல், சமுதாய இயல் காரியங்களில் அரசாங்கம் சிறிதும் இலட்சியம் செய்வதில்லை. இது தவிர, இந்தியை நுழைத்துப் பள்ளிக் கூடங்களிலும், பரிட்சைகளுக்கும் பாடமாக ஏற்பாடு செய்து, படிக்கும் பிள்ளை களுக்குக் கொடுக்கும் தொல்லைகள் ஒருபுறமிருக்க, உத்தியோகத் தகுதியைக் கொண்டுவந்து புகுத்திப் பெரும்பாலான தமிழ் மக்களை உத்தியோகத் தகுதி யற்றவர்களாக ஆக்குவது மற்றொரு புறமிருக்க, இவையெல்லாம் போதாது என்று கருதியோ என்னமோ, தமிழ் எழுதப் படிக்கப் பேசத் தெரியாத மலையாளி களையும், கன்னடியர் (மங்களூர்க்காரர்)களையும் தமிழ்நாட்டிலே மாகாணத் தலைமை உத்தியோகம், ஜில்லா தலைமை உத்தியோகம் மற்றும் கெஜட் பதிவு இல்லாத அதிகாரிகள், கமிஷனர்கள் முதலிய உத்தியோகங்களில் நியமிப்பது என்பது சர்வ சாதாரண காரியமாக இருந்து வருகிறது. ஜனநாயக நாடு, சுதந்திரநாடு, மக்கள் ஆட்சி என்கின்ற அலங்காரப் பெயர்களச் சொல்லிக்கொண்டு நடைபெறுகிற ஆட்சியில் 100க்கு 80 பேர்களுக்கு மேற்பட்டுக் கல்வியறிவில்லாத பாமர மக்கள் நிறைந்திருக்கும் நாடு இது என்பதைச் சிறிதும் உணராமல், மேற்கண்ட மாதிரியான - நாட்டுமொழி தெரியாத அந்நிய மொழியாளர்களை அதிகாரிகளாக நியமிப்ப தென்றால் குடிமக்கள் அதிகாரிகளிடம் எப்படி பேச முடியும்? அதிகாரிகளுக்குக் குடிமக்கள் எந்த மொழியில் விண்ணப்பங்களையும், வேண்டுகோள்களையும் எழுதமுடியும்? பெயரளவிலே, நாட்டில், நாட்டுமொழியை வளர்க்கிறோம், வளர்க்கிறோம் என்று சொல்லிக் கொண்டு அகராதி, கலைக்களஞ்சியம், பள்ளிப்

பாடப்புத்தகங்கள் முதலியவைகளின் பேரால் தமிழை நாசப்படுத்தினது மாத்திரமில்லாமல், தமிழ் தெரியாத அதிகாரிகளைக் கொண்டுவந்து வைத்து, அவர்களிடம் நீதி, நிர்வாக அதிகாரங்களைக் கொடுத்து நிர்வாகம் செய்யச் செய்வது என்றால், எந்த விதத்தில் இந்த நாட்டில் இந்த நாட்டு மொழியை அரசாங்கம் ஆதரிக்கிறது என்று சொல்ல முடியும்? இங்கு, கன்னடியர்களுக்குக் கன்னட ஜில்லா ஒன்று இருக்கிறது; மலையாளிகளுக்கு மலையாள ஜில்லா ஒன்று இருக்கிறது. ஆதலால், அவர்கள் எண்ணிக்கைக்குத் தகுந்த அளவில் உத்தியோகங்கள் கொடுத்து அவர்களை அந்தந்த ஜில்லாக்களில் உத்தியோகங்கள் போடுவதில் ஆட்சேபணை இல்லை. இப்படியிருக்க, இந்தக் கன்னடியர்களையும், மலையாளிகளையும் தமிழ்நாட்டிலே கொண்டுவந்து ஏராளமாகப் புகுத்துவதற்கு என்ன காரணம்?

வெள்ளைக்காரன் ஆட்சியிலும், பார்ப்பனர்கள் ஆட்சியிலும் இதற்குக் காரணங்கள் இருக்கலாம். ஏனென்றால், பார்ப்பனர்களுடைய ஏகபோக ஆதிக்க நலத்திற்காகத் தங்களுக்குக் கிடைத்த உத்தியோகங்களைத் தவிர மீதி உத்தி யோகங்களுக்குத் தமிழ், தமிழன் (திராவிட இன) உணர்ச்சி இல்லாதவர்களைப் போட்டால் தங்கள் நலனுக்கு எந்தவிதக் குறைபாடும் ஏற்படாது என்று கருதி, அவர்கள் பெரிதும் தங்களுக்குக் கிடைக்காத இடங்களுக்கெல்லாம் கிறித்தவரை யாவது, முசுலிம்களையாவது, அதுவும் முடியாவிட்டால் மலையாளிகளையாவது, கன்னடியர்களையாவது நியமிக்கச் செய்து வந்தார்கள். இவர்களுக்குத் தமிழர் (திராவிடர்) இன உணர்ச்சி ஏற்படுவதற்கு அவசியம் இல்லை; நியாயமும் இல்லை. ஆதலால், அந்தக் காலத்திற்கு அது அவர்களுக்கு நியாமாகவும், சாத்தியமாகவும் இருக்கலாம். இப்பொழுது சென்னை அரசாங்க மந்திரிசபையில் ஒரே ஒரு கன்னட மந்திரியைத் தவிர மற்றவர்கள் எல்லோரும் தமிழர்களாக - அதுவும் ஒரு ரெட்டி, ஒரு நாயுடு, ஒரு செட்டி கூட இல்லாத தனித்தமிழர்களாக இருக்கும்போது, இத்தனை மலையாளிகளும், இத்தனை கன்னடர்களும் இந்த நாட்டில் எப்படி வரமுடிந்தது என்பது மிகவும் யோசிக்கத் தகுந்ததும், கண்டிக்கத் தகுந்ததும் ஆகும்.

முசுலிம்களும், கிறித்தவர்களும், பார்ப்பனர்களும் மந்திரி சபையில் இல்லை என்றாலும் அதனால் அவர்களுக்கு ஒன்றும் முழுகிப் போகவில்லை. ஏனென்றால், இவர்கள் எல்லோரும் தங்கள் விகிதத்திற்கு மேல் அதிகமான அளவு - அதுவும் கிறித்தவர்களை எடுத்துக் கொண்டால் தங்கள் விகிதத்துக்கு மேல் 2, 3 பங்கு அதிகமான அளவிலும், பார்ப்பனர்களை எடுத்துக் கொண்டால் தங்கள் விகிதத்துக்கு மேல் 5, 6 பங்கு அதிகமாகவும் பதவி முதலிய சலுகைகள் அனுபவிக் கிறார்கள். இவர்களுக்கு மந்திரி பதவி இல்லை என்றால் அது தனிப்பட்டவர்களுக்கு ஏமாற்றமாய் இருக்கலாமே தவிர, அந்த மதத்தார்க்கு எந்த விதத்திலும் குறை வில்லை. தமிழர்களுக்கு மந்திரி பதவி மாத்திரம் தாராளமாக இருந்தும், அவர்கள் இனத்துக்கு இவர்களால் நியாயம் செய்யப்பட்டது என்று சொல்லுவதற்கு இடமில்லாமல் இருக்கிறது.

நாட்டிலே இவ்வளவு தூரம் இன எழுச்சியும், நாட்டு எழுச்சியும், மொழி எழுச்சியும் ஏற்பட்ட காலத்திலும் இந்த மந்திரிகள் இவ்வளவு அலட்சியமாக இருந்துகொண்டு, தங்கள் வாழ்வின் வளப்பத்தையும், பெருமையையும் மாத்திரம் கவனித்துக் கொண்டு, தங்களுக்குச் சொந்தத்தில் வேண்டியவர்களுக்கு மாத்திரம் ஏதோ ஒரு சில பதவியை அளித்துக்கொண்டு, காலம்தாழ்த்தி வருகிறார்கள் என்றால் - தமிழர் இனத்துக்கே இது அவமானமும் கேடும் ஆன காரியமாகும் அல்லவா? தமிழை வளர்க்கிற சர்க்கார், தமிழுக்கு நல்லது செய்யாவிட்டாலும் தமிழர்களுக்கு மொழித்துறையில் தொல்லையாவது கொடுக்காமல் இருக்க வேண்டாமா?

தொகுதி 1 மொழி

சிற்சில ஜில்லாக்களுக்கு, ஆட்சியில் தமிழை ஆட்சிமொழியாக ஆக்குவது என்று பரீட்சை பார்ப்பது என்று அனுமதித்து உத்தியோகங்களுக்குக்கூட - ஜில்லாக்களில்கூட மலையாளிகளையும், கன்னடியர்களையும் உத்தியோகங்களில் நியமிப்பதென்றால், இதைக் "கவலை ஈனம்" என்று சொல்வதா அல்லது "சுயநல தாட்சண்யம்" என்று சொல்லுவதா என்று புரியவில்லை. தமிழ்நாட்டில் தமிழன் பதவி வகிக்கவேண்டும் என்று கேட்பது ஒரு பெரிய காரியமாய் இருந்தால் எந்த விதத்தில் தமிழ் இராஜ்யம், "தமிழர் ஆட்சியாய்" இருக்கிறது என்று சொல்ல முடியும்?

உயர்திரு காமராசர் அவர்களை முதல்வராகக் கொண்ட சென்னை இராஜ்ய மந்திரிசபை இனியாவது இது விஷயத்தில் கவலை கொள்வது பெருமைக்குரிய தாகும். இது விஷயம் பற்றி எனது பிறந்தநாள் விழா அறிக்கையின்போது குறிப்பிட்டிருந்தேன். அதுமுதல் இதுவரையிலும் முன்னிருந்த நிலைமை வளர்ந்ததே தவிர, சிறிதாவது கவனித்ததாகக் கூடத் தெரியவில்லை.

குறிப்பு : கொச்சி இராஜ்யத்திற்கு திரு ஆர்.கே. சண்முகம் செட்டியார் அவர்களை திவானாகப்போட்ட காலத்தில் கொச்சியில் உள்ள மலையாளிகள் எல்லோரும் ஒன்றுகூடி எதிர்த்தார்கள். அதே கொச்சி இராஜ்யத்தில் அநேகப் பார்ப்பனர்கள் திவான்களாய் இருந்த காலத்தில் யாதொரு பேச்சுமூச்சும் இல்லாமல் ஏற்றுப் பெருமை அடைவதாகக் காட்டிவந்தார்கள் என்பது யாவரும் அறிந்த விஷயம்.

விடுதலை - 22.04.1955

தொகுதி 1
மொழி

இந்திக் கமிஷனைப் பகிஷ்கரியுங்கள்!
கருப்புக்கொடி காட்டுங்கள்!
பெரியார் ஈ.வெ.ரா. அறிக்கை

**அரசாங்க மொழிகமிஷனைப் பகிஷ்கரியுங்கள்,
வெறுப்புக்காட்டுங்கள்!**

அரசாங்க மொழி கமிஷன் என்பது நமது நாட்டிற்கு நாளது மாதம் 9ம் தேதி வரப்போகிறது. 9, 10, 11, 12 தேதிகள் வரை இங்கு தங்கி இருந்து இந்நாட்டில் உள்ள ஒரு சில பிரமுகர்கள் என்பவர்களுக்கு அழைப்பு அனுப்பி வரவழைத்து விசாரிக்கப்போகிறார்கள். தங்களுக்கு வேண்டிய பல விஷயங்களை தெரிந்து கொள்வதற்கு ஆக என்று பல கேள்விகளைத் தயார் செய்து அவற்றை அச்சிட்டு பலருக்கு அனுப்பி அவற்றிற்கு விடை எழுதி அனுப்பும்படி அனுப்பி இருக்கிறார்கள். இதுபோலவே இந்திய யூனியன் என்று சொல்லப்படும் ஆட்சிக்கு உட்படுத்தப்பட்ட பல நாடுகளுக்கும் அனுப்பி இருப்பதுடன் பல நாடுகளுக்கும் சென்று அங்குள்ள பிரமுகர்கள் என்பவர்களையும் அழைத்து விசாரணை நடத்தி விபரம் தெரிந்து இருப்பார்கள் என்றும் தெரிகிறது. பிரிட்டிஷார் ஆட்சி காலத்தில் இந்தியா ஒரு நாடாக இருந்தது. அதற்கு கீழ்ப்பட்ட பல மாகாணங்கள் ஒரு நாடாக இருந்தது. அதற்கு கீழ்ப்பட்ட பல மாகாணங்கள் பிரிட்டிஷார் நாட்டை விட்டுப் போன பின்பு இந்தியா ஒரு நாடு என்பது மறைந்து, அதில் மாகாணங்களாக இருந்த பிரதேசங்கள் சில மாறுதல்களுடன் தனித்தனி நாடுகளாக ஆகிவிட்டன.

நல்ல ஆட்சிக்கு என்று ஆட்சி நலனுக்காக தனிப்பட்ட மேல் குறிப்பிட்ட நாடுகளை ஆட்சியைப் பொறுத்தவரை கூட்டு ஆட்சி என்னும் பேரால் ஒன்றுபடுத்தி, இன்று இந்திய யூனியன் ஆட்சி என்னும் பேரால் ஒன்றுபடுத்தி, இன்று இந்திய யூனியன் ஆட்சி என்ற ஒரு பொது ஆட்சிக்கு உட்படுத்தி ஆட்சி புரியப்பட்டு வருகிறது. ஆட்சி பொதுவாக இருந்தாலும் அது இன்றைய சௌகரியத்திற்கு என்கின்ற அளவில்தான் என்பதாக பொது ஆட்சியாக ஆக்கப்பட்டு இருக்கிறதே ஒழிய நிரந்தரமாக ஒன்றாக்கப்பட்டதோ நிரந்தரமாக ஒன்றாக இருந்ததாக வேண்டும் என்ற நிபந்தனைக்கு உட்பட்டோ ஒன்றாக்கப்பட்டதல்ல என்பது என்கருத்து.

"அது தவறு நிரந்தரமாக ஒன்றாக்கப்பட்டதுதான்" என்று சொல்லப்படுமானால் நாம் பிரிட்டிஷ் ஆட்சியில் ஆளப்படுபவர்களாக இருந்ததைவிட இன்று மிகவும் மோசமான தன்மையில் அடிமைகளாக ஆளப்பட கீழ்படுத்தப்பட்டவர்களாகி விட்டோம் என்பதுதான் அந்த நிரந்தர யூனியன் ஆட்சி என்பதற்கு பொருளாகும்.

535

என்பதோடு முதலில் நாம் இந்த யூனியன் ஆட்சி என்னும் அடிமைத்தன்மையில் இருந்து விடுதலைபெறவேண்டியது இன்றியமையாத கடமை என்று எனது நாட்டுமக்களுக்குக் கூறுகிறேன்.

இன்றைய யூனியன் ஆட்சி என்பது யூனியன் ஆட்சி ஆதிக்கத்தில் உள்ள கூட்டத்தார்களுக்கு கீழ்ப்பட்ட ஆட்சி போன்றே நடைபெற்றுவருகிறது. யூனியன் ஆட்சி ஆதிக்கத்தில் உள்ளர்களை பெரிதும் 100க்கு 75 விகிதத்துக்கு மேல் பட்டவர்கள் என்கின்ற தன்மையில் வடநாட்டாரும் பார்ப்பனர்களுமே ஆவார்கள், இந்த இருகூட்டத்தவர்களும் தென்னாடாகிய தமிழ்நாட்டுற்கும் தமிழர்களுக்கும் (திராவிடர்களுக்கும்) வேத,சாஸ்திர சரித்திர, புராண இதிகாச காலம் தொட்டு ஒருவருக்கொருவர் எதிரிகளும் வாழ்க்கையில் பழக்கவழக்க கலாசாரம் முதலிவைகளில் மாறுபட்டவர்களும் தென்னாட்டையும் தென்னாட்டவர்களைச் சுரண்டியுமே வாழ்வு நடத்தத் தக்கவர்களாகவும் இருந்து வருகிறவர்களாவார்கள்.

இதற்கு ஆதாரம் உண்மை சரித்திரங்களும் சரித்திரம் கலந்த புராண இதிகாசங்களும் நாட்டு பழைய இலக்கியங்களும் போதுமானதாகும் என்பதோடு ஆட்சிமாறுதல்களும் ஆகும். இவை மாத்திரம் அல்லாமல் நான் தெரிந்து கொண்ட நேரில் கலந்து கொண்டு தொண்டாற்றிய அரசியல், மதஇயல், சமபந்தமான கிளர்ச்சிகளும் கிளர்ச்சி திட்டங்களும் இதை அடிப்படையாகக் கொண்டதேயாகும். மேலும் இன்றைய யூனியன் ஏற்படுவதற்கு உண்டான அவசியமும் யூனியன் ஆட்சிக்கு என்று ஏற்படுத்தப்பட்ட யூனியன்ஆட்சி அரசியல் சட்டமும் அதில் யூனியனுக்கு உள்ள அதிகாரங்களும் இந்த, அதாவது வடநாட்டு பார்ப்பனர் நலத்தையும் ஆதிக்கத்தையும் அடிப்படையாக கொண்டதேயாகும்.

என் நாட்டுமக்களுக்கு ஒன்று சொல்ல ஆசைப் படுகிறேன், கடைசியாக பிரிட்டிஷாரிடம் இந்திய காங்கிரஸ் என்னும் வடநாட்டார் பார்ப்பனர் ஆதிக்கமுள்ள ஸ்தாபனம் கேட்டதெல்லாம் குடியேற்ற நாட்டாட்சிக்கு உரிமையுள்ள மாகாண சுயஆட்சி என்பதுதான். இது இந்திய ஆட்சிக்கு மாகாணங்கள் உட்பட்டவைகள் என்கின்ற தன்மையில் கேட்கப்பட்டவையாகும். இப்போது இந்தியா ஆட்சியும் மறைந்து மாகாணத் தன்மையும் எடுபட்டு தனித்தனி பூரண சுதந்திரமுள்ள ஜனநாயக குடியரசுநாடு ஆன பிறகு இப்படிப்பட்ட நாடுகளுக்கு எவ்வித உரிமையும் அல்லாமல், வடநாட்டானுக்கும் பார்ப்பானுக்கும் நலமும் வசதியும் ஆன தன்மையும் அரசியல் சட்டமும் அதிகாரமும் நட்பும் இருந்து வருகிறது என்றால் இது இந்த நாட்டுமக்களுக்கு எவ்வளவு பெரிய ஏமாற்றம் கொடுமையும் ஆன விஷயம் என்பதை நான் சொல்லத்தேவையில்லை.

இந்த நிலையில் இந்த நாட்டுக்கு அரசியல் மொழி என்னும் பேரால் இந்தியை ஆட்சி மொழியாகவும் தேசிய மொழியாகவும் இந்திய யூனியனுக்கே நாட்டு பொதுமொழியாகவும், மேலும் சொல்லப்போனால் இந்திய மக்கள் எல்லோருக்குமே தாய்மொழியாகவும் ஆக்க பஞ்ச தந்திரங்களும் முயற்சிகளும் காரியங்களும் செய்யப்பட்டுவருகின்றன.

பலாத்காரத்தினாலும் நாசவேலைகளாலும் கூட முயற்சி செய்து உயிரை மாற்றுப் பண்டமாகக் கொடுத்தாவது தடுக்கப்படவேண்டிய ஒரு காரியம் தமிழ்நாட்டினருக்கு (திராவிடருக்கு) கடமையானதாகும் என்றால் அது 100க்கு வீதம் இந்த பஞ்சதந்திரம் முறையில் இந்தியைப்புகுத்துவதும் தென்னாட்டை வடநாட்டுக்கு நிரந்திரமாக அடிமை நாடாக இருக்கச் செய்துவரும் யூனியன் ஆட்சியும் ஆதிக்கமும் ஒழிக்கப்படவேண்டிய காரியமே ஆகும்.

இந்த இந்தி புகுந்து பஞ்சதந்திரத்தின் மீது ஏற்பட்ட ஆத்திரம்தான் யூனியன் ஆட்சி சின்னமாகிய யூனியன்கொடியை கொளுத்த வேண்டும் என்று சொல்லச் செய்தது. அப்போது எனக்கு என் கழகத்தைக்தவிர வேறுயாரும் ஆதரவு காட்ட வில்லை, ஆனால் இப்போது இந்தி மாயமானாக வருகிறது. அதுதான் இந்திய

அரசியல் மொழி கமிஷன். இதை வெறுக்கிற வேலையிலாவது தமிழ் மக்கள் ஒன்றுகூடி எப்படியாவது வெறுப்பைக் காட்ட வேண்டியது அவசியமாகும். இந்த இந்தி கமிஷனானது ஏற்கனவே மத்திய அரசாங்கம் செய்துகொண்டிருக்கிற முடிவையும் அது சம்மந்தமாய் நடந்துவரும் நடவடிக்கைகளையும் நிச்சயப்படுத்தி "மக்கள் ஆதரவளிக்கின்றார்கள்" என்கின்ற கற்பனையின் மீது இந்தியை எல்லா துறை களிலும் புகுத்த முனையும் முயற்சியே ஆகும். இதற்கு ஆதாரம் வேண்டுமானால் இந்த அரசியல் மொழி கமிஷனுக்கு நியமனம் செய்யபட்டிருக்கும் அங்கத்தினர்கள் தன்மையை பார்த்தாலே போதும் இந்தியை சர்வ துறைகளிலும் புகுத்தி ஆதிக்க மொழியாக ஆக்கிவிடுவதன் மூலம் வடநாட்டு ஆட்சியையும் ஆதிக்கத்தையும் பலப்படுத்தி நிரந்தரப்படுத்தி கொள்ளலாம் என்பதே இம்முயற்சிக்கு முக்கிய காரணம் என்பதாக வலியுறுத்திக் கூறுகிறேன்.

மத்திய அரசாங்கத்தின் இம்முயற்சிக்கு எனது நாட்டு மக்கள் கண்டிப்பாக இணங்கக் கூடாது என்பதுடன் சிறுதும் ஆதரவு கொடுக்கடாது என்றும் கேட்டுக்கொள்ளுகிறேன். நமது வெறுப்பைக் காட்ட இது ஒரு நல்ல சமயம்.

"பல மொழி பேச மக்களைக் கொண்ட பல்மொழி நாடுகளிலும் கூட்டாட்சிக்கு ஒரு பொது மொழி வேண்டாமா?" என்று கூட்டாட்சிப் பிரியர்கள் கேட்கக்கூடும், எண்ணக்கூடும் அவர்களுக்கு நான் சொல்லுவது என்னவென்றால், யூனியன் உள்ள வரை ஆனாலும் சரி, யூனியன் உடைக்கப்பட்டு நம் நாடு பூரண சுதந்தர தனிஆட்சி நாடு ஆனாலும்சரி ஆட்சி மொழிக்கு மாத்திரம் அல்லாமல் அறிவு மொழிக்கும் பொதுகல்வி மொழிக்கும் ஆனாலும் சரி ஆங்கிலத்தையே வைத்துக்கொள்ளலாம் என்பதாக பலமாக வலியுறுத்திக் கூறுவேன். ஆங்கிலம் இல்லாது இருந்திருக்குமானால் நாம் இன்று உள்ள நிலைமையைவிட மேலும் காட்டுமிராண்டிதன்மை உடையவர்களாகவே இருந்துவருவோம் 100 ஆண்டு அல்லது 50 அல்லது ஒரு 25 ஆண்டுகளுக்குமுன் நாம் எப்படி வாழ்ந்தோம். இன்று எப்படி வாழுகிறோம் எந்த அளவுக்கு முன்னேறி இருக்கிறோம் என்பதுபற்றி சிறிது யோசித்துப்பார்த்தாலே நான் கூறுவது சரியா தவறா என்பது விளங்கிவிடும். நாம் பல துறைகளிலும் மூடநம்பிக்கைப் பிராயத்தை விட்டு பகுத்தறிவு பிராயத்திற்கு யாத்திரையில் இருக்கிறோம். விஞ்ஞானம், வைத்தியம், நீதி, இயந்திரம், தொழில் முறை முதலிய துறைகளில் நமக்கு இன்று ஆங்கிலத்தைவிட்டால் வேறு ஏற்ற மொழி எங்கே இருக்கிறது? எதில் 100-க்கு 5-10 சொற்களாவது தேடி எடுக்க முடிகிறது? மேலே குறிப்பிட்ட இந்த துறைகளில் நாம் முன்னேற வேண்டுமா வேண்டாமா? நாம் கட்டை வண்டி, ரயில், மோட்டார் வண்டிகளையும் தாண்டி ஆகாய விமானத்திறகு வந்துவிட்டோம் அணுகுண்டுக்கும் பக்கத்தில் இருக்கிறோம். வயித்தியம் விஞ்ஞானம் மிக மிக வளர்ந்து விட்டது எளிதில் மக்கள் சாகப் போவதில்லை. மக்கள் எண்ணிக்கை ஈசல்போல் பெருகுன்றன.

இப்படிபட்ட நிலையில் உள்ள நமக்கு இந்த காலத்தில் இந்தி அரசின் தேசிய மொழி ஆவது எந்த எந்தவிதத்தில் பொருத்தமுடையதாகும் என்ன பயனைக் கொடுக்கக் கூடியதாகும்? அன்னிய ஆட்சிக்கும் ஆதிகத்துக்கும் பண்டைய கால கலாசாரத் திற்கும் மாத்திரம் பயன்பட்டதும் பயன்படக்கூடியதும் ஆன அமைப்பற்ற மலைப் பிரதேச மொழியே இந்தியாகும் எனவே,

திராவிட நாட்டு அருமைத் தமிழ்மக்களே! இந்தியை எதிர்த்து பயங்கரமான பெரியதொரு போராட்டத்தில் ஈடுபடவேண்டியவர்களாக இருக்கிறோம். இதில் சிறிதும் சந்தேகப்படாதீர்கள்.

அதன் அறிகுறியாக இந்த அரசியல் மொழி கமிஷன் என்னும் இந்த கமிஷனை பகிஷ்கரியுங்கள். உங்கள் பொறுப்பை காட்டுங்கள் என்று வணக்கத்தோடு வேண்டிக் கொள்கிறேன்.

ஈ.வெ.ராமசாமி

விடுதலை - 06.01.1956

தமிழை அழிக்கவரும் இந்திக்கு இடம் கொடாதீர்கள்! அரசாங்கமொழிக்கமிஷனை புறக்கணியுங்கள்!

தோழர்களே! வணக்கம். காலம்சென்ற திரு ஓ.கே. நாச்சியப்பா அவர்களின் உருவச்சிலையைத் திறந்துவைக்கும் பேரால் இன்று இவ்விழாவில் கலந்துகொண்டு சொற்பொழிவாற்றும் வாய்ப்புக் கிடைத்தது.

மேலும் டாக்டர் சுப்பராயன் அவர்களும் விழாவில் கலந்துகொண்டு சிறப்புறச் செய்வதென்பது எதிர்பாராத வாய்ப்பென்றே கருதுகிறேன். நாங்கள் இருவரும் தனித்தனியே மாற்றுக் கட்சிக்காரர்கள் என்றாலும் நான் அவருக்கு நன்றியும் மரியாதையும் செலுத்தக் கடமைப்பட்டவன். அவருடைய கருத்துகள் வேறு; என்னுடைய கருத்துகள் வேறு; அவருடைய ஸ்தாபணம் வேறு; என்னுடைய ஸ்தாபணம் வேறு; இருந்தாலும் நான் பேசும்பொழுதெல்லாம் டாக்டரை பற்றி ஒரு பொழுதுகூட வெறுப்புடனோ, கடினமாகவோ பேசியதில்லை. அவர் முதன் மந்திரியாக இருந்தபொழுது அவர் செய்த நன்மைகளை நான் மறந்தவன் இல்லை, அவர் பேச்சுகளும் செய்த காரியங்களும் இன்றைக்கு நமது கொள்கைளுக்கு ஆதரவாகவும் வழிகாட்டியகவும் இருக்கின்றன. அப்படி இருந்தும் நான் தேர்தலின் பொழுது ஒரு சில நேரங்களில் அவருக்கு எதிர்ப்பாக வேலை செய்யவேண்டும் என்ற நோக்கத்தில் செய்வதன் இல்லை, அவர்களின் கொள்கைகளை நோக்கமாகக் கொண்டு வேலைசெய்யும் நேரத்தில் அப்படிப்பட்ட சங்கடநிலை வந்து சேர்ந்து விடுகிறது. இதைப் பார்க்கும் பொழுது உண்மையில் எதிர்க்க வேண்டும் என்ற எண்ணத்தின் பேரில் செய்தது என்று கூறமுடியாது.

மேலும் இந்தியைப் பற்றி அவருக்கு இருக்கும் அபிப்பிராயத்தை நன்றாக உணர்ந்தவன் நான். இந்தி மீது தமிழ் மக்கள் எவ்வளவு வெறுப்பு கொண்டு உள்ளார்கள் என்பதையும் அதற்கு மாறாக நடப்பதற்கு விரும்பாதவர் என்பதையும் உணர்ந்தவன். இந்திக்குப் பதில் ஆங்கிலம் வருவதை வறவேற்பவர். அப்படிப் பட்டவர் இப்பொழுது கமிஷன் என்ற பெயரால் வருகிற இந்தித் திணிப்புக் கமிட்டியில் இருவரும் அங்கத்தினராக உள்ளது தமிழர்களுக்குக் கிடைத்த நல்ல வாய்ப்பு என்றே கருதிகிறேன், ஆகவே அக்கமிட்டியில் உள்ள மற்றவர்களைப் போன்று இவரும் அக்ககூட்டத்துடன் இறங்கிவிட மாட்டார் என்று கருதுகிறேன்.

பொதுவாக இந்தி புகுத்தப்படும் காரணமே ஆங்கிலத்தை அடியுடன் விரைவில் ஒழிக்க வேண்டும் என்ற நோக்கத்தின் பேரில்தான் ஆங்கிலமே பொது மொழியாக இருக்குமானால் மிகவும் வரவேற்கத் தகுந்தாகும்.

ஆனால், நான் தமிழ்மொழி இந்நாட்டு மக்களின் தாய்மொழி என்பதற்காக தமிழைப் புகழ்ந்து பேசவில்லை. ஆங்கிலம் பொதுமொழியாக வருவது மட்டு மல்ல; தாய் மொழியாக அமையுமானால் அதையும் வரவேற்கலாம். இதை நான் இப்போது மட்டுமல்ல ஏழெட்டு ஆண்டுகளுக்கு முன்பே கூறியிருக்கிறேன். இந்தி எதிர்ப்புக் கூட்டத்தில் துணிந்து சொன்னேன். இதை சிலர் "அய்யா அவர்கள் ஆனதால் இவ்வார்த்தையைச் சொல்லி விட்டுத் தப்பினார். வேறு யாராகிலும் இருந்திருப்பாரானால் இப்படிக் கூறு விட்டுத் தப்பித்துக் கொள்ளமுடியாது" என்றார்கள்

மற்றும் தோழர் ம.பொ.சி கூட "ஏதோ இந்தியின் மேல் உள்ள வெறுப்பின் மிகுதியால் அவர் இப்படி ஆவேசமாக பேசும்படியானது" என்று கூறினார்.

என்றாலும் இப்போதுதான் ஆங்கிலத்தின் பெருமை தெரிகிறது அப்போது வெள்ளையர்கள் இருந்த காலத்தில் ஆங்கிலத்தின் பெருமை தெரியாது போய்விட்டது. தற்போது பாழும் இந்திப் புகுத்தப்படுவதின் பலனாக ஆங்கிலத்தின் அந்தஸ்தும், மேன்மையும் தெரிகிறது.

இந்தி வருவதால் தமிழ்மொழிக்கும் மட்டும் மதிப்பின்றிப் போய் அழிந்து விடும் என்பது அல்ல. நம்மை சீர்த்திருத்தி நாகரிகம் புகட்டும்படியானதுமான ஆங்கிலமும் அழிந்துவிடும்.

தமிழைப் பற்றி புலவர்கள் எல்லாம் பெருமையடித்துக் கொண்டு புகழ்கிறார்கள். ஆனால் அதனுடைய நிலையும் மிகவும் சீர்கேடற்றதென்றுதான் கூறுவேன். வீண் ஜம்பத்துக்காகிலும் தமிழ்ப்புலவர்கள் தமிழைப் பற்றி வானளாவ புகழ்கிறார்கள். ஆனால் நான் சொல்லுகிறேன் என்பதற்காக அவர்கள் என் மீது ஆத்திரம் கொண்டாலும் பாதகம் இல்லை. அவர்கள் எல்லாம் எனது நண்பர்கள்தான் தமிழ் மிகவும் காட்டுமிராண்டிகள் கையாள வேண்டிய மொழியாகும். நாகரீகத்திற்கேற்ற வண்ணம் அமைந்துள்ள மொழி என்று கூறுவதற்கில்லை. முன்பு மதமும் கடவுளும் ஜாதியும் தலைதூக்கி நின்றிருந்த காலத்திற்கேற்ற வண்ணம் தமிழ்மொழியையும் கெடுத்துவிட்டார்கள்.

எத்தனையோ தமிழ்ப் புலவர்கள் நாவலர்கள், பாவலர்கள், தமிழ் அபிமானிகள் எல்லாம் இருந்திருக்கிறார்கள். தமிழைப் போற்றி வளர்த்த பெரும் அரசர்கள் எல்லாம் இருந்திருக்கிறார்கள். இவர்களில் ஒருவருக்காவது தமிழ் மொழியை செம்மைப்படுத்த வேண்டும் என்றும் காலத்திற்கேற்ற வண்ணம் மாற்றியமைத்து நாகரிகம் தொனிக்கச் செய்ய வேண்டும் என்றும் பாடுபட்டவர் கிடையாது எல்லோரும் ஒருவர் மற்றவரைப் பார்த்து அதற்காகிலும் புகழ்ந்து கூறவேண்டும் என்பதற்காகப் பேசி இருக்கிறார்கள். இப்படி அவர்களும் காட்டுமிராண்டி வாழ்க்கை வாழ்ந்து தமிழையும் அதற்கேற்ற முறையில் காட்டு மிராண்டிகளுக்கு ஏற்ற மொழியாக கையாண்டிருந்திருக்கிறார்கள். அன்றைக்கு எப்படி கையாளப்பட்டதோ அதையே இன்றைய நாகரிக காலத்திலும் கொள்வது என்பது பொருந்துமா? ஏனவே காலத்திற்கேற்ற வண்ணம் தமிழ்மொழியை இன்னமும் சீர்ப்படுத்த வேண்டியது அவசியமாக இருக்கிறது. பழங்கால அநாகரிகத்திற்கேற்றவைகளை மாற்றி இக்கால நாகரிகத்திற்குத் தகுந்தபடி சீராக்கவேண்டியது அவசியம்.

ஆனால் இதைச் சீர்த்திருத்தம் செய்வதென்றால் இலகுவில் முடியாத காரியம். திருத்தி அமைக்க வேண்டுமென்றால் மதவாதிகள் குறுக்கிடுகிறார்கள். அதற் கேற்றபடி புலவர்களும் பண்டிதர்களும் அவர்கள் சொல்கேட்டுக் கூத்தாடுகிறார்கள் கொஞ்சம்கூட சிந்திப்பதே இல்லை.

இன்றைய தமிழ்ப் புலவர்களுக்கு என்ன தெரியுமென்றால் புராணப் பாடல்களையும் மதச் சம்பந்தப்பட்ட பாடல்களையும்தான் அவர்கள் பாடி திரிக்கின்றார்கள். அவர்கள் பேசுவதெல்லாம் மதத்தின் பெருமையையும் புராணங்களின் பெருமையையும்தான் கம்பராமாயணத்தையும், வில்லிபாரதத்தையும், கீதையையும் இன்னும் இப்படிப்பட்ட மத நூல்களையும் கற்றவர்கள்தான் புலவர்கள் என்பவர்கள். இவர்கள் எப்படி தமிழ்மொழியை சீர்த்திருத்தமுடியும்?

ஒரு மொழியை உபயோகப்படுத்தும்போதே அதில் நாகரீகமும் உயரிய பண்பாடுகளும் விளங்கவேண்டும் சாதாரணமாக அவன், அவர், அவர்கள் என்பதாக உள்ள வார்த்தைகளை எடுத்துக்கொண்டால், அவன் என்பது நமக்குக் கீழ்ப்பட்டவன் என்ற அர்த்தத்தின்பேரில் அலட்சியமாகக் கூறப்படும் வார்த்தை. அடுத்தபடியாக அவர் என்பது ஏதோ நமக்கு சமமாக உள்ளவர்களுக்கு கூறலாம். அவர்கள் என்பது அதைவிட கொஞ்சம் மேலான மரியாதை கொடுக்க உபயோகப் படுத்தப்படுவது. அடுத்து இன்னமும் மேலாக ஒருவரை அழைக்க மகான், மகாப் பிரபு, சுவாமிகள் சன்னிதானம், மகா சன்னிதானம் என்று அடுக்கிக்கொண்டே போகலாம். இப்படி மொழியிலேயே ஒருவன் மேலானவன், மற்றவன் தாழ்மையானவன், ஒருவன் அடிமை, மற்றவன் எஜமான் என்ற பாகுபடுகளைக் குறிக்கும் வார்த்தைகள் இருக்கின்றன.

ஆனால் இப்படி ஆங்கில மொழியில் கிடையாது. யாராயிருந்தாலும் ஃகி (He) என்றுதான் கூறப்படுகிறது. அவன், அவர் என்பதற்கு இதே வார்த்தைதான் உபயோகிக்கப்படுகிறது. அரசனாயிருந்தாலும் மந்திரியாயிருந்தாலும் கக்கூஸ் எடுக்கும் தோட்டியாக இருந்தாலும் யாவருக்கும் ஒரே ஃகி என்ற வார்த்தைதான் கூறப்படுகிறது.

எனவே தமிழ் மொழி சீர்திருத்தப்படவேண்டும் கால மாறுதலுக்கேற்ற வண்ணம் மாற்றியமைக்க வேண்டியவைகள் பல இருக்கின்றன.

அப்படி இருக்க இன்னமும் இதை அழிக்கவேண்டும் என்ற எண்ணத்தின் பேரில் தந்திரமாக இந்தி மொழி திணிக்கப்படுகிறது.

நம்மை நாகரீகத்திற்குக் கொண்டுவந்து மறைந்துபோவதுடன், தமிழ் மொழியையும் அடியுடன் அழிக்க முற்படுகிறார்கள். இவைகளை எல்லாம் தமிழ் மக்களாகிய யாவரும் உணரவேண்டும்.

இன்றைக்குள்ள ஆட்சி ஜனநாயக ஆட்சி மகான் ஆட்சி என்ற பேரால் ஆளப்படுகிற தென்றாலும் பார்ப்பனர்களும் வடநாட்டவர்களும் வைத்ததே சட்டமாக இருக்கிறது. முன்பு ஆங்கிலேயருக்கு அடிமைகளாக இருந்தோம். இப்போது வடநாட்டவர்களும் அடிமைகளாக இருக்கிறோம்.

வெள்ளையர் ஆட்சி காலத்தில் என்னென்ன சட்டங்கள் இருந்தனவோ அவைகள் தான் இன்றைய ஜனநாயக ஆட்சியிலும் இருக்கின்றன, இரண்டு ஆட்சிக்கும் ஒற்றுமைகள்தான் பல உள்ளனவே தவிர வேற்றுமைகள் ஒன்றும் காணுவதற்கில்லை

வெள்ளையர் ஆட்சியின் மூலமாவது நாகரீகம் பரவியது. மேனாட்டு விஞ்ஞான சாதனங்களை இங்கு நாம் அனுபவிக்கும் பலனைக் கண்டோம், அவர்கள் ஆட்சி இருந்திருக்காவிடில் நாம் இன்னும் ஆதிகால காட்டுமிராண்டி வாழ்க்கையைத்தான் கொண்டு வாழ்வோம். அப்படிப்பட்ட நாகரிகம் மேன்மேலும் நமக்கு வளருவதற்கு வாய்ப்பின்றிப் போய்விட்டதன்றியும், அநாகரிகம் கொண்ட வடநாட்டவர்களின் ஆட்சி நிலை நாட்டப்படுகிறது.

இந்த ஆட்சியின் சட்டங்கள் உயர் ஜாதிக்கு ஒன்று இழிசாதிக்கு ஒன்று என்றுதான் அமைக்கப்பட்டிருக்கின்றன. பிரதம மந்திரி நேரு ஜாதி ஒழியவேண்டும் என்று கூறுகிறார் என்றால் சும்மா சொல்லி விடவில்லை எல்லாம் தங்கள் காரியத்தை சாதிக்கும் பொருட்டே கூறுகிறார், அதுவும் வாயளவில் கூறுகிறாரே தவிர எழுத்தளவில் செயலளவில் கூறுவதற்கில்லை

அப்படி உண்மையில் ஜாதியற்ற சமுதாயம் அமைய வேண்டும் என்ற எண்ண மிருக்குமானால் இன்றைக்குள்ள சட்டப் புத்தகங்களைக் குப்பையில் போட்டு கொளுத்தி விட்டு புதுமுறைகள் கொண்ட சட்டங்களை அமைக்க வேண்டும் சாதி வேறுபாடுகளைக் குறிக்கும் ஒரு வார்த்தைக் கூட சட்டத்தில் இருக்கக்கூடாது. அப்படிச் செய்வார்களானால் இன்றைக்கு நேருவும் மற்ற காங்கிரஸ்காரர்கள் சிலரும் கூறும் வார்த்தைகளை மெய்யென்று நம்பலாம், ஆனால் சட்டதிட்டங்களை மாற்றாமல் வாயினால் "ஜாதி ஒழியவேண்டும்" என்று கூறிவிட்டால் போதாது. அதை வீண் வாய்ஜால மயக்குவார்த்தை என்று தான் கொள்ள வேண்டும்.

வருகிற பொது தேர்தலை உத்தேசித்துதான் நேரு இப்படி மயக்கு மொழிகளை வீசி மக்களை தங்கள் வலையில் இழுக்கும் வேலையில் முனைந்திருக்கிறார். அவருடைய வார்த்தைகளில் மக்கள் ஏமாற்றமடையாமல் இருக்க வேண்டும்.

இன்று அதைப்போன்றுதான் இந்தி தந்திரமாகப் புகுத்தப்படுவதன் நோக்கமாகும் இன்றைக்கு இந்தியின் விஷயத்தில் நாம்அலட்சியமாக இருந்துவிட்டால் பிறகாலத்தில் அதனால் நமக்கு உண்டாகும் தொல்லைகளை நீக்குவது முடியாத காரியம் முளையிலேயே கிள்ளி எறிந்துவிட்டால் பின்பு விளையப்போகும் பெருங்குறையிலிருந்து நாம் தப்பித்துக் கொண்டவர்களாவோம்.

அரசாங்கமொழி கமிஷன் வரப்போகிறது அதனிடம் பலர் சாட்சியங்கள் சொல்லப் போகிறார்கள். அவர்கள் எல்லாம் தமிழ் மக்களின் உள் எண்ணத்தை நன்குணர்ந்துவர்களாக இருப்பார்களானால் அக்கமிஷனை புறக்கணிப்பார்கள் நான் மேலே கூறியபடி டாக்டர் சுப்பராயன் அவர்கள் அந்த கமிஷனில் ஒரு அங்கத்தினராக இருப்பது பற்றி பெரிதும் வாய்ப்புக் கிடைத்தவர் என்றே கருதுகிறேன். அவர் இந்தி மொழி மீது வெறுப்புக் கொண்டவர் என்பது ஆங்கிலத்தை ஆட்சி மொழியாகக் கொண்டவர் என்பதையும் மக்கள் உணருவார்கள்.

விடுதலை - 07.01.1956

தொகுதி 1

மொழி

541

இந்தி கமிஷன் நடைமுறைத் திட்டம்

சென்னை, ஜன. 8. இந்தித் திணிப்பு விசாரணைக் கமிஷன் பல பிரமுகர்களின் கருத்தறியும் விசாரணையை 9.1.56 முதல் (செக்ரடேரியட்) கமிட்டி அறையில் காலை 10 மணி முதல் 1 மணி வரையும் பிற்பகல் 3 மணி முதல் 5.30 மணி வரையிலும் நடக்கும்.

அழைக்கப்பட்ட தலைவர்கள்

இந்த அரசாங்க மொழி விசாரணைக் கமிஷன் முன் கருத்துத் தெரிவிக்க அழைக்கப்பட்டவர்களில் முக்கிய தலைவர்கள்:

சென்னை முதலமைச்சர் திரு காமராஜர் அவர்கள், பெரியார் ஈ.வெ. ராமசாமி அவர்கள், திரு ராஜகோபாலச்சாரியார் அவர்கள், சென்னை உயர்நீதிமன்றத் தலைமை நீதிபதி பி. வீ. ராஜமன்னார் அவர்கள், சென்னை பல்கலைக்கழகத் துணைவேந்தர் டாக்டர் லட்சுமணசாமி முதலியார் அவர்கள்.

முதல் நாள் (09.01.1956) அழைக்கப்பட்டவர்களில் முக்கியமானவர்கள் காலையில் சென்னை முதலமைச்சர் திரு. காமராஜர், படிப்பமைச்சர் சுப்ரமணியம், வேளாண்மை அமைச்சர் பக்தவத்சலம். மாலையில் திரு. சி. ராஜகோபாலச்சாரியார், டாக்டர் லட்சுமண சாமி, சென்னை உயர்நீதிமன்ற தலைமை நீதிபதி பி.வி. ராஜமன்னார், சென்னை அரசாங்கத் தலைமைக் காரியதரிசியும், சென்னை கல்வித்துறைத் தலைவர் திரு.என் .டி. சுந்தரவடிவேலு அவர்களும், படிப்பிலாகா செயலாளரும் 9ம் தேதி விசாரிக்கப்படுவார்கள். இவர்கள் பெரும்பாலும் காலையில் விசாரிக்கப்படலாம்.

2ம் நாள்:

இரண்டாம் நாள் அழைக்கப்பட்டுள்ளவர்கள் சென்னை மேல்சபைத் தலைவர் டாக்டர் பி.வி.செரியன் சென்னை பப்ளிக் சர்வீஸ் கமிஷன் அங்கத்தினர்கள், அண்ணா மலைப் பல்கலைக் கழகத் தமிழ்துறையிலாகா, சென்னை செக்ரடேரியட் கழகப்பிரதி நிதிகள், இந்தி பிரசாரசபை பிரதிநிதிகள் முதலியவர்கள்.

பெரியார் அழைப்பை ஏற்றுக் கொண்டால்?

பெரியார் ஈ.வெ.ரா அவர்களுக்கு இந்த கமிஷன் முன் கருத்துத் தெரிவிக்க வருமாறு சிறப்பு அழைப்பு அனுப்பப்பட்டிருக்கிறது.

பெரியார் அவர்கள் இந்த அழைப்பை ஏற்றுக் கொண்டால் அவர்கள் 2ம் நாள் 10.01.1956ல் விசாரிக்கப்படலாம் என்று தெரிகிறது.

3ம் நாள்

மூன்றாம் நாள் 11.01.1956 விசாரிக்கப்படும் பிரமுகர்கள்.

சென்னைக் கீழ்ச்சபைத் தலைவர் ஏ.கோபாலமேனன். இந்திய ஆஃபிசர்கள் பிரதிநிதிகள், என்.ஜி.ஓ கழகப்பிரதிநிதிகள், ரயில்வே சர்வீஸ் கமிஷன் அங்கத்தினர்கள்.

கடைசி நாள்

கடைசிநாளும் 4ம் நாளுமான 12.01.56ல் அழைக்கப்பட்டுள்ளவர்களில் முக்கியமானவர்கள் தெலுங்கு பாஷா சமீதி, தமிழர் கழகம், தென்னிந்திய வர்த்தக சபைப்பிரதிநிதிகள் ஆகியோர்.

(செய்தி) விடுதலை - 09.01.1956

தொகுதி 1
மொழி

திராவிடர் கழகத் தலைவர் பெரியார் ஈ.வெ.ரா. தமது கருத்தை தெரிவிக்க வராதது கண்டு வருந்துகிறேன்
இந்தி கமிஷன் தலைவர் பி. ஜி. கெர் அறிவிப்பு

சென்னை, ஜன. 13- திராவிட கழகத்தார் நடத்திய இந்தி எதிர்ப்புப் போராட்டத்திற்கான காரணங்களை அடிப்படையில் தெளிவாக அதன் தலைவர் திரு.ஈ.வெ.ராமசாமி அவர்களிடமிருந்து அறிவதற்கான நல்வாய்ப்பு எனக்கு கிடைக்காததற்காக நான் வருந்துகின்றேன். திரு. ஈ.வெ.ரா. அவர்களுக்கு அழைப்பு விடுக்கப்பட்டதென்றும் அவர் வரவில்லை என்று இந்தி விசாரணையின் நான்காவது நாளும் கடைசி நாளுமான நேற்று பிற்பகல் விசாரணை முடிந்ததும் நிருபர்களிடம் வெளிப்படையாகத் தெரிவித்துக் கொண்டார்

உறுதிமொழி

திரு.பி.ஜி.கெர் மேலும் தெரிவித்தாவது: -

இந்திக்காக பிற எந்த மொழியையும் பலியிடும் ஏற்பாட்டுக்கு நான் உடந்தையாக இருக்கமாட்டேன் என்று உறுதி கூறுகிறேன்.

இந்த பிரச்னைப் பற்றி பல்வேறு கருத்துக்கள் தெரிவிக்கப்பட்டன. இங்கும் பற்பலர் கருத்துகள் தெரிவித்தனர்.

சென்னை பிரமுகர்கள் தங்கள் கருத்தை அழுத்தமாகவும் காரசாரமாகவும் தெரிவித்தனர். மற்ற மாநிலங்களில் இதைவிடக் கண்டிப்பாகப் பேசினார்கள். சிலர் ஆங்கிலத்தை இன்னும் நூறாண்டுகள் வரை மாற்றலாகாதென்று வற்புறுத்தினர். மற்றும் சிலரோ ஆங்கிலத்தை கைவிடவே ஆகாதென்று கண்டிப்பாக கூறினார்கள். எல்லாருடைய கருத்துக்களும் ஒரே மாதிரியாக மதிப்புடன் கவனிக்கப்பட்டு தக்க முடிவு காணப்படும். இங்கு கருத்துத் தெரிவித்தவர்களின் கருத்துகள் பலவும் என் மனதைக் கவர்ந்தன.

பெரியார் வரவில்லையே

சென்னை பல்வேறு பிரமுகர்கள் கூறிய விஷயங்கள் பற்றியும் முக்கியமாக இந்தி எதிர்ப்புப் பற்றியும் இந்தி திணிப்புப் பற்றியுள்ள அச்சம் பற்றியும் நிருபர்கள் கேட்டபோது திரு. பி. ஜி. கெர் தெரிவித்தாவது: - ஜீலை மாதக் கடைசிவாக்கில்

544

இந்திக் கமிஷன் தன் அறிக்கையை மத்திய அரசாங்கத்திடம் ஒப்படைக்கும், அதுவரை பொறுத்திருங்கள்.

திராவிடக் கழகத்தலைவர் திரு. ஈ. வெ. ராமசாமி அவர்களிடமிருந்து இந்தி எதிர்ப்புக்கான முதல்தரவாய்ப்புக் கிடைக்காதது கண்டு நான் வருந்துகிறேன். அவருக்கு அழைப்பு விடுக்கப்பட்டிருந்தும் அவர் வருகை தரவில்லை. எல்லா விவரங்களையும் தெளிவாக அறிந்து கொள்ள வேண்டுமென்பதும் அடுத்து மற்றொரு கமிஷனுக்கு வேலை வைக்கலாகதென்பதும் எனது ஆர்வமாகும்.

விசாரணை விவரம்

முந்திய அரசாங்க மொழி, மத்திய உத்யோகப் பரீட்சை மொழி, படிப்பு மொழி, கால நிர்ணயம் ஆகிய பல விஷயங்கள் பற்றி விசாரிக்கப்பட்டது இந்த விசாரணையில் கமிஷனுக்கு நல்லுதவியும் பலனும் ஏற்பட்டுள்ளது

(செய்தி) விடுதலை - 13 .01. 1956

தொகுதி 1 மொழி

ஆங்கிலமே தொடர்ந்திருந்து வரவேண்டும் இந்தி கமிஷன் கடைசி நாள் விசாரணையில் தமிழகப் பிரமுகர்கள் வற்புறுத்தல்

சென்னை, ஜன 13- இந்தி கமிஷன் விசாரணை நாளும் கடைசி நாளுமான நேற்று விசாரிக்கப்பட்ட பிரமுகர்கள் பலரும் ஆங்கிலம் தொடர்ந்திருந்து வரவேண்டியது இன்றியமையாதது என்று வற்புறுத்தினர்.

பெரியசாமி தூரன்

தமிழ்க் களஞ்சியத் தொகுப்பு தலைமையாசிரியர் திரு பெரியசாமி தூரன் தெரிவித்த கருத்து: - வட்டார மொழியே அந்தந்த வட்டார ஆட்சி மொழியாகவும், நீதிமன்ற மொழியாகவும், படிப்பு மொழிவாகவுமிருக்க வேண்டும். மாநிலத் தொடர்புகளுக்கு வேண்டுமானால் இந்தியைப் பயன்படுத்தலாம். ஆனால் அரசாங்க மொழியாக ஆங்கிலமே இருக்க வேண்டும்.

திரு எம். ஏ. முத்தையா

இந்திமொழி ஏற்பாட்டை 25 ஆண்டுகளுக்கு மேல் ஒத்திப்போட வேண்டும். அதற்குப்பின் ஒரு கமிஷன் மூலம் நிலவரத்தை விசாரித்து இத்துறையில் உரிய ஏற்பாடு செய்ய வேண்டும். தகுந்த ஆசிரியர்கள் இல்லாததால் இங்கு இந்தி விரைவில் பயில முடியாது. ஆங்கிலமே நமது இணைப்பு மொழியாக இருக்கிறது. எனவே ஆங்கிலம் மேலும் தொடர்ந்திருக்க வேண்டும். ஆங்கிலம் பாட மொழியாக இல்லாவிட்டால் பல்கலைக்கழப் படிப்பு வீணாகி விடும் இந்தியால் உத்தியோக விஷயங்களில் இந்தி மொழி பேசாத மக்களுக்குப் பாதகம் ஏற்பட இடம் கொடுக்கலாகாது.

திரு. பி. டி. ராசன்

ராஜ்யங்களுக்கிடையே செய்தித் தொடர்புகளுக்கு யூனியன் செய்திப் போக்குவரத்துக்கும் மொழிபெயர்ப்பு இலாக்கா ஏற்படுத்த வேண்டும். யூனியன் பப்ளிக் சர்வீஸ் கமிஷன் பாட மொழியாக ஆங்கிலமே இருக்க வேண்டும் உயர்நீதிமன்ற மொழி வட்டார மொழியாகவும் ஆங்கிலமாகவுமிருக்க வேண்டும். சுப்ரீம் கோர்ட் ஆங்கிலமும் இந்தியும் துணைமொழிகளாக இருந்துவரவேண்டும்.

திரு கஜபதிநாயக்கர்

மாநில அரசாங்க சட்டசபை, உயர்நீதிமன்றம், படிப்பு ஆகியவை மாநில மொழியிலேயே நடந்துவர வேண்டும். உத்திரவாகத் தேர்வு பரீச்சைகளுக்கு வட்டார மொழியேயிருக்க வேண்டும். ஆங்கிலமும் இந்தியும் 4-ஃபாராத்தி லிருந்தும், கல்லூரி வகுப்புகளிலும் விருப்பமாக இருக்கலாம்.

வர்த்தகசபை

தென்னிந்திய பிரதிநிதிகளும் ஆங்கிலம் தொடர்ந்திருந்து வரவேண்டியதன் அவசியத்தை வற்புறுத்தினர். 30 ஆண்டுகளுக்கு இந்தி ஏற்பாடு கூடாதென்று தெரிவித்துக் கொண்டனர்.

(செய்தி) விடுதலை - 13.01.1956

ஏன், நான் இந்தி கமிஷனிடம் சாட்சி கூறப்போகவில்லை?

நான் எப்பொழுது சொற்பொழிவாற்றுவதற்கு ஆரம்பித்தாலும் முதலில் பொது மக்களிடம் நான் பேசுவதை கேட்பவர்கள் அப்படியே நம்பக்கூடாது என்று கேட்டுக் கொள்வேன். நான் மற்றவர்களைப்போல் மக்களை வசப்படுத்த வேண்டும் மக்களிடம் செல்வாக்கடைந்து புகழடைய வேண்டும் என்ற எண்ணத்தின் மீது எதையும் பேசுவது கிடையாது. என் மனத்திற்குச் சரியென்றுப்பட்டது மற்றவர்களின் மனதைப் புண்படுத்தினாலும் மற்றவர்களின் வாழ்க்கைக்கு இடையூறாக இருந்தாலும் நான் அதை லட்சியம் செய்வதில்லை. அப்படிப்பட்ட முடிவின் மீது பேசுகிற நான் கூறுகிற எதையும் மக்கள் நம்பிவிடக்கூடாது என்று கேட்டுக் கொள்கிறேன். ஆனால் அவர்களிடம் நான் மற்றொன்று கோருவது, என்னுடைய சொற்பொழிவைக் கேட்டதும் ஒவ்வொருவரும் அதை சிந்தித்து ஆராய்ந்து அதனிடத்தில் காணும் உண்மைகளைப் பின்பற்றவேண்டும் என்பதைத்தான் கேட்டுக்கொள்ளுகிறேன்.

இன்றைய அரசாங்கமோ, நமக்கு புறம்பாகத்தான் எதையும் செய்கிறது. மக்களுக்கு நன்மை செய்வதாக சொல்லிக்கொண்டு செய்யும் காரியங்கள் அத்தனையும் நமக்குத் தொல்லை கொடுக்கவேண்டும், நாம் முன்னேறாமல் இருக்கவேண்டும் என்ற சூழ்ச்சிக்காகவே செய்கிறார்கள்.

அவைகளில் ஒன்றுதான் இந்தி திணிப்புப் பற்றியதாகும். நம்முடைய மக்கள் படிக்காமல் இருக்கவும் சிறிதும் அறிவு பெறாமல் இருக்கவும் என்ன வழியோ அதற் கென்றே இந்தியைப் புகுத்துகிறார்கள்.

இப்படிப்பட்ட இந்தியைப் புகுத்தவந்த கமிஷனுக்கு என்னையும் அழைத் திருந்தார்கள். ஆனால் நான் பதில் ஒன்றும் தெரிவிக்கவில்லை. முதல் அழைப்பைத் தவிர, மற்றொரு அழைப்பும் அதன் பிறகு "அவசியம் வரத்தான் வேண்டும் உங்கள் அபிப்பிராயத்தைக் கூறத்தான் வேண்டும்" என்று தனியாக அழைப்பும் அனுப்பினார்கள். அதையும் வாங்கி பாக்கட்டில் வைத்துக்கொண்டு அதற்கும் பதில் ஒன்றும் எழுதாமல் சும்மா இருந்துவிட்டேன். பிறகு ஒரு கடிதம் வந்தது. அதில் "நீங்கள் இந்தி கமிஷனிடம் சாட்சி சொல்ல விருப்பம் இல்லைபோல் இருக்கிறது; ஆகவே உங்களுக்குப் பதில் வேறொரு ஆளை அந்த நேரத்தில் சாட்சி சொல்ல தீர்மானித்துள்ளோம். ஆகவே உங்கள் விருப்பம் என்ன என்பதைத் தெரிவியுங்கள்" என்று எழுதி இருந்தது. நான் அதையும் வாங்கிக் கொண்டு சும்மா இருந்துவிட்டேன்.

இந்தி கமிஷனும் நடைபெற்று வேறு இடத்துக்கும் புறப்பட்டுவிட்டதாம். இந்தி கமிட்டியிடம் என்னுடைய விருப்பத்தைக் கூறிவரவில்லையே என்றும், நான் கூறினால் அதை மதிப்பேன் என்பதாகவும் கூறினாராம்.

ஆனால் நான் ஏன் அங்கு போகவில்லை, என் விருப்பத்தைக் கூறவில்லை என்றால், இந்த கமிட்டி மத்திய அரசாங்கத்தால் அனுப்பப்பட்டது. அதனிடம் சாட்சி சொல்லப் போகிறவர்கள் எல்லாம் மத்திய அரசாங்கத்தை முதலில் ஒப்புக் கொண்டவர்கள்: அப்படி ஒப்புக்கொண்ட மத்திய அரசாங்கத்தால் அனுப்பப்பட்ட கமிட்டியை மதித்து அங்கீகரித்து சாட்சி சொன்னதாக பொருள்படும். ஆகவே நான் வடநாட்டு ஆட்சியின் கீழ் இருக்க சம்மதிக்கிறேன் என்பதை முதலில் ஒப்புக் கொண்டு அதன் பிறகு இந்தி சம்பந்தமாக என்னுடைய விருப்பம் இதுவாகும் என்பதைக்கூற கமிஷனிடம் போக வேண்டும்.

ஆனால் நான் மத்திய அரசாங்கத்தினிடமிருந்து பிரிய வேண்டும் என்ற எண்ண முள்ளவன். வடநாட்டு ஆட்சியையே ஒழிக்கவேண்டும். அதன் பிடியிலிருந்து விடுபடவேண்டும் என்ற எண்ணத்திலுள்ள நான், வடநாட்டானால் அனுப்பப்பட்ட இந்தி கமிஷனிடம் எப்படி சாட்சி சொல்லுவதற்குப் போவேன். இந்தி வேண்டாம் என்று நான் அங்கு சென்று சொன்னாலும் முதலில் நான் வடநாட்டு ஆட்சியை ஒப்புக்கொண்டவன் ஆவேன். எனவே நான் கமிஷனிடம் சாட்சி கூறப்போக வில்லை. மேலும் நாங்கள் முதலில் தீர்மானித்தப்படி கமிஷன் வரும் பொழுது கருப்புக்கொடி காட்டவேண்டும் என்பதற்கு மாறாக நடக்க முடியவில்லை. என் கழகத்தவர்கள் கமிஷனிடம் சாட்சி கூறப்போகிறவர் களிடம் கருப்புக்கொடி காட்டிக்கொண்டிருக்கையில் நானும் போகிறபோது என் முன்பாகவும் கருப்புக் கொடி காட்டவேண்டும். அப்படி இருக்குமானால் இதைவிடப் பயித்தியக்காரத்தனம் வேறு ஒன்றும் இல்லை. எனவே தான் நான் இந்தி கமிஷனிடம் சாட்சி கூறப் போகவில்லை. எதுவானாலும் கமிஷன் வந்தது. அதன் வேலையை துவக்கியது சாட்சிகளின் விருப்பத்தைக் கேட்டு எழுதிக்கொண்டது. வந்த வழியே திரும்பிப் போய் இருக்கிறது. இனி என்ன செய்யுமோ தெரியவில்லை?

ஆனால் ஒன்று இந்தி மட்டும் இந்த நாட்டிற்கு வருமானால் அதை ஒழிக்க என்னுடைய முழு முயற்சியையும் உபயோகிப்பேன்; கொடி எரிப்புப் போராட்டம் அதற்குத்தான் தள்ளி வைக்கப்பட்டிருக்கிறது.

விடுதலை - 23.01.1956

தொகுதி 1

மொழி

ஆங்கிலமே பொது

கஷ்டப்பட்டு ஒரு மொழியைக் கொண்டுவந்து நன்மை அடைய விரும்புவதை விட, இன்றைக்குள்ள ஆங்கில மொழியைவிட மேலானது என்று புதிதாக இந்தியை அமைத்து, 50 வருடத்தில் நாம் அடையும் நன்மையைக் காட்டிலும் பதின்மடங்கு நன்மையை 10 வருடத்திலேயே ஆங்கிலமொழியினால் அடையமுடியும். ஏனவே, ஆங்கிலம் நண்பர் ஆச்சாரியார் கூறியதுபோல் கடிதப் போக்குவரத்து, ஆட்சிமொழி, அகில இந்தியத் தொடர்புமொழி இவைகளுக்கு மட்டும் இல்லாமல் இன்னமும் தாய்மொழியாகவே அமையுமானால் வரவேற்கத் தகுந்ததும் மகிழ்ச்சியடையத் தகுந்ததும் ஆகும்.

ஆனால் ஒரு சிலர் "ஆங்கிலமாவது தாய்மொழியாக அமையவாவது? அப்படி யானால் ஆங்கிலேயனுக்கு பிறந்தவன் அல்லவா அப்படி விரும்ப வேண்டும்?" என்று கூறலாம். அவர்களை நான் கேட்கிறேன். அப்படியானால் அவர்கள் ஏறுகிறார்களே ரயில் அது யாருடையது, மோட்டாரில் போகிறார்களே அது அவனுடையது! சூரடியோ வைத்து அனுபவிக்கிறார்களே, காப்பியும் டீயும் குடிக்கிறார்களே இது யாருடைய நாட்டுப் பழக்கம்? அப்படியானால் அதை மட்டும் அனுபவிக்கலாம். அவன் மொழியை மட்டும் அனுபவிக்கக் கூடாதோ? இதற்கு என்ன சொல்வார்கள் அவர்கள் என்று கேட்பேன்?

மேலும் நாம் இன்றைக்கு இந்தியாவில் மட்டும் இல்லை. ஒரு கால் இந்தியாவிலும் மற்றொரு கால் வெளிநாட்டிலும் வைத்திருக்கிறோம். இப்படி வெளி உலகத்திலும் இந்நாட்டிலும் தொடர்பு கொண்டிருக்கிறோம். ஆகவே உலகம் முழுவதும் பரவியுள்ள ஆங்கிலமே நமக்கிருக்கவேண்டும். மேலும் தாய் மொழி, தாய்மொழி என்று எதற்கெடுத்தாலும் கூறிக்கொண்டு தாய்மொழிதான் அரசாங்கமொழியாக இருக்க வேண்டும். என்று கூறவில்லை. நம் நாட்டு மக்களுக்கு தாய்மொழியான தமிழ்மொழியானது பண்டைய காலத்தில் இயற்றப்பட்டது. இக்கால நாகரிகத்திற்கு ஏற்ற மொழி என்று கூறுவதற்கில்லை. ஆதிகாலத்தில் இருந்த நாகரிகத்திற்கு அது பொருத்தமாக இருந்திருக்கலாம், ஆனால் இன்றைய நாகரிகத் திற்கும் அது பொருந்தும் என்பதற்கில்லை. எனவே, நான் தமிழ்மொழி தான் இருக்க வேண்டும் என்று கூறவில்லை.

இவற்றை எல்லாம் உத்தேசித்தது. "ஆங்கிலமொழி என்றென்றும் கால வரையறை இன்றி எப்பொழுதும் இந்நாட்டிற்கு எல்லாத் துறைகளிலும் இருந்து வரவேண்டும்" என்றேன். (கைதட்டல்) அப்போது நண்பர் ஆச்சாரியார் குறுக்கிட்டு "நான் முதலில் சொன்னேன் அல்லவா கைதட்டுவதற்கு சமயம் வரப்போகிறது"

என்று. அதுதான் இந்த சமயம் என்று கூறினார். இப்படி இன்றைக்கு நம்முடைய போக்குக்கு பெரும் தலைவர்கள் எல்லாம் வந்துவிட்டார்கள். கொடி எரிப்புப் போராட்டம் ஓரளவு யாவரையும் இந்தி விஷயத்தில் சிக்கும்படி செய்திருக்கிறது. ஆனால் அப்போராட்டம் நடைபெறாமலேயே இப்பச் செய்திருக்கிறது. அதைப் போன்று தட்சிணப் பிரதேசம் வருமானால் பெரும் போராட்டம் துவக்கத் திட்டமிட்டிருக்கிறேன். அது இதைப் போன்று இருக்காது இன்னமும் அரசாங் கத்தைத் திடுக்கிடும்படிச் செய்வதாக இருக்கும். அதற்கெல்லாம் நம் தோழர்கள் தயாராக இருக்க வேண்டும் என்று கேட்டுக் கொண்டார்கள்.

விடுதலை - 12.02.1956.

தொ
கு
தி
1

மொழி

நீதி மன்றத்திலும் தமிழ்

முதலமைச்சர் திரு. காமராசர் அவர்கள் நேற்று மாலை சட்டக் கல்லூரித் தமிழ் இலக்கிய சங்கத்தைத் திறந்துவைத்துப் பேசுகையில், தமிழ்நாட்டின் நீதி மன்றங்களிலும் தமிழிலேயே நடவடிக்கை நடக்கப் போகிறது, இக்கல்லூரி மாணவர்கள் இப்போதே தங்களைத் தயார் செய்து கொள்ளவேண்டும் என்று கூறியிருக்கிறார்.

மகிழ்ச்சிக்குரிய செய்தி இது. வைத்தியம், எஞ்சினியரிங் போன்ற விஞ்ஞானத் துறைகளில் தமிழ் உடனடியாக நுழைய முடியாவிட்டாலும் சட்டத்துறையிலாவது நுழைவது எளிதும், அவசரமும் ஆகும். ஏனெனில், சட்டமன்றங்களின் நடவடிக்கைகள் தமிழில் நடக்குமானால், ஏழை எளியவர்களில் பலர் இன்றைய பட்டதாரி வக்கீல்களைக் காட்டிலும் பல மடங்கு திறமையாக சட்ட நுணுக்கங்களை எடுத்துக்காட்டி வாதிடுவர் என்பதில் அய்யமில்லை. இன்றைய வக்கீல் உலகம் கொழுத்த பணம் சம்பாதிப்பதற்குக் காரணம், சட்டப் புத்தகங்கள் இங்கிலீஷில் இருக்கின்ற ஒரே காரணம் தவிர வேறல்ல. இவைகளைத் தமிழில் மொழி பெயர்த்துவிட்டால் நீதியின் விலை இவ்வளவு அதிகமாயிருக்காது.

மற்ற விஞ்ஞான நூல்களைப் போன்ற மொழிபெயர்ப்புத் தொல்லை சட்டப் புத்தகங்களின் மொழிபெயர்ப்பில் இல்லை. சிறப்பான ஒரு சில சொற்களை இங்கிலீஷிலேயே பயன்படுத்திக் கொள்ளலாம்.

நவம்பர் மாதம் முதல் தமிழ்நாடு தனிமொழி நாடாகப் போகிறது. அதுமுதலே மாஜிஸ்ட்ரேட் கோர்ட்களிலாவது தமிழில் நடவடிக்கைகளும், தீர்ப்புகளும் இருக்க வேண்டுமென்று உத்தரவு பிறப்பிக்கவேண்டும். பிறகு 1957 ஜனவரி முதல் உயர்நீதி மன்றத்திலும் தமிழில் நடக்க வேண்டுமென்று உத்தரவிடலாம்.

தன்னைப் பற்றி நீதிமன்றத்தில் என்ன பேசப்படுகிறது என்பதைக் குற்றவாளி உணர்ந்து கொள்ளவேண்டும் என்று முதலமைச்சர் அவர்கள் கூறுகிறார்.

ஆம்! இதுதான் உண்மையான ஜனநாயகம் ஆகும். இன்று நீதிமன்றமும், கோவிலும் ஒன்றாகவே இருக்கின்றன. ஒன்றில் இங்கிலீஷில் பேசும் வக்கீல்! இன்னொன்றில் சஸ்கிருதத்தில் பேசும் அர்ச்சக வக்கீல்! வக்கீல் கூட்டமும், அர்ச்சகக் கூட்டமும் வயிற்றுப் பிழைப்பு நடத்துவது, மற்றவர்களின் மடமையை மூலதனமாக வைத்துதான்.

ஆகவே, நீதிமன்றங்களின் நடவடிக்கைகள் தமிழில் நடப்பதை விரைவுபடுத்த வேண்டியது ஆட்சியாளர் கடமையாகும். இதற்கு முன்னணி வேலையாக, ஒவ்வொரு சட்டப் புத்தகத்தையும் தமிழில் மொழிபெயர்த்து வெளியிடும்

பொறுப்பையும், செலவையும் ஆட்சியாளரே ஏற்றுக் கொள்ளவேண்டும். தமிழ்ப் புலவர்களாயுள்ள சட்ட நிபுணர்கள் தமிழ்நாட்டில் பலரிருக்கின்றனர். இவர்களைக் கொண்டு ஆட்சியாளர் இக்காரியத்தைச் சிறப்பாகவும், விரைவாகவும் செய்து முடிக்கலாம்.

இதேபோல் ஆட்சி நிருவாகத்துறையிலும், இங்கிலீஷ் இன்றுள்ளதுபோலவே, தமிழும் இயங்க வேண்டுமானால், இங்கிலீஷ் படித்த தமிழ்ப் புலமைப் பட்டதாரிகளையெல்லாம் சர்க்கார் பணிமனைகளில் ஏராளமாக நியமிக்கவேண்டும். இவர்களுக்குக் கொடுத்தவை போக மீதியிடங்களைத்தான் மற்ற பட்டதாரிகளுக்குக் கொடுக்கவேண்டும். நல்ல இங்கிலீஷ் படிப்புள்ள தமிழாசிரியர்களையும் சர்க்கார் பணிமனைகளில் பொறுப்புள்ள பதவிகளில் அமர்த்த வேண்டும்.

இதுமட்டுமல்ல, தமிழில் சுருக்கெழுத்தும், டைப்ரைட்டிங்கும் கற்றுத் தேர்ச்சிப் பெறக் கூடியவர்கள் ஏராளமாகத் தேவை. இத்தேர்வுகளுக்குச் செல்வோரில் 100 க்கு ஒருவர், இருவருக்குத்தான் இன்று வெற்றி கிடைக்கிறது. இந்தக் கடுமையைத் தளர்த்த வேண்டும்.

அச்சுப்பொறியிலும் அவசர மாற்றம் ஏற்படவேண்டும். தானே உருக்கி வார்க்கும் தமிழ் மானோடைப் (Monotype) இயந்திரங்கள் பெருகவேண்டும். இம்முயற்சியில் கோவை நவ இந்தியா உரிமையாளர் தீவிரமாக ஈடுபட்டு வெற்றி கண்டிருப்பது குறித்து நாம் மகிழ்ச்சியும், பெருமையும் அடைகிறோம். இத்தொழிற் சாலையில் உருவாக்கப்படுகின்ற ரோட்டரி அச்சு இயந்திரத்தையும் நாமே நேரில் கண்டு வியப்படைந்தோம்.

இவைகள் மட்டுமல்ல, விஞ்ஞான நூல்களையெல்லாம் தமிழில் ஆக்கி மலை மலையாகக் குவிக்கவேண்டும்.

கல்லூரிகளிலும் தமிழிலேயே பாடங் கற்பிக்கப்பட வேண்டும் என்ற கல்வி யமைச்சரின் ஆசை உண்மையாயிருக்குமானால் தமிழ் மொழிபெயர்ப்புப் படை (Translation Army) ஒன்று தயாராக வேண்டாமா? இந்தப் பொறுப்பு யாருடையது? இதற்காக இரண்டாவது அய்ந்தாண்டுத் திட்டத்தில் பெருந்தொகை ஒதுக்கினால் தான் முடியும்.

இவற்றையெல்லாம் செய்யாவிடில் சில தமிழ்ப் புலவர்கள் தமிழ், தமிழ் என்று கூறுவது போல், மந்திரிகளும் பேச்சளவில் கூறிவருகிறார்கள் என்றுதான் கருத வேண்டியிருக்கும்.

தமிழ் வளரவேண்டுமானால், இவ்வளவு துறைகளிலும் ஆக்கவேலைகள் நடக்க வேண்டும். இவைகளுக்கெல்லாம் இடுக்கண்ணாக உள்ள இன்றையத் தமிழ் நெடுங் கணக்கு சுருங்கவேண்டும். தேவையற்ற எழுத்துக்களை நீக்கிவிட வேண்டும். குறைந்தபட்சம் விடுதலையின் எழுத்து மாற்றங்களையாவது ஏற்றுக் கொள்ளவேண்டும். திரு. ஓமாந்தூர் ரெட்டியார் அவர்களின் ஆட்சியில் திரு.அவி நாசிலிங்கம் அவர்களது முயற்சியினால் முடிவு செய்யப்பட்ட தமிழ் எழுத்து மாற்ற உத்தரவைக் குப்பைத் தொட்டியில் போட்டார் திரு.ஆச்சாரியார் அவர்கள். இல்லையேல், இன்று எல்லாப் பாடப் புத்தகங்களும் அறிவுக்கேற்ற முறையில் திருந்திய எழுத்துக்களுடன் அச்சிடப்பட்டவைகளாயிருக்கும்.

தமிழில் ஆட்சி நடப்பதென்றால் சுளுவல்ல. பல அவசர மாற்றங்கள், திருத்தங்கள், ஆக்கவேலைகள் செய்யவேண்டும். ஆட்சியாளரிடம் அகம்பாவ உணர்ச்சி இருக்கக் கூடாது. மாற்றார் கூற்றிலும் உண்மையிருக்கும் என்ற பரந்த உணர்ச்சி வேண்டும்.

விடுதலை - 01.09.1956.

தொகுதி

1

மொழி

"பிராமணாள் சின்னங்களை அகற்றும் வாரம் வரப்போகிறது"

பிராமணாள் என்ற சொல்லை எப்படி இழுக்கென்று திராவிடர்க்கு கருதுகிறோமோ அதுபோலவே கோவிலில் நடைபெறும் சமஸ்கிருதத்தையும் கருதுகிறோம். நம் நாட்டிலே உள்ள தமிழ்மொழி ஆட்சிமொழி ஆகிவிட்ட பிறகு இங்கு ஏன் சமஸ்கிருதம்? சர்க்கார் (ஆட்சியாளர்) இதை கேட்கவில்லையானால் நாங்கள் தானே இதை கேட்க வேண்டும். உள்ளே இருப்பது குழவிக்கல் என்பது எல்லோருக்கும் தெரியும். அதற்குத் தமிழில் சொன்னால் என்ன? சாமி செத்தா போகும்? இப்படிக் கேட்டால் பார்ப்பான் என்ன சொல்கிறான் என்றால் நாம் பார்ப்பானைத் துவேஷிக்கிறோமாம். அப்படியானால் போலீஸ்காரன் குற்றம் செய்தவனை அடிக்கிறான் என்றால் போலீஸ் துவேஷம் என்று சொல்லமுடியுமா? இதனால்தான் மானம் அற்ற நம் திராவிட இனத்தைக் காட்டிக் கொடுப்பவர்கள் என்னை வகுப்புவாதம் பேசுகிறேன் என்று கூறுகிறார்கள். வகுப்புவாதம் என்றால் என்ன பொருள்? எனக்கு ஏன் கீழ்சாதி? எனக்கு ஏன் நான்காம் சாதி? வகுப்புவாதம் என்றால் எங்கள் வகுப்புக்கு உள்ள உரிமையைவிட அதிகம் கேட்டால் வகுப்பு வாதம் என்று சொல்லலாம் எங்களுக்கு உள்ள உரிமையைக் கொடு என்று கேட்பது எப்படி வகுப்புவாதமாகும்?

விடுதலை - 05. 05. 1957

தொகுதி 1
மொழி

சமஸ்கிருதம் ஏன்?

இன்று இந்நாட்டில் நடைபெறும் ஆட்சியானது, "ஜனநாயக குடியரசு" என்ற போலிப் பெயரைக் கொண்டதாயினும், உண்மையாக இது பார்ப்பனர்களது நலத்தைப் பாதுகாக்கின்ற தன்மையில் அவர்களால் நடத்தப்பெற்று வருவதாகும் என்பதையும், நான் பல தடவைகள் எடுத்துக்காட்டி வந்திருக்கிறேன். இன்றும் அதைத்தான் செய்துகொண்டு வருகிறேன். இந்நாட்டில் உள்ள மற்ற அரசியல் கட்சிகள் என்கின்ற யாவும், இந்த அரசாங்கத்தில் நமக்கு ஏதாவது பங்கு கிடைக்கிறதா? நாமும் பொறுக்கித்தின்று வாழ்வதற்கு வகைகிடைக்காதா? என்கின்ற தன்மையில்தான் அதனை ஒழிக்கவே போட்டி போடுவதைப் போல் நடித்து மக்களிடம் ஓட்டு வாங்கிக் கூட்டுக் கொள்ளைப் பங்கு பெறத் துடித்துக்கொண்டும் இருக்கின்றன.

அரசாங்கத்தினரும் இவர்களுக்கும் பங்கு கிடைக்கவே பல ஏற்பாடுகள் செய்து வைத்து ஆசை காட்டுகிறார்கள். ஆகவே, அவர்களால் (இதில் பங்கு பெறுபவர்களால்) இதைப் 'பார்ப்பன நாயகம்' என்பதை ஒரு நாளும் ஒப்புக்கொண்டதாகக் காட்டிக்கொள்ளமுடியாது. நெஞ்சார உணர்ந்ததை வெளியே சொன்னால் 'வயிறு கழுவுவது', 'காலட்சேபம் நடத்துவது' - கொள்ளைப் பணம் சேர்ப்பது - பதவி பெறுவது பாதிக்கப்பட்டுவிடுமே என்று கருதி அஞ்சி, பயந்து ஒடுங்கி, பார்ப்பான் பாடுகிற -'ஜனநாயக சங்கீதக் கச்சேரி'க்கு இவர்கள் பக்கமேளம் வாசிப்பவர்களாக இருக்கிறார்கள். ஏனெனில் இதை ஜனநாயகம் என்று இவர்கள் ஒப்புக் கொள்ளா விட்டால் இவர்கள் தேர்தலுக்கு நிற்க முடியாது. பதவிக்குப் போட்டிப் போட முடியாது. இது பகுத்தறிவைப் பயன்படுத்துகிற அறிவாளிகளுக்கு விளங்காமற் போகாது. இதை எவன் புரிந்துகொள்கின்றானோ அவனால்தான் திராவிடர் கழகத்தின் மகத்தான தொண்டின் சக்தி, மகத்துவம், பெருமை என்னவென்று உணரமுடியும்.

இன்று நடைபெறும் ஆட்சி பச்சைப் பார்ப்பன ஆட்சி என்றும், சூத்திரனை - பிராமணன் மேல் சாதி - கீழ்ச்சாதிக்காரன் என்பவன் அப்படியே நீடித்து நிலைத்து என்றென்றும் 'சிரஞ்சிவி'யாக இருக்க வேண்டும் என்று பாடுபட்டுவரும் ஆட்சி என்றும் காட்டுவதற்கு இதுவரை பலவித ஆதாரங்கள் எடுத்துக் காட்டப்பட்டுள்ளன என்றாலும், இன்றும் ஒரு எடுத்துக்காட்டு காட்டுகிறேன்.

இந்த நாட்டில் பல காலமாக சமஸ்கிருதம் என்கின்ற ஒரு வடமொழியை (ஆரிய மொழியை) ஆரியர் இந்நாட்டில் புகுத்தி, அதற்குத் (தேவ பாஷை) எனப் பெயரிட்டுக் கடவுள்கள் - தேவர்கள், சமயம், சாத்திரம் ஆகியவைகளுக்கு அதில்

555

சொன்னால்தான் புரியும் - பயன்படும் என்று காட்டி, நமது பரம்பரை இழிவிற்கு நிரந்தரப் பாதுகாப்பு ஏற்படுத்தி வருகிறார்கள்.

இந்நாடு நம்முடைய நாடு. இந்நாட்டில் நாம் தமிழர்கள் 100க்கு 97 பேர்கள் வாழ்கிறோம். நமது நாட்டு மொழி தமிழ் மொழி. இந்த நிலையில் நமது மொழிக்கும், நம் கலாச்சாரத்திற்கும், நம் பழக்க வழக்கங்களுக்கும் சம்பந்தமில்லாத நம் நாட்டு மக்கள் எண்ணிக்கையில் நூற்றுக்கு 3 பேராக உள்ள இந்நாட்டிற்கு பிழைக்க வந்து குடியேறிய ஆரியப் பார்ப்பனர்களுடைய தாய்மொழியாக உள்ளதும், எழுத்தே இல்லாததுமான சமஸ்கிருதம் என்னும் மொழிக்கு இன்று இருந்துவரும் செல்வாக்கு தமிழுக்கு உண்டா? இவ்வாரியர் புகுதலுக்குப் பின் இருந்திருக்கிறதா? இன்றைய இளைஞர்கள், வாலிபர்கள் பலருக்கு ஒரு முப்பது, நாற்பது வருடங்களுக்கு முந்திய நிலைமை எப்படி? தமிழுக்கு அப்பொழுது இருந்த மரியாதை, அந்தஸ்து என்ன? பார்ப்பன 'மேலோர்' மொழியாக சமஸ்கிருதத்திற்கு இருந்த அந்தஸ்து என்ன? என்பது பற்றிய பல விஷயங்கள் தெரியுமா? தெரியாது என்றே நினைக்கின்றேன். சுமார் 40 வயதுக்கு மேற்பட்டவர்களுக்கு ஒரு வேளை தெரியக்கூடும்.

முன்பெல்லாம் ஒரு காலேஜில் ஒரு சமஸ்கிருத புரொஃபசர் வாங்கும் சம்பளத்துக்கும், தமிழ்ப் பண்டிதர் (புரொஃபசர்) வாங்கும் சம்பளத்துக்கும் மலை அளவு வித்தியாசம் இருக்கச் செய்தது. அரசாங்கத்தில் சமஸ்கிருதம் படித்தவனுக்கு அவ்வளவு சலுகை! சமற்கிருத புரொஃபசருக்கு 350 ரூபாய் சம்பளம்! தமிழ்ப் பண்டிதருக்கு (புரொஃபசருக்கு) 75 ரூபாய்தான் சம்பளம். சமஸ்கிருத ஆசிரியருக்குப் பெயர் - 'புரொஃபசர்'. தமிழ் ஆசிரியருக்குப் பெயர் - ஆசிரியர்.

காலஞ்சென்ற பேராசிரியர் திரு. கா. நமச்சிவாய முதலியார் அவர்கள் பிரசிடென்சி காலேஜில் புரொஃபசராக இருந்தபோது வாங்கின சம்பளம் ரூபாய் 81 என்பதாகத்தான் ஞாபகம். அதே நேரத்தில் அங்கு சமற்கிருத புரொஃபசராக இருந்த திரு. குப்புசாமி சாஸ்திரி (என்ற ஞாபகம்) என்பவர் வாங்கின சம்பளம் ரூ.300க்கு மேல்! ஜஸ்டிஸ் கட்சி அரசாங்கத்தில் முதல் மந்திரியாக இருந்த திரு. பனகல்ராஜா அவர்களே இதைக் கண்டு மனம் கொதித்து என்னிடத்தில் நேரில் சொல்லி, "நீங்கள் இதைக் கண்டித்து ஒரு தலையங்கம் எழுதுங்கள்" என்று சொன்னார். அவர் சமற்கிருதம் படித்தவர். புலமை வாய்ந்தவர். என்ற போதிலும் அந்தமாதிரி அந்தஸ்திலும், சம்பளத்திலும் வேறு படுத்திய கொடுமையை கண்டித்தார். பிறகு அரசாங்க உத்தரவுபோட்டு அதன் மூலம் இவ் வேற்றுமையை ஒழித்தார். அன்று நாங்கள் போட்ட கூப்பாடும், ஜஸ்டிஸ் மந்திரி சபையின் உத்தரவும் இல்லாதிருந்தால் இன்றும் தமிழ்ப்பண்டிதர்கள் இதே நிலைமையில்தான் இருக்கக்கூடும்.

பிறகு, திரு. இராசகோபாலச்சாரியார் அவர்கள் 1937ல் இந்தியைக் கொண்டு வந்ததன் உள்நோக்கமே சமற்கிருதத்துக்குச் செல்வாக்கு கொஞ்சம்கொஞ்சமாகச் சரிந்து வருவதைத் தடுத்து அதை உயர்த்தவும், அந்த சமற்கிருத எதிர்ப்பு உணர்ச்சியை அழிக்கவுமேயாகும். இதை அவர் வெளிப்படையாகவே பல கூட்டங்களில் சொற் பொழிவுகளின் மூலம் வெளிப்படுத்தி இருக்கிறார். இதை நாம் இப்பொழுது விட்டால் நமது இனத்திற்கும், தன்மானத்திற்கும், உரிமைக்கும் பேராபத்து என்று கருதித்தான் ஆச்சாரியாரின் கட்டாய இந்தித் திணிப்பைப் பலமாக எதிர்த்துப் போராட்டம் துவக்கி சுமார் 2000 பேர்களைச் சிறைக்கு அனுப்பியதோடு, நானும் மூன்று ஆண்டுகள் கடின காவல் தண்டனை பெற்றேன்.

இன்று தமிழ்நாட்டில் 'சமற்கிருதம்' என்ற ஒரு மொழி உண்மையிலேயே தேவைதானா? எதற்காவது பயன்படுகிறதா? அதற்கும் நமக்கும் கடகத்தனை

யாவது, எதிலாவது ஒற்றுமை - பொருத்தம் எவ்வகையிலாவது இருக்கிறதா என்று எண்ணிப் பார்க்க வேண்டும். தமிழ்நாட்டில் தமிழர்களின் வாழ்வில், சமயத்தில், சமுதாயத்தில், அரசியலில், விஞ்ஞானத்தில் மற்றும் ஏதாவது ஒரு காரியத்திற்கு இந்த சமற்கிருதம் பயன்படுகிறதா?

மற்றும், தமிழ் மக்கள் தமிழில் எவ்வளவுதான் மேதாவிகளாய் இருந்தாலும், அவர்களால் சமற்கிருதத்தைச் சரியானபடி உச்சரிக்க முடிகிறதா? தமிழர் யாராய் இருந்தாலும் சமற்கிருதம் உச்சரிப்பது என்றால் அது சிறிதாவது கஷ்டமானதும் சரிவர உச்சரிக்க முடியாததுமானதாகவே இருக்கிறது. தமிழ்நாட்டின் சீதோஷ்ண நிலைக்குப் பொருந் தாது - உச்சரிப்பதானால் சரியானபடி உச்சரிக்க முடிவதில்லை. மனிதனின் சக்தி (Energy)யை அதிகம் பயன்படுத்தி ஆக வேண்டும். குளிர்நாட்டு மொழி சமற்கிருதம். ஆகவே, அது நமக்குப் பேச்சு வழிக்குக்கு உதவாததாகும்.

ஒரு மொழியின் தேவை முக்கியத்துவமெல்லாம் அது பயன்படுகின்ற தன்மையைப் பொறுத்தே ஆகும். அது எவ்வளவு பெரிய இலக்கியக் காவியங் களையும் தெய்வீகத் தன்மையையும் தன்னிடத்தே கொண்டது என்று சொல்லிக் கொள்ளப்படுவதானாலும் அது மக்களது அன்றாட வாழ்க்கை யில், அவர்களது அறிவை வளப்படுத்தும் தன்மையில் எந்த வகையில் உபயோகப்படும்படி இருக்கிறது என்பதையே அளவுகோலாகக் கொண்டு அளக்கவேண்டும்.

உதாரணமாக, இன்று இங்கிலீஷ் மொழி சிறந்த மொழி என்று பல்லோராலும் ஒப்புக் கொள்ளப்படுகின்றதென்றால், அது புராதனமொழி என்பதோ அல்லது தெய்வாம்சம் உள்ள மொழி என்பதோ அதற்குக் காரணம் அல்ல. அதனுடைய உலக உபயோகமும், அது உலக மக்களது அறிவை, வாழ்வை வளப்படுத்த உதவிய, உதவுகின்ற தன்மையையும் பொறுத்ததேயாகும்.

ஒருவன் ஆங்கில மொழியைச் சுலபமாகக் கற்றுக் கொள்ள முடியும்.

ஆங்கில மொழியை அறிந்தவன் உலகத்தின் எந்தக் கோடிக்கும் சென்று அறிவைப் பெற்றுத் திரும்பிவர இயலும்.

ஆங்கில மொழியானது அறிவைத் தூண்டும் உணர்ச்சியை ஏற்படுத்தி இருக்கிறதே தவிர, அது சுதந்தரமாகச் சிந்திக்கின்ற தன்மைக்கு விலங்கிட்டதாக ஒரு போதும் கிடையாது.

இம்மாதிரிக் காரணங்களால் அது சிறந்த மொழி என்று கருதப்படுகிறது. வெறும் அழகை மாத்திரம் வைத்துக்கொண்டு இப்படிச் சொல்லாமல், அதன் பயனைக் கணக்கிட்டு (Utility)த்தான் அதனைப் பாராட்டித் தீரவேண்டிய நிலையில் இருக்கிறோம்.

இதற்குரிய யோக்கியதாம்சங்களில் ஏதாவது ஒன்றாவது நம் நாட்டில் உள்ள மொழிகளுக்கு இருக்கிறதா? அதிலும் குறிப்பாக - 'தேவ பாஷை'யான சமற்கிருதத்துக்கு உண்டா? என்ற கேள்விக்கு இன்றல்ல - பல ஆண்டுகளுக்கு முன்பே, 'இல்லை' என்ற பதில் கிடைத்துவிட்டது. அது, 'பேச்சு வழக்கு இல்லாத ஒரு பாஷை' ஆகும். இந்தியத் துணைகண்டத்தில் உள்ள சுமார் 40 கோடி மக்களில் எத்தனைப் பேர்களுக்கு சமற்கிருதம், 'தாய் பாஷை'? எத்தனைப் பேர்கள் பேசுகிறார்கள்?

பார்ப்பனர்கள் வகுத்த அரசியல் சட்டத்தில் அங்கீகரிக்கப்பட்ட 14 மொழிகளில் சமற்கிருதம் ஒன்று என்று சர்வ ஜாக்கிரதையாக எழுதி வைத்துக்கொண்டு இருக்கின்றனர். இதுவே பெரிய மோசடி எண்ணத்தின் விளைவு என்பேன். 'சமற்கிருதம் பேசுகின்றவர்கள் இந்தியாவிலேயே மொத்தம் 441 பேர் - அதாவது

சுமார் 500க்கும் குறைந்தவர்கள்' என்ற புள்ளி விவரத்தை திரு. பி.ஜி. கேர் தலைமையில் ஏற்படுத்தப்பட்ட இந்திய ஆட்சிமொழிக் கமிஷனின் 'ரிப்போர்ட்' (official Language Commission Report) தெரிவிக்கிறது. இதுகூடப் புரட்டு என்றுதான் கூறவேண்டும். சமற்கிருதத்தை வழக்கில் பேசுகின்றவர்கள் இந்த நாட்டில் யாருமே இல்லை.

இந்திய சர்க்காரால் ஆண்டுதோறும் வெளியிடப்படும், 'இந்தியா ஆண்டு வெளியீட்'டில் (India Year Book 1960) உள்ள புள்ளி விவரம் - பக்கம் 45 இல் தரப்பட்டிருப்பதானதைக் கீழே பாருங்கள்:

மொழி	எண்ணிக்கை இலட்சத்தில்	மொத்தத்தில் சதவிகிதம்
இந்தி உருது இந்துஸ்தானி பஞ்சாபி	1499	46.3
தெலுங்கு	330	10.2
மராத்தி	270	8.3
தமிழ்	265	8.2
வங்காளி	251	7.8
குஜாராத்தி	163	5.8
கன்னடம்	145	5.0
மலையாளம்	134	4.1
ஒரியா	132	4.1
அஸ்ஸாமி	50	4.1
காஷ்மீரி	0.05	..
சமற்கிருதம்	0.01	-

இந்தப் புள்ளிவிவரங்களின்படி மிகமிகக் குறைந்த மக்கள் - 'மைக்ராஸ்கோபிக் (Microscopic) (பூதக் கண்ணாடி வைத்துத் தேடவேண்டி அளவு) மைனாரிட்டியினர்' மொழியாகத்தான் - (நாம் இந்தப் புள்ளிவிவரத்தை ஒப்புக் கொண்டே பேசுவதனாலும் கூட) அது இருக்கிறது. அப்படி இருந்துங்கூட, மேலே பலநூறு இலட்சக் கணக்கான மக்களால் பேசப்படும் பல மொழிகளுக்குக் கிடைக்காத சலுகை இன்று இதற்குத் தரப்படுகிறதே, காரணம் என்ன?

சமற்கிருதமொழி ஒரு செத்தமொழி என்ற உண்மை (microscopic) பல்லோராலும் மறுக்காமல் ஒப்புக்கொள்ளப் பட்ட உண்மையாகும். அதை உயிர் ஊட்டுவதற்காகப் பார்ப்பனர்களைக் குடியாட்சித் தலைவர்களாகவும், மந்திரிகளாகவும், நீதிபதிகளாவும் கொண்டுள்ள இந்த ஆட்சியினர், சமீபகாலமாகச் செய்துவரும் 'பகீரதப்' பிரயத்தனங்களும் அதற்காக மற்ற மக்களிடத்தில் கசக்கிப் பிழிந்து வாங்கும் வரிப்பணத்தைக் கரியாக்குவதையும் பற்றி இந்த நாட்டில் உள்ள 'பொது மக்கள் தலைவர்களோ', 'மொழிவல்ல டாக்டர்களோ' யாரும் கவலைப் பட்டதாகத் தெரியவே இல்லை.

எடுத்துக்காட்டாக, அக்டோபர் 1956ல் சமற்கிருதக் கமிஷன் என்ற ஒன்றை இந்திய சர்க்கார் நியமித்தார்கள். இந்தக் கமிஷனின் நோக்கங்கள் யாவை என்பதையும் அரசாங்கத்தினர் சொன்னார்கள். அதன் நோக்கம் பல்கலைக்கழகங்களிலும், வெளியிலும் சமற்கிருதத்தை, சமற்கிருதக் கல்வியைப் பரப்புவதும், அதற்கு மீண்டும் புத்துயிர் ஊட்டுவதுமேயாகும். இந்தக் கமிஷன் தனது அறிக்கையை

டிசம்பர் மாதம் 1957ல் சமர்ப்பித்தது. இதன் சிபாரிசுகளை அரசாங்கம் அப்படியே ஏற்றுக்கொண்டு, அதைத் தனது திட்டமாகச் செயல்படுத்திக் கொண்டுவருகிறது. இந்த ஆட்சிக்குப் பெயர் ஜனநாயகமாம்!

நன்றாக சிந்தித்துப் பார்க்க வேண்டும். ஒரு கமிஷன் என்றால் அதற்குப் பல்லாயிரக்கணக்கான ரூபாய்கள் செலவு வீண் விரயம் என்று அர்த்தம். இதனால் யாருக்காவது 'காதொடிந்த ஊசியளவு' பிரயோசனம் உண்டா? விரயம் செய்யப் பட்ட பணம் அத்தனையும் நம்மிடத்திலிருந்து வரியாகக் கோடிக்கணக்கில் தில்லி சர்க்காரால் பகற்கொள்ளையரைப் போல் எடுத்துச் செல்லப்படுவதுதானே? பார்ப்பனரிடம் இருந்து போகும் வரி விகிதாசாரம் என்ன? நம்மிடம் இருந்து போகும் வரியின் விகிதாச்சாரம் என்ன? 'அண்டை வீட்டு நெய்யே என் பெண்டாட்டி கையே' என்கின்ற தன்மையில் இலட்சக்கணக்கில் இப்படி வாரியிறைத்துப் பதறப் பதற நாசமாக்கிக் கொண்டிருப்பதை நாம் இன்னமும் சகித்துக் கொண்டுதான் இருக்கிறோம். இவ்வாறுதான் இருக்கவேண்டுமா?

'சமற்கிருதக் கமிஷன்' சிபாரிசுப்படி மத்திய சர்க்காரிலேயே 'மத்திய சமஸ்கிருத போர்டு (Central Sanskrit Board) என்ற ஒரு அமைப்பு 1957 ஆகஸ்ட் முதல் தேதியிலிருந்து ஏற்படுத்தப்பட்டிருக்கிறது. அதற்கு முன்னாள் சுப்ரீம்கோர்ட் சீப் ஜஸ்டிஸ் திரு. பதஞ்சலி சாஸ்திரி தலைவர். மற்றும் 8 பேர் உறுப்பினர்கள். மூன்று வருடங்களுக்கு இவர்கள் பதவியில் இருப்பார்கள்.

இந்த போர்டினது பிரதான நோக்கம் எல்லாம் - சமற்கிருதத்தை இந்தியா முழுவதிலும் எப்படிப் பரப்புவது என்பதற்கான வழிவகைகளை ஆராய்ந்து மத்திய சர்க்காருக்கு அவ்வப்போது ஆலோசனை கூற வேண்டியதுதானாம். சமற்கிருதக் கமிஷனின் சிபாரிசுகளை நடைமுறைக்குக் கொண்டுவருவதற்காக இரண்டாவது அய்ந்தாண்டுத் திட்டத்தில் பல இலட்ச ரூபாய் அதற்காக ஒதுக்கப்பட்டதாம் (Bhavan's Journal 14/06/1959).

இப்படிப் பல இலட்ச ரூபாயைக் கரியாக்குவதன்மூலம் யாருக்கு என்ன நன்மை என்பது ஒருபுறம் இருக்கட்டும். அரசியல் சட்டத்தில் உள்ள மற்ற 13 மொழிகளுக்குக் காட்டாத சலுகை, சமற்கிருதத்திற்கு மட்டும் என்ன தேவை?

அப்படிச் சமற்கிருத இலக்கியத்திற்கும், மொழிக்கும் ஊக்கம் அளிப்பது என்றால் அதைத் தனிப்பட்டவர்களான பிர்லா, கே.எம். முன்ஷி போன்றவர்களால் அதற்கெனவே ஏற்படுத்தப் பட்டுப் பிரச்சாரம் செய்யப்பட்டு வருகின்ற - பாரதிய வித்யாபவனம், பாரத இதிகாச சமிதி, சமற்கிருத விசுவபரிஷத் போன்றவைகள் செய்துகொள்ளலாம் அல்லவா? மத்திய சர்க்கார் மாத்திரம் இதற்கு ஏன் இவ்வளவு சலுகை காட்டவேண்டும்? இது மாத்திரம் அல்ல. மத்திய சர்க்காரின் ஆதரவுள்ள சாகித்திய அகடமியின் ஆதரவில் சமற்கிருதத்தைப் பரப்புவதற்கென்றே ஒரு பத்திரிகையும் (Journal) துவக்கப் பெற்றுச் சில மாதங்களாக நடந்து வருகின்றது.

இதற்கெல்லாம் அடிப்படையான காரணம் என்ன? இவ்வளவு ஆர்வம் செலுத்துவதன் உள்நோக்கம் என்ன? என்று ஆராய்ந்தால்தான் பார்ப்பான் தனது ஆதிக்கத்தையும் ஏகபோக உரிமையையும் பாதுகாப்பதில் எவ்வளவு கண்ணும் கருத்துமாக இருக்கிறான் என்பது விளங்கும்.

சமற்கிருதம் பரவினால்தான் பார்ப்பான் வாழமுடியும், சுரண்ட முடியும். நம்மைக் கீழ்ச்சாதி மக்களாக ஆக்கமுடியும். அவன் பிராமணனாக இருக்க முடியும். அதன் நலிவு, பார்ப்பன ஆதிக்கத்தின் சரிவு என்பதை உணர்ந்துதான் ஒவ்வொரு பார்ப்பனரும் சர்வ ஜாக்கிரதையாக - விழிப்போடு காரியம் செய்து வருகிறார்கள்.

இல்லாவிட்டால், உலகம் பூராவும் சுற்றி வருகிற 'சசிவோத்தம' சர்.சி.பி. இராமசாமி அய்யர், 'சமற்கிருதந்தான் இந்தியாவின் அரசாங்க மொழியாக இருக்கவேண்டும்' என்று பேசி வருவாரா? அது மட்டுமா? தமிழைத் தாய்மொழி என்று கூறுகின்ற பார்ப்பனரைக் காணமுடிவதில்லையே! தப்பித் தவறி எங்காவது ஒன்று இரண்டு சுட்டிக் காட்டுவீர்களானால் அது வயிற்றுப் பிழைப்பைக் கருதி அப்படி உதட்டளவில் கூறிய பார்ப்பனனாக இருக்கும். அவ்வளவுதான்.

'சமற்கிருத விஸ்வ பரிஷத்தின் கூட்டம் புதுதில்லியில் பாபு இராஜேந்திர பிரசாத் தலைமையிலே, அதுவும் இராஷ்டிரபதி பவனத்தில் நடக்கிறது. அதில் தீர்மானம் கொண்டு வருகிறார்கள். அரசாங்கத்திடம் சொல்லி சமற்கிருதப் படிப்புக்கு என ஒதுக்கி இருக்கும் தாகையைச் செலவழிக்காவிட்டாலும்கூட, அதை சமற்கிருதமல்லாதவற்றிற்குச் செலவிடக் கூடாது. அது சம்பந்தமாகச் சட்டங்கள் செய்யப்படுவதோ, உத்தரவு போடப்படுவதோ தடுக்கப்பட வேண்டும்' என்று கூற ஒரு கமிட்டி ஏற்படுத்தி, அதில் உறுப்பினரர்களாக, இந்திய பார்லிமெண்டின் சபாநாயகர் திரு. அனந்த சயனம் அய்யங்கார் இன்றைய சுப்ரீம் கோர்ட் பிரதம நீதிபதி திரு. பி.பி. சின்ஹா போன்ற சிலர் நியமிக்கப்பட்டு உள்ளனர் (பவன்ஸ் ஜர்னல் 23.03.1959).

சமற்கிருதத்திற்கு ஒதுக்கப்படும் பணம் செலவாக வழியில்லை என்றால் கூட, வேறு காரியத்திற்குச் செலவிடப்படக்கூடாதாம்! எவ்வளவு பரந்த மனப்பான்மை! இந்தத் தீர்மானம் நிறைவேற்றப்பட்டது. பார்ப்பனரின் காலைக் கழுவிய திரு. இராஜேந்திரபிரசாத் - குடியாட்சித் தலைவரின் தலைமையின் கீழாகும். இதைப் போய் - மதச் சார்பற்ற அரசாங்கம் என்றும், பார்ப்பன அரசாங்கம் அல்ல என்றும் சொல்லுவது, மனிதன் உடனே சாகக்கூடிய மாதிரியில் கடிக்கின்ற பாம்புக்கு 'நல்ல பாம்பு' என்று பெயர் வைத்திருப்பது போன்றதல்லவா?

'ரிட்டயரான' ஒவ்வொரு பார்ப்பன ஜட்ஜ் , அதிகாரி, தலைவர் எல்லோருக்கும் எப்படி சமற்கிரதத்தைப் பரப்புவது என்பதில்தான் கவலை. அது பரவினால், ஆழ வேரூன்றினால்தான் பார்ப்பன சாதித்திமிருக்கு உரம் போட்டதுபோலவாகும் என்பதை நன்றாக உணர்ந்துதான் அவர்கள் இவ்வாறு தீவிரமாக இதில் ஈடுபட்டுக் கொண்டிருக்கின்றார்கள்.

நம்முடைய மக்களோ இதைப்பற்றியெல்லாம் கவலைப்படாமல், 'நாம் எவனுக்கு வைப்பாட்டி மக்களாக இருந்தால் என்ன? வயிறு நிரம்ப வேண்டியது தானே' என்று இருக்கிறார்கள்.

நம்முடைய புலவர்கள், அறிஞர்கள் எல்லோரும் இதைப் பற்றியே நினைக்க நேரமில்லா மாதிரி காட்டிக்கொண்டு, பார்ப்பனின் காலைக் கழுவி 'கதி மோட்சம்' பெறுவதில் போட்டி போட்டுக் கொண்டிருக்கிறார்கள்.

அரசியல் - ஒட்டு - பதவி வேட்டைக்காரர்களோ, 'நாய் விற்ற காசு குரைக்காது', 'கருவாடு விற்ற காசு நாறாது' என்கின்ற தன்மையில் - 'எரிகிற வீட்டில் பிடுங்கியது இலாபம்' என்று எண்ணித் தமிழ் மக்களது மானத்தைப் பார்ப்பனரிடம் அடகு வைத்துக் கூலி பெற்றுக்கொண்டு இருக்கின்றார்கள்.

இந்நிலையில் இதையெல்லாம் எடுத்துக்கூறியப் பேசித் திரிவதற்கு - அதன் விளைவுகளைச் சந்தோஷத்தோடு ஏற்பதற்கு என்னைத் தவிர, எனது கழகத்தைத் தவிர, இன்று நாட்டில் யார் இருக்கிறார்கள்? யார் இருக்கிறார்கள்? யார் இருக்கிறார்கள்? - எனக்குப் பிறகு; எங்களுக்குப் பிறகு? சிந்தியுங்கள்!

விடுதலை - 15. 02. 1960

தாய்ப்பால் பைத்தியம்

தொட்டதற் கெல்லாம் பழமைப் பைத்தியமே, 'சனாத'மே தலைவிரித்தாடும் போது அந்த மோகத்தில் ஆழ்ந்த மக்களிடையில் பொதுவான முன்னேற்றம் - மாறுதல் ஏற்படுத்த வருகிறவர்கள் யாராய் இருந்தாலும் அவர்கள் மிக மிகக் கஷ்டமும் தொல்லையும் அனுபவிக்கவேண்டிவரும் என்பதில் மறுப்புக்கு இடம் இருக்காது.

இதற்கு சுருக்கமான ஓர் உதாரணம் எடுத்துக்காட்ட ஆசைப்படுகின்றேன். அதாவது இந்த இதே தமிழ்நாட்டில் தமிழ் மொழியான் அல்லாத ஆங்கில மொழிக்காரன் ஆட்சி வந்த பிறகுதான் அவனது 200 ஆண்டு ஆட்சியில் தமிழ் மக்களில் 100க்கு 15 பேர்களாவது எழுத்துக்களையே அறிய முடிந்தது.

இந்த இங்கிலீஷ்காரன் ஆட்சி உச்ச நிலையில் இருந்தபோது அதற்கு மந்திரியாக இருந்துவந்தவர்கள் இந்நாட்டுப் பார்ப்பனர்களே ஆவார்கள். எப்படி எனில் கருத்துபடிதான் சட்டம் சம்பிரதாயம் முதலியவைகளைக் கொண்டு அவர்கள் மனம் கோணாமல் நடத்தி வந்தான். அதன் பயனாக எல்லா நீதி நிர்வாகப் பதவிகளும் ஆங்கிலேயனுக்கு அடுத்தாற்போல் பார்ப்பானிடம்தான் இருந்தன. இதனை அறியாதவர்கள் உண்மை தெரிந்துகொள்ள முடியாதவர்களேயாவார்கள். இதனை வேறுவிதமாகச் சொல்லவேண்டுமானால் இவர்கள் இந்தப் படியான ஆட்சியை எதிர்க்கவோ வேறு மாற்றத்தைச் சொல்லவோ வகை அறியாதவர் களாகவே இருந்தார்கள் மற்றர்கள். இப்படிப்பட்ட தன்மையில் நம்மில் மாத்திரம் அல்லாமல் பொதுவாகவே எழுத்துவாசனை உடைய மக்கள் 100க்கு 15 பேர்களுக்கு உள்ளாகவேதான் இருந்திருக்கிறார்கள். இந்த 15 பேர்களில் இங்கிலீஷ் கற்றவர்கள் (100க்கு) 2 பேர்கள் இருக்காலம். இந்த 2 பேர்களில் ஒண்ணே முக்காலே மூணுவீசம் பேர் பார்ப்பனர்களே ஆவார்கள். இதில் இருந்து இங்கிலீஷ் படித்த சமுதாயத்தின் வாழ்வு அன்றும் இன்றும்கூட எப்படி இருக்கின்றது? என்று பார்த்தால், அதோடு கூடவே தமிழ் படித்தவர்கள் வாழ்வு எப்படி இருக்கின்றது? படிக்காதவர்கள் வாழ்வு எப்படி இருக்கின்றது? ஏதாவது பேதம் உண்டா? என்று பார்த்தாலும் இங்கிலீஷ் படித்தவர்கள் தன்மையும், ஒன்றுமே படிக்காதவர்கள் தன்மையும் விளங்கும். மற்றும் இந்தத் தமிழ்நாட்டிலேயே நம் தன்மையும் பார்ப்பனரின் தன்மையும், இருவரின் வாழ்வின் பேத அளவும் விளங்குவதோடு, அந்த பேதத்துக்குப் பெருங்காரணம் வேறு எது எதுவோ இருந்தாலும் அந்த இங்கிலீஷ் படிக்காததுதான் என்பது விளங்கும்.

இன்றைய தினமும் ஆட்சி நம்முடையது என்று சொல்லப்பட்டாலும் இதில் இங்கிலீஷ் படித்தாலொழிய அந்த இங்கிலீஷ்லும் திறமையான படிப்பாளி என்கின்ற தகுதி இருந்தால் ஒழிய ஆட்சியில் பங்குபெற முடியாது என்கிற நிலை இருந்து வருவதை யாராவது மறுக்க முடியுமா என்று கேட்கின்றேன்.

மற்றும் இன்றைய உலகச் சூழ்நிலைக்கு ஏற்ப, விஞ்ஞான முன்னேற்றத்திற்கு ஏற்ப எந்தக் காரியத்தை எடுத்துக்கொண்டாலும் இங்கிலீஷைத் தவிர வேறு எந்த மொழியாலாவது நாடோ, மனிதனோ முன்னேறுவதற்கு ஏற்ற வசதியோ வாய்ப்போ இருக்கிறதா என்று கேட்கின்றேன். இந்த அளவைப் பொறுத்த வரையிலாவது தமிழ் மக்கள் என்னும் "குழந்தைகளுக்கு" தாய்ப்பால் என்னும் தமிழானது, முன்னேற்றம் என்னும் "உடல் தேறுவதற்கோ வளருவதற்கோ" பயன்பட்டு இருக்கின்றதா? பயன்படுமா? என்று கேட்கிறேன்

"தாய்ப்பால் சிறந்தது" என்பதில் தாய்ப்பாலில் சக்தியும் சத்தும் இருந்தால்தான் அது சிறந்ததாகும். இங்கு தமிழ் என்னும் தாயே சத்தற்றவள் என்பதோடு, நோயாளியாகவும் இருக்கும் போது அந்தப் பாலைக் குடிக்கும் பிள்ளை உருப்படியாக முடியுமா? தாயக்கு நல்ல உணவு இருந்தால்தானே அவளுக்குப் பாலும் ஊறும், அந்த பாலுக்கும் சக்தி இருக்கும்? தமிழில் நல்ல உணவு எங்கே இருக்கிறது?

நண்பர் சிவஞானம் கூறும் தமிழத்தாய் உண்ட உணவெல்லாம் சிந்தாமணி, சிலப்பதிகாரம் முதலிய பஞ்சகாவியம், எட்டுத்தொகை, பத்துப்பாட்டு, பாரதம், ராமாயணம், பாகவதம், கந்தபுராணம், திருவிளையாடல்புராணம், பெரியபுராணம் முதலிய இவைகள் தானே? இவைகளில் சுவை இருக்கலாம் அழகு இருக்கலாம் முன்னேற்றதுக்கான அறிவு இருக்கிறதா?

இப்படிப்பட்ட இந்த தாய்ப்பாலைக் குடித்து வளர்ந்த பிள்ளைகள் இந்நாட்டிலேயே நடைப்பிணமாய் இருப்பதைத் தவிர அதுவும் மற்றவன் கை காலில் நடப்பதைத் தவிர உழைப்புக்கு, காரியத்துக்குப் பயன்படும்படியான, தன் காலால் தாராளமாய் நடக்குபடியான பிள்ளை - ஒரு ஒத்தைப்பிள்ளை - தமிழ் நாட்டில் இருக்கின்றதா என்பதை அன்பர் சிவஞானம் காட்டட்டுமே என்று தான் பரிவோடு கேட்கின்றேன்.

இன்றைய தினம் கூட மேற்கண்ட தமிழ் "தாயின்பாலை" நேரே அருந்தி வளர்ந்த பிள்ளைகள் இங்கிலீஷ் புட்டிப்பாலைப் பருகி இருப்பார்களேயானால் இந்த அன்பர் சிவஞானம் உள்பட எவ்வளவோ சத்தியும் திறமையும் உடையவர்களாக ஆகி, இவர்களது வாழ்க்கை நிலையே வேறாக அதாவது அவர்கள் நல்ல பயன் அடைபவர்களாக ஆகி இருப்பார்கள் என்பதோடு, மற்றவர்களுக்கும் பயன்படும்படியான நல்ல உரம் உள்ள உழைப்பாளிகளாக ஆகி இருப்பார்கள் என்று உறுதியோடு கூறுவேன்.

"தாய்ப்பாலைக் குடிக்கவேண்டும், தாய்ப்பாலுக்கு வகை செய்யவேண்டும்" (அதாவது சமஸ்கிருதம் கட்டாயமாக்க வேண்டும்) என்று வரட்டுக் கத்தல் கத்துகிற எந்தப் பார்ப்பானவது புட்டிப்பால் வேண்டாம் என்று தள்ளுகின்றானா? சொல்கின்றானா? அப்படிச் சொல்லுகிறவர்கள் சங்கராச்சாரிகள், மகான்கள் கூட்டத்திலாவது யாராவது ஒருவர் இருக்கிறார்களா? தாய்ப்பாலை (தமிழை) எதற்காகப் படிக்கவேண்டும்? படித்த பிறகு அது எதற்குப் பயன்படுகிறது?

ஒருவருக்கு ஒருவர் கருத்து பரிமாற்றிக் கொள்ளத்தானே பேச்சு (மொழி) வேண்டும். பேசப் பழக வேண்டுமானால் அது தானாகவே படிக்காமலேயே வந்து விடுகிற சாதனமாகுமே! தமிழ் மக்களில் 100க்கு 80 பேர்களுக்குமேல், தாய்மார்களில்

100க்கு 90 பேருக்கு மேல் படிப்பு வாசனை அற்ற தற்குறிகளாக இருக்கிறார்கள், என்றாலும் இவர்களில் யாருக்கு தமிழ் பேசத் தெரியாது? ஒரு ஒத்தை ஆளையோ, பெண்ணையோ நண்பர் சிவஞானம் காட்டுவாரா? எனவே எதற்காகத் தமிழ் வேண்டும்? மேலும் தாய்ப்பால் குடித்துத் (தமிழ் படித்து) தமிழில் மேதாவிகளாகிய நபர்கள் முதல், தமிழில் அரைகுறையாக பஜாரி இலக்கியங்கள் கற்றவர்கள் உள்பட அவர்களுக்கு ஏற்பட்ட உடல்நலம் எல்லாம் (மூடநம்பிக்கைகள்) என்ற நோய் களுக்கு ஆளாகியதே. அந்நோய் தீர்க்க எவ்வளவோ பேதிமருந்து கொடுத்து அவை களை வெளியாக்கிப் போக்க வேண்டி இருக்கிறது. இன்றைய முற்போக்குக்கு முதல் எதிரி தாய்ப்பால் குடித்த மக்கள்தானே?

அப்பப்பா! இந்தத் தாய்ப்பால் குடித்த பிள்ளைகளிடை கடவுள்கள், மதம், புராண, சம்பிரதாயங்கள், பழமை (சனாதனம்) முதலிய நோய்கள், தொத்துநோய்கள் போலவே விளங்குகின்றன என்பது மாத்திரம் அல்லாமல் பக்கத்தில் உட்கார்ந்தாலே சகிக்க முடியாத வாடை (வெறுப்பு) அல்லவா தோன்றுகின்றது?

எவ்வளவு தமிழ்ப்பற்று தமிழ் மேதைத்தன்மையுள்ள கலைஞர்களை எடுத்துக்கொண்டாலும், அவர்கள் இடத்தில் அவர்கள் 100க்கு 5 பேர் 10 பேர்கள் இடத்திலாவது முன்னேற்ற உணர்ச்சி இருக்கின்றதா என்று பார்த்தால் எல்லாம் பழங்குப்பைகளும், அவைகளுக்கு ஏற்ற கற்பனைகளும், ஒழிக்கப்பட வேண்டி யவைகளும் அழிக்கப்பட வேண்டியவைகளும் உருவாரமாய்க் காணப்படுகின்றன என்பதைத் தவிர வேறு என்ன இருக்கின்றது?

மரியாதைக்கு உரிய பாராட்டத் தகுந்த தமிழ்ப்பெரியார்கள் மடிறமலை அடிகள் முதல் திரு. வி. க. வரை உள்ள பெரியார்களிடம், அவர்கள் கருத்துக்களிடம், அவர்கள் நடந்துகொண்ட முறைகளில் இருந்து இன்றைய நாட்டு முன்னேற்றத்துக்கு என்றோ, மக்கள் முன்னேற்றத்துக்கு என்றோ எடுத்துக் கொள்ளத்தக்க சாதனங்கள் என்ன இருக்கின்றன என்று அன்பர் சிவஞானம் தோள்தட்டிக் கூறமுடியுமா? என்று கேட்கின்றேன்.

தாய்ப்பால், தாய்ப்பால் என்ற மாத்திரத்தில் மக்கள் ஏமாந்துவிடுவார்களா? தமிழ்த்தாய் யாரிடமாவது அவர்களது பாலைக் கறந்து எடுத்து ரசாயனப் பரிசோதனைகள் ஸ்தாபனத்தில் கொடுத்து பரீட்சித்துப்பார்த்தால். உடலுக்கு உரம் ஊட்டும் சாதனம் அதில் என்ன என்ன இருக்கிறது என்று கண்டுபிடித்துச் சொல்லச் சொன்னால் அப்போது தெரியும் தாய்ப்பால் யோக்கியதை. அன்றியும் தாய்ப்பாலைப் பற்றிப் பேசுபவர்களாவது அதில் உடலுரத்துக்குள்ள அம்சம் என்ன என்ன என்பதை விளக்கி அதைப் பற்றிப் பேசுவதுதான் தர்மமாகும். அப்படி ஒன்றுமே இல்லாமல் மக்களுக்கு தாய்ப்பாலால் (தமிழால்) ஏற்பட்ட பழமை என்னும் முட்டாள் தனத்தைக் கை முதலாக வைத்துக்கொண்டு தாய்ப்பால் என்ற சொல்லை மட்டும் பயன்படுத்துவதனால் மக்கள் ஏமாற்றப்படுவது அல்லாமல் வேறு யாருக்கு என்ன பலன் ஏற்படும்? மற்றும் இனி நமக்கு வேண்டி இருக்கும் அறிவு என்னும் உடலு ரத்திற்கு தாய்ப்பால் கண்டிப்பாகப் போதாதென்று மாத்திரமல்ல பயன்படாது என்றும் உறுதியாகக் கூறுவேன்.

இப்போது நாம் உலக அந்தஸ்தில் மிக மிகத் தாழ்வான நிலையில் இருக்கின்றோம். மனிதனின் இன்றைய ஆசாபாசங்களுக்கு அனுபவங்களுக்கு, இன்றியமையாத தேவைகளுக்கு மற்ற நாட்டானோடு தலை நிமிர்ந்து நடப்பதகு நம்மிடம் (தாய்ப்பாலில்) என்ன சாதனமிருக்கிறது? எதற்குத் தமிழை (தாய்ப்பாலை) பயன்படுத்துகிறோம்? நமது வாழ்க்கையை எடுத்துக்கொண்டாலும் இதுவரை நாம் அனுபவியாததை, காணாததை, நினைக்காததை அனுபவிக்கிறோம். காண்கிறோம்,

நினைக்கிறோம். இதன் அடிப்படைகளை ஊமையன் மாதிரி கைஜாடை அல்லாது புட்டிப்பாலால் (அயல்மொழியால்) உணருகிறோம், செய்யத் தெரிகிறோமே அல்லாது தாய்ப்பால் சக்தி பயன் தருகிறதா?

பார்ப்பனர்களும் அரசாங்கமும் செய்கின்ற அக்கிரமங்கள் இந்தத் துறையில் சொல்லி முடியாது. ஒரு பண்டத்துக்குத் தமிழில் பெயர் உண்டாக்கி தமிழில் சொல்லி விட்டால் போதுமா? அது செயல்முறைக்கும் அதன் பாகங்களுக்கும் அதை ஊடுருவி அறிந்து கொள்வதற்கும் அதன் அடிப்படைக்கும் சொற்கள் வேண்டாமா?

மற்றும் மருத்துவம், பொறிஇயல், சட்டம் முதலிய எத்தனையோ துறைகளின் நுணுக்கங்களுக்கு, செயல்களுக்கு நமக்குத் தக்க அறிவும் அனுபவமும் செய் முறையும் வேண்டுமானால் நமது தாய்ப்பாலில் (தமிழ் மொழியில்) என்ன இருக்கிறது?

இன்றைக்கும் எந்தத் துறையிலானாலும் நமக்குத் திறமை ஏற்பட வேண்டுமானால் அதற்கு ஆக நம் மக்களை மேல்நாடுகளுக்கு அனுப்பி (இங்கிலீஷ் மொழியில்) புட்டிப்பாலில்தானே எண்ணங்களின் பெயர்கள், நடைமுறைகளின் பெயர்கள், அடிப்படைத் தத்தவம் முதலியவைகளை அறிந்துவரும்படி செய்யத்தான் நம்மால் முடிகிறதே தவிர நமது தாய்ப்பால் (மொழி) இவற்றில் எதற்கு ஆவது பயன்படுகிறதா?

நாம் மொழியால்தான் தமிழனே ஒழிய "3000" ஆண்டுக்கு முன்னைய தமிழைப் பேசுகிறோமே ஒழிய, பேச ஆசைப்படுகிறோமே ஒழிய, வாழ்க்கையில் ஆசாபாசங்களில், வளர்ச்சியின் போக போக்கியங்களில் நாம் தமிழன் அல்லவே! பேச்சில் "நான் பழந்தமிழன்" என்பதுபோல "நான் நடப்பின், வாழ்வில் பழக்க வழக்கங்களில் 'நான் பழந்தமிழன்' என்று யாராவது சொல்லிக்கொள்ள முடியுமா?"

ஒரு ஊருக்குப் போக நினைப்பவன் "பஸ்ஸில் போக வேண்டும்", "ரயிலில் போக வேண்டும்", "டெலிஃபோன் பேசவேண்டும்" என்றால், "பஸ் ஸ்டேண்டுக்குப் போகவேண்டும்", "ரயில்வே ஸ்டேஷனுக்குப் போக வேண்டும்", "பக்ளிக் ஃபோனுக்குப் போகவேண்டும்" என்றுதான் தமிழ்ப் புலவனும், எந்த தமிழனுதாபியும் நினைக்கிறானே ஒழிய, தமிழ்ப் பெயரைத் தேடிக்கொண்டா திரிகிறான்? மற்றும் இவைகளைச் செய்ய வேண்மானாலும் புட்டிப்பால் குடிக்காதவனாலே (இங்கிலீஷ் படிக்காதவனாலே) இஙதிலீஷிலே தெரிந்து கொள்ளாதவனாலே ஒருநாளும் செய்ய முடியாதே!

வண்டி என்பதும் பஸ் என்பதும் எப்படி நடைமுறையில் முறையே மணிக்கு 6 மைலும் 60 மைலும் போகக்கூடிய வித்தியாசத்தில் இருக்கின்றதோ, அதுபோலவே இந்தச் சாதனங்களின் செயல்முறைக்கும் தாய்ப்பாலும் புட்டிப்பாலும் (தமிழும் இங்கிலீஷுூம்) அவ்வளவு தூரம் வித்தியாசத்தில் பயன்படுபவையாய் இருக்கின்றன. இதை மறைத்துப் பேசுவதில் என்ன பயன்? இதற்கு சமாதானம் சொல்ல குதர்க்க வழியைப் பின்பற்றுவதால் என்ன பயன்?

மேலே குறிப்பிட்டபடி மொழி என்பது ஒருவர் கருத்தை மற்றவருக்கு அறிவிக்கப் பயன்படுவது என்பது தவிர வேறு எதற்குப் பயன்படுவது? இதைத் தவிர மொழியில் வேறு என்ன இருக்கிறது? இதற்கு ஆக தாய்மொழி என்பதும், தகப்பன்மொழி என்பதும், மொழிப்பற்று என்பதும், முன்னோர் மொழி என்பதும், நாட்டு மொழி என்பதும், முன்னோர் மொழி என்பதும் மொழிப்பற்று என்பதும் ஆகியவைகளை எல்லாம் எதற்காக மொழிக்குப் பொருத்துவது? என்பது எனக்குப் புரியவில்லை.

நாம் நமக்கு ஒரு 200 மைல் 300 மைல் தூரத்தில் இருக்கிற கன்னட நாட்டுக்கோ, தெலுங்கு நாட்டுக்கோ போனால் நம் "தாய் மொழி" நமக்குப் பயன்படுமா? நமது நாட்டை வீட்டு நாம் வேறு எந்த வெளிநாடுகளுக்குப் போனாலும் நம் தாய்மொழி நமக்குப் பயன்படமாட்டாதோ அதுபோலவே இன்றைய நமது நாடு என்பதே இன்று வேறு நாடாகவே ஆகிவிட்டதே? உதாரணத்துக்கு எடுத்துக் கொள்வோம். சுமார் 100 வருடத்துக்கு முன் ஈரோட்டிலிருந்து செத்துப்போன எனது பாட்டன் "மேல் லோகத்தில் இருந்து" இன்று தொப்பென்று ஈரோட்டிலேயே குதிப்பானானால், அவனும் அவன் முன்னோர்களும் பிறந்து வாழ்ந்த வீட்டைக் கண்டுபிடிக்க முடியுமா? மற்ற வாழ்க்கைமுறை வாழ்க்கை வசதிகளைக் கண்டுபிடிக்க முடியுமா? எல்லாம் யாரோ ஒருவராலாவது சொல்லித் தெரிந்து கொள்ள வேண்டியவனாகத்தான் இருப்பான் காரணம், நாடே. மக்களே வாழ்க்கையே மாறிவிட்டன, ஆகவே இங்கு "மொழி மாறிவிட்டது" என்பது மாத்திரம் அல்லவே? "ஊரே மாறிவிட்டது" என்பதுதானே பொருள்? அது போல்தானே இன்று நமது நாடே மாறிவிட்டது என்றாகிவிட்டது. அதற்கேற்ற வண்ணம் மொழி மாறுதலடைய வேண்டயதுதான் நியதி ஆகும்.

நம் நாட்டுப் பார்ப்பனர்கள் முன்னேற்றத்தின் பயன்களை எல்லாம் அனுபவிக்கவும். தாங்கள் முன்னேறவும் இங்கிலீஷ் மொழியை (புட்டிப்பாலை) நல்ல வண்ணம் பயன்படுத்திக் கொண்டு மற்றவர் எங்கு தங்களைப் போலவே முன்னேறிவிடுவார்களோ என்ற பொறாமையினால், கெடுதல் புத்தித் தன்மையால் அதை வேண்டாம் என்று சொல்லுவதற்கு ஆக நமக்கு 'தாய்மொழி' 'தாய்மொழி' என்ற பைத்தியம் பிடித்து அதிலேயே அழிந்துவிடுவோமே ஒழிய, இங்கிலீஷ் என்ற உணர்ச்சி ஏற்படாது என்ற ஞானதிருஷ்டியினால் நமக்கு இந்த தாய்மொழி பைத்தியம் ஏற்படும்படிச் செய்துவிட்டார்கள். உதாரணமாக, இந்தி கட்டாயம் என்றதனால்தான் தமிழ் மொழி பைத்தியம் நமக்கு ஏற்பட்டது. இது பார்ப்பனர்களின் திறமையே யாகும். யாராவது சொல்லட்டுமே பார்ப்பனர்களில் யாருக்காவது எங்காவது தாய்மொழி பைத்தியமோ தாய்மொழிப் பற்றோ இருக்கிறதா? அவனுக்கு முதலாவது தாய்மொழி என்பதாக ஒரு மொழியே கிடையாது என்பது மாத்திர மல்லாமல் தாய்நாடு என்பதாக ஒரு நாடே கிடையாதே? அவர்களது மொழிப்பற்று நாட்டுப்பற்று எல்லாம் அவர்கள் சாதி ஆதிக்கப்பற்றுதானே? உதாரணமாக தமிழ்நாட்டுப் பார்ப்பானுக்கு தாய்மொழிப்பற்றோ, தாய்நாட்டுப்பற்றோ, இருந்தால் நாட்டுப்பற்றுக்கு ஆக "ஜெய் இந்து" என்பானா? "ஜனகணமண" என்பானா? தாய்மொழிக்கு ஆக வந்தேமாதரம் என்பானா? வணக்கத்துக்கு "நமஸ்காரம்" என்பானா? "பாரததேசம் என்பானா? இதெல்லாம் எப்படிதான் நாட்டுப் பற்றாகவும் தாய்மொழிப் பற்றாகவும் விளங்குகிறது என்பதை அறிவைக்கொண்டு சிந்தித்துப் பார்க்கட்டுமே, நண்பர் சிவஞானம்.

பார்ப்பான் மாத்திரம் என்ன, நமக்குத்தான் உண்மையான தாய்ப்பால் (மொழிப் பற்று, நாட்டுப்பற்று) இருக்கிறதா? எதையோ பேசி எவனையோ காப்பியடித்து நாம் சுத்த சாம்பிராணிகளாக ஆகிவிட்டோம். இதுதான் தாய்ப்பாலின் பலன்.

ஈ. வெ. ராமசாமி
1960

தமிழுக்கு மதம் கிடையாது

காங்கிரஸ்காரர்களைக் கேட்டால் தமிழ் - தமிழ்நாடு - தமிழர்கள் என்று பிரித்துப் பேசாதே, எல்லோரும் அண்ணன் தம்பிகள் - எல்லோரும் சமம் - பிரிக்கக்கூடாது என்பான். இங்குள்ள காங்கிரஸ்காரர் அல்ல - காங்கிரசை ஏற்படுத்தியவனே செய்த ஏற்பாடு எல்லோரும் பாரதமாதா புத்திரர்கள் என்று. பாரத மாதாவுக்கு எத்தனை புருஷர்கள்? துலுக்கன், கிறிஸ்துவன், தமிழன் என்று கூறிக்கொண்டேதான் போகவேண்டும். பாரதமாதா என்று மகாத்மா காந்தி ஆரம்பித்ததே பித்தலாட்டம். மக்களுக்கு உணர்ச்சி ஏற்பட்டு தங்களை முன்னேற்றிக் கொள்ள இருப்பதைத் தடுக்கவே பாரதமாதா ஏற்பட்டது. இந்தக் கருத்தை நான் 30 ஆண்டுகளாக கூறிவந்திருக்கிறேன். தமிழ்நாட்டிற்கும் பாரதத்திற்கும் சம்பந்தம் என்ன என்று கேட்டால் இதை ஒரு பத்திரிக்கைக்காரன்கூட எழுதமாட்டான். எல்லா பத்திரிக்கைக்காரர்களும் வயிற்றுப் பிழைப்பைக் கருதி பித்தலாட்டம், அயோக்கியத்தனம் செய்பவர்கள் ஒருவனுக்குக் கூட, நாம் தமிழர்கள் நலன்பற்றி பாடுபடணும், எழுதணும் என்ற கவலையே சிறிதுகூட இல்லை. அம்மாதிரி கருதி எழுதக்கூடிய பத்திரிகையே கிடையாது. நாங்கள் கடவுள் இல்லை என்று கூற உங்களிடையே வரவில்லை. கடவுள் இல்லை என்று கூற அறிவுள்ளவனால்தான் முடியும். அந்த அறிவு உங்களுக்கு வருகிற வரையில் ஏதோ கடவுளை வைத்துக் கொள்ளுங்கள். ஆனால், அது தமிழன் கடவுளாக இருக்கட்டும். பார்ப்பான் கடவுள் வேண்டாம். இப்போதிருக்கிற கடவுள்களில் ஏதாவது தமிழன் கடவுள் உண்டா என்றால் இல்லை, எல்லாம் பார்ப்பனக் கடவுள்களேயாகும். அதுபோலவேதான் மதமும் தமிழனுக்கு தமிழன் மதமும் கிடையாது. மற்ற நாட்டில் எல்லாம் அந்தந்த நாட்டின் பெயர் அந்நாட்டின் மொழியின் அடிப்படையில் இருக்கிறது. ஜப்பான் மொழியைக்கொண்ட நாடு ஜப்பான் என்று உள்ளது. பிரெஞ்சு மொழியைக் கொண்ட நாடு ஃபிரான்சு நாடு என வழங்குகிறது. இப்படியே எல்லாமும். ஆனால். தமிழ் மொழியைக் கொண்ட நம் நாட்டிற்கு என்ன பெயர் - இந்திய நாடு இந்திய நாட்டிற்கும் தமிழ்நாட்டிற்கும் என்ன சம்பந்தம்? அமாவாசைக்கும் அப்துல் காதருக்கும் எவ்வளவு சம்பந்தமோ அப்படித்தான் இதற்கும் இந்த எண்ணம் எங்களைத் தவிர வேறு யாருக்காவது ஏற்பட்டு உண்மையில் பாடுபடுகிறார்களா என்றால் கிடையாது.

விடுதலை - 19. 7. 1961

தொகுதி 1

மொழி

என்ன வெங்காய மொழி!

நம் கடவுள் - சாதி காப்பாற்றும் கடவுள்

நம் மதம் - சாதி காப்பாற்றும் மதம்

நம் அரசாங்கம் - சாதி காப்பாற்றும் அரசாங்கம்

நம் இலக்கியம் - சாதி காப்பாற்றும் இலக்கியம்

நம் மொழி - சாதி காப்பாற்றும் மொழி

இதை உயர்ந்த மொழி என்கிறார்கள். என்ன வெங்காய மொழி? இரண்டாயிரம் வருடங்களாக இருக்கும் தமிழ்மொழி சாதியை ஒழிக்க என்ன செய்தது? மொழி மீது என்ன இருக்கிறது? ஏதோ மொழி மீது நம்முடைய பற்று; விவரம் தெரியாமல் சிலருக்குப் பற்று. எந்த இலக்கியம் சாதியை ஒழிக்கிறது? நெஞ்சையள்ளும் சிலப்பதிகாரம் - வெங்காயம் என்று பாடியிருக்கிறான்; இந்த மடையனும் தினமும் படிக்கிறான். அது, முதல் பக்கத்தில் இருந்து கடைசி பக்கம் வரை சாதியைக் காப்பாற்றுவதுதானே? அதை அனுசரித்துத்தானே புலவன் பாடியிருக்கிறான்? கோபித்துக் கொள்ளாதீர்கள்! நிலைமை அப்படி நம் மக்களை நெருக்கடியில் வைத்து, கீழே அதை எதிர்ப்பதற்கில்லாமல் ஏற்பாடு செய்தார்கள்; எதிர்த்தவர்களைக் கொன்றார்கள்; ஒழித்துக் கட்டினார்கள். எதிர்த்தால், இரணியனைப் பார்த்துக் கொள்; இராவணனைப் பார்த்துக் கொள்; சூரபதுமனைப் பார்த்துக் கொள் என்று சொல்லி மக்கள் எல்லோரையும் மடையர்களாக்கி விட்டார்கள். அதிலிருந்து வெளியில் வர யாரால் முடிந்தது? வெளியில் வந்தால் அவர்கள் எல்லாம் நாத்திகர்கள்! துவேஷிகள்!

விடுதலை - 16.09.1961

சாதியும் மதமும் தீராத நோய்களாகும்

உலகத்தில் உள்ள மக்கள் இந்த 19வது நூற்றாண்டில் - எவ்வளவோ அற்புதங்களையும் அதிசயங்களையும் செய்ய முயற்சி செய்து கொண்டிருக்கிற காலத்தில் நாம் என்ன செய்கிறோம் என்றால் இப்போதுதான் சாதி ஒழியவேண்டும் என்று பேசுகிறோம்.

நீங்கள் நன்கு நினைத்துப் பார்க்கவேண்டும். இந்த சாதி என்பதே நமக்கு தெரிய 2 ஆயிரம் ஆண்டுகளுக்குக் குறைவில்லாத காலந்தொட்டு இருந்து வருகிற இழிவுச் சின்னம் ஆகும். அதை இன்றைக்குதான் இவ்வளவு வேகமாக ஒழிக்கவேண்டும் என்று பேசுகிறோம் என்றால், வேறு ஒன்றும் சொல்வதற்கில்லை. காரணம் மானம் உடையவனுக்குதான் மனிதன் என்று பெயர். மானமும், அறிவும் மனிதனுக்கு அழகு என்று சொல்கிறோம். இந்த இரண்டும் உள்ளவர்களுக்கு - இன்றைக்கு இந்த வேலையை செய்யும் நிலைமை ஏற்பட்டதென்றால் இதுவரை இந்தச் சமுதாயத்துக்கு மானஉணர்ச்சியோ, அறிவு உணர்ச்சியோ இல்லை என்பதை உலகத்திற்கு எடுத்துக்காட்டுகிறது என்றுதான் நான் கருதுகிறேன்.

தப்பா நினைக்க கூடாது. நமக்குப் போதிய மானம் இல்லை. இதைப் பார்க்கிற போது இரத்தம் கொதிக்கிறது. இன்று 1961- இல் நாம் சாதி ஒழியவேண்டும் என்று பேசுகின்றோமே!

இரண்டாயிரம் ஆண்டுகளாக நாம்-நம் நாட்டுச் சரித்திரம் எதை எடுத்துக் கொண்டாலும் இன்று போடுகிற கூப்பாடு அய்ம்பது வருஷத்திற்கு முன்புகூட இருந்ததாகச் சொல்லமுடியவில்லை. 1900 வருஷம் வரை கூட இல்லை இப்போதுதான் - இந்த அய்ம்பது வருஷத்தில் தான்- சாதி ஒழிய வேண்டும் என்ற எண்ணம் பேச்சு - வருகிறது! சாதி ஒழியவேண்டும் என்ற எண்ணம் இதுவரை மக்களிடம் இருந்தது என்பதற்கு ஆதாரம் இல்லை. ஏதோ சிலர் வேண்டுமானாலும் வீட்டிற்குள் இருந்து கொண்டு பேசியிருக்கலாம். ஆனால் காரியத்தில் ஏதாவது மேற்கொண்டார்களா என்றால் இல்லை. இல்லாதது அதிசயம் அல்ல. நம் (தமிழர்) பரம்பரை அப்படியாக்கி விட்டது.

நம்முடைய முன்னோர்களான அரசர்கள் அனைவரும் சாதியை காப்பாற்றினார்கள். நம் முன்னோர்கள் மூவேந்தர்கள், அய்ந்து வேந்தர்கள், வெங்காய வேந்தர்கள் எல்லோரும் சாதியைக் காப்பாற்றிதான் புகழ் பெற்று உள்ளார்கள். அவர்களுக் கெல்லாம் என்ன உயர்ந்த பட்டம் என்றால் மனுநீதி தவறாத குணசீலர்கள் என்பது. இதை யாரும் மறுக்கமுடியாது. மனுநீதிக்கு புறம்பாக ஓர் அரசன்

ஆண்டதாக இல்லை. ஏதோ புராணக்கதைகளைப் பார்த்தால் இரணியன் ஆண்டான் இராவணன் ஆண்டான், சூரப்பதுமன் ஆண்டான் என்று வருகிறது. ஆனால் அவர்களை எல்லாம் கொன்று குவித்துவிட்டனர்! அவர்களை உலகத்தில் தலை சிறந்த அயோக்கியர்கள் என்று மனிதர்கள் சொல்லும் நிலைமை (பார்ப்பனரால்) ஏற்பட்டுவிட்டது.

சும்மா அவர்களைச் சொல்வதில் நாணயம் இல்லை. நம் யோக்கியதை என்ன? இனியாவது நமக்குப் புத்தி வருமா? மானம் வருமா? இரண்டாயிரம் வருஷங்களாகச் சாதியைக் காப்பாற்றும் அரசர்கள் கடவுள்- மதம்- சாதியைக் காப்பாற்றும் சாஸ்திரங்கள் சாதியைக் காப்பாற்றுகிற கடவுள் கதைகள், சாதியை காப்பாற்றுகிற சமுதாய அமைப்பு இவைகளில் மூழ்கித்தான் இருந்தோமே தவிர எதிர்த்தவர்கள் யார்? சந்நிதானம் (குன்றக்குடி அடிகளார்) "சமயம்- சாதியைக் காப்பாற்றவில்லை" என்று சொல்லுகிறார்கள். மிகவும் சரி, அது எந்தச் சமயம் என்று எனக்கு இன்னும் தெரியவில்லை. அந்த சமயம் மக்களிடம் புகுந்திருக்கவில்லை. சமயம் தானே இன்று நமக்கு சட்டத்தில் சாஸ்திரத்தில் - அரசாங்கக் கொள்கையில் எல்லாம் இருக்கின்றது?

சாதியைக் காப்பாற்றுகிற கடவுளைத்தானே இன்று நாம் கும்பிடுகிறோம்? நாம் கும்பிடுகிற கடவுள், சாதியைக் காப்பாற்றும் கடவுள் அல்ல என்று யாராவது சொல்லட்டுமே! நண்பர் அருமை ஆசைத்தம்பி சொல்கிறார் - "சுயராஜ்ஜியம் வந்து 14 வருஷம் ஆகியுங்கூடச் சாதி போகவில்லை" என்று சுயராஜ்ஜியம் வந்தால் சாதி போகும் என்று யார் சொன்னார்கள்? சாதியைக் காப்பாற்றுவதற்கு என்றுதானே அவர்கள் சுயராஜ்ஜியம் கேட்டார்கள். அப்படியில்லாமல் சுயராஜ்ஜியம் வந்தால் சாதி போய்விடும் என்று யாராவது சொல்லி நம்மை ஏமாற்றியிருந்தால் பரவா யில்லை. அப்படி யாரும் ஏமாற்றவில்லை. சுயராஜ்ஜியம் என்றால் என்னவென்று காங்கிரசிலே தீர்மானம் போடுகிற காலத்திலேயே, சாதி மதங்கள் காப்பாற்றுவது என்று அவர்களே தீர்மானமே போட்டிருக்கிறார்கள்! சாதியை காப்பாற்றுகிற சுயராஜ்ஜியமே என்று சொல்லித்தானே முட்டாள் பசங்கள் கேட்காமல் கை தூக்கினார்கள். 40 வருடங்களாக காங்கிரசை விட்டு வெளியில் வந்தவடனே "அது சாதி காப்பாற்றுகிற சுயராஜ்ஜியம் வெள்ளைக்காரனாலும், முஸ்லிம்களாலும் போடப்பட்ட சதி. இதைக் காப்பாற்றத்தான் சுயராஜ்ஜியம்" என்று சொல்லி வருகிறேன் சுயராஜ்ஜியத்தில் எலும்புத்துண்டு நிறைய இருந்ததால் நிறைய பேருக்கு அதில் ஆசை வந்தது.

என் நண்பர், அருமை நண்பர் இராஜாஜி சொல்கிறார்: "யார் சொன்னார்கள் சாதி ஒழியும் என்று? எதிலே இருக்கிறது சாதி ஒழியும் என்று?" என்பதாக நன்றாகக் கேட்கிறார். கேட்பதில் தப்பு இல்லை. நாம் முட்டாள்களாக இருந்தோம். நான் 1931லேயே எடுத்துக்காட்டியிருக்கிறேன். இன்னுமா புத்தி வரவில்லை என்று `குடிஅரசு' பத்திரிக்கையில் நான் எழுதியிருக்கிறேன். சொல்லியிருக்கிறார்கள் சுயராஜ்ஜியம் என்பது சாதி, மதம், தர்மம் இவற்றைக் காப்பாற்றுவதென்று. இப்போது அவர் கேட்பதில் தப்பு இல்லை. நாம் முட்டாள்களாகவே இருந்து வந்திருக்கிறோம். தெரியாமல் வயிற்றுச் சோற்றுக்காக முட்டாள் ஆனவர்கள் கொஞ்சம். தெரிந்து முட்டாளானவர்கள் கொஞ்சம். இந்தக் கேட்டால் வந்ததே தவிர எதிரியின் மேல் ஒரு குற்றமும் இல்லை.

சாதியைக் காப்பாற்ற, மனுதர்மத்தைக் காப்பாற்ற, புராண ஆட்சியை உண்டாக்கத்தான் என்று சுயராஜ்ஜியம் கேட்டார்கள். அதிலே போனால் எலும்பு கிடைக்கிறது என்று அநேகம் பேர் போனார்கள். ஆகையால் அது மாற்றம் அல்ல. நமக்கு அறிவு, மானம் இல்லை, விற்று வயிறு வளர்க்கிறோம். அதற்கு ஏற்ற

சந்தர்ப்பங்களை உண்டாயிருக்கிறோம். நீங்கள் (இந்து மதத்தை ஏற்பவர்) எல்லாரும் இருக்கிறவரை சாதி போகும் என்று நீங்கள் நினைக்கிறீர்களா?

நம் கடவுள் சாதி காப்பாற்றும் கடவுள்; நம் மதம் சாதி காப்பாற்றும் மதம்; நம் அரசாங்கம் சாதி காப்பாற்றும் அரசாங்கம்; நம் இலக்கியம் சாதி காப்பாற்றும் இலக்கியம்; நம் மொழி சாதி காப்பாற்றும் மொழி.

இதை உயர்ந்த மொழி என்கிறார்கள். வெங்காய மொழி! இரண்டாயிரம் வருடங்களாக இருக்கும் தமிழ்மொழி - சாதியை ஒழிக்க என்ன செய்தது? மொழியில் என்ன இருக்கிறது? ஏதோ மொழி மீது நம்முடைய பற்று விவரம் தெரியாமல் சிலருக்கு பற்று. எந்த இலக்கியம் சாதியை ஒழிக்கிறது?

நெஞ்சையள்ளும் சிலப்பதிகாரம் வெங்காயம் என்று பாடியிருக்கிறான்! இந்த மடையன் தினமும் படிக்கிறான். அதுமுதல் பக்கத்திலிருந்து கடைசி பக்கம் வரை சாதியை காப்பாற்றுவதுதானே? அதைத்தான் அனுசரித்துத்தானே புலவன் பாடி யிருக்கிறான்? கோபித்துக் கொள்ளாதீர்கள்! நிலைமையை அப்படி நெருக்கடியில் வைத்து, கீழே அதை எதிர்ப்பதற்கு இல்லாமல் ஏற்பாடு செய்தார்கள். எதிர்த்தவர் களைக் கொன்றார்கள்; ஒழித்துக்கட்டினார்கள். எதிர்த்தால் இரணியனைப் பார்த்துக் கொள்; சூரப்பதுமனைப் பார்த்துக்கொள் என்று சொல்லி மக்கள் எல்லோரையும் மடையர்கள் ஆக்கிவிட்டார்கள். அதிலிருந்து வெளியில்வர யாரால் முடிந்தது? வெளியிலே வந்தால் அவர்கள் எல்லாம் நாத்திகர்கள்! துவேஷிகள். சன்னிதானம் சொன்னார்கள் : நாத்திகம் என்றால் ஆராய்ச்சி என்று. ஆராய்ச்சி என்றால் நாத்திகம்; ஆராய்ச்சிதான் பகுத்தறிவு. ஆகவே பகுத்தறிவு என்றாலே நாத்திகம் என்று பெயர் வைத்துவிட்டதால், அறிவைப் பயன்படுத்த பயந்தார்கள்- துணிச்சல் இல்லை.

சகலமும் மேல் சாதிக்காரன் ஆயுதம். கடவுள் அவனுடைய ஆயுதம். மதம் அவன் உண்டாக்கியது. இவை எல்லாம் எதற்கு என்றால்-நமக்கு தெரியாத தென்றாலும் அவற்றிலே நமக்கு குரங்குப்பிடி!

இன்று இங்கு பேசிய அறிஞர்கள் பெரியோர்கள் எல்லாரும் உயர்ந்த வைத்தியர்கள். சாதி என்ற கொடுமையான நோயை ஒழிக்க நல்ல மருந்து கொடுத்தார்கள். அவர்கள் சொன்னவற்றில் நான் தப்பு சொல்லவில்லை. அந்த நோய்க்கு பரிகாரம் கொய்னா சாப்பிட்டால் போதும் அல்லது டாக்டரிடம் ஒரு டோஸ் மருந்து சாப்பிட்டால் போதும் அல்லது ஒரு தடவை ஊசி குத்திக் கொண்டால் போதும். அது ஒன்று தப்பு இல்லை. இவை எல்லாம் உண்மையான மருந்து என்றே வைத்துக்கொள்ளுங்கள். இவை எல்லாம் நோயைத்தான் போக்குமே தவிர நோய்வராமல் தடுக்குமா? நோய் வந்தவனுக்கு மருந்து கொடுத்தால் சௌகரியமாகும் - சந்தேகமே இல்லை, ஒருவர் யூனானி மருத்துவர். மற்றொருவர் ஹோமியோபதி வைத்தியர், எல்லோரும் நல்ல வைத்தியர்கள்தான். இவர்களால் நோய் தீரும். ஆனால் வராமல் இருக்கவேண்டுமே? வந்து கொண்டே இருந்து தீர்த்துக்கொண்டேயிருந்தால் என்ன இலாபம்?

நல்ல வைத்தியர் என்று சொன்னால் நோய் நொடி பார்த்தால் போதாது, நோய் வந்த சங்கதி என்ன என்று பார்க்கவேண்டும். அதற்கென்று ஓர் இலாகா தனியாக இருக்கிறது. இந்த இலாகாவில் உள்ளவர்கள் ஆராய்ச்சி செய்கிறார்கள் - மலேரியா எப்படி வருகிறதென்று! நோய் தீர்வது பற்றி அந்த இலாக்காரர்களுக்குக் கவலையில்லை இந்த நோய் தீர்வது எதிலிருந்து வருகிறதோ அதை ஒழிக்க வேண்டும்.

அதுபோல மதம் என்பது ஒரு நோய் - எல்லோரையும் பிடித்து விடுகிறது. நான் சாதியை தொலைத்துவிட்டேன். என் பிள்ளைக்கும் அது போய்விட்டது. நான்

இருக்கிறவரை இது பற்றிச் சொல்லுவேன். நான் செத்துப்போனால் சாதி மதம் எல்லாம் பொய் என்று சொல்லுவதற்கு யார் இருக்கிறார்கள்? மறுபடியும் நோய் வந்துவிடுமே? சாதியை புகுத்துகிற மற்ற சாதனங்கள் எல்லாம் இருக்கின்றனவே? மலேரியா வராமல் எப்படி தடுப்பது என்று பார்த்துதான் தடுக்கவேண்டும். அப்போதுதான் நோய் நிற்கும். மருந்து மட்டும் கொடுத்தால் வராது இருக்காது அது வந்ததற்கு பிறகு பரிகாரம் வராமல் தடுக்க தடுப்பு செய்யவேண்டும். ஆனால் ஆராய்ச்சி ஸ்தாபனம் வைத்தால்தான் முடியும். அடுத்த ஆண்டு நம் நாட்டில் மலேரியா இருக்காது என்று ஒரு பத்திரிக்கையில் பார்த்தேன். வராமல் இருக்க என்ன செய்தார்கள்?

மலேரியாவிற்கு காரணம் கசுமாலம். அதற்கு காரணம் கொசு. கொசுவிற்கு காரணம் குப்பை. குப்பையில் கொசு முட்டையிடுகிறது, குஞ்சு பொரிக்கிறது. அதன் மூலம் கொசு வந்துவிடுகிறது. அது போல மதத் சாதி ஒழிப்புக்காரர்கள் அங்கே போக வேண்டும். எங்கே கொசு உற்பத்தியாகிறதோ அங்கே போகவேண்டும். சாதிக்கு கசுமாலம் கடவுள். அதற்கு கசுமாலம் மதம். மதத்திற்கு கசுமாலம் சாஸ்திரம் - புராணம் சாதிக்குக் கசுமாலம் அதன் பாதுகாப்பாளர்கள். இத்தனைபேரையும் ஒழித்தால்தானே சாதி என்கிற கொசு தொல்லை வராமலிருக்கும்? கடவுளை வைத்துக் கொண்டு கொசுவை (சாதியை) ஒழிக்கவேண்டும் என்றால் எப்படி ஒழிக்க முடியும்?

இராமனை சாதி இல்லை என்கிறீர்களா? விஷ்ணுவை சாதி இல்லை என்கிறீர்களா? பிள்ளையாரை சாதி இல்லை என்கிறீர்களா? சிவனை சாதி இல்லை என்கிறீர்களா? எந்த சாஸ்திரத்தை சொல்கிறீர்கள் சாதி இல்லையென்று. உபநிஷத்தை சொல்கிறீர்களா? தரும சாஸ்திரத்தை சொல்கிறீர்களா? இவை தவிர உங்களுக்கு என்ன தெரியும்? சந்நிதானத்திற்குத் தெரியும் வேறு சங்கதிகள்! அவர்கள் சொல்கிற சிவம் வேறு; நாம் எல்லோரும் நம்பிக்கை கொண்டிருக்கிற சிவம் வேறு. அவர் சொல்கிற சமயம் வேறு நம்மை பிடித்து ஆட்டுகிற சமயம் வேறு. இராமாயணத்தைப் படித்தால் சாதி போய்விடுமா, சீதையை படித்தால் சாதி போய்விடுமா? இவை தவிர நமக்கு வேறு என்ன இருக்கின்றன? அதை யார் படிக்கிறார்கள்? யார் எடுத்து சொல்கிறார்? இவ்வளவு பெரிய நாட்டிற்கு ஒரேயொரு சந்நிதானம்தான் எடுத்து சொல்ல இருக்கிறது. எவ்வளவு நாளைக்கு அவருக்கு ஓர் 20 ஆயிரம் வருஷம் ஆயுள் இருந்தால் நம்ம ஜனங்களுக்கு புத்தி வரும். எவ்வளவு மோசமாக இருக்கிறது?

அரசியல் என்று பேசுகிறார்கள். அது பைத்தியகாரப் பேச்சு. நம் நாட்டில் அரசியலே இல்லை. நம் நாட்டில் இருப்பது சாதி காப்பாற்றும் சாதனம். ஒருவன் சுதந்திரம் என்கிறான். மற்றொருவன் ஜனநாயகம் என்கிறான். வேறொருவன் அரசியல் என்கிறான். ஒருவன் வெங்காயம் என்கிறான். இது தவிர செயலில் - சிந்தனை சாதி ஒழிப்பது என்பதே இல்லை. இல்லை என்பது மாத்திரம் அல்ல சாதியை காப்பாற்றுவது என்று இருக்கிறது.

ஆசை தம்பி எவ்வளவுதான் சட்டத்தை சாஸ்திரத்தை வெறுத்தாலும் சட்ட சபைக்கு போனவுடனே சாஸ்திரத்துக்கு கட்டுப்படுகிறேன் என்று சொல்லிவிட்டு தான் உட்கார முடிகிறது. அவர் மட்டும் அல்ல, அவர்கள் கூட்டமே அப்படித்தான். சாதி மதம் சம்பிரதாயங்கள் எல்லாம் தனி மனிதன் உரிமைகள் அவற்றை காப்பாற்றுவதற்குதான் சுதந்திரம். இந்த சுதந்திரத்தின் மூலமாக மக்களுக்கு இவைகளை காப்பாற்றுகிறோம் என்று உறுதி. ஆகையால் நாம்தான் ஏமாந்தவர்கள் இல்லாவிட்டால் பித்தலாட்டம் பேசுகிறவர்கள்.

மகன் ஈவெ.கி சம்பத் பார்லிமெண்ட் மெம்பர் ஒரு நாளாவது ஒரு தீர்மானத்தை சாதி ஒழியவேண்டும் என்று தீர்மானத்தை கொண்டுபோனானா? கொண்டு போக மாட்டான். நண்பர் ஆசைதம்பி கொண்டு போனாரா? கொண்டு போகமுடியாது. கொண்டுபோனால் பைத்தியகார ஆஸ்பத்திரிக்கு அனுப்பி விடுவர். அவன் ஏன்? எங்கேயிருந்து அசெம்பிளியில் சாதி ஒழிப்பு தீர்மானம் கொண்டு வரலாம் என்று பார்ப்பான் கேட்பானே? அவனால் உருவான அரசமைப்புக்கு கட்டுப்பட்டு உறுதிமொழி எடுத்துக் கொண்டு போய் உட்கார்ந்தவர்களாயிற்றே? ஆகவே அவன் பைத்தியக்காரன் அல்ல. எப்படி சாதியை ஒழிக்கிறேன் என்கிறவர் கடவுள் இல்லையோ, சாஸ்திரம் - மதம் இல்லையோ அதே மாதிரிதான் சாதியை ஒழிக்கிறேன் என்கிறவர்களுக்கு அரசாங்கம் இல்லை. அந்த மாதிரி அமைந்து விட்டது.

ஆழ்வார்கள் நாயன்மார்கள் எல்லோரும் சாதிப்படி நடந்தவர்கள்தானே? இல்லாவிட்டால் அவர்களுக்கு ஆழ்வார்கள், நாயன்மார்கள் பட்டம் ஏது? ஏன் சொல்கிறேன் என்றால் சுற்றி இருக்கும் அமைப்புகள் எல்லாம் நம்மை அழுத்தவே இருக்கின்றன. ஆகவே நாம் சாதாரணமாக சாதியை ஒழிக்கமுடியாது. மதிப்பிற்குரிய விசுவநாதம் (கி. ஆ.பெ.விசுவநாதம்) சொன்ன வழி எல்லாம் மருந்து தனிப்பட்ட மனிதனுக்கு சாதகமாகும். உடனே நம் பிள்ளைக்கு நோய் வந்து விடும்.

ஆனதாலே நாம் ஏதாவது காரியம் செய்யவேண்டும் என்றால் நம் மதத்தை, கடவுளை, சாஸ்திரத்தை, புராண இதிகாசங்களை நெருப்பு வைத்துக் கொளுத்த தயாராக இருக்கவேண்டும். கடவுள்களை எல்லாம் சிதறுகாய் போடவேண்டும். எல்லாக் கடவுள்களும் சாதியைக் காப்பாற்றும் கடவுள்கள். சாதிக்கு விரோதமாக நடந்தவர்களை கொல்லும் கடவுள்கள். இது தவிர வேறு என்ன வேலை இந்தக் கடவுள்களுக்கு, எதற்காக சுப்பிரமணியம் வந்தார், எதற்காக அவதாரம் எடுத்தார் விஷ்னு, அவன் கொன்ற ஆள் யார்? விஷ்ணு கொன்ற ஆள்கள் அத்தனை பேரும் சாதிக்கு விரோதிகள் சாதியை ஒழித்தவர்கள்! பார்ப்பானை ஒழித்தவர்கள்!சாத்திர சம்பிரதாயங்களை அலட்சியம் செய்தவர்கள் அவர்களை ஒழிக்கத்தான் அவதாரம் இந்த அவதாரத்திற்கு காரணம் ஆர்யதர்மத்தை காப்பாற்ற அவதாரம் எடுத்தார் கடவுள் இதைத் தவிர எந்தக்கடவுளாவது உலகத்தை காப்பாற்ற வந்திருக்கிறார்களா?

தருமம் என்றால் என்ன? உனக்கு புத்தி இல்லாவிட்டால் இராஜாஜி சொல்கிறார். நமக்கு சாதி தான் தர்மம். சாதி என்றால் என்ன? அவரவர்கள் குலத் தொழிலைச் செய்வது தான் சாதி தர்மம். அவர் பச்சையாகச் சொல்கிறார். நமக்கு ஒரு சௌகரியம் - நம் எதிரி யார் என்று தெரிந்துகொள்ள வசதி ஏற்பட்டிருக்கிறது

நம்முடைய கட்சி என்ன? சாதியை ஒழிக்க வேண்டும். அவர்களுடைய கட்சி என்ன சாதியைக் காப்பாற்றவேண்டும் என்பது. அவர்கள் பக்கத்தில் ஒரு கூட்டம் அவனுக்கு கையாளாக இருக்கிறது. இது தவிர இன்று அரசியல் என்ன? ஓர் அரசியல் கட்சி சாதி காப்பாற்றப்படவேண்டும். அதற்கு மாறாக இருக்கிற கட்சியை ஒழிக்க வேண்டும் என்பது.

பச்சையாக சொல்கிறார் இராஜாஜி, சாதியை காப்பாற்றுவதுதான் என் வேலை, அதற்காகத்தான் மூச்சு விடுகிறேன் இல்லாவிட்டால் பொதுவாழ்வு எனக்கு அவசியம் இல்லை, என்னைத் தவிர இந்தத் தர்மத்தை காப்பாற்ற ஆள் இல்லை, தருமம் கெட்டு விட்டது, இன்றைய ஆட்சி தருமத்தை அழிப்பது என்று கங்கனம் கட்டிக்கொண்டிருக்கிறது. இது உங்களுக்கு தெரியவில்லை. அவ்வளவு இல்லை. அவர்களுக்கு தெரிகிறது, இன்றைய ஆட்சி தருமத்தை ஒழிக்கிறது என்று. நீண்ட

நாளாக இருந்து வந்த தருமத்தை இந்த ஆட்சி கெடுக்கிறது. சீக்கிரமாக அதிலுள்ள, சமீபகாலத்தில் தலைகீழாய் கெடுக்கிறது. ஆனதால் அதை ஒழித்து தீரவேண்டும். இப்படித் தினமணியில் வருகிறது, மற்ற பத்திரிக்கைகளில் வருகிறது.

ஆகவே இன்றைய போராட்டமே சாதியை காப்பாற்றுவது என்பதும், சாதியை ஒழிப்பது என்பதும்தான் உண்மை. எப்படியோ போராட்டத்தின் வெளிப்படையான தத்துவம் இதுதான். உங்களுக்கு புரியாவிட்டால் நம் எதிரி சொல்கிறார் அதிலிருந்தே நீங்கள் புரிந்துக்கொள்ளுங்கள். இதிலே நம் கடமை என்னவென்று யாருக்குத் தெரியும்? இது தவிர அரசியல் அரசியல் என்றால் அரசியல் புரியாத பைத்தியம்தான் சாதியை காப்பாற்றுவதுதான் அரசியல் என்று ஒரு கூட்டம் சொல்கிறது, சாதி ஒழிப்புத்தான் எங்கள் வேலை என்று மற்றொருக் கூட்டம் சொல்கிறது

நம் மூவேந்தர்களை பற்றிச்சொன்னால் சிலருக்கு கோபம் வரும். சுயராஜ்ஜியத்தை பற்றிச் சொன்னாலும் சிலருக்கு கோபம் வரும். உண்மையாக சொல்கிறேன் நம் நாட்டில் பழையக்காலத்தை விட்டுவிடுங்கள். மூவேந்தர் காலத்தில் யாராவது படித்தார்களா? எனக்கு தெரியவில்லை. ஏதோ கொஞ்சம்பேர் இருந்திருப்பார்கள். எப்படியோ அவர்கள் பேரில் குற்றம் சொல்ல வேண்டாம் - தள்ளிவிடுங்கள். வெள்ளைக்காரன் வந்து 150 வருஷ ஆட்சி இந்த நாட்டில் நடந்த பிறகு போன வாரத்தில் வந்த பத்திரிக்கையிலிருந்து சொல்கிறேன்.

சர்க்கார் கொடுத்த கணக்குப்படி 1901ல் 100க்கு 7 பேர் படித்திருக்கிறோம். நாம் ஆனால் அன்று பார்ப்பானோ 100க்கு 100பேர் படித்திருக்கிறார்கள். என்ன நம் இராஜாக்கள் யோக்கியமாக ஆண்டிருக்கிறார்கள்? ஒரு இராஜாவும் பள்ளிக்கூடம் கட்டியதாக காணோம். ஆனால் பார்ப்பனர்களுக்கு பாடச்சாலை கட்டியிருக்கிறார்கள் அதற்கு காரணம் சாத்திரம் இருக்கிறது. சமஸ்கிருதம் சொல்லிக் கொடுக்க பள்ளிக் கூடம் கட்டியிருக்கிறார்கள். தமிழுக்கு பள்ளிக்கூடம் வைத்து தமிழ் சொல்லி கொடுத்தார்கள் என்று கண்டுபிடிக்க முடியவில்லை. சூத்திரன் படித்தால் பாவம் அவனுக்கு சொல்லிக்கொடுத்தால் நரகம். ஆகவே இவை இரண்டும் தவறு. சூத்திரன் படித்தால் பார்ப்பானுக்கு ஆபத்து. ஆதலால் சூத்திரன் படிக்காமல் அரசன் பார்த்துக் கொள்ளவேண்டும். இது மனுதர்மம். அதற்கு கட்டுப்பட்டவர்கள் அரசர்கள். ஏதோ மருந்து சாப்பிட்டால் போதுமா? நோய் தொடர்ந்து வராமல் பார்த்துக் கொள்ள வேண்டுமே! அதற்கு அஸ்திவாரம் தோண்டியல்லவா செய்யவேண்டும். இன்று தப்பித்துக் கொண்டால் நாளைக்கு மாட்டிக்கொள்கிறோம்.

நம்முடைய நாட்டில் கிளர்ச்சிகள் வரும். அதற்குத் தக்கபடி மேல்சாதிக்காரர்கள் தங்களைத் தணித்துக் கொள்வார்கள். காரம் போனவுடன் பழையபடி அதைக் கொண்டு வந்து விடுவார்கள். இந்த மாதிரியான நெருக்கடியான நிலைமை நாட்டில் சாதியைக் காப்பாற்றிக்கொண்டு வருகிறது. நமக்கு இன்று ஒன்றும் குறைவு இல்லை. சாதி தவிர வேறு எந்த விதமான குறைபாடும் இருக்க இடம் இல்லை. வேறு எந்த விதமான குறைபாடும் இருக்க இடம் இல்லை. ஏற்பட்டிருக்கிற குறைபாடு என்று எதைச் சொன்னாலும் சாதியைத்தான் சொல்ல வேண்டும். நாம் படிக்கவில்லை என்றால் புத்தியில்லாமல் அல்ல. நாம் படிப்பது தருமத்திற்கு விரோதம் என்றால் எப்படி நாம் படிக்க முடியும்?

நமக்கு வெள்ளைக்காரன் படிப்புச் சொல்லித்தர வில்லையென்றால் படிக்க வில்லை; படிக்கமாட்டோம் என்பதற்காகவா சொல்லிக் கொடுக்கவில்லை? பார்ப்பனனுக்கு விரோதமாக நடப்பதில்லை என்று ஒரேயடியாக வெள்ளைக் காரனிடம் எழுதி வாங்கிக்கொண்டார்கள். விக்டோரியா மகாராணி கையெழுத்திட்ட காலம் 1856. காந்தியிடம் எழுதி வாங்கிக் கொண்டு மகாத்மா பட்டம் கொடுத்த மாதிரி!

“நான் இந்து, எனக்குக் கடவுள், அவதாரங்களில் நம்பிக்கை உண்டு. மறு பிறப்பில் நம்பிக்கை உண்டு. பார்ப்பனர்களின் ஆயுதங்கள் எல்லாவற்றையும் காப்பாற்றுகிறேன்” என்று சத்தியம் செய்த பிறகு ‘மகாத்மா’ பட்டம் கொடுத்தார்கள். அதை மீறினார்; கொன்றுதீர்த்துவிட்டார்கள். இதே மாதிரி நம் ஆழ்வார்கள், நாயன்மார்கள் எல்லோரும் அவர்களுக்கு எழுதிக் கொடுத்தார்கள். வெள்ளைக்காரனும் இப்படி எழுதிக் கொடுத்தான். “உங்கள் தர்மங்களில் கைவைப்பதில்லை'' என்று. கைவைத்தார்கள். ஒழித்துக் கட்டிவிட்டனர். அவ்வளவுதான் ஆகவே நமக்கு இருக்கிற கஷ்டம் என்னவென்றால் சாதி போக வேண்டும் என்று சொன்னால் போதாது. எதிலிருந்து வருகிறதோ அதை ஒழிக்க வேண்டும். அதற்குத் தைரியம் வேண்டும்.

சிவனையும், விஷ்ணுவையும், கிருஷ்ணனையும் ஒழித்தால் கடவுள் போய் விடாது. இராமன் போய்விட்டால் கடவுள் போய்விடும். கிருஷ்ணன் போய் விட்டால் கடவுள் போய்விடும் என்பது முட்டாள்தனம். அவர்கள் கடவுள் என்று எதிலே கண்டு பிடித்தார்களோ தெரியவில்லை. வெறும் புளுகுப் புராணக் கதையில் கண்டுபிடித்த சங்கதிதான். இராமாயணம் இல்லையென்றால் இராமன் இல்லை. கந்தபுராணம் இல்லையென்றால் கந்தன் இல்லை. விஷ்ணுபுராணம் இல்லை யென்றால் விஷ்ணு இல்லை. இந்த மாதிரி புராணங்களிலிருந்து உற்பத்தி செய்து நம் தலையில் போட்டு அவனுடைய படங்களை ஏற்கச் செய்து விட்டான் என்றால் அதற்கும் கடவுளுக்கும் என்ன சம்பந்தம்? எந்த மடையனாவது இவர்களைக் கடவுள் என்று சொல்ல முடியுமா? பார்ப்பான் எழுதி வைத்திருக்கிற கதைப்படி பாருங்களேன். நாம் அவ்வளவு முட்டாளாக இருந்தால் எப்படிப் போகும்? எதற்காக இராமன் பிறந்தான்? “தருமத்தைக் காப்பாற்ற,'' என்ன தருமம்? பார்ப்பான் கடவுளுக்குச் சமானம். சூத்திரன் மலத்திற்குச் சமானம். இதே கதையே நாம் பார்ப்பது, பாராயணம் செய்வது. அதையே நாம் கும்பிடுவது, சாதி ஒழிய வேண்டும் என்பது. இந்தச் சாதி இவ்வளவு நாள் நிலைத்திருப்பதற்கு காரணம். அதற்கு பாதுகாப்பாக இருந்து இந்த சாதனங்கள் இருந்து வருகின்றதனால்.

விடுதலை - 07. 10. 1961

நம்முடைய இலக்கியம் எது? அது சொல்லுவது என்ன?

பத்து வருடங்களாக நாங்கள் போர் நடத்தி வருகிறோம். நல்ல தமிழ் இருக்கையிலே தமிழ் நாட்டில் தெலுங்கு சங்கீதம் ஏன் இருக்க வேண்டும், எதற்காக இருக்கனும் என்று கேட்டு போராட்டம் துவக்கினது நாங்கள்தான். நம்மிலேயே சில பேர் “என்ன சங்கீதத்திலே கூடவா வகுப்புவாதம் பேசுவது” என்று எங்களை கிண்டலும் கண்டிப்பும் செய்தார்கள். எப்படியோ நமக்கு நல்ல வளர்ச்சி ஏற்பட்டது. சமுதாயத் துறையிலும் நமக்கு இழிவு தேடும் மற்ற வகையிலும் கேடுகளும் இருக்கின்றன. அப்படியேதான் காலம் கடந்து போகிறதே தவிர, ஏன் இப்படி என்று கேட்க ஆள் இல்லையே? நாங்கள்தான் எவனுடைய நிஷ்டூரம் (இடையூறு) தொல்லை வந்தாலும் சரி வரட்டும் என்று துணிந்து, என்ன கஷ்டம் வந்தாலும் பரவாயில்லை என்று நினைத்து கூறுவோம். கேட்டால் கேட்கட்டும் விட்டால் விடட்டும் என்று கருதி பாடுபட்டு பிரச்சாரம் செய்து வருகிறோம். இந்த வேலைக்கு வேறு யாரும் முன் வராததற்கும் நாங்கள் ஒருவர் முன் வந்ததற்கும் காரணங்களை நீங்கள் நன்கு சிந்தித்து பார்க்க வேண்டும்.

இவர்கள் இந்த வேலைக்கு வராததோடு மட்டுமல்ல எங்களை- முன்னோர்கள் சொல்லுக்கு கட்டளைக்கு மாறானவர்கள் - நாதிஸ்திகர்கள் என்று விஷமப் பிரச்சாரம் செய்கிறார்கள். தன்னையும் வேசி மகன் சூத்திரன் - என்று கூறுகிறானே என்றும் சிறிது கவலையில்லாமல், மானம் ஈனம் அற்று போய் அவனும் பார்ப்பானுடன் சேர்ந்து கொண்டு தன் வயிறு கழுவ பொறுக்கி தின்ன அவனது அடிமையாக ஆகி நமக்கு தொல்லையும் தந்து வருகிறான். இப்படி 2000, 3000 வருஷங்களாக இந்நிலை இருந்து வருவதால் தான் நாம் வளரவில்லை.

ஆனால் நம்மவனோ தகப்பனை கொன்று விட்டு தாயிடம் படுத்த பாவம் தீர எந்தக் குளத்தில் குளித்தால் பாவம் தீரும் என்று ஆராய்ந்து புராணம் எழுதுகிறான். எப்படியோ பார்ப்பான் நம் சமுதாயத்தை நாசம் செய்து விட்டான்.

சாஸ்திரப்படி நமக்கு திருமணம் கல்யாணம் கிடையாது. அது மாத்திரமில்லை நாம் எல்லோரும் சூத்திரர்கள் - வேசி மகன் நம் தாய்மார்கள் எல்லாம் பார்ப்பானுடைய வைப்பாட்டிகள் என்று எழுதி வைத்திருக்கிறான், ஆதாரங்கள் இருக்கின்றன. கடவுள் புத்தககங்களை, அவதாரங்களை புராணங்களை எல்லாம் எடுத்தால் அசிங்கம் இல்லாதது ஒன்று கூட இல்லை. இவற்றை எடுத்து கூற ஒரு புலவனும் முன்வரவில்லை. பார்ப்பான் காலை கழுவி குடிப்பவன்தான் பெரிய புலவனாக இருக்கிறான். திரவுபதி என்பவள் 5 பேருக்கு மனைவியாக இருந்தாளாம். அதுவும் பத்தாமல் ஆறாவதாக கர்ணர் என்பவன் மீது வேறு ஆசைப்பட்டாளாம்.

அவள் பதிவிரதையாம். பார்ப்பான் கட்டுப்பாடாக கதை எழுதி வைத்திருக்கிறான். ஆனால் நம்மவன் அப்படி இருந்தால் குச்சிக்காரி என்று கூறுவான்.

மற்றும் இராமன் சீதை இவர்களை பற்றி எவன் உண்மையை கூறியிருக்கிறான். இராமன் புரோகிதனுக்கு சினையாகிப் பிறந்தவன். அப்படித்தான் புராணத்திலே எழுதியிருக்கிறான். ஒழுக்கம் என்பதே இல்லை. அயோக்கியதனமும் நடத்தையில் பித்தலாட்டமும் புரட்டும்தான் உள்ளது. வால்மீகி இராமாயணத்திலே பார்த்தால் தெரியும், சீதை ஒரு பெரிய காலாடி பொம்பளை என்று கூறும் தன்மையில்தான் இருந்திருக்கிறாள்.

இந்த சர்க்காருக்கு கொஞ்சம்கூட பொறுப்பு இல்லை என்றே கூறலாம். சிறிதாவது பொறுப்பு இருந்தால் இந்த மாதிரியான கதைகள் நாட்டில் நடமாடிக் கொண்டிருக்காமல் தடை செய்திருக்க வேண்டாமா? இந்த ஆழ்வார்கள் நாயன் மார்கள் எல்லாம் திருட்டு பசங்கள்தான், பார்ப்பானுக்கு நல்ல பிள்ளைகளாக இருந்து வயிறு கழுவி சம்பாதிக்கனும் என்று கருதித்தான் அதற்கு ஏற்ப வாழ்ந்தவர்களே தவிர மக்களின் உண்மையான நலன் கருதி மக்களுக்குள்ள இழிவு கேடு ஒழிய வேண்டும் என்று ஒருவன் கூட நினைக்கவில்லை.

இந்த மடாதிபதிகள் என்பதே பார்ப்பான் என்பவனுக்கு எதிராக ஆரம்பிக்கப் பட்டதுதான். ஆனால் பார்ப்பான் காலில் கடைசியில் வீழ்ந்துவிட்டான். தலை எடுக்கும் போது நம் பெயரால் தலை தூக்குவது; பிறகு பார்ப்பான் காலில் வீழ்ந்து விடுவதாகவே இருக்கின்றார்கள்

கல்யாணம் என்ற வார்த்தையே தமிழ் வார்த்தை அல்ல. விவாகம் என்றால் அதுவும் வடமொழிதான். ஏன் தமிழில் இல்லை என்றால் கல்யாணம் என்பது பார்ப்பானுக்கு தானே ஒழிய தமிழனுக்கு சூத்திரனுக்கு கிடையாது. அதனால்தான் அதற்கேற்ற வார்த்தையும் தமிழில் கிடையாது. அதனால்தான் மிகவும் சிறப்பான முறையில் நடத்துபவர்கள் கன்னிகாதனம், விவாகோற்சவ பத்திரிக்கை, தாரா முகூர்த்தம் என்று போட்டு நடத்துவார்கள். இவை எல்லாம் வடமொழிதான்! தமிழ் சொற்கள் இல்லை. தமிழ்நாட்டில் வாழும் தமிழனுக்கு அவனுடைய இல் வாழ்க்கையில் இன்றியமையாது நடைபெறும் முக்கிய நிகழ்ச்சிக்கு அவனுடைய தமிழ்மொழியில் பெயர் இல்லை என்றால் என்ன அர்த்தம்?

அவன் வந்து நமக்கு சடங்கு செய்ய வந்தவுடன் நம்மை முதலில் பார்ப்பானாக ஆக்குவான். நமக்குப் பூணூலும் மாட்டி அதற்கு மந்திரம் செய்து அதற்கு பிறகு தான் நமக்கு திருமணம் செய்து வைப்பான்! சடங்கு முடிந்ததும் பூணூலை அவிழ்த்து ஆற்றில் போட்டு விடு என்பான். மேலோர் மூவர்க்கும் அதாவது, பார்ப்பனர் சத்திரியர் வைசியர் மூவர்க்கும் உள்ளவற்றை "கீழோராகிய" சூத்திரருக்கும் கொண்டு வந்துபுகுத்துகிறார்கள். எதற்காக என்றால் காசுக்காக எப்படியோ திருமணம் என்று கூறட்டும். நான் படித்த புலவர்களையே கேட்கிறேன், அம்முறைக்கு நம்மிடம் என்ன பெயர் வழங்கி வந்தது? என்ன முறை இருந்தது இருக்க வேண்டுமே ஒரு முறை, இருந்ததா இருக்கிறதா கூறுங்கள் பார்க்கலாம்? தமிழர்களுக்கு திருமணமுறை எது என்ற ஆதாரம் சொல்ல முடியுமா? புலவர்களையே கேட்டால் புராணத்தை காட்டுபவர்கள் பரமசிவனுக்கு பார்வதிக்கு நடந்தது, இராமனுக்கும் சீதைக்கும் நடந்திருக்கிறது என்பார்கள். நேற்று நான் மாயவரத்தில் நடைபெற்ற திருமணத்தில் பேசியபோது இதைத்தான் கூறினேன். தமிழனுக்கு திருமணமுறை என்று இருந்ததா என்றால் எதிலேயும் தென்பட வில்லையே என்று. அடுத்து பேசிய தவத்திரு குன்றக்குடி அடிகளார் அவர்கள் "திருமண முறை இருந்தது. அகநானூறு புறநானூற்றை பார்த்தால் தெரியும். ஒத்த காதல் நடந்திருக்கிறது. சிலப்பதிகாரம் கண்ணகிக்கும் கோவலனுக்கும் நடந்திருக்கிறது" என்று கூறினார்.

அவன் வந்து இந்த புராணங்கள் எல்லாம் நமக்கு ஏது? அதுவும் எப்போது வந்தது எப்படி வந்தது? 1000, 2000, 3000 ஆண்டுகட்கு முன் எழுதப்பட்ட இலக்கியங்கள் தானே இவை. நாம் 10ஆயிரம் 20 ஆயிரம் வருஷத்திற்கு முந்திய மக்கள் ஆயிற்றே நமக்கு இது இப்போதும் எப்படி பொருந்தது? 20 ஆயிரம் வருஷங்களுக்கு முன் என்ன முறை நமக்கு இருந்தது என்று தெரிய வேண்டாமா? வாழ்க்கை இம்முறைக்கு கூறப்படும் வார்த்தைகளாவது சிறிதாவது மரியாதை இருக்க வேன்டாமா வாழ்க்கை ஒப்பந்தம்? என்ற ஒரு வார்த்தையும் ஓர் ஆணுக்கு ஒரு பெண்ணை வேலைக்காரியாக அடிமையாக பிள்ளை பெறும் ஒரு ஜந்துவாக சேர்ப்பது என்பதுதான்.

எல்லாம் முறைகளும் பெண்களை அடிமை ஆக்குகிற முறைதான் கன்னி காதானம் என்பார்கள். கன்னிகாதானம் என்றால் கன்னியை, அதாவது பெண்ணை ஓர் ஆணுக்குத் தானமாக கொடுத்து விடுவது ஆகும். இதை இப்போது மணமக்களாக இருப்பவர்கள் ஏற்றுக்கொள்வார்களா?

நாம் தமிழர்கள். இந்தத் தமிழ்நாட்டில் பூர்வீக குடிகள் நமது மொழியான தமிழ்மொழிச் சொல்லை ஏற்றுக் கொள்ளவேண்டும். அவ்வாறு அவன் சொன்ன சொல்லை ஏற்றுக்கொண்டால் நாம் எல்லோரும் வேசிமக்கள் என்று சொல்லுகின்ற அவனது சம்பிரதாயங்களை எல்லாம் ஏற்றுக் கொண்டவர்களாக ஆகிவிடுகிறோமே?

கன்னிகாதனம் என்ற சொல் வட மொழிக்காரனுடையது. அதனுடைய பொருள் பெண்களை ஜீவனற்ற ஒரு பொருளாக வைத்து தானமாக்கி கொடுப்பதாகும். தாராமுகூர்த்தம் என்றால் பெண்களை ஆணுக்குத் தாரை வார்த்து தானமாக தருவது என்பதாகும். தானம் என்ற சொல் தமிழிலே இருக்கிறதா என்றால் இல்லை. பிச்சை என்றுதான் இருக்கிறது. தானம் வாங்கிய பொருளை தம் இஷ்டம் போல் உபயோகப்படுத்தி கொள்ளலாம். பெண்ணுக்கு எவ்வித உரிமையும் இல்லை.

அதோடு மட்டுமல்ல தாரை வார்த்து வாங்கியவன் வாங்கிய பெண்ணை யாருக்கு வேண்டுமானாலும் கொடுத்து விடலாம். அடகு வைக்கலாம். அதற்கெல்லாம் அவனுக்கு உரிமை இருக்கிறது. ஏன் என்று யாரும் கேட்க முடியாது. இவ்வாறாக புராண இதிகாசங்களில் நடந்திருக்கிறது. தருமன் திரவுபதியை பணயம் வைத்து சூதாடியிருக்கிறான். அரிச்சந்திரன் தன் மனைவியை வேறு ஒருவனிடம் விற்று இருக்கிறான். இயற்பகை நாயனார் என்பவர் தன் பெண்டாட்டியை ஒரு பரதேசியிடம் கூட்டிக் கொடுத்துள்ளார்.

மற்றும் பெண்களை கணவன் எந்தவித கொடுமை வேண்டுமானாலும் செய்யலாம். பெற்றவனோ பெண்ணோ ஏன் என்று கேட்கக் கூடாது. திருமணம் நடக்கையில்லையெனில் தாசியின் மேல் ஆசைப்பட்டு அவனுடன் போய் விட்டான் கோவலன். திரும்பி வரும் வரையில் கண்ணகி தன்னை அலங்கரித்து கொள்ள கூடாது, உப்பில்லாத உணவு உண்டு பாயில் படுக்காமல் இருக்க வேண்டும் என்று, அப்படியே இருந்தாளாம்!

அந்த ஸ்தானத்தில் ஓர் ஆணை வைத்து பார்த்தால் அப்படி நடக்குமா? மனைவியானவள் கணவனை விட்டு வேறு ஓர் ஆணுடன் போய்விட்டால் கணவன் அவள் வரும் வரையில் இப்படி உப்பில்லாத உணவு சாப்பிடுவானா? பகவான் பார்த்து நம்மிடம் நம் மனைவியைக் கொண்டு வந்து சேர்க்கும் வரை நமக்கு சுகம் தேவையில்லை என்று கவலையுடனிருப்பானா, இருக்கமாட்டான். ஆணுக்கு ஒரு நீதி, பெண்ணுக்கு ஒரு நீதி என்று சிலப்பதிகாரத்திலும் கூடக் கூறப்பட்டிருக்கிறது

கண்ணகி கதையை உதாரணம் காட்டி பேசுகிறவர்களுக்குகாகத்தான் இதை கூற ஆசைப்பட்டேன்.

விடுதலை - 23, 24, 25 - 6 - 1962

தமிழபிமானிகள்!

தமிழ்நாடும் தமிழ்மக்களும் முன்னேற வேண்டுமானால் "தமிழபிமானி"கள் என்பவர்கள் சற்று ஒதுங்கி நிற்க வேண்டியது அவசியமாகும்.

மக்களின் அறிவுவளர்ச்சிக்கும் நாட்டின் விஞ்ஞான வளர்ச்சிக்கும் தமிழைக் கட்டிக்கொண்டு அழுவதால் ஒரு பயனும் ஏற்படப் போவதில்லை என்பதை சவால் விட்டுக் கூறுவோம்.

நம் மக்களின் முன்னேற்றப்பாதையில் மலைபோல் குறுக்கே படுத்துக்கொண்டு தடுப்பு வேலை செய்து வந்ததும் வருவதும் தமிழேயாகும்.

இன்றைக்கும் தமிழனுக்கு அறிவுறுத்த இலக்கியங்கள் என்று சொல்லப் படுகின்ற காட்டுமிராண்டிக் குப்பைகூளங்களைவிட காரியத்திற்கு பயன்படும் சாதனம் எதுவுமே தமிழில் இல்லாமல் போய்விட்டது. தமிழில் வான நூல் இல்லை. நிலநூல் இல்லை. காற்றுநூல் இல்லை. உடல்நூல் இல்லை. ஊர்திகள் நூல் இல்லை. பொதுவாக இயந்திர நூல்களே கிடையாது. ஒரு நூல்களும் இல்லை. விவசாய நூலும் இல்லை. இன்றைய நிலைக்கு ஏற்ற வைத்திய நூலும் கிடையாது. கல்வி முறைக்காவது ஏதாவது நூல் இருக்கின்றதா என்றால் அதுவும் கிடையாது. மற்றும் பிள்ளைப்பேற்றுக்கு நூல் இல்லை. பிள்ளை வளர்ப்பு நூல் இல்லை. உணவுக்கு நூல் இல்லை. உணவு சத்துக்கு நூல் இல்லை. இவைகளுக்கு ஏதாவது நூல்கள் இருக்கின்றது என்று வாதாடப்படுமானால் அவை பெரிதும் கொங்கணர், கோரக்கர், போகர், வள்ளுவர், அகத்தியர் முதலிய சித்தர்கள் முனிவர்கள், ரிஷிகள் மற்றும் சிவன், நந்தி என்கின்ற தெய்வங்கள் முதலியவர்களால் உண்டாக்கப் பட்டவை - சொல்லப்பட்டவை என்பதல்லாமல் வேறு ஆதாரங்கள் கிடையாது.

தவிரவும் அவர்கள் காலம், அக்கால அறிஞர், அவர்களுக்கு தெய்வீகச் சக்தி அல்லாமல் மனித சக்தி, அனுபவம் முதலியவைகள் சந்தேகமற அறிய முடிய வில்லை. அறிவதானாலும் அது மனிதத் தன்மைக்கோ, ஆராய்ச்சி அறிவுக்கோ பொருந்துவதுமில்லை. மேற்கண்ட அத்தனை விஷயங்களிலும் நாம் நம் மக்கள் நல்லறிவு பெற்றால்தான் நாம் வளர்ச்சிப் பாதையில் செல்லத் தகுதி உடையவர்களாக ஆக முடியும்.

இவைகளில் பல விஷயங்களுக்கு அரசினர், பள்ளி அவசியங்களுக்கு ஆக ஆசிரியர்களால் மொழிபெயர்க்கப்பட்ட பல புத்தகங்கள் எழுதப்பட்டிருந்தாலும் பெரிதும் "ஈ அடித்தான் காப்பி" என்று சொல்லப்படத்தக்க வண்ணம் ஏதோ ஒரு அளவில் கடனைக் கழிக்க செய்யப்பட்ட மொழிபெயர்ப்புக்களாகத்தான்

இருக்கக்கூடுமே ஒழிய, மனதில் பதியவைக்கத் தகுதி அற்றவைகளேயாகும். அதிலும் பார்ப்பன ஆசிரியர்கள் மொழிபெயர்ப்புக்களைப் பார்த்தால் அவை பெரிதும் நூல்களில் எப்படி வடமொழிகளைப் புகுத்துவது என்கின்ற கவலை யிலேயே மொழிபெயர்க்கப்பட்டவை என்றுதான் சொல்லவேண்டும்.

நம் புலவர்கள்

நமது புலவர்களில், இந்நூல்களை மொழிபெயர்க்கத் தகுந்த புலவர் ஒருவர் கூட இல்லை. ஆங்கிலத்தில் புலமை பெற்றவர்களுக்கு, தமிழில் இரண்டாந்தர அறிவு தான் இருக்கமுடியும். இரண்டிலும் புலமை பெற்றவர்கள் மிகவும் அருமை யாகும். இந்தியாவில் தமிழ்நாட்டைத் தவிர்த்த மற்ற நாடுகளில் இவ்விஷயத்தில் இதைவிட மிக மோசமாகவே இருப்பார்கள்.

ஆகவே, இந்தக் காரியங்களில் மொழிபெயர்ப்பு பிரதேச மொழிகளில் என்பது “குரங்கின் கையில் சிக்கிய பூமாலை” போலும். “பிள்ளையார் பிடிக்கக் குரங்காய் முடிந்தது” என்பது போலும்தான் காரியசித்தி ஆகக்கூடும். நம் புலவர்கள் தமிழரானாலும், பார்ப்பனரானாலும் வட நாட்டார் ஆனாலும் “இந்து” மதத்திற்கு “இந்து” கலாச்சாரம், “இந்து” இலக்கியம்”ஆகியவைகளுக்கு அடிமையே ஆவார்கள். இவர் களிடம் விஞ்ஞானத்தை எதிர்பார்ப்பது என்பது, “மலடியைப் பிள்ளைப் பெறச் செய்வது” போலவே ஆகும்.

“கல்லூரி எதற்கு இருக்கிறது?” மற்றும் சொல்லுகிறேன்.

நமது நாட்டில் கல்லூரி எதற்கு ஆக ஏற்பட்டது? எதற்கு ஆக இருக்க வேண்டும்?

கல்லூரிகளில் தமிழைப் போதனாமொழியாக ஆக்கவேண்டுமானால், அதற்குக் கல்லூரி எதற்கு? தமிழ்ப் பள்ளிக்கூடங்கள், “தமிழ்க் கல்லூரிகள்” ஆகியவையே போதுமானதாகாதா? அங்கு தமிழ்ப் புராண இலக்கியப் பாடங்களைச் சிறிது குறைத்துக்கொண்டு, விஞ்ஞானக் கருத்து தமிழ் மொழிபெயர்ப்புக்களையே அதிகமாகத் தமிழ்க்கல்லூரிப் பாடப்புத்தகமாக வைத்து, ஒரு அளவுக்கு ஆங்கிலம் தெரிந்தவர்களையே ஆசிரியர்களாகப் போட்டு, படிப்பு சொல்லிக்கொடுத்தால் போதுமே. கல்லூரி (காலேஜ்) என்பதே ஆங்கிலத்தை உத்தேசித்து ஏற்படுத்தியவை தானே? கல்லூரிகளில் தமிழைப் போதனாமொழி ஆக்குவதானால், சிறுவர்களுக்கு மூன்றாம் வகுப்பிலிருந்தே எதற்கு ஆக ஆங்கிலப் பாடம் வைக்கவேண்டும்? அந்த ஆங்கிலத்திற்குக் கல்லூரியில் வேலை என்ன?

மற்றும், தமிழைப் பற்றி இவ்வளவு கவலை எதற்கு ஆக எடுத்துக் கொள்ள வேண்டும்? தாய்மொழி என்பது மக்களுக்கு இயற்கையாகவே வரக்கூடியது; அதற்குப் பள்ளிக்கூடம் கூடத் தேவையில்லை. எனக்குக் கன்னடம் தாய்மொழி. கன்னடத்தில் எனக்கு ஒரு எழுத்துக்கூடத் தெரியாது. அதுபோலவே, தெலுங்கையும் தாய்மொழியைவிட நன்றாகப் பேசுவேன். அதிலும் ஒரு எழுத்துக் கூடத் தெரியாது. அப்படியே தமிழும். தமிழில் நான் நல்ல பேச்சுக்காரர்கள் வரிசையில் வைக்கப்பட்டிருக்கிறேன். தமிழில் இன்னமும் எனக்கு வல்லினம், இடையினம் தெரியாது. சில புராண இலக்கியங்களில் பல புலவர்களுக்குத் தெரியாத விஷயங்கள் எனக்குத் தெரியும். நான் கன்னடியனாக இருந்தாலும் எனக்குக் கன்னடத்தைப் பற்றிய கவலையே இல்லை.

இதனால் நாட்டுக்கு என்ன கேடு? மனித சமுதாயத்திற்கு என்ன கேடு வந்து விட்டது?

தமிழ் பயித்தியம் என்பது பொதுமக்களை ஏமாற்றவே ஒழிய, மற்றபடி என்ன அவசியத்திற்கு என்பது எனக்குப் புரியவில்லை. மொழி என்பது ஒரு மனிதன்

மற்ற மனிதனுக்குத் தன் கருத்தைத் தெரிவிப்பதற்கே ஒழிய, மற்றெதற்கும் பயன்படத் தேவையில்லை.

இதற்கு எந்த மொழியானாலும் மற்றவனுக்குத் தெரிந்தால் போதுமானதாகும்.

எழுத்து வாசனை, படிப்பு என்பது அறிவு பெறுவதற்கு ஆகும். அறிவு என்றால், நமக்குத் தெரிந்ததுபோக மற்ற விஷயங்களை ஆட்கள் நேரில் இருந்து சொல்லத் தெரிந்து கொள்ளுவது என்பது மாத்திரம் அல்லாமல், நூல் மூலம், தாள்கள், ஏடுகள் மூலம் படித்துத் தெரிந்து கொள்ளுவதற்கேயாகும். நேரில் பேச்சில் தெரிந்துகொள்வதைக் காட்டிலும் எழுத்துக்கள் கொண்ட நூல்கள், தாள்கள் மூலம் படித்துத் தெரிந்துகொள்வது என்பது, அதிகமாய்த் தெரிந்து கொள்ள வசதி அளிப்பதாகும். அதனால்தான் படிப்பு இல்லாதவனைப் பெரிதும் பாமரன் என்கிறோம். பாமரன் என்றால் அறிவில் குறைந்தவன் என்று பொருள்.

அதனால்தான் நம் நாட்டில் 100க்கு 75க்கு மேற்பட்ட மக்கள் இன்று பாமரர்களாக, ஏன் விலங்குகளாகவும் இருந்து வருகிறார்கள். இதிலும் தமிழ் கற்றவனும், தமிழையே கற்றவனும் வித்தை என்பது தவிர அறிவில் இரண்டாந்தர பாமரராய்த்தான் இருக்க நேரிடுகிறது.

இந்த நிலையில் மேலும், மேலும் தமிழைப் படிப்பதாலும் தமிழையே படிப்பதாலும், தமிழிலேயே படிப்பதாலும் நாம் எதிர்பார்க்கும் அறிவுக்கு, எந்த அளவுக்குப் பயன்படக்கூடும்?

ஒரு வியாதியஸ்தனை ஆகாரத்தின் மூலம் குணப்படுத்துவது என்றால் வெகுநாளும், மருந்தின் மூலம் குணப்படுத்துவது என்றால் அதைவிடக் கொஞ்சம் குறைந்த நாளில் (அதுவும் நீண்ட நாளையில்) குணப்படுத்தலாம். உடனே குணப் படுத்துவது என்றால், இஞ்செக்ஷன் மூலம் (ஊசிமூலம் மருந்து ஏற்றி) ரத்தத்திலேயே கலக்கும்படி செய்வதால் முடிகிறது.

தாய்மொழி - ஆகாரம்

தமிழ்ப்படிப்பு - மருந்து

ஆங்கிலம் - இஞ்செக்ஷன்

நாம் நீண்டநாள் வியாதிக்காரர்கள் நம் வியாதி கடினமானது. மருந்து சாப்பிடுவது (தமிழில் படிப்பது) என்பது நீண்ட நாளைக்குச் சாப்பிட வேண்டிய தாகும். அதற்கு வியாதி சவுகரியமாவதற்குள் ஆளுக்கே முடிவு ஏற்படலாம்.

தமிழ் என்றால் எழுத்துக்கள் அதிகம். அதுவும் கோலம் போட்டுப் பழகுவது போல் எழுத்துக்களை எழுதிப் பழக வேண்டும். அப்புறம் படிப்பில் நல்ல விஞ்ஞான பகுத்தறிவுக் கருத்துக்கள் கிடையாது. மொழிபெயர்ப்பு நூல்கள் என்பவையாயின், கல்லூரிகளில் 18, 20வது வயதுகளில் மொழிபெயர்ப்பு மூலம் விஞ்ஞான அறிவைப் புகட்டுவது என்றால் அதையும் கல்லூரிக் காலமான 3, 4 ஆண்டுகளுக்குள் முடித்துவிடுவது என்றால், இது மேலே காட்டிய விஷயங்களுக்கு எளிதில் முடிக்கூடியதா என்று சிந்திக்க வேண்டுகிறேன்.

நல்லக் காரியத்தைக் கெடுக்கத்தான் இந்தத் தமிழ் அபிமானிகள் தோன்றுகிறார்கள்.

சாதாரணமாகப் பார்ப்பான் தமிழை, மிலேச்சபாஷை என்று எழுதி வைத்துக் கொண்டிருக்கிறான். வைதீக பார்ப்பான் என்பவன், குளித்து முழுகிவிட்ட பின், சாப்பிடும்வரையில் "சூத்திர"னிடம் பேசமாட்டான். சங்கராச்சாரியே தமிழிலும் பேசமாட்டார்.

அவர்கள் வாழ்வில் தமிழ் தெரியாததால் என்ன குறைபாடு ஏற்பட்டுவிட்டது?

அவர்களை அவர்களது மேல்நிலை குலையாமல் காப்பாற்றுவது பெரிதும் ஆங்கிலம் தானே?

ஆங்கிலம் படிப்பதால், ஆங்கிலத்திலேயே விஷயங்களை நுகர்வதால் படிப்பவர்களுக்கு ஏற்படும் குறை என்ன? நாட்டுக்குத்தான் என்ன குறை? மற்ற மக்களுக்குத்தான் என்ன குறை ஏற்படக்கூடும்? "இங்கிலீஷில் வேண்டாம், தமிழிலேயே இருக்க வேண்டும்" என்பது பாமர மக்களை எளிதில் ஏமாற்றி பெரிய பழமைப் பற்றுக்காரன் என்று ஆவதற்கு ஒரு குறுக்கு வழியே அல்லாமல், அதனால் ஏற்படும் பயன் என்ன? எவ்வளவு படித்த தமிழனும், பார்ப்பானும் "சீர்திருத்த வாதி"யும் எல்லாம் புராண வயதுக்காரர்களாகத்தானே இருக்கிறார்கள்? இவர்கள் எல்லோரும் புராண மதக்காரர்கள். புராண இலக்கியக்காரர்களாகத்தானே இருக்கிறார்கள்? தமிழ் படித்தால், தமிழ் புராணங்கள், இலக்கியங்களை ஆகியவை களைக் கரைத்துக் குடித்தால் ஒருவர் கூட பகுத்தறிவுவாதி ஆனதாகக் காண முடிய வில்லையே!

இவர்களில் இராமன், கிருஷ்ணன், கந்தன் பிறந்த நாட்களையும் தீபாவளி, பிள்ளையார் சதுர்த்தி, சரஸ்வதி பண்டிகையையும் கொண்டாடாதவர்களாக யாரையாவது காணமுடிகிறதா? இதற்கு அருத்தமென்ன? தமிழிலேயே அறிவு பெற்றதால் பகுத்தறிவு ஏற்பட இடமில்லாமல் போய்விட்டது என்பதுதானே?

தமிழபிமானிகளை நான் கேட்டுக் கொள்வது, நீங்கள் கெட்டது போதும்: கல்லூரியைக் கெடுத்துவிடாதீர்கள் என்பதுதான். ஆகவே தமிழை தமிழ்க் கல்லூரியில் வைத்துக் கொள்ளுங்கள். ஆங்கிலத்திற்கு என்று ஏற்படுத்தப்பட்ட கல்லூரிக்குள் மழைக்கூட ஒதுங்கவிடாதீர்கள் என்பதே யாகும்.

"மொழியும் அறிவும்" நூலிலிருந்து - 1962

தொகுதி 1

மொழி

தமிழும் ஆங்கிலமும்

நான் அறிந்தவரை உலகில் முன்னேற்றமடையாது, காட்டுமிராண்டிப் பருவத்தில் ஏதாவது ஒரு நாடு இருந்து வருகிறது என்றால் அது நமது தமிழ்நாடே ஆகும். தமிழ்நாடு ஆயிரம், இரண்டாயிரம் ஆண்டு சரித்திரத்தில் முன்னேற்றத்திற்கான வாய்ப்பு எதுவும் பெறவே இல்லை. எப்படியோ ஐரோப்பியர் நமது நாட்டுக்கு வந்து அரசியல் ஆதிக்கம் செய்ய நேர்ந்த நல்வாய்ப்பால் நாம், தமிழர் என்பதாக ஒரு சமுதாயமும், தமிழ்நாடு என்ற ஒரு நாடும் இருப்பதை உலகமறிய வாய்ப்பு ஏற்பட்டது என்பதோடு, தமிழர் சமுதாயமென்று ஒரு சமுதாயமிருப்பதும் தெரிய முடிந்தது. தமிழன் சமுதாயத்திலும் அவனது பழைமையை உணர்த்தும் இலக்கியங் களில் அறிவுக்கும் வளர்ச்சிக்கும் இடமில்லாமல் கட்டுப்படுத்தப்பட்டுவிட்டான். தமிழனது செல்வமெல்லாம் சமயத்திற்கும் கடவுளுக்குமாகவே பாழாக்கப்பட நேர்ந்ததே அல்லாமல், மனிதனின் அறிவுக்கும் வளர்ச்சிக்கும் பயன்பட வாய்ப் பில்லாமல் போய்விட்டது.

தமிழ்நாட்டில் சமயங்களுக்கு ஆக இருந்துவரும் செல்வம் ஏராளமாக இருந்து வருகிறது. தமிழ்நாட்டில் பொதுவாகப் படித்தவர்கள் எண்ணிக்கை மிகமிகக் குறைவு. அதில் 100 க்கு 90 பேர்கள் தமிழ் படித்தவர்கள். என்றுதான் சொல்லலாம். தமிழ் படித்தால் நல்ல சமயவாதி ஆகத்தான் ஆக முடிகிறதே ஒழிய, அறிவு வாதியாக முடிவதே இல்லை. அது மாத்திரமல்லாமல், எவ்வளவுக்கு எவ்வளவு தமிழ் படிப்பு ஏறுகிறதோ அவ்வளவுக்கு அவ்வளவு அவனது கண்கள் முதுகுப் பக்கம் சென்று, முதுகுப் பக்கம் கூர்ந்து பார்க்கவே முடிகிறதே தவிர, முன் பக்கம் பார்க்க முடிவதே இல்லை.

தமிழ் படிக்காதவனுக்குத்தான் முன்பக்க பார்வை ஏற்படுகிறது. தமிழ் படித்துவிட்டால் பின்பார்வைதான் ஏற்பட முடிகிறது. காரணம் எந்தத் தமிழ்ப் புலவனும், மேதையும் தமிழ் படித்ததன் மூலம் முன்புறம் பார்க்கும் வாய்ப்பே இல்லாதவனாக ஆகிவிடுகிறான். தமிழனுக்கு உயிர் அவனது இலக்கியங்கள்தான். இலக்கியங்கள் என்பவை பெரிதும் சமய உணர்ச்சியோடு பழமை கற்பனைகளே அல்லாமல், அறிவுநிலையில் நின்று பழமைப் பற்றில்லாமல் ஏற்பட்ட, ஏற்படுத்தப் பட்ட இலக்கியங்கள் காண்பது அமாவாசை அன்று சந்திரனைப் பார்ப்பது போலத்தான் முடிகிறது.

நம் தமிழபிமானிகளுக்கு இலக்கியத்திற்கும் அறிவுக்கும் பேதம் தெரிவதே இல்லை. இலக்கியத்திற்கும் வளர்ச்சிக்கும் பேதம் தெரிவதே இல்லை. இலக்கியமே அறிவு. இலக்கியத்தில் அறிவைக் காண்பதும், இலக்கியத்தில் அறிவைத் தேடுவது

சமய விரோதமென்றும், தமிழ்ப் பற்றில்லாத தன்மை என்றும் தமிழபிமானி கருது கிறான்.

முதலாவது, தமிழபிமானி இலக்கிய காலம், பழங்காலம், காட்டு மிராண்டிக் காலம் என்பதையே மறந்துவிடுகிறான். அக்கால இலக்கிய நிபுணர்களுக்கு அறிவு எவ்வளவு இருக்கும். எவ்வளவு அறிவு இருக்க வாய்ப்பு இருந்தது என்பதைச் சிந்திக்கவே பயப்படுகிறான். சமயவாதிகளுக்கு அறிவு வளர, இடமே மிகமிகக் குறைவு.

சமயம் என்றால் கடவுளும், கடவுள் சமய இலக்கியங்களும், கடவுள் சமயபக்தர்கள் - அதுவும் மோட்சமடைந்த முக்தி பெற்ற பக்தர்களும் அவர்களது தோத்திரங்களுமல்லாமல் அனுபவ மென்பவைகளுமல்லாமல் வேறு என்ன சாதனங்கள் இருக்கின்றன? இவைகளைக் கொண்ட மனிதனுக்கு அறிவு எப்படி ஏற்படி முடியும்? சமயம், பக்தி, கடவுள், மோட்சம் அடைந்த, முக்தி அடைந்த என்றால் யாவும் மனிதத்தன்மைக்கு மேற்பட்ட “தெய்வீகத் தன்மை” எனப் படுவதும் தெய்வீகத்தன்மை என்றால் பிரத்தியட்சத்திற்கும் அனுபவத்திற்கும் பகுத்தறிவுக்கும் அப்பாற்பட்டதாகத்தான் இருக்க முடியும். அனுபவத்திற்கும் பிரத்தியட்சத்திற்கும் பகுத்தறிவுக்கும் உட்பட்டதானால் அதற்கு தெய்வீகம், மனிதசக்தி மீறியது என்று பெயர் கொடுக்க அவசியமே இருக்காதல்லவா? குன்றக்குடி அடிகளார் சன்னிதானமே அறிவிலக்கியத்திற்கு, பெரிய புராணத்தையும் அதில் காணப்படும் பக்தர்களையும்தான் முக்கியமாக எடுத்துக்காட்ட முடிந்தது.

மற்றும் தமிழபிமானி திரு. ம.பொ.சி. அவர்கள் தமிழ் அறிவு கருவூலத்திற்கு சிலப்பதிகாரத்தையும் கம்பராமாயணத்தையும் முக்கியமாக எடுத்துக்காட்ட முடிந்தது.

அறிவு என்றால் கடவுள் சமயம் ஆகியவற்றில் ஒன்றுபடாமல் பேதப்பட்டவர் களும் “கடவுள்” “சமயம்” ஆகியவற்றில் நம்பிக்கை அற்றவர்களும் ஒப்புக் கொள்ளத்தக்கவையாக இருந்தால்தான் அதை அறிவின் முடிவு என்று கூற முடியுமே அல்லாமல் மற்றபடி ஒவ்வொருவர் கடவுளையும் சமயத்தையும் அறிவு என்று சொல்ல முடியாது. பொதுவாகவே கடவுள் சமயம் என்பது ஒவ்வொரு மனிதனுடையவும் தனிப்பட்ட விஷயம்.

அறிவு என்பது பொதுவிஷயம். இதை நம் கடவுள் சமயவாதிகள் ஒப்புக் கொள்வதில்லை. தன் கடவுள், அதாவது தான் ஒரு கடவுள் இருப்பதாக எண்ணிக் கொண்டால் அதை எல்லோரும் ஒப்புக் கொள்ளவேண்டும். இல்லாவிட்டால் அவன் கடவுள் மறுப்பாளி என்று கருதப்படுகிறான். சமயமென்றாலும் அப்படித் தான். அதாவது தனக்கு ஏற்பட்ட அல்லது தான் ஒப்ப வேண்டியதான சமயத்தை ஏற்காதவன் சமய மறுப்பாளியாக கருதப்படுகிறான். இப்படி கருதப்படுவதாலேயே சமயமும் கடவுளும் இன்றைய அனுபவத்தில் அவரவர்களுக்கு வாய்ப்பாக ஏற்பட்டதே தவிர இயற்கையாக ஏற்படுபவை அல்ல. அதாவது மற்றவர்களால் புகுத்தப்பட்டவையே ஆகும்.

அறிவுவாதங்களில் இவைகளைப் புகுத்துவது என்பது அறிவுக்கு முக்கியத் துவம் கொடுக்க வசதி இல்லாததாலேயே என்று கூறலாம். பாழும் மொழியபி மானமும் கூட அப்படியேதான் பெரும்பாலான மக்களிடம் உலவுகிறது.

ஒரு மனிதனுக்கு சமயமும் கடவுளும் எப்படி அறிவினால் புகுத்தப்படாமல் வாய்ப்பினால் புகுத்தப்படுகிறதோ அப்படியேதான் மொழியும் அறிவினால் புகுத்தப்படாமல் வாய்ப்பினால் புகுத்தப்படுவதாகும். எப்படி அவனவனுக்கு

அவனது கடவுளும் சமயமும்தான் முக்கியமோ அதுபோலவேதான் அவனவனுக்கு அவனவனது மொழிதான் முக்கியமென்பதல்லாமல் அதில் பற்றுக் கொள்ள யாருக்கு என்ன அறிவு பற்று இருக்கிறது? நான் கன்னடியன், எனக்குக் கன்னடம் தாய்மொழி; மற்றவர் தெலுங்கர்; அவர்களுக்கு தெலுங்கு தாய்மொழி. மற்றவர் தமிழர்; அவர்களுக்குத் தமிழ் தாய்மொழி. இந்த தாய்மொழிக்கு அவரவர் பிறந்த பழகிய வாய்ப்பில்லாமல் வேறு என்ன அறிவு உரிமை இருக்க முடியும்?

அறிவு என்றால் என்ன என்று குதர்க்கத்திற்கு ஆகவே வாதம் செய்யலாம். அறிவு என்றால் தர்க்கம் செய்ய முடியாது. ஒப்பித் தீரவேண்டிய கருத்து என்பதைக் குறிக்கக் கூடியதாகும்.

சூரியன், தண்ணீர், நெருப்பு சூடு, 4+4=8 போன்றவைகளை ஒருவன் சொன்னால் மற்ற எவனாவது மறுப்புக் கூறமுடியுமா? இப்படித் தோன்றுவது இப்படிக் காட்டப்படுவது எதுவோ அதுதான் அறிவு.

இந்தப்படி காணப்படுவதுதான், அறிவால் தெளிவுப்படுத்தப்படுவதாகும்.

இந்தப் பரீட்சைக்கு பெரிய புராணங்களும், பக்தர்களும், சிலப்பதிகாரம், கம்ப ராமாயணங்களும், தமிழ்மொழியும், தமிழபிமானமும் மிஞ்சி நிற்க முடியுமா?

இதுபோல்தான் இன்று நமது வளர்ச்சிக்கு அறிவுப் பெருக்கத்திற்கு ஆங்கிலம் எளிது, நன்மையானது என்று நான் சொன்னேனேயானால் அதை மறுக்க அறிவுக் காரணம் சொல்ல வேண்டாமா? வெறும் அபிமானக்காரணத்தைச் சொன்னால் போதுமா? வளர்ச்சியை கருதுகிற வனுக்கு அதைத் தவிர்த்த வேறு எந்த அபிமானமிருந்தாலும் வளர்ச்சிக்காரனை வழுக்கி விழும்படிச் செய்துவிடும்.

எனக்கு வளர்ச்சியே முக்கியம். எனக்கு வேறு எந்த அபிமானமும் கிடையாது. இந்த விஷயத்தில் மானாபிமானமும் கிடையாது. மானாபிமானனான குடும்ப வாழ்க்கைக்காரனுக்கு அதாவது தனது சுயநலத்துக்காகத்தான் தேவை. “மானம் போனால் எப்படி பிழைக்கிறது” என்பவனுக்குத்தான் தேவை. எனக்கு நான் பிழைக்க வேண்டுமே, என் வாழ்வு வளம்பெறவேண்டுமே, மக்களிடையில் எனக்கு மதிப்பு வேண்டுமே என் அந்தஸ்து, எனது நிலை, எனது போக்கு வளம்பெற வேண்டுமே, என்னைப் பலர் மதிக்க வேண்டுமே, எனக்குப் பலரின் ஆதரவு வேண்டுமே என்பது போன்ற, என், எனக்கு, என்கின்ற கவலையுள்ளவனுக்குத் தான் மானாபிமானம், அதுபோலவே தேசாபிமானம், மொழிஅபிமானம், இலக்கிய அபிமானம், சமய அபிமானம், முதலிய அபிமானங்கள் வேண்டும்.

எனக்கு வெறும் மனிதாபிமானம்தான். அதுவும் வளர்ச்சி அபிமானம்தான் முக்கியம். இந்த நிலையில் நான் “மற்றவர்கள் என்ன சொல்லுவார்கள் நினைப்பார்கள்” என்று நினைத்தால் உண்மையான மனிதாபிமானி ஆகமாட்டேன். உண்மையான வளர்ச்சியபிமானியாக மாட்டேன்.

தமிழில் ஒன்றும் இல்லை. பெரியபுராணமும், கம்பராமாயணமும், சிலப்பதி காரமும், பக்தர்களும், பக்தர்கள் நடப்பும் தோத்திரமும் உபதேசமும் மனிதாபி மானத்திற்கும் வளர்ச்சிக்கும் பயன்படாது. இலக்கிய பொக்கிஷங்களைக் கொண்ட தமிழும் தமிழபிமானமும் பயன்படாது என்று நான் கருதுவேனேயானால் எதை பறிகொடுத்தேனும் அதை மக்களிடை வலியுறுத்த வேண்டியது எனது நாணயமான கடமையாகும்.

நான் தமிழில் அறிவுமில்லை வளர்ச்சிக்கு இடமுமில்லை. என்று கண்டதும் சொன்னதும் இன்று நேற்றல்ல. இந்தி எதிர்ப்புக் காலம் முதல் ஏறக்குறைய 25

ஆண்டுகளாகச் சொல்லி வருகிறேன். நான் இந்தி எதிர்ப்பைத் தொடங்கிய பின்புதான் "அடேயப்பா தமிழ் என்று ஒன்று இருக்கிறதே" என்று புலவர்களையே சிந்திக்க வைக்கச் செய்யும்படியான நிலைமை ஏற்பட்டது. நான் அப்போதே இந்தியை எதிர்க்க தமிழ் புலவர்களையும் சேர்த்துக் கொள்ள வேண்டி வந்ததால் சமயவாதிகளையும் சேர்த்துக்கொள்ள வேண்டி வந்ததால் இவர்களுக்கு முக்கியத் துவம் கொடுக்க வேண்டியதாயிற்று. அதற்கு முன் புலவர்களுக்கும் சமயவாதி களுக்கும் இந்நாட்டில் மதிப்பே இல்லாமல் இருந்தது.

தொகுதி 1

மொழி

புலவர்களும், சமயவாதிகளும், "அரசியலுக்கு" வர நேர்ந்ததும் அந்தச் சந்தர்ப்பம்தான். நான் 1939ல் சிறையில் இருந்து வந்ததும் தமிழபிமானிகள் என்னை அழைத்துக் கூட்டங்கள் நடத்தினார்கள். அப்போது நான் இந்தி எதிர்ப்புக் காரணம் சொல்லும்போது எனது இந்தி எதிர்ப்புக் காரணம் தமிழபிமானமல்ல. எனக்குத் தமிழில் அனுபவமுண்டு. அதனின் பயனற்ற தன்மை எனக்குத் தெரியும். மொழி களில் தமிழ் மிகப் பழமையானது. தமிழ் இலக்கியங்களும் பழமை ஆனவை. ஆகவே அவை இன்றைய வளர்ச்சிக்குப் பயன்படாது. ஆனால் இந்தியைவிட தமிழ் மேலானது. ஆனாலும் நான் ஆங்கிலத்தை ஆதரிப்பவன். மக்களையும் ஆங்கிலத்தை ஆதரிக்கும்படி வேண்டுகிறேன் என்றே சொல்லிக் கொண்டு வருவேன்.

ஒரு உதாரணம் சொல்லுகிறேன்.

ஒரு பெரிய மண்டபத்தில் விக்டோரியா மெமோரியல் ஹாலில் இந்தியை எதிர்த்து தமிழ்ப் புலவர்கள், தமிழ் ஆசிரியர்கள் மாநாடு கூடிற்று. அதில் நான் விசேஷ அழைப்பாளியாக அழைக்கப்பட்டேன். என்னுடன் தோழர் அண்ணாத்துரை முதலிய அப்போதைய என் கணங்கள் மற்றும் பிரபலஸ்தர்கள் பலர் மேடையில் இருந்தார்கள். ஆசிரியர்களும் புலவர்களும் சுமார் 1000 பேர்கள் இருப்பார்கள். அப்போது என்னை பேசச் சொன்னார்கள்.

நான், "புலவர் பெருமக்களே! அறிஞர் ஆசிரியர்களே! எப்படியாவது இந்தியை ஒழித்துக் கட்ட வேண்டும். அது காட்டுமிராண்டி மொழி. அதற்காகவே அதை வலியுறுத்துகிறார்கள் பார்ப்பனர்கள். தமிழ் இந்தியைவிட மேம்பட்ட மொழி என்பதற்கு ஆட்சேபணை இல்லை. ஆனால் எனது இந்தி எதிர்ப்பு தமிழுக்காக அல்ல; நாம் மொழி மூலம் வளர்ச்சி பெறவேண்டுமானால், நமக்கு, அதிலும் நீண்ட நாட்களாக உணர்ச்சி இல்லாத நமக்கு, ஆங்கிலம்தான் உற்ற வளர்ச்சி மொழியாகும். என்னை தமிழ் வேண்டுமா? ஆங்கிலம் வேண்டுமா? என்று ஓட்டுக் கொடுக்கச் சொன்னால், ஆங்கிலத்திற்குத்தான் ஓட்டுக் கொடுப்பேன்" என்று சொன்னேன்.

எனக்குப் பின் பேசிய திரு. ம.பொ.சி அவர்கள் "பெரியார் அப்படிப் பேசி விட்டாரே என்று நீங்கள் அச்சப்படாதீர்கள். அவர் மனது தமிழுக்குத்தான் ஓட்டுக் கொடுக்கும்" என்றார்.

உடனே நான் எழுந்து "மன்னிக்கவேண்டும், எனக்கு மனது வேறு, வாக்கு வேறு என்கின்ற வழக்கம் இல்லை மனப்பூர்வமாகத்தான் சொன்னேன்" என்றேன். பிறகு கூட்டம் முடிந்து நான் வீட்டுக்குப் போகும் போது தோழர்கள் அண்ணாத் துரை, நெடுஞ்செழியன் எனது வண்டியில் ஏறி என் கூட வந்தார்கள். அப்போது தோழர் அண்ணாத்துரை அவர்கள் வண்டியில் இருப்பவர்களைப் பார்த்து "இந்தக் கூட்டத்தில் அய்யா அவர்கள் ஆனதானால் இங்கிலீஷுக்குத்தான் ஓட்டு கொடுப்பேன் என்று சொல்லித் தப்பித்துக்கொண்டார். நாங்கள் யாராவது சொல்லியிருந்தால் திரும்பி வீடுபோய் சேர முடியாது" என்று சொன்னார்.

எனது அண்ணன் மகன் சம்பத்துக்கு மூத்தவனை, நான் அவன் ஆங்கில நேஷன் காரனாக வேண்டுமென்று கருதி 11வது வயதில் இலண்டனுக்கு அனுப்பினேன். ஆனால் அவன் இந்தியா வந்து க்ஷயநோயால் செத்துவிட்டான். மற்றும் கலைக்கதிர் பத்திரிகைக்கு "நமது வீட்டுமொழி ஆங்கிலமாக வேண்டும்" என்று ஒரு கட்டுரை நெடுநாளைக்கு முன்பே எழுதினேன்.

மற்றும் இந்தி எதிர்ப்புக்கு சர்க்காருக்கு ஒரு மகஜர் அனுப்ப இராஜாஜி முதலிய பல அறிஞர்கள் கூடியிருந்த மாநாட்டில் நான், "ஆங்கிலமே தமிழ் நாட்டுக்கும் அரசியல் மொழியாக இருந்ததால் நலம்" என்று சொன்னேன். அதற்கு இராஜாஜி அவர்கள் "பல விஷயத்தில் எங்களுக்குள் அபிப்பிராயபேதம் இருந்தாலும் இதிலாவது ஒன்றாக இருக்கிறோமே அது எனக்கு மிக மகிழ்ச்சி" என்றார்.

மற்றும், திரு. ம.பொ.சி. அவர்கள் "தாய்ப்பால் குடித்தால்தான் பிள்ளை உருப்படும். ஆதலால், தமிழில்தான் நாம் முன்னேற முடியும்" என்று கூறியதற்கு நான், "தாய்ப்பாலில் சத்து இல்லை; அதோடு நோயாளி" என்ற தலைப்பில் ஒரு கட்டுரை எழுதினேன். மற்றும், பல சந்தர்ப்பங்களில் ஆங்கிலத்தை வலியுறுத்தி வந்திருக்கிறேன்.

ஆகவே, நான், "கல்லூரிகளில் ஆங்கிலத்தில் பாடம் சொல்லித் தரவேண்டும்" என்றும், மூன்றாம் வகுப்பில் இருந்து மாத்திரமல்லாமல், "எழுத்தாணிப்பால்" குடிக்க வைக்கும் போதே ஆங்கிலத்தில் துவைத்துக் கொடுக்க வேண்டும்" என்று சொல்லுகிறேன்.

மற்றும், தமிழ் எழுத்துக்களின் வரிவடிவை நெடுங்கணக்கை ஆல்பபெட்டை எடுத்துவிட்டு, ஆங்கில 26 எழுத்துக்களையே நமது எழுத்துக்களாக வைத்துக் கொள்ளலாம் என்று 10 ஆண்டுகளுக்கு முன்பேயே சொல்லி இருக்கிறேன். இதனால் மக்களுக்கு ஒரு கேடும் வந்துவிடாது என்பதோடு மொழிப் பிரச்சனையில் கடவுள், சமயம், இலக்கியம், சம்பந்தம் வைத்துப் பார்க்கக்கூடாது. சமயமும், இலக்கியமும் எங்கும் போய்விடாது. திருத்தப்பாடாகலாம். ஆனதால், அபிமானம் காரணமாக ஆங்கிலத்தை புறக்கணிக்கக்கூடாது என்று வேண்டிக் கொள்வதுடன், கல்லூரிகளில் ஆங்கிலம் போதனாமொழியாக இருக்கக் கல்விஅமைச்சர் திரு.பக்தவத்சலம் அவர்களுக்கு மக்கள் துணையாய் இருக்கவேண்டுமன்று வேண்டிக்கொள்கிறேன்.

"மொழியும் அறிவும்" நூலிலிருந்து - 1962

தொகுதி 1
மொழி

பெண் விடுதலையில் வெள்ளைக்காரன் பங்கு

தமிழ் பழமையான மொழி; இலக்கிய இலக்கணங்களைக் கொண்ட மொழி; எல்லாப் பொருளுக்கும், நிகழ்ச்சிக்கும் பெயர் உண்டு என்று பெருமைப்படுத்திக் கொள்ளுவார்கள்.

இப்படிப்பட்ட மொழியில் இம்மாதிரியான காரியத்துக்குப் பெயர் இல்லாமல் அந்நிய மொழியின் பெயர் இருக்கக் காரணம் என்ன?

ஒரு பொருளை உணர்த்தப் பல சொற்கள் உள்ள மொழி தமிழ் ஆகும். உதாரணமாக, 'நிஜம்' என்ற கருத்தில் மூன்று சொற்கள் உள்ளன. 'உண்மை, மெய்மை, வாய்மை' என்று குறிப்பிட்டு, அதன் நுட்பத்தைப் பற்றி விளக்குவார்கள். உள்ளத்தால் பொய்யாது ஒழுகுவது உண்மை என்றும் உடலினால் பொய்யாது ஒழுகுவது மெய்மை என்றும், வாய்ச்சொல்லால் பொய்யாது ஒழுகுவது வாய்மை என்றும் நுண்பொருள் கூறுவார்கள்.

இப்படி எல்லாம் உள்ள மொழியில் முக்கியமான நிகழ்ச்சியாகிய கல்யாணத்துக்குப் பெயரோ, நிகழ்ச்சிக்கு ஆதாரமோ இல்லாத காரணம் என்ன?

நம்மிடையே இந்த முறையானது ஆதியில் இல்லை என்பதுதான் ஆகும்.

விடுதலை - 31. 08. 1963

தொகுதி 1

மொழி

புலவர்கள் குறுக்கே படுத்துக்கொண்டு...!

மொழி எழுத்து பற்றிய நமது எண்ணம் பெரிய பைத்தியக்காரத்தனம் முன்னோர் மொழி எங்கள் தாய் தந்தையர் பேசிய மொழி என்கிறார்களே ஒழிய, எதற்காக மொழி என்று எவன் எண்ணுகிறான்?

2000ஆண்டுகளாகத் திருத்தப்பாடு அடையாத மொழி எப்போது திருத்தப்பாடு அடையப்போகின்றது?

எத்தனை பேருக்கு நமது மொழியைத் திருத்த வேண்டும் என்ற ஆர்வம் உள்ளது. தேவாரம், திருவாசகம் படித்தால் மட்டும் தமிழ் வளர்ந்துவிடுமா? இவை இருந்தால் மட்டும் போதுமா? குறளைத் தவிர வேறு உருப்படியான நூல் என்ன இருக்கிறது?

எழுத்து பற்றி நண்பர் கண்ணதாசன் ஏதேதோ கூறினார். அவர் புலவர் ஆனபடியால் அவர் கூறியது சரி. நம் பெண்கள் கோலம் போடுவதையும் சீக்கிரம் கற்றுக்கொள்ளலாம். ஆனால் நம் எழுத்துக்களை கற்றுக்கொள்வது நம் குழந்தை களுக்கு கஷ்டமாக உள்ளது.

நான் பல வருடங்களாக எழுத்து சீர்திருத்தம் பற்றி சொல்லி வருகின்றேன். எவர் கேட்கிறார், இன்றைக்கு நேரு இந்தியாவுக்கு பொது லிபி வேண்டும் என்கின்றார். மொழியில் எழுத்தில் மாறுதல் உண்டு பண்ணவேண்டும் என்றால் நம் புலவர்கள் குறுக்கே படுத்துக்கொண்டு தடுக்கின்றார்களே!

விடுதலை - 28-1-1964

தொல்லைக்கா மொழி!

மொழித்தொல்லை இந்திய தேசம் முழுவதிலும் பல நாடுகளுக்குச் சேர்ந்து ஒரே ஆட்சியாக ஏற்பாடு செய்யப்பட்டிருப்பதால் ஏற்பட்டிருக்கிறதேயல்லாமல் இயற்கையாக ஏற்பட்ட தொல்லை அல்ல என்றே சொல்லலாம்.

வெள்ளையர் ஆட்சிக் காலத்தில் மொழித்தொல்லை இல்லை என்று சொல்லப் படுமானால் அவன் ஒரு மொழியை ஆட்சிக்காகப் பொது மொழியாக்கி வைத்து விட்டான். ஆதலால் மொழித் தொல்லைக்கு இடமில்லாமல் போய்விட்டது.

அந்த மொழி வெள்ளையனுடைய சொந்த மொழியாக இருந்தாலும், இந்திய மக்கள் அதை விரும்பி மேல் விழுந்து கற்கவும், பயன்படுத்திக் கொள்ளவும் போட்டி போட ஆரம்பித்ததால், அம்மொழியினால் மக்கள் நன்மை அடைந்தார்கள் என்பதைத் தவிர, சிறிதும் தொல்லையடையவில்லை.

பொதுவாக, இந்தியாவின் உள்ள மக்கள் *100*-க்கு *99* பேர் மூடநம்பிக்கைகாரர் களாய், முட்டாள்களாய் இருப்பதற்கே காரணம் அவரவர்கள் மொழியேயாகும் என்பது எனது பலமான கருத்து. நம் மனிதருக்கு இதுவரை படிப்பு இல்லை என்பது ஒரு காரணமானாலும், அவரவர் பேசும் மொழியிலாவது அறிவிற்கான சொற்கள் இருக்கிறதா என்றால் கிடையாது. படிப்பதாக இருந்தாலும் அறிவிற்கான நூல்கள், இலக்கியங்கள், மத சம்பிரதாய ஆதாரங்கள் எதுவுமே கிடையாது! பிறந்த குழந்தை பேச வேண்டுமானால் தாய் தந்தையர் கற்றுக் கொடுத்துத்தானே ஆக வேண்டும்!

அறிவுக்கு ஏற்ற சொல் இல்லை; மொழி இல்லை; நூல் இல்லை; சமயமில்லை. இப்போது இருப்பவை எல்லாம் ஆயிரக்கணக்கான ஆண்டுகளுக்கு முன்னால் ஏற்பட்டவை. இவைகளில் எதையும் மாற்றக் கூடாது 'குரங்குப் பிடிவாதமே'யாகும். மக்களுக்குள் செலுத்துவதிலும் மூடநம்பிக்கையோடும் 'கற்புக்கு' இருக்கிற நிபந்தனையோடுமே செலுத்தப்பட்டு வருகிறது! இவற்றுள் சாதி உணர்ச்சி வேறு. மக்களுக்குள் புகுந்து வக்கீலுக்கு எப்படி புரட்டு பித்தலாட்டம் அவசியமோ, அது சாதி உணர்ச்சிக்கும் மக்களுக்கு புரட்டு, பித்தலட்டம் அவசியமாகி, அவைகள் மூலமே காப்பாற்றப்பட வேண்டியது ஆடிவிடுகிறது.

சர் இராதாகிருஷ்ணன், சர்.சி.வி.இராமன் ஆகிய படித்த பெரியோர்களைப் பார்த்தாலே சாதி உணர்ச்சி எவ்வளவு தூரம் பகுத்தறிவைக் கெடுத்து விடுகிறது என்பது தெரியும்.

இப்படியாக இந்தத் தன்மையில் உள்ள மொழிகளை இந்த முறையில் புகுத்தப்பட்டு வந்தால் மனிதனுக்கு மொழியினால் அறிவு எப்படி வளர முடியும்?

புதிய உலகில் வாழ்கின்ற வாழ வேண்டிய மக்களுக்கு மொழிப்பைத்தியம் எதற்கு? அதுவும் சாதி போன்ற, மதம் போன்ற மொழிப் பைத்தியம், மொழி வெறி என்பது எதற்காக இருக்க வேண்டும்?

போதாக் குறைக்கு, 'பெரியார் கல்லூரியில் படித்தவர்கள்' என்றும், நாங்கள் 'பகுத்தறிவுவாதிகள்' என்றும் சொல்லிக் கொள்ளும் இன்றைய மந்திரிகள் 'தமிழுக்கு-தமிழ்மொழிக்குக் கேடு வந்தால் நாங்கள் பதவியை விட்டு வெளியேறி விடுவோம்' என்று சொல்லுகிறார்கள் என்றால், இதில் என்ன பகுத்தறிவு இருக்கிறது? என்ன 'பெரியார் வாசனை' இருக்கிறது? உயர்தரப் படிப்புகளை யெல்லாம், கல்லூரியிலும் கூட தமிழிலேயே ஆக்குகிறோம் என்றால் மக்களை முட்டாள்களாக்குகிறோம் என்றுதானே பொருள்?

இப்படியான நிலை ஏற்பட்டால் இது முக்கொலை என்றுதானே ஆகும்? தமிழ் மொழியும் கெட்டு, பாட விஷயமும் பொருளும் கெட்டு, ஆங்கிலமும் கெடும்படி ஆவதால் மூன்று கொலை செய்ததாகத்தானே முடியும்? இதுதானா இந்தச் சிப்பாய்கள் வேலை?

இந்த நாடு முன்னேற வேண்டுமானால், எந்த மொழியிலானாலும் சரி, விஞ்ஞன அறிவு விஞ்ஞன வாழ்வு இவற்றால்தான் முடியும்!

தமிழ் மொழிக் களஞ்சியங்களான 'மாணிக்கவாசகர் காலம்' எழுதிய காலஞ்சென்ற மறைமலை அடிகள், பெரிய புராணத்திற்குப் புது உரை எழுதிய திரு.வி.கலியாணசுந்தரம் முதலியார் வாழ்வில், முக்கியத்துவத்தில் என்ன தரத்தில் இருந்து சென்றார்கள்? சைவத்தை நிலைநிறுத்திய மூட நம்பிக்கைக் களஞ்சியங்களாகத்தானே முடிவெய்தினார்கள்!

காலம் செல்லாத இன்றைய தமிழ்க் களஞ்சியங்கள் தெ.பொ.மீனாட்சி சுந்தரனார், டாக்டர்கள் சிதம்பரநாதன் செட்டியார், மு.வரதராசனார், இராஜ மாணிக்கனார் மற்றும் ஒரு டஜன் உருப்படிகளின் இன்றைய நிலை என்ன? அவர்களால் அவர்கள் ஓர் அளவுக்கு நன்றாய்ப் பிழைக்கிறார்கள் என்பதைத் தவிர நாட்டிற்கோ, மனித சமுதாயத்திற்கோ என்ன பயன்? அன்னக்காவடி பஞ்சாங்கப் பார்ப்பான் மகன் ஆங்கிலம் படித்து சுப்ரீம் கோர்ட் நீதிபதி ஆகிறான்!

பார்ப்பனரல்லாதார் என்கின்ற உணர்ச்சிப் போராட்டம் இல்லாதிருந்தால் இந்த மேதாவி டாக்டர்கள், 'மகான்' கள் நிலை இன்று எப்படி இருக்கும்? கிறுக்கன் பாரதிக்கு இருக்கிற மதிப்பில் நூற்றில் ஒன்று கூட இவர்களில் எவருக்கும் இன்று இல்லையே!

விடுதலை - 05. 04. 1967

தொகுதி 1

மொழி

தமிழும் முன்னேற்றமும்

தமிழ் முன்னேற்றமடைந்து உலக மொழி வரிசையில் அதுவும் ஒரு மொழியாக இருக்க வேண்டுமானால், தமிழையும், மதத்தையும் பிரித்துவிட வேண்டும். தமிழுக்கும் கடவுளுக்கும் உள்ள சம்பந்தத்தையும் கொஞ்சமாவது தள்ளி வைக்க வேண்டும்.

மத சம்பந்தமற்ற ஒருவனுக்கு, தமிழில் இலக்கியம் காண்பது மிக மிக அரிதாகவே இருக்கிறது. தமிழ் இலக்கணம் கூட மதத்தோடு பொருத்தப் பட்டே இருக்கிறது.

உதாரணமாக "மக்கள், தேவர், நரகர் உயர்திணை" என்றால் என்ன? நரகர்கள் யார்? தேவர்கள் யார்? இலக்கணத்திலேயே மதத்தைப் போதிக்கும் சூழ்ச்சிதானே இது?

இனிப் பள்ளிக்கூடப் பிள்ளைகளுக்குத் தமிழ் இலக்கியத்துக்குப் புத்தகங்கள் எவை? கம்பராமாயணம், பாரதம், பாகவதம், பெரியபுராணம், தேவாரம், திருவாய் மொழி போன்ற மத தத்துவங்களையும், ஆரிய மத தத்துவம் என்னும் ஒரு தனிப்பட்ட வகுப்பின் உயர்வைப் போதித்து மக்களை மான மற்றவர்களாக்கும் ஆபாசக் களஞ்சியங்களும் அல்லாமல் வேறு இலக்கியங்கள் காணப்படுகின்றனவா? பண்டிதர்களுக்கு உலக ஞானத்தை விடப் புராண ஞானம் தானே அதிகமாயிருக்கிறது?

மேல்நாட்டுக்குப் புலவர்கள் மேல்நாட்டு இலக்கியங்கள் ஆகியவைகளுக்கு இருக்கும் பெருமையும், அறிவும் நம் தமிழ்ப் புலவர்களுக்கு இருக்கின்றது என்று சொல்ல முடியுமா? ஷேக்ஸ்பியர் வேண்டுமா? இங்கிலாந்து வேண்டுமா? என்றால், இங்கிலீஷ் மகன் ஷேக்ஸ்பியர் வேண்டும் என்பானாம். தமிழன் எதைக் கேட்பது?

இந்தியா வேண்டுமா? கம்பராமாயணம் வேண்டுமா? என்றால், உண்மைத் தமிழ்மகன் என்ன சொல்லுவான்? இரண்டு சனியனும் வேண்டாம் என்று தானே சொல்லுவான்.

மேல்நாட்டு தான் அறிவாளிகள் தாங்கள் செய்த இலக்கியங்களை மத சம்பந்தமின்றி பெரிதும் செய்து வைத்தார்கள். அதனால் நூற்றுக்கணக்காக மேல்நாட்டு இலக்கியங்களும் பண்டிதர்களும் போற்றப்படுகிறார்கள்.

கீழ்நாட்டில் குறிப்பாக இந்தியாவில் எத்தனை இலக்கியம் உலகத்தால் மதிக்கப் படுகின்றன? எத்தனை பண்டிதர்கள் உலகத்தால் போற்றப்படுகிறார்கள்? தாகூர் அவர்கள் கவிக்கு ஆகப் போற்றப்படலாம். ஆகவே மதம், கடவுள், சம்பந்தமற்ற

இலக்கியம், யாவருக்கும் பொதுவான இலக்கியம், ஞானத்தைப் பற்றிய இலக்கியம், யாவரும் மறுக்க முடியாத விஞ்ஞானத்தைப் பற்றிய இலக்கியம் ஆகியவைகள் மூலம்தான், ஒரு மொழியும் அதன் இலக்கியங்களும் மேன்மையடைய முடியும் என்பது மாத்திரமல்லாமல், அதைக் கையாளும் மக்களும் ஞானமுடையவர் களாவார்கள்.

கம்பராமாயணம் அரிய இலக்கியமாய் இருக்கிறதாகச் சொல்லுகிறார்களே இருந்து என்ன பயன்? ஒருவன் எவ்வளவு தான் பட்டினி கிடந்தாலும் மலத்தில் இருந்து அரிசி பொறுக்குவானா? அதுபோல் தானே கம்பராமாயண இலக்கியம் இருக்கிறது. அதில் தமிழ் மக்களை எவ்வளவு இழிவாகக் குறிப்பிடப் பட்டிருக்கிறது! தமிழரின் சரித்திரகால எதிரிகளை எவ்வளவு மேன்மையாகக் குறிப்பிடப்பட்டிருக்கிறது. சுயமரியாதையை விரும்புகிறவன் எப்படி கம்பராமாயண இலக்கியத்தைப் படிப்பான். இன்று கம்பராமாயணத்தால் தமிழ் மக்களுக்கு இலக்கியம் பரவிற்றா என நடுநிலையில் இருந்து யோசித்துப் பாருங்கள்.

தமிழ்மொழியின் பெருமை பரமசிவனுடைய படைப்பினால் வந்ததென்றோ, பரமசிவன் பார்வதியிடம் பேசிய மொழி என்றோ, சொல்லிவிடுவதாலும், தொண்டர் நாதனைத் தூதினிடை விடுத்ததாலும், முதலை உண்ட பாலனை அழைத்ததாலும் எலும்பைப் பெண்ணாக்கினதாலும், தமிழ் மேன்மையுற்றதாகி விடாது. இந்த ஆபாசக் கதைகள் தமிழ் வளர்ச்சியையும், மேன்மையையும் குறைக்கத் தான் பயன்படும்.

பரமசிவனுக்கு உகந்த மொழி என்றால் - வைணவனும், முஸ்லிமும் தமிழைப் படிப்பதே "பாவமல்லவா?" அன்றியும் அந்தப்படியிருந்தால் பார்ப்பான் தமிழ்மொழியைச் 'சூத்திர பாஷை' என்றும், அதைக் காதில் கேட்பதே பாவம் என்றும் சொல்லுவானா? என்று யோசித்துப் பாருங்கள்.

இன்று தமிழ் நாட்டில் வந்து, தமிழ் கற்று, வயிறு வளர்ப்பவர்களாகிய பார்ப்பனர்கள் தானே, இந்தி பாஷை இந்தியப் பாஷை ஆக வேண்டுமென்று முயற்சித்து வெற்றி பெற்று வருகிறார்கள்? கோர்ட் பாஷை, அரசாங்க பாஷை ஆகியவை எல்லாம் இந்திமயமாக வேண்டும் என்கிறார்களே. காரணம் கேட்டால் இந்திபாஷையில் துளசிதாஸ் ராமாயணம் நன்றாய் விளங்கு மென்கிறார்.

தமிழ்ப் பண்டிதர்கள் பெரும்பாலோர்க்கு இதைப் பற்றி சிறிதும் கவலை இருந்தது என்று சொல்ல முடியவில்லை, தமிழ்ப்பண்டிதர்கள் இந்த அரசியல் வாதிகளின் கூச்சலுக்கு பார்ப்பனர்கள் கோபத்துக்கும் பயந்துகொண்டு கண்ணை மூடிக்கொண்டு இருந்திருக்கிறார்கள்.

பார்ப்பனர்கள் செத்த பாம்பான சமஸ்கிருதத்தை எடுத்து வைத்துக் கொண்டு எவ்வளவு ஆர்ப்பாட்டம் செய்கிறார்கள்? பொதுப்பணம் சமஸ்கிருதத்தின் பேரால் எவ்வளவு செலவாகின்றது? பொதுமக்களின் வரிப்பணம் சமஸ்கிருதத்துக்கு ஆக ஏன் ஒரு பைசாவாவது செலவாக வேண்டும். தமிழ், தமிழ் என்று எங்கோ ஒரு மூலையில் சில பண்டிதர்கள் தான் சத்தம் போடுகிறார்கள். ஆனால் சமஸ் கிருதத்துக்கும் இந்திக்கும் கேபினெட் மெம்பர்கள், அய்க்கோர்ட் ஜட்ஜ்கள் முதல் எல்லாப் பார்ப்பன அதிகாரிகளும் பாடுபடுகின்றார்களே! நம்ம பெரிய அதிகாரி களுக்கோ, பெரிய செல்வாக்கு செல்வமும் உள்ளவர்களுக்கோ தமிழைப் பற்றி கவலையும் இல்லை. தமிழைப் பற்றி அதிகம் பேருக்கு ஒன்றும் தெரியவும் தெரியாது.

தமிழின் பரிதாப நிலைக்கு இதைவிட வேறு என்ன வேண்டும்? தமிழ் மொழியில், ஒரு சிறு மாற்றமோ, முற்போக்கோ செய்யக்கூட ஒரு தமிழ்

அபிமானியும் முயற்சிப்பதில்லை. யாராவது முயற்சிப்பதில்லை. யாராவது முயற்சித்தாலும் ஆதரவளிப்பது மில்லை. தற்கால பரிதாப நிலைக்குத் தமிழ் போதியதாகவும் சவுகரிய முள்ளதாகவும் ஆக்க யார் முயற்சித்தார்கள்?

மேல்நாட்டு மொழிகள் எவ்வளவு மாற்றமடைந்து வருகின்றன. எழுத்துக்களில் எவ்வளவு மாறுதல் செய்து வருகிறார்கள். ரஷ்யாவில் சில பழைய எழுத்துக்களை எடுத்துவிட்டார்கள். புதிய எழுத்துக்கள் சேர்த்தார்கள். அமெரிக்காவில் எழுத்துக் கூட்டுவதாகிய ஸ்பெல்லிங் (Spelling) முறையை மாற்றி விட்டார்கள். துருக்கியில் துருக்கி மொழிக்கு உண்டான எழுத்துக்களையே அடியோடு எடுத்துவிட்டு ஆங்கில எழுத்துக்களை ஏற்படுத்திக் கொண்டார்கள். தமிழர்கள் தமிழுக்காக நமக்கு விவரம் தெரிந்த காலமாய் என்ன காரியம் செய்தார்கள்? காலத்துக்கு ஏற்ற மாறுதலுக்கு ஒத்துவராதவன் வெற்றிகரமாய் வாழமுடியாது. மாறுதலுக்கு மனிதன் ஆயத்தமாய் இருக்க வேண்டும். முன்னேற்றம் என்பதே "மாறுதல்" என்பதை உணர்ந்த மனிதனே உலகப் போட்டிக்குத் தகுதியுடையவனாவான்.

தமிழ் எழுத்துக்களில் ஒரு சில மாற்றம் செய்தேன். அநேக பண்டிதர்கள் எனக்கு நன்றி செலுத்தி என்னைப் பாராட்டினார்களேயல்லாமல் ஒருவராவது, அம்முயற்சிக்கு ஆதரவளித்தவர்கள் அல்ல. இவ்வளவு பெரிய காரியத்தைச் செய்ய நான் தகுதியற்றவன் என்பதை நான் ஒப்புக்கொள்கிறேன்.

ஆனால் தகுதி உள்ள வேறு எவரும் வெளிவராவிட்டால் என்செய்வது? ஆனாலும், நான் அம்முறையிலேயே பத்திரிகைகள் நடத்துகிறேன். அம்முறையிலேயே பல புத்தகங்களும் வெளியிட்டிருக்கிறேன். இன்னும் எவ்வளவோ செய்ய வேண்டி இருக்கிறது.

இவைகளையெல்லாம் பார்ப்பனர்களே செய்வதாக பாசாங்கு செய்து பார்ப்பனர்கள் தமிழன் மீது ஆதிக்கம் செலுத்தப் பார்த்தார்கள். அநேக பண்டிதர்கள் அவர்களுக்கு ஆதரவு அளித்தார்கள்.

எப்படி ஆனாலும் தமிழ்மொழி உணர்ச்சி தமிழ் மக்களுக்கு இன்றியமையாதது. அதன் மூலம் தமிழ்மக்கள் ஒன்று சேர வசதி உண்டு.

தீபாவளி போன்ற மூடநம்பிக்கையும், சுயமரியாதை அற்றதும், ஆபாசமானதுமான பண்டிகைகள் கொண்டாடுவதைவிட இப்படித் தமிழ்த் திருநாள் என்று தமிழ் மக்கள் கூட்டுறவுக்கும் மகிழ்ச்சிக்கும், கொண்டாட்டத்துக்கும் அனுகூலமாகத் திருநாள்களைப் பரப்ப வேண்டும். நமது நண்பர்களுக்குப் பகுத்தறிவும், சுயமரியாதையும் இருந்தாலும், ஒரு திருநாள் வேண்டி இருக்கிறதால், தீபாவளியும் மாரிப் பண்டிகையையும் கொண்டாட ஆசைப்படுகிறார்கள்.

இந்தப் பண்டிகையால் தமிழர் முன்னேற முடியுமா? சுயமரியாதை உணர்வுகள் வந்திருந்தால் தான் முன்னேற முடியும்.

விடுதலை - 28. 06. 1964

தொ
கு
தி
1

மொழி

தமிழ் ஒரு நியூசென்ஸ் - தமிழ்ப் புலவர்கள் சமூக துரோகிகள்

தமிழ்ப் புலவர்கள் தமிழை ஒரு "நியூசென்ஸ்" ஆக ஆக்கிவிட்டார்கள். அதாவது தமிழினால் மக்களுக்கு வாழ்க்கையில் வளர்ச்சியில் ஒரு பயனும் ஏற்பட முடியாதபடி செய்துவிட்டார்கள். அதுவும் தமிழர்க்கு சமயத்துறைப் புலமையைக் காட்டும் இலக்கண இலக்கியத் துறையல்லாமல், அறிவுத்துறைக்கோ வாழ்க்கைத் துறைக்கோ, மனித சமுதாய வளர்ச்சிக்கோ ஒரு அளவு கூடப் பயன்படமுடியாத மொழியாக தமிழை ஆக்கிவிட்டார்கள்.

இன்று தமிழ்ப்புலவர்கள் தமிழபிமானிகள் கூடி தமிழின் வளர்ச்சி பற்றி பேசுகிறார்கள் என்றால், தமிழினால் மக்களுக்கு ஏற்பட்ட பயன்பற்றியோ ஏற்படப்போகும். ஏற்படவேண்டிய பயன் பற்றியோ பேசுவதற்கு வக்கில்லாமல் "தமிழின் பெருமை"யைப் பேசி தமிழ் இலக்கியம் என்பதிலுள்ள கற்பனை, கவிநயம், கருப்பொருள், நுண்பொருள், பொதிபொருள், இலக்கண அமைப்பு, இலக்கியத் தன்மை அமைப்பு, சொல்நயம், பொருள் நயம், புலவனின் தெய்வீகத் தன்மை, இலக்கியத்தின் மேம்பாடு என்பதாகப் பெருமைகளை' அடுக்கிக் கொண்டே போவதல்லாமல் வேறு பயன் இருக்கிறதென்று எடுத்துச் சொல்ல எப்படிப்பட்ட புலவருக்கும் சரக்கேயில்லாமல் போய்விட்டது.

இன்றும் தமிழ்ப் புலவர்கள், வித்வான்கள் பிழைக்கவும் இலக்கியங்களால் புத்தகக் கடைக்காரர்கள் பத்திரிகைக்காரர்கள் பிழைக்கவும்தான் பயன்படுத்தப்பட்டு வருகிறது.

இன்று தமிழ்மொழி யென்பது பேச்சு வழக்கிற்குப் பயன்படுகிறதென்பதால் பொது அறிவுக்கு அதைப் பயன்படுத்த வாய்ப்பில்லாமல் போய்விட்டது. இதற்குக் காரணம் பொது அறிவுக்குப் பயன்பட தமிழில் எதுவும் இல்லாததுதான் காரணமே யொழிய, மற்றபடி அதைப் பேணக் கூடாது என்ற கருத்து யாருக்குமேயில்லை.

பார்ப்பனருக்கு இன்று வடமொழி எப்படி தங்கள் இனநலத்திற்கு மாத்திரம் பயன்படுகிறதோ, அதேபோல்தான், தமிழ் தமிழருக்கு, தமிழ் புலவர்களுக்கு தங்கள் நலத்திற்கு மாத்திரமே பயன்பட்டு வருகிறது.

இந்த நாட்டில் ஆரியர் புகுந்த சுமார் 3000 ஆண்டுகாலமாக வடமொழி நூல்களில் உள்ள கடவுள் சம்பந்தமான, ஆபாசக்கதைகள் மூடநம்பிக்கை காரியங்கள் சிறிதும் அச்சமின்றி தமிழனாலேயே தமிழர்களிடம் புகுத்தப்பட்டிருக்கிறது.

இன்றும் நடைமுறையிலும் நடத்தப்பட்டு வருகிறது. அதுமாத்திரமல்லாமல் அந்த வடமொழிக் கதைகள், கற்பனைகள் தமிழில் உள்ள எல்லா இலக்கியங்களிலும் புகுத்தப்பட்டிருக்கிறது. இந்தக் காரியத்திற்குத்தான் தமிழ் பயன்பட்டது. நாளைக்கும் தமிழில் இலக்கியம் செய்ய முன்வரும் புலவர்கள்கூட அந்த வடமொழிக் கற்பனைகளை, கதைகளை, ஆபாசங்களை மூடநம்பிக்கைகளைப் புகுத்தாமல் பயன்படுத்தாமல் உண்டாக்கமுடிவதில்லை என்பதோடு வடமொழிக் கதைகள், கற்பனைகள் ஆபாசங்கள் புகுத்தப்பட்ட இலக்கியங்கள் பேராலேயே, தமிழர் புலவனாகிறார், வித்வானாகிறார். டாக்டராகிறார். பரிசுகள் பெறுகிறவராகிறார்கள்! இதற்கு இன்று தமிழ் நாட்டில் ஒரு புலவர், ஒரு டாக்டர் கூட வெட்கப்படுவதேயில்லை. இன்று தமிழுக்குள்ள பெருமைகளில் தலைசிறந்த பெருமை இதுதான்.

மற்றும் புத்தகக்கடைக்காரர்களும் இந்தப் புத்தகங்களை விளம்பரப்படுத்தி ஒவ்வொரு புத்தகத்தின் பேரால் "மாநாடு" கூட்டி விற்பனையைப் பெருக்குவதும் தமிழின் இரண்டாவது பெருமையாக இருக்கிறது.

சாதாரணமாக நான் 60 ஆண்டு காலமாக இந்த தமிழ் இலக்கியங்களை எல்லை கடந்துகூட மறுத்துக் கண்டித்து வருகிறேன். அவற்றிலுள்ள ஆபாசங்களை நாற்பது ஆண்டு காலமாக வெளிப்படுத்தி வருகிறேன். எல்லாப் புலவர்களுக்கும் எட்டும்படி என்னால்கூடிய மட்டும் பிரசாரம் செய்தும் வருகிறேன். சுமார் 100, 200 வகைப் புத்தகங்கள் 500 வகைத் துண்டுப்பிரசுரங்கள் இவற்றோடு இதற்கென்றே பல பத்திரிகைகள் வெளியிட்டுமிருக்கிறேன். இதன் பிறகு கூட இந்தத் தமிழ்ப் புலவர்கள், டாக்டர்கள், வித்வான்கள், புத்தகக் கடைக்காரர்கள் என்பவர்களுக்கு கடுகளவுகூட வெட்கம் மானம் இல்லாமல் அவரவர்கள் வயிற்றுப் பிழைப்பையே "தமிழின் பெருமையாக" நினைத்து வாழ்ந்து வருகிறார்களே தவிர, ஒரு நபர்கூட முன்வந்து இந்த தமிழ் இலக்கியங்களுக்கு ஒரு சிறு கண்டனமோ, மறுப்போ வெளியிட்டவர்கள் யாருமில்லை.

தமிழின் இழிதன்மைக்கு இப்புலவர்களே எடுத்துக்காட்டு என்று சொல்ல மிகவும் வருந்துகிறேன்.

நம் மக்கள் அறிவுத்துறையில் இவ்வளவு காட்டுமிராண்டிகளாக மூட நம்பிக்கைக் களஞ்சியங்களாக ஆக இப்புலவர்களும், இவர்களது தமிழின் பெருமையும் தான் காரணம் என்று கூரைமேலிருந்து கூறுவேன்! மறுப்பவர்கள் உண்டானால் வெளிவரட்டும்!

1965ல் தமிழர்களிடையில் கந்தபுராண காலட்சேபம் கம்பராமாயண காலட்சேபம் செய்வது என்றால் நம் புலவர்களுக்கு மானம், வெட்கம் வேண்டாமா? புலவர் என்றால் அறிஞர்கள் மேன்மக்கள் என்பது அகராதிப் பொருள். ஆனால் நம் புலவர்கள் யாரிடமும் இவை இரண்டும் காணுவது மிக கஷ்டமாக இருக்கிறது. மற்றென்னவென்றால் இவர்கள் புலமையைப் பயன்படுத்தும் தன்மைகொண்டு பார்த்தோமானால் பெரும்பாலான புலவர்கள் என்பவர்களை 'தமிழ் கொலைஞர்' என்று சொல்லத் தக்கவண்ணம் தான் நடந்துகொள்கிறார்கள்.

ஏனிப்படி சொல்கிறேனென்றால் இன்று தமிழைக் காக்கும் தமிழின் பெருமையைக் காக்கும் புலவர்கள்தான் தமிழ் மக்களின் மடமையையும், காட்டுமிராண்டித் தனத்தையும், இழிவையும், காப்பாற்றி வருகிறார்கள். இன்றல்ல, நேற்றல்ல: தமிழ் இலக்கியங்களைத் தோற்றுவித்த 1000-2000 ஆண்டுகளாக இறுதியாக சிலப்பதிகாரமும் கம்பராமாயணமும் தோற்றுவித்த நாள் முதல் இன்று ஈறாக என்று சொல்லுவேன்.

தொகுதி 1

மொழி

இந்தப்படி நான் எழுதுவதைப் பற்றி ரோஷப்பட்டு எந்தப் புலவராவது திருந்தி கந்தபுராணத்திற்கு மறுப்பு, இராமாயண, பாரதத்திற்கு மறுப்பு, சிலப்பதிகாரத்திற்கு மறுப்பு மற்றும் "இலக்கியங்களுக்கு" மறுப்பு, அல்லது ஆராய்ச்சி நூல் என்னும் பெயரால் பகுத்தறிவாளர்கள் ஏற்கும்படி 100-200 பக்கங்களில் அடங்கும்படி புத்தகங்கள் எழுதித் தருவார்களேயானால் வரவேற்பதோடு சன்மானங்களும் தந்து பாராட்டுவிழாக்களும் நடத்தப்படும். அவை அச்சுப் புத்தகமாக்கப்படுமானால் 1000க்கு 100 புத்தகங்கள் சன்மானமாகக் கொடுக்கப்படும். இப்போதையப் புலவர்கள் பலரின் நடத்தை எனக்கு வேதனையை உண்டுபண்ணியதால் தமிழ் மக்களின் நலத்தை முன்னிட்டே இது எழுத நேர்ந்தது.

('தமிழ்ச்செய்தி' - பொங்கல் மலர்)
விடுதலை - 16. 01 .1965

பண்டிதர்களே என்னைக் காயாதீர்கள்! திருந்துங்கள் !!

நான் “தமிழ் ஒரு நியூசென்ஸ்” என்றும் “தமிழ்ப் புலவர்கள் சமூக துரோகிகள்” என்றும் கூறினேன். இது பல தமிழர்களுக்கும், தமிழ்ப் புலவர்களுக்கும் மனச் சங்கடமாகயிருக்கும் தமிழைப்பற்றி, தமிழ் இலக்கியங்களைப் பற்றி இன்று அறிஞர் பலருக்கே இந்த என் கருத்துத்தானிருந்து வருகிறது.

தமிழில் மக்கள் வளர்ச்சிக்கு ஏற்ற இன்ன விஷயம் இருக்கிறது என்று இன்று யாராலும் எதையும் எடுத்துக்ககாட்ட முடியவில்லை. புலவர்களுக்கு “புலவர்” ஆவதற்குப் பல விஷயங்கள் இருக்கலாம். அதனால் தமிழ்ப் புலவர்கள் அல்லாத மக்களாகிய 100க்கு 99 15/16 (தொண்ணூற்றொன்பதே முக்காலே மூன்று வீசம்) விகித எண்ணிக்கைக் கொண்ட நமக்கு - தமிழ் மக்களுக்கு பயன்படும் விஷயம் தமிழில் என்ன இருக்கிறது? யாராவது சொல்லட்டுமே! இதையே, என் கருத்தையே “புலவர்கள்” போற்றும் சுப்ரமணிய பாரதியார் என்பவரே 50 ஆண்டுகளுக்கு முன்பே கூறியிருக்கிறார். இதற்கு என்ன சமாதானம் கூறுகிறீர்கள்?

புத்தம் புதியக் கலைகள் - பஞ்ச பூதச் செயல்களின் நுட்பங்கள் கூறும்
மெத்த வளருது மேற்கே - அந்த
மேன்மைக் கலைகள் தமிழினில் இல்லை. சொல்லவும் கூடுவதில்லை-அவை
சொல்லும் திறமை தமிழ் மொழிக் கில்லை
மெல்லத் தமிழ் இனிச்சாகும் - அந்த
மேற்கு மொழிகள் புவிமிசை யோங்கும்
என்றந்த பேதை யுரைத்தான் -ஆ!
இந்த வசை யெனக் கெய்திட லாமோ
சென்றிடுவீர் எட்டுத் திக்கும் - கலைச்
செல்வங்கள் யாவும் கொணர்ந்திங்கு சேர்ப்பீர்
தந்தையருள் வலியாலும் - இன்று
சார்ந்த புலவர் தவ வலியாலும்
இந்தப் பெரும் பழிதீரும்- புகழ்
ஏறிப் புவி மிசை என்று மிருப்பேன்”

இந்தக் கருத்துரை பாரதியார் பாடலில் இருக்கிறது, ஆனால் பாரதி தந்திரமாய் துக்கப்படுவது போலும், அதுவும் தமிழைப் பற்றி மற்றவர்கள் பேசிக்கொள்வது போலும் பாடி இருக்கிறார்.

அதாவது ஆங்கிலத்தில் விஞ்ஞான அறிவுக்கேற்ற சாதனங்களிருக்கின்றன, அப்படிப்பட்ட கலைகள் - சாதனங்கள் தமிழில் இல்லை-இல்லாதது மாத்திர மல்ல - இனி தமிழில் செய்யவும் முடியாது. ஏனென்றால் செய்வதற்குத் தகுந்த யோக்கியதை தமிழ் மொழிக்கு இல்லை என்றும் அறுதியிட்டு கூறிவிட்டார். நாளாவட்டத்தில் தமிழ் செத்தே போகுமென்றும் "சாப" மிட்டுவிட்டார். அதோடு தமிழ் சாகும்; அந்த இடத்தில் ஆங்கிலம்தான் புவி மிசை (உலகமெங்கிலும்) ஓங்குமென்றும் கூறிவிட்டார். மேலும் இந்த நிலை தமிழுக்கு வசை என்றும் கூறி தமிழின் இழி நிலையை நல்ல வண்ணம் ஒப்புக்கொண்டு விட்டார். முடிவாக இந்த இழிநிலை மாறி தமிழ் வாழ வேண்டுமானால், இப்படி இப்படி நடவுங்கள் என்று கூறி செத்தார். தொட்டதெற்கெல்லாம் பாரதியை மேற்கோள் காட்டும் புலவீர்காள்! இதற்கு என்ன சமாதானம் கூறுகிறீர்கள். இதற்கு பிறகு நீங்கள் எப்படி நடந்துக் கொண்டீர்கள்?!

தமிழ் எழுத்துக்கள்

மற்றும் தமிழ் படிக்கும் ஒரு குழந்தைக்கு 250 எழுத்துக்கள் அவைகளும் சித்திரம் எழுதுவது போன்ற ஓவிய எழுத்துக்கள்: இவை தெரிந்த பின்புதான் தமிழ் வாசகத்தைப் படிக்க எழுத முடியும். எதற்காக இந்த அறிவற்ற பிடிவாதம்? ஆங்கிலம் முதலிய சுமார் 50-க்கு மேற்பட்ட (மேல்நாட்டு) துருக்கி நாட்டு மொழி களுக்கு 26 முதல் 30 எழுத்துக்களே உள்ளன. அவ்வெழுத்துக்களும் மிக எளிதாய் எவ்வயது சிசுக்களும் எழுதத்தக்க வண்ணம் வெறும் கோடு (இப்படி - அல்லது - இப்படி) இழுத்தால் போதும்! இதில் பெரும்பாலான எழுத்துக்கள் எழுதி விடலாம். சிலவற்றிக்கு பிறைபோல் (இப்படி) வளைவுக்கோடு இழுத்தால்போதும். தமிழ் எழுத்துக்கள் எழுத வேண்டுமானால் ஆ, இ, தூ, ஞு, ங, ளை, ஓ, ழீ, வூ, இப்படியாக "அஷ்டகோண ரிஷி" போல், பெண்கள் கோலம் போடப்பழகுவது போல், பழக வேண்டியிருக்கிறது. தமிழ் காட்டுமிராண்டிக் காலத்தில் உற்பத்தியான மொழி - எழுத்து வடிவம் - ஆனதால் இது இவ்வளவு கோணலைக் கொண் டிருக்கிறது. மற்றும் தமிழ் அச்சுக் கோர்ப்பதிலும் தமிழ் எழுத்துக்களுக்கு ஏராளமான அறைகள் தேவைப்படுகின்றது.

இந்தக் கோளாறுகளைப்பற்றி நான் சுமார் 35-40 ஆண்டுகளாக எடுத்துச் சொல்லி வருகிறேன். பார்ப்பனர்கள் கூட இக்குறைகளை ஒப்புக்கொண்டு திருந்திக் கொள்ள முன் வந்தார்கள். ஆனால் நம் பிடிவாத முரட்டுப்புலவர்கள் ஏற்க மறுத்துவிட்டார்கள்! இன்றும்கூட ஒன்றும் முழுகிப் போகவில்லை. தமிழ் மொழிக்கு ஆங்கில எழுத்துக்களைப் பயன்படுத்திக்கொள்ள முன்வருவோமே யானால். மொழிப் பற்றிய, எழுத்து. பற்றிய, கற்பது பற்றிய, கஷ்டங்களும் பிரச்சனைகளும் பறந்தோடிவிடும். நம் புலவர்களுக்கு இது மூளையில் ஏறாது. மற்றும் அதை நினைத்தாலே "வாந்தி" வருவது போன்ற அருவறுப்புத் தோன்றுகிறது. இதற்கு நாம் என்ன செய்வது? நமக்கு ஏற்பட்ட கடவுள் மதம் சாத்திரம், இலக்கியம் புலமை முதலிய தொல்லைகள் போலவே மொழியும் எழுத்தும் தொல்லையாய் அமைந்துவிட்டது.

பூரண சமதர்ம காலத்தில் இத்தொல்லைகள் நீங்கலாம். என்று கருதுகின்றேன். அல்லது சமதர்மத்தின் தன்மை விளங்கிய பின்பு மொழிக்கிளர்ச்சி செய்யலாம் என்று கருதுகின்றேன்.

விடுதலை, 25-1-1965

தொகுதி 1

மொழி

இந்தி திணிப்பதில்லையென அன்றே உறுதி எழுதி வாங்கினோமே!

இந்தி கட்டாயமாகத் திணித்தது கண்டு 1955ல் இந்தித் திணிப்பை வாபஸ் வாங்கா விட்டால் அரசாங்கக் கொடியைக் கொளுத்துவோம் என்று சர்க்காருக்கு எச்சரிக்கை விட்டு கொளுத்த தயாராக இருக்கும்படி பிரசாரம் செய்தேன்.

அரசாங்கக் கொடி எரிப்புக்கு இரண்டு நாள் இருக்கும்போது சிதம்பரத்துக்கு ஆள் அனுப்பி அரசாங்கம் இந்தியை கட்டாயப்படுத்துவதில்லை எரிப்பை நிறுத்திக்கொண்டு அறிக்கை வெளியிடுங்கள் என்று கேட்டார்கள்.

வார்த்தையில் நம்பிக்கை இல்லை எழுதிக் கொடுக்க வேண்டும் என்றேன்.

அன்றே நண்பர் திரு கிருஷ்ணசாமியுடன் சென்னை சென்றேன். அரசாங்க பிரதிநிதியும் பத்திரிகைக்காரர்களுடன் எனது வீட்டுக்கு வந்து இந்தியை புகுத்துவதில்லை என்று என் விருப்பப்படியே அறிக்கை எழுதிக் கொடுத்து இருக்கின்றார்கள்.

இந்த அறிக்கையை காமராஜர் சென்னை சர்க்கார் சார்பாகவும் மத்திய அரசாங்கம் சார்பாகவும் எழுதிக்கொடுத்து உள்ளார்.

அரசாங்கம் ஒன்றும் வாக்குறுதிக்கு மாறாக இன்றும் இந்தியைப் புகுத்த வில்லை. கண்ணீர்த் துளிகள் இன்று இந்தி இந்தி என்று செத்த பாம்பை எடுத்துக் கொண்டு ஆட்டுகின்றார்கள். இவர்களை ஆதரிக்கவும் நாட்டிலே பத்து முட்டாள்கள் இருக்கிறார்களே.

விடுதலை - 01-02-1965

599

இந்தி எதிர்ப்பு புரட்டு

கண்ணீர்த்துளிகள் ஓட்டு வேட்டைக்காக தாங்கள் பிரிவினைக் கொள்கையை விட்டு விட்டதால் மக்களிடையே ஏற்பட்ட செல்வாக்கு இன்மையை மறைக்க விலைவாசி என்றார்கள். அதிலும் தோல்வி ஏற்படவே இன்று இந்தி, இந்தி என்கின்றார்கள். இது சுத்தபுரட்டு, எனக்கு இல்லாத அக்கறை இந்தி விஷயத்தில் வேறு எவனுக்கு இருக்க முடியும்.

நான் தானே இந்தியை முதல்முதல் எதிர்த்தவன்! அதற்காகப் போராட்டம் நடத்தி ஆயிரக்கணக்கானவர்களை சிறைக்குப் போகும்படியாகச் செய்தது மட்டும் அல்ல, நானும் 3 ஆண்டு கடினகாவல் தண்டனை அடைந்தவன் ஆயிற்றே?

நான் அரசாங்கக் கொடியை கொளுத்துவேன் என்று எச்சரிக்கை விட்டபோது இந்தியைக் கட்டாயப் படுத்துவதில்லை என்று எனக்கு எழுதிக்கொடுத்து இருக்கின்றார்களே!

அப்படி காமராஜரே முதன்மந்திரியாக இருந்த போது சென்னை அரசாங்கத்தின் சார்பாகவும் மத்திய அரசாங்கத்தின் சார்பாகவும் எழுதிகொடுத்து இருக்கின்றாரே.

அவர் கொடுத்த வாக்குஉறுதிக்கு மாறாக ஒன்றும் மாறவே இல்லை. வாக்கு உறுதி மீறப்படுமானால் எப்படி ஒழிப்பதுயென்பது எனக்குத் தெரியும்.

இன்று கண்ணீர்த்ததுளிகள் நடத்துவது ஆச்சசரியார், பணக்காரர்கள் பேச்சை கேட்டுக்கொண்டு இந்த ஆட்சிக்கு தொல்லை கொடுக்க வேண்டும். ஆட்சி மேற்கொண்டு உள்ள திட்டங்களை நடைபெறாமல் செய்ய வேண்டும். குழப்பம் விளைவிக்க வேண்டும் என்பதற்காகவேயாகும்.

விடுதலை - 06-02-1965

அடக்குமுறைதான் அராஜகத்திற்கு பரிகாரம்

பெரியார் அறிக்கை

மக்களின் நலத்திற்காக எந்த அராசங்கத்திற்கும் அடக்குமுறை என்ற ஆயுதம் இருந்தே ஆகவேண்டும்.

அடக்குமுறை இல்லதா ஆட்சி அனார்க்கிசம் (Anarchism) குழப்பமும் காலித்தனமும் கொண்ட தன்னரசு ஆட்சியேயாகும். அடக்குமுறை இல்லாத ஆட்சி அநாகரீக ஆட்சியேயாகும்.

ஜனநாயக ஆட்சியில் சரியான அடக்குமுறை இல்லையானால் அந்த ஆட்சி கடும்புலி முதலிய துஷ்டமிருங்கள் வாழும் காடு போன்ற நாடேயாகும்.

கிளர்ச்சியின் நோக்கம் ஆட்சியைக் கவிழ்ப்பதே

இன்று நடைபெற்றவரும் கிளர்ச்சி இந்தி எதிர்ப்பு கிளர்ச்சி என்று பெயர் சொல்லப்பட்டாலும் அது அரசாங்கத்தை அடுத்த தேர்தலில் தோற்கடித்து பார்ப்பானும் கண்ணீர்த் துளியும் பதவிக்கு வரவேண்டும் என்கின்ற உள் எண்ணத்தின் மீது அறியாத மாணவர்களை ஏவிட்டு நடத்தும் கிளர்ச்சியேயாகும். இந்தியைப் பற்றி கிளர்ச்சிக்காரார்கள் எவருக்கும் கவலை இல்லை. அது ஒருசாக்காக பயன்படுத்தப்படுகிறது.

கிளர்ச்சிக்கு பார்ப்பனர் பத்திரிகைகள் ஆதரவு

இக்கிளர்ச்சிக்கு எல்லா பத்திரிகைகளும் ஆதரவு தருகின்றன!

பார்ப்பன் அதிகாரிகளும் பார்ப்பன ஆசிரியர்களும் நல்ல ஆதரவு தந்து தூண்டுதலும் செய்து வருகிறார்கள்.

இவை ஒருபுறமிருந்தாலும் சென்னை அரசாங்கம் இக்கிளர்ச்சிக்கு நல்ல வண்ணம் வசதி அளித்து வருகிறது என்று சொல்லத் தக்க வண்ணம் நடந்து கொள்கிறது. கிளர்ச்சியின் போக்கிற்கு அரசாங்கம் நிலைமையைத் தெரிந்து கொண்டே திட்டம் வகுத்து நடத்துகிற மாதிரியே காணப்படுகிறது.

கிளர்ச்சிக்கு துவக்கத்தில் நான் அரசாங்கத்திற்கு யோசனை சொல்லும் முறையில் என் கருத்தை தெரிவித்தேன்.

அதாவது,

கண்ணீர்த்துளிகள் 26ந்தேதியை துக்கதினமாகக் கொண்டாடியால் அதை லட்சியம் செய்யாமல் விட்டுவிடுவது நல்லது.

“இல்லாவிட்டால் கடினமான அடக்குமுறையைக் கையாள வேண்டும்” என்று சொன்னேன். ஜனநாயகம் என்று கருதி அரசாங்கம் இரண்டும் செய்யாமல் கிளர்ச்சிக்காரர்ளைத் தூண்டிவிடுவதற்குப் பயன்படும்படி கண்ணீர்த்துளிகட்சி தலைவர்கள் என்று சொல்லப்பட்ட சிலரை பாதுகாப்பு என்னும் பேரால் பிடித்தது; இது கிளர்ச்சிக்காரர்களுக்கு அரசாங்கம் நம்மை ஒன்றும் செய்யாது என்கின்ற தைரியத்தைக் கொடுத்ததுடன் நாம் எப்படி நடந்தாலும் நமக்கு ஒன்றும் தொல்லை வராது என்று தங்களை தைரியம் செய்துகொண்டு காலித்தனமான திட்டங்ளை வகுக்கத் துணிவுகொண்டு விட்டார்கள். போலீசு ஒரு திட்ட வட்டமான கொள்கையின் பேரில் தொண்டாற்ற முடியாதவர்களாகி விட்டார்கள்.

ஆட்சி பலவீனமாகிவிட்டதா?

“இந்த நிலை பொதுமக்கள் மாணவர்கள் கிளர்ச்சிக்காரர்கள் உள்ளத்தில் அரசாங்கம் பலமற்றதாகிவிட்டது. இந்த அரசாங்கத்தால் நம்மை ஒன்றும் செய்ய முடியாது” என்ற எண்ணத்தை ஏற்படுத்திவிட்டது; இப்போது அரசாங்கத்திற்கு வேடிக்கை பார்ப்பதைத் தவிர வேறு ஒன்றும் செய்யமுடியாத நிலை ஏற்பட்டு விட்டது.

“கிளர்ச்சி செய்தால் அப்படிச் செய்வோம் இப்படிச் செய்வோம்” என்று வீர சொற்களைப் பொழிந்த அரசாங்கம் கிளர்ச்சியை அடக்கத் தக்க காரியம் எதையுமே செய்யவில்லை. கிளர்ச்சியால், கலவரத்தால் பள்ளிகளை மூடி விட்டதால், மாணவர்களுக்கும் அவர்கள் பலருக்கு கிளர்ச்சியில் ஈடுபடுவதைவிட வேறு வழியில்லாமல் போய்விட்டது. அதிகாரிகளுக்கும் கிளர்ச்சியை அடக்குவதை விட்டு “கிளர்ச்சி அமைதி யார் நடந்தால் போதும்” என்கின்ற நிலையைப் பின்பற்ற வேண்டியவர்களாக விட்டார்கள்.

கடும் அடக்குமுறையே பரிகாரம்

இன்று பொதுமக்களுக்கு அரசாங்கம் பாதுகாக்கும் என்கின்ற நம்பிக்கை குறைந்துவருகிறது. யோக்கியமான பள்ளி நிர்வாகிகளும் பயப்படுகிறார்கள். இதனால் கிளர்ச்சிக்காரர்களுக்கு பயம் தோன்றுவதில்லை. ஒரு மாதம் பொறுத்து பள்ளிகளைத் திறந்தாலும் நிலைமையில் மாற்றம் ஏற்படுமா என்பது சந்தேகப்பட வேண்டியதாயிருக்கிறது. இன்றைய நிலையில் அரசாங்கத்திற்கு நிரந்தரமாய் கிளர்ச்சியை அடக்க வேண்டுமானால் “சுதந்தரா கட்சியையும், கண்ணீர்த்துளி கட்சியையும் சட்டவிரோதமான கட்சி” என்று பிரகடனம் செய்ய வேண்டும்.

பத்திரிகைகள் சட்டம் (“வாய்ப்பூட்டுச் சட்டம்”) கொண்டுவந்து பத்திரிகைகளின் விஷம, துரோக தூண்டிவிடும் கொள்கைகளை ஒழிக்க வேண்டும். தூண்டிவிட்டவர்கள் மீது சட்டப்படி நடவடிக்கை எடுத்து புத்திவரும்படியான தண்டனை கொடுக்க வேண்டும்.

தேர்தலுக்கு அஞ்ச வேண்டாம்

அடுத்த தேர்தலில் தோற்றுவிடுவோமே என்ற பயம் இருக்குமானால் மக்கள் நலம் கருதி தேர்தலை ஒத்திப் போட்டுவிடவேண்டும். பொதுநலத்தையும் அமைதியையும் சமாதானத்தையும் முன்னிட்டு இக்காரியங்களை அரசாங்கத்தின் யோக்கியமான கடமை என்று கருதி செய்தாக வேண்டும்.

மக்கள் நன்மைக்கு ஆக செய்யப்படும் இக்காரியங்களால் காங்கிரஸ் அடுத்த தேர்தலில் தோல்வியுற்றாலும் அது காங்கிரசின் பெரிய தேசாபிமான, குடிகள் பாதுகாப்புக்கான தியாக காரியமே ஆகும். இப்படிச் செய்தால் காங்கிரஸ் தோற்றால் (தோற்காது; கண்டிப்பாய் தோற்காது) பார்ப்பானும் காலிகளும்தான் ஆட்சிக்கு வருவார்கள். இரண்டொரு கூலிகளும் வரக்கூடும். இவர்களைக் கொண்ட அந்த ஆட்சி கண்டிப்பாய் ஒரு ஆண்டுக்குக் கூட நிலைக்காது மக்கள் நல்ல அறிவு பெறுவார்கள்.

நிலைமையைத் தெளிவுபடுத்துக

இப்போது நாட்டில் அரசாங்கத்திற்கு பலம் குறைந்து விட்டது. அரசாங்கம் சற்று கவலை எடுத்து இந்தி விஷயத்தில், எதிரிகள் மக்கள் இடையில் இந்த விஷயமாய் குழப்பத்தை உண்டுபண்ண இடமில்லாமல் ஆளுக்கொரு கருத்தை வெளியிட அனுமதிக்காமல் இந்தி விஷயமாய் அரசாங்க கொள்கை, திட்டம் இன்னதுதான் என்பதை வழிமுறையில் உள்ளபடி உண்மையை ஆதாரபூர்வமாய் (அரசாங்க அறிக்கை மூலம்) வெளியிட்டுவிட வேண்டும் என்றும் காமராஜரை வேண்டிக் கொள்ளுகிறேன்.

ஈ.வெ.ரா

விடுதலை - 08.02.1965

‘தமிழ்க் காவலர்’களின் அரசியல் சித்து உண்மை சொரூபம் இதோ!!!

“இந்தியாவின் ஆட்சி மொழியாக இந்தியை ஏற்பதனால், இந்தி பேசாத பகுதி மக்களின் உத்யோகங்களும், பிற நலன்களும் பாதிக்காத வகையில் தமிழ் மக்கள் விரும்பும் வரை இந்தியை மட்டுமே ஆட்சிமொழியாக்குவதைத் தவிர்த்து ஆங்கிலத்தையும் ஆட்சிமொழியாகத் தொடர்ந்து நீடிக்க வேண்டும் என இக்கூட்டம் அரசினரை வற்புறுத்திக் கேட்டுக்கொள்கிறது.”

-குன்றக்குடி திருவண்ணாமலை ஆதீனத் திருமடத்தில் 4.6.63ல் நடைபெற்ற தமிழ் பாதுகாப்புக்குழு மாநாட்டில் நிறைவேற்றப்பட்ட 9வது தீர்மான வாசகங்கள் இவை:

இம்மாநாட்டில் கலந்து, இத்தீர்மானத்திற்கு முழு ஆதரவும் அளித்தவர்கள் யார் யார் தெரியுமா?

இன்றைய இந்திஎதிர்ப்பு நாடகத்தின் பின் கதாநாயகரான திரு. கி.ஆ.பெ. விஸ்வநாதம், பேராசிரியர் சி. இலக்குவனார், ம.பொ. சிவஞானம் அப்போதைய நாம் தமிழர் கட்சித் தலைவர் ஈரோடு சின்னசாமி ஆகியோர்.

அத்தீர்மானத்தை முன்மொழிந்தவர் “முத்தமிழ்க் காவலர்” தான்!

ஆங்கிலம் மட்டுமோ, அல்லது தமிழ் மட்டுமோ ஆட்சி மொழியாக வேண்டும் என்று அன்று இவர்கள் கூறாததேன்?

அம்மாநாட்டில் மற்றும் தவத்திரு. குன்றக்குடி அடிகளார், திருவாளர்கள் மணலி கி.கந்தசாமி, அகிலன், அ.பெ.ரா.கிருஷ்ணசாமி ரெட்டியார், டாக்டர் பா.நடராஜன், நாரண துரைக்கண்ணன், சோம. இலக்குமணன் செட்டியார், ந.சுப்பு ரெட்டியார் போன்ற பலரும் கலந்துக்கொண்டார்கள் மொத்தம் 10 தீர்மானங்கள் நிறைவேற்றப்பட்டன.

1963ல் இவர்கள் கோரியபடியே இந்தியோடு இங்கிலீஷும் தொடர்ந்து ஆட்சி மொழியாக நீடிக்கையில் கிளர்ச்சி ஏன்? ஏன்?

“தூண்டுதல் திருவிளையாடல் செய்வதும், பிறகு அண்டர்கிரவுண்ட்” அவதாரம் எடுப்பதும் ஏன்?

தேர்தல் வியாதியும் விளம்பர நோயும் கொண்டவர்களது வீண் கலவரம் இது என்று அல்லாமல் இன்று நடப்பதற்கு வேறு என்ன உண்மை வியாக்கியானம்! கூற முடியும்?

(பெட்டிச்செய்தியாக)
விடுதலை - 08.02.1965

இன்றைய மாணவர் கலகம் 1857ம் ஆண்டு "சிப்பாய் கலகம்" போன்றதே!

இன்று நடைபெற்றுவரும் "மாணவர் கிளர்ச்சி" பார்ப்பனர், பார்ப்பனப் பத்திரிகைகள் ஆகியவற்றால் தூண்டிவிடப்பட்ட கிளர்ச்சி என்பது யாவரும் அறிந்ததேயாகும். அரசாங்கமும் (காமராஜர்) இதைத் தெளிவாய் ஒப்புக் கொண்டிருக்கிறது. இதில் கிளர்ச்சிக்கு ஆக சொல்லப்படும் காரணங்களில் உண்மை "இருந்தாலும்" இல்லா விட்டாலும், கிளர்ச்சிக்குக் காரணம் பார்ப்பனர் போட்ட தூபமே சதித் திட்டமேயாகும் என்பதும் அரசாங்கம் ஒப்புக்கொண்டதாகும்.

ஆட்சியைக் கவிழ்க்கும் சூழ்ச்சியே

பார்ப்பனர்களுக்கு இன்றைய ஆட்சிமீது ஆத்திரம் ஏற்பட்டதற்குக் காரணம், அதாவது எந்தவிதமான அதர்ம (அயோக்கியத்தனமான) காரியங்களைச் செய்தாவது எப்படிப்பட்ட கீழ்த்தரமானவர் (அயோக்கியர்)களுடன் கூடியாவது இந்த அரசாங்கத்தை ஒழித்தாக வேண்டும் என்பதான ஒரு பழிவாங்கும் எண்ணம் தோன்றியதற்குக் காரணம் என்ன என்பதை மக்கள் முதலில் சிந்தித்துப் பார்க்க வேண்டும்.

அவை என்னவென்றால் ஆச்சாரியார் 1938ல் பதவிக்கு வந்தார். வந்தவுடன் 2500 பள்ளிக்கூடங்களை மூடினார். பின் 1952ல் பதவிக்கு வந்தவுடன் (அதே ஆச்சாரியார்) 6000 பள்ளிக்கூடங்களை மூடி மீதி பள்ளிகளுக்கும் ஒரு நேரப் படிப்பாக்கி ஒவ்வொரு மாணவனும் ஜாதித் தொழிலைப் படித்தாக வேண்டும் என்று (அரசாங்க) உத்தரவு போட்டார். இவை உண்மையா அல்லவா என்பதை ஒவ்வொரு தமிழ் மகனும் மாணவனும் முடிவு செய்து கொள்ள வேண்டும்.)

தமிழ் மகன் ஆட்சியில் தானே தமிழர்கக்கு கல்விப் பெருக்கம்?

இதன் பிறகு ஆச்சாரியார் பதவியில் இருந்து விலகவேண்டிய நிர்ப்பந்தம் ஏற்பட்டு அந்த இடத்திற்கு காமராஜர் வரவேண்டியதாகி, காமராஜர் வந்த உடன் இன்று இந்த நாட்டை 10 ஆண்டு காலத்தில் 100க்கு 10பேராக படித்திருந்த மக்களை 100க்கு 40 பேராக படித்திருக்கிறார்கள் என்று ஆக்கினார்!

ஒன்பது ஆயிரம் அடிநிலைப் (பிரைமரி) பள்ளிகளை 30000 பள்ளிகளாகப் பெருக்கினார்!!

400 உயர் நிலைப் பள்ளிகளை 2250 பள்ளிகளாக ஆக்கினார்!

40 கல்லூரிகளை இன்று 85 கல்லூரிகள் உள்ள நாடாக ஆக்கினார்.

மற்றும் மதுரையில் ஒரு பல்கலைக் கழகம் ஏற்படுத்த திட்டமிட்டு காரியங்கள் நடைபெறச் செய்து இருக்கிறார்.

இவைகள் உண்மையா அல்லது மிகைப்படுத்திக் கூறப்படுவனவா என்பதை தமிழ் மக்களும் மாணவர்களும் சிந்தித்து முடிவு செய்து கொள்ள வேண்டும்.

காமராசர் பதவிக்கு வந்தது முதல் பார்ப்பனர் எதிர்ப்பு துவங்கிவிட்டது.

மற்றும் காமராசர் பதவிக்கு வந்தது முதல் இந்த வினாடிவரை பார்ப்பனர்கள் கட்டுப்பாடாக காங்கிரசையே ஒழிக்கத் திட்டமிட்டு சுப்ரீம் கோர்ட்டு முதல் எல்லா அரசாங்க ஸ்தாபனங்களும் காங்கிரஸ் ஆட்சிக்கு எதிரிடையாகவே வேலை செய்து வருவதோடு "கூடாநட்புக் கொண்டு குடியை கெடுப்பது" என்கின்ற தன்மையில் "கண்கெட்ட குருடனுக்கு ஒரு இடிஇடித்த சப்தத்தாலும் அதிர்ச்சியாலும் கண்வெளிச்சம் ஏற்பட்டது" போல் காமராஜர் ஆட்சிக் காரணமாக இந்திய காங்கிரஸ் ஆட்சியின் கொள்கை சமுதாயத்திலும் பொருளாதாரத்திலும் சமதர்மக் கொள்கை (சோஷ்யலிசம்) என்பதாக ஆனதும் பார்ப்பனர் நெருப்பில் விழுந்த புழு துடிப்பதுபோல் துடித்து எதையாவது செய்து யாரைக் கிளப்பிவிட்டாவது இந்த (காங்கிரஸ்) ஆட்சியை ஒழித்துக்கட்ட வேண்டும் என்கின்ற முடிவுக்கு வந்துவிட்டார்கள்.

சமதர்மத்தை வீழ்த்தும் பார்ப்பனரின் முயற்சியே இக்கிளர்ச்சி

பார்ப்பனரின் இந்த முடிவுதான் இன்று நாட்டில் நடைபெறும் "கிளர்ச்சி"க்கும் அராஜக காரியங்களுக்கும் ஒரே காரணமாகும்.

'சிப்பாய் கலகம்' உதாரணம்

பார்ப்பனர்களின் இம்மாதிரி நடத்தைக்கு ஒரு முன் உதாரணம் (சம்பவம்) கூறவேண்டுமானால் 1857ம் ஆண்டில் இந்தியாவில் நடைபெற்ற "சிப்பாய் கலகம்" என்னும் நிகழ்ச்சி சரியான உதாரணமாகும்.

சிப்பாய் கலகத்திற்கு உண்மையான காரணம் வெள்ளையர் ஆட்சியானது, உடன் கட்டை ஏறுதல் நீக்கம்; விதவை மண அனுமதி சட்டம். பிரைமரி - மிடில்-ஹையர் (ஆரம்ப, நடுத்தர, உயர்நிலை) பள்ளிகளை நிறுவுதல்; மற்றும் அடிமை முறை ஒழிப்பு; பெண் குழந்தைகளைக் கொன்றுவிடுவதைத் தடுத்தல்; விவசாய திருஷ்டி கழிப்புக்கு சாந்தி செய்வதற்கு மனிதனை பலி கொடுத்தல் ஒழிப்பு: (இவைகள் எல்லாம் வெள்ளையர் நம் நாட்டுக்கு வந்த காலத்தில் இருந்ததோடு 19ம் நூற்றாண்டில் இருந்து வந்திருக்கிறது) முதலிய பலவற்றிற்குமான தடைச்சட்டம் அமைப்பு முதலான காரியங்கள் 1840 முதல் 1857க்குள்ளாக மளமளவென்று சட்டம் நிறைவேற்றப்பட்டு காரியங்களும் செய்யப்பட்டு விட்டதால் பார்ப்பனர்கள் மூட நம்பிக்கை உள்ள மக்களிடையேயும் பாமர மூடமக்களிடையேயும் விஷமப்பிரசாரம் செய்து வந்ததோடு பட்டாளத்தில் உள்ள மதவெறி கொண்ட முரடர்களான மக்களிடம் அதாவது முஸ்லீம்களிடம் துப்பாக்கி தோட்டாக்களில் பன்றிக் கொழுப்பு பூசப்பட்டிருக்கின்றதென்றும், இந்துக்களிடம் பசுமாட்டுக் கொழுப்பு பூசப்பட்டிருக்கிறதென்றும் பிரசாரம் செய்ததுடன் உங்களை சண்டைக்கு ஆக கப்பலில் ஏற்றுகிறார்கள். நீங்கள் கப்பல் ஏறினால் ஜாதிப் பிரஷ்டம் செய்யப்பட்டு விடுவீர்கள் ஆனதால் மேலதிகாரிகள் உத்தரவுகளுக்கு கீழ்ப்படியக் கூடாதென்று துர்ப்போதனைகளை ஏற்றி வெறி ஊட்டிவிட்டார்கள். அதனாலேயே 1857ல் மாபெரும் கலகம் (சிப்பாய் கலகம்) ஏற்பட்டு பல வெள்ளையர்களும் அவர்கள்

பெண்கள் குழந்தை குட்டிகளும் சிப்பாய்களால் கொல்லப்பட்டதோடு, சில இந்து அதிகாரிகளும் கொல்லப்பட்டார்கள்.

பார்ப்பனர் ஆதிக்கத்துக்கு செய்த தந்திரங்கள்

இதில் ஒரு குறிப்பிடத்தக்க சம்பவம் என்னவென்றால், இந்த பார்ப்பனர் அந்த (சிப்பாய்க் கலக) காலத்தில் முஸ்லீம்களை தங்கள் பக்கம் கலவரத்திற்கு உதவியாளர்களாக சேர்த்துக் கொள்வதற்கு ஆக முஸ்லீம் களிடம் "வெள்ளையனை ஒழித்துவிட்டால் நாட்டை நீங்களே ஆளலாம் உங்களுக்கே மகுடம் சூட்டுகிறோம்" என்பது ஆகச் சொல்லி வெள்ளையர் ஒளிந்து கொண்ட நேரத்தில் ஒரு முஸ்லீம் 86வயது கடந்த கிழவனை "பட்டத்தில் ஏற்றி" நீதான் இனி எங்களது நவாப்பு என்று சொல்லி டெல்லியில் உட்கார வைத்து கொண்டார்கள்.

மற்றும் அதுபோலவே மராட்டியர்களை ஏமாற்ற உங்கள் நாடு உங்களுக்கே கிடைக்கும். நீங்களே இனி அரசாளலாம் என்பதாகச் சொல்லி அவர்களையும் கிளப்பிவிட்டு தங்களோடு சேர்த்துக்கொண்டார்கள்.

ஆகவே சிப்பாய்கள், முஸ்லீம்கள், மராட்டியர்கள் ஆகிய 3 குழுவினர் களையும் தங்கள் வசப்படுத்திக்கொண்டு வெள்ளையனுக்கு பெரும்தொல்லை கொடுத்து வெள்ளையர் பலரைக் கொல்லச் செய்து இதனால் வெள்ளையனும் கிளம்பி பல இந்தியர்களைக் கொன்று சமாளித்தனர்.

வெள்ளையர் உடன்படிக்கையும் பார்ப்பனர் ஆதிக்க வளர்ச்சியும்

கடைசியாக பார்ப்பனர்களுக்கு "இனிமேல் நாங்கள் உங்கள் மத சம்பிரதாயத்திற்கு விரோதமாக நடப்பதில்லை" என்பதாக உடன்படிக்கை சாசனம் செய்துகொண்டு அது முதல் நாளுக்குநாள் தங்கள் இனத்தையும் மனு கோட்பாடு களையும் பலப்படுத்திக் கொண்டு கடைசியில் 1885ல் வெள்ளையனை ஒழிக்க பாடுபட்டவர்களுக்கு எதிராக வெள்ளையனுக்கே கையாள்களாக ஆகி அவனால் கல்வி, உத்யோகம், பிழைப்புக்கு வழி எல்லாம் செய்து கொண்டதல்லாமல் மற்றவர்கள் தலையெடுப்பதையும் ஒழிப்பதற்கு ஆகவே அடுத்த 30 ஆண்டில் வெள்ளையனுக்குப் பல தொல்லைகள் கொடுத்து ஆட்சியையே தங்கள் கைக்கும் வரும் படி செய்து கொண்டார்கள்.

பார்ப்பனர் ஆதிக்கத்தை ஒழித்து தமிழர் ஆட்சி மலர்ந்தது

அவர்கள் (பார்ப்பனர்) கையில் இருந்த ஆட்சியைப் பிடுங்கி நம்மவர்கள் கையில் ஆட்சியைக் கொண்டுவர சுமார் 30 ஆண்டுகளாக திராவிடர் கழகம் மாத்திரமே பாடுபட்டு இன்று ஆட்சி நம்மவர்கள் (பார்ப்பனரல்லாதவர்கள்) கையில் கிடைத்திருப்பதோடு அரசியலில், பொதுவாழ்வில், உத்யோகத்துறையில், கலைத்துறையில், சமயத்துறையிலும்கூட என்று சொல்லத் தக்கவண்ணம் பார்ப்பனர் ஆதிக்கம் நல்ல அளவுக்கு வீழ்ச்சி அடைந்து வருவது கண்டு பார்ப்பனர் காங்கிரஸ் ஆட்சியை ஒழிக்க 1857ம் ஆண்டு சிப்பாய் கலகம் போல் இன்று வரி என்றும், பஞ்சம் என்றும், விலைவாசி உயர்வு என்றும் பல காரணங்கள் காட்டி அவற்றால் பயனடையாமற் போனதால், இன்று இந்தி கட்டாயமாகப் புகுத்தப் படுகிறதென்று செத்த பாம்பு தோலுக்கு கழைக்கூத்தர்கள் "உயிர்க்கொடுப்பது" போல் தந்திரம் செய்து பள்ளிப் பிள்ளைகளை ஏமாற்றி பெரிய கலவரம் உண்டாக்கி அதனால் புரட்சி ஏற்படுத்தலாம் என்று பார்க்கிறார்கள். இதற்கு கண்ணீர்த்துளிகள் வளமைபோல் பார்ப்பனர்களுக்கு அடிமையாய், விபீஷணர்களாய் இருந்து துரோகத்தில் பங்கு பெறுவதல்லாமல், மாணவர்களும் முட்டாள் ஆசிரியர்களில் சிலரும் நான் சமீபத்தில் சொன்னது போல் தமிழ்ப்பண்டிதர்கள் தமிழர்க்கு துரோகிகள்

என்பதற்கிணங்க பார்ப்பனர்களுக்கு அனுமார்களாக இருந்து சேட்டைகள் செய்து வருகிறார்கள்.

அடிபடுவது பார்ப்பானல்ல தமிழனே

அரசாங்கம் எவ்வளவு அடக்குமுறையைக் பயன்படுத்தினாலும் ஒரு பார்ப்பான் அதில் சிக்கிக்கொள்ளமாட்டான். ஒரு பார்ப்பன மாணவனும் ஒரு அடி வாங்க மாட்டான். எப்படிப்பட்ட நடவடிக்கை எடுத்தாலும் ஒரு பார்ப்பானுக்கோ, ஒரு பார்ப்பன பத்திரிகைக்காரனுக்கோ, எவ்விதத் தண்டனையும் விதிக்கப்பட மாட்டாது.

ராஜாஜி பார்ப்பனருக்கு உபதேசம் செய்த "மனுதர்மத்தைக் காக்க எந்தவிதமான அதர்மத்தையும் (அயோக்கியத்தனத்தையும்) செய்யலாம்" என்பதை எல்லாப் பார்ப்பனரும் நீதிபதி, அய்.ஏ. எஸ் அதிகாரிகள் முதல் அட்டெண்டர் வரையிலும் எல்லா பார்ப்பனர்களும் பார்ப்பனப் பத்திரிகைகளும் எல்லா கண்ணீர்த்துளிகளும் "வேதவாக்காக" ஏற்றுக்கொண்டு 100 மைல் வேகத்தில் நடந்து வருகிறார்கள்.

ஆட்சியாளர் கவனத்துக்கு

இந்த சமயத்தில் அரசாங்கம் நேர்மையான முறையில் நடந்து தீவிரமான நடவடிக்கைகளைக் கையாளாமல் தாட்சண்யம் பார்க்குமானால் நாட்டை நாசமாக்கிய 'பாவம்' (குற்றம்) அவர்களையும் சேரும் என்றும். மற்றொரு புறமும் பலாத்காரமும் நாச வேலையும் துவக்கமாகிவிடும் என்று பயப்படுவதாகவும் தெரிவித்துக் கொள்ளுகின்றேன்.

குறிப்பு:-

சிப்பாய்க்கலகத்துக்குக் காரணம் என்று நான் மேலே குறிப்பிட்ட விஷயங்கள் பார்ப்பனர்களால் எழுதப்பட்ட இந்திய சரித்திர வரலாறு என்னும் பல புத்தகங்களில் இருந்து குறிப்பிடுவதாகும்.

ஈ.வெ.ரா

விடுதலை - 10-02- 1965

தொகுதி 1

மொழி

தூண்டிவிட்டவர்கள் யார்? முகமூடி கிழிகிறது க.து. மூலவரின் எழுத்துக்களே சாட்சியம்!!

மாணவர்களை பகடைக்காய்களாக உருட்டி, தூண்டிவிட்டு வேடிக்கை பார்ப்பவர்கள் ஆச்சாரியாரும் அவரை "வல்லவராக, வழிகாட்டியாகக் கொண்டுள்ள" கண்ணீர்த்துளிகளும்தான் என்பதற்கு, க.து. மூலவர் மாணவர்களுக்கு இன்று விடுத்துள்ள அறிக்கையின் வாசகங்களே தக்க சாட்சியமாகும்.

"கிளர்ச்சியையும், நேரடி நடவடிக்கைகளையும், நிறுத்தி வைக்கவேண்டும் என்று போராட்டத்திலும், குறிக்கோளிலும், பொதுஉணர்விலும் உங்களிடம் ஈடுபாடு உள்ளவர்களிடமிருந்துதான் வருகிறது. உங்களைக் கடுமையாக இகழ்ந்தும், விடாப்பிடியாகத் தாக்கியும் தொந்தரவு செய்யும் பக்கமிருந்து வரவில்லை என்று உண்மையை மாணவர்களாகிய நீங்கள் கவனிக்க வேண்டும். இந்த தூய போராட்டத்தில் பிடிவாதமாகப் பங்கு கொண்டு பணியாற்றும் ராஜாஜி ஏற்கனவே தன்னுடைய வேண்டுகோளை விடுத்துள்ளார். மாணவர்கள் பால் பரிவு காட்டும் பத்திரிகையாளர்களும் வேண்டுகோள் விடுத்துள்ளனர்."

மேற்காட்டிய வாசகங்களின் பொருள் என்ன? "ஈடுபாடு" உள்ளவர்கள் என்றால் தூண்டிவிட்டவர்கள் என்றுதானே அர்த்தம்!

பூனைக்குட்டி வெளியே வந்துவிட்டதல்லவா?

சிலரை பல நாள் ஏமாற்றலாம். பலரைச் சிலநாள் ஏமாற்றலாம். ஆனால் எல்லோரையும் எப்போதும் ஏமாற்ற முடியுமா?

பெட்டிச் செய்தியாக
விடுதலை – 10.02.1965

தொகுதி 1
மொழி

உஷார்! கத்தியையும் பெட்ரோலையும் விட வேறுவகையில்லை!!
தந்தை பெரியார் அறிக்கை

"கிளர்ச்சி" முற்றிவிட்டது. அப்படிச் சொல்வதன் அருத்தம் காலித்தனம் எல்லை தாண்டிவிட்டது. இதற்கு காரணம் நமது அரசாங்கம்தான்.

இன்று குடிமக்களுடைய உயிருக்கு, உடலுக்கு, உடைமைகளுக்கு அரசாங்கப் பாதுகாப்பு இல்லாமல் போய்விட்டது. நிர்வாகம் மக்களைக் காட்டிக் கொடுக்கும் நிர்வாகமாகி விட்டது.

காலிகள் மாணவர் வேடம் பூண்டு பஜாரில் பல கடைகளைக் கொள்ளை அடிப்பதுடன் தபால் பெட்டியை தெருவில் போட்டு உடைத்து சுக்குநூறாக்கி அதற்குள்ளே இருந்த தபால், கடிதங்களைக் கிழித்து நெருப்புவைத்து இருக்கிறார்கள்.

தபால் ஆஃபிசுக்குள் புகுந்து தபால் ஸ்டாம்புக்கு முத்திரை அடிக்கும் சீல்கைப் பிடிகள், ரிகார்டுகள் சூறையாடப் பட்டு (திருச்சி) பாலக்கரையில் கண்டெடுக்கப் பட்டிருக்கிறது. தபால் குமாஸ்தாக்களே ரிகார்டுகளை எடுத்துக் கொடுத்தார்களாம்.

நான் ரோட்டில் போகும்போது என் வண்டிக்குள் இருந்து என்னைப் பார்த்து நான்கு பக்கத்திலும் இருந்து வீசியக் கற்கள் நான்கு புறத்திய கண்ணாடிகளையும் உடைத்துவிட்டன. என்னுடன் வந்த நண்பர் ஒருவர் முன்சீட்டில் இருந்தவருக்கு கையில் நல்ல அடி - நூற்றுக்கணக்கான காலிகள் சர்க்கார் பஸ்ஸுக்கு நெருப்பு வைக்க ஓடினார்கள். என் வண்டியையும் மோதி கல்லடி சரமாரியாய் வீசும்போது அங்கு ஒரு போலீசையும் காணமுடியவில்லை. எனக்கு நேர்ந்ததைப் பற்றி நான் சிறிதும் வெட்கமோ கவலையோ கொள்ளவில்லை.

ஆனால் இப்படிப்பட்ட நடவடிக்கைகளுக்கு எனது நண்பர் ஆச்சாரியார் அவர்கள் சபாஷ் பட்டம் கொடுத்து பாராட்டி உற்சாகமூட்டினாரே அதை நினைத்தால் நாளைக்கு எனக்கு மாத்திரம் அல்ல; மற்ற பொதுமக்களுக்கும், பொதுமக்களைப் பற்றி கவலை கொள்பவர்கள் கதியும் என்ன ஆகும் என்பது உண்மையில் நினைக்கவே பயமாக இருக்கிறது.

ஆகையினாலேயே நான் எனக்கு உள்ள பொறுப்பை நினைத்து மக்களுக்கு தங்களைக் காப்பாற்றிக் கொள்ள ஏதாவது வழி சொல்ல வேண்டி இருப்பதை முன்னிட்டு, எனது நண்பர்களுக்கும், அன்பர்களுக்கும், என்னிடம் பக்தி விசுவாச முள்ளவர்களுக்கும் மிக்க வருத்தத்துடனும், வேறு வழி இல்லாததாலும் ஒரு யோசனை சொல்லுகிறேன். இதை ஒவ்வொருவரும் நல்ல வண்ணம் சிந்தித்து சரி என்று பட்டால். ஏற்றுக் கொள்ளுங்கள்.

1. தினமணி, தினத்தந்தி, நவமணி பத்திரிகைகளை வீதிக்கு வீதி நடுத் தெருவில் கொளுத்துங்கள்.

2. ஒவ்வொருவரும் ஒரு கத்தி வைத்துக்கொள்ளுங்கள்.

3. ஒவ்வொருவரும் பெட்ரோல் பாட்டிலும், நெருப்பு பெட்டியும் வைத்துக் கொள்ளுங்கள். அவரவர்களுக்குத் தோன்றுகிற அளவுப்படி யார் யார் இந்த காலித்தனத்துக்கு உண்மையான தூண்டுதல்காரர்கள் என்பதை நேர்மையாய் சிந்தித்து குறி வைத்துக் கொள்ளுங்கள். பெட்ரோல் விட்டு நெருப்பு வைக்க வசதியான வீடுகளையும் குறி வைத்துக்கொள்ளுங்கள். நான் நாள் குறித்து பத்திரிகையில் அல்லதும் வேறு விதத்தில் நாள் குறிப்பிடுவேன். அந்த நாள் குறிப்பிடுவது அதிக நாள் இடையில் இருக்கும் படி சாவகாசம் கொடுத்து குறிப்பிட மாட்டேன். ஒவ்வொருவரும் கவலையோடு ஜாக்கிரதையாக நாளை கவனித்துக் கொண்டிருக்க வேண்டும்.

ஒரு நாள், இரண்டுநாள்தான் இடையில் இருக்கும். அவ்வளவுதான்; வேண்டு கோள் வந்தவுடன் காரியம் துவக்கி விட வேண்டும்.

ஒரு சமயம் அதற்குள் எனக்கு முடிவு ஏற்பட்டு விட்டாலும் அதையே வேண்டு கோளாகக் கொண்டு காரியத்தில் இறங்கிவிடவேண்டும். ஏன் இந்த நிலைக்கு வரவேண்டியதாயிற்று என்றால் அரசாங்கம் மக்களைக் கைவிட்டு விட்டது.

போலீஸ் வெட்கப்படும் தன்மையில் கோழைத்தனத்திற்கு ஆளாகிவிட்டது மற்றும் போலீசுக்கு அரசாங்க ஆதரவு இல்லை என்பதோடு, போலீசை அரசாங்கம் அவமானப்படுத்திவிட்டது.

நான் எனது முடிவை எதிர்ப்பார்த்துதான் வேறு வழி இல்லாமல் இந்த யோசனைக்கு ஆளானேன். என் முடிவை எதிர்ப்பார்ப்பதில் வீரமோ, தியாகமோ ஒன்றும் இல்லை. இயற்கையை உணர்ந்தே குறிப்பிட்டேன்.

மக்களுக்கு ஆறுதல் சொல்லவே இம்முடிவை வெளியிடுகிறேன்.

போலீசு மந்திரியும், முதல் மந்திரியும், அய்.ஜியும் (I.G.)யும் பார்ப்பனரல்லாதாராய் இருப்பதாலும் ஈடுபடும் மாணவர்கள் பார்ப்பனரல்லாதாயிருப்பதாலும் எனது நிலை சங்கடமாகி இந்த நிலைக்கு வரவேண்டியதாயிற்று,

எனது 60 ஆண்டு பொதுவாழ்வில் இவ்வளவு மோசமாக மக்களுக்கு பாது காப்பற்ற தன்மையில் ஒரு அரசாங்கத்தை நான் பார்க்கவில்லை. இன்னும் யார் யாருக்கு என்ன என்ன ஆபத்து வரப்போகிறதோ நினைக்கவே பயமாக இருக்கிறது.

ஈ.வெ.ரா

விடுதலை 11.02.1965

பொறுத்திருங்கள்! பொறுத்திருங்கள்!
உணர்சிவசபட்டு நிதானம் தவற வேண்டாம்!
அரசினர் எமை காப்பர்

தந்தை பெரியார் அறிக்கை

நேற்றைய என்னுடைய அறிக்கையை நீங்கள் பார்த்திருப்பீர்கள். நீங்கள் அதைத் தவறாகக் கருதியோ உணர்ச்சி வசப்பட்டோ எடுத்துக் கொண்டு நிலைத் தவறிவிட மாட்டீர்கள் என்ற தைரியத்திலயே நான் அந்த அறிக்கை விட்டேன்.

நண்பர்கள் ஒவ்வொருவரையும் நான் கேட்டுக்கொள்வது. அந்த அறிக்கை யினால் காலித்தனம் ஏற்ப்பட்டது என்று இல்லாமல், நீங்கள் எல்லோரும் என்னிடத்தில் உள்ள மரியாதையை முன்னிட்டு மிகவும் பொறுப்போடு நடந்து கொள்ள வேண்டும்.

யாருக்கும் பயந்துக்கொண்டு நான் இந்த அறிக்கையை விடவில்லை. என் அறிக்கையினாலே மக்கள் உணர்ச்சி வசப்பட்டார்கள் என்ற பெயர் இருக்கக் கூடாது எனக்கு. ஆகையினால் எவ்வித நடவடிக்கையிலும் உடனடியாக ஈடுபடாமல் பொறுமையுடன் இருக்கும் படியும் வேண்டிக் கொள்கிறேன்

அரசாங்கம் ஏதாவது தக்க பாதுகாப்பு எடுத்துக்கொள்ளும் என்று நம்புவதோடு உங்களுக்கும் உறுதி கூறுகிறேன்.

ஈவெ.ரா

விடுதலை - 11-02-1965.

தொகுதி 1 மொழி

"உஷார்" என்ற தந்தை பெரியார் அவர்களது அறிக்கை, வெளியான பிரதிகளை போலிசார் எடுத்துச் சென்றனர்

சென்னை, பிப்,11-

தந்தை பெரியார் அவர்களது அறிக்கை வெளியான நேற்றைய "விடுதலை" பிரதிகளையும், தந்தை பெரியாரின் கையெழுத்துகளையும், போஸ்டர் அறிக்கை, தனியே அச்சிடப்பட்டிருந்த துண்டுப் பிரசுரங்களில் எஞ்சியவற்றையும் அலுவலகத்திற்கு வந்து எடுத்துச்சென்றனர்.

இன்று காலை 11 மணியளவில் இரண்டு பெரிய போலீஸ் அதிகாரிகள் அலுவலகத்திற்கு வந்து நேற்றைய பெரியார் அறிக்கை சம்பந்தப்பட்ட தஸ்தாவேஜுகளை எங்கே என்று கேட்டு, அவைகளை எடுத்துக்கொண்டு சென்றுள்ளனர்.

பெட்டிச்செய்தியாக
விடுதலை - 11- 02- 1965

613

தொகுதி 1

மொழி

அழிவைத் தடுக்க அரசுக்குத் துணிவில்லை தூண்டுபவரைத் தடுக்க தயக்கமேன்?

பெரியார் அறிக்கை

காலித்தனங்களால் ஒரு கோடிக்கு மேற்பட்ட ரூபாய் பெறுமானமுள்ள சொத்துக்கள் நஷ்டம்; பல உயிர்கள் சேதம்; பல கட்டிடங்கள் நாசம் இந்த சர்க்காரின் பாதுகாப்பு நடவடிக்கை இந்த 15 நாட்களாக என்ன பலன் அளித்தது என்று தெரிய வில்லையே!

பத்திரிக்கைகாரர்கள், வானொலி, "தலைவர்கள்" தூபம் போட்டுத் தூண்டும்படி பிரச்சாரம் செய்கிறார்கள். "தலைவர்கள்" (தூண்டிவிடுபவர்கள்) மீது நடவடிக்கை எடுப்பதிலும் கட்சிகளை சட்டவிரோதமாக்குவதிலும் தயக்கம் என்னவென்றும் பத்திரிக்கைகளை அடக்குவதற்கு பயம் என்ன வென்றும் தெரியவில்லை.

நான் என் சொந்த முறையில் எடுக்கும் முயற்சிகளையும், சர்க்கார் தடுத்து, "விடுதலை" ஆஃபிசை போலிஸ் அதிகாரிகள் சோதனையிட்டு, சிலபிரசுரங்கள், ஆதாரங்கள் முதலியவகளை கைப்பற்றிச் சென்றுள்ளதோடு, எனக்கு எச்சரிக்கையும் செய்திருக்கிறது இந்த அரசாங்கம்.

வரும் ஆபத்துக்குத் தயராயிருக்கிறேன். கலெக்டர் அவர்களும் டி.அய் ஜி. அவர்களும் என் வீட்டுக்கு வந்து என் அறிக்கைக்காக என்னை எச்சரித்துவிட்டும் சென்றுள்ளார்கள். இன்றைய அரசாங்கத்தின் யோக்கியதை அப்படியிருக்கிறது

ஈ வெ.ரா

விடுதலை - 11- 02-1965

தூண்டிவிட்டார்கள் யார்? (2)
முகமூடி கிழிகிறது! இதோ ஆச்சாரியார் எழுத்துக்களே தக்க சாட்சியம்!

இந்தி எதிர்ப்பு வேடத்தில் ஆச்சாரியாரது ஆட்சி கவிழ்ப்பு வேலைகள் அம்பலமாகிக் கொண்டிருக்கிறது.

மாணவர்கள் கிளர்ச்சிதானே வெடித்தது என்று ஆச்சாரியாரும் அவரது அருமைச் சீடக்கோடிகளான க.து.க்களும் கூறியது அப்பட்டமான கோயபெல்ஸ் வேலை என்பதற்கு கது, மூலவர் அண்ணாத்துரை அவர்களது அறிக்கையின் வாசகத்தையே ஆதாரம் காட்டியிருந்தோம் நேற்று.

ஆச்சாரியார் அவர்கள் இன்று விடுத்துள்ள ஓர் அறிக்கையில் "சென்னை மாணவர் கவுன்சில் தலைவர், காரியதரிசி, அவர்களுடைய கிளர்ச்சிக்குழு காரியதரிசி இன்று காலை என்னை வந்துப் பார்த்தனர். அவர்களிடம் இதே யோசனையே கூறினேன் அவர்கள் என்னுடைய நம்பிக்கையான கருத்தை அவர்களுடைய நண்பர்கட்கு உணர்த்த இயலுமென்றும் இப்போதைக்கு கிளர்ச்சியை நிறுத்திவைப்பார்களென்றும் நம்புகிறேன்.

"......நமது போர் அறப்போர்: நாம் வெல்வது திண்ணம் என்று மாணவர்களுக்கு உறுதியளிக்கிறேன். ஆனால் நாம் அடியோடு எவ்வித பலாத்காரத்திற்கும் இடந்தராமல் இருக்க வேண்டும்''

'உங்களது போர்' என்று கூறாமல் "நமது போர்" நாம் வெல்வது என்று கூறியிருப்பதும், மாணவத்தலைவர்கள், பல்கலைகழகத் துணைவேந்தர் வீட்டிற்கோ, கல்லூரி முதல்வர் வீட்டிற்கோ செல்லாமல் பஸ்லுல்லா ரோட்டிற்குச் செல்வதும் எதை காட்டுகிறது?

தூண்டுகிற திருமேனி யார் என்பது இப்போது விளங்கிடவில்லையா?

கெட்டிக்காரன் புளுகுக்கே உச்சவரம்பு எட்டுநாள்தான் என்றால் ஆச்சாரியார் சங்கதி விளங்க அவகாசமா வேண்டும்? பூனைக்குட்டி வெளியே வந்து விட்டது பார்த்தீர்களா?

பெட்டிச்செய்தியாக
விடுதலை - 11. 02. 1965

தொகுதி 1
மொழி

**இந்தித் திணித்தால் எதிர்ப்பவன்
நானாகவே இருப்பேன்!
ஏக இந்தியாவை ஏற்பவர்கள் இந்தியை
ஏற்றதாகத்தானே அர்த்தம்?
தேர்தலில் ஓட்டுப் பெறவே இந்தி எதிர்ப்பு
நாடகமாடுகின்றனர்**

பேரன்புமிக்க தலைவரவர்களே! நகரத் தந்தையவர்களே! பெரியோர்களே! தாய்மார்களே! தோழர்களே! என் பிறந்த நாள் விழா என்ற பெயரால் என்னைப் பல அறிஞர்கள் பாராட்டினார்கள். ஆனால் இது எனக்கு செய்யப்படும் பாராட்டுக்கள் என்று நான் கருதவில்லை. கழகம் செய்த தொண்டிற்காகவும் இன்னும் நான் தொடர்ந்து தொண்டாற்ற வேண்டுமென்பதற்காகவே என்று கருதுகிறேன். நீங்கள் இங்கு பல பொருள்களை அன்பளிப்பாகக் கொடுத்தீர்கள்; இது போல் கொடுப்பதால் எனது கொள்கை வளருவது ஒரு புறமிருந்தாலும் எனது ஆயுளானது இதனால் வளர்ந்துகொண்டிருக்கிறது.

திரு சிவபூஷணம் அவர்கள் தனக்கு சொந்தமான மனையை கழகத்திற்காக அன்பளிப்பாக அளித்தார்கள். அதற்கு அவருக்கு எனது நன்றியைத் தெரிவித்துக் கொள்கிறேன். திரு.ராதா அவர்கள் எனது 83, 84வது பிறந்த நாளின்போது ஒன்பதாயிரம் ரூபாய் கொடுத்தார்கள். தொடர்ந்து ஒவ்வொரு ஆண்டும் கொடுத்து வருகிறார்கள்.

தோழர்களே! நம்மை மடையர்களாக வைத்திருக்கவேண்டுமென்பதற்காகவே கடவுள், மதம், புராணம், இதிகாசம் இவைகளை ஏற்படுத்தி அதன் பெயரால் நம்மின மக்களை மடையர்களாகவும் பகுத்தறிவற்றவர்களாகவும், கல்வியறிவற்றவர்களாகவும் ஆக்கி வைத்திருந்தனர்.

1952 வரை காங்கிரசும் இதையே தனது கொள்கையாகக் கொண்டு பள்ளிகளை மூடியது. இன்று எதிர்க்கட்சியின் தலைவராக இருக்கும் எனது மதிப்பிற்குரிய நண்பர் ராஜாஜி அவர்கள் பதவிக்கு வந்தபோதெல்லாம் பள்ளிகளை மூடுவதையே தனது கொள்கையாகக் கொண்டிருந்தார். அதன்படியே செய்தும் வந்தார்.

குலக் கல்வித் திட்டம் கொண்டுவந்தார்

பள்ளிகளை மூடியதோடல்லாமல் எல்லோருமே படித்தால் மற்ற வேலைகளான துணி துவைத்தல், தெருக்கூட்டல், கக்கூஸ் எடுத்தல், முடி சிரைத்தல் இவற்றையெல்லாம் யார் செய்வது? எனவே அவனவன் தனது குலத் தொழிலையும் கற்க வேண்டுமென்று சட்டம் செய்து ஒரு வேளை படிப்பு ஒரு வேளை குலத்தொழில் என்பதாக "குலக்கல்வித் திட்டம்" என்ற புதிய கல்வி திட்டத்தைக் கொண்டு வந்தார். அப்போது அதை எதிர்த்து நாங்கள்தான் போராட்டம் நடத்தி வெற்றி பெற்றதோடு இராஜாஜி அவர்களையும் பதவியை விட்டுப் போகும்படி செய்தோம்.

அம்மையாரவர்கள் குறிப்பிட்டதுபோல் எங்கள் இயக்கம் தோன்றி தொண்டாற்ற துவங்கும் வரை எவருமே பெண்களின் உரிமையைப் பற்றி பேசியது கூட கிடையாது! புராணம், இதிகாசம், பெரியோர்கள் கடைப்பிடித்த முறை, சாதி முறை, கற்பு அது இது என்று எதை எதையோ கூறி பெண்களை அடிமை யாகவே வைத்திருந்தார்கள். இந்தியாவிலேயே பெண்களின் விடுதலைக்காக போராடியவர்கள் நாம் தான்:

இதில் கேவலம் என்னவென்றால் நம் பெண்கள் யாவரும் பார்ப்பானுக்கு வைப்பாட்டி, நம் ஆண்கள் யாவரும் வைப்பாட்டி மக்கள். இது தானே மனுதர்மம்! இதன்படிதானே நம்நாட்டு அரசர்கள் யாவரும் அரசாண்டு வந்தார்கள்! இது தானே சிறந்த நீதியாக இருந்துவந்தது.

மன்னர்கள் படிக்க வைத்தது பார்ப்பானையே

நம் நாட்டு மன்னர்களான சேர, சோழ, பாண்டிய, நாயக்க, இஸ்லாமிய மன்னர்கள் எவரும் பள்ளிகள் கட்டி கல்வியை வளர்த்ததாக சரித்திரமே இல்லையே! பார்ப்பானைக் காப்பாற்ற கோயில்களும், அவன் உண்டு, களிக்கச் சத்திரங்களும், அவன் பிள்ளைகள் படிக்க சமஸ்கிருத பள்ளிகள் வைத்ததாகவும் தானே சரித்திரம் கூறுகிறது! இந்தக் கோயில் சேரன் கட்டியது. இது சோழன் கட்டியது. இது பாண்டியன் கட்டியது. இது நாயக்கன் கட்டியது என்றுதான் சொல்லு வானேயொழிய இந்தப் பள்ளிக்கூடத்தைக் கட்டினான் என்று எவனுமே சொல்ல முடியாதே!

எங்கள் இயக்கம் ஆரம்பித்து கூட்டங்கள் போட்டபோது எங்கள் கூட்டத்தில் கற்களும், சாணி உருண்டைகளும், அழுகிய முட்டைகளுமே வந்து விழும். நாங்கள் பட்ட கல்லடி, சொல்லடிகளுக்கு கணக்கே இல்லை. அவ்வளவு தொல்லை களையும் பட்டுக் கொண்டு நம் மக்கள் நல் வாழ்வு பெற வேண்டு மென்பதற்காக பாடுபட்டு வந்தோம். இன்று எங்கு சென்றாலும் வரவேற்பும், புகழ்ச்சியான பாராட்டும் கிடைக்கிறது.

இன்று எதிர்க்கட்சிகள் என்று ½ டசன் இருக்கின்றன. இவைகள் எல்லாம் ராஜாஜியின் தலைமையில்தான் இயங்குகின்றன. அவர் சொன்னதையே தங்களின் கொள்கையாகக் கொண்டிருக்கின்றன. ராஜாஜியின் ஒத்துழைப்பில்லாவிட்டால் எந்தக் கட்சிக்காரனும் பதவிக்கு வர முடியாது. பார்ப்பானின் ஓட்டுக் கிடைத்தால் தான் பதவிக்கு வரமுடியும். எனவேதான் எதிர்க்கட்சிகள் யாவும் அவர் கட்டளையையே எதிர்நோக்கியிருக்க வேண்டியிருக்கிறது!

இன்றைய காங்கிரஸ் ஆட்சி மிகப்பெரிய புரட்சிகரமான ஆட்சியாகும். இந்தியாவில் மட்டுமல்ல. உலகிலேயே மிகப் பெரிய புரட்சிகரமான ஆட்சி இங்குதான் நடைபெறுகிறது. உலகிலேயே சமதர்மத்தை மேற்கொண்ட நாடு

ரஷ்யாதானாகும். அமெரிக்கா, இங்கிலாந்து, ஜெர்மன், இத்தாலி இங்கு எங்குமே சமதர்மம் கிடையாது. இந்தியா தான் துணிந்து சமதர்மம் காண திட்டங்கள் தீட்டி எவ்வித உயிர்ச் சேதமுமின்றி செயலாற்றிவருகிறது.

முன்னெல்லாம் நம் பிள்ளைகள் படிப்பது என்பது நினைத்துப்பார்க்க முடியாததாக இருந்தது. பள்ளிக்குச் சம்பளம் கட்ட வேண்டும். புத்தகம் வாங்க வேண்டும். தகப்பன் வாங்கும் சம்பளம் குடும்பச் செலவிற்கே சரியாக இருக்கும். இதில் பிள்ளைகள் படிப்பைப் பற்றி நினைக்க முடியாது! ஆனால் இன்றையநிலை முற்றிலும் மாறானதாகும். பள்ளியில் சம்பளம் கிடையாது. மதியம் உணவு வேறு போடப்படுகிறது. சீருடை, புத்தகங்கள் வேறு வழங்கப்பட்டு கல்வியானது மிக கவனமாக வளர்க்கப்படுகிறது. இன்னும் 10 ஆண்டு காலம் இந்த ஆட்சி நீடிக்குமானால் படிக்காதவர்களே இல்லை என்ற நிலையேற்பட்டுவிடும். 100க்கு 100 படித்தவர்களாக இருப்போம்.

தோழர்களே! இன்று யாரை நாம் டேய்! என்று அழைக்கின்றோம்? படிக்காதக் காட்டுமிராண்டியைத்தானே அழைக்கிறோம். படித்தவனை பதவியிலுள்ளவனை அவன் பறையனாக. சக்கிலியாக, தோட்டியாக இருந்தால்கூட டேய் என்று அழைக்க முடியாதே! அவர்கள் தனக்கு கீழே உத்யோகம் பார்க்கும் பார்ப்பன உத்தியோகஸ்தர்களை சாமி என்றா கூப்பிடுவார்கள்! இவர்களுக்கெல்லாம் உத்யோகம் கொடுத்தால் நிர்வாகம் கெட்டதா? சூரியன் உதிக்கவில்லையா? அல்லது நீங்கள் தின்றது செரிக்கவில்லையா? என்ன கெட்டுவிட்டது! தங்களின் ஏவலைக் கேட்டுக்கொண்டு தங்களை சாமி சாமி என்று அழைத்துக் கொண்டிருந்த வர்கள் தங்களைவிட உயர்ந்த பதவியில், அந்தஸ்தில் இருப்பதைக்காணும் போது பார்ப்பானுக்கு வயிற்றெரிச்சல்தானே வரும்! எனவே இந்த ஆட்சியை கவிழ்க்க எதை எதையோ செய்கிறார்கள். இதில் வேடிக்கை என்ன வென்றால் கேவலம் பதவிக்காக நம்மவனும் அவன் காலை நக்கித் திரிகிறானே!

ஒரு யோக்கியன் இந்தியாவின் சரித்திரத்தை எழுதினால் இந்தியாவின் இருள் நிறைந்த காலம் மறைந்து காமராசரின் ஆட்சியில் பொற்காலம் துவங்கியது என்று தானே எழுதுவான்.

இன்று ராஜாஜி எழுதுகிறார் தர்மம் கெட்டுவிட்டது. கண்டவனெல்லாம் ஆட்சி செய்கிறான் என்று! அவர் குறிப்பிடும் தர்மம் சனாதன வர்ணாசிரம மனுதர்மத்தைத் தானே வேறு வழியில் பிழைக்க முடியாதவர்கள் அவர் காலைக் கட்டிக்கொண்டு அழுகிறார்கள். அவர் நம் மக்களுக்காக என்ன நன்மை செய்தார்? எதற்காக இவர்கள் அவரைப் பின்பற்றவேண்டும்! ஆக்கத் திட்டங்களைக் கைவிட வேண்டுமென்கிறார் ஆச்சாரியார்.

இராஜாஜி சொல்கிறார், இன்று காங்கிரஸ் தனது திட்டங்களையும் சமதர்மத்தையும் வரிகளையும் கைவிடவேண்டும். இல்லாவிட்டால் என்ன அக்கிரமம் செய்தாவது அதை ஒழிப்பேன் என்கிறார். அவர் விரும்புவது பழைய தர்மம், மனுதர்மம், வரவேண்டு மென்பதேயாகும். இது வந்தால் நம் மக்களின் கதி, நம் பெண்களின் கதி என்னவாகும்? இவற்றையெல்லாம் சிந்திக்க வேண்டாமா? நாம் மீண்டும் சூத்திரனாக, தேவடியாள் மகனாக ஆகவேண்டுமா? நன்றாக சிந்தித்துப் பாருங்கள். முன்பு நாடார் குலம் வீதியில் நடக்க முடியாத குலமாக இருந்தது. மலையாளத்தில் நாடாரின் நிழல்பட்டாலே குளிக்கவேண்டும், இதற்காகத்தானே இது ஒழிய வைக்கத்தில் போராடினோம். இன்றைக்குக்கூட திருநெல்வேலியில் நாடார்கள் பிணம் சந்து வழியாகத்தான் போகவேண்டும்.

அவர்களின் திருமண ஊர்வலம் தெரு வழியே போகக்கூடாது. இவையெல்லாம் மாற வேண்டாமா?

இன்றைக்கு இருக்கும் எதிர்க்கட்சிகள் எல்லாம் இந்த ஆட்சியில் என்ன குறையை கண்டுபிடித்துவிட்டது. சொல்லட்டுமே! எவனாவது முட்டாளிடம் எதையாவது சொல்லி அவன் ஓட்டைப் பெறலாமேயொழிய அறிவுள்ளவனிடம் சென்று இந்த ஆட்சியில் இன்ன குறை இருக்கிறதென்று சொல்லமுடியாதே!

பாமர மக்களிடம் சென்று வரி அதிகம் வரி அதிகம் என்று கூப்பாடு போடுகிறார்கள். போடப்பட்டிருக்கும் வரியில் எதைக் குறைக்க வேண்டுமென்று நாணயமிருந்தால் சொல்லட்டுமே? எந்த வரியைக் குறைக்க வேண்டும்! விலையேறி விட்டது என்கிறாயே, விலை ஏறாமல் என்ன செய்யும்? அன்று 20, 30 வாங்கிய ஆசிரியர்கள் இன்று 85, 95 வாங்குகிறார்கள். அன்று 7, 9 வாங்கிய போலீஸ்காரன் இன்று 80, 90 வாங்குகிறான். அன்று 7 வாங்கிய தபால்காரன் இன்று 100, 120 வாங்குகிறான். அதற்குமுன் 4 அணாவிற்கு நாற்று நட வந்தவர்கள் இன்று ரூ.1½ கூலி கேட்கிறார்கள். இப்படி எந்தத் துறையை எடுத்தாலும் கூலி, சம்பளம் இவைகள் உயர்ந்துகொண்டு செல்லும்போது விலை உயராமல் குறையவா செய்யும்! அறிவுள்ளவன் இதையெல்லாம் சிந்திக்கவேண்டாமா என்று கேட்கிறேன். இப்போது எல்லாவற்றையும் விட்டுவிட்டு "இந்தி வந்துவிட்டது" இந்தி வந்துவிட்டது என்று பேசி வருகிறார்கள். இந்தியை தமிழ்நாட்டில் முதல் முதலில் எதிர்த்தவன் நானேயாகும். இன்றும் இந்தியானது தமிழ் நாட்டில் திணிக்கப்பட்டால் நான் எதிர்க்கவே செய்வேன்; இது உறுதி! இன்று இந்தியை எதிர்ப்பவர்களைக் கேட்கிறேன், இந்தி தமிழ்நாட்டில் எங்கு வந்து புகுந்திருக்கிறது? இங்கு கூடியிருக்கும் உங்களைப் பார்த்துக் கேட்கிறேன்: உங்கள் பையன்களை இந்தி படிக்க வேண்டுமென்று பள்ளிகளில் கட்டாயப்படுத்துகிறார்களா? அல்லது நீங்கள் உத்தியோகம் பார்க்க இந்தி வேண்டுமென்று சொல்லுகிறார்களா? யாராவது சொல்லட்டுமே, தமிழ்நாட்டில் இந்த துறையில் இந்திப் புகுத்தப்படுகிறது என்று. மத்திய அரசாங்கத்தில் உத்யோகம் பார்ப்பவன் இந்தியாவின் பல பாகங்களுக்கும் போக வேண்டியிருப்பதால் இந்திப் படிக்கவேண்டுமென்கிறான். இதில் என்ன தவறு?

ஏக இந்தியாவை ஒத்துக் கொண்டவர்கள் இந்தியை ஏற்றதாகத்தானே அருத்தம்!

இந்த கலைஞர், அறிஞர் நாவலர் இவர்களெல்லாம் ஏக இந்தியாவை ஏற்றுக் கொண்டு அவனிடம் காசு வாங்கித்தின்கிறார்களே! ஏக இந்தியாவை எப்போது இவர்கள் ஒத்துக்கொண்டார்களோ அப்போதே இந்தியையும் ஒத்துக்கொண்டார்கள் என்று தானே பொருள்?

தேர்தலில் ஓட்டுபெறவே இந்தி எதிர்ப்பு நாடகம்

இந்தி எதிர்ப்பு நாடகமெல்லாம் வரும் தேர்தலில் ஓட்டுப்பெறவேயாகும். இந்தி மக்கள் இவற்றையெல்லாம் நன்கு உணர்ந்து, தங்கள் அறிவைக் கொண்டு சிந்திக்க வேண்டும்.

இப்போதிருக்கிற இந்த ஆட்சியானது போனால் நம் மக்களின் நிலை தலை கீழாக மாறிவிடும். இதையறிந்து காங்கிரசாட்சியையே ஆதரிக்க வேண்டுமாய் கேட்டுக் கொள்கிறேன்

விடுதலை - 12-02-1965

தொகுதி 1

மொழி

தந்தை பெரியார் பேருரை

பேரன்புள்ள தலைவரவர்களே! அறிஞர்களே! தாய்மார்களே! பெரியோர்களே! தோழர்களே!

இன்றைய தினம் என்னுடைய 86வது பிறந்த நாள்விழா என்ற பெயரால் பெரியவிழா ஏற்பாடு செய்து பல அறிஞர்கள் அமைச்சர்கள் பாராட்டிப் பேசினார்கள். அதோடு எனது எடை 190 பவுண்டு எனது எடைக்கு எடை என்பதாக 5, 6 மூட்டை பிஸ்கட்டுகள் கொடுத்து என்னைப் பெருமைபடுத்தினீர்கள். இது போன்றே தமிழகத்தின் பல பாகங்களிலுள்ளவர்களும் பற்பல பொருள்களை எனக்கு எடைக்கு எடை கொடுத்திருக்கிறார்கள். எனது 86 வயது வாழ்வில் இதுபோன்று எடைக்கு எடை பொருள்கள் வேறு எவருக்கும் இது வரை கொடுத்ததாக நினைவில்லை. தோழர்களே! நான் ஒரு அரசியல்வாதியல்ல! உங்கள் சுதந்திரத்தைக் காப்பாற்றுவேன். அரிசி ரூபாய்க்கு 5 படி அளிக்கச் செய்வேன். உங்கள் ஊருக்கு வாய்க்கால் கொண்டு வருவேன். குளம் வெட்டுவேன், ஆறு ஓடச் செய்வேன் என்று பொய்களைக் கூறி ஆகவே உங்களின் ஓட்டுகளை எனக்குப் போடுங்கள் என்பனவல்ல. அதோடு நான் அதிகாரத்திலுள்ள பெரிய மந்திரியோ கவர்னரோ அல்ல. பின் நான் யாரென்றால், மக்கள் போக்கினின்று மாறுபட்டவன் நான் பொதுஜனங்களை அவர்களது நிலையையெண்ணி முட்டாள்கள் காட்டு மிராண்டிகள் என்று சொல்லுபவன்; அதோடு கடவுள் இருக்கிறதென்று நினைப்பதே முட்டாள்தனமென்று சொல்லுபவன். மதத்தை முட்டாள்தனமும், பித்தலாட்டமும் அயோக்கியத்தனமும் நிறைந்ததென்று கூறுபவன். இது மட்டுமல்ல சர்வசக்தி, சர்வ ஆதிக்கம் பெற்றிருக்கிற பார்ப்பானை ஒழிக்க வேண்டும். கோயில், சத்திரங்களை இடித்து மட்டம் போட்டு பள்ளிக்கூடங்கள் கட்டவேண்டும் என்பவன் இதுபோல் மக்களின் நடத்தைக்கு நேர்மாறாகக் கூறுகிற அதைப்பற்றிப் பல புத்தகங்கள் எழுதியவன். சாதாரணமாக நீங்கள் இராமனை கடவுளாகவும் சீதையை கற்புக்கரசியாகவும் கருதிப் போற்றி வருபவர்கள். நான் இராமன் ஒரு அயோக்கியன், சீதை விபச்சாரி என்று சொல்லி வருவதோடு அதை விளக்க பல புத்தகங்கள் எழுதியிருப்பவன்.

எவரும் துணியாததைச் செய்து வருகிறேன்

அதோடு வேறு எவரும் நினைக்க முடியாத நினைத்தாலும் செய்ய முடியாத காரியங்களை நான் கடந்த முப்பதாண்டுகளாக விளையாட்டாக சொல்லி

வருகிறேன். செய்து வருகிறேன். வீட்டில் உட்கார்ந்து கொண்டல்ல இது போல் 5000, 10000, 100000 மக்கள் கூடியிருக்கும் கூட்டங்களில் சொல்லி வருகின்றேன். அதுவும் என்றோ ஒரு நாளல்ல, தினம் தினம் சொல்லி வருகின்றேன்! நான் சொல்வது தவறு என்று இதுவரை எவரும் சொன்னது கிடையாது; என்பதோடு மக்களும் சிறிது சிறிதாக அறிவுத்தெளிவு பெற்று நம்பக்கம் திரும்புகின்றனர்.

மீண்டும் பழமைக்குத் திருப்ப முயற்சி

எனது கருத்திலிருந்து மக்களின் கவனத்தைத் திருப்ப வேண்டுமென்பதற்காக இப்போது கோயில்கள் யாவும் வெள்ளையடிக்கப்பட்டு ஆண்டுக்கு ஒருமுறை நடந்த திருவிழாக்கள் இருமுறை நடக்கிறது. இராமாயண கதாகாலட்சேபம் ஊர் தவறாமல் நடக்கிறது.

ஆயுள்வரை தொண்டாற்றுவேன்

அப்படியிருக்க நீங்கள் எனக்கு எனது பிறந்தநாள் என்பதற்காக விழா எடுத்து இதுபோல் பொருள்களை கொடுக்கிறீர்கள். உங்களின் மகிழ்ச்சிக்கும், நம்பிக் கைக்கும் மாறுபாடில்லாமல் என் உயிர் உள்ளளவும் உங்களுக்குத் தொடர்ந்து தொண்டாற்றுவேன் என்று உறுதிக் கூறுகிறேன். நம் நாட்டில் தமிழ் படித்து வித்வான் புலவர் டாக்டர்களாகிறவர்கள் தங்களின் வயிற்றுபிழைப்பையே பார்க்கிறார்களேயொழிய பார்ப்பானைப் பற்றியோ பார்ப்பானின் கொடுமைகளைப் பற்றியோ அவன் நம் மக்களுக்கு இழைக்கும் தீங்குகளைப் பற்றியோ தெரிந்தாலும் எடுத்துச் சொல்ல அச்சப்படுகிறார்கள். நாங்கள்தான் ஒந்து இவைகளை மக்கள் மத்தியில் எடுத்துக்கூறிவருகிறோம்.

பத்திரிக்கைகளும் ஆதிக்கத்தையே பரப்புகின்றன

இன்று நாட்டிலுள்ள பத்திரிக்கைகள் யாவும் கந்தபுராண, இராமாயண கதாகாலட்சேபங்களை விளம்பரப்படுத்துகிற அளவிற்கு மிகப் பெரிதாக செய்திகளைப் போடுபவர்கள் இங்கு நடைபெறும் இவ்வளவு பெரிய கூட்டத்தைப் பற்றி ஒருவரி கூட போடுவதில்லை. எனக்கு 1000, 2000, 10000 என்று நன்கொடை கொடுக்கிறார்கள். கூட்டமோ அந்த ஊரின் ஜனத்தொகையை போல இரண்டு மடங்கு வந்தாலும் அதைக் கட்டுப்பாடாக எந்த பத்திரிக்கைகாரர்களும் வெளி யிடுவதில்லை.

நம் புலவர்கள் நிலை

"தமிழ் ஒரு நியூசென்ஸ்" என்று ஒரு கட்டுரை எழுதியிருக்கிறேன் அதில் தமிழ் புலவர்களைக் "கொலைஞர்கள்" என்று குறிப்பிட்டிருக்கிறேன். நான் ஏன் அப்படி குறிப்பிட்டேன் நான் தமிழனில்லையா? நான் பாடுப்பட்டதைப் போல தமிழுக்காக தமிழனுக்காக எவனும் பாடுப்பட்டதில்லையே! பின் ஏன் அப்படி எழுதினேனென்றால் நம் மக்களின் முன்னேற்றத்தைப் பற்றி ஒரு மயிர்க்கால் அளவு கூட நம் புலவர்கள் கவலைப்படுவதில்லை என்பதோடு இந்த 1965லும் கந்தப் புராணம், இராமாயணம், சிலப்பதிகாரம், மகாபாரதம், காவியம், காப்பியம், கதைகள் இவைகளைத்தான் எழுதுகின்றனரே ஒழிய நம் மக்களின் நலனுக்காக இதுவரை எதுவும் ஒருவரிகூட எழுதியது கிடையாது. எனவேதான் நான் அவ்வாறு எழுதினேன். "குறிஞ்சி" என்ற ஒரு பத்திரிக்கை தமிழ்நாட்டிலுள்ள மிக முக்கியமான அறிஞர்கள் தலைவர்கள் இவர்களை 10 கேள்விகள் கேட்டிருந்தது. எனக்கும் ஒருகேள்வித் தாள் அனுப்பி என்னுடைய பதிலையும் கேட்டிருந்தார்கள். நானும் பதில் எழுதினேன்.

தமிழில் ஆக்கத்துறைக்கான இலக்கியம் எது

அக்கேள்விகளில் ஒன்று "தமிழில் ஆக்க இலக்கியங்கள் இல்லை என்பது உண்மையா?" என்பதாகும், அதற்கு நான் ஆக்க இலக்கியங்கள் இல்லை என்று பதில் கூறியிருந்தேன்: பின் புத்தகம் வெளிவந்ததும் பார்த்தேன், அதில் பதில் கூறியிருந்த அனைவருமே எனது கருத்தினையே கூறியிருந்தனர். இதிலிருந்து நம் தமிழ்ப் புலவர்கள் நாட்டில் மடமையை வளர்க்கத்தான் இன்னும் பாடுபடுகிறார்களே யொழிய, தமிழ் மக்களின் வாழ்வை வளமாக்க எந்த ஒரு சிறு முயற்சியும் செய்யவில்லை என்பது நன்கு தெரிகிறதல்லவா?

மனுதர்மம் காக்கப்படவேண்டுமாம்

பார்ப்பானுடைய தர்ம நீதிப்படி சூத்திரன் படிக்கக்கூடாது: சூத்திரன் ஆட்சி செய்யக் கூடாது. சூத்திரன் தன் உணர்விற்கு தேவையானதற்கு மேல் பணம் சம்பாதிக்கக் கூடாது. அவனிடம் பணமே சேரவிடக்கூடாது. என்பதுதான் இதன்படி தான் நம் சேரன் சோழன், பாண்டிய, நாயக்க மன்னர்களும் மனுதர்மப்படி அரசாண்டார்கள்.

தமிழர்க்கே அவமானம்

நேற்று திருச்சியில் நடைபெற்ற இந்தி எதிர்ப்பு மாநாட்டில் ஒருத்தன் தமிழ்க் கொடியை ஏற்றினான். எனக்கு மிக வேதனையாக இருக்கிறது. இக்கொடியிலுள்ள சின்னங்கள் குறிப்பிடும் மன்னர்களெல்லாம் எப்படிப்பட்டவர்களென்றால் தன் மனைவியைப் பார்ப்பானுக்கு விட்டுக்கொடுத்தவர்களாவார்கள். நானாக சொல்லுவதில்லை, இது இன்றும் கல்வெட்டுகளில் இருக்கிறது.

தமிழரசர்கள் என்று பெருமைப்படும் சேர சோழ பாண்டிய நாயக்க மன்னர்களில் எவனும் (நமக்காக) தமிழ்மக்களுக்காக பள்ளிக்கூடங்கள் கட்டியதில்லையே! பார்ப்பான் படிக்க சமஸ்கிருதப்பள்ளிகளும், அவன் உண்டு கொழுக்க கோயில் சத்திரம் கட்டினானேனொழிய நம் மக்கள் வாழ எந்த ஒரு சிறுகாரியம் கூட செய்யவில்லையே!

ஆச்சாரியாரின் சதித் திட்டம்

எனது நண்பர் மதிப்பிற்குரிய ராஜாஜி இருக்கிறாரே! அவர் பதவிக்கு வந்த போதெல்லாம் பள்ளிக்கூடங்களை மூடுவதையே குறிக்கோளாகக் கொண்டு பள்ளிக்கூடங்களை மூடினார். அதோடு "குலக் கல்வித்திட்டம்" என்ற திட்டத்தைக் கொண்டு வந்து நம் மாணவர்கள் ஒருநேரம் படித்தால் போதும் மீதி பாதிநேரம் தங்களின் குலத்தொழிலை செய்து பழகவேண்டுமென்று சட்டம் கொண்டு வந்தார், நாங்கள்தான் மிகக்கடுமையாக எதிர்த்து போராடி அவரை ஆட்சியிலிருந்து வெளியே இழுத்துவிட்டதால் இந்த கண்ணீர்துளிகள் அவர் காலடியில் போய் உட்கார்ந்து கொண்டு துதிப்பாடுகிறார்களே! அவனவன் சாதித்தொழில் செய்வதுதானே அவரது திட்டம்?

இதுதானே சாதிமுறை குலக்கல்வித் திட்டம்? நாம் ராஜாஜியை நீக்கி காமராசரைக் கொண்டு வந்திராவிட்டால் இன்று நம் கதி என்ன? அன்று உங்கள் அந்தஸ்து என்ன?

இந்தி பேரால் புரட்டு

இந்தி-தமிழுக்கு ஆபத்து என்று பேசுகிறார்கள். எங்கு இந்தி வந்தது? தமிழ் நாட்டில் ஆட்சியில் இந்தி வந்ததா? பள்ளிக்கூடங்களில் கட்டாயமாகப் படிக்க வேண்டும். படித்தால்தான் தேர்வில் வெற்றி பெற முடியுமென்று பள்ளிகளில் சொல்லப்படுகிறதா? அல்லது தமிழக அரசில் (வேலை) உத்யோகம் பார்க்க இந்திப்

படித்திருந்தால்தான் உத்தியோகம் என்று சொல்லப்படுகிறதா? எங்கு வந்தது இந்தி! நீங்கள் தான் சொல்லுங்களேன், இந்தி எதில் வந்து புகுந்து கொண்டதென்று,

ஓட்டுப்பிச்சைக்காகப் பாடும் 'முடவன்' வேஷம்

சந்தையிலே நீங்கள் சில பிச்சைக்காரர்களைப் பார்த்திருக்கலாம். நம்மிடம் காசு வாங்குவதற்காக நன்றாக இருக்கும் தனது காலில் துணிகளை சுற்றிக் கொண்டு மேலே வாழைப்பழத்தை பிசைந்து தடவிக்கொண்டு அய்யா, அய்யா, புண்ணியமய்யா இந்தக் கொடுமையைப் பார்த்து காசு போடுங்கய்யா என்பான்: அதே போலத்தான் இன்று இவர்கள் பிச்சைக்காரன் காலைக் காட்டியது போல இந்தி-வரி-விலைவாசி என்று பொய்யைக்கூறி உங்களிடம் ஓட்டு வாங்கப் பார்க்கிறார்கள், நீங்கள் ஜாக்கிரதையாக இருக்க வேண்டும்.

சென்றமுறை சட்டசபைக்கு 8 பேர் வந்தார்கள். இந்தமுறை பார்ப்பான், முஸ்லீம் இவர்கள் ஆதரவால் 50 பேர் வந்திருக்கிறார்கள். நம் மக்களுக்கு அறிவிருந்தால் இவ்வளவு வந்திருக்க முடியாது

நாங்கள் பதவி தேடுபவரல்ல

எங்களுடைய இயக்கம் வேலை செய்வது எங்களுக்கு மந்திரிப் பதவி வேண்டுமென்பதற்காகவோ எங்கள் வீட்டு குழந்தைகளுக்கு உயர்ந்த பதவி, உத்யோகம் வேண்டுமென்பதற்காக அல்லவே! நம் மக்கள் உயர்ந்த நிலையடைய வேண்டும் எல்லாவற்றிலும் நம் மக்களுக்கும் சமபங்கு விகிதாச்சார படி கிடைக்க வேண்டுமென்பதற்காகத் தானே பாடுபடுகிறது,

பார்ப்பான் ஆட்சிக்கு இடம் தந்துவிடாதீர்

இப்போதிருக்கிற இந்த காங்கிரஸ் ஆட்சியானது கவிழ்ந்தால்- தோற்றால் அடுத்துவரப்போவது நிச்சயம் பார்ப்பானின் ஆட்சித்தான்; அல்லது அவன் சொல்லைக் கேட்கும் அடிமைகளின் ஆட்சியாகத்தான் இருக்குமே தவிர வேறு ஆட்சியாக இருக்கவே முடியாது, எனவே நமக்கு இதுவரை ஏற்பட்ட நன்மைகளைக் காக்கவும், மேற்க்கொண்டு உரிமைகளை பெறவும் தொடர்ந்து இந்த ஆட்சியையே ஆதரிக்க வேண்டுமென்று கேட்டுக் கொள்கிறேன்

விடுதலை - 17-2-1965

இந்தி எதிர்ப்புக் கிளர்ச்சியும் செய்யப்போகும் சட்டமும்

பெரியார் அறிக்கை

இந்தி விஷயமாய் தமிழ்நாட்டில் இந்தியாவுக்கு சுதந்திரம் கிடைப்பதற்கு முன்பிருந்தே அதாவது 1938ம் ஆண்டிலிருந்தே கிளர்ச்சிகள் நடந்து வந்திருக்கின்றன.

பார்ப்பனர் புகுத்தியதே இந்தி சட்டம்

இக்கிளர்ச்சிக்கு நானே முக்கிய முதல் காரணமானவன் என்பதோடு இந்தியைப் புகுத்தியவர் திரு.ராஜகோபாலாச்சாரியார் அவர்களேயாகும்.

பிறகு சுதந்திரம் கிடைத்த பின்னரும் ராஜகோபாலாச்சாரியாரும், மற்றும் பல பார்ப்பனரும் சேர்ந்தே அரசியல் சட்டத்தில் இந்தி மாத்திரமே இந்தியாவின் அரசில் மொழியாக இருக்கவேண்டியது. இருக்கத் தகுந்தது என்பதாக புகுத்திக் கொண்டார்கள்!

இந்தியா பெரிய பிரதேசம்: அதில் பல முக்கிய தனிமொழி பேசும் மக்களும், பல மதம், பல கலாச்சாரம் கொண்ட மக்களும், சற்றேறக்குறைய 45 கோடி எண்ணிக்கை உடையவர்களும் கொண்ட ஒரு உபகண்டமேயாகும்.

இதை ஒரு ஆட்சிக்குள் கொண்டு வந்ததோடு வெற்றி கொண்ட நாட்டுக்கு, வெற்றி கொண்டவர்கள் பழிவாங்கி தங்களை நிரந்தரமாய்ப் பாதுகாத்துக் கொள்வதற்கு வேண்டிய சட்டதிட்டங்களை வகுத்துக்கொள்வதுபோல், அதாவது,

'மனுதர்மம்' போன்றதே அரசியல் சட்டம்

"ஆரியர் இந்தியாவுக்குள் புகுந்து இந்திய பழங்குடி மக்களை அடக்கி தங்களுக்கு வேண்டிய உயர்வுடனும், பாதுகாப்புடனும் கூடிய மனுதர்ம திட்டத்தையும், மனு ஆட்சியையும் ஏற்படுத்திக்கொண்டதுபோல்", அரசியல் சட்டம் செய்து கொண்டார்கள்.

அதாவது, அச்சட்டத்தில் (அரசியல் சட்டத்தில்) மனு தர்மப்படி சமுதாய அமைப்பு பாதிக்கப்படாமல் இருக்கவும், அரசியல் பதவிகளில் சம விகித உரிமை பெறாமல் இருக்கவும் ஆன திட்டங்களை வலுப்படுத்திக்கொண்டார்கள்.

அப்படி வலுப்படுத்திக் கொண்டதில் ஒன்றுதான், "இந்தி தான் இந்தியாவுக்கு, அரசியல் மொழி" என்ற திட்டத்தையும், இந்தியா (பதினாறு தேசம்) ஒன்றாகவும்,

ஒரு ஆட்சியின் கீழாகவும், என்றும் தனி விடுதலை பெற வகையில்லாததாகவும், நிபந்தனை கொண்ட அடிமை தேசங்களாகவே இருக்க வேண்டியதாகும் என்கின்ற திட்டமும் ஆகும்.

ஆனதினால்தான் இந்திய அரசியல் சட்டம் செய்யப் பட்டபோதே இது மனுதர்ம சட்டமே ஒழிய மனித தர்ம அரசியல் சட்டம் அல்ல என்று சொன்னேன்.

ஆச்சாரியாரின் இந்தி கட்டாயத் திணிப்பும் எனது போராட்டமும்

மற்றும் அதற்கு முன்பாகவே ஆச்சாரியார் 1938ல் இந்தியைக் கட்டாயப் படிப்பாக கொண்டுவந்த போதே நான் திராவிடநாடு (தமிழ்நாடு) தனி சுதந்தர நாடாகப் பிரிந்துவிட வேண்டும் என்றும் போராடினேன். இந்த என்னுடைய போராட்டம் காரணமாகவேதான் அரசியல் சட்டம் பச்சை மனுதர்ம ஆட்சித் திட்டமாக ஆக்கப் பட்டது எனது சொல்லலாம்.

பிறகும் இந்தி விஷயத்தால் என்னுடைய போராட்டம் அதாவது "சுதந்திர நாளில் அரசாங்கக்கொடி எரிக்கப்பட வேண்டியது" என்ற கிளர்ச்சி துவங்கிய தனாலேயே "இந்தி பேசாத நாட்டில், மக்களிடத்தில் இந்தியை எந்த உருவத்திலும் கட்டாயப்படுத்துவதில்லை" என்பதாக ராஷ்டிரபதி, தலைமை மந்திரியும், காங்கிரசுத் தலைவருமான பண்டிதநேரு, சென்னை முதல்மந்திரியான காமராஜர் ஆகிய மூவரும் சேர்ந்து உறுதி மொழி சாசனம் கொடுத்தது ஆகும்.

அலட்சியத்தின் விளைவு

இப்படிக் கொடுத்தபின்பும் இந்திய அரசாங்கம் இந்தி விஷயத்தில் சந்தேகத்திற்கு இடமில்லாமல் நடந்து கொள்ளாமல், அரசாங்கத்திடம் தமிழ்நாட்டு மக்கள் நம்பிக்கை கொள்ளுவதற்கு இடமில்லாமலேயே நடந்து கொண்டு வந்திருக்கிறது.

அதன் விளைவுதான், அந்த நம்பிக்கைக்கு இடமில்லாமல் நடந்து கொண்டதை ஒரு சாக்காகக் கொண்டுதான் இன்று தமிழ்நாட்டில் இந்தி எதிர்ப்பு என்னும் பேரால் நடந்த 'கிளர்ச்சி'களும், காலித்தனங்களும், நாசவேலைகளும், கொள்ளைகளும், கொலைபாதகத் தன்மைகளுமாகும் என்பது எனது உறுதியான கருத்து.

இதில் குறிப்பிட்டத் தகுந்த விஷயம் என்னவென்றால் இக்கிளர்ச்சி முதலியவை நீடிக்கவும், மேற்சொன்ன, கேடுகள், வளர்ச்சி பெறவும் காரணமானவைகளில் முக்கியமானது தமிழ்நாடு அரசாங்கமும், அவர்களால் நடத்தப்பட்ட போலீசு நடத்தைகளும்தான் என்று சொல்லுவதற்கு என்னை மன்னிக்க வேண்டும்.

போலீசு தங்களை பலமற்ற ஸ்தாபனம் என்பதாகவே கிளர்ச்சிக்காரர்களிடமும் காட்டிக்கொண்டது. கிளர்ச்சியை உடனுக்குடன் அடக்க வேண்டியதில்லை; தானாகவே அடங்கிவிடும் என்றே அரசாங்கம் சமயம் பார்த்துக்கொண்டே இருந்துவிட்டது.

இந்தக் காரணங்கள் கிளர்ச்சிக்காரர்களுக்கும், காலிகளுக்கும் வசதியாக ஏற்பட்டு விட்டது.

இருமொழி ஆட்சிக்கு சட்டம் செய்ய முயற்சி

இப்போது கிளர்ச்சி "அடங்கிய" பின் இந்தி திணிப்பை தமிழ்நாட்டில் இந்தி பேசாத மக்கள் இடையில் அவர்கள் விரும்பும்வரை அமுல்படுத்துவதில்லை என்பதாக ஒரு சட்டம் செய்ய முயற்சிப்பதாக தமிழ்நாடு அரசாங்கம் முன்வந்தி ருக்கிறது. அதிலும் "பத்துக்கு அடிபோட்டால் அய்ந்தாவது கிடைக்காதா" என்கின்ற பழமொழிப்படி, "இங்கிலீசும், இந்தியும் இரண்டுமே நிரந்தரமான அரசியல்

மொழியாக இருக்கவேண்டும்", என்று சட்டம் செய்யவேண்டும் என்று சொல்லிக் கொண்டு புறப்படுகிறது.

இதே சமயத்தில் தமிழ் நாட்டுக்காரரான மத்திய அரசாங்க மந்திரிகள் இருவர் இந்தி பேசாத ராஜ்ய மக்கள் விரும்புகிறவரை அந்த நாடுகளின் அரசியல் மொழி ஆங்கிலமாகவே இருக்கவேண்டும் என்கின்ற வேண்டுகோள் மீது தங்கள் பதவியை ராஜினாமா கொடுக்க முன் வந்து இராஜினாமா செய்தார்கள்.

கிளர்ச்சிக் கர்த்தாவின் கூற்று

கிளர்ச்சியைத் தூண்டிவிட்டு காலித்தனங்களை வளரச் செய்த பிரமுகர் ஆச்சாரியார், "இவை ஒன்றும் எனக்குப் போதாது; மொழி சம்பந்தமான அரசியல் சட்ட 17வது பிரிவை அடியோடு எடுத்துவிடவேண்டும்" என்று அர்த்தமில்லாமல் கூறிக்கொண்டிருக்கிறார்.

தமிழ்நாட்டில் காங்கிரசுக்கு எதிர்க்கட்சி என்று சொல்லப்படுவதுதான் கண்ணீர்த் துளிகள் (தி.மு.க) "நேரு உறுதிமொழியைச் சட்டமாக்க வேண்டும்" என்று கூறிவந்ததானது இன்று ஆச்சாரியாருக்கு பயந்து கொண்டு ஏதேதோ கூறி வருகின்றது.

ஆட்சியை ஒழிப்பதே அடிப்படை நோக்கம்

இவை எப்படியானாலும் இவைகளுக்கு ஏற்ப அரசாங்கம் என்ன சட்டம் செய்தாலும் கிளர்ச்சி என்பது நின்றுவிடும் என்று கருதுவதற்கில்லை. ஏனெனில் சில கிளர்ச்சிக்காரர் (ஆச்சாரியாரும், கண்ணீர்த் துளிகளும்) "காங்கிரஸ் ஆட்சியை ஒழிக்கவே தங்கள் முயற்சி" என்று பட்டாங்கமாய் சொல்லி வருவதால், எந்த சட்டம் செய்தாலும், சட்டம் செய்ய முடியாதபடியான காரணங்களைச் சொல்லிக் கொண்டு தொல்லை கொடுத்துக் கொண்டுதான் இருப்பார்கள்.

ஆதலால் இந்த இருவர்களையும் முக்கியமாய்க் கருதாமல் எதிரிகளின் விஷம பிரசாரத்தால் அரசாங்கத்தின் மீது பொதுமக்களின் இடையில் ஏற்பட்டிருக்கும் அவநம்பிக்கையை வெறுப்பையும் போக்கும் வண்ணம் "பண்டித நேரு வாக்குறுதியைச் சட்டமாக்குவது," என்கின்ற காரியத்தை நிறைவேற்றுவது என்கின்ற கருத்துக்கு பல பிரமுகர்கள் முன்வந்து காரியம் செய்யப்போகிறார்கள்.

அவநம்பிக்கையை மாற்ற முடியுமா?

ஆனால் இந்தக் காரியம் செய்வதே அரசாங்கத்திற்கு ஒரு இழுக்குத்தான் என்பது எனது கருத்து. ஏன் எனில் அரசாங்கத்தின் மீது நம்பிக்கை இல்லை என்கின்ற காரணத்தினாலேயே மக்கள் சட்டம் செய்ய விரும்புகிறார்கள் என்று ஏற்படுகிறது. அரசாங்கத்தின் மீது நம்பிக்கை இல்லாமல் போன காரணம் தவறானது அல்ல என்றே கூட சொல்லுவேன். ஏன் எனில் மத்திய அரசாங்கம் அதற்கேற்ப இந்தி விஷயத்தில் நடந்து வந்திருக்கிறது. ஆதலால் மக்களைத் திருப்திப்படுத்த இப்படி ஒரு சட்டம் செய்யவேண்டியது அவசியம் ஆகிவிட்டது.

இந்தப்படி செய்யவேண்டும் என்று கூறுகிற, கோருகிற மக்கள் யாராய் இருந்தாலும் அவர்கள் தங்கள் யூனியன் ஆட்சிக்கு அடிமைகளாய் (குடிகளாய்) இருக்கிறோம் என்ற "வாக்குறுதி கொடுத்துவிட்டே" கேட்கிறார்கள். இப்படிப் பட்டவர்களுக்கு அரசாங்கம் இதுவும் செய்யலாம். இன்னமும் அதிகம் செய்யலாம்.

ஆனால் நான் அந்தக் கட்டத்தில் சேர்ந்தவனல்ல. அதை இங்கு விளக்க நான் முன்வரவில்லை.

பின் எதைக் கூற முன்வந்தேன் என்றால் செய்யும் காரியம் திருந்தச் செய்யவேண்டும் என்பதற்கு ஆகவேயாகும்.

இந்தக் காரியத்தில் இரண்டு ஓட்டைகள் இருக்கின்றன.

சட்டம் மட்டும் மாற்ற முடியாததா?

அவை, ஒன்று இன்றைக்கு செய்யும் சட்டத்தைக் குறைந்த அளவு, காங்கிரசு ஆட்சி மாறி இன்றைய நிலைமாறி வேறு கைக்கு மாற நேர்ந்தால் அப்போது ஆட்சிக்கு வருகிறவர்கள் (சட்டத்தை) மாற்றமாட்டார்கள் என்பதற்கு என்ன உறுதி?

ஏன் இப்படிச் சொல்கிறேனென்றால் ஆச்சாரியார் இந்தப்படி கோளாறான திட்டங்களைச் சொல்லுவதற்குக் காரணம் என்ன?

திட்டங்களின் மீதுள்ள காதலா? அல்லது இப்படிச் சொல்லுவதன் மூலம் இந்த ஆட்சியை ஒழித்து தாங்கள் கைப்பற்றலாம் என்ற ஆசையா? என்பதை யோசிக்கவேண்டும்.

ஆச்சாரியாரின் பழைய கூற்றுகளை மறக்க முடியுமோ?

ஆச்சாரியார் 1938ல் இந்தி கொண்டு வந்த காரணம், "இந்தி படித்தால் சமஸ்கிருதம் படிக்கவேண்டியதில்லை. ஆதலால் எல்லாக்குழந்தைகளும் இந்திப் படிக்கவேண்டும்", என்றார். அதை இப்போது மறந்து விட்டார்; அல்லது கைவிட்டு விட்டார் என்று கருதலாமோ?

மற்றும் தான் மத்திய ஆட்சி மந்திரி ஆக இருந்தபோது இந்தி படித்தால்தான் உத்தியோகம் என்றார். அதை இப்போது மறந்துவிட்டாரா? கைவிட்டு விட்டாரா? பொதுவாகச் சொல்கிறார்: "இப்போது அந்தக் கருத்தை மாற்றிக் கொண்டேன்", என்கிறார்.

இந்த மாற்றம் எதுவரையில் இருக்கும்? தன் கைக்கு ஆட்சி வரும் வரைக்கும் இருக்கும்; வந்தால் அப்புறம்? ஆகையால் இந்த சட்டம் நமக்கு உறுதியானதாகாது.

பார்ப்பனர் நலத்துக்கே...

மற்றும் ஆச்சாரியார் இந்திப் பிரச்னை தன் சொந்தப் பிரச்சனை என்றும், தன் கட்சிக்கும், இந்திப் பிரச்சனைக்கும் சம்பந்தமில்லையென்றும், அது தனக்கே சொந்தமானது என்றும் கூறுகிறார். அப்படியானால் இவர் யாருக்குப் பிரதிநிதி? பார்ப்பனருக்கு மாத்திரம் என்றால் இதில் எவ்வளவு மோசடி இருக்கிறது!

மற்றும் இவரது இந்திப்பிரச்சினையின் முக்கிய லட்சியம் சோஷ்யலிச ஆட்சியை (காங்கிரசு ஆட்சியை) ஒழிப்பதுதான் என்றால் இதை நம்புகிற லட்சியம் செய்கிற, இவரை ஆதரிக்கிற மக்கள் எவ்வளவு முட்டாளாக, பொறுப்பற்றவர்களாக, சோஷ்யலிச துரோக கீழ்மக்களாக இருக்கவேண்டும்?

ஆகையால் இதைவிட்டு விட்டு இரண்டாவது விஷயத்தை கவனிப்போம்;

என்னவென்றால் நேரு வாக்குறுதி அதாவது,

இந்தி பேசாத மக்கள் விரும்புகிறவரையில் ஆங்கிலம் நீடித்திருப்பது என்பது வாக்குறுதிக்கும், சட்டத்திற்கும் என்ன அப்படி பிரமாதமான வித்தியாசம் இருக்க முடியும்?

ராஜினாமா கொடுத்த திரு.சுப்ரமணியம் சொல்கிறார். பிரதமர் சாஸ்திரியார் பேச்சில் தனக்கு நம்பிக்கை இருப்பதாகவும், அந்த இடத்திற்கு வேறு ஒருவர்

வந்தால் அவர் நேருவின் உறுதி மொழியைக் காப்பாற்றுவார் என்பதற்கு என்ன உறுதி என்று கேட்கிறார்? இது அவ்வளவு புத்திசாலித்தனமான கேள்வி ஆக எனக்குத் தோன்றவில்லை.

அடுத்துவருபவர் மாற்றிவிட்டால் என் செய்வது

ஏன் எனில் இதே கேள்வி சட்டம் ஆன பின்பும் நேரு உறுதி மொழிக்கு விரோதமானவர், உறுதிமொழியைக் காப்பாற்ற வேண்டியதை அவசியமில்லை என்றும் கருதுகிற ஒருவர் பிரதமராக வர நேரிட்டால் அவருக்கு இந்த சட்டத்தை மாற்றுவது எந்த விதத்தில் முடியாததாக ஆகிவிடும்? அதற்கேற்ற பலமுடையவர் தானே பிரதமராக வரமுடியும்? பார்லிமெண்ட் அவருக்கு ஆதரவுக் கொடுக்கத் தக்கது ஆகத்தானே இருக்கமுடியும்? இந்திபேசும் மக்கள் தானே, இந்தி வெறியர்கள் தானே பார்லிமெண்ட்டில் மெஜாரிட்டியாக இருக்கமுடியும்? அப்படி என்ன அந்த சட்டம் 17 வது பிரிவுபோன்ற அவ்வளவு பலமுடையதாக இருக்க முடியும்? இதை எப்படியோ சமாளிக்கலாம் என்றாலும்,

“இந்தி பேசாத மக்கள் விரும்புகிறவரையில்” என்ற சொல்லுக்கு விளக்கம் என்ன? ராஜாஜி- பார்ப்பனர், பத்திரிக்கைகாரர்கள். கண்ணீர்த்துளி (தி,மு.க)கள் காங்கிரஸ் எதிரிகள், சோஷ்யலிச எதிரிகள் முதலியவர்கள் எல்லாம் “இந்தி பேசாத” மக்கள்தான். இவர்கள் விரும்புகிற வரை என்றால். இவர்களுக்கு இந்தியைவிட காமராஜரை சோஷ்யலிச காங்கிரசை இன்றைய ஆட்சியை ஒழிப்பது தானே முக்கியம்?

சோஷ்யலிச ஆட்சி முக்கியமா? இந்தி முக்கியமா?

இந்தி ஒழிய வேண்டுமா? காங்கிரஸ் சோஷ்யலிசம் காமராசர் ஒழிய வேண்டுமா? என்றால் இவர்கள் எது ஒழிய வேண்டும் என்று சொல்வார்கள்?

இப்படிப்பட்ட நெருக்கடியில் இந்தி பேசாத மக்கள் யார் என்று கருதுவது? எதைக் கொண்டு நிர்ணயிப்பது? எப்படி கண்டுப்பிடிப்பது?

சட்டம் செய்த 3-ம் நாள் இந்த (எதிரிகள்) கூட்டம், “நாங்கள் இந்தி படித்து விட்டோம்; இந்திய அரசாங்க நிர்வாகம் சுலபமாக நடக்க எல்லா நாடுகளுக்கும், எல்லா மக்களுக்கும் ஒரே மொழியாக, அது இந்தியாக இருக்கட்டும்” என்று “இந்தி பேசாத மக்கள்” நாங்கள் தான் என்று இவர்கள் சொல்லி இந்தியை அழைத்தார்களேயானால் தடுப்பவர்கள் யார்?

இப்போது போலவே காங்கிரசிலுள்ள சில சோஷ்யலிச துரோகிகளும், காமராசர் விரோதிகளும் இந்தக் கூற்றை மறுக்கமாட்டார்களே! வேடிக்கை பார்ப்பார்களே!

பார்ப்பனரும் பத்திரிக்கைகாரர்களும் கட்டுப்பாடாகப் பிரசாரம் செய்து உலகை ஏமாற்றிவிடுவார்களே!

இந்தி பேசாத மக்களின் பிரதிநிதி யார்?

இப்படிப்பட்ட நிலை வெற்றிபெறாமல் இருக்க இந்தி பேசாத மக்களைக் கண்டுபிடிக்க பரிகாரம் என்ன இருக்கிறது?

சட்டசபைப் பொதுத்தேர்தல் மூலம், மெஜாரிட்டி மைனாரிட்டி மூலம் ஏற்படும் முடிவு ஒப்புக்கொள்ளத்தக்கதாகிவிடுமா? அல்லது சட்டசபைத் தேர்தலிலும், மெஜாரிட்டி மைனாரிட்டியிலும் உண்மை நிலையைக் கண்டுபிடித்து விட முடியுமா?

சட்டசபைப் பொதுத்தேர்தலில் இந்த பிரச்னையை முக்கியப்படுத்தி திட்டு வாங்க முடியுமா? சட்டசபைத் தேர்தலில் பல பிரச்னைகளில் இந்தி, ஒரு பிரச்னை தானே!

சட்டசபைக்கு பணம், ஜாதி, நாணயக்கேடான பிரசாரம் ஆள்மாறாட்டம், அதிகாரிகள் அயோக்கியத்தனம் முதலியவை ஊடுருவ நிறைய வசதியும், அனுபவமும் இருக்கிறபோது உண்மையான கருத்து அறிய வாய்ப்பு எங்கே இருக்கிறது?

தேர்தல் வழக்கு கோர்ட்டுக்குப் போனால் 100க்கு 90 வழக்கில் அநியாயத் தீர்ப்புத் தானே கிடைக்கிறது, அதுவும் ஒரு கோர்ட்டு அல்லது மூன்று கோர்ட்டு களுக்கு அல்லவா போக வேண்டும்?

வக்கீல்கள் திறமைப்படி ஜட்ஜின் இனநல உணர்ச்சிப்படி, சொந்த தயவு தாட்சண்யப்படிதானே நீதி கிடைக்க முடியும்?

பார்ப்பன வக்கீல்கள் தங்கள் இனநலத்தை முன்னிட்டு பீசு இல்லாமல் பேசுகிறோம் என்று விளம்பரம் போடுகிறார்கள். நீதிபதிகளும் அந்த ஜாடையைக் காட்டிக் கொள்கிறார்கள்.

ஆகவே சட்டசபைப் பொதுத்தேர்தல் மூலம் நாம் எப்படி "இந்தி பேசாத மக்கள் விருப்பத்தை" கண்டுபிடிக்க முடியும்?

எனவே இந்தி பேசாத மக்கள் விருப்பத்தை உண்மையாகக் கண்டுப்பிடிக்க வேண்டுமானால் இந்தி பிரச்சனை மீதே தனிப்பட்ட வாக்கெடுப்பு (Referendum) அந்தந்த ராஜ்யத்தில் தனித்தனியே நடத்தவேண்டும்.

நேர்மையான வாக்கெடுப்பு வேண்டும்

வாக்கெடுப்பு நடுவர்களாக இந்திய மக்களுக்குள் உள்ள இனஉணர்ச்சி இனச்சலுகை உணர்ச்சி இல்லாத மக்களாகப் பார்த்து நியமிக்கவேண்டும். இந்தப் பிரச்சனையில் கோர்ட்டுகளுக்கு அதிகாரம் இல்லாமல் செய்யவேண்டும்.

வக்கீல்கள் வைத்து புகார்கூற முடியாமல் செய்யவேண்டும். வாக்கெடுப்பில் வாக்கெடுப்பு முடியும் வரை சினிமாப்படம் எடுப்பதுபோல் கேமராக்கள் வைத்து படம் எடுக்கவேண்டும். ஏனென்றால் இப்படிச் செய்வதால் விஷமத்தனங்கள் நடைபெறாது என்பதோடு விஷமிகளும் முன்வரமாட்டார்கள். இப்படியும், இதுபோன்ற இன்னும் தேவையான சில வசதிகளை இன்றியாமை தாக்கி, பொதுஜன வாக்கெடுப்பின் மூலம் இந்திபேசாத மக்களின் விருப்பத்தை அறிந்தால் தான் அது உண்மையான யோக்கியமான கருத்தை அறிந்ததாகும். அப்படிக்கில்லாமல் தற்கால சாந்தி போல் விளக்கமற்ற சொற்களை, கருத்துக்களை கொண்டு சட்டம் இயற்றுவது சமூகத்துரோகிகளாகத்தான் பயன்படும் என்பது மாத்திரம் அல்லாமல் மேலும் பல சிக்கல்களையும், நெருக்கடிகளையும் உண்டாக்கிவிடவும் கூடும்.

சோஷ்யலிச ஆட்சியை ஒழிக்க இடம் தரலாகாது

ஏனெனில் இன்றைய கிளர்ச்சி சோஷ்யலிச ஆட்சியை ஒழிக்க ஏற்பாடு செய்யப்பட்ட கிளர்ச்சி: காலிகளாலும், பணக்காரர்களாலும் பத்திரிக்கையாளர் களாலும் தூண்டிவிட்டு நடத்தப்பட்ட கிளர்ச்சி ஆதலால், இதை தமிழ்நாட்டு சர்க்காரும் ஒப்புக்கொண்டிருப்பதால், மேலும் இந்தி பேரால் கிளர்ச்சி ஆதலால், இதை நான் நடுநிலைமையிலிருந்து கிடைத்த, அறிந்த ஆதாரங்களைக் கொண்டு, இந்தக் கருத்தை, சட்டம் செய்யப் போகிறவர்களுக்குத் தெரிவித்துக் கொள்கிறேன்.

ஈ.வெ.ரா

விடுதலை - 18.02.1965

சுதந்திராவின் இரு குரல்கள் !

"இங்கிலிஷ் மொழி வெகு சிறுபான்மையான மக்களிடம் மாத்திரமே வழங்கும் மொழியாகையால் தேசம் முழுவதும் உள்ள எல்லா மக்களுக்கும் பொதுவான ஒரு மொழியாக இருந்து உதவ முடியாது. மாநிலங்களுக்கிடையே புழங்க ஒரு மொழியைத் தரவே அரசியல் சட்டத்தின் 17வது பிரிவு ஏற்படுத்தப்பட்டது. இந்த தேசம் ஒன்று என்று சொன்னால், இன்றோ, நாளையோ இதற்கு எல்லா மாநிலங்களுக்கும் சொந்தமான ஒரு பொதுமொழி தேவையாகும். பிரதானமாக சமஸ்கிருதத்திலிருந்து கொண்டுவரப்பட்ட இந்தியே அம்மொழியாக இன்றைய நடப்பில் இருக்க முடியும். அதை அடைய ஒரு தலைமுறையோ, இரு தலைமுறையோ ஆகலாம். எனவே நாட்டு ஒற்றுமையை முன்னிட்டு, திரு ஜவஹர்லால் நேரு, குறிப்பிட்ட வழியில் அரசியல் சட்டத்தின் 17வது பகுதிக்குட்பட்டு ஏதாவது சட்ட ரூபமான வழிமுறைகளைச் செய்தும் ஏற்படுத்துவதும் தேச ஒற்றுமையைப் பொறுத்து முக்கியமாகும்". பம்பாய் "ஆச்சாரியாரான திரு.கே.எம்.முன்ஷி தமது பவான்ஸ் ஜெர்னல் ஏட்டில் (14.02.65) "ஆட்சி மொழியாக இங்கிலீஷ் மட்டுமே இருக்க வேண்டும்."

- ஆச்சாரியார் திருவாக்கு ஒரே கட்சியைச் சேர்ந்த இருவரது கூற்றுகளில் எது உண்மை?
- இந்த சுருதி பேதத்தின் ரகசியம் என்ன? வடநாட்டில் இந்தி ஆதரவும், பேச்சும், தென்னாட்டில் இந்தி எதிர்ப்பும் காட்டி ஆடி, காங்கிரசை ஒழிப்பது என்பதும் தவிர வேறு எதுவாக இருக்க முடியும்.

பெட்டிச்செய்தியாக
விடுதலை - 18- 02- 1965

சர்க்காருக்கு நல்ல படிப்பினை

சமுதாயத்தில் ஜாதிப்பிரிவுகளை ஒழிக்க வேண்டியதும், பொருளாதாரத்தில் திமிங்கலங்களை ஒழிக்கவேண்டியதும் எவ்வளவு அவசியமான காரியம் என்பதை, அண்மையில் நம்நாட்டில் நடந்த காலித்தனத்தைக் கொண்டே அரசாங்கமும், மக்களும் நல்லவண்ணம் உணர்ந்திருக்கலாம். இதனாலேயே ஓர் படிப்பினை கொள்ளலாம்.

இன்றைய காலித்தனத்திற்குக் காரணம் அறியாச் சிறுவர்களைப் பயன்படுத்திக் கொண்ட பார்ப்பனர், பத்திரிகைக்காரர்கள் காலித்தனத்தில் வயிறு வளர்ப்பவர்களே ஆவார்கள். இவர்கள் தவிர பொதுமக்களில் யாராவது ஒருவருக்கு அரசாங்கத்திடமுள்ள அதிருப்தி காரணமே இந்தி "புகுத்தப்பட்ட" காரணம் பற்றிய அதிருப்தி என்று சொல்ல, எந்த ஒரு யோக்கியமானவர் பெயரையாவது காரணத்தோடு சுட்டிக் காட்ட முடியுமா? வேண்டுமானால் பணக்காரர்களில் எங்கோ இரண்டொருவர் இதற்குப் பொருளுதவி செய்து வரலாம். அதற்குக் காரணம் பணக்காரர்களுக்கு பணம் திருட்டு வழியில் திரட்ட அரசாங்க அதிகாரிகள் இடங்கொடுத்ததேயாகும்.

இந்தி பாஷையாவது பள்ளியில் படிக்கிற எந்தப் பையனுக்கும் அவன் படிப்புக்கு கேடு ஏற்படும்படியான தன்மையில் இல்லை.

இந்தி மொழியானது ஆங்கிலம் படித்த எந்த மனிதனுக்கும், எந்த உத்யோகத்திற்கும் இதுவரை தடையாய் இருந்ததில்லை; இருக்கவும் போகிறதில்லை.

"இந்தி தெரியாததால் எனக்கு வேலை கிடைக்கவில்லை" என்றோ, "இந்தி தெரியாததால் எனக்கு பிரமோஷன் இல்லை", என்றோ இதுவரை ஒரு மனிதனும் குறை சொல்லிக் கொண்டதாகத் தெரியவில்லை. (வேண்டுமானால், "நான் பார்ப்பானாய்ப் பிறக்காததால், மேல்ஜாதியாய்ப் பிறக்காததால் வேலை கிடைக்கவில்லை" என்று சொல்லக் கேட்கலாம்)

மற்றபடி ஒரு குறை சொல்லலாம். அதாவது

"அரசாங்கம் ரயில்வே உத்யோகஸ்தர்களுக்கு, மற்றும் சில உத்யோகங்களுக்கு இந்தி படிப்பித்துக் கொடுக்கிறார்கள்," என்று சொல்லலாம். அது போலீஸ் கான்ஸ்டபிளுக்கு டிரில் மற்றபடி டிரெயினிங் கொடுப்பது போல், அரசாங்கம் உத்யோகம் கொடுத்து உடனே சம்பளம் கொடுத்து உத்யோக நேரத்தில் இந்தி டிரெயினிங் கொடுக்கிறார்கள். அதனால் நமக்கு நட்டம் என்ன? அசவுகரியமென்ன? ஆஃபிசுகளில் வேலை செய்வதற்குப் பதில் அதே நேரத்தில் டிரெயினிங் பெறுகிறோம்.

வேறுபலர் இந்தி படித்துவிட்டு வந்து நல்ல வண்ணம் இந்தி கற்றுக் கொண்டு வந்து உத்யோகத்தில் பிரவேசிக்கிறார்கள். அதன் பயனாய் அவர்கள் சில சலுகைகள் பெறுகிறார்கள். சில சலுகைகள் சட்டப்படி சர்வீஸ்படி என்று இல்லாமல் மேலதிகாரியின் இஷ்டப்படி என்று இருக்கிறது. இதற்கு நாம் எந்த உரிமை கொண்டு போராட முடியும்?

இந்த நிலையில் இந்தி தெரிந்தாலும் தெரியாவிட்டாலும் பலன் ஒன்றுதான்.. ஆட்சியில் இன்று பார்ப்பான் மாத்திரம் நமக்கு எதிரி என்று கருதிவிட முடியாது. பார்ப்பானைத் திருப்திப்படுத்தி பயன் பெறலாம் என்கின்ற பார்ப்பனரல்லாத பலர் 100க்கு 90 பேர் மேல் உத்யோகத்தில் உண்டு. இவர்கள் டெல்லி ஆட்சியிலும் இருக்கிறார்கள். நம் நாட்டு ஆட்சியிலும் இருக்கிறார்கள். இந்த சுயநலக்காரர்களை நாம் எப்படி ஒழிக்க முடியும்? நமக்கு வகுப்புவாரி உரிமை வரும் வரை ஒழிக்க முடியாது. இந்த கஷ்டத்தை அனுபவித்துத்தான் தீரவேண்டும்.

இதுவும் தவிர டெல்லி ஆட்சியில் உள்ள மந்திரிகள் பார்ப்பனரும், பார்ப்பனரல்லாதாரும் ஒரே குணமுடையவர்கள் ஆவார்கள். அரசாங்க மேல் அதிகாரிகளிலும் அப்படியே இருக்கிறார்கள்.

இங்கு நடக்கும் "இந்தி" எதிர்ப்புப் போராட்டம் நிழலை வெட்டுவதுபோல் ஆகுமே ஒழிய "ஆளை வெட்ட முடியவே முடியாத" போராட்டமாகும்.

"இந்தி ஆட்சிமொழி" என்பதை இரகசியமாகவோ யாருடைய எதிர்ப்பை அலட்சியம் செய்தோ சட்டம் செய்துவிடவில்லை. இந்த ராஜாஜியும், முன்ஷியும், டி.டி. கிருஷ்ணமாச்சாரியும் இருந்து நமது பிரதிநிதிகள் பேரால் செய்தார்கள்.

25 ஆண்டுகளுக்குமுன் நான் தான் இந்தியை எதிர்த்தேன். இந்தி கூடாது என்ற கருத்தையே நான் 1928லேயே "இந்தியின் இரகசியம்" என்று 'குடிஅரசு' இதழில் எழுதினேன். இந்தியை நான்தான் தார்கொண்டு அழித்தேன். "இந்தியைக் கட்டாயப்படுத்துவதால் அரசியல் கொடியைக் கொளுத்துகிறேன்'' என்று நான்தான் அறிக்கைவிட்டேன். "அரசியல் சட்டத்தைக் கொளுத்துவேன்" என்று கூறி நான்தான் கொளுத்தினேன்.

இவ்வளவையும் என் கழகத் தோழர்களும் செய்ய நான் தலைவனாக இருந்து நடத்தினேன்.

காமராஜர் பதவிக்கு வந்த பின் காமராஜரையும் காங்கிரசையும் ஆதரித்துக் கொண்டே இருக்கும்போது தான் கொடியைக் கொளுத்த நாள் குறித்தேன். சட்டத்தைக் கொளுத்தினேன். அக்காலங்களில் எனக்கு யார், வேறு எந்த கட்சியினர் உதவி செய்தார்கள்?

இதே ஆச்சாரியார்தான் 1939ல்கட்டாய இந்தியை எதிர்த்ததற்காக என்னை 3 ஆண்டு சிறைவாசம் 2000 ரூபாய் அபராதமாக தண்டித்தார்.

திராவிடர் கழகத்தாரை, இதே பக்தவத்சலனார் அரசியல் சட்டத்தைக் கொளுத்தியதற்கு 4000 பேரை 3 ஆண்டு வரை தண்டித்தார். என்னையும் 1½ ஆண்டு தண்டித்தார்.

இப்படிப்பட்ட இந்த ஆச்சாரியார் இன்று இந்தி எதிர்ப்பு என்று வேஷம் போட்டுக் கொண்டு வெறியாட்டம் ஆடுகிறார்! அதே பக்தவத்சலனார் அவர்கள் காலிகளுடன் "கிச்சுகிச்சுத் தாம்பல" விளையாட்டு விளையாடி காலிகளுக்கு சரித்திரத்தில் இடம் பெறத் தகுந்த அளவு பெருமையைக் கொடுக்கும்படியாக பெருமையும், விளம்பரமும் கொடுத்து இருக்கிறார்.

இந்த அறிஞர் அண்ணாத்துரை "இந்தியும் வேண்டும், ஆங்கிலமும் வேண்டும்" என்று சட்டசபையில் ஒப்புக் கொண்டிருக்கிறார்.

இந்த நாவலர் நெடுஞ்செழியன் "இந்தி வேண்டும், ஆங்கிலம் வேண்டும்," என்று ஒன்றுக்கு மேற்பட்ட இடங்களில் அரசாங்கத்திற்கு ஆதரவு கொடுத்திருக் கிறார்.

இன்று சந்து கிடைத்தது என்று உள்ளே புகுந்துகொண்டு விளம்பரவேட்டை, அதாவது, "கிளர்ச்சிக்கு காரணம் அண்ணாத்துரையல்ல, நான்தான்" என்று மார்தட்டும் முத்தமிழ்க் காவலர் இந்தியும், ஆங்கிலமும் சேர்ந்து இருக்க வேண்டும் என்ற தீர்மானத்தை 04.06.1963ல் குன்றக்குடியில் நடைபெற்ற தமிழ்ப் பாதுகாப்புக்குழு மாநாட்டில் பிரரேபித்து சர்க்காருக்கு அனுப்பியிருக்கிறார்.

இந்த மோசக்காரர்களைத் தலைவர்களாகக் கொண்டு, ஆலோசனையாளராகக் கொண்டு நடத்துவோர்களைக் கொண்டு கிளர்ச்சி என்னும் பேரால் பல கோடிக் கணக்கான ரூபாய் பெறுமான சொத்துக்கள், வீடுகள், ஆதாரங்கள், ரயில்கள், பஸ்கள் கார்கள், ஜீப்புகள் மற்றும் மக்கள் உயிர்கள் சேதமடைந்தது என்றால், இந்தநாடு ஆட்சி இல்லாத, அனார்க்கிச தன்னரசுக் குண்டர்கள் ஆதிக்கநாடு என்றுதானே சொல்லப்படவேண்டும்? இதைத்தானே, இப்படி ஆகவேண்டும் என்றுதானே ராஜாஜி பார்ப்பனருக்கும் பார்ப்பன பத்திரிகைகளுக்கும் கண்ணீர்த் துளிகளுக்கும் ஸ்ரீமுகம் விட்டார். அதாவது,

"நாடு அனார்க்கிசம் ஆனாலும் பரவாயில்லை. எந்த அதர்மமான காரியம் செய்தாவது இந்த நாட்டு ஆட்சி ஒழியும்படியான அளவுக்கு காரியம் செய்ய வேண்டும்," என்று சொன்னார்.

அவர் கருத்துப்படி ஆட்சி ஒழியாவிட்டாலும் ஆட்சி காலிகள் வசம் திரும்பி அனார்க்கிச ஆட்சி நாடாகிவிட்டது என்று மக்கள் நினைக்கத்தக்க அளவுக்கு ஏற்பட்டு விட்டதே, இதனால் கெட்டவர்கள் நம்மக்களின் பிள்ளைகள்தானே: "பாவம்" இந்த காலித்தனத்தில் 100க்கு 50 பேர் கூட மாணவர்கள் இருக்க மாட்டார்கள். 50 பங்குக்குமேல் கண்ணீர்த்துளி காலிகளும் பணக்காரனால் ஏவப்பட்ட காலிகளும் இருந்து நடத்தி இருக்கிறார்கள்! அவர்கள் தான் திட்டம் போடுகிறார்கள். அதை மாணவர் பேரால் பத்திரிகைக்காரர்கள் வெளியிடுகிறார்கள். காலிகளே நடத்துகிறார்கள்.

கிரமத்திற்குப் பார்ப்போமானால் இன்றைய இந்த அனார்க்கிச நிலைமைக்கு நமது முதல்மந்திரி, போலீஸ் மந்திரி, அய்ஜி ஆகிய 3 பேரும் இராஜிநாமா செய்ய வேண்டும். அல்லது இவர்களிடம் காங்கிரஸ் தலைமை இராஜிநாமா வாங்கிக் கொண்டு ராணுவத்திடம் ஒப்புவிக்க வேண்டும். வெள்ளையன் ஆட்சியாய் இருந்தால் இப்படித்தான் நடக்கும். நடந்த செய்கையை முன்னிட்டே நான் சொல்லவில்லை. இந்த மாதிரி ஆட்களை வைத்துக் கொண்டு எப்படி சோஷ்யலிச திட்டத்தை அமுல் நடத்த முடியும் என்பதான எதிர்காலத்தை உத்தேசித்தே சொல்லுகிறேன்.

பொதுமக்களுக்கு இந்த சந்தர்ப்பத்தில் நான் சொல்லுவது என்ன என்றால் உலகமே நாசமானால் கூட இந்தி அரசியல் மொழி என்பதை அரசியல் சட்டத்தில் இருந்து எடுக்க முடியாது. இந்தியும், ஆங்கிலமும் அரசியல்மொழி (இப்போதே அரசாங்கம் ஒப்புக் கொண்டிருக்கிறது) என்பதற்கு வேண்டுமானால் தேவைப்படும் உறுதி பெறலாம். நாம் கேட்டதும் இவ்வளவுதான். அரசாங்கம் இப்போதே உறுதி இருக்கிறது என்றது. இல்லை என்று ஏற்பட்டால் அதைப் பார்லிமெண்ட் மூலமோ, வேறு வழியிலோ உறுதிசெய்து கொள்ளலாம் என்கிறது. இதில் எங்கும் கருத்து வேறுபாடு இல்லை (க.து. பார்ப்பனர்கள் தவிர)

நம்மில் சிலர், "இந்தி வந்தால் (எங்கே வந்தது?) தமிழ் கெடும்" என்கிறார்கள். சிலர், "இரண்டும் இருக்கலாம்" என்கிறார்கள். சிலர், இப்படி ""பலதுளி கோத்திரம்" போல் ஆளுக்கு ஒருவிதமாக கிளர்ச்சிக்காரர்களிலேயே பலர் பேசுவதானால் இன்றைய நாட்டுக்கே தேவையில்லாத (தமிழின் பேராலேயே வயிறு வளர்க்கின்ற) கர்நாடகப் பிண்டங்களும் கூப்பாடு போடுவது என்றால் இது என்ன ஊரா: பாழா? என்றுதானே கேழ்க்க வேண்டியிருக்கிறது?

ஏழைப் பாமர மக்களான பொதுமக்களிடையில் ஜாதி ஆணவக்காரர் மீதிலும், பணக்காரத் திமிங்கலங்கள் மீதிலும் இவர்கள் நடத்தைகளைக் கண்டிக்கும் வகையில் நல்ல பிரசாரம் செய்யவேண்டும். இதற்கு ஒரு பயிற்சிப் பள்ளி வைத்து சமதர்மத்தின் நலன்களையும், பார்ப்பன, பணக்காரர்களால் ஏற்படும் கேடுகளையும் நல்ல வண்ணம் பிரச்சாரம் செய்யும்படி பயிற்சி அளிக்க வேண்டும். இந்தப் பிரச்சாரத்தில் நாம் பலர் சிறை செல்ல நேரிடும். அரசாங்கம் நம்மை விட்டு வைக்காது. ஆனாலும் நம்முடைய இந்த தியாகம்தான் உண்மையான தியாகம் ஆகும். இந்த தொண்டு தான் நாட்டுக்கும் மக்களுக்கும் செய்யும் உண்மையான அவசியமான தொண்டாகும்.

மற்றும் உண்மையாகவே சோஷ்யலிசக் கொள்கையை அமுலாக்க நினைக்கும் அரசாங்கத்திற்கு இந்த கிளர்ச்சிகள் (காலித்தனம்) ஒரு நல்ல படிப்பினை ஆகும் என்று தெரிவித்துக் கொள்ளுகிறேன். மற்றும் இந்த காலித்தனத்தால் இதன் கர்த்தாக்களுக்கு பெரிய ஏமாற்றம் ஏற்படவும் இது ஒரு சாதனமாகும்.

பிரசாரத்திற்கு அரசாங்கம் ஒரு சமயம் முன்வர முடியாவிட்டாலும் காங்கிரஸ் தலைவர்களும் மற்ற காங்கிரஸ் தோழர்களும் முன்வந்து ஒரு ஏற்பாடு செய்வார்களானால் ஒரு ஆண்டில் மக்களையும், மாணவர்களையும் உண்மை உணரும்படி செய்துவிடலாம்.

ஆதலால் காங்கிரஸ்காரர்கள் அரசாங்கத்தை எதிர்பார்க்காமல் இதற்கு முயற்சிக்க வேண்டுகிறேன்.

குறிப்பு:

மந்திரிமாரையும் போலீசையும் குறை கூறி இருப்பது பற்றி அவர்களுக்கு என் மீது கோபம் வரலாம். ஆனால் இராணுவம் வந்தபின்தான் காலிகள் அடக்கப் பட்டார்கள் என்றால் இது அரசாங்கத்திற்கு, போலீசுக்கு வெட்கக்கேடல்லவா?

மற்றும் 100க்கு 3 வீதமுள்ள பார்ப்பனர்களால் இந்த நாட்டில் இவ்வளவு "பெரிய" அதாவது இராணுவம் வந்து அடக்கப்படவேண்டிய காலித்தனம் நடந்தது என்றால் அதிலும் ஒரு பார்ப்பானைக் கூட தண்டிக்க முடியாதபடி நடந்தது என்றால், இது பாக்கி 97 விகிதமுள்ள பார்ப்பனரல்லாத மக்களுக்கு பெரிய மானக் கேடல்லவா? என்பதைக் கவனித்தால் இந்த மூன்று பேர் மீது பொறுப்பைப் போடுவது தவறாகாது என்று கருதித்தான் இந்தப்படி சொல்லுகிறேன். ஏப்ரல், மே வாக்கில் ஒரு மாநாடு கூட்டலாம் என்று இருக்கிறேன்.

ஈ.வெ.ரா.

விடுதலை - 02.03.1965

என்னைப் பற்றி

- பெரியார் ஈ.வெ.ரா

நான் பிப்ரவரி 10ந்தேதி "உஷார்" என்ற தலைப்பில் எனது இயக்க மக்களுக்கு ஒரு தற்காப்பு அறிக்கை விட்டது பற்றி (திருவிளையாடல் புராணத்தில் பிட்டுக்கு, மண் சுமந்த கதையில் "சிவபெருமானுக்கு" ஓர் பிரம்படி விழுந்தவுடன் அந்த அடி "உலகத்தில் உள்ள எல்லா மக்களுக்கும் விழுந்தது, வலித்தது தடிப்புக் கண்டு விட்டது" என்ற கற்பனை மாதிரி) தமிழ்நாட்டில் உள்ள எல்லா பார்ப்பனரும் துள்ளிக் குதித்து அரசாங்கத்திடம் சென்று முறையிட்டு என்மீது நடவடிக்கை எடுக்கும்படி தூண்டி இருப்பதோடு, எனக்கும் சுமார் 20 கடிதம் வரை கண்டபடி திட்டி மிரட்டி ஆபாசமாய் எழுதியிருக்கிறார்கள். இதற்காக நான் அன்று எழுதிய அறிக்கையில் ஒரு எழுத்தின் கருத்தையும் மாற்றிக் கொள்ளப்போவதோ, மறுப்பதோ கோழை வியாக்கியானம் செய்யப்போவதோ இல்லை.

அதற்காக என் மீது நடவடிக்கை எடுத்தாலும் நான் அரசியல் யோக்கியமற்ற கோழைகள்போல் எதிர் வழக்காடப் போவதில்லை. மற்றும் சொல்லுவேன், அந்த அறிக்கை அப்படி ஒன்றும் வீரத்தனமான அறிக்கை அல்ல; அது ஒரு சப்பை அறிக்கை என்றே சொல்லுவேன். அதை திருப்பித் திருப்பி படிப்பவர்களுக்கு அந்த இரகசியம் விளங்கும். கிரமத்திற்கு நான் அதைவிட பலமான வேகம்கொண்ட அறிக்கை விட்டிருக்க வேண்டும்

அவசியமான தருணத்தில் அவசியமான அறிக்கை

ஏன் இப்படிச் சொல்லுகிறேன் என்றால் எந்த மாதிரி சந்தர்ப்பத்தில் அந்த அறிக்கை விட்டேன். அந்த சந்தர்ப்பத்தைக் கவனித்தால் அந்த அறிக்கையின் ஃவசியம் விளங்கும் என்பதோடு அது போதாது என்பதும் தெளிவாகும்.

ஏன் என்றால் நான் அறிக்கை விட்ட சமயம் அரசாங்கப் பொதுக் காரியாலயங்கள். ஆஃபிசு ரிகார்டுகள், சாமான்கள், கட்டடங்களை நாசப்படுத்திக் கொண்டிருந்த சமயம், பல பஸ்கள் கொளுத்தப்பட்ட சமயம்.

அந்த அறிக்கையில் என்னுடைய அனுமதியை எதிர்பாராதீர்கள். உங்கள் இஷ்டப்படி நடவுங்கள் என்று எழுதியிருப்பேனேயானால் 11, 12, 13 தேதிகளில் நடந்த கொடுமையான கொலைகாரக் காலித்தனங்கள் பெரும் அளவுக்கு நடந்திருக்காது. என் அனுமதி வருவதற்குள் காலிகள் தங்களுக்குக் கிடைத்த கட்டளையை நிறைவேற்றிக் கொண்டார்கள். பிறகு இராணுவம் வந்தது. தூண்டிவிட்டவர்களும் தங்களைக் காப்பாற்றிக் கொள்ள தங்கள் தூண்டுதலை வெளிப்பார்வைக்கு

நிறுத்திக்கொண்டார்கள். அரசாங்கத்தினரும் மக்கள் கண்ணைத் துடைக்க அடக்குமுறை நாடகம் நடத்தினார்கள்.

ஆட்சியில் பலவீனத்தினால் எதிர்பலனே

அரசாங்கம் இன்று எடுத்துக்கொள்ளும் காரியங்கள் ஒன்றுகூட பலிக்கப் போவதில்லை. எல்லாம் "நான் நோகாமல் அடிக்கிறேன். நீ ஓயாமல் அழு" என்ற பழமொழிப்படியே தான் பெரிதும் முடியப்போகிறது. செத்தவர்கள் செத்தார்கள்: நாசமான பொருள் கணக்கற்றவை: கட்டடங்கள் நாசமாயின; அரசாங்கத்திற்கு சரித்திரத்தில் பிரசித்தி பெறும்படியான மாசு ஏற்பட்டுவிட்டது. ஆனால் தூண்டிவிட்டவர்கள், பணம் கொடுத்தவர்கள், பச்சைக் காலிகள் ஆகிய எவருக்கும் யாதொரு எறும்புகடி தொந்தரவு கூட ஏற்படப் போவதில்லை. இந்த பாதுகாப்பு அரஸ்ட்டுகளும், வழக்கு விசாரணைகளும் காலித்தனங்களை, உயிர்ச் சேதங்களை, பண்டநாசங்களை, மக்கள் உடனே மறந்துவிடாமல் இன்னமும், சில மாதங்களுக்கு மக்கள் பேசிக்கொண்டிருக்க பிரச்சார பலன் பெற உதவும்; அவ்வளவுதான். இதனால் இராஜாஜி பெரிய ஹீரோ ஆகிவிட்டார். கண்ணீர்த் துளிகள் சிப்பாய்களாகி விட்டார்கள்! பார்ப்பனர்கள் "உலகம் யாவையும் தாமுளவாக்கலும்," என்ற கவிப்படி ஆகிவிட்டார்கள். பணங்கொடுத்தவர்கள் தங்கள் பணத்தால் எவ்வளவு காரியம் சாதிக்கமுடிகிறது, என்று தனது மார்பை தானே பார்த்து தலையை நிமிர்த்துக் கொள்வார்கள். கிளர்ச்சிக் காலிகள் "மறுபடியும் இப்படிப்பட்ட சந்தர்ப்பம் வராதா" என்று அடிக்கடிப் பணம் கொடுத்தவர் வீட்டைச் சுற்றி கொண்டு திரிவார்கள். இவ்வளவுதான் ஏற்பட்டதே தவிர இந்தி எதிர்ப்பில் காரியத்தில் எவ்வித மாறுதலும் எவருக்கும் ஏற்பட்டு விடவில்லை. "இனியும் இம் மாதிரி காலித்தனங்கள் நடவாது" என்று உறுதி கொள்வதற்கும் இல்லை. ஏனெனில் இன்னும் 6 மாதத்திற்கு இராணுவம் தேவைப்படுகிறது.

எனது நிலை

"இந்தி விஷயத்தில் நீதானே எதிர்ப்பை உண்டாக்கினாய் இப்போது இந்திக்கு அடிமையாகிவிட்டாயே" என்று பலவாறாக எனக்கு வசவு கடிதம் மிரட்டல் கடிதம் பலர் எழுதி வருகிறார்கள். நேரிலும் கேட்டார்கள். எனது நண்பர்கள் பலரும் இதே கருத்துக் கொண்டிருக்கிறார்கள்.

இந்தியை நான் எதிர்த்தது உண்மை (அதுவும் நான் ஒருவனேதான் எதிர்த்தேன் (பிறகு தமிழ்ப் புலவர்கள் தமிழ் புத்தகக்கடைக்காரர்கள் கூட்டு சேர்ந்தார்கள்) அதிலிருந்து தான் "தமிழ் உணர்ச்சி" என்பது தோன்றிற்று, தமிழ்ப் புலவர்களும் மதிப்புப் பெற்றார்கள். இதனால் தமிழுக்கு தமிழின் பேரால் சிலர் பிழைக்க நேரிட்டதல்லாமல் ஒரு காசு பயனும் ஏற்பட்டுவிடவில்லை. இந்தி வெறியர்கள் மாதிரி சிலர் தமிழ் வெறியரானார்கள். ஆனால் இரண்டுக்கும் பேதம் உண்டு.

இன்றைக்கும் நான் இந்தியை எதிர்க்கிறேன். ஆனால் தமிழ் கெட்டுவிடுமே என்கின்ற எண்ணத்தில் நான் இந்தியை எதிர்க்கவில்லை. தமிழ் கெடுவதற்கு தமிழில் எதுவும் மீதி இல்லை. புலவர்களே தமிழைக் கெடுத்துவிட்டார்கள். மற்றப்படி தமிழ் கெடுவதற்கு சில புராணங்கள் அதுவும் பார்ப்பனர் நலனுக்கு பார்ப்பனர் "சமய தர்ம கலாசார ஆத்மார்த்த" ஆஸ்திகத்திற்கு ஆகவே உண்டாக்கப்பட்ட தத்துவங்களை வடமொழியில் இருந்து தமிழாக்கம் செய்த பாரதம். இராமாயணம், கந்தபுராணம், பெரியபுராணம், திருவிளையாடல் புராணம், சிலப்பதிகாரம் முதலிய குப்பை கூளங்கள் தான் இனி கெட்டால் கெடலாமே ஒழிய பகுத்தறிவு விஞ்ஞானம் புதிய நாகரிக வளர்ச்சி வகைகளுக்கேற்றவை தமிழில் எதுவும் இல்லை. கெடப் போகிறதில்லை.

“பழைய அரசர்கள் தமிழைக் காத்தார்கள்” என்றால் என்ன அருத்தம். புலவர்கள் புளுகை வளர்த்தார்கள் என்பதுதான் பொருள். சமயாச்சாரிகள் தமிழைக் காத்தார்கள் என்றால் என்ன பொருள்? மத மூடநம்பிக்கை குப்பை கூளங்களையும் மாசுபட்டுக் கிடந்த முட்டாள்தனமான கடவுள் கதைகளையும் புளிபோட்டு விளக்கி பிரகாசமாக்கினார்கள் என்பது தவிர வேறு என்ன கருத்து காண முடியும்?

ஆனதினால் நான் தமிழ் கெட்டுவிடுமே என்று இந்தியை எதிர்க்கவில்லை. மற்றெதற்கென்றால் ஆங்கிலமே அரசியல் மொழியாக சரித்திர மொழியாக விஞ்ஞான மொழியாக தொழில் மொழியாக பெரியோர்கள் அறிஞர்கள் விஞ்ஞான கர்த்தாக்கள் வாழ்க்கைச் சரித்திர மொழியாக சட்ட மொழியாக, சம்பிரதாய மொழியாக ஆக வேண்டும் என்பதற்கு ஆகவே இந்தியை எதிர்க்கிறேன்.

இந்திய யூனியனில் தமிழ்நாடு இருக்கும் வரை இங்கிலீஷ் ஒரு சமயம் ஒழிந்தாலும் ஒழியுமே அல்லாமல் இந்தி ஒரு நாளும் ஒழியாது. அது எங்காவது ஒளிந்து கொண்டே இருக்கும். இன்றைக்கும் சொல்லுகிறேன். காமராஜர் கையை விட்டு, அவர் செல்வாக்கை விட்டு தமிழ்நாட்டு அரசியல் ஆதிக்கம் பார்ப்பனர் கைக்கு போய்விடுமேயானால் இன்று இந்தி எதிர்ப்பு கிளர்ச்சி நடத்திய கண்ணீர்த் துளிகள் சுதந்திராக்கள் பத்திரிகைகள் தினத்தந்தி உள்பட பார்ப்பனர்கள் இன்றுள்ள தமிழ்நாடு காங்கிரஸ் தலைவர்கள் யாவரும் கதரைப் போலவே இந்தியை ஆதிக்கத்திற்கு கொண்டு வந்து விடுவார்கள் இது “சத்தியம்” (உறுதி!உறுதி!)

ஆகவே இந்தி எதிர்ப்பு என்பது “வரியை ஒழிக்கிறோம்” “ரூபாய்க்கு 3 படி அரிசி அளக்கிறோம் என்பது போன்ற ஓர் அரசியல் பிரச்சனையே ஒழிய மொழிப் பிரச்சனை அல்ல. மொழி விஷயத்தில் இராஜாஜி பார்ப்பனர்கள் பத்திரி கைக்காரர்கள் போட்ட கரணங்கள் எவ்வளவு! யாருக்கும் தெரியாததா?

ஆச்சாரியார் நோக்கம் தமிழர் கல்வியை ஒழிப்பதே

பதவி கிடைத்தபோதெல்லாம் ஆச்சாரியார் இந்தியைப் புகுத்துவதையே முக்கிய கொள்கையாகவும், தமிழர் படிப்பை ஒழிப்பதையே இன்றியமையாத கொள்கையாகவும் கொண்டு ஆட்சி செலுத்தவில்லையா?

1938ல் இந்தியை கட்டாயமாகப் புகுத்தினார்: கவர்னர் ஜெனரலாக இருக்கும் போது இந்தியை ஆட்சிமொழியாக்கினார்; மற்றும் மத்திய அரசாங்க மந்திரியாக இருக்கும் போது இந்தி படித்தவனுக்குத்தான் உத்தியோகம் என்று உத்தரவு போட்டார். உத்யோகம் போனபின்பு தமிழ்நாட்டில் இங்கிலீஷ் ஆட்சிமொழியாக இருக்கவேண்டும் என்ற சாக்கில் தமிழ்மக்கள் நட்பைக் கொண்டார்.

இன்றைக்கும் ஆத்மார்த்தம், வேதசாஸ்திர சம்பிரதாய, தர்ம பிரச்சாரம் செய்து கொண்டு தமிழ்நாடு தவிர்த்த மற்ற நாடுகளில் இந்தி வெறியர்களையே சுதந்தரா தன் கட்சிக்கு ஆட்களாகச் சேர்த்துக்கொண்டு கண்ணீர்த் துளிகளை அவர்கள் அதர்மர்கள் என்று தெரிந்தும் கையாள்களாக வைத்துக்கொண்டு காலித்தனங்களுக்கு தலைமை வகித்து நடத்துகிறார். “தனது இலட்சியம் எந்தவிதமான அயோக்கியத் தனத்தைச் செய்தாவது ஆட்சியைக் கைப்பற்றுவது தான்” என்று பட்டாங்கமாகப் பேசுகிறார்.

இந்த கூட்டங்களை நம்பிக்கொண்டு இந்தச் சமயத்தில் நாமும் “இந்தி வேண்டாம்” என்று கிளர்ச்சி செய்தால் நம்மைப்போல் மடையர்களை வேறு எங்கு காணமுடியும்?

இந்தி நம் மீது திணிக்கப்படுமானால் அதை ஒழிக்க இந்த நாட்டில் மருந்து நம் கையில்தான் இருக்கிறது. அதை இப்போது வீணாக்கிக் கொள்ளக்கூடாது.

தொகுதி 1 மொழி

இந்தியை புகுத்தினவர்கள் அரசியலுக்கு ஆகப் புகுத்தவில்லை. கலாசார மாற்றத்திற்காகவே இன உணர்ச்சியை மறைக்கடிப்பதற்கு ஆகவே புகுத்தினார்கள். காந்தியின் கருத்தும், ஆச்சாரியாரின் கருத்தும் வெறியர்களின் கருத்தும் இதுவே யாகும்.

ஆதலால் இந்தி விஷயத்தில் நான் திராவிடர்கழகம் அசமந்தமாக இருப்பதாக யாராவது கருதினால் அது தவறான கருத்தாகும்.

நான் சுமார் இரண்டாண்டுக்கு முன்னாலேயே பொதுமக்களுக்கு என் கருத்தை தெரிவித்திருக்கிறேன். அதாவது:-

"காமராஜர் ஆட்சி அவசியமா? இந்தி ஒழிய வேண்டியது அவசியமா?" என்று என்னை யாராவது கேட்டால், "காமராஜர் ஆட்சி தான் அவசியம்" என்று பலமாகச் சொல்வேன்.

காமராஜர் ஆட்சி நிலைத்தால் இந்தியை மாத்திரமல்ல; மற்றும் அநேக காரியங்களை ஒழித்துக் கட்டலாம்.

இனியும் ஒரு 5 அல்லது 10 ஆண்டுகளில் இதன் இரகசியத்தை பார்க்கலாம்.

ஈ.வெ.ரா.
விடுதலை - 03.03.1965

கிளர்ச்சிக்குப் பிறகு?

நாட்டில் நடைபெற்ற நாசவேலைகளும், அடாத செய்கைகளும், அடங்கி இருப்பதாகக் காணப்படலாம் என்றாலும், இனி இப்படி நடவாது என்பதற்கு எந்தவித அறிகுறியும் காணமுடியவில்லை.

மாணவர்களை மன்னிக்கப் போவதாக அறிக்கை மேல் அறிக்கை அரசாங்க சார்பில் வெளியாகிவருகிறது. மன்னிக்கும்படி அரசாங்கத்திற்கு பல பெரிய, பெரிய மனிதர்கள் சிபாரிசு கூறுகிறார்கள். இவர்கள் மாணவர்களுக்கு நன்மை செய்கிறார் களா? தீமை செய்கிறார்களா? என்பதைப் பொதுமக்கள் சிந்திக்கவேண்டும். இவ்வளவு சீக்கிரத்தில் அவசரப்பட்டு மாணவர்களை மன்னிக்கப் போவதாக வெளியிட்டது. பொறுப்பற்ற செயல் என்பதே எனது கருத்து.

மன்னிக்க வேண்டும். மன்னிக்கப் போகிறேன் என்றெல்லாம் சொன்னவர்களை விட நான் மாணவர்களிடத்தில் அன்பும், அபிமானமும், அவர்களது நல்வாழ்வில் அக்கறையும் சிறிதும் குறைவாகக் கொண்டவனல்ல.

எனது வாழ்வின் தத்துவமே நம் தமிழ் மாணவர்களின் எதிர்கால வாழ்வை முக்கியமாகக் கொண்டதேயாகும். மற்றொருமுறை இம்மாதிரி நடப்பு ஏற்படு மானால் அப்போதும் உயர்திரு, பக்தவத்சலனாரே முதன்மந்திரியாய் இருந்தால்தான் இதுபோல மன்னிக்கப்படலாம். இல்லாதவரை தமிழ் மாணவர்களின் வாழ்வே அதோகதியாய்ப் போய்விடுமே!

கைது செய்தவர்களை வெளியில் விடாமல் வைத்து இருந்து வெளியில் ஒரு இரண்டு அல்லது மூன்று பெயரையாவது முழங்காலுக்குக் கீழ் சுட்டு இருந்தால், இன்று சுடப்பட்ட கொல்லப்பட்ட 60, 70 பேர் உயிர்கள் காப்பாற்றப்பட்டிருக்கும் என்பதோடு சுமார் 4, 5 கோடி ரூபாய்கள் பெறும்படியான சொத்துக்கள் நாசமாக்கப்பட்ட நாசவேலைகள் கொலை, பாதகங்கள் நடவாமல் இருந்திருக்கும்.

மாணவர்கள் போதிய அறிவற்றவர்கள், தங்கள் நலத்தை உணரத்தக்க பருவமடையாதவர்கள் என்பதைத் தெரிந்திருந்தும், அவர்கள் இஷ்டப்படி காரியங்கள் செய்ய அனுமதித்ததுடன் அவர்களைத் தூண்டிவிடும் தீய சக்தி களிடமும் மரியாதை காட்டி, தூண்டிவிட வசதியும் அளித்துவந்த காரியத்தைச் சரியான காரியமென்று யார்தான் சொல்லமுடியும்?

இன்றையதினம் நம் நாட்டில் இத்தனை ஆயிரம் மாணவர்கள் கல்லூரிகளில் படிக்கும்படியான வாய்ப்பு யாரால் ஏற்பட்டது? ஆச்சாரியாராலா? பார்ப்பனராலா?

பத்திரிகைக்காரர்களாலா? இந்தக் கண்ணீர்த்துளிகளாலா? யாரால் ஏற்பட்டது? இத்தனை பேர் மாணவர்களுக்கு பரம்பரையாய் செய்து வந்த கேடுகளை, துரோகங்களை ஒழித்து இனியும் கேடுவராமல் பாதுகாப்பு அளித்து இந்தநாட்டில் 100க்கு 100 மாணவர்கள் எல்லா இனத்திலும் கற்றவர்களாக, எல்லா தரத்திலும் விகிதாசாரப் படிக்கு தகுதி உடையவர்களாக ஆக்கப்பட வேண்டும் என்கின்ற முயற்சியையே மூச்சாகக் கொண்ட திரு. காமராசரும், திராவிடர்கழகம் செய்துவந்த "பார்ப்பன துவேஷ"ப் பிரச்சாரமும், நாத்திகப் பிரசாரமும் அல்லாமல் வேறு யார் என்று யாராவது ஒருவர் சொல்லட்டும் பார்ப்போம்.

இந்த ஆச்சாரியாருக்கும் "பார்ப்பனர்களுக்கும்" பத்திரிகைக்காரர்களுக்கும், இந்தி கூடாது என்பதில் இவ்வளவு அக்கறை என்ன வந்தது? எதற்கு ஆக வந்தது?

நான் சொல்லுவேன்; மொழி எதற்கு ஆக தேவையானது என்பதைப் பற்றி அறிவோடு யோசனை செய்தால் தமிழ் கற்பதைவிட இந்தி படிப்பது மனிதனை அதிக முட்டாளாக்காது என்று சொல்லுவேன்.

எப்படி என்றால், இந்தி படித்தால் அதிலுள்ள முட்டாள்தனமும், பார்ப்பனப் பித்தலாட்டமும் நன்றாய்த் தெரியும். தமிழ்ப் படித்தால் அந்தப்படி தெரிய முடியாது. எப்படி என்றால் நாம் எதிரியிடம் ஜாக்கிரதையாய், பாதுகாப்பாய் இருப்பது போல், துரோக சிந்தனையுள்ள நண்பனுடன் சிறிதுகூட ஜாக்கிரதையாய் இருக்க முடியாது.

இந்தி படித்தால் நாம் ஆரியத்தின் மீது ஊட்டிஉள்ள துவேஷம், அதிலுள்ள கேடுகளை உணரச் செய்யும். தமிழ் படித்தால் ஆரியக் கேடுகளை ரசிக்கச் செய்யும். உதாரணமாக, தமிழில் படிக்கும் கம்பராமாயணத்தால் ஏற்பட்ட, ஏற்படும் முட்டாள்தனமும் கேடும், இந்தியில் படிக்கும், துளசிதாஸ் இராமாயணத்தாலோ, வங்காள இராமாயணத்தாலோ, வால்மீகி இராமாயணத்தாலோ ஏற்படாது என்பது உறுதி.

ஆகவே மொழி காரணமாய் நம் மாணவர்களுக்குப் புகுத்திய உணர்ச்சி, தமிழர்கள் வாழ்விற்கே எவ்வளது கேடானது என்பதை உணரவேண்டுமானால், இந்த உணர்ச்சி ஊட்டியவர்களைக் கொண்டே அவர்கள் யார், அவர்கள் பரம்பரை முன்பின் நடத்தை, இலட்சியம் ஆகியவைகளைக் கொண்டே தெரிந்து கொள்ளலாம்.

நான் இந்தியை எல்லோரும் படியுங்கள் என்று சொல்வதாகக் கருதாதீர்கள். இந்தி சாக்கில் நமக்குள் புகுத்தப்பட்ட விஷத்தைப் பற்றி சொல்லவே இதைக் கூறினேன்.

நாசத்துக்கு காரணமான சதிகாரர்கள் யார்?

நிற்க, மாணவர்களை மன்னித்துவிட்டு, இனி காலிகள் பக்கம் திரும்புவோம். அதாவது இன்று நாம் கருதும் காலிகள் என்பவர்கள் யார்? தூண்டிவிட்டவர்களை பணம் கொடுத்தவர்களை, விஷமப்பிரச்சாரம் செய்தவர்களை, ஆதரவளித்தவர்களை விட்டுவிட்டால் அப்புறம் காலிகள் யார்? மாணவர்கள் போல் "உணர்ச்சிவசப்பட்டு" வெறியாட்டம் ஆடினவர்கள்தானே மீதி ஆவார்கள்? சதி திட்டத்தின் மீது இந்தக் "காலித்தன நடவடிக்கை நடத்தப்பட்டது" என்பது உண்மைதான். அது யார் செய்த சதி என்பதைச் சிந்திக்க வேண்டாமா?

ரிக்ஷாக்காரரும், கேடிகளும், உள்ளூர்ச் சாராயம் விற்பவர்களுமே செய்த சதியா இது?

"அரசியல்" காலிகள் அரசாங்கத்தை எப்படியாவது ஒழித்துக் கட்ட வேண்டுமென்று திட்டமிட்ட காலிகள், பணம் கொடுக்க முன் வந்த கள்ளமார்க்கெட் காலிகள் ஆகிய இப்படிப்பட்ட காலிகளை அடியோடு விட்டுவிட்டு, கூலிகளை "திட்டமிட்டு சதி வேலை செய்த காலிகள்" என்று கருதினால், அது காலிகளை அடக்கியதாக ஆகுமோ? இது துஷ்டர்களை அடக்கியதாகத்தான் ஆகலாம். மறுபடியும் இதேபோல் திட்டம் போடும் சதிக்கூட்டத்தை அடக்கியதாக ஒரு நாளும் ஆகப்போவதில்லை.

பலமுள்ள ஆட்சியாக இல்லையே!

மற்றும் துஷ்டர்களை, கூலி, காலிகளை அடக்கலாம் என்றாலும், நம்மிடம் உணர்ச்சி உள்ள போலிசு இல்லை. உணர்ச்சி உள்ள சி.அய்.டி. இல்லை. உணர்ச்சி உள்ள வக்கீல் இல்லை. நியாய உணர்ச்சி உள்ள நீதிபதிகள் இல்லை. நம்மை நாம் யோக்கியமான, பொறுப்பான அரசாங்கம் என்றுதான் சொல்லிக்கொள்ளலாமே தவிர, பலம் பொருந்திய கெட்டிக்கார அரசாங்கமே என்றுதான் சொல்லிக் கொள்ளப் போதிய தன்மை இல்லை.

இன்று நாம் தொடுக்கும் வழக்குகள் பெரும்பான்மை ஒழுகிப் போகும். ஏன் எனில் வழக்காடுவதில் அவ்வளவு ஓட்டைகள் இருக்கிறது: தாட்சண்யம் இருக்கிறது.

ஆட்சியைக் கவிழ்க்கும் சதியல்லவோ நடந்திருக்கிறது!

"காலித்தனங்கள்" என்றால் அரசியல் புரட்சி போன்ற காலித்தனங்களாக அல்லவோ நடந்திருக்கின்றன! ரயில்கள், தபாலாஃபீசுகள், டெலிஃபோன் எக்ஸ்சேஞ்சுகள், பாங்குகள் கோர்ட்டுகள், தெருவிளக்குகள், போக்குவரத்துச் சாதனங்கள் முதலிய இவைகள்தான் பெரிதும் நாசமாக்கப்பட்டிருக்கின்றன. சில பாலங்களுக்கும் சேதமேற்படுத்த முயற்சிக்கப்பட்டிருக்கின்றன! இவைகளைச் சதித்திட்டமில்லாமல் செய்த "காலித்தனம், நாசவேலை" என்று சொல்லி விடலாமா?

இராணுவக் கோர்ட்டுக்களே விசாரிக்க வேண்டும்

இதை விசாரிக்க இன்றைய நிலையில் இராணுவக் கோர்ட்டு அல்லாமல் சிவில் கோர்ட்டுகளால் நியாயம் கண்டுபிடிக்கமுடியுமா?

ஜனநாயக அரசாங்கம் என்றால் இப்படித்தான் இருக்கவேண்டுமா? அதற்கு இலக்கணமும், இலக்கியமும் இதுதானா?

இனி சதி- நாசம் நடவாதிருக்க வழி என்ன?

பத்திரிக்கைகளிலும், பார்ப்பனரும், பெரிய மனிதர்களும் அரசாங்கத்தை அக் குறைகூறி, அரசாங்கத்திற்கு புத்திக்கூற வருகிறார்களே ஒழிய நடந்த நிகழ்ச்சிகளுக்கு பரிகாரமோ, இனி நடக்காமல் இருக்க யோசனையோ, சொல்லுகிறவர்களைக் காணமுடியவில்லையே! ஏன் இன்று இந்நாட்டில் இந்த நிலை என்பதைச் சிந்திக்க வேண்டும். அரசாங்கம் இன்று "பொது மக்கள் விரோத" அரசாங்கமாக ஆக்கப்பட்டு விட்டது.

பொதுமக்கள் என்றால் யார்?- பார்ப்பான், பணக்காரன், காலித்தனத்தில் வயிறு வளர்க்கும் "அரசியல்வாதிகள்" பத்திரிக்கைகாரர்கள் ஆகிய இவர்கள்தான், இவர்கள் கருத்துக்களைதான் பொதுமக்களாகவும் பொதுமக்கள் கருத்தாகவும் கருதிவருகிறார்கள்.

தொகுதி 1 மொழி

தாழ்த்தப்பட்டுள்ள சமுதாயத்தினர் யோசிக்க வேண்டும்

மேலே கூறப்பட்ட பார்ப்பனர், பணக்காரர், பத்திரிக்கைகாரர்கள், அரசியல் பிழைப்புக்காரர், காலித்தனத்தில் வயிறு வளர்க்கும் கூலிகள் ஆகிய பொதுமக்கள் என்பவர்கள் அரசாங்கத்தை ஏன் விரோதியாகக் கருதுகிறார்கள் என்பதை, உண்மையான பொதுமக்கள், அதாவது சமுதாயத்தில் பிறவி கீழ்மக்களாக ஆக்கப்பட்டு இருக்கும் 100க்கு 90 பேர்களான "சூத்திரர்" "பஞ்சமர்" "அவர்ணஸ்தர்" (மிகவும் பிற்படுத்தப்பட்டவர்கள்) ஆகிய தமிழர்களும், பொருளாதாரத்தில் கூலி (உடல் உழைப்பு) வேலை செய்து பாதி வயிறு வளர்க்க வேண்டிய ஏழைமக்களும், கல்வி அறிவே இல்லாத பாமர மூடமக்களுமாக இருக்கும் நாம் அதாவது இந்நாட்டில் 100க்கு 90 பேர்களாக இருக்கும் நாம் சிந்திக்கவேண்டும். இங்குதான் இந்தப்படி சிந்தித்துப் பார்ப்பதில்தான் நமது தத்துவம் அடங்கி இருக்கிறது.

மேல்வகுப்பினர் யோக்கியதை

பார்ப்பான் என்றால் மற்றவர்களை இழிவுப்படுத்தி உடல் உழைப்பு இல்லாமல் வாழ்கிறவன் பணக்காரன் என்றால் உடல் உழைப்பு மக்களின் இரத்தத்தை உறிஞ்சி கோடிஸ்வரர்களாக செல்வான்களாக வாழ்கிறவர்கள் பத்திரிக்கைகாரர்கள் என்றால் இந்தக்கூட்டத்தைச் சார்ந்தவர்களாகவும் இந்த இரு கூட்ட நன்மைக்குமாகவுமே வாழ்கிறவர்கள்! இந்த இரு கூட்ட நன்மையே பிரச்சாரம் செய்கிறவர்கள்! மற்ற அரசியல் கூலிகள் காலிகள் என்றால் தங்களுக்கு என்று ஒரு கொள்கையும் இல்லாமல் விலைமாது போன்று காசு பெறுவதையே தருமமாகக் கொண்டு வாழ்கிறவர்கள்.

சோஷ்யலிசம் ஏற்படுத்துவது எப்படி?

இந்த நிலையில் சோஷ்யலிச (சமதர்ம)க் கொள்கைக்கு ஆட்சி நடத்தப்படுவது என்றால், அதாவது நாட்டில் மேல்சாதி கீழ்சாதி இல்லை; பணக்காரன் ஏழை இல்லை; முதலாளி இல்லை, கூலி இல்லை; காலித்தனத்தில் எவனும் பிழைக்க முடியாது. பிழைக்க வேண்டிய அவசியம் இல்லை, படித்தவன் படிக்காதவன் என்ற பிரிவும் பேதமும் இருக்க இடம் இல்லை; எல்லா மக்களும் எல்லாவற்றிலும் சமஉரிமை அனுபவிக்க சுதந்திரம் உடையவர்களாக ஆக்கப்படுவார்கள் என்றால் இதற்கு மாறாக பேதநிலைமையில் வாழ்கின்ற மக்கள் அவர்கள் யாராக இருந்தாலும் சமதர்மக் கொள்கை ஆட்சிக்கு விரோதிகளாகத்தானே ஆகியே தீருவார்கள்? இதில் எப்படி விலக்கு இருக்க முடியும்?

சமதர்மத்துக்குப் பொருந்தாத சமூக நிலை

சமுதாயத்திலும் பொருளாதார (செல்வ)த்திலும் உடல் உழைப்பிலும் கல்வியிலும் அறிவிலும் நம் நாட்டில் உள்ள பேத அளவு இந்த உலகத்தில் வேறு எங்குமே இல்லாத அளவு இருந்து வருகிறது.

இந்த நாட்டில் தோன்றிய கடவுள் மதம், மகான் மகாத்மா ஆச்சாரியார்கள், குருமார்கள் (மனிதத்தன்மைக்கு (மேற்பட்ட) சாதனங்களும், மக்களும் இந்த பேத நிலையைக் காப்பாற்றவே பாடுபட்டு அதற்கேற்ற சாதனங்களைக்கொண்டு இருந்தார்கள், இன்றும் இருக்கிறார்கள்.

ஆதலால் பொதுமக்கள் என்ற பெயரைப் பெற்றவர்கள் பெரிதும் அயோக்கியர்களாகவும் உண்மையான பொதுமக்களாக இருக்கிறவர்கள் மூடர்களாகவும் இருக்க வேண்டியதாக ஆகிவிட்டது.

ஆதலாலேயே இன்றைக்கு 10 ஆண்டுகளுக்கு முன்பு நடந்துவந்த ஆட்சி பொதுஜன ஆதரவு பெற்றதாகவும் இந்த பத்தாண்டுகளாக நடந்துவரும் ஆட்சி

பொதுஜன ஆதரவு பெறாத பொதுஜன விரோத" ஆட்சி என்று பொதுமக்களால் கருதும்படியும் செய்யப்பட்டுவிட்டது.

இதன் பலன் என்னவென்றால் இன்று நடைபெறும் சமதர்ம ஆட்சி ஒழிக்கப் பட்டாக வேண்டும் என்பதே பொதுமக்கள் இலட்சியம் என்று சொல்லப்படுவதாக ஆகிறது.

ஆட்சி பார்ப்பனர் கைக்கு மாறினால் பொதுமக்கள் கதி என்ன?

எனவே இந்த ஆட்சி பொதுமக்கள் விரோதிகளான பொதுஜனங்கள் என்று தங்களை ஆக்கிக்கொண்டவர்கள் கைக்கு இந்த ஆட்சி போகுமானால் பிறகு என்ன நடக்கும்? என்பதை உண்மையான பொதுமக்கள் சிந்தித்துப் பார்க்கவேண்டாமா? அப்படியானால் அந்த ஆட்சி மனுதர்ம ஆட்சியாகத்தானே இருக்கும்? இந்த 10 ஆண்டுகளில் நாம் முன்னேறி இருக்கும் நிலை அடியோடு மாறி இழிமக்களாய் மூடர்களாய் பாமரர்களாய் காட்டுமிராண்டிகளாகத்தானே ஆக்கப்படுவோம்?

இன்றைய ஆட்சி மாறுவது என்றால் அதன் கருத்து தத்துவம் என்ன?

இன்றைய ஆட்சி பலமற்றதானாலும் தமிழர்கள் கையில் இருக்கிறது. இந்த மாறுதல் என்பது பச்சைப் பார்ப்பனர் மனுதர்மவாதிகள் கைக்குப் போய்விடுவது என்பதுதானே?

அப்போது என்ன நடக்கும்? 1938, 1952 ஆண்டுகளில் என்ன நடந்ததோ அதுதானே நடந்துதீரும்?

அந்தப்படி மாறின முதல் ஆண்டிலேயே இந்தி அல்லது சமஸ்கிருதம் கட்டாய பாடமாக பரீட்சைப்பாடமாக ஆகிவிடும் என்பதை யார் மறுக்கமுடியும்?

அடே என்று அழைக்கப்பட வேண்டிய பதவிகள் அத்தனையும் சூத்திரனுக்கும் பஞ்சமனுக்கும் கீழ்மக்களுக்கும் சாமி எஜமானே என்று அழைக்கப்பட வேண்டிய பதவிகள் எல்லாம் பார்ப்பானுக்கும் மனுதர்மத்தை ஏற்கும் பார்ப்பன அடிமை சூத்திரனுக்கும் (அதுவும் ஒருசிலவே) அளிக்கப்படும். மீதி யாருக்கும் அளிக்காமலே தானாகவே போய் அண்டிவிடும் என்பதுதானே சத்தியம் உறுதி. இதை யாராவது மறுப்பதானால் பார்ப்பான் கையில் ஆட்சி இருந்தபோது எல்லாம் நடந்த நடப்பைக் கொண்டு சிந்திக்கவேண்டுகிறேன்.

துரோகிகள் கை ஓங்க விடுவதா?

நாம் இன்று வெகு நெருக்கடியான நிலையில் இருக்கிறோம். சமூக துரோகிகள் ஆதிக்கம் இன்று பொதுமக்கள் மீது இருந்துவருகிறது. எதிரிகள் துரோகிகள் கை நாளுக்கு நாள் மேலோங்கி வருகிறது என்பதுடன் ஆளுங் கட்சிக்குள் துரோகமும் அலட்சியமும் பொறுப்பற்ற தன்மையும் பெருகிவருகிறது. இதை இப்படியே விட்டுக்கொண்டு வந்தால் 1967-ம் ஆண்டு தேர்தல் நாட்டுக்குக் கேடாய், சமதர்மத்திற்கு எதிர்ப்பாய் 10 ஆண்டுகளில் முன்னேறிய நிலையை குழியில் தள்ளி அழிப்பதாய் முடிய நேரிட்டால் நாம் அதிசயப்பட இடம் இருக்காது என்பதே எனது கருத்து.

குறிப்பு: குறிப்பிட்ட இக்கருத்துரை இரண்டு நாட்களுக்கு முன்னதாகவே எழுதப்பட்டதாகும் (ஆ.ர்)

ஈ.வெ.ரா
விடுதலை - 08.03.1965

643

தொகுதி 1

மொழி

ஓ - தமிழே!

"ஓ என் அருந்தமிழே"

உன் பெருமைக்கும் முன்னோர்கள் திறமைக்கும் இதுதானா அறிகுறி?

உலக மொழிகளுக்கு எழுத்துக்கள் எண்ணிக்கை:-

இங்கிலீசுக்கு - 26
பிரஞ்சுக்கு - 26
ஸ்பெயினுக்கு - 27
இத்தாலிக்கு - 20
ஜெர்மனிக்கு - 26
கிரீசுக்கு - 24
லத்தினுக்கு - 22
அரபிக்கு - 28
துருக்கிக்கு - 28
பர்ஷியனுக்கு - 31
தமிழுக்கு - 247 (உயிர் - 12; மெய் - 18; உயிரும் மெய்யும் கூடி 216; ஆயுதம் - 1)

குறிப்பு:- உன் குழந்தைகள் இந்த 247 எழுத்துக்களையும் படித்து அறிந்து கொண்டால்தான் படிக்க முடியும் அல்லவா?

ஒரு வேடிக்கைப் பாட்டு :

"கண்ணபுர மாலே
கடவுளிலும் நீ அதிகம்
உன்னிலும் நான் அதிகம்
உன் பிறப்போ பத்து
உயர் சிவனுக்கு ஓர் பிறப்பு
என் பிறப்போ எண்ணத் தொலையாதே" என்று ஒரு புலவன் கடவுள்களைக் கிண்டல் செய்யப் பாடிய கற்பனைபோல்,

ஓ தமிழே! உன் எழுத்து 247 என்று பாடவேண்டி இருக்கிறது.

அறிவும், கவலையும் இருக்குமானால் தமிழ் எழுத்துக்களை, தமிழ் எழுத்தாகவே 30 அல்லது 35க்குள் அடக்கிவிடலாம். அல்லது ஆங்கில எழுத்துக்களையே கொள்ளலாம்.

ஈ.வெ.ராமசாமி
விடுதலை - 09. 03. 1965

வெற்றியா வெட்கக்கேடான தோல்வியா

இந்தி எதிர்ப்புக் "கிளர்ச்சி" (நாசவேலை, காலித்தனங்கள்) வெற்றிப்பெற்றதா? அல்லது கிளர்ச்சிகாரர்களுக்கு வெட்கக்கேடான, கோழைத்தனமான தோல்வியா?

இந்தி எதிர்ப்புக்குக் காரணம் ராஜாஜி, பார்ப்பனர் பத்திரிக்கைகாரர், கண்ணீர்த் துளிகள், சில பணக்கார மில் முதலாளிகள் காங்கிரசிலுள்ள காங்கிரசுத் துரோகிகள் ஆகிய இவர்கள், ஜாதி ஒழிப்பு பிரபு ஒழிப்பு கொள்கைக்கொண்ட சோஷியலிசக் கொள்கை காங்கிரசு ஆட்சியை ஒழிப்பதற்கு ஆக செய்யப்பட்ட சதியின் விளைவா? அல்லது இந்தி மொழியில் "கல்வி அளிப்பது" அதை உத்யோகத்திற்கும் "ஒரு தகுதி ஆக்குவது", அரசியலில் இந்தியை "அரசியல் மொழியாகப் பயன்படுத்துவது என்பவைகளை ஒழிப்பதற்கு ஆகவா?"

என்பதைப் பொதுமக்கள் நல்லவண்ணம் சிந்தித்து பிறகு "கிளர்ச்சி" (நாச வேலை காலித்தனம்) வெற்றி பெற்றதா வெட்கக்கேடான தோல்வியுற்றதா? என்று சிந்திக்க வேண்டுகிறேன்.

தமிழகத்தில் இந்தித்திணிப்பு கிடையாது

தோழர்களே!

தமிழ்நாட்டில் அரசியல் ரீதியில், கல்வி ரீதியில் இந்தியானது 1957க்கு முன்பே காமராஜர் ஆட்சிக்காலத்தில் ஒழிந்து போய்விட்டது (அது யாரால் என்பது பற்றி நீங்களே தெரிந்து கொள்ளுங்கள்)

இதற்கு ஆதாரம் என்னவென்றால் காமராஜர் ஆட்சியின்போது அவர் தன் பேராலும், பிரதமர் நேரு பேராலும், ராஷ்டிரபதி ராஜேந்திரபிரசாத் பேராலும் எந்தக் காரணத்தைக் கொண்டும் இந்திமொழியை விரும்பாத மக்கள் மீதும் நாட்டின் மீதும் பலவந்தமாகத் திணிக்கப்படமாட்டாது என்பதாக ஒரு அரசாங்க அறிக்கை விளம்பரப்படுத்தப்பட்டிருக்கிறது, (தேதி 29-7-1995)

அன்றியும் பள்ளிகளிலும் இந்தியை ஒரு பரீட்சை மொழியாக இல்லாமல் ஒரு நிபந்தனை அற்ற வெறும் அறிமுக மொழியாக்கப்பட்டு அதற்கு பரீட்சை இல்லாமலும், மார்க்கு இல்லாமலும் பரீட்சை சர்டிஃபிகேட்டுகளில் குறிப்புக்கூட இல்லாமலும் செய்யப்பட்டுவிட்டது.

நேருவும் உறுதி கொடுத்தார்

பிறகு 1963ல் ஒரு தடவை இந்தி பேசாத நாடுகளில் மக்கள் இடையில் அவர்கள் விரும்பினாலன்றி எந்தக் காரணத்தைக் கொண்டும் இந்தி புகுத்தப்படமாட்டாது

என்று காங்கிரசு தலைவரும் அரசாங்க சார்பாய் வாக்குறுதி கொடுத்து விளம்பரப் படுத்தி இருக்கிறார்.

இந்த விளம்பரத்தில் 1965க்கு பிறகு மேலும் 10 ஆண்டுவரை அதாவது 1975 வரையும் அல்லாமல் மேலும் கமிட்டி கூட்டி யோசிக்கப்படும் என்று காலக்கெடு குறிப்பிட்டது பற்றி சந்தேகப்பட்டு 10 ஆண்டுக்கு அப்புறம் என்ன ஆவது? என்ற கேள்விகளுக்கு இந்த பதிலளித்து எப்பொழுதும் இந்தி கட்டாயமாய் புகுத்தப் படமாட்டாது என்பதான உறுதியை அரசாங்க சார்பில் கொடுத்து நீடிக்கலாம் என்பதற்கு நேரு வியாக்யானம் சொல்லுகையில் நீடிக்கலாம் என்பது கண்ணியமான வர்கள் கருத்துக்கு நீடிக்கும் என்பதே பொருள் என்றும் விளக்கம் சொல்லி இருக்கிறார்.

இந்தி கட்டாயம் என்று சொல்ல முடியுமா?

புகுத்தப்படும் என்கின்ற விஷயம் அறிக்கையாலும் உறுதிமொழியாலும் அடியோடு செத்துபோய்விட்டது.

இதை நான் திருப்தியான விவாதத்திற்கு இடமில்லாத வெற்றி என்றே கருதிவிட்டேன். மற்றும் யோக்கியமான மக்களுக்கும் இது திருப்தி அளிக்க வேண்டிய சேதியே ஆகும்

அரசியல் பிழைப்புக்காரர் சமதர்மத்தின் எதிரிகள் சதி

ஆனால் இந்த முடிவின் மீது செத்துவிட்ட இந்தி எதிர்ப்பு பிரச்சனையை யோக்கியப் பொறுப்பற்ற சில அரசியல் பிழைப்புக்காரர்களும் சமதர்மக் கொள்கையை எதிர்க்கும் ஜாதி ஆணவம், பண ஆர்வங் கொண்ட கூட்டமும், விளம்பர எச்சில் பொறுக்கிகளும் தங்கள் சுயநலத்தை முன்னிட்டு ஒன்று சேர்ந்து ஜனங்களின் முட்டாள்தனத்தைக் கை முதலாகக் கொண்டு அரசியல் சட்டத்தில் "1965 முதல் இந்தி அரசியல் மொழியாக ஆகிவிடும்" என்றும் வைத்து சதிவேலை செய்து பார்ப்பனர் திண்ணைப்பிரசாரமும், கண்ணீர்துளிகள் காலித்தனமும் பணக்கார ஒரு மில் முதலாளி பணச்செலவும் எல்லாம் பயன்படுத்தி ராஜாஜி நாசவேலை துவக்கத் தூண்டுதல் செய்து தமிழ்நாட்டில் பல இடங்களிலும் கொலை பாதகம் கொள்ளை தீ இடுதல் முதலிய காரியங்கள் துவக்கப்பட்டுவிட்டன.

பலவீனமான ஆட்சி

இன்று தமிழ்நாட்டு ஆட்சி நாதனில்லாத அரசாங்கமானதால் கேள்வி கேட்பாரற்றுப்போய் காலிகள் நாளுக்குநாள் வளர்ந்து போலீஸ் அதிகாரிகளைக் கொல்லவும், கட்டிப்போட்டு வாயில் பெட்ரோல் விட்டு உயிருடன் நெருப்பு வைத்து கொளுத்தும்படியும், போஸ்டாஃபிசுகள் கொள்ளையிடப்படவும், கோர்ட்டுகள், ரயில் நிலையங்கள் கொளுத்தப்பட்டு தரை மட்டமாகி 100 வருஷத்திய ரிக்காடுகளை கொளுத்தப்படவும், தெருவில் செல்லும் பஸ்கள் கொளுத்தப்படவும், வழிப்போக்கர்கள் கொள்ளை இடப்படவுமான காரியங்கள் நிகழ்ச்சி குறிப்புப்படி நடக்கவும் இவை கலெக்டர்கள் போலிசு சூப்ரண்டுகள் முன்னிலையில் 'அமைதியில்' நடைபெறவும், சில இடங்களில் மேலதிகாரிகள் ஆக்கினை மீது போலீஸ்சார் காலிகளிடம் மன்னிப்புக் கேட்டுக்கொண்டு காலித்தனமான நாச வேலைகளை அமைதியாய் செய்ய வாய்ப்பளிப்பதுமான அட்டூழியங்கள் நடந்து வளர்ந்த பிறகு அன்னியர்களின் கூக்குரலின் மீது பொது மக்களுக்கு தற்காப்பு உணர்ச்சி ஏற்பட்டதோடு இராணுவம் தருவிக்கப்பட்டு அதன் பலத்தினால், காலித்தனங்கள் நடந்து கொண்டிருக்கையில் சிலர் கைது செய்யப் பட்ட பிறகே ஒருவாறு அடங்கிற்று" என்று இன்று சொல்லும்படியான நிலை

ஏற்பட்டது. அதுவும் "இனி இப்படி நடத்த பொதுமக்கள் அனுமதிக்க மாட்டார்கள்" என்று காலிகளுக்கு தெரிந்தபின்பும். தூண்டுதல்காரர்கள் "நம்மைப் பிடித்து உள்ளே போடுவார்களே, நம்மை அடக்குவார்களே, நம் கழகத்தைச் சட்ட விரோதமாக்குவார்களே", என்ற பயம் காரணமாக வெளிக்கு மாத்திரம் தாங்கள் அளித்து வந்த ஆதரவை நிறுத்திக்கொண்டு ஒரேயடியாய் கரணமடித்து "நாச வேலைகளைக்" கண்டிப்பவர்களைப் போலத் தங்களைக் கட்டிக்கொண்டு கோழைத்தனமான அறிக்கைகளை விட்டு மக்களையும், அரசாங்கத்தையும் ஏமாற்றிவருகிறார்கள்.

இந்த நிலையில் தங்கள் ஆதரவைப் "பின் வாங்கிக் கொண்டதற்கு" காரணம் சொல்லும்போது "எங்கள் (இந்தி எதிர்ப்பு) இலட்சியம் வெற்றி பெற்றுவிட்டது. அதனால் 'கிளர்ச்சியை' நிறுத்தும்படி செய்துவிட்டோம்" என்று பெருமையும் பாராட்டிக் கொள்கிறார்கள்.

இப்போது நாம் சிந்திக்க வேண்டியது இந்த தூண்டுதல், ஆதரவளித்தல் "ஓய்வெடுத்து" (மறைந்து) கொண்டதற்கான காரணம் இந்தி எதிர்ப்பு இலட்சிய வெற்றியா? அல்லது பயந்துபோன கோழைத்தனமா? என்பதேயாகும்.

இந்த விஷயத்தில் "கிளர்ச்சி"க்கு முன் இருந்து வந்த நிலைமைக்கும், நடை முறைக்கும், திட்டத்திற்கும் "கிளர்ச்சி"க்குப் பின் நடைமுறையில் ஏற்பட்ட மாறுதல் என்ன? எதில் வெற்றி ஏற்பட்டது? என்பதைச் சிந்திக்க வேண்டும்.

நம் அனுமதியின்றி இந்தி வராது; இது உறுதி

நான் மேலேயே குறிப்பிட்டு விட்டேன், தமிழ்நாட்டில் அரசாங்க சார்பாய் இதுவரை இன்னும் எந்த உருவத்திலும் இந்தி நடைமுறையில் இல்லை: இல்லவே இல்லை. இனியும் நம் அனுமதி இல்லாமல் வரப்போவதில்லை. இது உறுதி, வேண்டுமானால் சுதந்திராக் கட்சி பார்ப்பனர்கள் உட்பட இந்திப் பயிற்சிப் பள்ளிக்கூடம், இந்தி பிரசார ஸ்தாபனம், ஒவ்வொரு பார்ப்பனப் பையனுக்கும் இந்தி படிப்பு முதலியவை வைத்து அளித்து வரப்படுகிறது. நம் மக்களிடம் அதற்கு ஆகப் பார்ப்பனர் பணம் வசூலித்தும் வருகிறார்கள். இந்திய சர்க்காரிடம் உதவித் தொகையும் பெற்று வருகிறார்கள். இவை வேண்டுமானால் நம் நாடு சுதந்திரம் பெறும் வரை நாடகமும் நடந்து தீரும்.

இதைத் தவிர தமிழ்நாட்டில் அரசாங்க மூலம் ஆச்சாரியார் ஒழிக்கப்பட்ட பின்பு எந்த துறையிலும், இன்றுவரை எந்த உருவத்திலும் இந்தி இருந்ததில்லை. இன்று இருக்கவுமில்லை, இனியும் அது வரப்போகிறதுமில்லை என்று மறுபடியும் கூறுவேன்.

"ஜனவரி 26ந்தேதி இந்தி அரசியல் மொழி ஆகிறது", என்றால் அது தமிழ் நாட்டைத் தவிர சம்மதிக்கும் மற்ற நாடுகளுக்குத்தான் இருக்கமுடியும். அப்படியும் இந்தி பேசாத நாடுகளுக்கு இருக்க முடியாது என்பேன்.

ஏனெனில் 1965 ஜனவரி 26ந் தேதிக்கு முன்பே அதாவது 1963லேயே "இந்தி பேசாத நாட்டுக்கு, இந்தி விரும்பாத நாட்டுக்கு அம்மக்கள் விரும்புகிறவரை சர்க்கார் இந்தியைப் புகுத்துவதில்லை" என்று பிரதமரால் வாக்குறுதி செய்யப்பட்டதை சட்டமாக்கப்பட்டது போல், சட்டசபை நடவடிக்கையில் பதிவு செய்து மக்களுக்கு தெரிவித்தாய்விட்டது.

இந்தித் திணிப்பு இனி தமிழ்நாட்டுக்கு வர முடியாது

ஆகவே ஜனவரி 26ந்தேதி இந்தி "சிம்மாசனமேறுவதை" நாம் தடுத்தாலும் தடுக்காவிட்டாலும் கண்டிப்பாய் இந்தி தமிழ்நாட்டுக்கு வரவேமுடியாது. ஜனவரி

26க்கு முன் தமிழ்நாட்டில் இந்தி எப்படி இருந்ததோ அப்படித்தான் இனியும் எக்காலத்துக்கும் (நாம் அனுமதிக்கும்வரை) இருந்து தீரும்.

சில வெட்கங்கெட்ட குயுக்திவாதிகள் "வாக்குறுதியை எங்கள் கிளர்ச்சியால் சட்டமாகச் செய்துவிட்டோமே, அதுவே வெற்றிச் சின்னம்" என்பார்கள்.

அதுவும் இன்று வரையிலும் சட்டமாக்கப்படவில்லை. அதுவும் வாக்குறுதியில் தான் இருக்கிறது. இருந்தாலும் ஒரு அரசாங்க வாக்குறுதிக்கும், அதுவும், சட்ட மன்றத்தின் நடவடிக்கைகளில் அளித்த வாக்குறுதிக்கும், அதே சட்டமன்றத்தில் செய்துகொள்ளும் மசோதாவான சட்டத்திற்கும் என்ன பேதம் நடக்க முடியும்?

வாக்குறுதியை மீறுகிறவர்களுக்கு செய்த சட்டத்தை மாற்றி வேறு சட்டம் செய்துகொள்ள முடியாமல் போய் விடுமா?

இன்று இந்திய ஆட்சியில் நம்முடைய பிரஜைத்தன்மை எப்படி இருக்கிறது என்றால் தமிழ்நாட்டு ஆட்சியில் ஒரு முஸ்லீம் சமுதாயத்திற்கும், கிறிஸ்தவ சமுதாயத்திற்கும் என்ன அந்தஸ்து இருக்கிறதோ, அந்த அந்தஸ்தில்தான் நாம் இந்திய ஆட்சியில் குடிமகனாய் இருக்கிறோம்.

நாம் பார்த்து நாளைக்கு முஸ்லீம்களிடம், "மொட்டைத் தலைக்கு முக்கால், ரூபாய் வரி," என்று வரி போட்டால் கிறிஸ்தவர்களிடம் "கழுத்தில் சிலுவைக் கட்டிக் கொள்வதானால் காலே அரைக்கால் ரூபாய் வரி" என்றால் இவர்கள் இருவரும் நம் அரசாங்கத்தை என்ன செய்ய முடியும்? அதுபோல் தானே இந்திய அரசாங்கத்தில் நமது அந்தஸ்து?

முஸ்லீமும், கிறிஸ்தவமானது, "நான் பாகிஸ்தான் போய்ச் சொல்லுவேன், நான் இங்கிலாந்திலே போய்ச் சொல்லுவேன்" என்று மிரட்டலாம் "நாம் எப்படி யாரிடம், போய்ச் சொல்லுவோம்," என்று மிரட்ட முடியும்? ('எலெக்ஷனில் காங்கிரசைத் தோற்கடித்தாலும் அரசியல் சட்டப்படித்தான் ஆட்சி நடைபெற வேண்டும். நாம் ஒரு முனிசிபாலிடி மாதிரிதானே) அதுவும் பரம்பரைத் துரோகிகள், நம்மை இழிஜாதியாய் இழிவு மக்களாய் சமயத்தின் மூலம் சட்டத்தின் (இந்து லாவின்) மூலம் ஆக்கிவைத்து ஆதிக்கம் செலுத்தும் பார்ப்பனர் பலரை, அவர்கள் பத்திரிகை களை அவர்கள் என்ன துரோகம் செய்தாலும் பாதுகாத்து வைத்துக்கொண்டு யாரிடம் போய் சொல்ல முடியும்

ராஜாஜி கைக்கு ஆட்சிமாறினால்?

இதே இராஜாஜிக்கு நாளைக்கு முதல் மந்திரி பதவிவந்தால் நம் கதி என்ன ஆகும்? இந்தி உடனே சிம்மாசனமேறிவிட்டதா இந்தியைக் கட்டாயமாக்கியவர், இந்தி படிக்காதவனுக்கு உத்யோகமில்லை என்றவர், ஜாதி தொழிலைத்தான் படிக்க வேண்டுமென்றவர், பள்ளிகளை மூடியவர் ராஜாஜிதானே. ஆகவே இந்த ஜனநாயக ஆட்சியில் பார்லிமெண்ட்டில் நமக்கு மெஜாரிட்டி இல்லை எப்போதும் இல்லை என்பதோடு அதுவும் பூதக்கண்ணாடி மைனாரிட்டியாகத்தானே யூனியனில் உள்ள வரை இருக்கும்? இருக்கமுடியும்? நமது மானம், ஈனம் எல்லாவற்றையும் விட்டுக் கொடுத்துவிட்டு, அரசியல் பதவியில் முஸ்லீம்களுக்கு கிருஸ்தவருக்கு உள்ள விகிதம் கூட இல்லை. நமது விகிதாசார உரிமையைக்கூட விட்டுக் கொடுத்து விட்டு அனாதைகளாக, அதுவும் சட்டவிரோதமாகப் பிறந்த பிள்ளைகள் பங்கு கேட்பது போல், "உரிமை கொண்டு இந்திய ஏகாதிபத்தியத்தில்" குடியாய் இருக்கிறோம்.

ராஜாஜி "இந்தி வந்தால் நாம் 2 ந்தர குடி மக்களாவோம்" என்கிறார். இந்தி வராமலே நாம் இந்தப் பார்ப்பனரால் 4 ந்தர பிறவி மகனாய்த்தானே பரம்பரையாய் இருக்கிறோமே!

நம்மை இப்படிச் செய்த இந்தப் பார்ப்பனரை நம்பி நாம் என்ன கொள்கை கொள்ளக்கூடும்? என்ன கிளர்ச்சி செய்யக்கூடும்? இந்த அளவுக்காவது நாம் வாழ்வதெல்லாம் "கத்தி", "பெட்ரோல்" "அக்கினித்திராவகம்" என்பவை "நமது கடைசி ஆயுதம்" என்று மிரட்டியதால் மிரட்டிக் கொண்டிருப்பதால்தானே! அப்படி மிரட்டாமல் இருந்தால் 54ல் ஆச்சாரியாரை விரட்டவும், "மூன்றே முக்கால் நாழிகை" ஆட்சியானாலும் காமராஜ் ஆட்சியைக் காணவும் அதனால் ஏற்பட்ட சமதர்மகொள்கையை உச்சரிக்கவும் முடியுமா? பலனை அடைந்திருக்க முடியுமா? ஒரு நாளும் முடியாதே!

இப்போது திரும்பவும் பார்ப்பான் கைக்கு ஆட்சி போகத்தானே நம் மக்களைக் கொண்ட இந்த "கிளர்ச்சி" 1857ம் ஆண்டைய (ராணுவம்) புரட்சி போன்று செய்யப் படுகிறது (நாளைக்கு இதையும் ஒரு மாபெரும் தேசியக் கிளர்ச்சி என்று சரித்திரம் எழுதிவிடுவார்கள்)

இந்த நிலையில் "வாக்குறுதியில் நம்பிக்கை இல்லை, சட்டம் வேண்டும்" என்று நாம் சொன்னால் அது முட்டாள்தனம்தானே! வாக்குறுதியோ, சட்டமோ எல்லாவற்றையும் கொடுப்பவன் ஒருத்தன்தானே? நாம் பிச்சை வாங்குபவர்கள் தானே? நமக்கு யோக்யதை இருந்தால் இந்த அன்னக்காவடி இந்திக்கு இந்தப் பாடுபடுகிற "அறிவாளிகள், வீரர்கள்" ஆகிய நாம் நம் நாட்டு ஆட்சியில் நம் வரிப்பணத்தில் நடத்தும் சர்க்காரில் நம் விகிதாசாரத்தின்படி உத்யோகம், பதவி கொடு என்று கேட்க யோக்கியதை இருக்காதா? மற்றும் நமக்காக சொந்தத்தில் இந்தியை வேண்டாம் என்று நாமாகச் சொல்ல நமக்கு யோக்யதை ஏது?

இப்பவும் பார்ப்பான் எண்ணெய் ஊற்றியதனால்தானே இந்த "கிளர்ச்சி" என்கின்ற நெருப்பு எரிய முடிந்தது! அவன் பயந்து நிறுத்திக்கொண்டான்: இன்று கிளர்ச்சிக்கு நாதி இல்லை. இதைத் தோல்வி என்று சொல்ல வெட்கப்பட்டு வெற்றி என்கிறான்: அல்ல என்று சொல்ல என்னைத் தவிர நாதி இல்லையே!

இந்தக் கிளர்ச்சியில் குண்டுபட்டுச் செத்தவர்கள், நாம் (பார்ப்பனரல்லாதவர்கள்)! நெருப்புப்போட்டு கொளுத்தப்பட்ட சொத்துக்களும் நம்மதுதான் (பார்ப்பனர் அல்லாதவர்களுடையதுதான் (ஒரு பார்ப்பானுக்கு ஒரு அடி கிடையாது; சூடு கிடையாது: ஒரு ரூபாய் சொத்து நாசமாகவில்லை; ஒரு பார்ப்பான் அரஸ்ட் ஆகவில்லை. அடக்குமுறையிலும் பார்ப்பனரல்லாத கட்சியைத்தான் மல பாதைக்கு போகும்படியான அளவுக்கு மிரட்டிவிட்டது அரசாங்கம், ஆனால் பார்ப்பனர் கட்சியைத் தலைவரை பெரியவர் என்கின்ற அடைமொழி கொடுத்து அழைக்கிறது; மரியாதை செய்கிறது நமது அரசாங்கம்

இன்று நடந்த கிளர்ச்சியை வகுப்புரிமை பெறவோ, கோயில்களில் நமக்கு நடக்கும் இழிவுகள் நீக்கப்படவோ, கோயில்களில் பிரார்த்தனைகளில் தமிழை மிலேச்ச மொழியாக்கி லம்பாடி வடமொழியில் நடத்தாதே என்று சொல்லி நம்மொழி இழிவை நீக்கவோ பாடுபட்டு கிளர்ச்சி செய்திருந்தால் இன்றையத் தமிழனுக்கு மாத்திரமல்லாமல் தமிழன் பின் சந்ததிக்கும் எவ்வளவு மானம் காப்பாற்றப்பட உதவி ஆகும்?

ஆகவே முட்டாள்தனமாக கிளர்ச்சியில் ஈடுபட்ட மாணவர்களுக்கு வெற்றி என்னவென்றால் அவர்களை மன்னித்துத் தீரவேண்டிய அவசியம் சர்க்காருக்கு வந்ததுதான் பெரும் வெற்றியாகும்.

தொகுதி 1 மொழி

இக்கிளர்ச்சிக்கு மூலவராக, முதல்வராக இருந்து தூண்டுதலும், ஆதரவும் ஏற்பட பிரசாரமும் செய்து வந்த ராஜாஜிக்கு இன்றைய அரசாங்கத்தால் "பெரியவர்" பட்டமும், மரியாதையும் கொடுக்கப்பட்டது. அதுவும் கிளர்ச்சிக்கு ஆதரவு தந்தவர்கள் பட்டியலில் சர்க்கார் அவர் பெயரைக் கூட உச்சரிக்காதது ராஜாஜிக்கு வெற்றி மேல் வெற்றி.

கண்ணீர்த்துளி தலைவர்கள் வெளிப்படையாய் கிளர்ச்சிக்குத் தூண்டுகோலாய் இருந்தவர்கள் ஒருவருக்கும், ஒரு சிறு குறை கூறுதலுக்கும் அவர்கள் பெயர்கள் உச்சரிக்கப்படாததும் அக்கட்சி, சட்ட விரோதமாக்கப்படாததும், அக்கட்சிக்கு மாபெரும் வெற்றியாகும்.

குற்றவாளிகள் தப்புவதற்கான வெற்றி மற்றும் குற்றம் சாட்டப்பட்டிருக்கும் பிரபலஸ்தர்கள் பெரிதும் தப்பித்துக்கொள்வார்கள் என்கின்ற நிலை காணப் படுவதும், பொருள் உதவி பண்ணினவர்கள் கைது செய்யப்படும் வாய்ப்புக்கூட பெற மாட்டார் என்பதினால் அவர்களுக்கும் இது மகாவெற்றி என்பதில் சந்தேக மில்லை.

கிளர்ச்சித் தீயைப் "பெட்ரோல்" ஊற்றி வளர்த்த பத்திரிகைக்காரர்களில் ஒருவர் கூட ஒரு கடுகளவு பாதிப்புக்கூட ஆளாகமாட்டார்கள் என்பதினால் அவர்களும் இணையற்ற வெற்றி பெற்றவர்கள் ஆவார்கள்.

ஆகவே கிளர்ச்சியில் இப்படியான வெற்றிகள்தான் வெற்றிமேல் வெற்றி வெற்றிமேல் வெற்றியாக ஏற்பட்டது என்பதல்லாமல் இந்தி விஷயத்தில் மூக்கறுபட்டு முக்காடிட்டு மூலையில் முடங்கினார்கள் என்கின்ற முடிவைத்தான் பெற்றார்கள். இந்தி 1952போலவேதான் 65 மாத்திரமல்ல நாம் விரும்பும்வரை தலைகாட்டப்போவதில்லை என்பது உறுதி.

ஈ.வெ.ரா
விடுதலை - 18. 03. 1965

இந்தி ஒழிப்பல்ல; ஆட்சி கவிழ்ப்பே நோக்கம்!

அண்மையில் நடைபெற்ற கிளர்ச்சியில் கலந்து கொண்டவர்களும் பண உதவி செய்தவர்களும் தூண்டிவிட்டவர்களும் யாருக்கும் இந்தி ஒழிய வேண்டுமென்ற கருத்தில் செய்யவில்லை. பொதுமக்கள் சொத்துக்கும் உடைமைக்கும் சேதம் விளைவித் தார்கள். இரயில்வே ஸ்டேஷன்களையும் இரயில்களையும் கொளுத்தினார்கள். கோர்ட்டுகளையும், தபால்ஆபிசுகளையும் கொளுத்தினார்கள். பாங்குகளை கொள்ளை இடத் திட்டம் இட்டார்கள். பஸ்களை கொளுத்தினார்கள். போலீஸ் அதிகாரிகளை உயிருடன் கட்டி எரித்தார்கள். தடத்தில் போகும் பிரயாணிகளை வழி மறித்து ஜேப்பியில் உள்ள காசுகளையெல்லாம் பறித்தார்கள். என் காரில் கூட கல்லெறிந்து கண்ணாடிகளை உடைத்தார்கள். இவ்வளவும் நாட்டில் குழப்பத்தை உண்டாக்கி இந்த ஆட்சியை ஒழித்து ஆட்சியை தாங்கள் கைப்பற்றவே நடத்தப்பட்டன.

சர்க்காருக்கும் ஆதாரங்கள் கிடைத்து இருக்கின்றன. முதன்மந்திரி பலதடவை சொல்லி இருக்கின்றார். சொல்லுகின்றார். இவ்வளவு அராஜகத்திற்கும் காலித்தனத் திற்கும் காரணமானவர்கள் காலிகள், கூலிகள், சமூக விரோதிகள் மட்டும் அல்ல. கண்ணீர்த்துளிகட்சிகாரர்கள், இடதுசாரி கம்யூனிஸ்ட்டுகள், சில மில் முதலாளிகள் முதலியவர்களும் காரணமானவர் என்று.

இவர்கள் மட்டுந்தானா இந்த மாதிரியான குழப்பம் ஏற்பட்டு ஆட்சியை ஒழித்தாகவேண்டும் என்று செய்தார்கள்? கொஞ்ச காலத்துக்கு முன்பிருந்தே ஆச்சாரியார் கூறிக்கொண்டு வந்துள்ளார். காலித்தனத்தில் ஈடுபட்டு நாசவேலை விளைவித்தவர்களுக்கு சபாஷ் பட்டம் வேறு கொடுத்து இருக்கின்றார். "என்ன முறையைக் கையாண்டாவது இந்த ஆட்சியை ஒழித்தாக வேண்டும்'' என்று கூறியும் இருக்கின்றார்.

இப்படிப்பட்டவரை மட்டும் இன்று வரை அரசாங்கம் விட்டு வைத்து இருக்கின்றது ஏன்? இத்தனை ரகளைக்கும், நாசவேலைக்கும் ஆச்சாரியார் தூண்டுதலும் காரணம் என்று சொல்லப் பயப்படுகின்றது. இத்தனை ரகளை காலித்தனம், பொருட்சேதம் பண்ணியவர்கள் எல்லாம் கண்ணீர்த்துளிகள் தான். என்னமோ பாவம் கருணாநிதி மட்டும் மாட்டிக் கொண்டார், மற்ற அவரது கட்சிக்காரர்கள் எல்லாம் தப்பித்துக் கொண்டார்கள், சுருங்கச் சொன்னால் அவர் கட்சிக்காரர்களே அவரை மாட்டவைத்து இருப்பார்கள் என்றுதான் தோன்று கின்றது. அவரது செல்வாக்கு கண்டு பொறாமைப்பட்டவர்கள் அவர் வெளியில் இருந்தால் தங்கள் கட்சியில் செல்வாக்கு அடையமுடியாது என்று கருதி செய்திருக் கின்றார்கள் என்று எண்ண வேண்டியுள்ளது. இந்தக் கிளர்ச்சியில் பெரும் பங்கு

கொண்டவர்கள் கண்ணீர்த்துளிகள், அந்தக் கட்சித் தலைவர் அண்ணாத்துரை, கட்சித்தலைவரை விட்டுவிட்டு கட்சியின் வாலான கருணாநிதியை மட்டும் ஏன் சிறைபடுத்த வேண்டும் புரியவே இல்லை.

இத்தனை செயலக்கும் இந்த கட்சிதான் காரணமாகையால் அந்த கட்சியை அல்லவா சட்ட விரோதமானதாக ஆக்கி இருக்க வேண்டும்?

தோழர்களே! இத்தனை நாச வேலை காலித்தனம் கேடுகளுக்கும் இந்த நாட்டு பத்திரிகைக்கார அயோக்கியர்களும் முக்கிய காரணம் ஆவார்கள். கலவரத்தைத் தூண்டி வளர்ப்பதில் முனைந்து இருந்தார்கள்.

அடுத்து அச்சாஃபீஸ்கார அயோக்கியர்கள் வேறு. சர்க்காரை மிரட்டும் படியானதும், காலித்தனத்தை வளரச் செய்யும்படியுமானதுமான அனாமதேய நோட்டீஸ்களைப் போட்டுக்கொடுத்து மாணவர்களையும், கிளர்ச்சிக்காரர்களையும் தூண்டிவிட்டார்கள்.

நமது அரசாங்கத்தின் யோக்கியதை இன்னமும் இப்படி போட்டவர் யார் எந்த எந்த அச்சாஃபிசுகள் என்று கண்டுபிடிக்கவே இல்லை. இதுவரை 10,15 அனாமதேய நோட்டீஸ்கள் வெளிவந்து இருக்கின்றன. நானே 5, 6 நோட்டீசுகளைப் பார்த்துவிட்டு சர்க்காருக்கு அனுப்பியுள்ளேன்.

தோழர்களே! இந்தக் காலித்தனத்துக்கும், கலவரத்துக்கும் இந்த நாட்டுப் பணக்காரர்கள், மில் அதிபர்கள் ஆகியவர்கள் பணம் ஏராளமாகக் கொடுத்து இருக்கின்றார்கள். கோயிலில் பார்ப்பான் மக்களை வரிசையாக நிற்கவைத்து கோயில் பிரசாதம் வழங்குவது போல காலிகளைக் கூப்பிட்டு பணம் வழங்கி இருக்கின்றார்கள்.

இப்படிச் செய்த எவருக்கும் மொழியைப் பற்றிய கவலை உண்மையில் இல்லவே இல்லை. எப்படியாவது இந்த ஆட்சியைக் கவிழ்க்க வேண்டும் என்பது தான் லட்சியம் ஆகும்.

எப்படியோ அரசாங்கம் இந்தியை மக்கள் மீது கட்டாயமாக புகுத்துகின்றது என்ற வெறுப்பை பொதுமக்களிடம் ஏற்படுத்திவிட்டார்கள். இந்தப் போலித் தனமானப் பிரசாரத்தில் எந்த அளவுக்கு போய் இருக்கின்றார்கள் என்றால் இனி கணவனும் மனைவியும் தாய்மொழியாகிய தமிழில் கொஞ்சிக் குலாவ முடியாது. இந்தியில்தான் கொஞ்சவேண்டும். கடைக்குச் சென்று சாமான் வாங்க வேண்டு மானாலும் இந்தியில் தான் கேட்க வேண்டும். இப்படி எல்லாம் பிரசாரம் செய்து மக்கள் மனதில் பீதியை உண்டாக்கி இருக்கின்றார்கள்.

தோழர்களே! நாளை தேர்தலுக்குள் இந்த காலித்தனம் ரகளை பொருட்சேதம் இதுகளை மூடிமறைத்து "அரசாங்கம் இந்தி மொழி எதிர்ப்புக் கிளர்ச்சி செய்தவர்களை சுட்டுக் கொன்று விட்டது. தாய்மொழிக்காக உயிர் நீத்த வீரர்கள் பெயரால் ஓட்டு கேட்கின்றோம். தாய்மார்களே! பெரியோர்களே!'' என்று கூப்பாடு போட்டு ஓட்டு வாங்க வந்து விடுவார்கள்.

இப்படித் தான் திருச்செங்கோடு உபதேர்தலின் போதும் அரசாங்கம் எவனையோ சுட்டு வீழ்த்தியதுபோல படம் போட்டு அவன் பக்கத்தில் அவன் தாய் உட்கார்ந்து அழுதுகொண்டு இருப்பதுபோல சித்தரித்து அழுத கண்ணீருடன் கேட்கின்றேன், இப்படி சுட்டுவீழ்த்திய காங்கிரசுக்கா ஓட்டு? தி.மு.க.வுக்கு ஓட்டு போடுங்கள் என்று துண்டுபிரசுரம் வெளியிட்டு இருந்தார்கள்.

நமது அரசாங்கம் முதலிலேயே இந்த காலித்தனத்தை அடக்க முயற்சிக்காமல் இருந்து விட்டது. எந்த அளவுக்கு வளர்ந்த பிறகு அடக்க முன்வந்தார்கள் என்றால் இரு போலீஸ் அதிகாரிகளை கலவரக்காரர்கள் ஓடஓட விரட்டிப் பிடித்து கட்டிப் போட்டு அவர்கள் முதுகில் வண்டியை உருட்டியும் அவர்கள் வாயிலும், உடலிலும் பெட்ரோலை ஊற்றிக் கொளுத்தி எரியவிட்ட பிறகுதான் இந்த சர்க்கார் நடவடிக்கை எடுக்க முன்வந்தது. அதுவும் இந்த சர்க்காரால் முடியாமல் போகவே பட்டாளத்தைக் கொண்டுவந்து மிரட்டி அடக்க வேண்டி வந்தது. ஆச்சாரியாரும் இந்தக் கிளர்ச்சிக் காரர்களும் வரும் தேர்தலில் இந்த ஆட்சியை காங்கிரசை தோற்கடிக்க வேண்டும் என்று திட்டமிட்டுச் செய்த காரியத்தில் நல்லபடி வெற்றிபெற்றுவிட்டார்கள்.

இந்த போலித்தனமான பிரச்சாரத்தினை முறியடித்து மக்களுக்கு உண்மையை விளக்கி மாற்றினால்தான் காங்கிரஸ் வரும் தேர்தலில் வெற்றி பெற முடியும்.

யார் என்ன மாதிரி துணிந்து இத்தகைய காலித்தனங்களை கண்டித்து உண்மையைச் சொல்லப் போகின்றார்கள்? எல்லாம் பயந்தவர்கள்! சில மந்திரிகள் அந்த கட்சி மந்திரிசபை அமைத்தாலும் தமக்கும் மந்திரி பதவி கிடைக்க வேண்டும் என்ற கருத்துடையவர்களாக இருக்கின்றார்கள்.

அரசாங்க அதிகாரிகளோ நமக்கு ஏன் இந்தத் தொல்லை. எதிர்க்கட்சி நாளை ஆட்சிக்கு வந்தால் நமது பதவி பிரமோஷன் போய்விடுமோ என்று பயப்படு கின்றார்கள்.

இன்னும் சொல்லுகின்றேன், எதிரிகள் அரசாங்கத்தைப் பற்றி தப்பாகப் பிரச்சாரம் பண்ணினார்கள் என்பது மட்டும் அல்ல என்னைப் பற்றியும் கூட நான் என்னமோ இந்தியை ஆதரிக்கின்றேன் என்று தப்புப் பிரச்சாரம் பண்ணிவைத்து இருக்கின்றார்கள்.

இப்படிப்பட்ட தப்பெண்ணத்தை நாம் கூடுமானவரை மாற்றியாக வேண்டும்! மாற்றவும் முடியும். நான் என் கருத்தை இப்படித்தான் கூட்டம் போட்டுச் சொல்ல முடிகின்றது.

எந்த பத்திரிகைக்கார அயோக்கியனும் நமது செய்தியைப் போடுவது கிடையாது, இருட்டடிப்பு தான் செய்கின்றார்கள். அத்துடன் உண்மைக்கு மாறாக திரித்தும் வேண்டும் என்றே வெளியிடுகின்றார்கள்.

மக்கள் பாவம் உண்மையைத் தெரிந்து கொள்ள பேப்பரைத்தான் பார்க்க வேண்டியுள்ளது. பத்திரிகைக்கார அயோக்கியர்கள் மக்கள் மனதில் நஞ்சைப் புகுத்தி கெடுத்துப் போடுகின்றார்கள். இந்த நிலையில் தான் நான் எனது கருத்தை மக்களுக்கு பிரச்சாரம் செய்ய வேண்டி இருக்கின்றது.

இந்திக்காக இவ்வளவு பெரிய காரியம் நடத்தப்பட்டது அவர்களைப் பார்த்துக் கேட்கின்றேன். எங்கேயப்பா இந்தி புகுந்து கொண்டு உள்ளது? உங்கள் எல்லோரையும் தான் கேட்கின்றேன். இந்தி எங்கே கட்டாயமாக உள்ளது.

தமிழ்நாட்டில் எங்கே இந்தியுள்ளது? எதிலே உள்ளது? அரசாங்கத்திலா பள்ளிகளிலா? அல்லது போக்குவரத்து கரஸ்பாண்டுகளிலா எதிலே உள்ளது?

நம் மக்களுக்குத்தான் தெரியுமா இந்தி எதிலே உள்ளது என்று? பிசாசு என்றால் விழுந்தடித்துக் கொண்டு ஓடுவதுபோல பிசாசு போல இல்லாத ஒன்றாகிய இந்தித் திணிப்பு என்று பிரசாரம் கண்டும் மிரளுகின்றார்கள்.

இன்றைக்கு தமிழகத்தில் சுமார் 40000 பள்ளிக்கூடங்களுக்குமேல் வளர்ந்துள்ளன. 30300 ஆரம்பப் பள்ளிகள் 2112 உயர்நிலைப் பள்ளிகள் 78 கல்லூரிகள் 7 மெடிக்கல் கல்லூரிகள் முதலியன உள்ளது.

இதுகளில் படிக்கக்கூடிய எந்த மாணவர்களுக்கு இந்தி கட்டாயப்படுத்தப் பட்டு உள்ளது? கூறவேண்டாமா? இனிமேல் வரப்போவது என்றால் எங்கே வரப் போகின்றது? நமது சர்க்காரில் சுமார் 4 லட்சம் உத்தியோகஸ்தர்களாவது இருக்கக்கூடும். எவரை நம் நாட்டில் இந்தி படிக்காததால் உத்தியோகம் இல்லை, பிரமோஷன் இல்லை என்று சொல்லி அரசாங்கம் கட்டாயப்படுத்தியுள்ளது? சொல்லட்டுமே!

நானும் இப்படி எழுதியும் பேசிக் கொண்டும் தான் வருகின்றேன். அவர்களும் அப்படியே பொய்பிரச்சாரம் செய்துகொண்டே போகின்றார்கள்.

இப்படிப்பட்ட அபாண்டமான பழியை பித்தலாட்டத்தை மக்களிடையே பிரசாரம் செய்பவர்களை அரசாங்கம் கேட்பதே இல்லை. அதனாலேயே அரசாங்கத்தையும் என்னையும் மக்கள் தப்பாக எண்ணச் செய்ய முயலுகின்றார்கள். தோழர்களே இன்றைக்கு கலவரம் நின்ற பிறகு கிளர்ச்சியை தாம் தான் அடக்கியதாக கூறிக் கொள்ளுகின்றார்கள்.

தோழர்களே காலித்தனம் கட்டவிழ்த்துவிடப்பட்டது கண்டு நான்தான் பத்திரிகையில் அறிக்கை வெளியிட்டேன். பொதுமக்களின் உயிருக்கோ உடமைக்கோ அரசாங்கத்தினால் பாதுகாப்பு அளிக்க முடியவில்லை. காலித்தனம் எல்லை கடந்து விட்டது.

எனவே தற்காப்புக்காக ஒவ்வொருவரும் பெட்ரோலும், கத்தியும் வைத்துக் கொள்ளுங்கள், இவ்வளவு காலித்தனம் ரகளைகளும் செய்கின்றவர்கள் யார் யார் என்று உங்களுக்கு தெளிவாகப்படுகின்றதோ அவர்களையும், அவர்கள் வீட்டையும் குறி வைத்துக்கொள்ளுங்கள். அவசரப்பட்டு ஒரு முடிவும் செய்துவிடாதீர்கள் எனது உத்தரவுக்குக் காத்து இருங்கள் என்று எழுதினேன்.

இந்த அறிக்கைக்குப் பிறகுதான் திருப்பம் ஏற்பட்டது. பட்டாளம் வந்தது. கலகமும் அடங்கியது.

தோழர்களே இந்த போலித்தனமான கிளர்ச்சி காரணமாக அரசாங்கத்துக்கு கெட்டபெயர் உண்டாக்கியதோடு 40 வருஷங்களாக உங்களுக்காக ஓய்வு ஒழிச்சல் இல்லாமல் உழைத்த எனக்கும் கெட்டபேர் உண்டாக்கச் செய்யப்பட்ட விஷமப் பிரசாரத்தை விளக்கி மக்களுக்கு உண்மைநிலையை தெளிவுபடுத்தவே இந்தக் கூட்டம் போடப்பட்டது.

தோழர்களே மாணவர்களின் வாழ்வைக் கெடுப்பது இந்த அரசாங்கம் அல்ல. ஆச்சாரியார் அரசாங்கம் தான் கெடுத்து உள்ளது. ஆச்சாரியார் 1938ல் பதவிக்கு வந்தபோது பணம் இல்லை என்ற சாக்குக் கூறி 2500 பள்ளிகளை மூடி நம் மாணவர்கள் கல்வி பெறுவதை தடுத்தார். 1939ல் இந்தியை கட்டாயமாகப் புகுத்தி படிப்பை கெடுக்க முயன்றார்.

அடுத்து 1952ல் இரண்டாம் முறையாக சென்னை முதல் மந்திரியாக வந்த போதும் 6000 பள்ளிகளை இழுத்து மூடிப்போட்டு பிள்ளைகள் ஒரு நேரம்தான் படிக்க வேண்டும், மறுநேரம் சாதித் தொழில் பழகவேண்டும் என்று உத்தரவு போட்டாரே, 1000 பேருக்கு ஒருவர் S.S.L.C. படித்தால் போதும் புதியதாக இனி அய்ஸ்கூல்களே தேவை இல்லை என்று உத்தரவு போட்டாரே எந்த அரசியல்

கட்சிக்காரன் அவரை கண்டித்தான்? கிளர்ச்சி செய்தான்? நாங்கள் கிளர்ச்சி செய்துதானே அவரை பதவியை விட்டுப் போகச்சொன்னோம்?

தோழர்களே! அப்படிப்பட்ட ஆச்சாரியாரும் அவரது கூட்டமும் இன்றைக்கு மாணவர்களுக்கு நல்லவராகப் போய்விட்டார்கள்.

வர்ணாசிரம ஆட்சி நடத்திய ஆச்சாரியாரை ஒழித்து மனுதர்ம ஆட்சிக்குப் பதிலாக மனிததர்ம ஆட்சியாக மாற்றி ஆச்சாரியார் மூடிய ஆறாயிரம் பள்ளிக் கூடங்களையும் திறந்து அரைநேரப் படிப்பை மீண்டும் முழுநேரமாக ஆக்கி சுமார் 12000 ஆரம்பப் பள்ளிகளாக இருந்ததை 30000 ஆரம்பப் பள்ளிகளாகவும் சுமார் 471 உயர்நிலைப் பள்ளிகளை 2112 ஆகவும் 24 கல்லூரிகளாக இருந்ததை 78 ஆகவும் உயர்த்தி, மெடிக்கல் கல்லூரிகளையும், எஞ்சினீரிங் கல்லூரிகளையும் அதிகப் படுத்தியும் உள்ள இந்த காமராஜர் சர்க்கார் மாணவர்களுக்கு கெட்டவர்களாகவும் போய்விட்டார்கள்.

காமராஜர் ஆட்சி காலம் முதல் மாணவர்களுக்கு சோறு போட்டு, படிப்பு, இலவசமாகப் படிப்பு, உடை கொடுத்து படிப்பு என்று வசதி பண்ணி கொடுக்கப் பட்டதன் காரணமாக நமது மாணவர்கள் ஏராளம் படிக்கிறார்களே, அதுவும் ஆச்சாரியார் காலத்தில் 10.க்கு 10 பேர் படித்திருந்தார்கள். இன்று 100க்கு 40 பேர் படித்திருக்கிறார்கள். பல துறைகளிலும் முன்னேறுகின்றார்களே என்ற வயிற்றெரிச்சல் காரணமாகத்தான் பார்ப்பனர்கள் பத்திரிகைக்காரர்கள் இப்படி காலிகளையும் கூலிகளையும் தூண்டிவிட்டு கலவரத்தை ஏற்படுத்தியுள்ளார்கள். இந்த காலிகளை அடக்கியிருக்க வேண்டும்.

இந்த நிலையில் பொது மக்கள் கடமை என்ன? ஆச்சாரியார் உடனும், அவரது நிபந்தனை அற்ற அடிமைகளுடனும் சேர்ந்துக் கொண்டு இந்த ஆட்சியை ஒழிக்கப் பார்ப்பதுதானா? இது ஒழிந்தால் உங்களுக்கு பிழைப்பேது? பள்ளிக் கூடங்கள் மூடுவிழா தான் நடைபெறும்.

தோழர்களே! எங்களுக்கு என்ன வேண்டியுள்ளது? நாங்கள் பதவிக்குப் போகின்றவர்கள் அல்ல. அரசியல்கட்சிக்காரர்களும் அல்ல பொதுமக்கள் நன்மையில் நாட்டங்கொண்டு பாடுபடும் ஆட்சியார் இருந்தால் ஆதரிப்போம், மாறாக இருந்தால் ஒழித்துக் கட்டுவோம். இப்படியேதான் நடந்துகொண்டு வந்து இருக்கின்றோம்.

பழையபடி நம்மை கீழ்நிலைக்குக் கொண்டு செல்ல பார்ப்பனர்கள் செய்யக் கூடிய செயலுக்கு பொதுமக்களும் செவி சாய்ப்பதா?

அரசாங்கம் அடக்காமல் இதுவரை இருந்து இருந்தால் நீங்களும் காலித்தனம் ரகளையில் இறங்கி இருப்பீர்களே, அப்படிச் செய்வதுதான் தேசபக்தி என்று நினைக்கச் செய்து இருப்பீர்களே!

ஆச்சாரியார் திரும்பத் திரும்பச் சொல்லி இருக்கின்றார். நமது முயற்சி செயல் எல்லாம் இந்த ஆட்சி ஒழிய வேண்டும் எத்தகைய அதர்மத்தைக் கையாண்டாவது ஒழிப்பதும் ஓர் தர்மமாகும் என்று கூறி இருக்கின்றாரே. செயலுக்கு கண்ணீர்த் துளிகள் வேறு சேர்ந்துக் கொண்டார்கள். இந்த ஆட்சி ஒழிந்தால் இராஜாஜி ஏதாவது பிச்சை போடமாட்டாரா என்றுதானே. நானும் ஒரு மாதத்துக்கு மேலாகவே எழுதிக் கொண்டு வருகின்றேன். எங்கப்பா இந்தி புகுந்து கொண்டு இருக்கின்றது என்று? இதுவரை ஒருவரும் பதில் கூறவில்லையே!

ஆச்சாரியாரைப் பார்த்து அண்ணாத்துரை “வல்லவரே நல்லவரே வழி காட்டுங்கள்” என்கின்றார். தேர்தலின் போது அண்ணாதுரை கூறினார் நாங்கள்

வெற்றி பெற்று பதவிக்கு வருவோமேயானால் ஆச்சாரியார் சொல்கின்றபடியே நடப்போம் என்று கூறினார். ஆச்சாரியாரும் நமது இனத்தவர்களுக்கு வேண்டுகோள் விட்டார். இவர்கள் இராமசாமி நாயக்கருடன் இருந்தவர்கள்தானே என்று சந்தேகப்படாதீர்கள், அந்த வாடை கொஞ்சம்கூட இப்போது கிடையாது, விட்டு விட்டார்கள் என்று கூறி இவர்களுக்கு ஓட்டு போடுங்கள் என்று ஓட்டு வாங்கிக் கொடுத்துள்ளார்.

தோழர்களே! இந்த ஆச்சாரியார் ஒருக்கால் மீண்டும் ஆட்சிப் பொறுப்புக்கு வருவாரேயானால் இவர் மீண்டும் பள்ளிகளை மூடமாட்டார் என்பது என்ன உறுதி? ஆச்சாரியார் திருவடிகளே சரணம் என்று கிடக்கும் இந்த கண்ணீர்த்துளிகள் பதவிக்கு வந்தால் ஆச்சாரியார் காட்டிய வழியில் தானே நடப்பார்கள்?

காமராசர்தான் நமது மக்கள் எல்லோருக்கும் வேலை, உணவு, உடை, இருக்க வீடு அளிக்கின்றதற்காகவே சமதர்மத் திட்டத்தைக் கொண்டுவந்து இருக்கின்றார்.

இன்றைய போராட்டத்துக்குக் காரணம் காங்கிரசின் சமதர்ம திட்டம் நிறைவேறினால் தங்கள் சாதி ஆதிக்கம் போய்விடுமே என்று பார்ப்பனர்களும், தொழில்கள் எல்லாம் தேசீயமயமாக்கப்பட்டு போய்விடுமே என்று தொழில் அதிபர்களும் நடுங்குகின்றார்கள்! இவர்கள் என்ன செய்தாவது இந்த ஆட்சியினை ஒழித்துக் கட்டுவது என்ற முடிவுக்கு வந்துவிட்டார்கள். இந்த நாட்டில் எதைக் காட்டிக் கொடுத்தாவது பதவி பெற வேண்டும் என்ற கொள்கையற்ற கூட்டமான கண்ணீர்த்துளிகளையும் சேர்த்துக்கொண்டு விட்டார்கள்.

இவர்கள் இந்தி என்ற பொய்யான சங்கதியை கூறி மக்கள் மனதில் இந்த ஆட்சி மீது தப்பெண்ணத்தை உண்டுபண்ணியும் காலித்தனம், குழப்பம், நாச வேலை, ரகளை முதலியன செய்துள்ளார்கள். பணக்காரர்கள் பணம் தாராளமாக இதற்கு செலவிடப்பட்டு உள்ளது. சர்க்காரிடம் ஆதாரமும் உள்ளது. பின் ஏன் நடவடிக்கை எடுக்க தயங்க வேண்டும்?

தோழர்களே நான் மீண்டும் கேட்கின்றேன், இந்தி எங்கே கட்டாயமாக புகுந்து கொண்டு உள்ளது? என்று.

இந்தி திணிப்பு வாபஸ் வாங்காவிட்டால் அரசாங்கக்கொடியை கொளுத்துவேன் என்று எச்சரிக்கை செய்து கிளர்ச்சிக்கு ஆயத்தமான போது 1955ம் ஆண்டு ஜுலை 29ம் தேதி அன்று முதலமைச்சராக இருந்த காமராஜர் சென்னை சர்க்கார் சார்பாகவும் இராஷ்ரபதியாக இருந்த இராசேந்திர பிரசாத் சார்பாகவும், பிரதமராக இருந்த பண்டித நேருவின் சார்பாகவும் இந்தி திணிக்கப்படமாட்டாது என்று வாக்குறுதி எழுதிகொடுத்து இருக்கின்றாரே!

எனக்காக இந்த வாக்குறுதி கொடுக்கப்பட்டதினால் பத்திரிகைக்கார அயோக்கியப் பசங்கள் எனக்கு பெருமை எங்கு வந்துவிடப்போகின்றதோ என்று விளம்பரப்படுத்த வில்லை. அந்த வாக்குறுதிக்கு மாறாக அரசாங்கம் ஒன்றும் செய்யவில்லையே! நானும் கவனித்துக் கொண்டுதானே வருகின்றேன். இந்தித் திணிப்பை எதிர்க்கின்ற விஷயத்தில் எனக்கில்லாத கவலை வேறு யாருக்கு இருக்க முடியும்? இந்தி எதிர்ப்பு உணர்ச்சியையே தோற்றுவித்தது நான்தானே?

இந்த கண்ணீர்த்துளிகள் இரண்டு மாதங்களுக்கு முன்புவரை நாட்டு மக்களிடையே அரிசிவிலை ஏறிப்போச்சு, விலைவாசி ஏறிப்போச்சு, வரிக்கொடுமை என்றெல்லாம் பிரசாரம் செய்து பார்த்தார்கள். ஒன்றும் முடியாமல் போகவே மக்களுக்குப் புரியாத ஒன்றைக்கூறி ஏமாற்றி ஓட்டுப் பெறவே இன்று இந்தி இந்தி

என்கின்றார்கள். காமராசர் இன்று பார்ப்பனர்கள் கழுத்தில் சுருக்கை (ஆதிக்கத்தை) நெருக்கிக்கொண்டே வந்துவிட்டார். இதன் காரணமாக ஒன்று சுருக்கு அறுபட வேண்டும் அல்லது தாங்கள் ஒழியவேண்டும். இரண்டில் ஒன்று பார்த்து விடுவது என்று பார்ப்பனர்கள் முற்பட்டு இருக்கின்றார்கள்.

நமது அரசாங்கமும் இப்படிப்பட்ட கலவரத்தை காலித்தனத்தை வளரவிட்டு வேடிக்கை பார்த்துவிட்டது. கடுமையாக நடவடிக்கை எடுத்து அடக்கினால் நாளை எங்கு ஓட்டு வராமல் போய்விடுமோ என்பதில் கவலை இருக்கின்றதே ஒழிய மக்களைப் பற்றிய கவலை இல்லையே. அரசாங்கத்தைக் குறை கூறிப் பயன் இல்லை. ஜனநாயகத்தின் தன்மையே அப்படித்தான்.

மற்ற இடங்களில் அதிகமான ரகளை, காலித்தனம் இவை நடந்தும் சென்னையில் உள்ள போலீஸ் கமிஷனர் இங்கு அப்படி ஏதும் நடைபெறாமல் மிகவும் திறமையுடன் சமாளித்துள்ளார். அதற்காக நாம் அவரைப் பாராட்ட வேண்டும்.

நான் ஏன் இந்த கிளர்ச்சியில் சேரவில்லை என்று கேட்கின்றார்கள். இந்தக் கிளர்ச்சியானது பொய்யான போலியான கிளர்ச்சி. இந்த ஆட்சியை ஒழிக்கவேண்டும் என்ற உள்ளெண்ணத்தின்பேரில் நடைபெறும் கிளர்ச்சி. பார்ப்பனர் பணக்காரர்கள், கண்ணீர்த்துளிகள் கூட்டுச்சதி காரணமாக ஏற்பட்ட கிளர்ச்சி. இதில் நானும் கலந்து இருந்தால் எதிரிகளுக்கல்லவா பலம் ஏற்பட்டுவிடும்?

காமராஜர் ஆட்சியே தேவை இந்தி வரவிடமாட்டார்

நான் சென்ற ஆண்டே கூறியுள்ளேனே! இந்தி போக வேண்டுமா அல்லது காமராஜர் ஆட்சி வேண்டுமா இதில் எது வேண்டும்? என்று கேட்டால் காரமராஜர் ஆட்சிதான் வேண்டும் என்று கூறுவேன் என்று கூறி இருக்கின்றேனே, அப்படி என்றால் என்ன? காமராஜர் இருந்தால் இந்தி புகுந்துவிடாது. ஒழிந்துபோகும் என்ற கருத்தில் ஆகும்.

எனவே மனிதாபிமானங்கொண்ட ஒவ்வொருவரின் கடமையும் இந்த ஆட்சியை பாதுகாப்பதாகும்.

ஆச்சாரியார் இந்தி ஒழிய வேண்டுமானால் தர்மபுரி தேர்தலில் காங்கிரசை தோற்கடியுங்கள் என்று அறிக்கை போட்டு இருக்கின்றார். தர்மபுரி தேர்தலுக்கும் இந்திக்கும், என்ன சம்பந்தம் உள்ளது? இவர் இப்படி இங்கு சொல்லுகின்றார். இவரது கட்சிக்காரர்கள் வடநாட்டு உபதேர்தல்களில் இந்தியை ஆட்சிமொழியாகக் கொண்டுவராத காங்கிரசை தோற்கடியுங்கள் என்று பிரசாரம் செய்து இருக்கின்றார்கள்.

இந்தி எதிர்ப்பென்பது எனது சொந்த கருத்தே ஒழிய கட்சிக் கருத்தே அல்ல என்கின்றார். இவர் கட்சியில் இந்தி திணிப்பு பற்றி பேசவோ தீர்மானம் நிறை வேற்றவோ இவரால் முடியவில்லையே.

இந்தி பற்றி இங்கு இப்படி இவர் பேசியதற்காக பம்பாயில் அவர் கட்சிக் கூட்டத்திலேயே கலகம் செய்து விரட்டி அடித்து இருக்கின்றார்களே. எனவே காங்கிரசை ஒழித்துப்போட்டு நாங்கள் வந்து இன்னது செய்வோம் என்று யார் என்ன திட்டம் கொடுத்து இருக்கின்றார்கள்? காங்கிரஸ் ஆட்சி சமதர்ம ஆட்சி நீடிப்பதே தமிழர் முன்னேற ஒரேவழியாகும்.

விடுதலை - 19.03.1965

தொகுதி 1

மொழி

1955ம் ஆண்டில் கொடி எரிப்பு போராட்டத்தின் போது தந்தை பெரியாருக்கு, காமராசர் அரசாங்கம் கொடுத்த வாக்குறுதி, அறிக்கை

"அதிகாரபூர்வமான காரியங்களுக்கு இந்தி மொழியைப் பயன்படுத்துவது சம்பந்தமாக ஏராளமாக அச்சம் ஏற்பட்டிருப்பதாகத் தெரிகிறது. அரசியல் சட்டத்தின்படி இந்தி யூனியன் ஆட்சிமொழியாகும். ஆனால் எந்தப் பகுதி மக்களின் விருப்பத்திற்கும் மாறாகவோ, அல்லது அவர்களின் ஒப்புதல் பெறாமலோ இந்தியை அரசாங்கம் திணிக்கும் என்பது இதன் பொருளல்ல.

மாநிலத்தின் ஆட்சிமொழியாக அரசாங்கத்தின் எல்லாக் காரியங்களுக்குமோ, அல்லது சில காரியங்களுக்கோ, ஒரு மொழியையோ அல்லது பல மொழி களையோ அந்த மாநில சட்டசபை பயன்படுத்தலாம் என்பதற்கு வசதியளிக்கக்கூடிய பல விதிகள் அரசியல் சட்டத்தில் உள்ளன.

எந்த ஒரு ராஜ்யத்திலும் எந்த ஒரு காரியத்திற்கும் ஆட்சி மொழியாக இந்தியை கட்டாயமாகப் புகுத்தவேண்டும் என்று சொல்லக்கூடிய வகையில் அரசியல் சட்டத்தில் ஒரு விதியும் கிடையாது. அது சம்பந்தப்பட்ட முடிவு எடுக்கும் உரிமை அந்தந்த ராஜ்ய சட்டமன்றத்துக்கே விடப்பட்டுள்ளது.

இந்த நிலைமை மிகவும் நல்லபடி அங்கீகரிக்கப்பட்டிருக்கிறது.

"தென்னாட்டின் மீது வலுக்கட்டாயமாக இந்தியை திணிக்கும் உத்தேசம் எதுவும் எங்களுக்குக் கிடையாது; இந்தி ஏகாதிபத்தியம் தங்களை அழுத்தி ஆட்கொண்டு விடும் என்ற ரீதியில் மக்கள் மனதில் கொண்டுள்ள அச்சத்தை அகற்றும்படி நான் தென்னக மக்களைக் கேட்டுக்கொள்கிறேன்" என்று இந்தியாவின் ஜனாதிபதி அவர்கள் சமீபத்தில் அய்தராபாத்தில் வலியுறுத்திக் கூறிய உறுதிமொழியினைச் சுட்டிக்காட்ட இச்சந்தர்ப்பத்தில் நான் விரும்புகின்றேன்.

அரசியல் சட்டத்தில் இந்தி பற்றியுள்ள ஷரத்துக்களால், வட்டார மொழிகளின் சுதந்திரமான வளர்ச்சிக்கு வாய்ப்பில்லாமல் போய்விடும் என்பது அர்த்தமல்ல.

வட்டார மொழிகள் ஆதிக்கத்திற்கும் வளர்ச்சிக்கும் வேண்டிய எல்லா வசதிகளும் செய்து தரப்படும் என்று அவர் மேலும் உறுதியுடன் கூறியுள்ளதையும் நான் குறிப்பிட விரும்புகிறேன்.

இந்த ராஜ்ய சர்க்கார் மொழிப்பிரச்சனை குறித்து தெளிவாக உணர்ந்துள்ளது என்பதையும் தமிழுக்கு உரிய இடத்தை நிர்வாக, கல்வித் துறைகளில் பெற்றுத் தருவதில் இந்த சர்க்கார் யாருக்கும் சளைத்தவர்களாக இருக்க மாட்டார்கள். என்பதையும் யூனியன் ஆட்சி மொழியாக இந்தி ஆவதற்கான நடவடிக்கைகளினால் தமிழுக்கு எந்தவித பாதகமும் ஏற்படாது என்பதையும் சம்பந்தப்பட்ட எல்லோருக்கும் உறுதியாகத் தெரிவிக்க என்னால் முடியும்.

நான் இப்போது கூறுவதை எடுத்துக்கொண்டு, ஸ்ரீ நாயக்கரும் அவரைப் பின்பற்றுவோரும், 1955ஆகஸ்ட் 1ந்தேதி நடைபெறப் போவதாக அறிவிக்கப் பட்டுள்ள கிளர்ச்சியைக் கைவிடுவார்கள் என்று நான் உண்மையாக நம்புகிறேன்."

29.07.1955
சென்னை
(ஒப்பம்)
கே.காமராஜ்
முதலமைச்சர்

(இங்கிலீஷ் அறிக்கையின் அசல் மொழிபெயர்ப்பு)
விடுதலை - 19.03.1965.

தொகுதி 1

மொழி

659

தொகுதி 1 மொழி

இந்தி இன்று எங்கே திணிக்கப்படுகிறது?
அன்று திணித்தவர் ஆச்சாரியாரே!

பேரன்புமிக்க தலைவர் அவர்களே! தாய்மார்களே! தோழர்களே! முதலில் நாங்கள் யார் எதற்காக உங்களிடம் வந்து பேசுகிறோம் என்பதை விளங்கிக் கொள்ள வேண்டும். நமது நாட்டில் மக்களை சந்தித்து கூட்டம் போட்டுப் பேசுகின்றவர்கள் எல்லாம் ஓட்டுக்காக தேர்தலுக்காகத்தான் உங்களிடம் வருவார்கள். நாங்கள் அப்படிப்பட்டவர்கள் அல்ல. நாங்கள் தேர்தலுக்கு நிற்கின்றவர்களும் அல்ல.

தேர்தலில் ஈடுபடுகின்றவர்கள், மக்களின் ஓட்டை எதிர்ப்பார்க்கின்றவர்கள் ஆகியவர்களால் ஒருநாளும் உண்மையினைப் பேசமுடியாது. நாங்கள் தேர்தலில் நிற்காதவர் ஆனதால் உங்கள் தயவு ஓட்டு தேவை இல்லையாதலால் எங்களால்தான் உண்மையை விளக்க முடியும். நாங்கள் உங்களுக்கு புத்தி சொல்லவே வருபவர்கள். மற்ற எவரும் பேசப் பயப்படுவதை நாங்கள் தான் துணிந்து பேசுகின்றோம்.

இந்த நாட்டுக்குச் சொந்தக்காரர்கள் நாம் தான். இந்த நாட்டை ஆயிரம் ஆயிரம் ஆண்டுகளாக ஆண்டவரும் நாம்தான்.

இந்தியை எதிர்ப்பவர்கள் சமஸ்கிருதத்தை எதிர்க்காததேன்? கல்வியின் பயன் முழுதும் பார்ப்பானுக்கு அடிமைத்தொழில் ஆண்ட பரம்பரைத் தமிழனுக்கா? சாதியை எதிர்த்தோம்; இந்தியை எதிர்த்தோம்; தாளமுத்து - நடராஜனை பலி கொண்டார் ஆச்சாரியார். நான்தானே கட்டாயமில்லை என்று எழுதிவாங்கினேன்?

இன்று இந்த நாட்டுக்குப் பெரிய மனிதனாக உயர்சாதிக்காரனாக செல்வாக்கு உடையவனாக, ஆதிக்கக்காரனாக இருப்பவன் யார் என்றால் பார்ப்பான்.

இந்த பார்ப்பனர்கள் இந்த நாட்டுக்கு ஆடுமாடு ஓட்டிக்கொண்டு பிழைக்க பொறுக்கித் தின்ன வந்தவர்கள் ஆவர்.

நமது முட்டாள்தனத்தாலே இப்படிப்பட்ட பார்ப்பனர்கள் பெரிய மனிதர் களாக; பெரிய சாதிக்காரர்களாக ஆகிவிட்டார்கள். இந்த நாட்டுக்குச் சொந்தக் காரர்களாகிய நாம் கீழ்சாதியாக, சூத்திரர்களாக ஆக்கப்பட்டு விட்டோம்.

சூத்திரன் என்றால் பார்ப்பானுக்கு வைப்பாட்டி மகன் என்று பொருள். எங்கள் பிரசாரத்தின் காரணமாக இன்று வேண்டுமானால் சூத்திரன் பார்ப்பானின் வைப்பாட்டி மகன் என்று சொல்லப் பயப்படுகின்றான்.

இன்னமும் அந்த சூத்திரத்தன்மை சாதி இழிவு மாறவே இல்லையே? எங்கே உள்ளது என்று கேட்பவர்களுக்குக் கூறுகின்றேன்.

கோயிலில் புகுந்து கொண்டு மணியாட்டுகின்றவன் யார்? வெளியே இருந்து குரங்குக் குட்டியைப்போல் கன்னத்தில் அடித்துக் கொள்பவன் யார் என்பதைப் பார்த்தாலே விளங்குமே.

நாம் உள்ளே வந்தால் சாமி தீட்டாகிவிடும் என்கின்றான்; நாமும் முட்டாள் தனமாக நம்பி அவன் தட்டத்திலே காசை அவிழ்த்துப்போட்டு வருகின்ற நிலையில்தானே உள்ளோம்.

பள்ளிக்கூடத்தில் இந்தி வந்தது. அரசாங்கத்தில் இந்தி வந்துவிட்டது என்று கூப்பாடு போடுகிறார்களே முட்டாள்கள். கோயிலில் தமிழில் மந்திரம் கூறப்படாமல் சமஸ்கிருதத்தில மந்திரம் சொல்லப்படுகின்றதே இதனை எவனும் ஆட்சேபிக்கவே இல்லையே.

தோழர்களே! சாதி வித்தியாசம் என்பது கோயிலுக்கு அடுத்தது இன்று சட்டத்திலும் சாதி இருக்கின்றது. நமக்கு ஏற்படுத்தப்பட்ட இந்து லாவில் இருக்கின்றது சாதி. நமக்கு ஒரு சட்டம் பார்ப்பானுக்கு ஒரு சட்டம் கீழ்ச் சாதிக் காரனுக்கு ஒரு சட்டம் என்று உள்ளது.

நமது ஆள் ஒருவனுக்கும் ஒரு பாப்பாத்திக்கும் தொடர்பு ஏற்பட்டு ஒரு குழந்தை பிறந்தால் நம் ஆள் சொத்தில் அந்த குழந்தைக்கு பங்கு உண்டு.

ஆனால் நமது பெண்ணுக்கும் ஒரு பார்ப்பானுக்கும் தொடர்பு ஏற்பட்டு குழந்தை பிறந்தால் அந்த பார்ப்பான் சொத்தில் அந்தக் குழந்தைக்கு பங்கு இல்லை என்று உள்ளது.

தோழர்களே இந்த நாட்டில் 100க்கு 100 பார்ப்பனர்கள் படித்து இருக் கின்றார்கள். நமது இயக்கம் தோன்றும் முன்பு வரைக்கும் நம் மக்கள் 100க்கு 7, 8 பேர்கள் தானே படித்து இருந்தார்கள்.

நமக்கு கக்கூஸ் எடுப்பது முதல் போலீஸ்காரர் வேலை வரை அதாவது அடே என்று கூப்பிடும் வேலை எல்லாம் நமக்குத் தானே.

சாமிகளே, அய்யா என்று கூப்பிடும் வேலை எல்லாம் பார்ப்பானுக்குத் தானே ஏன் இப்படி என்று யார் கேட்கின்றார்கள்?

நமது முன்னோர்கள் இராஜாக்கள் இருந்தார்கள், இவர்கள் எல்லாம் சுத்த மடப் பசங்கள். மூவேந்தர்கள் ஆகட்டும் நாயக்கனாகட்டும் எவனும் மனித தர்மத்தை முன் நிறுத்தி ஆளவில்லை. மனுதர்மப்படியே ஆண்டு பார்ப்பனர்களுக்கு அடிமை யாகவே இருந்து இருக்கின்றார்கள்.

இந்த நாட்டில் எத்தனையோ பெரியவர்கள் மகான்கள் மகாத்மாக்கள் எல்லாம் தோன்றினார்கள். ஒருவர்கூட சாதி ஒழிய வேண்டும் என்று கூறவே இல்லையே.

தைரியமாக முன்வந்து சாதி ஒழிய வேண்டும் என்று கூறியது நான்தான்! பிறகு கட்சி சேர்த்தேன், அதன் காரணமாக எங்கள் கட்சி தான், இதில் இறங்கிப் பாடுபட்டது, இந்த நாட்டில் எங்களைவிட விஷயம் தெரிந்தவர்கள் படித்தவர்கள், புலவர்கள் ஏராளமாக இருக்கின்றார்கள். ஒருவர் கூட சாதியை மதத்தை கண்டித்துப் பேசியதும் எழுதியதும் கிடையாது. மாறாக புராணப்பிரசங்கம் பண்ணி, புத்தகம் எழுதிப் பிழைக்கின்றார்கள்.

நமது சாதி இழிவை முட்டாள்தனத்தை எடுத்துக்கூறி கண்டிக்க திருத்த எங்களைத் தவிர வேறு நாதியே இல்லையே! 40 வருஷமாக நான் தானே இதுகளைக் கண்டித்து வருகின்றேன்.

அதற்கு முன்பாக நான் காங்கிரசில் இருந்தவன் சாதாரண ஆளாக அல்ல. தமிழ்நாடு காங்கிரஸ் தலைவனாக இருந்தவன். காங்கிரசில் பார்ப்பனர்களின் ஆதிக்கமும், பித்தலாட்டமும் கண்டு வெளியே வந்து கடவுளை, மதத்தை சாஸ்திரத்தை சாதியை, பார்ப்பனர் ஆதிக்கத்தை எதிர்த்துப் பிரசாரம் செய்துகொண்டு வருகின்றேன்.

தோழர்களே! இந்தியை எடுத்துக்கொண்டால் கூட இந்தி இன்றா வந்தது. காங்கிரசா புகுத்தியது. 1938ல் பதவிக்கு வந்த ஆச்சாரியார் அல்லவா கட்டாயமாகப் புகுத்தினார்! அன்று யார் எதிர்த்தார்கள்? ஒருவரும் எதிர்க்கவில்லை. நான்தான் எதிர்த்தேன். ஆயிரக்கணக்கான தாய்மார்களும் தோழர்களும் இந்தி எதிர்ப்பின் காரணமாக சிறைக்குப் போனோம். தோழர்களே! இன்றைக்கு இந்தி தேதிய மொழி என்று சட்டம் இருப்பது போல் அன்று சட்டம் இல்லை. அன்று சுதந்திரமே வர வில்லையே, வெள்ளைக்காரனும் இந்த நாட்டை விட்டுப் போகவும் இல்லையே. அந்த யோக்கியர்தான் இன்றைக்கு இந்தி வேண்டாம் என்கின்றார்.

இவர் சுதந்தரம் வந்த பிறகு மத்திய அரசாங்கத்திற்கு மந்திரியாகப் போனார். எவன் இந்தி படிக்கவில்லையோ அவனுக்கு உத்தியோகம் இல்லை. பதவிப் பிரமோஷன் இல்லை. ஊதிய உயர்வு இல்லை என்று சுற்றறிக்கை விட்டார். நாங்கள் தான் எதிர்த்தோம்.

தோழர்களே! ஓமந்தூரார் காலத்தில் இந்தியைக் கட்டாயமாகப் புகுத்த முற்பட்டார். நாங்கள் தான் எதிர்த்தோம்; பள்ளிக்கூடம் முன்பு மறியல் செய்தோம். எங்கள் தொண்டர்களை அடித்து நொறுக்கி லாரியில் ஏற்றிக்கொண்டு போய் வெகு தொலைவில் விடப்பட்டார்கள்.

எங்கள் கிளர்ச்சி காரணமாகத்தான் எல்லா இடங்களிலும் இந்தி கட்டாயப் பாடமா இருக்கும்போது தமிழ்நாட்டில் மட்டும் கட்டாயப்பாடமாக இல்லாத நிலை ஏற்பட்டது.

தோழர்களே! அண்மையில் நடந்த இந்த கலவரத்தில் எவ்வளவு சொத்துக்கள் பாழானது? எத்தனை இரயில்வே ஸ்டேஷன்கள், கோர்ட்டுகள்; பஸ்கள், தபாலாஃபிசுகள் எரிக்கப்பட்டன? எவ்வளவு சொத்துக்கள் கொள்ளை இடப் பட்டன?

இதுகளுக்கு எல்லாம் காரணமானவன் பார்ப்பான் என்பதை மக்கள் விளங்கிக் கொள்ள மாட்டேன் என்கிறீர்களே! தோழர்களே இப்போது நடைபெற்ற இந்தி எதிர்ப்பில் எங்கேயாவது கொஞ்சமாவது நாணயம் இருக்கின்றதா? என்பதை எண்ணிப்பார்க்கவேண்டும்!

பாமர மக்களை ஒன்றும் அறியாத மாணவர்களை ஏமாற்ற போலியான காரணங்களைக் கூறி மக்களை நம்பும்படி செய்துவிட்டார்கள்.

ஆச்சாரியார் இந்த ஆட்சியை என்ன பண்ணியாவது ஒழித்துக் கட்ட வேண்டும் என்று இரண்டு மூன்றாண்டுகளாகவே பிரயத்தனப்பட்டுக் கொண்டுவந்தார்.

இந்த நாட்டில் ஆச்சாரியார் ஆட்சி ஒழிக்கப்பட்ட பிற்பாடு ஆட்சியானது காமராஜர் கைக்கு வந்ததில் இருந்து நமது கல்வி உத்தியோகம் மற்ற மற்ற

துறைகளில் ஏற்பட்டுள்ள முன்னேற்றங்கள் கண்டு இது காரணமாக கல்வித் துறையிலும் உத்தியோகத் துறையிலும் தங்கள் சாதிக்கு ஆதிக்கம் குறைகின்றதே என்ற வயிற்றெரிச்சல் கொண்டு இந்த ஆட்சியை ஒழிக்க முற்பட்டு விட்டார்.

இந்த ஆச்சாரியார் நீண்ட நெடுங்காலமாகவே நமது முன்னேற்றத்தை தடை செய்வதிலேயே நாட்டங்கொண்டவராக இருந்துவந்து இருக்கின்றார்.

இவர் 1936ல் பதவிக்கு வந்த போது நமது பிள்ளைகள் படித்து முன்னேறக் கூடாது என்று கருதி 2500 ஆரம்பப்பள்ளிகளை மூடினார். ஏன் அய்யா மூடினீர்கள் என்றதற்கு பணம் இல்லை என்று சாக்கு கூறினார்.

பாக்கிப் பள்ளிகளிலும் நம்மவர்கள் படித்துவிடுவார்களே, முன்னேறி விடுவார்களே என்று நமது பிள்ளைகளை படிக்க ஒட்டாமல் செய்ய இந்தியை கட்டாயமாகக் கொண்டு வந்து புகுத்தினார்.

தோழர்களே! இப்படி இவர் இந்தியை புகுத்தியபோது நான்தான் எதிர்த்தேன். 2500க்கு மேற்பட்ட ஆண்களும் பெண்களும் சிறைசென்றோம்.

என்னை மூன்றாண்டு கொடூரமாகத் தண்டித்தார். என்னை பல்லாரிச் சிறையில் கொண்டுபோய் அடைத்தார்.

சிறையில் அடைக்கப்பட்ட தோழர்களுக்கு நோய்வாய்ப்பட்டது. கண்டும் சரிவர வைத்தியம் கூடப்பண்ணவில்லை. இது காரணமாக தாளமுத்து, நடராசன் என்ற இரு தோழர்கள் சிறையிலேயே பிணமானார்கள். அவர்களை ஊர்வலமாக எடுத்துச் சென்று அடக்கம் செய்து நினைவுச் சின்னம்கூட எழுப்பி இருக்கின்றோம். தோழர்களே! சட்டசபையில் போராட்டத்தில் ஈடுபட்டவர்களுக்கு சிறையில் வைத்திய உதவி கூட செய்யாததினால் இருவர்கள் இறந்துவிட்டார்களே இது என்ன நீதி?

விடுதலை - 21.03.1965

ஏமாறாதீர்கள்! ஏமாறாதீர்கள்!!

இந்தியை பார்ப்பானே புகுத்திவிட்டு, பார்ப்பானே பரப்பிவிட்டு, தமிழன் ஆட்சியின்மீது பழி போடுவதா? வெள்ளைக்காரன் காலத்திலேயே எவ்வித முகாந்தரமும் இன்றி, இந்தியைத் தமிழ்நாட்டில் இறக்குமதி செய்தவன் பார்ப்பான். இந்தியைக் கட்டாயமாக பள்ளிகளில் திணித்தவன் பார்ப்பான்.

"இந்தி ஒழிக, தமிழ் வாழ்க" என்று கூறியதற்காக என்னை உட்பட 2500 பேர்களை 6 மாதம் முதல் மூன்று வருடம் வரை தண்டனை கொடுத்தவன் பார்ப்பான்.

இந்தி இந்தியாவின் ஆட்சி மொழியாக 1965 முதல் ஆகவேண்டும் என்று அரசியல் சட்டத்தில் புகுத்தியவன், முன் மொழிந்தவன் பார்ப்பான்.

இந்தி பரீட்சையில் பாஸ் செய்தால்தான் மத்திய அராங்க உத்யோகங்களும் பதவி உயர்வும், சம்பள உயர்வும் கிடைக்கும் என்று டில்லி (உள்துறை) மந்திரியாக இருந்து உத்தரவு அனுப்பியவன் பார்ப்பான்.

இந்தியைப் பரப்புகிறோம் என்று கூறி டெல்லியிடமிருந்து கோடிக்கணக்கான ரூபாய்களைப் பெற்று தமிழ்நட்டில் இந்திப் பிரசார சபாக்களை, பள்ளிகளை நிறுவியவன் பார்ப்பான். இன்றும் அவற்றை நடத்துபவன் பார்ப்பான்.

இந்தி பிரசார சபையில் பயின்று பட்டம் பெற்று வெளிவந்தவன் வருபவன் (பெரும்பகுதி) பார்ப்பான்.

இந்தி பண்டிட்களாக இருந்து சம்பளம் பெறுபவன் பெரும்பாலும் பார்ப்பான்.

பத்திரிகைகளில் இந்தி பாடங்கள் வெளியிட்டு பரப்பியவன் பார்ப்பான்.

எஸ்.எஸ்.எல்.சியில் இந்தி பரீட்சை வேண்டாம் என்று அரசாங்கம் சொன்னதை எதிர்த்து பரீட்சை வரவேண்டுமென்று வாதாடி இந்தி பரீட்சையை மீண்டும் புகுத்தியவன் பார்ப்பான்.

இவ்வளவும் செய்துவிட்டு இன்று இந்தியைத் திணிக்காத காமராஜர் காங்கிரஸ் ஆட்சியை ஒழிக்க மக்களையும் மாணவர்களையும் கலகஞ்செய்ய காலித்தனம் செய்யத் தூண்டிவிட்டவன் பார்ப்பான்.

பத்திரிகைகள் மூலம் மக்களுக்குள் விஷத்தைப் புகுத்தியவன் பார்ப்பான்.

இப்படிப்பட்ட பார்ப்பான் பின்னால் ஓடுபவன் நம்புபவன் தமிழன் என்றால் அது அசல் மானக்கேடு அல்லவா?

அப்பாவி மாணவர்களே, அறியாத தமிழர்களே, பார்ப்பனப் பத்திரிகைகளின் புரட்டுப் பிரசாரத்தை நம்பாதீர்கள். சிந்தியுங்கள்! சிந்தியுங்கள்!!

ஈ.வெ.ரா

விடுதலை - 22.03.1965

அராஜகத்தை அடக்க முடியாதது அரசாங்கமாகுமா?

சமீபத்தில் இந்தி எதிர்ப்பு என்ற பேரால் நடந்த காலித்தனம், நாசவேலை எல்லாம் இந்திக்காகவா நடந்தது? உண்மையில் இந்திக்காக அல்ல, இந்த நாட்டில் ஆட்சி பீடத்தில் உள்ள காங்கிரஸ் ஆட்சியை கவிழ்க்கின்றதற்காகவேயாகும். சமீபத்தில் இந்தி எதிர்ப்பு என்ற பேரால் நடைபெற்ற காலித்தனம் கண்டு எனக்குதான் ஆத்திரம் வந்தது, வேறு எவனுக்கும் வரவே இல்லையே! இங்கு கூடியுள்ள 30,40 ஆயிரம் மக்களில் சுமார் ஆயிரம் பேருக்காவது ஆத்திரம் வந்து இருக்கும் என்று சொல்லமுடியாதே! மற்றவர்கள் எல்லாம் "அரசாங்கத்துக்குதான் என்ன கேடு! எதற்காக இந்தியைக் கொண்டு வந்து புகுத்தி ரகளை பண்ணுகிறார்கள்" என்றுதானே கேட்டு இருப்பார்கள்

இந்தி பேரால் நடந்த கிளர்ச்சி என்று சொல்லமுடியுமா? பெரிய புரட்சி அல்லவா! ஆட்சியைக் கைப்பற்ற என்றுதானே செய்து இருக்கின்றார்கள்? தந்தி தபால் ஆஃபீசைக் கொளுத்தியுள்ளார்கள்! இரயில்வே ஸ்டேஷன்களை தரை மட்டமாக்கி பார்சல் சாமான்கள் லட்சக்கணக்கில் பெறுமானதுகளை எல்லாம் எரித்து சாம்பலாக்கியுள்ளார்கள்! ஜெயில்களை உடைத்து திறந்து கைதிகளை வெளியே அனுப்பி இருக்கிறார்கள்! கடைகளை கொள்ளை அடித்து இருக்கின்றார்கள். வீதி விளக்குகளை எல்லாம் நாசப்படுத்தி இருள் மயமாக நகரங்களை எல்லாம் ஆக்கி இருக்கின்றார்கள்.

அரசாங்க பஸ்களையும், தனிநபர் பஸ்களையும் நிறுத்தி பெட்ரோல் ஊற்றி எரித்து உள்ளார்கள். பிரயாணிகளை வழிமறித்து போடு காசு என்று பணம் பிடுங்கியுள்ளார்கள்! இரு போலிஸ் சப் இன்ஸ்பெக்டர்களை ஓடஓட விரட்டி இருக்கின்றார்கள். அவர்கள் பயந்து ஒரு கட்டிடத்தில் புகுந்துகொண்டு தாழிட்டுக் கொண்டார்கள். கதவை உடைத்துக் கொண்டு வந்து அவர்களை கயிறு போட்டுக் கட்டி வீதியில் போட்டு அவர்கள் மீது பார வண்டியை ஏற்றி முன்னும் பின்னும் இழுத்தார்கள். அவர்கள் இந்த சித்தரவதை பொறுக்க மாட்டாது அழுது தொண்டை வரண்டு போகவே தண்ணீர்! என்று கத்தியுள்ளார்கள். இந்த காலிகள் அவர்கள் வாயில் ஒண்ணுக்கு இருந்து அவர்கள் உடலில் பெட்ரோல் ஊற்றிக் கொளுத்தி விட்டு சுற்றி இருந்து கைகொட்டி ஆரவாரம் செய்து இருக்கின்றார்கள்.

இரு கான்ஸ்டபிள்களின் கண்களைத் தோண்டி எடுத்தும் கைகளைத் துண்டித்தும் எரியும் நெருப்பில் தூக்கிப்போட்டு எரிய விட்டு இருக்கின்றார்கள்.

இது கண்டு எந்த பொதுமக்களுக்கும் ஆத்திரம் வரவில்லையே? கண்டிக்க எவரும் முன் வரவில்லையே? இந்திக்கும் போலிஸ் சப்-இன்ஸ்பெக்டர்கள் கான்ஸ்டபிள் களுக்கும் என்ன சம்பந்தம்? இவர்களா இந்தியைப் புகுத்தினார்கள்?

முன்சீஃப் கோர்ட்டுக்கும் இந்திக்கும் என்ன சம்பந்தம்? எதற்காக நாசப்படுத்த வேண்டும்? 150 வருஷத்து ரிக்காடுகளை எல்லாம் கேட்க நாதியற்றுப் போய் விட்டதே. ஏதோ நான் அரசாங்கத்துக்கு அனுசரணையாக இருப்பதால் நான் “இந்தியை ஆதரிக்கின்றேன்” என்று கதை கட்டி விட்டார்கள். காலிப்பசங்கள் எனது காரையும் தாக்கினார்களே.

இத்தகைய காலித்தனம் நாசவேலைகளை வளரவிட்டதற்கு அரசாங்கமும் ஒரு காரணம் என்று சொல்லுவேன். நமது அரசாங்கம் பயங்காளி ஓட்டுவேட்டை அரசாங்கம் ஆனபடியால் வளரவிட்டுவிட்டது.

இத்தகைய காலித்தனத்தை அடக்கமுடியாதபடி போலீசை கோழையாக்கி விட்டது. அரசாங்கம் அவர்கள் கையைக் கட்டிப் போட்டு அவர்களை உதை தின்று சாகச்செய்தது.

போலீஸ் அதிகாரிகள் காலிகளால் கொடூரமாக கொலை செய்யப்பட்டது சர்க்காருக்கு அவமானம் அல்லவா? இதற்கும் அவர்கள் மனைவி மக்களுக்கு பணம் கொடுத்து உதவி விட்டார்கள். இதற்கும் இந்த மானக்கேட்டிற்கு பரிகாரமாகி விடுமா? போலீஸ் அதிகாரிகள் வேறு, மந்திரி உயிர் வேறு என்று எண்ணுகின்றதா? இதற்குப் பரிகாரமாக என்ன நடவடிக்கை எடுத்து உள்ளது அரசாங்கம்?

இந்த கலவரத்தில் மாணவர்கள் தான் செய்கின்றார்கள், அய்யோ மாணவர்கள் ஆயிற்றே ஒன்றும் செய்யாதே என்று போலீசாருக்கு உத்தரவிட்டு இருந்தோம் என்கிறார்கள். மாணவர்கள் என்றால் நெருப்பு வைத்தால் எரியாதா? இத்தனை காலித்தனங்களும், ரகளைகளும் நாசவேலைகளும் மாணவர்களா செய்தார்கள்?

மாணவர்கள் பெயரை வைத்தக்கொண்டு கண்ணீர்த்துளிக் கட்சிக்காரர்களும், காலிகளும், கூலிகளும் புகுந்து நாசம் விளைவித்தார்கள், கொலை கொள்ளை நாசவேலைகளை மேற்கொண்டார்கள்.

இவ்வளவு செய்ய தூண்டியவர்கள், பணம் கொடுத்தவர்கள் தூபம் போட்ட பத்திரிகைக்காரர்கள் எல்லாம் தப்பித்துவிட்டார்கள். கூலிக்கு ரகளை செய்த காலிகள், அடியாட்கள், இது என்ன ஆகப்போகின்றது? போலீசாருக்கு எப்படி கவலை வரும்? நாளாவட்டத்தில் விட்டுவிடுவார்கள்.

தோழர்களே! இங்கே கூடியுள்ள உங்கள் அனைவரையும் பார்த்துக் கேட்கின்றேன், தமிழ்நாடு பூராவும் கேட்டுக்கொண்டு தான் வருகின்றேன்.

தமிழ்நாட்டில் எங்கேயுள்ளது இந்தி? யார் வீட்டுப் பையனை இந்தி படி என்று எந்த பள்ளியில் யார் கட்டாயப்படுத்தினார்கள்? எந்த பையனை இந்தி படிக்கவில்லை, ஆகவே உனக்கு பரீட்சையில் மேல் வகுப்புக்கு மாற்றம் இல்லை என்று கூறி ஃபெயில் ஆக்கினார்கள்? எந்த பையனை நீ இந்தி படிக்கவில்லை ஆகவே உனக்கு உத்யோகம் இல்லை என்றார்கள்? எங்கே இந்தியுள்ளது? கூறுங்களேன்.

மரத்திலே ஒரு ஆணியை அடித்து அதில் தலைமயிரைக் கட்டி கொஞ்சம் பூவையும் சுற்றி வைத்தால் அந்த வழிபோகின்ற முட்டாள்கள் எல்லாம் பேய் பேய் என்று மிரண்டு ஓடுவதுபோல இந்த பத்திரிக்கைகார அயோக்கியர்களும்

இந்தி கட்டாயம் என்று கட்டிவிட்டது கண்டு எல்லா மக்களும் சிந்திக்காமல் இந்தி இந்தி என்று இல்லாத ஒன்றை இருக்கின்றதாக எண்ணிக்கொண்டு மிரள்வதா? மீண்டும் கேட்கின்றேன் தமிழ்நாட்டில் எங்கே உள்ளது இந்தி?

தமிழ்நாட்டில் இந்திக்காக போராட்டம் நடத்தி சிறை சென்று இந்தியை ஒழித்த நான் இன்னமும் இருக்கின்றேன் கொழுக்கட்டை மாதிரி! இப்படி இருக்க இந்தி எங்கே அய்யா எனக்குத் தெரியாமல் வந்தது? 1938-ல் ஆச்சாரியார் பதவிக்கு வந்தபோது, இந்தியைக் கட்டாயமாகப் புகுத்திய போது, எதிர்த்து நானும் 2000 பேர்களும் சிறை சென்றோம்.

அடுத்து வெள்ளைக்காரன் பதவிக்கு வந்தான். எங்கள் கிளர்ச்சியின் தன்மையை உணர்ந்து இந்தி கட்டாயம் இல்லை என்று உத்தரவு போட்டான், இந்த நிலைதான் இன்றும் உள்ளது. அடுத்து சில ஆண்டுகளில் சில பள்ளிகளில் இந்தியை கட்டாயமாகப் படிக்க வற்புறுத்தினார்கள். நாங்கள்தான் எதிர்த்து மறியல் பண்ணினோம். இது காரணமாக சிறை சென்றோம். நமது தாய்மார்களையும் தோழர்களையும் மறியல் களத்தில் இருந்து போலிஸ் லாரிகளில் ஏற்றிக் கொண்டுபோய் வெகுதொலைவில் விட்டுவந்தார்கள்! இந்த கும்பகோணத்தில் போலிஸ் தடை உத்தரவை மீறி போராட்டம் செய்தோம். எங்கள் தோழர்களும் தாய்மார்களும் தடியடிக்கும் தாக்குதலுக்கும் உள்ளானர்கள்! நமது கழகத்தோழர் ஜி. என். சாமி தலைமையில் போராட்டம் நடைபெற்றதும் மனைவி மக்களோடு தடையை மீறி சிறைக்குப் போனார்

நமது தோழர்களை போலீஸ் மிருகத்தனமாக அடிக்கின்றார்கள், கர்ப்பிணி என்று கூடப்பாராமல் லாரியில் ஏற்றிக்கொண்டு போய் கண்காணாத இடத்தில் விடுகின்றார்கள் என்பது கண்டு, இனி நாமே களத்தில் இறங்கி மறியல் பண்ணுவது; முக்கியஸ்தர்கள் நாமே மறியல் செய்வோம். அரசாங்கம் அடிக்கட்டும், அடிபடுவோம் என்று தெரிவித்து மறியலுக்கும் ஆயுத்தமானேன். அண்ணாத்துரை அவர்கள் உதைக்குப் பயந்துகொண்டு தஞ்சைக்குச் சென்று நாடகம் பார்த்தார். பிறகு அரசாங்கம் நானே இறங்கி மறியல் செய்யப்போவதை அறிந்து அடிக்கின்றதை நிறுத்தியது.

மறுபடியும் 1948ல் அரசியல் சட்டத்தினை எழுதியதில் இந்தியை புகுத்தினார்கள் பார்ப்பனர்கள்! அரசியல் சட்டம் எழுதியது 6 பேர் என்றால் அதில் 4 பேர் பார்ப்பனர்! கோபால் சாமி அய்யங்கார், டி,டி கிருஷ்ணமாச்சாரி; அல்லாடி கிருஷ்ணசாமிஅய்யர்; முன்ஷி; இந்த பார்ப்பனர்கள் மெஜாரிட்டியா இருந்து தங்களுக்கு வேண்டியவற்றை எல்லாம் நிறைவேற்றிக்கொண்டார்கள் கமிட்டித் தலைவராக அம்பேத்கர் இருந்து அவரால் ஒன்றும் செய்ய முடியவில்லை. அப்போது இந்த இராஜாஜிதான் வைசிராய். அவர் அதிகாரத்தின் கீழ்தான் இந்த அரசியல் சட்டம் உருவானது.

இத்தனையும் பண்ணிவிட்டு மிகுந்த யோக்கியர் மாதிரி இராஜாஜி இன்று மக்கள் மத்தியில் இந்தி எதிர்ப்பு வீரராக வேஷம் போட்டுக்கொண்டு வந்து நிற்கின்றார்

மக்கள் சிந்திக்க வேண்டாமா? இவர் உள் எண்ணம் என்ன என்று அடையாளம் கண்டு கொள்ள வேண்டாமா? இராஜாஜி இந்தியை கட்டாயமாகப் புகுத்தியபோது கூறினார் இந்திக்கும் சமஸ்கிருதத்துக்கும் எந்தவித வேறுபாடும் கிடையாது. எனவே இந்தி படிப்பது சமஸ்கிருதம் படிப்பதற்கு சமமாகும் என்று கூறினார். இந்தி எதிர்ப்பில் சிறைசென்ற தோழர்கள் தாளமுத்துவும், நடராஜனும் சிறையிலேயே

தொகுதி 1

மொழி

667

இறந்தபோது சட்ட சபையில் கேட்கப்பட்ட கேள்விக்கு "இவர்கள் படிக்காத முட்டாள்கள் ஆகவே இறந்தார்கள்'' என்று ஆணவமாகப் பதில் கூறினாரே!

1995ல் இந்தி கட்டாயமாக மறைமுகமாகத் திணிக்கப்படுவதாக உணர்ந்தேன். அரசாங்கம் இந்தியை கட்டாயப்படுத்துவதைக் கைவிட்டால் இந்திய தேசியக் கொடியை கொளுத்துவேன் என்று கூறி. போராட்டத்துக்கு ஊர் ஊராகச் சுற்றி பிரசாரம் செய்து ஆயுத்தமானேன். அதுகண்டு அன்றைக்கு முதல் அமைச்சராக இருந்த காமாராஜர் அவர்கள் தமிழக அரசாங்கத்தின் சார்பாகவும்; மத்திய அரசாங்கத்தின் சார்பில் ஜனாதிபதியாக இருந்த இராஜன்பாபுவின் சார்பாகவும் தமிழகத்தில் எந்தக் காரணம் கொண்டும் இந்தி கட்டாயமாகப் புகுத்தப்பட மாட்டாது என்று உறுதி மொழி எழுதிக் கொடுத்துள்ளார். அதேநிலைதானே இன்றும் உள்ளது?அதைத் தாண்டிக் கொண்டு எங்கே இந்தி வந்து விட்டது?

அடுத்த அரசியல் சட்டத்தில் 1965க்குப் பிறகு இந்திதான் அரசாங்க பாஷை என்று உள்ளதே என்று கருதித்தான் 1963 லேயே நேரு பார்லிமெண்டில் அரசாங்க சார்பில் "இந்தி பேசாத மக்களுடைய எண்ணத்துக்கு மாறாக இந்தி திணிக்கப்பட மாட்டாது" என்று கூறியுள்ளாரே.

நேரு கொடுத்த வாக்குறுதிக்கு என்ன பலம் உள்ளது? எப்படி நம்புகின்றது? என்று போக்கிரித்தனமாக கேட்கின்றார்கள். நேரு யார்? இந்த நாட்டு பிரதமர் என்ற முறையில் மக்கள் பிரதிநிதி சபை என்ற பார்லிமெண்டில் கூறிய உறுதிமொழி அல்லவா? அது பார்லிமெண்டு நடவடிக்கைகளிலும் கூறி இருக்கின்றதே எனவே இந்தி எதிர்ப்பு என்பது இந்திக்காக செய்யப்பட்ட போராட்டமல்ல. ஆட்சியைக் கவிழ்க்க என்றே செய்யப்பட்ட போராட்டமாகும். அரசாங்கத்தின் கையாலாகாத்தனத்தால் அலட்சிய புத்தியினால்தான் இவ்வளவுக்கு வளர்ந்துவிட்டது ஆரம்பத்திலேயே நான்கு காலிகளை சுட்டு இருந்தால் இந்த நாசவேலைகளும் இத்தனை உயிர்சேதம் உடைமைச்சேதம் ஏற்பட்டு இருக்காது.

தோழர்களே! மக்களின் உயிரையும் உடைமைகளையும் பாதுகாக்க உதவாத அரசாங்கமும் சட்டமும் எதற்காக இருக்க வேண்டும்? இருந்து என்ன பிரயோசனம்? இத்தனை ரகளைகளையும், காலித்தனங்களையும், நாச வேலைகளையும் அவன் செய்தான், இவன் செய்தான், அந்தக் கட்சிக்காரன் செய்தான், இந்தக் கட்சிக் காரன் செய்தான், அவன் தூண்டிவிட்டான், இவன் பணங்கொடுத்தான் என்று கூறுகின்றாயே! வாயினால் சொன்னால் போதுமா? இவர்கள் மீது என்ன நடவடிக்கை எடுத்தாய்? எதற்காக சட்டம்? எதற்காக போலீஸ் கையில் தடி, துப்பாக்கி? எதற்கு? முத்தம் கொடுக்கவா கொடுத்துள்ளாய்? இது என்ன அரசாங்கம்? வெங்காய அரசாங்கம்?

இன்று இதைவிட நமது நாட்டுக்கு என்ன அய்யா அவமானம் வேண்டும்? இந்த அரசாங்கத்தை நம்பி இனி பயன் இல்லை. ஒவ்வொருவரும் தற்காப்புக்காக கத்தி வைத்துக்கொள்ளவேண்டும்; பலாத்காரத்தை-காலித்தனத்தை ஒழிக்க கையாள வேண்டி வந்தாலும் வரலாம்! இத்தைகைய அக்கிரமங்களை முறை கேடான செயலை நாசவேலைகளை அடக்கு முறை மூலம் அடக்கினால் தானே மக்களுக்குப் பாதுகாப்பு ஏற்படும்? காமராசர் போனதற்கு பிறகு இங்கு காங்கிரஸ் அரசாங்கம்தான் என்ன சாதித்துப் போட்டது? காமராசர் இல்லாத இந்த அரசாங்கமும் தான் ஒழியட்டுமே!

விடுதலை - 03.06.1965

வெள்ளையரின் மனித தர்ம ஆட்சி

வெள்ளைக்காரன் வந்த பிறகு மனித தர்மப்படி ஆள முற்பட்டான். பார்ப்பனர்கள் அவனை எதிர்த்து தொல்லை கொடுத்தார்கள். வெள்ளைக்காரன் பயந்துக் கொண்டு உங்கள் மத தர்மத்தில்- நடப்பில் தலை இடமாட்டோம் என்று எழுதிக் கொடுத்து இருக்கின்றான்.

காங்கிரஸ் கூட பார்ப்பன தர்மத்தை நிலைநிறுத்த ஏற்பாடு செய்ததுதான் ஆகும். *1954* வரைக்கும் காங்கிரசின் லட்சியம் மனுதர்மத்தை பாதுகாக்கின்றதாக இல்லை. இன்றைக்கு காங்கிரஸ் பார்ப்பனர் அல்லதார் நன்மைக்கு பாடுபடுகின்ற ஸ்தாபனமாக ஆகிவிட்டது. பார்ப்பனர்கள் தங்கள் இன எதிரிகளுடைய ஸ்தாபனம் காங்கிரஸ் என்று கருதுகின்றார்கள். இந்த நிலைமை ஏற்பட்டது பார்ப்பனர்களுக்கு பெரிய தோல்வியாகும்.

எனவே இந்த காங்கிரசை, நாட்டு ஆட்சிப் பொறுப்பை பார்ப்பனர்அல்லதார் கையில் இருந்து பார்ப்பனர்கள் கைக்கு மாற்ற என்ன பண்ணியாவது காரியத்தை சாதிப்பது என்று முற்பட்டு உள்ளார்கள்.

அதற்காக ஏற்பாடு செய்த காலித்தனத்தில் ஒன்று தான் இந்தி எதிர்ப்பு. இந்த கிளர்ச்சியானது சுத்த காலிப்பசங்களால், சுத்த அயோக்கிய பசங்களால் நடத்தப் பட்டது. இதற்கு தூண்டிவிட்டவர்கள் பணம் கொடுத்தவர்கள் அனைவரும் அயோக்கியர்களாவார்.

ஏதோ சில அப்பாவி மாணவர்கள் சிறு பிள்ளைகளை நீக்கிப்பார்த்தால் அத்தனை பேரும் காலிகள்தான் ஆகும். ஏன் காலிகள் அயோக்கியர்கள் என்று கூறுகின்றேன் என்றால் இவ்வளவு கிளர்ச்சி, காலித்தனம் நாச வேலைகளை செய்து விட்டு நான்தான் நடத்தினேன் என்று எவனும் ஒத்துக்கொள்ளாமல் பதுங்கு கின்றார்களே, இப்படி செய்து விட்டு இல்லை என்று சொல்லுபவனை காலிகள் அயோக்கியன் என்று குறிப்பிடுவதில் என்ன தப்பு? செய்துவிட்டு ஆமாம் நான்தான் செய்தேன் என்று ஒத்துக்கொள்பவன்தான் ஆண்பிள்ளை வீரன் ஆவான். செய்துவிட்டு ஒத்துக்கொண்டு சிறைக்குச் செல்ல அஞ்சுபவன் கோழை யல்லவா? செய்வதில் இல்லாத அவமானம் இதில் என்ன இருக்கின்றது?

தோழர்களே! நாங்கள் பல போராட்டம் நடத்தி இருக்கின்றோம். சிறைத் தண்டனையும் அடைந்து இருக்கின்றோம் சட்டத்தை எரித்து 4000 பேர்கள் சிறை சென்றோம். 6 மாதம் முதல் 3 வருஷம் வரை தண்டனை அடைந்தோம். ஒருவன் கூட செய்து விட்டு இல்லை என்று சொல்லவில்லையே? கொளுத்தினாயா? என்று கேட்டதற்கு ஆமாம் கொளுத்தினோம் என்றுதான் சொன்னார்கள்.

சிறையில் கழகத் தோழர் சிலர் செத்தார்கள். ஆபத்தான நிலையில் இருந்தார்கள். ஒருவர் கூட மன்னிப்பு கேட்கவில்லை. 2000 ரூ இன்கம்டாக்ஸ் கொடுக்கக் கூடியவர்கள் கூட தனக்கு பி.கிளாஸ் கொடுக்கவேண்டும் என்று கேட்கவே இல்லை.

எதற்காக கூறுகின்றேன் என்றால் நாங்கள் காரியத்துக்காக பரிகாரம் வேண்டி செய்தவர்கள் நாங்கள் குறிப்பிட்ட குறைபாட்டை அரசாங்கமும் ஒத்துக்கொண்டது.

அதற்கு பரிகாரம் செய்வதுதான் காங்கிரஸ் வேலை இனி சாதி ஒழிக்கப்பட்டாக வேண்டும் என்று தேர்தல் அறிக்கையில் குறிப்பிட்டு காங்கிரஸ் ஓட்டுக்கேட்டதே,

இந்த இந்திக் கிளர்ச்சியை செய்தவர்கள் சுத்தக் காலிகள் நாசவேலை செய்து விட்டு எங்களுக்கும் சம்பந்தமில்லை என்கின்றார்கள். இந்த கிளர்ச்சியில் கைதி செய்யப்பட்டவர்களில் ஆகட்டும், உயிர் துறந்தவர்களில் ஆகட்டும் ஒருவன் கூட பார்ப்பான் இல்லையே!

திருச்சியில் ஒரு காலியை பிடித்து அவர் செய்த நாசவேலைக்காக வைத்தால் 20 வக்கீல்களா ஜாமீனுக்கு வக்காலத்துப் போடுவது? வக்கீல்களிலும் அனேக அயோக்கியர்கள் அரசாங்கத்துக்கு விரோதமாக இந்த கிளர்ச்சியில் ஈடுப்பட்டார்கள். இத்தனையும் எதற்காக செய்தார்கள் என்றால் இந்திக்காக அல்ல. காங்கிரசை ஒழிக்கணும் ஆட்சியை கைப்பற்றணும் என்ற கருத்திலேயேயாகும்.

தோழர்களே! பொதுமக்கள் இந்த காலிகள் அயோக்கியர்கள் செய்கைகள் கண்டு பயந்துவிடக்கூடாது. பார்ப்பான் 100க்கு 7, 8 பேர்கள்தான். காலிகள் என்ன 7, 8 பேர்கள்தான் இருப்பார்கள். இவர்கள் அத்தனை பேரையும் சேர்த்தாலும் 100க்கு 20 பேர்கள் கூட இருக்க மாட்டார்கள் பாக்கி 80 பேர்கள் துணிந்தால் இவர்கள் எம்மாத்திரம்?

அரசாங்க முதல்மந்திரி தினம் தவறாமல் பணக்காரனும், பார்ப்பானும் தூண்டி விட்டான். பணம் கொடுத்தார்கள், பத்திரிக்கைகாரர்கள் விஷமத்தை விதைத்தார்கள், அவர்கள் செய்தார்கள் இவர்கள் செய்தார்கள் என்று கூறுகின்றாரே ஒழிய இதுவரை எவனையும் இவர்களில் பிடித்துப் போடவே இல்லையே, அரசாங்கம் அவ்வளவு கையாலாகாத்தனம் உடையதாகி விட்டது.

இப்படிப்பட்ட காலித்தனத்தை சகிக்க மாட்டோம் பதிலுக்குப் பதில் செய்வோம் என்று கூறி நாமும் முயன்றால் ஒழிய அடக்கமாட்டார்கள். பொது மக்கள் ஒற்றுமையுடன் இருக்கவேண்டும்.

தோழர்களே! இன்றைக்கு மக்களுடைய இரத்தம் கலப்பு ரத்தமாக உள்ளது. முட்டாள்தனமும், காட்டுமிராண்டித்தனமும் கலந்த இரத்தம் இது சுத்தமாக வேண்டும்.

தோழர்களே! நமது தமிழ்நாட்டைத் தவிற மற்ற எந்தநாட்டுக்காரன் இந்தியை எதிர்க்கின்றான்? வங்காளி எதிர்க்கின்றான் என்றால் அவன் ஆதிக்கம் பார்லி மெண்டிலே இல்லாததினால் எதிர்க்கின்றான். நம்மைத்தவிர எவன் எதிர்க்கின்றான்? எல்லோரும் கட்டாய பாடமாக ஏற்றுக் கொண்டு விட்டார்களே.

தமிழ்நாட்டில் மட்டும் கட்டாயம் இல்லை என்றால் யார் செய்த கிளர்ச்சியால்; எங்கள் கிளர்ச்சியால் அல்லவா? இப்படிப்பட்ட எங்களை என்னமோ இந்தி ஆதரவாளர்கள் என்று அயோக்கியத்தனமாக மக்களிடையே புகுத்திவைத்து இருக்கின்றார்கள்.

தோழர்களே, இந்த நாட்டுக்கு இந்தியை இறக்குமதி செய்து இந்தியா சுதந்திரம் வராத காலத்திலேயே கட்டாயமாகப் படிக்கவேண்டும் என்று உத்தரவு போட்டு அமுல் படுத்திய ஆச்சாரியார்தான் - எங்களை 2000 பேருக்குமேல் சிறையில் தள்ளிய ஆச்சாரியார் தான் இன்றைக்கு இந்தி எதிர்ப்பு வீரராக காட்டிக் கொள்கின்றார். நமது மக்களுக்கு புத்தி வேண்டாமா? சிந்திக்க வேண்டாமா?

இந்தியை எதிர்க்கின்றவர்களிடத்தில் நாணயம் இருக்குமானால் அவர்கள் எப்படி ஏக இந்தியாவை ஒத்துக்கொண்டு இந்தியை வேண்டாம் என்று தடுக்க முடியும்? இந்தியை ஒத்துக் கொண்டவர்கள் பெரும்பான்மையான நாட்டுக்காரர் களாயிற்றே

இந்தி ஒழிய வேண்டுமானால் ஒரே வழி பிரிவினைதானே இந்த பிரிவினை இலட்சியத்தை நாங்கள்தானே வைத்து இருக்கின்றோம். நாங்கள் சில இலட்சியங் களுக்காக பிரிவினைக் கிளர்ச்சியினை ஆரம்பித்து விடலாம். ஆனால் இப்போது உள்ள சூழ்நிலையில் நாம் ஆட்சியை எதிர்த்தால் எதிரிகளுக்குச் சாதகமாக அமைந்து விடுமே என்று கருதித்தான் சும்மா இருக்கின்றோம். இனியும் எத்தனைக்காலத்துக்கு விட்டுக் கொண்டு போவது?

ஆச்சாரியார் கூறுகின்றார். என்னுடைய கடமை அரசாங்கத்தைக் கைப்பற்றுவது தான் என்று கூறவில்லை; என்னுடைய கடமை அரசாங்கத்தை ஒழிப்பதுதான் என்று கூறுகின்றார். எந்தவித அதர்மத்தைக் கையாண்டாவது இந்த ஆட்சியை ஒழிக்க வேண்டும் என்கின்றார்.

அரசாங்கம் இப்படிப்பட்டவர்களை இன்னும் விட்டு வைத்துக்கொண்டு தானே உள்ளது? என்ன நடவடிக்கை எடுத்துக்கொண்டது? ஒன்றும் இல்லையே! நடுங்குகின்றதே! ஆச்சாரியார் மட்டும் அல்ல இன்றைக்கு எல்லா பார்ப்பனர்களும் காங்கிரசு ஆட்சியை ஒழிக்க வேண்டும் என்று அல்லவா கட்டுப்பாடாக வேலை செய்கின்றார்கள். இன்றைக்கு காங்கிரசில் பார்ப்பபானே இல்லை என்று சொல்லும்படியல்லவா காங்கிரஸ் வந்து உள்ளது.

எனவே இன்றைய போராட்டம் எல்லாம் ஆரியர் திராவிடர் போராட்டம் தான். அதாவது பார்ப்பான்-பார்ப்பனர் அல்லாதார் போராட்டம்தான்.

விடுதலை - 15 - 06 - 1965

தொகுதி 1

மொழி

மக்களின் பொறுப்பற்ற தன்மையால் நாசம்

இந்தி எதிர்ப்புக் கிளர்ச்சி என்று கூறி பஸ்சைக் கொளுத்தினார்கள். போக்கு வரத்துகளை தடை பண்ணினார்கள். எந்த பஸ்காரனாவது இந்தி புகுத்தினானா? அல்லது இந்தி சொல்லிக் கொடுத்தானா? காரணம் வேண்டுமே!

தபால் ஆஃபீசைக் கொளுத்தினார்கள், கோர்ட்டுகளுக்கும் இரயில்வே ஸ்டேஷன்களுக்கும் நெருப்பு வைத்துத் தரைமட்டமாக்கினார்கள்.

போலீஸ்காரர்களைப் பிடித்து அவர்கள் கண்களை பிடுங்கிவிட்டு நெருப்பில் போட்டுக் கொளுத்தினார்கள். இரு சப்இன்ஸ்பெக்டர்களை ஓட ஓட விரட்டினார்கள் அவர்கள் ஒரு கட்டிடத்தில் புகுந்து கொண்டு தாழிட்டுக்கொண்டார்கள். காலிகள் விட்டபாடில்லை அந்த வீட்டை உடைத்து அவர்களை பிடித்துக்கொண்டுவந்து கயிறு போட்டுக்கட்டி பூமியில் கிடத்தி அவர்கள் மீது பாரவண்டியை முன்னும் பின்னுமாக இழுத்துள்ளார்கள்! அவர்கள் வலி பொறுக்கமாட்டாமல் அய்யோ தாங்க முடியவில்லை தாகம் எடுக்கின்றது தண்ணீர்! தண்ணீர்! என்று கத்தி இருக்கிறார்கள். இந்த நாசவேலைக்காரர்கள் தண்ணீர் கொடுப்பதற்குப் பதில் அவர்கள் வாயில் ஒண்ணுக்கு இருந்து உடலில் பெட்ரோல் ஊற்றிக் கொளுத்தி விட்டு இருக்கின்றார்கள் இந்த காலிகளுடன் சேர்ந்து கொண்டு காட்டுமிராண்டி மக்களும் கைகொட்டி ஆரவாரம் செய்து வேடிக்கை பார்த்துக் கொண்டுதானே இருந்து இருக்கிறார்கள்?

இந்த போலீஸ்காரர்களும் சப்இன்ஸ்பெக்டர்களுமா இந்தியைப் புகுத்தினார்கள்? இதுவா கிளர்ச்சி? அரசாங்கத்துடன் போராட இதுதானா வழி?

நமது அரசாங்கத்தின் யோக்கியதை எங்கு ஓட்டு போய்விடுமோ என்று அல்லவா வேடிக்கை பார்த்துக்கொண்டு இருந்து விட்டார்கள்!

பையன்கள் ரகளை பண்ணினால் சிறிது தட்டி விட்டு இருக்கவேண்டும். கொஞ்சம் அதிகமாக இருந்தால் பிடித்து உள்ளே போட்டு இருக்கவேண்டும். அதிகமாக காலித்தனம் செய்தால் நாசவேலையில் இறங்கினால் நான்கு பசங்களையாவது சுட்டுத்தள்ளி இருக்க வேண்டும். ஒன்றும் செய்யவில்லையே!

பாவம் அறியாதவர்கள் என்கின்றார் மந்திரி! அறியாப்பையன் நெருப்பு வைத்தால் வேகாதா? ஊர் விளக்கை எல்லாம் தட்டி உடைத்துவிட்டுக் கொள்ளை அடித்து உள்ளார்களே, இது நாடா? காடா? என்று பிரித்துக் கூறமுடியாத நிலையில் அல்லவா இருந்தது!

இந்த அக்கிரமம் அநியாயம் எல்லாம் மாணவர்களே செய்தார்கள் என்று நான் கூறமாட்டேன். காலிகளும் கூலிகளும் எதிர்க்கட்சி நாசவேலைக்காரர்களும் பார்ப்பான்களும் பணக்காரர்களும் இதில் ஈடுபட்டு இருக்கின்றார்கள். பணஉதவி செய்து இருக்கிறார்கள், தூண்டிவிட்டு இருக்கின்றார்கள்.

இதற்கு சரியான நடவடிக்கை சென்னை மாநிலத்தில் எடுக்கப்படாமல் விட்டு விட்டதை பார்த்துக்கொண்டு இன்றைக்கு கல்கத்தா, பாட்னா, அய்தராபாத் முதலிய வெளி மாகாணங்களிலும் காலித்தனம். நாசவேலை தீவைப்பு முதலியவைகளைச் செய்கின்றார்கள். இதற்குத்தானா அய்யா சுதந்திரம்?

சர்க்காரால் அடக்கமுடியவில்லை. சக்தி இல்லை என்று எண்ணிவிடாதீர்கள். எங்கு ஓட்டுப்போய்விடுமோ என்று எண்ணிக்கொண்டு சும்மா இருக்கின்றார்கள்.

பொதுமக்களாவது கண்டித்து அடக்குகின்றார்களா என்றால் சும்மா அறிவில்லாமல் வேடிக்கை அல்லவா பார்க்கின்றார்கள்!

இதனால் நாட்டில் நாதியே இல்லையே? மந்திரி அவர் செய்தார், இவர் செய்தார், பணக்காரன் பணம் கொடுத்தான் என்று பல தடவைகள் பேசினார். எவன் மீது நடவடிக்கை எடுத்துள்ளார்? இந்த காலித்தனத்தில் கைது செய்யப்பட்டு இருந்தவர்களை எல்லாம் விட்டு விட்டார்களே? இப்படிச் செய்ய என்ன அவசியம்? ஓட்டு தானே?

அக்கிரமம், அநியாயம், நாசவேலைகள் செய்தவர்களை எல்லாம் விட்டு விட்டு யார் இந்த அரசாங்கத்தை மனப்பூர்வமாக ஆதரித்து இவர்களின் நலனில் அக்கறை கொண்டு இருக்கின்றார்களோ அவர்களின் மீது அல்லவா பாணம் தொடுக்கின்றது!

தமிழரின் மரியாதைக்குரியவர் குன்றக்குடி அடிகளார்

எப்படி பார்ப்பனர்களுக்கு சங்கராச்சாரியார் தலைவரோ குருவோ அதுபோல தமிழர்களுக்கு மரியாதைக்கும், போற்றுதலுக்கும் உரியவர் தவத்திரு. குன்றக்குடி அடிகள் ஆவார்.

அடிகளார் தமிழராக இருக்கின்ற காரணத்தால் நாட்டில் அவர்களுக்கு மக்கள் செலுத்த வேண்டிய மரியாதையும் மதிப்பும் செலுத்தவில்லை. இதுமிகவும் வருந்தத் தக்கது. நமது தமிழன் புத்தியே இப்படிதான் உள்ளது. இந்த மதிப்புக்கும் மரியாதைக்கும் உரிய பெரியவரை அல்லவா அரசாங்கம் அவமானப்படுத்தி விட்டது!

சங்கராச்சாரியாரைக் கண்டால் பார்ப்பான் எல்லாம் காலில் விழுந்து வணங்கு கின்றார்கள். நமது கவர்னர் மந்திரிகள் முதல்கொண்டு காலில் விழுகின்றார்கள். நமது அரசாங்கம் தமிழினத்தின் மதிப்புக்கும் மரியாதைக்கும் உரிய அடிகளாருக்கு தண்டனை அல்லவா கொடுத்து இருக்கின்றது?

இதுவா ஒரு தமிழனத்துக்குப் பெரியவருக்குச் செய்யும் மரியாதை? கேட்க நாதியே இல்லையே? எந்தப் பத்திரிக்கைக்காரனும் எந்த தமிழக அரசியல் கட்சிகாரனும் கண்டிக்கவே இல்லையே? என் மனம் தான் பதறியது இரத்தம் கொதித்தது. நான்தான் வேதனைப்பட்டேன்.

அப்படி என்ன கொலைபாதகம் பண்ணினார், அவருக்கு ரூ 500 அபராதம் போட? எத்தனை பார்ப்பான் அன்று கைகொட்டி சிரித்து இருப்பான்? ஒரு சங்கராச்சாரி யாரை கோர்ட்டுக்கு வரச்சொல்லி இருந்தால் அக்கிரகாரமே தீப்பிடித்து எரிந்தது போல் அல்லவா பார்ப்பனர்கள் துடித்து இருப்பார்கள்?

தொகுதி 1

மொழி

நமக்கு மானமோ ரோஷமோ இருந்திருந்தால் இப்படி நடந்து இருக்குமா? எந்த தமிழனுக்கும் ரோஷம் வரவில்லையே!

பார்ப்பானுக்கு எப்படி சங்கராச்சாரியார் மடாதிபதியோ அதுபோல தமிழர்களுக்கு அடிகளார் மடாதிபதி சன்னிதானம் அவர்களை அவமரியாதை பண்ணுவது அந்த ஸ்தானத்தை (மடாதிபதியே ஸ்தானத்தை) அவமரியாதை பண்ணுவது அல்லவா? கேட்க நாதியே இல்லையே!

ஒரு தமிழினத்தின் சன்னிதானத்துக்கு ஒரு தமிழர் மந்திரி ஆட்சியில் இப்படி அவமரியாதை நடப்பதா?

தமிழனத்துக்கே அவமானம் விளைப்பதா?

அடிகளாருக்கு நேர்ந்த அவமரியாதை தமிழனத்துக்காக செய்யப்பட்ட அவமரியாதை அல்லவா?

அவர் தடையை மீறி ஊர்வலம் போனார் என்றால் அவர்தான் இல்லை என்று கூறிவிட்டாரே, நீ மரியாதையாக விட்டு இருக்கவேண்டாமா? இந்த இந்தி எதிர்ப்புக் காலித்தனத்தினால் எவ்வளவு கேடுகள் விளைந்து உள்ளன? பொதுமக்களுக்கு எவ்வளவு தொல்லை! பொதுசொத்து எவ்வளவு நாசம்! இத்துடன் மாணவர்களின் படிப்பு கெட்டது. பரீட்சைக்கு காலதாமதம் ஏற்பட்டது. தேர்வு முடிவுக்கும் காலதாமதம். பிள்ளைகள் பள்ளிகளிலும் கல்லூரிகளும் சேரவும் காலதாமதம் அல்லவா ஏற்பட்டுவிட்டது? இப்படி ஆட்சி பண்ணினால் ஆட்சிக்கும்தான் என்ன மரியாதை இருக்கமுடியும்?

சுதந்தரம் ஜனநாயகம் வந்தது என்று கூறிப் பெருமைப்பட்டார்களே அன்று நான் தானே ஜனநாயகம் என்றால் காலிநாயகம் என்று கூறினேன்.

அரசாங்கம் எதற்காக அய்யா இருக்கின்றது? நாட்டைப் பாதுகாக்க காலித்தனத்தை அடக்கதானே? அப்படிக்கு இல்லாமல் சம்பளம் வாங்கித் தின்றுகொண்டு பதவியை அனுபவிக்கவா?

இன்றைக்கு நாட்டில் காலித்தனம் ஒழுக்கக்கேடு தொல்லை இதுகள் வளர்ந்து விட்டது.

தோழர்களே! போலீஸ்காரர்களை பாதுகாக்க வேண்டியது அரசாங்கத்தின் கடைமையாகும் போலீஸ்காரன் ஏதோ தப்பு பண்ணி இருந்தாலும் அவனை மக்களுக்குக் காட்டிக்கொடுக்காமல் இலாகா மூலம் கண்டிப்பும் நடவடிக்கையும் தான் எடுத்துகொள்ள வேண்டும்

போலீஸ்காரன்மீது இன்று நடவடிக்கை எடுப்பது என்றால் நாளை எவன் அய்யா அவனுக்கு பயப்படுவான்? எப்படி அய்யா அவனுக்கு மதிப்பு இருக்கும்? நான் ஒன்றும் போலீஸ்காரர்களுக்காகப் பரிந்துகொண்டு பேசவில்லை, உண்மையைத் தான் சொல்லுகின்றேன்;

கொஞ்ச நாளாக நினைத்தால் ஸ்டிரைக் நாசவேலை ரயிலைக் கவிழ்த்து விடுவது, தண்டவாளத்தைப் பெயர்ப்பது, காலித்தனத்தில் இறங்குவது இதுகள் நடந்தவண்ணமாக இருக்கின்றதே?

இது என்ன அன்னிய ஆட்சியா? ஏன் இப்படி நடக்க வேண்டும்? பார்ப்பான் ஆட்சி கொடுமையாக நடந்தபோதெல்லாம் சலாம் பண்ணிப்போட்டு தமிழன் ஆட்சியின்போதா இந்தக் காலித்தனங்கள்?

674

ஆச்சாரியார் ஆட்சி நடந்தபோது நமது பிள்ளைகள் படிப்பைக்கெடுக்க 6000 பள்ளிகளை மூடி விட்டு பாக்கிப்பள்ளிகளில் பிள்ளைகள் அரை நேரம்தான் படிக்க வேண்டும், பாக்கி அரைநேரம் அவன் அவன் சாதித்தொழிலைச் செய்யவேண்டும் என்று கூறி உத்தரவு போட்டாரே!

எந்த எதிர்க்கட்சிக்காரன் எதிர்த்தான்? எவன் கிளர்ச்சி செய்தான்? நாங்கள் தானே எதிர்த்தோம்; கிளர்ச்சி செய்தோம்?

ஆச்சாரியார் பண்ணிய மாதிரியான அக்கிரமம் ஏதாவது இன்று ஆட்சி யாளரால் நடக்கின்றதா? ஏதற்காக இந்த ஆட்சியை கவிழ்க்க வேண்டும்?

10 பேரே ஆச்சாரியார் காலத்தில் படித்து இருந்த நாம் இன்றைக்கு 100க்கு 40 பேருக்கு மேல் படித்து இருக்கின்றோம். இந்த ஆட்சியில் ஆச்சாரியார் ஆட்சி காலத்தில் சாராசரி 32 வயதில் செத்துக்கொண்டுவந்தனர். இன்றைக்கு சாராசரி 50 ஆண்டுகள் வயது பெற்று உள்ளோம். இதற்காக ஒழிக்க வேண்டுமா? மற்ற மற்ற துறைகளிலும் இந்த ஆட்சியில் ஆச்சாரியார் இருந்ததைவிட ஒன்றுக்கு 3, 4 பங்கு வளர்ச்சிதானே ஏற்பட்டு உள்ளது.

நலத்தை அனுபவித்துக்கொண்டு ஆட்சி கவிழ்ப்பான் குடிமகனா?

இவ்வளவையும் அனுபவித்துக்கொண்டு இந்த ஆட்சியை ஒழிக்க வேண்டும் என்று கூறினால் நாம் என்ன குடிமக்களாக இருக்க யோக்கியதை உடையவர்கள் ஆவோம்?

சர்க்கார் தவறு பண்ணுகின்றது என்றால் எனக்குத் தெரியும் என்ன தவறு என்று எதிர்ப்பு தெரிவித்துக்கொண்டுதான் வருகின்றேன். பொது மக்களுக்கு என்ன தவறு என்று விளங்காதே?

இப்படி ஸ்டிரைக்கு பண்ணுகின்றார்கள் பொதுமக்கள் நலனுக்குக் கேடும் தொல்லையும் விளைவிக்கின்றார்கள் என்றால் பொதுமக்கள் வீதிக்கு வீதி கூட்டம் போட்டுக் கண்டிக்க வேண்டும். இப்படித்தொல்லை கொடுத்து ஸ்டுரைக் செய்கிறவர்களை சமூகப் பகிஷ்காரம் பண்ணவேண்டும். கடையில் சாமான் கொடுக்காதது முதல் எல்லாம் செய்யவேண்டும்.

மாணவர்கள் ஸ்டிரைக்கு காலித்தனம் பண்ணுகின்றார்கள் என்றால் அவர்களை எந்தக் கல்லூரிகளும் சேர்த்துக்கொள்ள முடியாதபடி செய்துவிட வேண்டும்; அவர்கள் பெற்றோர்கள் வந்து கெஞ்சும்படி செய்ய வேண்டும்; அப்போதுதான் அடங்குவார்கள். இதுகள் எல்லாம் பொதுமக்கள் நலனை உத்தேசித்தே கூறுகின்றேன். ஓட்டுவேட்டைக்காரன் எவனும் இதனை கூறவே மாட்டான்.

எங்களுடைய தொண்டு ஆளுக்கு 5 ஏக்கரா நிலம் வாங்கிக் கொடுக்கின்றேன், ரூபாய்க்கு 3 படி அரிசி கிடைக்கச் செய்கின்றேன் என்று புளுகுவது அல்ல; எங்கள் தொண்டு சமுதாயத்தை சீர்திருத்துவது ஆகும். நாங்கள் ஓட்டுக்கேட்பவரல்ல, சமூகத் தொண்டர்கள்.

விடுதலை - 14.08.1965

தமிழ்

நமது நாட்டில் வேறு வழியில் பிழைக்க முடியாதவர்கள், தமிழின் பெயரால் பிழைக்கத் துடிக்கிறார்கள். அவர்களது துடிதுடிப்புத்தான், "தமிழை காக்க வேண்டும்", "தமிழுக்கு உழைப்பேன்", "தமிழுக்காக உயிர் விடுவேன்" - என்பதை போன்ற கூப்பாடுகள்.

இதில் மற்ற மக்கள் சிக்குண்டு ஏமாந்து போகக் கூடாது. நான் தமிழை அறியாதவனல்ல. தமிழ் புலவர்களை, மேதாவிகளைத் தெரியாதவன் அல்ல: தமிழ் இலக்கியங்களின் தன்மையை உணராதவனல்ல.

இன்றைய புலவர்கள் தமிழ் அபிமானிகள், தியரிடிகல் (Theoretical) புத்தகம் படித்த புலவர்கள் என்றால், நான் (Practical) பிராக்டிகல் (அனுபவ) தமிழ் அறிவு உடையவன் என்று கருதியிருப்பவன். 1920 வரை என்னிடம் வந்து வாதம் செய்யாத, கை நீட்டாத தமிழ்ப்புலவர்கள் குறைவென்றே சொல்லுவேன்.

தமிழ்புலவர்களை நன்கு அறிந்துள்ளேன்

மீனாட்சி சுந்தரம்பிள்ளையை எனக்குத் தெரியாது; சாமிநாத அய்யரை எனக்கு நன்றாகத்தெரியும்; சாமிவேதாசலத்தையும் தெரியும்; கல்யாணசுந்தர முதலியார் தரத்திலுள்ள "பிரபல" தமிழ்த் "தென்றல்"களையும் தெரியும்.

ஒரு சமயத்தில் நாங்கள், காங்கயம் சேஷாசல நாயுடு, முத்துச்சாமி கவிராயர், (சங்கரம் பிள்ளை சங்கரதாஸ் ஆன பின்) சங்கரதாஸ் இவர்களுடன் பேசிக் கொண்டு இருந்தபோது "வள்ளுவரை மன்னிக்கலாம், மற்ற எந்த புலவனையும், எந்த இலக்கியத்தையும் மன்னிக்க முடியாது. படிப்படியாக ஆயுள் தண்டனை தூக்குத் தண்டனை வரையில் தண்டிக்கப்பட வேண்டியவர்களாவார்கள்!" என்று சொன்னேன். அவர்கள் பெரும் சிரிப்பு சிரித்து, கைத் தட்டினார்கள்! இது சுமார் 1900 முதல் 1920 வரை உள்ள காலத்தில் நடந்த பல நிகழ்ச்சிகளில் ஒன்றாகும்.

ஒரு வேடிக்கை நிகழ்ச்சி: உ. வே. சாமிநாத அய்யர் நான் "பிரபு" வாயிருக்கும் போது வந்து புலவர் முறைப்படி என்னைப் பார்த்துவிட்டுப் போன சில நாட்களுக்குப் பின், ஒருநாள் ரயில் பிராயாணத்தில் அவர் இருக்கும் வண்டியில் நான் ஏறி ஒருபுறம் உட்கார்ந்தேன்; வண்டியில் இருந்த மக்கள் என்னைக் கவனித்தார்கள். அப்போது அவரிடம் "நாயக்கர் வந்து ஏறினார்" என்று சொன்னார்கள். அது ஈரோடு ஸ்டேஷன் ஆனதால் இராமசாமி நாய்க்கர் தான் என்று கருதி என் பக்கத்தில் வந்து உட்கார்ந்தார். உட்கார்ந்த உடன் நான் வணக்கம் தெரிவித்தேன். அவர் என்னை உற்றுப் பர்த்தார். பார்த்ததும் பொருளாதாரத்தில் எனது நிலை தாழ்ந்துவிட்டதாகக் கருதி

கண் கலங்கினார். கலங்கி "வியாபாரத் தொழில் அப்படித்தான் சகடக் கால்போல்" என்று கூறிக்கொண்டு "சௌகரியமா?" என்று கேட்டார்.

அவர் ஏன் அப்படி நடந்து கொண்டார் என்றால், அவர் என்னிடம் வந்து பேசிய காலம் என்னை பிரபு என்று கருதி வந்து பயன்பெற்ற காலம். அடுத்தாற் போல் ரயிலில், பிரயாணத்தில் என்னை அவர் சந்தித்த காலம் நான் காங்கிரசில் சேர்ந்து கதர் கட்டிக்கொண்டு, சட்டைப் போடாமல் ஒரு மடிசஞ்சி மூட்டையை வைத்து அதன் மீது உறைந்து கொண்டிருந்த காலம். பிறகு நான் அன்றைய எனது நிலை பற்றிப் பேசிய பிறகு மகிழ்ச்சியுடன் ஊத்துக்குழி ஸ்டேஷனில் இறங்கிக் கொண்டார். அந்த சம்பவம் அவர் அவினாசியில் நடந்த ஒரு சமய மாநாட்டுக்கு தலைமை தாங்கச் சென்ற சமயம்.

புலவர்களின் அன்றைய நிலை

சுமார் 50, 60 வருடங்களுக்கு முன்பெல்லாம் புலவர்கள் யாராயிருந்தாலும் "பிச்சை" எடுத்தவர்கள்தான். பெரிய புலவர்களுக்கு எல்லாம் மாதம் ரூ.15 முதல் ரூ. 30 சம்பளம்தான் சாதாரணமாக இருக்கும். அவர்கள் தகுதி எல்லாம் "இலக்கியங்களை" உருப்போட்டு ஒரு சொல்லுக்கு பல பொருள் சொல்லி மக்களை மருளச் செய்து காசு வாங்குவது தான் உயர்ந்த தொழிலாகும். அந்தக் காலத்தில் எங்கள் குடும்பத்தையும் என்னையும் அறியாத புலவர்கள் தமிழ்நாட்டில் அருமை. புலவரைப் பற்றி என் கருத்து "புலவர் என்றால் சொந்த புத்தி இல்லாதவன், புளுகன்" என்றுதான் உரை கூறுவேன். நா. கதிரைவேற்பிள்ளை என்கின்ற ஒரு தமிழ் வாயாடிப் புலவர் என்னிடம் வந்தபோது, ஒரு நிகழ்ச்சியில் புலவர்களுக்கு பகுத்தறிவு கிடையாது என்பது என் கருத்து, அதை உங்களிடம் கண்டேன்" என்று சொன்னதற்கு உன்னிடம் வந்ததே தவறு என்று சொல்லி என்னிடம் வாங்கிக் குடித்த பாலை விரலைவிட்டு வாந்தி எடுத்துவிட்டார்.

புலவர்களால் முன்னேற்றம், வளர்ச்சி வந்ததுண்டா?

இதுவரை நாட்டுக்கு, மனித சமுதாயத்திற்கு இந்த நாட்டில் எந்தப் புலவனாலும் யாதொரு வளர்ச்சி, அபிவிருத்தி காரியமும் ஆனது கிடையாது; அதற்குத் தகுதியான புலவன் இன்று இங்கு யாரும் இல்லை. பெரியபெரிய பேர் வாங்கி இருப்பார்கள். ஆனால் அவர்களால் சின்ன கடுகத்திய காரியம் கூட ஆனதில்லை. எல்லாப் புலவர்களும் பழமையைப் பிரசாரம் செய்பவர்களே.

எந்தப் புலவராலும் இதுவரை நமது நாட்டுக்கு ஒரு சிறு மதிப்பிற்குரிய முன்னேற்ற நூல் கூட உண்டாக்கப்பட்டதில்லையே! கம்பராமாயணத்திற்கும் பெரிய புராணத்திற்கும் புதிய பொருள் எழுதி பணம் சம்பாதிப்பார்கள்!!

இன்று தமிழில் "மேதாவிகள்" டாக்டர்கள் ஏராளமாக ஆகிவிட்டார்கள். பூச்சும், பொட்டும், நாமமும்தான் அவர்கள் தலையில் விளங்குகிறதே தவிர, தலையில் இருக்க வேண்டியது அறவே இல்லை. புலவரை இடித்துரைக்க இந்த நாட்டில் என்னைத் தவிர வேறு எவரும் முன்வரப் பயப்படுகிறார்கள்.

தமிழ்நூல்கள் யோக்யதை

தமிழின் "பெருமை"யை உணரவேண்டுமானால், இன்று புலவருக்கு உறு துணையாய், பெருமைக்கு ஆதாரமாய் கம்பராமாயணமும், சிலப்பதிகாரமும்தானே முதல் வரிசையில் இருக்கிறது! குறளை "தீக்குறளாக்கி" விட்டார்களே புலவர்களும், பக்தர்களும்! புலவர்களுக்கு கம்பராமாயணமும், சிலப்பதிகாரமும் இனத்துரோகம் முட்டாள்தனம், மூடநம்பிக்கை, பகுத்தறிவுக்கு பூட்டுப்போடுதல் ஆகிய காரியங்கள் தவிர வேறு என்ன பலனைத் தருகிறது?

கம்பராமாயணத்திற்கும், சிலம்புக்கும் இந்த நாட்டில் மதிப்பு இருக்கிறது என்றால் இந்த நாட்டு மக்களுக்கு அறிவும் இல்லை, மானமும் இல்லை, இன உணர்ச்சியும் இல்லை என்று தானே பொருள்?

சமயநூல்கள் மீளமுடியாப் பெருங்கேடு விளைவிப்பவை

இவைகளின் தன்மையே இப்படி இருந்தால் இவைகளை தாங்கி நிற்கும் தேவாரம், திருவாசகம், திருமுறை, பிரபந்தம், பெரியபுராணம் முதலிய குப்பை கூளங்களின் யோக்கியதை எப்படி இருக்கும்? இவைகளைக் கொண்டாடும் மக்கள் இன்னமும் பத்தாம்பசலி மக்களாக இருக்கிறார்கள் என்றுதானே பொருள் கொள்ள வேண்டும்? நம் நாட்டுக்கு மீளமுடியாத பெரும்கேடு என்னவென்றால் இந்தக் குப்பைக் கூளங்கள் எல்லாம் சமய நூல்களாக, பக்திக்கு சாதனங்களாக, இலக்கியங் களாக ஆக்கிவிட்டதுதான். இதன் பயன் என்ன? இந்தக் கடவுள்களும் சமயங்களும் உள்ளவரை இந்நாட்டு மனிதர்கள் உருப்படப்போவதில்லை என்பது தானே முடிந்த முடிபு; முதலாவது பெரும் கேடு! இதைச் சொல்லக்கூட இந்த நாட்டில் (என்னைத் தவிர) ஆளே இல்லையே! எவனைப் பக்குவப்படுத்தினாலும் மரியாதை விளம்பரம் வந்தவுடன் "தமிழைக் காக்க அல்லவா புறப்பட்டு விடுகிறார்கள்! புலவன் பொறுக்கித் தின்ன இலக்கியங்களைக் காப்பதுபோல்" "பொதுத் தொண்டு" மக்களும் இப்போது பலன் அடைய தமிழைப் பயன்படுத்திக்கொண்டு வெட்க மில்லாமல் தமிழைக் காக்கிறேன் என்கிறார்கள். என்னை குடிகாரர்போல் வைவதில் சமாதானம் ஏற்பட்டுவிடாது. கையிலுள்ள சரக்கைக் காட்டவேண்டும்.

திரு. கி. ஆ.பெ தமிழைக் காக்கவேண்டும் என்று சொல்கிறார் என்றால் அவர் தானாகவே தன்னை ஒரு அனாமதேயம் என்று சொல்லிக்கொண்டு, அந்தப்படி அய்க்கோர்ட் தீர்ப்பும் சட்டமும் செய்துகொண்டு "நான் எதையும் உளறுவேன்; யாரும் அதை இலட்சியம் செய்து என்னை மதிக்கக் கூடாது" என்ற நிலை எய்தி விட்டார்!

முட்டாள் வைத்த கண்ணியில் அமைச்சர்களும் மாட்டிக் கொள்வதா?

அட "பாவமே"! மந்திரி கலைஞர் கருணாநிதி "தமிழுக்கு கேடு வந்தால் மந்திரி பதவியை விட்டு விடுவேன்" என்று எதற்காகச் சொல்ல வேண்டும்? ஏன் அனாவசியமாய் முட்டாள்கள் வைத்த கண்ணியில் மாட்டிக் கொள்ளவேண்டும்? அப்துல் காதருக்கும் ஆடி அமாவாசைக்கும் என்ன சம்பந்தம்?

"ஒழுக்கம், நாணயம் கெட்டால், நீதி கெட்டால், நம்பிக்கை கெட்டால், நன்றி கெட்டால் என்பது போன்ற மனிதத்தன்மை எங்களிடம் இல்லையானால் எங்களால் காப்பாற்ற முடியாவிட்டால் பதவியை விட்டுவிடுவேன், (ஏன்) உயிரைக்கூட விட்டுவிடுவேன்" என்று கூறலாம், "கப்சா"வும் விடலாம். அதை விட்டுவிட்டு "தமிழைக் காப்பாற்றாவிட்டால், அதற்குக் கேடு வந்தால், பதவியை விட்டுவிடுவேன் என்றால் அப்படி ஒரு மனிதனுக்கு எத்தனை மந்திரி பதவி இருக்கிறது?

தமிழுக்கு என்ன பாதுகாப்பு தேவை?

நாம் வீட்டில் தமிழ் பேசுகிறோம், கடிதப் போக்குவரத்து, நிர்வாகம், மக்களிடம் பேச்சு இவைகளை தமிழில் நடத்துகிறோம். சமயத்தை, சமய நூல்களை, இலக்கியத்தை தமிழில் கொண்டு இருக்கிறோமே! சரி! இதற்கு மேலும் சனியனான தமிழுக்கு என்ன வேண்டும்?

தமிழ் காட்டுமிராண்டிக்காலத்து மொழி. நாகரிக காலத்திற்கு, பகுத்தறிவு காலத்திற்கு "யாதும் ஊரே யாவரும் கேளிர்" என்ற காலத்திற்கு "யாயும் யாயும்

யாராயினரோ'' என்ற காலத்திற்கு தமிழ் பயன்படுமா? வேஷத் தமிழரை அல்ல; உண்மைத் தமிழரைக் கேட்கிறேன்.

சொல்லுங்கள் (நீங்கள் சொல்லும் சமாதானத்தை பல ஆயிரம் புத்தகமாக அச்சுப்போட்டு வெளிப்படுத்துகிறேன்) எவ்வளவோ வேலை செய்ய வேண்டி இருக்கிற மந்திரி பதவியில் உட்கார்ந்து கொண்டு "தமிழுக்கு கேடு வந்தால் பதவியை விட்டு விடுகிறேன்'' என்கின்ற மந்திரிக்கும், ஊர் ஊராய் திரிந்து குட்டிச் சுவராக வேண்டிய கோயில்களை எல்லாம் கட்டி முடிக்கும் திருப்பணியில் இருந்த மந்திரிக்கும் தரத்தில் என்ன வித்தியாசம்? நான் இதை மந்திரிமீது குறை கூற எழுதவில்லை. மந்திரிக்கு உள்ள பகுத்தறிவு எனக்கு நன்றாய்த் தெரியும்.

ஏன் பாமர மக்களுக்கு வழியல்லா வழியில் பயப்பட வேண்டும்? என்பதற்கு ஆகவே எழுதுகிறேன். தமிழ் பற்றிய இந்தக் கருத்து இன்றைய கருத்தல்ல. இந்தி எதிர்ப்புக் காலம் தொட்டு எனக்கு இந்த கருத்துத்தான். இது மந்திரிகளுக்கும் தமிழுக்கு ஆக இன்று பாடுபடுபவருக்கும் தெரியும்.

தமிழ்ப்புலவர் அனுபவம்

"அட கெடுவாய் பல தொழிலுமிருக்கக் கல்வி (தமிழ்) திடமுளமோ கனமாடக் கழைக் கூத்தாடச் செப்பிடு வித்தைகளாடத் தெரிந்தோமில்லைத் தடமுலை வேசையராகப் பிறந்தோமில்லைச் சனியான தமிழைவிட்டு தையலார் தம் இடமிருந்து தூது சென்று பிழைத்தோமில்லை என்ன சென்மமெடுத்து உலகிலிரக் கின்றோமே'',

தமிழ் படித்ததால் பிச்சை கூட கிடைக்கவில்லை; தமிழ் படித்தது பிச்சை எடுப்பதைத் தவிர வேறு உயிர் வாழ ஒன்றுக்கும் பயன்படவில்லை என்பதோடு இதற்காக செலவு செய்த காலத்தை வேறு துறையில் செலவிட்டால் வாழ்வில் பயன் ஏற்பட்டிருக்கும் என்பதையும் 100 ஆண்டுக்கு முன்பே ஒரு தமிழ் கற்ற அனுபவ புலவர் மேற்கண்ட பாடல் மூலம் எடுத்துக் காட்டி இருக்கிறார்.

ஈ.வெ. ராமசாமி
விடுதலை - 16. 03. 1967

தொகுதி 1

மொழி

"தமிழ்" பற்றிய விடுதலை தலையங்கத்தின் விளக்கம்

சென்னை 16.03.67 தேதிய "விடுதலை"யில் "தமிழ்" என்ற தலையங்கத்தில் புலவர் கா. கதிர்வேல் பிள்ளை அவர்கள் என் வீட்டில் சாப்பிட்ட பாலை விரல் விட்டு வாந்தி எடுத்தார் என்று ஒரு குறிப்புக் காட்டி இருக்கின்றேன். அதற்கு விளக்கம் தந்தால் வாசகர்கள் திருப்தி அடைவார்கள் என்று கருதி அச்சம்பவத்தை இக்கட்டுரையில் விளக்குகிறேன். 1905ம் ஆண்டு வாக்கில் என்று எனக்கு ஞாபகம், ஒன்றிரண்டு ஆண்டுகள் பேதமிருக்கலாம்; ஈரோட்டிற்கு நா. கதிர்வேல் பிள்ளை அவர்கள் வந்திருக்கிறார்கள். தான் நீலகிரி மலைக்குப் போகப் போவதாகவும் வழியில் என்னைக் கண்டு போகலாம் எனக்கருதி வந்ததாகவும் தெரியப் படுத்திக் கொண்டார். அதுபோலவே அவர் என்னைப் பார்த்து விட்டு நீலகிரிமலைக்குப் போனார். பிறகு அவர் உடல் நலம் இல்லாமல் சிகிச்சை பெற்றும் முடியாமல் முடிவெய்தி விட்டார் என்பதாக ஞாபகம்.

ஈரோட்டிற்கு அவர் வந்து என்னைப் பார்த்தபோது ஈரோட்டில் நான் ஒரு குறிப்பிடத்தக்க வியாபாரி: அடிக்கடி என்னிடம் புலவர்கள், பக்தர்கள், பாகவதர்கள், பொதுத்துறையில் சொற்பொழிவாற்றுபவர்கள் இவர்கள் எல்லாம் என்னைக் காண வருகிற தன்மையில் இவரும் வந்தார்.

ஈரோட்டில் "தமிழ்" பற்றி சொற்பொழிவு

தான் எதற்காக வந்தேன் என்ற காரணத்தைச் சொல்லி விளக்கினார். உடனே நான் இவருக்கு ஏதாவது நல்லபடி மரியாதை செய்யவேண்டும் என்று கருதி இன்று மாலையில் ஒரு சொற்பொழிவு வைத்துக் கொள்ளலாமா? என்று கேட்டு, என்ன பொருள் பற்றி சொற்பொழிவாற்றுவது என்று சிந்தித்து "தமிழ்" என்னும் தலைப்பைப் பற்றி பேசலாம் என்று முடிவு செய்து, உடனே மாலை 5 மணிக்கு சொற்பொழிவு என்பதாகக் காட்டி ஒரு மணி நேரத்தில் துண்டுப்பிரசுரங்களை அச்சிட்டு கடைவீதியில் வழங்க ஏற்பாடு செய்து விட்டு பிறகு அவர் துர்காஜலம் பிள்ளை என்கின்ற ஒரு நண்பருடன் சென்று உணவு அருந்திவிட்டு பிற்பகல் 4 மணி அளவிற்கு வந்தார்.

எனது மண்டிக்கடையிலேயே சொற்பொழிவிற்கு ஏற்பாடு செய்து தலைமை வகிப்பதற்காக அப்போது பாலக்காட்டிலிருந்து புலவர் தன்மையிலேயே என்னிடம் வந்திருந்த வயதான புலவர் நல்லதம்பி பிள்ளை என்பவரை ஏற்பாடு செய்திருந்தபடி அவரும் பிற்பகல் 4 மணி சுமாருக்கு மண்டிக்கு வந்தார்.

680

இந்த நல்லதம்பி பிள்ளை என்கின்ற புலவர் பாலக்காடு கல்லூரியிலோ, உயர்நிலைப் பள்ளியிலோ புலவராயிருந்தவர். வடஆற்காடு திருப்பத்தூர் பள்ளியிலும் புலவராய் இருந்தவர் என்று எனது ஞாபகம். அவர் தமிழ்புலவர் என்பது மாத்தரமல்லாமல் வடமொழியிலும் நல்ல அளவுக்கு பயிற்சி உள்ளவர்.

சொற்பொழிவுக் கூட்டம் துவக்கப்பட்டது. புலவர் நல்லதம்பி பிள்ளை அவர்களைத் தலைமைதாங்க வேண்டிக் கொள்கிற முறையில் அவரைப் பற்றியும் கதிர்வேல் பிள்ளைப் பற்றியும் சில வார்த்தைகள் சொன்னபின் நல்லதம்பி பிள்ளை அவர்கள் தலைமை ஏற்று முன்னுரை நிகழ்த்தினார். அதில் "தமிழ்" பெரும் களஞ்சியம் என்றும், இன்று வரையிலும் எவரும் அதன் எல்லையைக் காணவில்லை என்றும், தமிழைப் பற்றி பேசுவதென்றால் மிக சிரமமான காரியம் என்றும் இந்த பாணியில் தமிழைப் பற்றி பேசிக் கொண்டிருக்கும் போதே இந்த நிலையில் சிலர் பிற மொழிகளிடம் வெறுப்புக் கொள்கிறார்கள்: குறை கூறுகிறார்கள் என்று சொல்லிக்கொண்டு வரும்போது, "தமிழில் குறை கூறுகிற இவன் மற்ற மொழிகளைக் குறை கூறுவது என்றால்" என்று சொன்ன சமயத்தில் அடுத்த நாற்காலியில் உட்கார்ந்திருந்த கதிர்வேல் பிள்ளை உடனே எழுந்து குறுக்கிட்டு, "ஓய்" இவன் என்று சொன்னீரே அதற்கு இலக்கணம் சொல்லும்; சொல்லிவிட்டுப் பிறகு பேசும்" என்று கூறினார்.

புலவர்கள் வாதம் வம்பில் முடிந்தது

பிறகு நல்லதம்பி பிள்ளை எதையோ சொன்னார். சொல்கிறபோது கதிர்வேல் பிள்ளை "டா" பட்டம் போட்டு பேச ஆரம்பித்துவிட்டார், நல்லதம்பி பிள்ளை இவரைப் பதட்டமாக "மடையன், மடையன்" என்று சொல்ல ஆரம்பித்துவிட்டார். கதிர்வேல் பிள்ளை நல்லதம்பி பிள்ளையை அடிக்க கையை ஓங்கிவிட்டார்.

உடனே நான் எழுந்து இவர்களை விலக்கிவிட்டு சமாதானம் செய்கிற தன்மையில் பெருத்தகுரலில் "கனவான்களே! தமிழுக்காகப் போட்ட கூட்டம் இது என்றாலும் தமிழைப் பற்றி தெரிந்து கொள்ள நமக்கு வாய்ப்பு இருக்கிறது ஆனதால் நாம் இந்த நிகழ்ச்சியால் ஏமாற்றம் அடைந்துவிட்டதாகக் கருதக் கூடாது. தமிழைப் பற்றி தெரிந்து கொள்வதைவிட ஒரு முக்கியமான அரிய விஷயத்தை இப்போது நாம் தெரிந்து கொண்டோம். அதாவது பகுத்தறிவு, இல்லாத இரண்டு புலவர்கள் ஒன்று சேர்ந்தால் என்ன நேரிடும் - நிலைமை எப்படி இருக்கும் என்பதை இப்போது தெரிந்து கொண்டோம். இந்த மாதிரி சம்பவம் இனி நமக்கு கிடைக்காது; ஆனதனால் இந்த நிலையோடு இந்தக் கூட்டம் முடிவுற்றது" என்று கூறி கூட்டத்தைக் கலைத்துவிட்டேன்.

புலவருக்கு எழுந்த கோபம்

உடனே கதிர்வேல் பிள்ளை அவர்கள் மேலும் கோபம் கொண்டு "உம்மிடத்திற்கு நான் வந்ததே தவறு" என்று கோபாவேசத்தோடு சில குறைகளைக் கடுமையான வார்த்தைகளைச் சொல்லிக்கொண்டு ("கூட்டம் துவக்கப்படும் முன்பு நான் கொடுக்க அவர் வாங்கிக் குடித்த பாலை)"உன்னிடம் இந்த பாலை வாங்கிக் குடித்தேன்" என்று வாய்க்குள் விரல்களை விட்டு வாந்தி எடுத்தார். பிறகு கூட்டம் கலைந்தது.

கதிர்வேல் பிள்ளை என்னிடம் பயணம் கூடச் சொல்லிக்கொள்ளாமல் விரைந்து மேற்சொன்ன துர்காஜலம் பிள்ளையுடன் சென்று அவர் குமாஸ்தாவாக இருக்கும் கடையில் போய் உட்கார்ந்துகொண்டார். இது தெரிந்து நான் துர்காஜலம் பிள்ளையை அழைத்து நான் இந்த நிகழ்ச்சிக்காக வருந்துகிறேன் என்றும்,

மன்னிக்கவேண்டுமென்று கேட்டுக்கொண்டதாக அவருக்குச் சொல்லி ஒரு குறிப்பிட்டத் தொகையைக் கொடுத்து இந்தத் தொகையையும் வியாபாரிகள் கொடுத்தார்கள் என்று சொல்லி அவரிடம் கொடுத்து அனுப்புங்கள் என்று சொல்லி அனுப்பிவிட்டேன்.

நல்லதம்பி பிள்ளை அவர்களுக்கு அப்போதே வயது 50, 60 இருக்கும். அவருக்குக் கொஞ்சம் வடமொழிப்பற்று உண்டு. அதுபோலவே கதிர்வேல் பிள்ளைக்கு வடமொழி வெறுப்பு உண்டு. வடமொழியை நல்ல வண்ணம் கண்டிப்பார். நல்லதம்பி பிள்ளை இவரை உத்தேசித்தல்லாமல் சாதாரண முறையில் தான் சொன்னார். ஆனால் கதிர்வேல் பிள்ளை தன்னைத்தான் சொல்கிறார் என்று நினைத்துக்கொண்டார்.

புலவர்கள் வெகுண்டெழுந்த பல சம்பவங்கள்

இப்படியாக புலவர்களைப் பற்றி பல சம்பவங்கள் உண்டு. சாமி. வேதாசலம் அவர்கள் ராயப்பேட்டை, குகநிலையத்தில் பேசுகிறபோது, ஏதோ நான் சொன்ன சில வார்த்தைகளை எடுத்து சொல்லி

"இப்படி சொன்ன அவன் (ஈ.வெ.ரா) குடலைப் பிடுங்காமல் வந்திருக்கிறீர்களே, நீங்களா சிவபக்தர்கள்" என்று சபையில் கோபமாகப் பேசிவிட்டாரென்று அதைப் பற்றிக் கண்டித்து "திராவிடன்" பத்திரிகையில் கடினமான கண்டனங்கள் தெரிவித்தவுடன் சாமி. வேதாசலம் அவர்கள் வருத்தம் தெரிவித்து சமாதானக் கடிதம் ஒன்று எழுதி இருக்கிறார். அக்கடிதத்தை வாங்கி வந்தவர்கள், பிரசுரித்தவர்கள் திருவாளர்கள் என். தண்டாயுதபாணி பிள்ளை அவர்களும், கி.ஆ.பெ. விஸ்வநாதம் அவர்களும்தான்.

ஒரு சமயத்தில் திரு. வி. கல்யாணசுந்தர முதலியார் அவர்கள் நான் புராணங் களை கடுமையாகத் தாக்குகிறேன் என்றும், நாத்திகம் பேசுகிறேன் என்றும் கோபப்பட்டு பல வசைமொழிகளைத் தனது "நவசக்தி"யில் எழுதியதோடு, "நான் இரண்டு கூட்டங்களில் பேசினேனேயானால் இவர் (ஈ.வெ.ரா) உயிர் உலகில் இருக்காது" என்றும் பேசியதைக் "குடிஅரசு" பத்திரிகையில் கண்டித்து எழுதிய உடனே திரு. தண்டபாணிபிள்ளை அவர்கள் சமாதானம் செய்துவைத்தார். இந்தப்படி அனேக புலவர்களோடு பல அதிருப்திகரமான சம்பவங்கள் நடந்து இருக்கின்றன.

என்மீது வைதீகர்களுக்கு வெறுப்பு

ஒரு சமயம் திரு. கா. நமசிவாய முதலியார் அவர்களிடமும், மற்றொரு சமயம் சாமி வேதாசலம் அவர்கள் இடமும், மற்றொரு சமயம் திரு. வி. கல்யாணசுந்தர முதலியாரிடமும் பல புலவர்கள் சென்று என்னுடைய பேச்சுக்களையும், எழுத்துக் களையும் எடுத்துக்காட்டி "நீங்கள் அவனோடு (ஈ.வெ.ரா) நேசமாய் இருக்கிறீர்களே" என்று கேட்டதற்கு மூன்று பேர்களும் ஒரே மாதிரியான பதிலைச் சொல்லி இருக்கிறார்கள்.

திரு. கா. நமசிவாய முதலியார் அவர்கள் சொன்ன பதில் என்னவென்றால், "அவர் (ஈ.வெ.ரா) செய்கிற வேலை இலக்கியங்களைக் காப்பாற்றுவதைவிட முக்கியமான வேலை" என்பதாகவும்; சாமி வேதாசலம் அவர்கள் "சைவத்தை அழிக்க யாராலும் முடியாது. ஆனால் அவர் (ஈ.வெ.ரா) செய்கிற வேலையை வேறு யாரும் செய்ய மாட்டார்கள்" என்று சொல்லிவிட்டார்கள்.

குறள் மாநாடும் திரு.வி.கவும்

திரு.வி.க. அவர்களிடம் சில புலவர்கள் சென்று குறிப்பாக சரவண முதலியார் அவர்கள் நான் நடத்திய குறள் மாநாட்டிற்கு திரு. வி.க. வந்துவிட்டுப் போனதைக் குறிப்பாக வைத்து அவன் (ஈ.வெ.ரா) எல்லா இலக்கியங்களிலும் கைவைத்தது போக குறளிலேயும் கைவைத்து விட்டானே; அதற்கு நீங்கள் போகலாமா? என்று கேட்டிருக்கிறார்கள். அதற்கு திரு.வி.க, “அவர் (ஈ.வெ.ரா) எதில் கைவைத்தாலும் அதைப் பற்றிக் கவலைப்பட வேண்டியதில்லை; அவர் (ஈ.வெ.ரா) இல்லா விட்டால் உனக்கும் இவ்வளவு மரியாதை வந்திருக்காது; மற்றவை காலப் போக்குப்படி நடக்கும். அவர் நடத்திய குறள் மாநாட்டினால் “குறள்” மேலும் சிறிது பெருமைப்படுமே தவிர அதற்கொன்றும் சிறுமை ஏற்பட்டுவிடாது; அவர் வேலையின் உள் தத்துவமும் பெருமையும் உங்களுக்குத் தெரியாது”, என்று சொன்னதாக அவரே சொன்னார்.

ஆகவே என்னைக் காயும் புலவர்களுக்குக் கூட பகுத்தறிவு இல்லை என்று ஏன் சொல்லுகிறேன் என்றால், என் பணியின் தத்துவத்தையும், பலனையும் புரிந்துகொள்ள முடியவில்லையே என்பதனால்தான். இன்றைய இலக்கியங்களில் எந்த இலக்கியம் ஒழிந்தாலும் அதனால் நாட்டிற்கோ, மனித சமுதாயத்திற்கோ என்ன கெடுதி வரக்கூடும்? அல்லது இன்றைய இலக்கியங்களைப்போல் அவற்றில் உள்ள முட்டாள்தனத்தையும், மூடநம்பிக்கையையும், நம் இனஇழிவையும் பொறுத்துக் கருத்துக்கள் இல்லாமல் வேறு புது இலக்கியம் செய்துகொள்ள நம்மாலோ, நம் பின் சந்ததியாலோ, எதிர்காலப் போக்கினாலோ முடியாது என்பது இந்தப் புலவர்களின் கருத்தா என்று கேட்கிறேன்?

தமிழ் இலக்கியங்கள் நம்மை இழிவுடுத்துபவைதானே

சிலப்பதிகாரத்தைப் படித்தால் தமிழ் இனத்தில், தமிழ்இனம் தோன்றிய நாள் முதல் இன்று வரையிலும் ஒரே ஒரு பதிவிரதை (கற்புக்கரசி) யைத்தானே காண முடிகிறது? கம்ப இராமாயணத்தைப் படித்தால் ஆரியர், இராட்சதர் (திராவிடர்) என்கின்ற இரண்டு சமுதாயத்தாரைப் பற்றியும்தான் இருக்கிறது. அவற்றுள் ஆரியர்கள் உயர்ந்தவர்கள், கடவுளுக்கு சமமானவர்கள், கடவுள்கள் என்றும்; திராவிடர்கள் கீழ்மக்கள், இழிமக்கள், அரக்கர்கள், இராட்சதர்கள், பொல்லாத வர்கள், அயோக்கியர்கள் என்றும்தானே காண முடிகிறது?

பெரிய புராணம் படித்தால் அறிவு, ஒழுக்கம், நாணயம், கற்பு முதலிய விஷயங்களைப் பற்றிய கவலையே இல்லாமல் சிவன் என்கின்ற ஒரே கடவுளைத்தானே காணமுடிகிறது. இப்படியாகத்தானே மற்ற இலக்கியங்களும்!

பகுத்தறிவே உயிருக்கு மேலானதாகும்

ஆகையால் நாம் “பெண்களுக்கு கற்பு உயிர் போன்றது” என்று எப்படி கருதுகிறோமோ அதைவிட ஆயிரம் பங்கு மேலானது பகுத்தறிவுதான். மானம்தான் (உயிர்போன்றது கூட அல்ல) உயிர் என்ற கருத்தே மனிதனுக்கு இருக்கவேண்டும். அவன்தான் உண்மைத் தமிழன் ஆவான். அந்தப் பண்பு எந்த மொழியில் கிடைத் தாலும் பெறத் தயாராய் இருங்கள்; தமிழில்தான் பெறமுடியும் என்று கருதாதீர்கள். தமிழில் அது இல்லவே இல்லை. தமிழில் மானமும், அறிவும் சொல்லில்தான் இருக்கிறதே ஒழிய காரியத்தில் எந்த இலக்கியத்திலும் இல்லை.

மற்றும் தமிழின் எல்லா இலக்கியங்களுக்கும் வடமொழிதான் உயிராகவும், உடலாகவும் எலும்பாகவும், சதையாகவும், தோலாகவும் ஏதாவது ஒரு விதத்தில் இருந்து வருகிறது. வடமொழி தத்துவம் நீக்கப்பட்ட தமிழ் இலக்கியம் அரிது! அரிது! காணப்படுவது மிக மிக அரிது!!

ஈ.வெ. ராமசாமி
விடுதலை - 19. 03. 1967

தொகுதி 1
மொழி

மொழித் தொல்லை

நமது நாட்டில் சாதித் தொல்லை பெருந்தொல்லையாக நீண்ட நாளாகவே இருந்து வருகிறது. மதத்தொல்லையும் இருந்து வந்தாலும் அது இந்திய தேசம் என்று கருதப்படுகிற போதுதான் ஏதோ காணப்படுகிறதே அல்லாமல், சாதித் தொல்லைபோல், தமிழ்நாட்டைப் பொறுத்து என்று சொல்லப்படுகிற அளவுக்கு இந்தியாவில் மற்ற நாடுகளில் இல்லை என்று தான் சொல்ல வேண்டும். அதன் கேடு அதாவது சாதித்தொல்லையால் ஏற்படும் கேடு இந்திய தேசிய நலத்தைக்கூடப் பெரும்அளவிற்குப் பாதித்து வளர்ச்சியைக் கெடுத்து வருகிறது.

இப்போது மொழித்தொல்லையைப் பற்றி எழுதத் தொடங்கியதால் சாதித் தொல்லையை ஒத்தி வைத்துவிட்டு மொழித்தொல்லையைப் பற்றியே சிந்திப்போமாக!

இந்த மொழித்தொல்லை - இந்திய தேசம் முழுவதிலும் பலநாடுகளுக்குச் சேர்ந்து ஒரே ஆட்சியாக ஏற்பாடு செய்யப்பட்டிருப்பதால் ஏற்பட்டிருக்கிறதே யல்லாமல் இயற்கையாக ஏற்பட்ட தொல்லை அல்ல என்றே சொல்லலாம்.

வெள்ளையர் ஆட்சிக் காலத்தில் மொழித்தொல்லை இல்லை என்று சொல்லப்படுமானால் அவன் ஒரு மொழியை ஆட்சிக்காகப் பொதுமொழியாக்கி வைத்துவிட்டான். ஆதலால் மொழித்தொல்லைக்கு இடமில்லாமல் போய் விட்டது.

அந்த மொழி வெள்ளையனுடைய சொந்த மொழியாக இருந்தாலும், இந்திய மக்கள் அதை விரும்பி மேல் விழுந்து கற்கவும், பயன்படுத்திக் கொள்ளவும் போட்டிபோட ஆரம்பித்ததால் அம்மொழியினால் மக்கள் நன்மை அடைந்தார்கள் என்பதைத் தவிர, சிறிதும் தொல்லையடையவில்லை.

வெள்ளையனுக்குப் பிறகும் முன்பு இருந்த பொதுமொழியையே, பொது மொழியாகப் பயன்படுத்திக் கொள்ளப்பட்டிருந்தால் இன்று இந்தியா முழுவதும் காணப்படுகிற பிளவுநிலையும், பேதஉணர்ச்சியும் பெரும் அளவுக்கு இல்லா மலிருக்கும் என்றே சொல்லலாம்.

ஆனால் வெள்ளையன் ஆட்சி இந்த நாட்டில் இருக்கும்போதே அந்நிய மொழியை, அதாவது (இந்தியாவில் அந்தந்த நாட்டில் இருந்து வந்த மொழியைத் தவிர்த்துப் பொது மொழியாய் இருந்து வந்த ஆங்கிலத்தின் மீது துவேஷத்தை ஏற்படுத்தி) பெரும்பாலான நாட்டுக்கு அந்நிய மொழியாய் இருந்து வந்த இந்தியைக் கொண்டு வந்து பலாத்காரமாய்ப் புகுத்தியது (ஆங்கிலத்திற்கு முக்கியத்துவம் கொடுத்து) ஆங்கிலத்தினால் பிழைத்து வந்த இந்த பார்ப்பனர்களேயாகும்.

தொகுதி 1 மொழி

பொதுவாக இந்தியாவில் உள்ள மக்கள் 100க்கு 99 பேர் மூடநம்பிக்கைக்காரர்களாய், முட்டாள்களாய் இருப்பதற்கே காரணம் அவரவர்கள் மொழியேயாகும் என்பது எனது பலமான கருத்து. நம் மக்களுக்கு இதுவரை படிப்பு இல்லை என்பது ஒரு காரணமானாலும், அவரவர் பேசும் மொழியிலாவது அறிவிற்கான நூல்கள் சொற்கள் இருக்கிறதா என்றால் கிடையாது. படிப்பதாக இருந்தாலும் அறிவிற்கான இலக்கியங்கள் மதச் சம்பிரதாய ஆதாரங்கள் எதுவுமே கிடையாது! பிறந்த குழந்தை பேசவேண்டுமானாலே தாய் தந்தையர் கற்றுக்கொடுத்துத்தானே ஆகவேண்டும்!

அறிவுக்கு ஏற்ற சொல் இல்லை. மொழி இல்லை. நூல் இல்லை. சமய மில்லை. இப்போது இருப்பவை எல்லாம் ஆயிரக்கணக்கான ஆண்டுகளுக்கு முன்னால் ஏற்பட்டவை. இவைகளில் எதையும் மாற்றக்கூடாது என்பது "குரங்கு பிடிவாத"மேயாகும். மக்களுக்குள் செலுத்துவதிலும் மூடநம்பிக்கையோடும் "கற்பு"க்கு இருக்கிற நிபந்தனையோடும் செலுத்தப்பட்டு வருகிறது! இவற்றுள் சாதி உணர்ச்சி வேறு மக்களுக்குள் புகுந்து, வக்கீலுக்கு எப்படிப் புரட்டு பித்தலாட்டம் அவசியமோ, அதுபோல சாதி உணர்ச்சிக்கும் மக்களுக்குப் புரட்டு, பித்தலாட்டம் அவசியமாகி அவைகள் மூலமே காப்பாற்றப்பட வேண்டியது ஆகி விடுகிறது.

சர்.இராதாகிருஷ்ணன், சர்.சி.வி.இராமன் ஆகிய 'படித்த' பெரியோர்களைப் பார்த்தாலே சாதி உணர்ச்சி எவ்வளவு தூரம் பகுத்தறிவைக் கெடுத்துவிடுகிறது என்பது தெரியும். இப்படியாக இந்தத்தன்மையில் உள்ள மொழிகளை இந்த முறையில் புகுத்தப்பட்டு வந்தால் மனிதனுக்கு மொழியினால் அறிவு எப்படி வளரமுடியும்?

புதிய உலகில் வாழ்கின்ற - வாழவேண்டிய மக்களுக்கு மொழிப்பைத்தியம், மொழி வெறி என்பது எதற்காக இருக்க வேண்டும்?

பார்ப்பனர்கள், தாங்கள் மைனாரிட்டி (Minority) என்கின்ற காரணத்தால் தங்கள் பாதுகாப்புக்கென்று இந்தியாவை, இந்திய யூனியன் ஆட்சியை நமது நாடாகவும், நமது ஆட்சியாகவும் செய்ததை நாம் ஒப்புக்கொண்ட, ஏற்றுக்கொண்ட மாபெரும் முட்டாள்தனத்தால், ஏமாளித்தனத்தால் இந்தியும், மூடநம்பிக்கை மடமையால் இருந்துவரும் தாய்மொழி வெறியும் என்றென்றைக்கும் நாம் அறிவு பெற முடியாமலும் செய்துவிட்டது, செய்து வருகின்றது. உலகம் உள்ளவரை நாம் இந்த இந்திய யூனியன் என்னும் நரகக் குழியில் இருக்க வேண்டியவர்களா? போதாக் குறைக்கு 'பெரியார்' கல்லூரியில் படித்தவர்கள், என்றும், "நாங்கள் பகுத்தறிவு வாதிகள்" என்றும் சொல்லிக் கொள்ளும் இன்றைய மந்திரிகள் "தமிழுக்கு தமிழ் மொழிக்குக் கேடு வந்தால் நாங்கள் பதவியைவிட்டு வெளியேறி விடுவோம். என்று சொல்லுகிறார்கள் என்றால், இதில் என்ன பகுத்தறிவு இருக்கிறது? என்ன 'பெரியார்' வாசனை இருக்கிறது? "உயர்தரப் படிப்புகளையெல்லாம், கல்லூரியிலும் கூட தமிழிலேயே ஆக்குகிறோம்" என்றால் "மக்களை முட்டாள்களாக்குகிறோம்" என்றுதானே பொருள்?

இப்படியான நிலை ஏற்பட்டால் இது முக்கொலை என்றுதானே ஆகும்? தமிழ்மொழியும் கெட்டு பாடவிஷயமும் பொருளும் கெட்டு, ஆங்கிலமும் கெடும்படி ஆவதால் மூன்று கொலை செய்ததாகத்தானே முடியும்? இதுதானா இந்தச் சிப்பாய்கள் வேலை? இந்த நாடு முன்னேற வேண்டுமானால் எந்த மொழி யிலானாலும் சரி, விஞ்ஞான அறிவு, விஞ்ஞான வாழ்வு இவற்றால்தான் முடியும்

இந்தியோ, தமிழோ காப்பாற்றப்படவேண்டும் என்ற கூப்பாடு எந்த அடிப்படையில் கிளப்பப்படுகிறது? நமது முன்னோர்களால் ஏற்பாடு செய்யப்பட்ட பண்பாடுகளை - கலாச்சாரங்களைப் பாதுகாக்கவேண்டும் என்பதற்காகவே அல்லாமல் வேறு எதற்காக?

685

இன்று இந்தியாவிலேயே ஆயிரத்துக்கு ஒரு மனிதன் கூட பேசாத எங்கும் பேச்சு வழக்கில் இல்லாத எந்த ஒரு காரியத்திற்கும் பயன்படாத சமஸ்கிருதத்திற்காகப் பார்ப்பனர் இமாலயப்பிரயத்தனம் செய்து பள்ளிகளில், கல்லூரிகளில் எல்லாம் பாடமாக பரீட்சையாக வைத்து, பல கோடிக்கணக்கான ரூபாய்களை இவற்றிற்காகச் செலவு செய்து பாழாக்குவது எதற்காக? பார்ப்பான் 'மேல்சாதிமகன்' என்பதைப் பாதுகாக்க அதற்கேற்ற கலாச்சாரத்தையும் பண்புகளையும் நிலைநிறுத்தத்தானே அல்லாமல் வேறு எதற்காக? 'அவன் தம்பிஅங்கதன்' என்ற கருத்திற்கு இணங்க தமிழ், இந்தி, வெங்காயம் என்பதும், ஆங்கிலம் விலக்கப்படவேண்டும் என்பதும் அல்லாமல் வேறு என்ன கருத்து அதில் இருக்கிறது?

நம்மைத் தமிழும், இந்தியும் படிக்கச் செய்துவிட்டு, பார்ப்பானும் பணக்காரனும் ஆங்கிலமும், ஆங்கிலக் கான்வென்டிலும் படித்துப் பதவிக்குப் போய்விடுவார்கள். பிறகு நம் கதி என்ன?

தமிழ்மொழிக் களஞ்சியங்களான "மாணிக்கவாசகர் காலம்" எழுதிய காலஞ்சென்ற மறைமலை அடிகள், பெரிய புராணத்திற்குப் புது உரை எழுதிய திரு.வி.கலியாணசுந்தரம் முதலியோர் வாழ்வில், முக்கியத்துவத்தில் என்ன தரத்தில் இருந்து சென்றார்கள்? "சைவத்தை நிலைநிறுத்திய" மூடநம்பிக்கைக் களஞ்சியங்களாகத் தானே முடிவெய்தினார்கள்!

காலம் செல்லாத இன்றைய தமிழ்க் களஞ்சியங்கள் தெ.பொ. மீனாட்சி சுந்தரனார், டாக்டர்கள் சிதம்பரநாதன் செட்டியார், மு. வரதராசனார், இராசமாணிக்கனார் மற்றும் ஒரு டஜன் உருப்படிகளின் இன்றைய நிலை என்ன? அவர்களால், அவர்கள் ஓர்அளவுக்கு நன்றாய்ப் பிழைக்கின்றார்கள் என்பதைத் தவிர நாட்டிற்கோ, மனித சமுதாயத்திற்கோ, என்ன பயன்? அன்னக்காவடி, பஞ்சாங்கப் பார்ப்பான் மகன் ஆங்கிலம் படித்து சுப்ரீம் கோர்ட் நீதிபதி ஆகிறான்!

பார்ப்பனரல்லாதார் என்கின்ற உணர்ச்சிப் போராட்டம் இல்லாதிருந்தால் இந்த மேதாவி டாக்டர்கள் 'மகான்'கள் நிலை இன்று எப்படி இருக்கும்? கிறுக்கன் பாரதிக்கு இருக்கிற மதிப்பில் நூற்றில் ஒன்றுகூட இவர்களில் எவருக்கும் இன்று இல்லையே! இவர்கள் தரத்தைவிடக் குறைந்த தரமுள்ள ஆங்கிலத்தில் பேர் பெற்றவர்கள். சாதாரண அளவு ஆங்கிலப் படிப்பாளிகள் எவ்வளவு மேல் நிலையில் இருக்கிறார்கள்!

எதிர்காலத்திலாவது இந்த நிலை மாறும் என்று கனவு காணமுடியுமா? கல்விக்கு ஏதாவது மாற்றம் ஏற்பட்டால் இந்த மாதிரி சபையினால்தான் ஏற்பட வேண்டும். இதுவே உருண்டைக்கு நீளம், புளிப்புக்கு அவனப்பன் என்றால் நம் கதிஎன்ன? இது (இவர்கள்) ஒழிந்தால் பக்தவத்சலம், வெங்கட்ராமன் அல்லது கக்கன், மன்றாடியார் மந்திரி சபை அல்லது அவர்கள் போன்றோர் மந்திரிசபை தானே ஏற்படும்? ஆதலால் நான் வேண்டிக் கொள்கிறேன். இன்றைய தினம் ஆங்கிலத்திற் குள்ள எந்த நிலையிலும், எந்த அமைப்பிலும் கை வைக்காதீர்கள் என்று!

5 வருடமானால் உங்களை யாரும் எந்த மந்திரியாய் இருந்தீர்கள் என்று கேட்க மாட்டார்கள். 'என்ன செய்தீர்கள்' என்றுதான் கேட்பார்கள். "நாங்கள் காலேஜ்களில் ஆங்கிலத்தை ஒழித்தோம்" என்றால் என்ன ஆகும்? இதே கேள்வி 10 வருடத்தில் நீங்கள் என்ன செய்தீர்கள் என்று கேட்டால், காமராசர் என்ன சொல்லுவார்? நாங்கள் ரூபாய்க்கு ஒருபடி அரிசி அளந்தோம் என்றா சொல்லுவார்? "உன் மகனைக் கேள், உன் மகளைக் கேள், அவள் உத்தியோகத்தைப் பார், அவர்கள் பேசுகிற பேச்சைப்பார் என்பார்!"

விடுதலை - 05.04.1967

தொகுதி 1

மொழி

பலே நெடுஞ்செழியன்! பலே பலே நெடுஞ்செழியன்!!

இன்றைய மந்திரிகளில் "வழவழா - கொழ கொழா" என்று அதிகம் பேசாத மந்திரி திரு. நெடுஞ்செழியனே ஆவார்.

அவர், அதிசயிக்கத்தக்க, பாராட்டத்தக்க இரண்டு பெரிய காரியங்கள் செய்து இருப்பவரும் (திரு. நெடுஞ்செழியன்) ஆவார்.

அவைகளில் ஒன்று:

சிதம்பரத்தில் தன்னை பகுத்தறிவுவாதி, 'நாத்திகன்' என்று துணிவாய்க் காட்டிக்கொண்டதாகும்.

இரண்டு:

அரசாங்கக் கடிதப் போக்குவரத்துகளில் "ஸ்ரீ, ஸ்ரீமதி" என்ற வடமொழிச் சொற்களை மாற்றி "திரு, திருமதி" என்ற சொற்களை வழங்கும்படி செய்தது ஆகும்.

இவ்விரண்டு பணிகளுக்காகவும் திரு. நெடுஞ்செழியனைப் பாராட்டுகிறேன்.

ஈ.வெ.ராமசாமி,
விடுதலை - 16.04.1967.

687

தொ
கு
தி
1

மொழி

சிவசேனை!

சிவசேனையின் நடத்தையால் பம்பாயில் தமிழ் மக்களுக்கு ஏற்பட்டுள்ள தொல்லைகள் துன்பங்கள் நாம் வெட்கப்படத்தக்க அளவு இருக்கிறது என்பதுடன் வளர்ந்து கொண்டு வருகிறது.

நான் தமிழைக் காட்டுமிராண்டிமொழி என்று சொன்னதற்கு ஆத்திரப்பட்ட மக்கள், பம்பாயில் நம் மக்கள் படும் வெட்கக்கேடான கொடுமைகள் பற்றி ஒரு சிறு வெறுப்பைக் கூட காட்டவில்லை!

நம் செல்வம் ஆண்டொன்றுக்குப் பல நூற்றுக்கணக்கான கோடி ரூபாய்களை வடநாட்டான்கள் கொள்ளை அடித்துக்கொண்டு போவதுபற்றி ஒரு பொருளாதாரத் துறை வல்லவனும், ஒருதேசீயவாதியும், தேசபக்தனும் வாயைத் திறக்கவில்லை.

நம் நாட்டுமக்கள் நம் நாட்டிலேயே கக்கூசு வாறுகிறான்; ஜலதாரை கழுவுகிறான்; நம் பெண்கள் கல் உடைக்கிறார்கள், மண் சுமக்கிறார்கள்! எவனுக்கும் இது பற்றி மானம் போவதாகக் காட்டிக் கொள்ள முடியவில்லை.

பிச்சை எடுக்கவந்த பார்ப்பான் உடல் நலியாமல் பெருவாழ்வு; பிரபுவாழ்வு வாழ்கிறான்! இதுபற்றி எவனுக்கும் மானக்கேடு இல்லை! அது மாத்திரமில்லை; அப்படிப்பட்ட பார்ப்பானை மானங்கெட்ட ஆட்கள் "சாமி" என்கிறார்கள்! இவர் களுடைய மன வேதனையை இலட்சியம் செய்ய வேண்டுமா?

மற்றும் மதத்தின் பேரால், கடவுள் பேரால், வேத சாஸ்திரங்கள் பேரால் நம்மை - பார்ப்பான், "வேசி மகன், சூத்திரன், சண்டாளன், கீழ்மகன், தீண்டாத பிறவி" என்கிறான்! இது பற்றி தமிழன் ஒருவருக்குக்கூட ரோஷம், மானம், வெட்கம், சுயமரியாதை இல்லாமல், அப்படிப்பட்ட மதத்தையும், கடவுளையும், வேத சாஸ்திரங்களையும் தன்னுடையது என்று பாராட்டி வணங்குகிறான்!

இப்படிப்பட்ட ஆட்களுக்கு நான் தமிழை காட்டுமிராண்டிமொழி என்றதனால் பொத்துக்கொண்டு போய்விட்டதாம், இவனுடைய மொழி உணர்ச்சி! அட முட்டாள் களே! நானாவது தமிழ் காட்டுமிராண்டி மொழி என்கிறேன். வேண்டுமானால் ஒரு திருத்தம் செய்து கொள்ளட்டும். தமிழ் காட்டுமிராண்டிக் காலத்து மொழி என்று ! எனக்கு இரண்டும் ஒன்றுதான்.

இந்தச் சிப்பாய்களை நான் ஒன்று கேட்கிறேன்; "தமிழ் நீசமொழி; தமிழ் பேசினால் குளித்துவிட்டுத்தான் சாப்பிடவேண்டும்," என்று பார்ப்பானும் இவனது மத ஆதாரமும் கூறுகிறதே! "தமிழில் கடவுளைப் பூசிக்கக்கூடாது" என்பது இன்னமும் அமுலில் இருக்கிறதே! இதற்கு ஆக எவன் வெட்கப்பட்டான்?

மானம், வெட்கம் பக்தி, பற்று என்பவைகளுக்கு இன்னமும் (வெள்ளையன் ஆட்சி 150-200 ஆண்டு இருந்தும்) தமிழனுக்குப் பொருள் புரியவில்லை என்றால்

தமிழ் காட்டுமிராண்டி மொழி என்று சொன்னால் மட்டும் போதுமா? தமிழனே காட்டுமிராண்டி என்றல்லவா சொல்ல வேண்டி இருக்கிறது!

ஆதாரப்படி உள்ள ஒரு விபசாரியை விபசாரத்திற்கு ஆக தண்டிக்கப்பட்ட கதையில் இருந்துவரும் ஒரு பாத்திரத்தை "மாரியாயி - கடவுள்" என்கிறான்! அயோக்கியத்தனமான கதைகளில் வரும் பாத்திரங்களை எல்லாம் "கடவுள்" "பகவான்" என்று கூறி வணங்குகிறார்கள்!

இதற்கெல்லாம் போகாத மானம் தமிழ் காட்டுமிராண்டி மொழி என்பதால் பறிபோகிறதா? என்று கேட்கிறேன்.

நான் 89வது வயதில் உலாவுகிறேன். ஆதலால் அவசரத்தில் சொல்கிறேன், மொழி எதற்கு? இதற்குத் தமிழே வேண்டுமா? தமிழில் உலகம் சுற்ற முடியுமா?

தமிழ்நாடு 600 மைல் நீளம் 200 மைல் அகலம் மீதி உள்ள இடம் எவ்வளவு? இந்தியா மாத்திரம் 2000 மைல் நீளம் சுமார் 500 மைல் அகலம் அப்புறம் உலகம்?

நீ கிணற்றுத் தவளையாக இருக்க விரும்புகிறாயா? அல்லது "வேடன் தாங்கலில்" வந்து இளைப்பாறிப்போகும் வெளிநாட்டுப் பட்சியாக - இருக்க விரும்புகிறாயா? மனிதனே சிந்தித்துப்பார்!

தோழர்களே! சிவசேனை என்கின்ற பெயரைக்கேட்கும்போதே எனக்கு மனம் பதறுகிறது? உடல் துடிக்கிறது அங்குள்ள தமிழன் மனிதன் இல்லையா? இங்குள்ள பார்ப்பான்தானா தமிழன்? என்ன காங்கிரஸ் ஆட்சி? பீத்தல் ஆட்சி இதுபற்றி கவலையே இல்லையே?

நாளை இதற்கு ஆக நாம் செய்யப்போகும் பரிகாரத்திற்கு நம்மை ஆயிரக் கணக்கில் ஜெயிலுக்கு அனுப்பப்போகிறது காங்கிரஸ் ஆட்சி! இது உறுதி! உறுதி! என்பது மாத்திரமல்லாமல் அப்படி நேர்ந்தால், ஜெயிலுக்குப் போகாமல் வெளியில் இருப்பவனுக்கு என்ன பேர் சொல்லுவது என்பது எனக்கு விளங்கவில்லை! நாம் ஏதாவது செய்து ஆகவேண்டும்.

இவை அரசாங்கத்தால் செய்ய முடியாது. நாம் செய்வதைத் தடுக்கத்தான் முடியும்.

ஆதலால், "சிவசேனை கண்டன நாள்" என்று அடுத்த மாதம் 1ம் தேதி ஞாயிற்றுக்கிழமை ஒவ்வொரு ஜில்லா தலைமை நகரங்களில் ஒரு ஊர்வலமும் பொதுக்கூட்டமும் நடத்திக் கண்டனம் தெரிவித்து, கண்டனத் தீர்மானங்கள் போட வேண்டும்.

இதற்கு ஆக ஒவ்வொரு நகரத்திலும் வாலண்டியர்களைப் பதிவு செய்து வைக்க வேண்டும்.

சென்னையில் தான் முதல் முதல் நடவடிக்கை துவங்க எண்ணி இருக்கிறேன். ஆங்காங்கு உள்ள இயக்கத் தோழர்கள் இப்பணிகளில் மெத்தப் பொறுமையையும் சமாதானத்தையும் காப்பாற்ற வேண்டும்; கடின பதம் உபயோகிக்கக் கூடாது; பலாத்கார எண்ணமே இருக்க - காட்டக்கூடாது; அதிகாரிகளுக்கு - போலீசுக்கு அடங்கி நடக்க வேண்டும்.

நாம் மற்ற கட்சிகளைப்போல் காலித்தனத்தில் நாச வேலையில் நம்பிக்கை கொண்டவர்கள் அல்ல; அவைகளை வெறுப்பவர்கள். ஜாக்கிரதை! ஜாக்கிரதை!!

1.10.1967 இல் ஊர்வலம் பொதுக்கூட்டம் நடத்தத் தயாராகுங்கள்! இது ஒரு நல்ல வாய்ப்பு!

விடுதலை - 22. 09. 1967

தொகுதி 1
மொழி

வணக்கத்தோடு...!

தமிழைக் காட்டுமிராண்டி மொழி என்று நான் சொன்னது பொறுக்கவில்லை என்று குதிக்கிறார்கள். உன் தமிழிலே ஆரியம் கலக்காத இலக்கியம் ஏதாவது ஒன்று இருக்கிறது என்று சொல் பார்க்கலாம்! தொல்காப்பியம் - குறள் - பதினெண்கீழ் கணக்கு - மேல் கணக்கு எல்லாவற்றிலும் (பார்ப்பனர்) ஆரியம் இருக்கிறது. இது இல்லாத ஒரு நூலைக் காட்டுங்கள் நான் வணக்கத்தோடு ஏற்றுக் கொள்கிறேன்.

தோன்றிய தமிழ்ப்புலவர் தெய்வசக்தி உள்ளவர் என்று கூறுகின்ற இராமலிங்கர் - தாயுமானவர் - இராமகிருஷ்ணர் இப்படி எவரை எடுத்தாலும் ஆரிய வேதம் - சாஸ்திரம் சம்பந்தமில்லாதவர் ஒருவர் கூட இல்லையே! சாமி, மதம், விபூதி - நாமம் இதனால் எல்லாம் என்ன லாபம்? இதெல்லாம் புரட்டு - காட்டு மிராண்டித் தனம் என்பது கொஞ்சமாவது புரிந்தால் தானே முன்னேற முடியும்! இப்போது நீங்கள் எல்லாம் புதிய உலகத்தில் இருக்கிறீர்கள் உங்களுக்கு முன் உள்ளவர்கள் எல்லாம் வானவெளியில் சந்திரன் - சுக்கிரன் என்று போய்க் கொண்டிருக்கிறார்கள். அவர்களைப் பார்த்து நீங்களும் முன்னேற வேண்டும் என்று கேட்டுக்கொள்கிறேன்.

விடுதலை – 02. 11. 1967

தமிழனின் இழிநிலைக்கேற்பவே...!

பார்ப்பனர்கள் சுமார் 35 ஆண்டுகளுக்கு முன்பே ஒரு மாபெரும் மாநாடு பிராமணர் மாநாடு என்னும் பெயரால் (காஞ்சிபுரத்தில் என்பதாக ஞாபகம்) கூடி அதில் சங்கராச்சாரியார் பேசும் போது, "இந்து மதம் என்பதாக ஒரு மதம் இல்லை. இந்து மதம் என்று சொல்லப்படுவது ஆரிய மதம் தான். அதற்கு ஆதாரம் வேதம், சாஸ்திரம் உபநிஷதங்கள் தான். ஆகையால் வேத மதம் என்பது தான் இந்து மதம் என்ற சொல்லாய் இருந்து வருகிறது" என்று தெளிவாகப் பேசியதுடன் அதன்படி அம்மாநாட்டில் தீர்மானமும் நிறைவேற்றப்பட்டிருக்கிறது.

இந்தியப் பொதுமக்கள் (இந்துக்கள்) என்பவர்களும் மதம் - கடவுள் இவை பற்றிய ஆதாரங்கள் விஷயத்தில் சிறிதும் அறிவைச் செலுத்திச் சிந்திக்காமல் கண்மூடித்தனமாக ஏற்று நடந்து வருவதுடன், இவற்றால் தங்களுக்கு ஏற்பட்டு அனுஷ்டானத்திலும் இருந்துவருகிற ஜாதி இழிவைப் பற்றிச் சிறிதும் சிந்திக்காமல் இழிமக்களாகவும், காட்டுமிராண்டி மக்களாகவும் இருந்தே வருகிறார்கள்.

இந்த நிலையில் இழிமகனாகவும் காட்டுமிராண்டி மனிதனாகவும் இருக்கும் விஷயத்தில், இந்துக்களுக்குச் சிறிது கூட மானம் - வெட்கம் இல்லாமல் பணம் சம்பாதிப்பதிலும், பதவி வேட்டை ஆடுவதிலுமே பெருங்கவலை கொண்டவர்களாகி நாளுக்கு நாள் தங்கள் இழி நிலையைப் பலப்படுத்தும் முறையில் கடவுள், மத, வேத, சாத்திர, புராண, நம்பிக்கை உடையவர்களாகவே நடந்து கொள்கிறார்கள்.

தமிழன் தலைதூக்கியே ஆகவேண்டும். 2000, 3000 ஆண்டுகளாகக் கீழ் மகனாகவும், காட்டுமிராண்டியாகவும் இருந்தது மிகமிகப் போதுமான காரியமேயாகும். இனி ஒரு வினாடியும் தமிழன் இழிமகனாக இருக்கக் கூடாது; காட்டுமிராண்டித் தன்மையில் இருந்தும் மீண்டு ஆகவேண்டும்.

அதற்குக் கடவுள், மத வேத, சாஸ்திர புராணங்களையும், கோவில்களையும், பண்டிகை உற்சவங்களையும் வெறுத்தால் மாத்திரம் போதாது. புராண இதிகாச இலக்கியங்களையே பெரிதும் கொண்ட தமிழ்மொழியையும் கூட வெறுத்தாக வேண்டும். ஏனெனில் தமிழனின் இழிநிலைமைக்கும் ஏற்பவேதான் தமிழ் மொழியும் அமைந்திருக்கிறது. பற்றாக்குறைக்கு நம் ஜனநாயக ஆட்சி என்னும் காட்டுமிராண்டி ஆட்சி, தமிழைவிட எத்தனையோ மடங்கு அதிகமான காட்டு மிராண்டித் தன்மை பொருந்திய இந்தி என்னும் வடநாட்டுக் காட்டுமிராண்டி மொழியையும் சேர்த்துப் படிக்கும்படி, கட்டாயப்படுத்தப்படுகிறது.

இந்தநிலை அமலுக்கு வருமானால், தமிழன் மிகமிகக் காட்டுமிராண்டி ஆகிவிடுவான் என்பதில் சிறிதும் அய்யம் இல்லை. இந்தி புகுந்தால் கண்டிப்பாய் ஜாதி இழிவு ஒழியப் போவதில்லை. இது உறுதியேயாகும். தமிழனுக்கு எதற்கு

691

ஆக இந்தி மொழி? என்று கேட்கவோ, இந்தி மொழியில் இருக்கும் விசேஷம் என்ன? அது அறிவிற்கோ, மானத்திற்கோ பயன்படும்படியாக எந்தத் தன்மையைக் கொண்டு இருக்கிறது? என்று கேட்கவோ, ஒரு தமிழனுக்குக் கூட துணிவு வரவில்லை.

"இந்திய யூனியனுக்குள் தமிழ்நாடு இருப்பதால், இந்திய அரசியல் சட்டத்தில் இந்தி ஆட்சி மொழியாக ஆக்கப்பட்டிருப்பதால் எல்லா இந்தியனும், தமிழனும் இந்தியை ஏற்றுக்கொள்ளத்தான் வேண்டும்" என்று வடநாட்டான் சொன்னால் எல்லோரும் ஏற்றுக் கொள்ள வேண்டியதுதானா? என்று கேட்கிறேன்.

இந்திய யூனியன் ஆட்சி ஏற்பட்டதும் இந்திய அரசியல் சட்டம் ஏற்பட்டதும், பெரிய மோசடியால் அல்லாமல் யோக்கியமான தன்மையில் ஏற்பட்டதாக யாராவது சொல்ல முடியுமா?

இந்தியா என்பது அகஸ்மாத்தாக ஏற்பட்ட ஒரு சேர்க்கையே அல்லாமல், எத்தனை காலமாக "இந்திய நாடு" இருந்து வருகிறது என்று யாராவது சொல்ல முடியுமா?

தமிழ் நாட்டில் பார்ப்பானுக்கு ஏகபோக ஆதிக்கம் இருந்த காலத்தில், தமிழ் நாட்டுத் தமிழ் மக்களுக்குச் சிறிது சுயமரியாதை உணர்ச்சி தூண்டப்பட்ட காலத்தில், பார்ப்பான் தன்னைக் காப்பாற்றிக் கொள்ள தமிழ்நாட்டை வடநாட்டான் காலடியில் கிடக்கும்படிச் செய்து விட்ட மோசடித்தன்மை கொண்ட துரோக காரியமே அல்லாமல், மற்றப்படி இந்தியாவிற்கும், தமிழ்நாட்டிற்கும் என்ன சம்பந்தம்? என்று கேட்பதோடு தமிழ்நாட்டிற்கும், இந்திக்கும் என்ன சம்பந்தம்? என்றும் கேட்கின்றேன்.

இன்று மானமுள்ள தமிழனுக்கு முக்கியமான வேலை என்னவென்றால், தமிழ்நாட்டை வடநாட்டான் காலடியில் இருந்து விலக்கிக்கொள்ள வேண்டியதும், தமிழர்கள் எல்லோரும் தமிழை உதறித்தள்ளிவிட்டு ஆங்கிலத்தை வீட்டு மொழியாக ஆக்கிக்கொள்ள வேண்டியதுமேயாகும்.

தமிழன் இன்று இங்கிலீஷ் எழுதப் படிக்கத் தெரிந்து பட்டம் பெற்று, ஆங்கிலம் பேசவேண்டும் என்று காத்துக் கிடக்காமல் தமிழர்கள், தமிழ்க் குழந்தைகள் ஒவ்வொருவரும் வீட்டிலும், தெருவிலும், பணி நிலையத்திலும் ஒருவருக்கொருவர் தங்களால் கூடுமான வரை ஆங்கிலமும் தமிழுமாகவே பேசிப் பழக வேண்டும்.

தமிழ்ச் சொற்களுக்குள் வடமொழிச் சொற்கள் எப்படி வந்து கலந்து கொண்டனவோ, அதுபோலத் தமிழும், ஆங்கிலமும் கலந்த முறையிலேயே கூடுமானவரை பேச வேண்டும்.

இன்றைய தமிழ்நாட்டு ஆட்சி சுத்தத் தமிழர் ஆட்சியாய் இருந்தாலும் பயந்த ஆட்சியாகவும் இருப்பதால், சிறிது தமிழ் பயித்தியத்தைக் காட்டிக்கொள்ள வேண்டி இருப்பது குறித்து நான் பரிதாபப்படுகிறேன்.

ஆங்கிலத்தை ஒழித்து விட்டுத் தமிழில் எழுதுகிறார்களாம்! இதைக் கொலை பாதகம் என்றே சொல்லுவேன். நாம் தமிழர்களாகவே உலகம் உள்ளவரை இருக்க வேண்டுமா?

தமிழ்நாடு தானா உலகம்? அல்லது இந்தியா தான் உலகமா? நாம் உலக சம்பந்தமுடையவராக ஆகவேண்டாமா? நம் தமிழ், தமிழ்நாட்டை விட்டுத் தாண்டினால் ஒரு பழைய தம்பிடிக்கும் பயன்படுமா? இன்றைய நம்நிலை 6 மணி நேரத்தில் தமிழையும், இந்தியையும் கடந்து ஆங்கில நாடுகளை அடையும் படியான வேக உலகில் சஞ்சரிக்கிறோம்!

தொகுதி 1 மொழி

10 நிமிஷத்தில் 5000 மைலுக்கு அப்பால் இருப்பவனுடன் பேசுமளவுக்குச் சமீபத்தில் நெருங்கி இருக்கிறோம். இதற்கு நம் தமிழும் இந்தியும் "தேவபாஷை" என்னும் சமஸ்கிருதமும் எதற்குப் பயன்படும்?

நாம் உலக சம்பந்தமுள்ள மக்களாக வேண்டாமா?

பூரண சுதந்தரமுள்ள மக்களாக நம் பின் சந்ததிகளாவது ஆக வேண்டாமா?

ஆகவே குழந்தைகளே! இளைஞர்களே! வாலிபர்களே! மாணாக்கர்களே! தாய்மார்களே! தப்போ, சரியோ ஆங்கில சொற்களைக் கலந்தே நீங்கள் ஒருவருக்கொருவர் பேசிக்கொள்ளுங்கள்; உங்கள் தாயாரை மம்மி என்றும், தகப்பனாரை பப்பா என்றும், அண்ணன், தங்கைகளை பிரதர், சிஸ்டர் என்றும் முதலில் கூப்பிட்டுப் பேசிப் பழகுங்கள்.

உலகத் தமிழர்கள் மாநாடாம்! வெங்காயத் தமிழர் மாநாடு கூட்டி இலட்சம் இலட்சமாகப் பணம் வசூல் செய்து பாழாக்கி, உலகில் எத்தனை காட்டு மிராண்டிகள் இருக்கிறார்கள் என்று சென்சஸ் எடுக்கும் முட்டாள் திருவிழா நடத்தப் போகிறார்களாம்!

உலகத் தமிழரெல்லாம் இங்கு வந்து கூடி, உலகத் தமிழ் மாநாடு கூட்டிக் கலைந்து அவரவர்கள் அவரவர் உலகத்துக்குப் போனால் அங்கு போய் என்ன மொழியில் அவரவர்கள் பேசிக்கொள்ள முடியும்? ஒருவருக்கொருவர் சம்பந்தம் செய்து கொள்ள முடியுமா? கொடுக்கல், வாங்கல் செய்ய முடியுமா?

வீணாக ஒரு கண்காட்சியாக அல்லது உற்சவமாக, மாமாங்க உற்சவமாகக் கூட்டம் கூடி, இடிபட்டு அவரவர் ஊருக்குப் போவதல்லாமல், இந்த உலகத் தமிழர் மாநாட்டால் ஒரு சின்னக் காசு பயன் யாராவது அடைய முடியுமா?

ஓட்டல்காரனுக்கு இலாபம்; டாக்சிக்காரனுக்கு இலாபம்; ரயில்காரனுக்கு இலாபம்; மற்றும் வந்தவர்கள் திருப்பதிக்கும், பழனிக்குமாய் மொட்டை அடித்துக் கொண்டு வீட்டுக்குப் போவதுபோல் பண்டிகையைக் கொண்டாடி விட்டு அவரவர்கள் ஊருக்கு போகப் போகிறார்கள்.

இந்தக் கூட்டத்தாரால் இன்று தமிழன் உள்ள இழிநிலையில், காட்டு மிராண்டித் தன்மையில் இருந்து ஒரு சிறு மாறுதல் அடைய முடியுமா?

ஓர் ஆபாசத் தமிழ் இலக்கியத்தில் ஒரு சிறு திருத்தம் - மறுப்பு செய்ய முடியுமா?

இராமாயணம், பாரதம், கந்தபுராணம், பெரியபுராணம், திருவிளையாடல் புராணம், சிலப்பதிகாரம் முதலிய ஆபாசக் களஞ்சியங்கள் புது மெருகு பெறப்படப் போகின்றன!

நாமமும், விபூதியும் புதுத் தோற்றமளிக்கப் போகின்றன!

மாநாடு கலைந்த பின்பு சூத்திரன், சூத்திரன் தான்! பறையன் பறையன் தான், சக்கிலி சக்கிலி தான்! பார்ப்பான் பிராமணன் தான்!

ஆங்கிலம் ஒன்றைத் தவிர வேறு எந்த மொழி மாநாடுகளாலும், தமிழனின் மேற்கண்ட இழிவுகள் மாறப் போவதில்லை. அதற்குப் பதிலாக உறுதி ஆகப் போவது உறுதி!

காட்டுமிராண்டிகளே! சிறிது சிந்தியுங்கள்! சிந்தியுங்கள்!! சிந்தியுங்கள்!!!

விடுதலை - 14. 12. 1967

நம் எதிர்காலம்

பொதுவில் உலகம் இன்று நாளுக்கு நாள் பகுத்தறிவிலும் விஞ்ஞானத்திலும் முன்னேற்றமடைந்து பல அற்புத அதிசய காரியங்களைக் கண்டுபிடித்துக் கொண்டும் செய்து கொண்டும் இருக்கிற இந்தக் காலத்தில், இந்தியன் சிறப்பாக தமிழ்மகன் சிறிதும் கவலைப்படாமல், மான ஈனத்தைப் பற்றியும் சிந்திக்காமல் வாழ்ந்து வருகிறான்! குறிப்பாக தமிழ் மக்களை எடுத்துக்கொண்டோமேயானால், தமிழன் முன்னேற்றமடைய முடியாமல் அவனைக் கடவுள், மதம், வேத சாஸ்திர புராணங்கள், ஜாதிகள், கோவில்கள் முதலியவைகள் தடை செய்து இறுத்திக் கொண்டு இருப்பதோடு, தமிழனைத் தலையெடுக்க முடியாமல், செய்வதற்கு அவனுடைய தமிழ் மொழியும் அது சம்பந்தமான இலக்கியங்கள், நூல்கள் முதலியவைகளும் புதைக்கப்பட்ட புதைகுழியின் மீது பாறாங்கல்லை வைத்து அழுத்திஇருப்பது போன்று தலைதூக்க முடியாமலேயே செய்து வருகின்றன.

தமிழன் தலைதூக்கியே ஆகவேண்டும், 2000, 3000 ஆண்டுகளாகக் கீழ் மகனாகவும் காட்டுமிராண்டியாகவும் இருந்தது மிக மிக போதுமான காரியமாகும். இனி ஒரு வினாடியும் தமிழன் இழிமகனாக இருக்கக்கூடாது; காட்டு மிராண்டித் தன்மையில் இருந்தும் மீண்டு ஆகவேண்டும்.

அதற்குக் கடவுள் மத, வேத, சாஸ்திர, புராணங்களையும் கோவில்களையும் பண்டிகை, உற்சவங்களையும் வெறுத்தால் மாத்திரம் போதாது. தமிழ்மொழியையும் வெறுத்தாக வேண்டும். ஏனெனில் தமிழனின் இழிநிலைக்கும் காட்டிமிராண்டித் தன்மைக்கும் ஏற்பவேதான் தமிழ்மொழியும் அமைந்திருக்கிறது. பற்றாக்குறைக்கு நமது ஜனநாயக ஆட்சி என்னும் காட்டுமிராண்டி ஆட்சி தமிழை விட எத்தனையோ மடங்கு அதிகமான காட்டுமிராண்டித் தன்மை பொருந்திய இந்தி என்னும் வட நாட்டுக் காட்டுமிராண்டி மொழியையும் சேர்த்துப் படிக்கும்படி கட்டாயப் படுத்துகிறது.

இந்தநிலை அமுலுக்கு வருமானால், தமிழன் மிகமிக காட்டுமிராண்டியாக ஆகிவிடுவான் என்பதில் சிறிதும் அய்யமில்லை. இந்தி புகுந்தால் கண்டிப்பாய் ஜாதி இழிவு ஒழிய போவதில்லை. இது உறுதியேயாகும். தமிழனுக்கு எதற்கு ஆக இந்தி மொழி? என்று கேட்கவோ, இந்தி மொழியில் இருக்கும் விசேஷம் என்ன? அது அறிவிற்கோ மானத்திற்கோ பயன்படும்படியாக எந்த தன்மையை கொண்டு இருக்கிறது? என்று கேட்கவோ, ஒரு தமிழனுக்குக் கூட துணிவு வரவில்லை.

“இந்திய யூனினுக்குள் தமிழ்நாடு இருப்பதால், இந்திய அரசியல் சட்டத்தில் இந்தி ஆட்சிமொழியாக ஆக்கப்பட்டிருப்பதால், எல்லா இந்தியனும், தமிழனும் இந்தியை ஏற்றுக் கொள்ளத்தான் வேண்டும்” என்று வடநாட்டான் சொன்னால் எல்லோரும் ஏற்றுக் கொள்ள வேண்டியது தானா? என்று கேட்கிறேன்.

இந்திய யூனியன் ஆட்சி ஏற்பட்டதும், இந்திய அரசியல் சட்டம் ஏற்பட்டதும் பெரிய மோசடியால் அல்லாமல் யோக்கியமான தன்மையில் ஏற்பட்டதாக யாராவது சொல்ல முடியுமா?

இந்தியா என்பது அகஸ்மாத்தாக ஏற்பட்ட ஒரு சேர்க்கையே அல்லாமல், எத்தனை காலமாக ‘இந்திய நாடு’ இருந்து வருகிறது என்று யாராவது சொல்ல முடியுமா?

“தமிழ்நாட்டில் பார்ப்பானுக்கு ஏகபோக ஆதிக்கம் இருந்த காலத்தில் தமிழ்நாட்டு மக்கள் மக்களுக்குச் சிறிது சுயமரியாதை உணர்ச்சி தூண்டப்பட்ட காலத்தில் பார்ப்பான் தன்னைக் காப்பாற்றிக் கொள்ள தமிழ்நாட்டை வட நாட்டான் காலடியில் கிடக்கும்படி செய்துவிட்ட மோசடித்தன்மை கொண்ட துரோகக் காரியமே அல்லாமல் மற்றபடி இந்தியாவிற்கும் தமிழ் நாட்டிற்கும் என்ன சம்பந்தம்? என்று கேட்பதோடு, தமிழ்நாட்டிற்கும் இந்திக்கும் என்ன சம்பந்தம்? என்றும் கேட்கின்றேன்.

இன்று மானமுள்ள தமிழனுக்கு முக்கியமான வேலை என்னவென்றால், தமிழ் நாட்டை வடநாட்டான் காலடியில் இருந்து விலக்கிக் கொள்ள வேண்டியதும், தமிழர்கள் எல்லோரும் தமிழை உதறித் தள்ளிவிட்டு ஆங்கிலத்தை வீட்டு மொழியாக ஆக்கிக் கொள்ள வேண்டியதுமேயாகும்.

தமிழன் இன்று இங்கிலீஷ் எழுதப் படிக்கத் தெரிந்து பட்டம் பெற்று ஆங்கிலம் பேச வேண்டும் என்று காத்துக் கிடக்காமல் தமிழர்கள், தமிழ் குழந்தைகள் ஒவ்வொருவரும் வீட்டிலும் தெருவிலும், பணி நிலையத்திலும், ஒருவருக்கொருவர் தங்களால் கூடுமான வரை ஆங்கிலச் சொற்களையே கலந்து ஆங்கிலமும் தமிழுமாகவே பேசிப் பழக வேண்டும்.

தமிழ் சொற்களுக்குள் வடமொழிச் சொற்கள் எப்படி வந்து கலந்து கொண்டனவோ, அதுபோலத் தமிழும் ஆங்கிலமும் கலந்த முறையிலேயே கூடுமானவரை பேச வேண்டும்.

இன்றைய தமிழ்நாட்டு ஆட்சி சுத்தத் தமிழர் ஆட்சியாய் இருந்தாலும் பார்ப்பனர்களுக்குப் பயந்த ஆட்சியாகவும் இருப்பதால் சிறிது தமிழ்ப் பயித்தியத்தைக் காட்டிக் கொள்ளவேண்டி இருப்பது குறித்து நான் பரிதாபப் படுகிறேன்.

ஆங்கிலத்தை ஒழித்துவிட்டுத் தமிழில் எழுதுகிறார்களாம்! இதைக் கொலை பாதகம் என்றே சொல்லுவேன். நாம் ஒரே மொழி தெரிந்து தமிழர்களாகவே உலகம் உள்ளவரை இருக்க வேண்டுமா?

தமிழ்நாடுதானா உலகம்? அல்லது இந்தியாதான் உலகமா? நாம் உலக சம்பந்த முடையவராக ஆக வேண்டாமா? நம் தமிழ் தமிழ்நாட்டை விட்டுத் தாண்டினால் ஒரு பழைய தம்பிடிக்கும் பயன்படுமா? இன்றைய நம்நிலை 6 மணி நேரத்தில் தமிழையும், இந்தியையும் கடந்து ஆங்கில நாடுகளை அடையும் படியான வேக உலகில் சஞ்சரிக்கிறோம்!

தொகுதி 1 மொழி

10 நிமிடத்தில் 5000மைலுக்கு அப்பால் இருப்பவனுடன் பேசுமளவுக்குச் சமீபத்தில் நெருங்கி இருக்கிறோம். இதற்கு நம் தமிழும், இந்தியும் 'தேவபாஷை' என்னும் சமஸ்கிருதமும் எதற்குப் பயன்படும்?

நாம் உலக சம்பந்தமுள்ள மக்களாக வேண்டாமா?

பூரண சுதந்திரமுள்ள மக்களாக நம் பின் சந்ததிகளாவது ஆகவேண்டாமா?

ஆகவே குழந்தைகளே! இளைஞர்களே! வாலிபர்களே! மாணாக்கர்களே! தாய்மார்களே! தப்போ சரியோ ஆங்கிலச் சொற்களைக் கலந்தே நீங்கள் ஒருவருக்கொருவர் பேசிக் கொள்ளுங்கள்; உங்கள் தாயாரை மம்மி என்றும், தகப்பனாரை டாடி என்றும், அண்ணன் தங்கைகளைப் பிரதர், சிஸ்டர் என்றும் முதலில் கூப்பிட்டுப் பேசிப் பழகுங்கள்.

விடுதலை – 14. 12. 1967

696

மொழி பக்தர்களே!

தமிழ்நாட்டைப் பொறுத்தவரை மொழி பற்றிய "விவாதங்களையும்", "கிளர்ச்சிகளையும்" பார்த்தால் தமிழர்களுக்கு மொழி விஷயத்தில் ஒரு பொறுப்பான குறிக்கோள் இல்லை என்றுதான் தெரிகிறது.

பார்ப்பனர்கள் கட்டுப்பாடாக நாட்டு மொழி, அரசியல் மொழி இந்தியாக இருக்க வேண்டும், சிறப்புமொழி சமஸ்கிருதமாக இருக்க வேண்டும் என்கின்ற லட்சியத்தில் இருக்கிறார்கள். சற்று ஏறக்குறைய எல்லா பார்ப்பனப் பிள்ளைகளும் இந்தி படித்து வருகிறார்கள். பார்ப்பனக் கட்சியாகிய சுதந்திரா (ராஜாஜி) கட்சி வடநாட்டில் இந்தி தேசீய மொழியாக மாத்திரமல்லாமல், அது அரசியல் மொழியாக ஆக வேண்டுமென்றும், தமிழ்நாட்டில் "இந்தி இருக்கலாம்; ஆனால் அது அரசியல் மொழியாக இருக்கக்கூடாது; இங்கிலீஷ் அரசியல் மொழியாக இருக்க வேண்டும்" என்று கூறுகிறது.

தி.மு.க.கட்சி "இந்தி கூடாது. அரசியல் தமிழில் நடத்தப்பட வேண்டும்" என்று கிளர்ச்சி செய்கிறது.

கிராமணியார் (தமிழரசு) கட்சி "அரசியலில் இங்கிலீஷ் கூடாது; இங்கிலீஷ் மூலம் பாடங்கள் கூடாது; பள்ளிகளில் குழந்தைகளுக்கு இங்கிலீஷ் பயிற்சி கூடாது; காலேஜுகளில் இங்கிலீஷில் பாட போதனை நடத்தப்படுவதும் கூடாது; தமிழிலேயே தான் நடத்தப்பட வேண்டும்" என்றும், அதற்காகவே, தாம் சிறை செல்லப் போவதாகவும், மற்றும் மந்திரிக்குக் கறுப்புக் கொடி பிடிக்கப் போவதாகவும் சொல்லுகிறது.

இவைகளைப் பார்த்தபின் சுருக்கமாகச் சொல்ல வேண்டுமானால் இன்றைய அரசியல் கட்சிக்காரர்கள், பெரிதும் தங்கள் கிளர்ச்சிக்கும், தாங்கள் இருப்பதாகக் காட்டிக் கொள்வதற்கும், இந்த மொழிப் பிரச்சனையையே கருவியாக வைத்துக் கொள்கிறார்கள் என்றுதான் சொல்ல வேண்டியிருக்கிறது.

நாம் அரசியலில் எவ்வளவுதான் சுதந்திரம் பெற்று விட்டாலும் அறிவில், உலக வளர்ச்சித் தன்மையில் மேம்பாடு அடையாவிட்டால் பெற்ற சுதந்தரம் எதற்குப் பயன்படும்? ஏதாவது ஒரு காரணம் சொல்லி ஜெயிலுக்குப் போகவும், அதற்குப் பண்டமாற்றாகப் பதவி (கூலி) பெறவும் தானே பயன்படும்? இந்தநிலை குறிப்பிட்ட தனிமனிதனுக்கு பயன்படலாமேயொழிய மக்களுக்கு-நாட்டுக்கு-இதனால் என்ன பயன் ஏற்பட முடியும்?

நாட்டுக்கு "சுதந்தரம்" கிடைத்து இன்றைக்கு 20-வது ஆண்டு நடக்கிறது. 20 ஆண்டு சுதந்தர வாய்ப்பில் தமிழ்மக்கள் அடைந்த நிலை "இங்கிலீஷ் வேண்டாம்", "தமிழ் வேண்டும்" இதுதானோ? அய்யோ பைத்தியமே தமிழை-(பிற மொழி களிலிருந்து மொழி பெயர்க்கப்படாத) தமிழ் மூலநூல்களை, தனித்தமிழ் இலக்கிய நூல்களில் எதை எடுத்துக் கொண்டாலும் அவற்றிலிருந்து எழுத்து, சொல், பொருள், அணி, யாப்பு என்பதனால் இலக்கணப்படி அமைந்த தமிழ் "சுவை" அல்லாமல் அறிவு-பகுத்தறிவு, வாழ்க்கை அறிவு, வளர்ச்சி அறிவு பெறுவதற்கான ஏதாவது ஒரு சாதனத்தை, சிறு கருத்தை பூதக் கண்ணாடி வைத்துத் தேடியாவது கண்டு பிடிக்க முடியுமா? என்று தமிழ் அபிமானிகளை வணக்கத்தோடு கேட்கிறேன்.

சிலப்பதிகாரம், விபசாரத்தனத்தில் ஆரம்பித்து, "பத்தினி"த் தனத்தில் வளர்ந்து, முட்டாள்தனத்தில் மூடநம்பிக்கையில் முடிந்த பொக்கிஷமாகும்.

கம்ப ராமாயணக் கதையை எடுத்துக் கொண்டால் வெறும் பொய்க் களஞ்சியம் அது. அதன் கற்பனையை எடுத்துக் கொண்டால் சிற்றின்ப சாகரம். அதாவது இது ஒரு மாதிரி காமத்துப்பால் என்றுதான் சொல்லலாம். நடப்பை எடுத்துக் கொண்டால் காட்டுமிராண்டித்தனத்தின் உருவம்.

இவற்றில், இன்றைய அனுபவத்திற்கு, அறிவு உலகப் போக்குக்கு, வளர்ச்சிக்கு, பயன்படக் கூடியவை என்பதாக என்ன காண முடிகிறது?

வைத்திய நூல்களை எடுத்துக் கொண்டால் வைத்தியன் பிழைக்கத்தான் அதில் வழி இருக்கிறதே தவிர, இன்றைய நிலையில் நோயாளி பிழைக்க, நோயைக் கண்டுபிடிக்க அதில் என்ன அதிசயம் இருக்கிறது?

வானநூல்களை எடுத்துக் கொண்டால் மத சம்பந்தமான, புராண சம்பந்தமான புளுகுகள், ஆபாசங்கள் அவையும் 100க்கு 90 வடவன் கொண்டு வந்து "ஜோசியன்" பிழைக்கப் புகுத்தினதுடன் காரியத்திற்கு அனுபவத்திற்குப் பயன்படாத குப்பைக் கூளங்களைத் தவிர, தெரிந்து கொள்ள வேண்டிய, வளர்ச்சிக்குப் பயன்படக் கூடிய சரக்கு அதில் என்ன இருக்கிறது?

தொழில்துறையில் விஞ்ஞான நூல்களை எடுத்துக் கொண்டால் ஜபம், தபம், மந்திரம், தபோமகிமை, ஞானதிருட்டி, தெய்வீக சக்தி போன்ற காட்டுமிராண்டித் தனங்களைவிட, காரியசித்திக்கு, அனுபவத்திற்கு ஏற்ற சாதனம் அதில்-தனித்தமிழ் (பூர்வீக-இக்கால) நூல்களில் எதில் என்ன இருக்கிறது?

பார்ப்பான் புளுகுக் கதைகள், அரசியல் பொருளாதார, சிங்கார, வானநூல் புளுகுகள் இல்லாவிட்டால் இன்றைய எப்படிப்பட்ட தமிழ்ப் புலவனுக்கும் பிழைக்க வழி ஏது? பார்ப்பான் சரக்கு இல்லாவிட்டால் தமிழ்ப்புலவர்கள் பட்டினி கிடக்க வேண்டியதுதானே? தமிழனுக்குக் காலம் கிடையாது: ஒன்று பார்ப்பானுடையது அல்லது ஆங்கிலேயனுடையதுதான் பயன்படுகிறது.

இன்னும் இதுபோன்ற தமிழ், தமிழ்மொழியின் தன்மையை எடுத்துச் சொல்ல மிக வெட்கப்பட வேண்டியிருக்கிறது. பார்ப்பான் சிரிப்பானே என்று பயப்பட வேண்டியிருக்கிறது.

நிற்க, நம் எதிர்கால வாழ்வுக்கு இன்று நாம் எதை எதிர்பார்த்துக் கொண் டிருக்கிறோம்?

சர்வத்தையும் விஞ்ஞானமயமாக மேல்நாட்டு முறைகளைக் கொண்டு ஆக்கி சர்வத்திலும் மேல்நாட்டானைப் (புதிய முறைகளை) பின்பற்றி வளர்ச்சி அடையவே முயற்சிக்கிறோம். திட்டம் போடுகிறோம். இந்தக் காரியங்களுக்குத்

தமிழர் முத்தமிழ்-சங்கத் தமிழ்களையே நம்பி என்ன காரியத்திற்கு, ஆங்கிலக் கருத்தோ, இங்கிலீஷ் சொல்லோ, ஆங்கிலேயனிடம் பயிற்சியோ இல்லாமல் இங்கிலீஷை பகிஷ்கரித்து விட்டு, என்ன சாதித்துக் கொள்ள முடியும்?

சாதாரணமாக பிரயாணத்திற்குப் பயன்படும் ரயில், கார், பஸ், லாரி, சைக்கிள் என்ற பெயர்களை எதற்காக மாற்ற வேண்டும்? எஞ்சின், டிராக்டர், புல்டோசர், இவைகளுக்குப் பெயர் மாற்ற ஏன் பாடுபட வேண்டும்? இந்தியாவில் உள்ள பல நூற்றுக்கணக்கான மொழி பேசும் மக்களும் இந்தப் பெயர்களை அப்படியேதான் பயன்படுத்திக் கொள்கிறார்கள்.

பொதுவாக நான் சொல்லுவேன், இன்று நாம் வாழும் தமிழ்நாடு நம் பழமை-பழங்காலத் தமிழ்நாடு அல்ல. அதாவது ஆங்கிலேயனோ, துருக்கனோ வருவதற்கு முன்பு இருந்த மூவேந்தர் காலத் தமிழ்நாடல்ல. நாம் வேறு நாட்டுக்குக் குடியேறாவிட்டாலும் வேறு நாட்டு நாகரீகம், கலாசாரம், செயல்முறை, வாழ்க்கை முறை, தொழில்முறை நம் நாட்டில் புகுந்து நம்மை ஆட்கொண்டு விட்டது. அதனால்தான் நான் இன்று முழங்காலுக்குக் கீழ் மறையும்படி வேட்டி கட்டவும், "கிராமணியார்கள்" தெருவில் நடக்கவும், நாங்கள் இருவரும் இவ்வளவு பேசவும் தெரியவும் முடிந்தது.

தாய் *(இன்னது)* மொழி என்பதற்கும், பிறவி *(இன்னது)* ஜாதி என்பதற்கும், பிறவி மதம் *(இன்ன மதம்)* என்பதற்கும் என்ன குறிப்பு *(மெய் ஆதாரம்)* காண முடிகிறது? இவை எப்படி வந்து நம்மைப் பற்றியதோ அப்படித்தானே தாய் மொழியும் மதமும் நம்மைப் பற்றிக் கொண்டிருக்கிறது?

"பழையன கழிதலும் புதியன புகுதலும்

வழுவலவே" *(கூடாதது அல்லவே)*

கால வகையினானே என்றால் இயற்கை அமைப்பினாலே என்பதுதானே தத்துவப் பொருளாகும்?

உண்மையாய் நம்மைப் பெற்ற தாய் தகப்பன் பெயரே நாம் வேறு ஒருவருக்குத் தத்துப் போனவுடனே மாறிவிடுகிறதா இல்லையா? நாமும் தத்து எடுத்த தாய் தகப்பன் பெயரையே நம் தாய் தகப்பன் பெயராகச் சொல்லுகிறோமா இல்லையா? அது மாத்திரமல்ல 'திதி' செய்தாலும் தத்து தாய் தகப்பன்மார் ஏற்றுக் கொள்ளு கிறார்கள். ஏற்றுக் கொண்டாலும் கொள்ளாவிட்டாலும் அந்தத் 'திதியின் பயன் அவர்களைச் சேர்ந்து விடுகிறது' செய்யாவிட்டால் 'பாபம் வந்து சேருகிறது' என்று கூறுவதில்லையா?

'கருப்பாயி' வயிற்றில் பிறந்த பையனானாலும் அது 'வெள்ளைக்காரனுக்குப்' பிறந்தால், அல்லது வெள்ளையன் எடுத்து வளர்த்தாலும் அவனுக்கு இங்கிலீஷ் தானே தாய்மொழியாகும்? இந்தியாவில் சினை ஆகி இங்கிலாந்தில் பிள்ளை பெற்று, அந்தப் பிள்ளை அங்கு அந்நாட்டுக் குடிமகனாகப் பதிந்து கொண்டால் அவனுக்கு இங்கிலாந்து தானே தாய்நாடு? அந்தக் குழந்தையை ஃபிரஞ்சுக்காரன் கொண்டு போய் வளர்த்தால் ஃபிரஞ்சுதானே தாய்மொழி?

இந்து மதக்காரன் தாய் தகப்பனுக்கு சினையாகி ஆஸ்பத்திரியில் பெற்று, அங்கேயே அக்குழந்தையை விட்டுவிட்டுத் தாய் தகப்பன்மார் போய் விடுவார் களேயானால் அதை ஒரு முகம்மதிய நர்சு எடுத்துப்போய் வளர்த்தால் அது இஸ்லாம் மதமாகி விடுகிறது: கிறிஸ்துவ நர்சு எடுத்துப் போய் வளர்த்தால் அக்குழந்தை கிறிஸ்துவ மதமாகி விடுகிறது.

இப்படியாக சாதி உணர்ச்சி, மொழி உணர்ச்சி, மத உணர்ச்சி, சூழ்நிலைக்கேற்ப ஏற்படுகிறது. இதற்காக ஒருவர் நான் உயிர் விடுவேன்; சிறை செல்வேன்; கறுப்புக் கொடி பிடிப்பேன் என்றால் அது எப்படி ஜாதி, மத, மொழிக்காக இருக்க முடியும்? பிழைப்புக்காக இருக்கலாம்; பிழைக்க வேறு வழி இருந்தால், வேறு பதவிக்காக, விளம்பரத்திற்கு ஆக வியாபாரத்துக்காக இருக்கலாம் என்பது என் தாழ்மையான கருத்து.

ஏனென்றால் ஜாதி, மதம், மொழி ஆகியவைகள் ஒரு மனிதனுக்கு இயற்கை யானவை அல்ல, இவை செயற்கையானவை. காலதேச வர்த்தமானத்தினால் ஒரு மனிதனை வந்து அடைபவை. அல்லது மனிதனின் வசதிக்குத் தக்கபடி ஏற்படத் தக்கவை.

உணவுப் பழக்கம் போலும், கணவனுக்கு மனைவியும், மனைவிக்குக் கணவனும், ஏன்? காதலிக்குக் காதலனும், காதலனுக்குக் காதலியும் அமைவது நற்சம்பவமாய் அமைபவை. மற்றும் எஜமானனுக்கு அடிமையும், அடிமைக்கு எஜமானனும் அமைவதுபோல் அமைபவையே அல்லாமல் எது நிரந்தரம்? எது மாற்றக் கூடாதது, எது மாற்ற முடியாதது?

விளக்கம் நீண்டு விட்டது என்று கருதுகிறேன். மொழி பக்தர்களுக்கு (வெறியர் களுக்கு) ஒரு விண்ணப்பம், பக்தியின் பேரால் அறிவு வளர்ச்சியை, நாட்டு வளர்ச்சியை-புதுமை வளர்ச்சியை பாழடித்து விடாதீர்! உடை விஷயத்திலும் நாம் காட்டுமிராண்டிகளானதே போதுமானது.

1967

தமிழ் படித்தால் சாமியாராகிவிடுகிறான்!

என்னைப் பொறுத்தவரை நான் வாழ்த்து என்பதை நேரக்கேடு என்று தான் கருதுகிறேனே தவிர, இதனால் ஒரு சிறு பிரயோஜனமும் உண்டு என்று கருதவில்லை. என்னை வாழ்த்துகிற மக்களை விட வைகிறவர்களே அதிகம். வாழ்த்துக்குப் பலன் உண்டு என்று கருதினால் இந்த வசவுக்கு பலன் இருக்கும் அல்லவா? ஆகவே, இந்த இரண்டிற்குமே எந்தப்பலனும் கிடையாது என்பதே எனது வெகு நாளையக் கருத்தாகும். வாழ்த்து (ஆகி) என்பதே பார்ப்பானால் பிறரிடம் பிச்சை வாங்குவதற்காகக் கையாளப்பட்டு வந்ததாகும். அதையே பின் புலவர்களும், மற்றவர்களும் கைக்கொள்ளலாயினர்.

சமுதாயத்துறையில் யாரும் செய்யமுடியாத அளவு நான் தொண்டு செய்ததாக என்னைப் பாராட்டியவர்கள் எல்லாம் குறிப்பிட்டார்கள். அவர்கள் எல்லாம் பாராட்டிய அளவுக்கு நான் தொண்டு செய்தேன் என்று என்னால் நினைக்க முடியவில்லை. ஏன் அப்படிச் சொல்கிறேன் என்றால் அவர்கள் நினைக்கிற அளவுக்கு நான் தொண்டு செய்திருந்தால், இந்நேரம் நான் உயிரோடு வாழ்ந்துக் கொண்டிருக்க முடியாது. என்னை இவ்வளவு நாள்கள் விட்டு வைத்திருக்க மாட்டார்கள். சுட்டுக் கொன்றிருப்பார்கள். சரித்திரத்தைப் பார்த்தால் தெரியும். சமுதாயத்துறையில் தொண்டாற்றியவர்கள் அனைவருக்கும் மக்களால் கொல்லப் பட்டே வந்திருக்கின்றனர். இப்போது நமக்குத் தெரிய முதலில் கென்னடியைக் கொன்றார்கள். அடுத்து லூதர் கிங்கைக் கொன்றார்கள். இப்போது சில நாள்களுக்கு முன் கென்னடி தம்பியைக் கொன்றார்கள். நம் நாட்டிலே காந்தி பார்ப்பானுக்கு அடிமையாக இருந்த வரை, அவரைக் கடவுளுக்கு அடுத்தப்படியாக வைத்து 'மகாத்மா, மகாத்மா' என்றார்கள். அவர் கொஞ்சம் திரும்பி, சமுதாயத்துறையில் சில மாற்றங்கள் செய்ய வேண்டும் என்று கருதி ஒன்றிரண்டு கருத்துகளை அவர் வெளியிட்ட சில நாள்களிலேயே அவரால் யார் பயனடைந்தார்களோ, அந்தப் பார்ப்பனர்கள் இனிமேல் அவர் இருந்தால் நமக்கு - நம் சமுதாயத்திற்குக் கேடு ஏற்படும் என்று எண்ணி, அவரைச் சுட்டுக் கொன்று விட்டனர்.

இதையெல்லாம் பார்க்கும்போது நான் சமுதாயத்துறையில் செய்ய வேண்டியது இன்னும் ரொம்பப் பாக்கியிருக்கிறது என்று தான் கருதுகிறேன். என்றாலும் உங்கள் பாராட்டுதலுக்கு ஏற்ப தொடர்ந்து தொண்டாற்றுவேன் என்பதோடு உங்களின் அன்பிற்கும், பாராட்டுதலுக்கும் என் நன்றியினைத் தெரிவித்துக் கொள்கின்றேன்.

தொகுதி 1

மொழி

எங்கள் இயக்கமானது அரசியல் இயக்கமல்ல. மற்றக் கட்சிகளைப் போல உங்களிடம் வந்து எங்களுக்கு ஓட்டுப் போடுங்கள் என்று நாங்கள் என்றைக்கும் கேட்கமாட்டோம். நிற்பவர்களில் யார் நேர்மையானவர்களோ அவர்களுக்குப் போடுங்கள் என்று கேட்டுக்கொள்வதோடு சரி. நாங்கள் எந்த பதவிக்கும் போவதில்லை. நான் சமுதாயத்தொண்டு செய்கிறவன். சமுதாயத்தொண்டு செய்வது என்றால், எதைச் செய்தால் நமக்கு நல்ல பெயர் வரும் என்று பார்த்து செய்யவில்லை. மக்களில் பெரும்பாலோர் பலகாலமாகக் கருதி, நம்பிப் பின்பற்றி வந்த கொள்கைகளுக்கு மாறான கருத்தினைச் சொல்லி வருகின்றேன். நீண்ட காலமாக இருந்துவரும் பழக்கவழக்கங்கள் ஒழியவேண்டும். - ஒழிக்கப்படவேண்டும் என்பதோடு, நம் மக்களுக்கிருக்கும் மூட நம்பிக்கையை ஒழித்துப் பகுத்தறிவைப் புகட்ட வேண்டுமென்று தொண்டாற்றி வருகின்றேன்...

..., மக்களுக்கு அறிவைப் புகுத்த முதலில் அவர்களிடம் இருக்கும் மடமையை அகற்ற வேண்டும். அந்த மடமைக்கு அஸ்திவாரமாக இருக்கும் முட்டாள்தனத்திற்கும், மூடநம்பிக்கைக்கும் காரணமாக இருக்கும் கடவுள் நம்பிக்கையை ஒழித்து, முதலில் அவர்கள் மூளையில் படிந்திருக்கும் மடமையினை ஒழித்தாக வேண்டும். பிறகுதான் அறிவைச் செலுத்த முடியும். அவர்களைச் சிந்திக்கத் தூண்ட முடியும் என்பதால்தான், முதலில் கடவுளை ஒழிக்க வேண்டுமென்று சொல்கிறோம்.

நம் புலவர்கள் என்பவர்கள் பழைய குப்பைக் கூளங்களைக் கிளறி நம் சமுதாய மக்களை மேலும் அறியாமை - மூட நம்பிக்கைக்காரர்கள் ஆக்கும் தன்மையில் தான் நூல்கள் எழுதுகின்றனரே தவிர, மனிதன் அறிவு பெறத்தக்க நூல்கள் எதையும் எழுதுவது கிடையாது. அது பற்றிச் சிந்திப்பது கிடையாது.

நம் நாட்டுப் புலவர்களுக்கு உண்மையிலேயே அறிவும், மானமும் இருந்தால் - இந்த இராமாயணத்தையும் - பாரதத்தையும் நம் நாட்டில் நடமாட விட்டுக் கொண்டிருப்பார்களா? இந்தக் கதையில் வரும் கதாபாத்திரங்கள் அத்தனையும் ஒழுக்கங் கெட்டவர்கள், அதில் வரும் பெண்கள் யாவரும் விபசாரிகள் என்பதோடு, அவற்றை படிப்பதால் மனிதன் கடுகு அளவு அறிவுக்கூட பெறமுடியாது என்பதோடு, அதனால் எந்த ஒரு சிறு பலனும் கிடையாது. நம் நாட்டில் எவனாவது புலவன் கொஞ்சம் தமிழ் படித்தான் என்றால் சாமியாராகி விடுகிறான். இராமலிங்கம், இராமலிங்க சுவாமிகளாகி விட்டார். பார்ப்பான் அவருக்குப் பல அற்புதங்களை ஒட்ட வைத்து விட்டான். பட்டினத்தார் - தாயுமானவர் எல்லாம் தமிழ் படித்துச் சாமியாரானவர்கள். எத்தனைக் குப்பைகள், மூட நம்பிக்கைகள் அதில் நிரம்பியி ருக்கின்றன என்று பார்க்க வேண்டும். நமக்குத் தெரிய இந்த வேதாசலம் - சாமி வேதாசலமாகி - மறைமலையடிகளாகி விட்டார். சங்கரதாஸ் பிள்ளை சங்கரதாஸ் சுவாமிகளாகி விட்டார். இப்படித் தமிழ் படித்து கவிதை எழுதி சாமியாரானார்களே தவிர எவனும் நம் மக்களுக்கு எது தேவை. அறிவிற்கு எது தேவை தரும். சமுதாய முன்னேற்றத்திற்கு எது தேவை என்று சொல்லவே இல்லை.

விடுதலை - 24. 06. 1968

தொகுதி 1 மொழி

ஆண்களுக்குரிய அனைத்து உரிமைகளும் பெண்களுக்கு வேண்டும்

தமிழில் "பத்தினி", "பதிவிரதை" என்ற சொல் கிடையாது. அதற்கான அதைக் குறிக்கும் வேறு சொல்லும் கிடையாது. பெண்ணிற்குத் தான் பத்தினி, பதிவிரதை என்றானே ஒழிய, ஆணிற்குப் பதிவிரதன்- பத்தினன் என்று வரம்பு சொல்லக் கிடையாது. இந்தக் கணவன்- மனைவியாக வாழும் முறை தமிழர்களுக்குக் கிடையாது என்பதைத் தமிழர்களின் பழைய இலக்கியமென்று சொல்லும் தொல்காப்பியத்திலேயே எழுதி வைத்திருக்கின்றான். "மறையோர் தேயத்து மன்றல் எட்டனுள்" - பார்ப்பான் தேசத்துக் கல்யாண முறைகள் எட்டில் ஒன்றுதான் இந்நாட்டில் வழங்கப்படுகிறது என்று அதில் கூறியதோடு, அதுவும் "மேலோர் மூவர்க்கும் புணர்த்த கரணங்கள் கீழோர்க்கான காலமும் உண்டே" என்ற சூத்திரத்தின் மூலம், மேல் ஜாதிக்காரர்களுக்கான பொய்யும், ஒழுக்கக்கேடும் ஏற்பட்டப்பின் பார்ப்பானால் வகுக்கப்பட்டது என்பதை ஏற்பாடு செய்யப்பட்டதே யாகும். அது கீழோர்களான சூத்திரர்களுக்கும் ஆயிற்று என்றதோடு, இந்தக் கரணங்களும் பார்ப்பனர்களிடையே "பொய்யும், வழுவும் தோன்றிய பின்னர் அய்யர் யாத்தனர் கரணம்" என்கின்ற சூத்திரத்தின் மூலம் விளக்கி இருக்கின்றான். இதிலிருந்து தமிழனுக்கு இப்படி ஒரு (திருமண) முறை கிடையாது என்பது தெரிகின்றது.

இங்கு பல புலவர்கள் வள்ளுவனைப் பின்பற்றி மணமக்கள் நடக்க வேண்டு மென்று எடுத்துச் சொன்னார்கள். வள்ளுவன் சாதாரண இரண்டாம் தர மனிதனே தவிர, முதல் தர மனிதல்ல. நாம் பகுத்தறிவுவாதிகளானதால் நமக்கெல்லாம் தெய்வீகத்தில் நம்பிக்கையில்லை; அற்புத- அதிசயங்களில் நம்பிக்கையில்லை; இன்றைக்கு இரண்டாயிரம் ஆண்டுகளுக்கு முன் வாழ்ந்தவனுக்கு இன்றைய அறிவு எப்படி ஏற்பட முடியும்? வள்ளுவன் குறளில் பல இடங்களில் மோட்சம், நரகம், மேலுலகம், தெய்வம் என்பன போன்ற அறிவிற்கும், நடப்பிற்கும் பொருந்தாத பல மூடநம்பிக்கையான, முட்டாள்தனமான கருத்துக்களைச் சொல்லி இருப்பதோடு, பெண்களை எந்த அளவுக்கு அடிமையாக்க வேண்டுமோ, அந்த அளவுக்கு பார்ப்பானை விட அடிமைப்படுத்தியவன் வள்ளுவன். கணவனைத் தெய்வமாகத் தொழ வேண்டும், கணவன் படுத்தபின் படுத்து அவன் எழுவதற்கு முன் எழ வேண்டும் என்றெல்லாம் சொல்லிப் பெண்கள் ஆணிற்கு நிரந்தர அடிமையாக இருக்க வேண்டுமென்பதையே வலியுறுத்தி இருக்கின்றானே தவிர, பெண்கள் சுதந்திரமாக, சுயேச்சையாக வாழ வேண்டும் என்று சொல்லவில்லை.

703

தொகுதி 1
மொழி

இங்கு புலவர்கள் அதிகம் பேர் இருக்கின்றார்கள். அவர்கள் சிந்திக்க வேண்டும். வள்ளுவனால் நாம், நம் இனம் அடைந்த பலன் என்ன? இந்த 1968லும் இந்த நாட்டுக்குரிய நாம் "தேவடியாள் மக்களாக"த்தானே இருக்கின்றோம். நம் புலவர்கள் இதனை நிலைநிறுத்தத்தான் பாடுபடுகிறார்களே ஒழிய, இந்த இழிவு ஒழிய வேண்டுமென்று கவலைப்படுபவர்களே இல்லையே! நம் மக்கள்- நம் இனம் மற்ற உலக மக்களைப் போன்று இழிவற்று, அறிவு பெற்று வாழ வேண்டுமென்பதற்காகப் பாடுபடக் கூடியவர்கள். அதற்கான பகுத்தறிவு ஏற்படும்படியான நூல்களை எழுதக் கூடியவர்கள் நம் புலவர்களில் எவருமே இல்லையே. ஒருவர் இருவரிருந்தாலும், அவரைத் தலையெடுக்க ஒட்டாமலாக்குவதையே நம் புலவர்கள் தங்கள் கடமையாகக் கொண்டிருக்கின்றார்களே ஒழிய, துணிந்து உண்மையைக் கூற எவருமே முன் வருவது கிடையாது. பழைய குப்பைக் கூளங்களைக் கிளறி வயிறு வளர்க்கின்றார்களே ஒழிய, நம் இழிவு போக வேண்டுமென்கிற கவலை அவர்களுக்கில்லை. நம் புலவர்கள் அத்தனைப்பேரும் பெண்கள் என்றால், ஆணிற்கு நிரந்தர அடிமைகள் என்பதை வலியுறுத்திச் சொன்னதோடு, பெண்களென்றால் அச்சம், நாணம், மடம், பயிர்ப்பு உள்ளவர்களாக இருக்க வேண்டும். அதாவது ஆணைக் கண்டால், பயப்படக்கூடியவர்களாக அறிவு அற்ற மடப்பெண்களாக, ஆணைக் கண்டால் நேரில் பார்க்காமல், சந்தில் பார்க்கக் கூடியவர்களாக, வெட்கப்படுபவர்களாக, பிறருக்கு அருவருப்பாகத் தோற்ற மளிக்கக் கூடியவர்களாக இருக்க வேண்டுமென்று தான் சொல்லியிருக்கின்றார்களே ஒழிய, ஒருவன் கூடப் பெண்ணை ஒரு ஜீவனாகக் கருதவில்லை. பொதுவாக இந்தத் திருமணமென்பதே பெண்ணடிமை - மூட நம்பிக்கை - ஜாதி இழிவு - பார்ப்பனியத்தை நிலை நிறுத்தும் தன்மையிலும், பார்ப்பான் தனது உயர் ஜாதித் தன்மையைக் காப்பாற்றிக் கொள்ளவும் பார்ப்பானால் ஏற்பாடு செய்யப்பட்டதே யாகும்.

விடுதலை - 06.12.1968

தொகுதி 1

மொழி

தமிழன் முன்னேற வழி

நான் ஒரு மனித சமுதாய சீர்த்திருத்தக்காரன். எனக்கு நாட்டை பற்றியோ, கடவுள் மதம், மொழி - ஆட்சி - இவற்றை பற்றியோ கவலையில்லை, மனித சமுதாய வளர்ச்சி. நலன் இதில் தான் எனக்கு கவலை. அதற்காகவே தொண்டாற்றி வருபவன். ஆனதால் முதலில் என்னை அழைத்தவர்களிடம் எனது கருத்தை சொல்லி நான் பேசுவது உங்களுக்கு கஷ்டமாக இருக்கும், யோசித்து கூறுங்கள் என்று சொன்னேன். அவர்கள் மறுநாள் வந்து நீங்கள் எதை பற்றி வேண்டுமானாலும் பேசுங்கள் என்று சொன்னதற்கு பிறகே ஒப்புக்கொண்டேன்.

நான் இதை முதலில் ஏன் சொல்கிறேன் என்றால் நான் பேசுவது சிலருக்கு வெறுப்பாக இருக்கும். சிலருக்கு மாறுபாடாக இருக்கும். சிலரின் மனதிற்குக் கஷ்டமாக கூட இருக்கும். முன் சொன்னபடி நான் சீர்த்திருத்தவாதியானதால் பெரும்பாலான மக்கள் நம்பி பின்பற்றி ஏற்றுக்கொண்டிருக்கிற கருத்துக்கு பெரிதும் மாறுபாடாகவே எனது கருத்துக்கள் இருக்கும்

பொதுவாக இப்போது நம் நாட்டில் இருக்கிற ஒரு நோய் தமிழைப்பற்றி பேசினால் தமிழில் பற்று சாற்றினால், தமிழின் போலி பெருமையை சொன்னால் மக்களின் ஓட்டைப் பெறலாம், பதவிக்கு செல்லலாம் என்பதால் சிலர் இதை பற்றி சொல்லியே பிழைக்கின்றனர், பதவிக்கு போகின்றனர், தங்கள் வாழ்க்கையை வளப்படுத்தி கொள்கின்றனரே தவிர மக்கள் இழிவு போகவேண்டும், சூத்திரத் தன்மை நீங்கவேண்டுமென்று எவரும் கவலைப்பட்டதில்லை. எப்படி காங்கிரசிலே காட்டுமிராண்டி காலத்திய இராட்டினத்தை எடுத்துக்காட்டி ஏழை மக்களை எளியவர்களின் அன்பை பெற்றார்களோ அதுபோல இப்போது சிலர் காட்டுமிராண்டித் தமிழைக் காட்டி அதன்மூலம் மக்களின் அன்பை பெற்று தங்களின் வாழ்க்கை வசதிகளை, பெருமையினை பெருக்கி கொள்கின்றனர்.

நம் புலவர்கள் மிகப்பெருமையாக முத்தமிழ் - முத்தமிழ் என்கிறார்களே, இந்த முத்தமிழால் நம் சூத்திரத் தன்மை 2000 வருஷமாக இருப்பது போயிற்றா? இந்த இயல் இசை - நாடகத்தால் யாருக்கு என்ன பலன்? இப்போது இசைக்கு திருமதி எம்.எஸ் சுப்புலட்சுமிக்கு பட்டம் கொடுத்திருக்கிறார்கள். அதனால் மக்களுக்கு பயன் என்ன? அந்த இசை மக்களுக்கு எதற்குப் பயன்படுகிறது, அதனால் மக்களடையும் நன்மை என்ன? இன்னும் நாடக, சினிமாத்துறைகளில் சிவாஜி கணேசன், எம் ஜி இராமசந்திரன் போன்றவர்கள் இருக்கிறார்கள் என்றால் அதன் மூலம் அவர்கள் பணம் சம்பாதிக்கத்தான், வாழத்தான் அது பயன்படுகின்றதே ஒழிய பாமர மக்களுக்கு அதனால் எந்த பயனும் பலனும் கிடையாது. மக்களுக்கும்

705

பயன்படக்கூடிய வகையில் அதை மாற்றியமைக்கவும் இல்லை, நினைக்க வுமில்லை. தமிழுக்கு பெருமை என்னடா என்றால் 3000 வருஷத்துக்கு முற்பட்டது என்கிறான் மனிதன் அப்போது எப்படி இருந்திருப்பான்? அவன் உணவு உடை உறையுள் எப்படி இருந்திருக்கும்? அவன் பழக்க வழக்கம் எப்படி இருந்திருக்கும்? நம் அருமை அண்ணா அவர்கள் நோய் காரணமாக சிகிச்சை பெற அமெரிக்கா சென்று சிகிச்சை பெற்று திரும்பினார்கள். பழமை பழமை என்று சொல்லிக் கொண்டு நம் வைத்திய முறையை கையாண்டிருந்தாலோ ஆகாயவிமானத்தில் பயணம் செய்யாமல் பழமை என எண்ணி கட்டை வண்டியில் சென்றிருந்தாலோ அவர் நிலைமை என்னவாகி இருக்கும்? பழமை பழமை என்றால் நாம் காட்டு மிராண்டிக் காலத்திற்கு செல்லவேண்டுமே தவிர நாகரிக உலகத்திற்கு தகுதி யானவர்களாக முடியாது. மொழிக்கும் இலக்கியத்திற்கும் மூட நம்பிக்கைக்கும் தான் பழமை. முன்னோர்கள் சொன்னது என்கிறார்களே, தமிழர் பழமை முன்னோர்களால் கண்டுபிடிக்கப்பட்டது என்பதற்காக எவரும் கட்டை வண்டியை உபயோகிப்பது கிடையாது. மோட்டார், ரயில் இவை போன்ற மற்ற எல்லா விஞ்ஞான புதுமைகளையும் அனுபவித்து கொண்டுதான் இருக்கின்றனர். நான் பழமையை விரும்புபவன் அல்ல, பழமை என்றாலே அது மனிதனை காட்டு மிராண்டித் தன்மைக்கு இழுத்துச் செல்வதாகும். நமக்கு முன்னால் இருப்பதை பார்த்தால்தான் நாம் முன்னேற்றமடைய முடியும். பின்னோக்கியே போய் கொண்டிருந்தால் நாம் முன்னேறவே முடியாது.

காங்கிரசுகாரர்கள் அயோக்கியர்கள். அவர்கள் நம்மை ராட்டினத்தைக் காட்டி கதரைக்காட்டி ஏமாற்றி முன்னேற்றமடைய முடியாமல் தடுத்ததோடு பாமர மக்களிடம் இதை காட்டியே அவர்களின் ஓட்டினை பெற்று பதவி அந்தஸ்தும் பெற்றார்கள். உலகிலுள்ள மற்ற நாட்டு மக்களெல்லாம் நம்மை பார்த்து காட்டு மிராண்டிகள் என்கின்றனர். அந்த நிலைக்கு இப்போது நாம் வந்துவிட்டோமே! இப்போதும் புலவன் தமிழுக்கு பெருமை, "கதவை திறந்த மொழி- எலும்பை உயிர் பெறச் செய்த மொழி" என்கின்றான். இதெல்லாம் அறிவுக்கு நடப்பிற்கு இயற்கைக்கு ஏற்றதா? என்பதை சிந்திக்க வேண்டும். இதனாலெல்லாம் நம் காட்டு மிராண்டித்தன்மையோ, இழிவோ, சூத்திரத் தன்மையோ போக வழியில்லை. இவற்றால் போக்கவும் முடியாது என்பது தெரிந்தபின்னும் ஏன் இதைக்கட்டி கொண்டு அழவேண்டும்?

மனிதனை இப்போது வாழவைப்பது ஆங்கிலமேயாகும். அதன் மூலம் பல விஞ்ஞான அதிசய- அற்புதங்கள் யாவும் கண்டுபிடிக்கப்பட்டு மனிதனால் அனுபவிக்கப்பட்டும் வருகின்றன என்பதோடு, இன்றைக்கும் பல அதிசய அற்புதங்கள் விஞ்ஞானத்தில் மூலம் நிகழ்ந்து கொண்டிருப்பதை கண்ணால் பார்க்கின்றோம். பலவற்றை அறிகின்றோம். உலகம் தோன்றியபோது தோன்றி யதாக பெருமை பேசும் உன் மொழியால் ஆன விஞ்ஞான அதிசய - அற்புதம் இது என்று சொல்ல ஒன்றுமில்லையே!

இன்றைக்கும் நம் புலவர்கள் என்பவர்கள் உலகமெல்லாம் ஒன்றாக வேண்டும் "யாதும் ஊரே யாவரும் கேளிர்" "யாயும் யாயும் யாராயினரோ" என்றெல்லாம் எவனெவனோ பாடியதை வைத்துக்கொண்டு அதைக் காட்டிச் செல்வாக்கு பெற நினைக்கின்றார்களே தவிர தமிழனின் இழிவு சூத்திரத் தன்மை போக பாடுபட நினைப்பது இல்லை. பண்டைத் தமிழர் பெருமையும், பழமையும், தமிழரசர்களின் பெருமையும் சொல்லி சொல்லி மனிதனை முட்டாள் ஆக்குகின்றார்களே தவிர நம் மக்கள் அறிவுபெற வேண்டும் என்று நினைக்கின்றவர்கள் எவருமே இல்லை

நமக்கு தெரிய அக்கா- தங்கையை கட்டிக் கொண்டவன், வேக வைத்து தின்னத் தெரியாமல் சுட்டுத் தின்று கொண்டிருந்தவன் அமெரிக்காக்காரன், அவன் சந்திரன் மண்டலத்திற்கு போய் வந்துவிட்டானே! நேற்று ரஷ்யாக்காரன் விண் வெளியிலே நடந்திருக்கிறான். இந்த ராக்கெட்டிலிருந்து இறங்கி அந்த ராக்கெட்டுக்கு சென்றிருக்கிறான். ஓர் ஆளோடு சென்ற ராக்கெட் மூன்று ஆளோடு திரும்பி இருக்கின்றது. சந்திரனுக்கு 60 மைல் தூரம் வரை சென்று சந்திரனில் மனிதன் இறங்கி வசிக்க முடியுமா? என்று ஆராய்ந்து வந்திருக்கிறான். இன்னும் சில நாட்களில் சந்திரனிலேயே மனிதனைக் குடியேற்றி விடுவான்.

இவ்வளவு நடந்து கொண்டிருக்கும் போது சந்திரன் என்றால் நம் புலவன் அவன் தன் குருவின் மனைவியை கெடுத்தவன். அதனால்தான் குருவால் சாபம் பெற்று தேய்ந்தும் வளர்ந்தும் வருகின்றான். அவனை பாம்பு விழுங்குகின்றது என்றெல்லாம் கதை சொல்லிக்கொண்டு திரிவதோடு வெள்ளை தாளிலே கட்டம் போட்டு சந்திரன் அந்த வீட்டிலிருக்கிறான் சூரியன் இந்த வீட்டிலிருக்கிறான். சுக்கிரன் அவனை பார்க்கின்றான் ஆகவே உனக்கு நல்லகாலம் என்று ஜோசியமும் சாதகமும் சொல்லிக்கொண்டு திரிவதோடு மக்களை அறிவு பெற முடியாத மடையர்களாக்கிக் கொண்டிருக்கிறார்கள்.

புலவனை கேட்கிறேன் எதற்காக இன்று குறளை கட்டிக் கொண்டு அழுகிறே! இந்தக் குறளிலே நீ கடைபிடிப்பது என்ன? என்ன அதிசயமான செய்தி அதில் இருக்கிறது? அதனால் நீயோ அல்லது மற்றவர்களோ அடைந்த பயன் நன்மை என்ன? எவனோ எந்தக்காலத்திலோ அப்போதைக்கு ஏற்ற அறிவிற்கேற்ப எழுதியது இன்றைக்கு எதற்கு அவை பயன்படுகின்றது? இதைக் காட்டி எதற்கு மக்களை மடையர்களாக்க வேண்டுமென்று கேட்கின்றேன். இருக்கிற இலக்கியத்தில் குறள் கொஞ்சம் பரவாயில்லை. மற்ற இராமாயணம், கந்தப்புராணம், பாரதம், சிலப்பதிகாரம் எல்லாம் குப்பைகள். இவை தாம் இன்று மதமாக இருக்கிறது. எவனோ ஒருவன் இராமன், கிருஷ்ணன், கந்தன், கடவுள் என்கின்றான் அதை நம்பிக்கொண்டு நீ கும்பிடுகிறாய் என்றால் நீ எவ்வளவு முட்டாள் என்பதை எண்ணிப் பார்க்கவேண்டும் இவர்கள் பிறப்பு என்ன ? இவர்களின் குணம் என்ன? இவர்களின் பண்பு, ஒழுக்கம், யோக்கியதை என்ன? என்பதை பார்த்தால் கடவுள் என்று சொல்லப்படுகிற அனைத்தும் அயோக்கியத்தனங்கள் நிரம்பியவையாகும் அவன் சொல்கிற கடவுள் கதைகள் அனைத்தும் “அரேபியன் நைட்” கதைகளை போன்றவையே தவிர ஒன்றுகூட அறிவிற்கு நடப்பிற்கும் பொருந்தியது கிடையாது.

உண்மையாக தமிழன் முன்னேற வேண்டுமானால் பல ஆயிரக்கணக்காண ஆண்டுகளாக இருந்து வரும் அவன் இழிவு நீங்க வேண்டும். தமிழன் எவ்வளவு படித்தவனாக மடாதிபதியாக, கோடீஸ்வரனாக, மந்திரி - கவர்னராக இருந்தாலும் சூத்திரன்தானே! இந்த இழிவு சூத்திரத்தன்மை ஒழிய வேண்டும் என்கின்ற எண்ணம் நம் நாட்டில் பிறந்த மகான் மகாத்மா, தெய்வசக்தி பொருந்தியவன், ஆழ்வார், நாயன்மார், டாக்டர் பட்டம் பெற்ற மேதாவி, வித்வான், புலவன், பண்டிதன் என்கின்ற எவனுக்குமே எழவில்லையே! அவனவன் தான் வாழ்ந்தால் போதும் தன் பிள்ளைக்குட்டிக்கு வாழ்ந்தால் போதும் என்கின்ற கருத்து உடையவனாக இருக்கின்றானே தவிர இந்நாட்டுக்குரிய நாம் ஏன் இழி மகனாக, பார்ப்பானுக்கு வைப்பாட்டி மகனாக, சூத்திரனாக இருக்கவேண்டும் என்று கருதியதே கிடையாது. மனிதனுக்கு கடுகு அளவு அறிவோ மானமோ இருந்தால் எவனாவது கோயிலுக்கு போவானா? எனக்கு அறிவில்லை, மானமில்லை என்பவன் தானே கோயிலுக்கு போக முடியும். இந்த கோயிலைக் கட்ட பொருள் கொடுத்த நீ கோயிலிலுள்ள சிலையை செய்தது, கோயிலைக்கட்டியது, அது

பூசைக்கு வேண்டிய பொருள்கள் எல்லாம் கொடுத்தது எல்லாம் நீ. அப்படிப்பட்ட நீ உள்ளே போகக் கூடாது என்கின்றான் பார்ப்பான். அவன் உள்ளே நின்று கொண்டு நீ சூத்திரன் வெளியே தான் நிற்கவேண்டும் என்கின்றான். அட முண்டமே! நீ வெளியே நின்று கொண்டு சாமி கொஞ்சம் பிரசாதம் கொடு என்று அவனையே கேட்கின்றாயே? உனக்கு சூடு சொரணை வேண்டாமா? வெளியே வந்தால் மட்டும் அவன் என்ன உயர்ந்த சாதி, நான் ஏன் கீழ்ச்சாதி என்று கேட்கின்றாய். மற்றதிலெல்லாம் அவன் என்ன உயர்ந்தவன் நம்மை போல மனிதன் தானே என்கின்றாய்! கோயிலுக்கு போனால் மட்டும் வெளியே நின்றுகொண்டு சாமி எனக் கெஞ்சுகின்றாயே இதைச் செய்வாயா? அறிவு இருந்தால்?

நம் வாழ்விலே மொழி, இலக்கியம், அரசியல் முறை, கோயில், குளங்கள் யாவும் நம்மை இழிமகனாக வைத்திருக்கின்றன. இதையெல்லாம் பார்க்காமல் நீ இராமாயணத்தையும் பாரதத்தையும் படித்துக் கொண்டு, நெற்றியிலே சாம்பலையும் மண்ணையும் பூசிக்கொண்டு உன்னை தேவடியாள் மகன் என்கின்ற கோயிலுக்கு போய் கொண்டிருந்தால் எப்படி உன் இழிவு ஒழியும்? பார்ப்பான் காட்டுகிற கடவுளை கும்பிடுவதால் தானே நீ சூத்திரன். அதைக் கும்பிடவில்லை என்றால் நீ சூத்திரனாக இருக்க வேண்டியதில்லையே! இன்று துலுக்கன், கிறிஸ்தவன் எவனும் பார்ப்பானுடைய கடவுளை கும்பிடுவது கிடையாது. அதனால் அவனில் எவனும் சூத்திரன் கிடையாதே!

இந்து மதம் என்கின்ற ஒரு மதமே கிடையாது. இந்து மதம் என்பதற்கு எந்த ஆதாரமும் இல்லை. இந்து மதம் ஏற்பட்டதற்கு காலம் இல்லை. தலைவன் இல்லை. அதற்கான வேதமும் இல்லை. கிறிஸ்தவ மதம்- முஸ்லிம் மதம் போன்ற மற்றவற்றை எடுத்துக்கொண்டால் அது ஏற்பட்டதற்கு காலம், தலைவன், வேதம் எல்லாம் இருக்கின்றன. இந்து மதத்திற்கு எதுவுமே கிடையாது. இந்து மதம் என்பதை சங்கராச்சாரி ஒத்துக்கொள்ளவில்லை, காந்தி ஒத்துக்கொள்ளவில்லை, அறிவுள்ள எவனுமே ஒத்துக்கொள்ள முடியாது.

நம் நாட்டில் எத்தனையோ பட்டதாரிகள், விஞ்ஞானிகள், டாக்டர் பட்டம் பெற்றவர்கள், புலவர்கள் எல்லாம் இருக்கிறார்கள் என்றாலும் அத்தனை பேர்களும் படித்த முட்டாள்களாகத்தான் இருக்கிறார்களே ஒழிய அறிவுவாதிகள் என்று சொல்லிகொள்ளும் படியாக ஒருவரும் இல்லை. உலகத்தில் பல நாடுகளில் பல அறிவாளிகள் தோன்றுகின்றார்கள், பல அதிசய அற்புதங்கள் காரியம் எல்லாம் செய்கின்றார்கள். தினசரி புதுமைகள் வந்துகொண்டே இருக்கின்றன. உலகம் மெச்சும்படியான அறிவாளி ஒருவன் கூட நம் நாட்டில் இல்லையே!

தமிழ் மொழியை நான் குறை சொல்கின்றேன் என்றுதான் சொல்கின்றானே தவிர தமிழில் இன்னின்னது இருக்கிறது, நீ குறை கூறுவது தவறு என்று இதுவரை ஒரு புலவன் கூட மறுத்து சொன்னது கிடையாது! ஏண்டா உன் தமிழில் இதெல்லாம் இல்லையே என்றால் இல்லை என்பது சரிதான் இனி உண்டாக்கிக் கொண்டால் போச்சு என்று சொல்லித் தப்பித்துக் கொள்கிறானே தவிர, இருக்கிறது என்று சொல்ல முடியவில்லை! பிற மொழிகளில் இருப்பதை ஏற்றுக் கொள்வதை விட்டுவிட்டு எதற்காக புதியதாக ஏற்படுத்தி கொண்டிருக்கவேண்டும்? அதனால் என்ன பயன்? என்பது பற்றி எல்லாம் நம் புலவர்கள் சிந்திப்பதே கிடையாது! நான் நம் புலவர்கள் பலரை பார்க்கின்றேன். 100 இல் 10 புலவர்கள் கூட மேற்கோள் இல்லாமல் பேசுவது கிடையாது. புலவனாக எதை எதைப் படித்தானோ அதிலிருந்து, அவன் அப்படி சொல்லி இருக்கிறான், இவன் இப்படிச் சொல்லி இருக்கிறான், அதில் அப்படி அப்படி இருக்கிறது, இதில் இப்படி இருக்கிறது என்று தான் படித்ததை -

மனப்பாடம் செய்ததை எடுத்துக்காட்டுவானே தவிர தன் சொந்த கருத்து இது என்று சொல்லி வாதாட ஒரு புலவன் கூட கிடையாதே! தன் சொந்த அறிவைக் கொண்டு வாதாடுபவன்தான் புலவன் ஆவான். அப்படிப்பட்ட புலவனைப் பார்ப்பதே அரிதாகும்!

நம் அரசர்களைப் பாராட்டுகிறார்களே புலவர்கள், அந்த அரசர்கள் நம் மக்களுக்கு செய்த நன்மை என்ன? எந்த அரசன் நம் மக்களுக்கு பள்ளிக்கூடம் வைத்தான்? பார்ப்பானுக்கு தன் மனைவியை விட்டு கொடுத்து மோட்சத்திற்கு போகலாம் என்று எண்ணினானே தவிர நம் மக்களுக்கு நன்மை செய்தவன் எவனுமே இல்லை. பார்ப்பான் படிக்க வேத பாடசாலைகளை வைத்தான். அவனுக்கு சோறு போட்டு பாடம் சொல்லிக் கொடுக்க செய்தானே ஒழிய, பார்ப்பானுக்கு மானியம் கொடுத்து அவன் சொல்படி, மனுதருமப்படி நடந்துக் கொண்டானே தவிர எந்த ஒரு அரசனும் தமிழ் மக்களின் நன்மைக்காக ஒரு சிறு காரியம் செய்தது கிடையாது. தமிழரசர்கள் அயோக்கியர்கள், இனத்துரோகிகளே ஆவார்கள். மானங்கெட்ட புலவர்கள் தான் பெருமையாக பேசுவார்களே தவிர பகுத்தறிவுள்ள எவனும் நம் அரசர்களை பற்றி பெருமைப்படமாட்டார்கள்.

இப்போது இங்கிலீஷ் வேண்டாம் என்பது நாகரிகமாகப் போய்விட்டது. இந்தி வேண்டாம் என்பதில் கருத்து இருக்கின்றது. இங்கிலீஷ் வேண்டாம் - தமிழ் படியென்றால் என்ன அர்த்தம்? உன் பிள்ளையெல்லாம் 40 வருஷமா இங்கிலீஷ் படித்தால் எவ்வளவோ முன்னேறி இருக்கலாமே! இங்கிலீஷ் படித்தால் விஞ்ஞான வளர்ச்சி ஏற்படும். விஞ்ஞான அதிசயங்களை கண்டுபிடிக்கவில்லையானாலும் அதை புரிந்துகொள்ளவாவது முடியும். உன் தமிழால் புரிந்துகொள்ள முடியாதே! வெள்ளைக்காரன் வந்த பின் தான் உன்னைக்கூட மனிதனாக்கினான்,பள்ளிக்கூடம் வைத்து படிக்கச் செய்தான். இன்று நீ பெற்றிருக்கிற நாகரிகம் வெள்ளைக்காரனால் ஏற்பட்டதே ஒழிய தமிழால் அல்லவே! மக்களுக்கு அறிவு வந்தால் தாங்கள் வாழமுடியாது என்று கருதுபவர்கள் தான் இங்கிலீஷ் கூடாது என்பவர்கள் ஆவார்கள். இதனை மக்கள் புரிந்துக்கொள்ளவேண்டும் புதிய முறைகள் வரும் போது பழமையிலிருந்து மாறவேண்டும். மொழியும் அப்படித்தான், இலக்கியமும் அப்படித்தான், உணவு உடையிலும்கூட பழக்க வழக்கங்கள்கூட அப்படித்தான் புதுமைகள் வரும்போது பழமைகள் மறையத்தான் செய்யும். நான் பழமையை விடமாட்டேன் அதையே தான் பற்றிக்கொண்டிருப்பேன் என்பது முட்டாள்தனம் மட்டுமல்ல காட்டுமிராண்டித்தனமேயாகும்.

நான் உலகத்தை படித்தேன். புலவர்களை போல சிலப்பதிகாரம், மணிமேகலை போன்ற இலக்கிய குப்பைகளை படிக்கவில்லை. அவர்களை போல அவற்றை படித்திருந்தால் நானும் நம் புலவர்களை போல ஆகியிருந்தாலும் ஆகியிருப்பேன். நான் நம் இலக்கியங்களை படித்து புராணங்களை படித்தது அதிலுள்ள குறைகளை மக்களுக்கு எடுத்துச் செல்லவேண்டும் என்பதற்காகவே ஆகும். கண்டிப்பாய் நீங்கள் முன்னேற வேண்டுமானால் கோயிலுக்கு போகக்கூடாது. நெற்றியில் சாம்பல் மண் பூசக்கூடாது. உருவமுள்ள எந்தக் கடவுளையும் கும்பிடக்கூடாது. இதை செய்தால் 5 வருஷத்தில் முன்னேற்றமடைந்துவிடுவீர்கள். அதன் பின் 100 வருஷத்துக்கு நீங்களே சந்திரனுக்கு செல்வீர்கள். அறிவு தானாகவே வளரும்.

விடுதலை - 27- 01- 1969

தொகுதி 1

மொழி

தமிழ் பைத்தியத்தை விட்டொழியுங்கள்

"இந்தி வேண்டாம்" என்பதை நான் 1926ம் ஆண்டிலேயே இந்தியின் இரகசியம் என்னும் தலைப்பில் குடிஅரசில் எழுதினேன்.

அந்தத் தலையங்கம்தான் தமிழ்நாட்டில் மாத்திரமல்லாமல் இந்தியாவிற்கே இந்தி எதிர்ப்புக்காக எழுதப்பட்ட, தெரிவிக்கப்பட்ட முதலாவது எதிர்ப்புக் கருத்தாகும்.

பிறகு 1938ல் இராஜாஜி இந்தியைப் புகுத்திய காலத்தில் இந்தியாவிலேயே முதல் முதல் கிளர்ச்சி ரூபமாக எதிர்ப்புக் காட்டியது சுயமரியாதை இயக்கம்தான். 2000 பேரை சிறைக்கனுப்பியதோடு நானும் 3ஆண்டு கடுங்காவல் தண்டனையில் தண்டிக்கப்பட்டேன்.

அதனால் காங்கிரசும் பதவியிலிருந்து விலகியது. இந்திக் கட்டாயமும் ஒழிந்தது. பிறகு 'சுதந்திரம்' கிடைத்தது என்னும் பேரால் 'இந்தி' தேசிய அரசாங்க மொழியாக ஆக்கப்பட்டது என்றாலும், அதையும் தொடர்ந்து எதிர்த்து வந்தது நமது இயக்கம்தான்.

எனது இந்தி எதிர்ப்பு என்பது இந்தி கூடாது என்பதற்கோ, தமிழ் வேண்டும் என்பதற்கோ அல்ல என்பதைத் தோழர்கள் உணரவேண்டும். மற்றெதற்கு என்றால், ஆங்கிலமே பொதுமொழியாக, அரசாங்க மொழியாக, தமிழ்நாட்டு மொழியாக, தமிழன் வீட்டு மொழியாக ஆகவேண்டும் என்பதற்காகவேயாகும்.

தமிழன் பழைய தமிழனாகவே இருக்கவேண்டும் என்று கருதுவது தமிழன் காட்டுமிராண்டியாகவே இருக்கவேண்டும் என்று கருதுவதற்கொப்பாகும்.

நாம் இவ்வாறு கூறுவது தமிழன் உலக மனிதனாக, விஞ்ஞான உருவாக - இரஷ்யா, இங்கிலாந்து, அமெரிக்கா, ஜப்பான் மக்களை விஞ்ஞானத்தில் தோற்கடிக்கத்தக்கவனாக ஆகவேண்டும் என்பதற்கேயாகும். நாம் இன்று கிணற்றுத் தவளைகளாக இருக்கிறோம். நமக்கு கம்பனுக்கு மேல் புலவன் இல்லை. வள்ளுவனுக்கு மேல் தீர்க்கதரிசி இல்லை. இக்கருத்தில் நாம் உலக மனிதனாக ஆக முடியாது என்பது எனது பலமான கருத்து. ஆகையால் தமிழர் தோழர்களே! உங்கள் வீட்டில் மனைவியுடன், குழந்தைகளுடன், வேலைக்காரிகளுடன் ஆங்கிலத்திலேயே பேசுங்கள், பேசப் பழகுங்கள், பேச முயலுங்கள். தமிழ்ப் பைத்தியத்தை விட்டொழியுங்கள். என்னை வையாதீர்கள். மனிதனாக வாழ முயலுங்கள்.

விடுதலை - 27. 01. 1969

தொகுதி 1
மொழி

ஓட்டுக்காக சொல்வது...!

தி.மு.க வில் உள்ள பலர் பழைமையை இலக்கியம் - தமிழ் என்றெல்லாம் சொல்லி கொண்டிருப்பது மக்களை ஏமாற்றவே தவிர, ஓட்டுப் பெறவே தவிர வேறில்லை. தமிழை, குறளை சொன்னால் ஏய்க்க முடியாதா? என்று பார்க்கிறார்கள். அவ்வளவு தானே ஒழிய அதை அவர்கள் ஏற்றுக்கொண்டு சொல்வது கிடையாது.

விடுதலை - 29-1-1969

711

புலவர்களுக்கு கோபம் வருகிறதே தவிர...!

நம் நாட்டில் காலிப்பசங்கள் எல்லாம் திருமுருக கிருபானந்தவாரி, மகா முட்டாளெல்லாம் மகாத்மா காந்தியாகும் போது நான் மகானாக முடியாதா? காந்தியாவது மகாத்மா ஆனார்! நான் நாளைக்கே கடவுள் இல்லையென்று இத்தனை நாள் சொன்னது தவறு, கடவுள் இருக்கிறார் என்று சொன்னால் போதுமே! பார்ப்பான் என்னை பகவான் இராமசாமி ஆக்கி விடுவானே! பாப்பாத்தியெல்லாம் என் காலை கழுவுவார்கள், பார்ப்பான் வீட்டிலெல்லாம் என் படம் தொங்குமே! அந்தப்படி நான் நடந்தால் இந்த பிள்ளைகளெல்லாம் பாவாடை கோவணம் இல்லாமல் இன்றைக்கு மாடு மேய்த்து கொண்டல்லவா இருக்கும்? நம் மக்களெல்லாம் பார்ப்பானால் அடிமைகளாக அல்லவா நடத்தப்பட்டு கொண்டு இருப்பார்கள்! 50 வருஷமாக கடவுள் இல்லை; பார்ப்பான் ஒழிக; சாஸ்திரம் ஒழிக, மதம் ஒழிக என்று கத்தியதால் தானே இன்றைக்கு தீண்டப்படாதவன் என்று ஒதுக்கி வைக்கப்பட்டிருந்த நம் மக்கள் கலெக்டராகவும் - மந்திரியாகவும் இருக்கின்றனர். நம் மக்கள் ஓரளவானது மானத்தோடு வாழ முடிகிறது.

நம் நாடு மட்டுமல்ல உலகம் பூராவும் காட்டுமிராண்டித் தன்மையிலிருந்து தான் நாகரிகம் பெற்றிருக்கின்றது. நம் மக்கள் உணவை சமைத்து சாப்பிட்டு நாகரிகமாக வாழ்ந்த காலத்தில் கண்டதை உண்டு, தாய் தங்கை என்கின்ற பேதமற்று வாழ்ந்து கொண்டிருந்தவர்கள் தான் மற்றவர்கள் எல்லாம். ஆனால் அவர்கள் எல்லாம் இன்று நாகரிகத்தில் சிறந்து அறிவுப்பெற்று பல அதிசய அற்புதங்களை செய்யும்போது நாம் பழம் பெருமையையே நினைத்துக்கொண்டு காட்டுமிராண்டித் தன்மையில் இருந்து கொண்டிருக்கிறோம்.

இந்தக் கிருபானந்தவாரியார் எத்தனை காலிப்பயல். எத்தனை பார்ப்பனத்தியை கெடுத்திருக்கிறான். எத்தனை பெண்களை கெடுத்திருக்கிறான் என்பது எனக்கு தெரியும். பேசும்போதே பெண்களை பார்த்து கண்ணடிப்பான். இன்று அவன்தான் பெரிய மனிதனாக இருக்கிறான். காந்தி வழி நடப்போம், வெங்காய வழி நடப்போம் என்கின்றானே! என்ன காந்தி வழி? அவரால் ஒரு ஊசி முனை அளவு கூட நம் மக்களுக்கு நன்மை இல்லையே!

ஏழு ஜென்மத்திற்கும் ஒருவன் பார்ப்பானுக்கு பிறந்தால் தான் மனிதனாக (பார்ப்பானாக) முடியும் என்று சொன்னவர் காந்தி தானே! அவர் வழியில் நடக்கிறேன் என்றால் ஏழு ஜன்மத்திற்கு தன் மனைவியை - தாயை பார்ப்பானுக்கு விட்டுக்கொடுத்து மனிதனாக போகிறானா? என்று கேட்கிறேன்.

அரசியல் பேசுகிறவன் எவனாக இருந்தாலும் அவனால் உண்மையை பேச முடியாது. உண்மையை பேசினால் அவன் அரசியலுக்கு வர முடியாது அரசாங்கத்தில் இன்று நமக்கு ஏற்பட வேண்டியது என்ன? நம் சூத்திர தன்மை இழிவு நீங்க வேண்டும். அதற்கான காரியத்தை செய்யக்கூடியவர்கள் அல்லவா அரசியலுக்கு வர வேண்டும். நம் நாட்டில் அரசியலில் இருப்பவன் (ஆளுங்கட்சி, எதிர்கட்சி) இரண்டு பேர்களும் தமிழன். அவன்தான் ஒருவனுக்கொருவன் (தமிழனுக்கு தமிழன்) அடித்து கொள்கிறானே தவிர, ஒரு பார்ப்பான் கூட இடையில் சிக்குவது கிடையாதே! இதை காட்டுமிராண்டி அரசியல் என்று சொல்லாமல் வேறு என்ன என்று சொல்வது?

நான் தமிழ்மொழியை காட்டுமிராண்டி மொழி என்று சொன்னதில் புலவர் களுக்கு கோபம் வருகிறதே தவிர அதில் உள்ள உண்மையை உணர்வதில்லையே. தமிழனுக்கு பிறந்திருந்தால் இப்படி சொல்லமாட்டார், அவர் தமிழனுக்கு பிறக்க வில்லை என்று ஒருவர் எழுதி இருக்கிறார். அவர் யாருக்கு பிறந்தார் என்பதை எப்படி அறிந்துக் கொண்டாரோ தெரியவில்லை. எவர் வேண்டுமானாலும் சொல்லட்டும், நான் மரியாதையோடு ஏற்றுக்கொள்ள தயாராக இருக்கின்றேன். நம் மக்களின் வளர்ச்சிக்கு என்ன இருக்கிறது?

இன்றைய விஞ்ஞானங்களை பற்றி தெரிந்துக் கொள்ளவேண்டியது ஏதாவது நம் மொழியில் இருக்கிறதா? மனிதனின் அறிவு வளர்ச்சிக்காவது இடமிருக்கிறதா? இன்றைய புதுமைகளை நம் மொழியில் அறிந்துகொள்ள முடியுமா? என்று கேட்டால் ஆக்கிக்கொண்டால் போச்சு என்றுதான் சொல்கிறானே தவிர இன்னது இருக்கிறது என்று எடுத்துக்காட்டவில்லையே! உன் மொழியில் தான் நீ, நான், நீங்கள், தாங்கள், வாத்தா- வக்கா என்பது போன்ற காட்டுமிராண்டி வார்த்தைகள் எல்லாமிருக்கின்றதே ஒழிய வேறு மொழியில் இல்லை ஆங்கில மொழயில் அரசனை குறிப்பிடுவதாக இருந்தாலும் பிச்சைக்காரனைக் குறிப்பிடுவதாக இருந்தாலும் (He) ஹி "அவன்" தான். அதுபோல மஹாராணியை குறிப்பிடுவதாக இருந்தாலும் மிக இழிவான பெண்ணை குறிப்பிடுவதாக இருந்தாலும் (She) ஷி "அவள்" தான். ஏன் சொல்கிறேனென்றால் மனிதன் நாகரிகம் பெற்று பண்பாடு பெற்று அறிவு வளர்ந்த காலத்தில் ஏற்பட்ட மொழி ஆங்கிலம் காட்டுமிராண்டி காலத்தில் மனிதன் அறிவற்று பண்பாடற்று இருந்த காலத்தில் தோன்றியது "தமிழ் மொழி" யாகும். எனவேதான் மனித வளர்ச்சிக்கு, மானத்திற்கு அதில் ஒன்றுமில்லை நீங்களேதான் சிந்தியுங்களேன். தமிழ் காட்டுமிராண்டி மொழியா இல்லையா என்று. தமிழில் இன்றைக்கு பாரதிதாசன் கவிதையை எடுத்தால் நம் வளர்ச்சிக்குரிய கருத்துக்கள் இருக்கின்றன. கம்பராமாயணத்தில் பெரியபுராணத்தில் நம் இழிவு இருக்கிறதே ஒழிய நம் வளர்ச்சிக்குரியதே எதுவும் இல்லை. இவை மனித அறிவு வளர்ச்சி பெறாத காலத்தில் மனிதன் காட்டுமிராண்டியாக இருந்த காலத்தில் ஏற்பாடு செய்யப்பட்டவையாகும்.

விடுதலை - 08. 04. 1969

ஜாதி தமிழா? தமிழனுக்குண்டானதா?

"ஜாதி" என்ற சொல் தமிழ் அல்ல: ஆரிய மொழி சொல்லேயாகும். ஜாதிகளின் பெயர்களான பிராமணன் - க்ஷத்திரியன் - வைசியன் - சூத்திரன் என்ற சொற்களும் தமிழ் அல்ல; ஆரிய மொழிச் சொற்களேயாகும். ஜாதிகள் பற்றி ஏற்படுத்தப் பட்டிருக்கிற ஆதாரங்களான சாஸ்திரம், மனுதருமம் புராணம் முதலிய யாவும் ஆரிய மொழிகளில் ஆரியர்களால் ஏற்ப்படுத்தப்பட்டவையே ஒழிய இவை எவையும் தமிழ் மூலம் அல்ல. ஜாதிக்கேற்ப உரைக்கப்பட்ட கடவுள்கள் யாவும் ஆரிய மொழிப்பெயர்களை கொண்டவையே ஒழிய தமிழ் பெயரைக் கொண்ட கடவுள் எதுவுமே இல்லை.

ஜாதி இழிவை நிலைக்க வைக்க ஏற்ப்படுத்திய கர்ப்பக்கிருகம் என்னும் சொல்லும், மூலஸ்தானம் என்னும் சொல்லும், ஆகமம் என்னும் சொல்லும் கும்பாபிஷேகம் என்னும் சொல்லும் யாவுமே ஆரிய மொழிச் சொற்களே யாகும்.

ஆகவே, ஜாதி சம்பந்தமான எந்தக் காரியமும், கருத்தும் யாவும் தமிழனுக்குச் சம்பந்தப்பட்டவை அல்லவே அல்ல. பார்ப்பான் ஆதிக்கத்திற்கு வந்தவுடன் அவன் நலத்திற்கு ஏற்ப எப்படி அரசமைப்புச் சட்டத்தைச் செய்து கொண்டானோ அதேபோல் இந்தியாவிற்குள் ஆரியர் நுழைந்து ஆதிக்கம் பெற்றவுடன், மனித தருமம் என்னும் மனுதரும நூல் ஏற்படுத்திக் கொண்டு அதை மனித தருமம் என்று சொல்லாமல், மனு என்கின்ற கடவுள் தன்மை கொண்டவரால் செய்யப் பட்டது என்ற கருத்தை கொடுத்து,மக்களை ஏமாற்றி, மனித தருமமாக ஆக்கி விட்டான். ஆரியர் இந்தியாவிற்கு வருகிற காலத்தில், அதாவது சுமார் 3000 ஆண்டு களுக்கு முன் தமிழர்கள் காட்டுமிராண்டிகளாய் இருந்திருப்பார்கள். ஒற்றுமையும் கூட்டு வாழ்வும் இல்லாமல் தனித்தனியாய்த் திரியும் மக்களாய் இருந்திருப்பார்கள்.

இந்த நிலை, யோக்கியமும்-நாணயமும்-நேர்மையும் அற்ற மற்றொரு காட்டு மிராண்டி மூர்க்கக் கூட்டமான ஆரியர்கள், தங்கள் மேன்மைக்கும் நம் இழிவுக்கும் ஏற்ற எல்லாக் காரியங்களையும் செய்துகொள்ள சாதகமாயிருந்தது.

மனுதரும சாஸ்திரத்தை படித்துப் பார்த்தாலே இந்த விஷயங்கள் நல் வண்ணம் யாருக்கும் புலப்படும். அக்காலத்தில் நம் அரசர்கள் என்பவர்களும் காட்டுமிராண்டி களாய்க் கொள்ளைக் கூட்டத்தார்போல், கையில் வலுத்தவன் ஆதிக்கமாய் இருந்தப் படியால், அரசர்களை பல வழிகளில் அடக்கி ஆண்டு, அவர்களைத் தங்களுக்கு அடிமையாக ஆக்கி, அவர்களைக் கொண்டே தங்களுக்கு வேண்டிய எல்லாக் காரியங்களையும் செய்து கொண்டார்கள். உதாரணமாக, மனுதருமத்தில் நம்

பெண்கள் எல்லோருமே தங்களுக்குப் போகப் பெண்களாக, வைப்பாட்டிகளாக இருக்கத்தக்கவர்கள் என்றும், நாம் எல்லோரும் அவர்களுக்கு, அவர்களது தாசி மக்களாகக் கருதப்பட வேண்டியவர்கள் என்றும் எழுதி அமல்படுத்தியதோடு, நம்மையும் அதை ஒப்புக்கொள்ளும்படிச் செய்து,நம்மில் பலர் அப்படி இருப்பதில் பெருமை என்றும் கருதும்படிச் செய்து கொண்டார்கள் என்றால், அன்றைய நம் நிலை எப்படி இருந்தது என்பது தெளிவாய் விளங்குகிறதா இல்லையா? இன்றைக்கும் சுமார் 30, 40 ஆண்டுகளுக்கு முன் நம்மில் தாசிகள் என்று ஒரு கூட்டமும், அந்தக் கூட்டம் பார்ப்பனர்க்கு எப்போதும் தயார் என்பது போன்ற போகப் பொருளாய் இருந்து வந்ததும், அப்பெண்களின் தந்தை சகோதரர் ஆகியவர்களே அக்காரியத்திற்குத் தரகர்களாயிருந்தும், நாம் நேரில் கண்ட காரியம்தானே! அது மாத்திரமா!

இன்றைக்கும் மலையாள (கேரள)நாட்டில் பெருங்குடி மக்கள் பெரும் பாலோர், தாங்கள் யாரைக் காதலனாகக் கொண்டு போகித்துக்கொண்டு இருந்தாலும், தம் காதலன் பார்ப்பான் என்றுதான் சொல்லிக் கொள்கிறார்கள். அரசர் குடும்பங்கள் பார்ப்பானைச் சம்பளம் கொடுத்துக் கணவனாகக் கொண் டிருக்கிறார்கள். கேரள அரசர்கள் இன்றுவரை பார்ப்பானின் மக்களாகத்தான் இருந்து வந்திருக்கிறார்கள். எனவே, தமிழ் மக்களின் இழிதன்மைக்கு அதைவிட வேறு உதாரணம் என்ன வேண்டும்! இதை ஏன் சொல்லுகிறேன் என்றால் பார்ப்பானின் அட்டூழியத்திற்கு ஓர் எடுத்துக்காட்டாகக் காட்டவே சொல்கிறேன். இவ்வளவு மாத்திரமா! இன்றும், நம்மில் எத்தனை மடையர்கள்-மானமற்றவர்கள் பார்ப்பனர் களைச் சாமி என்றும், பிராமணர் என்றும், கண்டதும் வணங்க வேண்டியவர்கள் என்றும் கருதி வணங்குவதை நாம் பார்க்கிறோம்.

ஆகவே, ஜாதி என்பது அயோக்கியர்களால் மோசடிக் கருத்துடன் தோற்று விக்கப்பட்டது என்றும், அதற்கு விஞ்ஞான முறைப்படி எந்த ஆதாரமும் இல்லை என்றும், அதைத் தமிழ் மக்கள் ஆண்-பெண் எல்லோருமே வெறுக்கவேண்டும் என்றும் வேண்டிக் கொள்கிறேன். ஜாதியை எந்த உருவில் - எந்தக் கருத்தில் எங்கு கண்டாலும் விஷ ஜந்துகளை அழித்து ஒழிப்பது போல் ஒழித்துக்கட்ட வேண்டியது அவசியமாகும். இனியும் எத்தனை நாட்களுக்கு ஜாதி, ஜாதி முறை ஜாதித் தன்மை என்பவை இந்நாட்டில்- இந்த நம் சமுதாயத்தில் இருந்து வருகின்றனவோ, அத்தனை நாட்களுக்கும் நம் நாடு காட்டுமிராண்டிச் சமுதாயமேயாகும். எனவே தோழர்கள் ஒவ்வொருவரும் இதை மனத்தில் கொண்டு ஆவன செய்ய வேண்டிக் கொள்கிறேன்.

உண்மை - 14-02-1970

மொழியும் - சாதியும்!

சாதி, மொழி வேறுபாடின்றி எல்லா மக்களும் சேர்ந்து வாழும்படியான வாய்ப்பு ஏற்பட்டு விட்டது. இதற்கு முன் போக்குவரத்து வசதியில்லாததால் மக்கள் ஒருவரோடு ஒருவர் சேர்ந்து பழக வாய்ப்பில்லாததால், தனித் தனியாகப் போய் அந்தந்த இடத்திலேயே இருக்க வேண்டியது ஆயிற்று. அதனால் அங்கங்கு இருந்தவர்கள் அங்கிருந்த சூழ்நிலைகளுக்கு ஏற்ப, மொழிகளை ஏற்படுத்திக் கொண்டனர். பக்கம், பக்கமாக இருந்த மக்கள் பேசிய மொழிகள் பெரிதும் மாறுபட்டு, ஒன்றுக்கொன்று சம்பந்தமற்ற முறையில் அமையப்பெற்றன. அதற்கேற்ப அவர்கள் நாகரிகமும் வாழ்வும் அமைந்தன.

போக்குவரத்துக்கு வசதியில்லாததால், விஷயங்களைப் பரிமாறிக் கொள்ள முடியாததால், தனித்தனி சாதி, மொழி ஏற்ப்பட்டதோடு பேதஉணர்ச்சியும் மக்களிடையே ஏற்பட்டு அவரவர்களுக்கு ஒரு தனியான பழக்கவழக்கம் ஏற்பட்டு, சாதியின் பெயரால் இழிபிறவிகளாகி விட்டோம். இன்றைய நிலையில் கூட நம் மக்கள் சாதியின் காரணமாக பிரிவுப்பட்டு இருக்கிறோம். 100க்கு 97 பேர்களாக இருக்கிற நமக்குள் பல பிரிவுகள் ஏற்ப்பட்டதால் 100க்கு 3 பேர்களாக இருக்கிற பார்ப்பான் நம்மை அடிமையாக்கி வைத்திருக்கின்றான். சூத்திரனாக்கி வைத்திருக்கின்றான். நம் மக்கள் தங்களுக்கிருக்கிற சூத்திரத் தன்மையைப் பற்றிக் கவலையற்றவர்களாக இருக்கிறார்கள்.

விடுதலை - 13. 03. 1970

மனிதனை முட்டாளாக்கவே

பொதுவாக என்னுடைய பிறந்த நாள் விழாவில் கலந்து கொள்வது என்பது எனது கொள்கைகளை மக்களுக்கு எடுத்துச் சொல்லவேயாகும். பொதுவாக, பாராட்டுவிழா, பிறந்தநாள் விழா நடத்துவது என்றால், அதன் மூலம் கொள்கையைப் பரப்புவதற்காகவேயாகும். எனக்கு மேற்கொண்டு தொண்டு செய்வதற்கும் உற்சாக மூட்டுவதற்கும் என்னை, எனது கொள்கையைப் பாராட்டவுமே இவ்விழாவினை ஏற்பாடு செய்துள்ளார்கள். சில பிறந்த நாட்கள் பொய்யாகவே கொண்டாடுவார்கள். பிறக்காத உண்மையில் இல்லாதவனுக்காகவே கொண்டாடுவார்கள். இராமனுக்கு, கிருஷ்ணனுக்கு, பிள்ளையாருக்கு, கந்தனுக்குப் பிறந்தநாள் விழா கொண்டாடுவது மக்களிடையே கடவுள் எண்ணத்தைப் பரப்பி மக்களை முட்டாள்களாக்கு வதற்காகவே ஆகும்.

மேலும் மக்களுக்குக் கடவுள் நம்பிக்கை உண்டாக்கி, அதன் மூலம் சில அயோக்கியர்கள் பிழைப்பதற்காகவேயாகும். இவை மக்களை மடையர்களாக்க வேண்டும் என்று கருதியவர்களால் ஏற்பாடு செய்யப்பட்டவையேயாகும். இன்னும் ஆழ்வார்கள், நாயன்மார்கள் பிறந்த நாள் திருநட்சத்திரம் என்று கொண்டாடு கின்றார்கள். 63 நாயன்மார்கள், இருந்ததே கிடையாது. அவர்கள் இருந்தார்கள் என்பதற்கு எந்த ஆதாரமும் இல்லை. அப்பர், சுந்தரர், மாணிக்கவாசகர், திருஞான சம்பந்தர் என்கின்ற 4 பேர் இருந்தார்கள் என்பதற்குக் கதை இருக்கிறது.

மாணிக்கவாசகர் இவர்களில் ஒருவர், அரசனிடம் மந்திரியாக இருந்தார். அவரிடம் பணம் கொடுத்து அரசாங்கத்திற்கு குதிரை வாங்கி வரும்படிச் சொன்னதற்கு அந்தப் பணத்தைக் கொண்டு கோயில் கட்டிவிட்டதாகவும், பின் நரிகளைக் குதிரை களாக்கி அரசனை ஏமாற்றியதாகவும், அரசனுக்கு அது தெரிந்து தண்டிக்க முற்பட்ட போது கடவுள் வந்து காப்பாற்றினார் என்று நடப்பிற்கு மாறான அனுபவத்திற்குப் ஒத்துவராத அனேகப் புளுகுகளையெல்லாம் எழுதி வைத்திருக்கிறான். மற்ற நாயன்மார்கள், ஆழ்வார்கள் கதைகள் என்பவைகளும் மனிதனின் அறிவிற்கு, நடப்பிற்கு அனுபவத்திற்குப் பொருத்தி வராதவைகளாகவே இருக்கின்றன. இவை களையெல்லாம் நடந்தது என்று சொல்லவில்லை. இவைகளின் மூலம் இவற்றைக் கொண்டாடுவதின் மூலம் மக்களிடையில் மடைமையை வளர்த்து வருவதோடு அவர்கள் அறிவைப் பயன்படுத்த முடியாமல் தடுத்துவிட்டனர்.

பிறந்த நாள் மெய்யாகக் கொண்டாடினாலும் அதன் மூலம் கொள்கைகளை எடுத்துச் சொல்வதே கருத்தாகும். என்னுடைய கொள்கை நமது மக்கள் இழிவற்று, அறிவு பெற்று வாழ வேண்டுமென்பதாகும். ஒரு சின்ன சமுதாயம் பெரிய

சமுதாயத்தை அழுத்தி, அவர்கள் அறிவுத்துறையில் பொருளாதாரத்துறையில் முன்னேற்றமடையாமல் செய்து வைத்திருப்பதோடு, அந்த சின்ன 100க்கு 3 பேராக உள்ள சமுதாயமானது 100க்கு 97 பேராக இருக்கிற பெரிய சமுதாயத்தினை விட உயர்ந்தசாதித் தன்மையில் இருந்து கொண்டு பெரிய சமுதாயத்தைச் சார்ந்த மக்களை இழிமக்களாக்கி வைத்திருக்கிறது. நமது இலட்சியம்-கொள்கை- சமுதாயத் துறையில் நம் மக்களுக்கு இருக்கிற இழிவுகளை மாற்றி சுதந்திரமுள்ள இழிவற்ற அறிவுள்ள மக்களாக்க வேண்டுமானால் அவைகளுக்கு அடிப்படையானவைகளை ஒழிக்க வேண்டும் என்பதாகும். நமது இழிவு, அறிவற்றத் தன்மைக்குக் காரணம் அடிப்படை நமது மொழி, கடவுள், மதம், சாஸ்திரம், புராணம், இதிகாசம் என்பவை யாகும்.

நமது மொழி, ஜாதியை அனுசரித்தது; ஜாதியை உண்டாக்கிய கடவுளை அனுசரித்துள்ளது. ஆனதினாலே மொழியின் மூலம் இவைகளை மாற்ற வழியில்லை. மற்றும் அந்த மொழி 2000 வருஷங்களுக்கு முந்தியது. அன்றைக்கு இருந்த மக்களின் தரம் எப்படி இருந்ததோ அதை அனுசரித்துத்தான் இருக்கும். முதன்முதல் நூல் நூற்கும் ராட்டினத்தைக் கண்டுபிடித்தவனை அப்போது விஞ்ஞானியாக மதித்தோம். இன்றைக்கு இயந்திரம் கண்டுபிடித்து விட்டான். மணிக்கு ராட்டினத்தில் நூற்பது போன்று 100 மடங்கிற்கு அதிகமான நூல்களை இயந்திரத்தின் மூலம் நூற்க வசதி இருக்கும்போது ராட்டினத்தைக் கொண்டு நூற்றுக் கொண்டிருப்பது எப்படி அறிவுடைமையாகும்? மனிதன் விஞ்ஞானத்தில், நாகரீகத்தில், நடப்பில் தலைகீழான மாற்றம் பெற்ற பின் அதற்கேற்ப மொழியை மாற்றிக் கொள்ளாமல் இருப்பது மடமையாகும்.

விடுதலை - 20. 05. 1970

தொ
கு
தி
1

மொழி

பொறியியல் கல்லூரியில் தமிழ் மன்றம் எதற்காகத் துவக்க வேண்டும்?

சென்னை கிண்டிப் பொறியியல் கல்லூரியில் தந்தை பெரியார் உரை

இம்மன்றத்தினை துவக்கி வைக்கும் பெருமையினை எனக்களித்தமைக்கு மகிழ்ச்சியடைவதோடு இம்மன்றத்தாருக்கு எனது நன்றியினைத் தெரிவித்துக் கொள்கிறேன். என்ஜினியரிங் கல்லூரி என்கின்ற பொறியியற் கல்லூரியில் தமிழ் மன்றம் ஏன் துவக்குகிறார்கள் என்று எனக்குப் புரியவில்லை. பொறியியல் கல்லூரியில் உள்ளவர்களுக்கு எதற்காக தமிழ் மன்றம் என்று தெரியவில்லை. அடுத்தபடியாகத் தமிழைக் கொண்டு என்ன செய்யப் போகிறார்கள் என்றும் தெரியவில்லை.

இப்போது நாம் பெரிய வளர்ச்சி நிலையிலிருக்கிறோம். பெரிய வளர்ச்சிகள் ஏற்பட்டு வருகிற 70 ஆம் ஆண்டிலிருக்கின்றோம். கல்லூரி முதல்வர் அவர்கள் கம்ப்யூட்டர் என்கின்ற ஒரு இயந்திரத்தைக் காட்டினார்கள். அது எப்படி வேலை செய்கிறது என்பதை என்னால் புரிந்துகொள்ள முடியவில்லை என்பதோடு புரியும்படி தமிழில் அவர்களால் எனக்குச் சொல்லவும் முடியவில்லை. காரணம் தமிழில் அதை விளங்கும்படி சொல்வதற்கான சொற்கள் இல்லை என்பதே.

பேராசிரியரவர்கள் சொன்னார்கள் “இதுவரை மனிதன் உடல் உழைப்பால் செய்யும் காரியங்களைச் செய்யத்தான் இயந்திரங்கள் இருந்தன. இப்போது மனிதன் மூளையால் செய்கின்ற காரியங்களைச் செய்யவும் இயந்திரங்களிருக்கின்றன.” என இது ஒரு பெரிய வளர்ச்சிக்குரிய காரியமாகும்.

இது தமிழனால் கண்டுபிடிக்கப்பட்டதல்ல. தமிழைப்போல் 2000 / 3000 ஆண்டுகளுக்கு முன் தோன்றிய மொழிகளாலும் இதனைக் கண்டுபிடிக்க முடியாது. அவைகளில் இதற்குரிய எண்ணம் தோன்றுவதற்கான வாய்ப்பே இல்லை. 500, 600 ஆண்டுகளுக்கு முன் தோன்றியவைகளால் முடிகிறதென்றால் அவற்றில் புதுமைக் கருத்துக்கள் வளர்ச்சிக்குரிய, நாகரிகத்திற்குரிய சொற்கள் இருக்கின்றன என்பதே கருத்து. ஆனதால் அம்மொழிகளால் தாம் இதுபோன்ற புதுமைகளைக் கண்டுபிடிக்க முடிகிறது.

இப்படிப்பட்ட அதிசய அற்புதங்கள் எல்லாம் மற்றவர்களால் கண்டு பிடிக்கப்பட்டு நாம் அனுபவிக்கிறோமே ஒழிய நாம் கண்டுபிடித்ததெல்லாம் கல்லை கடவுளாக்கி வணங்குவதே தான்!

தமிழுக்காக வேண்டுமானால் தமிழ் படிக்கலாம். இலக்கிய நயம், கவிநயம் என்பவற்றிற்காக வேண்டுமானால் தமிழ் கற்கலாம். மற்றபடி புதுமையான கருத்துக்களை அறிந்து கொள்வதற்குத் தமிழில் எதுவுமே கிடையாது.

இப்போது தோன்றியுள்ள பல விஞ்ஞான அதிசய அற்புத இயந்திரங்களுக்குச் சரியான தமிழ்ச் சொற்கள் கிடையா. ஏதாவது ஒரு சொல்லைச் சொல்லி அதற்கு இதுதான் பொருள் என்று சொல்ல வேண்டி இருக்கிறதே ஒழிய நேரிடையாகச் சொல்லக் கூடிய சொற்கள் தமிழில் இல்லை.

நாம் தமிழர், நம் நாடு தமிழ்நாடு என்பதற்காகத் தமிழைப் போற்றலாமே ஒழியத் தமிழில் பொதுஅறிவிற்கான எதுவும் கிடையாது. ஆனதால் தமிழில் பெரும் விற்பன்னர்களாக இருப்பவர்களுக்குக் கூடப் பொது அறிவு சற்றுக் குறைவாகத்தான் இருக்கும்.

நான் அரசியல் வாழ்விற்கு வந்தபோது சுதேசி இயக்கம் இருந்தது. சுதேசி என்றால் அன்னிய நாட்டு விதேசிப் பொருள்களைப் பகிஷ்கரிப்பது. அதில் நானும் ஈடுபட்டிருந்தேன். நம்முடைய சௌகரியங்களைக் கூடக் குறைத்துக்கொண்டு சுதேசியை உபயோகிப்பது என்பது அப்போது பெருமைக்குரியதாகக் கருதப் பட்டது. இவற்றாலெல்லாம் நமது வளர்ச்சி தடுக்கப்பட்டுத் தடை செய்யப்பட்டு விட்டது.

ஒரு ஆண்டுக்கு முன் நான் எனது பத்திரிகையில் எழுதினேன். "வீதியில் பேசுவது கூட ஆங்கிலத்தில் பேச வேண்டும்" என்று எழுதக் காரணம் அம் மொழியைப் பேச ஆரம்பித்தாலே நாகரிகம் ஏற்படும், புதிய கருத்துக்கள் தோன்றும், புதுமைகளை அறிந்துகொள்வதற்கான வாய்ப்புக் கிடைக்கும் என்பதாலேயே யாகும். ஆங்கிலம் படித்துத்தான் பேச வேண்டுமென்பதில்லை. காதில் கேட்ட சொற்களைக் கொண்டு தப்பும் தவறுமாக இருந்தாலும் பேச வேண்டும். இப்படிப் பேச ஆரம்பித்தால் பிறகு தானாகவே திருந்திவிடும். 1950ல் நம் நாட்டில் படித்தவர்கள் 100க்கு 9 பேர் தான் என்றாலும் கோடி மக்கள் தமிழில் பேச வில்லையா? அவர்களெல்லாம் படித்துவிட்டா தமிழ் பேசினார்கள்! அதுபோலப் பேசிப் பழகவேண்டும். அப்படி ஆரம்பித்தால் புதுமைகளை அறிந்து கொள்ள வாய்ப்பு ஏற்படும்.

நான் ஆங்கிலத்தைப் பற்றிப் பேசுகிறேன் என்றால், அதனைப் படித்துவிட்டுச் சொல்லவில்லை. சில சொற்கள் தெரியும்: ஆனால் நான் ஆங்கில மக்களோடு பழகிப் படித்து இருக்கின்றேன். 1932லேயே மேல்நாடு சென்றிருக்கின்றேன். மற்றவர்களைப் போலப் பெரிய நகரங்களிலுள்ள ஹோட்டல்களில் தங்கி அனுபவித்து விட்டு வரவில்லை. கிராமம் கிராமமாகச் சென்று சாதாரண மக்களோ டெல்லாம் பழகி இருக்கின்றேன். கொச்சையான வார்த்தைகளை அவர்கள் உபயோகிப்பதே கிடையாது. ஒருவரிடமிருந்து ஒரு பொருளைக் கேட்டார் களானால் "தயவு செய்து அப்பொருளைக் கொடுக்கிறீர்களா?" என்று கேட்பார்கள். இப்படிச் சிறு காரியத்திற்கெல்லாம் மரியாதையான சொற்களையே உபயோகிக் கின்றார்கள்.

தமிழில் மரியாதையான சொற்களை உபயோகிப்பதே கிடையாது "அதைக் கொடுக்கிறாயா? அதைக் கொடு" என்றுதான் சொல்லுவார்கள். மிக நாகரிகம் உள்ளவர்கள்கூட மிகக் கொச்சையான சொற்களயே உபயோகிக்கின்றனர். தமிழின் மேல் குற்றம் சொல்வதாகக் கருதக்கூடாது. அது ஏற்பட்ட காலம் மனிதன் காட்டு மிராண்டியாக இருந்த காலமாகும். அதற்கேற்பத்தானே அது அமைந்திருக்கும்!

அப்போது மனிதனுக்கு நாகரிகமென்றால் என்னவென்று தெரியாத காலம். அதற்கேற்ப அம்மொழியானது அமைந்துள்ளது.

இந்த கம்ப்யூட்டருக்குத் தமிழில் "கணிப்பான்" என்கின்றனர். ஆங்கிலத்தைவிட அதைப் புரிந்து கொள்வது மிகக் கஷ்டமாக இருக்கிறது. காரணம் இப்போது தானே நாம் கொஞ்சம் நாகரிகம் பெறுகின்றோம்! அதுவும் வெள்ளைக்காரன் கொஞ்ச நாட்கள் இங்கு ஆட்சி செய்ததன் காரணமாகச் சற்று நாகரிகம் அடைந்துள்ளோம். நமது மதமும் கடவுளும் இல்லாதிருந்திருந்தால் முழு நாகரிகமும் வெள்ளைக் காரனால் நாம் பெற்றிருப்போம். இவைகள் தாம் - மதமும் கடவுளும் தாம் அதற்குத் தடையாக இருந்தன. வளர்ச்சியடைய முடியாமல் தடுத்துவிட்டன.

தமிழ் மன்றம் என்றால், திருவிளையாடற் புராணம், கந்தபுராணக் குப்பைகள் நிறைந்ததாகத்தானிருக்கும். அதுபோன்று இம்மன்றம் இருக்கக் கூடாது. "தமிழ் படித்திருக்கிறாயா? தமிழில் என்ன படித்திருக்கிறாய்? என்றால் திருவிளையாடற் புராணம், அருணாசல புராணம் படித்திருக்கிறேன் என்றுதான் சொல்லுவான்." காரணம் தமிழில் இருப்பது அவைகள் தாம்.

தமிழ்மன்றம் என்றால் அவை போன்ற புத்தகங்களை உள்ளேவிடக்கூடாது. மேலும் நமது தமிழில் நீதிக்கு அறிவுக்குப் புத்தகங்கள் இல்லையே! தமிழ் என்றால் புராணம், கடவுள் கதை இவைகள்தாம் நிறைந்திருக்கின்றனவே ஒழிய மனிதனின் அறிவிற்கு, வளர்ச்சிக்கு அதில் எதுவும் இல்லையே! இத்தமிழ் மன்றத்திலுள்ளவர் களும், தமிழ் அறிஞர்களும் இனியாவது தமிழில் இன்றைக்கு வேண்டிய மாதிரி அக்கம்பக்கத்திற்கு கவர்ச்சியுள்ள மாதிரி ஆக்க முற்படவேண்டும்.

நான் ஒரு திருமண நிகழ்ச்சியில் பேசுகிறபோது தமிழில் மனிதனின் வளர்ச்சிக் கேற்ப வாழ்த்துவதற்குச் சொற்களே இல்லையே! நீ பணக்காரனாய் இருக்க வேண்டும்: பிள்ளை குட்டி பெற்று சௌகரியமாயிருக்கவேண்டும் என்று சொல்வானே ஒழிய வளர்ச்சிக்கேற்ப வாழ்த்தத் தமிழில் என்ன இருக்கிறதென்று சொன்னேன். ஒரு புலவர் பிறகு பேசுகிறபோது

"வையத்துள் வாழ்வாங்கு வாழ்பவன் வானுறையும்
தெய்வத்துள் வைக்கப்படும்"

என்ற குறளைச் சொல்லி, அய்யா தமிழில் வாழ்த்துவதற்குச் சொற்கள் கிடையா என்று சொன்னார். ஆனால் குறளில் இருக்கிறது என்று குறளை எடுத்துக் காட்டினார். பிறகு நான் முடிவுரையில் புலவர் அவர்கள் தமிழில் வாழ்த்துவதற்கு உயர்ந்த பாட்டு என்று எடுத்துக்காட்டியதே வானுலகம் என்கின்ற முட்டாள்தனத்தையும் உலக மக்களைப்போல் வாழவேண்டும் என்கின்றதையும் சொல்வதாக இருக்கிறதே ஒழிய இப்படி வாழ வேண்டும் என்று எடுத்துச் சொல்வதாக இல்லை என்று சொன்னேன். எல்லோரும் அந்தப் புலவர் உட்படச் சிரித்தனர். இதுபோன்றுதான் நமது நூல்கள் எல்லாமிருக்கின்றன என்று சொன்னேன். நமது தமிழ் அறிஞர்கள் இனியாவது புதுக் கருத்துக்களைப் புகுத்த வேண்டும். மனிதன் அறிவிற்கும் வளர்ச்சிக்கேற்பக் கருத்துள்ள நூல்களை ஏற்படுத்த முயற்சிக்க வேண்டும்.

நேற்று (15.07.70ல்) எனது அண்ணன் பேத்தி, சம்பத்து மகள் திருமணம் நடை பெற்றது. காலையில் பதிவுத் திருமணம். மாலையில் வரவேற்பு என்று வைத்திருந்தது. எதற்காக அப்படி வைத்தது என்றால் திருமணம் என்றால் குப்பை கூளமெல்லாம் கொண்டுவந்து போடுவார்கள் என்பதால்தான். பதிவாளர் வந்திருந்தார் என்றாலும் அங்கும் பாதபூஜை: விளக்கு என்று எதை எதையோ கொண்டு வந்து விட்டனர். மாப்பிள்ளையின் தந்தை பெரிய அய்க்கோர்ட் ஜட்ஜ். அவரைக் கேட்டதற்கு

என்னைப் பற்றி ஒன்றுமில்லை. எனக்கு இதில் நம்பிக்கை கிடையாது, பெண்கள் அப்படி நடந்து கொள்கின்றனர். நான் என்ன செய்வது என்று சொல்லி விட்டார். இன்னும் சில இடங்களில் ஆண்களே அப்படித்தான் இருக்கிறார்கள். இவையெல்லாம் மாறவேண்டுமானால் தமிழில் எப்படிச் சொல்லி எந்த வார்த்தையை, ஆதாரத்தை எடுத்துச் சொல்லி அவர்களைத் திருத்துவது!

பெரிய படிப்புப் படித்தவர்கள் நிலையே இப்படி இருக்கிறது! தமிழ், தெலுங்கு போன்ற மொழிகள் நம்மிடையே புகுந்ததனால் ஆங்கிலம் படித்தும் அதன் பயனை நாம் பெறமுடியாமல் போய்விட்டது.

மதம் - கடவுள் - மொழி ஆகியவை நம் வளர்ச்சியைக் கெடுத்துவிட்டன. அதனால் நாம் உலகில் கடைநிலையிலுள்ளவர்களாக, காட்டுமிராண்டிகளாக இருக்கின்றோம். இந்த நிலைமை மாறப் படித்தவர்களெல்லாம் உதவவேண்டும்.

நமது முதல்வர் தமிழ் மாநாட்டினைத் துவக்கி வைத்துப் பேசும் போது "விண்வெளி வேகத்திற்கேற்பத் தமிழ் வளர்ச்சியடைய வேண்டும்" என்று சொல்லியிருக்கிறார். அதுவும் அங்குப் போன பின் அந்த எண்ணம் வந்திருக்கிறது என்று கருதுகின்றேன்.

இங்கு இருக்கும்போது ஒரு விழாவில் நானும் அவரும் கலந்துகொண்டோம். நான் அந்த விழாவில் தமிழ் காட்டுமிராண்டி மொழி என்று பேசினேன். அடுத்துப் பேசிய கலைஞர், பெரியார் தமிழைக் காட்டுமிராண்டி மொழி என்று ஏன் சொல்லுகிறார் தெரியுமா, அது அவ்வளவு பழமை வாய்ந்தது என்பதற்காகவே ஆகும், என்றார். அந்த விழாவில் எதற்காக விவாதம் வைத்துக்கொள்ள வேண்டுமென்று விட்டுவிட்டேன். ஆனால் இன்று அவரே அயல்நாடு சென்றதும் தமிழ் வளர்ச்சி அடையவேண்டுமென்று சொல்கின்ற அளவிற்கு வந்துள்ளது பாராட்டத்தக்கதாகும்.

வளர்ச்சிக்கேற்ற முறையில் தமிழில் நூல் இல்லை. பெரிய அறிவாளிகள் எல்லாம் சேர்ந்து செய்யவேண்டும். ஒழுங்கான சரித்திரமே நமக்கு இல்லை. 50 வருடங்களுக்கு முன்னர் எழுதப்பட்ட சரித்திரத்திற்கும் 5, 10 வருடங்களுக்கு முன்னர் எழுதப்பட்ட சரித்திரத்திற்கும் நிறைய மாறுதல்கள் இருக்கின்றன.

தமிழோடு புழங்குவதென்றால் மிக ஜாக்கிரதையாகப் புழங்கவேண்டும். கொஞ்சம் தவறினாலும் வழுக்கிவிட்டுவிடும். இம்மன்றத்திலுள்ளவர்கள் அறிவியல் கருத்துக்களையே படிக்க வேண்டும் அறிவியல்வாதி என்றால் மதத்துவேசி, நாத்திகன் என்கின்ற பெயர் ஏற்பட்டு விட்டது. அதனால் நம் நாட்டில் அறிவியல்வாதிகள் தோன்ற முடியாமல் போய்விட்டது. மத சம்பந்தமான காரியங்களுக்கு முன்னோர்கள் என்பது சரி. அறிவுக் காரியங்களுக்கு முன்னோர்களைப் பார்க்கக்கூடாது. பழமை, முன்னோர் என்பதெல்லாம் வளர்ச்சிக்கு முட்டுக்கட்டை போடுகிறவர்களின் கருத்தாகும்.

உலகில் மற்ற ஜீவராசிகளுக்கில்லாத பகுத்தறிவினை மனிதன் தான் பெற்றிருக்கின்றான். மற்ற ஜீவராசிகள் 1000, 2000 வருடங்களுக்கு முன் எப்படி இருந்தனவோ அப்படித்தான் இன்றும் இருந்து வருகின்றன. ஆனால் மனிதன் ஒருவன் தான் நாளுக்கு நாள் சுற்றுச் சார்பிற்கேற்ப - வசதிக்கேற்ப மாற்றமடைந்து வருகின்றான்.

தமிழ் மன்றத்தில் அறிவை முக்கியமாகக் கொண்டு பழமைகளையெல்லாம் ஒதுக்கித் தள்ளிவிட்டுப் புதுமைக்கு, அறிவு வளர்ச்சிக்கு இடம் கொடுக்க வேண்டும்.

நாம், நம் வசதிக்கேற்ப - நிலைக்கேற்ப அறிவைப் பயன்படுத்த ஆரம்பித்தால் வெள்ளைக்காரன் நம் பின்னால் நிற்கவேண்டும். மற்ற நாட்டானைவிட நமக்கு

அறிவு அதிகம். அதைப் பயன்படுத்தாத காரணத்தாலேயே நாம் இன்றைக்கும் காட்டுமிராண்டிகளாக இருக்கின்றோம். இவ்வளவும் சொன்னதால் நான் மொழிக்கு எதிரி என்று கருதாதீர்கள். அதை எப்படிப் பயன்படுத்த வேண்டுமோ அப்படிப் பயன்படுத்தினால் அதனால் என்ன நன்மை என்பதைச் சிந்திக்க வேண்டுமென்கின்றேன். நம் மொழிதான் நம் வளர்ச்சிக்குப் பெரும்கேடாக இருக்கிறது. வளர்ச்சிக்கேற்ப அதை மாற்றுவதற்குத் துணிய வேண்டும்.

உண்மை - 14. 08. 1970

தொகுதி 1

மொழி

நமது கடமை

தமிழ்நாட்டில் வீழ்ச்சி அடைந்த காங்கிரஸ் இயக்கம் தலையெடுத்து வளர நான் காரணமாக இருந்தேன். காங்கிரஸ் கட்சியிலிருந்து வெளியேறி சுயமரியாதை இயக்கம் நீதிக்கட்சித் தலைவரானதன் காரணமே பார்ப்பனரல்லாத தமிழர்களின் எதிர்கால வாழ்வை ஒளிமயமாக ஆக்குவதற்காகவே ஆகும்.

இதற்காகவே அன்றிலிருந்து இன்றுவரை நான் ஓய்வெடுக்க டாக்டர்கள் கூறியும் ஒரு நிமிடமும் ஓய்வு கொள்ளாமல் பணியாற்றிக் கொண்டுள்ளேன்.

லட்சியங்களில் வெற்றி பலருக்குக் கிடைத்ததுபோல எனக்கு இளமைக் காலத்தில் கிடைக்காவிட்டாலும் எனது முதுமை காலத்தில் கிடைத்தது என்பதற்கு அடையாளமாகத்தான் என்னோடு இருந்து வளர்ந்தவர்களால் ஆட்சி இன்றைக்கு நடைபெற்றுக் கொண்டிருக்கிறது.

தமிழ் பாடமொழி என்ற யுத்த தளவாடம், இந்த ஆட்சியினுடைய சாதனை களில் எந்தவித ஓட்டை, உடைசல்களையும் குறிப்புக் காட்டி எதிர்க்க முடியாமல் தமிழ் பாடமொழி பயிற்சியைத் தங்களது யுத்த தளவாடமாக எடுத்துக் கொண்டு ஆச்சாரியாருடைய சுதந்திராக்கட்சியும், ஆரிய ஏடுகளுமிந்த ஆட்சியைக் கவிழ்க்கக் காரணம் காட்டி மாணவர்களைத் தூண்டி விடுகின்றன.

இதற்கு பார்ப்பனரல்லாத இனத்து வீபிஷணர்களும் ஆளாகிவிட்டிருக்கிறார்கள். ஆச்சாரியாரோடு தி.மு.க. தொடர்பு கொண்ட நேரத்திலும் அது தன்னுடைய கொள்கையை எந்த நேரத்திலும் ஆச்சாரியாருக்கு விட்டுக் கொடுத்ததில்லை.

உதாரணமாக, இந்தி எதிர்ப்புக் கொள்கைக்கு ஆச்சாரியாரை தன் பக்கம் இழுத்து வந்ததே அல்லாமல் சுதந்திரா வழிக்குப் போய்விடவில்லை.

எதிர்காலம் பற்றி மிகவும் அச்சம்

பொது உடைமை தத்துவ விசயங்களிலும் ஆச்சாரியாருக்கு முரண்பட்ட நிலையில்தான் தி.மு.க. நடந்து வருகிறது.

தமிழ் பாடமொழி விஷயத்திலும் தான் வகுத்தக் கொள்கைபடிதான் உறுதியாக இருக்கிறதே அல்லாமல் ஆச்சாரியார் கோஷ்டிக்கு கொஞ்சமும் விட்டுக் கொடுக்க வில்லை. இதற்கு ஆதாரம் ஆச்சாரியார் இன்று காங்கிரசுடன் அளவளாவி அதற்குக் கை கொடுப்பதே போதுமானது. அன்றியும் அவர்களது இன்றுள்ள நிலைமை எப்படியாவது தி.க.வை தோற்கடிக்க வேண்டும், தேர்தலில் காங்கிரஸ் ஜெயிக்க வேண்டும், அது பதவியில் அமர வேண்டும் என்பதேயாகும். மற்றும்

காமராஜர் போன்றவர்கள் தாங்கள் முன்பு சொல்லி வந்த சோஷலிசக் கொள்கை - தமிழ் பாடமொழிக் கொள்கை - எல்லாவற்றையும் பார்ப்பனர்களின் காலடியில் வைத்துவிட்டதைப் பார்க்கும் போது எனக்குப் பார்ப்பனரல்லாத மக்களின் எதிர்காலத்தைப் பற்றி மிகவும் அச்சம் ஏற்படுகிறது.

தமிழ் மீது எனக்கு தனி வெறுப்பல்ல

தமிழ் மொழி - ஆங்கில மொழி இரண்டைப்பற்றிய என்னுடைய கருத்தைப் பலமுறை சொல்லியிருக்கிறேன்.

ஆங்கிலம் உயர்ந்த மொழி - விஞ்ஞான மொழி என்பதும், தமிழ் - வளர்ச்சி அடையாத பழங்கால மொழி என்பதும் என்னுடைய மதிப்பீடாகும். இதை நான் சொல்லுவதற்கான முக்கிய நோக்கம், தமிழ் மொழி - ஆங்கில மொழி அளவிற்கு விஞ்ஞான மொழியாகவும், பகுத்தறிவு மொழியாகவும் ஆகவில்லை என்பதுதானே தவிர, தமிழ் மொழிமீது எனக்குத் தனி வெறுப்பில்லை. நான் பேசுவதும், எழுதுவதும் தமிழில்தான். தமிழ் எழுத்துக்களில் நான் பல சீர்திருத்தங்களை எனது பத்திரிகைகளான, 'குடி அரசு', 'பகுத்தறிவு', 'விடுதலை', 'உண்மை' ஆகியவற்றில் புகுத்தியிருக்கிறேன்.

இதில் புதிய செயல் எதுவும் இல்லை

இன்றுள்ள திமுக அரசு, நெடுநாளைக்கு முன்பு காமராஜர் முதலமைச்சராய் இருந்தபோது தமிழ் பாடமொழித் திட்டமாக ஆகவேண்டும் என்று எடுத்த முடிவை துரிதப்படுத்துகிறதே ஒழிய இதில் புதிய செயல் எதுவும் இல்லை. ஆகவேதான் அதற்கான புதிய சொற்களை, விஞ்ஞான - பகுத்தறிவு சொற்கள் கொண்ட புத்தகங்கள் வெளியிடப்படுகின்றன.

தமிழில் படித்தவர்களுக்கு வேலையில்லாமல் போய்விடுமோ என்ற கவலையைப் போக்க சமீபத்தில் அரசாங்க அலுவல்களில் தமிழில் படித்தவர் களுக்கு நிறைய வாய்ப்புகள், முதலமைச்சர் தந்துள்ள உத்திரவாதம் பார்ப்பனரல்லாத மாணவர்களுக்கு எதிர்காலத்தில் தமிழ்நாட்டு அரசாங்க அலுவல்களில் நிறைய இடம் கிடைக்கும் என்பதற்கான முன் அறிவிப்பாகும்.

டில்லியில் பார்ப்பன ஆதிக்கம்

ஆங்கிலம் படித்தவர்கள்தான் வெளிமாநில வேலைக்குச் செல்ல முடியும் என்று சொல்லுகிற விதத்தில் பசை இருப்பதுபோல் தோன்றினாலும் அந்த வேலை வாய்ப்புகளை இதுவரை பெற்றிருப்பவர்கள் யார்? எப்படியாவது, எதைப் படித்தாவது வேலை கிடைக்குமா என்று பார்த்தால் 100க்கு 90பேர் பார்ப்பன சமூகத்தைச் சேர்ந்தவர்கள்தானே வேலை கொடுப்பவர்களாக இருக்கிறார்கள். எப்படி எனில், டெல்லியில் ஆண்டு கொண்டுயிருக்கிற அதிகாரிகளில் பல பேர் பார்ப்பனர்கள்தான். அங்கு முருகன் கோயிலையும் கட்டி அதற்கு நமது முதலமைச்சர் கலைஞர் அவர்களையும் அழைத்து கொண்டுபோய் காட்டுகிற அளவுக்கு டெல்லியை ஆக்கிரமித்துக் கொண்டுள்ளார்கள் தமிழ்நாட்டுப் பார்ப்பனர்கள். தமிழ்நாட்டு அரசாங்க அலுவலகங்களிலும் அவர்கள்தான் நிரம்பியிருக்கிறார்கள்.

நாட்டுக்குப் பெரிய அபாயமாகும்

பொல்லாத வாய்ப்பால் ஆச்சாரியார் கனவு காண்பதுபோல் காங்கிரஸ் பார்ப்பனர் கூட்டாளியுடன் ஆட்சி பீடமேற வாய்ப்பேற்பட்டுவிட்டால், பார்ப்பனரல்லாத பிள்ளைகள் என்ன படித்தாலும், என்ன தகுதி இருந்தாலும்

725

பார்ப்பனப் பிள்ளைகளுக்குத்தான் முதல் உரிமை இருக்குமே தவிர பார்ப்பன ரல்லாத பிள்ளைகளுக்கு வாய்ப்பு எப்படி இருக்க முடியும்? இதையெல்லாம் வெளியில் சொல்லமுடியாமல் மனதில் வைத்துத்தான் பார்ப்பனரல்லாத மாணவர்களுக்கு நன்மைகள் செய்யும் நோக்கத்தோடு தமிழ் பாடமொழித் திட்டம் தீவிரமாக அமுல்படுத்தப்படுகிறது என்று கருதுகிறேன்.

இந்த நோக்கத்திற்கு இடையூறாக காமராஜ் போன்றவர்கள் வெறும் அரசியல் காரணங்களுக்காகத் தங்கள் போக்கை மாற்றிக்கொள்ள துணை போவது நாட்டுக்குப் பெரிய அபாயமாகும்.

இதைப் பார்ப்பனரல்லாத மாணவர்கள் நல்லவண்ணம் சிந்தித்து நடந்து கொள்ள வேண்டுகிறேன்.

8500 பள்ளிகளை மூடியது யார் ஆட்சி?

எந்தக் காரணத்தாலோ இன்றைய ஆட்சிக்கு மாற்றம் ஏற்பட்டால் நாடு வர்ணாசிரம ஆட்சிக்குத்தான் ஆளாகிவிடும். உதாரணமாக சொல்லுகிறேன். என்னவென்றால், இதை மாணவர்களும், பெற்றோர்களும் உணர்ந்து பொறுத்துக் கொண்டால் அடுத்த ஆட்சிகாலத்தில் சரிப்படுத்திக் கொள்ள முடியும் என்பது எனது உறுதியான கருத்தாகும். ஜஸ்டிஸ் கட்சி ஆட்சிக்குப் பிறகு 1938ல் காங்கிரஸ் ஆட்சி ஏற்பட்ட உடன் என்ன நிலை ஏற்பட்டது என்று பார்த்தால் காங்கிரஸ் ஆட்சி உத்தியோகத்தையே மனதில் வைத்து 2500 பள்ளிகளை மூடியதோடு மீதியுள்ள பள்ளி மாணவர்களை கட்டாயமாக இந்தி படிக்க வேண்டுமென்று உத்திரவு போடவில்லையா? அது மாத்திரமா, 1952ல் காங்கிரஸ் ஆட்சி பீடமேறிய உடன் 6000 பள்ளிகளை மூடிவிட்டு பிள்ளைகள் அவரவர் ஜாதித்தொழில் படிக்கவேண்டும் என்று உத்திரவு போடவில்லையா? இதன் காரணமாக காங்கிரசில் பார்ப்பன ஆதிக்கம் இல்லாமல் செய்த உடன் காங்கிரசை ஒழிக்க பார்ப்பான் ராஜாஜி முயற்சிக்கவில்லையா?

காங்கிரஸ் ஆட்சி வந்தால் தமிழர் கதி என்ன?

இந்தக் காலப்பதிவைக் கொண்டே பார்ப்பனரல்லாத பொது மக்களே! மாணவர்களே! சிந்தித்துப் பாருங்கள். நாளைக்கும் சுதந்திரா, ஜனசங்கம் முதலிய பார்ப்பன வர்ணாசிரமக் கட்சிகள் ஆதிக்க ஆதரவு கொண்ட காங்கிரஸ் ஆட்சி பீடமேறும் வாய்ப்பு ஏற்பட்டால் தமிழர் கதி என்னவாகும் என்று சிந்தித்துப் பாருங்கள்!

தமிழர்களாகிய நாம் 40, 50 ஆண்டுகளாகவே காங்கிரஸ் ஒழிக என்ற கோஷத்துடன் காங்கிரஸ் ஒழிய தொண்டாற்றி வந்திருக்கின்றோம். அதன் பயனாக தமிழர் இன்றைய நிலைக்கு வந்திருக்கின்றார்கள். தமிழ் மாணவர்களும் இன்றைய நிலைக்கு வர முடிந்தது. இதை மனதில் வைத்து எதிர்காலத்தைப் பற்றி சிந்தியுங்கள் என்று வேண்டிக் கொள்ளத்தான் இந்த அறிக்கையாகும்.

தமிழர்களே! ஒன்று மனதில் வையுங்கள். இந்த ஆட்சி கடுகளவு பார்ப்பன ஆதிக்கமுள்ள எந்தக் கட்சிக்குப் போனாலும் நமது கதி பழைய கதிதான். போராட ஆள் இல்லை. சுத்தமாக ஆளே இல்லை. எனக்கும் எழுந்து நிற்க முடியாத வயதாகிவிட்டது. முன்னெச்சரிக்கையோடு நம்மவர்கள் நடந்து கொள்ள வேண்டும்.

ஈ.வெ.ராமசாமி

விடுதலை - 01.12.1970

தொகுதி 1

மொழி

மொழிப்பற்று

மனிதனுக்கு மனிதப் பற்று, மனித சமுதாயப் பற்று இருக்க வேண்டுமே தவிர கடவுள், மதம், ஜாதி, மொழி, தேசப் பற்றிருக்கக் கூடாது. கடவுள் பற்று மனிதனுக்குத் தானாக ஏற்படுவது கிடையாது. கடவுள் என்பது இன்னொருவன் சொல்லித்தான் தெரியவேண்டி இருக்கிறது. கடவுள் பக்தன் வீட்டில் பிறக்கிற வனுக்கு கடவுள் எண்ணம் ஏற்படுகிறது. கடவுள் நம்பிக்கையற்ற எங்களைப் போன்றவர்கள் வீட்டுக் குழந்தைக்குக் கடவுள் என்கிற எண்ணம் ஏற்படுவதே கிடையாதே! மொழி என்பதும் அப்படித்தான், பிறந்த நாட்டைப் பொறுத்துத்தான். எந்த மொழி பேசுகிறவன் வீட்டில் பிறக்கின்றானோ அந்த மொழி அவனுக்குத் தாய் மொழியாகும். மொழி என்பது மனித வளர்ச்சிக்குரியதாக இருக்க வேண்டும், அறிவை வளர்க்கக் கூடியதாக இருக்க வேண்டும். அந்த வகையில் உள்ள மொழி எதுவாக இருந்தாலும், அது தாய்மொழியானாலும், வேதமொழியானாலும், அதனைத் தள்ளிவிட்டு அறிவு வளர்ச்சிக்குரிய மொழியைப் பேசும் மொழியாக்கிக் கொள்ளவேண்டும். நமது அரசாங்கம் என்ன காரணத்தினாலோ மொழி விஷயத்தில் சிந்தனை இல்லாமல் தாய்மொழி என்பதற்காக தமிழைப் பெரிதுபடுத்துகின்றார்கள். என்னை கேட்டால், ஆங்கில மொழிதான் நமக்கு தாய்மொழியாக இருக்க வேண்டும். ஆங்கில மொழியில்தான் அறிவு பெறுவதற்கான வழி இருக்கிறது. அம்மொழி மனிதன் பக்குவப்பட்ட பின் ஏற்பட்ட மொழியாகும். தமிழில் இனிமேல்தான் அறிவியலுக்கான அறிவு பெறுவதற்கானவைகளை ஏற்படுத்த வேண்டும். தமிழ் மனிதன் பக்குவப்படுவதற்குமுன் காட்டுமிராண்டிக் காலத்தில் ஏற்பட்ட மொழியாகும். கடவுள், மதம், ஜாதி, மொழி, தேசம் இப்படி எதில் பற்று இருந்தாலும், நீதி மறைந்துபோகும், உண்மை புலனாகாது.

விடுதலை - 02.02.1971

தொகுதி 1

மொழி

உண்மைகளை எடுத்துச் சொல்ல தயங்கக்கூடாது

நம் தமிழ்மொழி ஒன்றில்தான் 247 எழுத்துகள் இருக்கின்றன. மற்ற எந்த மொழியை எடுத்தாலும் 30 எழுத்துக்களுக்கு மேலிருக்காது. இந்த மொழியைச் சீர்திருத்த வேண்டுமென்று தமிழர் மாநாடு கூட்டத் தீர்மானம் செய்தோம். பின் அவினாசிலிங்கம் ஆட்சி வந்தபோது நமக்கு இந்தப் பெருமை வரக்கூடாது என்பதற்காக அதனை மாற்றி விட்டார். அதன்பின் நான் இந்த முயற்சியைக் கைவிட்டு விட்டேன். என்னைப் பொறுத்தவரை தமிழ் காட்டுமிராண்டி மொழி என்கின்ற கருத்துடையவனாவேன். என்ன காரணத்தாலோ இன்றைய அரசாங்கம் தமிழ் தமிழ் என்று தமிழைக் காப்பாற்ற எதையும் செய்வோம் என்று முட்டாள் தனமான பிடிவாதத்திலிருப்பதோடு இலக்கியத்தில் வருகிறவனுக்கெல்லாம் சிலை வைத்துக் கொண்டு வருகிறது. காங்கிரசில் இந்தச் சிலைகள் வைக்கப்பட்டிருந்தால் அதையெல்லாம் உடைத்திருப்பேன்.

நமது இயக்கத்தைச் சார்ந்தவர்களென்பதால் சும்மா இருந்து விட்டேன். மாமியாருக்குத் தொடையில் புண்; மருமகன் டாக்டர்; மருமகனிடம் எப்படி மாமியார் தொடையைக் காட்டுவார்? வலியைப் பொறுத்துக் கொண்டுதானிருப்பார். அந்த நிலையில்தான் நான் இருக்கிறேன். என்னுடைய கருத்து நமது பிள்ளைகளெல்லாம் வீட்டில் இங்கிலீசிலேயே பேச வேண்டும். இதனை 15 வருடங்களுக்கு மேலாக நான் சொல்லி இருக்கின்றேன். அன்றே ஏற்றுக்கொண்டிருந்தால் இன்று நாம் எவ்வளவோ முன்னேறி இருப்போம்.

இராமனைச் செருப்பாலடித்ததைப் பற்றி சில சொல்ல வேண்டும். இராமன் கடவுள் அல்ல. இராமாயணத்தில் வருகிற ஒரு பாத்திரம். இராமாயணம் என்கின்ற நூல் பார்ப்பானால் எழுதப்பட்டது. இராமாயணம் உண்மையில் நடந்த கதையல்ல. அதனைப் பற்றி 50க்கு மேற்பட்ட அறிஞர்கள் எழுதியிருக்கிறார்கள். இராமாயணம் என்பது பார்ப்பனருக்கு ஒரு 'கோடு' (Code) அதாவது பார்ப்பனர்கள் தங்களுக்கு ஆபத்து வரும்போது எப்படி நடந்து கொள்ள வேண்டுமென்பதை காட்டுவதற்காக எழுதப்பட்டதே தவிர உண்மையில் நடந்ததல்ல என்பதை சங்கராச்சாரியே ஒத்துக் கொண்டிருக்கிறார்.

அதனைக் 'குடியரசில்' அப்போதே எழுதி இருக்கின்றேன். இராமனை யோக்கியனாகக் கற்பிக்கவில்லை. அயோக்கியனாக, பொய் சொல்பவனாக, ஒழுக்கக் கேடனாக, நாணயக் கேடனாகவே கற்பிக்கப்பட்டிருக்கிறான்.

காரிய சாத்தியத்திற்காக ஏற்படுத்தப்பட்ட 9 அவதாரங்களில் இராமன் அவதாரம் ஒன்று. மற்ற அவதாரங்களெல்லாம் குப்பையில் கிடக்கும்போது இராமாவதாரத்திற்கு மட்டும் ஏன் இவ்வளவு பெருமை?

இந்த அவதாரங்கள் அனைத்தும் அசுரர்களை (நம்மை) ஒழிக்கவும் தேவர்களைக் (பார்ப்பனர்களை) காப்பாற்றவும் தோன்றியதாகவே இருக்கிறது. இப்படிக் கடவுள்கள் எதை எடுத்தாலும் அது நம்மை அழிக்க ஏற்பாடு செய்யப்பட்டதாகவே கதைகள் இருக்கின்றன. இந்தக் கடவுள்களின் தோற்றத்தைப் பற்றிய புராணங்களைப் படித்தால் ஒவ்வொன்றும் எவ்வளவு ஆபாசமானவை.

விடுதலை - 05. 06. 1971

ஹிந்து மதம் - தமிழ்மொழிக்கு, தமிழருக்கானதா?

ஹிந்து மதம் என்பதும் ஹிந்து மத சம்பந்தமான சாஸ்திரங்கள், கடவுள்கள், கடவுள் கதைகள், நடத்தைகள் முதலியவை எல்லாம் தமிழனுக்கோ தமிழ் நாட்டிற்கோ சம்பந்தப்பட்டதல்ல; சிறிதளவும் சம்பந்தப்பட்டதல்ல; அவை யாவும் எந்த தமிழனாலும் ஏற்பட்டவையும் அல்ல. அவற்றுள் எவையும் எதுவும் தமிழ் மொழியில் தமிழ்நாட்டில் செய்யப்பட்டவையுமல்ல.

இவை யாவும் அந்நிய மொழியாகிய வடமொழியிலும், தமிழன் தமிழ் நாட்டினன் அல்லாதவனான அந்நியன் மொழியாகிய ஆரிய மொழியிலும், வடநாட்டானான ஆரியனாலுமே ஏற்படுத்தப்பட்டவை, செய்யப்பட்டவையுமே ஆகும்.

அதுபோலவேதான் ஜாதி என்பதும், ஜாதி முறை என்பதும், ஜாதி அமைப்பு என்பதும் தமிழ் நாட்டிற்கோ, தமிழர் சமுதாயத்திற்கோ ஏற்றதுமல்ல. தமிழர் பழக்கவழக்கங்களுக்குத் தமிழர் வாழ்விற்கு ஏற்றவையுமல்ல; ஏனென்றால் இவை யாவும் யாவற்றுக்கும் ஏற்பட்ட நடப்பு எதுவும் தமிழ் மொழியில் அல்ல என்பதோடு, தமிழர் சமுதாயத்தில் இருந்தவையும் அல்ல; தமிழரால் உண்டாக்கப்பட்டவையும் அல்ல.

ஜாதியானது- எப்படி வெள்ளைக்காரன் நம் நாட்டுக்கு வந்து "துரை" ஆனானோ, முஸ்லிம் எப்படி நம் நாட்டுக்கு வந்து "சாயபு" ஆனானோ, அதுபோல் ஆரியன் நம் நாட்டுக்கு வந்து "அய்யர்" ஆனான். "பிராமணன்" ஆனான்; "பிராமணாள்" ஆனான்.

பார்ப்பானுக்குக் குறிப்புப் பெயர் வேதியன் என்பதாகும். வேதியன் என்றால் வேதத்திற்கு உடையவன் என்பதுதான் பொருள். அந்த வேதம் எந்தவிதத்திலும் தமிழர்களுக்குச் சம்பந்தப்பட்டதல்ல; தமிழர்களுக்கு உரியதுமல்ல; தமிழுமல்ல; தமிழரால் ஆக்கப்பட்டதுமல்ல.

இதையே தான் சற்றேறக்குறைய பார்ப்பன ஆதாரங்களாகிய சாஸ்திர, தரும சாஸ்திர, புராணங்களுக்குமே பார்ப்பனர் நிபந்தனை விதித்து இருக்கிறார்கள். இவை தாம் இந்து மத தருமம் ஆகவும் இந்து மதக்கொள்கை ஆகவும் இன்றும் தமிழ்நாட்டில் நடப்பில் இருந்து வருவன ஆகும்; இவை தான் இந்து மத, தருமமும் ஆகும்.

இவற்றிற்குக் கட்டுபட்டவன் தான், இந்த நிபந்தனையை ஏற்றவன், தான் ஹிந்து ஆவான். தமிழ்நாட்டாரே! தமிழ்ச் சமுதாயத்தாரே! தமிழர்களே! இப்பொழுது சிந்தியுங்கள்.

ஹிந்து மதம் நம் மதமாயிருந்தால் அதில் நாம் நம்மை ஈனஜாதி, இழிபிறவி நாலாம் ஜாதி, சூத்திரன், பார்ப்பானின் அடிமை, பார்ப்பானின் தாசி மக்கள், நம் பெண்கள் பார்ப்பானுக்குத் தாசிகளாக இருக்கத் தக்கவர்கள் என்று எழுதிவைத்துக் கொண்டிருக்க முடியுமா?

நிற்க, ஹிந்து என்றோ இந்து மதம் என்றோ, இந்தியா என்றோ ஆரியர்களின் எந்த ஆதாரத்திலும் ஓர் இடத்திலாவது, ஒரு சொல்லாவது இல்லவே இல்லை. மத ஆதாரங்களில் காணப்படுவன எல்லாம் பரதகண்டம், பாரத தேசம், பாரதம் என்றும், சமுதாயத்திற்கு ஆரியர் என்றும், தேவர்கள் என்றும் ஆரியர்களுடைய எதிரிகளைக் குறிக்க அசுரர்கள் என்றும் அரக்கர்கள் என்றும் தான் குறிப்பிடப்பட்டு இருக்கின்றனவே ஒழிய, இந்தியா, ஹிந்து என்ற சொற்கள் எந்தச் சாஸ்திர - புராண இதிகாசங்களிலும், மத சம்பந்தமான எந்த ஆதாரங்களிலும் காண முடிவதில்லை.

தவிரவும் இந்தியா என்ற சொல், இந்து என்ற சொல் சிந்து என்னும் ஒரு நதியின் காரணமாக, அதன் கரையில் வாழ்ந்தவர்களுக்கு ஏற்பட்ட பெயர் என்றும், வடமொழியில் "சி" என்பதும் 'ஹி' என்பதும் ஒரே சப்தமாக மாற இடம் உண்டு என்கிற காரணத்தால் 'சிந்து' 'ஹிந்து' என்றாயிற்று என்றும் சொல்லுகிறார்கள்.

அதுவும் எந்த விதத்திலும் தமிழர்களுக்குப் பொருந்தாது என்பதோடு ஆரியர்களுக்குத் தான் பொருந்தும் என்பதே ஆராய்ச்சியாளர்கள் முடிவு.

ஹிந்து என்ற சொல்லுக்கு "ஆரியர்கள்" என்ற பொருள் மேனாட்டு அகராதி களில் காணப்படுகின்றது. தவிரவும் ஹிந்துக்கள் என்ற சொல்லுக்கு கிறிஸ்தவர், முகமதியர் அல்லாத மக்கள் என்று ஆங்கில அகராதிகள் (டிக்ஷனரிகள்) கூறுகின்றன.

ஹிந்து என்ற சொல்லையும், இந்துக்கள் என்ற குழுவினரையும் மேனாட்டவர் களும் முஸ்லிம்களும் மிக மிக இழிவாகவே கருதுகிறார்கள். அதாவது அஞ்ஞானிகள் என்றும் அறிவற்ற முட்டாள்கள் என்றும் கருதுகிறார்கள். அவர்களது ஆதாரங் களிலும் இந்தப்படியே குறிப்பிட்டிருக்கிறார்கள்.

ஆகவே அன்பர்களே! நாம் ஹிந்துக்கள் அல்ல. ஹிந்து மத வேத சாஸ்திர தருமங்கள் நமக்குச் சம்பந்தப்பட்டவை அல்ல. ஹிந்து மதக் கடவுள்கள், அக்கடவுள்களின் நடப்புக்கள், அவற்றின் கதைகளான புராண - இதிகாசக் கூற்றுக்கள் நமக்கு எவ்விதத்திலும் சம்பந்தப்பட்டவை அல்ல என்பதை சிந்தித்துத் தெளியுங்கள்.

விடுதலை - 06. 07. 1971

தொகுதி 1

மொழி

மொழி உணர்ச்சி

மொழி உணர்ச்சி இல்லாதவர்களுக்கு நாட்டு உணர்ச்சியோ, நாட்டு நினைவோ எப்படி வரும்? நம் பிற்காலச் சந்ததிக்காவது சிறிது நாட்டு உணர்ச்சி ஏற்படும்படி செய்ய வேண்டுமானாலும் மொழி உணர்ச்சி சிறிதாவது இருந்தால்தான் முடியும். அன்றியும், சமுதாய இன உணர்ச்சி சிறிதாவது இருக்க வேண்டுமானாலும் மொழி உணர்ச்சி இருந்தால்தான் முடியும்.

உதாரணமாக, இன்று பார்ப்பனர்களுக்கு அவர்கள் எந்த வகுப்பார்களானாலும், சமுதாயத் துறையில் எவ்வளவு பேதம் கொண்டவர்களானாலும் சமஸ்கிருதம் (வடமொழி) என்கின்ற ஒரு மொழி உணர்ச்சியாலேயே அவர்கள் பிரிக்க முடியாத, கட்டுப்பாடான இனஉணர்ச்சி உள்ளவர்களாக இருக்கிறார்கள். உண்மையைச் சொல்ல வேண்டுமானால், ஆரியம் சமயத் துறையில் ஆதிக்கம் பெற்றதாலும் ஆங்கிலம் அரசியல் முதலிய பல துறைகளில் ஆதிக்கம் பெற்றதாலுமே தமிழர்களுக்குள் இன உணர்ச்சி பலப்படவில்லை; குறைந்து வந்துவிட்டது. இப்போது பாக்கி உள்ள துறைகளிலும் இந்தி ஆதிக்கம் பெற்று இந்தி மயமாகிவிட்டால், இந்தியும் ஆட்சிப் பீடம் ஏறிப் பெருமை பெற்று விட்டால், தமிழன் நிலை என்ன ஆகும் என்பதைச் சிந்தியுங்கள்!

"விடுதலையிலிருந்து"

தமிழ் காட்டுமிராண்டி மொழி ஏன்? எப்படி?

தமிழ் மொழியை நான் ஒரு காட்டுமிராண்டி மொழி என்று சுமார் 40 ஆண்டு களாகக் கூறி வருகின்றேன். இடையில் இந்தியை நாட்டுமொழியாகவும் அரசியல் மொழியாகவும் பார்ப்பனரும், பார்ப்பன ஆதிக்க ஆட்சியும் முயற்சிக்கின்ற சந்தர்ப்பங்களில் அதன் எதிர்ப்புக்கு பயன்படுத்திக் கொள்ள தமிழுக்கு சிறிது இடம் கொடுத்து வந்தேன். ஆயினும் ஆங்கிலமும் தமிழின் இடத்தில் இருக்கத் தகுந்த மொழியாகும் என்று பேசியும் எழுதியும் முயற்சித்தும் வந்து இருக்கின்றேன்.

அக்காலத்திலெல்லாம் நம் நாட்டில் ஆங்கிலம் அறிந்த மக்கள் மிகமிகச் சிலரேயாவர். தமிழ் எழுதப் படிக்கத் தெரிந்த மக்கள் 100க்கு சுமார் 5 முதல் 10 பேருக்கும் உட்பட்ட எண்ணிக்கை உடையவர்களாகவே இருந்தாலும் நூற்றுக்கு 75 பேர்கள் போல் தமிழைத் தாய்மொழியாகக் கொண்டவர்களாகவே இருந்து வந்திருக்கிறார்கள். ஆனதால் அவர்களிலும் 100க்கு 90 பேர்கள் போல் பகுத்தறிவற்ற மக்களாக இருந்து வந்ததால் அவர்களுக்கு மதப்பற்று, கடவுள்பற்று, பழைய பழக்க வழக்கப்பற்று, குறிபற்று எப்படி முரட்டுத்தனமான பற்றாக இருந்து வந்ததோ - வருகிறதோ அது போன்றே தமிழ் மொழிப் பற்றும் முரட்டுத்தனமாக இருந்து வந்தது, வருகிறது.

அதிலும் தமிழ்ப்படித்த, தமிழில் புலவர்களான வித்துவான்கள் பெரிதும் 100க்கு 99 பேருக்கு ஆங்கில வாசனையே இல்லாது வெறும் தமிழ் வித்துவான் களாக... தமிழ்ப் புலவராகவே வெகுகாலம் இருக்க நேர்ந்துவிட்டதால், அவர்களுக்கும் பகுத்தறிவுக்கும் வெகுதூரம் ஏற்பட்டதோடு அவர்கள் உலகம் அறியாத பாமரர்களாகவே இருக்க வேண்டியவர்கள் ஆகிவிட்டார்கள்.

மற்றும் புலவர், வித்துவான் என்ற பெயரால் யார் வாழ்ந்தவராக வாழ்பவராக இருந்தாலும் அவர்கள் பெரிய மதப்பற்றுள்ளவர்களாகவும், மதவாதிகளாகவுமே இருந்து வருவது ஒரு சம்பிரதாயமாகவே ஆகிவிட்டதால் புலவர், வித்துவான் என்றால் மேலும் மூடநம்பிக்கைக்காரர்களாகவும் பிடிவாதக்காரர்களாகவுமே இருக்க வேண்டியவர்களாக ஆகிவிட்டார்கள்.

அதிலும் கொஞ்சகாலத்திற்கு முன்வரையில் புலவர்கள், வித்வான்கள் என்றால் 100க்கு 90 பிச்சை எடுத்தே அதாவது இச்சகம் பேசி பிச்சை வாங்கும் தொழிலுடையவர் என்று ஆகிவிட்டதால் பொய்யோ புளுகோ கற்பனையோ ஏதேதோ பேசி பணம் பெறுவதிலேயே கவலையுள்ளவர்களாகவே வாழ்ந்ததால் தத்துவ விசாரணை என்பது அவர்களுக்கு வெகுதூரமாகவே இருக்க வேண்டியதாகி விட்டது.

ஆகவேதான் புலவர்கள், வித்துவான்கள் என்பவர்கள் 100க்கு 90 பேர்கள் வரை இன்றைக்கும் அவர்களது வயிறு வளர்ப்பதற்கல்லாமல், மற்றெதற்கும் பயன்படுவதற்கில்லாதவர்களாகவே ஆகிவிட்டார்கள்.

புலவர்களை நீக்கிவிட்டால் மற்ற ஆசிரியர்கள் 100க்கு 90 பேர்கள் பார்ப்பனர்களாகவே சமீப காலம்வரை அமர்ந்திருக்கும்படியாக நம்நாடு இருந்து வந்ததால், அவர்களிடம் பயின்ற எந்த மாணவனுக்கும் பகுத்தறிவு என்றால் எத்தனை படி? என்று கேட்கும் நிலைதான் மாணவர்களது நிலையாக ஆகிவிட்டது.

விஞ்ஞானம் பயிற்றுவிக்கும் ஆசிரியனும், விஞ்ஞானம் பயிலும் மாணவனும் அதில் முதல் வகுப்பாக பாஸ் பெற்ற மாணவனும் கூட நெற்றியில் முக்கோடு சாம்பல் பட்டை அணிந்தவனாக இருந்து கொண்டுதான் பயிலுவான். “என்னையா அக்கிரமம் நீ சயன்சு படிக்கிறாய். தத்துவ சாஸ்திரம் படிக்கின்றாய். நெற்றியில் சாம்பல் பட்டை போட்டிருக்கிறாயே” என்றால் சிறிதும் வெட்கமில்லாமல் “அதற்கும் இதற்கும் என்னய்யா சம்பந்தம்? நீ என்ன நாத்திகனா?” என்று கேட்பான்.

இந்த நிலையில் உள்ள ஆசிரியர்களுக்கும், மாணவர்களுக்கும் குறிப்பாக புலவர், வித்வான்களுக்கும் இவருடன் உழல்வோருக்கும் தமிழை, தமிழ் மொழியைப் பற்றிய அறிவு எவ்வளவு இருக்க முடியும்?

“அயோக்கியர்களுடைய வயிற்றுப் பிழைப்புக்கு கடைசி மார்க்கம் அரசியல் துறை” என்பது ஆக ஒரு மேல்நாட்டு அறிஞர் சொன்னது போல் அரசியலில் பிரவேசிக்க நேர்ந்த பல அரசியல்வாதிகள் மக்களின் மடமையை நிறுத்து அறிந்ததன் காரணமாய் அவர்களில் பலரும் தமிழை தங்கள் பிழைப்பிற்கு ஆதாரமாய்க் கொண்டு தாய்மொழிப்பற்று வேஷம் போட்டுக்கொண்டு வேட்டை ஆடுவதன் மூலம் மக்களது சிந்தித்துப் பார்க்கும் தன்மையையே பாழாக்கி விடுகிறார்கள்.

இந்த தமிழ் மொழியானது காட்டுமிராண்டி மொழி என்று நான் ஏன் சொல்கிறேன்? எதனால் சொல்லுகிறேன்? என்று இன்று கோபித்துக்கொள்ளும் யோக்கியர்கள் ஒருவர்கூட சிந்தித்துப் பேசுவதில்லை. “வாய் இருக்கிறது எதையாவது பேசி வயிறு வளர்ப்போம்” என்பதைத் தவிர அறிவையோ, மானத்தையோ ஒழுக்கத்தையோ பற்றி சிறிது கூட சிந்திக்காமலே பேசி வருகிறார்கள்.

இப்படிப்பட்ட இவர்கள் போக்குபடியே சிந்தித்தாலும், “தாய்மொழி 3000 - 4000 ஆண்டுகளுக்கு முந்தி ஏற்பட்ட மொழி” என்பதை தமிழின் பெருமைக்கு ஒரு சாதனமாய்க் கொண்டு பேசுகிறார்கள்.

நானும் தமிழ் காட்டுமிராண்டி மொழி என்பதற்கு அதைத்தானே முக்கிய காரணமாய்ச் சொல்லுகின்றேன்.

அன்று இருந்த மக்களின் நிலை என்ன? அவன் சிவனாகட்டும், அகஸ்தியனாகட்டும், பாணினியாகட்டும் மற்றும் எவன்தானாகட்டும். இவன்களைப் பற்றி தெரிந்துகொள்ள உனக்குப் புத்தியில்லாவிட்டால் நீ தமிழைப் பற்றி பேசும் தகுதி உடையவனாவாயா?

(Primitive) பிரிமிட்டிவ் என்றால் அதன் தத்துவமென்ன? (Barbarian) பார்பேரியன் (Barbarism) பார்பரிசம் என்றால் அதன் பொருள் என்ன?

3000... 4000... ஆண்டுகளுக்கு முன் என்பதற்கு பிரிமிட்டிவ் பார்பேரியன், பார்பரிசம் என்பதற்கும் அக்கால மக்கள் அறிவு, அக்கால மக்கள் நிலை முதலியவை என்பவற்றிற்கும் என்ன பேதம் கற்பிக்க முடியும்?

இன்று நமது வாழ்வு, மதம், கடவுள், மொழி, இலட்சியம் என்பன போன்றவை உண்மையான காட்டுமிராண்டித்தன்மை பொருந்தியவை தவிர வேறு எதில் பற்று கொண்டிருக்கிறோம்? எதை குரங்குப்பிடியாய் பிடித்துக் கொண் டிருக்கிறோம்?

நான் நாற்பதாண்டுகளுக்கு மேலாகவே சொல்லி வருகிறேன். எழுதி வருகிறேன். (குடி அரசு பத்திரிகையைப் பார்) கடவுளை கற்பித்தவன் முட்டாள்; பரப்பினவன் அயோக்கியன்; வணங்குகிறவன் காட்டுமிராண்டி என்று! அதற்காக கோபப்படாத அரசியல்வாதிகள் தமிழை காட்டுமிராண்டி மொழி என்றால் ---- இவனுக்கு என்ன பெயர் இடுவது என்பதே நமக்கு புரியவில்லை.

தமிழை, தமிழ் எழுத்துக்களை திருத்தவேண்டும் என்று 1927 வாக்கில் கருத்து கொடுத்தேன். வகை சொன்னேன். ஒருவனாவது சிந்திக்கவில்லை. பார்ப்பனர்கள் கூட ஏற்றுக்கொண்டார்கள். நம் காட்டுமிராண்டிகள் சிறிது கூட சிந்திக்கவில்லை. பிறகு தமிழ் மொழிக்கு (கமால் பாட்சா செய்தது போல்) ஆங்கில எழுத்துக்களை எடுத்துக் கொண்டு காட்டுமிராண்டிக்கால எழுத்துக்களை தள்ளிவிடு என்றேன். இதையும் பார்ப்பனர் சிலர் ஏற்றுக்கொண்டனர். தமிழன் சட்டை செய்யவே இல்லை. இந்நிலையில் தமிழை காட்டு மிராண்டிமொழி என்று ஒரு இலட்சத்து ஒன்றாவது தடவையாகச் சொல்லுவதற்கு ஏன் ஆத்திரம் காட்டுகிறாய்? கூலிக்கு மாரடிக்கும் அழுகைத் தொழிலில் வாழ்பவர்கள் போல ஏன் அடித்துக்கொள்ளு கிறாய்?

தமிழை ஒதுக்கிவிடுவதால் உனக்கு நட்டம் என்ன? வேறுமொழியை ஏற்றுக் கொள்ளுவதால் உனக்குப் பாதகம் என்ன? தமிழிலிருக்கும் பெருமை என்ன? நான் சொல்லும் ஆங்கிலத்தில் இருக்கும் சிறுமை என்ன?

நமது நாட்டுக்கு கமால் பாட்சா ஆட்சி போன்ற ஒரு வீரனும், யோக்கியனு மான ஒருவன் ஆட்சி இல்லை என்பதால் பல முண்டங்கள் பலவிதமாய் பேச முடிகிறதே அல்லாமல், இன்று தமிழைக் காப்பாற்ற வேண்டிய அவசியம் யாருக்கு என்ன வந்தது? என்று கேட்கிறேன்.

நம் மக்கள் வளர்ச்சி அடையவேண்டிய நிலை இன்னும் வெகுதூரம் இருக்கிறது. அதனால் வேகமாய்ச் செல்லவேண்டிய அவசியம் இருக்கிறது.

புலவர்களுக்கு (தமிழ் படித்து தமிழால் பிழைப்பவர்களுக்கு) வயிற்றுப் பிழைப்புக்கு வேறு வழியில்லையே என்கின்ற காரணம் ஒன்றே ஒன்று அல்லாமல் தமிழர்கள் நல்வாழ்விற்கு தமிழ் எதற்கு ஆகவேண்டியிருக்கிறது?

இத்தனை காலமும், தமிழ் தோன்றிய 3000, 4000 ஆண்டுகாலமாக இந்த நாட்டில் வாழ்ந்த தமிழினாலும் தமிழ்படித்த புலவனாலும் தமிழ் நாட்டிற்கு தமிழர் சமுதாயத்திற்கு என்ன நன்மை, என்ன முற்போக்கு உண்டாக்கப்பட்டிருக்கிறது? இலக்கியங்களிலே, சரித்திரங்களிலே காணப்படும் எந்தப் புலவனால் எந்த வித்துவானால், எவன் உண்டாக்கிய இலக்கியங்களினால், இதுவரை தமிழனுக்கு ஏற்படுத்தப்பட்ட ஏற்படுத்திய நன்மை என்ன என்று கேட்கிறேன்.

இன்று தமிழ் உலகில் தமிழ்ப் புலவர்களில் 2,3 புலவர்களின் பெயர்கள் அடிபடுகின்றன. அவர்கள் (1) தொல்காப்பியன், (2) திருவள்ளுவன் (3) கம்பன். இம்மூவரில்

1. தொல்காப்பியன் ஆரியக்கூலி. ஆரிய தர்மத்தையே தமிழ் இலக்கணமாகச் செய்துவிட்ட மாபெரும் துரோகி.

2. திருவள்ளுவன் அக்காலத்திற்கு ஏற்ற வகையில் ஆரியக் கருத்துக்கு ஆதரவு கொடுக்கும் அளவில் பகுத்தறிவைப் பற்றி கவலைப்படாமல் நீதி கூறும் முறையில் தனது மத உணர்ச்சியோடு ஏதோ கூறிச்சென்றார்.

3. கம்பன் இன்றைய அரசியல்வாதிகள், தேச பக்தர்கள் பலர்போல் அவர் படித்த தமிழ் அறிவை தமிழர் எதிரியாகிய பார்ப்பனருக்கு ஆதரவாய் பயன்படுத்தி தமிழரை இழிவுபடுத்தி கூலி வாங்கிப் பிழைக்கும் மாபெரும் தமிழர் துரோகியே ஆவான்! முழுப்பொய்யன் முழுப் பித்தலாட்டக்காரன் தன்னை பார்ப்பானாகவே கருதிக் கொண்டு பார்ப்பான் கூட சொல்லப் பயப்படும் கருத்துக்களையெல்லாம் கூறி தமிழர்களை நிரந்தர கீழ்மக்களாக்கிவிட்ட துரோகியாவான்!

இம்மூவர்களும் ஜாதியையும், ஜாதித்தொழிலையும் ஏற்றுக்கொண்டவர்களே ஆவார்கள். சந்தர்ப்பம் நேரும்போது இக்கருத்தை நல்ல வண்ணம் விளக்கக் காத்திருக்கிறேன். இவர்களை விட்டு தமிழர்கள் இனி எந்தப் புலவனை, எந்த இலக்கியத்தை தமிழன் நன்மைக்கு ஆதாரமாக எடுத்துக்காட்ட தமிழபிமானிகள் என்பவர்கள் முன்வரப் போகிறீர்கள் என்று கேட்கிறேன்.

உலகில் ஒரு மாபெரும் மானம் கெட்ட சமுதாயம் இருக்கிறது என்றால் அது கம்பனுக்கு சிலை வைக்கவேண்டும் என்று கூறும் கூட்டமேயாகும்.

இன்று நம் நாட்டில் சமதர்மம் என்பது, ஜாதியில் சமதர்மம், செல்வத்தில், பொருளில் சமதர்மம் என்பது மாத்திரமல்லாமல் குணத்திலும் சமதர்மம் என்பதாகக் கருதப்படுகிறது.

பார்ப்பானும், "பறையனும்" சமம். முதலாளியும் பிச்சைக்காரனும் சமம் என்பதோடு யோக்கியனும் அயோக்கியனும் சமம். தமிழர் சமுதாயத்திற்கு நன்மை செய்தவனும் கேடு செய்து கூலி வாங்கிப் பிழைப்பவனும் சமம். சாணியும் சவ்வாதும் சமம் என்ற அளவுக்கு இன்று நம் நாட்டில் சமதர்மம் தாண்டவமாடு கின்றது.

இது ஒரு புறமிருந்தாலும் பல்லாயிரம் ஆண்டுகளாக கீழ்மைப்படுத்தப்பட்டு இழிநிலையில் இறுத்தப்பட்ட தமிழன் விடுதலை பெற்ற, மனிதத்தன்மை அடைந்த மற்ற உலக மக்களுடன் சரிசமமாய் வாழவேண்டுமென்று உயிரைக் கொடுத்து சிலர் பாடுபடுகிற போது இந்த தமிழ்ப்புலவர் கூட்டமும், அவர்களால் முட்டாள் களாக்கப்பட்ட தமிழர் கூட்டமும், தமிழ், தமிழ்மொழி, தமிழர் சமுதாயம் என்னும் பேரால் முட்டுக்கட்டை போடுவது என்றால் இந்தக் கூட்டத்திற்கு என்றைக்குத்தான் தன்மான உணர்ச்சி வந்து மனிதத்தன்மை ஏற்படப் போகிறது?

அட முட்டாள்களா! உங்கள் தமிழை பார்ப்பான் நீசமொழி என்று பல்லாயிரம் ஆண்டுகளுக்கு முன்னால் சாஸ்திரங்களில் எழுதி வைத்து சாமிகள் இருக்கு மிடத்தில் புகாமல் விரட்டி அடித்ததோடு மாத்திரமல்லாமல் உன்னையும் உள்ளே புகவிடாமல் தீண்டாதவனாக ஆக்கி வைத்திருக்கிறானே!

இதற்கு நீ என்றாவது வெட்கப்பட்டாயா? உங்களப்பன் வெட்கப்பட்டாரா? அவனை விட்டு விட்டு என்னிடம் வந்து மோதிக்கொள்கிறாயே? இதற்கு அறிவில்லை என்று பெயரா? மானமில்லை என்று பெயரா? "நீ யாருக்குப் பிறந்தவன்?'' என்று என்னைக் கேட்கிறாய். நான் கேட்கிறேன். உன் தமிழையும் உன்னையும் உள்ளே விடாமல், இரண்டையும் வெளியில் நிறுத்தி கும்பிடு போடும்படி பார்ப்பான் செய்கிறான். நீயும் அதற்கேற்ப அடங்கி ஒடுங்கி நின்று

குனிந்து கும்பிடுகிறாயே மடையா! மானங்கெட்டவனே! நீ யாருக்குப் பிறந்தவன் என்று கேட்கிறேன்.

புலவனே! நீ கெடுவதோடு தமிழ் மக்களை ஒவ்வொருவனையும் பார்த்து "நீ யாருக்குப் பிறந்தவன்" என்று கேட்கும்படி செய்கிறாயே; இதுதானா உன் தமிழின், தமிழர் சமுதாயத்தின் பெருமை?

தமிழ் உயர்மொழியானால், தமிழன் கலப்படமற்ற சுத்த பிறவியானால், தமிழ் பேசுகிறவன் தமிழன் என்கிற காரணத்திற்கு ஆக உன்னை சூத்திரன் பார்ப்பானின் வைப்பாட்டி மகன் என்று கடவுள் சொன்னதாக சாஸ்திரம் எழுதிவைத்து, "கீதை" வெங்காயம் சொல்லுகிறது என்று சொல்லி உன்னை தீண்டாத ஜாதியாக பார்ப்பானும், அவன் பெண்டாட்டி, பிள்ளை, ஆத்தாள், அக்காளும் நடத்துகிறார்களே. நீ நாக்கைப் பிடுங்கிக் கொண்டாயா? நீ யாருக்கு பிறந்தாய் என்பது பற்றி சிறிதாவது சிந்தித்து இருந்தால், என்னை நீ யாருக்குப் பிறந்தாய் என்று கேட்டு இருக்க மாட்டாய்.

எனக்கு நான் யாருக்குப் பிறந்தேன் என்பது பற்றிக் கவலைஇல்லை. அது என் அம்மா சிந்திக்க வேண்டிய காரியம். நான் யாருக்குப் பிறந்தேன் என்று என்னாலும் சொல்ல முடியாது. - தம்பி, உன்னாலும் - அதாவது நீ யாருக்குப் பிறந்தாய் என்று (உன்னாலும்) சொல்லமுடியாது. அந்தப் பிரச்னையே முட்டாளுக்கும் அயோக்கியனுக்கும்தான் தேவை.

யாருக்குப் பிறந்தாலும் மனிதனுக்கு மானம் தேவை. அது உன்னிடம் இருக்கிறதா, என்னிடம் இருக்கிறதா, என்பதுதான் இப்போது சிந்திக்க வேண்டிய தேவை. அதையும் விட தமிழ்மொழியிலும், தமிழ்ச் சமுதாயத்திலும் இருக்கிறதா? இருப்பதற்குத் தமிழ் உதவியதா? உதவுகிறதா? என்பதுதான் முக்கியமான, முதலாவதான கேள்வி.

தமிழ் காட்டுமிராண்டி மொழி என்பதால் உனக்கு பொத்துக்கொண்டது. ஆனால் தமிழன் ஈனஜாதிப் பயல் என்று கூறி உன்னை ஈனஜாதியாக நடத்துவது பற்றி உனக்கு எங்கும் பொத்துக் கொள்ளவில்லை! அது மாத்திரமல்ல. முட்டாள் பசங்கள் உன்னை ஈன ஜாதியாய் நடத்துகின்றவர்கள் காலில் விழுகிறீர்கள். அவனை சாமி என்று கூறுகிறீர்கள். பிராமணர்கள் என்று ஒப்புக் கொள்ளுகிறீர்கள்!

சிந்தித்துப் பார்! நீ, நீங்கள் யார் என்று!!

ஈ.வெ.ராமசாமி
1968